AF730391

በራራ — ቀዳማዊት አዲስ አበባ
(1400 - 1887 ዓ.ም.)

በራራ — ቀዳሚት አዲስ አበባ
(1400 - 1887 ዓ.ም.)

እድገት፣ ውድመት እና ዳግም ልደት

ያልተነገረው የኢትዮጵያ ታሪክ

ሀብታሙ መንግሥቴ ተገኘ

አሰናጅ በዛ ተስፋው

THE RED SEA PRESS

TRENTON | LONDON | NEW DELHI | CAPE TOWN | NAIROBI | ADDIS ABABA | ASMARA | IBADAN

THE RED SEA PRESS
541 West Ingham Avenue | Suite B
Trenton, New Jersey 08638

Cover art: Fra Mauro map
Book and cover design: George William

Cataloging-in-Publication Data may be obtained from the Library of Congress.

ISBN: 978-1-56902-669-4 PB

ለቸኮል መንግሥቴ

የርዕስ ማውጫ

የካርታ ማውጫ

የምስል ማውጫ

መቅድም

ይህ ጥናት ሁለት ዐበይት ዓላማዎች አሉት። አንደኛው፣ ዛሬ ኢትዮጵያን ከጥፋት አፋፍ ላደረሳት የተመሳቀለ ፖለቲካ መነሻ የሆኑ የፈጠራ ታሪኮችን መሻር፤ ሁለተኛው ደግሞ የመካከለኛው ዘመን ዝነኛ መዲናዋ የነበረችውን በራራን ማዕከል አድርጎ ኢትዮጵያን ወደዛሬው የግዛት ቅርጿና የማኅበረሰብ ጥንቅሯ የመሯትን ታሪካዊ ሁነቶች መተንተን ናቸው።

ከመጀመሪያው ዓላማ አንፃር 'ኢትዮጵያ ከዳግማዊ ምኒልክ (1889-1913) በፊት ምንም አይነት የታሪክ መሠረት አልነበራትም' የሚለው፣ በቀደማዊ ኃይለ ሥላሴ (1930-1974) ዘመን የነበሩ የታሪክ ሙያ የሌላቸው ጥቂት ግራ ዘመም የተማሪ ፖለቲከኞች የፈጠሩት መሠረተ-ቢስ ታሪክ ዛሬ ስለአዲስ አበባ ጉዳይ የሚነሳውን ክርክር ጨምሮ በጠቅላላ አገሪቱ ለሚታየው በነገድ ማንነት ላይ የተመሠረተ የተካረረ ፖለቲካ ምክንያት መሆኑን እንመለከታለን። በ2016 ዓ.ም. የኦሮሞ ነገድ አባላት ከአዲስ አበባ ከተማ ሊያገኙ ስለሚገባቸው ልዩ ጥቅም የኢትዮጵያ መንግሥት የሚኒስትሮች ምክር ቤት ላወጣው ረቂቅ አዋጅ መሠረት የሆነው ይኸው የፈጠራ ታሪክ መሆኑን ማስተዋል የፈጠራ ታሪክ የሚያስከትለውን መዘዝ ለመገንዘብ ይረዳል። የኢትዮጵያ የመንግሥትነት ሥልጣኔ ታሪክ የሚጀምረው ምኒልክ ከመንገሡ ቢያንስ ከሁለት ሺህ ዓመታት በፊት ስለመሆኑ፤ ምኒልክ ከሸዋ በስተደቡብ፣ በምሥራቅና በምዕራብ ያደረጋቸው ዘመቻዎች በዓፄ ገላውዴዎስና (1540-1559) በወንድሙ ልጅ በዓፄ ሠርፀ ድንግል (1563-1597) የተጀመረውን በግራኝ አሕመድ (1529-1543) ጦርነት ከዚያም በበረይቱማና በቦረን ጎሳዎች ወረራና ሰፈራ ምክንያት የጠፋውን አገርና ርስት የማስመለስ ሦስት ምእት ዓመት የፈጀ ረጅም የታሪክ ዑደት መደምደሚያ ስለመሆኑ የታሪክ ሰነዶችን በመተንተን እናያለን።

በሰፊው የተሰራጨው ሌለኛው የተማሪ ፖለቲከኞች ዘመነኛ የፈጠራ ታሪክ ደግሞ 'የብሔር ጭቆና' ትርክት ነው። በቅድሚያ እንደኢትዮጵያ ጉራማይሌ ነገድ፣ ሃይማኖት፣ ባህልና ቋንቋ ያላቸው የዓለም አገሮች ብዙ ቢሆኑም እንደኢትዮጵያ ያልተቋረጠ ረጅም የመንግሥትነት ሥልጣኔ ታሪክና ጉራማይሌ ባህል፣ ሃይማኖትና ቋንቋ በአንድነት የሚኖሩባቸው አገሮች ግን በጣም ጥቂት መሆናቸውን መገንዘብ ያስፈልጋል። ይህን የ'ብሔር ጭቆና' ትርክት ሀሰትነት የሚያጋልጡ የታሪክ ማስረጃዎች በዚህ መጽሐፍ ተካትተዋል። ለዚህም፣ ምኒልክ በአስተዳደሩ ሥር ያደረጋቸው የኢትዮጵያ ነገዶች ከጥቂቶች በስተቀር የንጉሡ ቀዳሚ አባቶች የነበሩት ዓፄ ዓምደ ጽዮን (1314-1344)፣

ዓፄ ዳዊት (1382-1413) እና ዓፄ ዘርአ ያዕቆብ (1434-1468) ያስተዳደሯት የጥንታዊት ኢትዮጵያ አካል መሆናቸውን፤ ከአክሱማውያን ተወርሶ እስከ 1974 ዓ.ም. በዘለቀው የኢትዮጵያ የዘውድ መንግሥት ድርጅት፣ በሚገዛባቸው ሕግጋት፣ አስተዳደራዊ መዋቅርና ሥርዓት በጠቅላላው በሰው ልጆች መካከል የፍጥረት ደረጃ አለ ብሎ የማያምን፣ በሥሩ በሚያስተዳድራቸው ነገዶች መካከል የሙብት እርከን የማይፈጥርና የሃይማኖት፣ የባህል፣ የነገድና የቋንቋ ልዩነቶችን የሚቀበል መሆኑን እንመለከታለን። በአሁኑ ጊዜ የሚታየውን በቋንቋ እና በነገድ ማንነት ላይ የተመሠረተ ፖለቲካና አስተዳደር ከኢትዮጵያ ታሪክ አንጻር ስናየው በጣም አስገራሚ የሚሆንብንም ለዚህ ነው።

እንደጭቆና ማሳያ የሚቀርበው ብቸኛው መከራከሪያ አማርኛ የመንግሥት ቋንቋ መሆኑ ነው። የመንግሥትነት ሥልጣኔ ታሪክ እንዳላቸው እንደሌሎች አገሮች ሁሉ ኢትዮጵያም መንግሥት ከሚያስተዳድረው ሕዝብ ጋር፣ ሕዝቡም ከመንግሥት ጋር የሚግባቡበት በታሪክ ሂደት የጸና የራሷ ልሳነ መንግሥት አላት፤ እሱም አማርኛ ነው። አማርኛ ልሳነ መንግሥት በመሆኑ በዐዋጅ ሳይሆን በአገር እምነት ስለተቀበሉት፣ በቋንቋቸው ለተለያዩ የኢትዮጵያ ነገዶች ሁሉ መግባቢያ ብሔራዊ ቋንቋም ሆኗል። ይህ ከጥንት የዘለቀ የዓለም አገሮች በሙሉ የሚጋሩት የአገረ መንግሥት ምሥረታና እድገት ሂደትና ውጤት፣ በኢትዮጵያ ልዩ ሆኖ ሊታይ አይገባውም። ይልቁንም "አንድ ቋንቋ ልሳነ መንግሥት በመሆኑ ሌሎቹ ተጨቁነዋል" ለሚለው አመለካከት መሠረት የሆኑትን የፈጠራ ታሪኮች መነሻቸው ምን እንደሆነ መመርመር ያስፈልጋል። በዚህ መጽሐፍ እንደምንመለከተው፣ በተለይ በኦሮሞ ነገድ ፖለቲከኞች በኩል የዚህ አመለካከት መግነን፣ የተወረረና የተጨቆነ የሚመስላቸው 'ሕዝባችን' የሚሉት አብዛኛው የኦሮምኛ ተናጋሪ የሰፈረበት መሬት ከ17ኛው ምእት ዓመት በፊት የአማራ ሕዝብ ዐፅመ ርስት እንደነበረ ስለረሱት ነው። ምኒልክ በግራኝ አሕመድ ወረራ እንዲሁም በቦረንና በበረይቱማ ኀሳዎች ወረራና ሰፈራ ምክንያት የፈለሰውን ርስቱን፣ የጠፋውን አገርና መንግሥት ለማስመለስ ስለመዝመቱ የቀረቡት ትንታኔዎች ይህን የሚያስታውሱ ናቸው።

ጥቂት ግለሰቦች ከአእምሯቸው አንቅተው የፈጠሯቸው፣ የታሪክ ጥናት የማይደግፏቸው መሠረተ-ቢስ ትርክቶች የመንግሥት ስልጣን በተቆጣጠሩ ቡድኖች እገዛ በየስብሰባው፥ በየአደባባዩ፥ በየቴሌቪዥኑ፥ በየራዲዮው፥ በየጋዜጣው፥ በቃልም በጽሑፍም ተደጋግመው በመነገራቸውና በጊዜው በእውነተኛ ታሪክ ባለመሞገታቸው በተወሰነ ኅብረተሰብ ክፍል ተቀባይነት አግኝተዋል፤ አልፈውም የአገሪቱ የሕግና የአስተዳደር ደንብ መሠረቶች ለመሆን በቅተዋል። ለምሳሌ፣ የኦሮሞ የነገድ ድርጅት መሪዎች እና ፖለቲከኞች በአለፈው ግማሽ ምእት ዓመት ገደማ ከኢትዮጵያ መንግሥት ጋር አደረግነው ለሚሉት ትግል የድላቸው መደምደሚያ አድርገው የሚቆጥሩት የአዲስ አበባን ከተማ መቆጣጠራቸውን ነው። በነሱ እምነት አዲስ አበባ የተመሠረተችው በዳግማዊ ምኒልክ አማካይነት የኢትዮጵያ መንግሥት ከኦሮሞ በኃይል በወሰደው መሬት ላይ ነው። የከተማዋ የቀድሞ የኦሮምኛ ስምም "ፊንፊኔ" ነው ይላሉ። በቅርቡ የኢትዮጵያ መንግሥት ሚኒስትሮች ምክር ቤት የኦሮሚያ ክልል በአዲስ አበባ ላይ ያለውን ሕገ-መንግሥታዊ ልዩ ጥቅም ለመወሰን ባወጣው ረቂቅ አዋጅ ላይ የኦሮሞ ፖለቲከኞች "ፊንፊኔ" ስለሚሏት ከተማ የፈጠሩትን ልብ ወልድ ታሪክ ሙሉ በሙሉ ተቀብሎታል። በዚህ የተዛባ ታሪክ ምክንያት የሚደረሰው የሕይወት ጥፋት፣ የኑሮ መናጋትና የንብረት ውድመት እንደቀጠለ ነው። ይህን ጥናት ማድረግ ያስፈለገበት ምክንያት የተዛባውን ታሪክ

ለመሞገትና ኅብረተሰቡ በእውነተኛ ታሪክ ላይ የተመሠረተ አቋም እንዲይዝ ለማገዝ ነው።

በዚህ መጽሐፍ ስለበራራ ከተማ እድገት፣ ውድመት እና ዳግም ልደት ያደረግነው ሰፊ ጥናት የተማሪ ፖለቲከኞች እና የነገድ ድርጅት መሪዎች በኢትዮጵያ ታሪክ ላይ የፈጸሙትንና በመፈጸም ላይ ያሉትን ኃጢያት ጥልቀትና ስፋት ለማየት ይረዳል። የአዲስ አበባ ከተማ የተቆረቆረው የዚህ መጽሐፍ ርእሰ ጉዳይ በሆነችው በበራራ ከተማ ባድማ ላይ ነው። ዳግማዊ ምኒልክ ወደአዲስ አበባ አካባቢ የሄደው አዲስ ከተማ ለማቋቋም ሳይሆን አያት ቅድመ አያቶቹ ከአንድ ምእት ዓመት በላይ የከተሙባትን፣ የንግድና የእደ ጥበብ ማዕከል፣ የመካከለኛው ዘመን ኢትዮጵያ ዋና መዲና የነበረችውን የዓፄ ዳዊትን (1382-1413) ከተማ በራራን ለማደስ ነው። በመጽሐፉ ርእስ ላይ በራራን ቀዳሚት አዲስ አበባ ያልንበት ዋናው ምክንያትም የአዲስ አበባ መቆርቆር የበራራ ትንሣኤ፣ ዳግም ልደት ስለሆነ ነው። በራራ ከተማ የተመሠረተችበትን ጨምሮ ሙሉ ሸዋ የአማራ ዐፅመ ርስት ነው። በ1531 ዓ.ም. በራራ በግራኝ አሕመድ ጦርነት ጊዜ ተዘርፋ ተቃጠለች። ቀጥሎም የግራኝ አሕመድን እግር ተከትለው የመጡ የኦሮሞ ጎሳዎች ነባሩን ሕዝብ በማፈናቀል እና በመቀላቀል በበራራና በሌሎችም የሸዋ አካባቢዎች እንደሠፈሩ ቀሩ። የበራራን ትንሳኤና ዳግም ልደት ያዘገየው የበረይቱማና የቦረን የኦሮሞ ጎሳዎች በአካባቢው በሰፊው በቋሚነት መስፈራቸውና አብዛኛው ሸዋ ከማዕከላዊ መንግሥት ቁጥጥር መውጣቱ ነው።

በበራራ ጥናትና ምርምር ሂደት የተገኙ የታሪክ ምንጮች ስለኢትዮጵያ ታሪክ በምሁራን ዘንድ በሰፊው ተቀባይነት አግኝተው የኖሩ ብዙ የተዛቡና መታረቅ የሚገባቸው አስተሳሰቦች እንዳሉ ያረጋግጣሉ። የጥንቱና የመካከለኛው ዘመን ታሪክ በኢትዮጵያውያን ዘንድ በሚገባ አለመታወቁ የዘመናዊውን የኢትዮጵያ ታሪክ እንዳደነገዘው ሁሉ የበራራ ታሪክ አለመታወቅም እንደዚሁ የመካከለኛውን ዘመን የኢትዮጵያ ታሪክ አደንግዞታል። ስለመካከለኛው ዘመን የኢትዮጵያ ታሪክ ዋቢ ተደርገው የሚወሰዱት ብዙዎቹ ጥናቶች የበራራን ታሪክ ዘለውታል። በነዚህ ጥናቶች ቀዳሚዎቹ ሰሎሞናውያን ነገሥታት ቋሚ መዲና የሌላቸው፣ ብዘውን ጊዜ ከስፍራ ስፍራ ያለማቋረጥ በመንቀሳቀስ በዘመቻ፣ የወከባ ኑሮ የሚኖሩ ተደርገው ተሥለዋል። ነገስታቱ ተስፋፊና ጦረኛ ሆነው እንዲሳሉ ያደረጓቸው ደግሞ የምሁራኑ የታሪክ ምንጮች በታሪክ ነገሥቶችና በዜና መዋዕሎች ላይ መወሰናቸው ነው። በአንፃሩ ለዚህ ምርምር ያገናዘብናቸው የታሪክ ምንጮች ግን ስለነገሥታቱ ከታሪክ ነገሥትና ዜና መዋዕል ጸሐፊዎች የተለየ ገጽታና ሥዕል ይፈጥራሉ። የኢትዮጵያ ነገሥታት ከሁሉም በላይ ቅድሚያ የሚሰጡት ለእደ ጥበብ፣ ለንግድ፣ ለሥነ ሕንፃና ለባህል እድገት እንደነበረ እንገነዘባለን። አቅሙ ቢኖራቸውም የግዛት ወሰናቸውን ከመግፋት ይልቅ ቅድሚያ የሰጡት ከአውሮፓ አገሮች ጋር የወዳጅነትና የባህል ግንኙነት መመሥረት ላይ ነበር። በዚህ መጽሐፍ በሰፊው እንደቀረበው የኢትዮጵያ ነገሥታት ከውጭ መንግሥታት ጋር ግንኙነት መፍጠር የፈለጉበት ዋናው ምክንያት ወታደራዊ ሳይሆን የእደ ጥበብ፣ የሥነ ሕንፃና የሥነ ጥበብ እርዳታ ለማግኘት ነው።

የዚህ ጥናት ሁለተኛው ዐቢይ ዓላማ ስለበራራ ወደፊት ለሚደረጉ ጥናቶች መነሻ የሚሆኑ የታሪክ ምንጮችን መጠቆም ነው። ይህ ጥናት ስለበራራ ታሪክ የመጀመሪያ እንጂ የመጨረሻው እንደማይሆን እናምናለን። ስለበራራም ታሪክ ወደፊት ብዙ የታሪክ ምንጮች እንደሚገኙ እንጠብቃለን። ለዚህ ጥናት በማስረጃነት የተጠቀምንባቸውን የታሪክ ምንጮች በምርምር ጽሑፍ አቀራረብ አግባብ መጀመሪያ ማስረጃዎቹ

በተጠቀሱበት ገጽ በግርጌ ማስታወሻነት ቀጥሎም የምንጮቹን ዝርዝር መረጃ በ"ዋቢ መጻሕፍት" አቅርበናቸዋል። እንዲሁም በቀላሉ የማይገኙትን ከፍ ያለ የታሪክ ዋጋ ያላቸውን የታሪክ ምንጮች አባሪ አድርገን አቅርበናል።

በጽሑፉ አቀራረብ ከአማርኛ ባህል ባፈነገጠ አኳኋን የባለታሪኮች አጠራር በአንድነት የቅርበት እንዲሆን ተደርጓል። ይኸውም የሰው አጠራር እንደቅርበቱ ስለሚወሰን አንዱን ባለታሪክ በአክብሮት ሌላውን በቅርበት በመጥራት የአንባቢውን ትኩረትና ንባብ ላለማሰናከል በማሰብ የተደረገ ነው። እንዲሁም በተለየ ካልተጠቀሰ በቀር የተጻፉት የዘመን ቁጥሮች በአውሮፓውያን የዘመን አቆጣጠር መሠረት የቀረቡ ናቸው። ከባለታሪኮች ስም ቀጥሎ በቅንፍ የተቀመጡት ቁጥሮች የሚያሳዩት የገዙበትን ወይንም የኖሩበትን ዘመን ነው።

ይህ መጽሐፍ "አዲስ አበባ በረራ ናት፤ በረራም አዲስ አበባ" በሚል ርእስ ተዘጋጅቶ በነሐሴ 2016 ዓ.ም. በበይነ መረብ በተሰራጨው መጣጥፍ ላይ ተመሥርቶ በርዕስ ጉዳይና በመረጃዎች ትንታኔ ዳብሮና ተስፋፍቶ የተዘጋጀ ጥናት ነው። ለመጀመሪያው ጥናት መነሻ ሐሳብ ከመስጠት ጀምሮ ጽሑፉን በማሰራጨት ያገዘኝን እንዲሁም ለዚህ መጽሐፍ ዝግጅት የገንዘብና የምክር ድጋፍ ያደረገልኝን የአማራ ባለሙያዎች ማኅበር (አምባ) የተባለውን ግብረ ሰናይ ድርጅት ከልብ አመሰግናለሁ። እንዲሁም ጥናቱን እንዳደርግ አነሳስቶ ከአምባ ጋር በመሆን ከመጀመሪያው መጣጥፍ ስርጭት እስከአሁኑ መጽሐፍ ኅትመት ያልተቆጠበ ድጋፍ ያደረገልኝ ደመቀ ፀሐይ ነው፤ ደመቀ ልባዊ ምስጋናዬ ይድረስህ።

የበራራን ጥናት አጠናክሬ እንድቀጥልበት ብርታት የሆነኝ የርዕዮት ሚዲያ ዋና አዘጋጅ፣ ጋዜጠኛ ቴዎድሮስ ፀጋዬ ነው። ቴዎድሮስ ለኢትዮጵያ ሕዝብ በተለይም ለአዲስ አበባ ነዋሪ መብት መከበር ጥብቅና በመቆም ይታወቃል። ቴዎድሮስ በርዕዮት ሚዲያ አማካይነት ሐቀኛው የኢትዮጵያ ታሪክም እንዲታወቅ ከፍተኛ ጥረት የሚያደርግ ታታሪ ጋዜጠኛ ነው። በተከታታይ ዝግጅቶች ስለበራራ የጻፍኩትን ታሪክ በማቅረብ በሕዝብ ዘንድ ከፍተኛ ተቀባይነት እንዲያገኝ ያስቻለው ቴዎድሮስ ነው። ከዚህም በላይ ቴዎድሮስ ለበራራና ለአዲስ አበባ ታሪክ ባሳየው ተቆርቋሪነት በጥናቱ እንድተጋ ምክንያት ሆኖኛል። መጽሐፉ እሱ በፈለገበት ፍጥነት ለሕዝብ ባይቀርብም፣ አለቴዎድሮስ ጉትጎታ በተጠናቀቀበት ጊዜም ሊያልቅ አይችልም ነበር። ቴዎድሮስ "ኢትዮጵያ የምትድነው በቀደመው በራሷ እውነት ነው" የሚለው ብሂሉና "የምንኖርበት ዘመን የኢትዮጵያን የቀደመ የታሪክ እውነት ለመናገር የጨከነ ልብ የሚያስፈልግበት ጊዜ ነው" የሚለው እምነቱ የጥናቱን አስፈላጊነት እንዳምንበት ተጨማሪ ምክንያት ነበር። ቴዎድሮስ፣ ለኢትዮጵያ ታሪክ በተለይም ደግሞ ለበራራና ለአዲስ አበባ ታሪክ ላሳየኸው ቀናኢነትና ለዚህ ጥናት ላደረግኸው እገዛ ልባዊ ምስጋናዬን አቀርባለሁ።

ለዚህ ጥናት ምትክ የሌለው አስተዋጽዖ ካደረጉልኝ ሰዎች መካከል በፌስ ቡክ ገጹ ታሪካዊ ሁነቶችን ከማስረጃ አገናኝቶ በማቅረብ የታወቀው አቻምየለህ ታምሩ ነው። የበራራ ታሪክ ጥናት እስከሚጠናቀቅ ሂደቱን በመከታተልና በማበረታታት፣ ብዙ የታተሙ፣ ያልታተሙና ከገበያ የማይገኙ አስፈላጊ የታሪክ ምንጮችን ጭምር በፍጥነት በማቅረብ፣ እንዲሁም የጽሑፉን ረቂቅ በጥልቀት ተመልክቶ ገንቢ የሆኑ የማሻሻያ ሐሳቦችን በመስጠት አቻምየለህ ያልተቆጠበ ድጋፉን ሰጥቶኛል። አቻምየለህ እየቆዩ እንደእግር እሳት ሊሰሙኝና ሊያስቆጩኝ ይችሉ የነበሩ ስህተቶችንም በጊዜ እንዳርም

ረድቶኛል። አቻምየለህ፣ ላደረግህልኝ የማይተካ ትብብርና እርዳታ ልባዊ ምስጋናዬን በደስታ አቀርባለሁ።

በመጽሐፉ አሰናጂነት ስሙ ቢጠቀስም ለዚህ መጽሐፍ እውን መሆን ላበረከታቸው ተጨማሪ አስተዋጽዖዎች በዛ ተስፋውን ደግሜ ላመሰግነው እወድዳለሁ። በዛ ያደረገው ድጋፍ ከጓደኝነት የሙያ ድጋፍም በላይ ነው። ከግል ጉዳዮቹ በላይ ቅድሚያ ሰጥቶ ይህንን ጽሑፍ መላልሶ በማረም ብዙ ጊዜ አጥፍቷል። ስለታሪካዊ ስፍራ ስሞች ፍቺና የቤተ ልሳናት አመዳደብ በመጽሐፉ ውስጥ የቀረቡትን ግልጽና ምጥን ትንታኔዎች ያለበዛ እርዳታ፣ መዝገበ ቃላትና የታሪካዊ ሥነ ልሳን መጻሕፍትን በማገላበጥ ብቻ ልጽፋቸው አልችልም ነበር። በዛ የአማርኛን ቋንቋ ሥሩን ያውቀዋል። ግሩም በሆነ የኮምፒውተር ግራፊክስ ችሎታውም በዚህ መጽሐፍ የታተሙትን ካርታዎች በማሻሻል ከካርቶግራፊ ባለሙያ ያላነሰ ድጋፍ አድርጓል። በዛ፣ ስላደረክልኝ ያልተቆጠበ እርዳታ ከልቤ እመሰግናለሁ።

ጌታቸው ኃይሌ ያሳተሟቸው የታሪክ ምንጮች የበራራን ጠቅላይ ታሪክ ለመጻፍ ረድተውኛል። በተጨማሪም ጌታቸው በግል የጠየቅኳቸውን ማንኛውንም የታሪክ ምንጭ ሳይውል ሳያድር በአስደናቂ ፍጥነት ይልኩልኝ ነበር። የነበረኝ ጊዜ በጣም ውስን በመሆኑ ጌታቸው ባይተባበሩኝ ላገኛቸው የማልችላቸው ከፍተኛ ዋጋ ያላቸው የታሪክ ምንጮች ብዙ ናቸው። እነዚህን ምንጮች በጊዜው ማግኘቴ መጽሐፉን ለማረምና ለማሻሻል በጣም ረድቶኛል። ጌታቸው ላደረጉልኝ እርዳታ ልባዊ ምስጋና አቀርባለሁ። ያለችውን በጣም ውስን ጊዜ መስዋዕት አድርጎ ከግእዝ ወደአማርኛ የተተረጎሙትን ጽሑፎች አርሞ ከብዙ ስሕተት የታደገኝ መርሻ አለኸኝ ነው። መርሻ ላደረግህልኝ እርዳታ ልባዊ ምስጋናዬን እገልጻለሁ። ምትኩ ደምሌ አንዳንድ ምንጮችን ከግእዝ ወደአማርኛ በመተርጎም ላደረግህልኝ እርዳታ ምስጋናዬ ይድረስህ። አሌሳንድሮ ባውዚ፣ ሳማንታ ኬሊና ዌንዲ በልቸር በቀላሉ ላገኛቸው የማልችላቸውንና መኖራቸውንም የማላውቃቸውን የጥናት ጽሑፎች በመላክ ላደረጉልኝ እርዳታ ምስጋናዬን አቀርባለሁ። በዚህ መጽሐፍ የታተሙትን ካርታዎች ያዘጋጀልኝ ባርት ራይት ነው። ራይት ካርታዎቹን ለማዘጋጀት ላሳየኸው ትዕግሥት ምስጋናየን እገልጻለሁ። ለዚህ መጽሐፍ እውን መሆኑ በተለያየ ደረጃ አስተዋጽዖ አድርጋችሁ በስም ላልጠቀስኳችሁ በጣም ብዙ ወዳጆቼ ላደረጋችሁሉኝ እርዳታ ምስጋናዬ ይድረሳችሁ። ይህ ጥናት ከስሕተት የጸዳ እንዲሆን ብዙ ሰዎች እርዳታ አድርገዋል። በመጽሐፉ ማንኛውም ነውር፣ ስሕተት ቢገኝበት ግን የኔው የጸሐፊው ነው።

መግቢያ

ዘመኑ 1481 ዓ.ም. ነው – በሕፃኑ ንጉሥ በዓፄ እስክንድር (1478–1494) ስም ኢትዮጵያን ይመራ የነበረው ራስ ዓምደ ሚካኤል የመንግሥት መልክተኞችን ወደግብጽ የላከበት ዓመት። መልክተኞቹ ወደግብጽ የተላኩበት ዓላማም በእስክንድሪያው ፓትሪያሪክ ለኢትዮጵያ ቤተ ክርስቲያን ጳጳስ አስሹመው እንዲያመጡ ነበር። የልዑካኑ ቡድን አባላት ወደአገራቸው ከመመለሳቸው በፊት ኢየሩሳሌም ከተማ ቤተ ክርስቲያን ለመሳለም ሄደው አጭር ቆይታ አድርገው ነበር። በቆይታቸው ወቅትም በኢየሩሳሌም የቅዱስ ፍራንሲስ ገዳመ ጽዮን አበምኔት ከነበረው ዮሃንስ ቶማቸሊ (1478-1481) ከተባለ የካቶሊክ መነኩሴ ጋር ተዋወቁ። ቶማቸሊም በጊዜው ለነበረው የካቶሊክ ቤተ ክርስቲያን ሊቀ ጳጳስ አምባሳደር መርጦ ከልዑካኑ ጋር ወደኢትዮጵያ ለመላክ ጥሩ አጋጣሚ መፈጠሩን አሳወቀ። የካቶሊኩ ሊቀ ጳጳስም ዮሃንስ ባቲስታ ዳ ኢሞላ ብሮኪ እና ዮሃንስ ዳ ካላብሪያ የተባሉትን አምባሳደሮች አድርጎ ወደኢትዮጵያ ላከ።[1]

ብሮኪና ዳ ካላብሪያ ከሮም ተነስተው በካይሮ አልፈው በታኅሣሥ ወር 1482 ዓ.ም. ሸዋ ውስጥ የንጉሡ መቀመጫ ወደነበረው ወደበራራ ከተማ ገቡ። ሁለቱ የካቶሊክ ቤተ ክርስቲያን መልክተኞች በመንግሥት ደረጃ በኢትዮጵያ የመጀመሪያዎቹ የአውሮፓ አምባሳደሮች ለመሆን በቁ። በታኅሣሥ ወር 1483 ዓ.ም. ከሮማ ጀምረው እስከ በራራ ከተማ ስላደረጉት ጉዞና ኢትዮጵያ ውስጥ ከንጉሡ ቤተ መንግሥት ስላዩት ነገር ብሮኪ ለታዋቂው የቬኒስ ከተማ ጸሐፊ ለፍራንቸስኮ ሱሪያኖ (1450-1529) በዝርዝር ነግሮት ነበር። ሱሪያኖም በራራ ከተማ ውስጥ ስለሚኖሩ የአውሮፓ ኗሪዎች ብሮኪ የነገረውን የዐይን እማኝ ምስክር እንደሚከተለው ጽፏል፡-

> De li partendoce andamo ad una villa, lontana una giornata chiamata Chiapheg, et ivi stemo giorni trenta, per non poter passer lo Nillo, per la grande inundantia del aque piovane e mali tempi che usava. Pasato che havemo lo fiume caminamo giorni diece et arrivamo alla corte dello Re magno Preteiane. La qual era in un loco chiamato Barar. In la qual corte trovamo diece taliani, homini de bona reputatione, zioe: miser Gabriel napolitano, miser Iacomo di garzoni venetiano, miser Pietro da monte de Venctia, miser philyppo Brogognon, miser Consalvo Cathalano, miser Ioane da Fiesco zenovese, miser lyas da Barutho, el qual ando cum lettere

papale. Tuti questi erano stati li anni vinticinque. Ma del mile quattrocento otanta vi sono andati miser Zuan darduino, nepote de Nicolo da le carte, venitiano e mio caro compagno, homo integro de ogni bon costumo, Cola di rosi romano, el qual si muto el nome in Zorzi, Mathio de piamonte, Nicolo mantovano, miser Nicolo branchalion, venetiano, frate Ioane predicto de Calabria e Batista da Imola. A dimandai io questi homini, che vi erano andati a fare in quell stranio paese? Me risposero e dissero, che lor intention era di trovar zoye e pietre preciose.[2]

<u>ትርጉም</u>

[ከአትሮንስ ማርያም] ተነስተን በአንድ ቀን ጉዞ ርቀት ላይ ከሚገኘው ከአህያ ፈጅ ከተማ ደረስን። በሚዘንበው ከፍተኛ ዝናብ ምክንያት [የወንጭት][3] ወንዝ ጎርፍ አላሻግር ስላለና ዐየሩም ለጉዞ ጥሩ ስላልነበር ለሰላሳ ቀናት እዚያው ተቀመጥን። ወንዙን ተሻግረን የዐሥር ቀን ጉዞ አድርገን በራራ ከሚገኘው [ከንጉሠ ነገሥቱ] ከካህኑ ዮሃንስ ቤተ መንግሥት ደረስን። በቤተ መንግሥቱ ዐሥር የተከበሩ ጣሊያናውያንን አገኘን፤ እነርሱም የኔፕልሱ ጌታው ገብርኤል፣ የቬኒሱ ጌታው ጃኮሞ ዲ ጋርዞኒ፣ የቬኒሱ ጌታው ጴጥሮስ ዳ ሞንቴ፣ የበርጋንዲው ጌታው ፊሊጶስ፣ የካታላኑ ጌታው ኮንሳልቮ፣ የጀነዋው ጌታው ዮሃንስ ዳ ፊስኮ እና የሊቀ ጳጳሱን የድጋፍ ደብዳቤ ይዞ የሄደው የባሩቶው (የባቫሪያው) ጌታው ልያስ ናቸው። እነዚህ ሁሉም ለ25 ዓመት እዚያው [በራራ] የኖሩ ናቸው። ከ1480 ዓ.ም. ጀምሮ [ወደ በራራ] የሄዱት የኒቆላዎስ ዳ ለ ካርቴ የወንድም ልጅ የሆነው የቬኒሱ ጌታው ዧን ዳርዱኖ፣ ስሙን ወደ "ዞርዚ" የቀየረው ተወዳጁ ጓደኛዬ፣ ሀቀኛውና ግብረ ገቡ የሮማው ኮላ ዲ ሮሲ፣ የፒድሞንቱ ማቴዎስ፣ የማንቷዋው ኒቆላዎስ፣ የቬኒሱ ኒቆላዎስ ብራንካሊዮን፣ ቀድሞ የጠቀስነው የካላብሪያው ወንድም ዮሃንስ እና ባቲስታ ዳ ኢሞላ ናቸው። እኔም እነዚያን ሰዎች ከዚያ እንግዳ አገር ምን ሊሠሩ እንደሄዱ ጠየኳቸው። "ጌጣጌጥ እና የከበረ ማዕድን ለማግኘት ፈልገን መጣን" አሉኝ።

ብሮኪና ዳ ካላብሪያ ወደበራራ የመጡት በሰሜን ኢትዮጵያ ባሕር ምድርን (ያሁኑ ኤርትራ)፣ ትግሬን፣ አንጎትንና ቤተ አማራን አቋርጠው ነው። የወንጭትን ወንዝ ተሻግረው የዐሥር ቀን ጉዞ ካደረጉ በኋላ የንጉሡ ቤተ መንግሥት ወደሚገኝበት ወደበራራ ደረሱ።[4] እስከ 16ኛው ምእት ዓመት መጨረሻ ድረስ አውሮፓውያን የኢትዮጵያን ንጉሥ "ካህኑ ዮሃንስ" እያሉ ይጠሩት ነበር።[5] ብሮኪም ይህን ተከትሎ በዘመኑ የነበረውን ንጉሥ "ካህኑ ዮሃንስ" ይለዋል።

በራራ ከተለያዩ የአውሮፓና የእስያ አገሮች የመጡ ሰዎች የሚኖሩባት አለማቀፋዊ ከተማ ነበረች። ብሮኪና ካላብሪያ በራራን በ1482 ዓ.ም. በጎበኙበት ጊዜ ብዙ አውሮፓውያን አግኝተው ነበር። አንዳንዶቹ አውሮፓውያን በራራ መኖር የጀመሩት ብሮኪና ካላብሪያ ከተማዋን ከመጎብኘታቸው ከ25 ዓመታት በፊት ማለትም ከዓፄ ዘርዓ ያዕቆብ (1434–1468) ዘመነ መንግሥት ጀምሮ ሲሆን ሌሎቹ ደግሞ በቅርብ ጊዜ ወደከተማዋ የመጡ ነበሩ። አብዛኛዎቹ የመጡት በዘመኑ ታዋቂ ከነበሩት የጣሊያን ከተሞች በተለይም ደግሞ ከቬኒስ ነበር። ቬኒሳውያኑ ጃኮሞ ዲ ጋርዞኒ፣ ጴጥሮስ ዳ ሞንቴ፣ ጁአን ዳርዱኖና ኒቆላዎስ ብራንካሊዮን ሲሆኑ የኔፕልሱ ገብርኤል፣ የጀነዋው ዮሃንስ ዳ ፊስኮ፣ የሮማው ኮላ ዲ ሮሲ፣ የፒድሞንቱ ማቴዎስና የማንቷው ኒቆላዎስ ሁሉም የመጡት ከጣሊያን ነበር።[6]

ከጣሊያን በተጨማሪ ከጀርመን፣ ከስፔንና ከፈረንሳይ የመጡም ነበሩ። ፊሊጶስ የማዕከላዊ የፈረንሳይ የጥንት ግዛት የነበረው የበርጋንዲ ተወላጅ ሲሆን ኮንሳልቮ የስፔን

የጥንት ግዛት የካታላን ተወላጅ ነው። ልያስ ደግሞ ጀርመን ውስጥ የሚገኘው የባቫሪያ ግዛት ተወላጅ ነው። በዚያ ዘመን ጀርመኖች በኢትዮጵያ ብቻ ሳይሆን ብዙ የንግድ እንቅስቃሴ በነበረበት በመካከለኛው ምሥራቅ አገሮች እንኳን በንግድ አይታወቁም ነበር።[7] የጀርመን ተወላጅ በበራራ መኖሩ ከተማዋ የተለየ መስህብ እንደነበራት ያመለክታል።

በራራ ውስጥ የሚኖሩት ብዙዎቹ አውሮፓውያን የመጡት ለንግድ መሆኑ፤ የብዙዎቹም መነሻ በዘመኑ ዝነኛ የነበሩት የጣሊያን የነጋዴ ከተሞች መሆናቸው፤ ብዙ ኢትዮጵያውያንም ከሌሎች የአውሮፓ ከተሞች በተለየ ታላቋን የንግድ ከተማ ቬኒስን መጎብኘታቸው በራራም ትልቅ የንግድ ከተማ እንደነበረች ያመለክታል። በበራራ የሚኖሩት ቬኒሳውያን ቁጥር ከሌሎች ሁሉ የላቀ ነበር።[8] ብሮኪና ዳ ካላብሪያ በራራን በጎበኙበት ጊዜ ካገኟቸው በተጨማሪ ሌሎች የቬኒስ ነጋዴዎች በከተማው በንግድና በሌላም ሥራ ተሰማርተው ይኖሩ ነበር። ለዚህም ለየት ያለ የሕይወት ታሪክ ያለው ጆሮኒሞ ቢቺኒ ተጠቃሽ ነው።

ቢቺኒ ወደኢትዮጵያ የመጣው ብሮኪና ዳ ካላብሪያ በራራን ጎብኝተው ከተመለሱ በኋላ ነው። በ16ኛው ምእት ዓመት በተጻፈው በቬኒሳዊው እስከንድር ዞርዚ መጽሐፍ የሚገኘው የቢቺኒ ታሪክ ኢትዮጵያና ኢትዮጵያውያን ከሌላው ዓለም በተለይም ከአውሮፓውያን ጋር ፈጥረውት የነበረውን የንግድና የባህል መተሳሰር ያሳያል። ቢቺኒ ወደበራራ ከመምጣቱ በፊት በትዳር የሚኖር፣ ልጅ የወለደና በንግድ ሥራ የሚተዳደር የቬኒስ ተወላጅ ነበር። እስከንድር ዞርዚ፣ በምናኔ ወደኢየሩሳሌም የሄደ አባ ቶማስ የሚባል የአንጎት አውራጃ ተወላጅ ቬኒስ አግኝቶ በግንቦት ወር 1524 ዓ.ም. ቃለመጠይቅ አድርጎለት ነበር። ቶማስ በምናኔ ወደኢየሩሳሌም ከመሄዱ በፊት በራራ ከተማ ከሚኖረው ከቢቺኒ ጋር ይተዋወቅ ነበር። የቃለመጠይቁ ዘገባም እንደሚያስረዳው ቢቺኒ በራራ ውስጥ ኢትዮጵያዊት ሴት አግብቶ፣ ብዙ ልጆች ወልዶ ለዓፄ ልብነ ድንግል (1508-1540) በጸሐፊነትና በሠዓሊነት እያገለገለ ይኖር ነበር። ኢትዮጵያውያንም "ጎርጎሬዎስ" ብለው ይጠሩት ነበር። ዞርዚም ከአባ ቶማስ ባገኘው ምስክርነት መሠረት የቢቺኒን ቤተሰቦች ቬኒስ ውስጥ ፈልጎ እኅቱን፣ የመጀመሪያ ጣሊያናዊ ሚስቱን ዲያኖራን እና ሁለት ልጆቹን (አንደኛዋ ማሪያ የምትባል) አግኝቷቸዋል። ዞርዚ ባደረገው ማጣራትም የቢቺኒ ቤተሰቦች የራሱ የሚስቱ የስጋ ዘመዶች አንደሆኑ አረጋግጧል። ማርያም አባቷ ቢቺኒ በ1482 ዓ.ም. የንግድ እቃ ይዞ ከቬኒስ ወደእስከንድሪያ እንደሄደ ሳይመለስ መቅረቱን ለዞርዚ ነግራዋለች።[9]

ቢቺኒ ወደበራራ ከሄደ በኋላ ቤተሰቡን ትቶ እዚያው ለመቅረት ለምን እንደወሰነ አይታወቅም። ነገር ግን በራራ ሙያ ያላቸው የውጭ አገር ሰዎች በጣም ይፈለጉ ነበር። ለሥራቸውም ጥሩ ክፍያ ከማግኘት አልፈው በመኳንንት ደረጃ ተከብረው ይኖሩ ነበር። ቢቺኒም በራራ መጥቶ የቀረው በዚህ ምክንያት ሳይሆን አይቀርም። በራራ ውስጥ የቅንጦት ኑሮ ከሚኖሩት የውጭ አገር ሰዎች አንዱ ቢቺኒ ነበር። ብዙ ሥዕሎች ስለሣለለት ንጉሡ የመኖሪያ ቤትና ብዙ የጉልት መሬት ሰጥቶት ነበር። በተጨማሪም በፈጠጋር አውራጃ (ካርታ 1ን ይመለከቷል) ሰግራ የምትባል ከተማ አስተዳዳሪም ሆኖ በንጉሡ እንደተሾመና በ70 ፈረሰኞች አጀብ ይንቀሳቀስ እንደነበር ዞርዚ ከመዘገበው የአባ ቶማስ ቃለመጠይቅ ለማወቅ ይቻላል። ከንጉሡ ጋርም የሰንጠረዥና የካርታ ጨዋታ ይጫወት ነበር።[10]

አሁን በምንኖርበት ጊዜ ዕደ ጥበብ (ቴክኖሎጂ)፣ ንግድና ትምህርት ሰዎችን በጣም እንዲቀራረቡ ረድቷቸዋል። ጊዜና ቦታ ሳይገድባቸው ሰዎች በቀላሉ ንግድ መነገድ

ይችላሉ፤ ይገናኛሉ። ሰዎች ለተሻለ ኑሮ ከአንዱ አገር ወደሌላው አገር ይንቀሳቀሳሉ። በአጋጣሚ የተዋወቁትን ሰው ከብዙ ጊዜ በኋላ ባላሰቡበት ቦታ ማግኘት የተለመደ ነው። ዓለም አንድ ጠባብ መንደር እየሆነች የመጣችበትን ሁኔታ ምሁራን 'ሉላዊነት' ይሉታል። ዘመናዊው 'ሉላዊነት' መሠረቱ የተጣለው ደግሞ ቀደም ባሉት ምእት ዓመታት እንደሆነ ምሁራን ይስማማሉ።[11] ስለቢቺኒ ያቀረብነው ታሪክ ዓለም ወደትንሽ መንደርነት እየተቀየረች መምጣት የጀመረችው ቀደም ባሉት ጊዜያት እንደነበር ጥሩ ምስክር ነው። የዘርና የሃይማኖት ልዩነት ሳይገድባቸው ከሩቅም ከቅርብም የመጡ ሙስሊሞችም ክርስቲያኖችም በበራራ ይኖሩ ነበር።

በቀጣይ ምዕራፎች በሰፊው እንደምናየው በ15ኛው እና በ16ኛው ምእት ዓመታት በራራ ቢቺኒንና ብራንካሊዮንን ከቬኒስ፣ አሊ ታብሪዚን ከኢራን፣ ዮሃንስን ከግብጽ፣ ማቴዎስን ከአርመንያ፣ አንድሪያ ኮርሳሊን ከፍሎሬንስ የሳበቻቸው ከተማዋ በነበራት ከፍተኛ የንግድ እንቅስቃሴ ነው።[12] የጥበብ ሰዎችም በራሳቸው አነሳሽነት ለሥራ ፍለጋ፣ እንዲሁም በኢትዮጵያ መንግሥት ጋባዥነት ወደበራራ ይመጡ ነበር። የበራራን የጥበብ ሰዎች መናኸሪያነት የግራኝ አሕመድ የዘመቻ ታሪክ ጸሐፊ የአረብ ፈቂህና ሌሎችም በዘመኑ የተጻፉ የታሪክ ምስክሮች ከሚያረጋግጡት[13] በተጨማሪ እስከኛ ዘመን ተጠብቀው የዘለቁት ኢትዮጵያውያን መርቆሬዎስ የሚሉት የቬኒሳዊው፣ የኒቆላዎስ ብራንካሊዮን የጥበብ ሥራዎች ስለከተማዋ የባህል፣ የጥበብና የሃይማኖት ተግባራት ይነግሩናል።

ብራንካሊዮን ሠዓሊ ነበር። የዜግነት አገሩ የነበረችውን ኢትዮጵያን እንደትውልድ አገሩ እንደቬኒስ ነበር የሚያያት። የኢትዮጵያ ሰዎችም በጣም ያከብሩት ነበር። በ1482 ዓ.ም. ብሮኪና ዳ ካላብሪያ በራራን በጎበኙበት ጊዜ ከከተማዋ ካገኟቸው የአውሮፓ ሰዎች መካከል ብራንካሊዮን አንዱ ነበር። ከአርባ ዓመት በኋላ በ1520 ዓ.ም. ወደኢትዮጵያ መጥቶ የነበረው ፖርቱጋላዊው ፍራንሲስኮ አልቫርሽም ብራንካሊዮን እንደ ትልቅ መኮንን የተከበረና የቅንጦት ኑሮ የሚኖር እንደነበር መስክሯል።[14]

የውጭ አገር ሰዎች ወደበራራ የሚመጡበት ሌላው አቢይ ምክንያት በአምባሳደርነት የመንግሥት ተልዕኮ ለማስፈጸም ነው። በራራ ከዓፄ ዳዊት (1380–1413) ጀምሮ እስከ ዓፄ ልብነ ድንግል (1508–1540) ዘመነ መንግሥት የነገሥታቱና የጳጳሳቱ ዋና መቀመጫ ስለነበረች[15] ነገሥታቱንና ጳጳሳቱን ለማግኘት የሚመጡ የውጭ አገር አምባሳደሮችን አስተናግዳለች። ብሮኪና ዳ ካላብሪያ እንዲሁም የበርጋንዲው ፊሊጶስ የመንግሥት ተልዕኮ ይዘው ወደበራራ የመጡ ናቸው።[16] ብሮኪና ካላብሪያ ወደበራራ የሄዱት በኢትዮጵያ ቤተ ክርስቲያንና በካቶሊክ ቤተ ክርስቲያን መካከል አንድነት እንዲፈጠር ንጉሡን ለማግባባት ነበር። የተልኳቸው ስውር ዓላማ ግን የኢትዮጵያ ቤተ ክርስቲያን በካቶሊክ ቤተ ክርስቲያን ሥር እንድትሆንና በካቶሊኩ ሊቀ ጳጳስ የተሾመ የሃይማኖት መሪ እንዲያስተዳድራት ለማድረግ ሁኔታውን ለማጥናት እና ለማመቻቸት ነበር። ፊሊጶስም በራራ የቀረው የንጉሡን የፊሊጶስ ሣልሳዊን (1419-1467) ተልዕኮ ለማስፈጸም መጥቶ ነው። አፍሪካ ነክ ጉዳዮችን በንቃት ከሚከታተሉት ጥቂት የአውሮፓ ነገሥታት የብርጋንዲና የፖርቱጋል ነገሥታት ዋነኞቹ ነበሩ።[17]

በራራ መካነ ጳጳስ ስለነበረች የሃይማኖት ጉባዔ ይካሄድባት ነበር። በዓፄ ዘርዓ ያዕቆብ ዘመነ መንግሥት በደቂቀ እስጢፋኖሶችና በኢትዮጵያ ቤተ ክርስቲያን መሪዎች መካከል ስግደት ስለሚገባውና ስለማይገባው፣ ስለመስቀልና ስለሌሎችም ጉዳዮች በተፈጠረ ልዩነት ምክንያት የተጠራው የሃይማኖት ጉባዔ የተካሄደው በራራ ውስጥ

ነበር። ጉባዔውን ለመታደም ከተለያዩ አድባራት የሃይማኖት መሪዎች ወደበራራ ሄደዋል። ከጳጳሳት ሥልጣነ ክህነት ወይም ቡራኬ ለመቀበል ኢትዮጵያውያን ወደበራራ ይሄዱ ነበር።[18] በራራ በምናኔ ወደኢየሩሳሌም የሚሄዱ የብዙ ኢትዮጵያውያን የጉዞ መነሻም ነበረች።[19] በመካከለኛው ዘመን ከነበሩት የኢትዮጵያ ከተሞች በአገር ውስጥም ሆነ በውጭ አገር ሰዎች መልክአ ምድራዊ አቀማመጧ በዓለም ደረጃ በተሻለ የምትታወቀው በራራ ነበረች። በራራንና አካባቢዋን በ1450 ዓ.ም. ቬኒሳዊው መነኩሴ ፍራ ማውሮ በሣለው የዓለም ካርታ በትትክለኛ ቦታቸው አስፍሯቸው እናገኛቸዋለን።[20]

ከበራራ ታሪክ ጋር በተያያዘ ያገኘናቸው የታሪክ ምስክሮች እንደሚያመለክቱት እስካሁን ስለመካከለኛው ዘመንና ስለዘመናዊው የኢትዮጵያ ታሪክ በተለይም ስለአዲስ አበባ አመሰራረት መስተካከል የሚገባቸው በጽሑፍ የዋሉና በቃል የሚነገሩ የተሳሳቱ ትርክቶች አሉ። የአዲስ አበባ እና በአዲስ አበባ ዙሪያ ያለው ስፍራ የመዲናነት እና የከተማነት ታሪክ የሚጀምረው፣ ዛሬ በብዙ ሰው እንደሚታመነው፣ በዳግማዊ ዓፄ ምኒልክ (1889-1913) ዘመን አይደለም። የአዲስ አበባ ከተማ የተቆረቆረችው የበራራ ከተማ ከነበረችበት ስፍራ ላይ ነው (ምዕራፍ 1ን እና 9ን ይመለከቷል)። በምዕራፍ 9 በሰፊው እንደምናየው ምኒልክ ካልጠፉ ስፍራ ወደአዲስ አበባ የሄደው እና ዋና መዲናውን በዚያው የመሠረተው ስፍራው የዓፄ ዳዊት ከተማ በራራ የነበረበት ስለሆነ ነው። በተመሳሳይ ስለበራራ ከተማ ታሪክ ያገኘናቸውየታሪክ ምንጮች በመካከለኛው ዘመን ኢትዮጵያ ከዓለም በተለይም ከአውሮፓ ተለይታ እንደነበር እና አውሮፓውያንም እስከ 16ኛው ምእት ዓመት ስለኢትዮጵያ የሚያውቁት እንደሌላቸው የሚነገረው ትክክል እንዳልሆነ ያረጋግጣሉ። ከግብጽ ቀጥሎ በመካከለኛው ዘመን በአፍሪካ ካሉ አገሮች ሁሉ የኢትዮጵያ መልክአ ምድር በአውሮፓውያን የተሻለ ይታወቅ ነበር። ኢትዮጵያ በዘመኑ በተሣለው የዓለም ካርታ ጎልታ መታየቷ ከአውሮፓ ጋር የነበራት ግንኙነት ውጤት ነው። በተለይም ደግሞ የዓለምን ታሪክ የቀየረው በ1450 ዓ.ም. የተሣለው የፍራ ማውሮ ካርታ የኢትዮጵያውያንና የአውሮፓውያን የመቀራረብ፣ የመረጃ ልውውጥና ትብብር ውጤት ነው።[21]

በምሁራን ዘንድ እስከአሁን የሚነገረው ሌላው መታረቅ ያለበት የቆየ ትርክት በመካከለኛው ዘመን የነበሩት የኢትዮጵያ ነገሥታት ቋሚና የረጋ መዲና አልነበራቸውም የሚለው ነው። ይህን አስተሳሰብ በያዙ ምሁራን ዘንድ ኢትዮጵያ በረጅም ታሪኳ የነበሯት መዲናዎች አራት ብቻ ሲሆኑ እነሱም፡- አክሱም፣ ላሊበላ፣ ጎንደርና አዲስ አበባ ናቸው።[22] ነገር ግን ከ14ኛው ምእት ዓመት መጨረሻ ገደማ ጀምሮ እስከ 1531 ዓ.ም. ድረስ በራራ የነገሥታቱና የጳጳሳቱ ዋና መቀመጫ እንደነበረች የማይተዋወቁም የሚተዋወቁም፣ ኢትዮጵያውያንም የውጭ አገር ሰዎችም በተለያየ ቦታና ጊዜ ምስክርነታቸውን ሰጥተዋል።[23] በእርግጥ ነገሥታቱ በሸዋ ውስጥ ከቦታ ቦታ ይዘዋወሩና ይከትሙ ነበር። ሆኖም ግን ቋሚና ዋና መዲናቸው በራራ ነበረች። በዚህ ረገድ የጎንደር ዘመን ታሪክ ከበራራ ታሪክ ጋር ይመሳሰላል። የዘመኑ ነገሥታት መንበረ መንግሥት ጎንደር ብትሆንም፣ እስከ ጎንደር ዘመነ መንግሥት ፍጻሜ ድረስ ነገሥታቱ አንድ ጊዜ ጎጃም ውስጥ ከሚገኘው ይባባ ከተማ ሌላ ጊዜ በጌምድር ውስጥ ከሚገኘው አሪንጎ ከተማ እየተዘዋወሩ የመንግሥት ሥርዓት ይፈጽሙ ነበር።[24] ሆኖም ግን ነገሥታቱ ይባባ፣ አሪንጎና ጎንደር ስለተዘዋወሩ ጎንደር ዋና መዲና አልነበረችም ማለት አይደለም። የበራራ የዋና ከተማነት ታሪክም እንዲሁ ነው።

0.1 ቀዳሚ ጥናቶችና የመጽሐፉ አስፈላጊነት

እስካሁን ድረስ በራራን ርዕስ አድርጎ ስለከተማው አመሠራረት፣ እድገት፣ ውድመት እና ዳግም ልደት የተጻፈ መጽሐፍ የለም። ከዚህ በፊት በበራራ ታሪክ ላይ የተደረጉ ጥቂት ጥናቶችም ከተማዋ በመካከለኛው ዘመን የኢትዮጵያ ታሪክ የነበራትን የባህል፣ የፖለቲካ፣ የሃይማኖትና የንግድ ማዕከልነትና ጠቀሜታ በሚገባ አያንጸባርቁም። የመካከለኛውን ዘመን የኢትዮጵያ ታሪክ በሚመለከት ዋና ዋቢ ተደርጎ የሚቆጠረው የታደሰ ታምራት መጽሐፍ ነው። ነገር ግን ታደሰ በራራን በካርታ ላይ ከማሳየት ያለፈ ስለከተማዋ ምንም ነገር አልጻፈም።[25] ስለመካከለኛው ዘመን ታሪክ የተጻፈው ሌላው የተደነቀው መጽሐፍ ፈረንሳዊቷ የታሪክ ምሁር ማሪ-ሎር ዴራት የጻፈችው ነው። ምንም እንኳ ዴራት በመጽሐፏ ውስጥ ስለበራራ ብታነሳም በራራ የነገሥታቱ አንደኛው ከተማቸው እንጂ ዋና ቋሚ መናገሻ ከተማቸው አልነበረም የሚል ሀሳብ አስቀምጣለች። የዴራት አተያይ የኢትዮጵያ ነገሥታት በመካከለኛው ዘመን ቋሚ የረጋ መዲና አልነበራቸውም ከሚለው የቆየ አስተሳሰብ ጋር ተመሳሳይ ነው። በተጨማሪም ስለበራራ መገኛ ከታች የምናገኘውን ኦ.ጂ.ኤስ ክራውፎርድ የሰነዘረውን መታረቅ ያለበት የተሳሳተ አስተያየት ተቀብላዋለች።[26]

የመካከለኛው ዘመን የኢትዮጵያ ታላቋ መዲና፣ የበራራ ታሪክ አለመገለጥ የአገሪቱን ዘመናዊ ታሪክ ግንዛቤ አደንግዞታል፤ የመካከለኛውን ዘመን ሁነቶች ከተከታዩ ዘመን ጋር አገናኝቶ የተሟላ ምስል የሚሰጥ ታሪክ ለመመዝገብ እንዳይቻል ጥልቅ የመረጃ ክፍተት ፈጥሯል። ይህ የአሁኑ መጽሐፍ ስለበራራና በአጠቃላይ ስለመካከለኛው ዘመን የኢትዮጵያ ታሪክ ያለውን ይህን የመረጃ እና የእውቀት ክፍተት በተወሰነ ደረጃ ይሞላል። የበራራን ታሪክ ከአመሠራረቷ ጀምሮ ከተማዋ በግራኝ አሕመድ የተደመሰሰችበትን፣ ኋላም የኦሮሞ ጎሣዎች ከተማዋ በነበረችበት አካባቢ መጥተው የሰፈሩበትን ጨምሮ በበራራ ባድማ ላይ አዲስ አበባ ከተማ እስከተመሠረተችበት ጊዜ ድረስ ያለውን የታሪክ ሂደት በጥልቀት ይዘግባል።

የመካከለኛውን ዘመን የኢትዮጵያን ታሪክ ያለበራራ ማሰብ አይቻልም። ዘመናዊውን የኢትዮጵያ ታሪክም፣ በተለይም የአዲስ አበባን አመሠራረት በሚገባ ለመረዳት የበራራን ታሪክ ማወቅ ያስፈልጋል። በዚህ መጽሐፍ በምናቀርባቸው ምስክሮች እንደምናየው በራራ ለአዲስ አበባ መቆርቆር ዋና ምክንያት ናት። የበራራን ታሪክ ስንቃኝ ስለመካከለኛው ዘመን የኢትዮጵያ ታሪክ፣ ስለግራኝ አሕመድ ጦርነት፣ ስለኦሮሞ ጎሣዎች ወረራና በተለይም የሞጋሳና የገዳ ድርጅቶች በበራራ ላይ ስላመጡት ጥፋትና መረሣት እናወሳለን። በተጨማሪም በዐፄ ገላውዴዎስ (1540-1559) ተጀምሮ በዳግማዊ ምኒልክ ስለተፈጸመው አገር መልሶ አንድ የማድረግ ዘመቻ፣ በራራን ለማግኘት ስለተደረገው ፍለጋና ስለአዲስ አበባ መመሥረት የታሪክ ምንጮችን እንመረምራለን።

ይህን የበራራን ጠቅላይ ታሪክ ለማጠናቀር መነሻ የሆኑን ስለበራራ ታሪክና መልክአ ምድራዊ አቀማመጥ በተለያዩ ዘመናት የተጻፉ ሰነዶች ናቸው። ስለበራራ የመጀመሪያው ፈር ቀዳጅ ጽሑፍ የአለክንድር ዞርዚ ጥናት ነው። ዞርዚ የቬኒስ ከተማ ተወላጅ ሲሆን የታሪክ ተመራማሪና የካርታ ባለሙያ ነበር። ስለበራራ መረጃዎችን የሰበሰበው ከ1470 እስከ 1524 ባሉት አምሳ ዓመታት ከተማዋን ጎብኝተው ለተመለሱ የጣሊያን ተጓዦች እንዲሁም ቬኒስ ውስጥ ላገኘው አባ ቶማስ ለተባለ የበራራ ከተማ መነኩሴና ለሌሎችም በራራን የጉዞ መነሻቸው አድርገው በምናኔ ወደኢየሩሳሌም ለሄዱ የኢትዮጵያ መነኮሳት ባደረጋቸው ቃለ መጠይቆች ነው። የዞርዚ መረጃዎች የተሰበሰቡት የኢትዮጵያ መልክአ

ምድር፣ የአስተዳደር ወሰን፣ የሕዝብ ስብጥርና አሰፋፈር በግራኝ አሕመድና በበረይቱማና በቦረን የኦሮሞ ጎሣዎች እንዳልነበረ ሆኖ ከመቀየሩ በፊት ስለሆነ ጠቀሜታው እጅግ የጎላ ነው። ምንም እንኳ መረጃዎቹ በአመዛኙ መልክአ ምድራዊ ይዘት ቢኖራቸውም ስለበራራ ከተማ የንግድ እንቅስቃሴና ስለመዲናነቷም አበይት እውነታዎችን ይዘዋል።[27]

ከዞርዚ በኋላ ስለበራራ ሰፋ ያለ ጥናት ያደረገው እንግሊዛዊው የታሪክ ተመራማሪ፣ የቅርስ ጥበቃ እና እንክብካቤ ባለሙያ ኦ.ጂ. ኤስ. ክራውፎርድ ነው። ክራውፎርድ የበራራን ታሪክና መገኛ ለመጀመሪያ ጊዜ በጥልቀት ያጠና ተመራማሪ ነው። መጽሐፉን ያሳተመው በ1958 ዓ.ም. ሲሆን ለጥናቱ መረጃዎችን ከሦስት ምንጮች አግኝቷል። አንደኛው ዞርዚ የሰበሰበው መረጃ ነው። ሁለተኛው በ1450 ዓ.ም. ፍራ ማውሮ የሳለው የዓለም ካርታና በ1456 ዓ.ም. ጴጥሮስ ዴል ማሳዮና ሁጎ ደ ኮሚኒሊስ በጋራ የሳሉት "ኢጅፕተስ ኖቬሎ" የተባለው የግብጽና የኢትዮጵያ ካርታ ነው። ሦስተኛ ደግሞ በተለያዩ የሸዋ አካባቢዎች በተለይም በየረር አካባቢ የመስክ ጥናት በማድረግ ያገኘው መረጃ ነው። ክራውፎርድ በራራ ውስጥ ይኖሩ ስለለነበሩ አውሮፓውያንም ጽፏል። የጥናቱ ትኩረት ግን የበራራን ትክክለኛ መገኛ የት እንደነበረ ማወቅ ነው።[28]

ክራውፎርድ የበራራን መገኛ ከየረር በስተደቡብ 16 ማይል ርቀት (25 ኪሎ ሜትር) ላይ የሚገኘው ልዩ ስሙ ቦሮራ የተባለው ተራራ ነው ብሎ ደምድሟል። ማስረጃ ያደረገውም የፍራ ማውሮን ካርታ ነው። ካርታው እንደሚያሳየው ከበራራ በስተምሥራቅ የሚፈስስ ዶኮ የሚባል ወንዝ አለ። ክራውፎርድ ዶኮ የተባለው የዱከም ወንዝ ነው ብሎ ግምቱን ሰጥቷል። ከዚህ በመነሳት የበራራ መገኛ የዱከም ወንዝ ከሚመነጭበት የረር (በዘመን ቀዳሚ በሆኑ ጽሑፎች "ኤረር" ተብሎ ተጽፎ እናገኘዋለን) ተራራ አካባቢ ነው ወደሚል ድምዳሜ ደረሰ።[29] ይህ ግን በሁለት ዋና ዋና ምክንያቶች ትክክል አይደለም። አንደኛው ምክንያት በመካከለኛው ዘመን የረር፣ ቦሮራ የተባለው አካባቢና ዱከም ሁሉም የሚገኙት በፈጠጋር አውራጃ ሥር ነበር።[30] ነገር ግን የበራራ ከተማ የምትገኘው በሸዋ አውራጃ ወረብ በተባለ ወረዳ ውስጥ ነበር (ካርታ 1ን ይመለከቷል)።[31] የክራውፎርድ ጥናት ዋናው ድክመት በኢትዮጵያውያን የተጻፉ የኢትዮጵያ የታሪክ ሰነዶችን አለማገናዘቡ ነው። በዚህ ምክንያት የኢትዮጵያን የጥንት አውራጃዎች የአስተዳደር ወሰናቸውንና አቀማመጣቸውን አሳስቷል። ክሮውፎርድ የፍራ ማውሮን ካርታ መሬት ላይ ካለው የተራሮችና የወንዞች አቀማመጥ፣ የሸዋንና የፈጠጋርን የአስተዳደር ወሰኖች ሳያገናዝብ በ"በራራ" እና በ"ቦሮራ" የድምፅ ተመሳሳይነት ብቻ ነው ድምዳሜ ላይ የደረሰው። ራሱም እንዳመነው የቦሮራ ተራራ ከየረርና ከዱከም በጣም ይርቃል።[32]

ሁለተኛው ምክንያት የዱከም ወንዝ የፍስሰት አቅጣጫ በፍራ ማውሮ ካርታ ላይ ካለው ዶኮ ወንዝ የፍስሰት አቅጣጫ ጋር አይገጣጠምም። በተቃራኒው ደግሞ የዶኮ ወንዝ የፍስሰት አቅጣጫ ከአሁኑ የትንሹ አቃቂ ወንዝ ጋር እንድ ነው። በካርታው መሠረት የበራራ ከተማ የሚገኘው ከዶኮ ወንዝ በስተምዕራብ፣ ከአምባ ነገሥት (የአሁኑ መናገሻ) ተራራ በስተምሥራቅ ነው።[33] ይህ ማለት በመካከለኛው ዘመን በአሁኑ መናገሻ እና በአሁኑ ትንሹ አቃቂ ወንዝ መካከል የሚገኘው ከተማ በራራ ነበር ማለት ነው። በምዕራፍ 1 በሰፊው እንደምናየው የፍራ ማውሮን ካርታ በሳተላይት ምስል በመታገዝ በአዲስ አበባ ዙሪያ ካሉት ቦታዎች ጋር በማገናዘብ ለማወቅ እንደሚቻለው የበራራ ትክክለኛ መገኛ ሰሜን ምዕራብ አዲስ አበባ ሲሆን የከተማው ማዕከል ኮልፌ ቀራንዮ አካባቢ ነው። ምንም እንኳ የበራራንና የሌሎችንም አንዳንድ ስፍራዎች ትክክለኛ

አቀማመጥ ቢያሳስትም የክራውፎርድ ጥናት ለበራራና ለመካከለኛው ዘመን ታሪክ ዘላቂ አስተዋጽኦ አድርጓል።

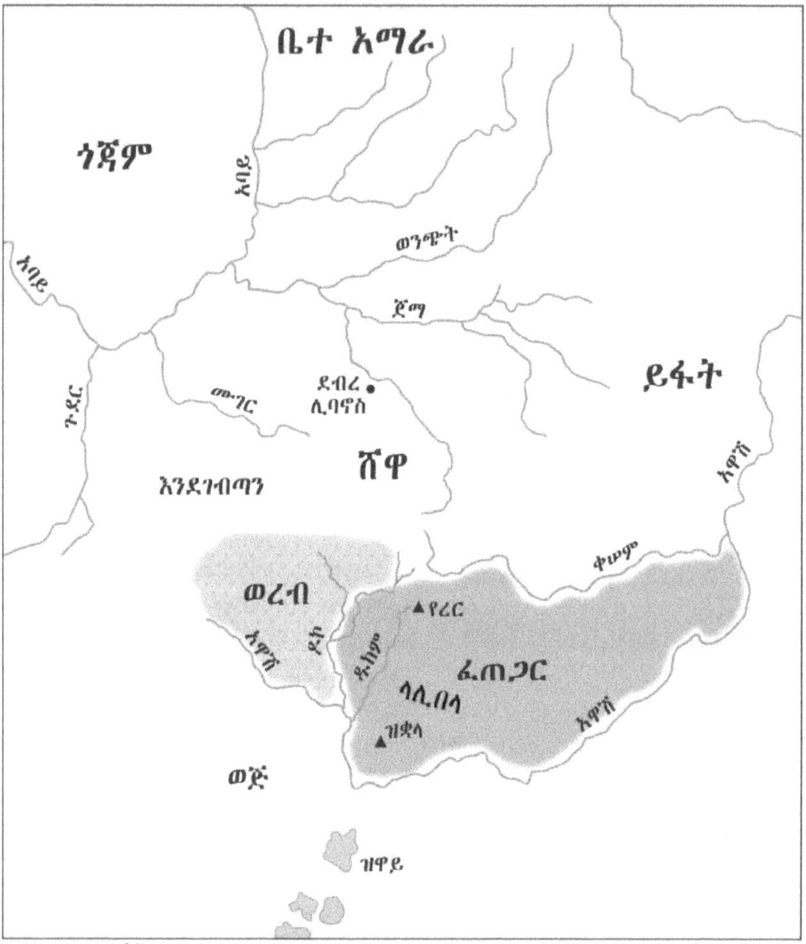

ካርታ 1፡- ወረብ[34]

ከክራውፎርድ ቀጥሎ በራራን የሚመለከቱ ጠቃሚ የታሪክ ምንጮችን ያሳተመው በኢትዮጵያ ታሪክ ጥልቅ ምርምር ያደረገውና በብራና ላይ የተጻፉ የታሪክ ምንጮችን እና መጽሐፍትን በማሰናዳትና በመተርጎም የሚታወቀው ጌታቸው ኃይሌ ነው። ጌታቸው በራራ ውስጥ ስለነበረው የንግድ እንቅስቃሴ በግዕዝ ቋንቋ የተጻፈ ጥሬ የታሪክ ምንጭ ወደእንግሊዘኛ ተርጉሞ አቅርቧል። ይህ የታሪክ ምንጭ የተገኘው መጀመሪያ በዓፄ እስክንድር ዘመነ መንግሥት ተጽፎ ኋላ በዓፄ ልብነ ድንግል ዘመን እንደገና ከተቀዳ የብራና ተአምረ ማርያም ነው። ሰነዱ የሚያስረዳው በራራ ውስጥ ይኖር ስለነበረ ነጋዴ ነው። መጽሐፉ በራራ ከተማ የነበረ ቤተ ክርስቲያን ንብረት ሊሆን ይችላል። ጌታቸው በራራ ቢያንስ ከዓፄ ዳዊት (1382–413) ዘመነ መንግሥት ጀምሮ የጳጳሳት መቀመጫ

እንደነበረ በአረብኛ የተጻፈ የጉልት ሥሪት መዝገብ ጠቅሶ አስተያየቱን ሰንዝሯል። የሥሪት መዝገቡ የተጻፈበት ቦታ በ"መካነ ጳጳስ" ("al-Qallāyah al-Matrābulīdas") እንደሆነ ይገልጻል። ዋናው መካነ ጳጳስ የነበረው ደግሞ በራራ ብቻ ስለነበረ ከዚህ በመነሳት የአረብኛው የሥሪት መዝገብ የተጻፈው በራራ ከተማ ውስጥ እንደሆነ ድምዳሜ ላይ ደርሷል። ጌታቸው ከግዕዝ ወደአማርኛ ተርጉሞ ያሳተማቸው የደቂቀ እስጢፋኖስ ገድላትም ስለበራራ የመንበረ ጳጳስነት አገልግሎት ወሳኝ ምስክርነት ይሰጣሉ።[35]

ታዋቂው የታሪክ ምሁር ሪቻርድ ፓንክረስት ከመካከለኛው ዘመን ጀምሮ እስከ 19ኛው ምእት ዓመት ድረስ ስለነበሩት የኢትዮጵያ ከተሞች ታሪክ በጻፈው መጽሐፍ ላይ ስለበራራ ምንም ነገር አላለም።[36] ነገር ግን በ2009 ዓ.ም. ሪቻርድ ፓንክረስት እና ጀርመናዊ የቅርስ ጥበቃ ባለሙያና የታሪክ ተመራማሪ ሀርትዊግ ብሪተንሪዝ ባንድነት ስለበራራና በአዲስ አበባ ዙሪያ ስለሚገኙት የጥንት ስፍራዎችና ቅርሶች ጥናት አድርገዋል። ከጽሑፍ ምንጮች በተጨማሪ በሳተላይት ምስልና በመልክአ ምድራዊ መረጃዎች በመታገዝ የመስክ ጥናት አድርገዋል። ፓንክረስትና ብሪተንሪዝ በራራ ለብዙ ዐሠርት ዓመታት የኢትዮጵያ የፖለቲካ መዲናና የንግድ ማዕከል ሆና ብታገለግልም የከተማዋ ታሪክ እንደተረሳ በመግለጽ ይጀምራሉ። በራራ የተረሳችበት ምክንያት በግራኝ አሕመድ የሽብር ወረራ ጊዜ ከተማዋ ስለወደመችና የግራኝ አሕመድን እግር ተከትለው የመጡት የኦሮሞ ጎሣዎች በበራራና በሙሉ ሸዋ ስለሰፈሩበት እንደሆነ ያብራራሉ።[37] የበራራ መገኛ በአዲስ አበባ ዙሪያ ሊሆን እንደሚችል ለመጀመሪያ ጊዜ በመረጃ አስደግፈው የጻፉት ፓንክረስትና ብሪተንሪዝ ናቸው። ፓንክረስትና ብሪተንሪዝ የበራራን መገኛ በእንጦጦ፣ በየረርና በወጨጫ መከካል ባለው ስፍራ እንደሚሆን ደምድመዋል። ይህ አካባቢ ደግሞ የአሁኑ አዲስ አበባ ከተማ ያረፈበትን ይጨምራል። እዚህ ድምዳሜ የደረሱት ደግሞ የጽሑፍ ምስክሮችን፣ በመካከለኛው ዘመን የነበረውን የደቡባዊ ሸዋ የሕዝብ አሰፋፈር፣ የመልክአ ምድራዊ መረጃዎችን እና እንስላል፣ ግንብ ቴዎድሮስ፣ ጎጅ ኪዳነ ምሕረት፣ ኢላላ ገዳ፣ ወጨጫ፣ እንጦጦ፣ ኢጀርሳ እና መናገሻ የተገኙትን የቤተ ክርስቲያን እና የቤተ መንግሥት ፍርስራሾችን በማገናዘብ ነው።[38]

ምንም እንኳ የበራራ ትክክለኛ መገኛ አሻሚ ባይሆንም ፓንክረስትና ብሪተንሪዝ እነሱ በነበራቸው መረጃ የበራራን ትክክለኛ መገኛ ስፍራ በእርግጠኝነት ለመወሰን እንዳልቻሉ ገልጸዋል።[39] የከተማውን ትክክለኛ ስፍራ ለመወሰን ያልቻሉት ስለበራራ፣ ስለወረብ፣ ስለሸዋ፣ ስለፈጠጋርና አዋሳኝ አውራጃዎች ቀዳሚ የታሪክ መረጃዎችን ስላላገናዘቡ ነው። እላይ እንደጠቀስነው የረርና አካባቢው በፈጠጋር አውራጃ ሥር ስለነበሩ የረር የበራራ መገኛ ዕጩ ስፍራ ተደርጎ መወሰድ የለበትም። የበራራ መገኛ ስፍራ መፍፈለግ ያለበት በወጨጫ፣ በመናገሻና በእንጦጦ ዙሪያ ነው። እዚህ የጠቀስናቸውም ሆነ ያልጠቀስናቸው ትናንሽ ስህተቶችና ግድፈቶች እንዳሉ ሆነው፣ ፓንክረስትና ብሪተንሪዝ ስለበራራ ያደረጉት ጥናት አዳዲስ መረጃዎችን ይዟል፤ አሁን ለምናቀርበው ጥናትም ጥሩ ግብዓት ሆኗል።

በቅርብ ጊዜ በራራን ያካተተ ጥናት ያቀረበው ማርኮ ቪጋኖ ነው። ቪጋኖ በሳተላይት ምስል በመታገዝ የፍራ ማውሮን ካርታ በጥልቀት መርምሮ የበራራን ታሪክ በአዲስ መልክ አውጥቶታል። በተጨማሪም በአዲስ አበባ ዙሪያ የተገኙትን የቤተ መንግሥት እና የቤተ ክርስቲያን ፍርስራሾችን ተዘዋውሮ አጥንቷል። በአጠቃላይ በአዲስ አበባና በዙሪያው ሠላሳ ሁለት የቅርስ ቦታዎች በጥናቱ ለይቶ አስቀምጧል። ምንም እንኳ ቪጋኖ ስለበራራ አዲስ የጽሑፍ መረጃ ባያገኝም በአዲስ አበባ ዙሪያ ስላሉት ቅርሶች የሰበሰበው መረጃ

በጣም ጠቃሚ ነው። በሳተላይት ምስል በመታገዝ በፍራ ማውሮ ካርታ ላይ የተሣሉትን ስፍራዎች በአዲስ አበባ ዙሪያ ካሉት ቦታዎች ጋር በማገናዘብ የስፍራዎቹን ትክክለኛ ቦታ ለመወሰን ችሏል። በዚህ መሠረት የበራራ ትክክለኛ መገኛ ስፍራ አዲስ አበባ እንደሆነ በእርግጠኝነት ጽፏል።[40] ነገር ግን ቪጋኖ እንደሌሎቹ ጸሐፊዎች የአሁኑን የሸዋን የአስተዳደር ወሰን ከጥንት ጀምሮ የነበረ አድርጎ ቆጥሮታል።

ከላይ የጠቀስናቸው በበራራ ታሪክ ላይ የተጻፉ ጥናቶች ለዚህ መጽሐፍ መነሻ ሆነው አገልግለዋል። ለዚህ ጥናት የተጠቀምንባቸው መረጃዎችም አብዛኛዎቹ ከዚህ በፊት ስለበራራ ታሪክ በጻፉ ሰዎች የታወቁ ናቸው። በተለየ ደግሞ ከዚህ በፊት ስለበራራ በጻፉ ምሁራን ያልታወቁ በግዕዝ ቋንቋ የተጻፉ ቀዳሚ ምስክሮችን መርምረናል። ከመረመርናቸውና ስለበራራ በግዕዝ ቋንቋ ከተጻፉ የጥንት የታሪክ ምስክሮች መካከል ገድለ መርሐ ክርስቶስና ለደቂቀ እስጢፋኖስ ቅዱሳን የተጻፉ ገድሎች ይገኙባቸዋል። በኤርትራ ሰራየ አውራጃ ውስጥ በሚገኘው በአቡነ አብሳዲ ገዳም በዓፄ ዘርዓ ያዕቆብ (1434-1468) ዘመነ መንግሥት የተጻፈ ድርሳነ ገብርኤል ስለበራራ ተጨማሪ መረጃ ይሰጣል።[41] ከዚህም በተጨማሪ የፍራ ማውሮን የዓለም ካርታ፣ ደብዳቤዎችን፣ ታሪከ ነገሥቶችን፣ የአረብ ፈቂህን መጽሐፍና የአወሮፓ ተጓዦች፣ አሳሾችና ወንጌላውያን የጻፏቸውን ጽሑፎች ለጥናቱ በሰፊው ተጠቅመንባቸዋል።

0.2 በራራና አዲስ አበባ

በተከታታይ ምዕራፎች እንደምናየው በመካከለኛው ዘመን ኢትዮጵያ በከፍተኛ የሥልጣኔ ጎዳና ላይ ነበረች። ኢትዮጵያ ከቀረው ዓለም ጋር በአገር አቋራጭ የንግድ መስመሮች ተሳስራ ነበር። በራራን ጨምሮ ከፍተኛ የንግድ እንቅስቃሴ የነበረባቸው ብዙ ከተሞች ተመሥርተው ነበር። በ16ኛው ምእት ዓመት መጀመሪያ ኢትዮጵያ አዲስ የማደግና የብልጽግና ምዕራፍ ላይ ነበረች። ነገር ግን የኢትዮጵያንና በአጠቃላይ የአፍሪካ ቀንድን ታሪክ የቀየረው አውዳሚ የሆነው የግራኝ አሕመድ የሸብር ወረራ ተፈጠረ። የግራኝ አሕመድ ወረራ በ1529 ዓ.ም. ተጀምሮ በ1543 ዓ.ም. ቢፈጸምም ወረራው ያደረሰው ጉዳት በጣም ከባድ ነበር። በራራንና በበራራ ከተማ አካባቢ የነበሩትን ጨምሮ ብዙ አብያተ ክርስቲያንና ቤተ መንግሥቶች ከነቅርሳቸው ተዘርፈው ተቃጠሉ።[42] ጦርነቱ ከባድ ሰብአዊ ኪሳራም አድርሶ ነበር። የበራራና የሌሎችም ከተሞች ሰዎች ከተማቸውን ትተው ተበታተኑ። ከጦርነቱ በኋላ የበራራን ከተማ በፍጥነት እንደገና ለማደስ ነገሥታቱ ምቹ ሁኔታ አልተፈጠረላቸውም።

በግራኝ አሕመድ ወረራ ዘመን ድንበር ጠባቂ ወታደር ስላልነበረ የኢትዮጵያ ድንበር በአራቱም አቅጣጫ ተከፍቶ ነበር። የበረይቱማ እና የቦረን ኦሮሞ ከብት አርቢ ጎሣዎች በዚህ መልካም አጋጣሚ ተጠቅመው በባሊ በኩል በግራኝ አሕመድ ወረራ ጊዜ ወደኢትዮጵያ ለመግባት ቻሉ። በ16ኛው ምእት ዓመት የተለያዩ የኦሮሞ ጎሣዎች ነባሩን ሕዝብ በማፈናቀልና በመግደል በሸዋ፣ በዳሞት፣ በባሊ፣ በወጅ፣ በደዋሮ፣ በፈጠጋርና በሌሎችም የጥንት የኢትዮጵያ አውራጃዎች እንደሰፈሩ ቀሩ። ያልተፈናቀለውን፣ በርስቱ ረግቶ የተቀመጠውን ነባር ሕዝብ ደግሞ የሞጋሳ ልጅ ወይም ዳለታና ገበሮ አድርገው ቀስ በቀስ ቋንቋውንና ባህሉን ረስቶ የኦሮሞ ማንነት እንዲይዝ አደረጉት።[43] ከተወሰኑት ስያሜዎች በስተቀር የኦሮሞ ጎሣዎች የሰፈሩባቸውን ስፍራዎች የጥንት ስያሜዎች አብዛኛዎቹን ቀየሯቸው። በፍራ ማውሮ የ1450 ዓ.ም. የዓለም ካርታ የተሣለችዋ በራራ

ከዓለም ካርታ ብቻ ሳይሆን ከኢትዮጵያ ካርታም ተፍቃ ተረሳች። በመጨረሻም ከዓፄ ይኵኖ አምላክ (1270-1285) ጀምሮ እስከ ዓፄ ሠርፀ ድንግል (1563-1597) ዘመነ መንግሥት ከሦስት መቶ ዓመታት በላይ የኢትዮጵያ ማዕከል የነበረውን ሸዋን ትተው የኢትዮጵያ ነገሥታት አዲስ መዲና ሰሜን ምዕራብ ኢትዮጵያ ውስጥ ጎንደርን መሠረቱ።[44]

ምንም እንኳ የኦሮሞ ጎሣዎች በብዙ አውራጃዎች ቢሰፍሩና ሌሎች የጥንት አውራጃዎች ከቁጥጥር ውጭ ቢሆኑም የኢትዮጵያ መንግሥት በቋሚነት የለቀቀው መሬት አልነበረም። በግራኝ አሕመድ ወረራና ሰፈራን ባካተተው የኦሮሞ መስፋፋት ምክንያት የተበታተኑትን የኢትዮጵያ የጥንት ግዛቶች መልሶ አንድ የማድረግ እንቅስቃሴ በዓፄ ገላውዴዎስና በተለይም ደግሞ በሠርፀ ድንግል ተጀምሮ ከሦስት መቶ ዓመት በኋላ በዳግማዊ ዓፄ ምኒልክ ዘመነ መንግሥት ተፈጸመ (ለዝርዝሩ ምዕራፍ 8ን እና 9ን ይመለከቷል)። ከነጋሲ ክርስቶስ (?1670-1700?) ጀምሮ እስከ ምኒልክ ዘመን የነበሩት የሸዋ መሳፍንት ወደሁሉም አቅጣጫዎች ያደረጓቸው አገር መልሶ አንድ የማድረግ እንቅስቃሴዎችና የከተሙባቸው ስፍራዎች ታሪክን መሠረት ያደረጉ ነበሩ። ለምሳሌ መርዕድ አዝማች አምሃ ኢየሱስ (1741-1773) የአንኮበርን ከተማ የመሠረተው ታሪክን በመከተል ነው። በኢትዮጵያ ታሪክ ላይ ሰፊ ጥናት እንዳደረገው እንደሥርግው ሀብለ ሥላሴ ከሆነ አንኮበርን ለመጀመሪያ ጊዜ የከተመባት ዓፄ ይኵኖ አምላክ ነው።[45] በተመሳሳይ ራስ ወሰን ሰገድ (1808-1813) ቁንዲ ኮረብታ ላይ ከተማ የመሠረተው ታሪክን ተከትሎ ነው። ቁንዲ ከግራኝ አሕመድ ወረራ በፊት የከተማ ስፍራ ነበር። ወሰን ሰገድ ወደቦታው የሄደው "ትውፊት ሰምቶ ነው"።[46]

የሸዋው ንጉሥ ሣህለ ሥላሴ (1813-1847) በሸዋ በሙሉ ያስሠራቸው አብያተ ክርስቲያንና የከተመባቸው ስፍራዎች የጥንት አብያተ ክርስቲያንና ከተሞች የነበሩ ናቸው። ከነዚህም ውስጥ የረር ቴዎድሮስና የረር ሥላሴ፣ አዳ ውስጥ መንጅግሶ ሥላሴና ላሊበላ፣ ሸንኮራ ውስጥ ሳማ ሰንበት፣ አዲስ አበባ ውስጥ ቀራንዮ መድኃኔ ዓለም ተጠቃሽ ናቸው። የረር ቴዎድሮስ የዓፄ ዘርዓ ያዕቆብ እንደሆነ የሚነገርለት የቤተ መንግሥት ፍርስራሽ እንደነበረ እስከቅርብ ጊዜ የሚታወቅ ነው።[47] ሣህለ ሥላሴ የጥንቱን በራራን ያሁኑን አዲስ አበባ ትኩረት ያደረገበት በታሪኩ ምክንያት ነው። ንጉሡ አካባቢውን በአስተዳደሩ ሥር ባደረገበት ጊዜ ስፍራው በቤተ መንግሥትና በቤተ ክርስቲያን ፍርስራሽ የተሞላ ነበር። እንጦጦ ራጉኤል፣ መናገሻ ማርያም፣ የጥንቱ እንጦጦ፣ አዳዲ ማርያም፣ የካ ሚካኤል፣ ቀራንዮ መድኃኔ ዓለምና አራዳ ጊዮርጊስ ተጠቃሽ ናቸው። ንጉሡ በ1816 ዓ.ም. ያስሠራው ቀራኒዮ መድኃኔ ዓለም የጥንት ቤተ ክርስቲያን ነበረበት።[48] በተመሳሳይ አራዳ ጊዮርጊስ ቤተ ክርስቲያን ከነዐፀዱ ያረፈበት ቦታ ዓፄ ዘርዓ ያዕቆብ ያስሠራው ባለሦስት መቅደስ ቤተ ክርስቲያን ነበረበት (ምስል 3ን ይመለከቷል)። ሣህለ ሥላሴ የቤተ ክርስቲያኑን ባድማና ፍርስራሽ ለማደስ እቅድ ነበረው። በምኒልክ ዘመን የታነፀው አራዳ ጊዮርጊስ የጥንቱ የዘርዓ ያዕቆብ ቤተ ክርስቲያን ባረፈበት ስፍራ ላይ ነው ። ሣህለ ሥላሴ የአሁኑን አዲስ አበባ በራራ ከተቃጠለች ከ300 ዓመት በኋላ ለከተማነት ያጨው የመጀመሪያው የኢትዮጵያ መስፍን ነው። የአሁኑ የምኒልክ ቤተ መንግሥት በተሠራበት ስፍራም ቤት ሠርቶ ዙሪያውን በእድሞ አጥሮት ነበር።[49]

ምኒልክም የከተመባቸውና አብያተ ክርስቲያን የሠራባቸው ስፍራዎች በታሪክ ላይ የተመሠረቱ ናቸው። ምኒልክ ለከተማ ተስማሚ የሆነ የስፍራ ችግር አልነበረበትም። ምኒልክ ለመዲናነት ስፍራ ሲመርጥ ዋና መስፈርት ያደረገው የስፍራዎችን ታሪካዊነት ነው። ነገር ግን ምኒልክ መዲና ሊያደርገው፣ ሊከትምበት የፈለገው በማንኛውም የጥንት

ከተማ ባድማ አልነበረም። ምኒልክ ሊያድሰው፣ ሊከትምበት የፈለገው ከተማ የዳዊትን ከተማ በራራን ነበር። ከ1865 እስከ 1886 ዓ.ም. ድረስ ምኒልክ በራራን ፍለጋ ላይ ነበረ ለማለት ይቻላል። ምኒልክ የከተመባቸው ልቼ፣ ደብረ ብርሃን፣ ወረ ኢሉ፣ እነዋሪና አንጎለላ የበራራ ከተማ እስከሚገኝ በጊዜዊነት ያረፈባቸው ከተሞች ናቸው። በተመሳሳይ አዳ ውስጥ ደበ ጎጆ በተባለ ስፍራ፣ በወጨጫና በፉሪ መካከል በሚገኘው በዋደላ ኮረብታ (የጥንቱ እንጦጦ) ላይ በጊዜያዊነት የከተመው የዓፄ ዳዊትን ከተማ ፍለጋ ላይ በነበረበት ጊዜ ነው።[50] የንጉሡ ጸሐፊ ትእዛዝና ጸሐፊ ታሪክ ገብረ ሥላሴም "የዓፄ ዳዊት ከተማ የነበረው የቀድሞው አልተገኘምና ይህ እስኪመረመር በወጨጫ ጋራ በፉሪ ቀኝ ከመካከል ከፍ ያለ ለከተማ የሚመች ሥፍራ ዐይተው ማሠራት ጀመሩ"[51] በማለት ይህንኑ ያረጋግጣል።

በመቀጠልም በ1882 ዓ.ም. የዳዊት ከተማ ሰሜን አዲስ አበባ እንጦጦ እንደተገኘና በዚህም ምክንያት ንጉሡ መዲናውን ከጥንቱ እንጦጦ ከዋደላ ሰሜን አዲስ አበባ ወደሚገኘው ወደእንጦጦ እንዳዛወረ ገብረ ሥላሴ ጽፏል። ምኒልክ ሰሜን አዲስ አበባ የዳዊት ከተማ የበራራ አካል መሆኑን ያረጋገጠለት ደግሞ ባለአምስት ማእዘን ቅርጽ ባለው ባለ12 የመመልከቻ ማማ የድንጋይ እድሞና የመከላከያ ቁፍር የተከበበ የቤተ መንግሥት ፍርስራሽ መገኘቱ ነው (ምስል 4-8 ይመለከቷል)።[52] በመጨረሻም በ1886 ዓ.ም. በንጉሡ ባለቤት በጣይቱ አማካይነት ንጉሥ ሳህለ ሥላሴ ባሳጠረው ቅጥር ውስጥ የአዲስ አበባ ከተማ ተመሠረተ። አራዳ የነበረው የዘርዓ ያዕቆብ ቤተ ክርስቲያን ፍርስራሽ፣ የካ ሚካኤል እንዲሁም መናገሻ የነበሩት የጥንት ቤተ ክርስቲያን ፍርስራሾችም ታደሱ።[53] ለአዲስ አበባ መመሥረት የበራራ ታሪክ ቀጥተኛ አስተዋጽዖ አለው የምንል ለዚሕ ነው። ከ1865 ዓ.ም. ጀምሮ ምኒልክ ለመዲናነት ሲፈልግ የነበረው የቀድሞ ነገሥታት የከተሙበትን ማንኛውንም የጥንት ከተማ አልነበረም። ለከተማ ቦታነት መስፈርቱ የጥንት ከተማ ቢሆን ኖሮ የረር፣ ደብረ ብርሃንና አንኮበርም በታሪካዊነታቸው በምኒልክ ለመዲናነት ይታጩ ነበር። ነገር ግን ምኒልክ "ይፈልገው የነበረው ከተማ አንድ የተወሰነ ንጉሥ (ልብነ ድንግል) ይኖርበት የነበረውን" የዓፄ ዳዊትን ከተማ፣ በራራን ነው።[54] ስለዚህ የአዲስ አበባ መመሥረት የበራራ ትንሳዔ ወይም ዳግም ልደት ተደርጎ መታየት አለበት። ለማጠቃለል ያህል በራራ ለአዲስ አበባ መመሥረት ዋና ምክንያት ነበረች። በመሆኑም የአዲስ አበባን አመሠራረት ከዳዊት ከተማ፣ ከበራራ ታሪክ ለይቶ ማየት አይቻልም።

ስለአዲስ አበባ ታሪክና በዳግማዊ ምኒልክ አማካይነት ወደማዕከላዊው የኢትዮጵያ መንግሥት ስለተጠቃለሉት የኢትዮጵያ የጥንት አውራጃዎች በግራ ዘመም የተማሪ ፖለቲከኞች እና የነገድ ድርጅት መሪዎች የተጻፉ ትርክቶችን የታሪክ ጥናት አይደግፋቸውም። ለምሳሌ በጣይቱ አማካይነት ስያሜው ወደአዲስ አበባ ከመቀየሩ በፊት የከተማው ቀዳሚ ስም "ፊንፊኔ" እንደነበረ ተደጋግሞ የሚነገር ትርክት አለ። በተጨማሪም ከቅርብ ጊዜ ወዲህ አዲስ አበባ የተመሠረተችበት መሬት የኦሮሞ የጥንት ዐፅመ ርስት እንደሆነ ተደጋግሞ ይተረካል። በዚህ ትርክት ላይ የተመሠረቱ የሕግ ድንጋጌዎችና አዋጆችም ወጥተዋል። በቅርቡ የኢትዮጵያ መንግሥት የሚኒስትሮች ምክር ቤት የኦሮሚያ ክልል እና የኦሮሞ ተወላጆች ከአዲስ አበባ ስለሚያገኙት ልዩ ጥቅም ያረቀቀውን አዋጅ ለአብነት መጥቀስ ይቻላል። ይህ ረቂቅ አዋጅ የወጣው የኢትዮጵያ ሕገ መንግሥት አንቀጽ 49 ቁጥር 5 ስለዚሁ ልዩ ጥቅም ጉዳይ የደነገገውን መሠረት በማድረግ ነው።

"አዲስ አበባ"ና "ፊንፊኔ" በአቻነት ለከተማዋ መጠሪያ ስም እንዲሆኑ ረቂቅ አዋጁ ይደነግጋል።[55] ነገር ግን "ፊንፊኔ" የሚባል ከተማ በኢትዮጵያም ሆነ በኦሮሞ ታሪክ አይታወቅም። ሣህለ ሥላሴና ምኒልክ ወደአዲስ አበባ አካባቢ በሄዱ ጊዜ ከጥንቱ የበራራ ከተማ ፍርስራሽ በቀር ሌላ "ፊንፊኔ" የሚባል ከተማ አላገኙም። ስፍራውን ግማሹን ዳዋ ውጦት ግማሹን የጉለሌ ጎሣዎች የከብት መጋጫ አድርገውት ነበር።[56] በተጨማሪም "ፊንፊኔ" የሚለው ቃል እየተፍለቀለቀ ወደላይ ለሚወጣ የተፈጥሮ ፍል ውኃ ለሚፈልቅበት አነስተኛ ቦታ የተሰጠ ስያሜ ነው። ስያሜውንም ያወጡለት የሸዋ መንግሥት ሰዎች ናቸው። ቃሉም በኦሮምኛ አይታወቅም (ምዕራፍ 10ን ይመለከቷል)።

የአዲስ አበባ አካባቢ መዲናነትና የሸዋ ማዕካላዊነት የሚጀምረው በዳግማዊ ምኒልክ ሳይሆን ከ13ኛው ምእት ዓመት ጀምሮ ነው። ምኒልክ ከእርሱ በፊት የነበሩት የኢትዮጵያ ነገሥታት ያላስተዳደሩት አዲስ መሬት አላመጣም። ምኒልክ የዳዊትን ከተማ በራራን ፍለጋ ወደአዲስ አበባ አካባቢ እንደሄደ ሁሉ ወደምዕራብ፣ ምሥራቅና ደቡብ ኢትዮጵያ የዘመተውም አዲስ አገር ለማቅናት አይደለም። በሁሉም አቅጣጫ ወደማዕከላዊ መንግሥት የተጠቃለሉት አውራጃዎች በመካከለኛው ዘመን የኢትዮጵያ አካል ነበሩ። በ16ኛው ምእት ዓመት የገናሌንና የዋቢ ሸበሌን ወንዞች ተሻግረው የኦሮሞ ጎሣዎች በሸዋ፣ በወጅ፣ በዳሞት፣ በባሊ፣ በደዋሮና በሌሎችም አውራጃዎች ከመስፈራቸው በፊት የጋፋት፣ የአማራ፣ የአርጎባ፣ የጉራጌ፣ ወላይታና ሌሎች ነገዶች በነዚህ አውራጃዎች ለብዙ ሺህ ዓመታት ይኖሩ ነበር። ምኒልክ የአማርኛ ቋንቋ ተወልዶ ያደገበትንና ለብዙ ሺህ ዓመታት አማራ የኖረበትን የአያቶቹን ዐፅመ ርስት፣ ባድማ በወረራ ያዘ ማለት ትልቅ ተቃርኖ ነው። ሲጠቃለል ምኒልክ አንድ ጋት የኦሮሞ ርስት መሬት አልወሰደም። በተቃራኒው ብዙ የኦሮሞ ጎሣዎች የሰፈሩባቸው መሬቶች የአማራና የሌሎች ነገዶች ዐፅመ ርስቶች እንደሆኑ የሚታወቅ ነው።

0.3 ስለበራራ ስያሜ

ስለበራራና ስለወረብ ያገኘናቸው ቀዳሚ የጽሑፍ መረጃዎች በመካከለኛው ዘመን የተጻፉ ቢሆኑም ስፍራዎቹ እጅግ በጣም ጥንታዊ ናቸው። በዚህ ክፍል ስለበራራ ስያሜ አጭር ማብራሪያ እንሰጣለን። ስለበራራ ስያሜ ፍንጭ ሊሠጠን ስለሚችል ከተማዋ ትገኝበት በነበረው ወረዳ እንጀምር። በራራ በሸዋ አውራጃ ወረብ በተባለው ጥንታዊ እና ታሪካዊ ወረዳ ትገኝ ነበር (ካርታ 1 እና 5-7 ይመለከቷል)። ይኵኖ አምላክ ከመጨረሻው የዛጔ ንጉሥ ከይትባረክ ጋር በ1270 ዓ.ም. ኃይንት ውስጥ ጦርነት ሲያደርግ ካሰለፋቸው ወታደሮች ውስጥ ከሸዋ የተለያዩ ወረዳዎች እና ከወጅ የመጡ ይገኙበታል። ከነዚህ ወረዳዎች የተውጣጡትን ወታደሮች የታሪክ ምንጮች 7ቱ ጉደም ይሏቸዋል። ስማቸውም ወግዳ ማለዛይ፣ ደንቢ ደበራይ፣ ሚል አውዣዣይ፣ ሙገር እነዛቢ፣ ወጅ እነጋሪ፣ ወረብ እነካፌ፣ እና ጽላሊሽ እነጋፊ ይባላል።[57] ወረብን ጨምሮ የመጨረሻዎቹ አራቱ ወረዳዎች ስያሜዎች "እነ" የሚል መነሻ ያላቸው ስሞች አለባቸው። የአማራው ሕዝብ በሚኖርባቸው የጥንት አውራጃዎች "እነ" በሚል መነሻ የሚጀምሩ የቦታ ስሞች በጣም ብዙ ነበሩ። ለምሳሌ ከበራራ ከተማ አቅራቢያ እነረቃን የሚባል ከተማ ነበር። እነዚህ ስፍራዎች በኗሪዎቹ የተሰየሙ ነበሩ። ጌታቸው ኃይሌ "እነ/እለ" በሚል መነሻ

ሰዎችን እና ስፍራዎችን መጥራት ከአክሱማውያን ጀምሮ የነበረ ባህል እንደነበረ ይነግረናል፡-

> እንደምናስታውሰው፥ የአክሱም "ነገሥታት" ስም "እለ" የሚል መነሻ አለው፤ ለምሳሌ፥ "እለ አለዳ፥ "እለ አዝጓጓ"፥ እለገበዝ" የሚባሉትን "ነገሥታት" እናስታውስ። የ"እለ" ትርጉሙ "እነ" ነው፤ ብዙ ቁጥርን ያመለክታል። ሁለተኛ፥ በዚህ ቃል ከሚጀምሩ ስሞች ጋራ አብሮ የሚሄደው ግሥም ብዙ ቁጥር ነው፤ ለምሳሌ፥ "ነግሡ" (ነገሡ)፥ "ሞቱ" (ሞቱ) ይላል።[58]

ኦሮሞዎች በ16ኛው ምእት ዓመት በሸዋ በሠፊው ሲሰፍሩ ብዙዎቹን የአማርኛ፣ የጋፋትና የግዕዝ የቦታ ስያሜዎች ቢቀይሯቸውም አማራው ሳይፈናቀል በጥንት ዐጽመ ርስቱ በሚኖርባቸው አካባቢዎች በተለይም በጎጃም እስከአሁንም ድረስ "እነ" በሚል መነሻ የሚጀምሩ የስፍራ ስሞች በጣም ብዙ ናቸው። እነብእሴ፣ እነማይ፣ እነሴ፣ እነሚ፣ እነገላ፣ እነብሬ፣ እነገራምና እነዘባን ለአብነት መጥቀስ ይቻላል።

በራራ ከተማ በንግድ ሥራ ይኖር ስለነበረ ነጋዴ የተጻፈ ቀዳሚ የታሪክ ምንጭ በራራን እና አካባቢዋን "ደወለ አግዓዝያን" ይለዋል።[59] የግዕዙ መዝገበ ቃላት ደወልን "አገር"፣ "ክልል"[60] ብሎ ይተረጉመዋል። ደወለ አግዓዝያን ማለት የአግዓዝያን አገር ማለት ነው። "ወረብ" የሚለው ቃልም "ወረበ" የሚል ግሳዊ መሠረት ያለው በተለያዩ አውዶች "ስፍራን የማካለል፣ በሰፊው የማዳረስ"ን ረቂቅ ሃሳብ የሚወክል የአማርኛ ቃል ነው። በመዝገበ ቃላት እንደተተነተነው እንደአገባቡ እንዲህ ሊፈታ ይችላል፡- 1) "ሣርን፣ እኽልን ዐልፎ ዐልፎ፣ ዐጨደ፤ ጐረፍ ጐረፍ አደረገ … ጀመረ፣ ቦቀረ፣ የበሰለውን ዐለፍ ዐለፍ እያለ አጨደ ያልበሰለውን እስኪበስል እያለፈ ተወ"፤ 2) "የሕፃንን ጠጕር እየዘለለ ላጨ፤" 3) "ዜማን እንደመሰለው አንዱንም አንዱንም ጠቅሶ ቀነቀነ አዜመ፤"[61] 4) "ከሰማይ ላይ ውርባን እንደውርጭ ያለ ጤዛን ጣለ፤ ውርባው ጠዋት በጣለ ጊዜ ጤዛው በመስኩ ላይ ተንቆረዘዘ።"[62] የአማርኛ ቤተኛ ቃል መሆኑን የሚያጸናው ደግሞ የድምፅና የፍች ዘሩ "ወራ"ን፣ "ወረረ"ን እና "ወረወረ"ን እንዲሁም "ረባ"ን፣ "ረበበ"ን እና "ረበረበ"ን ከሚጠቀልሉት ሁለት ዘረ ቃላት፡- ከ |ውር| እና ከ|ርብ| ጋር ግራ ቀኙ በጥብቅ መዛመዱ ነው። እንግዲህ የቦታ ስያሜነቱ ከቃሉ ፍች የመነጨ ከሆነ፣ የቦታውን ስፋትና የያዘውን ሀብት ብዛት ያገናዘበ ይመስላል። ቀጥሎ ስለበራራ ስያሜና ስለቃሉ ፍች እንመረምራለን።

ስለበራራ መጀመሪያ በሰፊው በተሠራጨው ጽሑፍ ላይ አጻጻፉ "በረራ" ተብሎ ነበር የወጣው። ብዙ ሰዎችም ይህን ተከትለው "በረራ" ብለው እስካሁንም ድረስ ይጽፋሉ። በቅርብ ጊዜም አንድ ጋዜጣና አንድ የንግድ ድርጅት "በረራ" በሚል ስም ተቋቁመዋል። የመጀመሪያው የበራራ ጽሑፍ በግዕዝና በአማርኛ በተጻፉ ቀዳሚ የታሪክ ምንጮች ላይ የተመሠረተ አልነበረም። የጽሑፉ የመረጃ ምንጮች በላቲን ፊደል በፈረንሳይኛና በእንግሊዘኛ ቋንቋ የተጻፉ መጻሕፍት ናቸው። የሮማዊው/ላቲናዊው አጻጻፍ የግዕዝንና የራብእን ተራ አናባቢ ድምጾች ስለማይለይ አሻሚነቱ በአውሮፓ ቋንቋዎች ከተጻፉ ጽሑፎች ወደአማርኛ ከመቅዳት የመጣ ነው። የኢትዮጵያ ስሞች በእንግሊዘኛና በፈረንሳይኛ ቋንቋ በላቲን ፊደል በሚጻፉበት ጊዜ የግዕዝና የራብእ ተራ አናባቢ ድምጾች የሚለዩት ልዩ እዝል ምልክት ("diachritic symbol") በፊደሎች ላይ በማስቀመጥ ነው። ነገር ግን አብዛኞቹ በእንግሊዝኛና በፈረንሳይኛ የተጻፉ የታሪክ

መጻሕፍት እዝል ምልክቱን ሳይጨምሩ በራራን "Barara" ብለው ጽፈውት እናገኛለን።[63] ይህ አጻጻፍ ወደአማርኛ ሲቀዳ አሻሚ ነው። ምክንያቱም "Barara" የሚለውን የላቲን አጻጻፍ በአማርኛ "በራራ" ወይም "በረራ" ብሎ ማንበብና መጻፍ ስለሚቻል ነው። ስለዚህ የበራራ ስያሜ ትክክለኛ የቃል ቅርጽ ሊወሰን የሚችለው በዘመን ቀዳሚ የሆኑ የግዕዝ ወይም የአማርኛ ጽሑፎችን በማመሳከር ብቻ ነው። በዚህ መሠረት ሁሉንም መረጃዎች አመሳክረን ትክክለኛ ሆኖ ያገኘነው አጻጻፍ "በራራ" የሚለው ነው።

የበራራን ትክክለኛ አጻጻፍ በሚመለከት ካገኘናቸው ቀዳሚ የጽሑፍ ምስክሮች ጀርመናዊው ኢዮብ ሉዶልፍ በ1681 ዓ.ም. ያሳተመው የኢትዮጵያ ታሪክ መጽሐፍ አንዱ ነው።[64] ሉዶልፍ መጽሐፉን የጻፈው አባ ጎርጎሬዎስ በሰጠው የጽሑፍ እና የቃል ምስክር መሠረት ነው። ጎርጎሬዎስ ተወልዶ ያደገው በቀድሞው ቤተ አማራ (የአሁኑ ወሎ) ውስጥ በሚገኘው በመካነ ሥላሴ ነው። ጎርጎሬዎስ ወደአውሮፓ የሄደው የካቶሊክ ወንጌላውያን በዓፄ ፋሲለደስ (1632-1667) ትእዛዝ ኢትዮጵያን ለቅቀው እንዲወጡ በተደረገበት ጊዜ ነበር። ጎርጎሬዎስ የግዕዝ፣ የጋፋትና የአማርኛ ቋንቋ ይችላል።[65] ለሉዶልፍ ስለኢትዮጵያ አውራጃዎችና ከተሞች ብዙ መረጃ በጽሑፍም በቃሉም ሰጥቶታል። ለሉዶልፍ ከሰጠው የስፍራ ስሞች አንዱ "በራራ" ነው። የቦታው ትክክለኛ አጻጻፍ "በራራ" ነው።[66] በእጁ ጽፎ ከመስጠቱ በተጨማሪ ጎርጎሬዎስ የስፍራ ስሞችን በመጥራት ለሉዶልፍ በድምፅ አስሰምቶታል። ሉዶልፍ ስለዚህ ጉዳይ እንዲህ ይላል፡-

> Gregory named thirty [provinces and towns] to me, adding perhaps some small ones, which others allowed to be no more than Prefectures. These I shall reckon up from his own mouth, and as he wrote them down himself, that the (d) Reader may be assured of their true and genuine pronunciation.[67]
>
> <u>ትርጉም</u>
>
> ጎርጎሬዎስ ሠላሳ [አውራጃዎችና ከተሞች] በስም ጠቅሶልኛል፤ ምናልባትም ሌሎች ሰዎች ከወረዳ የማያስበልጧቸውን ጥቂት አነስ አነስ የሚሉ ግዛቶችን ጨምሮ። እነዚህ በአንደበቱ ሲናገር የሰማኋቸው፣ እራሱም በጽሑፍ የከተባቸው ናቸውና አንባቢው ስለትክክለኛና እውነተኛ ንባባቸው ሊተማመን ይችላል።

ሉዶልፍ የስፍራ ስሞችን ጎርጎሬዎስ በእጁ ጽፎ ሰጠኝ፣ ስሞችንም በአንደበቱ ሲናገር ሰምቸዋለሁ ይላል። በዚህ ምክንያት መጽሐፉን የሚያነብቡት ሰዎች ስለስፍራ ስሞች አጻጻፍ ትክክለኛነት እርግጠኛ መሆን ይችላሉ ይላል። በአባ ጎርጎሬዎስ መሠረት የከተማችን ትክክለኛ አጻጻፍ "በራራ" ነው።

ጎርጎሬዎስ ለሉዶልፍ በኢትዮጵያ ያሉትን ብዙዎቹን ታላላቅና ታናናሽ አውራጃዎች በግዕዝ ፊደል በዝርዝር ጽፎ ሰጥቶታል። ጎርጎሬዎስ ከሁሉም የጥንት አውራጃዎች እና በውስጣቸው ካሉት የስፍራ ስሞች ይልቅ ዝርዝር መረጃ የሰጠው በሸዋና በቤተ አማራ ውስጥ ስላሉት ስፍራዎች ነው። ከሌሎች በተለየ በቤተ አማራና በሸዋ በአጠቃላይ 36 የሚሆኑ ከተሞችና ወረዳዎች ተዘርዝረዋል። በራራ ሰባተኛ ተራ ቁጥር ላይ ተጽፋለች (ምስል 1ን ይመለከቷል)። ይህ ሁሉ ምክንያት አለው። ሉዶልፍ የኢትዮጵያን አውራጃዎች በራሱ መስፈርት ደረጃ አውጥቶላቸዋል። መስፈርት ያደረገው ደግሞ በኢትዮጵያ የነበራቸውን የሕግ፣ የአስተዳደር፣ የፖለቲካ ተጽዕኖ እና የታሪክ ፋይዳ ነው።

በዚህ መስፈርት መሠረት ቤተ አማራና ሸዋ ቀዳሚ ሆነው ተጽፈዋል። በሸዋም ሆነ በቤተ አማራ ያሉትን ወረዳዎችና ስፍራዎች አማራ በሚል ርዕስ ዘርዝሯቸዋል። ሉዶልፍ የፖለቲካ ተጽእኖ እና የታሪክ ፋይዳ መስፈርት ያደረገው የነገሥታትና የመኳንንት ዋና መቀመጫነትን ነው። የኢትዮጵያ ነግሥታት፣ መኳንንትና የቤተ መንግሥት ሰዎች መቀመጫቸው ደግሞ ሸዋና ቤተ አማራ ነበሩ። በራራንና ሌሎችንም ስፍራዎች በአማራ ሥር የዘረዘራቸው የነገሥታቱና የመኳንንቱ መቀመጫ ስለሆኑ ነው።[68]

AMHARA EJVSQVE FINES AC PRÆFECTVRÆ. L.I.C.3.

tis illis quæ Gallani occupaverunt. Gregorius *triginta* mihi nominavit, additis fortaſſe parvis nonnullis, quæ ab aliis pro præfecturis habentur. Ea ex ore & ſcripturâ illius recenſebo,[e] ut lectori de verâ & genuinâ pronunciatione eorum conſtet.
7 Primum quidem, ut & optimum ac fertiliſſimum, eſt Re-
gnum *Tigre*, ſed nobilitate præſtat *Ambara*, quam primo
loco ponemus, reliquis literarum Latinarum ordine ſequen-
tibus.
8 I. አምሓራ: AMHARA. Regnum eſt nunc totius Æthio-
piæ nobiliſſimum, ob munitiſſimas illas rupes ጌሸን: ወአም
ባሰል: *Gheshen* & *Ambaçel*, ubi quondam Regum filii, regnô
excluſi, cuſtoditi fuerunt; ac ob id Regum hodiernorum, ut
9 & virorum nobilium patria cenſetur. Meditullium ferè
Habesſiniæ eſt, & à *ſeptentrione* Regnum Bagemder: ab
occaſu Nilum, & trans illum Regnum Gojam: à *meridie* Wa-
10 lakam: & ab *oriente* Angotam ſpectat. Regiones illius ſunt
ſequentes:

1. አቃምባ:	*Akamba.*
2. አምባሰል:	*Ambaçel.*
3. አንባሲት:	*Anbaçit.*
4 አርሞንኤም:	*Armon-em.*
5. አትርንሳ: ማርያም:	*Atronça Marjam.*
6. በደ: በድ:	*Bada-bad.*
7. በራራ:	*Barârâ.*
8. በራታ:	*Barata.*
9. ብደ: ገደል:	*Beda-gadal.*
10. ደደ:	*Dada.*
11. ደድ:	*Dad.*
12. ድማሕ:	*Demah.*
13. ኤፍራታ:	*Ephrata.*
14. ኤወርዛ:	*Ewarzâ.*
15. ፈረስ: ባሕር:	*Feres-bahr.*
16. ገነተ: ጊዮርጊስ:	*GanataGhiorghis.*
17. ጌሻ: በር:	*Ghesha-Bar.*
18. ጉረምጌ:	*Grumghè.*
19. ገል:	*Ghel.*
20. ጌሼ:	*Gheshè.*
21. ጌሸን:	*Ghesben.*
22. ሀገረ: ክርስቶስ:	*Hagara-Chriſtos.*

B 2 23. ቄርጳ:

e) Hoc utique valde neceſſarium fuit, ob variationem & corruptionem horum nominum maximam, quæ apud autores paſſim obvia eſt.

ምስል 1 ፦ በራራን የሚያካትተው የስፍራዎች ዝርዝር (Ludolf, *Historia Aethiopica,* chapter 3, sentence 10.)

የጎርጎሬዎስ የ"በራራ" አጻጻፍ ትክክለኛ ስለመሆኑ ሁለት ተጨማሪ ቀዳሚ የጽሑፍ ምስክሮች እናቅርብ። ስለበራራ በግዕዝ ቋንቋ ከተጻፉ የጥንት የታሪክ ምስክሮች ውስጥ ገድለ መርሐ ክርስቶስና ገድለ ደቂቀ እስጢፋኖስ ይገኙበታል። ደቂቀ እስጢፋኖሶችም ሆኑ አቡነ መርሐ ክርስቶስ የኖሩት በ15ኛው ምእት ዓመት ነው። የደቂቀ እስጢፋኖስ ገድሎች የተጻፉት በ15ኛው ምእት ዓመት ሲሆን ገድለ መርሐ ክርስቶስ የተጻፈው ደግሞ በ16ኛው ምእት ዓመት ነው። ደቂቀ እስጢፋኖስ እንዲህ ይላል፡- "ወለእስጢፋኖስሂ መምህረ ሲመይ ዘኮነ ሰማዕተ ሀሰት ላዕላ ቅዱሳን ዘአመ <u>በራራ</u> ፈደዮ እግዚአብሔር በመዓተ።"[69] የዚህ ትርጉም "<u>በበራራ</u> ጉባዔ ጊዜ በቅዱሳኑ ላይ የውሸት መስካሪ የሆነውን የሲመይ መምህር እስጢፋኖስንም (ዋጋውን) እግዚአብሔር በቁጣው ከፈለው"[70] የሚል ነው። ገድለ መርሐ ክርስቶስ በተመሳሳይ እንዲህ ይላል፡- "አሜሃ ለብሱ ልብሰ ምንኩስና አቡሁ ወእሙ ለዝኩ ቀሲስ ብፁዕ በኃይለ ክርስቶስ ወብፅዕት በርባሪ በዕደ አቡነ እንድርያስ እስመ ቅሩብ ውዕቱ ሀገረ እነረቃን ለሀገረ በራራ"[71] (የዚህ ቀሲስ [የመርሐ ክርስቶስ] እናት እና አባቱ ብጹዕ በኃይለ ክርስቶስ እና ብጽዕት በርባራ ልብሰ ምንኩስናቸውን ከአባታችን እንድርያስ እጅ ተቀበሉ ምክንያቱም የእነረቃን ከተማ ከበራራ ከተማ ቅርብ ስለሆነ ነው")።

መርሐ ክርስቶስ የደብረ ሊባኖስ ገዳም ዘጠነኛው አበምኔት ሲሆን ገዳሙንም ያስተዳደረው ከ1463 እስከ 1497 ዓ.ም. ነው። ተወልዶ ያደገው ከበራራ በስተደቡብ ይገኝ በነበረው ወጅ በሚባል የጥንት አውራጃ ውስጥ ነው። ገድለ መርሐ ክርስቶስ ደግሞ የተጻፈው ከአቡነ መርሐ ክርስቶስ ቀጥሎ የደብረ ሊባኖስ አበምኔት ሆኖ ከ1497 እስከ 1524 ዓ.ም. ባገለገለው በአባ ጴጥሮስ ዘመን ደብረ ሊባኖስ ገዳም ውስጥ ነው።[72] መርሐ ክርስቶስ የቅስና ሹመት ያገኘው መቀመጫው በራራ ከተማ ከነበረው ከአቡነ ገብርኤል ነው። አቡነ ገብርኤል ደግሞ በዓፄ ዘርዓ ያዕቆብ ዘመን ከነበሩት ከሁለቱ የግብጽ የኢትዮጵያ ቤተ ክርስቲያን ጳጳሳት አንደኛው ነው።[73] ስለዚህ ከታሪኩ ጋር ቅርበት ስላለው ገድለ መርሐ ክርስቶስ ላይ ያለውን አጻጻፍ "በራራ" የሚለውን እንከተላለን። በእርግጠኝነት የከተማችን ስም ትክክለኛው አጻጻፍ "በራራ" ነው።

አባ ጎርጎሬዎስ ስለስያሜው ማብራሪያ አልሰጠም። "በራራ" የሚለው የአማርኛ ቃል ከአንድ በላይ ፍች አለው። ወደረቂቅ ጽንሰ ሀሳቡ ምርመራ ሳንገባ "በራራ" የሚለውን ቃል ስንሰማ 'ርሀሩሀ በሆነ' (ለምሳሌ እግዚአብሔር በራራልን፤ በምሕረት ዐይን ቢያየን፣ ባዘነልን)፣ 'ልቡ በራራልን' ('ባዘነልን')፣ 'እዚህም እዚያም ቦግ ቦግ አለ፤ ብርሃን ሆነ' ወይም ' ሲበርር፡ የሚሰማው፥ ብዙ ጊዜ በአንድ ቦታ መቆም፥ መቀመጥ የማይችል እንደወፍና አሞራ ያለ"[74] በራሪ ሆነ' የሚሉት አገባቦቹና ፍችዎቹ ይታሰቡናል። የጥንቶቹ የበራራ ሰዎች በየትኛው ፍች ከተማቸውን እንደሰየሙት ተጽፎ ያገኘነው ነገር የለም።

በራራ የሚለው ቃል በቅርጽም ሆነ በፍች በብዙዎቹ ሴማዊ ቋንቋዎች በተለይም በአማርኛ የጸና መሠረት አለው። የፍችና የድምፅ መሠረቱ |ብር| የሚለው ዘረቃል ነው። የ"መውጣት"ንና የ"መግለጥ"ን ረቂቅ ጽንሰሃሳብ ይይዛል። |ብር|ን የሚጋሩ የአማርኛ ቃላት ሁሉ ይህን የፍች ዘር ይወርሳሉ። ዘረቃሉ የሚመሠርታቸው ሥርወቃላት በግስ አምድ የሚገለጹት "በራ፣ በረረ እና በረበረ" በሰፊው የሚታወቁ ናቸው። የ"መውጣት" እና የ"መግለጥ" ጽንሰ ሃሳብ በነዚህ ዓምዶች እንደሚንጸባረቅ ለማስተዋል ብዙ

መመራመር አይጠይቅም፤ "መብራት"፣ "መብረር" እንዲሁም "መበርበር" መውጣትና መግለጥ አለባቸውና።[75]

የ"በረረ"ን ሥርወቃል ጥልቅ ሴማዊ መሠረት የመረመሩ የሦስት ምሁራን ጥናቶችን ቀጥሎ እንመልከት። የመጀመሪያው ጥናት የሞይሴ ሲልቫ ጥናት ነው። ሁለተኛው ጥናት ደግሞ አላን ቦምሃርድ እና ዮሃንስ ከርንስ በጋራ የጻፉት መጽሐፍ ነው። ሁሉም ምሁራን ስለቃላት አነሳስ፣ ትርጉም፣ ዘገምተኛ ለውጥ እና ውርስ በስፋት ያስረዳሉ። በተጨማሪም የኢትዮጵያን ሴማዊ ቋንቋዎች ለማገናዘቢያነት እና ለንፅፅር በጥናታቸው ተጠቅመውባቸዋል። እታች ለአብነት ያቀረብነው ሥርወ ቃል |ብር| የሚለው ነው። ከሞይሴ ሲልቫ እንጀምር። ሞይሴ ሲልቫ |ብር| ከሚለው ሥርወ ቃል የሚገኘውን የግዕዙን "በራራ" እንደሚከተለው ከእብራይስጥ እና ከአኬዲያኛ ጋር እያነጻጸረ ትርጉሙን ያብራራል፡-

> … etymological study may lead to the more ambitious reconstruction of the form and meaning of a word in the parent language by a careful examination of the cognate languages. For example, in biblical Hebrew we find the word *barur* ('sharp,' Isa. 49: 2; Hifil 'sharpen,'Jer 51: 11-both with reference to arrows); some Akkadian cognates refer to 'luminosity, radiance, mistiness,' the Ethiopic *barara* means 'to pierce.' A careful investigation of that (and additional) information leads Pelio Fronzaroli to posit a Semitic root 'brr', to penetrate, a meaning that he believes accounts for all the data.[76]
>
> <u>ትርጉም</u>
> … የቃል አመሠራረት እና አመጣጥ ጥናት አዝማድ ቋንቋዎችን በጥንቃቄ በመመርመር የወላጅ ቋንቋ ቃላትን በቅርጽ እና በፍች መልሶ ወደማዋቀር ታላቅ ግብ ሊያደርስ ይችላል። ለምሳሌ መጽሐፍ ቅዱስ በተጻፈበት ዕብራይስጥ *በሩር* የሚል ቃል አናገኛለን ("ሹል" ኢሳያስ 49፡ 2፤ ሂፊል "ማሾል"፡ ኤርሚያስ 51፡ 11፤ ሁለቱም ቀስትን ይጠቅሳሉ)፤ አንዳንድ የአኬድኛው አዝማድ ቃላት "ብርሀናማነትን፣ ጸዳላማን፣ ጭጋጋማን" የሚጠቁሙ ሲሆን፣ የግዕዙ (ኢትዮጵኛ) *በረረ* "መብሳት" የሚል ፍች አለው። ይህን እና ተጨማሪ መረጃዎችን በጥንቃቄ በመመርመር ፐሊዮ ፍሮንዛሮሊን 'በረረ'፣ የመግባትን ሃሳብ የሚወክል ሴማዊ ሥርወ ቃል ነው ለማለት ያስቻለው ሲሆን፣ ይህም ፍች ሁሉንም መረጃዎች ለመተንተን እንደሚያስችል ያምናል።

የዕብራይስጡ "በሩር"፣ የግዕዙ (የኢትዮጵኛ) "በረረ"ና የአኬድኛው ወደረኛ ቃል ሁሉም "ብርር" የሚል ሥርወቃል አላቸው። መጽሐፍ ቅዱስ ሲጻፍ በነበረው ዕብራይስጥ "በሩር" የሚለው ቃል "ማሾል" ወይም "መቅረጽ" የሚለውን ፍች ይዞ እናገኘዋለን። በግዕዙ ደግሞ "በረረ" "መውጋት ወይም መብሳት" የሚል ፍች አለው። የአኬድኛው ወደረኛ ቃል "የሚያንጸባርቅ" ወይም "ደማቅ ብርሃን" የሚል ፍች አለው። በአማርኛው "በራራ"ም የ"ብርሃን"ን ፍች እናገኝበታለን።

አላን ቦምሃርድ እና ዮሃንስ ከርንስ በበኩላቸው |ብር| የሚለው ዘረቃል ከሚመሠርታቸው ሥርወቃላት በግስ አምድ የሚገለጸውን "በረበረ" የሚለውን በተለያዩ ቋንቋዎች በንፅፅር በጥልቀት አጥንተውታል። ቃሉ የሚወክለው ጽንሰ ሀሳብ "መብሳት"ን

ወይም "መቦርቦር"ን ነው። "በረበረ" ከአፍርወእስያውያን ቋንቋዎች ምናባዊ አባት ቋንቋ |ብር| ከሚለው ሥርወቃል ይሳባል። ምሳሌዎቹ እና ትንታኔው ለአንባቢ ግንዛቤ እንዲረዳ ቀጥሎ ቀርቧል።

> Proto-Afroasiatic _*bar-l*bər-_ 'to bore, to pierce': Proto-Semitic _*bar-adz-_ 'to bore, to pierce' > Aramaic _baraz_ 'to bore, to pierce'; Arabic _barzah_ 'interval, gap, break'; Hadramawt _barzat-_ 'hole'. Proto-Semitic (reduplicated) _*bar-bar-_ 'to bore, to pierce, to hollow out' Amharic _boräbborä_ 'to hollow out, to cut a groove'; Tigre _bärabära_ 'to pierce'. Proto-Semitic _*bar-ar-_ 'to pierce, to penetrate' > Geez / Ethiopic _barra, barara_ 'to pierce, to penetrate, to go through'; Amharic _bärrärä_ 'to pierce, to make a hole in a water jug', _bärr_ 'door, gate'; Tigrinya _barri_ 'passage, entrance'. [77]
>
> <u>ትርጉም</u>
>
> በአፍርወእስያዊ አባት ቋንቋ _*ባር-*በር-_ 'መቦርቦር፣ መብሳት'፣ በሴማዊ አባት ቋንቋ _*ባር-ኣጅ-_ 'መቦርቦር, መብሳት'፣ አረምኛ _በረዝ_ 'መቦርቦር፣ መብሳት'፣ አረብኛ _ባርዛህ_ 'ክፍተት፣ ስንጣቂ፣ ስብራት'፣ ሀድራምኛ _በርዛት_ 'ቀዳዳ'። ሴማዊ አባት ቋንቋ (ሥር-ደገም) _*ባር-ባር-_ 'መቦርቦር፣ መብሳት፣ ክፍት ማደርግ' በአማርኛ _ቦረቦረ_ "ክፍት ማድረግ፣ መቦርቦር'፣ ትግርኛ _በረበረ_ 'መብሳት፣ መግባት። የሴማዊ አባት ቋንቋ _*በረ-ረ-_ 'መብሳት፣ ወደ ውስጥ መግባት'፣ በግዕዝ/ኢትዮጵኛ በረ፣ በራራ 'መብሳት፣ መግባት፣ በውስጥ ማለፍ'፣ በአማርኛ _በረረ_ 'መብሳት፣ በውኃ መቅጃ ውስጥ ቀዳዳ መሥራት፣ _በር_ 'መዝጊያ በር፣ ደጃፍ፣ በትግርኛ _በሪ_ 'መተላለፊያ፣ መግቢያ በር'።

ከጥቅሱ ለመረዳት እንደሚቻለው |ብር| የሚለውን ሥርወቃል ብዙዎች የታወቁ ሴማዊ ቋንቋዎች ይጋሩታል። አረምኛ፣ አረብኛ፣ አማርኛ፣ ትግርኛ እና ግዕዝ ተጠቃሽ ናቸው። የግዕዙ እና የአማርኛው ከፊል ሥር-ደገም "በራራ" የሚለው ቃል ተመሳሳይ ፍች ይዞ እናገኘዋለን። ነገር ግን ከሁሉም ሴማዊ ቋንቋዎች በአማርኛ ቋንቋ ዘረቃሉ |ብር| የሚመሠርታቸው ሥርወቃላት በጣም ብዙ ናቸው።

ያቀረብነው ማስረጃ የ"በር"፣ የ"ብራ"፣ የ"በረራ"፣ የ"ብርበራ" እና የ"ብርሃን" አንድነት ለመረዳት በቂ ነው ብለን እናስባለን። የፍች-ተድምፅ መሠረቱን እላይ የተጠቀሱትን ነጥቦች አገናዝበው እንዲመለከቱት እየመከርን ስለቃላዊ (ሥነ ምእላዳዊ) ቅርጹ ደግሞ የሚከተለውን አስረጅ እናቀርባለን። "ነካ"፣ "ሠራ"፣ "በላ"፣ ወዘተ በአለሳላሽ ግስ ቅርጻቸው "ነካካ"፣ "ሠራራ"፣ "በላላ" እንደሚሆኑት "በራ" ደግሞ "በራራ" ይሆናል። አለዚያም ከ "ቀደደ" "ቀዳዳ"፣ ከ "ፈዘዘ" "ፈዛዛ"፣ ከ "ጠመመ" "ጠማማ" እንደሚወጣ ሁሉ ከ "በረረ"ም "በራራ"ይወጣል። ስለዚህ በሁለቱም ንባብ "በራራ" እንደመብራት የ"መግለጥ"ን፣ የ"መውጣት"ን ፍች የያዘ ጥሩ የአማርኛ ቃል ነው።

በኛ ግምት የበራራ አሰያየም ከብርሃን መውጣት ጋር የተገናኘ ሊሆን ይችላል። ስፍራዎችን በብርሃን መሰየም ያልተለመደ አልነበረም። ለምሳሌ ጎጃም የሚገኘውን "ፈለገ ብርሃን"ን እና ሸዋ የሚገኘውን "ደብረ ብርሃን"ን መጥቀስ ይቻላል። የሁለቱም ስያሜ

ከብርሃን ጋር የተገናኘ ነው። በራራም እንዲሁ የተሰየመችው ከብርሃን ጋር በተየያዘ ሊሆን ይችላል። ይህ ትክክል ከሆነ "በራራ" ማለት "ብርህናማ፣ ብሩህ" ማለት ነው። ለምሳሌ ሲዘንብ አድሮ ፍንትው ብሎ ሲበራ ወይም ዘንባ ጨቦር ሲሆን የሚኖረው ደማቅ አንጸባራቂ ብርሃን "በራራ" ይባላል።

0.4 የመጽሐፉ ክፍሎች

ይህ መጽሐፍ በ11 ምዕራፎች የተከፈለ ነው። በመጀመሪያው ምዕራፍ ስለበራራ ትክክለኛ መገኛ ስፍራ በጥልቀት ይመረምራል። የዘመኑን የዐይን እማኞች ምስክርነት፣ በተለይም የአረብ ፈቂህን መጽሐፍና የፍራ ማውሮን የዓለም ካርታ ማስረጃ አድርጎ ስለከተማዋ የተገኙ ገለፃዎችን ያቀርባል። በሁለተኛው ምዕራፍ ስለመካከለኛው ዘመን የኢትዮጵያ ታሪክና ስለአክሱም ውርስ በአጭሩ ይቀርባል። የምዕራፉ ትኩረት ስለቋንቋና ነገድ፣ ስለኢትዮጵያ ነባር ሕዝቦች፣ ስለኢትዮጵያ መንግሥት፣ ስለክርስትና እና እስልምና ሃይማኖቶች መስፋፋት እና ስለጥንታዊው የኢትዮጵያ ስልጣኔ ማንሰራራት ነው።

የበራራ ከተማ ስለነበራት የፖለቲካ፣ የንግድ፣ የባህልና የዲፖሎማሲ ሚና በሦስተኛውና በአራተኛው ምዕራፎች በዝርዝር ይቀርባል። ሦስተኛው ምዕራፍ ከዓፄ ዳዊት (1382-1413) ዘመነ መንግሥት ጀምሮ ከተማዋ በግራኝ አሕመድ ሠራዊት ተዘርፋ ከመውደሟ ከ1531 ዓ.ም. በፊት ያለውን የበራራን ታሪክ ያዳርሳል። በመካከለኛው ዘመን ኢትዮጵያ የረጋ መዲና አልነበራትም የሚባለውን ሲደጋገም የቆየና በምሁራን ዘንድ እስካሁንም ሰፊ ተቀባይነት ያለውን አባባል በዘመኑ የተጻፉ የታሪክ ምስክሮች እንደማይደግፉት በምዕራፍ ሦስት እንመለከታለን። በራራ የጳጳሳትና የነገሥታት ዋና መቀመጫ ሆና ከመቶ ዓመታት በላይ እንዳገለገለች ይኸው ምዕራፍ ያሳያል። አራተኛው ምዕራፍ በመካከለኛው ዘመን በኢትዮጵያና በአውሮፓ መካከል ስለነበረው ግንኙነት በዝርዝር ያቀርባል። በዚህ ምዕራፍ የኢትዮጵያ ነገሥታት ወደአውሮፓ የላኳቸውን አምባሳደሮችና ከአውሮፓ ወደኢትዮጵያ የዕደ ጥበብ ሽግግር ለማድረግ ያደረጉትን ሙከራ ይዳስሳል። በተመሳሳይ አውሮፓውያን ወደኢትዮጵያ የላኳቸውን አምባሳደሮችና ዓላማቸውን ይገመግማል። አውሮፓውያን ከኢትዮጵያ የሚፈልጉት የንግድ ወዳጅነትና ከአረብ ሙስሊም መንግሥታት ጋር ለሚያደርጉት ጦርነት ወታደራዊ ትብብር እንደነበረ በዚሁ ምዕራፍ በዝርዝር ቀርቧል። የዚህ ምዕራፍ ዋና ነጥብ በመካከለኛው ዘመን ኢትዮጵያ ከክርስቲያኑ ዓለም ተገልላ በኢአማኒያንና በእስልምና ባሕር የተከበበች የክርስቲያን ደሴት ነበረች የሚባለው ትክክል እንዳልሆነ እና የበራራን ከተማ በኢትዮጵያ እና በአውሮፓ ግንኙነት ታሪክ የነበራትን ሚና ማሳየት ነው።

ምዕራፍ አምስት ስለበራራ ፖለቲካና ስለግራኝ አሕመድ የሽብር ወረራ በስፋት ያትታል። ይህ ምዕራፍ ስለግራኝ አሕመድ የሽብር ወረራ መንስዔና ስላስከተለው ውድመት፣ ስለበራራ መቃጠልና ስለኗሪዎች መበታተን በዝርዝር ያትታል። ምዕራፍ ስድስትና ሰባት ስለበረይቱማና ቦረን ጎሣዎች ወረራ፣ ሰፈራና መስፋፋት፤ ይኸው ወረራ፣ ሰፈራና መስፋፋት በኢትዮጵያ ሕዝብ ስብጥርና ፖለቲካ ስላስከተለው ለውጥና ነውጥ በዝርዝር ያስረዳሉ። የኦሮሞ ጎሣዎች በሸዋና በሌሎችም የጥንት የኢትዮጵያ አውራጃዎች እንደሰፈሩ ስለመቅረታቸውና በዚህም ምክንያት የኢትዮጵያ ማዕከላዊ መንግሥት ከሸዋ ወደሰሜን ምዕራብ ኢትዮጵያ ስለመዛወሩ በነዚህ ምዕራፎች ይገለፃል። ሰባተኛው ምዕራፍ የገዳ ድርጅትና ሞጋሳ የተባለው የኦሮሞዎች ማኅበራዊ ተቋም በነባሩ ሕዝብ ላይ

ያስከተሉትን የዘር መሳሳት፣ የባህል መቀጨጭና ጨርሶ መጥፋት እንዲሁም የባህል ድምሰሳ በዝርዝር ያያል። የገዳ ድርጅት "ዴሞክራሲያዊ ነው" እንዲሁም "ሞጋሳ የአቃፊነት ምልክት ነው" የሚባለውን ዘመነኛ ትርክት የታሪክ መረጃዎች በማገናዘብ ይተቻል።

ምዕራፍ ስምንት እና ዘጠኝ በግራኝ አሕመድ ወረራና ይህን ተከትሎ በመጣው የኦሮሞ ወረራ፣ የሕዝቦች እንቅስቃሴና የፖለቲካ ለውጥ ምክንያት ተበታትና የነበረችውን ኢትዮጵያን መልሶ አንድ ለማድረግ በኢትዮጵያ ነገሥታትና በሸዋ መሳፍንት ስለተደረጉ ዘመቻዎች በዝርዝር ያቀርባሉ። ምዕራፍ 9 የሸዋ መሳፍንት የከተሙባቸውና አብያተ ክርስቲያን የሠሩባቸው ስፍራዎች ታሪክን ያገናዘቡ እንደሆኑ ያሳያል። በዚህ ምዕራፍ ውስጥ በእንጦጦ ራጉኤል አቅራቢያ ስለተገኘው የጥንት ቤተ መንግሥት ፍርስራሽ እንዲሁም አራዳ ጊዮርጊስ ስለተገኙት የጥንት የቤተ ክርስቲያን ፍርስራሾች እና የዳዊት ከተማ በራራ ለአዲስ አበባ መመሥረት የነበራቸው ሚና ይቀርባል። ምዕራፍ 10 "ፊንፊኔ"፣ "ሸገር"ና "እንጦጦ" ስለተባሉት ስያሜዎች አጀማመርና ታሪክ በተለይም "ፊንፊኔ" የሚባል ከተማ በታሪክ ስላለመኖሩ፣ "ሸገር"ና "ፊንፊኔ" የአማርኛ ቃላት ስለመሆናቸው ያስረዳል። ምዕራፍ 11 የስፔን ነገሥታት እና ዓፄ ምኒልክ በውጭ ወራራ ምክንያት የፈረሰውንና የተበታተነውን አገራቸውን መልሰው አንድ ሲያደርጉ የተከተሏቸውን የአገር ግንባታ መርሆዎች በንፅፅር ያቀርባል። መደምደሚያው የመጽሐፉን ዋና ዋና ነጥቦች ነቅሶ በማውጣት ይዘረዝራል።

ማስታወሻዎች

1 Salvadore, *African Prester John*, 66-71; Crawford, *Ethiopian Itineraries,* 20-21.
2 Suriano, *Trattato di Terra Santa*, 86; Crawford, *Ethiopian Itineraries,* 41-42/44-45; Salvadore, *African Prester John*, 136.
3 የአባይ ወንዝ ተብሎ የተገለጠው የወንጭት ወንዝ ነው። አህያ ፈጅም በሸዋና በአማራ መካከል የሚገኝ ስፍራ ነው።
4 Crawford, *Ethiopian Itineraries*, 52-53; Salvadore, *African Prester John*, 138-139.
5 Salvadore, *African Prester John*, 4-5.
6 Crawford, *Ethiopian Itineraries*, 20-21, 44-45; Salvadore, *African Prester John*, 136-137.
7 Pankhurst, "Peter Helying," 144-146; Salvadore, *African Prester John*, 137.
8 Crawford, *Ethiopian Itineraries*, 20-21; Salvadore, *African Prester John*, 20-32 and 137.
9 Crawford, *Ethiopian Itineraries*, 21-22, 167-169; Salvadore, *African Prester John*, 138.
10 Crawford, *Ethiopian Itineraries*, 163, 169; Salvadore, *African Prester John*, 138.
11 Moore and Lewis, *Origins of Globalization*, 1-4.
12 Salvadore, *African Prester John*, 40-43, 110-119, 136-138.

13 Getatchew, “From the Markets of Damot to that of Barara,” 173-180; Uṯmān, *Futūḥ al-Ḥabaša*, 185-186 .

14 Alvares, *Prester John of the Indies*, vol. 1, 313, vol. 2, 332, 357; Crawford, *Ethiopian Itineraries*, 21.

15 Breternitz and Pankhurst, “Barara,”210-217; Getatchew, “From the Markets of Damot to that of Barara,” 173.

16 Crawford, *Ethiopian Itineraries*, 9; Salvadore, *African Prester John*, 68-70, 137-141.

17 Salvadore, *African Prester John*, 137.

18 ጌታቸው፡ *ደቂቀ እስጢፋኖስ*፣ 151-152፣ 172፣ 181። Getatchew, EMML 1480, *Dersana Gabre'el,* f48a-48b; Kur, *Actes de Märha Krestos*, vols. 62 and 63, 35-37/32-34.

19 Crawford, *Ethiopian Itineraries*, 47, 65, 70-71, 78-79, and 86-87, 95, 100.

20 Falchetta, *Fra' Mauro's World Map*, 194-199; Crawford, *Ethiopian Itineraries*, 107.

21 Falchetta, *Fra' Mauro's World Map,* 100-108; Salvadore, *African Prester John*, 26-30.

22 Akalou, “Impermanency of Royal Capital in Ethiopia,”146-156; Horvath, “Wandering Capitals of Ethiopia,” 205-19; Pankhurst, *History of Ethiopian Towns,* volume 1, 41-48.

23 Breternitz and Pankhurst, “Barara,” 213-215; Crawford, *Ethiopian Itineraries*, 44, 121, 127, 133, 139, 145, 149, 157, 173.

24 Guidi, Ignazio, *Annales Iohannes I*, 246; Pankhurst, *History of Ethiopian Towns*, 139-141.

25 Taddesse, *Church and State*, 298.

26 Derat, *Le Domaine des rois éthiopiens*, 42-49.

27 Crawford, *Ethiopian Itineraries*, 132-193.

28 Crawford, Ethiopian Itineraries, Chapters 1-9, 194-204.

29 ዝኒ ከማሁ፣ 86-87.

30 Merid, “Political Geography of Ethiopia,” volume 1, 625; Uṯmān, *Futūḥ al-Ḥabaša*, 70.

31 Crawford, *Ethiopian Itineraries,* 91, 100, 133, and 161; Merid, “Political Geography of Ehiopia,” 625.

32 Crawford, *Ethiopian Itineraries,* 85-86.

33 ዝኒ ከማሁ፣ figure 4. Fra Mauro’s map, 84.

34 *ይህን ካርታ ያዘጋጀነው የሚከተሉትን ምንጮች በመጠቀም ነው።* ጌታቸው ኃይሌ፣ *የአባ ባህርይ ድርሰቶች*፣ 14። Bouanga, “Le Damot dans l’histoire de l’Éthiopie,” 43, 91, 201; Crawford, *Ethiopian Itineraries*, 20, 149, 161, 183; Derat, *Le domaine des rois éthiopiens*, 37, 46; Merid Wolde Aregay, “Political Geography of Ethiopia,” 625, 627; *idem*, ‘Southern Ethiopia,” 36.

35 ጌታቸው፡ *ደቂቀ እስጢፋኖስ፡* 151-152፣ 172፣ 181። Getatchew, “From the Markets of Damot to that of Barara,” 173-174.

36 Pankhurst, *History of Ethiopian Towns*, 41-48.

37 Breternitz and Pankhurst, “Barara,” 210-211.
38 ዝኒ ከማሁ፣ 217-228.
39 Breternitz and Pankhurst, “Barara,” 228.
40 Vigano, “Names Lost,” *idem*, “Central Shoa”; *idem*, “What of medieval Archaeology in Ethiopia?”; *idem,* “Thirty-two historic/archaeological Sites.”
41 ጌታቸው፣ *ደቂቀ እስጢፋኖስ፡-* 151-152,172፤ Getatchew, EMML 1480, *Dersana Gabre'el,* f48a-48b; Kur, *Actes de Märha Krestos*, 35-37/32-34.
42 Uṯmān, *Futūḥ al-Ḥabaša*, 162-163, 168, 172-173, 185-189, 205-207.
43 ጌታቸው፣ *የአባ ባሕርይ ድርሰቶች፣* 53-73፤ Merid, “Southern Ethiopia,”, Chapters 3-5; Mohammed , *Oromo and the Christian Kingdom*, Chapters 4 and 5.
44 Basset, *Études sur l'histoire d'Ethiopie*, 30 and 134; Perruchon, “Notes Pour l'Histoire d'Éthiopie,”360-72; Pankhurst, *History of Ethiopian Towns*, 115-138.
45 ሥርግው፣ *ዳግማዊ ምኒልክ፣* 71-73።
46 ዝኒ ከማሁ፣ 81።
47 ዝኒ ከማሁ፣ 126፣ 248።
48 ዝኒ ከማሁ፣ 246-248፤ Haile Gabriel, “Establishment of Churches,” 60-61; Johnson, “Evolution of the Morphology of Addis Ababa,” 161 footnote no.109; Roger, “L'église monolithe de Yekka-Mikaël,” 15-36.
49 ኅብረ ሥላሴ፣ *ታሪክ ዘመን ዘዳግማዊ ምኒልክ፣* 138፤ ሥርግው፣ *ዳግማዊ ምኒልክ፣* 246-248፤ Anfray, “Autour du Vieil Entotto,” 8; Foucher, “Birbirsa,”33-41; Lefebvre, *Voyage en Abyssinie*, volume 2, 239-240.
50 ኅብረ ሥላሴ፣ *ታሪክ ዘመን ዘዳግማዊ ምኒልክ፣* 97፤ ሥርግው፣ *ዳግማዊ ምኒልክ፣* 245-246።
51 ኅብረ ሥላሴ፣ *ታሪክ ዘመን ዘዳግማዊ ምኒልክ፣* 97.
52 ዝኒ ከማሁ፣ 100-101፤ Briggs, *Ethiopia,* 49–50; Vigano, “Missing Tower at the Entoto Royal Citadel,” 8-25; *idem*, “Names Lost,” 5-14.
53 ኅብረ ሥላሴ፣ *ታሪክ ዘመን ዘዳግማዊ ምኒልክ*, 138፤ ሥርግው፣ *ዳግማዊ ምኒልክ፣* 245፤ Foucher, “Birbirsa,” 33-41.
54 ሥርግው፣ *ዳግማዊ ምኒልክ፣* 245።
55 Fasil, *Constitution*, 237፤ “የኦሮሚያ ክልል በፊንፊኔ፣” 1-13።
56 ኅብረ ሥላሴ፣ *ታሪክ ዘመን ዘዳግማዊ ምኒልክ*, 138፤ Lefebvre, *Voyage en Abyssinie*, volume 2, 239-240.
57 Conti Rossini, “La caduta della dinastia Zague,” 296.
58 ጌታቸው፣ *የአባ ባህርይ ድርሰቶች፣* 100-101።
59 Getatchew, “From the Markets of Damot to that of Barara,” 176.
60 ኪዳነ ወልድ፣ *መጽሐፈ ሰዋሰው፣* 341
61 ደስታ፣ *ሀዲስ የአማርኛ መዝገበ ቃላት፣* 456።
62 ከሣቴ ብርሃን፣ *የአማርኛ መዝገበ ቃላት፣* 928።
63 Breternitz and Pankhurst, “Barara,” 209-249.
64 Ludolf, *Historia Aethiopica*, Chapter 3, sentence 10; idem, A New History of Ethiopia, 14.
65 Flemming, "Hiob Ludolf,", vol. 1, 570–582; *idem*, “Hiob Ludolf,” vol.2, 63–110.

---

66 Ludolf, *Historia Aethiopica*, Chapter 3, sentence 10.
67 Ludolf, *A New History of Ethiopia*, 13.
68 ዝኒ ከማሁ፣ 13-14.
69 Macomber, EMML 4, *Gadla Abaw WaAhawa*, f112b.
70 ጌታቸው፣ *ደቂቀ እስጢፋኖስ*፣ 181።
71 Kur, *Actes de Märha Krestos*, Geez text 36, trans.33.
72 Kur, *Actes de Märha Krestos*, vi; Bouanga, “Le Damot,” 69.
73 Bouanga, “Damot,” 69; Getatchew, “Letter of the Archibishops Mika’el and Gabre’el,” 73–75.
74 ተሰማ፣ *የዐማርኛ መዝገበ ቃላት*፣ 475.
75 ይህን የበራራን የቃል ፍች በሚገባ ያብራራልኝ በዛ ተስፋው ነው። በዛ ያደረገልኝን የማይተካ ትብብር በደስታ ለመግለጽ እወድዳለሁ።
76 Silva, *Biblical Words*, 40.
77 Bomhard and Kerns, *The Nostratic Macrofamily*, 196.

ምዕራፍ አንድ የበራራ መልክአ ምድራዊ አቀማመጥ

የበራራ ከተማ ከኢትዮጵያ አልፎ በአውሮፓ ቢያንስ ከ15ኛው ምእት ዓመት አጋማሽ ጀምሮ እውቅና እያገኘች መጥታ ነበር። በሚቀጥሉት ተከታታይ ምዕራፎች እንደምናየው በራራ የባህል፣ የአስተዳደር እና የፖለቲካ ማዕከል፤ ከሁሉም በላይ ደግሞ የንግድ ከተማ ነበረች። በዚህም ምክንያት በ15ኛው ምእት ዓመት እና ከዚያም በኋላ ከተለያዩ የአውሮፓ፣ የመካከለኛው ምሥራቅ እና የእስያ አገሮች የመጡ ነጋዴዎች ከሚኖሩባቸው የኢትዮጵያ ከተሞች በራራ በዋናነት ተጠቃሽ ናት።[1] የኢትዮጵያ መዲና እንደመሆኗ ኢትዮጵያውያን በተለያዩ ምክንያቶች በራራን ይጎበኙ ነበር። በወሳኝ የሃይማኖት ጉባዔዎች ለመሳተፍ ከተለያዩ አድባራት እና ገዳማት የተውጣጡ ሊቃውንት በራራ ታድመዋል። በራራ መካነ ጳጳስ ስለነበረች ክርስቲያን ኢትዮጵያውያን ከጳጳሳት ቡራኬ እና ሥልጣነ ክህነት ለማግኘት ወደበራራ ተጉዘዋል።[2] በተጨማሪም በምናኔ ወደኢየሩሳሌም ለሚሄዱ ብዙዎች ኢትዮጵያውያን የጉዞ መነሻቸው በራራ ነበረች። ከግብጽ አገር ጳጳስ ለማስመጣት እንዲሁም ለተለያየ ጉዳይ የመንግሥት ተልዕኮ ተሰጥቷቸው ወደአውሮፓ የሚሄዱ አምባሳደሮች እና ልዑካን የጉዞ መነሻቸው በራራ ነበረች።[3] በዚህ ሁሉ ምክንያት ከሁሉም የኢትዮጵያ ከተሞች ይልቅ በራራ እና በበራራ አካባቢ የነበሩ ከተሞች፣ ወንዞች፣ ተራሮች፣ ገዳማት እና አውራጃዎች በኢትዮጵያውያንም ሆነ በውጭ አገር ሰዎች በተሻለ ይታወቁ ነበር (ካርታ 5-6 ይመለከቷል)።

1.1 ስለበራራ አቀማመጥ መረጃዎች

የበራራን መገኛ ስፍራ ለይቶ ለማመልከት በማገናዘቢያነት የሚረዱ አራት ወሳኝ የታሪክ ምንጮች አሉ። አንደኛውና ዋነኛው የቬኒሳዊው መነኩሴ የፍራ ማውሮ የዓለም ካርታ ነው። ፍራ ማውሮ መልክአ ምድራዊ መረጃዎችን በመሰብሰብና ካርታ በመሣል ይታወቃል። በተለይ ታዋቂ የሆነበት ሥራው በ1450 ዓ.ም. የሣለው የዓለም ካርታ ነው። የዚህ ካርታ ዝግጅት ረጅም ጊዜ የፈጀ ሲሆን በያዘው የመረጃ ብዛትና በትክክለኛነቱ በዘመኑ ተወዳዳሪ አልነበረውም። ኢትዮጵያንና ምሥራቅ አፍሪካን ለሚመለከተው የካርታው ክፍል ያገለገሉትን ዝርዝር መረጃዎችና ረቂቁን ሥለው የሰጡት የኢትዮጵያ መነኮሳትና አምባሳደሮች ናቸው።[4] ይህ ካርታ የበራራን ትክክለኛ መገኛ ለማወቅ ያስቻለ ወሳኝ መረጃ ነው። በዚህ ካርታ በራራና በዙሪያዋ የነበሩ ከተሞች፣ ወንዞችና ገዳማት

በትክክለኛ ቦታቸው ላይ ተቀምጠው እናገኛቸዋለን። በካርታው መሠረት የበራራ ትክክለኛ መገኛ የአሁኑ ሰሜን ምዕራብ አዲስ አበባ ሲሆን፣ የከተማው መሀል የዛሬው ኮልፌ ቀራኒዮ መድኃኔ ዓለም አካባቢ ነበር (ካርታ 6 እና 7ን ይመለከቷል)።

ሁለተኛው አቢይ የታሪክ ምንጭ የቬኒሳዊው እስከንድር ዞርዚ የመልክአ ምድራዊና የጉዞ መስመሮች ጥናት ነው። ዞርዚ ስለበራራ ጥናት የጀመረው በ1470 ዓ.ም. ሲሆን እስከ 1538 ዓ.ም. ድረስ ስለከተማችንና ስለሌሎችም ጉዳዮች የሰበሰበውን መረጃ በመጽሐፍ መልክ ሲያዘጋጅ እንደነበረ ይታወቃል። እንደፍራ ማውሮ ሁሉ ዞርዚም መረጃውን የሰበሰበው በራራን ጎብኝተው ከተመለሱ አውሮፓውያን እና በራራን መነሻ አድርገው በምናኔ ወደኢየሩሳሌም፣ ከዚያም ወደተለያዩ የአውሮፓ ከተሞች ከሄዱ ኢትዮጵያውያን ቃለመጠይቅ በማድረግ ነው።[5]

ሦስተኛው ምንጭ የግራኝ አሕመድ የዘመቻ ጸሐፊ አረብ ፈቂህ የጻፈው መጽሐፍ ነው። አረብ ፈቂህ ስለበራራ ብዙ ያትታል፤ ደጋግሞ ደጋግሞ በስም ጠቅሷታል። ከተማዋና በዙሪያው የነበሩት አድባራትና ቤተ መንግሥቶች ተዘርፈው ሲቃጠሉ በዐይኑ አይቷል። ሙስሊም በራራውያንም ከግራኝ አሕመድ ጋር ስለነበራቸው ግንኙነት በዐይኑ ያየውን ጽፏል።[6] የአረብ ፈቂህ መጽሐፍ የያዘው መልክአ ምድራዊ መረጃ ታማኝ ነው። አንዳንድ ቦታ ላይ የሚያደናግር ነገር ቢጽፍም በጠቅላላው ስለኢትዮጵያ መልክአ ምድራዊ አቀማመጥ ጠቃሚ መረጃዎችን አስፍሯል። አብዛኛዎቹን ቦታዎች፣ ከተሞች፣ ቤተክርስቲያኖች፣ የነገሥታቱን እና የመኳንቱን ስምና ታሪክ እና የመሳሰሉትን ጉዳዮች ምንም ሳያምታታ ጽፏል። የመናዊ ይሁን እንጂ አረብ ፈቂህ ኢትዮጵያን በደንብ የሚያውቅ ስለመሆኑ መጽሐፉ ይመሰክራል።[7]

አራተኛው የከርሰ ምድርና የገጸ ምድር ማስረጃ ነው። የአዲስ አበባ ከተማ አቀማመጥ ከሌሎች የሸዋ ከተሞችና ከቅድመ አክሱም ዘመን ጀምሮ ነገሥታቱ ከከተሙባቸው ስፍራዎች የመልክአ ምድራዊ ባሕሪ ጋር አንድ ነው። አዲስ አበባ እና አካባቢውም ለመዲናነት የሚያስፈልጉ መልክአ ምድራዊ መስፈርቶችን ያሟላሉ። በመካከለኛው ዘመን ነገሥታቱ በዚህ አካባቢ የከተሙበት ምክንያትም ይህ ነው።[8] በመጨረሻም በአዲስ አበባና በዙሪያው በከርሰ ምድር ተደብቀው በቁፋሮ የተገኙና በመሬት ላይም በዐይን የሚታዩ የኪነ ሕንጻ ቅርሶች ስለበራራ መገኛ ተጨማሪ የታሪክ ምንጮች ናቸው። ከነዚህም ውስጥ በዳግማዊ ምኒልክ ዘመን በአሁኑ አራዳ ጊዮርጊስ ቤተ ክርስቲያን ዐፀድ ውስጥ መሬት ውስጥ ተቀብሮ በፈረንሳይ ሚሲዮኖች አማካይነት በቁፋሮ የተገኘው ባለ ሦስት መቅደስ ቤተ ክርስቲያንና ሰሜን አዲስ አበባ የሚገኘው ዙሪያውን በመከላከያ ቁፍር እና በድንጋይ እድሞ የተከበበ የቤተ መንግሥት ፍርስራሽ ተጠቃሽ ናቸው (ምስል 3-8ን የመለከቷል)።[9]

የበራራ መገኛ የአሁኑ ሰሜን ምዕራብ አዲስ አበባ፣ የከተማውም መሀል ሊሆን የሚችለው ቀራኒዮ መድኃኔ ዓለም ነው ወደሚለው ድምዳሜ የደረስንበት ዝርዝር መረጃ በኋላ በሰፊው ስለሚቀርብ ሶስቱን ዋና ዋና ምክንያቶች ብቻ እዚህ እንጠቅሳለን። አንደኛው ምክንያት የአሁኑ ሰሜን ምዕራብ አዲስ አበባ ለአምባ ነገሥት ተራራ የሚቀርብ መሆኑ ነው። በፍራ ማውሮ ካርታ ላይ የአምባ ነገሥት ተራራ ከበራራ በስተምዕራብ በቅርብ ይገኛል (ካርታ 5–7 ይመለከቷል)። የአምባ ነገሥት ተራራ የአሁኑ መናገሻ ተራራ እንደሆነ በምሁራን ዘንድ ስምምነት አለ።[10] ምሁራን እዚህ መደምደሚያ የደረሱት በካርታው ላይ የተሣለውን የተራራውን ቅርጽ ከሌሎች መልክአ ምድራዊ እና የጽሑፍ ማገናዘቢያዎች ጋር በመመርመር ነው።

ሁለተኛው ምክንያት የአሁኑ ሰሜን ምዕራብ አዲስ አበባ ለዶኮ ወንዝ የሚቀርብ መሆኑ ነው። በፍራ ማውሮ ካርታ ከሰሜን በራራ ተነስቶ በከተማው አጠገብ አልፎ ወደ ደቡብ አቅጣጫ በመፍሰስ ከአዋሽ ዋንዝ የሚቀላቀል ወንዝ አለ (ካርታ 2-3፣ 6-9ን ይመለከቷል)። የዚህ ወንዝ የፍሰሰት አቅጣጫ ደግሞ ከሰሜን አዲስ አበባ ከጎጃም በር አካባቢ ፈልቆ አዋሽ ወንዝን ከሚቀላቀለው ከትንሹ አቃቂ ጋር አንድ ነው። በፍራ ማውሮ ካርታ መሠረት በራራ የምትገኘው በአምባ ነገሥት (ያሁኑ መናገሻ) እና በዶኮ (ትንሹ አቃቂ) መካከል ነው። ሰሜን ምዕራብ አዲስ አበባን ለበራራ መገኛነት ከፍራ ማውሮ ካርታና መግለጫዎች ጋር ተስማሚ ያደረገው ሌላው ምክንያት ይህ ነው።

ሦስተኛው ምክንያት የበራራ መገኛ በወረብ ወረዳ መሆኑ ነው። እስክንድር ዞርዚ ቃለመጠይቅ ያደረገላቸው መነኮሳት እና አረብ ፈቂህ በራራ በወረብ ወረዳ እንደምትገኝ ይመሰክራሉ።[11] በፍራ ማውሮ ካርታ ላይ ወረብ አልተካተተም። ወረብ ባይካተትም በራራ በሸዋ አውራጃ ስር እንደነበረችና ከተማዋ የምትገኝበት የሸዋ ክፍልም ከፈጠጋር አውራጃ ጋር ኩታ ገጠም እንደሆነ ካርታው ያሳያል። የፈጠጋር አውራጃ ዝቋላን፣ የረርን እና ዱከምን የሚያጠቃልል ሲሆን በምዕራብ በኩል የሚያዋስነው የሸዋ ወረዳ ደግሞ ወረብ ነው (ካርታ 1ን ይመለከቷል)። በዚህ መረጃ መሠረት የበራራ መገኛ ሊሆን የሚችለው በዱከም ወንዝ በስተምዕራብ ያለው የፈጠጋር አውራጃ አዋሳኝ ነው። ይህ ደግሞ የአሁኑን አዲስ አበባን ይጨምራል። ቀራኒዮ መድኃኔ ዓለም ለበራራ መሀል ስፍራ ተስማሚ ነው ያልንበት ምክንያት የፍራ ማውሮ ካርታ በሳተላይት ምስል ("satellite imaging") ሲገናዘብ የከተማው እምብርት የሚያርፈው እዚያው ላይ ስለሆነ ነው (ካርታ 5-7ን ይመለከቷል)። የዛሬው ቀራንዮ መድኃኔ ዓለም ቤተ ክርስቲያን በተሰራበት ስፍራ ላይ የጥንት ቤተ ክርስቲያን የነበረበት መሆኑ ተጨማሪ ማስረጃ ነው።[12]

ይህ ምዕራፍ የበራራን መልክአ ምድራዊ አቀማመጥ ስለሚያሳየው ስለፍራ ማውሮ የዓለም ካርታ እንዲሁም ስለካርታው የመረጃ ምንጮች የተገኙ ጽሑፎችን ይገመግማል። በተጨማሪም በተለያዩ ዘመናት መነሻቸው ወይም መድረሻቸው በራራ የነበሩ ተጓዦች ስለከተማው መልክአ ምድራዊ አቀማመጥ ለእስክንድር ዞርዚ የሰጡትን የዐይን ምስክርነቶች ይዳስሳል። የታሪክ ምንጮቹ በቅደም ተከተል፦ መጀመሪያ የፍራ ማውሮን ካርታ፣ በመቀጠልም ዞርዚ የሰበሰባቸውን የመልክአ ምድራዊና የጉዞ መስመር መረጃዎችን እናያለን። የአረብ ፈቂህን ምስክርነትና በዘመኑ የተጻፉ የጽሑፎፍ ምስክሮችን ደግሞ አስፈላጊ በሆኑ የምዕራፉ ክፍሎች በጣልቃ እናያለን። በመጨረሻ የቀዳሚ መናገሻ ከተሞችን መልክአ ምድራዊ ንፅፅርና የጥንት የአብያተ ክርስቲያንና አብያተ መንግሥት ቅሪቶችን በምንጭነት እናቀርባለን።

1.1.1 የፍራ ማውሮ የዓለም ካርታና የመረጃ ምንጮች

የፍራ ማውሮ ካርታ የበራራን መገኛ ስፍራ ለማገናዘብ ወሳኝ መረጃ ስለሆነ እና ደጋግመን ስለምናነሳው ስለካርታ ባለሙያው፣ ስለአዘገጃጀቱ እና ስለመረጃ ምንጮቹ ዝርዝር ማብራሪያ መስጠት ተገቢ ነው። ካርታውን በመሪነት የሳለው ፍራ ማውሮ በቀዳሚ የሕይወት ዘመኑ ነጋዴ ቢሆንም፣ ኋላ ግን ቬኒስ አቅራቢያ በሙራኖ ደሴት በሚገኘው የቅዱስ ሚካኤል ገዳም በምንኩስና የሚኖር ሰው ነበር። ማውሮ የሚታወቅበት ዋነኛ ሥራ "የፍራ ማውሮ የዓለም ካርታ" (*"Fra Mauro's Mappamundi"*) ተብሎ የተሰየመው የዓለም ካርታ ነው። ማውሮ ካርታውን ያዘጋጀው በቬኒስ መሪዎች ትእዛዝ

ሲሆን በዝግጅቱም ከእርሱ በተጨማሪ ብዙ ባለሙያዎች ተሳትፈውበታል። ካርታው 2.4 ሜትር በ2.4 ሜትር ስፋት ባለው ብራና ላይ የተሣለ ሲሆን በጣም ውድ እና ለማዘጋጀት ረጅም ጊዜ የፈጀ ነው። ሥራውን አጠናቅቆ ለቬኒስ ባለስጣናት ያስረከበው በ1450 ዓ.ም. ገደማ ነው። ካርታው ለረጅም ጊዜ በቅዱስ ሚካኤል ገዳም ቤተ መጻሕፍት ተቀምጦ ይኖር ነበር።[13]

በ1806 ዓ.ም. ቬኒስ በናፖሊዮን በተመራው የፈረንሳይ ጦር ቁጥጥር ሥር ስትውል የፈረንሳይ ባለሥልጣኖች 43 ገዳማትን እና የእምነት ቦታዎችን እንዲዝዘጉ አዘዙ፤ መነኮሳቱም ተባረሩ። በገዳማቱ ውስጥ የነበረውን ንብረት ግማሹን መንግሥት ወረሰው፤ ግማሹ ተሸጠ። ከውርስ እና ከሽያጭ የተረፈው ከነሕንጻው እንዲወድም ተደረገ። በተመሳሳይ በ1810 ዓ.ም. በቅዱስ ሚካኤል ቤተ መጻሕፍት ውስጥ ከነበሩት 40 ሺህ በላይ መጻሕፍት ገሚሶቹን ሸጧቸው ገሚሶቹን ለሌሎች ተቋማት በስጦታ አበረከቷቸው። ለዐይን የሚማርኩ የተለያዩ ምስሎች የተቀረጹባቸው ከእንጨት የተሠሩ የቅዱስ ሚካኤል ቤተ መጻሕፍት መደርደሪያዎች ለማገዶነት በኪሎ ተሸጡ።[14]

ነገር ግን መነኮሳቱ ብዙዎቹን መጻሕፍት እና የታሪክ ቅርሶች በድብቅ ወደሮማ መውሰድ ችለው ነበር። የፍራ ማውሮን የዓለም ካርታ ከ276 የታተሙና ያልታተሙ መጻሕፍት ጋር የማርሲያ መጻሕፍት ቤት ሠራተኛ የነበረው ጃኮፖ ሞሬሊ በሐምሌ ወር 1811 ዓ.ም. ተረከባቸው። ከዚህ ጊዜ ጀምሮ የፍራ ማውሮ የዓለም ካርታ በዋጋ ከማይተመኑ የማርሲያ መጻሕፍት ጋር የቤተ መጻሕፍቱ ንብረት ለመሆን በቃ።[15] በ15ኛው ምእት ዓመት የነበረው የፖርቱጋሉ ንጉሥ አልፎንሶ 5ኛ (1438-1481) ስለካርታው በሰማ ጊዜ አንድ ቅጂ እንዲሠራለት አዝዞ ነበር። ፍራ ማውሮም በ1459 ዓ.ም. አዘጋጅቶ በቬኒሱ አምባሳደር እስጢፋኖስ ተቪሳን በኩል ለአልፎንሶ የካርታውን ቅጂ ልኮለታል። በዚያው ዓመት ፍራ ማውሮ ሞተ።[16] ነገር ግን ፖርቱጋል የነበረው የፍራ ማውሮ ካርታ በኋላ ዘመን ሳይጠፋ አልቀረም። እስከአሁን ድረስ ንጉሥ አልፎንሶ ያስሠራው ካርታ ያለበት አይታወቅም። ቬኒስ እና ፖርቱጋል በባሕር ላይ ንግድ እና ዓለምን በማሰስ ቀዳሚ ነበሩ። የፍራ ማውሮ ካርታም ያስፈለጋቸው ዓለምን ለማሰስ እና ንግድን ለማስፋፋት የሚያደርጉትን ጥረት ለማገዝ ነው።

የፍራ ማውሮ ካርታ በብዙ ምሁራን ዘንድ አድናቆት ተችሮታል። በመካከለኛው ዘመን በአውሮፓና በኢትዮጵያ የባሕል፣ የሃይማኖት እና የዲፕሎማሲ ግንኙት ታሪክ ጥልቅ ምርምር ያደረገው ማቴዎስ ሳልቫዶር ካርታውን "የመካከለኛው ዘመን የካርታ ሥራ እንደመደምደሚያ ተደርጎ የሚቆጠር እጅግ አስደናቂ ዝርዝር እና የሚያምር ውበት ያለው የዓለም ንድፍ ("an excruciatingly detailed and aesthetically impressive planisphere that has been regarded as the culmination of medieval cartography")[17] ሲል ይገልጸዋል። በተመሳሳይ ስለፍራ ማውሮ የዓለም ካርታ ጥናት ያደረገው የተሪክ ተመራማሪ ማሪኖ ዞርዚ ደግሞ "በዐይነቱ ልዩ የሆነ ድንቅ ሥራ" ("an extraordinary masterpiece") ሲል አወድሶታል።[18] ኢትዮጵያን የሚመለከተውን የካርታውን ክፍል እንደገና በመሣል ከታች አቅርበነዋል (ካርታ 2፣ 5-6 ይመለከቷል)።

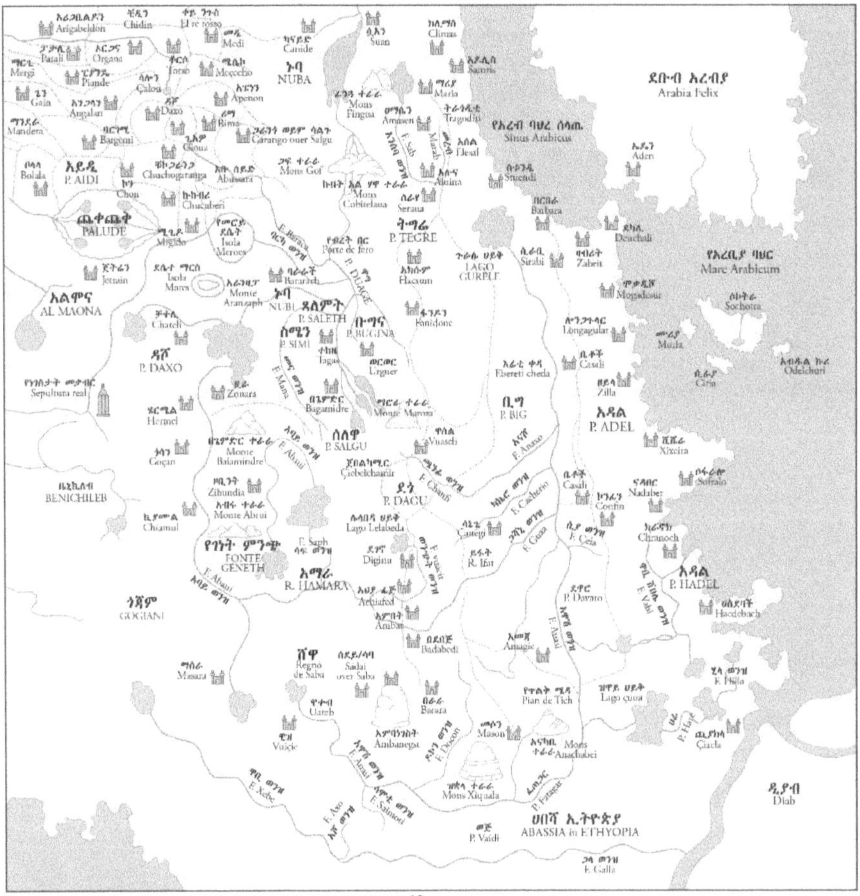

ካርታ 2፡- የፍራ ማውሮ ካርታ (1450) እንደገና የተሣለ[19]

ይህ ካርታ በብዙ አንፃር ፈር ቀዳጅ ነው። በዘመኑ ከነበሩት ተመሳሳይ ካርታዎች በሦስት ምክንያት ይለያል። አንደኛው ምክንያት ካርታው መሬት ላይ ባለው እውነታ ተመሥርቶ የተሣለ እና ከሃይማኖታዊ አስተሳሰብ ይልቅ ለነባራዊ መረጃ ቅድሚያ የሚሰጥ በመሆኑ ነው። ጥንት የተሠሩት የዓለም ካርታዎችም ሆኑ ፍራ በሚኖርበት ዘመን የተሣሉት ሁሉም ሃይማኖታዊ አስተሳሰብን የተከተሉ እና በቂ መረጃ የሌላቸው ናቸው። ፍራ ማውሮ ግን ካርታውን የሳለው ብዙ መረጃ ከሰበሰበና ጥናት ካደረገ በኋላ በጥንቃቄ ነው። በዚህም ምክንያት ከዘመኑ አስተሳሰብ አኳያ ቀድመው የተራመዱ አዳዲስ ነገሮችን አፍልቋል፣ አሳውቋል። ለምሳሌ ፍራ ማውሮ በመካከለኛው አውሮፓ በአፍሪካ ዙሪያ በመርከብ መጓዝ እንደሚቻል ለመጀመሪያ ጊዜ ያወቀና ያሳወቀ አውሮፓዊ ነው። የአባይን ወንዝ ትክክለኛ የፍስሰት አቅጣጫ ለቀሪው ዓለም በማሳወቅም ቀዳሚው ሰው ነው። የተከዜን እና የአባይን ወንዞች እካርታው ላይ አስፍሯቸዋል (ካርታ 2ን ይመለከቷል)። ስለአባይ ወንዝ የሚከተለውን መግለጫ ጽፏል፡-

> I have noted above that the Nile arises between two provinces –that is, Marora or Meroa and Saglu. But the Punic Books say that it arises in Mauritania, which I do not think can be entirely true—that the Nile has its origin here –because of the information I have had here. But I say that this is a branch of the Nile….[20]
>
> <u>ትርጉም</u>
> እላይ እንደጠቀስኩት አባይ በሁለት ግዛቶች ማለትም በማሮራ ወይንም በሜሯ እና በሰለዋ መካከል ይነሳል። ነገር ግን [ጥንት የተጻፉት] የፑኒክ መጻሕፍት ከሞሪታኒያ ይነሳል ይላሉ፣ ይህ ሙሉ በሙሉ እውነት ነው ብዬ ባላስብም — ባለኝ መረጃ መሠረት የአባይ መነሻ እዚህ ነው። እኔ ግን ይህ የአባይ አንዱ ገባር ወንዝ ነው እላለሁ።

የጥንቶቹም ሆኑ የመካከለኛው ዘመን ጸሐፊዎች የአባይ ወንዝ ከምዕራብ አፍሪካዊቱ አገር ከሞሪታኒያ እንደሚመነጭ ያምኑ ነበር። ምንም እንኳ (ምናልባት ለትሕትና) የጥንቶቹ ጸሐፊዎች ስለአባይ ወንዝ የጻፉትን በቀጥታ ስህተት ነው ባይልም፣ የአባይ ወንዝ ከኢትዮጵያ እንደሚመነጭ በግልጽ በማሳየት የኖረውን ስህተት አርሟል። በመጨረሻም ፍራ ማውሮ አፍሪካ ውስጥ ሰው የሚመስሉ አስፈሪ ፍጡሮች አሉ ተብሎ በጥንት ጸሐፊዎች የተጻፈው ሃቲት መሠረተ ቢስ መሆኑን ገልጧል።[21]

ሁለተኛው ካርታውን ልዩ የሚያደርገው ምክንያት የያዘው መረጃ ብዛትና ጥልቀት ነው። ካርታው በዘመኑ የሚታወቀውን ዓለም በሙሉ የሚያሳይ ከመሆኑም በላይ አታካች መረጃዎችን እና ገለፃዎችን ይዟል። ስለካርታው አሳሳልና የመረጃ ምንጭ ጥልቅ ጥናት ያደረገው እና የካርታውን መግለጫ ከጣሊያንኛ ወደእንግሊዘኛ ተርጉሞ ያሳተመው የታሪክ ምሁር ጴጥሮስ ፋልኬታ በትክክል እንደገለጸው ከሁሉም በላይ ካርታውን ልዩ የሚያደርገው ከሰሃራ በታች ስላለው የአፍሪካ ክፍል የያዘው በዘመኑ ተወዳዳሪ ያልነበረው የመረጃ ብዛት ነው።[22] በተለይ የካርታው የአፍሪካ ክፍል በይዘቱም በአሣሣሉም ለዘመኑ አዲስ ነበር። ፍራ ማውሮ የአፍሪካን ካርታ በብዙ አሻሽሎታል። ለምሳሌ የፍራ ማውሮ የአፍሪካ ካርታ የታዋቂውን የጥንት ግሪክ የሥነ -መልክአ ምድር ሊቅ የፕቶሎሚንም ሆነ የአረቦችን አሥሣሣል ሙሉ በሙሉ አይከተልም።[23] ስለአፍሪካ ከሚገልጻቸው ስፍራዎች በተለይ ዝርዝር መረጃዎችን ያቀረበው ስለአፍሪካ ቀንድ ነው። ይህን ልዩነት አትኩሮ ለመመልከት ይረዳ ዘንድ ስለእያንዳንዱ የአፍሪካ አገር በካርታው ላይ የተጻፉ መግለጫዎች እና የቦታ ስሞች ብዛት እንደሚከተለው ቀርቧል።[24]

አገር	የቦታ ስሞች እና መግለጫዎች	አገር	የቦታ ስሞች እና መግለጫዎች	አገር	የቦታ ስሞች እና መግለጫዎች
አፍሪካ ቀሪው	8	ደቡባዊ አፍሪካ	9	ሞሪታኒያ	3
ግብጽ	121	ቱኒሲያ	19	ሲኔጋል	8
ጅቡቲ	4	አልጀሪያ	17	ሱዳን	24
ማሊ	5	ኤርትራ	8	ምዕ. ሰሀራ	1
ሞዛምቢክ	2	ኬኒያ	1	ቻድ	13
ኢትዮጵያ	91	ሊቢያ	53	ሞሮኮ	51
ሶማሊያ	13	ታንዛኒያ	1	ምዕ. አፍሪካ	103

በአጠቃላይ ካርታው 3000 የቦታና መሰል መግለጫዎች ይዟል። ስለአፍሪካ ከሚያስረዱት 585 መግለጫዎች ውስጥ 261 የሚሆኑት የዛሬዎቹን የሰሜን ምሥራቅ አፍሪካ እና የአፍሪካ ቀንድ አገሮችን ማለትም ኢትዮጵያን፣ ሱዳንን፣ ሶማሊያን፣ ኤርትራን፣ ጂቡቲን እና ግብጽን በቀጥታ ይመለከታሉ። ይህ ማለት ከግማሽ በላይ ካርታው ላይ የሰፈሩት አገሮች ከአጠቃላይ የአፍሪካ አሕጉር አንድ ስድስተኛውን የሚሸፍኑ ብቻ ናቸው። ከ585 መግለጫዎች ውስጥ 236 ሱዳንን፣ ግብጽን እና ኢትዮጵያን ብቻ የሚመለከቱ ሆነው እናገኛቸዋለን፤ ሦስቱ አገሮች በአንድ ላይ የአፍሪካን አንድ ሰባተኛ ክፍል ይሸፍናሉ።[25]

አብዛኛው ካርታው ያሰፈረው የአፍሪካ ክፍል ከሞሮኮ ጀምሮ እስከ ካይሮ ያሉትን ጠረፋማ ቦታዎች በተለይም የአባይ ሸለቆ እና ኢትዮጵያን ነው። የቀረው የአፍሪካ አካል የካርታውን እጅግ ውስን ክፍል ይይዛል። በፍራ ማውሮ ካርታ ላይ የሰፈረው አብዛኛው የቦታ ስም እና መግለጫ የአፍሪካ ቀንድ አካባቢ ነው። የቦታ ስሞች እና ገለፃዎች ብዛት እና ካርታው የወከለው ምድር ስፋት ፍራ ማውሮ ከተለያዩ ምንጮች ያገኛቸውን መረጃዎች ብዛት ያንጸባርቃሉ።[26] ከቦታ ስሞች በተጨማሪ ብዙ የውኃ አካላት ገለፃ ተካትቷል። ከጥቂቶች በስተቀር ካርታው ላይ የተካተቱት 53 ገደማ የአፍሪካ ወንዞች መግለጫዎች አብዛኛዎቹ ስለአባይ ወንዝ እና ስለሌሎችም የኢትዮጵያ ወንዞች ናቸው (ካርታ 2ይመለከቷል)።[27]

1.1.2 የመረጃ ምንጭ

ፍራ ማውሮ ካርታውን ለማዘጋጀት መረጃዎቹን ያገኘው ከሁለት ምንጮች ነው። የመጀመሪያዎቹ የመረጃ ምንጮች በእርሱ ዘመን እና ከእርሱ ዘመን በፊት የተጻፉ ሰነዶች እና ካርታዎች ናቸው። ሙሉ በሙሉ ስለአፍሪካ የያዙትን መረጃና የካርታ አሣሣል ዘዴውን ባይቀበለውም ካርታውን ያዘጋጀው የፕቶሎሚን እና የአረቦችን የቆዩ የካርታ ሞዴሎች "ፖርቶላን" ከሚባለው ዘመናዊ ካርታ አሠራር ጋር በማቀናጀት ነው። በተጨማሪም ፍራ ማውሮ በቻይናውያን የካርታ ሥራ ዕደ ጥበብ ተጠቅሟል። ፍራ ማውሮ ፕቶሎሚን በተደጋጋሚ በመረጃ ምንጭነት ይጠቅሰዋል። ነገር ግን ፕቶሎሚ የጻፈውን ሁሉንም ነገር በጭፍን አይቀበልም። ከፕቶሎሚ ጋር የሚጣረስ የቅርብ ዘመን መረጃ ካገኘ የጥንቱን ትቶ የቅርቡን ዘመን መረጃ ያስቀድማል። በእርሱ ዘመን ከነበሩት ውስጥ ኒቆላዎስ ዲ ኮንቲ ከተባለው ቬኒሳዊ ተጓዥ ብዙ መልክአ ምድራዊ መረጃዎችን ወስዷል። በካርታው ላይ ባልተገለጡ የጽሑፍ ምንጮችም እንደተጠቀመ ይታወቃል።[28]

ሁለተኛዎቹ የመረጃ ምንጮች የዘመኑ የዐይን እማኞች ናቸው። ከነዚህም ውስጥ ተጓዦች፣ አገር ጎብኚዎች፣ መርከበኞች፣ ነጋዴዎች እና ወንጌላውያን ይገኙበታል። በፍራ ማውሮ ዘመን ረጅም ርቀት የተጓዙ ከተለያዩ አገሮች የመጡ ነጋዴዎችን፣ ተጓዦችን እና የሃይማኖት ሰዎችን ለማግኘት ከቬኒስ የተሻለ ከተማ አልነበረም። ቬኒስ ከአውሮፓ ወደእስያ እና ወደመካከለኛው ምሥራቅ ከእስያ እና ከመካከለኛው ምሥራቅ ወደአውሮፓ ለሚሄዱት የመሸጋገሪያ ድልድይ ስለነበረች ብዙ ጎብኚዎችን እና ተጓዦችን ታስተናግድ ነበር። ቬኒስ ዝነኛ፣ ሀብታም እና በጣም ጠንካራ የባሕር ኃይል የነበራት ከተማ ናት። ታዋቂ የጣሊያን የነጋዴ ከተሞች ከሚባሉትም ዋናዋ ነበረች። ማውሮም ከመመንኮሱ በፊት አንዱ የቬኒስ ነጋዴ ነበር። የቬኒስ ነጋዴዎች በራራ፣ ካይሮ፣ አሌፖ፣ ቁስጥንጥንያ፣ ፋርስ፣ ኖርዌይ እና ሩሲያ ድረስ ይነግዳሉ። የቬኒስ ከተማን ከሶሪያ፣

ከሰሜን አፍሪካ እና ከኢትዮጵያ የሄዱ ሰዎች ይጎበኟት ነበር። ጎብኚዎች አዳዲስ መረጃ ያመጣሉ። የቬኒስ ነጋዴዎችም ስለሌላው ዓለም እንዲሁ መረጃ ይሰበስቡ ነበር።[29]

ስለሆነም ቬኒሳውያን በዓለም ደረጃ ስለሚደረገው የፖለቲካ፣ የሃይማኖት እና የንግድ እንቅስቃሴ እንዲሁም ስለተለያዩ አገሮች መልክአ ምድራዊ አቀማመጥ ለማወቅ ከማንኛውም የአውሮፓ ሰዎች የተሻለ ዕድል ነበራቸው። ፍራ ማውሮ በውል ስለማይታወቁ አገሮች መልክአ ምድራዊ አቀማመጥ መረጃ ለመሰብሰብ የቬኒስ ከተማ የፈጠረችለትን ምቹ ሁኔታ በጣም ተጠቅሞበታል። ፍራ ማውሮ አውሮፓውያን ስለአፍሪካ መልክአ ምድር ያላቸውን እውቀት እና የዓለምን ታሪክ የቀየረ ሀሳብ ለማመንጨት ያስቻለውን ወሳኝ መረጃ ያገኘው ከኢትዮጵያ መነኮሳት እና ካህናት ነው። እርሱ ደቡብ አፍሪካ የሚለውን የምስራቃዊ አፍሪካ እና ኢትዮጵያን እና የአፍሪካ ቀንድን የሚያመለክተውን ክፍል በኢትዮጵያ መነኮሳት እና ካህናት ርዳታ እንዴት እንደሣለው የሚከተለውን ይነግረናል፡-

> Perché ad alguni par da nuovo che io parli de questa parte meridional, la qual quasi està incognita a li antichi, perhò io respondo che tuto questo desegno da sayto in suso io l'ò habuto da queli proprij che sono nasudi qui, che sono stà religioisi, i qual cum le suo man me hano desegnato tute queste provincie e citade e fiume e monti cum li suo nomi, le qual tute cosse non le ho possudo meter cum el debito ordine per non esservi logo.[30]
>
> ትርጉም
>
> ምክንያቱም በጥንቶቹ ስለማይታወቁት ደቡባዊ [የአፍሪካ] ክፍሎች መናገር መቻሌ እንደአዲስ ነገር ሆኖ ሊታይ ስለሚችል፣ ይህም ከሳይቶ ወደ ላይ አጠቃላይ ሥዕል ከስፍራው ተወላጆች የወሰድኩት ነው ብየ እመልሳለሁ። እነዚህ ሰዎችም በገዛ እጃቸው እነዚህን አውራጃዎችን፣ ከተማዎችን፣ ወንዞችንና ተራሮችን ከነስማቸው ለኔ ስለው የሰጡኝ ቀሳውስት ናቸው።

ከጥቅሱ ሁለት ነጥቦችን ማንሳት እንችላለን። አንደኛው ምንም እንኳ ከጥንቱ ጸሐፊዎች የሚቃረን ሀሳብ ቢሆን ፍራ ማውሮ ካመነበት ለዐይን ምስክሮች ቅድሚያ ለመስጠት ዝግጁ መሆኑን ያሳያል። አንዳንድ ሰዎች የጥንቱ ጸሐፊዎች የማያውቁትን በማካተቴ ሊገረሙ ይችላሉ ያለው አንዱ የአባይን ወንዝ የፍስሰት አቅጣጫ እና መነሻ ነጥብ ነው።[31] ስለምሥራቃዊው እና ደቡባዊ አፍሪካ ካርታው ላይ ያካተተው አውሮፓውያን የማያውቁት መረጃ እና የመልክአ ምድር ቅርጽ ነው። ምንም እንኳ በአረቦች እና የአረቦችን የታሪክ እና የመልክአ ምድራዊ ጽሑፎችን በሚያውቁ የኢትዮጵያ ሊቃውንት ዘንድ የታወቀ ቢሆንም 'አፍሪካ ወደደቡብ ንፍቀ ክበብ በረጅሙ የተነጠፈ ነው' የሚለውን አስተሳሰብ ቀድሞ ያወቀ እና ያሳወቀ አውሮፓዊ ፍራ ማውሮ ነው። በተጨማሪም የደቡብ ውቅያኖስ በመርከብ መጓዝ ይቻላል የሚለውን ሀሳብ ኢትዮጵያውያን ሊቃውንት ለማውሮ ከነገሩት መረጃዎች አንዱ ነው። ከታች በዝርዝር እንደምናየው ይህን ሀሳብ ለፍራ ማውሮ የነገሩት ኢትዮጵያውያን ይሁኑ እንጂ ሀሳቡን ያፈለቁት እና በጽሑፍ ያሰፈሩት የአረብ የመልክአ ምድር ሊቃውንት ናቸው።[32] ይህ ሁሉ ከጥንቶቹ ይልቅ ለዐይን እማኞች መረጃ እንደሚያስቀድም ማሳያ ነው።

ሁለተኛው ነጥብ ኢትዮጵያውያን እማኝነታቸውን በቃልም ይሁን በጽሑፍ ከመስጠት አልፈው የምሥራቃዊ እና የደቡባዊ አፍሪካን ካርታ በእጃቸው ሥለው ለፍራ

ማውሮ ሰጥተውት እንደነበረ እላይ ያለው ጥቅስ ይመሰክራል። ከዚህ ጋር ተያይዞ የጥንት ጸሐፊዎች የማያውቁትን የደቡባዊ አፍሪካን ክፍል መሣሌ የሚያስገርም ሊሆን ይችላል ማለቱ አዲሱ መረጃ የካርታውን ታማኝነት ይቀንሳል ብሎ የሰጋ መሆኑን ያረጋግጣል። ካርታውን ስለሣሉለት የዐይን እማኞች መጻፍ ያስፈለገበትም ምክንያት ካርታውን ሰዎች ያለአግባብ እንዳያነውሩበት፣ ነቀፌታ እንዳይደርስበት ቀድሞ ለመከላከል ነው። ስለዚህ ፍራ ማውሮ ከላይ የጠቀስነውን ገለጻ ከካርታው ላይ ያሰፈረበት ዋናው ዓለማ ካርታው ነውር ቢገኝበት ኃላፊነቱ የኢትዮጵያ ቀሳውስት እና መነኮሳት እንደሆነ ለማሳየት ይመስላል።

ማውሮ ካርታውን ለማዘጋጀት በግብአትነት የተጠቀመበት ተቆጥሮ የማያልቅ መረጃ እና የዓለም ዜና የመዘገበበት ረቂቅ ማስታወሻ፣ እንደዚሁም ኢትዮጵያውን ሥለው የሰጡት ረቂቅ ካርታ አልተገኘም። ከሁሉም በላይ የኢትዮጵያውያኑ ማንነታቸው እና ስማቸው እንዲሁም ቃለመጠየቅ ያደረገበት ቦታና ጊዜ ሳይታወቅ ቀርቷል። ካርታው ላይ የሰፈረው የኢትዮጵያ የተራሮች፣ የከተሞች እና የወንዞች ብዛት እና አብዛኛዎቹ ቦታዎች በትክክለኛ ስፍራቸው ላይ መገኘታቸው፣ ፍራ ማውሮ መረጃውን የሰበሰበው ከተለያዩ የአገሪቱ ክፍሎች ወደአውሮፓ የሄዱ ብዙ ኢትዮጵያውያንን በተለያየ ዘመን በመጠየቅ እንደሆነ እንድንገምት ያደርገናል። ፍራ ማውሮ በመጀመሪያ መረጃውን የሰበሰበው በ1430 ዓ.ም. ገደማ ቬኒስ ከነበሩ ኢትዮጵያውያን ነው። ለዚህ ፍንጭ በፍራ ማውሮ የዓለም ካርታ ላይ የተጻፈ ገለፃ ወይም ማስታወሻ ነው። ገለጻው በ1430 ዓ.ም. የኢትዮጵያ ንጉሥ ህንድ ውቅያኖስ ዳርቻ አካባቢ የሚገኝ ዲያብ በተባለ አውራጃ ስላደረገው ወታደራዊ ዘመቻ ይናገራል። ገለጻው እንዲህ ይላል፡- "ይህ በጣም ለም አውራጃ በታላቁ የሀበሻ ንጉሥ በ1430 ዓ.ም. ገደማ አዲስ የቀና ነው" ("Questa region fertilissima està conquista' nuovamente per el gran re de abassia circa el 1430")።[33]

ፋልኬታ በእርግጠኝነት የሀበሻው ንጉሥ የተባለው ዓፄ ዘርዓ ያዕቆብ ነው፤ የዘመተበትም አውራጃ በሞቃዲሾ አቅራቢያ የሚገኝ አካባቢ ነው ይላል። ለዚህ ደግሞ ንጉሡ የጻፈውን መጽሐፈ ምዕላድ በምንጭነት ይጠቅሳል። ይህ ግን ስህተት ነው ምክንያቱም የዘርዓ ያዕቆብ የሥልጣን ዘመን የሚጀምረው በ1434 ዓ.ም. ነው። በእርግጥ ዓፄ ዘርዓ ያዕቆብ ከአዳሉ ሽፍታ ጋር ከሡልጣን በድለይ ጋር በታኅሣሥ 1445 ዓ.ም. ጦርነት አድርጎ በድለይን እንደገደለው ይታወቃል። በመጽሐፈ ምዕላድ ላይ ሞቃዲሾ ከጦርነቱ በተያያዘ በስም ተጠቅሳለች። በዚህ ጦርነት የሞቃዲሾ ገዢዎች ከበድለይ ጎን ተሰልፈው ሳይሳተፉ አልቀሩም።[34] ነገር ግን ፋልኬታ እንደሚለው ጦርነቱ የተካሄደው ሞቃዲሾ አቅራቢያ ሳይሆን ደዋሮ ውስጥ ልዩ ስሙ ጎሚት በተባለ ቦታ ነው። ይህ በንጉሡ ዘመን በተጻፈው ታሪከ ነገሥትም ይገኛል።[35] በኛ እምነት በ1430 ዓ.ም. ወደህንድ ውቅያኖስ ዳርቻ ዘመቻ ከነበረ የዘመቱት ዓፄ ዳዊት (1382-1413) እና ዓፄ ይስሐቅ (1414–1430) መሆን አለባቸው። በ1430 ዓ.ም. የነበረው ይስሐቅ ስለሆነና ወደአዳል ብዙ ዘመቻ እንዳደረገ ስለሚታወቅ ፍራ ማውሮ የጻፈው ገለፃ ይስሐቅን የሚመለከት መሆን አለበት።[36] በተጨማሪም ይስሐቅ ወደአውሮፓ እና ቁስጥንጥንያ አምባሳደሮችን እንደላከ የታወቀ ነው።[37] ኢትዮጵያውያን ቬኒስን ከኢየሩሳሌም ወደተለያዩ የአውሮፓ አገሮች ከአውሮፓ አገሮችም ወደኢየሩሳሌም ለመሄድ እንደመሸጋገሪያ ይጠቀሙባት ነበር። ስለዚህ ፍራ ማውሮ መረጃውን ያገኘው በ1430

ዓ.ም. አካባቢ በግል ጉዳይ ወይንም በመንግሥት ተልከው ቬኒስ ከነበሩ ኢትዮጵያውያን መሆን አለበት።

ሁለተኛ ፍራ ማውሮ ስለኢትዮጵያ መልክአ ምድር የዐይን እማኝ ምስክሮችን ያገኘው በ1441 ዓ.ም. በወቅቱ የካቶሊክ ቤተ ክርስቲያን ጳጳስ በነበረው በዩጅኒዮ 4ኛ (1431–1447) ጋባዥነት በፍሎሬንስ ከተማ በተካሄደው የዓለም የክርስቲያኖች ጉባዔ ኢትዮጵያን ወክለው ከተካፈሉ መነኮሳት ነው።[38] የልዑካኑ መሪ አባ ጴጥሮስ የተባለ በኢየሩሳሌም በምንኩስና ይኖር የነበረ ሰው ነው። ልዑካኑን መርጦ ወደፍሎሬንስ የላካቸው በኢየሩሳሌም የኢትዮጵያ ገዳማት አበምኔት የነበረው አባ ኒቆዲሞስ ነው (ምስል 10ን ይመለከቷል)።[39]

በጉባዔው ወቅት በካቶሊኩ ሊቀ ጳጳስ የተመረጠ የካርዲናሎች ደርግ ለኢትዮጵያውያን ቃለመጠይቅ አድርጎላቸው ነበር። የደርግው መሪ ሆኖ የተመረጠው የጳጳሱ ጸሐፊ እና የሰብዓዊ ሳይንስ ጥናት ሊቅ የነበረው ዮሃንስ ፍራንቸስኮ ፖጅዎ ብራችዎሊኒ ነበር። በተጨማሪም በቃለመጠይቁ ወቅት በዘመኑ የነበረው ታዋቂው ጣሊያናዊ የአውሮፓ የታሪክ ሊቅ እና የጳጳሱ ሌላኛ ጸሐፊ ፍላቪዮ ቢዮንዶ (Flavio Biondo) ተገኝቶ ነበር። የቃለ መጠይቁ ትኩረት የአፍሪካን በተለይ ደግሞ የኢትዮጵያን መልክአ ምድር የሚመለከት ይዘት ያለው ነበር። የኢትዮጵያ ልዑካንም ስለኢትዮጵያ መልክአ ምድር፣ ታሪክ፣ ፖለቲካ እና ተዛማጅ ጉዳዮች በሰፊው ለጣሊያኖች አስረድተዋቸዋል። ፖጅዎ ብራችዎሊኒ እና ፍላቪዮ ቢዮንዶ ሁለቱም የቃለመጠይቁን ሂደት እና ከቃለ መጠይቁ የተገኘውን መረጃ በወቅቱ ባሳተሟቸው መጻሕፍት አካትተውታል። ከፍሎሬንሱ ጉባዔ አዎንታዊ ውጤት አንዱ ፓጂዮ ብራችዮሊኒ "የህንዶች እንደገና መገኘት" ("The Indies Rediscovered") በሚል አርስት ያሳተመው ኢትዮጵያን የሚመለከት አነስተኛ ነገር ግን ትክክለኛ ገለፃ ነው።[40]

ከካርዲናሎች ደርግ በተጨማሪ ታዋቂው ቬኒሳዊ የካርታ ሥራ ባለሙያ ፍራ ማውሮ ከአባ ጴጥሮስ እና አብረውት ከነበሩት ኢትዮጵያውያን መረጃ እንዳገኘ ይታመናል። ከፍራ ማውሮ ካርታ በተጨማሪ በ1456 ዓ.ም. "ኢጅፐተስ ኖቬሎ" በሚባል ስም የሚታወቀውን በአሁኑ ጊዜ ቫቲካን ቤተ መጻሕፍት የሚገኘውን የኢትዮጵያን እና የግብጽን ካርታ በጋራ የሳሉት ጴጥሮስ ዳ ማሳዮና ሁጎ ዳ ኮሚኒሊስ በፍሎሬንስ ጉባዔ ሊሳተፉ የሄዱ የኢትዮጵያ እና የግብጽ ቤተ ክርስቲያን መነኮሳትን በመጠየቅ ነው። ሁጎ ዳ ኮሚኒሊስ የሰሜን ፈረንሳይቱ ከተማ የቻርልቪል-ሜዚር (Charleville-Mézières) ተወላጅ ሲሆን የጴጥሮስ ዳ ማሳዮን ትውልድ ስፍራ ለማወቅ አልተቻለም። ተቀማጭነቱ ፍሎሬንስ ስለነበረ ምናልባት የፍሎሬንስ ከተማ ተወላጅ ይሆናል። በተጨማሪም "ኢጅፐተስ ኖቬሎ" በ1469 እና በ1472 ዓ.ም. ጴጥሮስ ዴል ማሳዮ እና ሁጎ ዳ ኮሚኒሊስ በጋራ ለሳሏቸው ተጨማሪ ካርታዎች መሠረት ነበር።[41] ጴጥሮስ ዴል ማሳዮ እና ሁጎ ዳ ኮሚኒሊስ የሣሏቸው ካርታዎች የኢትዮጵያን ትላልቅ አውራጃዎች እና ወንዞች በትክክለኛ ቦታቸው ላይ ያሳያሉ (ካርታ 3 እና 4ን ይመለከቷል)።

በዘመኑ የነበረው የአራጎኑ ንጉሥ አልፎንሶ 5ኛ (1416-1458) "ኢጅፐተስ ኖቬሎ" የተሰኘውን ካርታ በፍላቪዮ ቢዮንዶ አስታዋሽነት ለግሉ ቅጂ ገዝቶ እንደነበረ መረጃ ጠቅሶ ስለጉዳዩ ሰፊ ጥናት ያደረገው ማቴዎስ ሳልቫዶር ጽፏል። በተጨማሪም በ1456 ዓ.ም. የአራጎኑ ንጉሥ አልፎንሶ የገዛው በጨርቅ ላይ የተጠለፈ የኢትዮጵያ ካርታ ነበር።[42] ምንም እንኳ ሃይማኖታዊም ሆነ ፖለቲካዊ ውጤት ባይኖረውም የፍሎሬንሱ ጉባዔ

ኢትዮጵያውያን እና አውሮፓውያን የመረጃ ልውውጥ ኢንዲያደርጉ ከፍተኛ ዕድል ፈጥሯል። የኢትዮጵያን መልክአ ምድራዊ አቀማመጥ፣ ባህል እና ፖለቲካ በአውሮፓውያን በደንብ እንዲታወቅ ከዚህ በፊት ከተደረጉት ጉዞዎች ሁሉ በጣም የላቀ ሚና ተጫውቷል።

ስለኢትዮጵያውያን የዐይን እማኞች እላይ የቀረበው መረጃ ሁለት ጥያቄዎችን እንድናነሳ ያስገድደናል። የመጀመሪያው ጥያቄ የኢትዮጵያ የዐይን እማኞች ለፍራ ማውሮ የዓለምን ታሪክ የቀየረ አዳዲስ ሀሳብ ለማፍለቅ የረዳውን መረጃ ከየት አገኙት የሚል ነው። በሌላ አነጋገር ኢትዮጵያውያን ስለምሥራቃዊ አፍሪካ እና ደቡባዊ አፍሪካ መልክአ ምድር መረጃ ከየት አገኙ? በዚህ ጉዳይ ጥልቅ ምርምር ያደረገው ፋልኬታ እንደሚለው ከሆነ የኢትዮጵያ መነኮሳት ስለደቡባዊ እና ምስራቃዊ አፍሪካ የነበራቸው እውቀት በመካከለኛው ምሥራቅ የሙስሊም የካርታ ባለሙያዎች እና የሥነ መልክአ ምድር ሊቃውንት በተለይም አል-ቢሩን በጻፉቸው መጻሕፍት ላይ የተመሠረተ ነው። ይህን ለማለት ያስቻለው ፍራ ማውሮ የሳለው የደቡባዊ እና የምሥራቃዊ አፍሪካ ካርታ አል-ቢሩን መጀመሪያ በ1025 ዓ.ም. ቀጥሎ በ1030 ዓ.ም. በጻፉቸው መጻሕፍት ላይ የሚገኘውን አስተሳሰብ ስለሚያንጸባርቅ ነው። አል-ቢሩን የደቡብ ውቅያኖስን በመርከብ መጓዝ እንደሚቻል ጽፏል። በተጨማሪም የአትላንቲክ ውቅያኖስን እና የህንድ ውቅያኖስን የሚያገናኝ ሠርጥ አለ ብሎ ያምን ነበር። በመጨረሻም አል-ቢሩን አፍሪካን በመርከብ መዞር ይቻላል የሚል እምነት ነበረው። ፋልኬታ እንደሚለው አፍሪካን በመርከብ መዞር ይቻላል የሚለውን ሀሳብ ለፍራ ማውሮ የነገሩት ኢትዮጵያውያን ከሆኑ የኢትዮጵያውያኑ የመረጃ ምንጫቸው አል-ቢሩን ወይም በአል-ቢሩን ላይ ተመሥርተው የተጻፉ መጻሕፍት ሊሆኑ ይችላሉ። ስለዚህ በኢትዮጵያውያን አማካይነት ፍራ ማውሮ አፍሪካን በመርከብ መዞር እንደሚቻል ከማወቁ በፊት በመካከለኛው ምሥራቅ አገሮች የመልክአ ምድር ሊቃውንት እና የካርታ ባለሙያዎች ዘንድ ለረጅም ጊዜ የሚታወቅ ሀቅ ነበር።[43]

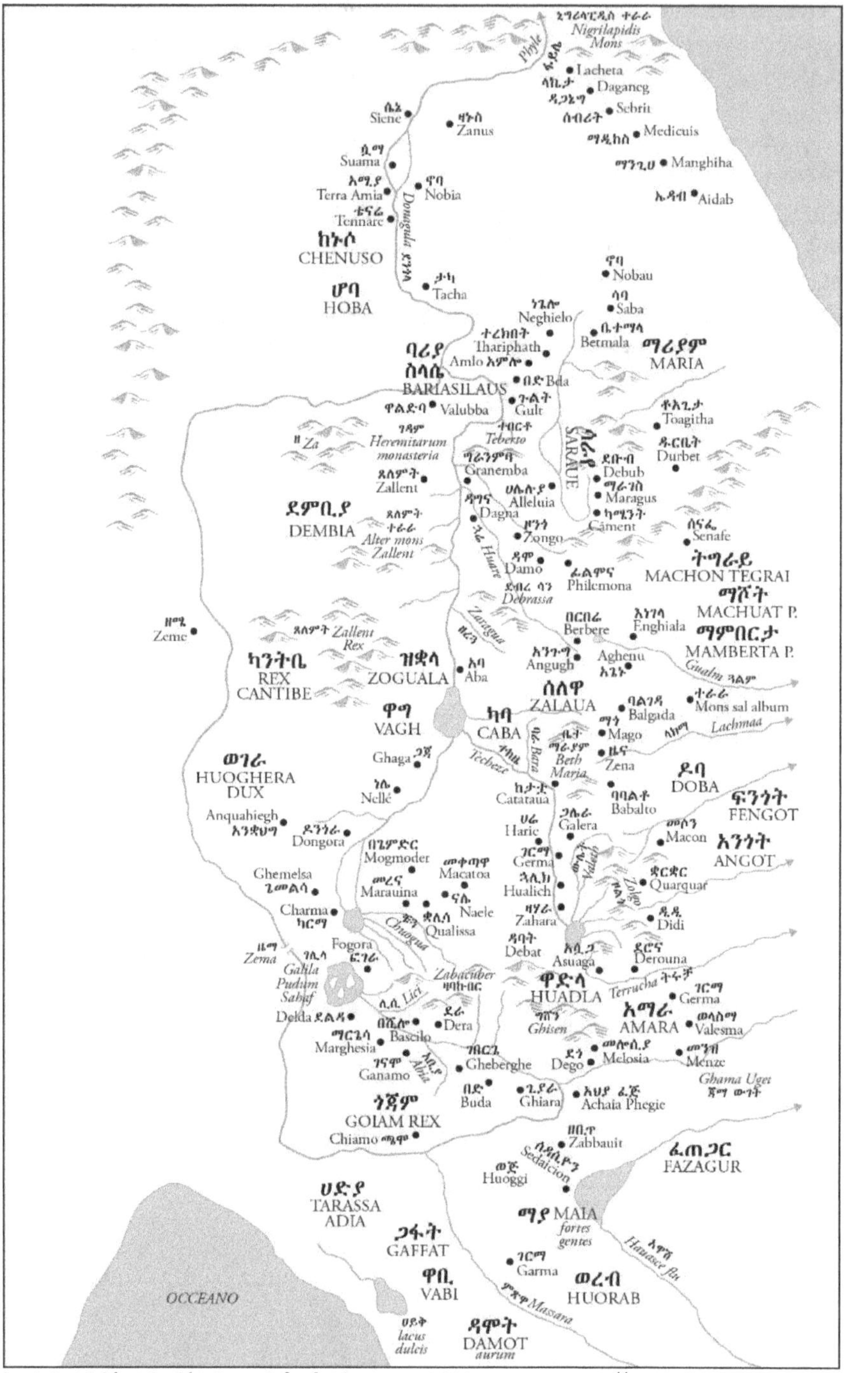

ካርታ 3፡-“ኢጅፕተስ ኖቬሎ” — የኢትዮጵያ ካርታ — (1456) እንደገና የተሣለ 1[44]

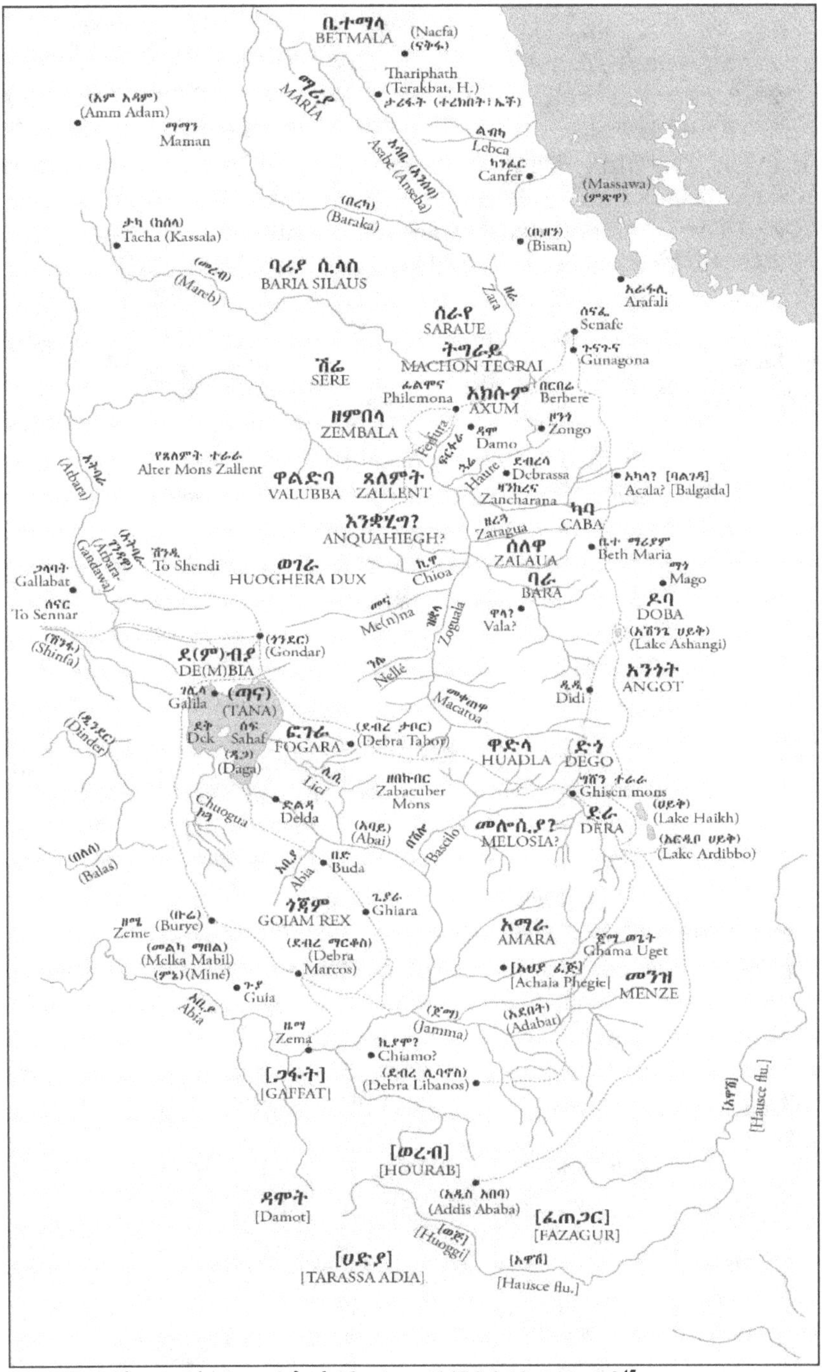

ካርታ 4፡- "ኢጅፕተስ ኖቬሎ" — የኢትዮጵያ ካርታ — (1456) እንደገና የተሣለ 2[45]

ሁለተኛው ጥያቄ ፍራ ማውሮ የኢትዮጵያ የዐይን እማኞችን ስማቸውን እና ማንነታቸውን ለመጥቀስ ያልፈለገበት ምክንያት ምንድን ነው የሚል ነው። ፍራ ማውሮ እንዲሁም ጴጥሮስ ዴል ማሳዮ እና ሁጎ ዳ ኮሚኒሊስ በጋራ የሣሏቸው ካርታዎች በጣሊያናውያን በተለይም በካቶሊክ ቤተ ክርስቲያን ጳጳሳት ትኩረት የተነፈጋቸው በምን ምክንያት እንደሆነ መጠየቁም ተገቢ ነው። ፋልኬታ እንደሚለው ካርታዎቹ ትኩረት ያልሳቡበት ምክንያት ኢትዮጵያውያኑ ለተጠየቁት የሰጡት መልስ ከጥንት ጸሐፊዎች በተለይም ፐቶሎሚ ስለአፍሪካ ከጻፈው ፍጹም የተለየ ስለሆነ ነው። የካርዲናሎች ደርግ የኢትዮጵያ መነኮሳት የነገሯቸውን ያልተቀበሉበት ሌላው ምክንያት የሃይማኖት እምነት አስገድዷቸው ነው። በተለይም የኢትዮጵያ መነኮሳት የምድር ወገብን ጨምሮ የአፍሪካ ምድር ሰው ይኖርበታል ብለው የመሰከሩት በዘመኑ ከነበረው የሃይማኖት እና የመልክአ ምድር እውቀት በእጅጉ የተቃረነ ነበር። ለዚህ ሁሉ ቃለ መጠይቁን አብሮ የተከታተለው ፍላቪዮ ቢዮንዶ ምስክርነቱን ሰጥቷል።[46]

ፍራ ማውሮ በጥንት ጸሐፊዎች የማይታወቅ የደቡባዊ አፍሪካን ካርታ ለምን ሣልክ ብሎ የሚሞግተኝ ካለ የቦታው ተወላጆች ራሳቸው በእጃቸው ሥለው የሰጡኝ ነው ብየ እመልሳለሁ ብሎ በስጋት እንደጻፈ ዐይተናል። ስጋቱን የበለጠ የጨመሩበት በፍሎሬንሱ ጉባዔ ጊዜ ኢትዮጵያውያን መነኮሳት ለተጠየቁት ጥያቄ የሰጡት መልስ በጠያቂዎቹ በካርዲናሎች ደርግ በጥርጣሬ መታየቱን ማስታወሱ እና ካርታው የያዛቸው አዳዲስ መረጃዎች ናቸው። ስለዚህ ፍራ ማውሮ በአንድ በኩል የሥነ መልክአ ምድር እውቀት የሚያድግ እና የሚቀየር ነው ብሎ ያምናል። በሌላ በኩል ነቀፌታ በመፍራት የጥንቶቹን ጸሐፊዎች በግልጽ ለመቃወም አይደፍርም ነበር። በእርሱ ዘመን ሆነ ከእርሱ በፊት የነበሩትን የመረጃ ምንጮቹን ስም የዘለለበት ምክንያት ነቀፌታ በመፍራት እንደሆነ ፋልኬታ ያብራራል።[47]

ፍራ ማውሮ ትችት ፈርቶ የገባበት ተቃርኖ በሥራው ላይ ተጽእኖ አድርጎበታል። ለምሳሌ በዘመኑ የነበሩት አውሮፓውያን ስለሃሳባዊው ካህኑ ንጉሥ ዮሃንስ እጅግ የተጋነነ ወታደራዊ ኃይል እና ሰፊ ግዛት የፈጠሩትን ትርክት አምኖበትም ይሁን ትችት ፈርቶ እካርታው ላይ ጽፎታል። እንደሌሎቹ አውሮፓውያን የኢትዮጵያን መሪ ካህኑ ንጉሥ ዮሃንስ እያለ ይጠራዋል። በንጉሡ ሥር የሚተዳደሩ 120 አውራጃዎች እንዳሉ፣ የወታደሮችም ብዛት አንድ ሚሊዮን እንደሚሆን እና ከአዞ ቆዳ የተሠራ መከላከያ ጋሻ እንደሚይዙ እካርታው ላይ ገልጦታል። በመጨረሻም ካህኑ ንጉሥ ዮሃንስ የአባይን ወንዝ በብረት በር ከርችሞ ዘግቶ ከፈለገ ግብጽን የማስራብ ወይም የብረት ግድቡን በር ከፍቶ የማጥለቅለቅ ችሎታ አለው ብሎ መጻፉን እናያለን።[48] ይህን ሁሉ የፈጠራ ትርክት ኢትዮጵያውያን አያውቁትም ነበር። እንዲያውም በፍሎሬንስ ጉባዔ ጊዜ ለካርዲናሎቹ ደርግ ንጉሣችንን ካህኑ ዮሃንስ አንለውም ብለው መነኮሳቱ ተቃውሞ አቅርበው ነበር። ግን ያመናቸው አልነበረም።[49]

የፍራ ማውሮ ካርታ ሁለት ተጨማሪ ድክመቶች አሉበት። አንደኛው እና ዋናው ድክመት ብዙዎቹን የኢትዮጵያ የቦታ እና የወንዝ ስሞች በሮማዊው/ላቲናዊው አጻጻፍ ሲጽፋቸው የስሞቹን አነባበብ አንዳንዶቹን መለየት በማይቻልበት ደረጃ ቀይሮአቸዋል። ማውሮ ካርታውን ለማዘጋጀት መረጃ የሰበሰበበት ማስታወሻ፣ ቅድመ ዝግጅት ወይም ልምምድ ያደረገበት የካርታው ረቂቅና ኢትዮጵያውያን ሥለው የሰጡት ካርታ ባለመገኘታቸው አሻሚ ስሞችን በትትክል ለመለየት አዳጋች ሆኗል። ካርታው በተዘጋጀበት ዘመን አውሮፓውያን የግዕዝም ሆነ የአማርኛ ቋንቋ አልለመዱም ነበር።

ምንም እንኳ አንዳንዶቹ ላቲን እንደሚችሉ ቢገመትም በጉባኤው ወቅት ኢትዮጵያውያን ከአውሮፓውያን ጋር የሚግባቡበት ቋንቋ አረብኛ ነበር። ለምሳሌ በ1441 ዓ.ም. የካርዲናሎች ደርግ ለኢትዮጵያ ልዑካን ቃለ መጠይቅ ያደረጉላቸው በአረብኛ ነበር። አባ ጴጥሮስም ፍሎሬንስ ለተሰበሰቡት ጉባዔተኞች ንግግር ያደረገው እንዲሁ በአረብኛ ሲሆን ሁለተኛ አስተርጓሚ ሰው ንግግሩን ወደላቲን እየተረጎመ ለጉባዔው ታዳሚዎች ይናገር ነበር። በአስተርጓሚ ኢትዮጵያውያን የሚናገሩትን ሁሉንም ለመስማት ተቸግረው እንደነበረ ፖጅዎ ብራችዎሊኒ ያብራራል፡-

> They spoke of a vast number of trees of which we know nothing and had never before heard: but it was not easy to write down what was said because the interpreter, who spoke only Arabic, was hard to understand.[50]
>
> ትርጉም
> እኛ ምንም ስለማናውቃቸውና ሰምተናቸው ስለማናወቀው ዛፎች ይናገራሉ፣ ነገር ግን አስተርጓሚው አረብኛ ብቻ ስለሚናገርና ትርጉሙን ለመረዳት ከባድ ስለነበረ የሚናገረውን ለመጻፍ ቀላል አልነበረም።

ብራችዎሊኒ ስለኢትዮጵያ ታሪክ፣ ስለኢትዮጵያ መልክአ ምድር፣ ስለአባይ ወንዝ፣ በኢትዮጵያ ስለሚበቅለው የእህል ዐይነትና ስለእፅዋት ለኢትዮጵያ ልዑካን ብዙ ጥያቄ አቅርቦ ነበር። እርሱ እንደሚለው በቋንቋ ችግር ምክንያት የኢትዮጵያ ልዑካን የሚናገሩትን ሁሉንም ለመጻፍ ተቸግሮ ነበር። በተመሳሳይ ኢትዮጵያውያን ለፍራ ማውሮ ሥለው በሰጡት ካርታ ላይ ያሉትን ስሞች እና መግለጫዎች የጻፉት በአረብኛ ፊደል መሆን አለበት። በአረብኛ ካልሆነ ደግሞ አረብኛው ወደላቲን ወይም ወደጣሊያንኛ ተተርጉሟል ማለት ነው። ምክንያቱም ከመጀመሪያው በላቲናዊው አጻጻፍ ጽፈውት ቢሆን አንዳንድ ስሞችን ለመለየት አሻሚ አይሆንም ነበር። አንዳንድ የኢትዮጵያ የቦታ ስሞች መጀመሪያ በአረብኛ ፊደል ቀጥሎም በላቲን ፊደል በሚጻፉበት ጊዜ ስሞች ለመለየት አዳጋች እስከሚሆን ድረስ ተቀየሩ (ካርታ 2 እና 5-6ን ይመለከቷል)። ስለዚህ ያለተጨማሪ ማገናዘቢያ እና የታሪክ ህቅ አሻሚ የሆኑ ስሞችን በእርግጠኝነት ለመለየት አይቻልም።

ሁለተኛው ድክመት ፍራ ማውሮ ኢትዮጵያውያኑ ሥለው የሰጡትን ረቂቅ ካርታ ሙሉ በሙሉ በመጨረሻ ወደሣለው ካርታ አለመገልበጡ ነው። ፍራ ማውሮ ቦታ ስለጠበበው ሁሉንም መረጃዎች በካርታው ማስፈር እንዳልቻለ ራሱ ይናገራል። በዚህ ምክንያት አንዳንድ በካርታው ላይ መካተት የሚገባቸው የታለፉ ስፍራዎች እናገኛለን። ለምሳሌ የደብረ ሊባኖስ ገዳም በካርታው ላይ የለም። የዝቋላ ገዳም ግን ተሥሏል። የደብረ ሊባኖስ ገዳም ካለው ታዋቂነት እና ጉልህ ታሪካዊ እና ሃይማኖታዊ ስፍራ አኳያ የዝቋላ ገዳም በካርታው ሢሣል ደብረ ሊባኖስ ሊቀር አይገባውም ነበር። ፍራ ማውሮ ደብረ ሊባኖስን ከካርታው ያስወጣው በራሱ መስፈርት መሆን አለበት። እነዚህ አነስተኛ ድክመቶች እንዳሉ ሆነው የፍራ ማውሮ ካርታ የመካከለኛውን ዘመን የኢትዮጵያ ታሪክ ለማጥናት እጅግ ጠቃሚ ነው። ፍራ ማውሮ ከጥንቱ አስተሳሰብ ሙሉ በሙሉ ባይላቀቅም ካርታውን የሣለው በብዙ ድካም እና እውነተኛ መረጃ ላይ ተመሥርቶ መሆኑ ሊተኮርበት ይገባል።

1.1.3 በራራና አካባቢዋ

የበራራን ከተማ ትክክለኛ መገኛ ለማወቅ የሚረዱ ብዙ ማገናዘቢ ስፍራዎች በፍራ ማውሮ ካርታ ላይ ተሥለዋል። በካርታው ላይ በበራራ አካባቢ የሚገኙ አውራጃዎች፣ ወንዞች፣ ከተሞችና ተራሮች ይገኛሉ። የበራራን መገኛ ለማወቅ ማገናዘቢያ የሚሆኑትን ወደ20 የሚደርሱ ከተሞች፣ ተራሮች፣ ወንዞችና አውራጃዎች ለይተን ከዚህ በታች ዘርዝረናቸዋል። የቦታዎችንም አቀማመጥ ለአንባቢ እንዲመች በራራንና አካባቢውን የሚያሳየውን የፍራ ማውሮን ካርታ አብረን አትመነዋል። በተጨማሪም የፍራ ማውሮን ካርታ ከአሁኑ መልክአ ምድራዊ ነባራዊ ሁኔታ ጋር በማገናዘብ የተሣለውን ካርታ አቅርበናል (ካርታ 6–7 ይመለከቷል)። ማብራሪያው በአመዣኙ በፋልኬታ እና በክራውፎርድ ጥናቶች ላይ የተመሰረተ ነው።

ቁጥር.	የቦታ ስም በላቲን ፊደል	የቦታ ስም በአማርኛ ፊደል	ማብራሪያ
1	Uateb	ዋተብ	የአዋሽ ወንዝ መፍለቂያ። ክራውፎርድ (203) ስለቦታው የሰጠው ማብራሪያ ብዙም ግልጽ አይደለም።
2	Vuiçie	ዊዝ	ይህ ከአዋሽ ወንዝ አጠገብ የሚገኘው ዊዝ የተባለው ዝነኛ የንግድ ከተማ ነው(ክራውፎርድ፣ 82–85፣ 204)።
3	Regno de Saba	ሸዋ	ይህ የሸዋ አውራጃ ነው። ክራውፎርድ (201) እና ፋልኬታ (198–199) ሳባ እና ሰደይ/ሳባ ተምታቷል ይላሉ። ብዥታውን ያጠራል ብለው የሰጡት አስተያየት ስህተት ሆኖ አግኝተነዋል። በኛ በኩል በሰደይ/ሳባ እና በሳባ (ሸዋ) አውራጃ መካከል ብዥታ የለም።
4	Flumen auasi	አዋሽ ወንዝ	የአዋሽ ወንዝ ከሸዋ ከጋፋት ተራራ ፈልቆ ግማሽ ክብ ሠርቶ ከምዕራብ አቅጣጫ ጀምሮ መጀመሪያ ወደደቡብ ምሥራቅ ከዚያም ወደሰሜን ምሥራቅ አቅጣጫ ይፈስሳል። በተራራማ የሸዋ ስፍራዎች ከፈሰሰ በኋላ ዋናው ገባር የሆነውን የቀሰም (ገርማማ) ወንዝ ከተቀላቀለበት በኋላ ወደደልዳላ የአፋር አውራጃ ይፈስሳል። 900 ኪሎ ሜትር ከተጓዘ በኋላ የአውሳ ሐይቅን (ፍራ ማውሮ ጉሬሌ ይለዋል) ይቀላቀላል። በፍራ ማውሮ ካርታ ላይ ጉሬሌ ሐይቅ ከታጁራ ሰላጤ በስተምዕራብ ከ90 ኪሎ ሜትር ርቀት ላይ ይገኛል (ፋልኬታ፣ 202)።
5	Flumen Saimoti	ሳይሞቲ ወንዝ	በላይኛው አዋሽና የጋላ ወንዝ በተባለው መካከል የሚፈስስ ወንዝ። የሚፈስሰው ወደአዋሽ ወንዝ ነው። የአሁኑ ሠርማዲያ ወንዝ ሊሆን ይችላል (ክራውፎርድ፣ 201–202)።
6	Flumen Axo	አሶ ወንዝ	ክራውፎርድ (195) ይህ አሶ በመባል የሚታወቀው የመቂ ገባር ወንዝ ነው።

7	Flumen doco	ዶኮ ወንዝ	ዶኮ ከበራራ በስተሰሜን ከሚገኝ ተራራ የሚፈልቅ የአዋሽ ወንዝ ገባር ነው። የዚህ ወንዝ የፍሰሰት አቅጣጫ ከትንሹ አቃቂ ወንዝ ጋር አንድ ነው። የድምፅ ተመሳሳይነት ስላለው ክራውፎርድ (198) ዶኮን ዱከም ነው ብሎ ደምድሟል። ክራውፎርድ ስለበራራ መገኛ ለሠራው ስህተት አንዱ ምክንያት ይህ ነው። ፋልኬታም (194–195) ይህን ይቀበላል።
8	Xiauala over xiquala (Su questo monte è uno gran lago e abbadie de sancti monaci)	ዝቋላ	ይህ የዝቋላ ገዳም ነው። ከፍራ ማውሮ ካርታ ላይ ከዝቋላ ተራራ አናት ላይ ሐይቅ እንዳለና ተራራው የቅዱሳን መነኮሳት ገዳም እንዳለበት መግለጫ ይዟል (ፋልኬታ፣ 195–197)። የዝቋላ ገዳምነቱም እስከ ዛሬ እንደጸና ነው።
9	P. Fatagar	ፈጠጋር	የፈጠጋር አውራጃ በሰሜንና በምዕራብ ከሸዋ በስተደቡ እና ደቡብ ምሥራቅ በአዋሽ ወንዝ ይዋሰናል (ፋልኬታ፣ 194–195)። ፈጠጋር ያሁኑን ምሥራቅ ሸዋን ያጠቃልላል። በራራ የምትገኝበት ወረብ ከፈጠጋር በስተምዕራብ ነው(ካርታ 1፣ 2፣ 7–8 ይመለከቷል)።
10	Mons anachabei	አናከቤ ተራራ	ይህ ፈጠጋር ውስጥ የሚገኝ ተራራ ነው። ክራውፎርድ (195) ይህ ተራራ የመገዘዝ ተራራ ነው ይላል። መገዘዝ የስምጥ ሸለቆ የምዕራብ ድንበር ነው። በኛ በኩል ካርታውን ከምሥራቅ ሸዋ መልክአ ምድር ጋር በማገናዘብ ይህ ተራራ የረር እንደሆነ መገመት እንችላለን።
11	Mason	መሰን	ይህ በፈጠጋር የሚገኝ ስፍራ ነው (ፋልኬታ፣ 196–197)። ክራውፎርድ (200) የአሁኑ መሰኖ ተራራን ነው ይላል።
12	Tich; El pian de tich	ጥልቅ፤ የጥልቅ ሜዳ	በፈጠጋር የሚገኝ ስፍራ። ጥልቅ ለጥ ያለ ሜዳማ ስፍራ ሲሆን ዓፄ ዘርዓ ያዕቆብም የተወለደው እዚህ ነው (ክራውፎርድ 202-203፤ ፋልኬታ 198–199)።
13	Abassia; Abassia in ethyopia	ሀበሻ፤ ሀበሻ በኢትዮጵያ	ፍራ ማውሮ ኢትዮጵያን አንዳንዴ ሀበሻ ይላል። ሌላ ጊዜ ደግሞ ኢትዮጵያ ይላል (ፋልኬታ፣ 191፣ 193፣ 194፣ 197)።
14	Amagie	አመጃ	ከጥልቅ አጠገብ በአዋሽ ሸለቆ ፈጠጋር አውራጃ የሚገኝ ስፍራ። ክራውፎርድ (194) ይህ ቦታ ከአዲስ አበባ 200 ኪሎ ሜትር ርቀት ላይ የሚገኘው ማጀቴ ነው ይላል። ይህን ድምዳሜ ፋልኬታ ተቀብሎታል (200፣ 201)።
15	Ambat	አምበት	አምበት ባለወልድ ሸዋ ውስጥ ከወንጭት ወንዝ በስተደቡብ ከጀማ ወንዝ በስተሰሜን የሚያዋስኑት በበደበጅ እና በአህያ ፈጅ ቁስቋም መካከል የሚገኝ ስፍራ ነው (ክራውፎርድ፣ 194፤ ፋልኬታ፣ 201፣ 202ና፣ 203)።

16	Badabedi	በደበጅ	በደበጅ መቅደላዊት የሚገኘው በሸዋ መራቤቴ (ጅሩ/ሸዋ ሜዳ) ከጀማ ወንዝ በስተደቡብ ሲሆን ከአምበትና ከአህያ ፈጅ ብዙም አይርቅም (ክራውፎርድ፣ 195፤ ፋልኬታ፣ 202ና 203)።
17	Achiafed	አህያ ፈጅ	አህያ ፈጅ ቁስቋም ከወንጭት ወንዝ በስተሰሜን በቅርብ እርቀት በቤተ አማራና በሸዋ መካከል የሚገኝ ስፍራ ነው (ክራውፎርድ፣ 53፣ 194፤ ፋልኬታ፣ 202ና 203)።
18	Barara; Qui el presto Janne fa ressidentia principal	በራራ	ሸዋ ውስጥ የምትገኘው በራራ። በፍራ ማውሮ ካርታ በራራ በጣም ትልቅ ከሆነ የከተማ ምልክት ስር ተጽፋለች። በተጨማሪም በራራ ዶኮ ከተባለ ወንዝ በስተምዕራብ ትገኛለች። የዶኮ ወንዝ ለከተማዋ በጣም ቅርብ ስለሆነ በበራራ ምስራቃዊ ክፍል መሀል እንደሚያልፍ መገመት ይቻላል። የንጉሠ ነገሥቱ ዋና መቀመጫ የሚለው ገለፃ ለበራራ ነው። ክራውፎርድ በስም በድምፅ ተመሳሳይነት ብቻ የበራራን መገኛ ቦሮራ የሚባለው ተራራ ያለበት ስፍራ ብሎ ደምድሟል፡ ቦሮራ ከአዲስ አበባ ደቡብ ምሥራቅ በ30 ማይል ከየረር በስተደቡብ በ16 ማይል ርቀት በአህማር የተራሮች ሰንሰለት የሚገኝ ስፍራ ነው (ክራውፎርድ፣ 86፣ 195)። እንደሌሎቹ ምሁራን ሁሉ ፋልኬታም (198፣ 199) የክራውፎርድን ድምዳሜ ይቀበለዋል። ይህ ደግሞ በራራን ከወረብ አውጥቶ ፈጢጋር እምብርት ስለሚያደርጋት ተቀባይነት የለውም።
19	Ambangest; Qui sta el legato e vicario del patriarcha	አምባ ነገሥት	የፓትሪያርኩ መኖሪያ የተባለው ገለፃ ሸዋ ውስጥ ለሚገኝ ቦታ ነው (ፋልኬታ፣ 194ና 195)። ክራውፎርድ (194) ገለፃው በትክክል በካርታው ላይ አምባ ነገሥት ለተባለው ተራራ ነው ይላል። አምባ ነገሥት ከአዲስ እባባ በስተምዕራብ የሚገኘውን የመናገሻን ተራራ ነው።
20	Sadai over Saba	ሰደይ/ሳባ	ይህ ከአምባ ነገሥት እና ከበራራ በቅርበት የሚገኝ ሸዋ ውስጥ ያለ ስፍራ ነው። ክራውፎርድ (201) ሰደይ ከዞርዚ መጽሐፍ ላይ ሰተይ ከተባለው ነጣ ያለ የሰውነት ቆዳ ያላቸው ሰዎች የሚኖሩበት ከተማ ተብሎ የተገለጠው እንደሆነ አስተያየቱን ሰንዝሯል። ይህ ከተማ የሚገኘው ከዊዝ በስተምሥራቅ የአንድ ቀን መንገድ ከተሄደ በኋላ ነው። የክርውፎርድ ማብራሪያ አጥጋቢ አይደለም።

የፍራ ማውሮ ካርታ መሬት ላይ ያለውን እውነታ ያንጸባርቃል። በራራን በደንብ ያሳያል። የንጉሡ ዋና መቀመጫ እንደሆነም ይገልጻል። በበራራ አካባቢ የሚገኙ ከተሞችን፣ ወንዞችን እና አድባራትን ያሳያል። ከነዚህም ውስጥ የአዋሽ ወንዝ፣ የዱከም ወንዝ፣ የዝቋላ ገዳም እና የአምባ ነገሥት ተራራ ይገኙበታል። ወንዞችም፣ ተራሮችም፣

የዝቋላ ገዳምም ትክክለኛ ቦታቸው ላይ ተቀምጠዋል። የብዙ ስፍራዎችን ስም በኋላ የሰፈሩት የኦሮሞ ጎሣዎች ቢቀይሯቸውም አብዛኛዎቹ ቦታዎች እስከዛሬም ድረስ በጥንት ስማቸው ዘልቀዋል። በራራ ከዱኮ ወንዝ በስተምዕራብ፣ ከአዋሽ ወንዝ በስተሰሜንና ከአምባ ነገሥት በስተምሥራቅ እንደሚገኝ የፍራ ማውሮ ካርታ ያሳያል። የዶኮ ወንዝ እና የአምባ ነገሥት ተራራ ለበራራ በጣም ቅርብ ናቸው (ካርታ 2፣ 3፣ 6–9 ይመለከቷል)።

የኢትዮጵያን ካርታ ሥለው እንዲሁም ሌሎች መረጃዎችን በቃለ መጠይቅ ለፍራ ማውሮ የሰጡት የበራራ ተወላጆች እና የዝቋላ ገዳም መነኮሳት መሆን አለባቸው። በሌላ አነጋገር ካርታውን በዋናነት የሣሉት ወይም መረጃ የሰጡት ሰዎች የፈጠጋርን እና የሸዋን አውራጃ አብጠርጥረው የሚያውቁ ናቸው። ይህን ለማለት ያስቻለን በበራራ እና በዝቋላ አካባቢ ስላሉ ቦታዎች፣ ወንዞች፣ ተራሮች እና ከተሞች በካርታው ላይ የሰፈረው ዝርዝር መረጃ ነው።

የፍራ ማውሮን ካርታ ጥቂት ስህተቶቹን ነቅሶ በማንበብና ከዘመኑ የታሪክ ድርሳናት በማገናዘብ፣ ካርታውን በሳተላይት ምስል በመታገዝ ከአሆኖቹ ስፍራዎች ጋር በማገናዘብ እና እንደገና በመሣል የበራራን ትክክለኛ መገኛ በቀላሉ ማወቅ ይቻላል። የካርታውን ንባብ ለማቃለልም በተለይ የበራራን መገኛ አትኩሮ ለመመልከት የሚረዱትን ዋናዋና ስፍራዎች በአቅጣጫና በርቀት (እንደአስፈላጊነቱ) በአጭር በአጭሩ እንገልጻለን። እንደአስፈላጊነቱም ሌሎች የታሪክ ማገናዘቢያዎችን እናቀርባለን። ወደዝርዝሩ ከመግባታችን በፊት ሁለት ነጥብ ማንሳት እንወድዳለን። አንደኛ፣ ፍራ ማውሮ ካርታ ላይ የዶኮ ወንዝ ተብሎ የቀረበው በዛሬው አከላለል ምሥራቅ ሸዋ ውስጥ የሚገኘውን የዱከምን ወንዝ አይደለም። ዱከም በጥንቱ የአስተዳደር ወሰን ስንሄድ የሚገኘው በፈጠጋር አውራጃ ነው። የበራራን መገኛ ብዙ ምሁራን በስህተት ፈጠጋር ውስጥ ያደረጉበት ምክንያት ዶኮን ዱከም ብለው በመውሰዳቸው ነው። ይህ ግን መታረም አለበት። ዱከም ፈጠጋር እንደሚገኝ ወሳኝ ምስክርነት ከሚሰጡን ጸሐፊዎች ውስጥ የሆነውን አረብ ፈቂህን እዚህ ቃል በቃል መጥቀስ አስፈላጊ ነው:-

> [W]ith regard to the Muslims, they set out from Zeqālā and reached the region of Lālibālā in the territory of Faṭagār, and spent the night by the river Dukām. Their goal was Bādēqē. […] When the Muslims reached the river Dukām they noticed a fire blazing in the Middle of Bādēqē."[51]

<u>ትርጉም</u>

ሙስሊሞቹ ደግሞ ከዝቋላ ተነስተው በፈጠጋር ግዛት ወደሚገኘው ላሊበላ ወረዳ ደርሰው ሌሊቱን በዱከም ወንዝ ዳር አሳለፉ። ግባቸው ባደቄ ነበር። … ሙስሊሞቹ ዱከም ወንዝ ሲደርሱ በባደቄ መሀል እሳት ሲንበለበል አስተዋሉ።

እላይ ያለው ጥቅስ እንደሚያመለክተው ዝቋላ የሚገኝበት የላሊበላ ወረዳ፣ የዱከም ወንዝ እና ባደቄ፣ ሁሉም የሚገኙት በፈጠጋር ውስጥ ነው (ካርታ 1ና 7ን ይመለከቷል)።

ሁለተኛ እላይ እንዳነሳነው እዚህም መድገም የምንፈልገው በካርታው እና በጽሑፍ መረጃዎች መሠረት የበራራ ከተማ መገኛ በሸዋ አውራጃ፣ በወረብ ወረዳ ሲሆን የበራራም ትክክለኛ መገኛ ከአሁኑ አዲስ አበባ እና የአዲስ አበባ ዙሪያ ውጭ ሊሆን አይችልም። እዚህ ድምዳሜ የደረስንበትን ምክንያት ቀጥሎ እናብራራለን።

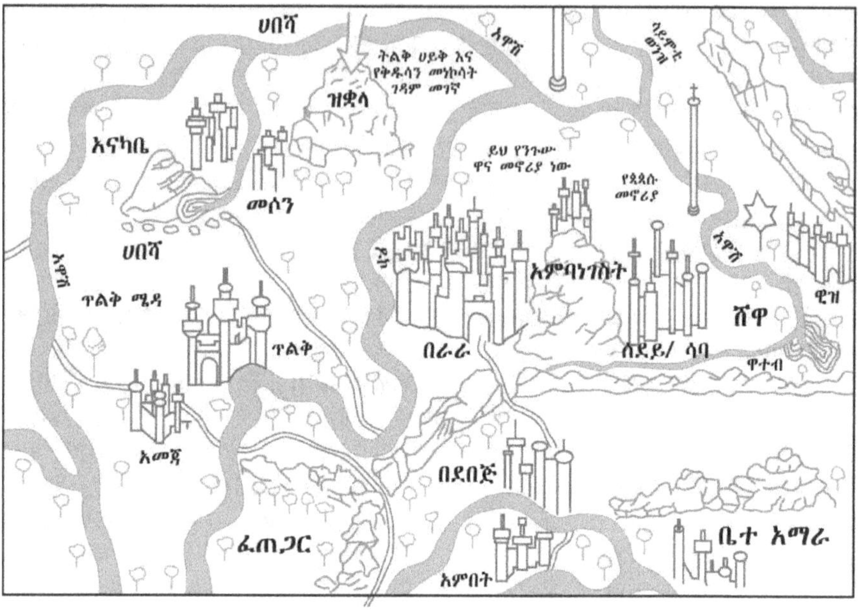

ካርታ 5፡- በራራ እና አካባቢዋ በፍራ ማውሮ ካርታ (የፍራ ማውሮ ካርታ የዘመኑን የአረቦች የካርታ አስሣሣል ተከትሎ የተሣለ ስለሆነ አቅጣጫው ("Orientation") የደቡብ ዋልታ እንደሆነ ያስተውሏል።)[52]

በፈጠጋር ውስጥ በሚገኙ ቦታዎች እንጀምር። ፈጠጋር በመካከለኛው ዘመን ከነበሩት ከሰሎሞናውያን ነገሥታት በተለይም ከዓፄ ዳዊት (1380–1413)፣ ከዓፄ ዘርዓ ያዕቆብ (1434–1468) እና ከዓፄ በዕደ ማርያም (1468–1478) ጋር ጥብቅ ቁርኝት የነበረው ዋነኛ የኢትዮጵያ የጥንት አውራጃ ነበር። ፈጠጋር በመካከለኛው ዘመን አማራ በስፋት ከሚኖርባቸው አውራጃዎች አንዱ ነው። ማያ የተባሉ ከብት አርቢ ክርስቲያኖችም ይኖሩበት ነበር። መርዕድ ወልደ አረጋይ ስለጥንት የኢትዮጵያ አውራጃዎች የአስተዳደር ወሰን ባጠናው ጥናት መሠረት የፈጠጋር አውራጃ ሰሜን ምዕራባዊ ወሰን እንጦጦ ተራራ ግርጌ ይደርሳል ይላል።[53] በኛ የምርምር ግኝት ግን የፈጠጋር ሰሜን ምዕራባዊ ድንበር ከትልቁ አቃቂ ወንዝ አያልፍም። ፈጠጋር ከአዋሽ ወንዝ በስተሰሜን ይገኛል (ካርታ 1–3፣ 5–8 ይመለከቷል)። የፍራ ማውሮ ካርታ እንደሚያሳየው በፈጠጋር ውስጥ የዝቋላ ገዳም፣ ጥልቅ እና ለጥ ያለው የጥልቅ ሜዳማ አካባቢ (Tich, El pian de tich)፣ መሰን (Mason) እና አመጃ የተባሉ ስፍራዎች ነበሩ፤ አንዳንዶች አሁንም አሉ።

የዝቋላ ገዳም ላሊበላ በሚባል ወረዳ ዝቋላ በተባለ ተራራ ይገኝ ነበር።[54] ተራራው ሾጣጣ ሲሆን በተራራው አናት ሐይቅ እንዳለና በተራራውም የቅዱሳን መነኮሳት ገዳም እንደሚገኝ በካርታው ላይ በትክክል ተቀምጧል፡- "በዚህ ተራራ ላይ ትልቅ ሐይቅ እና የቅዱሳን መነኮሳት ገዳም አለ" ("Su questo monte è uno gran lago e abbadie de sancti monaci")።[55] እንደሚታወቀው ከዝቋላ ተራራ አናት ላይ በእሳተ ገሞራ ፍንዳታ የተፈጠረ ሐይቅ እስከዛሬ ድረስ አለ። የዝቋላ ገዳምነቱም እስከዛሬ ድረስ እንደጸና ነው። ይህን ዐይነት ዝርዝር መረጃ ስለቦታው መስጠት የሚችል ቦታውን በአካል

የሚያውቅ ሰው ብቻ ነው። አሮሞ በአካባቢው ከሰፈረ በኋላ እንደሌሎች ቦታዎች ሁሉ የላሊበላን ወረዳ ሊበን በሚል ስም ቀይረውታል። ተራራው ግን አሁንም በጥንት ስሙ ይጠራል። የዝቋላ ገዳም የበራራን ትክክለኛ መገኛ ለማወቅ እጅግ ወሳኝ ማገናዚቢያ ነው።

ሌላው ፈጠጋር ውስጥ ይገኝ የነበረው ከተማ ጥልቅ ነው። ስለጥልቅ ከካርታው በተጨማሪ በዘመኑ የተጻፈ መረጃ ይገኛል። በዚህም መረጃ መሠረት ጥልቅ ዓፄ ዘርዓ ያዕቆብና ልጁ ዓፄ በዕደ ማርያም (1468-1478) የተወለዱበት ፈጠጋር ውስጥ የሚገኝ ስፍራ ነው። ቦታውን ለመጀመሪያ የከተመበት የዘርዓ ያዕቆብ አባት ዓፄ ዳዊት ነው። መረጃው የንጉሡ ታሪከ ነገሥት ሲሆን ዓፄ ዘርዓ ያዕቆብ እና ዓፄ ዳዊት ከቦታው ጋር ስላላቸው ቅርብ ግንኙነት የሚከተለውን ይላል፤

> ወእምዝ ተመይጠ ንጉሥነ ዘርዓ ያዕቆብ በፍሥሓ ወበኃሴት። ወበጽሐ ምድረ ፈጠጋር እንተ ትሰመይ ጥልቅ ዘተወልደ ባቲ ቀዳሚ። ወነበረ ባቲ ኅቤሃ ወወጠነ በህየ ሐኒጸ መቅደሱ ለሚካኤል። ዳዊትኒ አቡሁ ኀበ ነበር ተከለ ብዙኃ አትክልተ እንተ ትሰመይ የለባሻ። ወበህየኒ ሐነጸ ዓቢየ መቅደሰ ወሰመዮ መርጡለ ሚካኤል። ለታሕታይስ ሰመይዎ ዓፀደ ሚካኤል።[56]
>
> <u>ትርጉም</u>
> ንጉሣችን ዘርዓ ያዕቆብ በዚያን ጊዜ በደስታ እና በሀሴት ተመለሰ። ቀደም ወደተወለደባት ጥልቅ ከምትባለው ስፍራ ወደፈጠጋር መጣ። በዚህ ስፍራ በሚኖርበት ጊዜ የቅዱስ ሚካኤልን ቤተ መቅደስ ለመገንባት ጀመረ። አባቱ ዳዊት በነበረ ጊዜ የለበሻ የተባለ ብዙ አትክልት አስተከለ። እዚያም ታላቅ ቤተ መቅደስ አሠርቶ ስሙን መርጡለ ሚካኤል ብሎ ሰየመው። ሌላው ታችኛውን አጸደ ሚካኤል ብሎ ሰየመው።

ጥልቅ የዓፄ ዳዊት ልጅ ወይዘሮ ድል ሞገሣ ታች ጋይንት ውስጥ ላሰራችው ለቤተልሔም ቤተ ክርስቲያን ባስጻፈችው የጉልት መዝገብ ውስጥም ተጠቅሶ እናገኘዋለን። ድል ሞገሣ ለቤተልሄም የሠራቸውን ሥርዓት በጥልቅ ምድር አቄት ደበና ታቦተ ኢየሱስ በሚገኝበት ስፍራ ከአባቷ ከዳዊት ጋር በመነጋገር እንደሆነ ትነግረናለች፡- "አነ ድል ሞገሣ ወካልእ ስምየ በትረ አሮን በመዋዕለ አቡየ ዳዊት ዘተሠምየ ቆስጠንጢኖስ፣ ወሊቀ ጳጳስነ አባ ማቴዎስ፣ ወጳጳ[ስ]ነ አባ በርተሎሜዎስ ዘተኀልተ ገብያ ለቤተልሔም ለማርያም። ወይቤለኒ ዳዊት አቡየ ወለትየ ድል ሞገሣ በእንተ ዝንቱ ጉልት ከመ ይኩን ተዝካርየ ወለተዝካርኪ። [...] ወተካየድክዎሙ በምድረ ጥልቅ ወበአቄት ደበና ወበታቦተ ኢየሱስ።"[57] ጉልቱ ለዓፄ ዳዊት እና ለወይዘሮ ድል ሞገሣ እና ለልጆቻቸው እና ለልጅ ልጆቻቸው ተዝካር እንዲሆን ታስቦ ነው የተሰጠው።

ከድል ሞገሣ የጉልት መዝገብ እና ከዘርዓ ያዕቆብ ታሪከ ነገሥት እንደምንረዳው ጥልቅ ከዓፄ ዳዊት ቤተሰብ ጋር ጥብቅ ግንኙነት ነበረው። ዘርዓ ያዕቆብን ጨምሮ የዳዊት ልጆች የተወለዱት ምናልባት በጥልቅ ሊሆን ይችላል። በፍራ ማውሮ ካርታ ላይ ያለው ጥልቅ የተባለው ቦታ ነገሥታቱ የተወለዱበት እንደሆነ ከጥቅሱ ለማወቅ ይቻላል። ነገር ግን ዛሬ ጥልቅ የሚባል ቦታ በምሥራቅ ሸዋ መኖሩን የሚያስረዳ ምልክት የለም። እንደሌሎች የፈጠጋር ስፍራዎች ሁሉ የኋላ ሰፋሪ አሮሞዎች የቦታውን ስም ሳይቀይሩት አልቀረም።

ከጥልቅ በቅርብ የሚገኘው አመጃ የተባለው ከተማ ነው (ካርታ 2፣ 5–7 ይመለከቷል)። አመጃ አንድ በስም ካልተጠቀሰ የአዋሽ አነስተኛ ገባር ወንዝ በቅርብ ይገኛል። በአቅራቢያው የሚገኘው ከተማ ጥልቅ ነው። ከራውፎርድ አመጃ ጐዝማ

በሚባለው አምባ ጫፍ የሚገኘው ማጀቴ ሊሆን ይችላል ብሎ ግምቱን ሰጥቷል።[58] ነገር ግን በአቅራቢያው ስለሚገኘው ወንዝ ምንም ያለው ነገር የለም። በኛ እምነት በስም ያልተጠቀሰው ወንዝ በምንጃር ሸንኮራ ወረዳ ውስጥ የሚገኘው የቀሰም ወንዝ ነው። ለዚህ አስረጅ ደግሞ የአረብ ፋቂህ መጽሐፍ ነው። አረብ ፋቂህ አመጃን ከአምስት ጊዜ በላይ ጠቅሶታል። ከሽምብራ ኩሬ ጦርነት በፊት አዋሽን በመሻገር ግራኝ አሕመድ መጀመሪያ የሰፈረው በአመጃ ነው። አመጃ ሙስሊሞች የሚኖሩበት በንጉሡ ሥር የሚተዳደር የንግድ ከተማ ነበር።[59] ከዚህ የተሻለ መረጃ ካልተገኘ በስተቀር አመጃ በአሁኑ ምንጃር ሸንኮራ ውስጥ የነበረ የንግድ ከተማ ነበር እንላለን። በመቀጠል የምናየው የመሶንን ከተማ ነው።

መሶን ከሰሜን ወደደቡብ በሚፈስስ የአዋሽ ገባር በሆነ ወንዝ ዳር የሚገኝ እንደሆነ ከካርታው ማወቅ ይቻላል። ወንዙ የሚመነጨው ደግሞ አናከቤ ከሚባል ተራራ (Mons anachabei) ነው (ካርታ 2፣ 5–7 ይመለከቷል)። ክራውፎርድ አናከቤ የተባለው ተራራ የአሁኑ መገዘዝ ተራራ ነው ይላል። ካርታው ላይ ያለው መሶን የተባለው ከተማ ደግሞ ከመገዘዝ በስተደቡብ የሚገኘውን መስኖን ነው ብሎ ግምቱን ሰጥቷል።[60] ግምቱ ግን ትክክል አይመስልም። ፓንክረስት እና ብሪተንሪዝ በስም ያልተጠቀሰው ወንዝ የሞጀ ወንዝ ነው ብለው ትንታኔ ሰጥተዋል። የሞጀ ወንዝ የፍስሰት አቅጣጫ ካርታው ላይ ካለው ጋር አንድ ሲሆን ይኸውም ከሰሜን ወደደቡብ ነው።[61] ስለዚህ መሶን የሚገኘው የሞጀ ወንዝ ከሚፈልቅበት አካባቢ ነው ማለት ነው።

ነገር ግን በካርታው መሠረት ከሄድን አናከቤ የተባለው ተራራ መገኘት ያለበት ካሁኑ የረር ተራራ ብዙ ሳይርቅ ነው። የአረብ ፋቂህ መጽሐፍ ይህንን ግምት ያጠናክራል። አረብ ፋቂህ መሶንን መሲን ብሎ ጽፎታል። መሶንን እና በተለይ ባደቄን አረብ ፋቂህ ደጋግሞ ያነሳቸዋል። ባንድ ላይ ይጠቅሳቸዋል። በ1529 ዓ.ም. የግራኝ አሕመድ ወታደሮች አዋሽን ከተሻገሩ በኋላ መርጋይ በተባለ ቦታ ትንሽ እረፍት አድርገው ቀጥታ የቀሰምን መንገድ ይዘው አመጃ ከተማ ደረሱ። ሦስት ቀን አመጃ አሳልፈው በአራተኛው ቀን ተነስተው ጃን ዘለቅ ወረዳ ሲደርሱ ቀሰም ተራራ ላይ በወቅቱ ከመርጋይ ገዢና በሥሩ ከነበሩ 50 ወታደሮች ጋር ተዋግተው የግራኝ አሕመድ ወታደሮች የመጀመሪያውን ድል አገኙ። ግራኝ አሕመድም ጃን ዘለቅ ሳለ ኡራይ ቢን ኡትማን ቢን ዳር አሊ በተባለ መኮንን ሥር ያሉ ብዙ የኢትዮጵያ ወታደሮች ዱከም እንደሚገኙ መረጃ ደረሰው። ዱከምም እነሱ ከነበሩበት ቦታ ብዙም እንደማይርቅ ተነገረው።[62] የግራኝ አሕመድ ወታደሮች ከጃን ዘለቅ ተነስተው እኩለ ቀን ላይ መስክ (ምናልባት የፍራ ማውሮ ካርታ የጥልቅ ሜዳ ያለውን ሊሆን ይችላል) እተባለ ቦታ ደርሰው እዚያው ውለው አደሩ። ከመስክ በኋላ የግራኝ አሕመድ ወታደሮች ስላደረጉት እንቅስቃሴ አረብ ፋቂህ የሚከተለውን ይነግረናል፡-

> In the morning of the second day they set out [from Mesk], and it was the time for the forenoon prayer when they sighted a group of infidels close by them. They sent a detachment of cavalry ahead to bring back news. These captured a number of infidels and presented them to the imam Aḥmad who questioned them. They related that the [king's] party was far off, high up [in the moutnains]. So the Muslims set out and stopped at the time of the afternoon prayer by a river called Maju (Mojo) in the land of Faṭagār. On this day there was a driving and cold wind, so they passed the night there. When the next day came, they set out, halting only when they

> came to a place called Masin, the village of 'Umar Abūn. They set fire to it, as they also set fire to the king's church. […] Upon the third day they set out, finally arriving in the neighbourhood of Bādēqē which was where the king's houses were and where his treasure was stored.[63]

<u>ትርጉም</u>

በሁለተኛው ቀን ጠዋት [ከመስከ] ተነስተው ሲጓዙ፣ አረመኔዎችን (ክርስቲያኖችን) በጅር ሆነው በአቅራቢያቸው ሲያዩ የተሲአት የጸሎት ጊዜ ደርሶ ነበር። ወሬ እንዲያመጡ ፈረሰኞችን አስቀድመው ላኩ። ፈረሰኞቹም ብዙ አረመኔዎችን (ክርስቲያኖችን) ይዘው ለኢማም አሕመድ ሰጡት፣ እርሱም ጠየቃቸው። ንጉሡ እሩቅ ቦታ እተራራ ስፍራ እንደሚገኝ ተናገሩ። ስለሆነም ሙስሊሞቹ ጉዟቸውን ቀጠሉና የከሰዓት በኋላ ጸሎት ሲደርስ ፈጠጋር ውስጥ ከሚገኘው ከሞጀ ወንዝ አጠገብ አረፉ። በዚህ ቀን የሚጋፋ ቀዝቃዝ ነፋስ ስለነበረ ሌሊቱን እዚያው አሳለፉት። በማግስቱ ጉዞ መሲን እተባለች የኡመር አቡን መንደር ሲደርሱ ትንሽ ቆም ብለው ጉዞአቸውን ቀጠሉ። በዚያው የሚገኘውን የንጉሥን ቤተ ክርስቲያን ሲያቃጥሉ መንደሩንም እሳት ለቀቁበት። በሦስተኛው ቀን ተጉዘው በመጨረሻ የንጉሡ መኖሪያ ቤትና ንብረቱ እተከማቸበት ባደቄ አጠገብ ደረሱ።

በዚህም መሠረት የግራኝ ወታደሮች ወደመሶን እና ባደቄ አቅጣጫ ሲጓዙ ፈጠጋር ውስጥ የሚገኘውን የሞጀን ወንዝ ተሻግረው እንደመጡ አረብ ፈቂህ ይመሰክራል። ቀጥሎም እዚያው የሚገኘውን የንጉሡን ቤተ ክርስቲያን ጨምሮ መሶንን ወታደሮች አንዳቃጠሉት አክሎ ይነግረናል። መሶንን ካቃጠሉ በኋላ ወደባደቄ ተጓዙ ይላል። በጥቅሱ መሠረት ከመስከ ተነስተው ሞጀ ለመድረስ አንድ ቀን፣ ከሞጀ ተነስተው ባደቄ አካባቢ የደረሱቱ ደግሞ በአንድ ቀን ወይም ከአንድ ቀን ባነሰ ጊዜ ነው። ስለዚህ ባደቄም ሆነ መሶን ፈጠጋር እንደሚገኙ ከአረብ ፈቂህ ጽሑፍ መረዳት ይቻላል።[64] አረብ ፈቂህ እንደሚለው ከባደቄ በቅርብ በሚገኝ ሰመርማ በተባለ ወንዝ ላይ በተደረገ ጦርነት የአሕመድ ወታደሮች ተሸንፈው አፈገፈጉ።[65] ግራኝ አሕመድ እስከ ሰመርማ ድረስ መጥቶ እንደተዋጋ በዘመኑ በግዕዝ የተጻፈ መረጃ እንዲህ ይላል "ወእምዝ በ፪ዓመት ወበ፳ወ፩ ዓመተ መንግሥቱ ለልብነ ድንግል መጽአ ግራኝ እስከ ሰመርማ ወተጻብዖ ወሰደዶ እስከ ሽምብራ ኩሬ ወገብሩ ጸበዓ በህየ አመ ፲ወ፩ ለመጋቢት…"።[66]

የሽምብራ ኩሬ ጦርነት ከመደረጉ ጥቂት ቀናት በፊት የግራኝ ወታደሮች ከአንድ ከፍታ ቦታ ወደላሊበላ ወረዳ ሄደው ዝቋላ ገዳም አቅራቢያ እንዳረፉ አረብ ፈቂህ ይናገራል። ከሁለት ቀን እረፍት በኋላ በቀስት የሚተኩሱ ማያ የተባሉ ክርስቲያኖች የግራኝ አሕመድን ወታደሮች ለማጥቃት ሙከራ አድርገው እንደተሸነፉ እና ብዙዎቹ ማያዎች ሸሽተው ንጉሡ ወደሚገኝበት ወደመሶን አቅጣጫ እንደሄዱ አረብ ፈቂህ በስፋት ይተርካል።[67] በ1531 ዓ.ም. ግራኝ በራራ ሳለ በጥቆማ ባደቄ በድብቅ የተቀመጠ የንጉሡ ንብረት አለ ስለተባለ ታማኙን አዶሊን እንዲዘርፍ ላከው። አዶሊም በትእዛዙ መሠረት እንደሄደ እና ፈጠጋርን እና መሶንን እንደዘረፈ አረብ ፋቂህ የሚከተለውን ጽፏል፡-

> Before the Emir Abū Bakr had returned from [Dabra Libanos after burning it], the [Muslim] people of Berārah went to the imām and said, "we know the whereabout of the king's treasures that used to be in Bādēqē; and we will lead you to them." So the imām sent off the wazir 'Adoli and his army. He took possessions of the valuables, just as they had indicated that he would, and stayed six days there, plundering booty

from the regions of Faṭagār and Masin before returning to the imām who was [still] in Berārah. He took to the imām the treasures—gold and silver plates, and silk of every hue—which the imām, in trun, gave to the people of Mahra who were fighting alongside him.[68]

<u>ትርጉም</u>
እነ አሚር አቡ በከር [ደብረ ሊባኖስን አቃጥለው] ከመመለሳቸው በፊት የበራራ [ሙስሊም] ሕዝብ ወደ ኢማም ሄዶ "በባደቄ ውስጥ የነበሩት የንጉሡ ንዋያት የት እንደተደበቁ እናውቃለን፤ ወዳሉበትም እንመራሃለን" አሉት። ስለዚህ ኢማም ወዚር አዶሊንና ሠራዊቱን ላከ። ልክ በነገሩት መሠረት ውድ ንዋያትን አግኝቶ ወሰዳቸው፣ በራራ ወደነበረው ኢማም ከመመለሱ በፊትም ከፈጠጋር እና ከመሲን ከሌሎችም አካባቢዎች ምርኮ ሲዘርፍ ስድስት ቀን ቆየ። የዘረፋቸውን ንዋያት — የወርቅ እና የብር ሳህኖች እና የተለያዩ ቀለማት ያሏቸው የሐር አልባሳት ለኢማም አስረከበ። ኢማምም በበኩሉ ከእርሱ ጋር አብረውት ለሚዋጉት [ከደቡብ አረቢያ ለመጡት] ለማህራ ሰዎች ሰጣቸው።

ከላይ ማየት እንደሚቻለው ባደቄ እና መሰን ከፈጠጋር ጋር አብረው ተጠቅሰዋል። ግራኝ በራራ ላይ ተቀምጦ አዶሊ የተባለውን ታማኙን የንጉሡን ንብረት ዘርፎ እንዲያመጣ የተላከው ወደባዴቄ ነው። ከባደቄ በተጨማሪ መሰን እና ፈጠጋርንም ለስድስት ተከታታይ ቀናት ሲዘርፍ ሰንብቶ ተመለሰ። ይህ መረጃ መሰን እና ባደቄ በፈጠጋር ውስጥ እንዳሉ ማረጋገጫ ነው። መሰንን ለአራተኛ እና ለመጨረሻ ጊዜ አረብ ፈቂህ ከዝቋላ ጋር በተገናኘ ይጠቅሳታል። በ1531 ዓ.ም. አዶሊ ፈጠጋር ውስጥ በዝቋላ እንደነበር እና በግራኝ ትእዛዝ በቅርብ ወደምትገኘው ወደመሰን እንደሄደ ጽፏል።[69] እንደመሰን ሁሉ ባደቄ የሚገኘው በፈጠጋር አውራጃ በሸዋ ድንበር እንደሆነ እላይ ያቀርብናቸው መረጃዎች ያሳያሉ።

ከፈጠጋር ሳንወጣ ስለዱኩም ወንዝ እንደገና ማንሳት ያስፈልጋል። በፍራ ማውሮ ካርታ ላይ ዶኮ የተባለ ከበራራ በስተሰሜን ፈልቆ በከተማው አቅራቢያ የሚያልፍ ወንዝ አለ (ካርታ 2፣ 5–7 ይመለከቷል)። ካርታው ላይ ዶኮ የተባለው ወንዝ የዱከም ወንዝ እንደሆነ የታሪክ ምሁራን ይስማማሉ።[70] በአሁኑ ጊዜ በምሥራቅ ሸዋ ከየረር ተራራ የሚመነጭ ዱከም የሚባል አነስተኛ ወንዝ አለ። ተደጋግሞ እንደተገለጸው በመካከለኛው ዘመን የዱከም ወንዝ እና አካባቢው በፈጠጋር አውራጃ ውስጥ ይገኝ ነበር። ነገር ግን በፍራ ማውሮ ካርታ ላይ ያለው የዶኮ ወንዝ የፍሰሰት አቅጣጫ ከየረር ተራራ ከሚመነጨው ከዱከም ወንዝ ጋር ፈጽሞ የተለየ ነው። ካርታው ላይ ዶኮ የተባለው ወንዝ የፍሰሰት አቅጣጫ ከእንጦጦ ፈልቆ በአዲስ አበባ ከሚሄደው ከትንሹ አቃቂ ወንዝ ጋር ፍጹም አንድ ነው ። እታች እንደምናየው የበራራው ተወላጅ አባ ቶማስ እና የአንጎቱ ተወላጅ አባ ቶማስ ለእስክንድር ዞርዚ የሰጡት እማኝነት ይህን ያረጋግጣል። ሁለቱ አባ ቶማሶች በበራራ ከተማ አጠገብ የሚያልፍ አንድ የአዋሽ ገባር ወንዝ እንዳለ ይናገራሉ። በበራራ አጠገብ የሚያልፈው ወንዝ ከአዋሽ ወንዝ ጋር ፈጠጋር አውራጃ ውስጥ እንደሚቀላቀልም ይገልጻሉ።[71] ዞርዚ በስም ባይጠቅሰውም በሰሜን አዲስ አበባ በጎጃም በር አካባቢ ከእንጦጦ መንጭቶ በአዲስ አበባ የሚፈስሰው የአቃቂ ወንዝ እንደሆነ ይታወቃል። ስለዚህ በመካከለኛው ዘመን የአሁኑ አቃቂ ዱኮ በሚባል ስም ይጠራ ነበር ማለት ነው።

የበራራ ከተማ ፈጠጋር ውስጥ እንዳልነበረ አረብ ፈቂህ ጠንካራ መረጃ ይሰጣል። በሐምሌ ወር 1531 ዓ.ም. ፈጠጋር ውስጥ በተደረገ ጦርነት ስመጥሩ የልብነ ድንግል መኮንን ራስ ወሰን ሰገድ ሞተ። ግራኝ አሕመድ ወሰን ሰገድ ከተገደለ በኋላ ፈጠጋር ውስጥ ወደሚገኝ ጃን ዘለቅ ወደተባለ ወረዳ ሄደ። ቀጥሎም ወደጥንቱ እንጦጦ ሄደ (ስለጥንቱ እንጦጦ ምዕራፍ 10ን ይመለከቷል)። ከእንጦጦ ወደበራራ ለመሄድ በመዘጋጀት ላይ እያለ ካሌድ አል ዋራዲ የተባለ ተከታዩ የበራራውን ጉዞ እንዲሠርዝና ወደቀወት ቢሄድ እንደሚሻል መከረው። አረብ ፈቂህ እንዲህ ይላል፡-

> Ḵāled al-Warādī asked the imām, 'Why have you come to Anṭiṭ and left Jān Zalaq whose people asked me to obtain from you an assurance of safety for them? I have myself given them this assurance.' The imām replied, 'It was my plan to go to Berārah where we are camped, and send out cavalry into the countryside. To which Ḵāled al-Warādī replied, 'But if you set out for Berārah, the people of Jān Zalaq will not become Muslims, nor the people of Qawāt. So now let us return to Jān Zalaq and remain there for all the idolworshiper will come to you—they and their patricians, and will accept Islam.
>
> The imām accepted his counsel, and then told the emir Muḥammad Zaḥarbūī [may God have mercy upon him] and Garād Aḥmūša, what he had counselled. He informed them what Ḵāled al-Warādī had said to him, and they both said: 'This is unquesntiably good advice.' [...] So the imam sent a messenger to the emir Abū Bakr, who said to him we are returning to Jān Zalaq while you are to remain in Berārah as far as Bādēqē. Don't leave it for Faṭagār until our messenger reaches.' He then took all of the gold in the church which was in Anṭiṭ and burn it.[72]

<u>ትርጉም</u>

ካሊድ አል ዋራዲ ኢማምን እንዲህ ሲል ጠየቀው ፡- "ሰዎቹ ለደህንነታቸው ካንተ ዋስትና እንዳስሰጣቸው እየጠየቁኝ አንተ ለምን ጃን ዘለቅን ትተህ ወደእንጦጦ መጣህ? እኔ በበኩሌ ዋስትና ሰጥቻቸዋለሁ። "ኢማምም እንዲህ ብሎ መለሰ፡- "እኔ ሰፈር ወደሠራንበት ወደበራራ ተመልሼ በገጠሩ ፈረሰኛ ወታደር ለመላክ ነበር እቅዴ።" ለዚህ ካሊድ እንዲህ ሲል መለሰ፡- "በራራ ከሄድህ ግን የጃን ዘለቅ ሰዎች አይሰልሙም፣ የቀወትም ሰዎች እንደዚሁ። ስለዚህ ወደጃን ዘለቅ እንመለስና እዚያው እንቆይ፤ ጣኦት አምላኪዎቹ ወዳንተ ይመጣሉ፤ እነሱም ሆኑ መኳንንታቸው እስልምናን ይቀበላሉ።

ኢማምም ምክሩን ተቀበለው፣ ከዚያም ለአሚር መሐመድ ዘሀርቡይንና [እግዚአብሔር ይቅር ይበለው] ለጋረድ አህሙሳ ምክሩን ነገራቸው። […] ከዚያም ኢሚር አቡ በከር የሚከተለውን በመልክተኛ ላከ፡- "እኛ ወደጃን ዘለቅ እየተመለስን ነው። አንተም ከበራራ እስከ ባደቄ ያለውን [አገር እየጠበቅህ] ቆይ። መልክተኛ እስከምንልክብህ ድረስ ጥለኸው ወደፈጠጋር እንዳትሄድ። " ከዚያም እንጦጦ በሚገኘው ቤተ ክርስቲያን የነበረውን ወርቅ በሙሉ ከወሰደ በኋላ አቃጠለው።

የጥቅሱ የመጨረሻው አንቀጽ እንደሚያሳየው ግራኝ ወደበራራ ለመመለስ የነበረውን እቅድ ትቶ ወደጃን ዘለቅ ለመሄድ ወስኗል። በዚህ ምክንያት ቀጭን አቡ በከርን ከበራራ እስከ ባደቄ ድረስ ያለውን አገር እንዲጠብቅ ትዛዝ አስተላልፏል። ባደቄ ሌላው የንጉሡ መኖሪያ የነበረበት በዱከም ወንዝ አቅራቢያ ይገኝ የነበረ ከተማ ነው።[73] አቡ በከር በራራን ትቶ ወደፈጠጋር እንዳይመጣ ጥብቅ ትእዛዝ ሰጥቶታል። ስለዚህ በራራ ፈጠጋር ውስጥ እንዳልነበረ አረብ ፈቂህ የጻፈው የማያወላዳ የታሪክ ምስክር ነው።

ከላይ ካቀረብነው መረጃ በመነሳት ሁለት ድምዳሜ ላይ መድረስ ይቻላል። አንደኛው በራራ ፈጠጋር አውራጃ ውስጥ አልነበረም። በተመሳሳይ የባደቄ ከተማ መገኛ ሸዋ ሳይሆን ለበራራ በቅርብ ርቀት በፈጠጋር ነው። ስለበራራ መገኛ የሚሰጡ ግምቶች እነዚህን ሀቆች ታሳቢ ማድረግ አለባቸው። የበራራ መገኛ አሻሚም አይደለም። ስለበራራ መገኛ ትክክለኛ የሚመስሉ ከአንድ በላይ አማራጭ ቦታዎች አሉ ቢባል እንኳ አማራጮቹ በሸዋ ስር ከነበረው ከወረብ በተለይም ደግሞ በአሁኑ አዲስ አበባ ዙሪያ ካሉ ቦታዎች ውጭ ሊሆኑ አይችሉም። ቀጥሎ ሸዋ ውስጥ ስላሉ ስፍራዎች የምናቀርበው መረጃ ይህን ያረጋግጣል።

ወደሸዋ ስንመለስ ሁለት ወንዞችና ስድስት የቦታ ስሞች በካርታው ላይ እናገኛለን። ከወንዞች ውስጥ አንደኛው አዋሽ ነው። የአዋሽ ወንዝ መነሻ ነጥብ ዋተብ (Uateb?) የተባለ ቦታ ነው (ካርታ 2፣ 5–6ን ይመለከቷል)። ክራውፎርድ ስለዚህ ቦታ የሰጠው ማብራሪያ አጥጋቢ አይደለም።[74] አረብ ፈቂህ በ1531 ዓ.ም. ክረምት ከመግባቱ በፊት ግራኝ የአዋሽ ወንዝ ከሚመነጭበት አጠገብ አቡረት በሚባል ቦታ የተወሰኑ ቀናትን ማሳለፉን ይገልጻል።[75] እላይ እንደገለጽነው ፍራ ማውሮ ከኢትዮጵያ መነኮሳት ጋር የሚነጋገረው በአስተርጓሚ ስለነበረ "አቡረት"ና "ዋተብ" የሚሉት የቦታ ስሞች መለያየት ከትርጉም ጉድለት የመጣ ሊሆን ይችላል።

የአዋሽ ምንጭ አካባቢው የጋፋት ተራራ እንደሚባል እስከንድር ዞርዚ ከኢትዮጵያ የዐይን እማኝ መነኮሳት ቃለመጠይቅ በማድረግ የሰበሰበው መረጃ ያስረዳል።[76] የአዋሽ ወንዝ ከሚመነጭበት ከዋተብ አቅራቢያ ዊዝ (Vuiçie) የተባለ ከተማ ይታያል (ካርታ 2፣ 5–7 ይመለከቷል)። ስለዊዝ ብዙ ታማኝ የታሪክ ምስክሮች አሉ። አንዱ የታሪክ ምስክር እስከንድር ዞርዚ ከኢትዮጵያ መነኮሳት ቃለ መጠይቅ በማድረግ የሰበሰበው የመልክአ ምድር መረጃ ነው። የበራራ ተወላጅ የነበረው አባ ቶማስ ወደኢየሩሳሌም ከመሄዱ በፊት ከአዋሽ ወንዝ አጠገብ በሚገኘው ዊዝ ከተማ በእግሩ ሄዷል። ከዊዝ እስከ በራራ ስድስት ቀን እንደሚፈጅ ለዞርዚ ነግሮታል። የአንንቱ አባ ቶማስም ከበራራው ቶማስ ጋር ፍጹም ተመሳሳይ የሆነ ምስክርነት ለእስክንድር ዞርዚ ነግሮታል።[77]

አረብ ፈቂህ ዊዝ ከአዋሽ ወንዝ አጠገብ የምትገኝ ከተማ እንደሆነች ከሁለቱ ቶማሶች ጋር ተመሳሳይነት ያለው መረጃ አስፍሯል። በ1531 ዓ.ም. ግራኝ አሕመድ ከሸዋ ወደዳሞት እና ወደወጅ ሲዘምትና ከዳሞትና ከወጅ ወደሸዋ ሲመለስ በዊዝ ከተማ አድርጎ እንደሆነ ምስክርነቱን ሰጥቷል። ቀጥሎም አረብ ፈቂህ ግራኝ እና ወታደሮቹ የአዋሽ ወንዝ ከሚመነጭበት ከአቡረት ተነስተው ወረብን እና የወረብን ምዕራባዊ አዋሳኝ ወረዳዎች በመንገዳቸው ያገኙትን ሁሉ እየገደሉ፣ እያቃጠሉ እና እየዘረፉ በራራ በዐሥር ቀን ውስጥ ገቡ ይለናል።[78] እነእዚህ እላይ ያቀረብናቸው መልክአ ምድራዊ ማስረጃዎች በራራ ከዊዝ በስተሰሜን፣ ከአዋሽ ወንዝ በስተሰሜን ምሥራቅ እንደምትገኝም ይጠቁማሉ። የፍራ ማውሮ ካርታም የሚያሳየው ይህንኑ ነው (ካርታ 2፣ 5–6 ይመለከቷል)።

ሸዋ ከሚገኙት ቦታዎች የቀሩት በራራ፣ አምባ ነገሥት፣ አምበት፣ አሕያ ፈጅ፣ በደበጅና ሳባ/ሰደይ የተባሉት ናቸው። አምባ ነገሥት በበራራ እና በሳባ/ሰደይ መካከል የሚገኝ ትልቅ ሾጣጣ ተራራ ነው (ካርታ 2፣ 3፣ 6–8 ይመለከቷል)። የአምባ ነገሥት ተራራ መጠነኛ የስም ለውጥ አድርጎ እስከአሁንም ድረስ ስለዘለቀ እና በበራራ አቅራቢያ ስለሚገኝ የከተማውን መገኛ ለመወሰን አቢይ ማገናዘቢያ ነው። ስለዚህ የአምባ ነገሥትን ተራራ መገኛ በጥልቀት ማየት ያስፈልጋል። የታሪክ ምሁራን የአምባ ነገሥት ተራራ የአሁኑ መናገሻ እንደሆነ ይስማማሉ።[79] እኛም ይህን ሀሳብ እንጋራለን። አምባ ነገሥት የዛሬው መናገሻ ስለመሆኑ ብዙ ምስክር ማቅረብ ይቻላል። አንደኛው ምስክር የመልክአ ምድር መረጃ ነው። ከመናገሻ ሌላ በካርታው ላይ ከተመለከተው ተራራ ጋር የሚመሳሰል በምዕራብ ፈጠጋርና በደቡብ ሸዋ ወይም ወረብ ድንበር አካባቢ ፈጽሞ አይገኝም (ካርታ 2፣ 5–7 ይመለከቷል)። በተጨማሪም ከስሙ መረዳት እንደሚቻለው አምባ ነገሥት ነገሥታቱ የሚነግሡበት ወይም መናገሻቸው ነበር።

አምባ ነገሥት መናገሻ ስለመሆኑ ፍራ ማውሮ በካርታው ላይ ያሰፈረው የጽሑፍ መግለጫና አረብ ፈቂህ ስለበራራ አካባቢ አድባራት የጻፈው ምስክር ያረጋግጣሉ። ፍራ ማውሮ ስለአምባ ነገሥት ወሳኝ የሆነ ምስክር ይሰጣል። አንደኛው እና ዋናው አምባ ነገሥት የጳጳሱ ወይም የአቡኑ መንበር/መቀመጫ ነው ይላል ("Qui sta il legato e vicario del Patriarca")።[80] የጳጳሱ መቀመጫ ተብሎ የተገለጸው ስፍራ አሻሚ ነው። የአሻሚነቱ ምክንያት ደግሞ ገለፃው ለአምባ ነገሥት ይሁን ለሰደይ/ሳባ ተለይቶ ባለመቀመጡ ነው። ክራውፎርድ፣ የፍራ ማውሮን ካርታ በጥለቀት ያጠናው ፈረንሳዊ የታሪክ ተመራማሪ ላ ሮንሴር፣ ፓንክረስት እና ብሪተንሪዝ የጳጳሱ መቀመጫ ተብሎ የተገለጸው አምባ ነገሥት ነው ይላሉ። በቅርብ ጊዜ ደግሞ ማርኮ ቪጋኖ የጳጳሱ መቀመጫ የተባለው ሳባ/ሰደይ ሲሆን መገኛውም የአሁኑ ወጨጫ አቅራቢያ ዋደላ ተራራ እንደሆነ የመስክ ጥናት በማድረግ እና የሳተላይት ምስል በመጠቀም አዲስ ሀቲት ጽፏል።[81] ከስሙ እንደምንረዳው አምባ ነገሥት ከነገሥታቱ ጋር ጥብቅ ቁርኝት ስላለው እና የጳጳሳቱም መኖሪያ ብዙ ጊዜ ከነገሥታቱ መኖሪያ ጋር አብሮ ስለሚገኝ በኛ በኩል ፍራ ማውሮ የጳጳሱ መኖሪያ ብሎ የገለጸው አምባ ነገሥትን ነው የሚለውን ድምዳሜ እንቀበላለን። ያም ሆነ ይህ ማርኮ ቪጋኖ እንደሚለው ሰደይ ዋደላ ከሆነ የጳጳሱ መኖሪያ ሰደይም ይሁን አምባ ነገሥት ሌሎች ምንጮች ከሚነግሩን የበራራ ከተማ ትክክለኛ መገኛ አይርቁም።

አምባ ነገሥት መካነ ጳጳስ የተባለበት ምክንያት ማብራሪያ ያስፈልገዋል። በ15ኛው እና በ16ኛው ምእት ዓመታት መካነ ጳጳስ እና መካነ ነገሥት የነበረችው በራራ ብቻ ናት (ለዝርዝሩ ምዕራፍ 3ን ይመለከቷል)። በራራ ዋና መካነ ጳጳስ ብትሆንም ጳጳሳቱ እንደነገሥታቱ ሁሉ በሌሎችም ስፍራዎች መቀመጫ እንደሚኖራቸው ይታመናል። ከአንድ በላይ መካነ ጳጳስ የሚኖርበት ዋናው ምክንያት ደግሞ በየዘመኑ ከግብጽ በአንድ ጊዜ ከአንድ በላይ ጳጳስ ስለሚመጣ ነው። ለምሳሌ በአጼ ዮሃንስ 4ኛ (1872–1889) ጊዜ በአንድ ጊዜ 4 ጳጳሳት መጥተው ነበር። አራቱ ጳጳሳት የሚኖሩት ጎጃም ውስጥ ደብረ ማርቆስ፣ ትግሬ ውስጥ መቀሌ፣ ሸዋ ውስጥ አዲስ አበባ እና በጌምድር ውስጥ ጎንደር ከተማ ነበር። በዮሃንስ ጊዜ የሊቀ ጳጳሱ ዋና መቀመጫ የንጉሡ ዋና ከተማ መቀሌ ነበረች። ዮሃንስ ከሞተ በኋላ ደግሞ የሊቀ ጳጳሱ ዋና መቀመጫ ከመቀሌ የዳግማዊ ምኒልክ ዋና ከተማ ወደሆነችው ወደአዲስ አበባ ተዛወረ።[82] በደብረ ማርቆስና በጎንደር

ጳጳሳት ቢኖሩም ዋና የሊቀጳጳሳት መቀመጫዎች መቀሌ እና አዲስ አበባ ነበሩ–የነገሥታቱ ዋና መቀመጫ ስለነበሩ።

በተመሳሳይ የፍራ ማውሮ ካርታ በተሳለበት በዓፄ ዘርዓ ያዕቆብ ዘመነ መንግሥት ኢትዮጵያ ውስጥ አቡነ ገብርኤል እና አቡነ ሚካኤል የተባሉ ሁለት የግብጽ ጳጳሳት ነበሩ። በራራ የአቡነ ገብርኤል መቀመጫ ነበረች። ሁለቱ ጳጳሳት በአንድ ስፍራ ሊሆኑ ስለማይችሉ የአቡነ ሚካኤል መቀመጫ ምናልባት አምባ ነገሥት ሊሆን ይችላል። ፍራ ማውሮ አምባ ነገሥትን የጳጳሳት መቀመጫ ያለው ለዚህ ነው። በራራ መካነ ነገሥት ስለሆነች የጳጳሳቱም ዋና መቀመጫቸው ነበረች። አምባ ነገሥት የጳጳሳት መኖሪያ ሊሆን ቢችልም ዋናዋ መካነ ጳጳስ በራራ ነበረች። ለዚህም ነው የዘመኑ የሃይማኖት ጉባዔዎች በአቡነ ገብርኤል መቀመጫ በበራራ የተካሄዱት።[83] በተጨማሪም በራራ እና አምባ ነገሥትን የተለያዩ አድርጎ ለማየት አስቸጋሪ ነው። ለምሳሌ በጎንደር ዘመነ መንግሥት የእጨጌው መኖሪያ ከጎንደር 10 ኪሎ ሜትር ወጣ ብሎ በሚገኘው በአዘዞ ተክለ ሃይማኖት ነበር።[84] ነገር ግን አዘዞ የጎንደር ከተማ ዳርቻ (suburb) እንጂ ከጎንደር የተለየ ከተማ ነው ለማለት አንችልም። በራራንና እና አምባ ነገሥትንም በተመሳሳይ ማየት ይቻላል።

ፍራ ማውሮ ስለአምባ ነገሥት የጻፈውን የሚያጠናክር በአረብ ፋቂህ መጽሐፍ ላይ እናገኛለን። በ1531 ዓ.ም. ግራኝ አሕመድ በራራን ጨምሮ ወረብ ውስጥ የሚገኙትን ብዙ አብያተ ክርስቲያን ተዘርፈው እንዲቃጠሉ አደረገ (ለዝርዝሩ ምዕራፍ 5ን ይመለከቷል)። ተዘርፈው ከተቃጠሉት አብያተ ክርስቲያን ውስጥ አንዱ በበራራ አቅራቢያ የሚገኝ ቤተ ክርስቲያን ነበር (አንዳንድ ጸሐፊዎች ከዚያው ከበራራ እንደሚገኝ ይጽፉሉ)። ስለዚህ ቤተ ክርስቲያን አረብ ፋቂህ የሚከተለውን ጽፏል፡-

> He set out with a party and arrived above Barārah. There was a church there that belonged to the former king whose name was Nā'od bin Admās, and of which the Muslims had no knowledge. They had only gone there looking for cattle and provisions. When the Muslims reached the church they found it stacked with gold. There was gold plate in the church, gold and silver bowls, and silken furnishings.[85]
>
> <u>ትርጉም</u>
> ከሌሎች ጓዶች ጋር ተጉዞ ከበራራ በላይ ደረሰ። እዚያም ሙስሊሞቹ መኖሩንም የማያውቁት ስሙ ናዖድ የሚባል የቀድሞ ንጉሥ ቤተ ክርስቲያን ነበር። ወደዚያ የሄዱት ከብት እና ምግብ ለመፈለግ ብቻ ነበር። ሙስሊሞቹ እቤተክርስቲያኑ ሲደርሱ በወርቅ ተሞልቶ አገኙት። በቤተክርስቲያኑ ውስጥ የወርቅ ሳህኖች፣ የወርቅ እና የብር ገበታዎች እና የሐር ጨርቆች ነበሩ።

ጥቅሱ እንደሚያሳየው ቤተ ክርስቲያኑ በጣም ብዙ ወርቅ፣ ብር እና የሐር አልባሳት የሚገኝበት ነበር። ቤተ ክርስቲያኑን ያስሠራው ደግሞ ዓፄ ናዖድ (1494–1508) ነው ይላል አረብ ፋቂህ። ከዚያ በመቀጠልም እዚያው በራራ አቅራቢያ ስለተቃጠለ የጳጳሳት መቀመጫ ቤተ ክርስቲያን አረብ ፋቂህ የሚከተለውን ጽፏል፡-

> They burnt down a mighty church that belonged to the patriarch, the father of the idol-worshipers. For the Christians derive their religion only

from a patriarch who came from Egypt. They pay the ruler of Egypt one thousand ounces of gold to purchase him, and this Christian then becomes their chief, and they call him *abūn*. […] It appeared that this patriarch died, and when he died, they placed him in a scrophagues in the middle of the church. When the muslims arrived at the church they took the gold, silver and silk that was in it, and then burnt the church down, along with the scrophagues with the patriarch in it.[86]

<u>ትርጉም</u>

የጣዖት አምላኪዎቹ (ክርስቲያኖቹ) አባት የፓትሪያርኩ የሆነችውን ታላቅ ቤተ ክርስቲያን አቃጠሏት። ክርስቲያኖቹ የሃይማኖት ትምህርት የሚያገኙት ከግብጽ ከመጣው ፓትርያርክ ብቻ ነው። እርሱን ለማስመረጥ (ለመግዛት) ለግብፅ መሪ አንድ ሺህ ወቄት ወርቅ ይከፍላሉ፣ እናም ይህ ክርስቲያን የእነሱ አለቃ ይሆናል፣ ስሙንም አቡን ብለው ይጠሩታል። […] ይህ ፓትሪያሪክ በሞተ ጊዜ በድኑን በሳጥን አድርገው በቤተክርስቲያኑ መሀል ያስቀመጡት ይመስላል። ሙስሊሞቹ ወደ ቤተክርስቲያኑ በደረሱ ጊዜ በውስጡ የነበረውን ወርቅ፣ ብርና ሐር ወስደው ቤተክርስቲያኑን ፓትሪያርኩን ከያዘው ሳጥን ጋር አንድላይ አቃጠሉት።

በመጨረሻም በራራ አካባቢ የነበረው የናዖድ ቤተ ክርስቲያን ሲቃጠል አጽሙ በክብር በሳጥን የተቀመጠ ጳጳስ አብሮ እንደተቃጠለ አረብ ፈቂህ አክሎ ጽፏል። የተቃጠለው ቤተ ክርስቲያን የሚገኘው ስሙ ባልተጠቀሰ የጳጳሳቱ መቀመጫ በሆነ ቦታ ነው። ክራውፎርድ የተቃጠለው የናዖድ ቤተ ክርስቲያን የሚገኘው በራራ እንደሆነ የገዞል ፐሩሾንን ጥናት ዋቢ ጠቅሶ ጽፏል።[87] አረብ ፈቂህ የቦታውን ስም ባይናገረም ተዘርፎ የተቃጠለው የጳጳሳት መቀመጫ የነበረው የዓፄ ናዖድ ቤተ ክርስቲያን በፍራ ማውሮ ካርታ ላይ የጳጳሳቱ ቤተ ክርስቲያን መገኛ ነው ከተባለው ከአምባ ነገሥት ጋር ተመሳሳይ ነው። በዳግማዊ ምኒልክ ዘመን መናገሻ መድኃኔ ዓለም ቤተ ክርስቲያን ሲሠራ በእሳት የወደመ የጥንት ቤተ ክርስቲያን ፍርስራሽ መገኘቱ የሚታወቅ ነው።[88]

ናዖድ በራራ አካባቢ ያስሠራው ቤተ ክርስቲያን ትክክለኛ ስፍራው መናገሻ መሆኑን የሚያመላክቱ ተጨማሪ መረጃዎች አሉ። ናዖድ አራት አብያተ ክርስቲያንን አስሠርቷል። አንደኛው እና በደንብ የሚታወቀም በናዖድ ተጀምሮ በልጁ በዓፄ ልብነ ድንግል የተጠናቀቀው በአማራ ሳይንት ውስጥ (የአሁኑ ቦረና) ይገኝ የነበረው የመካነ ሥላሴ ቤተ ክርስቲያን ነው። ሁለተኛው ቤተ ክርስቲያን አንድሬ ካኮት ወደፈረንሳይኛ ተርጉሞ ባሳተመው በድርሳነ ራጉኤል ላይ የተመዘገበው የልደታ ቤተ ክርቲያን ነው። ድርሳኑ ላይ ያለው መረጃ የሚከተለው ነው፡-

ወይቤሎ ልብነ ድንግል ለቅዱስ ራጉኤል መልአከ ብርሃናት መኑ አንተ ተፈጥሮትከሰ እመሬትኑ ወሚመ እመብረቅ። ወይቤ አነ ውእቱ ራጉኤል መልአከ ፍቁረ አቡከ ናዖድ ዘሀነጸ መርጡልየ በሀገረ ማርያም ደብረ ልደታ ዘትሰመይ አደ ሸዋ ደበረ ሐዳስየ ጣዕዋ ወዘተጸውዓ ባቲ ስምየ ወይእቲኒ ሀገሮሙ ለካህናተ ጽዮን ዘአክሱም ደቂቀ በኪሞስ ዘሸሚ ዝግ ንቡረ እድ ዘተወልደ በተእምርት እምተክለሃይማኖት ጻድቅ ብርሃን ኩሉ ኢትዮጵያ ዘሰደደ ለጽልመተ ጌጋየ በዋካ ጸሎቱ ከመዐሐይ።[89]

ልብነ ድንግልም ለመልአከ ብርሃን ለቅዱስ ራጉኤል እንደገና "አንተ ማነህ? ተፈጥሮህስ መሬት ነው ወይስ መብረቅ?" አለው። መልአኩ እንዲህ ሲል መለሰለት "እኔ በሀገረ ማርያም የደብረ ልደታ እንዲሁም አደ ሸዋ ወይም ደብረ ሐዳስየ ጣዕዋ የተባለችውን ስሜ የሚጠራባት መቅደሴን ያሠራልኝ በአባትህ በናዖድ የተወደድኩት መልአክ ራጉኤል ነኝ"። ይህችም የአክሱም

ጽዮን ካህናት፣ የሺሜው የበኪሞስ ደቀመዛሙርት [እና] የድንቁርና ጨለማን እንደ ፀሐይ በሆነው በጸሎቱ የገፈፈው፣ የኢትዮጵያ ሁሉ ብርሃን በሆነው በጻድቁ ተክለ ሃይማኖት ትምህርት የተወለደው የዝግን ንቡረ እድ አገር ናት።

“ሐዳስየ ጣዕዋ” የሚለው የማዕረግ ስም ዓፄ ናዖድ ለድንግል ማርያም በጻፈው የውዳሴ ድርሰት ላይ ይገኛል። አንድሬ ካኮት እንደሚለው ከሆነ የልደታ ቤተ ክርስቲያን በመናገሻ ተራራ ይገኝ ነበር።[90] ከጳጳሳት ጋር ግንኙነት ያለው ናዖድ ያስሠራው ሌላው ቤተ ክርስቲያን ድርሳነ ዑርኤል ላይ የተመዘገበው ደብረ ሰይ የተባለ የማርያም ቤተ ክርስቲያን ነው። መረጃው ትክክል ከሆነ ድርሳኑን የጻፈው አቃቤ ሰዓት ዮሃንስ የሚባል ሲሆኑ ዘመኑም በዓፄ ልብነ ድንግል ዘመነ መንግሥት ነው።[91] በድርሳኑ መሠረት ናዖድ በድንግል ማርያም ስም ደብረ ሰይ የተባለ ቤተ ክርስቲያን አስሠርቶ ነበር። ደብረ ሰይም የጳጳሳቱ መንበር ሆኖ እንደተመረጠ፣ ለጳጳሱ በሚገባ ክብር ደብረ ሰይ የኢትዮጵያ ርዕሰ አድባር እንደሆነች ጨምሮ ይገልጻል። ሦስተኛ አቡነ ማርቆስ የተባለ ጳጳስ በደብረ ሰይ እንደተቀበረ ድርሳኑ ይገልጻል። ድርሳነ ዑርኤሉ ደብረ ሰይ የተባለው ቤተ ክርስቲያን በዮ በተባለ ቦታ እንደተሠራ ይናገራል። በዮ ሸዋ ውስጥ ከታታ በተባለ ቦታ እንደሚገኝ ድርሳነ ራጉኤሉ መረጃ ይሰጣል። ከዚህ ውጭ ስለቦታው ሌላ መረጃ ማግኘት አልቻልንም።[92]

ፊታውራሪ ተክለ ሐዋርያት ተክለ ማርያም በ1946 ዓ.ም. በጻፈው የሕይወት ታሪኩ ደብረ ሰይ የተባለው ቤተ ክርስቲያን በትውልድ ቦታው ዜጋመል ውስጥ የሚገኘው ሳያደብርን ነው ይላል። ለምን የስም ለውጥ እንዳደረገ ምንም ምክንያት አያቀርብም። በተጨማሪም ከድርሳነ ዑርኤሉ ውጭ ሌላ ምንም ዐይነት መረጃ አያቀርብም።[93] ድርሳነ ዑርኤሉ በተለያየ ዘመን በሚገለበጥበት ጊዜ አዳዲስ ነገር እንደሚጨመርበት የታወቀ ነው።[94] ስለዚህ ልብ ወለድ አፈ-ታሪኩ እና ሀቀኛው ታሪክ ተደበላልቆ ተጽፏል።

ተደጋግሞ እንደተነሳው መካነ ጳጳስ የነበረው በራራና በበራራ አቅራቢያ የሚገኙት ስፍራዎች ብቻ ናቸው። ስለበራራ ለእስክንድር ዞርዚ መረጃ የሰጡት የኢትዮጵያ መነኮሳት ወደኢየሩሳሌም በምናኔ የሄዱት በልብነ ድንግል ዘመነ መንግሥት መጀመሪያ ነው። ሁሉም መካነ ጳጳስ በራራ እንደሆነ ተናግረዋል።[95] ከፊታውራሪ ተክለ ሐዋርያት ትውልድ ስፍራ ዜጋመል ውስጥ መካነ ጳጳስ እንደነበረ አልተናገሩም። ስለዚህ ፍራ ማውሮ በሣለው የዓለም ካርታ ላይ አምባ ነገሥት የተባለው የጳጳሳቱ መቀመጫ ቦታ፣ በራራ አቅራቢያ (ክራውፎርድ የጠቀሰው ጁል ፐረሾን ትክክል ከሆነ እዚያው በራራ ውስጥ) የግራኝ ወታደሮች ዘርፈው ያቃጠሉት የናዖድ ቤተ ክርስቲያን እንዲሁም በድርሳነ ዑርኤሉ እና በድርሳነ ራጉኤሉ ናዖድ አስሠራቸው የተባሉት አብያተ ክርስቲያን ሁሉም አንድ ናቸው። ከዚህ በመነሳት አምባ ነገሥት ያሁኑ መናገሻ እንደሆነ ለመናገር ይቻላል።

ሌላው ካርታው ላይ የተሣለው ስሙ የተቀየረው ስፍራ ሰደይ/ሳባ ነው። በካርታው መሠረት ሰደይ/ሳባ ከአምባ ነገሥትና ከበራራ በስተምዕራብ፣ ከአዋሽ ወንዝ በስተሰሜን-ምሥራቅ እና ከዝቋላ በስተሰሜን-ምዕራብ ይገኛል (ካርታ 2፣ 5–7 ይመለከቷል)። ክራውፎርድ ሰደይን “ሰተይ” የተባለ ከተማ እና አነስተኛ ግዛት ሊሆን እንደሚችል ይገምታል። የሰተይ መገኛም ከአዋሽ በስተደቡብ ከዊዝ በስተምሥራቅ እንደሆነ እስክንድር ዞርዚ ከኢትዮጵያ መነኮሳት የሰበሰበውን የቃል መረጃ ጠቅሶ ጽፏል።[96] ምንም እንኳ ከሱ የተሻለ መረጃ ባይኖረንም ክራውፎርድ ስለሰደይ የሰጠው አስተያየት ካርታውን ያላገናዘበ ስለበራራ መገኛ እንደሰጠው መደምደሚያ ሁሉ በስም መመሳሰል ላይ ብቻ የተመሠረተ ነው። ያም ሆነ ይህ ሰደይ ከአምባ ነገሥት በስተምዕራብ የሚገኝ

መሆኑን ማወቅ በቂ ነው። ስለሌሎች ሸዋ ውስጥ ስለሚገኙት ስለአምበት፣ አሕያ ፈጅና በደበጅ ከበራራና ወደበራራ የተጓዙ ሰዎች ስለስፍራዎች መገኛ የተናገሩትን በምናቀርብበት ክፍል ይነበባል።

ከላይ የቀረበው ማገናዘቢያ የበራራን ትክክለኛ ስፍራ ለማወቅ ያስችላል። በራራ ከአምባ ነገሥት ተራራ በስተምሥራቅ፣ ከዶኮ ወንዝ በስተምዕራብ ትገኛለች። የንጉሡ ዋና መቀመጫ እንደሆነ ፍራ ማውሮ በካርታው ላይ ከጻፈው መግለጫ ለማወቅ ይቻላል ("Qui el presto Janne fa ressidentia principal")።[97] በራራ ፈጠጋር እንደማይገኝ እላይ ዐይተናል። የበራራ መገኛ ስፍራ ፈጠጋር ካልሆነ ሸዋ ነው። የአምባ ነገሥት ተራራም እንዲሁ። የአምባ ነገሥት ተራራ ደግሞ ከአሁኑ መናገሻ ውጭ ሊሆን አይችልም። ከበራራ በስተምሥራቅ በቅርብ ከሰሜን ወደደቡብ የሚፈስሰው ዶኮ ወንዝ ደግሞ የትንሹ አቃቂ ወንዝ ነው። ከዚህ ሀቅ በመነሳት በራራ ከአሁኑ አዲስ አበባ በተለይም ሰሜን ምዕራብ አዲስ አበባ ውጭ ሊሆን እንደማይችል በእርግጠኝነት ለመደምደም ይቻላል። ስለዚህ የበራራ መገኛ አሻሚም አይደለም። እስካሁን ካቀረብነው በተጨማሪ በራራ የአሁኑ አዲስ አበባ ስለመሆኑ ከዚህ ቀጥሎ የጽሑፍና የመልክአ ምድራዊና የቅርስ ማስረጃዎችን እናቀርባለን።

አበሻ በፍራ ማውሮ ካርታ በ1450 ዓ.ም.

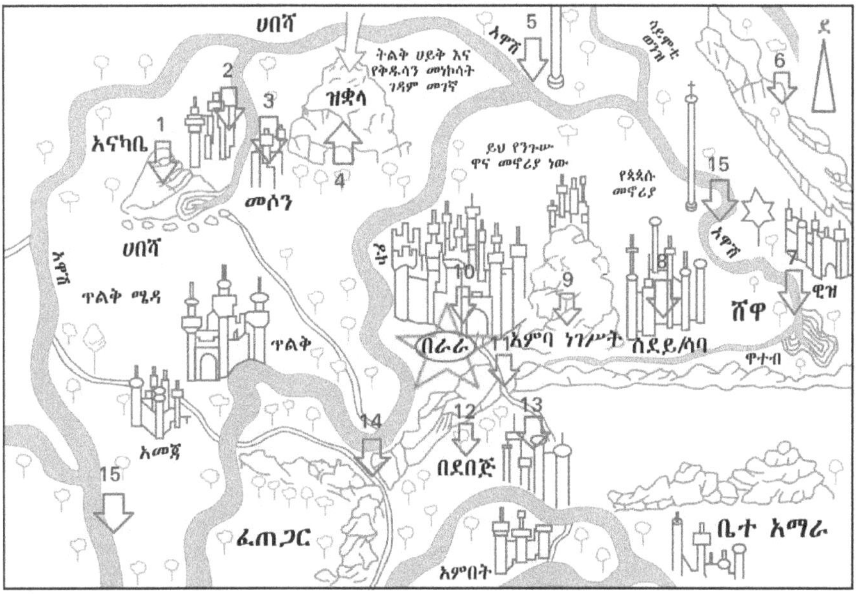

1 የረር ተራራ
2፣ 3 የሕንፃ ፍርስራሽ የሚገኝባቸው የየረርና የዱከም አካባቢዎች
4 ዝቋላ ተራራና ገዳም
5 የዱከም/አቃቂ እና የአዋሽ ወንዝ መገናኛ
6 ከአዋሽ በስተምዕራብ የሚገኘው የተራራ ሰንሰለት
7 የአዋሽ ወንዝ ምንጭ፣ የተፍኪ ረግረግ ስፍራ
8 የሕንፃ ፍርስራሾች በወጨጫ ተራራ ምስራቃዊ ተዳፋት
9 መናገሻ ተራራ፣ የማርያም ቤተ ክርስቲያን
10 ዋና ከተማ በራራ የመውጫ በሮች
11 የጎጃም መውጫ
12 የእንጦጦ ተረተር
13 የበደበጅ ፍርስራሾች
14 ወደምስራቅ እንጦጦ ተረተር የሚመራው መንገድ
15 አዋሽ ወንዝ

ካርታ 6፡- በራራና ዙሪያዋ ከአዲስ አበባና ከአካባቢው ጋር ሲገናዘቡ[98]

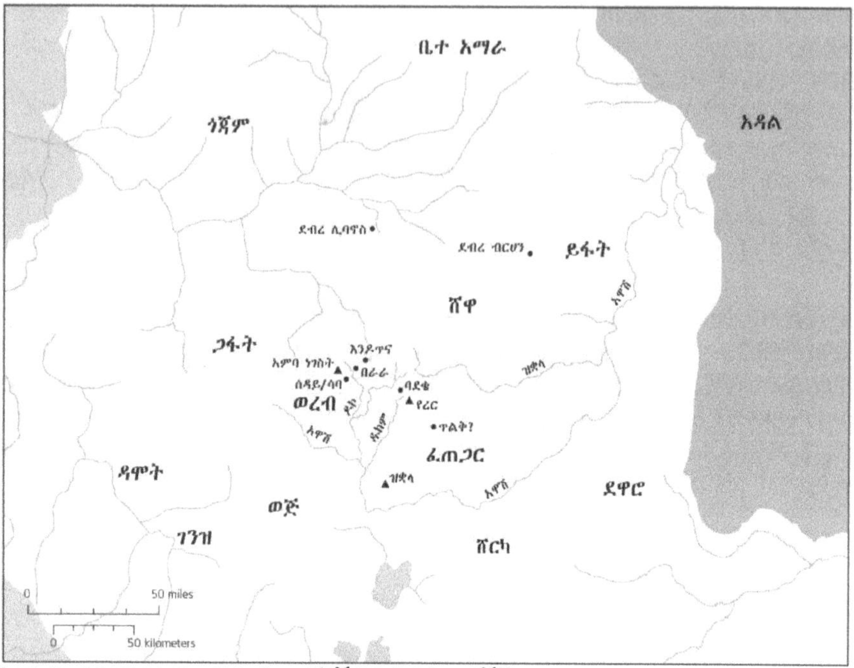

ካርታ 7፡- በራራና በዙሪያው የነበሩ አውራጃዎችና ታሪካዊ ስፍራዎች[99]

1.2 ከበራራና ወደበራራ የተደረጉ ጉዞዎች

በ15ኛውና በ16ኛው ምእት ዓመታት ከኢትዮጵያ ወደኢየሩሳሌም ወይም ወደግብጽ የተደረጉት ጉዞዎች የአብዛኛዎቹ መነሻ ስፍራ በራራ ከተማ ነበረች። በተመሳሳይ ከውጭ አገር ወደኢትዮጵያ የተደረጉት በታሪክ የተመዘገቡት ጉዞዎችም መዳረሻቸው በራራ ነበረች። ለምሳሌ እስክንድር ዞርዚ ቃለ መጠይቅ ካደረገላቸው 8 ሰዎች ስድስቱ መድረሻቸውና መነሻቸው በራራ ነበረች።[100] የከተማውን መገኛ ለማወቅ ስለሚረዳ የኢትዮጵያ መነኮሳት ከበራራ ተነስተው ወደኢየሩሳሌም ያደረጉትን ጉዞ አንድ ባንድ እናያለን። መነኮሳቱን ቃለመጠይቅ በማድረግ የተሰበሰበው መልክአ ምድራዊ መረጃ በራራ ስለምትገኝበት ስፍራ ተቃርኖ ባይኖረውም፣ ብዙ ድክመት አለው። ለምሳሌ ተጓዦቹ በምን ወራት እንደተጓዙ፣ በቀን ስንት ሰዓት እንደሚጓዙ፣ ስለያዙት የጓዝ መጠን፣ ጉዞው በእግር ወይም በፈረስ እና በበቅሎ ስለመሆኑና የመሳሰለው መረጃ አልተመዘገበም። አንድ ሰው መጓዝ የሚችለው ርቀት እንደግለሰቡ አካላዊ ጥንካሬ፣ ፍጥነት እና እንደሚሄድበት መልክአ ምድር ስለሚለያይ በስፍራዎች መካከል ያለውን ርቀት እና ትክክለኛ መገኛ በእርግጠኝነት ለመወሰን አስቸጋሪ ነው። ለምሳሌ የአንጎቱ አባ ቶማስ ከበራራ እስከበደበጅ ድረስ የ15 ቀን ጎዳና ነው ይላል። የአክሱሙ አባ ሩፋኤል ደግሞ ከበራራ እስከበደበጅ አራት ቀን ጨምሮ 19 ቀን ይወስዳል ይላል። ዮሃንስ ብሮኪ እና ዮሃንስ ዳ ካላብሪያ ከበደበጅ እስከበራራ ያለውን ጊዜ በክረምት ወቅት ለመጓዝ ከ10

ቀን ያነሰ ጊዜ ወስዶባቸዋል።[101] በዚህ ምክንያት በቦታዎች መካከል ያለውን ርቀት በትክክል ለመገመት አዳጋች ነው።

በተጨማሪም በቃለመጠይቁ ከተሰበሰበው መረጃ ላይ የተገለጹት የብዙዎቹ ስፍራዎች ስም በኦሮሞ ጎሣዎች ስለተቀየሩ የሕዝብ ስብጥሩን ለውጥ የሚያንጸባርቁ ማገናዘቢያ ካርታዎችና የመስክ ጥናት ማድረግ ያስፈልጋል። እኛ ደግሞ የመስክ ጥናት አላደረግንም። የሆነው ሆኖ ዞርዚ የሰበሰባቸው የመልክአ ምድራዊ መረጃዎች ጠቃሚ ናቸው። ጠቀሜታቸው በራራ የምትገኝበትን ለማወቅ ብቻ ሳይሆን የማትገኝበትንም ለመቀነስ ይረዳሉ።

ከሁሉም መነኮሳት ይልቅ የአንጎቱ አባ ቶማስ እና የበራራው አባ ቶማስ የሰጡት ምስክርነት የበራራን አቀማመጥ ለመረዳት ያስችላል። እስክንድር ዞርዚ ለአንጎቱ ቶማስ ከበራራ እስከ ኢየሩሳሌም ስላደረገው የእግር ጉዞ ቃለመጠይቅ ያደረገለት በሚያዚያ 1523 ዓ.ም. ነው። ቶማስ አንጎት ውስጥ የሚገኘው ጋንጌት የተባለው በውል ያልታወቀው ከተማ ተወላጅ ነው። የጉዞ መነሻው ግን ከዊዝ ከተማ ነው። በራራ በወረብ ወረዳ እንደሚገኝ ይገልጻል። የአንጎቱ ቶማስ ዞርዚ አንድ ጊዜ “በሰጋይ” ሌላ ጊዜ “አቬስጋ (“Besegai”/“Avesga”) የሚለው ከተማ ዳሞት ውስጥ እንዳለ ይናገራል። ቶማስ ለዞርዚ እንደነገረው ወደበራራ አቅጣጫ ከበሰጋይ ዞርዚ አንድ ጊዜ ‘ኡጊ’ ሌላ ጊዜ ‘ኡስ’ (“Ugie”/(“Us”) እስካለው ከተማ ድረስ የ8 ቀን የእግር ጉዞ ይፈጃል። ከኡጊ እስከ በራራ ደግሞ 6 ቀን ይፈጃል ይላል። ይህ ማለት ከበሰጋይ (ዳሞት) እስከ በራራ ያለውን ርቀት ለመጓዝ የ14 (ሌላ ቦታ 15 ይላል) ቀን የእግር ጉዞ ያስፈልጋል።[102]

ከበሰጋይ/አቬስጋ ጋር የሚመሳሰሉ ሁለት የስፍራ ስሞች ጉራጌ ውስጥ ይገኛሉ። አንደኛው አበሽጌ ሲሆን ሌላው ደግሞ ወልቂጤ አከባቢ የሚገኘው አገምጃ ነው። ክራውፎርድ ዞርዚ “በሰጋይ”/“አቬስጋ” ያለው ስፍራ አገምጃ እንደሆነ አስተያየቱን ሰንዝሯል። በተጨማሪም ክራውፎርድ “በሰጋይ” አበሽጌን (አበዠጋይ) ሊሆን ይችላል ብሎ አስተያየቱን ሰጥቷል።[103] ክራውፎርድ ስለበሰጋይ የሰጠው ድምዳሜ በጣም አሳማኝ ነው። አገምጃም ሆነ አበሽጌ ሁለቱም ከአዲስ አበባ ያላቸው ርቀት ተመሳሳይ ነው። በጉግል ኧርዝ (Google Earth) መለኪያ መሠረት ከቀራንዮ መድኃኔ ዓለም እስከ ወልቂጤ (8°17'23.9"N 37°46'52.1"E) ያለው ርቀት በወፍ በረር 130 ኪሎ ሜትር ነው። ቀራንዮ መድኃኔ ዓለምን የመነሻ ነጥብ ያደረግንበት ምክንያት በሳተላይት ምስል በመታገዝ አሁን ካሉት ስፍራዎች ጋር ስናገናዝበው የበራራ እምብርት ስለሆነ ነው። ይህ ማለት ቶማስ በቀን ቢያንስ 10 ኪሎ ሜትር እየተጓዘ ከአበሽጌ ጀምሮ እስከ በራራ ድረስ ያለውን ርቀት በ14 ቀን ውስጥ ተጉዟል ማለት ነው። ከኮልፌ ቀራንዮ እስከ አበሽጌ ያለውን ርቀት የለካነው በወፍ በረር ስለሆነ የብዙ ኪሎ ሜትር የስህተት ህዳግ ሊኖረው እንደሚችል አያጠያይቅም። የስህተት ህዳጉ ርቀቱን በተወሰነ ኪሎ ሜትር ሊጨምረው እንደሚችል በማሰብ የአባቶማስ መረጃ ለእውነታው ይቀርባል እንላለን።

ክራውፎርድ ዞርዚ ኡጊ/ኡስ ያለው የዊዝን ከተማ እንደሆነ አስተያየቱን ሰንዝሯል። በተጨማሪ ዊዝ በአረብ ፈቂህ መጽሐፍ፣ በዓፄ ዘርዓ ያዕቆብ እና በልጁ በዓፄ በዕደ ማርያም ታሪከ ነገሥት ላይም ተጠቅሷል።[104] ይህ አስተያየት አሳማኝ ነው። ቶማስ ለዞርዚ በሰጠው መረጃ መሠረት ከኡጊ በስተምዕራብ በቅርብ አዋሽ ወንዝ የሚመነጭበት የጋፋት ተራራ ይገኛል። የአዋሽ ወንዝ በኡጊ አጠገብ እንደሚያልፍ ቶማስ ለዞርዚ ነግሮታል። እላይ ከአዋሽ ወንዝ አቅራቢያ የሚገኘው በፍራ ማውሮ ካርታ ላይ ቩይሲ (“Vuiçie”)

የተባለው ከተማ እና አረብ ፈቂህ ዊዝ (Wiz) ያለው እዚሁ አካባቢ የሚገኘው ከተማ ሁለቱም ዊዝን እንደሆነ በዝርዝር ስላየን ተጨማሪ ማብራሪያ አያስፈልገውም። የአንጎቱ ቶማስ ለዞርዚ ስለበራራ እና ዊዝ አቀማመጥ ተጨማሪ ወሳኝ መረጃ ሰጥቷል። ቶማስ በበራራ አጠገብ የሚያልፍ አዋሽ የተባለ ወንዝ እንዳለ፣ የዊዝ ከተማም ከአዋሽ ወንዝ አጠገብ እንደሚገኝ ለዞርዚ ነግሮታል። ይህ ምስክርነት የበራራን መገኛ ስፍራ ለማወቅ ስለሚያስችል እንዲህ ጠቅሰነዋል፤

> Thence by the direct road is the city called Us, which Us is distant from Barara by the direct road 6 days, and at 15 miles one reaches a very great river called Auas that comes from the north from Barara, and from Barara it turns westwards and has its source in great mountains called Mount Gafat....[105]
>
> <u>ትርጉም</u>
>
> ከዚያ በቀጥታ መንገድ ዊዝ ከተማ ትገኛለች። ይችው ዊዝ ከበራራ በቀጥታ መንገድ 6 ቀን ታስጉዛለች። በ15 ማይል ርቀት ደግሞ በስተሰሜን ከበራራ በኩል ወደሚመጣው አዋሽ ወደሚባለው ታላቅ ወንዝ ይደረሳል። ይህ ወንዝ ከበራራ በስተምዕራብ ዞሮ መነሻውን ጋፋት ከሚባለው ትልቅ ተራራ ያደርጋል።

ቶማስ በሰሜን አቅጣጫ ከበራራ የሚመነጭ አዋሽ የሚባል ወንዝ አለ ይላል። እስክንድር ዞርዚ በግንቦት ወር 1524 ዓ.ም. ከበራራው አባ ቶማስ ጋር ቃለ መጠይቅ በማድረግ ስለኢትዮጵያ መልክአ ምድር በተለይም ስለበራራ እና አካባቢው የሰበሰበው መረጃ የአንጎቱ ቶማስ የሰጠውን መረጃ የሚያጠናክር ነው። ቶማስ የአዋሽ ወንዝ ከጋፋት ተራራ እንደሚመነጭ እና የአዋሽ ገባር የሆነ ወንዝ ከበራራ አጠገብ መንጭቶ የዊዝ ከተማ ወደሚገኝበት ወደደቡብ አቅጣጫ እንደሚፈስስ ይመስክራል።[106] ስለዚህ ሁለቱም ቶማሶች ከሰሜን አቅጣጫ ከበራራ መንጭቶ ወደደቡብ አቅጣጫ በመፍሰስ ከአዋሽ የሚቀላቀል ወንዝ እንዳለ ለዞርዚ ነግረውታል። ዞርዚ ከበራራ አጠገብ የሚመነጨውን ወንዝ አዋሽ ያለው በስህተት ነው። ክራውፎርድም እንዳብራራው ዞርዚ ከሰሜን በራራ የሚመነጨውን የአዋሽ ገባር ወንዝ ከዋናው አዋሽ ወንዝ ጋር አምታቶታል (“The explanation is, I think, that the Auas (Awash) has been confused with one of its many tributaries, possibly the Akaki”)።[107] ከአዋሽ ምንጭ (8°54'47.3"N 38°20'23.3"E) እስከ ቀራንዮ መድኃኔ ዓለም 42 ኪ.ሜ (26 ማይል) ነው። በአሁኑ ጊዜ የአዋሽ ወንዝ የሚመነጭበት አካባቢ በኤጀሬ ወረዳ ሥር የሚገኝ ሲሆን የፍስሰት አቅጣጫው ከምዕራብ ወደደቡብ ምሥራቅ ከዚያም ከምንጩ እየራቀ ሲሄድ ወደሰሜን ምሥራቅ አቅጣጫ ነው። የአዋሽ ወንዝ ከሰሜን ወደደቡብ ስለማይፈስ ከበራራ አጠገብ የሚመነጨው ወንዝ አዋሽ እንዳልሆነ ግልጽ ነው። በስህተት የአዋሽ ወንዝ የተባለው የአሁኑ የአቃቂ ወንዝ ነው።

ከበራራ የሚመነጨው በስህተት አዋሽ የተባለው ገባር ወንዝ ከአሁኑ ትንሹ አቃቂ ወንዝ በቀር ሌላ ሊሆን አይችልም። የአዋሽ ወንዝ የሚለውን በአሁኑ ትንሹ አቃቂ አስተካክለን እላይ ያለውን ጥቅስ ስናነብበው የበራራ መገኛ ስፍራ የአሁኑ ሰሜን ምዕራብ አዲስ አበባ ይሆናል። የአሁኑ አቃቂ ወንዝ ከበራራ አቅራቢያ በስተሰሜን ከመነጨ፣ የአዋሽ ምንጭ ከዊዝ በስተምዕራብ ከተገኘ፣ በራራ ከአዋሽ በስተሰሜን የሚገኝ ከሆነ እና

ከበራራ አጠገብ የሚመነጨው የአሁኑ ትንሹ አቃቂ ወንዝ አዋሽን የሚቀላቀለው የዊዝ ከተማ ትገኝበት በነበረው አካባቢ ከሆነ ዊዝን መፈለግ ያለብን የአሁኑ አቃቂ ወንዝ እና የአዋሽ ወንዝ በሚገናኙበት ስፍራ አካባቢ ነው። ከኮልፌ ቀራንዮ መድኃኔ ዓለም በቀጥታ (በወፍ በረር) በስተደቡብ እስከ አዋሽ ወንዝ (8°38'23.7"N 38°42'23.7"E) 42 ኪሎ ሜትር ነው። ከቀራንዮ መድኃኔ ዓለም በስተደቡብ ምሥራቅ እስከ አዋሽ-አቃቂ መገናኛ (8°38'40.0"N 38°40'14.6"E) ደግሞ 44 ኪ.ሜ ነው።

ክራውፎርድ የዊዝን መገኛ ስፍራ ዳሪሙ እንደሆነ ግምቱን ሰጥቷል። ስለዚህ ዊዝ የሚገኘው በአሁኑ ዳሪሙ ከአዋሽ ወንዝ ዳር በስተደቡብ በኩል ነው። ክራውፎርድ ከዳሪሙ እስከበራራ ከ40 ማይል (64 ኪሎ ሜትር) እንደማይበልጥ ይገልጻል። ይህ ማለት አንድ ሰው በቀን 6 ማይል እየሄደ ከበራራ እስከ ዊዝ በ6 ቀን ይደርሳል ማለት ነው። ሆኖም ግን ክራውፎርድ እዚህ ስሌት የደረሰው የበራራን መገኛ ከአዲስ አበባ በስተደቡብ ምሥራቅ 48 ኪሎ ሜትር ከየረር ተራራ 26 ኪሎ ሜትር ርቀት በሚገኘው በቦሮራ ተራራ አድርጎ ነው።[108] ይህ ከዚህ በፊት ባቀረብነው መረጃ መሠረት በራራን ከወረብ አውጥቶ መሀል ፈጠጋር ውስጥ ስለሚያደርግ ተቀባይነት የለውም። ምንም እንኳ የበራራው ቶማስ እና የአንጎቱ ቶማስ በስፍራዎች መካከል ስላለው ርቀት የማያወላዳ ምስክርነት ባይሰጡም ከተማውን መፈለግ ያለብን ከአዋሽ በስተሰሜን እና የአሁኑ ትንሹ አቃቂ ወንዝ ከሚመነጭበት አካባቢ እንደሆነ ለዞርዚ ከነገሩት መረጃ ለማወቅ እንችላለን። ይህ ደግሞ የበራራን መገኛ የአሁኑ ሰሜን ምዕራብ አዲስ አበባ አካባቢ ያደርገዋል።

ስለበራራ ለዞርዚ መረጃ የሰጠው ሌላው መነኩሴ ላስታ ውስጥ የሚገኘው የወርወሩ (የላሊበላ) አባ እንጦኒዮስ ነው። ቃለ መጠይቁ የተካሄደው በነሐሴ ወር 1523 ዓ.ም. ነው። እንጦንዮስ ተወልዶ ያደገው በጥንቱ ዳሞት ነው። ወደኢየሩሳሌም በምናኔ የሄደው ከበራራ ተነስቶ በዘይላ አድርጎ በፖርቱጋሎች መርከብ ተሳፍሮ ነው። ዞርዚ ቃለ መጠይቅ ያደረገለት ቬኒስ ቆይታ አድርጎ በነበረበት ጊዜ ነው። እንጦኒዮስ በራራ በጣም ለኑሮ ተስማሚ የሆነ የዐየር ንብረት እንዳለው ይመሰክራል።[109] እንጦንዮስ በራራን ጨምሮ በሸዋ እና ፈጠጋር ውስጥ የሚገኙትን ከተሞች በመካከላቸው ስላለው ርቀት ለዞርዚ በዝርዝር አስረድቶታል። በዚህ መሠረት ከግንደበሎ እስከ ጦቢያ መሃል የአንድ ቀን የእግር ጉዞ፤ ከጦቢያ እስከ ዘርማ የሁለት ቀን፣ ከዘርማ እስከ ጎጎ አንድ ቀን፣ ከጎጎ እስከ ደብረ ብርሃን አንድ ቀን፣ ከደብረ ብርሃን እስከ ዘንከር ሁለት ቀን፣ ከዘንከር እስከ በራራ የአንድ ቀን ተኩል የእግር ጉዞ እንደሚፈጅ ይናገራል።[110] የአንጎቱ አባ ቶማስ ከበራራ በስተሰሜን ያደረገው ጉዞ አባ እንጦኒዮስ ከሄደበት መንገድ ጋር ይገጣጠማል። ቶማስ ከበራራ ዩፋት (Ufat) እስከተባለ የገዳም ስፍራ በግማሽ ቀን ይደረሳል ይላል። ከዩፋት እስከ ኢሰን (“Eson”) ያለው ርቀት 8 ማይል (13 ኪሎ ሜትር) ሲሆን በሩብ ቀን መድረስ ይቻላል ይላል። ከኢሰን እስከ ዘንከር የ6 ማይል (10 ኪሎ ሜትር) ርቀት ያለው ሲሆን በ1/6ኛ ቀን ይደረሳል ይላል።[111] ይህ ማለት በአጠቃላይ ከበራራ እስከ ዘንከር ያለውን ርቀት ለመጓዝ ለቶማስ (በመካከል ያሉትን ዩፋት እና ኢሰን ላይ አርፎ) ከአንድ ቀን ያነሰ ጊዜ ሲወስድበት ለእንጦኒዮስ ደግሞ ይህን ርቀት ለመጓዝ አንድ ቀን ከግማሽ ወስዶበታል።

ኢሰን፣ ዘርማ፣ ዩፋት፣ ዘንከር እና ጎጎ የተባሉት ከተሞች ኦሮሞዎች ሸዋ ሲሰፍሩ ስማቸውን ስለቀየሯቸው በአሁኑ ጊዜ አይታወቁም። ዘንከርን ለዓፄ ይስሐቅ በአማርኛ

ቋንቋ በተገጠመለት የዘፈን ግጥም ላይ ተጠቅሶ እናገኛለን።[112] ነገር ግን ስፍራው የት እንደሚገኝ ከዘፈኑ ግጥም ምንም አይነት ፍንጭ አይገኝም። ግንደበሎ የአሁኑ አልዩ አምባ ሲሆን ከአንኮበር በስተምሥራቅ በ30 ኪሎ ሜትር ርቀት ይገኛል። ክራውፎርድ እንዳመለከተው እንጦኒዮስ የሰጠውን መረጃ ከተከተልን ዘንከር መሆን ያለበት ከሸዋ በስተደቡብ ወይም በስተደቡብ ምዕራብ ነው። የአባ ቶማስን መረጃ ከተከተልን ደግሞ ዘንከር ከበራራ በስተሰሜን ምሥራቅ ከ20 ማይል (32 ኪሎ ሜትር) ርቀት ላይ ያለ ከተማ መሆን አለበት። ክራውፎርድ የቶማስን መረጃ ከተከተልን ለዘንከር ያሁኑ ሸንኮራ ሲስማማው፣ ለዩፋት ደግሞ ከዱከም ተራራ ሥር የሚገኘው ጉኑፋቱ ይስማማዋል ይላል።[113] ነገር ግን ተደጋግሞ እንደተነገረው ቦሮራን ከበራራ ጋር አንድ ነው በሚል መነሻ ስለሆነ የክራውፎርድ ግምት ተቀባይነት የለውም። ዘንከር በሸዋ እና በአዲስ አበባ መካከል የሚገኝ የጥንት ከተማ ነበር። ቶማስ በሰጠን መረጃ መሠረት ዘንከር ከበራራ በስተሰሜን ምሥራቅ 32 ኪሎ ሜትር ርቀት ላይ ይገኛል። መነሻችንን ቀራንዮ መድኃኔ ዓለም አድርገን የቶማስን መረጃ ከተከተልን ለዘንከር መገኛ ተስማሚ ስፍራ የሚሆነው በወፍ በረር 38 ኪሎ ሜትር ርቀት ላይ የሚገኘው የአሁኑ ሰንዳፋ (9°08'57.7"N 39°01'26.5"E) ከተማ ነው። እንጦኒዮስ ከዘንከር በራራ ለመሄድ ቶማስ የፈጀበትን ጊዜ ከእጥፍ በላይ ወስዶበታል። በእንጦንዮስ መረጃ መሠረት ለዘንከር ተስማሚ ስፍራ ከኮልፌ ቀራንዮ 53 ኪሎ ሜትር ርቀት ላይ ያለችው የአለልቱ (9°11'47.1"N 39°09'12.1"E) ከተማ ናት። ስለዚህ ሁለቱም በሰጡን መረጃ መሠረት በራራ ከሸዋ በስተደቡብ እንደምትገኝ ለማወቅ ያስችላል። ይህ ማለት ደግሞ የበራራ መገኛ ከአሁኑ አዲስ አበባ ዙሪያ አይወጣም ማለት ነው።

ሌላው መነሻውን በራራ አድርጎ ወደኢየሩሳሌም የሄደው መናኒ አባ ዞርጊ ነው። የትውልድ ቦታው የት እንደሆነ እስከንድር ዞርዚ አይናገርም። ስለበራራ ከሰጠው ዝርዝር መረጃ ተነስተን ግን ዞርጊ የበራራ ከተማ ተወላጅ እንደሆነ መገመት እንችላለን። ከኢትዮጵያ ወደኢየሩሳሌም የሄደው በ1514 ዓ.ም. ሲሆን ዞርዚ ቬኒስ አግኝቶ ስለጉዞው የጠየቀው በ1519 ዓ.ም. ነው። ወደቬኒስ የሄደው በ1517 ዓ.ም. ሲሆን ምክንያቱም የኦቶማን ቱርኮች የመካከለኛውን ምሥራቅ በቁጥጥራቸው ሥር በሚያውሉበት ጊዜ የኢትዮጵያ ገዳማት ጉዳት ስለደረሰባቸው ነው።[114] አባ ዞርጊ በራራ ወረብ ውስጥ እንደሚገኝ እና የንጉሡም መቀመጫ እንደሆነ ይናገራል። በተጨማሪም የጳጳሱ መኖሪያ ከተራራ ላይ እንደነበረ ያረጋግጣል። ዞርዚ ከቃለመጠይቁ የመዘገበው እንዲህ ይነበባል፦

> And first he said that the principal city of Prete Jani, who has the name of Davit, was in the province of Orab (Warab), where is Barara, metropolis, where the said Prete Jani makes his residence for the greater part of the time, and on the mountain is a castle where abides the Patriarch.[115]

ትርጉም

በመጀመሪያም እርሱ ያለው ስሙ ዳዊት የሚባለው [የንጉሠ ነገሥቱ] ካህኑ ዮሃንስ ዋናው ከተማ የሚገኘው በወረብ አውራጃ ነው፣ እርሱም በራራ ነው፣ [ንጉሠ ነገሥቱ] ካህኑ ዮሃንስ ብዙ ጊዜ የሚቀመጥበት ታላቅ ከተማ፤ እናም በተራራው ላይ የፓትሪያርኩ መኖሪያ የግንብ ቤት ይገኛል።

ዞርጊ ስለበራራ ከተማ ለእስክንድር ዞርዚ የነገረው መረጃ ከአንድ መቶ ዓመት ገደማ በፊት ፍራ ማውሮ ከኢትዮጵያ መነኮሳትና አምባሳደሮች ስለበራራ ከሰበሰበው መረጃና አረብ ፈቂህ ከዐሥራ ሁለት ዓመት በኋላ በዐይኑ ካየው መረጃ ጋር አንድ ነው። አባ ዞርጊ የጳጳሱን መኖሪያ በአካል እንደሚያውቀው ከሰጠው መረጃ መረዳት ይቻላል። ፍራ ማውሮ የጳጳሱ መኖሪያ ከአምባ ነገሥት ተራራ ላይ እንደሚገኝ ካርታው ላይ ያሰፈረውን የጽሑፍ መግለጫ እላይ ዐይተናል። በተመሳሳይ አረብ ፈቂህ በራራ አቅራቢያ ከጳጳሳት መኖሪያ ትልቅ ቤተ ክርስቲያን መቃጠሉን እንዲሁ እላይ ዐይተናል።[116] ከበራራ አቅራቢያ የሚገኝ የጳጳስት መኖሪያ አምባ ነገሥት ነው። አምባ ነገሥት ደግሞ ያሁኑ መናገሻ እንደሆነ ዐይተናል። ስለዚህ ዞርጊ በስም ያልጠቀሰው የጳጳሱ መኖሪያ የሚገኝበት ተራራ አምባ ነገሥት/መናገሻ እንደሆነ አያከራክርም።

ዞርጊ ከበራራ ተነስቶ በደብረ ብርሃን አድርጎ ነው ወደኢየሩሳሌም የሄደው። በአጠቃላይ በሸዋ የ13 ቀን የእግር ጉዞ አድርጓል። ከበራራ ወደደብረ ብርሃን ከተማ የሄደው የወርወሩ አባ እንጦንዮስ በሄደበት መንገድ አይደለም። ለምሳሌ በበራራ እና በደብረ ብርሃን መካከል ያለፈባቸው ከተሞች አንገጣም፣ ገዳበር እና ሳልገን የተባሉ ናቸው። በተጨማሪም ዞርጊ በሸዋ ውስጥ በአጠቃላይ ያደረገውን የ13ቱን ቀን ጉዞ ባንድ አቅጣጫ አላደረገም። በሸዋ ውስጥ ሲጓዝ አጠቃላይ የፈጀበትን ቀን ከመናገር ውጭ በከተሞች መካከል ያለውን ርቀት በምን ያህል ቀን እንደተጓዘው አይናገርም።[117] ክራውፎርድ ዞርጊ ስለጠቀሳቸው አንገጣም፣ ገዳበር እና ሳልገን የሰጠውው ማብራሪያ አጥጋቢ አይደለም። ያም ሆነ ይህ የዞርጊ መረጃ በራራን በወረብ ውስጥ ከደበረ ብርሃን በስተደቡብ ከሚገኙት አንገጣም፣ ገዳበር እና ሳልገን ከተባሉ ስፍራዎች ቀጥሎ ያስቀምጣታል።

ሌላው ከበራራ ተነስቶ ወደኢየሩሳሌም የሄደው መነኩሴ አባ ሩፋኤል ነው። እስከንድር ዞርዚ የአክሱም ተወላጅ ነው ይላል። ኢየሩሳሌምን ለቅቆ ወደጣሊያን የሄደው በ1518 ዓ.ም. ሲሆን የሄደበት ምክንያትም አባ ዞርጊ ወደጣሊያን ከሄደበት ጋር ተመሳሳይ ነው። ዞርዚ ቃለመጠይቁን ያደረገለት ደግሞ በመጋቢት ወር 1522 ዓ.ም. ነው።[118] አባ ሩፋኤል ከበራራ ተነስቶ ኬሶ (Cheso) ከሚባል ከተማ ከ20–25 ማይል የሚሆን የእግር ጉዞ በአንድ ቀን እንደተጓዘ ይናገራል። ከኬሶ እስከ ሲከር (Seacher) ሁለት ቀን፣ ከሲከር እስከ እንሱሶ (Ensuoso) 4 ቀን፣ ከእንሱሶ እስከ ሞዶጌ (Modoge) 5 ቀን፣ ከሞዶጌ እስከ በደበጅ 7 ቀን፣ ከበደበጅ እስከ አምበት ያለውን 15 ማይል ሜዳማ አገር በግማሽ ቀን እንዲሁም ከአምበት እስከ አህያ ፊጅ ያለውን 25 ማይል ርቀት ገደላማ እና ተራራማ አገር በአንድ ቀን እንደተጓዘ ይናገራል። ከአህያ ፊጅ እስከ ዴግዶን (Degdon) በሜዳማው ስፍራ በ5 ቀን ይገባል። ከዚያም ከዴግዶን እስከ ዋሰል (ያሁኑ ደሴ አካባቢ) በኮረብታማ መንገድ ተጉዞ በ4 ቀን ገብቷል።[119]

ሩፋኤል ከጠቀሳቸው ቦታዎች ውስጥ የጠፉም እስከ አሁን የዘለቁም አሉ። ስማቸው ካልተቀየሩት ውስጥ አምበት፣ በደበጅና አህያ ፊጅ ሲሆኑ ሁሉም በ1450 ዓ.ም. በተሣለው በፍራ ማውሮ ካርታ ላይ ይገኛሉ። አህያ ፊጅ በሸዋ እና በወሎ መካከል የሚገኝ ለጉዞ በጣም አስቸጋሪ የሆነ ገደላማ ቦታ ነው። በአምበት እና በአህያ ፊጅ መካከል የወንጭት ወንዝ አለ። አህያ ፊጅ የሚገኘው ከወንጭት ወንዝ በስተሰሜን ሲሆን አምበት ደግሞ በስተደቡብ ነው። አህያ ፊጅን ሌሎች ብዙ የታሪክ ምንጮች ይጠቅሱታል። በአካባቢው የሚገኘው የጥንት ቤተ ክርስቲያን አህያ ፊጅ ቁስቋም ሲሆን በዚህ ቤተ

ክርስቲያን በ15ኛው ምእት ዓመት የተጻፉ ባለሥዕል የብራና መጻሕፍት ተገኝተዋል።[120] አምበት ከወንጭት ወንዝ በስተደቡብ ከጀማ ወንዝ በስተሰሜን በአህያ ፈጅ እና በበደበጅ መካከል የሚገኝ ስፍራ ነው። አምበት ውስጥ የባለ ወልድ ቤተ ክርስቲያን ይገኛል። በደበጅ ሰሜን ሸዋ በቀድሞ ዘመን ሸዋ ሜዳ የሚባለው አሁን ጅሩ በተባለው ወረዳ ውስጥ ከጀማ ወንዝ በስተደቡብ ይገኛል። በዚህ ስፍራ የታወቀችው የጥንት ቤተ ክርስቲያን በደበጅ መግደላዊት ናት። በመካከለኛው ዘመን ከቤተ አማራ ወደበራራ ከተማ ለመሄድ የግድ በአህያ ፈጅ፣ በአምበት እና በበደበጅ ማለፍ ያስፈልግ ነበር። ከአህያ ፈጅ እስከ በራራ የሚደረገውን ጉዞ በጥልቀት ያጠናችው ዴራት እንዳረጋገጠችው እስከቅርብ ጊዜም ድረስ ሰዎች ከወሎ አዲስ አበባ ለመድረስ በዚሁ የጥንት መንገድ ይሄዱ ነበር።[121] በበደበጅ እና በበራራ መካከል የነበሩት ሩፋኤል የጠቀሳቸው ስፍራዎች አሮሞዎች በ16ኛው እና በ17ኛው ምእት ዓመታት ሸዋ ሲሰፍሩ ስማቸው ስለተቀየረ ያሉበትን ትክክለኛ ስፍራ ለማወቅ አይቻልም።

ባጠቃላይ አባ ሩፋኤል ከበራራ እስከ በደበጅ 19 ቀን ፈጀብኝ ብሏል። ይህ በእኛ በኩል በጣም የተጋነነ ይመስላል። ከበደበጅ (9°49'58.8"N 38°49'58.8"E) እስከ ኮልፌ ቀራንዮ በወፍ በረር 92 ኪሎ ሜትር (57 ማይል) ነው። በ1482 ዓ.ም. በራራን የጎበኙት ዮሃንስ ብሮኪ እና ዮሃንስ ዳ ካላብሪያ የተባሉት የካቶሊክ ቤተ ክርስቲያን ልዑካን ወደበራራ የሄዱት አባ ሩፋኤል በሄዱበት መንገድ ነው። ብሮኪ እና ዮሃንስ ዳ ካላብሪያ ከአህያ ፈጅ እስከ በራራ ድረስ የ10 ቀን ጉዞ እንደፈጀባቸው ለእስክንድር ሱሪያኖ ነግረውታል። የሁለቱ ዮሃንሶች ምስክርነት ለእውነቱ ይቀርባል።[122] ባጠቃላይ ከበራራ እና ወደበራራ የተጓዙ ሰዎች ለእስክንድር ዞርዚ እና ለእስክንድር ሱሪያኖ ከሰጡት ምስክርነት የምንረዳው በራራ የሰሜን ሸዋ ተራራማ አካባቢዎች ከታለፈ በኋላ ከደብረ ብርሃን እና ከበደበጅ በስተደቡብ ከአዋሽ ወንዝ በስተሰሜን፣ የአሁኑ አቃቂ ወንዝ ከሚመነጭበት አካባቢ እንደሆነ እንገነዘባለን።

ስለበራራ መገኛ መልክአ ምድራዊና የሕንጻ ፍርስራሽ መረጃዎችን ከመዳሰሳችን በፊት አረብ ፈቂህ ከበራራ እስከ ደብረ ሊባኖስ ገዳም ስላለው ርቀት የሚነግረንን እንመልከት። በክረምት ወራት 1531 ዓ.ም. ግራኝ አሕመድ በራራ ውስጥ ከትሞ ነበር። በራራ ተቀምጦ ሳለ በወቅቱ የነበሩት የከተማው ሰዎች ስለደብረ ሊባኖስ ገዳምና ከበራራ ስላለው ርቀት የሚያውቁትን ለግራኝ አሕመድ ነግረውታል። በበራራ ሰዎችና በግራኝ አሕመድ መካከል ስለዚህ ጉዳይ የተደረገውን ንግግር አረብ ፈቂህ እንደሚከተለው ጽፎታል፡-

> The Muslims remained six days in Berārah. Then some people from the district spoke to the imām, saying to him, 'Close by you here there is a church building that is very imposing.' The imam asked, 'In which region is it?' To which they replied, 'In the region of Gerārāh.' And in that place there is a vast river called Auramah, along the banks of which there is a church called Dabra Libānos which the Christians hold in high esteem, and to which all the people of the Christian religion go in pilgrimage. They make motive-offerings to it of drapes, golden and silver vessels, and wax candles as big as tree-trunks. […] No church could be compared with it, other than those of Aksum and Lālibālā. He asked them, 'How far away from it are we?' They replied, 'A six-day march.' There upon then

imām Aḥmad …summoned the emir Abū Bakr Qaṭin and gave him command over three hundred knights, amongs whom were the emir mujāhid, Absamā Nūr, and Del Sagad and others of their ilk. They set out with the guide during the rainy season.[123]

[A]nd they took what booty they could find, and returned to the imām. It took them a twelve days march to go back, and they reached the imam in the country of Berārah on the day of *Arafat* [17 July 1531].[124]

ትርጉም

ሙስሊሞቹ በራራ ውስጥ ስድስት ቀናት ቆዩ። ከዚያም የዚሁ ወረዳ አንዳንድ ሰዎች ኢማሙን አነጋገሩት፣ እንዲህም አሉት "እዚህ አጠገብህ ትልቅ ግርማ ያለው የቤተ ክርስቲያን ህንፃ አለ።" ኢማምም "በየትኛው አውራጃ ነው ያለ?" ሲል ጠየቀ፡- "በግራርያ አውራጃ" ሲሉ መለሱለት። በዚያ ስፍራም አውራማህ የተባለ ትልቅ ወንዝ አለ፣ በወንዙ ሸለቆ ክርስቲያኖች በታላቅ ክብር የሚያዩትና ሁሉም ክርስቲያኖች የሚሳለሙት ደብረ ሊባኖስ የሚባል ቤተ ክርስቲያን አለ። አልባሳት፣ የወርቅና የብር እቃዎች፣ የዛፍ ግንድ የሚያክል ጧፍ በስለት ይሰጣሉ። ከላሊበላና ከአክሱም በስተቀር ከዚህ ቤተ ክርስቲያን ጋር የሚወዳደር የለም። "አሁን ካለንበት ምን ያህል ይርቃል?" ሲል ጠየቃቸው። "የስድስት ቀን መንገድ" ብለው መለሱ። ከዚያ በኋላ ኢማም አሕመድ አብሳማ ኑርን፣ ድል ሰገድንና እነዚህን የመሰሉትን ጨምሮ በስሩ የሚታዘዙ ሦስት መቶ ፈረሰኞች ሰጥቶ ቀጭን አቡ በከርን አዘዘው። በክረምቱ ወቅት መንገድ መሪ ይዘው ሄዱ።

ያገኙትን ዘርፈው ወደ ኢማም ተመለሱ። ዐሥራ ሁለት ቀን የፈጀ ጉዞ አድርገው፤ በአራፋ በዓል ቀን ኢማም እነበረበት አገረ በራራ ደረሱ።

ስለደብረ ሊባኖስ ለግራኝ አሕመድ መረጃ የሰጡት የበራራ ሰዎች ገዳሙን በሚገባ የሚያውቁ መሆን አለባቸው። የደብረ ሊባኖስ ገዳም ግራርያ በተባለ ወረዳ እንደሚገኝ፣ ከገዳሙ አቅራቢያ ወንዝ እንዳለ፣ ገዳሙም ከወንዙ አጠገብ በዝቅታ ቦታ ላይ እንዳለ እና ከበራራ እስከ ደብረ ሊባኖስ ገዳም በእግር 6 ቀን እንደሚያስኬድ በዝርዝር ለግራኝ አሕመድ ነግረውታል። ከዚህም በተጨማሪ የደብረ ሊባኖስ ገዳም በክርስቲያኖች ዘንድ እንደአክሱም እና ላሊበላ ከፍተኛ ክብር የሚሰጠው እንደሆነ፣ ክርስቲያኖች ለመሳለም ወደገዳሙ እንደሚሄዱ እና ከወርቅ እና ከብር የተሠሩ እቃዎች እንዲሁም ጧፍ በስለት ለገዳሙ እንደሚገቡ ለግራኝ አሕመድ ነግረውታል። ግራኝ አሕመድም ድል ሰገድና ቀጢን አቡ በከር በሚባሉ ታማኞቹ የሚመሩ 300 ወታደሮች ገዳሙን ዘርፈው እንዲያቃጥሉት ትእዛዝ ሰጥቶ ላካቸው። ቀጢን አቡ በከርም በሥሩ ካሉት ወታደሮች ጋር ገዳሙን በሚያውቅ ሰው መሪነት ወደቦታው ሄዶ በሐምሌ ወር 1531 ዓ.ም. ደብረ ሊባኖስን ዘርፎና አቃጥሎ ተመለሰ።

አረብ ፈቂህ እንደሚለው ቀጢን አቡ በከር ከወታደሮቹ ጋር ከበራራ ተነስቶ እገዳሙ ለመድረስ እና አቃጥሎ ወደበራራ ለመመለስ ባጠቃላይ 12 ቀን ፈጅቶበታል። ይህ የበራራ ሰዎች ደብረ ሊባኖስን ከበራራ ምንያህል እንደሚርቅ ከነገሩት ጋር አንድ ነው። ይህ በራራ ያለበትን ቦታ ለማወቅ የሚያስችል ተጨማሪ መረጃ ነው። የበራራ ሰዎች ከደብረ ሊባኖስ እስከ በራራ ያለውን ርቀት በሚመለከት ለግራኝ አሕመድ የሰጡት መረጃ ትክክል እንደሆነ የበራራን ታሪክ የሚከታተለው ብሩስ ስትራካን ራሱ ተጉዞ አረጋግጧል። ብሩስ ስትራካን እንደሚለው ከሆነ ከደብረ ሊባኖስ ጀምሮ በእግሩ ተጉዞ ሰሜን አዲስ አበባ ለመድረስ 6 ቀን ፈጅቶበታል።[125] ስለዚህ የአረብ ፈቂህ መረጃ ትክክል እንደሆነ

በዚህ ለማወቅ ይቻላል። እስካሁን ያቀረብናቸው ማስረጃዎች በራራ የአሁኑ አዲስ አበባ ስለመሆኑ በእርግጠኝነት ለመናገር ያስችላሉ። የአዲስ አበባ መልከአ ምድራዊ አቀማመጥና እንዲሁም በከተማውና በከተማው ዙሪያ የተገኙት የቤተ ክርስቲያንና የቤተ መንግሥት ፍርስራሾች ይህን መደመደሚያ ያጠናክራሉ።

1.3 መልከአ ምድራዊና የከርሰ ምድር መረጃዎች

አዲስ አበባ እና ዙሪያው ቀድሞ ከተማ የነበረበት ስለመሆኑ የስፍራው መልከአ ምድራዊ አቀማመጥና በስፍራው የተገኙ ፍርስራሾች ሌሎች ወሳኝ ምስክሮች ናቸው። የአዲስ አበባና ዙሪያው መልከአ ምድራዊ አቀማመጥ የኢትዮጵያ ነገሥታት ለከተማነት ከመረጧቸውና ከከተሙባቸው ስፍራዎች ጋር በጣም ተመሳሳይ ነው። ለአብነት ያህል ከአዲስ አበባ በፊት መናገሻ ከተማ የነበሩትን የሀን፣ አክሱምን፣ ላሊበላን፣ ጎንደርንና አንኮበርን ማየት በቂ ነው። ከቅድመ አክሱም ጀምሮ እስከ ዛጌ ዘመነ መንግሥት የነበሩት ከተሞች የተቆረቆሩት ከኮረብታ ጥግ ወይም አቅራቢያ ነው። ኮረብታማ አካባቢዎች ለከተማ የሚመረጡት በሁለት ምክንያት ነው። አንደኛው ምክንያት አገሩን ከጥቃት ለመከላከል ስለሚረዳ ነው።[126] በኮረብታው ወይም በተራራው ጫፍ ላይ ቃኝ ወታደሮች ሰፍረው የአካባቢን እንቅስቃሴ ይከታተላሉ። በጥንታዊ ኢትዮጵያ ታሪክ ላይ ምርምር ያደረገው ሥርግው ሀብለ ሥላሴ እንደሚለው ለከተማነት ከተመረጠው ኮረብታ ዝቅ ብሎ "አብያተ መቅደሶችና አብያተ መንግሥታት ይሠራሉ"።[127] ሁለተኛው ምክንያት ኮረብታዎች ለመጠጥ የሚያገለግል ውኃ ምንጭ ስለሆኑ ነው። አብዛኛዎቹ የኢትዮጵያ ኮረብታዎችና ተራሮች የወንዝ ምንጭ እንደሆኑ ስለሚታወቅ ይህ ተጨማሪ ማብራሪያ አያስፈልገውም።

ሥርግው የየሀና የአክሱም ከተሞች በኮረብታ አቅራቢያ የተመሠረቱት እላይ በጠቀስናቸው ሁለት ምክንያቶች እንደሆነ ያስረዳል። የየሀ ከተማ የተመሠረተው ከክርስቶስ ልደት በፊት በ5ኛው ምእት ዓመት ነው። በየሀ አቅራቢያ ኮረብታማ ቦታዎች አሉ። ከኮረብታው ዝቅ ብሎ በከፍታ ቦታ ላይ የተሠራ የየሀ ቤተ መቅደስ እስከ ዛሬም ድረስ አለ። ከቤተ መቅደሱ በስተምሥራቅ የመኖሪያ ሕንጻ ፍርስራሾች ተገኝተዋል። ከመኖሪያ ቤቶች ፍርስራሽ ዝቅ ብሎ ደግሞ ሰፊ ሜዳና የውኃ ምንጭ ይገኛል። እንደሥርግው ከሆነ "ሜዳው ገበያ የሚውልበትና የሕዝብ በዓላት የሚውሉበት መሆን አለበት።"[128]

የአክሱም ከተማ አቀማመጥም ከየሀ ከተማ ጋር በጣም ተመሳሳይ ሆኖ እናገኘዋለን። እንደየሀ ሁሉ በአክሱም አቅራቢያም የኮረብታ ሰንሰለት እናገኛለን። ከአክሱም በስተሰሜን ምሥራቅ አቅጣጫ የገብረ መስቀል መቃብር ተብሎ የሚታወቀው የካሌብ የመቃብር ስፍራ ይገኛል። ይህ ስፍራ የሚገኘው ከኮረብታው ዝቅ ብሎ ነው። ስፍራው ምናልባት ቤተ መንግሥት ያረፈበት ሊሆን ይችላል። የከተማው እምብርት በምሥራቅ የሚገኘው የሐውልቶች መስከ የሚባለው ደልዳላ ቦታ ነው። ይህ ደልዳላ ቦታ ብዙ አገልግሎት ይሰጣል። ቦታው የፍርድ አደባባይ በመሆኑ ንጉሡ ዘውድ የሚጭነው እና የሕዝብ በዓል በሚከበር ጊዜ ሰው የሚሰበሰብበት አደባባይ ይህ ደልዳላ ቦታ ነው።[129] በምሥራቅ በኩል ከኮረብታው ሥር እስከ ዛሬ ድረስ ሕዝብ የሚጠቀምበት የውኃ ማጠራቀሚያ ኩሬ አለ። ከኩሬው በተጨማሪ በምሥራቅ ማይ ሕጋ፣ በምዕራብ ማይ መላህዶ የተባሉ ለመጠጥ የሚያገለግሉ ወንዞችም አሉ።[130] ምንም እንኳ በአሁኑ ጊዜ

በዐየር ንብረት ለውጥ ምክንያት በበጋ ጊዜ የሚደርቁ ቢሆኑም በጥንት ጊዜ ግን ወንዞቹ ከዓመት እስከ ዓመት የሚፈስሱ ለመሆናቸው የታሪክ ምንጮች ያሳያሉ። በ17ኛው ምእት ዓመት የተጻፈው መጽሐፈ አክሱም በከተማውና በአካባቢው 72 ምንጮች እንደነበሩ እንዲህ ሲል ይገልፃል:- "በዚህ ጊዜ በአክሱም 72 የውኃ ጉድጓዶች እና የወደቁና የቆሙ የድንጋይ ሐውልቶች 58 ነው" (ወሀለው ይእዜ ኀበ አክሱም ፸ወ፪ ዓይነ ማይ። ወሐውልተ ዕብንሂ ሀሎ ይእዜ ኀበ ዘወድቀ ወኀበ ሀሎ ቀዊሞ ፶ ወ፰")።[131]

በ16ኛው ምእት ዓመት አክሱምን የጎበኘው ፖርቱጋላዊ ፍራንሲስኮ አልቫርሽ በጥሩ ሁኔታ በድንጋይ የተገነባ የውኃ ማጠራቀሚያ ኩሬ ማየቱን ጽፏል። በ19ኛው ምእት ዓመት አክሱም ይኖር የነበረው እንግሊዛዊ ናትናኤል ፒርስ በበኩሉ በከተማውም ከከተማው ውጭ ባለው ስፍራም ብዙ የውኃ ጉድጓድ እንደነበረ ጽፏል። ሐውልቶች ከተሠሩበት ድንጋይ ጋር ተመሳሳይ በሆነ ድንጋይ የተሠሩ አራት የጥንት የውኃ ጉድጓዶችን ባይኑ ማየቱን አክሎ ጽፏል።[132] ባጭሩ አክሱምና አካባቢዋ በጥንት ጊዜ የውኃ ቋት ነበር ለማለት ይቻላል። አሁን የማርያም ጽዮን ቤተ ክርስቲያን ካረፈበት ስፍራ በስተደቡብና በምሥራቅ አቅጣጫ ያለው አካባቢ ደግሞ የከተማው ሕዝብ መኖሪያ ነበር። በተጨማሪም ሥርግው "በስተምሥራቅ በኩል ከንቡረ እዱ መኖሪያ በታች ቅዳሜ የሚውል ገበያ ይገኛል። ይህ በጥንት ጊዜም እንደነበረ እንገምታለን"[133] ሲል ጽፏል።

በአክሱም ዘመን የነበረው የከተማ አመሠራረትና አቀማመጥ ከአክሱም በኋላ በዛጔና በሰሎሞናውያን ዘመነ መንግሥታት ለነበሩት ከተሞች አርአያ ሆነዋል። የዛጔ ነገሥታት መናገሻ ከተማቸው የመጀመሪያ ስያሜው "አዳፋ" ይባል ነበር። የአዳፋ ከተማ ወርወር በመባልም ይታወቅ ነበር። አዳፋ የሚባለው ስያሜ ዛሬም ያለ ቢሆንም በአሁኑ ጊዜ ስፍራው የሚታወቀው ላሊበላ በሚባለው ስያሜ ነው። የአዳፋ ከተማ የተቆረቆረው ወጣ ገባና ገደላማ በሆነ ቦታ ነው። ይህ የሆነበት ደግሞ የቦታው አቀማመጥ በቀላሉ ከጠላት ለመከላከል የሚያስችል በመሆኑ ነው። አዳፋ ሁለት መለስተኛ ወንዞች አሉት። ሁለቱ ወንዞች ከተለያየ ስፍራ መንጭተው አንድ ላይ ተደባልቀው የዮርዳኖስ ወንዝን ይፈጥራሉ። አዳፋ ሰፊ ሜዳ ባይኖረውም ገበያ ይቆምበት ነበር። አዳፋ "ከአክሱም ጊዜ የከተማ አሠራር ጋር ስናመዛዝነው መጠናቸው ይነስ እንጂ ሁሉም መስፈርቶች አሉ።"[134]

በሰሎሞናውያን ነገሥታት የተመሠረቱት ከተሞች የቦታ ምርጫ ከቀደሙ ከተሞች ጋር ተመሳሳይ ነው። ሸዋ ውስጥ ይኰኖ አምላክ እንደከተመባቸው በትውፊት የሚነገሩ ሁለት ስፍራዎች አሉ። አንደኛው ወግዳ ነው። ወግዳ አቀማመጡ "ወጣ ገባና ውኃ ገብ ነው"[135]። በአፈ ታሪክ ይኰኖ አምላክ የከተመበት ሁለተኛው ስፍራ አንኮበር ሲሆን አቀማመጡም "ከወግዳ የተሻለም የባሰም አይደለም"[136]። ሁለቱም ወጣ ገባ አቀማመጥ አላቸው። አንኮበር ተራራ እስከ አዋሽ ድረስ ያለውን አካባቢ ስለሚያሳይ ስትራቴጃዊ ጠቀሜታው ግልጽ ነው። ለመከላከያ ካለው ጠቀሜታ በተጨማሪ "ንግድን በቆላው ክፍልና በደጋው ለማስፋፋትና ለመቆጣጠር"[137] በጣም የተመቸ ነው። የየረርና የደብረ ብርሃን ከተሞችም አቀማመጥ ተመሳሳይ ናቸው።

የበራራ ከተማም አቀማመጥ እላይ ከዘረዘርናቸው ከተሞች ጋር ተመሳሳይ ሆኖ እናገኘዋለን። የጽሑፍና የካርታ ምስክሮችን ሸዋና ፈጠጋር ክፍለ አገሮች ውስጥ ከነበሩት ተራሮች፣ ወንዞችና ከተሞች መልክአ ምድራዊ አቀማመጥ ጋር በማገናዘብ በራራ የሚገኘው በአሁኑ አዲስ አበባ እንደሆነ ለመናገር ይቻላል። በበራራ አቅራቢያ ተራሮችና ኮረብቶች አሉ። የጳጳሱ መኖሪያ በተራራው ላይ ይገኛል። በራራ ዶኮ የተባለ የአዋሽ ገባር

ወንዝ በአጠገቡ ያልፋል። በከተማው ትላልቅ አብያተ ክርስቲያንም ይገኙበታል። እንደጥንት የኢትዮጵያ ከተሞች ሁሉ አዲስ አበባም በምሥራቅ፣ በምዕራብና በሰሜን አቅጣጫዎች በኮረብታዎች የተከበበች ናት። በተጨማሪም ከሰሜን አዲስ አበባ ከእንጦጦ ኮረብታዎች የሚመነጩ በአሁኑ ጊዜ ቀበናና አቃቂ የሚባሉ ወንዞች በከተማው መሀል ያልፋሉ። ይህ ማለት አዲስ አበባ ከተማ ለመሆን የሚያስችሏትን ሁለት ዋና ዋና መስፈርቶችን ታሟላለች።

ከጽሑፍ፣ ከካርታና ከመልክአ ምድር አቀማመጥ በተጨማሪ በአዲስ አበባና በዙሪያው የተገኙት የቤተ ክርስቲያንና የቤተ መንግሥት ፍርስራሾች አካባቢው የከተማ ስፍራ ስለመሆኑ ተጨማሪ ምስክሮች ናቸው (ለዝርዝሩ ምዕራፍ 9ኝን ይመለከቷል)። ከነዚህም ውስጥ የአራዳ ጊዮርጊስ ቤተ ክርስቲያን ያረፈበት ቦታ ላይ በግራኝ አሕመድ የተቃጠለ ባለሦስት መቅደስ ቤተ ክርስቲያን በ19ኛው ምእት ዓመት በፈረንሳይ ሚሲዮናውያን አማካይነት በቁፋሮ ተገኝቷል። በተጨማሪም ቀራንዮ መድኃኔ ዓለም የተሠራበት ስፍራ ላይ የጥንት ቤተ ክርስቲያን ነበረበት። እንጦጦ ራጉኤል አካባቢ የተገኘው የቤተ መንግሥት ፍርስራሽ፣ የየካ ሚካኤል የድንጋይ ውቅር ቤተ ክርስቲያን በተመሳሳይ አዲስ አበባና አካባቢው ከተማ ስለመሆኑ ተጨማሪ መረጃዎች ናቸው።[138] መናገሻ ተራራ ጫፉ ላይ አሁን ያለው "የመድኃኔ ዓለም ቤተ ክርስቲያን ሊሠራ መሠረት ሲቆፈር የጥንታዊ ሕንጻ ፍርስራሽና እንዲሁም ከብረትና ከመዳብ የተሠሩ ዕቃዎች ተገኝተዋል።"[139] እነዚህ ለአብነት የጠቀስናቸው እስካሁን የታወቁት ብቻ ናቸው። የአዲስ አበባን የጥንት ታሪክ የሚናገሩ ቅርሶች አሁንም እመሬት ወስጥ እንደተቀበሩ ናቸው። ለመካከለኛው ዘመን የከርሰ ምድር ቁፋሮና ጥናት እስከ አሁን ድረስ ትኩረት አልተሰጠውም። ወደፊት በአዲስ አበባና በዙሪያው ያሉ የታሪክ ስፍራዎች በባለሙያዎች ቢመረመሩ ብዙ መረጃዎች ሊገኙ ይችላሉ። ያ ሲሆን ስለአዲስ አበባና ስለአካባቢው ታሪክ በበለጠ እናውቃለን። እስካሁን ባሉን መረጃዎች መሠረት አዲስ አበባ ከዓፄ ምኒልክ በፊት የከተማ ስፍራ እንደነበረ የሚያከራክር አይደለም። የከተማውም ስም በራራ ይባላል።

ይህን ምዕራፍ ለማጠቃለል፡- የበራራ መገኛ የአሁኑ አዲስ አበባ ነው። የፍራ ማውሮን የዓለም ካርታ ከአዲስ አበባና በዙሪያው ካሉ ስፍራዎች መልክአ ምድር አቀማመጥ ጋር በማገናዘብ የበራራ ትክክለኛ መገኛ የአዲስ አበባ አካባቢ እንደሆነ መረዳት ችለናል። የአረብ ፈቂህ ምስክርነትና እስክንድር ዞርዚ ከኢትዮጵያ መነኮሳት የሰበሰበው የጉዞ ማስታወሻ የበራራ ትክክለኛ መገኛ ስፍራ አዲስ አበባ ስለመሆኗ ተጨማሪ ወሳኝ መረጃዎች ሰጥቶናል። በአዲስ አበባና በአካባቢው የተገኙት የግንብ ፍርስራሾችም ስፍራው ከተማ እንደነበረ ያመለክታሉ። የበራራ መገኛ ስፍራ የረር አካባቢ ነው የሚለው የቆየ እይታ ከዚህ በኋላ ተቀባይነት የለውም። ምክንያቱም በራራ የረር አካባቢ ነው ከተባለ መገኛውን ፈጠጋር ክፍለ ሀገር ውስጥ ያደርገዋልና። ነገር ግን የፍራ ማውሮን ካርታ ጨምሮ ሁሉም መረጃዎች በራራ በሸዋ አውራጃ በወረብ ወረዳ እንዳለ በግልጽ ይመሰክራሉ።

ማስታወሻዎች

---

1 Salvadore, *African Prester John*, 136-138.

2 ጌታቸው፣ *ደቂቀ እስጢፋኖስ*፡ 151-152፣ 172፣ 181፤ Bouanga, "Damot," 69; KUR, *Actes de Märḥa Krestos,* 36.

3 Crawford, *Ethiopian Itineraries*, 20-22, 47, 65, 70, 79, and 87; Salvadore, *African Prester John*, 24-30, 109-114.

4 Falchetta, *Fra' Mauro's World Map,* 97-98; Salvadore, *African Prester John*, 26-32.

5 Crawford, *Ethiopian Itineraries*, 108-192; Salvadore, *African Prester John*, 26-32.

6 U̱tmān, *Futūḥ al-Ḥabaša*, 163, 168, 172-173, 185-189, 192, 194, 204, 205-207, 216.

7 Stenhouse, "Introdcution," vii-xxiii.

8 ሥርግው፣ *ዳግማዊ ምኒልክ*፣ 277-282።

9 Foucher, "Birbirsa," 33-41; Gleichen, *With the Mission to Menelik*, 210-211; Powell-Cotton, *A sporting trip through Abyssina* , 564; Vigano, "Missing Tower at the Entoto Royal Citadel," 8-25.

10 Crawford, *Ethiopian Itineraries*, 86 and 194; Falchetta, *Fra' Mauro's World Map*, 198; La Roncière, *La Découverte de l'Afrique au Moyen Âge*, vol. 2, 128; Vigano, "The Names Lost," 7.

11 Crawford, *Ethiopian Itineraries*, 161, 163 and 183; U̱tmān, *Futūḥ al-Ḥabaša*, 1175, 185-186.

12 ሥርግው፣ *ዳግማዊ ምኒልክ*፡ 248።

13 Zorzi, "Presenteation,"13-16; Davies, "Wondrous East," 217-222.

14 Zorzi, "Presenteation," 14-15.

15 ዝኒ ከማሁ፣ 15.

16 ዝኒ ከማሁ፣ 14.

17 Salvadore, *African Prester John,* 27.

18 Zorzi, "Presenteation," 14

19 Crawford, *Ethiopian Itineraries*, figure 4. በሀክሉይት ማሕበር (Hakluyt Society) መልካም ፈቃድ የታተመ።

20 Falchetta, *Fra' Mauro's World Map*, 283.

21 Davies, "Wondrous East," 217-222; Falchetta, *Fra' Mauro's World Map*, 94-114.

22 Falchetta, *Fra' Mauro's World Map*, 114.

23 ዝኒ ከማሁ፣ 97.

24 ዝኒ ከማሁ፣ 103.

25 Falchetta, *Fra' Mauro's World Map*, 103.

26 ዝኒ ከማሁ፣ 103.

27 ዝኒ ከማሁ፣ 114.

28 Falchetta, *Fra' Mauro's World Map*, 33-100, 108-114.

29 Falchetta, *Fra' Mauro's World Map*, 94-114; Zorzi, "Presenteation," 13-16.

30 Falchetta, *Fra' Mauro's World Map*, 97, 103/201/203; Davies, "Wondrous East," 220.
31 Falchetta, *Fra' Mauro's World Map*, 113.
32 ዝኒ ከማሁ፣ 97-99.
33 Falchetta, *Fra' Mauro's World Map*, 99-100, 189.
34 ዝኒ ከማሁ፣ 107; Zär'a Ya'qob, *Mäs'hafä Melad,* 15-20.
35 Cerulli, "L'Etiopia del Secolo XV," 80-99; Derat, "Élaboration et diffusion du récit d'une victoire militaire," 87-102; Perruchon, *Les Chroniques de Zar'a Yâ'eqôb et de Ba'eda Mâryâm*, 57-67, 88-90.
36 Salvadore, *African Prester John,* 28; Taddesse, *Church and State,* 153-154.
37 Garretson, "Note on Relations between Ethiopia and the Kingdom Aragon," 37-44; Salvadore, *African Prester John,* 37-44.
38 Falchetta, *Fra' Mauro's World Map*, 107.
39 Cerulli, "Eugenio IV e gli etiopi,"347-368; *idem*, "L'Etiopia del Secolo XV," 63-66; Hofmann, "Orientalium Documenta Minora," 59-62; Tedeschi, "Etiopi e Copti al Concilio di Firenze," 380-407.
40 Bracciolini, "The Indies Rediscovered," 3-45; Falchetta, *Fra' Mauro's World Map*, 107; Kelly, "Biondo Flavio on Ethiopia," 167-182; Tedeschi, "L'Etiopia di Poggio Bracciolini," 333-358.
41 Falchetta, *Fra' Mauro's World Map*, 104-105; Salvadore, *The African Prester John*, 64.
42 ዝኒ ከማሁ፣ 104; ዝኒ ከማሁ፣ 64-65.
43 Falchetta, *Fra' Mauro's World Map*, 98-99.
44 Crawford, *Ethiopian Itineraries*, 14. በሀክሉይት ማሕበር (Hakluyt Society) መልካም ፈቃድ የታተመ።
45 Crawford, *Ethiopian Itineraries*, 15. በሀክሉይት ማሕበር (Hakluyt Society) መልካም ፈቃድ የታተመ።
46 Falchetta, *Fra' Mauro's World Map*, 104.
47 ዝኒ ከማሁ፣ 68.
48 ዝኒ ከማሁ፣ 107-108, 197 and 198.
49 Kelly, "Biondo Flavio on Ethiopia," 169.
50 Bracciolini, "The Indies Rediscovered," 44.
51 Uṯmān, *Futūḥ al-Ḥabaša*, 70.
52 Vigano, "The Names Lost, the Map Grasped," 38. በማርኮ ቪጋኖን መልካም ፍቃድ የታተመ።
53 Merid, "Political Geography of Ehiopia," 625.
54 ዝኒ ከማሁ፣ 625; Uṯmān, *Futūḥ al-Ḥabaša*, 70.
55 Falchetta, *Fra' Mauro's World Map*, 195.
56 Perruchon, "Histoire d'Eskender," 339-340; *idem*, *Les Chroniques de Zar'a Yâ'eqôb et de Ba'eda Mâryâm,* 67.
57 Illinois/IES, 88.XXIV. 9, Bétä Lehém, *Laha Maryam*.
58 Crawford, *Ethiopian Itineraries*, 194.
59 Uṯmān, *Futūḥ al-Ḥabaša*, 57-58, 293.

60 Crawford, *Ethiopian Itineraries*, 195, 200.
61 Breternitz and Pankhurst, “Barara,” 213.
62 Uṯmān, *Futūḥ al-Ḥabaša*, 57-59.
63 ዝኒ ከማሁ፣ 60.
64 ዝኒ ከማሁ፣ 60, 71.
65 Uṯmān, *Futūḥ al-Ḥabaša*, 62-67.
66 Perruchon, “Notes pour l'Histoire d'Éthiopie,” 275.
67 Uṯmān, *Futūḥ al-Ḥabaša*, 71.
68 ዝኒ ከማሁ፣ 187.
69 Uṯmān, *Futūḥ al-Ḥabaša*, 216.
70 Breternitz and Pankhurst, “Barara,” 212; Crawford, *Ethiopian Itineraries*, 198.
71 Crawford, *Ethiopian Itineraries*, 161,183.
72 Uṯmān, *Futūḥ al-Ḥabaša,* 206-207
73 ዝኒ ከማሁ፣ 45-46, 48, 49, 60-62.
74 Crawford, *Ethiopian Itineraries*, 203.
75 Uṯmān, *Futūḥ al-Ḥabaša*, 185.
76 Crawford, *Ethiopian Itineraries*, 82, 84-85, 149, 161, 183, 193.
77 ዝኒ ከማሁ፣ 84-85,149, 161, 183.
78 Uṯmān, *Futūḥ al-Ḥabaša*, 176-177, 184-185.
79 Breternitz and Pankhurst, “Barara,” 211; Crawford, *Ethiopian Itineraries*, 86, 194.
80 Crawford, *Ethiopian Itineraries*, 86; Falchetta, *Fra' Mauro's World Map*, 195.
81 Breternitz and Pankhurst, “Barara,” 213; Crawford, *Ethiopian Itineraries*, 86, 194; Falchetta, *Fra' Mauro's World Map*, 198; La Roncière, *La Découverte de l'Afrique au Moyen Âge*, vol. 2, 128; Vigano, “The Names Lost,” 11.
82 Täklä Iyäsus, *Goğğam Chronicle*, 158; Zewd, *Yohännes IV of Ethiopia*, 108-109.
83 ጌታቸው፣ *ደቂቀ እስጢፋኖስ*፣ 152፤ Crawford, *Ethiopian Itineraries*, Getatchew, “The Letter of the Archibishops Mika’el and Gabre’el,” 73–78; Kur, *Actes de Märha Krestos*, Geez text 36, trans.33.
84 Crummey, *Land and Society*, 82.
85 Uṯmān, *Futūḥ al-Ḥabaša*, 165.
86 Uṯmān, *Futūḥ al-Ḥabaša*, 167.
87 Crawford, *Ethiopian Itineraries*, 195.
88 ሥርግው፣ *ዳግማዊ ምኒልክ*፣ 245።
89 Caquot, “L’homélie en l’honneur de l’archange Raguel,” 97.
90 Caquot, “L’homélie en l’honneur de l’archange Raguel,” 111 footnote number 5.
91 *ድርሳነ ዑርኤል በግዕዝና በአማርኛ*፣ 318-319።
92 ዝኒ ከማሁ፣ 311-315፤ Caquot, “L’homélie en l’honneur de l’archange Raguel,” 105-106.

93 ተክለ ሐዋርያት፣ አቶባዮግራፊ፣ 4።
94 Hummel, "Disputed Life of the Saintly Ethiopian Kings," 69-70.
95 Crawford, *Ethiopian Itineraries*, xii-xiii, 64, 86, 111, 121, 133, 149.
96 Crawford, *Ethiopian Itineraries*, 201.
97 Falchetta, *Fra' Mauro's World Map*, 195.
98 Vigano, "The Names Lost, the Map Grasped," 38. በማርኮ ቪጋኖን መልካም ፍቃድ የታተመ።
99 ጌታቸው፣ *የአባ ባህርይ ድርሰቶች*፣ 14፤ Bouanga, "Le Damot dans l'histoire de l'Éthiopie," 43, 91, 201; Crawford, *Ethiopian Itineraries*, 14, 15, 20; Derat, *Le domaine des rois éthiopiens,* 37, 46; Merid Wolde Aregay, "Political Geography of Ethiopia," 625, 627; *idem*, 'Southern Ethiopia," 36.
100 Crawford, *Ethiopian Itineraries*, 44, 64, 71, 78, 95, 100.
101 Crawford, *Ethiopian Itineraries*, 41-42/44-45, 71, 139, 157; Suriano, *Trattato di Terra Santa* , 86.
102 Crawford, *Ethiopian Itineraries*, 78, 82, 149 and 161.
103 Crawford, *Ethiopian Itineraries*, 82-84.
104 Perruchon, *Les Chroniques de Zar'a Yâ'eqôb et de Ba'eda Mâryâm*, 65; Uṯmān, *Futūḥ al-Ḥabaša,* 176.
105 Crawford, *Ethiopian Itineraries*, 161.
106 ዝኒ ከማሁ፣ 100-101, 183.
107 Crawford, *Ethiopian Itineraries*, 84.
108 ዝኒ ከማሁ፣ 84-87
109 Crawford, *Ethiopian Itineraries*, 95, 173, 177.
110 ዝኒ ከማሁ፣ 95-98, 173, 177, -181.
111 ዝኒ ከማሁ፣ 86, 149, 151.
112 Guidi, "Le Canzoni Geez-Amarina," 57.
113 Crawford, *Ethiopian Itineraries*, 86-87, 96-97, and 173,
114 Crawford, *Ethiopian Itineraries*, 64 and 133.
115 ዝኒ ከማሁ፣ 133.
116 Falchetta, *Fra' Mauro's World Map*, 195; Uṯmān, *Futūḥ al-Ḥabaša*, 167.
117 Crawford, *Ethiopian Itineraries*, 64 and 133.
118 ዝኒ ከማሁ፣ 71 and 139.
119 ዝኒ ከማሁ፣ 71-72, 139.
120 Derat, "La Passe D'Aheyyā-Faǧǧ," 79, 88-89.
121 ዝኒ ከማሁ፣ 73-74, 79.
122 Crawford, *Ethiopian Itineraries*, 41-42/44-45; Suriano, *Trattato di Terra Santa* , 86.
123 Uṯmān, *Futūḥ al-Ḥabaša,* 186-187.
124 Uṯmān, *Futūḥ al-Ḥabaša,* 192.
125 Vigano, "Names Lost," 5-14; Strachan,"Barara."
126 ሥርገው፣ *ዳግማዊ ምኒልክ፣* 277-278።
127 ዝኒ ከማሁ፣ 278።
128 ዝኒ ከማሁ፣ 278።

129 ዝኒ ከማሁ፣ 278።
130 *ሥርግው፣ ዳግማዊ ምኒልክ፣* 278።
131 Conti Rossini, *Liber Axumae,* 3.
132 Alvares, *Prester John of the Indies,* 155; Pearce, *The Life and Adventures of Nathaniel Pearce,* 162.
133 *ሥርግው፣ ዳግማዊ ምኒልክ፣* 278።
134 ዝኒ ከማሁ፣ 279።
135 ዝኒ ከማሁ፣ 279።
136 ዝኒ ከማሁ፣ 279።
137 *ሥርግው፣ ዳግማዊ ምኒልክ፣* 279።
138 ገብረ *ሥላሴ፣ ታሪክ ዘመን ዘዳግማዊ ምኒልክ፣* 100-101፤ Foucher, "Birbirsa, 1868-1869," 34; Haile Gabriel, "Establishment of Churches," 60-61; Lefebvre, *Voyage en Abyssinie*, 239-240.
139 *ሥርግው፣ ዳግማዊ ምኒልክ፣* 245።

ምዕራፍ ሁለት የበራራ የታሪክ አውድ

ሓርበኛ ዓምደ ጽዮን።
መላላሽ የወሰን።
ወኸ እንደመስን።
መላላሽ የወሰን።[1]

የዚህ ምዕራፍ ተቀዳሚ ተግባር የበራራ ከተማ የኢትዮጵያ ነገሥታትና ጳጳሳት ዋና መዲና የሆነችበትን የታሪክ አውድ ማሳየት ነው። ከ14ኛው ምእት ዓመት መጨረሻ ጀምሮ የበራራ የኢትዮጵያ መዲና መሆን የረጅም ጊዜ የታሪክ ሂደትና ለውጥ ውጤት ነው። በራራ ተመሥርታ ያደገችው በመካከለኛው ዘመን የኢትዮጵያ ታሪክ ነው። ስለዚህ ስለበራራ ከተማ ታሪክ ለመረዳት ስለመካከለኛው ዘመን የኢትዮጵያ መንግሥትና ከጥንት የአክሱም ሥልጣኔ ስለወረሰው የባህልና የሥርዓተ መንግሥት ታሪክ ባጭሩ መዳሰስ ያስፈልጋል። የመካከለኛው ዘመን የኢትዮጵያ ታሪክ ከ12ኛው ምእት ዓመት ጀምሮ እስከ 16ኛው ምእት ዓመት አጋማሽ ድረስ ያለውን ዘመን ያካትታል። የኢትዮጵያ የመንግሥት ሥርዓት፣ የሃይማኖት፣ የባህል፣ የሥነ ጽሑፍና የሥልጣኔ መሠረት የተጣለው ከክርስቶስ ልደት በፊት ከ1000 ዓመተ ዓለም (ዓ.ዓ.) ጀምሮ እስከ 1300 ዓ.ም. ባሉት 2300 ዓመታት ነው።[2] ነገር ግን ጥንት የተጀመረው የኢትዮጵያ ሥልጣኔ የበለጠ የደረጀው፣ ሥር የሰደደውና የሰከነው በመካከለኛው ዘመን ነው።

ይህ ዘመን ለዘመናዊው የኢትዮጵያ ታሪክ መሠረት ጥሎ ያለፈ የታሪክ ምዕራፍ ነው። ዘመኑ ጥበብ ያደገበትና የኢትዮጵያ ሥነ ጽሑፍና ሥነ ሥዕል ወርቃማ ዘመንም ነው። እንደገዳማት ያሉ የሃይማኖት ተቋማት በፍጥነት ያደጉት፣ ክርስትናም ሆነ እስልምና የሕዝብ ሃይማኖት የሆኑት በዚህ ዘመን ነው። ኢትዮጵያን እስከ 1974 ዓ.ም. ድረስ የመሩ የሰሎሞናውያን ሥርወ መንግሥት የተመሠረተውም (ወይንም በሰሎሞናውያን ነገሥታት አረዳድ ተቋርጦ የነበረው የአክሱም ሥርወ መንግሥት የተመለሰበት) በዚህ ዘመን ነው። ሰሎሞናውያኑ ሁሉንም የጥንት አውራጃዎች መልሰው በቁጥጥር ስር ባያደርጓቸውም፣ የተዳከመው የኢትዮጵያ መንግሥት ኃይል እንደገና ያንሠራራው፣ የፈረሰው የጥንቱ የኢትዮጵያ ድንበር የተከበረውና የታደሰው በዚሁ ዘመን ነው። ለተለያዩ ማኅበረሰቦች የመግባቢያ ቋንቋ መሆን የጀመረው ቀደም ባሉት ዘመናት ቢሆንም የአማርኛ ቋንቋ የበለጠ ያደገውና በሁሉም የኢትዮጵያ አካባቢዎች በስፋት መነገር

የጀመረው እንዲሁ በዚሁ ዘመን ነው። ኢትዮጵያን እንደአዲሲቷ ጽዮን የሚቆጥር ዘመን ተሻጋሪ የፖለቲካ ርዕዮት የተገለጠው በዚሁ ዘመን ነው።[3]

በራራ የተመሠረተችበትን የታሪክ አውድ ከማሳየት በተጨማሪ በዚህ ምዕራፍ ሁለት ትርክቶችን እንተቻለን። አንደኛው ትርክት በሰሎሞናውያን ነገሥታት በተለይም በዓፄ ዓምደ ጽዮን (1314-1344) እና በዳግማዊ ዓፄ ምኒልክ (1889-1913) አማካይነት ከብዙ መቶ ዓመታት መዳከም በኋላ ያንሰራራችውን የመካከለኛው ዘመን እና የዘመናዊ ኢትዮጵያን ጥልቅ የታሪክ መሠረት እና ጥንታዊነት የሌላት እንደአዲስ አገር አድርጎ የሚያቀርብ ትርክት ነው። ይህ በጥንት፣ በመካከለኛው እና በዘመናዊ ዘመን የኢትዮጵያ ታሪክ መካከል ያለውን ጥብቅ ግንኙነት ካለማወቅ የመነጨ ነው።[4] የመካከለኛው ዘመን ኢትዮጵያ መስራች ተደርጎ የሚቆጠረው ዓምደ ጽዮን በሁሉም አቅጣጫዎች ያደረገውን ዘመቻ በዘመኑ የነበሩ ሰዎች የተረዱት የፈረሰውን የጥንት የኢትዮጵያ ወሰን የማስከበር ዘመቻ አድርገው እንጂ አዲስ አገር የማቅናት ዘመቻ አድርገው አይደለም። የንጉሡ ዘመቻ ዋና ትኩረትም የጋፋት፣ የአማራ፣ የጉራጌና የትግሬ ነገዶች በሰፊው የሚኖሩባቸው አውራጃዎች ናቸው። በተመሳሳይ ምኒልክም በ19ኛው ምእት ዓመት መልሶ አንድ ያደረጋት የአክሱም፣ የዛጌና የሰሎሞናውያን ነገሥታት ያስተዳደሯትን ኢትዮጵያን ነው።

ሁለተኛው ከቋንቋና ከነገድ ማንነት ጋር ተያይዞ የሚተረከው ትርክት ነው። ይኸውም በኦሮሞ የነገድ ድርጅት መሪዎች እና ፖለቲከኞች ዘንድ የሚቀነቀን በቋንቋ ላይ የተመሠረተና ዘግይቶ የመጣ "ኩሽ" የሚባል ምናባዊ የጥንት የጋራ የነገድ ማንነት ትርክት ነው። ስለቋንቋ እና ነገድ ለመጻፍ ያስገደደን አንዱ ምክንያት ስለሆነና በኋላም ስለቤተ ልሳን አመዳደብ ለምናቀርበው ሀቲት መንደርደሪያ ስለሚሆን ስለኩሽ ታሪክ እና ቃሉ ስለተመረጠበት ምክንያት ባጭሩ እናስረዳለን።

ስለኩሽ፣ ኑቢያና እና ኢትዮጵያ

"ኩሽ" ከግብጽ በስተደቡብ በአሁኑ ሱዳን ውስጥ በአባይ ወንዝ ሸለቆ ይገኝ የነበረው አገር/ስርወመንግሥትና ህዝብ ስያሜ ነው። የኩሽ ስርወመንግሥት የ"ኑቢያ" ስርወመንግሥት በመባልም ይታወቃል። የዚህ ስርወመንግሥት የመጀመሪያው መቀመጫና መነሻ "ከርማ" ነው። ይህ ስርወመንግሥት በ2500 – 1567 ዓ. ዓ. ባለው ጊዜ እንደተነሳ ይገመታል። ከ1567 – 1090 ዓ. ዓ. ባለው ጊዜ ከርማ በግብጽ ፈርኦኖች ቅኝ ግዛት አስተዳደር ሥር ወደቀ። በዚህ ዘመን የተጻፉ የታሪክ ምንጮች አገሩን "ኩሽ" ("Kš", "Kšj," "Jkš")[5] ይሉታል። የቃሉ ፍች ምን እንደሆነ አይታወቅም። በእብራይስጥ ቋንቋ የተጻፈው ብሉይ ኪዳንም ይህን ሀገር "ኩሽ" ብሎ ይጠራዋል።[6] የጥንታዊ የግብጽ ሥነ ሕንፃ ሥነ ጥበብ፣ ሥነ መንግሥት፣ ሃይማኖት፣ ባህል እና ጽሕፈት ወደኩሽ የተስፋፋው አገሩ በግብጾች የቅኝ ግዛት አስተዳደር ሥር በነበረበት ጊዜ ነው።[7] ምንም እንኳ የጥንታዊው ግብጽ ሥልጣኔ መገለጫዎች በግዛቱ ቢስፋፉም ግብጻውያኑ የኩሽን ሕዝብ "እርጉማን"፣ "ምንዱባን" ("wretched," "miserable") በማለት ይጠሩት ነበር።[8] የኩሽ ስርወመንግሥት በስምንተኛው መቶ ክፍለዘመን በተራው ግብፆችን ወሮ 25ኛውን ስርወመንግሥት በማቋቋም ሰፊ ግዛት መስርቶ ግብፅን ለሶስት አራተኛ ክፍለዘመን ያህል አስተዳድሯል።

"ኩሽ" እንዲሁም "ኑቢያ" የተባለው አገር ሌሎች መጠሪያዎችም ነበሩት። አንደኛው "መረዊ" ነው። ሌለኛው መጠሪያው "ኢትዮጵያ" ነው። "ኢትዮጵያ" የጽር (የግሪክ) ቃል ሲሆን ትርጉሙ "ጥቁር" ማለት ነው። የታሪክ አባት የሚባለው ሔሮዶቶስን ጨምሮ ግሪኮች ኑቢያን "ኢትዮጵያ" ብለው ነበር የሚጠሩት። ሮማውያንም ግሪኮችን ተከትለው "ኢትዮጵያ" ይሉት ነበር። "ኢትዮጵያ" የሚለው ቃል የኑቢያ/የኩሽ መጠሪያ በመሆን በሰፊው ያገለገለው በተለይ ግብጽን በመፈራረቅ በቅኝ ገዢነት ባስተዳደሩት በግሪኮች እና በሮማውያን ዘመን ነው (330 ዓ. ዓ. – 642 ዓ. ም.)።[9] አውሮፓውያን "ኢትዮጵያ" የሚባል አገር መኖሩን ያወቁት የጥንት ግሪኮች በጻፏቸው መጻሕፍት እና በተለይም በመጽሐፍ ቅዱስ አማካይነት ነው። ከ4ኛው ምእት ዓመት አጋማሽ ጀምሮ ግብጽ ውስጥ በእስክንድሪያ ከተማ ብሉይ ኪዳን ከዕብራይስጥ ቋንቋ ወደጽር/ግሪከኛ ቋንቋ ሲተረጎም የዕብራይስጡ "ኩሽ" "ኢትዮጵያ" ተብሎ ተተረጎመ። በመቀጠልም ብሉይ ኪዳን ከጽር ቋንቋ ወደላቲን ሲተረጎም "ኢትዮጵያ" የሚለው ቃል በሮማዊው ቋንቋ እና ፊደል በሚጽፉ አውሮፓውያን ዘንድ ታዋቂ ሆነ። በመጨረሻም "ኢትዮጵያ" የሚለውን ስያሜ ለእንግሊዘኛ ቋንቋ ተናጋሪው ዓለም በሰፊው ያስተዋወቀው መጽሐፍ ቅዱስ በ1604 ዓ.ም. በእንግሊዙ ንጉሥ ጀምስ ትእዛዝ ከላቲን ወደእንግሊዘኛ መተርጎሙ ነው።[10]

የክርስትና ሃይማኖት ከግብጽ ወደጥንቱ ኩሽ ከተስፋፋ ከ6ኛው ምእት ዓመት በኋላ በስፋት እያገለገለ ያለው የአገሩ መጠሪያ "ኑቢያ" ሆነ። ኑቢያ የሚለው መጠሪያ እስከ19ኛው ምእት ዓመት ቢያገለግልም በጥንቱ ኩሽ የእስልምና ሃይማኖት እና የአረብኛ ተጽእኖ እየጠነከረ ስለመጣ አገሩ እስካሁን የጸናውን የባሕል፣ የቋንቋ እና የስያሜ ለውጥ አደረገ። በዚህ ምክንያት የጥንቱ ኑቢያ/ኩሽ "ሱዳን" በሚለው የአረብኛ ስያሜ ተተካ። ከ16ኛው ምእት ዓመት በኋላ የኑቢያ ሕዝብ የክርስትና ሃይማኖቱን ትቶ የእስልምና ሃይማኖት ተከታይ፣ የጥንቱን ቋንቋ ረስቶ አረብኛ ተናጋሪ ሆነ። የአገሩም ስያሜ "ሱዳን" ሆነ። "ሱዳን" የሚለው ቃል የመጣው "ቢላድ አስ-ሱዳን" ("Bilad as-Sudan") ከሚለው የአረብኛ ቃል ሲሆን ትርጉሙም "የጥቁሮች አገር ማለት" ነው።[11]

"ኩሽ" የሚለው የሱዳን የጥንት መጠሪያ በባለታሪኮቹ በሱዳናውያን ዘንድ ቢረሳም በኦሮሞ ፖለቲከኞች እና ምሁራን ዘንድ ተወዳጅ እየሆነ መጥቷል። የኦሮሞ ምሁራን እና ፖለቲከኞች "ኩሽ" የሚለውን ቃል የወደዱባቸው ዐበይት ምክንያቶች ሁለት ናቸው። አንደኛው እና ዋናው ምክንያት የኛ የሚሉት የኦሮሞ ሕዝብ የጥንት ኢትዮጵያ ነባር ሕዝብ እንደሆነና በአሁኑ ጊዜ የሰፈረበትንም መሬት የራሱ ርስት አድርጎ ለማቅረብ ይጠቅመናል ብለው ስላሰቡ ነው። በዚህ ረገድ በተለይ በታሪካዊ ሥነልሳን ዘርፍ የቋንቋዎችን ተመሳሳይነት ለማመልከት የሚያገለግለውን "ኩሻዊ" የሚለውን የቤተ ልሳን ስያሜ የሥልጣኔ ታሪካቸውና የኢትዮጵያ የባለርስትነታቸው ማረጋገጫ ለማድረግ ሲጥሩ ይታያሉ።[12]

የቋንቋዎች መብዛት ታሪክ እና የባሕል ዘገምተኛ ለውጥ ያስከተለው መለያየት እንደሆነ ለማረጋገጥ በሚደረገው ሳይንሳዊ ምርምር በባሕርይ የሚመሳሰሉ ቋንቋዎች "ኩሻዊ" ተብለው በአንድነት ተመደቡ እንጂ፣ ስያሜው የቋንቋዎቹን ተናጋሪ ነገዶች የታሪክ አንድነት ወይም የአገርና የሥልጣኔ ባለቤትነት አላወጀም። ስለሰው ዘር ስርጭት በዘመኑ የነበሩ እንደሴም፣ ካም እና ኩሽ ያሉ ያልተመረመሩ ሃይማኖታዊ እና ሕዝባዊ

አስተሳሰቦች ለኩሽና ለሌሎችም የቤተ ልሳን ስያሜዎች መነሻ ቢሆኑም፣ ስያሜዎቹ የሃሳብ መቋጠሪያ ውሎች እንጂ ግኝቶች እንዳልሆኑ ይታወቃል። ትናንት “ኩሻዊ” ተብለው የነበሩት ብዙ የኢትዮጵያ ቋንቋዎች ከጊዜ በኋላ “ኦሟዊ” ተብለው ተለይተዋል። ትናንት ኩሻዊነቱ ታምኖበት የነበረው የቤጃ ቋንቋ ዛሬ ኩሻዊ ከሚያሰኙት ባሕርያት ይልቅ ከሴማዊ ቋንቋዎች ጋር የሚያመሳስሉት ባሕርያት ጎልተው ስለታዩ ቤተ ልሳኑን ሊቀይር ተቃርቧል።[13] ይህ የቋንቋዎች የቤተልሳን ምደባ ለውጥ ግን የቋንቋዎቹን ተናጋሪዎች የታሪክ መሠረት አይለውጠውም፤ ጥንቱንም ታሪካቸው በቤተልሳናቸው ስያሜ ላይ የቆመ አልነበረምና። ስለዚህ ኩሽ የኦሮሞ ፖለቲከኞች የኛ ነው ላሉትና ከ16ኛው ምእት ዓመት በፊት ኢትዮጵያ ውስጥ ፈልገው ላጡት ሕዝብ የመረጡለት አዲስ የማንነት ካባ ከመሆኑም በላይ አሁን የሰፈረበት መሬት የራሳቸው እንደነበረ ለማሳመን የሚነዙት ማደናገሪያ ከመሆን አያልፍም።[14]

ኩሽን የወደዱበት ሁለተኛው ምክንያት የጥንታዊውን የሱዳን እና የግብጽን ገናና ታሪክ የራሳቸው ታሪክ አድርገው ለማቅረብ ነው። የጥንታዊ ግብጽና የሱዳን(ኩሽ) ስልጣኔ የኦሮሞ ነው ይላሉ።[15] ፖለቲከኞች ኦሮሞ ከዋናው የኢትዮጵያ ታሪክና ባሕል የተለየ ነው እንደሚሉ ይታወቃል። ከዚህም አልፈው በኩሽ ቤተ ልሳን የሚመደቡትን የኢትዮጵያ ነገዶች በአንድ ላይ አድርገው በቋንቋ ላይ የተመሠረተ ኩሽ የተባለ ምናባዊ ጥንታዊ የጋራ ማንነት ለመፍጠር ሲጥሩ ይታያሉ።[16] ቋንቋቸው ከኩሽ ቤተ ልሳን የሚመደቡት የኢትዮጵያ ነገዶችም ከጥንቱ ከኩሽ ታሪክ ጋር ምንም አይነት ግንኙነት የላቸውም። አገውንና የአፋርን ሕዝብ ጨምሮ ሌሎች በኩሽ የቋንቋ ቤተ ልሳን የሚመደቡት ነገዶች በኢትዮጵያዊነታቸው የሚኮሩ፣ የዋናው የኢትዮጵያ ባህልና ታሪክ አካል ናቸው። የኦሮምኛ ከኩሻዊ ቋንቋዎች መመደብ በዚሁ መደብ ካሉ ቋንቋዎች ጋር ስለሚጋራቸው ሥነልሳናዊ ባሕርያት እንጂ ኦሮሞዎች ከኩሻዊ ቋንቋ ተናጋሪ ነገዶች ጋር ስለሚጋሩት ታሪክና ስልጣኔ የሚነግረን ነገር የለውም። የአገርና የሥልጣኔ ባለቤትነት ታሪክ ከወረሱት መዝገብ ይነበባል እንጂ የኛን የሚመስል ቋንቋ ይናገራሉ ከምንላቸው ገናናዎች መዝገብ አይቀዳም። ዲሞክራሲያዊ ነው የሚባለው ገዳ የተባለው የኦሮሞ ማኅበራዊ እና ፖለቲካዊ ድርጅትም ከኩሽ መለኮታዊ የዘወድ ሥርዓት ጋር አንዳችም ግንኙነት የለውም። እንደኢትዮጵያ ነገሥታት ሁሉ የጥንት የኩሽ እና የግብጽ ፈርኦኖች እግዚአብሔር የሾማቸው፣ መለኮታዊ ኃይል በላያቸው ላይ ያደረባቸው ተደርገው ነበር የሚታዩት።[17]

ከግብጽና ከኩሽ በተጨማሪ መንግሥት አቁመው፣ ከተሞችን መሥርተው፣ ፊደል ቀርጸው በንግድና በግብርና ከአንድ ስፍራ ረግተው በመቀመጥ አስደናቂ ስልጣኔ ለመፍጠር የቻሉ የጥንት ሕዝቦች ብዙ ናቸው። በዘመን ቀዳሚ ከሆኑት ጥንታዊ ስልጣኔዎች ውስጥ የባቢሎናውያን ስልጣኔ አንዱ ነው። የባቢሎናውያን የሂሳብ ስሌት፣ ሳይንስ፣ ሥነ ከዋክብት፣ ፊዚክስ፣ ኮስሞሎጂ (ሕዋ)፣ ኬሚስትሪ፣ ጂኦሎጂ እና እደ ጥበብ ለዘመናዊው ሳይንስ እና እደ ጥበብ ቀጥተኛ መሰረት ነው።[18] የጥንታዊው የባቢሎናውያን የጽሑፍ ቋንቋ አኬድኛ ሲሆን እንደጉራጌኛ፣ ትግርኛ፣ አማርኛ እና ግእዝ ቋንቋዎች ከሴማዊ ቤተ ልሳን ይመደባል። ነገር ግን አኬድኛ ሴማዊ ቋንቋ ስለሆነ ጉራጌዎችን፣ አማሬዎችን እና ትግሬዎችን ጨምሮ የባቢሎናውያን ስልጣኔ የሁሉም ሴማዊ ቋንቋ ተናጋሪ ነገዶች ስልጣኔ ነው ማለት አይደለም። በተመሳሳይ የኩሽ ስልጣኔም የሱዳኖች የጥንት ስልጣኔ እንጂ የኦሮሞና የሌሎችም ኢትዮጵያውያን ስልጣኔ አይደለም።

የፖለቲከኞች ዓላማ “ኩሽ”ን የፖለቲካ ርእዮት በማድረግ ቋንቋቸው በኩሽ ቤተ ልሳን ስር የሚመደቡትን ነገዶች ከዋናው የኢትዮጵያ ታሪክ እና ባሕል አለያይቶ በአንድ ጎራ ለማሰሰለፍ ይመስላል።

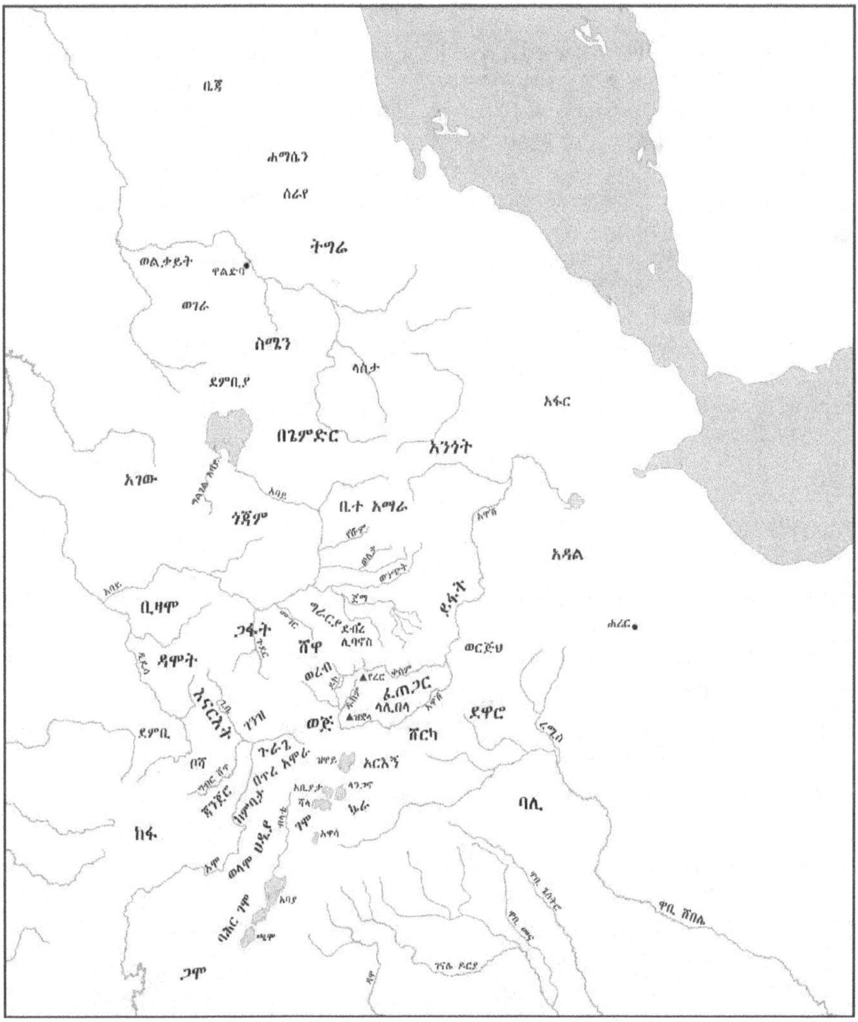

ካርታ 8፡- የኢትዮጵያ ጥንታዊ አውራጃዎች[19]

2.1 ቋንቋና ነገድ[20]

ቋንቋንና ነገድን በሚመለከት ወደዝርዝሩ ከመግባታችን በፊት ሁለት ነጥብ ማንሳት ያስፈልጋል። የመጀመሪያው ነጥብ በኢትዮጵያ ባለፉት ሁለት ሺህ ዓመታት ቋንቋውን፣ ሃይማኖቱንና ማንነቱን ቢያንስ አንድ ጊዜ ያልቀየረ አንድ ወጥ ባህል፣ ሃይማኖትና ደም

ያለው ነገድ እንደማይገኝ መገንዘብ ያሻል። ለምሳሌ የኩሻዊ ቋንቋ ተናጋሪዎች ሴማዊ ቋንቋ ተናጋሪዎች ሆነዋል፤ የሴማዊ ቋንቋ ተነጋሪዎችም እንደዚሁ ኩሻዊ ቋንቋ ተናጋሪዎች ሆነዋል። ይህን ጉዳይ በሚመለከት ግርማ አውግቸው የጻፈውን ቀጥታ መጥቀስ ተገቢ ሆኖ አግኝተነዋል፡-

> በቋንቋዎች መሀከል የዘር ዝምድና አለ ስንል ከሞላ ጎደል በተናጋሪው መሀከል ማለታችን ነው። ይሁን እንጂ በግለሰብ ደረጃ በየቀኑ የምናየው አንድ የቋንቋ ተናጋሪ ወደሌላ ቋንቋ ተናጋሪነት ከመለወጥ በተጨማሪ ኅብረተሰብ በአጠቃላይ የራሱን ቋንቋ ትቶ በዘመን ሂደት የሌላ ቋንቋ ተናጋሪ ሊሆን ይችላል። እንደ ዩኔስኮ ጥናት ከሆነ በየ15 ቀኑ አንድ ቋንቋ ይሞታል። [ቋንቋ የሚሞተው] ተናጋሪው አልቆ/ተፈጅቶ አይደለም። [አንድ ቋንቋ የሚሞተው የቋንቋው ተናጋሪዎች] በተለያዩ ምክንያቶች የራሳቸውን ቋንቋ እየተው የሌላ ቋንቋ ተናጋሪ እየሆኑ ነው። ለምሳሌ አብዛኞቹ በርበሮች በተለይ በማግረብ ያሉት የራሳቸውን ቋንቋ ትተው አረብኛ ተናጋሪ ሆነዋል። በሀገራችን ካሉን በርካታ መረጃዎች ውስጥ አርጎባን መጥቀሱ በቂ ይመስለናል። ዛሬ 90 በመቶ ያህሉ አርጎባ ነኝ የሚለው ኅብረተሰብ አርጎብኛን አይናገርም።
>
> የሌላውን ቋንቋ የወረሰው ኅብረተሰብ በሂደት የራሱ የማንነት አሻራ ሙሉ በሙሉ ጠፍቶ የሌላውን ማንነት ሊወስድም ይችላል። ይህ ዐይነቱ ሁኔታ በሀገራችን ከታሪክ ከሚታወቀው ለምሳሌ ግዕዝን መጥቀስ ይቻላል። ዛሬ የግዕዝ ተናጋሪ የነበሩትን ለይቶ ለማውጣት አይቻልም። የቅርብ ጊዜውን ጋፋትንም መጥቀስ ይቻላል። ዛሬ እነዚህ ሕዝቦች ወይ አማርኛ ተናጋሪ ሆነው ጎጃሜ ሆነዋል ወይ (በወለጋ የነበሩት ደግሞ) ኦሮምኛ ተናጋሪ ሆነው አሻራቸው ጠፍቷል።[21]

ለአብነት በጥቅሱ የተገለጹት የበርበር፣ የግዕዝ፣ የአርጎባ እና የጋፋት ሕዝቦች ያደረጉት የማንነት እና የቋንቋ ለውጥ በዓለም ታሪክ ተደጋግሞ የታየ ነው። ግለሰቦች እና ማኅበረሰቦች በተለያየ ምክንያት የሚያደርጉት የቋንቋ እና የማንነት ለውጥ አሁን እኛ በምንኖርበትም ዘመን ያለ እና ወደፊትም የሚቀጥል ነው። ስለቋንቋ እና ነገድ በእርግጠኝነት ለመናገር የምንችለው ነገር ካለ አንድ ወጥ ባህል እና ደም ያለው ነገድ በኢትዮጵያ ብቻ ሳይሆን በመላው ዓለም እንደማይገኝ ነው። የሰው ልጅ ታሪክ የቋንቋ፣ የዘር፣ የባህል እና የደም የመደባለቅ እና የማንኙነት ታሪክ ነው ቢባል ማጋነን አይሆንም።

ሁለተኛ በኢትዮጵያ የሚነገሩት ሁሉም ቋንቋዎች ተወልደው ያደጉት በኢትዮጵያና በምሥራቅ አፍሪካ ውስጥ ነው። በኢትዮጵያ የሚኖሩትም ነገዶች ሁሉም አፍሪካዊ ጥቁር ሕዝቦች ናቸው። ውቅያኖስና ባሕሩን ተሻግሮ የጥንቱን ሕዝብ ከርስቱ አፈናቅሎ ኢትዮጵያ ውስጥ የሰፈረ ነጭ ሕዝብ የለም። ከውጭ ወደኢትዮጵያ የገባ ቢኖር ቋንቋ፣ ባህልና ሃይማኖት እንጂ ኢትዮጵያ ከአፍሪካ ምድር ውጭ የመጣ ጥቁር ሕዝብ የላትም። ከአፍሪካ ውጭ ወደኢትዮጵያ የገባ ካለ በግለሰብ ደረጃ ነጋዴዎችና የሃይማኖት ሰባኪዎች ብቻ ናቸው። ብዙዎቹ ነጋዴዎችና ሰባኪዎች በነባሩ ሕዝብ ተውጠው ኢትዮጵያዊ ሲሆኑ ኢትዮጵያውያን በበኩላቸው የውጭ ነጋዴዎችና ሰባኪያን ያመጡትን ቋንቋና ባህል ተቀብለዋል። በዚህ ምክንያት ኢትዮጵያ ውስጥ ተወልደው ካደጉት ቋንቋዎችና ሃይማኖቶች በተጨማሪ ኢትዮጵያውያን የውጭ ቋንቋዎችን ለመናገርና የውጭ ሃይማኖቶችን ለመከተል ቻሉ።[22]

ለመሆኑ የኢትዮጵያ ቋንቋዎች ሥርጭትና በታሪካዊ ሥነ ልሳን የቤተልሳናት አመዳደብ ጉድኝታቸው ምን ይመስላል? ‘የኩሽ ነገድ የምሥራቅ አፍሪካ ነባር ሕዝብ ነው’ ማለትስ ምን ማለት ነው? ጥቂት አጠቃላይ እውነታዎችን በማስቀደም እናብራራለን። በታሪክ ማስረጃዎች በጥቂት ሺዎች ዓመታት ወሰን ድካውን መለየት

ስለሚቻለው የአገርና የመንግሥት ሥልጣኔ አመጣጥና ስለነገዶች ሚና ሲወሳ፣ የዓለምን ቋንቋዎች የለውጥ ግስጋሴ ለመጠቅለል በተሰነዘሩ የታሪካዊ ሥነ ልሳን መላምቶች ላይ ተመሥርቶ በቤተልሳናት ስያሜዎች ተገን 'ቋንቋዬ የዚህ ቤተልሳን ወገን ስለሆነ ይህ አገር የኔ ነው' ማለት አመክንዮን አለኘታው ያደረገ አካሄድ አይደለም።

ስለቋንቋ ቤተሰብና ዘገምተኛ ለውጥ ለማወቅ የተቻለው በታሪካዊ ሥነ ልሳን ንጽጽራዊና መልሶ የማዋቀር ዘዴ የተገኙ መረጃዎችን በመጠቀም ነው። ታሪካዊ ሥነ ልሳን የጽሑፍ መረጃ ባልነበረበት ዘመን የቋንቋዎች የለውጥ ሂደት ምን ይመስል እንደነበረ ለማጥናት ያስቻለ የጥናት ዘርፍ ነው። የቋንቋዎች ተዛምዶና የለውጥ ግስጋሴ ጥናት በንጽጽራዊ ዘዴ እየተመራ የተሻለ ሳይንሳዊ መሠረት ከያዘበት ከ18ኛው ምእት ዓመት መጨረሻ ገደማ ጀምሮ የጽሕፈት ታሪክ ባላቸው የአውሮፓ ቋንቋዎች መካከል ያለውን ግንኙነት መተንተንና በተለይ ደግሞ በጊዜ ሂደት ድምጾች የሚያልፉበትን የለውጥ አቅጣጫ ከሞላ ጎደል በአሳማኝ ሁኔታ መተንበይ ተችሎ ነበር። እነዚህን ግኝቶች መሠረት አድርጎ ግንኙነታቸውን (በቀጥታም ባይሆን) በተዋልዶ ዝምድና በመመሰል ቋንቋዎቹን እንደተመሳሳይነታቸው መመደብ ተጀመረ። ምሳሌውም ከሌሎቹ ተለይተው በቃላት ድምፅና ፍች እንዲሁም በሥነ ምእላድና ሥነ ሃረግ እርስ በርስ የሚመሳሰሉ ሁለት ቋንቋዎችን እንደባላ የተለዩ የአንድ ግንድ ቅርንጫፎች አድርጎ መቁጠር ነው። ግንኙነታቸው ወደኋላ ተመልሶ ሲቀናበር አንድ የሚሆኑበት ግንድ በቋንቋነት በእውን የሌለ ቢሆንም የሕያዋኑን ቋንቋዎች የጋራ ባሕርያት በማቀናጀት በምናብ ተፈጥሮ የሁለቱ 'አባት' ቋንቋ ይባላል።[23]

እንደገና ከሌሎች ቋንቋዎች በተሻለ ሁለቱን ቋንቋዎች የሚመስል ሌላ አንድ ቋንቋ ካለ ለሁለቱ አባት ከሆነው የምናብ ፍጡር ቋንቋ ጋር ለነዚያ ለሁለቱ 'አያት' የሚሆን ግንድ ቋንቋ ተፈጥሮለት ይቆራኝና 'አጎት' በሚመሰል ዝምድና ይገናኛል። በቅድሚያ እርስ በርሳቸው በቅርብ የሚዛመዱና ኋላም ከሌሎች ጥንዶች ጋር የሚገናኙ ቋንቋዎች ካሉ ደግሞ የነዚያ 'አባት' ከሌላው 'አባት' ቋንቋ ጋር ባላ ይሠሩና ለቅርንጫፎቹ 'አያት' የሚሆን ግንድ ቋንቋ ያበጃሉ። በዚህ ዐይነት ቋንቋዎቹ በተዋርድ እየተቀናጁ ለምናባውያኑ 'አባት' ቋንቋዎች ስያሜ እየተሰጠ ልክ እንደቤተሰብ ሃረግ የቤተልሳናት ሃረጎች ተመሥርተዋል። ሕንድወአውሮፓ በሥሩ እንደነ ጀርመኔና ሮሜ የመሳሰሉ ብዙ ንዑሳን ቤተልሳናትን የያዘ ትልቁ የአውሮፓንና የሕንድን ንዑስ አሕጉር ቋንቋዎች የሚጠቀልል የቤተልሳን ሃረግ ነው።[24]

የዓለም ቋንቋዎችን ተዛምዶ የማወቅ ፍላጎት እየበረታ ሲሄድ በአውሮፓውያን አገር አሳሾችና ወንጌላውያን በተሰበሰቡ የቃላት መፍቻዎችና በሌሎችም ቋንቋ ነክ ዘገባዎች ላይ ተመሥርተው አውሮፓውያኑ ባደረጁቸው የታሪካዊና ንጽጽራዊ ሥነ ልሳን ምርምር ዘዴዎች ለአፍሪካና ለእስያ ቋንቋዎችም የትውልድ ሃረግ ማበጀት ተጀመረ።[25] ብዙዎቹ ቋንቋዎች የጽሕፈት ታሪክ የሌላቸው በመሆናቸው የአፍሪካና የእስያ ቋንቋዎች ምደባ እንደአውሮፓውያኑ ቋንቋዎች ምደባ የረቀቀ ባይሆንም በግርድፉ ቋንቋዎቹ በዘመኑ የሚያሳዩአቸውን ባሕርያት ያገናዘበና የምደባው ምስልም ከሞላ ጎደል ከመልክአ ምድራዊ ሥርጭታቸው ጋር የተስማማ ነው። በዚህ ዐይነት ከተለዩት አበይት የቋንቋ ትውልድ ሃረጎች አንዱ አፍርወእስያዊ የሚባለው ነው። ይህ ሃረግ ብዙዎቹን የሰሜን፣ የመካከለኛውና የምሥራቅ አፍሪካ፣ እንዲሁም መካከለኛው ምሥራቅ የሚባለውን የአረቢያንና የጥንታዊት ሜሶፖታሚያ ቋንቋዎች የሚይዝ ነው። ከሰሜን እስከደቡብ

በአገሪቱ የምዕራብ ድንበር ዳርቻ ከሚገኙት በአባይወሰሃራ ሃረግ ከሚመደቡት ቋንቋዎች የቀሩት የኢትዮጵያ ቋንቋዎች በሙሉ መደባቸው ከአፍርወእስያዊ ሃረግ ነው።[26]

አፍርወእስያዊ በዓለም ካሉ ታላላቅ የቋንቋ ቤተሰቦች ውስጥ በአራተኛ ደረጃ የሚገኝ ሲሆን በውስጡ ሦስት መቶ ሚሊዮን ሰዎች የሚናገሯቸው 375 ሕያዋን ቋንቋዎችን ያቀፈ ነው። ይህ ሃረግ ከሚይዛቸው ስድስት ቤተልሳናት፡- የበርበር፣ የግብጽ፣ የቻድ፣ የሴም፣ የኩሽና የኦሞ ቤተልሳናት መካከል የኋለኞቹ የሦስቱ አባል ቋንቋዎች (የከሰሙትንም ጨምሮ) ብዙዎቹ በኢትዮጵያ የሚገኙ ናቸው። ስያሜውንም ያገኘው በአፍሪካ ብቻ ከሚነገሩት በተጨማሪ በአፍሪካም በእስያም የሚነገሩ ሴማዊ ቋንቋዎች በውስጡ ስለያዘ ነው። ከነዚህም ውስጥ አረብኛ፣ ዕብራይስጥ፣ አካድያኛ (የጥንት ባቢሎናውያን ቋንቋ)፣ አራማይክ (የኢየሱስ ክርስቶስ የአፍ መፍቻ ቋንቋ)፣ ግዕዝ፣ ትግርኛ፣ አማርኛ እና የጉራጌ ቋንቋዎች ይገኙበታል።[27]

የቋንቋ፣ የቅድመ-ታሪክና የታሪክ ምሁራን ለሁለት መቶ ዓመታት ስለአፍርወእስያዊ ቋንቋ ተናጋሪ ህዞቦች መነሻ እና ለዓለም ሥልጣኔ ስላደረጉት አስተዋጽኦ ሰፊ ጥናት እና ምርምር አድርገዋል። ከነዚህም ውስጥ ማርቲን በርናል እና ክርስቶፈር ኤኽረት ግንባር ቀደም ተጠቃሽ ናቸው።[28] ስለሴማዊም ሆነ በአጠቃላይ ስለአፍርወእስያዊ ቋንቋዎች መነሻ እና እድገት የተለያዩ አስተያየቶች ተሰጥተዋል። በመረጃ የተደገፈው እና በምሁራን ዘንድ በሰፊው ተቀባይነት እያገኘ ያለው አስተሳሰብ ግን የአፍርወእስያዊ ቋንቋዎች መነሻ አፍሪካ በተለይም ደቡብ ኢትዮጵያ መሆኑ ነው። የዚህ አስተሳሰብ ዋና አቀንቃኞች ማርቲን በርናል እና ሮጀር ብሌንች ናቸው። ማርቲን እንደሚለው ከሆነ በአፍርወእስያዊ ውስጥ ለሚገኙት የተለያዩ ቋንቋዎች መነሻ የሆነው የመጀመሪያው አባት ቋንቋ ተናጋሪዎች በዐየር ንብረት ለውጥ ምክንያት ከደቡብ ኢትዮጵያ ተነስተው ወደሰሃራ በርሃ፣ ወደሰሜን አፍሪካ እና ግብጽ፣ ወደሰሜን ኢትዮጵያ እና ደቡብ አረቢያ እንዲሁም የአፍሪካ ቀንድ የተለያዩ አካባቢዎች ፈልሰዋል። በአፍርወእስያዊ ውስጥ የሚገኙት ንዑስ የቋንቋ ቤተሰቦች ማለትም የበርበር፣ የቻድ፣ የግብጥ፣ የኩሽ፣ የኦሞ እና የሴም ቋንቋዎች የዚህ ፍልሰት ውጤት ናቸው። ይህ የሆነው ደግሞ ከክርስቶስ ልደት በፊት በ10ኛው ሺህ እና በ9ኛው ሺህ ዘመን ነው።[29]

አፍርወእስያዊ ቋንቋዎች አንድ መነሻ ካላቸው የኦሮሞ ፖለቲከኞች ለምን ከኩሽ መጀመር ፈለጉ? 'የኩሽ ነገድ' ማለት አንዱን የአፍርወእስያ ቤተልሳን የሚጠራ ከሆነ 'ይህ ነገድ የምሥራቅ አፍሪካ ነባር ሕዝብ ነው' ማለት ምን ማለት ነው? ነባርነትስ ከመቼ ይጀምራል? እንዴትስ ይታወቃል? ልብ እንበል! የጥንድ ቋንቋዎች 'አባት' ወይም የበርካታ ቋንቋዎች 'አያት' እያልን ማገናኛ ያደረግናቸው የምናብ ቀዳሚ ቋንቋዎች ናቸው እንጂ እውን አይደሉም። የነዚህ ቀዳሚ የምናብ ቋንቋዎች ስያሜም በሳይንሳዊ መርሕ የተወሰነ ሳይሆን በምሁራን ይሁንታ ብቻ የተወሰነ ነው። በተለይም ስለኩሽ የቋንቋ ቤተሰብ ሙሉ በሙሉ ስምምነት የለም። አብዛኛዎቹ በሰያሚ ምሁራን አተያይና እምነት የተመሩ ናቸው።[30] ለዚህም 'ካም'፣ 'ሴም'፣ 'ኩሽ'፣ 'አርያን' የሚሉትን ሃይማኖትና ነገድ ጠቀስ የቋንቋ ሃረግና የቤተልሳናት ስያሜዎች መመልከት ይበቃል። እነዚህ ሃይማኖትና ነገድ ጠቀስ ስያሜዎችም በፖለቲካ ርዕዮትነት በማገልገል ያስከተሉትን ምስቅልቅል እና እልቂት ታሪክ ዘግቦታል። የኛውም 'የኩሽ ነገድ የምሥራቅ አፍሪካ ነባር ሕዝብ ነው' ብሂል ዘግይቶ የመጣ የፖለቲካ ርዕዮት ነው። ወትሮም ፖለቲካ ለዓላማው ሲበጀው ሳይንስንና ታሪክን ያጣቅሳል እንጂ በቁሙ ለሳይንስና ለታሪክ እውነታ

አይገዛም። ዓላማውም እላይ የተናገርነው ነው። ይኸውም ፖለቲከኞች የኛ የሚሉት ሕዝብ የሰፈረበት መሬት አብዛኛው የሌሎች የኢትዮጵያ ነገዶች በተለይም የአማራ ዐፅመ ርስት ስለሆነባቸው በኩሽ ስም የእኛ ነበር ለማለት የሚጫወቱት የተለመደ የፖለቲካ ጨዋታ ነው።

በሃረግና በቤተልሳናት ደረጃ ያለው የቋንቋዎቹ ምደባ ምናባዊና የታሪክ መዛግብት ከሚገኙባቸው ዘመናት ተሻግሮ የሰውነትን ግንኙነት በሥርዓት የማሰስ ጥረት ነው እንጂ የዛሬዎቹ ሰዎች ዛሬ በሚናገሩት ቋንቋ ጎራ እየለዩ አገር የሚቆርሱበትና መሬት የሚቀራመቱበት ማመሳከሪያ መዝገብ አይደለም። ነገሩ 'አገሩ፣ መሬቱ የማን ነው' ከሆነ ማንነታችንን ከአምስትና ስድስት ሺ ዓመታት በማይዘልለው የመንግሥትነት ሥልጣኔ ታሪክ ውስጥ እንጂ ወደሰውነት ምንጭ ከሚዘልቀው የቋንቋዎች አመጣጥ ታሪክ ውስጥ አናገኘውም፤ ወደኋላ ሁሉም ነገር ወደአንድነት ይሄዳልና። ስለዚህ ከመንግሥትነት ሥልጣኔ ታሪክ መነሳት ይበጃል። በዘርና በቋንቋ ላይ የተመሠረተው የኩሽ ፖለቲካ በዚሁ ከቀጠለ እንደአርያን ፖለቲካ ውጤቱ ከሁሉም በላይ ለኦሮሞ የከፋ ነው።

ወደሴማዊ ቋንቋዎች ስንመለስ ለረጅም ጊዜ ሲነገሩ የነበሩ አሁንም የሚነገሩ ሁለት መሠረታዊ ስህተቶች አሉ። አንደኛው ደቡብ አረቢያ የኢትዮጵያ ሴማዊ ቋንቋዎች መነሻ ተደርጎ የሚቀርበው ነው። የጉራጌ ቋንቋዎች፣ አማርኛ፣ ግዕዝ፣ አደሬ፣ ዛይ፣ ጋፋት፣ አርጎባና ትግርኛ ሁሉም ተወልደው ያደጉት እዚሁ ኢትዮጵያ ነው። በጥንት ዘመን የአፍሪካ ቀንድ ከእስያ ጋር የንግድ ትስስር ነበረው። የንግድ ግንኙነት ብዙ ጊዜ የባህልና የቋንቋ ልውውጥ ያስከትላል። ክርስትናና እስልምና ሃይማኖት እንዲሁም አረብኛ ኢትዮጵያን ጨምሮ ወደሰሜን ምሥራቅ አፍሪካ የተስፋፉት በዚህ መንገድ ነው። ቋንቋ፣ ባህልና ሃይማኖት ከአንዱ ቦታ ወደሌላው ቦታ በነጋዴዎችና በሃይማኖት ሰባኪዎች አማካይት ይዛመታሉ። የሴም ቋንቋዎች አባት ቋንቋ መነሻው ደቡብ አረቢያ ቢሆን እንኳ የኢትዮጵያ ሴም ቋንቋዎች ከዚያው ተወልደው አድገው ወደኢትዮጵያ መጡ ማለት አይደለም። ማናቸውም የኢትዮጵያ ሴማዊ ቋንቋ ተናጋሪዎች ከደቡብ አረቢያ መጣን ብለው አያውቁም። ኢትዮጵያ ውስጥ ሴማዊ ቋንቋ የሚናገር ንጭ ሕዝብ የለም።[31]

የአፍርወእስያዊ ቋንቋ መነሻ አፍሪካ ነው ብለናል። በተመሳሳይ የሴማዊ ቋንቋ መነሻ አፍሪካ እንደሆነ አንዳንድ ምሁራን ይናገራሉ። ለዚህ ሁለት ምክንያት ያቀርባሉ። አንደኛው ኢትዮጵያ ያሉት የሴማዊ ቋንቋዎች ብዛት ነው። ኢትዮጵያ ከሌላው ዓለም በላይ ሕያዋን ሴማዊ ቋንቋዎች የሚገኙባት አገር ናት። የቋንቋ ብዙነት ደግሞ የለውጡ ሂደት የሚፈጀውን የጊዜ ጥልቀት፣ ማለትም የአነሳስ ቀደምትነትን ወይም ጥንታዊነትን ያመለክታል። ስለሴማዊ ቋንቋዎች ብዙነት ስናነሳ፣ በአጠቃላይ በኢትዮጵያ 16 ሴማዊ ቋንቋዎች ነበሩ። ከነዚህም ውስጥ 13 የሚሆኑት በደቡብ ኢትዮጵያ በተለይም በሸዋ እና በጥንቱ የዳሞት እና የቢዛሞ አውራጃ ይነገሩ ነበር። ከ13ቱ የደቡብ የሴም ቋንቋዎች 7 የሚሆኑት በጉራግኛ ቋንቋ ይጠቃለላሉ። ሌላው ምክንያት በኢትዮጵያ ሴማዊ ቋንቋዎች በተለይም ደግሞ በጉራጌ ቋንቋዎች ውስጥ የሚስተዋለው የሥርዓት/የቅርጽ የጥንታዊነት ባሕሪ ነው።[32] ኢትዮጵያ የሴማዊ ቋንቋዎች መነሻ ናት የሚባለው በነዚህ ከላይ በጠቀስናቸው ሁለት ምክንያቶች ነው።

ሁለተኛው ስለሴማዊ ቋንቋዎች የሚነገረው የተሳሳተ አተያይ አማርኛንና ትግርኛን ከግዕዝ ቋንቋ እንደወጡ አድርጎ ማየት ነው። ይህ በአሁኑ ጊዜ ተቀባይነት የለውም። አማርኛ፣ ትግርኛና ግዕዝ አንዱ ከሌላው የወጡ ሳይሆን በጣም ተቀራራቢ ግን ራሳቸውን የቻሉ ቋንቋዎች ናቸው። ለዚህም ነው የሥነ ልሳን ምሁራን በተለያዩ ንዑስ የቋንቋ

ቤተሰቦች የሚመድቧቸው። የቋንቋ ምሁራን የኢትዮጵያንና የኤርትራን ሴማዊ ቋንቋዎች የሰሜን ሴማዊ ቋንቋዎች እና የደቡብ ሴማዊ ቋንቋዎች ብለው በሁለት ይከፍሏቸዋል። የሰሜን ሴማዊ ቋንቋዎች የሚባሉት ግዕዝ፣ ትግረ እና ትግርኛ ሲሆኑ አማርኛን ጨምሮ የቀሩት ሴማዊ ቋንቋዎች ደግሞ በደቡብ ሴማዊ ቋንቋዎች ይጠቃለላሉ። እላይ እንዳየነው ለሰሜኑም ሆነ ለደቡቡ ሴማዊ ቋንቋዎች ወላጅ ቋንቋ ይነገር የነበረው አሁን የጉራጌ ቋንቋዎች በሚገኙበት አካባቢ እንደነበረ ይታመናል። የዚህ ቋንቋ ተናጋሪዎች በተለያየ አቅጣጫ ተንቀሳቅሰው የየራሳቸው ቅርጽ እና ይዘት ያላቸው ሴማዊ ቋንቋዎች ተናጋሪ ለመሆን በአጠቃላይ አምስት ሺህ ዓመት ወስዶባቸዋል ተብሎ ይገመታል።[33]

ከሁሉም ሴማዊ ቋንቋ ተናጋሪ ሕዝቦች የአማርኛ ተናጋሪዎች በሁሉም አቅጣጫ የተንቀሳቀሱ ሲሆን የሚኖሩበትም መሬት በዚሁ ምክንያት በጣም ሰፊ እንደነበረ የሚታወቅ ነው። በሌላ አነጋገር የአማርኛ ተናጋሪ ሕዝብ ከሌሎች በተለየ ሁኔታ ከደቡብም ሆነ ከሰሜን የሴም እና የኩሽ ነገዶች ጋር ሰፊ እና ጥብቅ ትስስር ያለው ሕዝብ ሆኖ ተገኝቷል። ምንም እንኳ ከደቡብ ሴማዊ ቋንቋዎች ቢመደብም የአማርኛ ቋንቋ ተናጋሪዎች በሰሜን ኢትዮጵያና በሰሜን ምዕራብ ኢትዮጵያ በስፋት ይኖሩ ነበር፤ አሁንም ይኖራሉ።[34] የአማርኛ ተናጋሪዎችም ከአገው፣ ከትግሬና ከግዕዝ ቋንቋ ተናጋሪ ነገዶች ጋር ለብዙ ሺህ ዓመታት አብረው ኖረዋል፤ በደምም ተዋህደዋል። የአገው፣ የግዕዝ፣ የአማርኛ እና የትግርኛ ቋንቋዎች እና ተናጋሪዎች ታሪካዊ ትስስር እና ግንኙነት በሰፊው የተጠና እና የተነገረ ነው። አማርኛ ከደቡብ ሴማዊ ቋንቋዎች ጋር ያለው ትስስር ግን ብዙም አይታወቅም ማለት ይቻላል።

እላይ እንዳየነው የቋንቋዎች መቀራረብ ወይም መራራቅ የሚታወቀው ቋንቋዎቹ በሚጋሯቸው የድምፅ፣ የሥነ -ምእላድና የሰዋስው ሥርዓቶች፣ እንዲሁም የየቋንቋዎቹ ተናጋሪዎች አንዱ የሌላውን ንግግር በሚረዱበት መጠን ተጠንቶ ነው። ቋንቋዎቹ ከሚጋሯቸው ቃላት አኳያ አማርኛ ከአርጎብኛ ቋንቋ ጋር በጣም ተመሳሳይ እንደሆነ ስለአማርኛ ቋንቋ ሰፊ ጥናት ያደረገው ግርማ አውግቸው በአጽንዖት ጽፏል። በዚህም የተነሳ አንዳንድ የቋንቋ ምሁራን አርጎብኛን የአማርኛ ዘየ እስከ ማለት ደርሰው ነበር። ግርማ እንደሚለው አማርኛና አርጎብኛ የተለያዩት በቅርብ ጊዜ ነው።[35] የቋንቋዎቹ የቃላት ተመሳሳይነት ጥናት እንዳመለከተው ጋፋትኛ እና አማርኛ 65 በመቶ፣ አማርኛ እና ክስታኔ 66 በመቶ፣ ጋፋትኛ እና ክስታኔ 62 በመቶ ተመሳሳይነት አላቸው።[36] ግርማ የዴቪድ አፐልያርድና የሌሎችን የቋንቋ ምሁራን ሥራዎች በመጥቀስ የአማርኛ-አርጎብኛ ቀዳሚ/አባት ቋንቋ ከሐረር ጀምሮ እስከ ዝዋይ ሐይቅ አካባቢ፣ ሸዋ፣ ዳሞት እንዲሁም ባሊ ድረስ ይነገር እንደነበረ ጽፏል።[37] ባጠቃላይ እላይ የቀረበው የቋንቋ መመሳሰል የሚያሳየው አርጎባ፣ ጉራጌ፣ ጋፋት እና አማራ የአንድ አባት ልጆች መሆናቸውን ነው። ሁሉም ካንድ ምንጭ የተቀዱ ጥንታዊ ቋንቋ ተናጋሪ ነገዶች ናቸው። በተለይም የጋፋት፣ የአማራና የአርጎባ ህዝብ ድንበር አልነበራቸውም። በ17ኛው ምእት ዓመት ከጥንት ዐፅመ ርስታቸው በኦሮሞ ከዳሞት፣ ከቢዛሞ እና ከሸዋ ተገፍተው ጎጃም የሰፈሩት ጋፋቶች ሙሉ በሙሉ አማርኛ ተናጋሪ ሆነዋል። ባጭሩ ጋፋት የጥንት የአማራ ማንነት ነው። ከዚህም ከፍ ስንል አብዛኛዎቹ የኢትዮጵያ ቋንቋዎች በጣም ተመሳሳይና እዚሁ ተወልደው ያደጉ ናቸው። የሴምና የኩሽ አባት ቋንቋ የሚባለው የምናብ ቋንቋ ነው። እላይ ባቀረብነው መረጃ ምክንያት ፖለቲከኞች ስለኩሽና ሴም የፈጠሩት ትርክት የኛ የሚሉት ሕዝብ በታሪክ አጋጣሚ በሌሎች ሕዝቦች ዐፅመ ርስት ላይ ስለሰፈረ የነገድ ፖለቲካቸውን ሕዝባቸው ከሰፈረበት ከአፈሩ ጋር ለማገናኘት ያለሙት መላ ነው።

2.2 የአክሱም ውርሶችና ጥንታዊው የኢትዮጵያ ሥልጣኔና መንግሥት ማንሰራራት

በታሪክ ብቻ የሚታወቁትም ሆነ እኛ እስከምንኖርበት ዘመን የዘለቁት ትናንሾችና ገናናዎች የዓለም አገሮች የጎሣና የመሳሰሉት አነስተኛ የማኅበረሰባዊ ቡድኖች ፉክክርና አውዳሚ ግጭት ውጤት ናቸው። አብዛኛው የዓለማችን አገሮች ፉክክሩንና ግጭቱን ያሸነፉት ቡድኖች መንግሥት አቁመው፣ የአስተዳደር ሥርዓት ዘርግተው፣ በአካባቢያቸው ያሉትን ነገዶች እያስገበሩ በግዛት ላይ ግዛት፣ በሕዝብ ላይ ሕዝብ በመጨመር ድንበራቸውንና ሕዝባቸውን ከተቀናቃኝ ኃይሎች በጽናት ሲጠብቁና ሲያስተዳድሩ የተፈጠሩ ናቸው። አገር መሥርተው፣ ድንበር ወይም ወሰን ድካ ፈልመው ሥልጣን የሚይዙት ገዢዎች ከቋንቋቸው ጀምረው ሌሎችንም ከነገዳቸው የተወረሱ እሴቶቻቸውን የማስተዳደሪያ መሣሪያዎች ያደርጓቸዋል። በጊዜ ሂደትም በኃይል በመንግሥታቸው ጥላ ሥር እንዲኖሩ የተደረጉት ሌሎች ነገዶች መቃወማቸውን ተትው፣ ከባላንጣነት ወጥተው የአገሩ ጠባቂና መከታ ይሆናሉ። አገሩንም፣ ገዢዎችንም፣ አገዛዙንም የእነሱ አድርገው ሲቀበሉት የገዢዎቻቸውን ቋንቋም ሆነ ሌሎችን እሴቶች በኑሮ መስተጋብር እያዳበሩ የራሳቸው ያደርጓቸዋል። ብዙዎቹ የዓለማችን አገሮች በእንደዚህ ዐይነት የታሪክ ዑደት አልፈው የጸኑ ናቸው። ነገር ግን አገር የመገንባት እና የማጽናት ሥራ በአንድ ጊዜ የሚቋጭ ሳይሆን የማያቋርጥ ሂደት ነው። ብዙ አገሮች እላይ በገለጽነው ሂደት ተመሥርተው ከጸኑ በኋላ ተዳክመው የጠፉ አሉ። በተቃራኒው ደግሞ አንዴ እየወደቁ ሌላ ጊዜ እየተነሱ፣ አንዴ እየጠበቡ ሌላ ጊዜ እየሰፉ በሥርዓተ መንግሥት፣ በዕደ ጥበብና በባህል ለውጦች እየታደሱ ወደፊት በመገሥገሥ በዓለም ደረጃ ገናና ለመሆን የቻሉ እና እስከአሁንም ድረስ ያሉ ብዙ ናቸው።

የጥንታዊ ኢትዮጵያ አገረ መንግሥት አመሠራረት ታሪክ እላይ ከገለጽነው ከሌሎች የዓለም አገሮች ጋር ተመሳሳይ ነው። ኢትዮጵያ በአገርነት የጸናችው በአክሱም ዘመነ መንግሥት ጊዜ ከነገደ አግዓዝያን በወጡ ገዢዎች አማካይነት ነው። ዛሬ በሥልጣኔ ገናና እንደነበረ ታሪኩን የምናነብበለት የአክሱም መንግሥት በብዙ ድካም፣ በሰዎች ዘንድ ብዙ የኑሮ መናጋት በሚያስከትሉ አታካች ሂደቶች አልፎ የሰከነና የጸና ነው። አክሱማውያን ገናና መንግሥት ለመመሥረት የቻሉት ተፎካካሪ መንግሥታትን በማሸነፍ ነው። አክሱማውያን ከኢትዮጵያ አልፈው በምሥራቅ እስከ ደቡብ አረቢያ፣ በምዕራብ የጥንቱ ሱዳን መንግሥት መረዊ ያስተዳድረው እስከነበረው እስከ አባይ ሸለቆ ያለውን አገር በቁጥጥራቸው ሥር ለማድረግ ችለው ነበር። በዚህ ሂደት አክሱማውያን ዘመን ተሻጋሪ የጸና መንግሥት ሲመሠርቱ ተፎካካሪዎቻቸው ተዳክመው እና በአክሱም ተውጠው ጠፉ።[38]

የአክሱም መንግሥትም የጽናቱ ምስጢር በሥሩ የሚያስተዳድራቸው ነገዶች ልዩነቶቻቸውን እንደያዙ በአንድነት አምነው የሚቀበሏቸው ብሔራዊ እሴቶችና የሚገዙባቸው ሕግጋት ናቸው። በጉልህ ከሚታዩት የአንድነት ተምሳሌቶች አንዱ ሕዝቡ ከመንግሥት መንግሥትም ከሕዝቡ የሚገናኙበት የጽሑፍና የመግባቢያ ቋንቋ የሆነው ግዕዝ ነው። የዚህ ቋንቋ ምንጩ አንድ ነገድ እንደመሆኑ በተለየ ከመነሻ ነገዱ ጋር ጥብቅ ቁርኝት ቢኖረውም በመንግሥት ቋንቋነት የአገሩን ነገዶች ሁሉ በመግባቢያነት አገልግሏል። የአክሱማውያን መንግሥት የጸናበት ሌላው ምስጢር አግዓዝያን የሚያስተዳድሯቸውን ነገዶችና አውራጃዎች ንጉሦች ሕጋዊነት የሚቀበል የንጉሠ ነገሥት

የሥነ መንግሥትና የአስተዳደር ሥርዓት በመፍጠራቸው ነው። ቀስ በቀስ ድንበር ላይ የነበሩት አውራጃዎች መሀል ሆኑ፣ ተፎካካሪ እና ተቃዋሚ የነበሩት ነገዶች የአክሱም መንግሥት አቃፊና ደጋፊ ሆኑ።[39]

ከ10ኛው ምእት ዓመት በኋላ አክሱም የኢትዮጵያ መንግሥት ማዕከል መሆኗ ቢቋረጥም፣ አግዓዝያን ከአማራው፣ ከትግሬው እና ከሌሎች ነገዶች ጋር ቢዋሀዱም የአክሱም ስልጣኔ አልተቋረጠም። በተቃራኒው ዘመን ተሻጋሪ የአክሱም ስልጣኔ መገለጫዎች የበለጠ እየታደሱና ወደላቀ የእድገት ደረጃ እየተሸጋገሩ ቀጠሉ። ከአክሱማውያን ነገሥታት በኋላ ኢትዮጵያን ያስተዳደሯት ነገሥታት የአክሱም ስልጣኔ ወራሾች ናቸው። በ12ኛው ምእት ዓመት የመንግሥት ሥልጣን በዛጔ ነገሥታት (1150-1270) እጅ ሲገባ የኢትዮጵያ መንግሥት መቀመጫ ከአክሱም ወደአዳፋ (ሮሀ) ተዛወረ። ምንም እንኳ ሥልጣን ከአክሱም ነገሥታት እጅ ወጥቶ በዛጔ ነገሥታት ቢያዝና፣ የመንግሥት መቀመጫም ከአክሱም ወደ አደፋ ቢዛወርም፣ የዛጔ ነገሥታት ከአክሱማውያን የተለየ ሥርዓተ መንግሥት፣ ስልጣኔ የላቸውም።[40]

ከዛጔ በኋላ የነገሡት ሰሎሞናውያን ነገሥታትም በተመሳሳይ ራሳቸውን የሚያዩት የአክሱም ስርወ መንግሥት እና ስልጣኔ መላሾች እንጂ አዲስ ስርወ መንግሥት መስራች አድርገው አልነበረም። የሰለሞናዊው ስርወ መንግሥት መስራች ዓፄ ይኩኖ አምላክ (1270-1285) ሲሆን፣ ትውልድ አውራጃው ቤተ አማራ ነበር። ይኩኖ አምላክ ከአክሱሙ የመጨረሻ ንጉሥ ከሚባለው ከዓፄ ድል ነዓድ ስለሚወለድ የትውልድ ሐረጉ ወደሥልጣን ለመምጣት ረድቶታል። በመጨረሻም ይኩኖ አምላክ ከትግሬ፣ ከቤተ አማራና ከሸዋ የሃይማኖትና የገዳማት መሪዎች ያገኘው ሰፊ ድጋፍ ሥልጣን እንዲይዝ ረድቶታል። ድጋፍ ያገኘበት ምክንያት ደግሞ ከአክሱማውያን ነገሥታት በቀጥታ መወለዱ በዘመኑ በነበሩ የሃይማኖት መሪዎች ስለታመነበት ነበር።[41] ምንም እንኳ ይኩኖ አምላክ እና የልጅ ልጆቹ የትውልድ ሐረጋቸውን የሚቆጥሩት ከአክሱም ነገሥታት ቢሆንም የዛጔ ነገሥታት በሰሎሞናውያን ነገሥታት ዘንድም በጣም የተከበሩ ነበሩ። የዛጔ ነገሥታት እንደቅዱሳን የተቆጠሩት እና ገድላቸውም የተጻፈላቸው በሰሎሞናውያን ዘመነ መንግሥት ነው።[42]

ከብዙ በጥቂቱ የዛጔና የሰሎሞናውያን መንግሥታት ከአክሱም አራት አበይት ውርሶች ወርሰዋል። አንደኛው የዘውድ ሥርዓት ወይም ሥርዓተ መንግሥት ውርስ ነው። የአክሱም መሪዎች 'ንጉሠ ነገሥት' የሚል ማዕረግ እና የፖለቲካ ርዕዮት ነበራቸው።[43] ንጉሠ ነገሥት የሚለው የፖለቲካ ርዕዮትና የሚወክለው ሥርዓተ መንግሥትና አስተዳደር እስከ ቀዳማዊ ኃይለ ሥላሴ (1930-1974) ዘመን ቀጥሏል። ከዚህም በተጨማሪ የሰሎሞናውያን ነገሥታት አክሱም ድረስ እየሄዱ ይነግሡ ነበር።[44] አክሱም ሄደው ሲነግሡ የሚፈጸመውን ሥነ ሥርዓት ከዓምደ ጽዮን ዘመን ጀምሮ የተጻፈው ሥርዓተ መንግሥቱ የሚከተለውን ይላል፦

> ወግ ወሶበ በጽሀ ኀበ አክሱም ይፄአን ፈረሰ ወይመልህ ሰይፎ ወይበትክ አውታረ ፈትል ዘገብረት ብእሲት ዘይእቲ በዓልተ ሕግ ወትብል አማን ንጉሠ ጽዮን ወትየብብ ይባቤ ወእምዝ ይወርድ ንጉሥ እምፈረሡ ውይነብር ዲበ መንበሩ ዘዕብን ወታህተ እገሪሁ ይነብሩ ሊቀ መጣኖች ዘቀኝ ወዘግራ።
>
> ወግ አመ አመ ያነግሥዎሙ ለኢቴጌ በሰዓተ እሁድ ያሠርግውዎሙ ቅድመ ወያነብርዎሙ በንዑስ ዝፋን በየማነ ንጉሥ ወበዓቢይ ዝፋን ይነብሩ ንጉሥ። ወይባርከዎሙ ጳጳጅ ማሰሬ

ወሊቀ ደብተራ ወቄስ ሐፄ ወሊቀ ማዕምራን ወያነብሩ ዲበ ር እሶሙ ዘውደ ወይከውን ፍስሐ ወድኀረዝ ይሐልዩ ይቴ አግሮድ ወያወፅ አሙ በመስተንክርያ ምስለ ድብ አንበሳ ወንሥር ቃና ጸዊሮሙ ፪ቱ ጸሐሠርጎች።[45]

ትርጉም

ንጉሡ አክሱም ሲደርስ በነጭ ፈረስ ላይ ይወጣል፣ ሰይፉን ይመዛል፣ ባለሕግ ሴት ያስቀመጠችውን ነጭ ጥብጣብ ይቆርጠዋል። እሷም ንጉሡን እንዲህ ትለዋለች፡- "በእውነትም አንተ የጽዮን ንጉሥ ነህ"። ትዘፍንለታለች፣ ታመሰግነውማለች። ከዚያም ንጉሱ ከፈረሱ ወርዶ በድንጋይ ዙፋን ላይ ይቀመጣል፣ በእግሩም በግራና በቀኝ በኩል ሁለቱ ሊቀ መጣኖች ይቀመጣሉ።

ንግሥቲቱ እሁድ ቀን በምትነግሥበት ጊዜ አስቀድመው ያስጌጧታል፣ ከንጉሡ በቀኝ በኩል ባለው ትንሽ ዙፋን ላይ ያስቀምጧታል፣ ንጉሡ በትልቅ ዙፋን ላይ ይቀመጣል። ጽራዡ ማሰሬው፣ ሊቀ ደብተራው፣ ቄስ ዓፄው እና ሊቀ ማዕምራኑ ይባርካሉ በራሷ ላይ ዘውዱን ይደፉላታል፣ ደስታም ይሆናል። ከዚያም የንግሥቲቱ ገረዶች ይዘፍናሉ፣ ሁለቱ ጸሀሠርጎች ተሸከመው በድብ አንበሳ እና በንጽር ቃና ድምፅ ወደ አልጋ ያመጧታል።

ንጉሡ አክሱም ሄዶ ሲነግሥ ሥርዓተ ንግሡ እላይ በተገለጸው መሠረት ይፈጸማል። ዓፄ ዘርዓ ያዕቆብን ጨምሮ ብዙ ነገሥታት አክሱም ድረስ ሄደው ነግሠዋል። ከነገሥታቱ በተጨማሪ ኢትዮጵያውን ራሳቸውን እንደአክሱም ስልጣኔ ወራሾች፣ እንደአግዓዝያን ይመለከቱ ነበር። በመካከለኛው ዘመን የተጻፉ አንዳንድ የጽሑፍ ምስክሮች በግልጽ እንደሚያሳዩት ኢትዮጵያን የአግዓዝያን አገር ይሏታል። ለዚህ በ15ኛው ምእት ዓመት በራራ ይኖር ስለነበረ የኢትዮጵያ ነጋዴ የተጻፈ የታሪክ ምንጭ በአብነት መጥቀስ ይቻላል። ይህ ስሙ ያልተገለጸ ነጋዴ ከዳሞት በራራ እየተመላለሰ ይነግድ ነበር። በዘመኑ የተጻፈ የታሪክ ምንጭ የነጋዴውን አገር "የአግዓዝያን አገር" ("ወሀሎ አሐዱ ነጋዲ በደወለ አግዓዚ [=ኢትዮጵያ])") ይለዋል።[46] ብዙ ጊዜ አግዓዝያን የሚባሉት አክሱማውያን እና የአክሱማውያን ስልጣኔ ወራሾች የሆኑት አማሬዎች፣ አገዎች እና ትግሬዎች ናቸው። ነገር ግን እዚህ ያቀረብነው የታሪክ ምስክር አግዓዝያን የሚላቸው ሁሉንም ኢትዮጵያውያንን ሲሆን "ደወለ አግዓዚ" የሚላት ደግሞ ኢትዮጵያን ነው።

ሁለተኛው የአክሱም ውርስ ተቋማዊ ሥርዓቱን ጨምሮ አገራዊው የክርስትና ሃይማኖት ነው። ክርስትና በኢትዮጵያ ለመጀመሪያ ጊዜ የጸናው በአክሱም ዘመን ነው። በ350 ዓ.ም. በአክሱም የተጀመረው የኢትዮጵያ ቤተ ክርስቲያንና የኢትዮጵያ መንግሥት ተቋማዊ ጉድኝትና ግንኙነት እስከ 1974 ዓ.ም. ለ1600 ዓመታት ያለማቋረጥ ቀጥሏል።[47] ሦስተኛው የአክሱም ውርስ የግዕዝ ቋንቋ፣ ሥነ ጽሑፍና ፊደል ነው። በመጻፊያነት የሚያገለግለው የግዕዝ ፊደልና የጽሑፍ ቋንቋ የሆነውን ግዕዝን ለኢትዮጵያ ያበረከተ የአክሱም ሥልጣኔ ነው። የግዕዙ ፊደል አሁንም በኢትዮጵያና በኤርትራ በአገልግሎት ላይ ሲሆን የግዕዝ ቋንቋ የሥነ ጽሑፍና የሕግ ሰነዶች መጻፊያ ቋንቋ ሆኖ ቢያንስ እስከ 19ኛው ምእት ዓመት ቀጥሏል። በተጨማሪም እስከዛሬ ድረስ ግዕዝ የኢትዮጵያ ቤተ ክርስቲያን የመገልገያ ቋንቋ ሆኖ ቀጥሏል። አራተኛው የአክሱም ውርስ የጥበብና የሥነ ሕንጻ ነው። በዓለም የተደነቁት የኢትዮጵያ ውቅር አብያተ ክርስቲያን የአሠራር ብልሀት የአክሱማውያን ነው። በዛጔና በሰሎሞናውያን ዘመነ መንግሥታት የአክሱም ሥልጣኔ ጅማሮዎች የበለጠ ሥር ሰድደው የተደላደሉበት፣ ያደጉበትና በብዙ ቦታ የተሠራጩበት ዘመን ነበር ለማለት ይቻላል።[48]

ስለመካከለኛው ዘመን ኢትዮጵያ ታሪክ ስናነሳ ሁለት መታረቅ የሚገባቸው እስከ አሁን ድረስ ያልተመረመሩ የቆዩ ሀቲቶች አሉ። አንደኛው ዓምደ ጽዮንን (1314-1344) የመካከለኛው ዘመን የኢትዮጵያ መስራች አድርጎ የሚያይ አስተሳሰብ ነው። ሰለሞናውያንን ለመጀመሪያ ጊዜ ተሥፋፊዎችና ወራሪዎች አድርጎ ያቀረባቸው ታደሰ ታምራት ነው። ነገር ግን የኢትዮጵያ ነገሥታት ወደማይታወቅ አገር አልዘመቱም። ዓምደ ጽዮን በ1316/17 ወደጎጃም፣ ባሕር ምድር፣ አክሱም፣ ሀድያና ዳሞት ዘመቻ አድርጎ ነበር። ታደሰ ዘመቻውን እነዚህ አውራጃዎች ለመጀመሪያ ጊዜ በኢትዮጵያ መንግሥት ስር የተጠቃለሉበት አስመስሎ አቅርቦታል።[49] የዓምደ ጽዮን ዋና ዓላማ የፈረሰውን የኢትዮጵያን የጥንት ወሰን ማስከበር፣ የተዳከመውን የኢትዮጵያ ማዕከላዊ መንግሥት ሥልጣን እንዲያንሰራራ ለማድረግ ነበር።[50] ለዓምደ ጽዮን በዘመኑ በአማርኛ የተገጠመ የዘፈን ግጥም ይህን ያረጋግጣል። ከምዕራፉ መጀመሪያ ላይ የጠቀስነው የግጥሙ የመጀመሪያ ስንኞች የሚከተሉት ናቸው (ሙሉውን ግጥም ለማንበብ አባሪ 1ን የመለከቷል)፡-

ሓርበኛ ዓምደ ጽዮን።
መላላሽ የወሰን።
ወኸ እንደመስን።
መላላሽ የወሰን።[51]

ወደጎጃም፣ ዳሞት እና ሀድያ እንደዘመተ ሁሉ ዓምደ ጽዮን በ1316/1317 ወደ አክሱም እና እንደርታ (ትግሬ)፣ ባሕር ምድር እና ቀይ ባህር ውስጥ ከምትገኘው ከዳህላክ ደሴት ድረስ ዘምቶ ነበር። ስለዚህ ዘመቻ ዓምደ ጽዮን ራሱ ባስጻፈው የታሪክ ሰነድ ላይ ተጠቅሶ ይገኛል። ንጉሡ የዳህላክን ህዝቤን ከባዕዳን አገዛዝ ነጻ አወጣሁት ይላል ("አድኅንክዎሙ ህዝብየ")። ወደዳህላክ፣ ጎጃም፣ አክሱም፣ ሀድያ እና ዳሞት ያደረገውን ዘመቻ ለመግለጽ የተጠቀመበት ቋንቋ አንድ ነው።[52]

ዓምደ ጽዮን ሐረርን ጨምሮ የአሁኑን ምሥራቅ እና ምዕራብ ሐረርጌን በማዕከላዊ መንግሥት አስተዳደር ስር አድርጎት ነበር። ከዓምደ ጽዮን ቀጥለው የነገሡት ዓፄ ዳዊት (1380-1413) እና ዓፄ ይስሐቅ (1413–1430) እስከ ህንድ ውቅያኖሷ የጠረፍ ከተማ ዘይላ ድረስ ዘምተው ነበር። ለዓፄ ይስሐቅ በአማርኛ ቋንቋ የተጻፈ የዘፈን ግጥም ሶማሌዎች በኢትዮጵያ አስተዳደር ሥር እንደነበሩ ያሳያል።[53] ነገር ግን ዘይላ እና ሰሜን ሶማሊያ ከሰሎሞናውያን በፊትም የኢትዮጵያ ይዞታዎች እንደነበሩ ጥናቶች ያሳያሉ። በሶማሌ ታሪክ አረቦች ስለነበራቸው ሚና ጥልቅ ምርምር ያደረገው የሶማሌ የታሪክ ምሁር አሊ አብዲራህማን ህርሲ በዘመኑ የነበሩትን የአረብ የመልክአ ምድር ሊቃውንት እና ጸሐፊዎች ዋቢ ጠቅሶ እንደጻፈው ዘይላ ቢያንስ እስከ 12ኛው ምእት ዓመት አጋማሽ ድረስ የክርስቲያን ኢትዮጵያውያን ከተማ ነበር።

> Tenth and eleventh century Arab sources all described Zaila as an Abyssinian Christian city which traded peacefully with the Yamani ports across the Red Sea. The only Muslims in it were a few tributary (protected dhimmi) merchants who were there solely for the sake of

carrying on business. Writing as late as the middle of the twelfth century, al-Idrisi confirmed the city's Christian connection.[54]

ትርጉም

የአስረኛው እና የዐሥራ አንደኛው ምእት ዓመታት በአረቦች የተጻፉ ምንጮች ሁሉም ዘይላ ቀይ ባሕርን በማቋረጥ ከየመን ወደቦች ጋር በሰላም የምትገናኝ የክርስቲያን ሀበሾች ከተማ እንደሆነች ይናገራሉ። በዚያ የሚኖሩት ሙስሊሞች ቢኖሩ ግብር እየከፈሉ (ጥበቃ የሚደረግላቸው) በንግድ ስራ የተሰማሩ ጥቂት ነጋዴዎች ናቸው። እስከ ዐሥራ ሁለተኛው ምእት ዓመት አጋማሽ ድረስ ከተማዋ ከክርስትና ጋር ያላትን ቁርኝት አል-ኢድሪሲ ያረጋግጣል።

በ10ኛው እና በ11ኛው ምእት ዓመታት የነበሩ የአረብ ጸሐፊዎች ያለምንም ልዩነት የሚመሰክሩት ነገር ቢኖር ዘይላ የኢትዮጵያውያን ከተማ እንደነበረ ነው። የዘይላ ነዋሪዎች ክርስቲያ አበሾች እንደነበሩ እኒሁ የአረብ ጸሐፊዎች ምስክርነታቸውን ሰጥተዋል። በከተማው የሚኖሩት ሙስሊሞች በጣም ጥቂት ነጋዴዎች ብቻ ነበሩ። ዘይላ ከኢትዮጵያውያን ቁጥጥር ውጭ የሆነው የማዕከላዊ መንግሥት በጣም ተዳክሞ በነበረበት በዛጔ እና አክሱማውያን የመጨረሻዎች ነገሥታት ዘመን ነው። እንደዘይላ ሁሉ ሌሎች አውራጃዎች እና ይዞታዎች የመንግሥት ኃይል በመዳከሙ ምክንያት ከቁጥጥር ውጭ ሆኑ። የኢትዮጵያ መንግሥት መዳከም የፈጠረላቸውን መልካም አጋጣሚ በመጠቀም የዳህላክ ደሴቶችን፣ ዘይላን እና ሌሎችንም ይዞታዎች የውጭ ኃይሎች እና የአካባቢ ገዢዎች ለመቆጣጠር ቻሉ። ዓምደ ጽዮን 'ሕዝቤን አርነት አወጣሁት፣ አዳንኩት' ("አድኅንክዎሙ ህዝብየ") የሚለን ደሴቷን የአረብ ሙስሊም መንግሥታት ከ702 ዓ.ም. ጀምሮ ተቆጣጥረዋት ስለነበረ በኃይል አሸንፎ የዳህላክን ህዝብ ከባእዳን አገዛዝ ነጻ ስላወጣቸው ነው።[55]

እንደ ዳህላክ ሁሉ ዓምደ ጽዮን እና ሌሎችም ነገሥታት በብዙ አውራጃዎች ያደረጉት ዘመቻ ፈርሶ የነበረውን የጥንቱን ድንበር የማስከበር፣ አገር መልሶ አንድ የማድረግ ነው። ከ14ኛው ምእት ዓመት በኋላ ኢትዮጵያ ከሞላ ጎደል የረጋ ወሰን ነበራት፤ አብዛኛውም የአፍሪካ ቀንድ አካባቢ በኢትዮጵያ ንጉሠ ነገሥት መንግሥት ሥር ይተዳደር ነበር። በዚህ ዘመን የነበረው የኢትዮጵያ ወሰን በሰሜን እስከ ዳህላክ እና የቀይ ባህር ጠረፋማ ስፍራዎች፣ በደቡብ እስከ ጋሞ ጎፋ፣ በምዕራብ እስከ ቤኒ ሻንጉልና በምሥራቅ እስከ አዳል ያለውን አካባቢ ያጠቃልላል። በአጠቃላይ ከኦሮሞና ከሲዳማ በስተቀር ዛሬ ያሉት የኢትዮጵያ ዋና ዋና ነገዶች በኢትዮጵያ መንግሥት ስር ተጠቃልለው እንደነበረ በዚህ መጽሐፍ አባሪ አድርገን የአየያዝናቸውን ለአጼ ይስሐቅ እና ለሌሎች ነገስታት የተገጠሙት የዘፈን ግጥሞች ይመሰክራሉ (አባሪ 1ን ይመለከቷል)።[56]

ስለመካከለኛው ዘመን የኢትዮጵያ ታሪክ የሚነገረው ሌላው መታረቅ የሚገባው በብዙ አውራጃዎች የክርስትና ሃይማኖት ታሪክ የሚጀምረው በሰሎሞናውያን ዘመን እንደሆነና ክርስትናም በኃይል የተጫነ ተደርጎ የሚቀርበው ትርክት ነው። የመንግሥት ኃይል መጠንከርና የጥንቱ ወሰን መከበሩ የክርስትና ሃይማኖት ለማጠናከር እና ለማደስ ለኢትዮጵያ ቤተ ክርስቲያን መሪዎችና መነኮሳት ምቹ ሁኔታ እንደፈጠረላቸው የማይካድ ሀቅ ነው። ነገር ግን ክርስትና ሃይማኖት በጣም የተጠናከረው እና ብዙ ገዳማት እና አብያተ ክርስቲያን የተሰሩት ቀድሞውንም ክርስቲያን በነበሩት የጥንት የኢትዮጵያ አውራጃዎች ነው።[57] በሸዋ እና በአንጎራባች አውራጃዎች የገዳማዊ ሕይወት ታሪክ አዲስ ምዕራፍ ጀማሪ፣ ፋና ወጊ ወንጌላዊና ሐዋርያ ተደርጎ የሚቆጠረው ጻድቁ ተክለ ሃይማኖት

ያስተማረበት የዳሞት ታሪክ ለአብነት እንጥቀስ። የዳሞት ክርስትና ከሰሎሞናውያን ዘመን በፊት ብቻ ሳይሆን ከተክለ ሃይማኖት (1214-1313) ዘመን እንደሚቀድም ለጻድቁ የተጻፈው ገድል ይምሰክራል። በተክለ ሃይማኖት አማካይነት ከተጠመቁት ውስጥ አንደኛው የአውራጃው መኮንን ጸሐፌ ትዕዛዙ እንደነበረ ከገድሉ ላይ ተጽፎ እናገኘዋለን ("ወመጠዎሙ ሥጋሁ ቅዱስ ወደሞ ክቡረ ለክርስቶስ ወመኮንኖሙ ጠሐፈዘዝ [ጸሐፌ ትእዛዝ] ዘይሰመይ ድርዓ አስገድ")።[58]

ድርዓ አስገድ ተክለ ሃይማኖት ታምራት ሲሠራ አይቶ በመገረም "አንተ በሰምያት የምትኖረው እግዚአብሔር ብለን የምንጠራህ አምላክ ነህ ወይ" ብሎ እንደጠየቀ ከገድሉ ያገኘነው የሚከተለው ጥቅስ ይነግረናል፡-"ይህን በሰማ ጊዜ የአገሩ መኮንን ደነገጠ፣ ከፊቱም ሰገደለት፤ 'በሰማያት የምትኖረው እኛ ግዝሐር የምንልህ አምላክ ነህን?'" ("'ወሰበ ሰምዐ መኮንነ ሀገር ደንገፀ ወሰገደ ቅድሜሁ ወይቤሎ አንተኑ አምላክ ዘንብሎ ግዝሐር ዘይነብር ውስተ ሰማይ'")።[59] መኮንኑ 'ግዝሐር' ያለው እግዚአብሔርን ነው። "እኛ ግዝሐር የምንለው" እንጂ እናንተ 'ግዘሀር' የምትሉት አለማለቱ አጽንኦት ሊሰጠው የሚገባ ጠንካራ ምስክር ነው። "እኛ ግዝሐር የምንለው" የሚለው ሀረግ ክርስትና ሃይማኖት ለመኮንኑ አዲስ እንዳልሆነ የማያወላዳ ምስክር ነው።

ዳሞት ውስጥ ከ13ኛው ምእት ዓመት ቀድሞ ክርስትና የጸና መሆኑን የሚያረጋግጥልን በአውራጃው ውስጥ የተገኙት የጥንት ታቦታት ናቸው። አንደኛው አቡነ ተክለ ሃይማኖት ያገኘው ነው። ተክለ ሃይማኖት ያገኘው ታቦት በአክሱም ነገሥታት ስም የተቀረፀ እንደሆነ የጻድቁ ገድል ይነግረናል፡- ("ወረከበ መልክዐ እንዘ ይብል ኢየሱስ ወልደ እግዚአብሔር ሕያው ዝንቱ ታቦት ዘአብርሐ ወአጽብሐ ዘቀደሶ አባ ሰላማ ጳጳስ ከሣቴ ብርሃን ዘሀገረ ኢትዮጵያ")።[60] ታቦቱ በአክሱማውያን ዘመን የተቀረፀ ነው ብሎ ለማመን ይከብዳል። ነገር ግን ተክለ ሃይማኖት ያገኘው ታቦት በአክሱማውያን ዘመን ሊሰራ ባይችልም ዳሞት ውስጥ የጥንት አድባራት እና አብያተ ክርስቲያን እንደነበሩ የሚጠረጥር አይደለም። የዳሞትን ክርስትና ጥንታዊነት የሚያረጋግጥልን የማያወላዳ የጽሑፍ ምስክር ዓፄ ዓምደ ጽዮን ያስጻፈው የጉልት ሥሪት መዝገብ ነው። ዓምደ ጽዮን በነገሠ ማግሥት በ1316 ዓ.ም. ከዘመተባቸው አውራጃዎች ውስጥ ዳሞት አንዱ ነው። ከዘመቻ ሲመለስ በእስጢፋኖስ ስም የተቀረፀ ታቦት ከዳሞት ይዞ እንደተመለሰ ባለታሪኩ ራሱ የሚከተለውን ይነግረናል፡-

> ወዘኢየሱስሂ ታቦት ዘአምጻእክዎ እም ዳሞት ወአንበርክዎ ወስተ ዘጌት መካን ወሀብኩ ወአጕለትኩ ዓነ ዓምደ ጽዮን ንጉሥ ወስመ መንግሥትየ ገብረ መስቀል። ሠለስተ ጕልተ ዘገይት፣ ጺሎት፣ ገንደይት። ከመ ይምሐረኒ ኢየሱስ ክርስቶስ በዳግም ምጽአቱ አመ እቀውም ቅድሜሁ ወከመ ይሰረይ ኀጢአትየ በብዝኀ ምሕረቱ ወከመ ያኑኀ መዋዕልየ ዘእንበለ ደዌ ወሕማም በዳኅን ወበሰላም። ወዘንተ ሠለስተ ጕልተ ዘወሀብኩ ለኢየሱስ ዘሄዶ ወዘተአገሎ ወዘገፍዖ እመሂ ሐፃኔ ሰገራት ወእመሂ አቃንጸን ኵሎን ኮነ ከዊኖ በቅድመ አብ፣ ወወልድ ወመንፈስ ቅዱስ ውጉዘ ይኩን አሜን በአፈ ፫፻፲ወ፰ ርቱዓነ ሃይማኖት ውጉዘ ይኩን አሜን።[61]

ትርጉም

ከዳሞት ያመጣሁትን የኢየሱስን ታቦት በመካነ ዘጌት ውስጥ አስቀመጥኩት። የመንግሥት ስሜ ገብረ መስቀል የሆነው እኔ ዓምደ ጽዮን ኢየሱስ ክርስቶስ ዳግመኛ ሲመጣ በቀኙ እቆም ዘንድ፣ በብዙሐ ምሕረቱ ኀጢያቴን ያስተሰረይልኝ ዘንድ፣ በዘመኔ ያለሕማም እና ደዌ በሰላም እና በጤና ያኖረኝ ዘንድ ዘገይት፣ ጺሎት [እና] ገንደይትን ሶስት [መሬቶች] ጉልት አድርጌ ሰጥቼ

ጎለትኩ። እነዚህን ሶስት ጉልቶች ለኢየሱስ ሰጠሁ። ይህንን የቀማ ወይም የተቃወመ ወይም የገፋ ሐፃኔ ሰገራትም ሆነ አቃንጸን ሁሉም በአብ፣ በወልድ እና በመንፈስ ቅዱስ ፊት የተወገዘ ይሁን፣ ሃይማኖታቸው በቀና በ318 [የቤተ ክርስቲያን አባቶች] አፍ የተወገዘ ይሁን። አሜን።

በጉልቱ መዝገብ ላይ የሰፈረው ምስክርነት በዓምደ ጽዮን ዘመን በዳሞት ውስጥ አብያተ ክርስቲያን እንደነበሩ ያረጋግጣል። ዓምደ ጽዮን ከዳሞት ያመጣውን ታቦት ለመትከል የመረጠው ስፍራ ሐይቅ እስጢፋኖስን ነው። ይህ የሆነበት ምክንያት ደግሞ ንጉሡ ለሐይቅ እስጢፋኖስ ገዳም አበምኔት ለአቃቤ ሰዓት ክርስቶስ ተስፋነ እና ለሐይቅ እስጢፋኖስ ገዳም ታቦት በነበረው ከፍተኛ ክብር ነው። ንጉሡ ክርስቶስ ተስፋነን አባቴ ይለዋል። ወደዳሞት ዘመቻ ሲሄድም በክርስቶስ ተስፋነ እና በቅዱስ እስጢፋኖስ ጸሎት በመተማመን እንደሆነ እራሱ እንዲህ ሲል ይነግረናል:- "ከዚያም ከሁለት አመት በኋላ በእስጢፋኖስ እና በአባቴ በክርስቶስ ተስፋነ ጸሎት ተማምኜ ለጦርነት ሄድኩኝ። እግዚአብሔር የዳሞትን ሰዎች በሙሉ በእጄ ጣለልኝ" ("ወእምድኅሬሁ በክልኤ ዓመት [1316] ሖርኩ ኀበ ፀብእ አሚንየ በጸሎተ ወበጸሎተ እስጢፋኖስ አቡየ ክርስቶስ ተስፋነ። ወሀበኒ እግዚአብሔር ለኩሎሙ ሰብአ ዳሞት ውስተ እዴየ")።[62] ዓምደ ጽዮን ዳሞት በዘመተ ዓመት ወደጎጃም፣ ሀድያ፣ ቀይ ባሕር ጠረፍ እና ትግሬ ዘምቶ በእስጢፋኖስ እና በክርስቶስ ተስፋነ ጸሎት ርዳታ ድል ማግኘቱን ባስጻፈው የጉልት መዝገብ ይናገራል። ዳሞት ያገኘውን ታቦት ሐይቅ እስጢፋኖስ ያመጣበት ምክንያት ይህ ነው።

ዓምደ ጽዮን ታቦተ ኢየሱስን ዳሞት ውስጥ እንዴት እንዳገኘው አይነግረንም። ቤተ ክርስቲያን አፍርሶ ታቦት መውሰድ በኢትዮጵያ ባህል እና ሃይማኖት የተከለከለ ድርጊት ነው። ምናልባት ዓምደ ጽዮን ከዳሞት ያመጣው ታቦት የዳሞቱ ገዢ የዘመቻ ታቦት ሊሆን ይችላል። ታቦት ይዞ መዝመት በኋላ ዘመንም የተለመደ ነበር። የእንጦጦ ማርያም ቤተ ክርስቲያን ታቦት ታሪክ ለዚህ ጥሩ አብነት ነው። የእንጦጦ ማርያም ታቦት የጎጃሙ ንጉሥ ተክለ ሃይማኖት የዘመቻ ታቦት ነበረች። ዳግማዊ ምኒልክ በ1882 ዓ.ም. በእምባቦ ጦርነት ጊዜ ተክለ ሃይማኖትን ድል ሲነሣ የጎጃሞች የዘመቻ ታቦት በሸዋ ጦር ተማረከች።[63] ዓምደ ጽዮን ከዳሞት ያመጣው ታቦተ ኢየሱስ በተመሳሳይ ሊሆን ይችላል። እንደዳሞት ሁሉ በባሊ፣ በፈጠጋር፣ በወጅ፣ በጋፋትና በደዋሮ ክርስትና ለመጀመሪያ ጊዜ የተሰበከው ከሰሎሞናውያን ዘመን በፊት ነው። በዚህ ምክንያት 14ኛው ምእት አመት በጥንት የኢትዮጵያ አውራጃዎች ክርስትና የታደሰበትና የህዝብ ሃይማኖት የሆነበት ነው እንጂ ለመጀመሪያ ጊዜ የተሰበከበት አይደለም።

የኢትዮጵያ ቤተ ክርስቲያን እስልምና ሳይፈጠር ከብዙ ምእተ ዓመታት ቀደም ባለው ዘመን ጀምሮ ከኢትዮጵያ መንግሥት ጋር ጥብቅ የሆነ ተቋማዊ ጉድኘት ነበራት። ይህ እስልምና ከመፈጠሩ በፊት የነበረ ጉድኘት በመካከለኛው ዘመን ቀጠለ። በሌላ አነጋገር የኢትዮጵያ መንግሥት የክርስቲያን መንግሥት የሆነው የእስልምና ሃይማኖት ጀማሪ ተደርጎ የሚቆጠረው ነቢዩ መሀመድ ሳይወለድ ከመቶዎች ዓመታት በፊት ጀምሮ ነው። በዚህ ምክንያት ቤተ ክርስቲያኗ የመንግሥት ድጋፍ ነበራት። ቤተ ክርስቲያኗ የመንግሥት ድጋፍ ቢኖራትም ክርስትና በኃይል እንደተጫነ ተደርጎ የሚተረከው ትርክት ከተመዘገበው ታሪክ ጋር አይጣጣምም። የመጀመሪያውን የአክሱም የክርስቲያን ንጉሥ ኢዛና ክርስትና የተቀበለው ማንም አስገድዶት አይደለም። ጻድቁ ተክለ ሃይማኖትን ጨምሮ በመካከለኛው ዘመንም ቢሆን የወንጌል ሰባኪዎች ወደተለያዩ አውራጃዎች ሄደው ሃይማኖትን ሲያስተምሩ ጦር አስከትለው አልሄዱም። ለክርስትና ሃይማኖት

መስፋፋት የረዳው በደቡብ፣ በምዕራብ እና በምሥራቅ አውራጃዎች የአማርኛ ቋንቋ በሰፊው መነገሩ ነው። ብዙ አድባራት የተመሰረቱትና ወንጌልን የማስተማርና ክርስትናን የማጠናከሩ እንቅስቃሴ በተለይ ትኩረት ያደረገው የአማራ፣ የጋፋትና የጉራጌ ነገዶች ለብዙ ሽህ አመታት በዕፅመ ርስትነት በኖሩባቸው፣ አማርኛ ቋንቋ በሰፊው በሚነገርባቸው በሸዋ፣ በፈጠጋር፣ በዳሞት፣ በይፋት፣ በደዋሮ፣ በወጅ እና በባሊ ነበር።[64]

በዘመኑ የተጻፉ የታሪክ ምንጮች እንደሚያስረዱት የክርስትና ሃይማኖት እንዲጠናከር እና በተደራጀ ሁኔታ በነዚህ አውራጃዎች እንዲሰበክ ያደረገው በዓምደ ጽዮን ዘመን የነበረው አቡነ ያዕቆብ ነው። አቡነ ያዕቆብ ክርስትናን እንዲያስተምሩ ያሰማራቸው መነኮሳት የደብረ ሊባኖስ ገዳም መሥራች የነበረው የአቡነ ተክለ ሃይማኖት ተከታይ አማራዎች ነበሩ። ወንጌልን የሰበኩትም በቀዳሚነት ለመንፈሳዊ ሕይወቱ ለሚጨነቁለት ለራሳቸው ህዝብ በተለይም ደግሞ ለአማራው፣ ለጋፋቱና ለጉራጌው ነው። ይህም በመካከለኛው ዘመን በተጻፉ ገድሎች እና ድርሳናት ተመዝግቦ ይገኛል።[65] ከሁሉም ምንጮች የበለጠ ዝርዝር መረጃዎችን የያዘው ድርሳነ ዑርኤል ነው። በያዕቆብ ወንጌል ሰባኪ ሆነው የተመረጡት መነኮሳትና የስብከት አገራቸው እንዲህ ይነበባል፡-

> ወበውእቱ መዋዕል ወጽአ ጳጳስ ዘስሙ ያዕቆብ ወኅረየ እምነ ውሉዱ ለአባ ተክለ ሃይማኖት ቅዱሳን መነኮሳት ፲ተወ፪ተ ወረሰዮሙ በምድረ ሺዋ ወዳሞት ከመ ሃዋርያተ ክርስቶስ ይምሐሩ ሕገ ወንጌል ተካፊሎሙ ለኀበ ፲ወ፪ቱ ክፍል። ወዝውእቱ አስማቲሆሙ ወክፍለ ሀገሮሙ ፊልጶስ ዘደብረ ሊባኖስ ወሀገረ ግራርያ እስከ ፈለገ ዟይ ወአኖሬዎስ ዘሀገረ ወረብ ወዘተጉለት። ወመርቆሬዎስ ዘመርሐቤቴ ወዘመንዝሀ ወሰርማት ወማትያስ ዘፈጠጋር ወታዴዎስ ዘጽላልሽ፡ ወተስፋ ሕፃን ዘብሔረ ደዋሮ ኢዮስያስ ዘወንጅ ወዘጐጐት ወዘጉራጌ ወዮሴፍ ዘሀገረ አናርዕት (እናርያ)። መድኃኒነ እግዚእ ዘዳሞት ወስልጢ ወሳሙኤል ዘወገግ ወገብረ ክርስቶስ ዘደምቢ። ወእሉ አሙንቱ ተካፈልዋ ለምድረ ሽዋ ወለሀገረ ጕራጌ ለእናርዕት ወለዳሞት ለኀበ ፲ወ፪ቱ ክፍል ወመሐርዋ ሃይማኖተ ወንጌል ዘክርስቶስ ከመ ሐዋርያት በጽድቅ በዘመነ ውእቱ ንጉሥ ዓምደ ጽዮን።[66]
>
> <u>ትርጉም፡</u>
> በዚያን ወራት ስሙ ያዕቆብ የተባለ ጳጳስ ወጣና ቅዱሳን መነኮሳት ከሆኑት ከአባ ተክለ ሃይማኖት ልጆች ዐሥራ ሁለቱን መርጦ በሸዋና በዳሞት ምድር ለዐሥራ ሁለት ክፍል ተከፋፍለው እንደክርስቶስ ሐዋርያት የወንጌልን ሕግ እንዲያስተምሩ አደረጋቸው። ስማቸውና ሀገረ ስብከታቸውንም እንደሚከተለው ነው፡- የደብረ ሊባኖሱና የግራርያው አባ ፊልጶስ የተጉለቱና የወረቡ አባ አኖሬዎስ። የመርሐ ቤቴውና የመንዙ የሰርማቱ መርቆሬዎስና የፈጠጋሩ ማትያስ የጽላልሹ ታዴዎስና የደዋሮው ተስፋ ሕፃን የወጁና የጎጎቱ የጉራጌውም አገር ኢዮስያስና የእናርዕት (እናርያ) አገር ዮሴፍ። የዳሞቱ መድኃኒነ እግዚእና የወገጉ ሳሙኤል የደምቢው ገብረ ክርስቶስፊልጶስ የተጉለቱና የወረቡ አባ አኖሬዎስ። የመርሐ ቤቴውና የመንዙ የሰርማቱ መርቆሬዎስና የፈጠጋሩ ማትያስ የጽላልሹ ታዴዎስና የደዋሮው ተስፋ ሕፃን የወጁና የጎጎቱ የጉራጌውም አገር ኢዮስያስና የእናርዕት (እናርያ) አገር ዮሴፍ። የዳሞቱ መድኃኒነ እግዚእና የወገጉ ሳሙኤል የደምቢው ገብረ ክርስቶስ ናቸው። እነዚህም ቅዱሳን ሸዋንና ጉራጌን አናርዕትንና (እናርያን) ዳሞትን ከዐሥራ ሁለት ክፍል ተካፍለው እንደሐዋርያት የክርስቶስን ሃይማኖትና የወንጌል ቃል በንጉሥ በዓምደ ጽዮን ዘመነ መንግሥት አስተማሩ።

ከዚህ የታሪክ ምስክርና ከሌሎችም ምንጮች ለመረዳት እንደምንችለው በመካከለኛው ዘመን ክርስትና የተጠናከረው እና የተስፋፋው በሁለት ምክንያቶች ነው። አንደኛው ምክንያት ስብከተ ወንጌሉ የተካሄደው በአማራዎች ዕፅመ ርስት እና አማርኛ በሰፊው በሚነገርበት አካባቢ መሆኑ ነው። እንዲያስተምሩ የተላኩትም በዋናነት ወንጌላውያኑ

የወጡበትን የራሳቸውን ህዝብ (አማራዎችን፣ ጉራጌዎችን፣ አርጎባዎችን እና ጋፋቶችን) ነው። ከላይ የተዘረዘሩትን አውራጃዎች ከደዋሮ ጀምረን አንድ ባንድ እንይ (ካርታ 9ን ይመለከቷል)። ደዋሮ ከአዳል (ሐረር) የሚዋሰን በጣም ሰፊ የጥንት አውራጃ ነበር። የደዋሮ ምሥራቃዊ ድንበር የጨርጨር ተራሮችን እና የአዋሽ ወንዝ በስተቀኝ ያለውን ቆላማ ስፍራ ያጠቃልላል። በስተደቡብ ደግሞ ከአዋሽ ወንዝ እስከ ዋቢ ሸበሌ ወንዝ ያለውን ያጠቃልላል። ደዋሮን ከባሊ የሚለየው የዋቢ ሸበሌ ወንዝ ነው። ደዋሮ የክርስቲያን እና የእስልምና ሃይማኖት ተከታይ የአርጎባ እና የአማሬዎች የጥንት ዐፅመ ርስት ነው።[67]

መድኃኒነ እግዚእ እንዲያስተምር የተላከበት አውራጃ ዳሞትም የአማራና የጋፋት ዐፅመ ርስት የነበረ ነው። ተክለ ሃይማኖት ዳሞት ወንጌል በሚያስተምርበት ጊዜ በስፍራው ካገኘው ድርዓ አሰገድ ከተባለው መኮንን ጋር በአማርኛ እንደተነጋገሩ የሚጠቁም መረጃ ጻድቁ ገድል ላይ ይገኛል። ድርዓ አሰገድ ጸሐፊ ትእዛዝ የሚል ማዕርግ ነበረው። በተጨማሪም ድርዓ አሰገድ እግዚአብሔርን "ግዝሐር" እንዳለው አይተናል። በአማራው ህዝብ ዘንድ እስከ ዛሬ ድረስ እግዚአብሔርን ግዝሐር ብሎ መጥራት የተለመደ ነው። በገድሉ ላይ የተጠቀሱ ዳሞት የሚገኙ የስፍራ ስሞችም በስፍራ አማሬዎች እንደሚኖሩ ያሳያሉ። ለምሳሌ በገድሉ ውስጥ "ያተይ በሕር" እና "ዌራጌ" የተባሉ ስፍራዎች ይገኛሉ።[68] "በሕር" "ባሕር" ማለት ሲሆን "ዌራጌ" ማለት ደግሞ የወይራ አገር ማለት ነው። "ጌ" በአማርኛ "ምድር፥ ቦታ፥ ሀገር" ነው። በጌ የሚጨርሱ እንደጉራጌ፥ ራስጌ፥ ግርጌ፥ ባለጌ፥ ሐረርጌ ጥሩ አብነት ናቸው። በአሁኑ ወቅት ስድብ ቢሆንም ባለጌ ማለት ከመነሻው "ባላገር" ማለት ነው። ከነዚህ መረጃዎች በመነሳት ዳሞት ውስጥ የአማራ ህዝብ ከጥንት ጀምሮ እንደሚኖር፣ ክርስትና ሃይማኖትንም ለማስተማር የረዳው አማርኛ በስፍራው በመነገሩ ነው እንላለን።

በመግቢያው ላይ እንዳቀረብነው ይኩኖ አምላክ ከንጉሥ ይትባረክ ጋር ጋይንት ውስጥ ባደረገው ጦርነት የወጅ፣ የጽላልሽ እና የወረብ ወታደሮችን አሰልፎ ነበር።[69] ወጅን፣ ጽላልሽን እና ወረብን ጨምሮ ሁሉም የአማራ ዐፅመ ርስቶች ናቸው። ተስፋ ሕፃን እና ሳሙኤል ወደደዋሮ፣ አኖሬዎስ ወደወረብ፣ ማቲያስ ወደ ፈጠጋር እና ኢዮስያስ ወደወጅ ወንጌልን ለመስበክ የተላኩት ምናልባት የኒሁ አውራጃዎች ተወላጆች ስለሆኑ ይሆናል። በተመሳሳይ ታዴዎስ፣ መድኃኒነ እግዚእ፣ መርቆሬዎስ፣ ሳሙኤል እና ገብረ ክርስቶስ ወንጌልን ለመስበክ የተላኩት ወደአማሬዎች ዐፅመ ርስት እና አማርኛ በሰፊው ወደሚነገርበት አካባቢ ነው። ባጭሩ በሰሎሞናውያን ዘመን ወንጌል በሰፊው የተሰበከው በዋናነት የአማራ ህዝብ በሚኖርባቸው እና የአማርኛ ቋንቋ በሰፊው በሚነገርባቸው የጥንት አውራጃዎች ነው። የአማራ ሕዝብ በሚኖርባቸውና አማርኛ በሚነገርበት ክርስትና እንዲጠናከር የረዳው ደግሞ በሰሎሞናውያን ነገሥታት ሸዋ የመንግሥት ማዕከል በመሆኑ ምክንያት ነው። ሸዋ የመንግሥት ማዕከል መሆኑ አማራው በሰፊው የሚኖርባቸው የሸዋ አጎራባች አውራጃዎች የኢትዮጵያ ቤተ ክርስቲያን መሪዎችን ትኩረት እንዲያገኙ ረድቷል። በብዙ የአማራ አካባቢዎች በዓምደ ጽዮን ዘመነ መንግሥት ክርስትና በሰፊው ተሰብኳል። በዚህም ምክንያት የሸዋ፣ የዳሞት፣ የደዋሮ፣ የጉራጌ፣ የወጅና የፈጠጋር የታሪክ ገጽታ፣ ባህል እና እምነት በጣም ተቀይሯል።[70]

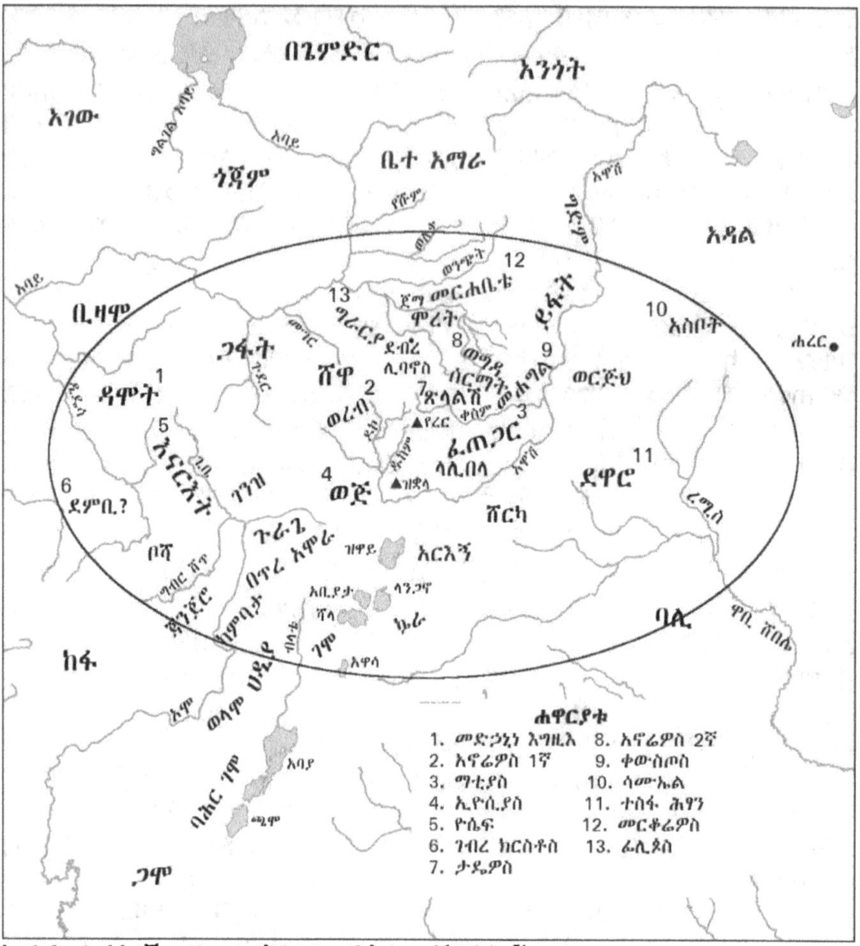

ካርታ 9፡- የመካከለኛ ዘመን ሐዋርያት እና የሥብከት አውራጃዎቻቸው[71]

ክርስትና በሰፊው የተሰበከው በዳሞት፣ በፈጠጋር፣ በወጅ፣ በሸዋ እና በደዋሮ ቢሆንም በሌሎች አካባቢዎችም ተሰብኳል። ይህ ደግሞ ባሊን፣ ጋሞን እና ሌሎችንም የደቡብ ኢትዮጵያ አውራጃዎች ይጨምራል። ክርስትና በሰፋ ቁጥር አዳዲስ አድባራትና ገዳማት ይመሠረታሉ። መቃጠል ከማይችሉት በስተቀር ብዙዎች አድባራት እና ገዳማት በግራኝ አሕመድ እና በበርይቱማ እና በቦረን ጎሣዎች ወረራ ጊዜ ቢወድሙም በመካከለኛው ዘመን ብዙ አድባራት እና ገዳማት ተሰርተው ነበር። በደቡብ እና በደቡብ ምሥራቅ ኢትዮጵያ ከተሰሩት አድባራት ውስጥ አንዱ ባሊ ውስጥ ጎባ በተባለ ልዩ ስፍራ የሚገኘው ውቅር ቤተ ክርስቲያን አንዱ ነው። ባሊ ክርስትና ከጸናባቸው የጥንት የኢትዮጵያ አውራጃዎች ውስጥ አንዱ ነበር። ክርስትና ሃይማኖት በስፋት የተሰበከው ከ14ኛው ምእት ዓመት በኋላ ቢሆንም ጎባ ያለው ውቅር ቤተ ክርስቲያን እና ገዳም የታነፀው በዛጌ ዘመነ መንግሥት ነው።[72]

አድባራት ባሉበት ደግሞ ትምህርትና *ሥነ* ጽሑፍ አለ። በመካከለኛው ዘመን አስደናቂ የግዕዝ ቋንቋ *ሥነ* ጽሑፍ እድገት ተመዝግቦ ነበር። ከ1270 ዓ.ም. እስከ 1529 ዓ.ም. ድረስ የኢትዮጵያ የሥነ ጽሑፍ ወርቃማ ዘመን የሚል ስያሜ አግኝቷል። በገዳማት ትምህርት ቤቶች ብዛት እና በተጻፉት መጻሕፍት ዐይነትና መጠን ከዚህ ዘመን በፊትም ሆነ በኋላ ከነበረው እጅግ የላቀ ነው።[73] የግዕዝ ቋንቋ ትምህርት እና *ሥነ* ጽሑፍ ከሰሜንና ከመካከለኛው ኢትዮጵያ አልፎ እስከ ደቡብ ኢትዮጵያ የድንበር አውራጃዎች ተስፋፍቶ ነበር። በጋሞ አውራጃ የነበሩት ገዳማት እና ትምህርት ቤቶች ለዚህ ጥሩ ምሳሌ ናቸው። ጋሞ የኢትዮጵያ መንግሥት አንድ አውራጃ ሆኖ ለይስሐቅ በተገጠመው የዘፈን ግጥም ተጠቅሷል።[74] በጋሞ ከነበሩት ጥንታዊ ገዳማት እና አብያተ ክርስቲያን ውስጥ ዶይና ኪዳነ ምሕረት፣ ኢሌ ገብርኤል፣ ዶርዜ ጊዮርጊስ እና ብርብር ማርያም ተጠቃሽ ናቸው።[75] የብርብር ማርያም ገዳም ታላቅ የትምህርት ማዕከል እንደነበረ በ16ኛው ምእት ዓመት ከነበረው ከአባ ባሕርይ ጽሑፎች ለማወቅ ይቻላል። አባ ባሕርይ የብርብር ማርያም ገዳም መነኩሴ ነበር። አባ ባሕርይ የመነኮሰኩት ገና በልጅነቴ ነው ይላል። አባ ባሕርይ በደንብ የሚታወቀው ስለኦሮሞ ሕዝብ የፍልሰት ታሪክ በጻፈው መጽሐፍ ነው። መጽሐፉ አጭር ሆኖ ጥርት ባለ ግዕዝ የተጻፈ የሚጣል የሌለው በፍሬ ቃል የተሞላ ነው።[76]

አባ ባሕርይ አስደናቂ የግዕዝ ችሎታውን ያስመሰከረበት *ሥራው* ግን በ25 ዓመቱ የጻፈው *መዝሙረ ክርስቶስ* የተሰኘው መጽሐፉ ነው። *መዝሙረ ክርስቶስ* የዳዊትን መዝሙር መሠረት በማድረግ የተጻፈ ነው። የመጽሐፉ አርታኢና ተርጓሚ ጌታቸው ኃይሌ የሚከተለውን አስተያየት ሰጥቷል፡-“መዝሙረ ክርስቶስ በማናቸውም ረገድ መጠኑ መዝሙረ ዳዊትን ያህላል፤ እንደመዝሙረ ዳዊት 151 መዝሙሮች አሉት። ከዚያም አልፎ፤ መዝሙሮቹ እንደግጥም ቤት ይመታሉ። የዳዊት መዝሙሮች በተጻፉበት በጥንቱ በዕብራይስጥ እንጂ በትርጉማቸው ግጥሞች አይደሉም።”[77] ባህርይ *መዝሙረ ክርስቶስን* የደረሠው *በመዝሙረ ዳዊት* ላይ ላሉት ለእያንዳንዱ ቃላት እና በቃላቱ ውስጥ ለሚገኙት ፊደሎች ብዛት አቻ ቃላት በመፈለግ ነው! *መዝሙረ ክርስቶስ* የደራሲውን ብቃት ከማሳየቱም በላይ በደቡብ አውራጃዎች ውስጥ *ሥር* የሰደደ ክርስትናና ከፍተኛ የተደራጀ የግዕዝ ቋንቋ ትምህርት ቤት ለመኖሩ ምስክር ነው።

ከቤተ ክርስቲያን ሊቃውንት በተጨማሪ *ነገሥታቱ* በተለይም ደግሞ ዓፄ ዘርዓ ያዕቆብ ለግዕዝ *ሥነ* ጽሑፍ እድገት ከፍተኛ አስተዋጽኦ አድርገዋል። ይህንን አስተሳሰብ ንጉሡ የጻፋቸው *ጦማረ ትስብዕት፣ መጽሐፈ ብርሃንና መጽሐፈ ምዕላድ* የተሰኙት የሕግና የሃይማኖት ፍልስፍና መጻሕፍት ማስረጃ ናቸው።[78] ዘመኑ የኢትዮጵያ *ሥነ* ጽሑፍ ወርቃማ ዘመን የተባለበት ምክንያት ይህ ነው።

በመካከለኛው ዘመን ከተጻፉትና ከውጭ ቋንቋ ወደግዕዝ ከተተረጎሙት መጻሕፍት ውስጥ የጎላ ታሪካዊ ፋይዳ የነበረው *ክብረ ነገሥት* ነው። መጽሐፉ ብዙ ሰው እንደሚያምነው በ1270 ዓ.ም. *ሥ*ልጣን የያዙትን የሰሎሞናውያን *ነገሥታት* ቅቡልነት እና ሕጋዊነት ለማጠናከር ታልሞ የተጻፈ አይደለም። ከአክሱም *ነገሥታት* መካከል ከካሌብ እና ገብረ መስቀል እንዲሁም በአፈታሪክ ብቻ ከሚታወቁት ከንግሥተ ሳባ እና ከበይነለኪም በስተቀር፣ የማንኛውም የኢትዮጵያ *ንጉሥ* ስም አለመጠቀሱ የክብረ *ነገሥት* ጸሐፊዎች (ተርጓሚዎች) ዓላማ የማንንም *ሥርወ* መንግሥት ለማጽናት አስበው እንዳልጻፉት ምስክር ነው። በይነለኪምም ንግሥተ ሳባ ከኢየሩሳሌሙ *ንጉሥ* ሰሎሞን የወለደችው የኋላ ዘመን ጸሐፊዎች በስህተት ስሙን “ምኒልክ” ብለው የለወጡት *ንጉሥ* ነው።[79] *ክብረ ነገሥት* የመነሻ ወይም የአመሠራረት አፈታሪክ መጽሐፍ ነው። *ለክብረ*

ነገሥት ወደረኛ የሆኑ በብዙ አገሮች በተለያየ ዘመን የተጻፉ የአነሳስ አፈታሪኮች ይገኛሉ። ከነዚህም መካከል በጥንት ጊዜ የተጻፉት *መጽሐፈ አስከንድር ሜቄዶናዊ* እና ግሪካዊው ሆሜር የጻፈው *ኢሊያድ* የተባለው መጽሐፍ እና በ14ኛው ምእት ዓመት ገናናውን የማሊን መንግሥት ለመሠረተው ንጉሥ በቃል ሲነገር የኖረው (አፈታሪኩ በኋላ *ሱንዲያታ* በሚል ርዕስ ተጽፎ የታተመ) ተጠቃሽ ናቸው።[80] የአነሳስ አፈታሪክ ዋና ዓላማ የአንድን አገር ሕዝብ ማንነቱን ለማብራራት፣ ህልውናውን ለማረጋገጥ እንዲሁም አንድነቱን ለማጽናት ታልሞ የሚጻፍ ነው። ታሪካዊ መሠረት ሊኖረው ቢችልም የአነሳስ አፈታሪክ ብዙ ጊዜ በቀጥታ የታሪክ ሀቅን አያንጸባርቅም። *የክብረ ነገሥትም* አቢይ ዓላማ ለኢትዮጵያውያን ነገድ እና ቋንቋ ተሻጋሪ ጥንታዊ እና ገናና የጋራ ታሪክ እና ማንነት መፍጠር ነው።[81]

በክብረ ነገሥት የተገለጠውን ምናባዊ ጥንታዊ ማንነት እና የፖለቲካ ርዕዮት አንዳንድ የታሪክ ምሁራን "የኢትዮጵያ/የአፍሪካ የክርስትና ጽዮናዊነት" ("Christian Zionism") ብለው ሰይመውታል።[82] *የክብረ ነገሥት* ጸሐፊዎች እግዚአብሔር እንደኢትዮጵያ ያለ ለኑሮ ተስማሚ አድርጎ ባርኮና ቀድሶ የሠራው አገር የለም፤ የኢትዮጵያ ነገሥታት በዓለም ካሉ ነገሥታት እና መስፍኖች ሁሉ በክብር ይበልጣሉ፤ ኢትዮጵያውያንም ከሌላው ሕዝብ የተለየ ለእግዚአብሔር ቅርብ የሆኑና የተመረጡ ናቸው ይላሉ። እንደክብረ ነገሥቱ ጸሐፊዎች ከሆነ የኢትዮጵያ ነገሥታት እና ኢትዮጵያ ከውጭ ነገሥታት እና አገሮች በክብር የላቁበት፣ ኢትዮጵያውያንም ለእግዚአብሔር የቀረቡበት ምክንያት ጽዮን በኢትዮጵያ ስለምትገኝ ነው። በክብረ ነገሥቱ ጽዮን ተብሎ የተገለጠው ከኢየሩሳሌም መጥቶ አክሱም ይገኛል የሚባለውን የእግዚአብሔርን ማደሪያ ታቦተ ሙሴን እና የአክሱም ማርያም ቤተ ክርስቲያንን ነው። በተጨማሪም የክብረ ነገሥት ጸሐፊዎች ከፍ ሲል ጽዮን የሚሏት ኢትዮጵያን ነው።[83]

የኢትዮጵያ ነገሥታትም ራሳቸውን "ንጉሠ ጽዮን" ብለው ይጠሩ ነበር። ለምሳሌ የዓምደ ጽዮን ታሪከ ነገሥት የይፋቱ ባላባት ሰብረዲን በዓምደ ጽዮን ላይ ከመሸፈት አልፎ "እንደጽዮን ንጉሥ" በኢትዮጵያ አውራጃዎች ላይ የራሱን መኳንንት ገዢ አድርጎ ለመሰየም አቅዶ ነበር ("ይቤ እሠይም መኳንንተ ላዕለ በሓውርተ ኢትዮጵያ በከመ ይሠይም ንጉሠ ጽዮን")።[84] በዚህ ምዕራፍ እንዳቀረብነው ንጉሡ አክሱም በሚነግሥበት ጊዜ ባለህጓ ሴት "ይህ በእውነት የጽዮን ንጉሥ ነው" ("በዓልተ ሕግ ወትብል አማን ንጉሠ ጽዮን") ብላ እንደምታመሰግነው ሥርዓተ መንግሥቱ ላይ ተጽፏል። በቅርብ ዘመን ዓፄ ዮሃንስ 4ኛ ራሱን "የጽዮን ንጉሥ" ብሎ እንደሚጠራ ለተለያዩ ሰዎች የጻፋቸው ደብዳቤዎች ይመሰክራሉ። የንጉሡ ደብዳቤዎች "ዮሃንስ ንጉሠ ነገሥት ዘጽዮን በኢትዮጵያ" የሚል ጽሑፍ ያለው ማኅተም አርፎባቸዋል።[85] ንጉሠ ነገሥት የሚለው የፖለቲካ ርዕዮት በአክሱማውያን ዘመን የተጀመረ ሲሆን ክርስቲያን ጽዮናዊነት ደግሞ የተጀመረው በመካከለኛው ዘመን ነው። ሁለቱም ርዕዮቶች እስከዘመናዊው የኢትዮጵያ ታሪክ ለመዝለቅ ችለዋል።[86]

የኢትዮጵያ መንግሥት ቢጠነክርም የተማከለ አስተዳደር አልመሠረተም ነበር። የተለያዩ የኢትዮጵያ አውራጃዎች በማዕከላዊው መንግሥት ሥር ቢጠቃለሉም አብዛኛዎቹ የሚተዳደሩት በአካባቢው ባላባቶች ነበር። ለዚህ የይፋትና የሀድያ ባላባቶች ተጠቃሽ ናቸው። የይፋትን መንግሥት የመሠረተው ኡመር ወላስማ ሲሆን ዘመኑም በ13ኛ ምእት ዓመት መጨረሻ አካባቢ ነው። ከሁሉም የሙስሊም መንግሥቶች በጣም

ጠንካራው ይፋት ነበር። ኡመር ወላስማ የይኩኖ አምላክ ድጋፍ ነበረው። የይፋትን መንግሥት ያቆሙት በሰሜን ምሥራቅ ሸዋና በአዋሽ ሸለቆ በስፋት የሚኖሩት አማራዎችና አርጎባዎች ናቸው። ነገር ግን የይፋት መንግሥት እስከ ዘይላ ያለውን አገር ይቆጣጠር ነበር። ይፋት በኢትዮጵያ ማዕከላዊ መንግሥት ቁጥጥር በሆነበት ጊዜ የወላስማ ባላባት የሆነው ጀማልዲን የይፋት ገዢ ሆኖ በዓምደ ጽዮን ተሾመ። በተመሳሳይ በሀድያም ጋረድ በሚባል የማዕረግ ስም የሚጠሩት የጥንቱ ባላባቶች እስከ ዓፄ ሠርፀ ድንግል ዘመነ መንግሥት ድረስ አገራቸውን ያስተዳድሩ ነበር። ሙስሊሞች የተወለዱበትን አካባቢ ከማስተዳደር አልፈው የመንግሥት ባለሥልጣን፣ ወታደርና የንጉሡ የንግድ ሸሪክ ይሆኑ ነበር።[87]

ክርስቲያኖች፣ ሙስሊሞችና ኢአማኒያን ተለያይተው ይኖሩባቸው የነበሩት አካባቢዎች በአንድ መንግሥት ጥላ ሥር መሆናቸው የንግድ እንቅስቃሴ እንዲጧጧፍና ብዙ የንግድ ከተሞች እንዲያብቡ ረድቷል። የኢትዮጵያ ነገሥታት ከአክሱም ጀምሮ ለንግድ ከፍተኛ ትኩረት ይሰጡ እንደነበረ የሚታወቅ ነው። የመንግሥት መልክተኞችም ወደቀይ ባሕርና ህንድ ውቅያኖስ የጠረፍ ከተሞች የሚሄዱት በንግድ መስመሮች ነው። ለምሳሌ በ1332 ዓ.ም. ዓምደ ጽዮን በይፋት ላይ ለመዝመት የተገደደው ሀቀዲን የተባለው የይፋት ገዢ የንጉሡን መልክተኛ አላሳልፍም ብሎ ስላሰረው ነበር። ዓምደ ጽዮን፣ ልብነ ድንግልና ሌሎችም ነገሥታት ሙስሊም ነጋዴዎችን ቀጥረው ያስነግዱ ነበር። ንግድ ስለተስፋፋ ብዙ የንግድ ከተሞች በየቦታው ተመሥርተው ነበር። ከነዚህ ውስጥ ሸዋ ውስጥ በራራ፣ ፈጠጋር ውስጥ ግንደበሎ፣ አማራ ውስጥ ዋሰል፣ አንጎት ውስጥ መናድለይ፣ ህንድ ውቅያኖስ ዳርቻ ዘይላ፣ ቀይ ባሕር ጠረፍ ላይ ምጽዋ፣ ወጅ ውስጥ ዊዝ፣ ዊዝ ገበያና ሱቅ ወይዘሮ ተጠቃሽ ናቸው።[88]

የኢትዮጵያ ወሰን መከበር እና የመንግሥት ኃይል ማንሠራራት ለኢትዮጵያ ቤተ ክርስቲያን መስፋፋት መልካም አጋጣሚ እንደፈጠረ ሁሉ የንግድ እንቅስቃሴ መጨመር በተመሳሳይ ለእስልምና ሃይማኖት መስፋፋት ጥሩ ዕድል ፈጥሮ ነበር። ሙስሊም ኢትዮጵያውያን ከክርስቲያኖች የበለጠ የንግድ ዝንባሌ እና ልምድ ነበራቸው። እስከ 19ኛው ምእት ዓመት አብዛኛዎቹ የኢትዮጵያ ነጋዴዎች ሙስሊሞች ነበሩ። ይህ እስልምናን ለማስፋፋት በጣም ረድቷል። በዚህ ምክንያት በኢትዮጵያ የንግድ ከተሞች ሁሉ እስልምና ተስፋፋ። ይህ ደግሞ በራራን፣ ባደቄንና ግንደበሎን ይጨምራል። በነዚህ ከተሞች የሚኖሩት ነጋዴዎች ከነገሥታቱ ጋር ጥብቅ ግንኙነት ነበራቸው። ለምሳሌ መናድለይ ከተባለ ከተማ የነበሩ ነጋዴዎች ከዓፄ ልብነ ድንግል ገንዘብ በአራጣ ተበድረው ይነግዱ ነበር። የነገሥታቱ ወኪል ሆነው እስከ ህንድ፣ ግብጽና ደቡብ አረቢያ ድረስ የሚነግዱ ሙስሊሞችም ነበሩ። እስልምና ነገሥታቱ በሚኖሩበት ከተሞች ሳይቀር የተስፋፋው በዚህ ምክንያት ነው።[89] ነገር ግን እስልምና እጅግ በጣም የተስፋፋው በግራኝ አህመድ ዘመን ክርስቲያኖችን በጦር ኃይልና በወረራ በማስለም እንደሆነ ይታወቃል። በሚቀጥለው ምዕራፍ እንደምናየው በራራ ከተማ ኢትዮጵያ በሁሉም መስክ ደርሳበት የነበረው የእድገት ደረጃ ነጸብራቅ ነው። በራራ የኢትዮጵያ ነገሥታት ዋና መቀመጫ መሆን ከ1270 ዓ.ም. የጀመረው የሁለት መቶ ዓመታት የታሪክ የለውጥ ሂደት ውጤትና የመጨረሻ መደምደሚያ ነው።

ማጠቃለያ

በመካከለኛው ዘመን የነበረው የኢትዮጵያ ሥርዓተ መንግሥት፣ ሃይማኖት፣ ባህል እና ሥነ ጽሑፍ ጥልቅ ታሪካዊ መሠረት አለው። የአክሱም የፖለቲካ ኃይል ተዳክሞ ቢወድቅም የአክሱም ሥልጣኔ አሻራ የሆኑት የክርስትና ሃይማኖት፣ የዘውድ ሥርዓት፣ ኪነ ሕንጻ፣ የግዕዝ ሥነ ጽሑፍ እና ሌሎችም የሰከኑት፣ ይበልጥ የተደላደሉት፣ ሥር የሰደዱት እና የተስፋፉት በዛጔ እና በሰሎሞናውያን ሥርወ መንግሥታት ነው። የአክሱም ሥልጣኔ መገለጫዎች ከማደጋቸውም በላይ በመካከለኛው ዘመን ዘርፈ ብዙ ለውጦች ነበሩ። የእስልምና ሃይማኖት የነጋዴዎች እና የጥቂት ልሂቃን እምነት ከመሆን አልፎ ሕዝባዊ የሆነው በዚህ ጊዜ ነው። የክርስትና ሃይማኖት የኢትዮጵያ ነገድ ተሻጋሪ ብሔራዊ የማንነት መገለጫ የሆነው በዚሁ ዘመን ነው። የአማርኛ ቋንቋ ከቀድሞው ዘመን በበለጠ የተስፋፋው፣ የዘመናዊ ኢትዮጵያ የግዛት መሠረት በጽኑ መሰረት ላይ የተጣለው፣ እስከ 1974 ዓ.ም. የዘለቀው የሰሎሞናውያን ሥርወ መንግሥት እና ኢትዮጵያዊ ጽዮናዊነት ርዕዮት የተጀመረው በዚሁ ዘመን ነው።

ነገር ግን የመካከለኛው ዘመን ብዙ ለውጦች ይዞ ቢመጣም ብዙ ነገሮች ለውጥ ሳይደረግባቸው ባሉበት ቀጥለዋል። አብዛኞቹ የተለያየ ቋንቋ ተናጋሪ ኢትዮጵያውያን በማዕከላዊ መንግሥት ጥላ ሥር እንደገና የተጠቃለሉትና በሂደትም ኢትዮጵያዊ የሆኑት የጥንት ርስታቸውን እንደያዙ ነው። በተጨማሪም የኢትዮጵያ መንግሥት፣ ቤተ ክርስቲያንና የአማርኛ ቋንቋ ስለአደጉ አንድ ወጥ የሆነ ባህል፣ ሃይማኖትና ቋንቋ ተፈጠረ ማለት አይደለም። የእስልምና ሃይማኖትም ከምዕራብ ቀይባሕር ጠረፉማና ቆላማ ቦታዎች ጀምሮ እስከ ምሥራቅ ኢትዮጵያ ደጋማ ስፍራዎች በአስደናቂ ፍጥነት የተስፋፋው በመካከለኛው ዘመን ነው። በዚሁ ዘመን በኢትዮጵያ ብዙ ኢአማንያን ነበሩ። እንደገና በኢትዮጵያ ማዕከላዊ መንግሥት ሥር ከሆኑም በኋላ የጥንቱ የሙስሊምና የኢአማንያን ባላባቶች ለኢትዮጵያ ንጉሥ እየገበሩ አውራጃዎቻቸውን ያስተዳድሩ ነበር። ስለዚህ ኢትዮጵያ ያልተማከለ አስተዳደር ያላት የኢአማኒያን፣ የክርስቲያኖችና የሙስሊሞች አገር ሆና ቀጥላለች።

በዚህ ምዕራፍ ስለቋንቋዎች ቤተሰብ፣ ተዛምዶ እና የለውጥ ግስጋሴ ባቀረብነው መረጃ መሠረት ስለኩሽ እና የሴማዊ ቋንቋዎች አመጣጥ በሰፊውም የሚነገረው የታሪካዊ ሥነ ልሳን ጥናቶች የማይደግፉት የነገድ ድርጅት መሪዎችና ፖለቲከኞች የፈጠሩት መሠረተቢስ ትርክት ነው። በኢትዮጵያም ሆነ በዓለም ታሪክ ቋንቋውን፣ ባህሉን፣ ማንነቱን እና ሃይማኖቱን ሳይቀይር የኖረ አንድ ወጥ ደም ያለው ሕዝብ የለም። ኩሽ የሚለው ስያሜ በሳይንሳዊ መርሕህ የተወሰነ፣ በድንጋይ ላይ የተጻፈ፣ ዘላለማዊ ነገር አይደለም። በምሁራን ስምምነት ተቀባይነት እንዳገኘ ሁሉ በምሁራን ስምምነት ወደፊት ሊቀየር የሚችል ነው። ኩሽ የሚባል ስያሜ የሚወክለው አንድ ወጥ ማንነት፣ ባህልና ደም ያለው ኢትዮጵያዊ ሕዝብ በታሪክ ባይኖርም በፖለቲከኞች ዘንድ ግን ቃሉ በዐይን የሚታይ፣ በእጅ የሚጨበጥና የሚዳሰስ፣ በጆሮ የሚሰማ ከጥንት ጀምሮ የነበር፣ ወደፊትም እንደጸና የሚኖር ቁሳዊ የሆነ ማንነት ተደርጎ ተፈጥሯል። የኦሮሞ የነገድ ፖለቲከኞች ያስተባበሩት የኩሽ ሕዝቦች ስብሰባም በቅርቡ በጅጅጋ መካሄዱ ይታወሳል። ኩሽ የሚለው ስያሜው በተለየ የተወደደበት ምክንያት በኦሮሞ ከብት አርቢ ጎሣዎች ፍልሰት ጊዜ ከዐፅመ ርስታቸው የተፈናቀሉ የኢትዮጵያ ነገዶች የባለቤትነት ጥያቄ እንዳያነሱ፣ አሁን ኦሮሞ የሰፈረበትን መሬት የግል ርስታቸው ለማድረግና ኢትዮጵያዊ

ማንነትን በኦሮሞ የበላይነት የመተካቱን ትግል ወደጥንታዊ የጋራ ማንነት የመመለስ ጥረት ለማስመሰል የተመረጠ የፖለቲካ ማታለያ ነው።

ማስታወሻዎች

1 Guidi, "Canzoni Geez-Amarina," 62.

2 Contenson, "Pre-Aksumite culture,"341-361; Phillipson, *Foundations of an African Civilisation*,1-100 and 209-244; Taddesse, *Church and State*, 9-68.

3 Cerulli, *La letteratura etiopica*, Chapters 3-7; Girma, *The Origin of Amharic*, 12-13;_Levine, *Greater Ethiopia*, 72-76; Taddesse, *Church and State*, Chapters 4 and 5.

4 Holcomb and Ibssa, *The Invention of Ethiopia*, 1-30. የተማሪ ፖለቲከኞች እና የነገድ ድርጅት መሪዎች በታሪክ ዙሪያ ስለፈጠሯቸው ትርክቶች የታሪክ ምሁራን ትችት ለማወቅ የሚከተሉትን ጥናቶች ያነቧል፦ McClellan, "Review of The Invention of Ethiopia," 125-12;Christopher, "Rewriting Ethiopian History," 37-54; Crummey, " Horn of Africa," 117-138; Triulzi, "Battling with the Past," 276-288.

5 Török, *Kingdom of Kush*,1-2; Lobban, *Historical Dictionary*, l-li, 235-236.

6 Török, *Kingdom of Kush*, 2; Ullendorff, *Ethiopia and the Bible*, 5-6.

7 Török, *Kingdom of Kush*, 101-102.

8 Smith, *Wretched Kush*, 1-2; Török, *Kingdom of Kush*, 68.

9 Lobban, *Historical Dictionary*, li, 161-162, 258-259; Török, *Herodotus in Nubia*, Chapter 2-5.

10 Kreuzer, *Bible in Greek*, 20-25; Norton, "The KJV at 400," 3-4.

11 Berry, *Sudan*, 7-14; Lobban, *Historical Dictionary*, 259.

12 ኦሮሚያ ባህልና ቱሪዚም ቢሮ፣ *የኦሮሞ ታሪክ፣* 46-58፤ Benti, *Oromo Indigenous Religion*, 46-47.

13 Merritt, *A Guide to the World's Languages*, vol. 1, 320-324.

14 Benti, *Oromo Indigenous Religion*, 46-47.

15 Benti, *Oromo Indigenous Religion*, 46-49, 288-303.

16 OMN: "የታሪክ ምሁሩ ፕሮፌሰር ህዝቄል ገቢሳ በኩሽ ህዝቦች መድረክ ላይ ያስተላለፉት መልዕክት።"

17 Török, *Kingdom of Kush*, 270-275.

18 Teresi, *Lost Discoveries*, Chapters 1-8.

19 ጌታቸው፣ *የአባ ባህርይ ድርሰቶች፣* 14፤ Bouanga, "Le Damot dans l'histoire de l'Éthiopie," 43, 91, 201; Crawford, *Ethiopian Itineraries*, 14, 15, 20; Derat, *Le domaine des rois éthiopiens,* 37, 46; Merid, "Political Geography of Ethiopia," 625, 627; *idem*, 'Southern Ethiopia," 36, 43.

20 ስለቤት ልሳናት አመዳደብ ግሩም ድንቅ አድርጎ ያብራራልኝ በዛ ተስፋው ነው። በዛ ያደረገልኝን የማይተካ ትብብር በደስታ ለመግለጽ እወድዳለሁ።

21 ግርማ፣ *ቋንቋ እና ነገድ በኢትዮጵያ፣* 12። ስለጋፋትና አገው ቀጥሎ ያለውን ይመለከቷል፦ Taddesse, "Processes of Ethnic Interaction and Integration," 5-18; *idem*, "Ethnic Interaction and Integration," 121-54.

22 ግርማ፣ *ቋንቋ እና ነገድ በኢትዮጵያ፣*12-13፣ 102-105፣ 132-135፣ 142-145።

23 Cambell, *Historical Linguistics*, 4-6, 108-1047, 173-176; Hale, *Historical Linguistics,* 225-240; Hock, *Principles of Historical Linguistics*, Chapters 17-19; Janda and Joseph, "On Language," 1-180; Rankin, "The Comparative Method," 183-212; Seuren, *Western Lingusistics,* Chapter 2.

24 Bomhard, *Toward Proto-Nostratic*1-6; *idem*, *Comprehensive Introduction*; Bomhard and Kerns, *Nostratic Macrofamily*, chapter 9; Ivanov, *Indo-European and the Indo-Europeans*, Chapter 7.

25 Childs, *An Introduction to African Languages*, 14-38; Dimmendaal, *Historical Linguistics*, 3-22.

26 Igor, "A Proto-Afrasian and Old Akkadian, 1-133; *idem*, "Some Reflections on the Afrasian Lingustic Macrofamily," 293-294.

27 Frajzyngier and Shay, "Introduction," 1-17.

28 Bernal, Black Athena, 3 vols; Ehret, Reconstructing Proto-Afroasiatic.

29 Bernal, *Black Athena*, vol.1, 11; and *idem*, *Black Athena* vol. 3, 58-89; Blench, *Archaelogy*, 82-98; McCall, "The Afroasiatic Language Phylum," 139-144.

30 Campbell and Mixco, *Glossary of Historical Linguistics* 5; Hetzron, "The Limitis of Cushitic" ; Blench, *Arachaelogy*, 84-85.

31 *ግርማ፣ ቋንቋ እና ነገድ በኢትዮጵያ፣* 142–145፤ Hudson, "Language Classsification," 119-166.

32 Girma, *Origin of Amharic*, Chap 5; *idem*, "Ethio-Semitic Languages," 60-70; Hudson, "*Ethiopian Semitic archaic heterogeneity*," 1765-1776 ; *idem*, *Northeast African Semitic-Lexical Comparisons*, 1-2 and 8.

33 Girma, *Origin of Amharic,* 123-127; *idem*, "Ethio-Semitic Languages," 59-70; and Hudson, *Northeast African Semitic-Lexical Comparisons,* 36-52; *idem*, "Ethiopian Semitic Overview," 75-86.

34 Girma, *Origin of Amharic,* Chapter 6.

35 ዝኒ ከማሁ፣ 132-142.

36 Hudson, *Northeast African Semitic-Lexical Comparisons*, 32.

37 Girma, *Origin of Amharic*, 129-135.

38 Bowersock, *Throne of Adulis*, 46-48; Kobishchanov, *Aksum* , 41-73; Phillipson, *Foundations of an African Civilisation,* 69-78; Sergew, *Ancient and Medieval Ethiopian History*, 62-80, 123-132; Stuart, *Aksum*, chapters 2, 5 and 9.

39 Anfray, "Civilization of Aksum," 375-378; Kobishchanov, "Aksum," 383-386; Phillipson, *Foundations of an African Civilisation,* 51-57, and 79-90.

40 Phillipson, *Foundations of an African Civilisation,* 227-228; Sergew, *Ancient and Medieval Ethiopian History*, chapters 10 and 11; Taddesse, *Church and State*, 53-64.

41 Conti Rossinil, "La caduta della dinastia Zague," 280-296.

42 Cerulli, *La letteratura etiopica*, 82-93.

43 Kobishchanov, *Aksum*, 193-198, 240-241.

44 Munro-Hay, "Coronation of the Emperors of Ethiopia," 177-194.

45 Tafla and Scholler, *Serata Mangest*, 19-20; Varenbergh, "Studien zur abessinischen Reichsordnung," 16.
46 Getatchew, "From the Markets of Damot to that of Barara," 176.
47 Chaillot, *Ethiopian Orthodox Tewahedo Church Tradition*, 71-100; Isaac, *Ethiopian Orthodox Tawahido Church* , chapters 2 and 12; Phillipson, *Foundations of an African Civilisation,*79-90, 91-106.
48 Kobishchanov, *Aksum*, 138-142, 242-246; Phillipson, *Foundations of an African Civilisation,* 51-57, 229-238; Isaac, *Ethiopian Orthodox Tawahido Church,* chapter 11.
49 Taddesse, *Church and State*, chapter 4; *idem*, Taddesse, "The Abbots of Däbrä Hayq," 95-96.
50 Getatchew, EMML 1832, Arba'ettu Wangel, 297.
51 Guidi, "Canzoni Geez-Amarina," 62.
52 Getatchew, EMML 1832, Arba'ettu Wangel, f226b-228b.
53 Guidi, "Canzoni Geez-Amarina," 57; Marrassini, *Lo Scettro e la Croce*, 106, 206; Taddesse, *Church and State*, 153.
54 Hersi, "The Arab Factor in Somali History," 117.
55 Cerulli, "Ethiopia's Relations With the Muslim World," 577-578.
56 Guidi, "Canzoni Geez-Amarina," 56–58; Taddesse, *Church and State*, 204.
57 Derat, *Le domaine des rois éthiopiens*, chapters 3 and 6; Lusini, *Studi sul Monachesimo*, chapters 2-4;
58 Getatchew, EMML 1834, Gadla Qedusan, Hayq Estifanos, f86a. ተክለ ሃይማኖት በዳሞት ስላደረገው ሐዋሪያዊ ስራ በገድለ ቅዱሳኑ ላይ የተጻፈውን የሰጠኝ ጌታቸው ኃይሌ ነው። ላደረገልኝ ትልቅ ውለታ ጌታቸውን በደስታ አመሰግናለሁ።
59 Getatchew, EMML 1834, Gadla Qedusan, Hayq Estifanos, f87b.
60 ዝኒ ከማሁ፣ f92a.
61 Getatchew, EMML 1832, Arba'ettu Wangel, Hayq Estifanos, f29a.
62 Getatchew, EMML 1832, Arba'ettu Wangel, Hayq Estifanos, f26b.
63 Täklä Iyäsus, *Goğğam Chronicle*, 166.
64 Derat, *Le Domaine des rois éthiopiens*, 124-136; Bouanga, "Damot," chapter 5; Taddesse, "Ethnic Interaction and Integration," 121-154.
65 Turaiev, *Gadla Aron*, 198-199.
66 *ድርሳነ ዑራኤል*፣ 282-283። ስለደብረ ሊባኖስ ገዳም መነኮሳትን ሐዋርያዊ ስራ ይኸን ይመለከቷል፡- Derat, *Le Domaine des rois éthiopiens,* 120-136.
67 Merid, "Southern Ethiopia," 42-45. ኦሮሞዎች በ16ኛው ምእት ዓመት በደዋሮ በሰፊው በመስፋራቸው ምክንያት ነባሩ የአማራ ሕዝብ ከስፍራ ስሞች በቀር ከደዋሮ ሙሉ በሙሉ ጠፍቶ ነበር። ስለዚህ የሚከተለውን ምንጭ ይመለከቷል፣ d'Abbadie, *Géographie de l'Ethiopie,* vol. 1, 312.
68 Getatchew, EMML 1834, Gadla Qedusan, Hayq Estifanos, 86b and 87b.
69 Conti Rossinil, "La caduta della dinastia Zague," 296.
70 Conti Rossini, "Gadla Anorewos,"1-16; Derat, *Le Domaine des rois éthiopiens,* 120-136; Taddesse, "Ethnic Interaction and Integration," 130; *idem*, *Church and State in Ethiopia*, 176.

71 ጌታቸው፣ የአባ ባህርይ ድርሰቶች፡ 14። Derat, *Le domaine des rois éthiopiens*, 121, 126, 128, 136, 214; Taddesse, *Church and State*, 65, 133, 267.

72 Landor, *Across Widest Africa,* vol. 1, 67-69.

73 Chaillot, *Ethiopian Orthodox Tewahedo Church*, 71-100.

74 Guidi, "Le Canzoni Geez-Amarina," 56.

75 Caquot, "Note sur Berber Māryām"; Bureau, "Note sur Les Eglises du Gamo," 295-303; Derat, *Le Domaine des rois éthiopiens*, 79-80.

76 ጌታቸው፣ የአባ ባሕርይ ድርሰቶች፡ 33-94.

77 ዝኒ ከማሁ፣ 36.

78 Zär'a Ya'qob, *Epistle of Humanity*; *idem, Mäs'hafä Melad*; *idem*, *Mäs'hafä Berhan*.

79 Brooks, *Modern Translation of the Kebra Nagast*, 23-45.

80 Budge, *Book of Alexander*; Homer, *Illiad*; Niane, *Sundiata.*

81 Levine, *Greater Ethiopia*, 100-108.

82 Crummey, "Ethiopia in the Early Modern Period," 193.

83 Brooks, *Modern Translation of the Kebra Nagast,* 9, 14, 38-39, 60-68, 121-122, 129-130, 173; Levine, *Greater Ethiopia*, 101-104.

84 Marrassini, *Lo Scettro e la Croce*, 52.

85 Yohannis IV to Victoria, 7 Decemeber 1875, in *Acta Aethiopica,* Volume 3, ed. Rubenson, 196-197.

86 Crummey, "Imperial Legitimacy," 28-29.

87 ዓለሙ ኃይሌ፣ የዓፄ ሠርፀ ድንግል ዜና መዋዕል፣ 22–24። Abir, *Ethiopia and the Red Sea*, 42-55; Conti Rossini, *Historia regis Sarsa Denegel*, 22-24; Taddesse, *Church and State,* 94-98, 126–131, 135–141.

88 Abir, *Ethiopia and the Red Sea*, 1-18; Alvares, *Prester John of the Indies*, vol. 1, 187-188,251; Pankhurst, *History of Ethiopian Towns*, 35-65; Taddesse, *Church and State*, 80-89, 139–140; Uṯmān, *Futūḥ al-Ḥabaša,* 37-39, 57-58, 176–177,182, 283, 293, 296, 332, 334, 344.

89 Alvares, *Prester John of the Indies,* vol. 1, 187-188; Pankhurst, "Muslim Commercial Towns," 111-130; Taddesse, *Church and State*, 88; Uṯmān, *Futūḥ al-Ḥabaša,* 37–38, 57–58, 172-173, 185-186.

ምዕራፍ ሦስት በራራ፡- ከዓፄ ዳዊት (1382-1413) እስከ ዓፄ ልብነ ድንግል (1508-1540)

"እስመ ሸዋ ሀገረ መንግሥት ይእቲ።"[1]
"ሸዋ የመንግሥት አገር ናት።"

ወበጽሑ ኀበ ጳጳስ ወነገርዎ ዘከመ ለአኮሙ ንጉሥ ወገብሩ ጉባዔ በይእቲ ሀገር መካነ ጳጳስ እንተ ትሰመይ በራራ።[2]
ከጳጳሱ ዘንድ መጥተው ንጉሡ የላካቸውን ነገሩት። በራራ በምትባለው በጳጳሱ መካን ጉባዔ አደረጉ።[3]

በሰሎሞናውያን ዘመን ቤተ አማራና ሸዋ የኢትዮጵያ የሃይማኖት፣ የአስተዳደር፣ የኢኮኖሚና የፖለቲካ ማዕከል ሆነው ነበር። በተለይም ሸዋ ከዓፄ ይኵኖ አምላክ ጀምሮ እስከ ዓፄ ሠርፀ ድንግል (1563-1597) ዘመነ መንግሥት ድረስ ባሉት 327 ዓመታት የኢትዮጵያ መንግሥት መቀመጫ ነበር።[4] ገድለ መርቆሬዎስ "መንግሥት ከሸዋ ሀገር በጸጋ ሳለች ("በጸጋ እንዘ ሀለወት መንግሥት በብሔረ ሸዋ") ሲል የሸዋን ማዕከላዊነት ያመለክታል።[5] አባ መርቆሬዎስ ትግሬ ውስጥ የሚገኘውን የደብረ ድማህ ገዳም የመሠረተ ጻድቅ ነው። መርቆሬዎስ የኖረው በ14ኛው እና በ15ኛው ምእት ዓመታት ሲሆን ያረፈው በ1419 ዓ.ም. ነው። ጻድቁ የዓፄ ዳዊት ወዳጅ እንደነበረ እና ለመሠረተው ገዳም ንጉሡ ብዙ የጉልት መሬት እንደሰጠው ለጻድቁ የተጻፈው ገድል ያስረዳል።[6] የዓፄ ሠርፀ ድንግል ታሪከ ነገሥት ጸሐፊ በበኩሉ ሸዋን "የመንግሥት አገር" ይለዋል።[7] ይህ ታሪከ ነገሥት የተጻፈው መርቆሬዎስ ከአረፈ ቢያንስ ከ173 ዓመት በኋላ ነው። ይህ በመንግሥት ሰዎች እና በታሪከ ነገሥት ጸሐፊዎች ዘንድ ሸዋ የመንግሥት ማዕከል ሆኖ መታየቱን እስከ 16ኛው ምእት ዓመት መጨረሻ አካባቢ እንደቀጠለ ያስረዳል። ሸዋ ውስጥ ለኢትዮጵያ ነገሥታት እና ጳጳሳት በዋና መዲናነት ለረጅም ጊዜ ያገለገለው የበራራ ከተማ ነው። በራራ ቢያንስ ከ14ኛው ምእት ዓመት መጨረሻ ጀምሮ እስከ 1531 ዓ.ም. ድረስ የኢትዮጵያ የጳጳሳቱ እና የነገሥታቱ ዋና መዲና ነበር።

በዚህ ምዕራፍ ሦስት አርእስተ ጉዳዮች እንዳስሳለን። መጀመሪያ በሸዋ ውስጥ ነገሥታቱ የከተሙባቸውን ዋና ዋና ስፍራዎች በአጭሩ እናያለን። በሁለተኛው ክፍል ስለበራራ ከተማ አመሠራረትና እድገት እናያለን። ይህ ክፍል ለበራራ ከተማ ማደግ እና መዲና መሆን አስተዋጽኦ ባደረጉት መልክአ ምድራዊ፣ ፖለቲካዊ፣ አስተዳደራዊ እና

ኢኮኖሚያዊ ምክንያቶች ላይ ትኩረት ያደርጋል። በራራ ለከተማነት የተመረጠበት አንዱ ምክንያት ለኑሮ ተስማሚ ስለሆነ ነው። በተጨማሪም በራራ የጳጳሳቱ እና የነገሥታቱ መቀመጫ መሆኑ ለከተማው መጽናት እና እድገት ከፍተኛ አስተዋጽኦ አድርጓል። የጳጳሱ እና የንጉሡ በበራራ መገኘት ከተማውን የአስተዳደር ማዕከል እንዲሆን ረድቷል። የአስተዳደር ማዕከል መሆኑ ደግሞ የቤተ መንግሥት ሰዎች እና ቤተሰባቸው፣ የሃይማኖት መሪዎች እና አገልጋዮች ከነቤተሰባቸው እንዲሁም ለንጉሡ የዕደ ጥበብ ሥራ የሚሠሩ የእጅ ባለሙያዎች በራራ ከተማ በቋሚነት እንዲሰፍሩ ምክንያት ሆነ። በራራ በንግድ መስመር ላይ መገኘቱ ለከተማው መመሥረት እና ማደግ ሌላው ምክንያት ነው። በራራ የንግድ ከተማ በመሆኑ ምክንያት ከተለያዩ የአውሮፓ፣ የመካከለኛው ምሥራቅ እና የእስያ አገሮች የመጡ ነጋዴዎች እና የጥበብ ሰዎች ይኖሩ ነበር። ሦስተኛው ክፍል በበራራ እና በአካባቢው ተሠርተው ስለነበሩ አብያተ ክርስቲያን እና አብያተ መንግሥት ያገኘነውን መረጃ እናቀርባለን።

ብዙዎቹ የታሪክ ምሁራን የመካከለኛው ዘመን የኢትዮጵያ ነገሥታት ተዘዋዋሪ እንጂ ቋሚ መዲና አልነበራቸውም ይላሉ። ይህን ሀሳብ ለመጀመሪያ ጊዜ የሰነዘረው ማይክል ሆርቫዝ እንደማስረጃ የሚያቀርበው ነገሥታቱ አለማቋረጥ ከቦታ ቦታ መንቀሳቀሳቸውን ነው።[8] ስለበራራ ከተማ ታሪክ ያገኘናቸው እጅግ ብዙ የታሪክ ምንጮች በመካከለኛው ዘመን ኢትዮጵያ የረጋ መዲና አልነበራትም የሚለው ድምዳሜ በአሁኑ ጊዜ ተቀባይነት እንደሌለው ያረጋግጣሉ። በ15ኛው እና በ16ኛው ምእት ዓመታት የተጻፉ የታሪክ ምስክሮች በማያሻማ ሁኔታ እንደሚያስረዱት በራራ ከዓፄ ዳዊት ጀምሮ እስከ ዓፄ ልብነ ድንግል ዘመን ጀምሮ የኢትዮጵያ፣ የነገሥታቱ እና የጳጳሳቱ መዲና በመሆን አገልግላለች። በእርግጥ ነገሥታቱ ከቦታ ቦታ ይንቀሳቀሱ ነበር። ሆኖም ግን የነገሥታቱ መንቀሳቀስ ቋሚ መዲና እንደሌላቸው ማሳያ ሊሆን አይችልም። በደምብ የሚታወቀው የጎንደር ከተማ ታሪክ ለዚህ ጥሩ ምሳሌ ነው። ጎንደር ቋሚ ከተማ ቢሆንም ነገሥታቱ ከቦታ ቦታ መንቀሳቀስ አላቆሙም ነበር። ከጎንደር በተጨማሪ ነገሥታቱ በበጋ ወራት የሚቀመጡበት በጌምድር ውስጥ አሪንጎ አቦ እንዲሁም ጎጃም ውስጥ ይባባ የሚባሉ ከተሞች ነበሯቸው። በእነዚህ ከተሞች ወሳኝ የሆኑ የሃይማኖት ጉባዔዎች ሳይቀር ይካሄዱባቸው ነበር።[9] ነገሥታቱ አንዴ ይባባ ሌላ ጊዜ አሪንጎ እንደገና ጎንደር ያለማቋረጥ ቢንቀሳቀሱም ጎንደር ዋና መዲናቸው ነበር። ነገሥታቱ በአሪንጎ፣ በይባባ እና በጎንደር ያለማቋረጥ ቢንቀሳቀሱም የጎንደርን ዋና መዲናነት የማይቀበል የውጭ አገርም ሆነ የአገር ውስጥ የታሪክ ጸሐፊ የለም። የመካከለኛው ዘመን የበራራ ታሪክም ከጎንደር ታሪክ ጋር ተመሳሳይ ነው። ነገሥታቱ በተለያየ ስፍራ በሚገኙ ከተሞች እየተዘዋወሩ ቢያሳልፉም ዋና ከተማቸው ግን በራራ ነበረች።

3.1 በራራ፣ አምባ እሥራኤል እና የረር

የበራራ የነገሥታቱ እና የጳጳሳቱ ዋና መቀመጫ መሆን ይኩኖ አምላክ የኢትዮጵያ ንጉሥ መሆኑን ተከተሎ የመጣው የፖለቲካ ለውጥ አካል ነው። ሸዋና ቤተ አማራ በሰሎሞናውያን ነገሥታት ዘመን የነገሡትም ሆነ ለንጉሥነት የሚታጩት ዋና መኖሪያ አውራጃዎች ነበሩ። አምባ ነገሥት ተራራ ቅባ መንግሥት ተቀብተው፣ ዘውድ ጭነው የሚያስተዳድሩት ነገሥታት ሸዋ ሲከትሙ[10] የነገሥታቱ ወንድሞችና ልጆች ደግሞ ቤተ አማራ ውስጥ አምባ እሥራኤል (ያሁኑ አምባሰል) በግዞት ይኖሩ ነበር። እስከ 15ኛው

ምእት ዓመት መጨረሻ አጋማሽ ድረስ በአጠቃላይ 590 የነገሥታቱ ልውላን አምባ እሥራኤል በግዞት ይኖሩ ነበር።[11] ቤተ አማራ ለልውላኑ መኖሪያ የተመረጠበት ምክንያት ለነገሥታቱ ባለው ቅርበት ነው። በዚሁ አውራጃ ውስጥ መካነ ሥላሴ በተባለ ልዩ ስፍራ ተወልዶ ያደገው አባ ጎርጎሬዎስ ለጀርመናዊው ለኢዮብ ሉዶልፍ የጻፋቸው ደብዳቤዎች ይህን በደንብ ያሳያሉ። ጎርጎሬዎስ በምናኔ ወደኢየሩሳሌም ከዚያም ወደአውሮፓ የሄደው በ17ኛው ምእት ዓመት ነው። በእርሱ አገላለጽ ቤተ አማራ የመኳንንቱና የነገሥታቱ የትውልድ አገራቸው፣ ለመላው ኢትዮጵያ ወግ የሚወጋበት፣ ደንብ የሚደነባበትና ሕግጋት የሚደነገጉበት ማዕከል የሆነ አውራጃ ነው ይላል ("ወስመ ሀገርየ ይሰመይ አምኃራ ዘእምኔሁ ይወፅኡ ነገሥታት ወመኳንንት ወኵሎሙ ሕግጋት ወሥርዓታት ሠናያን")።[12] ጎርጎሬዎስ ሌላ ቦታ ደግሞ የሚከተለውን ጽፏል፡-

> አሕጉራትሂ እምድኅሀረ ሰዋኬን ይትብሀል ትግሬ ፩ መንግሥት ውዕቱ ዘቦቱ ሀሎ ፩ ደጅ አዝማች ዘውዕቱ ዘበታህቴሁ ሀለው ፵ወ፬ አርእስተ ሀገር ዐቢያን እለ የሀውሩ ምስለ መጠቅዕት ወአቅርንታት እለ ይትነፋሁ በቅድሜሆሙ። ወእምድኅሬሁ ይትበሀል ስሜን፤ ወእምዝ ደምበያ ዘውእቱ ታእከሁ ለንጉሥ። ወእምዝ ይብሀል በጌምድር፤ወእምኔሁኒ አምኃራ ውእቱ፤ መካነ ሙላዶሙ ለነገሥታት ወመኳንንት ዐቢያን ወታእከሂ ዘነገሥታት ቀዳማውያን ውእቱ፤ ሊቃውንትሂ ወደራስያን መናብርትሂ ወመጋብያነ መንግሥት ይወጽኡ እምኔሁ።[13]
>
> <u>ትርጉም</u>
>
> ከሰዋኪን በኋላ ያለው አገር ትግሬ ይባላል። ይህ የ1 ደጅአዝማች ግዛት ነው፣ በሥሩም በፊታቸው መለከቶች እና ቀንዶችን እያስነፉ የሚሄዱ 44 አበይት ባለሥልጣናት አሉ። ከዚያ በኋላ ያለው ስሜን ይባላል። ከዚያም ደምብያ ንጉሡ የከተመበት ነው። ከዚያም በጌምድር ይባላል። ቀጥሎም የነገሥታቱ እና የታላላቅ መኳንንት የትውልድ ስፍራቸው፣ የቀድሞ ነገሥታት ማዕከል አምሃራ ይገኛል። ሊቃውንቶችና ደራሲያን፣ ወንበሮች (ዳኞች)፣ የአገሪቱ የመንግሥት ባለሥልጣኖች የመጡት ከዚህ ነው።

ጎርጎሬዎስ የኢትዮጵያን ዋና ዋና አውራጃዎች ከትግሬ ጀምሮ ይዘረዝራል። ከነዚህም ወስጥ ቤተ አማራ አንዱ ነው። ጎርጎሬዎስ በኢትዮጵያ ማዕከላዊ ከሆነው አውራጃ ከቤተ አማራ መወለዱን ይናገራል። ቤተ አማራ ስለነበረው ታሪካዊ ሚና የተናገረው ትክክል ነው። ቤተ አማራ የነገሥታቱና የሊቃውንቱ የትውልድ አገር ነው። እላይ እንደተገለጠው የነገሥታቱ ወንድ ልጆችም መኖሪያቸው እዚሁ ነበር።

ምንም እንኳ ቤተ አማራ የነገሥታቱ የትውልድ አገራቸው ቢሆንም ዋና መናገሻቸው ግን የሚገኘው ሸዋ ነበር። በራራ ከመመሥረቷ በፊትም ሆነ ከተመሠረተች በኋላ ነገሥታቱ የከተሙባቸውና ቤተ መንግሥት የሠሩባቸው ሌሎች ብዙ ስፍራዎች ነበሩ። ከነዚህም ከተሞች መካከል የረር በዋናነት ተጠቃሽ ነው። ስለየረር ያገኘነው ጥሩ መረጃ ገድለ መርቆሬዎስ ነው። ገድሉ የረርን ደጋግሞ ያነሳታል። ዓፄ ዳዊት የጻድቁ የአባ መርቆሬዎስ ወዳጅ እንደሆነና ንጉሡም ጻድቁ ለመሠረተው ገዳም የሰጣቸውን የጉልት መሬቶች ገድሉ ይዘረዝራል።[14] በገድሉ መሠረት ዓፄ ዳዊትን ጨምሮ ከዓፄ ይኵኖ አምላክ ቀጥሎ የነገሡት ብዙዎቹ ነገሥታት በየረር እንደከተሙ ያስረዳል። በተጨማሪም በ19ኛው ምእት ዓመት በትውፊት ላይ ተመስርቶ የተጻፈው ድርሳነ ዑርኤሉ የረር የኢትዮጵያ ማዕከል ነበር ይላል፡-"እስመ ደብረ የረር ማዕከሌሃ ለኵላ አኅጉራተ ኢትዮጵያ እንተ ይእቲ ዓሥራት ዘእግዝእትነ ቅድስት ድንግል ማርያም ወላዲተ አምላክ"[15]("ይች የየረር ተራራ አምላከን የወለደች የእመቤታችን ቅድስት ድንግል ማርያም ዓሥራት

ከመሆኗም በላይ ለኢትዮጵያ አገሮች ሁሉ ማዕከላዊ ናትና")። የገድለ መርቆሬዎስ ጸሐፊ ጸድቁ ወደየረር ከተማ ስላደረገው ጉዞና ስለየረር ማዕከላዊነት የጻፈውን ቀጥሎ ጠቅሰነዋል፡-

<u>ገድለ መርቆሬዎስ</u>
ዘከመ ሆረ ሀበ ጳጳስ ዘስሙ ወልደ ጴጥሮስ እልቀብቀሊስ በጺጋ እንዘ ሀለወት መንግሥት በብሔረ ሽዋ ወትዕይንትኒ ስማ ኤረር ወእንዘ ነገሥታቲነ ቅድመ አሰገድ ሕዝብ አሰገድ ጽንፍ አርዓድ እሉ ነግሡ ፭ተ ዓመተ በበዕብሬቶሙ። ወእምዝ ወጽአ መርቆሬዎስ እምገዳመ ቃሔን። [...] ወተንሥኡ ወበጽኡ ውስተ ፈለግ ዘስሙ በሽሎ ወሀደሩ ውስተ ጽንፉ ወበጽባህ አደው ፈለገ በሽሎ ወበጽሁ ምድረ አምሃራ ወኀደሩ በመለከ ሳንቃ ወእምዝ ተንሥኡ ወሆሩ ውስተ ምድረ ትሎማ ወአሰንበቱ ወበ ፩ ወርሀ እምዘ ተንሥኡ በጽሁ ምድረ ሽዋ ወቦኡ ውስተ ትዕይንት ዘስማ ኤረር እንዘ ንጉሥ ጽንፍ አርዓድ ወርዕሰ ሠራዊት ድልነዓድ ወንግሥት ብእሲተ ንጉሥ ድል ሞገሣ ወወርኁ ዘበጽሁ ቦቱ ወርሀ የካቲት።[16]

<u>ትርጉም</u>
ከዚያም መንግሥት ከሸዋ ሀገር በጺጋ ሳለች ስሙ ወልደ ጴጥሮስ እልቀብቀዲስ የተባለ ጳጳስ ካለባት፣ ቅድመ አሰግድ፣ ሕዝበ አሰግድ፣ ጽንፈ አርዓድ የተባሉ ነገሥታቶቿም እያንዳንዳቸው አምስት፣ አምስት ዓመታት ከነገሡባት የከተማዋ ስም ኤረር ከተማ ተነስቶ ሄደ። [...] ጉዞ ጀምረውም ስሙ በሽሎ ከተባለ ወንዝ ደረሱ። ከወንዙ ዳርም አደሩ። በበነጋታውም የበሽሎን ወንዝ ተሻገሩ። የአምሃራ ምድር ላይ ደርሰው በመለከ ሳንቃ አደሩ። ከዚያም በኋላ ትሎማ ወደሚባል ምድር ተነስተው ሄዱ። ሰነበቱም። በተነሱ በ1ኛውም ወር ሽዋ ሀገር ደረሱ። ኤረር ከምትባል ከተማም ገቡ። የከተማዋ ንጉሥ ጽንፈ አርአድ፣ የሠራዊቱ አለቃ ድልነአድ፣ ንግሥቷም የንጉሡ ሚስት ድል ሞገሣ ሳሉ ኤረር ከምትባል ከተማ ገቡ። የደረሱበት ወርም የካቲት ወር ነበር።[17]

በገድለ መርቆሬዎስ ላይ የተዘረዘሩት ነገሥታት ማለትም ቅድመ አሰግድ፣ ሕዝበ አሰግድ እና ጽንፈ አርአድ በነገሥታት ዝርዝር ላይ ይገኛሉ። ሁሉም የንጉሥ ያግባ ጽዮን (1270-1292) ልጆች ሲሆኑ ለአጭር ጊዜ በመፈራርቅ ከ1292-1296 የረር ላይ ነግሠዋል። በ19ኛው ምእት ዓመት ሸዋ ውስጥ የነበረው ጣሊያናዊ አሳሽ እንጦኒዮስ ቸኪ የረርን ጎብኝቶ ነበር። ስፍራውን በጎበኘበት ወቅት የረር ውስጥ ዓፄ ሰይፈ አርአድ (1344-1372) ከትሞበት እንደነበረ በወቅቱ የሚነገር ትውፊት እንደነበረ መዝግቦታል። በተመሳሳይ ዘመን ሸዋ የነበረው ፈረንሳዊው አንቷን ዳባዲ ዓፄ ዘርዓ ያዕቆብ የረር ሮጌ ተራራ አቅራቢያ ከትሞበት ስለነበረው ስፍራ በአካባቢው ሰዎች የሚነገረውን ትውፊት መዝግቦታል።[18] በየረር አካባቢ የተገኙት የጥንት አብያተ ክርስቲያንና ቤተ መንግሥቶች ፍርስራሾች የትውፊቱን ታማኝነት ይጨምሩታል። በተለይም በደብረ ዘይት አቅራቢያ የሚገኘው ግምብ ቴዎድሮስ አካባቢ የተገኙት የቤተ ክርስቲያን እና የቤተ መንግሥት ፍርስራሾች የረርን እና አካባቢውን ነገሥታቱ ይከትሙበት እንደነበረ ተጨማሪ ማስረጃ ናቸው።[19]

የረር እስከ ዓፄ ዳዊት ዘመን ድረስ የነገሥታቱ መቀመጫ ሆኖ እንደቀጠለ የገድለ መርቆሬዎስ ጸሐፊ ይመሰክራል። በኋላ ዘመን የተጻፈው ድርሳነ ራጉኤል የረርን "የዳግማዊ ዳዊት የፍትሕ ከተማ" ("ከተማ ጽድቁ ለዳግማዊ ዳዊት") ይላታል።[20] በራራ ከተመሠረተችም በኋላ የረር የነገሥታቱ ስፍራ እንደሆነ መቀጠሉን መረጃዎች ያሳያሉ። አረብ ፈቂህ የረርን በስም ባይጽፈውም የዱከም ወንዝ በሚመነጭበት በየረር ተራራ

አቅራቢያ ባደቄ በሚባል ቦታ ዓፄ ልብነ ድንግል ቤተ መንግሥት እንደነበረው እና በግራኝ ወረራ ዘመን ሲቃጠል ማየቱን ጽፏል።[21] እነዚህ ሁሉ ምስክሮች የሚያሳዩት የረር በራራ ከመመሥረቱ በፊትም ሆነ ከተመሠረተ በኋላ ነገሥታቱም ይቀመጡበት እንደነበረ ነው። በራራ በቋሚነት ዋና ከተማ ሆና ስታገለግል የረር እና ሌሎቹ ከተሞች ነገሥታቱ የተወሰኑ ወራትን ያሳልፉባቸዋል።

3.2 አመሠራረትና እድገት

በራራ የኢትዮጵያ የነገሥታቱ እና የጳጳሳቱ ዋና መቀመጫ በመሆን ከዓፄ ዳዊት (1382-1413) ጀምሮ እስከ ዓፄ ልብነ ድንግል (1508-1540) ከመቶ ዓመት በላይ አገልግላለች። ስለከተማዋ ቀጥተኛ ያልሆነ የመጀመሪያው የጽሑፍ ምስክር በግንቦት ወር 1375 ዓ.ም. በዓፄ ንዋየ ማርያም (1372-1382) ዘመነ መንግሥት በአረብኛ የተጻፈ የጉልት መዝገብ ነው። ጉልቱ የተጎለተው የሐይቅ እስጢፋኖስ ካህን ለነበረው ለአቃቤ ሰዓት ሕዝበ ጽዮን (?- 1375- ?) ነው። የጉልት መሬቱን ለሕዝበ ጽዮን የጎለተው ደግሞ በዘመኑ የነበረው "መተርጉም/ተርጓሚ" የሚል ቅጽል ስም የተሰጠው ዳግማዊ አቡነ ሰላማ (1348-1388) ነው።[22] አቃቤ ሰዓት ሕዝበ ጽዮን እንዲሁም አብረውት የነበሩት ቄሰ ገበዝ ቀውስጦስ እና አፈ አቃቤ ሰዓት ቡዝ ጉልቱ የተጎለተበትን የሥሪት መዝገብ የጻፉት "ከጳጳሱ መካን" (*"el kalaya el motrabolodesya bezesab el Kess el mokaram"*)[23] ሄደው እንደሆነ ራሱ የሥሪቱ መዝገብ ይናገራል።[24]

ጌታቸው ኃይሌ "መካነ ጳጳስ" የተባለው ቦታ በራራ እንደሆነ በዚሁ ከተማ ውስጥ ስለነበረው ንግድ በ15ኛው ምእት ዓመት በተጻፈ ሰነድ ላይ ባቀረበው ጥናት ጽፏል። ጌታቸው እንዲህ ይላል፡-

> But it must have been the city where the residence of the metropolitan, *al-Qallāyah al-Matrābulīdasiyya*, was located during the reign of Dawit (1382-1413). One of the Geez sources calls it, in fact, *Mäkanä Pappas*.[25]
>
> ትርጉም
> ነገር ግን ከተማዋ በዳዊት (1382-1413) ዘመነ መንግሥት የጳጳሱ መኖሪያ መካነ ጳጳስ በተባለው ስፍራ ላይ የምትገኝ መሆን አለባት። በእርግጥም ከግዕዝ ምንጮች ውስጥ አንደኛው *መካነ ጳጳስ* ይላታል።

ጌታቸው የሥሪት መዝገቡ የተጻፈው በራራ ከተማ ይሆናል ብሎ አስተያየቱን የሰነዘረው "መካነ ጳጳስ" የሚለው ስፍራ በሰነዱ ስለተጠቀሰ ነው። የጌታቸውን አስተያየት ላለመቀበል ምንም ምክንያት የለንም። ምክንያቱም በ15ኛው እና በ16ኛው ምእት ዓመታት የተጻፉ መረጃዎች 'መካነ ጳጳስ' እና 'መካነ ነገሥት' የሚሉት በራራን ብቻ ነው። ለምሳሌ በዘርዓ ያዕቆብ ዘመን ከነበሩት አባ ሚካኤልና አባ ገብርኤል ከተባሉት የግብጽ የኢትዮጵያ ቤተ ክርስቲያን ጳጳሳት የአባ ገብርኤል መቀመጫ በራራ እንደነበረ ለደቂቀ እስጢፋኖሶች ከተጻፉት ገድላት ማወቅ ይቻላል።[26] ከዚህ በመነሳት በራራ ቢያንስ ከንዋየ ማርያም ቀጥሎ ከነገሠው ከዳዊት ጀምሮ የነገሥታቱ እና የጳጳሳቱ መቀመጫ ነበረች ማለት ይቻላል።

በራራ ለመዲናነት የተመረጠችበትን ምክንያት የሚያስረዳ የተጻፈ መረጃ አላገኘንም። የበራራ አመሠራረት ታሪካቸው በተሻለ ከሚታወቁት ከተሞች ጋር ተመሳሳይ እንደሚሆን መገመት ይቻላል። ከ20ኛው ምእት ዓመት በፊት የኢትዮጵያን የከተሞች አመሠራረትና እድገት ያጠኑት ሪቻርድ ፓንክረስት፣ አካሉ ወልደ ሚካኤልና ዶናልድ ክራሚ ናቸው። በነሀ ምሁራን ጥናት መሠረት ለከተሞች መመሥረት ሦስት ምክንያቶች ነበሩ። አንደኛው የፖለቲካና የአስተዳደር ነው። ነገሥታቱና ትላልቅ መሳፍንት ወይም አገረ ገዢዎች ለፖለቲካ ማዕከልነት የመረጡትና ጦራቸውን ያሰፈሩበት ስፍራ ወደከተማነት ይለወጣል። በከተማው የሚሰፍሩት የንጉሡ ወይም የአውራጃ ገዢው ቤተሰብ ብቻ አይደለም። ቀስ በቀስ የቤተ መንግሥት ሰዎች፣ ባለሥልጣኖች፣ ቄሶች፣ ወንበሮች (ዳኞች)፣ ወታደሮችና የዕደ ጥበብ ባለሙያዎች ይሰፍራሉ። በዚህም መንገድ የፖለቲካና የአስተዳደር ማዕከል ሆኖ የተመረጠው ስፍራ ወደከተማነት ያድጋል። ሁለተኛው ለከተሞች መፈጠር ምክንያት የሚሆነው ኢኮኖሚ ነው። በኢትዮጵያ ታሪክ የገበያ ስፍራዎችና የንግድ መስመሮች ለብዙ ከተሞች መፈጠር ምክንያት ነበሩ።[27]

ለከተሞች መፈጠር ሦስተኛ ምክንያት ሆነው ያገለገሉት ገዳማትና አድባራት ናቸው። በኢትዮጵያ ታሪክ ወደከተማነት ያደጉ ገዳማትና አድባራት ብዙ ናቸው። የገዳማትና አድባራት ዋና ተግባር መንፈሳዊ አገልግሎች መስጠት ነው። ከዚህም በተጨማሪ ታላላቆቹ ከፍተኛ የትምህርት ማዕከላት ነበሩ። እስከ ቅርብ ጊዜ ድረስ ትላልቅ አድባራትና ገዳማት ብዙ አገልጋይና ብዙ ተማሪ ነበራቸው። አገልጋዮች ከነቤተሰባቸው በቤተ ክርስቲያን ዙሪያ ቤት ሠርተው በቋሚነት ይቀመጣሉ። የአገልጋዮች ቁጥር ሲጨምር ቀስ በቀስ አድባራቱና ገዳማቱ ወደከተማነት ይቀየራሉ።[28] ገዳማትና አድባራት መንፈሳዊ አግልግሎት ከመስጠት አልፈው የአስተዳደርና የንግድ ማዕከልም ነበሩ። ከነዚህም የሃይማኖት ተቋማት ትላልቆቹ ሰፋፊ የጉልት መሬትና ግዛት ነበራቸው። የጉልት መሪቱን መሀሉ ገነት፣ ዳሩ እሳት ይሁን ብለው የመንግሥት ሰው እንዳይገባበት በጳጳስ አስወግዘው፣ በመስቀል አስባርከው የሚሰጧቸው ነገሥታቱና መሳፍንቱ ናቸው። የአብያተ ክርስቲያን ዐፀድ፣ በዙሪያው ያለው ስፍራ የተከበረና የተቀደሰ ነው። በቤተ ክርስቲያን ይዞታና በቤተ ክርስቲያን ዐፀድ ያለፈቃድ የመንግሥት ሹም አይገባም።[29] መንግሥት የሚያሳድደው ኃይለኛ፣ አመጸኛም ቢሆን እቤተ ክርስቲያን ዐፀድ ገብቶ ከደወለ የሚነካው የለም። ሰዎች በረብሻ ጊዜ ንብረታቸውን ቤተ ክርስቲያን የሚያስቀምጡት ሌባ፣ ገፊ ደፊ፣ ኃይለኛ ፈረሰኛ ስለማይደፍራቸው ነው። ከደኅንነት ጋር በተገናኘ ብዙ ሰዎች በአድባራትና ገዳማት ስፍራ በቋሚነት ይሰፍሩ ነበር።[30] በዚህም ምክንያት ገዳማትና አድባራት ወደከተማነት ይቀየራሉ።

ከላይ በዘረዘርናቸው ምክንያቶች የኢትዮጵያ ከተሞች ሃይማኖታዊ፣ ኢኮኖሚያዊና አስተዳደራዊ ተቋማት ይገኙባቸዋል። እነዚህም ቤተ ክርስቲያን ወይም መስጊድ፣ ገበያና ቤተ መንግሥት ናቸው። በ18ኛውና በ19ኛው ምእት ዓመት የገበያ፣ የቤተ መንግሥትና የሃይማኖት ተቋማት መገኛ በመሆናቸው ምክንያት የተፈጠሩት ከተሞች በጣም ብዙ ናቸው። ጎጃም ውስጥ ቢቸና፣ ደምበጫ፣ ሞጣ፣ ደብረ ማርቆስ፣ ዲማ፣ ደብረ ወርቅና የውሽ-የጁቤ፤ ትግሬ ውስጥ እንጣሎ፣ ጨለቆትና አድዋ፤ በጌምድር ውስጥ ጎንደር፣ ደብረ ታቦር፣ ማህደረ ማርያምና ቆራጣ ወለተ ጴጥሮስ፤ ወሎ ውስጥ ወልድያ፣ ሰቆጣ፤ ሸዋ ውስጥ አንኮበር፣ አንጎለላና ደብረ ብርሃን ተጠቃሽ ናቸው።[31]

የበራራና የሌሎችም በመካከለኛው ዘመን የነበሩት ከተሞች የተመሠረቱት እላይ በጠቀስናቸው በአንዱ ወይም በሁሉም ምክንያቶች ነው። በራራን በሚመለከት፡- ከተማዋ

የንግድ ከተማ ነበረች።[32] በምዕራፍ 1 እንዳየነው በዚህ ምዕራፍም በሰፊው እንደምናየው በራራ የነገሥታቱ እና የጳጳሳቱ ዋና መቀመጫ ከተማ እንደነበረች በተለያየ ዘመን፣ በተለያዩ ሰዎች፣ በተለያዩ ቦታዎች በጻፏቸው መረጃዎች ለማወቅ ይቻላል። በከተማዋ እና በዙሪያዋ ታላላቅ አድባራት እንደነበሩባት የአረብ ፈቂህ እና እስክንድር ዞርዚ ቬኒስ ውስጥ ቃለ መጠይቅ ያደረገላቸው የኢትዮጵያ መነኮሳት መስክረዋል።[33] አድባራት ባሉበት ደግሞ ትምህርት አለ። በራራ የሊቃውንትም ቦታ ነበረች። ለምሳሌ ታሪኩን እታች የምናገኘው ዮሃንስ ዘበራራ በዓፄ ዘርዓ ያዕቆብ ዘመነ መንግሥት የኢትዮጵያ ሊቃውንት ስለሃይማኖት ጉዳይ ለመነጋገር በታደሙበት ጉባዔ ከተማዋን ወክሎ ተገኝቷል።[34] ሙስሊሞችም በከተማው ስለሚኖሩ መስጊድም እንደሚኖር መገመት ይቻላል። ለምሳሌ አረብ ፈቂህ በራራ ውስጥ የሚኖሩ ሙስሊሞች እንደነበሩ ይነግረናል።[35] በራራ የንጉሡ ዋና መቀመጫም ስለነበረች በከተማው እና በዙሪያው ቤተ መንግስቶች ነበሩባት።[36] በተጨማሪም ለበራራ ከተማ መመሥረትና ማደግ ምክንያት የሆነው የስፍራው መልክአ ምድራዊ አቀማመጥና በበራራ አካባቢ የነበረው ልምላሜ ነው። ቀጥለን ደግሞ ለበራራ ከተማ መመሥረትና ማደግ ምክንያት የሆኑትን ጉዳዮች በዝርዝር እናያለን።

በዙሪያዋ የነበሩት ተራሮችና ኮረብታዎች በራራን ለመኖሪያ ተመራጭ ከአደርጓት ምክንያቶች ዋናዎቹ ናቸው። ከኮረብታዎችና ተራሮች የሚፈልቀው ከዓመት እስከ ዓመት የሚፈስሰው፣ በፍራ ማውሮ ካርታ ላይ ዶኮ የተባለው ያሁኑ አቃቂ ወንዝ ለመጠጥ ያገለግላል (ካርታ 2፣ 5-7 ይመለከቷል)። በተጨማሪም በራራ በኮረብታዎችና ተራሮች የተከበበች መሆኗ ለኑሮ ተስማሚ ወይና ደጋማ የዐየር ንብረት እንዲኖራት ረድቷል። በራራ የምትገኝበት የወረብ ወረዳ በአጠቃላይ ለኑሮ ተስማሚ ነበር። ከወረብም በተለየ በራራ ለኑሮ በጣም ተስማሚ ስፍራ እንደነበረች ከተማዋን የሚያውቁ ሰዎች ከተናገሩትና ከጻፉት ለመረዳት ይቻላል። ስለወረብና በራራ ለኑሮ ተስማሚ የዐየር ንብረት ምሥርክርነት ከሰጡት ውስጥ በምናኔ ወደኢየሩሳሌም የሄዱት የኢትዮጵያ መነኮሳትና አረብ ፈቂህ ይገኙበታል። ከመነኮሳቱ መካከል አባ ሩፋኤል አንዱ ነው። ሩፋኤል ቬኒስ ከተማ በነበረበት ጊዜ ስለበራራ ለእስክንድር ዞርዚ የሚከተለውን ነግሮታል "[በንጉሠ ነገሥቱ] በካህኑ ዮሃንስ ከተማ በበራራና በአካባቢው በጣም አይሞቅም፣ ነገር ግን ዐየሩ ወይና ደጋማ (ወይናዌ) ነው" ("And that in the city of Barara of Presta Jani and (in) its territory it is not too hot, but the air is temperate")።[37]

ስለበራራ ተስማሚ የሆነ የዐየር ንብረት ለእስክንድር ዞርዚ በሚያዝያ ወር 1523 ዓ.ም. በቬኒስ ከተማ መረጃ የሰጠው ሌላው መነኩሴ የአንጎቱ አባ ቶማስ ነው። በራራ ለኑሮ በጣም ተስማሚ ስለሆነች ሰዎች ረጅም ዓመት እንደሚኖሩ ቶማስ ምስክርነቱን ሰጥቷል ("In Barara (it is said) that men live for 150 years, by reason of the great temperateness)።[38] የበራራው አባ ቶማስም በበኩሉ የከተማው ዐየር ንብረት "ቀዝቃዛና ወይና ደጋማ" ("cool and temperate")[39] እንደሆነ ሌሎች መነኮሳት ለዞርዚ የተናገሩትን ደግሞታል። አረብ ፈቂህ የኢትዮጵያ መነኮሳት ስለበራራና ወረብ የተናገሩትን የሚያጠናክር መረጃ ስለግራኝ ወረራ በጻፈው መጽሐፍ ላይ አስፍሯል። ለኑሮ ተስማሚ ስለሆነው ስለወረብ የዐየር ንብረትና በበራራ ውስጥ ስለሚኖሩት የውጭ አገር ሰዎች አረብ ፈቂህ እንዲህ ይላል፡-

They set out and entered the land of Wārābbā, making a camp in a town called Zarārah [Bärara], a large town where Christian merchants from Egypt and Christians from Syria lived, including some originally from these places who were born in Abyssinia. They dwelt there, were attached to it because of its wholesome air.[40]

ትርጉም

[የግራኝ አሕመድ ወታደሮች] ተነሱና ወደወረብ ምድር ገቡ፣ ከግብፅ የመጡ ክርስቲያን ነጋዴዎች እና ከሶሪያ የመጡ ክርስትያኖች እንዲሁም እዚሁ ሀበሻ አገር የተወለዱት ጭምር በሚኖሩባት ዘራራ (በራራ) በተባለች ትልቅ ከተማ ሰፈሩ። በዚያው ይኖራሉ፣ ከቦታው ጋርም የተላመዱበት ምክንያት ዐየሩ ተስማሚ ስለሆነ ነው።

በራራን ጨምሮ ወረብ ውስጥ የውጭ አገር ነጋዴዎች የሚኖሩባቸውና የሚነግዱባቸው ከተሞች ነበሩ። አረብ ፈቂህ ዘራራ (Zarārah) ብሎ የጻፈው የበራራ ከተማ ነው። አረብ ፈቂህ "በራራ"ን "ዘራራ" ያለው በፊደል ግድፈት በስህተት ነው። ይህ የሆነበት ደግሞ የአረብኛው 'ب' 'በ' በስህተት 'ز' 'ዘ' ተብሎ ተጽፎ ነው። በበራራ ከተማ ከግብጽና ከሶርያ የመጡ ነጋዴዎች ይኖሩ ነበር። ሌሎች እዚያው እከተማው የተወለዱ ነበሩ። የንግድ ከተማ ከመሆኑ በተጨማሪ የውጭ ነጋዴዎች በራራ የሚኖሩበት ምክንያት ዐየሩ ለኑሮ በጣም ተስማሚ ስለሆነ ነው። ከነዚህ መረጃዎች በመነሳት ለኑሮ ተስማሚ የሆነው የበራራ ወይና ደጋማ ዐየር ነገሥታቱና ጳጳሳቱ ስፍራውን ለከተማነት እንዲመርጡት አንድ ምክንያት እንደሆነ መገንዘብ ይቻላል።

በራራ ከተማ እንድትሆን የረዳት ሌላው ምክንያት የወረብ ልምላሜ ነው። በመካከለኛው ዘመን በጣም ሀብታም ከሚባሉት አካባቢዎች ውስጥ ጎጃምና ወረብ ይገኙበታል። ለዚህ ደግሞ በዓፄ ልብነ ድንግል ዘመን ኢትዮጵያ ውስጥ ለስድስት ዓመት የተቀመጠው ፖርቱጋላዊ ቄስ ፍራንሲስኮ አልቫርሽና አረብ ፈቂህ የሰጡት እማኝነት መጥቀስ በቂ ይመስለናል። አልቫርሽ ከጎጃም ለንጉሡ በየዓመቱ የሚገባው ግብር ተቆጥሮ ሲገባ በዐይኑ ያየውን ጽፏል።[41] አረብ ፈቂህ በበኩሉ ወረብ በጣም ሀብታምና የኢትዮጵያ የዳቦ ቅርጫት ወረዳ እንደነበረ በተደጋጋሚና በተለያየ አርእስተ ጉዳይ በተየያዘ በአጽንኦት ጽፎት እናገኛለን። ወረብ ግራኝ አሕመድ በ1531 ዓ.ም. ከዘመተባቸውና ከመዘበራቸው ስፍራዎች አንዱ ነበር። በ1533 ዓ.ም. ግራኝ አሕመድ እንደገና ያቂም የተባለውን ታማኙን ወደወረብ ላከው። ያቂም ወረብ የነበሩትን የልብነ ድንግል ባለሥልጣኖችና ወታደሮች አሸንፎ አካባቢውን ተቆጣጠረው። የወረብ ክርስቲያኖች ግብር እየከፈሉ ሃይማኖታቸውን ጠብቀው እንዲኖሩ በጠየቁት መሠረት ያቂም ከግራኝ አሕመድ አስፈቀደላቸው። አረብ ፈቂህ ስለግብሩ ዐይነትና መጠን የሚከተለውን ጽፏል፡-

Ya'qīm sent a messenger to the imām, bearing the good news of the victory, the triumph and the conquest. In the letter he said, 'All the people of Wārābbā have requested,' "Allow us to pay the poll-tax," so, now what shall we do? [...] So he ordered them to bring the following poll-tax: fifteen thousand loads of wheat, one thousand ounces of gold, and one thousand *kadūjah* of honey and clarified butter—every year. They agreed to this, and Ya'qīm remained in their country.[42]

<u>ትርጉም</u>
ያቂም የድል እና የወረራውን ስኬት የምሥራች ነጋሪ መልዕክተኛ ወደ ኢማሙ ላከ። በደብዳቤውም 'የወረብ ሕዝብ በሙሉ "ግብር እንድንከፍል ፍቀድልን?" ሲሉ ጠይቀዋል፣ አሁን ምን እናድርግ?' [...] ስለዚህ ሕዝቡ የሚከተለውን ግብር በየአመቱ እንዲያመጣ አዘዘ፡- ዐሥራ አምስት ሺህ ሽከም ስንዴ፣ አንድ ሺህ ወቄት ወርቅ፣ አንድ ሺህ ካዱጃህ (ጉንዶ) ማር እና ንጥር ቅቤ። በዚህ ተስማሙ፣ ያቂምም በአገራቸው ቆየ።

የወረብ ሰዎች በዓመት 15000 ጭነት ስንዴ፣ 1000 ወቄት ወርቅ እንዲሁም 1000 ጉንዶ (?) ማርና ንጥር ቅቤ በዓመት ለመክፈል ተስማሙ። ከዚህ በመነሳት ወረብ የእህል፣ የማርና የወተት አገር እንደነበረ ለመረዳት ይቻላል። ከተፈጥሮው ልምላሜ በተጨማሪ ወረብ የኢትዮጵያ መናገሻ አውራጃ ስለነበረ ብዙ ሀብት የተከማቸበት ነበር። የግራኝ ወታደሮች እጅግ በጣም ብዙ ወርቅ፣ ብር እና የሐር አልባሳት ያገኙት በወረብ አብያተ ክርስቲያን፣ በቤተ መንግሥቶችና በሕዝቡ ቤት ነው። የግራኝ አሕመድ ወታደሮች እንደወረብ ያለ ሀብታም ወረዳ አላገኙም ነበር።[43]

የበራራ አካባቢ የማርና የወተት አገር የነበረ መሆኑን የሚነግረን አረብ ፈቂህ ብቻ አይደለም። በ1470 ዓ.ም. በራራን ጎብኝቶ የተመለሰው የጣልያን መነኩሴ ለእስክንድር ዞርዚ ከአረብ ፈቂህ ጋር ስለበራራ አካባቢ ተመሳሳይ ምስክርነት ሰጥቷል።

> In the province of Abbasia, where is the chief city of Presta Jani called Barara, there is found in woods in the said province great store of honey, so that they trouble not to take it. And the spring rains water the said trees, where is the said honey in certain lakes where the sun strikes and makes the said water sweet to drink, which nourishes the said people.[44]

<u>ትርጉም</u>
በራራ የምትባለው [የንጉሠ ነገሥቱ] የካሕኑ ዮሃንስ ዋና ከተማ በምትገኝበት በሀበሻ አውራጃ ውስጥ፣ በዚሁ አውራጃ በጫካ የሚገኝ መጠኑ ከፍተኛ የሆነ የማር ክምችት አለ፣ በመጠኑም የተነሳ ሰዎች ለመውሰድ ፍላጎት አያሳዩም። የፀደይ ወቅት ዝናብም ዛፎቹን ያጠጣል፣ ማሩም ፀሐይ ሲመታው [ቀልጦ እየፈሰሰ] በስፍራው ያሉትን የአንዳንድ ሐይቆችን ውኃ ጣፋጭ ያደርገዋል፤ ይህም ሰዎችን ይመግባቸዋል።

አረብ ፈቂህ በ1531 ዓ.ም. ግራኝ አሕመድ ወረብ በገባበት ጊዜ ልብነ ድንግል እና ስመ ጥሩ የንጉሡ መኮንን ራስ ወሰን ሰገድ ከፍተኛ የሆነ ብስጭት እና ሀዘን ደርሶበት ነበር ይላል። ይህ የሆነበት ደግሞ ወረብ የበራራ መገኛ በመሆኑ ብቻ ሳይሆን ስፍራው ለንጉሡ ከፍ ያለ የኢኮኖሚ ጠቀሜታ ስለነበረው ጭምር ነው። አረብ ፈቂህ ወሰን ሰገድ 'ወረብ ለአበሾች ገነታችን ናት' እንዳለ የሰማውን ጽፏል። አረብ ፈቂህ ስለወረብ መያዝ ልብነ ድንግልና ራስ ወሰን ሰገድ ያደረጉትን ንግግር እንዲህ ይገልጸዋል፡-

> Afterwards, Wasan Sagad his patrician came to him from Dāmot. The king told him what the Muslims had done to him [the king]: the despoliation of his territory, the burnig down of his churches, and their incursions into the region of Wārābbā. Wasan Sagad said to him: 'This is a beautiful country: a land of wheat and barley, grapes and fruit: there is

> no place like it in Abyssinia. It alone provides the support for the king and his army.' [...] Wasan Sajad [sic] grieved over Wārābbā, and grew extremely angry. After prostrating himself before the king, he said to him and to the king's [other] patricians, chamberlains and nobles: 'How have the Muslims been able to perpetrate this terrible thing against you? [...] Now they have entered Wārābbā which is your Abyssinian paradise. They have seen its beauty and its fruits, and they will never abandon it.[45]
>
> ትርጉም
>
> ከዚያ በኋላ የእርሱ መኮንን ወሰን ሰገድ ከዳሞት ወደእርሱ መጣ። ንጉሡም ሙስሊሞች እርሱን ምን እንዳደረጉት ነገረው፤ የግዛቱ መበርበር፣ የአብያተ ክርስቲያኑ መቃጠል እና ወደ ወረብ ክልል መድረሳቸውን። ወሰን ሰገድም እንዲህ አለው:- "ይች የስንዴና የገብስ፣ የወይን እና ፍራፍሬ ምድር የሆነች ሺጋ አገር ናት፤ በአበሻ እንደዚች ያለ ስፍራ የለም። ንጉሡንና ሠራዊቱን ብቻዋን ደግፋ የያዘች እሷ ናት።" [...] ወሰን ሰገድ ስለወረብ አዘነ፤ እጅግም ተናደደ። በንጉሡ ፊት ተደፍቶ ለንጉሡና አብረው ለነበሩት መኳንንት፣ የቤተ መንግሥት አጋፋሪዎች እና ጨዋዎች እንዲህ አላቸው "ሙስሊሞች እንዴት ይህን ከባድ ወንጀል በእናንተ ላይ ሊፈጽሙ ቻሉ? [...] አሁን የሀበሻ ገነታችን የሆነችውን ወረብን ይዘዋል። የአገሩን ማማር እና የፍራፍሬ ምርቷን ዐይተዋል፣ እናም መቼም አይለቅቋትም።"

ጦርነቱ በኢትዮጵያ ላይ ስላደረሰው ጥፋት በጥቅሱ ላይ የተዘረዘረውን የሃሳብ ልውውጥ ያደረጉት ግራኝ አሕመድ ወረብን በያዘበት ወቅት በአቅራቢያው በሚገኘው በወጅ አውራጃ ሆነው ነው። አረብ ፋቂህ መረጃውን ከወሰን ሰገድ ጋር ከነበረ ሰው ያገኘው ይመስላል። የወረብ እና በወረብ ውስጥ ያሉት ከተሞች መያዝ የወሰን ሰገድን ሀዘን የከፋ እንዳደረገው ጥቅሱ ያስረዳል። ሀበሾች ወረብ 'ገነታችን' ነበር ይላሉ። ይህን አገላለጽ አረብ ፋቂህም ይጋራዋል። አረብ ፋቂህ በወረብ ዐየር ንብረት፣ ልምላሜ እና ሀብት በጣም ተደንቆ ነበር። ምናልባትም ወረብን የሀበሾች ምድራዊ ገነት ያላት ወይ ከኢትዮጵያውያን ሰምቶ አለበለዚያም ራሱ ባየው ነገር በመማረክ ነው።

እላይ አረብ ፋቂህ ስለወረብ የጻፈውን የሚያንጻባርቅ ሀሳብ ከ100 ዓመት በፊት አባ ዳንኤል በሚባል ጸሐፊ ተጽፎ እናገኛዋለን። ዳንኤል የኖረው በ15ኛው ምእት ዓመት ነው። ዳንኤል ወረብን በኢየሩሳሌም መስሎ ገልጿታል። ይህን መጽሐፍ የማንበብ ዕድል የነበረው የጎጃሙ ሰዓሊና የታሪክ ጸሐፊ አለቃ ተክለ ኢየሱስ ዋቅጅራ ነው። ዳንኤል ወረብን ከኢየሩሳሌም ያመሳሰለበት አጭር አንቀጽ ተክለ ኢየሱስ እንደጠቀሰው የሚከተለው ነው:-

> ምጣኔ ሀገር ዘጸሐፈ አባ ዳንኤል ዘሀገረ እንቆይ አቡሆሙ ለቴዎድሮስ ወለዘርዓ ያዕቆብ ነገሥታተ ኢትዮጵያ ህንደኪ ከመአዳል፣ ባቢሎን ከመደዋሮ ወባሊ፣ ፋርስ ከመፈጠጋር፣ አርማንያ ከመጽላልሽ፣ ሚይን ከመ ተጉለት፣ ሶርያ ከመ ዘርቦች፣ ኢየሩሳሌም ከመ ወረብ፣ ሮም ከመ እንደገብጠን፣ ጽርዕ ከመ ዳቢ፣ ጎግ ማጎል ከመ ሙገር፣ ግብጽ ከመገንዝ ወገሞ፣ አፍርንጅ ከመሺሜ ወጋፋት፣ መንግሥተ ሰማይ ከመ ጎጃም።[46]
>
> ትርጉም
>
> የአገር አምሳያ (ወደረኛ) የጻፈው የኢትዮጵያ ነገሥታት የሆኑት የቴዎድሮስ እና የዘርዓ ያዕቆብ አባታቸው የእነቆዩ አባ ዳንኤል ነው። ህንድ እንደአዳል፣ ባቢሎን እንደደዋሮ እና ባሊ፣ ፋርስ እንደፈጠጋር፣ አርማንያ እንደጽላልሽ፣ ሚይን እንደተጉለት፣ ሶርያ እንደዘርቦች፣ ኢየሩሳሌም

እንደወረብ፣ ሮም እንደእንደገብጣን፣ ጽርዕ እንደዳቢ፣ ጎግ ማጎል እንደሙገር፣ ግብጽ እንደገንዘ እና ገሞ፣ አፍርንጅ እንደሸሜ እና ጋፋት፣ መንግሥተ ሰማይ እንደጎጃም። (አጽንኦቱ የተጨመረ ነው)

ኢየሩሳሌም ክርስትና የተጀመረባት፣ ኢየሱስ ክርስቶስ ዓለሙን ለማዳን መከራውን የተቀበለባት ተደርጋ ስለምትታይ ለክርስቲያን ኢትዮጵያውያን ልዩ ስፍራ አላት። መንግሥተ ሰማያትም ሰማያዊት ኢየሩሳሌም ይባላል። አባ ዳንኤል በራራ የምትገኝበትን ወረብን ከኢየሩሳሌም ጋር ማመሳሰሉ ወረብ በዘመኑ በነበሩት ኢትዮጵያውያን አእምሮ ልዩ ስፍራ የነበራት እንደነበረ ያመለክታል።

የኢትዮጵያ መነኮሳት ስለወረብ ለኑሮ ተስማሚ ዐየር፣ አባ ዳንኤል ወረብን ከኢየሩሳሌም ጋር አመሳስሎ መጻፉ በአረብ ፈቂህ መጽሐፍ ላይ ስለስፍራው የጻፈውን ትክክለኛነት ያረጋግጣል። ወረብ የኢትዮጵያ ማዕከልና ሀብታም ወረዳ ስለነበረች ልብነ ድንግል አካባቢውን በቀላሉ ለግራኝ አሕመድ ለመልቀቅ አልፈቀደም ነበር። በ1533 ዓ.ም. ግራኝ አሕመድ ወረብን እንደገና መያዙን ንጉሡ ሲሰማ ራስ ነቢያት የተባለውን መኮንን ከአንጎት በፍጥነት ወደስፍራው ሄዶ ወራሪዎችን እንዲወጋ ላከው። አረብ ፈቂህ ይህን አስመልክቶ የጻፈው ወረብ ለንጉሡ የነበራትን ጠቀሜታ ያሳያል፦

> News of the conquest of Wārābbā reached the king of Abyssinia who was in Angot. He grieved at its being taken and said to a patrician called Rās Banīyat [sic], 'You set out for Wārābbā and drive the Muslims from it—for if Wārābbā is taken from us, we lose our glory and our crown, since it is our country's garden of paradise.' The patrician set off with his army and arrived at its frontier.[47]
>
> <u>ትርጉም</u>
> ወረብ [እንደገና] የመወረሯ ዜና አንጎት ለነበረው ለአበሻው ንጉሥ ደረሰው። በመያዙም እጅግ አዝኖ ራስ [ነብ]ያት የተባለውን መኮንን እንዲህ ብሎ አዘዘው "ወደወረብ ዘምተህ ሙስሊሞችን ወግተህ አስለቅቃቸው፣ ወረብ ከተወሰደብን ክብራችንን እና ዘውዳችንን እናጣለን፤ የአገራችን ምድራዊ ገነት ናትና።" መኮንኑም ከሠራዊቱ ጋር ለዘመቻ ተነሳ፤ ከድንበሩ ላይም ደረሱ።

ለልብነ ድንግልና ለሀበሾች ወረብ ከኤዶም ገነት ጋር አንድ ናት። ወረብን ማጣት ዘውዱን፣ ክብሩን እና ባጠቃላይ የኢትዮጵያን መንግሥት ከማጣት ይቆጠራል። በዚህ ምክንያት ነው ለወረብ የተለየ ትኩረት የሰጠው። እላይ ካቀረብናቸው መረጃዎች በመነሳት በራራ ለከተማነት የተመረጠችበት አንድ ወሳኝ ምክንያት የወረብ ልምላሜና ተስማሚ የዐየር ጠባይ እንደሆነ እንገነዘባለን። ቀጥሎ የበራራ የከተማነት ባሕርያትን የሚያንጸባርቁትን ለነገሥታቱ እና ለጳጳሳቱ የነበራትን የመዲናነት አገልግሎቷን እና በውስጧ ይካሄዱ የነበሩትን ኢኮኖሚያዊና ማኅበራዊ ተግባራት እንዳስሳለን።

3.3 መካነ ጳጳስና መካነ ነገሥት

3.3.1 መካነ ጳጳስ

ለበራራ ከተማ እድገት ቀጥተኛ አስተዋጽኦ ያደረገው ጳጳሳትና ነገሥታት ስፍራውን ቋሚ መቀመጫቸው ማድረጋቸው ነው። በራራ የጳጳሳቱ ዋና መቀመጫ ከተማ እንደነበረች

በተለያየ ዘመን ከተጻፉ መረጃዎች ለማወቅ ይቻላል። የጳጳሳቱ በቋሚነት በራራ መቀመጥ ሦስት ተያያዥነት ያላቸው ውጤቶችን አስከተለ። አንደኛው በራራ የኢትዮጵያ የመንፈሳዊ/ሃይማኖታዊና የአስተዳደር ማዕከል እንድትሆን አደረጋት። ሁለተኛ በበራራ ዓለማዊና መንፈሳዊ አገልግሎት ያላቸው ሕንጻዎች ተሠሩ። ሦስተኛውና የመጨረሻው በራራ ውስጥ ብዙ ሰው እንዲከትም ምክንያት ሆነ። እነዚህን ነጥቦች በቅደም ተከተል እናብራራለን። መጀመሪያ በራራ መካነ ጳጳስ በመሆኗ ምክንያት በሃይማኖታዊ አስተዳደር የነበራትን ታሪካዊ ሚና እናያለን። የኢትዮጵያ ቤተ ክርስቲያን ጳጳሳት ለሕዝቡና ለነገሥታቱ ብዙ መንፈሳዊና አስተዳደራዊ አገልግሎት ይሰጡ ነበር። ከነዚህም አንዱ ተግባራቸው የንግሥ ሥርዓት በሚፈጸምበት ጊዜ ንጉሡን ቅብዐ መንግሥት ቀብቶ ዘውዱን እራሱ ላይ መጫን ነው።[48] ከስሙ መገመት እንደሚቻለው ነገሥታቱ ሥርዓተ ንግሥ የሚፈጽሙት በበራራ ከተማ አቅራቢያ በሚገኘው አምባ ነገሥት (ምዕራፍ 1ን ይመለከቷል) ላይ ነው። ስለዚህ የበራራ ጳጳሳት ቀብተው ነገሥታቱን የሚያነግሡበት ቦታ አምባ ነገሥት ነው።

ሌላው የጳጳሳቱ ተግባር በቤተ ክርስቲያን ሊቃውንት መካከል የሃይማኖት ክርክር ሲነሳ ማስታረቅ ነው። በእርቅ የማይፈታውን ከነገሥታቱ ጋር መክረው ጉባዔ ጠርተው ሊቃውንቱን አከራክረው ፍርድ ይበይናሉ። በዓፄ ዘርዓ ያዕቆብ ዘመን በራራ ውስጥ ሁለት ወሳኝ የሃይማኖት ጉባዔ ተደርጎ ነበር። አንደኛው በአንድ ወገን በደቂቀ እስጢፋኖስ፣ በሌላ ወገን በኢትዮጵያ ቤተ ክርስቲያን መሪዎች መካከል ተነስቶ የነበረውን የሃይማኖት ክርክር እልባት ለመስጠት የተጠራው ጉባዔ ነው። ይህ ወሳኝ የሃይማኖት ጉባዔ የተካሄደው በዘመኑ ከነበሩት ጳጳሳት በአንዱ በአቡነ ገብርኤል መቀመጫ በበራራ ነው። በራራ ስለነበረው ጉባዔ ምስክር ለደቂቀ እስጢፋኖስ ቅዱሳን የተጻፉት ገድላት ናቸው። አንደኛው ገድል ስለጉባዔው ተሳታፊዎች የሚከተለውን አስፍሯል፡-

> ወእለሰ ፈነዎሙ ለእከን ፩ እምካህናተ ደብተራ ዘስሙ አበስኪሮን እስመ ፀዋግ ብእሲሁ፣ ወ፩ አብርሃም ሊቀ በአለ ተጉዛጉዛ። ወ፩ኒ መምህረ ሽመይ ወስሙ እስጢፋኖስ ወ፩ ቀይስ ሐፀይ ዘስሙ ቢፋሞን። ውኖልቆሙ ለለእከን ፴። ወበጽሑ ኀበ ጳጳስ ወነገርዎ ዘከመ ለአኮሙ ንጉሥ ወገብሩ ጉባዔ በይእቲ ሀገር መካነ ጳጳስ እንተ ትሰመይ ብራራ። ወለቅዱሳንሂ ህየ አቀምዎሙ እንዘ እርሱራን በወስከምት፤ ወጳጳስሂ ህየ ምስሌሆሙ።[49]
>
> <u>ትርጉም</u>
> [ንጉሡ] ከላካቸው መልእክተኞች መካከል (የነበሩ)፤ ፩ዱ ከካህናተ ደብተራ ወገን የሆነው አበስኪሮን የሚሉት ክፉ ሰው የተጎዛጓዛ አለቃ አብርሃም ፩ዱ እስጢፋኖስ የሚሉት የሽመይ መምህር፤ ፩ዱ ቢፋሞን የሚሉት ቀይስ ሀፀይ ናቸው። ቍጥራቸው ፴ ነበር። ከጳጳሱ ዘንድ መጥተው ንጉሡ የላካቸውን ነገሩት። <u>ብራራ</u> (በራራ) በምትባለው በጳጳሱ መካን ጉባዔ አደረጉ። ቅዱሳኑን እዚያ በማነቆ እንደታሠሩ አቆሟቸው፤ ጳጳሱም እዚያ አብሯቸው ነበር።[50] (አጽንኦቱ የተጨመረ ነው)

የበራራው አቡነ ገብርኤል ለደቂቀ እስጢፋኖሶች ቀና አመለካከት እንደነበራቸው ለቅዱሳኑ ከተጻፉ ገድላት መረዳት ይቻላል። እስጢፋኖሶችን ለመዳኘት በተጠራው ጉባዔ ላይ የተገኙት የቤተ ክርስቲያን እና የመንግሥት ሹማምንት ጠቅላላ ሠላሳ ናቸው። ከነዚህ ውስጥ በስም የተጻፉት ግን አበስኪሮን፣ ቄስ ዓፄ ቢፋሞን፣ የሽመይ መምህር እስጢፋኖስ እና የተጎዛጓዛ አለቃ አብርሃም ናቸው። እታች እንደምናየው የሽመዩ እስጢፋኖስ ስሙ ለሁለተኛ ጊዜ በሌላ የሃይማኖት ጉባዔ ተጠቅሷል። አብርሐም የተጎዛጓዛ አለቃ ነው።

ተጎዛጓዛ ጉራጌ አገር ውስጥ ልዩ ስፍራው አበዡጋይ (ያሁኑ አበዥጋይ) የተባለው የደብር አለቃ ነው። ይህ ዓምደ ጽዮን በሠራው ሥርዓት መንግሥት ላይ ተጽፎ ይገኛል። ሥርዓተ መንግሥቱ እንዲህ ይላል "አበዡጋይ ጉራጌ ዘበዓለ ተጐዛጕዛ።"[51]

ገድሎችን ከግዕዝ ወደአማርኛ የተረጎማቸው ጌታቸው ኃይሌ እንደሚለው ከሆነ "ደቂቀ እስጢፋኖስ ግንኙነት የነበራቸው ግቢያቸው በራራ ከነበረው ከአባ ገብርኤል ጋራ ነበር።"[52] ቢሆንም ግን አቡነ ገብርኤል ደቂቀ እስጢፋኖሶችን ከቅጣት አላዳናቸውም። ደቂቀ እስጢፋኖሶች ከቤተ ክርስቲያን መሪዎች ጋር የተጣሉበት አስተምህሮ ስግደት ስለሚገባው እና ስግደት ስለማይገባው ጻድቅ፣ ንጉሥ፣ መስቀል እና የቅዱሳን ሥዕል ይመለከታል። እስጢፋኖሳውያን ስግደት የሚገባው ለእግዚአብሔር ብቻ ነው ይላሉ። ስግደት የማይገባቸው ደግሞ መስቀል፣ ድንግል ማርያምና ንጉሡ ናቸው።[53]

የእስጢፋኖሶች አስተምህሮ በጳጳሳቱ በአባ ገብርኤልና በአባ ሚካኤል እንዲሁም በንጉሡ በዘርዓ ያዕቆብ ተቀባይነት ሳያገኝ ቀረ። እስጢፋኖሳውያንም በበራራው ጉባዔ ተወግዘው እንዲቀጡ ተደረገ። እስጢፋኖሶች በሕዝቡ ተቀባይነት እንዳይኖራቸው አስተምህሯቸውም እንዳይስፋፋ ለመቀጣጫ በአምስት የተለያዩ ቦታዎች ቅጣት እንደተፈጸመባቸው በገድላቸው በዝርዝር ተቀምጧል። በራራ ቅጣቱ እንዲፈጸምባቸው ከተመረጡት አምስት ቦታዎች አንዷ እንደሆነች ቀጥሎ ያለው ጥቅስ ያስረዳል።

> ወእምዝ እምነ ምረተ ልቡ ዝኩ መስተአመኢ ነሥአ እምነ ቅዱሳን ፲ ወአዘዘ ይሰድዎሙ ውስተ አሕጉር ኃምስ ወበህየ ይመትሩ እደዊሆሙ ወእግሪሆሙ ወይውግርዎሙ በለእበን ከመይፍርሁ ሰብእ እለ ውስተ ሀገር ወከመ ኢይተወከፍዎሙ ለቅዱሳን። ወተአዚዞሙ ለቅዱሳን ለ፩ ዋሰል ወለከልኡ ድድኖ ወለሣልሱ ወለቃ ወለራብዑ ብራራ (በራራ) ወለሀምሱ የጋድ ወመተሩ እደዊሆሙ ወእግሪሆሙ ወወገርዎሙ በአእበን በውስተ ውእቶን ኃምስ አሕጉር። ወፈጸሙ ስምዖሙ በሰላም እግዚእ ጸሎቱ ተሀሎ ምስሌነ ወትዕቀበነ ዓሜን።[54]
>
> ትርጉም
> ከዚያ ይህ ተንኮለኛ ከልቡ ምርረት ብዛት ከቅዱሳን ፲ቱን መርጦ ከአምስት አገሮች ወስደው በዚያ ሀገር ያሉ ሰዎች እንዲፈሩና ቅዱሳኑን እንዳይቀበሏቸው እጃቸውንና እግራቸውን ቆርጠው በድንጋይ እንዲወግሯቸው አዘዘ። ወታደሮቹ ትእዛዝ ተቀብለው ቅዱሳኑን አንዱን ዋስል፤ ሁለተኛን ድድኖ፤ሦስተኛውን ወለቃ፤ አራተኛውን ብራራ (በራራ)፤ አምስተኛውን የጋድ ወስደው እነዚያ ሀገሮች ውስጥ እጃቸውንና አግራቸውን ቆረጧቸው፤ በድንጋይ ወገሯቸው። ሰማዕትነታቸውን በጌታ ሰላም ፈጸሙ።[55] (አጽንኦቱ የተጨመረ ነው)

ደቂቀ እስጢፋኖሶች ከፍተኛ ድጋፍ የነበራቸው ትግሬ በተለይም ደግሞ አጋሜ አውራጃ ጉንዳ ጉንዲ አካባቢ ቢሆንም በራራም ተከታይ ሊኖራቸው ይችላል። ቅጣቱ በራራ ውስጥ እንዲፈጸም የተመረጠበት ምክንያትም ምናልባት በከተማው የሚኖሩትን ደጋፊዎች ለማስፈራራት ሊሆን ይችላል። የቅዱሳኑ ገድል በራራን ለሦስተኛ እና ለመጨረሻ ጊዜ እንደሚከተለው ይጠቅሳታል፡-

> ወለአበስኪሮኒ ዘኮነ ይፀብአሙ ለቅዱሳን በመዐት ፈደዮ እግዚአብሔር። በዘየዐቢ እምዘግብረ ወወገሮ ውስተ ውእቱ እደ መስተአማኒ። ወሰቀዮ በበትረ መዐት። ወአመስሮ ሥጋሁ ወተለሀየ አንስት ላዕሌሁ ወይነጽየ ጸጉሮ ወይወጽዖ ሀመዶ ላዕሌሁ። ወይሳለቅዎ ወሞተ በእኩይ ሞት። ወለእስጢፋኖስሂ መምህረ ሲመይ ዘኮነ ሰማዕተ ሀሰት ላዕላ ቅዱሳን ዘአመ በራራ ፈደዮ እግዚአብሔር በመዓት።[56]

ትርጉም
ቅዱሳኑን በቁጣ ይጣላቸው የነበረውን አበስኪሮንን እግዚአብሔር ከፈጸመው (በደል) የሚበልጥ ከፈለው። በዚህ ተንኮለኛ እጅ ወገረው። በቁጣው በትር አሰቃየው። ሰጋውንም አበላሸለት፤ ሴቶች ዘፈኑበት፤ (የህፍረት) ጸጉሩን እየነጩ ዐመድ ነፉበት። ተሳልቀውበት ከፉ ሞት ሞተ። በበራራ ጉባዔ ጊዜ በቅዱሳኑ ላይ የውሸት መስካሪ የሆነውን የሲመይ መምህር እስጢፋኖስንም (ዋጋውን) እግዚአብሔር በቁጣው ከፈለው። በዚህ ተንኮለኛ እጅ ጣለው። በድንጋይ ወግረውት ከፉ ሞት ሞተ።"[57] (አጽንኦቱ የተጨመረ ነው)

አበስኪሮንና የሽመይ መምህር እስጢፋኖስ በሁለተኛ የሃይማኖት ጉባዔ ተገኝተው ነበር። የቅዱሳኑን ደም ለመበቀል እግዚአብሔር በሰው እጅ ቀጣቸው የተባለው ቅድስናቸውን ለማጉላት የተጨመረ ነው። ምንም እንኳ ዘርዓ ያዕቆብ እስጢፋኖሳውያንን ምሕረት ቢያደርግላቸውም በንጉሡ ትእዛዝ ሲያዋክቧቸው የነበሩትን ሹማምንት ሊቀጣ አይችልም።

ሁለተኛው በራራ የተካሄደው አቢይ የሃይማኖት ጉባዔ የአባ ዘሚካኤልን አስተምህሮ ለመበየን የተጠራው ጉባዔ ነው። በሁለተኛው ምዕራፍ እንዳየነው በመካከለኛው ዘመን የኢትዮጵያ ቤተ ክርስቲያን በትምህርት እና በሥነ ጽሑፉ ከፍተኛ ደረጃ ደርሳ ነበር። ብዙ ሊቃውንት በየአድባራቱ እና በየገዳማቱ ይገኙ ነበር። ከነዚህም ውስጥ አንዱ ዘሚካኤል ነው። ለዘሚካኤል ገድል የጻፈለት የለም። በዚህ ምክንያት ስለዘሚካኤል የምናውቀው የሱ ተቃዋሚዎች ከጻፉት ነው። የዘሚካኤል አስተምህሮ የእግዚአብሔርን ተፈጥሮና ሚስጥረ ሥላሴን ይመለከታል። ዘርዓ ያዕቆብ መጽሐፈ ብርሃን በተባለው መጽሐፉ ላይ የዘሚካኤልን አስተምህሮ ኮንኖ ጽፏል።[58]

የዘሚካኤልን ትምህርት ለመዳኘት ስለተጠራው ጉባዔ እና በጉዌውም በራራ የነበራትን ሚና ምስክር የሚሰጠን በአቡነ አብሳዲ ገዳም የተጻፈው ድርሳነ ገብርኤል ነው። ድርሳነ ገብርኤሉ የተጻፈው በዘርዓ ያዕቆብ ዘመን ነው። የአቡነ አብሳዲ ገዳም የሚገኘው በኤርትራ በሰራየ አውራጃ ነው። ድርሳኑ ስለበራራ በመካከለኛው ዘመን የነበራትን ታሪካዊ ፋይዳ ከሚያሳዩ ወሳኝ ምስክሮች አንዱ ስለሆነ ቀጥታ መጥቀስ ያስፈልጋል፡-

ይቤ ዘሚካኤል በቅድመ ንግሡ ወበቅድመ ካህናት ደብተራ አልቦቱ መልክዐ ለእግዚአብሔር ከመ መልክዐ ሰብእ ወተናገረ ንጉሥ እም አሪት ወእምነቢያት እምወንጌል ወእምሐዋርያት ከመ ቦቱ መልክዐ ለእግዚአብሔር ከመመልክዐ ሰብዕ እስመ በአርአያሁ ወበ አምሳሊሁ ገብሮ ለሰብዕ ወይቤሎ ንጉሥ ለገመልያል ፍታሕኩ ማዕከሌነ ወማዕከለ ዘሚካኤል በከመ ሰማዕከ ወይቤ ገማልያል እንዘ ይሰምዑ ቀሲስ ሀጸይ ዘካሪያስ ወጽናርግ ማሰሬ ተስፋ መስቀል ወሊቀ ደብተራ ቢፋሞን ወዓቃቤ ሰዓተ አምሃ ለጽዮን ወዐምደ ሚካኤል ወዘርዓ ሃይማኖት ወዮሕኒ ወባሮከ እሁሁ ወገባሬ ሰናያትሂ ገብረ ኢየሱስ ወሕዝበ አንበሳ ወሕዝበ ጽዮን ወነአምን በአብ። ወዘ ዲያቆናት ጌቶች ተጠምቀ መድኅን ወተከለ ኢየሱስ ወገብረ መንፈስ ቅዱስ ወሳሙኤል አይባስ እከአብ ወዜና ገብርኤል ወገደ አንበሳ ወበኃለ ጊዮርጊስ ወኩሎሙ ዲያቆናት ወኩሎሙ ካህናት ደብተራ ቤተ ክርስቲያን ጠባቂ ጌቶች ክርስቶስ ኀሬ ወፍሬ መስቀል ወእምነ ግብጻዊያንሂ ዮሃንስ ዘበራራ ዘደብረ ኢስጢፋኖስ ወፈድለለ ግብጻዊ ወእስጢፋኖስ ንቡረ ዕድ ዘሲመይ ወይትባረከ ንቡረ ዕድ ዘወጊ ወፍሬ ካህን መራሂ ዘደብረ ነጎድጓድ አንሰ ኀ(?)በርኩ ምስለ ዘሚካኤል በከመ ይቤ ወንጌል ለእግዚአብሔርሰ አልቦ ዘርእየ ግሙራ ወእመሰ አልቦ ዘርእየ ግሙራ መነኬ ይመስል እብል ወይቤሎ ንጉሥ ጸናዕከኑ በዝቃል ወይቤሎ እዎ ጸናዕኩ በዝ ቃል ወይቤሉ እዎ ጸናዕኩ ወይበሎ ኢትትካኀደነኬ።[59]

ትርጉም

ዘሚካኤል፣ በንጉሡ ፊት እና በድንኳን በሚያገለግሉ ካህናት ፊት ለእግዚአብሔር እንደ ሰው መልክ የለውም አለ። ንጉሡም ከኦሪት፣ ከነቢያት፣ ከወንጌል እና ከሐዋርያት አግኝቶ ለእግዚአብሔር እንደ ሰው ያለ መልክ አለው አለ። ሰውን በአርዓያው እና በአምሳያው ፈጥሮታልና። ንጉሡም ገማልያልን በእኛ እና በዘሚካኤል መካከል እንደ ሰማኸው ፈረድክ አለው። ገማልያልም፣ - ቀሲስ ሀጸይ ዘካርያስ፣ ጽራግ ማሰሬ ተስፋ መስቀል፣ የደብተራ አለቃ ቢፋሞን፣ አቃቤ ሰአት አምሃ ለጽዮን፣ ዓምደ ሚካኤል፣ ዘርዓ ሃይማኖት፣ ዮሐኒ እና ወንድሙ ባሮክ፣ ገባሬ ሰናያት ገብረ ኢየሱስ፣ ሕዝበ አንበሳ፣ ሕዝበ ጽዮን፣ ነአምን በአብ፣ የዲያቆናት ጌቶች ተጠምቀ መድኅን፣ ተከለ ኢየሱስ እና ገብረ መንፈስ ቅዱስ፣ ሳሙኤል አይባስ እከአብ፣ ዜና ገብርኤል እና ገጸ አንበሳ፣ ኃይለ ጊዮርጊስ፣ ሁሎችም ዲያቆናት እና ካህናት፣ ከቤተ ክርስቲያን ድንኳን ጠባቂ ጌቶች ክርስቶስ ኅሬ እና ፍሬ መስቀል፣ ከግብጻውያን የበራራው ዮሐንስ፣ የእስጢፋኖስ ደብር ግብጻዊው ፈደለለ፣ የሲመይ ንቡረ ዕድ እስጢፋኖስ እና የወጊ [ወጅ] ንቡረ ዕድ ይትባረክ፣ የደብረ ነጎድጓድ መሪ ፍሬ ካህን፣ እነህ ከላይ የተዘረዘሩት ሁሉ እየሰሙ አንተ ፈረድክ። እኔም ከዘሚካኤል ጋር ነበርኩ። ወንጌልም፣ - እግዚአብሔርን ፈጽሞ ያየው የለም እንዳለ፣ ፈጽሞም ያየው ከሌለ እንግዲያስ ማንን ይመስላል እላለሁ? ንጉሡም በዚህ ቃል ጸናህን? አለው። አዎ በዚህ ቃል ጸንቻለሁ አለው። በል እንዳትከደኝ አለው። (አጽንኦቱ የተጨመረ ነው።)[60]

ዘርዓ ያዕቆብ የዘሚካኤልን አስተምህሮ ብይን ለመስጠት በተጠራው ጉባዔ ተሳትፏል። በተጨማሪም በዚህ ጉባዔ ከብዙ የኢትዮጵያ አድባራት አሉ የተባሉ ሊቃውንት ተሳትፈዋል። በራራን ወክሎ የተሳተፈው ዮሃንስ የሚባል ሊቅ ነው። ድርሳነ ገብርኤሉ እንደሚያሳየው ዮሃንስ በትውልዱ ግብጻዊ ነበር። ይህ ብዙም አያስገርምም። በመካከለኛው ዘመን በራራ መካነ ጳጳሳት ነበረች ብለናል። ጳጳሳቱ ደግሞ በእስክንድሪያው ኮፕቲክ ቤተ ክርስቲያን ሊቀ ጳጳስ ተሹመው የሚላኩ የግብጽ ተወላጆች ናቸው። ከጳጳሳቱ ጋር የግብጽ ካህናት አብረው ይመጡ ነበር። የበራራው ዮሃንስ እና የደብረ ሐይቅ እስጢፋኖሱ ፈደለለ ምናልባትም ከአቡነ ገብርኤል እና ከአቡነ ሚካኤል ጋር ከግብጽ ወደኢትዮጵያ አብረው የመጡ ሊሆኑ ይችላሉ። በተጨማሪም ከላይ እንዳቀረብነው ድርሳነ ገብርኤሉ ከተጻፈ ከሙቶ ዓመት በኋላ አረብ ፈቂህ ከሶርያ እና ከግብጽ የመጡ ክርስቲያኖች ነጋዴዎች በራራ ይኖሩ እንደነበረና እዚያው በከተማም ተወልደው ያደጉም እንዳየ ይነግረናል።[61]

ድርሳነ ገብርኤሉ ጉባዔው የት እንደተካሄደ አይናገርም። በዚህ ዘመን ከበራራ ውጭ የሃይማኖት ጉባዔ የተካሄደው በደብረ ብርሃን ከተማ ነው። ነገር ግን የዘሚካኤልን አስተምህሮ ለመዳኘት የሃይማኖት ጉባዔ ደብረ ብርሃን አልተጠራም። ደብረ ብርሃን እርሱን የሚመለከት ጉባዔ ካልነበረ በዘሚካኤል ምክንያት የተጠራው ጉባዔ የተካሄደው በራራ መሆን አለበት። በተጨማሪም ጳጳሳቱ በጉባዔው መታደም ስላለባቸው የጳጳሳቱ መቀመጫ በራራ የሃይማኖት ጉባዔ ለማድረግ ተመራጭ ነው። በዘርዓ ያዕቆብ ዘመን የደቂቀ እስጢፋኖስን አስተምህሮ ብይን ለመስጠት የተጠራው ወሳኝ ጉባዔ የተካሄደው በራራ ነው። የዘሚካኤልን ኑፋቄ ለመመርመር እና ውሳኔ ለመስጠት በተጠራው ጉባዔው በራራን ወክሎ ዮሃንስ መገኘቱ የበራራ ተሳትፎ ከፍተኛ እንደነበረ ያስረዳል። ከነዚህ መረጃዎች በመነሳት ጉባዔው የተካሄደው በራራ እንደሆነ መደምደም ይቻላል። ይህ ሁሉ የሚያሳየው በራራ ለወሳኝ የሃይማኖት ጉባዔ እንደተመረጠ ከተማውም ከነገሥታቱ በተጨማሪ የኢትዮጵያ ቤተ ክርስቲያን መሪዎች መቀመጫ እንደነበረ ነው።

የጳጳሱ ሌላው ሃይማኖታዊ አገልግሎት ሥልጣነ ክህነት መስጠት ነበር። በኢትዮጵያ ቤተ ክርስቲያን ሥርዓት ሥልጣነ ክህነት መስጠት የሚችለው ጳጳሱ ብቻ ነው። በራራ

በቋሚነት ከሚኖሩት ካህናትና መነኮሳት በተጨማሪ በጊዜያዊነት ሥልጣነ ክህነት ለመቀበል የሚመጡ በብዙ ሺህ የሚቆጠሩ ሰዎች ከመላው አገሪቱ ወደከተማዋ በየቀኑ ይሄዱ ነበር። ለምሳሌ በመጽሐፉ መግቢያ እንደጠቀስነው የደብረ ሊባኖስ ገዳም ዘጠነኛ እጨጌ የነበረው አቡነ መርሐ ክርስቶስ ቅስና የተቀበለው ከበራራው ጳጳስ ከአቡነ ገብርኤል ነበር። በዓፄ ልብነ ድንግል ዘመነ መንግሥት የነበረው ጳጳስ አቡነ ማርቆስ በየቀኑ ለብዙ ሺህ ሰዎች ሥልጣነ ክህነት ይሰጥ ነበር። በጥር ወር 1521 ዓ.ም. ማርቆስ ሥልጣነ ክህነት ሲሰጥ ሥነ ሥርዓቱን ፖርቱጋላዊ ቄስ አልቫርሽ በዐይኑ ያየውን ጽፎታል። አልቫርሽ ስለዚህ ጉዳይ እንዲህ ይላል፦

> On 8 January [1521] the Abima Marcos conferred orders, and I went to see their way of giving them, and it is this. They pitched a white tent in a large uninhabited meadow, where there were quite 5000 or 6000 people to be ordained. The Abima arrived upon a mule, and I with him, as I came in his company, and many others who came with him.[62]
>
> And he gave communion to these priests, who were 2357, all mass priests: because the mass priests are ordained by themselves, and the *zagonais* were ordained in all the orders as far as deacon, like Saint Stephen. And later I saw men ordained *zagonais* and mass priests all in one day , and this many times, because he ordains almost every day , and always in great numbers, because they came to him from all the kingdoms and lordships of the Prester, for there is no who ordains these priests. They are not put down in register, nor do they carry a letter, or other certificate of their order, and as to the number which I named, which was 2357, I did not count them, but I asked the person who had charge, and he told me this number , and certainly it seems to me that it would be true.[63]
>
> ትርጉም
> በጃንዋሪ 8 ቀን [1521 ዓ.ም.] አቡነ ማርቆስ የክህነት ማዕርግ ይሰጥ ነበር። የክህነት ማዕርግ አሰጣጣቸውን ለማየት ሄጀ ስለነበረ አሰጣጡ እንደሚከተለው ነው። ሰው በማይኖርበት ባንድ ትልቅ መስክ ላይ ትልቅ ነጭ ድንኳን ተተክሎ 5000 ወይም 6000 ሰዎች ለክነት ቀርበው ነበር። አቡኑ በበቅሎ ሆኖ ደረሠ። እኔም ከእርሱ ጋር ነበርኩ። እንዲሁም ሌሎች ከእርሱ ጋር የመጡ ብዙ ሰዎች አብረን ደረሰን።
>
> ቀዳሽ ቄሶች ማዕረጋቸውን የሚቀበሉት ከሌሎች ተለይተው ስለሆነ፣ በዚህ ቀን 2357 የሚሆኑትን ቀዳሽ ቄሶች አቆረቧቸው። ከዚያ ደግሞ ዲያቆኖች እንደቅዱስ እስጢፋኖስ እስከ ድቁና ድረስ በየማዕረጋቸው ክህነት ተቀበሉ። በሌላ ቀን ደግሞ ዲያቆኖችንና ቄሶችን ባንድነት ክህነት ሲሰጡ አይቻለሁ። ከዚያም በኋላ በዚሁ አይነት በየቀኑ ለብዙዎቹ ክህነት ሲሰጡ ነበር። [በንጉሠ ነሥቱ] በካሕኑ ዮሃንስ ግዛት በመላ ሥልጣን የሚሰጥ ሌላ አቡን ባለመኖሩ ከልዩ ልዩ አውራጃዎች በየቀኑ በብዛት ይመጣሉ። ክህነት የሚቀበሉት ሰዎች በመዝገብ አይጻፉም ወይንም ክህነታቸውን የሚያረጋግጥላቸው የምስክር ወረቀት አይሰጣቸውም። ከዚህ በላይ የቄሶቹን ቁጥር 2357 ነው ስል ጠቅሼ ነበር፤ ይህን ቁጥር መስጠቴ እኔ ቆጥሬአቸው ሳይሆን እንዲቆጥር የታዘዘው ሰው ነግሮኝ ነው። እኔም በእርግጥ ትክክል ይመስለኛል።

ከጳጳሱ ሥልጣነ ክህነት ለመቀበል ከመላው አገሪቱ ሰዎች ወደጳጳሱ መቀመጫ በራራ ይሄዱ ነበር። አልቫርሽ ቁጥሩ እስከ ስድስት ሺህ የሚገመት ሰው በጥር ወር 1521 ዓ.ም. ከአቡነ ማርቆስ ሥልጣነ ክህነት ለመቀበል የተሰበሰበ ሰው ማየቱን ጽፏል። ከነዚህ ውስጥ በመጨረሻ 2357 ለሚሆኑት ማርቆስ ሥልጣነ ክህነት ሰጥቷቸዋል። ይህ ማለት በየዓመቱ በሺህ የሚቆጠሩ ኢትዮጵያውያን ጳጳሱን ለማግኘት ወደበራራ ጉዞ ያደርጋሉ ማለት ነው። አልቫርሽ እንደሚነግረን ልብነ ድንግል በጊዜያዊነት በሚሰፍርባቸው ስፍራዎች አቡኑ አብሮት ይንቀሳቀስ ነበር። አልቫርሽ አክሎም የአቡኑ ሰፈር እራሱ አንድ ቀበሌ ያህል ነበር ይላል፡-

> On the right hand, also outside like a guard, are the quarters of the Abima, which by themselves form a district; and many foriengers come to his quarters, because they receive from him favour and protection.[64]

<u>ትርጉም</u>

እንደጠባቂዎቹ መኖርያዎች ከከተማው ውጭ በስተቀኝ በኩል የሚገኝ ራሱን የቻለ አንድ ቀበሌ የሚመስል የአቡኑ መኖሪያ አለ። የውጭ አገር ሰዎች ከአቡኑ ርዳታና ጥበቃ ስለሚያገኙ ብዙዎች ወደእርሱ ሰፈር ይሄዳሉ።[65]

ሥልጣነ ክህነት ለመቀበል ከሚመጡት በተጨማሪ ብዙ መነኮሳት ወደበራራ ይሄዱ ነበር። ለምሳሌ እስክንድር ዞርዚ ቬኒስ አግኝቶ ከኢትዮጵያ እስከ ኢየሩሳሌም ስላደረጉት ጉዞ ቃለመጠይቅ ያደረገላቸው አምስት የኢትዮጵያ መነኮሳት የሁሉም የጉዞ መነሻ በራራ ነበር። ከአንደኛው በስተቀር ሁሉም የትውልድ ቦታቸው ከበራራ ውጭ ነው። አባ ሩፋኤል አንጎት ውስጥ ልዩ ስሙ ድምና በተባለ ቦታ ነው የተወለደው። ወደኢየሩሳሌም ከመሄዱ በፊት የአክሱም ኗሪ ነበር። ወደኢየሩሳሌም የሄደው ከበራራ ተነስቶ ነው። ሌላው የአንጎቱ ተወላጅ አባ ቶማስ ወደኢየሩሳሌም ሲሄድ የጉዞ መነሻው በራራ ነበረች። ዳሞት የተወለደውና ወደኢየሩሳሌም ከመሄዱ በፊት ወርወር (ያሁኑ ላሊበላ) ይኖር የነበረው አባ እንጦኒዮስም በምናኔ ሲሄድ የጉዞ መነሻው በራራ ነበረች።[66] መነሻቸውን ለምን በራራ እንዳደረጉ አልተገለጠም። መነኮሳቱ ወደበራራ የሚሄዱበት ምክንያት ከጳጳሳት ቡራኬ ለመቀበል ወይም በራራ ውስጥ ብዙ የውጭ አገር ሰዎችና ነጋዴዎች ስለሚኖሩ ምናልባት ስለሚሄዱበት አገር ከነዚያ ሰዎች መረጃ ለማግኘት ይሆናል። ምክንያታቸው ምንም ይሁን፣ ወደበራራ ያደረጉት ጉዞ ከተማዋ የኢትዮጵያ ቤተ ክርስቲያን የአስተዳደርና የሃይማኖት ማዕከል እንደነበረች ይጠቁማል።

በመጨረሻም በራራና በበራራ አካባቢ ትላልቅ አድባራት ተገንብተው ነበር። እነዚህ አድባራት አብዛኞዎቹ የሚሰጡት አገልግሎት መንፈሳዊ ነው። ከአድባራቱ ውስጥ አንዳንዶቹ የትምህርት ማዕከል ነበሩ። ዘሚካኤል ስለምስጢረ ሥላሴ የነበረውን የኑፋቄ ትምህርት ለመበየን በዓፄ ዘርዓ ያዕቆብ ዘመን በራራ ላይ በተጠራው ጉባዔ ግብጻዊው ዮሃንስ በራራን ወክሎ በጉባዔው እንደተሳተፈ እላይ ዐይተናል። ዮሃንስ በዘሚካኤል ትምህርት ምክንያት በተጠራው የሃይማኖት ጉባዔ በራራን ወክሎ ሊሳተፍ የቻለው ለዚያ የሚያበቃው የሃይማኖት ትምህርት እና እውቀት ስላለው ይሆናል። መካነ ጳጳስ እንደመሆኗ በራራ የሊቃውንትም መኖሪያ ልትሆን እንደምትችል መገመት አይከብድም። የአንጎቱ አባ ቶማስም በበራራ አካባቢ የነበሩት አድባራት ከፍተኛ የትምህርት ማዕከል እንደነበሩ ለእስክንድር ዞርዚ የሚከተለውን ተናግሯል፡-

> Thence again to the north on the direct route there is the great city of Barara, where for the most part dwells Presta Davit, and it has (the) patriarch; and it is in the province of Urab [Warab] where, 8 miles to the east, is the city of Garma where is a great university of every faculty.[67]
>
> <u>ትርጉም</u>
> ቀጥሎም እንደገና በቀጥታ ወደ ሰሜን በሚወስደው መንገድ አብዛኛውን ጊዜ [ንጉሠ ነገሥቱ] ካህኑ ዳዊት የሚኖርባት እና ፓትሪያርኩም የሚገኝባት ታላቋ ከተማ በራራ አለች፣ የምትገኘውም በወረብ ወረዳ ሲሆን በስተምሥራቅ 8 ማይል ርቀት ላይ ገርማ ከተማ ትገኛለች። በዚች ከተማም ብዙ ዐይነት የእውቀት ዘርፎች የሚጠኑበት ታላቅ ዩኒቨርሲቲ አለ።

በራራና ዙሪያው የትምህርት ማዕከል መሆኑ አያስገርምም። ቢያንስ ከዓምደ ጽዮን ጀምሮ ገዳማትና አድባራት ተስፋፍተውበት ነበር። በወረብ ወንጌል ሰባኪ ሆኖ በዘመኑ በነበሩት ጳጳስ ከደብረ ሊባኖስ ገዳም ወደወረብ የተላከው አኖሬዎስ ነበር። አኖሬዎስ ደብረ ጽጋጋ የተባለውን ታዋቂ ገዳም ያቋቋመው ወረብ ውስጥ ነበር። አባ ቶማስ በበራራ አጠገብ ገርማ በተባለው ከተማ ነበር የሚለን የትምህርት ማዕከል እንዲፈጠር መሠረቱን የጣለው አኖሬዎስ ነው።[68] በግራኝ አሕመድ ወረራ ጊዜ አድባራቱ ከነመጽሐፎቻቸው ሙሉ በሙሉ ስለተደመሰሱ በራራ ስለነበሩት ሊቃውንት ከጥቂቶች በስተቀር ማወቅ አልቻልንም። ያገኘነው ውስን መረጃ ግን በራራ የትምህርት ማዕከል እንደነበረች ለመገመት ያስችላል።

የጳጳሱ በበራራ መኖርና አድባራት መሠራታቸው ለከተማው ማደግ አንዱ ምክንያት ነው። በአሁኑ አራዳ ጊዮርጊስ ቤተ ክርስቲያን 9 ሜትር በ40 ሜትር፣ 8 ሜትር በ80 ሜትር ስፋት ያለው ባለሦስት መቅደስ ግዙፍ ቤተ ክርስቲያን ነበር። ይህ ቤተ ክርስቲያን በግራኝ አሕመድ ጊዜ የተቃጠለ ነው።[69] ከመቃጠሉ በፊት ስለቤተ ክርስቲያኑና በዙሪያው ስለሚኖረው ሕዝብ አሰፋፈርና ብዛት የተጻፈ መረጃ አላገኘንም። ነገር ግን ስለሌሎች አብያተ ክርስቲያን ባገኘነው መረጃ ተመሥርተን ስለዚህ ቤተ ክርስቲያንና በዙሪያው ሊኖር ስለሚችለው ሕዝብ መናገር እንችላለን። በኢትዮጵያ ቤተ ክርስቲያን ዘመንና ቦታ ቢቀያየርም ተመሳሳይ የሆኑ የሕንጻ አሠራሮችና አሰፋፈሮች አሉ። ብዙ ጊዜ የቤተ ክርስቲያን አገልጋዮች በቋሚነት በቤተ ክርስቲያኑ ዙሪያ ቤት ሠርተው ይቀመጣሉ። በተጨማሪም ለተቸገሩ ሰዎች ማረፊያ የሚሆን ደጀ ሰላም፣ ከሩቅ ቦታ ለመጡ የቤተ ክርስቲያን ሰዎች ማደሪያ የሚሆን የእንግዳ ቤት ይሠራል። ትላልቆቹ አብያተ ክርስቲያን የመቃብር ስፍራ፣ ሕዝቡ የሚሳለምበትና በዓላት የሚያከብርበት ዙሪያው በድንጋይና በእንጨት የታጠረ ሰፊ ዐፀድ አላቸው።

ትላልቆቹ አብያተ ክርስቲያን በሺዎች የሚቆጠሩ አገልጋይ ካህናት አሏቸው። ለምሳሌ አባ ሩፋኤል ደብረ ሀሌሉያን ጨምሮ ትግሬ ውስጥ የሚገኙ ሦስት አብያተ ክርስቲያን 5000 መነኮሳት እንደነበራቸው ለእስክንድር ዞርዚ ከተናገረው ለማወቅ ይቻላል። የአንጎቱ ቶማስ በበኩሉ ይፋት ውስጥ በተራራ ላይ በነበረ ቤተ ክርስቲያን 3000 መነኮሳት የሚኖሩበት ገዳም እንደነበረ ይነግረናል።[70] በ1521 ዓ.ም. አልቫርሽ ቤተ አማራ ውስጥ መካነ ሥላሴ ሕንጻው ሲመረቅ ከታደሙት ሰዎች ውስጥ ሀያ ሺህ (20000) የሚሆኑት መነኮሳትና ካህናት መሆናቸውን ይመሰክራል። ቁጥሩ የተጋነነ ቢሆንም በየአድባራቱ ብዙ መነኮሳትና ቀሳውስት እንደነበሩ መገመት ይቻላል። በበራራም

እንዲሁ ብዙ ካህናትና መነኮሳት እንደሚገኙ መገመት ይቻላል።[71] ከሃይማኖት ማእከልነቷ በተጨማሪም በራራ የነገሥታቱ የፖለቲካና የአስተዳደር ማዕከል ነበረች።

3.3.2 መካነ ነገሥት

በ1450 ዓ.ም. ለፍራ ማውሮ የኢትዮጵያን ካርታ ሥለው የሰጡት መነኮሳት በራራን የንጉሡ ዋና መቀመጫ እንደነበረች ይናገራሉ። በ1470 ዓ.ም. በራራን ጎብኝቶ ወደአገሩ የተመለሰው ስሙ ያልተገለጠ ጣሊያናዊ መነኩሴ በራራ የንጉሡ ዋና ከተማ እንደነበረች ለእስክንድር ዞርዚ ነግሮታል። በ1482 ዓ.ም. የካቶሊክ ቤተ ክርስቲያን መልክተኞች ዮሃንስ ባቲስታ ብሮኪ እና ዮሃንስ ዳ ካላብሪያ በዘመኑ የነበረውን ዓፄ እስክንድርንና በስሙ አገር የሚመራውን ራስ ዓምደ ሚካኤልን ያገኟቸው በራራ ከተማ እንደነበረ መልክተኞቹ ለእስክንድር ሱሪያኖ ከተናገሩት ለማወቅ ይቻላል።[72] በራራ የዓፄ ልብነ ድንግል ዋና መቀመጫ እንደነበረ እስክንድር ዞርዚ ቃለመጠይቅ ያደረገላቸው ሁሉም የኢትዮጵያ መነኮሳት መስክረዋል።[73]

እስካሁን ያገኘናቸው ምንጮች ከተማው እንዴት እንደተደራጀ ዝርዝር መረጃ አይሰጡንም። የበራራን ከተማ ሕዝብ አሰፋፈር ለማወቅ የግድ የቤተ መንግሥቱን አቀማመጥና አደረጃጀት ማወቅ ያስፈልጋል። በመካከለኛው ዘመን የነበረው የቤተ መንግሥት አቀማመጥ ታደሰ ታምራትና ማይክል ሆርቫዝ በዘመኑ የተጻፉትን የተለያዩ የታሪክ ምንጮች መርምረው አጥንተውታል። በተጨማሪም ፖርቱጋላዊው አልቫሬሽ ስለልብነ ድንግል ቤተ መንግሥት ሰፊ ገለፃ አድርጓል።[74] ከነዚህና በሥርዓተ መንግሥቱ ላይ ከተጻፈው በመነሳት በዘመኑ ስለነበሩት ተንቀሳቃሽ ቤተ መንግሥቶች ባጭሩ እንመለከታለን። ይህ የበራራን ከተማ የሕዝቡን አሰፋፈር ምን ይመስል እንደነበረ ለመገመት ይረዳናል።

መረጃዎች እንደሚያሳዩት በዘመኑ የነበረው ቤተ መንግሥት በሁለት አጥር የታጠረ ነው። በአንደኛውና መሀል ላይ ካለው አጥር ውስጥ የንጉሡ ድንኳኖች ይተከላሉ። እዚህ ውስጥ ከብላቴን ጌቶች በስተቀር ማንም ለመግባት አይፈቀድለትም። ታደሰ እንደሚለው ከሆነ ከመሀለኛው አጥር ወደሁለተኛው አጥር የሚያስወጡ 12 (ታደሰ በሮቹ 13 ናቸው ይላል) በተለያየ ስም የሚጠሩ በሮች አሉ። ከነዚህም ውስጥ በምዕራብ አቅጣጫ ያለውና ዋናው መውጫ በር ውድነሽ በር ይባላል። የቤተ መንግሥት ሹሞች ሥልጣን፣ ማዕርግና ተግባር የ12ቱን በሮች አቀማመጥና አቅጣጫ ያንጸባርቃል። በሮቹ ሁሉም በዘበኛ የሚጠበቁ ሲሆን ያለንጉሡ ፈቃድ መግባት አይቻልም።[75]

በታደሰ ጥናት መሠረት የውጭ አጥር እንደውስጠኛው 13 በሮች አሉት። የበሮችም ስም ልክ እንደውስጠኛው ነው። የውጭ አጥር ዙሪያው በተለይም ደግሞ በሮች በዐሥራ ሦስት ሺህ (13 000) ወታደሮች ይጠበቃል። በሁለቱ አጥሮች መሀል ያለው ስፍራ ጃንሎ ይባላል። በጃንሉ ውስጥ እንዲኖሩ የተፈቀደላቸው አቃቤ ሰዓቱ፣ የግራና የቀኝ ራስ ቢትወደዶች፣ የንጉሡ እናት፣ የንጉሡ ሦስቱ ሚስቶችና ጳጳሱ ናቸው። እስከ ዓፄ ልብነ ድንግል ድረስ ነገሥታቱ ሦስት ሚስቶች ነበሯቸው። አንደኛዋ የግራ በአልተሀት (የግራ ንግሥት) ትባላለች። መኖሪያዋ ከሸልማት ደጅ ፊት ለፊት ነው። ሁለተኛዋ ቀኝ በአልተሀት (የቀኝ ንግሥት) ትባላለች። ሦስተኛው በዓልተ ሺና (ወጣት የቀኝ ንግሥት) ትባላለች። የቀኝ በአልተሀቷ እና የበዓልተ ሺናዋ መኖሪያ ከመብሊ ደጅ ፊት ለፊት ነው። ንግሥቶቹ ጠባቂ ጃንደረቦች፣ አገልጋዮችና ሌሎች በሥራቸው ያሉ ሴቶች አብረዋቸው

ይኖራሉ። ታደሰ የንጉሡ እናትና የንጉሡ ልጆች መኖሪያ በቁልፍ ደጅ ፊት ለፊት ባለው ቦታ ነው ይላል።[76]

የምግብ ማብሰያ ቤት፣ እንጀራ ጋጋሪዎች፣ ጠጅ ቤቶችና ጠላ ጠማቂዎች፣ የንጉሡ ግምጃ ቤት፣ አንድ መቀደሻ ታቦት፣ አንድ ስጋ ወደሙ የሚዘጋጅበት ታቦቶችና አገልጋይ ካህናት በዚሁ በጀጎል ይገኛሉ። አልቫርሽ ቤተ ክርስቲያኖቹ አንዱ የማርያም አንዱ የመስቀል ነው ይላል። በተጨማሪም አልቫርሽ ምግብ አብሳዮች የሚገለገሉበት በቅዱስ አንድሪያስ የተሰየመ ቤተ ክርስቲያን ይገኝ ነበር ይላል። ከጀጎሉ ሳንወጣ በዋናው በር (ውድነሽ በር) ፊት ለፊት ባዶ ስፍራ አለ። ከዚህ ስፍራ አለፍ ብሎ የፍርድ አደባባይና (ፍርድ የሚሰጥበት ድንኳን) እሥር ቤት (የእሥር ድንኳን) ይገኛሉ። አልቫርሽ ፍርድ የሚሰጥበት ቤተ ሰቀላ የሚባል ሲሆን ግራና ቀኝ ስድስት በአጠቃላይ 12 ወንበሮች ፍርድ በሚሰጥበት ጊዜ ሰው የማይቀመጥባቸው ወንበሮች ይደረደሩ ነበር ይላል። የእንግዳ መቀበያ ስፍራም በዚሁ በጀጎል ውስጥ ይገኛል። ባጠቃላይ የንጉሡ ቤተሰብና አገልጋዮቻቸው፣ የቤተ መንግሥት ግቢ ሠራተኞች፣ ሁለቱ ቢትወደዶች፣ ጳጳሱ፣ አቃቤ ሰዓቱ፣ የሁለቱ ታቦቶች አገልጋይ ካህናትና ዘበኞች በጀጎሉ ውስጥ ይኖራሉ።[77]

ሁለቱ ቢትወደዶች በጀጎል ውስጥ ስፍራ ቢሰጣቸውም ተከታዮች እንዲሰፍሩ የሚፈቀድላቸው ከጀጎሉ ውጭ ነው። የአውራጃና የወረዳ ገዢዎች ከነተከታዮቻቸው ከጀጎል ውጭ ድንኳናቸውን ይተክላሉ። ትላልቆቹ መኳንንት የራሳቸው ሹማምንት፣ ተከታዮች፣ ወታደሮችና ምግብ አብሳዮች አሏቸው። አልቫርሽ እንደሚለው የመኳንንቱ ሰፈር በተለይም የሁለቱ ቢትወደዶች አነስተኛ የንጉሥ ሰፈር ይመስላል። በተመሳሳይ በአዛዦች ሰፈሮች የሕዝቡ ብዛት የአንድ ከተማ ያህል እንደሚሆን አልቫርሽ ይነግረናል፡-

> In front of these wardrobe tents on either side are the tents of the pages, and further on are the tents of the Azajes, who occupy something like a fair-sized town with their tents, and those of their people; further in front and further off are the tents of the Betudetes, and each one occupies something like a town or city, they are almost outside like gaurds.[78]
>
> ትርጉም
>
> ከግምጃ ቤቶች ድንኳኖች ፊት ለፊት በግራና በቀኝ በኩል የብላቴናዎቹ ድንኳኖች ይገኛሉ። ከነዚህም ወደፊት በጣም እልፍ ብሎ የራሳቸውና የጭፍሮቻቸው ድንኳኖች የተተከሉበት ራሱን የቻለ አንድ ከተማ የሚመስል የአዛዦቹ መኖሪያ አለ። ከዚህም በጣም ወደፊት እልፍ ሲሉ እንዲሁ እያንዳንዳቸው ከተማ የሚመስሉ የቢትዎደዶቹ መኖሪያዎች አሉ።[79]

መኳንንት ግብራቸውን ለንጉሡ ሲያስገቡም ሆነ ንጉሡን ለማግኘት ሲፈልጉ የሚገቡት ከውድነሽ ደጅ በግራና በቀኝ በሚገኙት ሠርግዋን በተባሉት በሮች ነው። ያለ ንጉሡ ፈቃድ ማንም ሰው በነዚህ በሮች መግባትም ሆነ መውጣት አይቻለውም።[80]

አልቫርሽ እንደሚነግረን በሁለቱ ወንበሮች (ዳኞች) ሰፈር ወይም ድንኳን አጠገብ የወንበሮች ቤተ ክርስቲያን የሚባል ቤተ ክርስቲያን ነበር። በዚህ ቤተ ክርስቲያን ትይዩ የአንበሶች ቤት ይገኛል። እርሱ እንደሚለው እቃ የሚሸጡና የሚለውጡ ነጋዴዎች የራሳቸው ሰፈር ነበራቸው። ገበያው የሚገኘው የአንበሶችን እና የወንበሮችን ሰፈር ከታለፈ በኋላ ነው። አልቫርሽ እንደሚለው ከአንበሶች ቤት ፈቀቅ ብሎ በገበያ አደባባይ ላይ ሌላ ቤተ ክርስቲያን ይገኛል። በገበያው መጠጥና ምግብ ጨምሮ ልዩ ልዩ ሸቀጦች

ይሸጣሉ ይለወጣሉ። ልብስና ትላልቅ እና ውድ እቃዎችን የሚሸጡ የሚለውጡ ሙስሊም ነጋዴዎች ሲሆኑ ስጋ፣ ጠላ፣ ጠጅ፣ እንጀራ፣ ዳቦ እና በአጠቃላይ ርካሽ እቃዎችን የሚሸጡ ክርስቲያኖች ነበሩ፡-

> A big distance away again from the lions there is another church; it is called the market square church, that is the Christians who sell there, because the greater number are Moors; and the principal merchants of cloth and large goods are Moors; and the Christians sell cheap things, such as bread, wine, flour, and meat; and the Moors can sell nothing to eat because in this country they do not eat anything which the Moors make, nor meat which they kill. This market square must be in front of the tent of the Prester John, but not in a place where it can be seen from the door....[81]
>
> <u>ትርጉም</u>
>
> ከአንበሶቹ [መኖሪያ] ራቅ ብሎ አንድ ሌላ ቤተ ክርስቲያን አለ። በገበያው ውስጥ የሚገኙት ሰዎች ይበልጡ እስላሞች ስለሆኑ የገበያው ቤተ ክርስቲያን የተሰራው ለክርስቲያኖቹ ብቻ ነው። ውድ ሸቀጦች እና ልብሶች የሚሸጡት እስላሞች ሲሆኑ ክርስቲያኖች ግን እንጀራ፤ ጠጅ፤ ዱቄትና ስጋ የመሳሰሉትን ርካሽ ነገሮች ይሸጣሉ። የዚህ አገር ክርስቲያኖች እስላሞች ያዘጋጁትን ምግብ ስለማይበሉና እነርሱም ያረዱትን ከብት ሥጋ ስለማይቀምሱ እስላሞች ምግብ ሊሸጡ አይችሉም። ገበያው ምንም እንኳን ከንጉሣዊው ድንኳን መግቢያ የማይታይ ቢሆንም የሚገኝበት ቦታ ፊት ለፊት ነው።[82]

በገበያው አካባቢ ደግሞ የእጅ ጥበብ ባለሙያዎች ይሰፍራሉ። የእጅ ጥበብ ባለሙያዎች ቁጥራቸው ከፍተኛ ሲሆን የራሳቸው ሰፈር አላቸው። አልቫርሽ እንደሚለው ቁጥራቸው ብዙ የሆነ ሴተኛ አዳሪዎችም የራሳቸው ሰፈር ነበራቸው። ንጉሡ ከአንዱ አውራጃ ወደሌላው አውራጃ ቢንቀሳቀስም እላይ የገለጥነው የቤተ መንግሥት አቀማመጥ አይቀየርም።[83]

እላይ ስለመካከለኛው ዘመን የቤተ መንግሥት አቀማመጥ እና የከተማው ሰው አሰፋፈር አልቫርሽ የነገረን ስለአዲስ አበባ ከተማ አመሰራረት፣ ስለከተማው ሕዝብ አሰፋፈር ያሬድ ገብረ ሚካኤል በመጽሐፉ ያሰፈረውን የአይን እማኝ መረጃ ያስታውሰናል። ያሬድ አዲስ አበባ መኖር የጀመረው ከተማዋ ከተመሰረተች ከ31 ዓመት ጀምሮ ብዙም ዘመናዊ ድርጅት ሳይኖራት ነው። ያሬድ አዲስ አበባ በጣም ሳትሰፋ እና ሳትቀየር የነበረውን የከተማዋን ሕዝብ አሰፋፈር ለማየት ዕድል ነበረው። የበራራን ከተማ ድርጅት ለመረዳት ስለሚያስችለን ከያሬድ መጽሐፍ የሚከተለውን ጠቅሰናል፡-

> የአዲስ አበባ ከተማ በተቆረቆረበት በዳግማዊ ዓፄ ምኒልክ ዘመነ መንግሥት እንደአሁኑ ያለ ዘመናዊ ድርጅት ባይኖረውም የመንግሥት ሠራተኞችም ሆነ የሕዝብ ሠፈር የተዘበራረቀና የተሠበጣጠረ አልነበረም። ሁሉም በየሥራው፣ በየአለቃው፤ በየሙያው ተመድቦ ነበር። ለምሣሌ የመንግሥት ሠራተኛ የሆነ የባለሟል ሠፈር፣ የዘበኛ ሠፈር፣ የበጅሮንድ የዕቃ ቤት፣ የጠመንጃ ያዥ፣ የሠናድር ያዥ፣ የአሣላፊ የቀጀ፣ የውኃ ስንቁ ሠፈር በመባል እንዲሁም የሕዝብ ሠፈር ደግሞ፤ የካህን ሠፈር፣ የነጋዴ ሠፈር፣ የሠራተኛ ሠፈር፣ የሠፊ ሠፈር፣ የበርኖስ ሠፊ ሠፈር፣ የገንቢ፣ የሐናጺ ሠፈር እየተባለ ይህን በመሣሠለው ድርጅት እየተከፋፈለ የተከተመ ሥለነበር፣ ማናቸውም ዘመዱን ወዳጁን ለመጠየቅ ከባላገር ወደከተማ የሚመጣ ሰው በሠፈሩ አድራሻ ጠይቆ በቶሎ ለመድረስ ይችል ነበር።[84]

ያሬድ ስለአዲስ አበባ ከተማ ሠፈሮች የጻፈው አልቫርሽ ስለልብነ ድንግል ቤተ መንግሥት ድርጅት እና በቤተ መንግሥት ዙሪያ ስለነበረው የሕዝብ አሰፋፈር ከጻፈው ጋር ተመሳሳይ ነው። ያሬድ የአዲስ አበባን ከተማ የሕዝብ ሠፈር እና የመንግሥት ሠራተኞች ሠፈር ብሎ በሁለት ታላላቅ ክፍሎች ከፍሎታል። አራት ኪሎ በሚገኘው በዳግማዊ ምኒልክ ቤተ መንግሥት ዙሪያ የሠፈሩት የቤተ መንግሥት ሠራቶች ነበሩ። ያሬድ የሕዝብ ሰፈር ብሎ በሰየመው የከተማው ክፍል የካህናት/ገዳም ሠፈር፣ የነጋዴዎች ሠፈርና የሠራተኛ ሠፈር ይገኛሉ። ያሬድ ከዘረዘራቸው በተጫምሪ ታላላቅ መኳንንት እና ጭፍሮቻቸው የሰፈሩባቸው የከተማ ክፍሎች ነበሩ። የመኳንንቱና የጭፍሮቻቸው ግቢዎች አንዳንዶቹ ለቤተ መንግሥቱ ቅርብ ሲሆኑ ሌሎቹ ደግሞ ራቅ ብለው የተሠሩ ናቸው። ወደሰፈር ካደጉት የመኳንንቱ ግቢዎች ውስጥ የራስ መኮንን ሰፈር፣ የደጃች ውቤ ሰፈር፣ የራስ አባተ ሰፈር፣ የራስ ተሰማ ሰፈር፣ የፊታውራሪ ሀብተ ጊዮርጊስ ሰፈር ተጠቃሽ ናቸው።[85]

የበራራን ከተማ የሕዝቡን፣ የንጉሡንና የባለሥልጣኖችን አሰፋፈር፣ የገበያውን መገኛና የመሳሰለው ነገር ሁሉ እላይ በዘመኑ ስለነበረው የቤተ መንግሥቱ አደረጃጀትና አቀማመጥ ካቀረብነው ገለፃ ተነስተን መገመት እንችላለን። በምዕራፍ አንድ በሰፊው እንዳየነው የበራራ ማዕከል የዛሬው ኮልፌ ቀራንዮ አካባቢ ነው። እንግዲህ የቤተ መንግሥቱም መገኛ በዚህ ስፍራ ነው ማለት ነው። በቤተ መንግሥቱ ዙሪያ የገበያ አደባባይ፣ የእጅ ባላሙያዎች፣ የነጋዴ፣ የሁለቱ ቢትወደዶችና የጭፍሮቻቸው፣ የአዛዦች እና የጭፍሮቻቸው፣ የወታደር፣ የጳጳስ፣ የካህናትና የሌሎችም መኖሪያ ሰፈሮች ይኖራሉ። እላይ አልቫርሽ ስለቤተ መንግሥቱ አቀማመጥና ስለሕዝቡ አሰፋፈር በሰጠን መረጃ ተመሥርተን በአጠቃላይ በራራ ውስጥ ከ10 እስከ 12 ሰፈሮች እንደሚኖሩ መገመት እንችላለን። የአንደኛው ሰፈር መገኛ አራዳ ጊዮርጊስ በነበረው ቤተ ክርስቲያን ዙሪያ ነው። በቤተ ክርስቲያን ዙሪያ ብቻ በሺዎች ሊገመት ይሚችል ሕዝብ ሊኖር እንደሚችል እላይ ዐይተናል። ስለበራራ አጠቃላይ ሕዝብ ብዛት የተጻፈ መረጃ የለም። ማይክል ሆርቫዝ በዚህ ዘመን የነበረው የነገሥታቱ ከተማ የሕዝብ ብዛት ከ20000 እስከ 40000 እንደሆነ ግምቱን ሰጥቷል። አንድ አስረኛው የሚሆነው የከተማው ሕዝብ የመሳፍንቱ እና የመኳንንቱ ክፍል (ልሂቃን) ናቸው። የበራራም ከተማ እንዲሁ ሊሆን ይችላል። አብዛኛው የከተማው ሕዝብ ካህናት፣ ነጋዴዎች፣ የመሸታ ቤት ያላቸው ሴቶችና የዕደ ጥበብ ባለሙያዎች ናቸው። ቀጥሎ ባሉት ተከታታይ የምዕራፉ ክፍሎች በበራራ ከተማ ስለነበሩት የጥበብ ሰዎችና ነጋዴዎች ያገኘነውን መረጃ እናቀርባለን።[86]

3.4 ስለበራራ የጥበብ ሰዎች

የኢትዮጵያ ነገሥታት የዕደ ጥበብ ሠራተኞች በከተማቸው ያሰፍሩ ነበር። ይህ በኢትዮጵያ ታሪክ በደንብ የሚታወቅ ነው። እነዚህ የዕደ ጥበብ ሠራተኞች ጃን ሸላሚ በሚባል ስም ይታወቁ ነበር። ጃን ሸላሚዎች መኖሪያና የተለያዩ ጌጣጌጦች የሚሠሩበት መሥሪያ ቤታቸው ከቤተ መንግሥቱ ጋር የተያያዘ ነበር።[87] ነገሥታቱ በዋናነት ከሚኖሩበት ስፍራ ውጭ ባሉ ከተሞችም የጥበብ ሰዎችን ያሰፍሩ ነበር። ለምሳሌ የአንንቱ አባ ቶማስ ዓፄ ልብነ ድንግል ፈጠጋር ከምትገኘው ሶግራ ከምትባለው ከተማ ባለእጆችን አስፍሮ እንደነበረ ለእስክንድር ዞርዚ ነግሮታል።[88] አልቫርሽ በበኩሉ በልብነ ድንግል ከተማ አደረጃጀት መሠረት የዕደ ጥበብ ባለሙያዎች ሰፈር ምግብ እና መጠጥ የሚሸጡት ሰዎች ሰፈር ከታለፈ በኋላ በገበያው አጠገብ የሚገኘው ነው ይላል፦ “በዚህ ተራ መጨረሻ

ማለት በገበያው አቅራቢያ በየበኩላቸው የሚገኙ ባለ እጆች ትልቅ መንደር ሰርተው ይሰፍራሉ[89] ("At the end of these, and now near to the market square, are the quarters of the smiths on both sides, each smith on his own side. They make a large village")።[90] በራራ የዕደ ጥበብ ሥራ ውጤቶች ማምረቻ ማዕከል ነበረች። ስለዚህ ደግሞ ብዙ የጽሑፍ ማስረጃዎች ይመሰክራሉ። በራራ ውስጥ የዕደ ጥበብ ባለሙያዎችና የጥበብ ሰዎች ይኖሩ እንደነበረ የግራኝ አሕመድ የዘመቻ ጸሐፊ አረብ ፈቂህ የዐይን እማኝ ምስክርነት ሰጥቷል። ለምሳሌ አረብ ፈቂህ በንጉሡ ሥር የሚተዳደሩ የእጅ ባለሙያዎች በራራ ከተማ እንደሚኖሩ ያየውን እንደሚከተለው ጽፏል፦

> Then the Muslims set out for Berāra, and during the course of their journey, they seized gold, silver and silk as booty. They travelled for ten days on the road in this manner and when they drew near Berāra the people of Berāra made overtures to Muslims. The people of this town were the king of Abyssinia's tailors. They also used to make protective armour used for the horses, and whereever he went, they used to go. But when the king fled to Waj, they returned to Berāra and extended to the Muslims a hospitable reception.[91]
>
> <u>ትርጉም</u>
> ከዚያ በኋላ ሙስሊሞቹ ወደ በራራ ተጓዙ እናም በጉዞአቸው የወርቅ፣ የብር እና የሐር ልብስ በምርኮ ያዙ። በዚህ ሁኔታ በመንገድ ለዐሥር ቀናት ያህል ተጓዙ እና ወደ በራራ ሲቀርቡ የበራራ ሕዝብ ሙስሊሞቹን በእልልታ ተቀበላቸው። የዚህ ከተማ ሰዎች የሀበሻው ንጉሥ ልብስ ሰፊዎች ነበሩ። ለፈረሶቹም የመከላከያ ጥሩር ይሠሩለት ነበር። በሄደበትም ሁሉ አብረው ይሄዱ ነበር። ነገር ግን ንጉሱ ወደ ወጅ ሲሸሽ ወደ በራራ ተመልሰው ለሙስሊሞች የእንግዳ አቀባበል አደረጉላቸው።

በራራ የነበሩት የእጅ ጥበብ ባለሙያዎች ለዓፄ ልብነ ድንግል እና ለቤተ መንግሥት ሠራተኞች ልብስ የሚሰፉ ነበሩ። በተጨማሪም ለንጉሡ ፈረሰኛ ወታደሮች ፈረሶችን ከጦር የሚከላከል የብረት ጥሩር የሚሠሩ እንደነበሩ አረብ ፈቂህ ከጻፈው ለማወቅ ይቻላል። የግራኝ ወታደሮች ወረብን ሙሉ በሙሉ በቁጥጥር ሥር ሲያውሉ እና ሲዘርፉ ባለሙያዎች ከዓፄ ልብነ ድንግል ጋር በደቡብ ሸዋ እና በዳሞት ድንበር አካባቢ አብረው ነበሩ። ንጉሡ በዝሆን ዱር ጦርነት (ያሁኑ አምቦ አካባቢ) ሲሸነፍ ሸሽቶ ወደወጅ ሲሄድ ባለሙያዎቹ ወደከተማቸው በራራ ተመለሱ።

ከአገር ውስጥ የእጅ ጥበብ ባለሙያዎች በተጨማሪ በግራኝ አሕመድ ወታደሮች ከመዘረፉ በፊት በበራራ ውስጥ የውጭ አገር የጥበብ ሰዎች ይኖሩ ነበር። አረብ ፈቂህ በ1531 ዓ.ም. ከዝሆን ዱር ጦርነት በፊት ንጉሡ አዋሽን ተሻግሮ ወደወጅ ሲሄድ አርባ ፈረንጆች አብረውት እንደነበሩ ጽፏል።[92] ከግራኝ ወረራ ሦስት ዓመት በፊት ኢትዮጵያ ውስጥ የነበረው ፖርቱጋላዊ ፍራንሲስኮ አልቫርሽ በበኩሉ ብዙ ፈረንጆች በልብነ ድንግል ከተማ እንደሚኖሩ እና አብዛኛዎቹም ጀነዋ ከተባለው የጣሊያን ከተማ እንደመጡ ያየውን ጽፏል። ካገኛቸው ፈረንጆች ውስጥ የአገሩ ዜጋ የነበረው ጴጥሮስ ኮቪልሀ እና በሙያው ሠዓሊ የነበረው ኒቆላዎስ ብራንካሊዮን ይገኙበታል። ከልብነ ድንግል ጋር ከነበሩት ፈረንጆች 16 የሚሆኑት በጅዳ ከተማ በአረቦች ታግተው እነደነበረ እና ከእሥር

በመርከብ አምልጠው ወደምጽዋ እንደመጡ እና ከዚያም ዓፄ ልብነ ድንግል በክብር ተቀብሎ እንዳስቀመጣቸው ጽፏል።[93]

የኢትዮጵያ ነገሥታት በትጋት ከአውሮፓ ወደኢትዮጵያ የዕደ ጥበብ ሽግግር እንዲደረግ እና ብዙ የአውሮፓ የእጅ ባለሙያዎችን ወደበራራ ለመሳብ ከፍተኛ ጥረት አድርገዋል። በ1402 ዓ.ም. በዓፄ ዳዊት፣ በ1427 ዓ.ም. በዓፄ ይስሐቅ እና በ1450 ዓ.ም. በዓፄ ዘርዓ ያዕቆብ ወደአውሮፓ የተላኩት አምባሳደሮች አንዱ እና ዋነኛው ዓላማ የጥበብ ሰዎችን ወደኢትዮጵያ ማምጣት ነበር። ምንም እንኳ ጉዞው አስቸጋሪ ቢሆንም እና አንዳንዶችም በግብጽ መሪዎች ትእዛዝ ቢገደሉም ብዙ የአውሮፓ የእጅ ጥበብ ባለሙያዎች ነገሥታቱ በሚልኳቸው አምባሳደሮች እና ልዑካን አማካይነት እንደገቡ ከጽሑፍ ምስክሮች ማወቅ ይቻላል። ምናልባትም በ15ኛው እና በ16ኛው ምእት ዓመታት በበራራ ከተማ ይኖሩ የነበሩት አብዛኛዎቹ የአውሮፓ ሰዎች የዚህ ጥረት ውጤት ናቸው።[94]

በ1402 ዓ.ም. ዓፄ ዳዊት ወደቬኒስ ሪፓብሊክ የላከው በፍሎሬንሳዊው እንጦንዮስ ባርቶሊ (ለዝርዝሩ ምዕራፍ 4ን ይመለከቷል) የተመራ የልዑካን ቡድን ወደኢትዮጵያ ለመሄድ ፈቃደኛ የሆኑ የጥበብ ሰዎችን ለማሰባሰብ ችሎ ነበር። ከነዚህም ውስጥ ቪክተስ የሚባል የፍሎሬንስ ሠዓሊ፣ ናፖሊታን ስፓታሪየስ የተባለ የፓዱ ተወላጅ፣ እንጦኒዮስ የሚባል የፍሎሬንስ ግንበኛ እና ሌላ እንጦንዮስ የሚባል ፈሪነቱ ትሬቪሶ የሆነ ከአስቤስቶስ የተሠራ የጣሪያ ንጣፍ የሚሠራ የእጅ ባለሙያ ይገኙበታል። ልዑካኑ ወደኢትዮጵያ ተመልሰው ለመሄድ በነሐሴ 1402 ተነሱ። ለጉዞ የሚያስፈልጋቸውን ወጪ 1000 የቬኒስ ዱካት ገንዘብ ሰጥተው የሪፓብሊኩ ባለሥልጣናት የኢትዮጵያን አምባሳደሮች አሰናበቱ።[95]

እንጦኒዮስ እና ሌሎች አውሮፓውያን በሰላም ኢትዮጵያ እንደገቡ ሁለት አመላካች መረጃዎች አሉ። የመጀመሪያው በ1420ዎቹ እና 1430ዎቹ ኢትዮጵያ ውስጥ የሚኖር የአውሮፓ ማኅበረሰብ መኖሩ ነው። ለዚህ መረጃ ደግሞ ምንጩ በርትራንድ ደ ላ ብሮኩር (1400-1459) የጻፈው የጉዞ ማስታወሻ ነው። በርትራንድ ደ ላ ብሮኩር ፈረንሳዊ ሲሆን ስለኢትዮጵያ መረጃውን የሰበሰበው በ1432 ዓ.ም. ቁስጥንጥንያ በነበረበት ወቅት ነው። ወደቁስጥንጥንያ የሄደው በበርጋንዲው መስፍን በፊሊጶስ ሣልሳዊ (1419-1467) ትእዛዝ ከአውሮፓ ውጭ ስላሉ አገሮች ከተጓዦች እና ከነጋዴዎች መረጃ ለመሰብሰብ ነው። በርትራንድ ደ ላ ብሮኩር ቁስጥንጥንያ ውስጥ ቀድሞ በኢትዮጵያ ይኖር የነበረ ጴጥሮስ የሚባል የኔፕልስ ከተማ ተወላጅ ጣሊያናዊ አግኝቶ ነበር። ጴጥሮስ ከካህኑ ንጉሥ ዮሃንስ አገር ሚስት አግብቶ እንደሚኖር፣ ወደዚያም የሄደው ከአንድ ስፔናዊ እና ከአንድ ፈረንሳዊ ልዑካን ጋር እንደሆነ ለበርትራንድ ደ ላ ብሮኩር ነግሮታል። ወደቁስጥንጥኒያ የመጣበት ምክንያት መርከብ መሥራት የሚችል ባለሙያ እንዲያመጣ በካህኑ ንጉሥ ዮሃንስ ተልኮ እንደሆነ ለበርትራንድ ጨምሮ ነግሮታል።[96]

ጴጥሮስን እና ሌሎችን ሁለት በስም ያልተጠቀሱ ልዑካን ወደኢትዮጵያ የላካቸው ደግሞ ሞንሲኞር ዳ በሪ እንደሆነ በርትራንድ ያስረዳል። በዚህ ጉዳይ ዝርዝር ጥናት ያደረገው ማቴዎስ ሳልቫዶር እንደሚለው ሞንሲኞር ዱ በሪ በፈረንሳይ የሚገኘው በሪ የተባለው ግዛት ባላባት የነበረ ዮሃንስ ደ በሪ (1340-1416) ነው። ይህ ትክክል ከሆነ ጴጥሮስ እና ሌሎች ልዑካን ወደኢትዮጵያ የመጡት ጴጥሮስ ወደቁስጥንጥንያ ከመሄዱ ቢያንስ ከ16 ዓመት በፊት ነው። ጴጥሮስን ወደአውሮፓ የላከው ዓፄ ይስሐቅ ነው።

ሳልቫዶር እንደሚለው ከሆነ እንደጴጥሮስ በተመሳሳይ ሁኔታ በራራ ውስጥ ትዳር መሥርተው ከሚኖሩት የአውሮፓ ሰዎች ውስጥ እንጦኒዮስ ባርቶሊ ያሰባሰባቸው የእጅ ባለሙያዎች ናቸው።[97]

የሲሲሊው ተወላጅ ጴጥሮስ ሮምቡሎም የሕይወት ታሪክ በዓፄ ዳዊት እና በዓፄ ይስሐቅ ዘመነ መንግሥት በራራ ውስጥ የአውሮፓ ማኅብረሰብ ይኖር እንደነበረ ሌላ ፍንጭ ይሰጣል። ጴጥሮስ ሮምቡሎ ዘርዓ ያዕቆብ ወደአራጎን ንጉሥ አልፎንሶ 5ኛ ከተማ ወደኔፐልስ የላከው አምባሳደር ነው። ጴጥሮስ በወጣትነቱ ስፔንን፣ ፈረንሳይን፣ እስክንድርያን እና ካይሮን ጨምሮ የተለያዩ የሰሜን አፍሪካ ከተሞችን ተዘዋውሮ ጎብኝቷል። የጉዞውም ዓላማ የማያውቀውን አገር ለማየት ከነበረ ከፍተኛ ፍላጎት የመነጨ ነው። ካይሮ ሳለ በአንድ ኢትዮጵያዊ ምክር ተገፋፍቶ ወደኢትዮጵያ ለመምጣት ችሏል። በ1450 ዓ.ም. አምባሳደር ሆኖ ወደኔፐልስ ከመሄዱ በፊት ኢትዮጵያ ውስጥ ለ37 ዓመት ያህል ኖሯል። ይህ ማለት ወደኢትዮጵያ የገባው በዓፄ ዳዊት ዘመነ መንግሥት ነው ማለት ነው። ወደኢትዮጵያ ከመጣ በኋላ አንድ የባላባት ልጅ አግብቶ ስምንት ልጆች ወልዶ ነበር።[98]

በመጨረሻም በዓፄ ዳዊት ዘመን ከቬኒስ ባለሥልጣናት በስጦታ ለዓፄ ዳዊት የተሰጡ የሃይማኖት ቅርሶች እና የወግ እቃዎች መድረሳቸው እንጦኒዮስ ከባለሙያዎች ጋር ወደኢትዮጵያ ለመመለሱ አመላካች ነው። ከቬኒስ ባለሥልጣናት ለዓፄ ዳዊት ከተበረከተው ስጦታ አንዱ የብር ጽዋ ነው። ጽዋውን ለዳዊት እንዲሰጥ የተሰጠው ደግሞ እንጦንዮስ ነው። ጽዋው ኢትዮጵያ ውስጥ ለመግባቱ ታማኝ መረጃ አለ። ዳዊት ከሞተ ከ107 ዓመት በኋላ ወደኢትዮጵያ የመጣው ፖርቱጋላዊ ፍራንሲስኮ አልቫርሽ የብር ጽዋውን ለማየት ችሎ ነበር። በጽዋው ላይ በላቲን ፊደል የተጻፈውን ጽሑፍ በማጥናት ጽዋው ከየት እንደመጣ ለማወቅ ሙከራ አድርጓል፤ በመገረምም ጽፏል።[99] የስጦታ እቃዎችን ለዳዊት እንዲያደርሱ የተላኩት እንጦንዮስ ባርቶሊ፣ አብረውት የነበሩት የኢትዮጵያ ልዑካን እና እርሱ ያሰባሰባቸው ፈቃደኛ የእደ ጠበብ ባለሙያዎች ናቸው። የብሩ ጽዋ ኢትዮጵያ ውስጥ መድረሱ እንጦኒዮስ ባርቶሊ እና ያሰባሰባቸው የዕደ ጥበብ ባለሙያዎች ኢትዮጵያ መግባታቸውን ያመለክታል። ከዚህ በተጨማሪ ለዓፄ ይስሐቅ የጦር መሳሪያና ጥሩር የሚሠራ አንድ የሲርካሲያ ማምሉክ ኢትዮጵያ ውስጥ ይኖር ነበር።[100] ብዙዎቹ የውጭ አገር ሰዎች ከሚኖሩባቸው ከተሞች በራራ ዋነኛው ነበረች።

ስለመካከለኛው ዘመን የኢትዮጵያ የሥዕል ጥበብ ታሪክ ጥናት ያደረገው ኢያን ካምቤል ከዘርአ ያዕቆብ ዘመነ መንግስት እስከ ግራኝ አሕመድ የሽብር ወረራ ድረስ ያለውን ዘመን የኢትዮጵያ የሥዕል ጥበብ ወርቃማ ዘመን ይለዋል “the era from the reign of Zär'a Ya'iqob to the third decade of the 16th century remains a golden age for icon production in Ethiopia”)።[101] ለኢትዮጵያ የሥዕል ጥበብ ማበብና ማደግ ከፍተኛ ሚና የተጫወቱ የጥበብ ሰዎች በራራ ይኖሩ ነበር። በራራ ውስጥ ይኖሩ ከነበሩ የአውሮፓ የጥበብ ሰዎች መካከል ሠዓሊዎች እና ሙዚቀኞች ይገኙበታል። ከሠዓሊዎች ውስጥም ኒቆላዎስ ብራንካሊዮን (ወይም በኢትዮጵያ ስሙ መርቆሬዎስ) እና ጀሮኒሞ ቢቺኒ (ኢትዮጵያውያን ጎርጎሬዎስ ይሉታል) ተጠቃሽ ናቸው። ቢቺኒ ወደኢትዮጵያ የመጣው በ1482 ዓ.ም. ነው። በራራ የኢትዮጵያ ሴት አግብቶ ብዙ ልጆች ወልዶ ይኖር እንደነበረ የአንገቱ አባ ቶማስ ይነግረናል። ቢቺኒ ለዓፄ ልብነ ድንግል በጸሐፊነትና በሠዓሊነት ያገለግል ነበር። ከንጉሡ ጋርም በጣም ከመቀራረቡ የተነሳ አብሮት የካርታና የሰንጠረዥ ጨዋታ ይጫወት ነበር። ንጉሡ ቢቺኒን ያቀረበው ብዙ

ሥዕሎች ስለሳለለት ነው።[102] ምናልባት እንዶጥና (የአሁኑ እንጦጦ) የሚገኘውን የንጉሡን ቤተ መንግሥት ስዕሉን ከሣሉት ውስጥ ቢቺኒ አንዱ ሊሆን ይችላል። አረብ ፈቂህ ቤተ መንግሥቱ ከመቃጠሉ በፊት ሥዕሉን አይቶት ነበር። ስለሥዕሉ የሚከተለውን ይላል፡-

> The imām, meantime, marched with his army from Dukām and entered Andutnā, a village of the king Wanāg Sagad. To return to Farašaham Ali and Mattān: the two of them joined the imām in the above-mentioned village. In Andutnā was the house of the Abyssinian king, in which were paintings, images of lions, of humans beings, of birds, depicted in red, yellow, green and white and other colours. The Muslims entered the house, and were amazed at what was in it; and then burnt it.[103]
>
> <u>ትርጉም</u>
> እስከዚያው ድረስ ኢማም ከሠራዊቱ ጋር ከዱከም ተነስቶ እንጉሡ ወናግ ሰገድ መንደር እንዶጥና ገባ። ፈረሻሃም አሊና መጣን ደግሞ፤ ሁለቱም እላይ ወደጠቀስነው መንደር ሄደው ከኢማም ጋር ተገናኙ። እንዶጥና ውስጥ የሀበሻው ንጉሥ መኖሪያ ቤት ነበር፣ በዚህ ውስጥ በቀይ፣ በቢጫ፣ በአረንጓዴ፣ በነጭና በሌሎች ቀለማት የተሣሉ የአንበሶች፣ የሰዎችና የአዕዋፍ ምስሎች ነበሩ። ሙስሊሞቹም ወደ ቤት ገብተው በውስጡ ባለው ነገር ተደነቁ፤ ከዚያም አቃጠሉት።

ከቤተ ክርስቲያን በተጨማሪ የነገሥታቱ እና የመሳፍንት መኖሪያ ቤቶች በሚያምር ሥዕል የተንቆጠቆጡ ነበሩ። እንዶጥና የነበረው የልብነ ድንግል ቤተ መንግሥትም እንዲሁ ግራኝ አሕመድን እና ተከታዮቹን ያስደመመ በሥዕል ያሸበረቀ ቤተ መንግሥት እንደነበረ ከላይ ከጥቅሱ ለማወቅ ይቻላል። የቤተ መንግሥቱ እድሞ ዛሬውኑ ሰሜን አዲስ አበባ እንጦጦ ይገኛል። ይህንም ከአገላለጹ መረዳት ይቻላል። በኋላ ዘመንም መሳፍንቱ እና ነገሥታቱ ቤተ መንግሥታቸውን ሥዕል ያስሥሉበት ነበር። ለምሳሌ ደንቀዝ ውስጥ ይገኝ የነበረው የዓፄ ሱስንዮስ (1607-1632) ቤተ መንግሥት ሥዕል ተስሎበት ነበር።[104] በተጨማሪም በ1780ዎቹ እና በ1790ዎቹ ቢቸና የነበረው የራስ ኃይሉ ዮሴዴቅ መኖሪያ ቤት እንዲሁም ደብረ ማርቆስ የነበረው የንጉሥ ተክለ ሃይማኖት (1874-1901) ቤተ መንግሥት በሥዕል ያጌጡ ነበሩ። ሥዕሎቹ በመጽሐፍ ቅዱስ ታሪክ ላይ የተመሠረቱ ሃይማኖታዊ እና ፖለቲካዊ መልዕክት ያላቸው ነበሩ።[105] ቤተ መንግሥትን በሥዕል ማስጌጥ ጥልቅ ታሪካዊ መሠረት ያለው የመሳፍንቱ እና የነገሥታቱ ባህል ነው።

በምሁራን ዘንድ በደንብ የሚታወቀው ሁለተኛው የበራራ ሠዓሊ ኒቆላዎስ ብራንካሊዮን ነው። ብራንካሊዮን የቬኒስ ተወላጅ ሲሆን በኢትዮጵያ በጣም ለረጅም ጊዜ ኖሯል። በታኅሣሥ ወር 1482 ዓ.ም. በካቶሊክ ቤተ ክርስቲያን ባለሥልጣናት ወደኢትዮጵያ የተላኩት ዮሃንስ ባቲስታ እና ዮሃንስ ዳ ካላብሪያ በራራ ውስጥ ካገኟቸው የአውሮፓ ሰዎች አንዱ ብራንካሊዮን ነበር።[106] ከአርባ ዓመት በኋላ ወደኢትዮጵያ መጥቶ የነበረው ፖርቱጋላዊ ፍራንሲስኮ አልቫርሽም ብራንካሊዮንን አግኝቶት ነበር። አልቫርሽ እንደሚለው ብራንካሊዮ ሠዓሊ ቢሆንም አንደአንድ ትልቅ መኮንን የተከበረ እና የቅንጦት ኑሮ የሚኖር ነበር። ብራንካሊዮን አማርኛ አቀላጥፎ መናገር ይችል ስለነበረ በወቅቱ ፖርታጋሎች በላቲን ሲቀድሱ ለኢትዮጵያ ካህናት ይተረጉምላቸው ነበር። አልቫርሽ እንዲህ ይላል፡-

On Sunday, St Catharine's day, the Prester John sent some canons and priests of the principal clergy of his house to hear our mass, which we used to sing on Saturdays, Sundays and feast- days. They were there from the beginning to the end. The interpreter told us that these men said that at this office they had heard a mass not of men but of angels ; and at all that we said, there was present a Venetian painter, who said that his name was Nicolao Brancaliam, who had been for more than forty years in this country (and he knew the language of the country well); he was a much respected person, [very rich,] and a great lord [of a big country with many vassals], although a painter.[107]

<u>ትርጉም</u>
ቅዳሜና እሁድ በበዓልም ቀን በዜማ የምናደርሰውን ቅዳሴ ይሰሙ ዘንድ አንዳንድ ደብተራዎችንና በበቤተ መንግሥቱም የሚገኙ ዋና ዋና ቄሶች የቅድስት ከተሪና በዓል በሚከበርበት ቀን እሁድ ዕለት ንጉሠ ነገሥቱ ላካቸው። ቅዳሴ ተጀምሮ እስኪያልቅ ድረስ በዚያ ሆነው ያስቀደሱት እነዚህ ካህናት በጣም ከመደሰታቸው የተነሣ ይህ የሰማነው ቅዳሴ የመላእክት ቅዳሴ እንጂ የሰውስ አይደለም ሲሉ አድናቆታቸውን የገለጹ መሆናቸውን አስተርጓሚ ነገረን። ከነዚህ ሰዎች ሌላ በዚያ ተገኝቶ ያስቀደሰ በአገሩ ከአርባ ዓመት በላይ የኖረ፣ የህዝቡን ቋንቋ አቀላጥፎ የሚያውቅ የትውልድ አገሩ ቬኒስ የነበረ ኒኮላስ ብራንካሊዮን የተባለ ሠዓሊ ነበር። ምንም ሠአሊ ቢሆን እጅግ የተከበረ፣ [በጣም ሀብታም] እና [የእርሱ የበታች የሆኑ ብዙ ሰዎች ያሉበት የአንድ ትልቅ አገር] ታላቅ ጌታ ነው።

ብራንካሊዮን አማርኛ አቀላጥፎ የሚችል ስለነበረ በቅዳሴው ጊዜ ፖርቱጋሎች የሚፈጽሙትን ሥነ ሥርዓት ለኢትዮጵያውን ይነግራቸው ነበር። ብራንካሊዮን ቢያንስ የአንድ ቤተ ክርስቲያን የግድግዳ ሥዕል እንደሳለ ይታወቃል። ይህ ቤተ ክርስቲያን የአትሮንስ ማርያም ነው። ያስሠራው የልብነ ድንግል አያት ዓፄ በዕደ ማርያም ሲሆን የሚገኘው ቤተ አማራ ውስጥ ነው። አልቫርሽ ቤተ ክርስቲያኑን ጎብኝቶት ነበር። ስለሥዕሉ በወቅቱ ያየውን እንዲህ ይገልጸዋል፡-

When we were there, he ordered it to be shown to us, and we saw it very well. It is a big church, with all the walls painted with suitable pictures of subjects and very good stories, well proportioned, made by a Venetian who has been mentioned before, named Nicolao Brancaliam, and his name is on these pictures, and the people here call him Marcoreos.[108]

<u>ትርጉም</u>
እዚያ በነበርንበት ጊዜ እንዲያስጎበኙን ትእዛዝ አስተላልፎ ነበር። እኛም በሚገባ ዐየነው። ትልቅ ቤተ-ክርስቲያን ነው። ሁሉም ግድግዳዎች ተስማሚ ርዕሰ-ጉዳዮችን እና ጥሩ ጥሩ ታሪኮች በያዙ፣ ምጣኔአቸው ባማረ፣ ከዚህ በፊት በተጠቀሰው ቬኒሳዊ በኒቆላዎስ ብራንካሊም በተሣሉ ሥዕሎች ለብጠዋቸቸዋል። የሠዓሊውም ስም በእነዚህ ሥዕሎች ላይ ይገኛል፤ እዚህ ያሉት ሰዎች መርቆሬዎስ ይሉታል።

እንደሌሎቹ አብያተ ክርቲያናት ሁሉ አትሮንስ ማርያምን ግራኝ አሕመድ ንብረቱን ዘርፎ አቃጠለው። ነገር ግን ብራንካሊዮን የሣላቸው ሥዕሎች የተወሰኑት ጎጃም፣ ሌሎች ደግሞ አዲስ አበባ ይገኛሉ። የብራንካሊዮን ሥራዎች ለመጀመሪያ ጊዜ በጥናት የተገኙት በ1973

ዓ.ም. ዋፋ ኢየሱስ እና ጌቴሰማኒ በተባሉ አነስተኛ አብያተ ክርስቲያን በጎንቻ ወረዳ በምሥራቅ ጎጃም ነው። ጥናቱን የሠራችው ዲያና ስፔንሰር ናት። በዋፋ ኢየሱስ እና በጌቴሰማኒ የተገኙት የብራንካሊዮን ሥራዎች ተገጣጣሚ የገበታ ሥዕሎች፣ የሥዕል መጽሐፍ እና ሥዕለ አድኅኖ ናቸው።[109] የብራንካሊዮን መሆናቸው የታወቀው በላቲን፣ በግሪክ ፊደል እና በግዕዝ ስለፈረመባቸው ነው። ለምሳሌ አንድ ቦታ "ይህ የኔ የቬኒሳዊው የኒቆላዎስ ብራንካሊዮን ሥራ ነው ("Opus meus Nicholasv Bracalew Venetis") የሚል ይገኛል።[110] ከገበታው ሥዕል ላይ ደግሞ "አሸናፊ ኢየሱስ። ይህ የኔ የቬኒሳዊ የኒቆላዎስ ብራንካሊዮን ሥራ ነው" ("Jesus conquers. This is my work, Nicolaus Brancaleon the Venetian")[111] የሚል ጽሑፍ እናገኛለን። የብራንካሊዮን ሥራዎች ዛሬ በዋፋ እየሱስ እና በጌቴሰማኒ አይገኙም። የገበታ ሥዕሎችን አዲስ አበባ ዩኒቨርስቲ ውስጥ የሚገኘው የኢትዮጵያ ጥናትና ምርምር ተቋም ከዘራፊዎች ገዝቶ በክብር አስቀምጧቸዋል ምስል 2ን ይመለከቷል)። የብራንካሊዮን የሥዕል መጽሐፍ ግን የት እንዳለ አይታወቅም።

ምስል 2፡- ከኒቆላዎስ ብራንካሊዮን ሥዕሎች አንዱ[112]

የብራንካሊዮን ሥራዎች በየትኛው ዘመን ወደዋፋ እየሱስ እና ጌቴሰማኒ እንደደረሱ መረጃ የለም። ሁለቱም ቤተ ክርስቲያኖች በታሪክ ምንም ዐይነት ታዋቂነት የላቸውም። ብራንካሊዮን ከበራራ ውጭ ሌላ ቦታ እንደኖረ የሚያሳይ መረጃም የለም። ምናልባት በራራ በግራኝ አሕመድ ሲወድም ሥራዎቹን ይዞ ወደዋፋ እየሱስ እና ጌቴሰማኒ በሽሽት ሄዶ ሊሆን ይችላል።

በራራ የባሕልም ማዕከል ነበረች። ነገሥታቱ ትርፍ ጊዜአቸውን አደን በማደን እንዲሁም ካርታ እና ሰንጠረዥ በመጫወት ያሳልፉ ነበር። ለምሳሌ ቢቺኒ ከንጉሡ ጋር ለረጅም ሰዓት ካርታ እና ሰንጠረዥ በመጫወት ያሳልፍ ነበር። የአንጎቱ አባ ቶማስ ልብነ ድንግል ዳንስ እና ዘፈን ይወድድ ነበር ይላል።[113] እታች እንድምናየው አልቫርሽ ይህንኑ አረጋግጧል። የውጭ አገር የሙዚቃ መሣሪያም የሚጫወት የንጉሡ አጫዋች ሊኖር እንደሚችል ፍንጭ የሚሰጡ ምስክሮች አሉ። ለምሳሌ በ1482 ዓ.ም. ዮሃንስ ብሮኪ እና ዮሃንስ ዳ ካላብሪያ በቤተ አማራ አድርገው ወደበራራ በሚጓዙበት ጊዜ የአትሮንስ ማርያምን ቤተ ክርስቲያን ለመጎብኘት ችለው ነበር። በቤተ ክርስቲያኑ ውስጥ የዓፄ በዕደ ማርያም አጽም በክብር እንደሚገኝ እና የኦርጋን የሙዚቃ መሣሪያ ማየታቸውን ዮሃንስ ብሮኪ ለእስክንድር ዞርዚ ነግሮታል። ብሮኪ እንዲህ ይላል፡-

> Partendoce inde caminamo giorni dodece et andamo sino alla chiesia dello Re. In la qual de quelli di era stato sepellito. In la qual vedemo uno grando et ornato organo facto alla taliana, et fossimo tuti stupefati.[114]
>
> <u>ትርጉም</u>
>
> ከዚያ ወጥተን ዐሥራ ሁለት ቀን ተጉዘን ወደ ንጉሡ ቤተ ክርስቲያን ገባን። የተቀበረው [በቅርብ] ጊዜ ነው። በውስጥ በጣሊያን ዘይቤ የተሠራ አንድ ትልቅ እና ባለጌጥ ኦርጋን ዐየን እና ሁላችንም ተደነቅን።

ክራውፎርድ ኦርጋኑን የሠራው በራራ ይኖር የነበረው ብራንካሊዮን ነው ብሎ በእርግጠኝነት ጽፏል። መረጃውን ግን አይጠቅስም።[115] ማንም ይሥራው ኦርጋን መሣሪያ የሚጫወት ኢትዮጵያ ውስጥ እንደነበረ ያመለክታል።

በ1520 ዓ.ም. ወደዓፄ ልብነ ድንግል ከተላኩት የፖርቱጋል መልክተኞች ውስጥ አንድ የሙዚቃ መሣሪያ የሚጫወት አባል ነበረበት። የልዑካኑ መንፈሳዊ አባት አልቫርሽ በጻፈው መጽሐፍ መሠረት ከልዑካኑ አባላት ውስጥ ጆአም ጎንሳልቬስ የተባለ አንድ አስተርጓሚ፣ ጃኦ ቤርሙዴዝ የተባለ ጸጉር አስተካካይ፣ አማኑኤል ደ ማርስ የተባለ የኦርጋን የሙዚቃ መሣሪያ የሚጫወት፣ ጆአም ኤስኮላር የተባለ ጸሐፊ እና ላዛሮ ዲ'አንድራዴ የተባለ ሠዓሊ ይገኙበታል። ለንጉሡ ከፖርቱጋሎች በስጦታ ከተሰጡት እቃዎች ውስጥ ኦርጋን ይገኝበታል።[116] ለንጉሡ ኦርጋን የሙዚቃ መሣሪያ በስጦታ ለምን እንደተበረከተና ኦርጋን የሚጫወት ሰው ለምን ከልዑካኑ ጋር መጨመር እንዳስፈለገ አልቫርሽ አይናገርም። ንጉሡ ዘፈን እና ዳንስ እንደሚወድድ ወደኢትዮጵያ ከመምጣታቸው በፊት የሚያውቁ ይመስላል። አልቫርሽ እንዲህ ይላል፡- "ከዚህ በኋላ [ንጉሠ ነገሥቱ] ካህኑ ዮሃንስ ፖርቱጋሎች ማኒኮርዲያ እንዲመቱ እና እንዲጨፍሩ አዝዟቸው እንዲሁ አደረጉ" ("After this the Prester John sent to ask that they should sing to a manichord, and dance, and they did so")።[117] ልብነ ድንግል እውነትም ሙዚቃ እንደሚወድድ ከዚህ ጥቅስ ማወቅ ይቻላል። አባቱ ናኦድም ቅኔ ማሕሌት የሚቆም፣ የሥነ ጽሑፍ ዘንባሌ እንደነበረ በምዕራፍ 5 እናያለን። በራራ በውጭ አገርም መሣሪያዎች የሚጫወቱ ሙዚቀኞች ይኖሩባት እንደነበረ መገመት አይከብድም። ከአስተዳደር እና ከዕደ ጥበብ ውጤቶች ማምረቻ ማዕከልነቷ በተጨማሪ በራራ የንግድ ማዕከልም ነበረች።

3.5 ንግድና ነጋዴዎች በበራራ

ለበራራ ከተማ መመሥረትና ማደግ ሌላው ምክንያት ስፍራው በንግድ መስመር ላይ መሆኑ ነው። በፍራ ማውሮ ካርታ መሠረት በራራን በአካባቢው ካሉ አውራጃዎች ጋር በአራቱም አቅጣጫ የሚያገናኙ አውራ ጎዳናዎች ነበሩ። እስክንድር ዞርዚ የሰበሰባቸው ከበራራና ወደበራራ የተደረጉ የጉዞ ማስታወሻዎች በራራ ከአራት የተለያዩ አቅጣጫዎች የሚነሱ አውራ ጎዳናዎችና የንግድ መስመሮች መገናኛ እንደነበረች ያስረዳሉ። አንደኛ አውራ ጎዳና በሰሜን አዲስ አበባ በጎጃም በር አድርጎ በአሁኑ ጫንጮ አልፎ በመራ ቤቴ ውስጥ አምበትን፣ በደበጅን፣ ከዚያም በቤተ አምሃራ አህያ ፈጅን፣ ዋሰልን፣ ቀጥሎ ትግሬንና ባሕር ምድርን አቋርጦ ወደምጽዋና ሱዋኪም የሚያደርሰው ነው። ዮሃንስ ባቲስታ ብሮኪና ዮሃንስ ዳ ካላብርያ ከካይሮ ወደበራራ የመጡት፣ የድምናው ሩፋኤል እና የአንጎቱ ቶማስ ከበራራ ተነስተው ወደኢየሩሳሌም የሄዱት ይህን መንገድ ተከትለው ነው። በተጨማሪም ወደልብነ ድንግል የተላኩት የፖርቱጋል ልዑካን የመጡት በዚሁ ጎዳና ነው።[118] ከሰሜን ኢትዮጵያ ወደበራራ ለመድረስ በአህያ ፈጅ ቁስቋም፣ በአምበት ባለወልድና በበደበጅ መግደላዊት አልፎ መምጣት የግድ ነበር። በግራኝ አሕመድ ጦርነት በራራ በመቃጠሏና ቀጥሎም የኦሮሞ ጎሣዎች በስፍራው ስለሰፈሩ የጥንቱ አውራ ጎዳና ለረጅም ጊዜ ከተቋረጠ በኋላ አዲስ አበባ ስትቆረቆር መስመሩ እንደገና ትንሳዔ አገኘ።[119] ከአዲስ አበባ ወደደሴ የተደረጉ ሁለት ጉዞዎች ይህን ያረጋግጣሉ።

በጥር በ1917 ዓ.ም. በጅሮንድ ይገዙ በመንግሥት ታዝዞ ከአዲስ አበባ ወደደሴ ሄዶ ነበር። ይገዙ ከራስ ወልደ ጊዮርጊስ ጋር ከደሴ ወደአዲስ አበባ እስከ ወረ ኢሉ (የጥንቱ ደደኖ) አብረው መጡ። ከወረ ኢሉ በኋላ ይገዙ "ቀድሞ ለመሄድ ስለቸኮለ በደራና በሰላሌ ላይ ተጉዘው በጥር 26 ቀን አዲስ አበባ" ሲገቡ "ራስ ወልደ ጊዮርጊስም በአህያ ፈጅና በጅሩ በኩል ጉዟቸውን ቀጠሉ።"[120] ወልደ ጊዮርጊስ ወደአዲስ አበባ የመጣበት መንገድ ጥንት በራራ በነበረበት ጊዜ የነበረው አውራ ጎዳና ነው። ዓፄ ኃይለ ሥላሴ በ1936 ዓ.ም. ከተደረገው የማይጨው ዘመቻ መልስ ወደአዲስ አበባ የመጣው የጥንቱን መንገድ በመከተል ነበር። ንጉሡ የተጓዘበትን የጻፈው አብሮ የነበረው ገብረ ወልድ እንግዳ ወርቅ ነው። ገብረ ወልድ እንደሚለው ከተንታ ወረሂመኑ ተነስቶ ለጋምቦ ከደረሰ በኋላ እቅዱ በወረ ኢሉና በአህያ ፈጅ አልፎ በመራቤቴ በኩል አዲስ አበባ ለመግባት ነበር። ነገር ግን ወረ ኢሉና አህያ ፈጅ ጸጥታው አስተማማኝ ስላልነበረ ከለጋምቦ ተነስቶ በለገሂዳ፣ ጃማ ውስጥ በፋጅ ለኮ፣ በደብረ ጎል፣ መራቤቴ ውስጥ በወረደ ሚካኤል፣ ዝማ ወንዝን ተሻግሮ በፍቼ አድርጎ አዲስ አበባ ገባ። ንጉሡ የሄደበት መንገድ ከጥንቱ አውራ ጎዳና ጋር በጣም ተመሳሳይ ነው።[121] ኃይለ ሥላሴ፣ ወልደ ጊዮርጊስና ይገዙ ከአዲስ አበባ ወደወሎ/ደሴና ከወሎ/ደሴ ወደአዲስ አበባ ያደረጓቸው ጉዞዎች ቢያንስ በከፊልም ቢሆን ሱዋኪምንና ምጽዋን ከበራራ ጋር የሚያገናኘውን የጥንት መስመር የተከተለ ነው።

ሌላው ከበራራ ተነስቶ በአዋሽ ወንዝ አቋርጦ፣ በዊዝና በአበዝጌ አልፎ ወደዳሞት፣ እናርያና ከፋ የሚወስደው ጎዳናና የንግድ መስመር ነው። የአንጎቱ ቶማስ በዚህ መንገድ ተጉዟል። ወደኢየሩሳሌም ከመሄዱ በፊት ወደዳሞት/ጉራጌ ሄዶ ነበር። ከአበዝጌ ተነስቶ አዋሽ ዳር የነበረችዋን የዊዝን ከተማ አቋርጦ በራራ ገባ። ከበራራ ተነስቶ በዘንከር፣ በበደበጅ አልፎ ነው ወደኢየሩሳሌም የሄደው።[122] ዘንከር ያሁኑ አለልቱ ከተማ አካባቢ ሊሆን እንደሚችል ምዕራፍ አንድ ላይ ዐይተናል።

ሦስተኛው ከበራራ ተነስቶ ወደምሥራቅ አቅጣጫ ዘንከር፣ በአሁኑ ሸዋ፣ ደብረ ብርሃን፣ በግንደበሎ፣ በጦቢያ አልፎ ቀጥታ የህንድ ውቅያኖስ የጠረፍ ከተማ ወደሆነችው ዘይላ የሚደርሰው ነው። የወርወሩ እንጦንዮስ ወደኢየሩሳሌም የሄደው ይህን መስመር ተከትሎ ነው። እንጦንዮስ ከበራራ ተነስቶ ህንድ ውቅያኖስ ዳርቻ ከምትገኘው ዘይላ ከተማ በፖርቱጋሎች መርከብ ተሳፍሮ፣ በህንድና አትላንቲክ ውቅያኖሶች ወደአውሮፓ፤ ከዚያም ወደኢየሩሳለም ሄዷል። በዘይላና በበራራ መካከል ያለፈባቸው ከተሞች ግንደበሎ፣ ጦቢያ፣ ዘርማ፣ ጎጎ፣ ደብረ ብርሃንና ዘንከር ናቸው።[123] አባ ዘርጊ ወደኢየሩሳሌም ሲሄድ ከበራራ ተነስቶ እስከ ደብረ ብርሃን ድረስ እንጦንዮስ በሄደበት መንገድ ነው። ከደብረ ብርሃን በኋላ ግን በሰሜን ሸዋ አድርጎ፣ ቤተ አማራን፣ አንጎትን፣ ትግሬንና ባሕር ምድርን አቋርጦ በቀይ ባሕር ጠረፍ ከተሞች በምጽዋና ሰዋኪም ያለውን መስመር ተከትሎ ነው።[124]

አራተኛው በምዕራብ አቅጣጫ ወደአምባ ነገሥትና የአሁኑ አዲስ ዓለምና አምቦ የሚወስድ ነው። ስለዚህ መስመር መኖር የበራራው ቶማስ ለእስክንድር ዞርዚ ከሰጠው መረጃ መረዳት ይቻላል። ይኸውም ከበራራ ተነስቶ ወደምዕራብ ሸዋ የሚሄድ መስመር ነው። በሐምሌ ወር 1531 ዓ.ም. ግራኝ አሕመድ እንደገብጣን (ደቡብ ምዕራብ ሸዋ) አካባቢ ያሉትን አድባራት ዘርፎ እንዲቃጠሉ ካደረገ በኋላ ወደበራራ የመጣው በዚህ መስመር ነው።[125] በአጠቃላይ በራራ በአራቱም አቅጣጫ በንግድ መስመር ከተለያዩ አውራጃዎችና የንግድ ስፍራዎች ጋር ትገናኝ ነበር። በራራ ከፍተኛ የንግድ እንቅስቃሴ ከሚደረግባቸው ከተሞች አንዷ ነበረች። ከታች እንደምናየው የበራራ ዋናው የገበያ ቀን የሚውለው ሀሙስ ቀን ነበር።

በራራ ከተማ ውስጥ ስላለው የንግድ እንቀስቃሴ ስናነሳ የነጋዴዎች ማንነት እና የንግድ ዕቃዎችን ምንጭ መጠየቅ ተገቢ ነው። እንደበራራ ባሉ ከተሞች የአገር ውስጥም የውጭ አገርም ነጋዴዎች ነበሩ። ከአገር ውስጥ ነጋዴዎች በአልባሳት፣ በመሣሪያ፣ በድንኳንና በባርያ የሚደረገው የውጭ ንግድ በሙስሊም ኢትዮጵያውያን የተያዘ ነበር።[126] አብዛኛዎቹ ሙስሊም ነጋዴዎች በራሳቸው ወረት በግላቸው የሚነገዱ ነበሩ። ከነገሥታቱም በአራጣ ተበድረው የሚነግዱም ነበሩ። ለምሳሌ መናድለይ በተባለ ከተማ የነበሩ ነጋዴዎች ከዓፄ ልብነ ድንግል ገንዘብ በአራጣ ተበድረው ይነግዱ ነበር። በተጨማሪም የነገሥታቱ ወኪል ሆነው እስከ ህንድ፣ ግብጽና ደቡብ አረቢያ ድረስ የሚነግዱ ሙስሊሞችም ነበሩ። እስልምናን ነገሥታቱ በሚኖሩበት ከተሞች ሳይቀር የተስፋፋው በዚህ ምክንያት ነው። አረብ ፈቂህ ዱከም ወንዝ አቅራቢያ ይገኝ በነበረው በባደቄ ሙስሊሞች ይኖሩ እንደነበረ ይመሰክራል። በ1531 ዓ.ም. የባደቄ ሙስሊሞች ከድተው የንጉሡን ገንዘብ ለግራኝ አሕመድ ዱከም ስፍሮ ሳለ እንደሰጡት አረብ ፈቂህ ይነግረናል።[127]

በራራ ውስጥም ለንጉሡ የሚነግዱ ሙስሊሞች እንደነበሩ አረብ ፈቂህ ከጻፈው መረዳት ይቻላል። ለምሳሌ ግራኝ በ1531 ዓ.ም. በራራ ሳለ የበራራ ሙስሊሞች ባደቄ ውስጥ የነበረውን የንጉሡን ንብረት ፈጠጋር ውስጥ የተደበቀበትን ስውር ቦታ እንደሚያውቁ ነግረውት ነበር። በነገሩትም መሠረት ዘራፊዎች ሰድዶ እነሱም ብዙ ወርቅ፣ ብር እና የተለያየ የሀር ልብስ ይዘው ወደበራራ እንደተመለሱ እና የተዘረፈውንም ንብረት ማህራን ለተባሉ ከየመን የመጡ የአረብ ጎሣ ልዩ ጠባቂዎቹ እንደሰጣቸው ጽፏል።[128] ስለዚህ በራራ ከነበሩት ሙስሊሞች ለንጉሡ የሚነግዱ ምስጢር አዋቂዎች ነበሩ ማለት

ነው። አረብ ፈቂህ የበራራ ሙስሊም ነጋዴዎች ልዩ ጥበቃ እንዲደረግላቸው ግራኝ አሕመድን ጠይቀውት እንደነበረ ይነግረናል፡-

> After this, the muslim people of Berārah came to the imām and said to him: "We are afraid: give us soldiers to watch over us, to protect us.' So the imam gave them one of the Muslim knights, Absamā Nūr, along with three other knights, to protect the people of Berārah. These set off with them to their country of Berārah and stayed with them there.[129]
>
> ትርጉም
>
> ከዚህ በኋላ ሙስሊም የሆኑት የበራራ ሰዎች ወደ ኢማሙ ቀርበው "እኛ ፈርተናል፤ የሚጠብቁን እና የሚመለከቱን ወታደሮች ስጠን" አሉት። ኢማምም አንዱን ሙስሊም ፈረሰኛ፣ አብሰማ ኑርን ከሌሎች ሦስት ፈረሰኞች ጋር ሰጣቸው፣ የበራራን ሕዝብ እንዲጠብቁ። እነሱም ከሰዎቹ ጋር አብረዋቸው ወደአገራቸው ወደበራራ ሄዱ፤ እዚያም አብረዋቸው ቆዩ።

ከጥቅሱ እንደምንረዳው በራራ ብዙ ሙስሊሞች ነበሩ። ብዙዎችም በንግድ ሥራ እንደሚኖሩ መገመት ይቻላል። ምስጢር ተናግረው ንብረቱን እንዲዘረፍ ስላደረጉ፣ የበራራ ሙስሊሞች ንጉሡ ይበቀለናል ብለው ስጋት ያደረባቸው ይመስላል። ጠባቂ ወታደር እንዲሰጣቸው የሚፈልጉበት ሌላ ምክንያት የላቸውም።

ምንም እንኳ በንግድ የታወቁት ብዙዎቹ ሙስሊሞች ቢሆኑም በራራ ከተማ ከሚኖሩት ክርስቲያኖችም ነጋዴዎች እንደነበሩ የጽሑፍ ምስክሮች ያሳያሉ። እነዚህም ነጋዴዎች በባሪያ ሳይቀር ይነግዱ እንደነበረ እታች የምንጠቅሰው በዘመኑ የተጻፈ የጽሑፍ መረጃ ያረጋግጣል። አንዳንዶቹም ለንጉሡ ወኪል ሆነው ይነግዱ ነበር። ለምሳሌ አረብ ፈቂህ ለልብነ ድንግል የሚነግዱ ክርስቲያን ነጋዴዎች በግራኝ አሕመድ ትእዛዝ ግንደበሎ ከተማ ንብረታቸው ተዘርፎ እገበያው ላይ ሲገደሉ ማየቱን ጽፏል።[130] አባ እንጦንዮስም ግንደበሎ ከተማ ውስጥ ለንጉሡ የሚነግዱ ነጋዴዎች እንደነበሩና ግብይቱ የሚካሄደውም በቬኒስና በሀንጋሪያ ዱካት ሳንቲም እንደሆነ ይነግረናል።[131] በራራም ውስጥ ልብነ ድንግል በተመሳሳይ እንደሚያስነግድ መገመት ይቻላል።

በራራ የሚኖሩት አብዛኛዎቹ የውጭ አገር ሰዎች ነጋዴዎች ነበሩ። መጀመሪያ በ1482 ዓ.ም. እንደገናም በ1484 ዓ.ም. በራራን የጎበኙት ደጋግመን ያነሳናቸው ብሮኪና ዮሃንስ ዳ ካላብሪያ ከተለያዩ የአውሮፓ አገሮች የመጡ ሰዎችን በራራ ለምን እንደመጡ ሲጠይቋቸው "የከበረ ማዕድን፣ ጌጣጌጥ ፈልገን መጣን" ("A dimandai io questi homini, che vi erano andati a fare in quell stranio paese? Me risposero e dissero, che lor intention era di trovar zoye e pietre preciose")[132] ብለው የሰጡት መልስ ይህን ያረጋግጣል። ይህ የጽሑፍ ምስክር እንደሚያሳየው አውሮፓውያን ብዙ ውጣ ውረድ አልፈው በጣም አደገኛ ሊባል የሚችል ጉዞ በባሕር እና በየብስ ተጉዘው ወደበራራ ከተማ የመጡበት ዋናው ምክንያት ንግድ ነው።

በራራ ውስጥ ይነግዱ ከነበሩት የአውሮፓ ነጋዴዎች መካከል አንዱ አንድሪያ ኮርሳሊ ነው። ስለአንድሪያ ኮርሳሊ ማወቅ የተቻለው ራሱ ለካቶሊክ ቤተ ክርስቲያን ባለሥልጣናት በጥር ወር 1515 ዓ.ም. እና በመስከረም ወር 1516 ዓ.ም. በጻፋቸው ደብዳቤዎች ነው።[133] በተጨማሪም ስለኮርሳሊ የበራራው ተወላጅ አባ ቶማስ ብዙ

ይነግረናል። እስክንድር ዞርዚ ቶማስን በመጠየቅ ኮርሳሊና ፖርቱጋሎች በአክሱም፣ በበራራና በዊዝ ስለነበራቸው የንግድ እንቅስቃሴ የጻፈውን እና አረብ ፈቂህ ዊዝ ውስጥ ስለነበረው ገበያ የሚነግረንን አከታትለን ጠቅሰናል።

<u>እስክንድር ዞርዚ</u>

[A]nd that the said Portuguese carry (goods) by land from the said port of Mesoa (Meṣewa) to Axon (Aksum) and other provinces of the Presta as far as Barara; which trade-route is the finest and best by reason of the many cities to the right and the left until one comes to Barara and Vis (Wiz), which is a warehouse and country of storehouses, as is mertcantile Venice; and there at present is Andrea Corsali, a Florentine who is going to print Chaldaean books in the said country. And he has a great warehouse both there and in Barara; through that country passes the river Auas (Awash), so that the said way is thronged with merchandise and people that go unceasingly from place to place , full of cities, castles, vilages, rivers, plains, hills, as here is the road to Rome.[134]

<u>ትርጉም</u>

የተባሉት የፖርቱጋል ሰዎችም የንግድ ዕቃ ከምሷ (ምጽዋ) ወደብ ወደ አክሶን (አክሱም) እና ሌሎች የንጉሡ ነገሥቱ አውራጃዎች እስከ በራራ ድረስ ያጓጉዛሉ፤ ይህ መንገድ፣ እንደንግድ መዲናዋ ቬኒስ የሸቀጥ መካዘንና የመደብር አገር ወደሆኑት ወደ በራራና ቪስ (ዊዝ) እስከሚደርስ ድረስ በቀኝና በግራ በሚገኙት ብዙ ከተሞች ምክንያት በጣም ጥሩው እና ከሁሉም የላቀው የንግድ መስመር ነው። እናም አሁኑ እዚህ የኬልዲያን (የግዕዝ ለማለት ነው) መጻሕፍትን በዚሁ አገር ወደፊት የሚያትመው አንድሪያ ኮርሳሊ የተባለ የፍሎሬንስ ተወላጅ አለ። እዚያም (ዊዝ) እና በራራ ትልቅ መካዘን አለው። በዚያው አገር የአዋሽ ወንዝ ያልፋል፤ ስለሆነም ይህ መንገድ ወደሮማ እንደሚወስደው መንገድ፣ ያለማቋረጥ ከአንዱ ቦታ ወደሌላው ቦታ የሚንቀሳቀሱ ሸቀጦች እና ሰዎች የሚተላለፉበት፣ ከተሞች፣ ግንቦች፣ መንደሮች፣ ወንዞች፣ ሜዳዎች፣ ኮረብቶች የሞሉበት ነው።

<u>አረብ ፈቂህ</u>

So many Muslims set out and entered Wiz which was an imposing city with a vast market-place unlike any other in Abyssinia. Only gold was used for trading there.[135]

<u>ትርጉም</u>

ብዙ ሙስሊሞች ሄደው በሀበሻ አምሳያ የማይገኝለት ግዙፍ የገበያ ስፍራ ወደነበረችው ግርማዊቷ ከተማ ዊዝ ገቡ። እዚያ ለመገብያየት የሚያገለግለው ወርቅ ብቻ ነበር።

ዊዝ ከበራራ በስተደቡብ ከአዋሽ ወንዝ አቅራቢያ ይገኝ እንደነበረ ዐይተናል (ምዕራፍ 1)። በተጨማሪ ዊዝ በዓፄ ዘርዓ ያዕቆብ እና በልጁ በዓፄ በዕደ ማርያም ታሪከ ነገሥት ላይም ተጠቅሷል።[136] ዊዝ ታላቅ የነጋዴዎች ከተማ ነበር። የሚዘግበው ስላልነበረ ነው እንጂ ዊዝና በራራ የንግድ ስፍራ ከሆኑ ቆይተዋል። ሁለቱም በፍራ ማውሮ ካርታ ላይ ተሥለዋል። ከአረብ ፈቂህ እና ከአባ ቶማስ እንደምንረዳው በራራና ዊዝ ከፍተኛ የንግድ ማዕከል ነበሩ። አረብ ፈቂህ በራራ ውስጥ ከግብጽ እና ከመካከለኛው ምሥራቅ የመጡ ክርስቲያን ነጋዴዎች ይኖሩ እንደነበረ በዐይኑ ያየውን ጽፏል። እዚያው በራራ ተወልደው

ያደጉ ግብጻውያን እና ሶሪያውያንም እንደነበሩ ይነግረናል።[137] በተለይ በዊዝ ከተማ ግብይቱ በወርቅ ብቻ መደረጉ ከተማው ከፍተኛ የንግድ ከተማ እንደነበረ ያመለክታል። ከምጽዋ እስከ ዊዝ የተዘረጋው የንግድ መስመር በብዙ ከተሞች ስለሚያልፍ ከሁሉም የበለጠ የንግድ እንቅስቃሴ ይደረግበት ነበር። ቶማስ በምጽዋ፣ በአክሱም፣ በበራራ እና በዊዝ መካከል የሚደረገው የንግድ ልውውጥ በፖርቱጋሎች እጅ እንደነበረ ይናገራል።

ቶማስ ዝርዝር መረጃ የሰጠው ስለኮርሳሊ ነው። ኮርሳሊ የትውልድ አገሩ ፍሎሬንስ ከተማ ነው። በበራራ እና ዊዝ የዕቃ መጋዘን ለመሥራት የመረጠበት ምክንያት ካላቸው ከፍተኛ የንግድ ጠቀሜታ አንፃር ነው። ከንግድ ሥራ በተጨማሪ ኮርሳሊ የጽሕፈት መኪና በመሥራት በኢትዮጵያ ፊደል መጻሕፍት የማሳተም እቅድ እንደነበረው አባ ቶማስ ይናገራል። ነገር ግን ኮርሳሊ ዓላማውን ሳይፈጽም ሞት ቀደመው። የኮርሳሊን እቅድ ለማሳካት ይመስላል ዓፄ ልብነ ድንግል በ1521 እና በ1524 ዓ.ም. ለፖርቱጋል ነገሥታት በጻፉቸው ደብዳቤዎች ከጠየቃቸው ጥያቄዎች አንዱ የጽሕፈት መኪና መሥራት የሚችሉ ጠቢባን እንዲልኩለት ነበር።[138]

በዚህ ዘመን በኢትዮጵያ ትላልቅ ከተሞች ሁለት ዐይነት ንግድ ይካሄድ ነበር። አንደኛ በአካባቢው በሚመረቱ የፍጆታ እቃዎች የሚደረገው የገበያ ልውውጥ ነው። ሁለተኛው ከሩቅ ቦታ ተመርተው በሲራራ ነጋዴዎች አማካይነት የሚመጡ የቅንጦት እቃዎች ግብይት ነው። በግንደበሎ ኢትዮጵያ ውስጥ በብዛት ከሚመረተው ከዝንጅብል በስተቀር ይሸጡ የነበሩት ቅመማ ቅመሞች ከህንድ የሚመጡቱ ነበሩ። የወርወሩ እንጦንዮስ ለዞርዚ እንደነገረው ቅመሙ ዘይላ ወደብ ድረስ የሚመጣው ከህንድ በመርከብ ተጭኖ ነው። ከዘይላ ግንደበሎ ድረስ በግመል ጭነው የሚያመጡት ደግሞ የንጉሡ ነጋዴዎች ነበሩ። ከመላው ህንድ የተለያየ ዕቃ ግንደበሎ ድረስ እየመጣ ይሸጥ ነበር።[139]

እላይ እንደተገለፀው በ1482 ዓ.ም. በራራ ይኖሩ የነበሩት አውሮፓውያን ወደኢትዮጵያ የመጡበት ምክንያት ወርቅ እና ብር ፈልገው እንደሆነ ለብሮኪ ነግረውታል። ከውጭ የሚገቡትን ዕቃዎች ለመግዛት ኢትዮጵያ የምትከፍለው በወርቅ እና በብር ነበር። ኢትዮጵያ ውስጥ ከፍተኛ የብር እና የወርቅ ማእድን ይመረት እንደነበረ ከአረብ ፈቂህ መጽሐፍ መረዳት ይቻላል። አረብ ፈቂህ እንደጻፈው ለቁጥር ከሚያታክቱ አድባራት እና አብያተ ክርስቲያን በግራኝ አሕመድ ወታደሮች በብዛት የተዘረፉት ንብረቶች ከወርቅ እና ከብር የተሠሩ የሃይማኖት እቃዎች እና የሀር አልባሳት ናቸው።[140]

ከኢትዮጵያ ሰዎችም በባርነት ወደመካከለኛው ምሥራቅ እና ወደህንድ ይሸጡ እንደነበረ የሚታወቅ ነው። የባሪያ ንግዱ ተጠቂዎች ደግሞ አብዛኛዎቹ ክርስቲያን እና አሕዛብ ኢትዮጵያውያን ነበሩ። የበራራ ከተማም ባሪያ ይሸጥ እና ይለወጥባት እንደነበረ መጀመሪያ በዓፄ እስክንድር ዘመነ መንግሥት የተጻፈ ቀጥሎ በዓፄ ልብነ ድንግል ዘመነ መንግሥት እንደገና የተገለበጠ የታሪክ ሰነድ ያስረዳል። ይህ ምንጭ ክርስቲያኖች በባሪያ ንግድ ይሳተፉ እንደነበረ ከማሳየቱም በላይ በኢትዮጵያ ቤተ ክርስቲያን ፍጹም ተቀባይነት እንደነበረው ምስክር ነው። ጽሑፉን መጀመሪያ ከግዕዝ ወደእንግሊዘኛ ተርጉሞ ያሳተመው ጌታቸው ኃይሌ ነው። የበራራን ኢኮኖሚያዊ እና ማኅበራዊ ተግባራት ለመረዳት ስለሚረዳ አስፈላጊ የሆነውን ክፍል ቃል በቃል ቀጥሎ አቅርበነዋል፦

> ዕ፻፫ ተአምሪሃ ለማርያም ትንብልናሃ የሀሉ ምስለ ፍቁራ ሃብተ ኢየሱስ ለዓለመ ዓለም አሜን። ስምዕኩ ተአምሪሃ ለማርያም። ወሀሎ አሐዱ ነጋዲ በደወለ አግዓዚ ዘይፈርሆ ለእግዚአብሔር ወያፈቅራ ፈድፋደ ለእግዝዕትነ ቅድስት ድንግል በክልኤ ታቦተ መንፈስ ቅዱስ ማርያም ማሪሃም። ወአሐተ ዕለተ ተሳየጠ ገብረ እምስያጠ ዳሞት በንስቲት ንዋይ። **ወሆረ ለአርብሖ**

ውስተ ምሲያጠ በራራ በዕለተ ሀሙስ። ወውዕቱሰ ገብር ተኃጥአ እምእግዚኡ በማዕከለ ምስያጥ ወሆረ ምስለ ካልእ ብእሲ ርሑቅ ፍኖተ። ወሶበ ኃጥአ እግዚኡ አደምስያጣተ ምዕረ ወካዕበ ወሥልሰ እንዘ የሀሥሦ ለገብሩ፤ወኢረከበ አሰሮ ኀበ ሖረ።

ወውእቱሰ ብእሲ ኄር ሶበ ኃጣአ ለገብሩ ተሣየጠ ንስቲተ ዕጣነ ወሰለስተ ማህቶተ ወሖረ በጐጕአ ኀበ ቤተ ክርስቲያን እንተ ተሐንጸት በስማ ለእግዝትእነ ማርያም እንዘ ዘነት ይብል፤ እምረድኤተ ሰብእሰ ይሄይሰኒ ኀይለ ረድኤታ ለእግዝእትየ ማርያም። ወእንዘ የሐውር ውዕቱ ብእሲ በውስተ ፍኖት ጸዊሮ ዕጣነ ወማኅቶተ ተራከባ ለእግዕዝትነ ማርያም በአምሳለ ብእሲት ክብርት እንዘ ይቀውሙ በይምና ወበፅግማ ክልኤቱ ወራዙት ሠናያነ ላሕይ። ወአውሥእቶ ወትቤሎ፤ አአንተ ብእሲ አይቴ ተሐውር፤ወእምአይቴ ተፈኖከ ወበጸህከ ዝየ። **ወውእቱኒ ነገራ ወአይድዓ ኲሎ ዘረከቦ ትካዘ ወሀዘነ በእንተ ጥፍአተ ገብሩ እምውስተ ምሲያጠ በራራ።**[141]

<u>ትርጉም</u>
የማርያም ተአምር። አማላጅነቷ ከወዳጇ ከሃብተ ኢየሱስ ጋር እስከ ዘለዓለም ይሁን። አሜን። የማርያምን ተአምር ስሙ። ድርብ ድንግል የሆነች የመንፈስ ቅዱስ ማደሪያ የሆነች የእመቤታችን የማርያም ማሪሃም እጅግ ወዳጅ የሆነ ነጋዴ በአግዓዝያን አገር (=ኢትዮጵያ) ይኖር ነበር። **ከእለታት አንድ ቀን ከዳሞት ገበያ በርካሽ ዋጋ ባሪያ ገዝቶ ለማትረፍ ሀሙስ ዕለት [ወደሚውለው] ወደበራራ ገበያ ሄደ።** ነገር ግን ባርያው ገበያው ውስጥ ሳለ ከጌታው በማምለጥ ከሌላ ሰው ጋር ረጅም ጉዞ በመጓዝ ጠፋ። ጌታውም ሲያጣው አንድ ጊዜ፣ ሁለት ጊዜ፣ ለሦስተኛ ጊዜ ባርያውን ፍለጋ ገበያውን ዞረው፤ ነገር ግን በሄደበት ቦታ ሁሉ ደብዛውን ሊያገኘው አልቻለም።

ይህ ደግ ሰው ባሪያውን ሲያጣው ትንሽ ዕጣን እና ሦስት ሻማ ገዝቶ በፍጥነት በእመቤታችን በማርያም ስም ወደተሠራች ቤተ ክርስቲያን ሄደ ለራሱም እንዲህ አለ፣ "ከሰዎች ርዳታ ይልቅ የእመቤቴ የርዳታ ኃይል ለኔ ይሻላል።" ሰውየው ዕጣኑን እና ሻማውን ይዞ በመንገድ በመሄድ ላይ ሳለ እመቤታችንን ሁለት መልከ ቀና ወንዶች በግራዋ እና በቀኟ አብረዋት የቆሙ አንድ ሴት ወይዘሮ ተመስላ አገኛት። እንዲህም ስትል ጠየቀችው፣ "አንተ ሰው ወደየት ትሄዳለህ? ከወዴትስ መጥተህ እዚህ ደረስክ?" **እርሱም ባርያው በበራራ ገበያ በመጥፋቱ ምክንያት የደረሰበትን ትካዜ እና ሀዘን ነገራት።** (አጽንኦቱ የተጨመረ ነው)

ታምሩን ለይተን በሌላው ጉዳይ ላይ ስናተኩር ከጥቅሱ ብዙ ፍሬ ነገሮችን እናገኛለን። ጥቅሱ ስለከተማችን ኢኮኖሚያዊ እና ማኅበራዊ ተግባራት ይነግረናል፤ በራራን በአራቱም አቅጣጫ ከአጎራባች አውራጃዎች ስለሚያገናኟት የንግድ መስመሮች ያቀረብነውን ሀሳብ ያዳብራል፤ በራራ ከዳሞት ጋር በንግድ መስመር የተቆራኘች እንደሆነ ይነገረናል። ዳሞት አውራጃ ውስጥ በሚገኝ የባርያ ገበያ በባሪያ ፈንጋዮች አማካይነት ለአንድ በራራ ውስጥ ለሚኖር ነጋዴ እንደተሸጠ እና ባሪያውም ለጊዜውም ቢሆን ከጌታው አንዳመለጠ ሰነዱ ይዘረዝራል። የባሪያው ከጌታው ማምለጥም በሃይማኖታዊ ቋንቋ ቢገለጽም ከእውነት የራቀ አይመስለንም።

ምንም እንኳ ነጻ ክርስቲያኖችን በባርነት መሸጥ መለወጥ ሕግወጥ ድርጊት ቢሆንም በሁሉም የኢትዮጵያ አካባቢዎች ሕግወጥ የሰዎች ዝውውር እንደነበረ ከላይ ያለው ሰነድም በኋላ ዘመን ዓፄ ገላውዴዎስ ባወጣው ፀረ ባሪያ ንግድ አዋጅ ማየት ይቻላል።[142] በራራም የነጋዴዎች መናኸሪያ ስለነበረች በከተማው ባሮች በሕገ ወጥም ሆነ በሕጋዊ መንገድ እንደሚሸጡ መገመት ይቻላል። እላይ የጠቀስነው ሰነድ ለዚህ ጥሩ ምስክር ነው።

ባጭሩ በራራ የሊቃውንት፣ የጳጳሳቱ፣ የነጋድያን፣ የዕደ ጥበብ ባለሙያው፣ የሙስሊሙ፣ የክርስቲያኑ፣ የወታደሩ፣ የነገሥታቱ፣ የኢትዮጵያውያን እና የውጭ አገር ሰዎች መናኸሪያ ነበረች። በበራራ ጳጳሳት፣ ነጋድያን፣ መነኮሳት፣ የዕደ ጥበብ ባለሙያዎች እና የቤተ መንግሥት ሰዎች ይኖሩ ነበር። ጳጳሳቱና ነገሥታቱ በራራ ረግተው የመቀመጣቸው ሌላው ውጤት ትላልቅ አድባራትና ቤተ መንግሥቶች በከተማውና በዙሪያው መሠራታቸው ነው። ዝርዝሩን ቀጥለን እናቀርባለን።

3.6 አድባራትና አብያተ መንግሥት

በበራራና በአካባቢው ትላልቅ አድባራት እንደነበሩ ብዙ ምስክሮች አሉ። በበራራና በአካባቢው ትላልቅ አብያተ ክርስቲያን እንደነበሩ ያገኘነው ጥሩ የታሪክ ምንጭ የአረብ ፈቂህ መጽሐፍ ነው። አረብ ፈቂህ በበራራና በአካባቢው የነበሩት በጣም ታላላቅ አድባራትና የዓፄ ልብነ ድንግል መኖሪያ ተዘርፈው ስለመቃጠላቸውና በውስጣቸው ብዙ ወርቅ ስለመገኘቱ በሰፊው ጽፏል። ለምሳሌ በራራ ውስጥ ስለተቃጠለ የጳጳሳት መቀመጫ ቤተ ክርስቲያን በሰፊው ጽፏል (ምዕራፍ 1 እና 5ን ይመለከቷል)። በጳጳሱ ቤተ ክርስቲያን ውስጥ ብዙ ወርቅ፣ ብርና የሐር አልባሳት እንደነበሩና ቤተ ክርስቲያኑም ተዘርፎ ሲቃጠል አጽሙ በክብር በሳጥን ተቀምጦ የነበረ ጳጳስ አብሮ እንደተቃጠለ አክሎ ጽፏል። በመጀመሪያው ምዕራፍ በዝርዝር እንደቀረበው የጳጳሳቱ መቀመጫ በነበረው ቦታ ከተቃጠለው ቤተ ክርስቲያን በተጨማሪ ዓፄ ናዖድ ያስሠራው ቤተ ክርስቲያን በራራ አጠገብ ተዘርፎ መቃጠሉን አረብ ፈቂህ በሰፊው ጽፏል።[143] በቁፋሮ በመሀል አዲስ አበባና በመናገሻ ተራራ እንዲሁም በእንጦጦ የተገኙት የጥንት አብያተ ክርስቲያንና የቤተ መንግሥት ፍርስራሾች በራራ ውስጥ ትላልቅ አድባራትና ቤተ መንግሥት እንደነበሩ አረብ ፈቂህ የጻፈውን ትክክለኛነት ያረጋግጣሉ። በመጀመሪያ አዲስ አበባ ስለተገኘው የጥንት ቤተ ክርስቲያን ፍርስራሽ ከዚያም በእንጦጦ ስለተገኘው የቤተ መንግሥት ፍርስራሽ ያገኘነውን መረጃ እናቀርባለን።

አዲስ አበባ ውስጥ የአሁኑ አራዳ ጊዮርጊስ ቤተ ክርስቲያን ከነዐፀዱ ያረፈበት ስፍራ ላይ ዓፄ ዘርዓ ያዕቆብ እንዳሠራው የሚገመት ባለ ሦስት መቅደስ፣ ድንቅ ሥነ ሕንጻ ያለው ግዙፍ ቤተ ክርስቲያን ነበረበት (ምስል 3ን ይመለከቷል)። ይህ ቤተ ክርስቲያን የተገኘበትን ሂደትና ፍራሹን የጎበኙት የአውሮፓ ሰዎች የሰጡት አስተያየት በምዕራፍ 9 በዝርዝር ቀርቧል። የዚህ ምዕራፍ ትኩረት የቤተ ክርስቲያኑ ሕንጻ አሠራር ኢትዮጵያ ደርሳበት ስለነበረው የኪነ ሕንጻ እድገት የሚነግረንን ማቅረብ ብቻ ነው። ስለዚሁ የጥንት ቤተ ክርስቲያን ብዙ ዝርዝር መረጃ የጻፉት በዳግማዊ ዓፄ ምኒልክ ዘመን ክርስትናን በደቡብ ኢትዮጵያ ለማስፋፋት መጥተው የነበሩት የካቶሊክ ወንጌላውያን ናቸው። ከእነዚህም ውስጥ ቷሪን (ኢትዮጵያውያን ያዕቆብ ይሉታል) እና ፈርድናንድ የተባሉ የፈረንሳይ ወንጌላውያን ይገኙበታል። አራዳ ጊዮርጊስ ስለነበረው የጥንት ቤተ ክርስቲያን ቷሪን እና ፈርድናንድ የጻፉትን ሀቲት እና ገለፃ በቀጥታ ለማግኘት አልቻልንም። ቀጥሎ የጻፍነው አብዛኛው ቷሪን እና ፈርድናንድ የጻፉትን ተጠቅሞ አባ ኤሚሊ ፎከር ባቀረበው አጭር ጥናታዊ ጽሑፍ ላይ የተመሠረተ ነው።[144]

አራዳ ጊዮርጊስ የነበረው ቤተ ክርስቲያን እንደሌሎቹ አብያተ ክርስቲያን ሁሉ በግራኝ አሕመድ ስለመቃጠሉ በቁፋሮ የተገኙት መረጃዎች ያረጋግጣሉ። ከመቃጠሉ በፊት ስለነበረው ይዞታ መረጃ አልተገኘም። የጥንቱን ቤተ ክርስቲያንም ቷሪን እና አባ

ፈርድናንድ በአንድነት በአካባቢው ካሉ ሰዎች ጋር ተባብረው ቆፍረው አውጥተውታል። ፎከር ስለቁፋሮው ሥራ እና ስለተገኘው የጥንት ቤተ ክርስቲያን ሁኔታ ቀጥሎ ቃል በቃል የቀዳነውን ዝርዝር ጽፏል። ጥቅሱ ረጅም ቢሆንም የያዘው መረጃ በጣም ጠቃሚ ስለሆነ አስፈላጊ ነው፡-

> During that time Abba Yacob was very much interested in the old church. A long trench was dug through the middle of the site. While digging, big cut stones, together with evident signs of burnt soil, a huge stone which seems to have been burnt out by volcanic ebbulition without becoming lime, some scraps of iron and melted copper were also found.
>
> After much exaction the exact form of the old church became discernible. It was almost a square building of 9 meters 40 by 8 meters by 80, divided into three naves. Such construction was very rare at that time in Abyssinia. The wall was 1 meter 35 wide and had a layer of cut stones 15 centimeters wide on both sides. The middle part was filled up with clay and broken stones. The naves were divided by pillars of cut stones, decorated with pilasters on the four faces. The whole building may have been covered with a vault, as could be seen from the stones which seemed to have been used for that purpose. The whole building appeared to be of Greek style, very simple but heavy. The stones were very smooth but without any carvings except a "rope pattern" of decorative carving on the pillars and around the porch, made in oriental fashion. (This same design was noticed at Martula Mariam by Professor Chojnacki.) The building was not built properly since there was neither lime nor cement.
>
> Gragn and the first invaders had burnt the edifice, as we can seen from the scraps of stones and bits of melted copper left behind. And later on, the stones were removed and spread all over the compound by other people.
>
> Abba Yacob gathered a good amount of cut stones, which were in front of the church and used them to build a proper terrace, where previously there was only a heap of mud and long slabs. He then removed the stones, which were the remains of the square house and were situated near the residence. It could have been the "Deje Salam" because it was near and just in front of the church.[145]

<u>ትርጉም</u>

በዚያ ጊዜ አባ ያዕቆብ ስለጥንቱ ቤተ ክርስቲያን [አሠራር ለማወቅ] ከፍተኛ ፍላጎት ነበረው። ከቦታው መካከል ረጅም ጉድጓድ ተቆፈረ። ሲቆፈርም ትላልቅ ጥርብ ድንጋዮች፣ የአፈሩን መቃጠል የሚያሳይ ምልክት፣ [ጥንት] በእሳተገሞራ [ፍንዳታ] የተቃጠለ ነገር ግን ወደ ኖራነት ያልተቀየረ ግዙፍ ድንጋይ፣ የብረት ቁርጥራጭ እና የቀለጠ መዳብ ተገኘ።

ከብዙ ቁፋሮ በኋላ የጥንቱ ቤተ ክርስቲያን ቅርጽ በግልጽ የሚታይ ሆነ። እርሱም 9 ሜትር በ40 ሴንቲ ሜትር፣ 8 ሜትር በ80 ሴንቲ ሜትር የሆነ በሦስት መተላለፊያ (ባለሦስት መቅደስ) የተከፈለ ባለአራት ማዕዘን ካሬ ሊባል የሚችል ሕንጻ ነው። በዚያ ጊዜ እንደዚህ ያለ ሕንጻ በሀበሻ ብዙ አልነበረም። የግድግዳው ስፋት 1 ሜትር ከ35 ሴንቲ ሜትር ሲሆን በሁለቱም ጎን 15 ሴንቲ ሜትር ስፋት ባላቸው ጥርብ ድንጋዮች ንጣፍ የተሠራ ነው። በጥርብ ድንጋዮች መካከል ያለው ክፍት ቦታ በሸክላ እና በስብርባሪ ድንጋዮች የተሞላ ነው። መቅደሶችን አንዱን ከሌላው የሚለዩአቸው በአራቱም ገጻቸው ያጌጡ ከጥርብ ድንጋይ የተሠሩ ዓምዶች ናቸው። ለዚሁ ዓላማ ከተጠረቡት ድንጋዮች ማየት እንደሚቻለው ጠቅላላ ሕንጻው የተሸፈነው በባለቀስት ጣርያ ሳይሆን አይቀርም። ሕንጻው በአጠቃላይ የግሪክ የኪነ ሕንጻ ዘይቤ ይታይበታል፤ ይኸውም አሠራሩ ቀላል (ብዙ ጌጥ የሌለው) ነገር ግን በጣም ከባድ ነው። ድንጋዮቹ በጣም ልዝብ ግን በሰገነቱ ዙርያ እና በዓምዶች ላይ በገመድ አምሳል ከተወቀሩት ጌጦች በስተቀር ምንም ያልተወቀሩ ናቸው፤ በምሥራቅ አገሮች የኪነ ሕንጻ መልክ። (ፕሮፌሰር የናኪ መርጡለ ማርያም ተመሳሳይ የሕንጻ ቅርጽ አስተውሏል።) ኖራም ሆነ ሲሚንቶ ስላልነበረ ሕንጻው በደንብ አልተሠራም።

በስፍራው ከቀሩት ስብርባሪ ድንጋዮች እና ከቁርጥራጭ የመዳብ ቅላጮች ማየት እንደሚቻለው ግራኝ እና የመጀመሪያዎቹ ወራሪዎች ሕንጻውን አቃጥለውታል። በኋላ ዘመን ሌሎች ሰዎች ድንጋዮቹን ከቦታቸው አንስተዋቸዋል፤ በቅጥር ግቢው በየቦታው በታትነዋቸዋል።

አባ ያዕቆብ ከቤተ ክርስቲያኑ ፊት ለፊት የነበሩትን ብዙ ጥርብ ድንጋዮች ሰብስበው ቀድሞ የጭቃ ቁልልና ጥቂት ጥብጣቦች በነበሩበት ስፍራ ደምበኛ ደረጃ ሰርተውባቸዋል። ከዚያም በመኖርያው ቤት አቅራቢያ የሚገኙትን አንድ የጥንት ባለ አራት ማዕዘን ሕንጻ ቅሬት ድንጋዮች ከቦታው አስወገዳቸው። ምናልባት ደጀ ሰላሙ ሊሆን ይችላል፤ ምክንያቱም ለቤተ ክርስቲያኑ ቅርብና እዚያው ፍት ለፊቱ ነበር።

እላይ በዝርዝር እንደተቀመጠው የቤተ ክርስቲያኑ ግድግዳ በጥርብ ድንጋይ የተሠራ ነበር። የግድግዳው ስፋት 1 ሜትር ከ35 ሴንቲ ሜትር ነው። አንዱ በአንዱ ላይ የተነባበሩት ጥርብ ድንጋዮች የሁሉም ስፋት አንድ ወጥ ሲሆን ይኸውም በሁለቱም ጎን 15 ሴንቲ ሜትር ነው። በተነባበሩት ጥርብ ድንጋዮች መካከል ያለው ክፍተት በሸክላ እና በድንጋይ ስብርባሪ የተሞላ ነው። ቤተ ክርስቲያኑ አራት ማዕዘን ቅርጽ ያለው ሲሆን ሦስት ቤተ መቅደሶች ነበሩት። የቤተ ክርስቲያኑ ወርድና ስፋቱ ከምሥራቅ ወደምዕራብ 9 ሜትር በ40 ሜትር፣ ከሰሜን ወደደቡብ 8 ሜትር በ80 ሜትር ነበር (ምስል 3)። ቤተ መቅደሶች ከጥርብ ድንጋዮች በተሠሩ ዓምዶች የተከፋፈሉ ሲሆኑ ዓምዶቹም በአራቱም ጎን የጌጥ ቅርጽ ነበራቸው። ሕንጻ ቤተክርስቲያኑ ባለቀስት ጣሪያ ነበረው። ለዚህም ምልክቱ የቀስት ጣሪያ ተሸካሚ ድንጋዮች መገኘታቸው ነው። በቤተ ክርስቲያኑ ዓምዶች ላይ እና በመግቢያ በሮች ላይ የሀረግ ወይም የገመድ የጌጥ ምልክት የተቀረፀባቸው ነበሩ። ፎከር እንደሚለው ይህ ዐይነቱ አሠራር የምሥራቅ ወይም የእስያ አገሮችን የኪነ ሕንጻ ዘይቤ የተከተለ ነው።

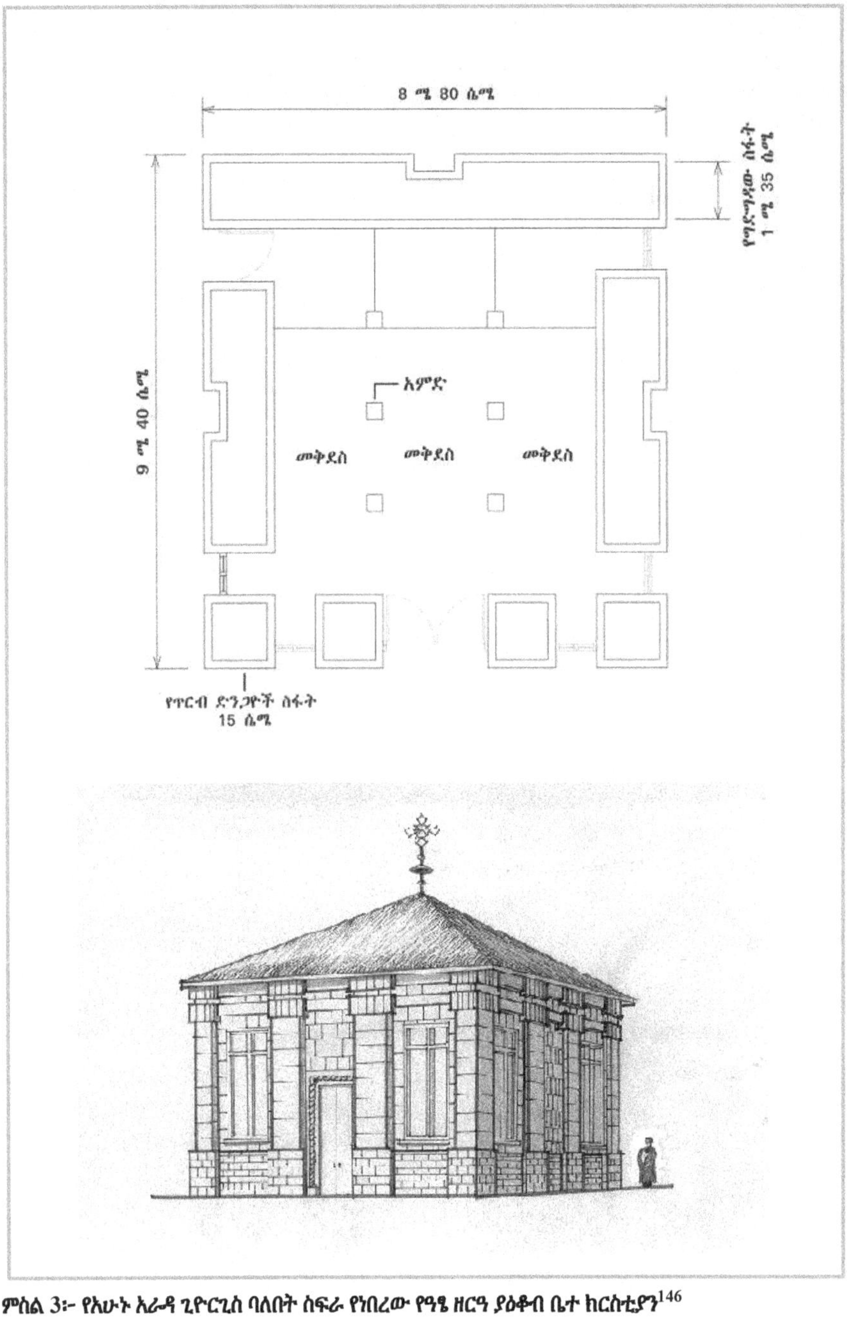

ምስል 3፡- የአሁኑ አራዳ ጊዮርጊስ ባለበት ስፍራ የነበረው የዓፄ ዘርዓ ያዕቆብ ቤተ ክርስቲያን[146]

ጨርሶ ከመፍረሱ በፊት አራዳ ጊዮርጊስ የነበረውን የጥንት ቤተ ክርስቲያን ፍርስራሽ ለማየት የቻሉ ጥቂት የውጭ አገር ሰዎች ስለኪነ ሕንጻው አስተያየታቸውን በጻፉቸው

መጻሕፍት አስፍረዋቸው እናገኛለን። ከነዚህም ውስጥ በዐሥራ ዘጠነኛው ምእት ዓመት ኢትዮጵያ ውስጥ ሰፊ ጥናት ያደረገው ፈረንሳዊ ተመራማሪ አንቷን ዳባዲ ይገኝበታል። ዳባዲ ሕንጻው ሰሜን ኢትዮጵያ ካሉት የጥንት ሕንጻዎች ጋር ምንም አምሳያ የሌለው መሆኑን እና አሠራሩ እንቆቅልሽ እንደሆነበት የሚከተለውን ጽፏል፡-

> Bien qu'on trouve dans l'Éthiopie du nord plusieurs monuments antiques, aucun de ceux qu'on a examinés jusqu'ici n'a oflert des traces de l'appareil singulier décrit par le P. Taurin dans les ruines qu'il relève sous le nom de Maryam Gifti. Un peuple assez avancé jadis pour débiter et tailler les pierres, mais qui s'en servait pour construire une sorte de pisé, devait être doué d'une civilisation différente de la nôtre. L'église ruinée près Dildila est attribuée par la tradition au roi Zara Yaqob. C'est le monument le plus méridional qu'on ait en core trouvé dans cette partie de l'Afrique. A. d'A.[147]
>
> <u>ትርጉም</u>
>
> ምንም እንኳ ሰሜን ኢትዮጵያ ብዙ የመረመርናቸው የጥንት ሕንጻዎች ቢገኙም አባ ቷሪን ሪፖርት ካደረገው ማርያም ጊፍቲ ስለሚገኘው የጥንት ሕንጻ ፍርስራሽ የሚመሳሰል እና ፍንጭ የሚሰጡ አይደሉም። ሸክላን ብቻ በማያያዣነት በመጠቀም በጥንቃቄ ከተጠረቡ ድንጋዮች ይህን የመሰለ ሕንጻ መሥራት የሚችሉ ከፍተኛ የእድገት ደረጃ የነበራቸው ሰዎች ከኛ የተለየ ሥልጣኔ የነበራቸው መሆን አለበት። ድልዲላ (እንጦጦ) አጠገብ ያለው ቤተ ክርስቲያን በትውፊት ያሠሩት ዓፄ ዘርዓ ያዕቆብ ናቸው። በአፍሪካ ምድር በደቡብ ጠርዝ የተገኘው ሥነ ሕንጻ ይህ ነው።

ዳባዲ የጥንቱ ቤተ ክርስቲያን አምሳያ እንደሌለው እና ትልቅ የሥልጣኔ ደረጃ ደርሰው የነበሩ ሰዎች የሠሩት ነው ይላል። አባ ቷሪን በበኩሉ በምዕራብ ህንድ ወቅያኖስ ጠረፋማ ቦታዎች ብዙ ጊዜ ያሳለፈ ሰው ጠይቆ ካገኘው መረጃ በመነሳት ቤተ ክርስቲያኑ የፖርቱጋላውያን የሕንጻ አሠራር ዘይቤ ተጽእኖ ሊኖረው ይችላል የሚል ግምት ሰጥቷል። ከ1886 ዓ.ም. እስከ 1888 ዓ.ም. ተቀማጭነቱ እንጦጦ የነበረው ፈረንሳዊው ዡል ቦሬሊ በበኩሉ ያሁኑ አራዳ ጊዮርጊስ የነበረው ቤተ ክርስቲያን ከጥርብ ድንጋይ የተሠራ እና በድንጋዩ ላይ የተቀረፀ ጌጥ ያለበት መሆኑን ይመሰክራል። ከዚያም ሕንጻው ምናልባትም ፖርቱጋሎች የሠሩት ሊሆን ይችላል ብሎ አስተያየቱን ሰጥቷል። ፎከር በበኩሉ የቤተ ክርስቲያኑ ግዙፍነት የግሪኮችን ሥነ ሕንጻ ዘይቤ የተከተለ ነው ብሏል።[148]

እነዚህ ስለአራዳ ጊዮርጊሱ የጥንት ቤተ ክርስቲያን የተሰነዘሩት አስተያየቶች በኛ ግምት ከመላምት ያለፈ ሊሆን አይችልም። በ19ኛው ምእት ዓመት የነበሩት የአውሮፓ ሰዎች አፍሪካ ምድር ድንቅ የሆነ የጥበብ እና የሥነ ሕንጻ ወጤቶች ሲያገኙ የአሰራሩን ብልሀት ምንጭ ከአፍሪካ ውጭ እንደሚያደርጉት የታወቀ ነው። አራዳ ጊዮርጊስ የነበረውን የዓፄ ዘርዓ ያዕቆብ ቤተ ክርስቲያን የኢትዮጵያ የሥልጣኔ ውጤት ነው፤ የሠሩትም ኢትዮጵያውያን ናቸው።

ምንም እንኳ ሕንጻውን ለመሥራት ግብአት የሆነው ሸክላ ልዩ ቢያደርገውም የዓፄ ዘርዓ ያዕቆብ ቤተ ክርስቲያን ኢትዮጵያ ውስጥ አምሳያ የሚሆነው የጥንት ሕንጻ የለም የሚለው ድምዳሜ የተጋነነ ነው። ሕንጻ ከጥርብ ድንጋይ መሥራት ጥልቅ ታሪካዊ መሠረት ያለው የኢትዮጵያውያን የኪነ ሕንጻ ዘይቤ ነው። ትግሬ ውስጥ የሚገኘው የየሃ

ቤተ መቅደስና የዓፄ ዳዊት ልጅ ወይዘሮ ድል ሞገሣ ያሠራችውን ቤተ ክርስቲያን ለአብነት መጥቀስ ይቻላል። በተለይም አራዳ ጊዮርጊስ የነበረው ቤተ ክርስቲያንና ድል ሞገሣ ታች ጋይንት ውስጥ ያሠራችው የቤተልሄም ቤተ ክርስቲያን ሕንጻ በጣም ተመሳሳይ ናቸው። የቤተልሄም ቤተ ክርስቲያን በግራኝ አሕመድ የሸብር ወረራ ሳይቃጠሉ ከተረፉት ጥቂት አድባራት ውስጥ አንዱ ነው።[149] የቤተልሄም ሕንጻ ቤተ ክርስቲያን የዘመኑን አሠራር የተከተለ አራት ማዕዘን ቅርጽ ያለው ነው። አራዳ ጊዮርጊስ እንደነበረው ቤተ ክርስቲያን ሁሉ የቤተልሄም ግድግዳ የተሠራው የተጠረበውን ድንጋይ አንዱን ባንዱ ላይ በማነባበር ያለምንም ማጣበቂያ ነው።[150] ምንም እንኳ የድል ሞገሣ ቤተ ክርስቲያን መጠኑ አነስተኛ ቢሆንም አሠራሩ አራዳ ጊዮርጊስ ከነበረው ቤተ ክርስቲያን ጋር ተመሳሳይ እንደነበረ ለመረዳት ይቻላል።

በተጨማሪም አራዳ ጊዮርጊስ የነበረውን ቤተ ክርስቲያን ሦስቱን ቤተ መቅድሶች በሚለዩት ዓምዶች ላይ እና በመግቢያ በሩ ባሉ ድንጋዮች ላይ የተቀረጹ/የተወቀሩ የሀረግ ወይም የገመድ ጌጦች ጎጃም ውስጥ ንግሥት ዕሌኒ በ15ኛው ምእት ዓመት መጨረሻ አካባቢ ካሠራችው ከመርጡለ ማርያም ቤተ ክርስቲያን ጋር ተመሳሳይነት ነበረው።[151] በመጨረሻም አራዳ ጊዮርጊስ የነበረውን ፍርስራሽ በንጉሥ ሣህለ ሥላሴ ዘመን የጎበኘው ቲወፍሎስ ለፌቭር የተባለው ፈረንሳዊ ልዩ ስሙ አሸንጌ በተባለ ቦታ ላይ ካየው ፍርስራሽ ጋር ተመሳሳይ እንደነበረ ምስክርነቱን ሰጥቷል።[152]

በዓፄ ልብነ ድንግል ዘመን ወደኢትዮጵያ መጥቶ ለስድት ዓመት ያክል የቆየው ፖርቱጋላዊ ፍራንሲስኩ አልቫርሽ እንደጻፈው በነገሥታቱ እና ታላላቅ ሴት ወይዘሮዎች መካከል የተዋበ ሕንጻ ቤተ ክርስቲያን ለማሠራት ፉክክር ይደረግ ነበር። አልቫርሽ ከሌሎች የፖርቱጋል ሰዎች ጋር በመሆኑ በንጉሡ እናት የተሠራ ቤተ ክርስቲያን በመጎብኘት ላይ ሳሉ አሠራሩን እንዳያነውሩ የቦታው ሰዎች እንዳስጠነቀቋቸው ጽፏል። ምክንያቱም ደግሞ በሕንጻው አሠራር ነውር ከተገኘበት የንጉሡ እናት ቤተ ክርስቲያኑ ፈርሶ እንደገና በአማረ ሁኔታ እንዲሠራ ልታደርግ ስለምትችል ነው።[153] ይህ ፉክክር በራራን ጨምሮ በብዙ አካባቢዎች ብዙ ድንቅ የተባሉ አብያተ ክርስቲያን እንዲሠሩ ምክንያት ሆኗል። ምንም እንኳ ከቤተልሄምና በእሳት መቃጠል ከማይችሉት ውቅር አብያተ ክርስትያናት በስተቀር አብዛኞዎች አድባራት በግራኝ አሕመድ ወረራ ዘመን ቢቃጠሉም በመካከለኛው ዘመን ብዙ ድንቅ ሕንጻ ቤተ ክርስቲያን ተሠርተው ነበር። አራዳ ጊዮርጊስ የነበረው በጥንቱ በራራ ከተማ የተሠራው ቤተ ክርስቲያን ይህን ያረጋግጣል።

አራዳ ጊዮርጊስ ከነበረው ቤተ ክርስቲያን በተጨማሪ ሰሜን አዲስ አበባ እንጦጦ ላይ የነበረው ባለ12 የመመልከቻ ማማ፣ በድንጋይ እድሞ እና በመከላከያ ቁፍር የተከበበው ቤተ መንግሥት ሌላው የበራራ ከተማ ታሪክ አካል ነው (ምስል 4-8)። ቤተ መንግሥቱ የአምስት ማእዘን ቅርጽ ነበረው። አረብ ፋቂህ በራራ አጠገብ እንዶጥና በተባለ ልዩ ስፍራ ስለነበረው የዓፄ ልብነ ድንግል ቤተ መንግሥትና በውስጡ ስላየው ነገር የጻፈውን እላይ ዐይተናል። ነገር ግን ስለአቀማመጡ የሚለው ነገር የለም። እንዶጥና ሰሜን አዲስ አበባ የሚገኘው እንጦጦ ያለውን ስፍራ ሊሆን ይችላል።[154] በስፍራው የተገኘው ቤተ መንግሥት ሀሳቡን ያጠናክራል። የእንጦጦ አቀማመጥ ለቤተ መንግሥት መሥሪያ ተመራጭ ነው። ከዚህ በፊት እንዳየነው (ምዕራፍ 1) "የኢትዮጵያ ቤተ መንግሥት ሁል ጊዜ በዙሪያው ያለውን አገር ባይን ለመጎብኘትና ለመመልከት በሚመች ከፍ ባለ ቦታ ላይ ተሠርቶ ይታያል።"[155]

የእንጦጦ ቤተ መንግሥት ያረፈው በአንድ ሄክታር መሬት ሲሆን ስፋቱም ከጎንደር ቤተ መንግሥት የላቀ ነው። የመከላከያ ግንቡ በአጠቃላይ 520 ሜትር ርዝመት ባለው ከድንጋይ በተገነባ እድሞ ወይም አጥር የተከበበ ነው። የእድሞው ከፍታ አንዳንድ ቦታ ላይ እስከ አምስት ሜትር ይደርሳል።[156] የዚህን የመከላከያ ግንብ እድሞ እና በዙሪያው የነበሩትን ማማዎች እንዲሁም ውስብስብ የመከላከያ ቁፍሮች በዓፄ ምኒልክ ዘመን አንዳንድ የአውሮፓ ዲፕሎማቶች፣ ተጓዦች እና ወታደራዊ ባለሙያዎች ለማየት ችለው ነበር። ከነዚህም ውስጥ ቻርልስ ሚካኤል እና ሲይልቬን ቪኘራስ የሚባሉ ፈረንሳውያን እና ሻለቃ ፖዌል ከተን እና ኮንት አልበርት ግሌቸን የተባሉ እንግሊዛውያን ይገኙበታል። ሁሉም ግንቡን ያዩት ከአድዋ ጦርነት በኋላ ባሉት ዐሥርት ዓመታት ዓፄ ምኒልክ መቀመጫውን ከእንጦጦ ወደአዲስ አበባ ካዛወረ በኋላ ነው። የመከላከያ ግንቡ ግርማ ሞገስ የሁሉንም ትኩረት ለመሳብ ችሎ ነበር።[157]

ሚካኤል እና ቪኘራስ ግንቡን ፎቶ አንስተውት ነበር። ፎቶው በስተምዕራብ በኩል የነበረውን ከ12ቱ ማማዎች ዛሬ በቦታው የማይገኘውን በተለየ ግዙፍ የነበረውን ማማ ያሳያል (ምስል 4-6)። የባለአምስት ማእዘኑ ግንብ ምዕራባዊ ክፍል ድንጋይ አንድ ባንድ ተነስቶ ሆን ተብሎ ፈርሷል።

ምስል 4፡- የእንጦጦው የጥንት ቤተ መንግሥት ፍርስራሽ 1[158]

ምስል 5፡- የእንጦጦው የጥንቱ ቤተ መንግሥት ፍርስራሽ 2[159]

ምስል 6፡- የእንጦጦው የጥንቱ ቤተ መንግሥት ፍርስራሽ 3[160]

ምስል 7፡- የእንጦጦው የጥንቱ ቤተ መንግሥት ፍርስራሽ 4[161]

ምስል 8፡- የእንጦጦው የጥንቱ ቤተ መንግሥት ፍርስራሽ 5[162]

በትላልቅ ጥርብ ድንጋዮች ላይ የተቀረጹት ምስሎች ጉዳት ደርሶባቸዋል (ምስል 7)።[163] ሻለቃ ፓውል በዘመናዊ ከባድ የጦር መሣሪያ ካልሆነ በቀረ የመከለከያ ግንቡ በሌላ በምንም ሊደፈር እንደማይቻል አስተያየት ሰጥቷል። ኮንት አልበርት ግሌቸንም ተመሳሳይ ሀሳብ ሰጥቷል። ኮንት አልበርት ግሌቸን ወታደራዊ ባለሙያ ስለሆነ ስለመከላከያ ግንቡ የሰጠውን ሙያዊ አስተያየት ከሻለቃ ፓውል ምስክርነት በኋላ እናቀርባለን፡-

<u>ከተን ፓውል</u>

Three-quarters of a mile further on, along the ridge to the south, stands the church of St. Raguel, which shared with St. Mariam's the honour of being the chief place of worship of Entotto. Going from the one to the other, we passed the ruins of the old capital, for the most part shapeless heaps of stones, all the woodwork having long since been removed. The fort alone still had many of its massive walls standing, and gave one an idea of its ability to withstand all attacks except those of artillery. Surrounding it was a deep trench, cut out of the solid rock, nearly 20 feet wide, now partly filled with rubble, which must have been a formidable obstacle to any besieging army.[164]

<u>ትርጉም</u>

ሦስት አራተኛ ማይል ራቅ ብሎ በስተደቡብ የተራራውን አፋፍ ይዞ ከቅድስት ማርያም ቤተ ክርስቲያን ጋር በእንጦጦ የአብይ የአምልኮ ስፍራነትን ክብር የሚጋራው የቅዱስ ራጉኤል ቤተ ክርስቲያን አለ። ከአንዱ ወደሌላው ስንዘዋወር በጥንቷ አቢይ ከተማ ፍርስራሽ አለፍን። የመዋቅር እንጨቶቹ ከረዥም ጊዜ በፊት ተወስደው ብዙውን የቀረው ቅጥ የሌለው የድንጋይ ክምር ነው። መከላከያው ብቻ ብዙዎቹ ግዙፍ ግድግዳዎቹ እስካሁን ቆመው ከመድፍ በቀር ማንኛውንም ጥቃት መቋቋም እንደሚችል ያሳያል። ዙሪያውን ከጥብቅ አለት በተጠረበ ሃያ ጫማ ያህል በሚሰፋ ጥልቅ ጉድብ ተከብቧል። አሁን ጉድቡ በከፊል በፍርስራሽ የተሞላ ቢሆንም በዘመኑ ለማንኛውም አጥቂ ጦር ከባድ መሰናከል እንደነበረ አይጠረጠርም።

<u>ኮንት ግሌቸን</u>

Of the old capital of Entotto only a few huts are left, beside the ruins of what must have been an exceedingly strong fortress. Some broken walls are still in existence, and the remains of a large round stone tower dominate the height; but the most extraordinary portion of the fortress is the deep ditch cut in the solid rock. Quite 12 feet deep and 18 feet broad is it; the labour of hewing it out must have been immense, for the rock is not a soft one, and infinite labour of slaves or prisoners must have been spent in its construction. The ditch almost surrounds the fortress and must have formed a complete defence in itself, beside the two parapets, one above the other, which command it throughout.[165]

<u>ትርጉም</u>

ከቀድሞው አቢይ ከተማ ከእንጦጦ አሁን የቀሩት ጥቂት ጎጆ ቤቶች እና አንድ በጣም ሲበዛ ጠንካራ የነበረ የመከላከያ ግንብ ፍርስራሽ ነው። አልፎ አልፎ የተናደ እድሞ እና ከአካባቢው ገዝፎ የወጣ ክብ ቅርጽ ያለው የድንጋይ ማማ አሁንም አለ። ከሁሉም አስደናቂ የሆነው የመከላከያ ግንቡ አካል ግን አለቱን በመፈልፈል የተሠራው ጥልቅ ቁፍር ነው። የቁፍሩ ጥልቀት 12 ጫማ ስፋቱ ደግሞ 18 ጫማ ነው። አለቱ ገር ስላልሆነ ፈልፍሎ ለማውጣት እጅግ ብዙ ጉልበት የፈጀ መሆን አለበት፤ ለቁፍሩ ግንባታ ቁጥር ስፍር የሌላቸው የባርያዎች ወይም የጦር ምርኮኞች ጉልበት የፈሰሰበት መሆን አለበት። ቁፍሩ የመከላከያ ግንቡን ዙሪያ በሙሉ ሊባል በሚቻል ስለሚያካብብ ራሱን የቻለ ሙሉ መከላከያ ነው፤ ይኸውም አንዱ ካንዱ በላይ ሆነው በመላ ከሚገዙት እድሞዎች በተጨማሪ ነው።

እንጦጦ የተገኘው ፍርስራሽ በመካከለኛው ዘመን የተሠራ ቤተ መንግሥት መሆኑን የሚያመለክተው የበሮች ብዛት ነው። እላይ እንዳየነው በመካከለኛው ዘመን የነበሩት ቤተ

መንግሥቶች 12 በሮች ነበሯቸው። በተመሳሳይ የእንጦጦው ቤተ መንግሥት 12 በሮች ነበሩት። ነገር ግን በፍራሹ ዙሪያ የከርሰ ምድር ቁፋሮ ጥናት ስላልተደረገ ስለግንቡ አሠራርና አገልግሎት ብዙ ለመናገር አይቻልም። ለመናገር የሚቻለው ሰሜን አዲስ አበባ ውስጥ በመካከለኛው ዘመን ሰሎሞናውያን ቤተ መንግሥት ሠርተውበት እንደነበረ ብቻ ነው።[166]

ማጠቃለያ

በዚህ ምዕራፍ ስለበራራ ከተማ አመሠራረት፣ እድገት፣ የመዲናነት አገልግሎት እንዲሁም በከተማው ስለነበራት ማኅበራዊ እና ኢኮኖሚያዊ ተግባራት በሰፊው ዐይተናል። በ15ኛው እና በ16ኛው ምእት ዓመታት የነበሩ የአገር ውስጥም ሆነ የውጭ አገር ጸሐፊዎች በራራ የኢትዮጵያ የፖለቲካ፣ የሃይማኖት እና የአስተዳደር ማዕከል እንደነበረች ያረጋግጣሉ። ለበራራ ከተማ መመሥረት እና እድገት አስተዋጽኦ ያደረጉ ብዙ ምክንያቶች ነበሩ። ለበራራ ዋና መዲና መሆን ትልቁን ሚና የተጫወተው በሰሎሞናውያን ነገሥታት ዘመን የሸዋ እና የቤተ አማራ አካባቢዎች የኢትዮጵያ የወታደራዊ፣ የሃይማኖት፣ የባህል፣ የፖለቲካ እና የኢኮኖሚ ማዕከል መሆናቸው ነው። ጳጳሳቱ በራራ በቋሚነት መቀመጣቸው የከተማዋን አስተዳደራዊ እና ሃይማኖታዊ ጠቀሜታ ከፍ እንዲል አደረገው። ጳጳሱን ለማግኘት ብዙ ኢትዮጵያውያን ወደበራራ ተጉዘዋል። በ15ኛው ምእት ዓመት በራራ ውስጥ ጳጳሳቱ፣ መኳንንቱ፣ ሊቃውንቱ እና ነገሥታቱ የታደሙበት ወሳኝ የሃይማኖት ጉባዔም ተካሂዷል። ዮሃንስ የተባለ ሊቅም በራራን ወክሎ በዘመኑ ከተካሄዱት የሃይማኖት ጉባዔዎች ውስጥ የአንዱን ተካፍሏል። ነገሥታቱ በራራ በቋሚነት መከተማቸውም ለከተማዋ ዕድገት አስተዋጽኦ አድርጓል። በራራ ከተማ ከቤተ መንግሥት ሰዎች በተጨማሪም በንጉሡ አማካይነት የሰፈሩ የዕደ ጥበብ ባለሙያዎችም በብዛት ይገኙ ነበር። በውጭ መንግሥታት ተልከው ወደኢትዮጵያ የሚመጡ የውጭ አገር አምባሳደሮች እና ልዑካንም የኢትዮጵያን ንጉሥ ለማግኘት የሚሄዱት ወደበራራ ነበር።

ከፖለቲካ፣ ከሃይማኖት እና ከአስተዳደር ማዕከልነቱ በተጨማሪም በራራ የንግድ ማዕከልም ነበረች። በራራ በአገር አቋራጭ የረጅም ርቀት የንግድ መስመሮች ከቀይ ባሕር እና ከህንድ ውቅያኖስ የወደብ ከተሞች ጋር ትገናኝ ነበር። የውጭ አገር ነጋዴዎች ከሚኖሩበት እና ከሚነግዱበት ዋና ዋና ከተሞች ውስጥ በራራ አንዱ ነበረች። የፍሎሬንሱ ተወላጅ አንድሪያ ኮርሳሊ እንዲሁም የሶሪያና የግብጽ ነጋዴዎች በራራን ለመኖሪያ እና ለንግድ የመረጧት በከተማዋ በነበረው ከፍተኛ የንግድ እንቅስቃሴ ምክንያት ነው። ከፍሎሬንስ ሌላ በራራ ውስጥ ከቬኒስ፣ ከጀነዋ፣ ከካታሎኒያ፣ ከሲሲሊ፣ ከአራጎን፣ ከፈረንሳይ እና ከሌሎችም የውጭ አገሮች የመጡ ነጋዴዎች ይኖሩ ነበር። በራራ ውስጥ እንደነ ቢቼኒ እና ብራንካሊዮን ያሉ ሰዓሊዎችም ይኖሩ ነበር። በአጠቃላይ በራራ የንግድ እና የባህል ማዕከል ነበረች። በራራ ኢትዮጵያውያን፣ አውሮፓውያን፣ ሙስሊሞች፣ ክርስቲያኖች፣ ነጋዴዎች፣ የዕደ ጥበብ ባለሙያዎች ሠርተው በሰላም የሚኖሩባት ከተማ ነበረች።

በራራ ላይ ነገሥታቱ እና ጳጳሳቱ በቋሚነት መከተማቸው በከተማዋ እና በአካባቢው ቤተ መንግሥት እና ቤተ ክርስቲያን እንዲሠሩ ምክንያት ሆኖ ነበር። በዚህ ምዕራፍ ሰሜን አዲስ አበባ እንጦጦ ላይ ስለነበረው ቤተ መንግሥት እና መሀል አዲስ አበባ በሚገኘው በአራዳ ጊዮርጊስ ቤተ ክርስቲያን ስለነበረው የመካከለኛው ዘመን ቤተ ክርስቲያን አሠራር ዐይተናል። የእንጦጦው ቤተ መንግሥት እና የአራዳ ጊዮርጊስ ቤተ ክርስቲያን

ከመቃጠላቸው በፊት ስለነበራቸው አሠራር መረጃ ባናገኝም በዘመኑ ብቃት ያላቸው ድንጋይ ጠርበው፣ ወቅረውና አለዝበው የተዋበ ሕንጻ መሥራት የሚችሉ ባለሙያዎች እንደነበሩ ከፍርስራሾች መረዳት ይቻላል።

በዚህ ምዕራፍ በቀረበው መረጃ መሠረት በመካከለኛው ዘመን ኢትዮጵያ ቋሚ መዲና አልነበራትም የሚለው የምሁራን የቆየ አስተሳሰብ መቀየር አለበት። በራራ ቋሚ ዋና ከተማ የሚያስብላትን ሁሉንም መስፈርቶች ታሟላለች። ምንም እንኳ ከተማዋ ከተመሠረተች በኋላም ነገሥታቱ ከቦታ ቦታ መንቀሳቀስ ቢቀጥሉም በ15ኛው እና በ16ኛው ምእት ዓመታት የኢትዮጵያ ጳጳሳትና ነገሥታት ዋና መቀመጫቸው በራራ ነበረች። በጎንደር ዘመነ መንግሥትም ነገሥታቱ ብዙ ጊዜ አሪንጎ እና ይባባ ይቀመጡ ነበር። ነገር ግን ነገሥታቱ አንዴ አሪንጎ ሌላ ጊዜ በይባባ ሳያቋርጡ ስለተንቀሳቀሱ ጎንደር ቋሚ መናገሻ ከተማ አልነበረም ለማለት አይቻልም። በራራም እንዲሁ ነው።

ማስታወሻዎች

---

1 Conti Rossini, *Historia Regis Sarsa Dengel,* 44.
2 Macomber, EMML 4, *Gadla Abaw WaAhawa*, vol. 1.
3 *ጌታቸው፣ ደቂቀ እስጢፋኖስ፣* 152። በጥቅሱ መገኛ የበራራ ከተማ ስም በፊደል ግድፈት ምክንያት "ብራራ" ተብሎ ተጽፏል።
4 Derat, *Le Domaine des rois éthiopiens*, 19-63.
5 Conti Rossini, *Gadla Marqorēwos*, 20.
6 ዝኒ ከማሁ፣ 44-46; Crowford, *Ethiopian Itineraries*, 61; Lusini, *Studi sul Monachesimo Eustaziano*, 110-113.
7 Conti Rossini, *Historia Regis Sarsa Dengel,* 44.
8 Akalou, "Impermancey of Royal Capital in Ethiopia," 146-156; Horvath, "Wandering Capitals of Ethiopia," 205-19; Pankhurst, *History of Ethiopian Towns*, 41-48.
9 Crummey, *Land and Society*, 74-81; Pankhurst, *History of Ethiopian Towns*, 139-141.
10 Breternitz and Pankhurst, "Barara," 211; Crawford, *Ethiopian Itineraries*, 194; Derat, *Le Domaine des rois éthiopiens,* 35-42.
11 Derat, *Le Domaine des rois éthiopiens,* 20-34; Taddesse, "Problems of Royal Succession," 534.
12 Flemming, "Hiob Ludolf," vol. 1, 577.
13 ዝኒ ከማሁ፣ vol. 2, 74-75.
14 Conti Rossini, *Gadla Marqorēwos*, 44-46.
15 *ድርሳነ ዑርኤል በግዕዝና በአማርኛ፣* 371።
16 Conti Rossini, *Gadla Marqorēwos,* 20.
17 ግዕዙን ወደ አማርኛ የተረጎመልኝ ቀሲስ ምትኩ ደምሌ ነው። ምትኩ ላደረገልኝ ታላቅ ውለታ ምስጋናየን በደስታ እገልጻለሁ።
18 Cecchi, *Da Zeila aile frontière del Caffa,* vol. 1, 379; d'Abbadie, *Géographie de l'Ethiopie*, 299.
19 Anfray, "Enselale," 153-169; Breternitz and Pankhurst, "Barara," 221-226; Ricci, "Resti di antico edificio in Ginbi," 177-201.

20 Caquot, "L'homélie en l'honneur de l'archange Raguel," 98.
21 Uṯmān, *Futūḥ al-Ḥabaša*, 45-49, 60-64, 71, 162-164, 187, 216.
22 Sadua, "Un manoscritto etiopico degli Evangeli," 9; Schneider, "Deux acts de donation en Arabe," 79-82; Taddesse, "The Abbots of Däbrä-Hayq," 102-103.
23 የአረብኛውን ትርጉም የነገረኝ እና በእንግሊዘኛ ፊደል የጻፈልኝ አባኖብ ሶርያል ነው። ሶርያል ኮፕቲክ ክርስቲያን ነው። አረብኛ በደንብ ይችላል። የሥራት መዝገቡን የተረጎመልኝ በታኅሳስ 2018 ሲሆን በወቅቱ የኔ ተማሪ ነበር።
24 Sadua, "Un manoscritto etiopico degli Evangeli," 9; Schneider, "Deux acts de donation en Arabe," 79-82.
25 Getatchew, "From the Markets of Damot to that of Barara," 176-179.
26 ጌታቸው፣ *ደቂቀ እስጢፋኖስ*፣ 151።
27 Akalou, "Urban Development in Ethiopia," 21, 100-102; Crummey, "Some Precursors of Addis Ababa," 9-10, 21-22; Pankhurst, *History of Ethiopian Towns*, vol. 2, 53, 57-60, 73-78, 90-91, 98-99, 101-103, 116-126.
28 Crummey, "Some Precursors of Addis Ababa," 18-20; Pankhurst, *History of Ethiopian Towns*, vol. 2, 53-54, 61, 90-94.
29 Crummey, *Land and Society*, 38-42; Huntingford, *Land Charters of Northern Ethiopia*, 33-40, 50-55.
30 Crummey, "Some Precursors of Addis Ababa," 18-20, 22-23.
31 ዝኒ ከማሁ፣ 12-25; Pankhurst, *History of Ethiopian Towns*, vol. 2, 41-149.
32 Crowford, *Ethiopian Itineraries*, 189, 191; Getatchew, "From the Markets of Damot to that of Barara," 176-179; Uṯmān, *Futūḥ al-Ḥabaša*, 175.
33 Crowford, *Ethiopian Itineraries*, 133; Foucher, "Birbirsa," 33-41; Uṯmān, *Futūḥ al-Ḥabaša*, 165, 167.
34 Getatchew, EMML 1480, *Dersana Gabre'el*, f48a-48b.
35 Uṯmān, *Futūḥ al-Ḥabaša*, 172-173, 187.
36 Briggs, *Ethiopia,* 49–50; Gleichen, *With the Mission to Menelik*, 210-211; Powell-Cotton, *A sporting trip through Abyssina*, 564; Vigano, "Missing Tower at the Entoto Royal Citadel," 8-25.
37 Crowford, *Ethiopian Itineraries*, 145.
38 Crowford, *Ethiopian Itineraries*, 155.
39 ዝኒ ከማሁ፣ 191.
40 Uṯmān, *Futūḥ al-Ḥabaša*, 175.
41 Alvares, *Prester John of the Indies*, vol. 2, 425-427.
42 Uṯmān, *Futūḥ al-Ḥabaša,* 329.
43 ዝኒ ከማሁ፣ 165-169.
44 Crawford, *Ethiopian Itineraries*, 121.
45 Uṯmān, *Futūḥ al-Ḥabaša*, 168-169.
46 ተክለ ኢየሱስ፣ *የጎጃም ትውልድ*፣ 28.
47 Uṯmān, *Futūḥ al-Ḥabaša*, 330.
48 ማኅተመ ሥላሴ፣ *ዝክረ ነገር*፣ 729-738።
49 Macomber, EMML 4, *Gadla Abaw WaAhawa*, vol. 1. ግዕዙን የሰጠኝ ጌታቸው ኃይሌ ነው። ላደረገልኝ ትልቅ ውለተ ጌታቸውን አመሰግናለሁ።

50 ጌታቸው፣ *ደቂቀ እስጢፋኖስ*፣ 152።
51 Varenbergh, “Studien zur abessinischen Reichsordnung,” 12.
52 ጌታቸው፣ *ደቂቀ እስጢፋኖስ*፣ 84 የግርጌ ማስተዋሻ ቁጥር 93።
53 Taddesse, “Some Notes on the Fifteenth Century Stephanite “heresy”,” 108, 111 and 115.
54 Macomber, EMML 4, *Gadla Abaw WaAhawa*, vol. 1, f90b.
55 ጌታቸው፣ *ደቂቀ እስጢፋኖስ*፣ 172።
56 Macomber, EMML 4, *Gadla Abaw WaAhawa*, vol. 1, f111b. ግዕዙን የሰጠኝ ጌታቸው ኃይሌ ነው። ላደረገልኝ ትልቅ ውለተ ጌታቸውን አመሰግናለሁ።
57 ጌታቸው፣ *ደቂቀ እስጢፋኖስ*፣ 181።
58 Zär'a Ya'qob, *Mäs'hafä Berhan,* 125-130.
59 Getatchew, EMML 1480, *Dersana Gabrel*, f48a-48b.
60 ግዕዙን ወደ አማርኛ የተረጎመልኝ ቀሲስ ምትኩ ደምሴ ነው። ምትኩ ላደረገልኝ ታላቅ ውለታ ምስጋናየን በደስታ እገልጻለሁ።
61 Uṯmān, *Futūḥ al-Ḥabaša*, 175.
62 Alvares, *Prester John of the Indies*, 349-350
63 ዝኒ ከማሁ፣ 351.
64 Alvares, *Prester John of the Indies*, 444.
65 አልቫርሽ፣ *ኢትዮጵያ ፖርቱጊዞች እንዳዩዋት*፣ 328።
66 Crawford, *Ethiopian Itineraries*, 139-147, 149-155, 165-165, 173, and 177.
67 Crawford, *Ethiopian Itineraries*, 161.
68 Derat, *Le Domaine des rois éthiopiens*, 122, 129 and 131; Taddesse, *Church and State*, 115, 176, 180-182; Conti Rossini, “Gadla Anorewos,” 76.
69 Foucher, “Birbirsa, 1868-1869,” 36.
70 Crawford, *Ethiopian Itineraries*, 145, 149.
71 Alvares, *Prester John of the Indies*, 338.
72 Crawford, *Ethiopian Itineraries*, xii-xiii, 44-45, 64-65, 78-79, 95, 100-101 and 121; Falchetta, *Fra' Mauro's World Map*, 195; Salvadore, *African Prester John*, 136; Suriano, *Trattato di Terra Santa*, 86.
73 Crawford, *Ethiopian Itineraries*, 133, 139, 145, 149, 161, and 183.
74 Alvares, *Prester John of the Indies*, 437-446; Taddesse, *Church and State*, 269-275.
75 Alvares, *Prester John of the Indies*, vol. 2, 437; Horvath, “Wandering Capitals of Ethiopia,” 210; Taddesse, *Church and State*, 269-270.
76 Alvares, *Prester John of the Indies*, vol. 2, 437-438, 443; Taddesse, *Church and State*, 271-272.
77 Alvares, *Prester John of the Indies*, vol. 2, 437-443; Horvath, “Wandering Capitals of Ethiopia,” 209-210.
78 Alvares, *Prester John of the Indies*, vol. 2, 444.
79 አልቫርሽ፣ *ኢትዮጵያ ፖርቱጊዞች እንዳዩዋት*፣ 328።
80 Alvares, *Prester John of the Indies*, vol. 2, 445-446; Taddesse, *Church and State*, 273-273.
81 Alvares, *Prester John of the Indies*, vol. 2, 442.

82 አልቫርሽ፣ *ኢትዮጵያ ፖርቱጊዞች እንዳዩዋት*፣ 327-328።

83 Alvares, *Prester John of the Indies*, vol. 2, 442-443, 445; Horvath, "Wandering Capitals of Ethiopia," 210; Taddesse, *Church and State*, 270, 273-274.

84 *ያሬድ፣ ይምጡ በዝና*፣ 52-54።

85 Bahru, "Early Safars of Addis Ababa," 46-49; Johnson, "The Evolution of the Morphology of Addis Ababa," 87-92.

86 Horvath, "Wandering Capitals of Ethiopia," 209.

87 Merid, "Society and Technology," 131.

88 Crawford, *Ethiopian Itineraries*, 163.

89 አልቫርሽ፣ *ኢትዮጵያ ፖርቱጊዞች እንዳዩዋት*፣ 329።

90 Alvares, *Prester John of the Indies*, vol. 2, 445.

91 Uṯmān, *Futūḥ al-Ḥabaša*, 185-186.

92 ዝኒ ከማሁ፣ 188.

93 Alvares, *Prester John of the Indies,* vol. 1 135,159, 200, 276, 288, vol. 2, 434, 435.

94 Salvadore, *African Prester John*, 21-33, 40-44, 128-139.

95 ዝኒ ከማሁ፣ 24-26, 128-139.

96 Salvadore, *African Prester John*, 130-134.

97 ዝኒ ከማሁ፣ 129-139.

98 ዝኒ ከማሁ፣ 44-50, 135-136.

99 Alvares, *Prester John of the Indies,* vol. 1, 298; Heldman, "Chalice from Venice," 442-445; Salvadore, *African Prester John*, 25-26.

100 Merid, "Society and Technology," 126. ሲርካሲያ በአሁኑ ደቡብ ራሽያ ካውካሰስ የሚባለውን አካባቢ ያጠቃልላል።

101 Cambell, "Historical Note on Nicolo Brancaleone," 86.

102 Crawford, *Ethiopian Itineraries*, 21, 92, 160-162, 166-168.

103 Uṯmān, *Futūḥ al-Ḥabaša*, 163.

104 Pereria, *Chronica de Susenyos*, vol. 1, 311.

105 Täklä Iyäsus , *Goğğam Chronicle*, 44-45, 189.

106 Crawford, *Ethiopian Itineraries*, 44-45; Suriano, *Trattato di Terra Santa* , 86.

107 Alavres, *Prester John of the Indies*, vol. 1, 313.

108Alavres, *Prester John of the Indies*, vol. 2, 332; Crawford, *Ethiopian Itineraries*, 21 and 52.

109 Cambell, "Historical Note on Nicolo Brancaleone," 83-102; Spencer, "The Disocvery of Brancealone's Paintings," 53-55; Spencer, *Travels in Gojjam*201-220.

110 Spencer, *Travels in Gojjam, 219.*

111 Cambell, "Historical Note on Nicolo Brancaleone," 97.

112 በአዲስ አበባ ዩኒቨርሲቲ የኢትዮጵያ ጥናትና ምርምር ተቋም የሚገኘው ከኒቆላዎስ ብራንካሊዮን ሥዕሎች አንዱ። ፎቶ የተነሳው በሐምሌ ወር 2019 ዓ.ም. ሲሆን ያተምነው በኢትዮጵያ ጥናትና ምርምር ተቋም መልካም ፈቃድ ነው።

113 Crawford, *Ethiopian Itineraries*, 169.

114 ዝኒ ከማሁ፣ 41; Suriano, *Trattato di Terra Santa*, 86.
115 Crawford, *Ethiopian Itineraries*, 52.
116 Alavres, *Prester John of the Indies*, vol. 1, 63, vol. 2, 325.
117 ዝኒ ከማሁ፣ vol. 1, 287.
118 Alavres, *Prester John of the Indies*, vol. 1, 259-260; Crawford, *Ethiopian Itineraries*, 139, 151; Suriano, *Trattato di Terra Santa*, 86.
119 Derat, “La Passe D’Aheyyā-Fağğ,” 73-92.
120 መርስዔ ኀዘን፣ *የሐያኛው ክፍለ ዘመን መባቻ*፣ 183-184።
121 ገበረ ወልድ፣ *ማይጨው*፣ 103-105።
122 Crawford, *Ethiopian Itineraries*, 78-83.
123 ዝኒ ከማሁ፣ 95-97.
124 ዝኒ ከማሁ፣ 64-69.
125 ዝኒ ከማሁ፣ 100-105; Uṯmān, *Futūḥ al-Ḥabaša*, 184-185.
126 Alvares, *Prester John of the Indies*, vol. 2, 442; Horvath, “Wandering Capitals of Ethiopia,” 210.
127 Alvares, *Prester John of the Indies,* vol. 1, 187-188; Pankhurst, “Muslim Commercial Towns,” 111-130; Taddesse, *Church and State*, 88; Uṯmān, *Futūḥ al-Ḥabaša,* 37–38, 57–58, 162, 172-173, 185-186.
128 Uṯmān, *Futūḥ al-Ḥabaša*, 187.
129 ዝኒ ከማሁ፣ 172-173.
130 Uṯmān, *Futūḥ al-Ḥabaša,* 39.
131 Crawford, *Ethiopian Itineraries*, 173.
132 Crawford, ed, *Ethiopian Itineraries,* 41-42/44-45; Salvadore, *African Prester John*, 136; Suriano, *Trattato di Terra Santa*, 86.
133 Salvadore, *African Prester John*, 116-118.
134 Crawford, *Ethiopian Itineraries*, 23, 191.
135 Uṯmān, *Futūḥ al-Ḥabaša,* 176.
136 Perruchon, *Les Chroniques de Zar'a Yâ'eqôb et de Ba'eda Mâryâm*, 65.
137 Uṯmān, *Futūḥ al-Ḥabaša,* 175.
138Alvares, *Prester John of the Indies*, vol. 2, 501, 505; Crawford, *Ethiopian Itineraries*, 23; Sergew, “Geez Letters of Queen Elleni and Libne Dengel,” 560/564.
139 Crawford, *Ethiopian Itineraries*, 173.
140 Uṯmān, *Futūḥ al-Ḥabaša*, 166-167, 185-187, and 246-247.
141 Getatchew, “From the Markets of Damot to that of Barara,” 176-179.
142 Habtamu, “The Edict of King Gälawdéwos,”88-90 and 94.
143 Uṯmān, *Futūḥ al-Ḥabaša*, 165-166.
144 Foucher, “Birbirsa,”33-41.
145 Foucher, “Birbirsa, 1868-1869,” 35-36.
146 Foucher, “Birbirsa,” 35-36. የቤተ ክርስቲያኑ ንድፍ የጥንቱን ቤተ ክርስቲያን ቆፍረው ባወጡበት ጊዜ በሜትር ስለለኩት ፍጹም ትክክል ነው። ነገር ግን ጣሪያው ሙሉ በሙሉ ፈርሶ ስለነበር የመጀመሪያው ቤተ ክርስቲያን ምን ይመስል እንደነበር አይታወቅም። ምስሉ የተሣለው ፈርድናንድ እና ቷሪን ስለጥንቱ ቤተ ክርስቲያን በሰጡት ምስክርነት ላይ ተመሥርቶ ከተጻፈው ከፎከር ጥናት ነው።

147 d'Abbadie, *Géographie de l'Ethiopie*, 278-279.
148 Foucher, "Birbirsa," 36; Borelli, *Éthiopie Méridionale*, 110.
149 Crummey, *Land and Society*, 43.
150 ዝኒ ከማሁ፣ 43.
151 Foucher, "Birbirsa," 36.
152 Lefebvre, *Voyage en Abyssinie*, vol. 2, 240. አሸንጌ ወሎ ያለ ስፍራ ስለመሆኑ በዚሁ መጽሐፍ ላይ ተጠቅሷል (60, 61, 178)። ጸሐፊው አሸንጌ ላይ አየሁት ስለሚለው ፍርስራሽ ግን ዝርዝር መረጃ አይሰጥም።
153 Alvares, *Prester John of the Indies*, vol. 2, 341.
154 Breternitz and Pankhurst, "Barara," 216.
155 *ማኅተመ ሥላሴ፣ ዝክረ ነገር፣* 1።
156 Briggs, *Ethiopia*, 49–50; Vigano, "Missing Tower at the Entoto Royal Citadel,"8-25 ; *idem,* "The Names Lost," 5-14.
157 Gleichen, *With the mission to Menelik* , 210-211; Powell-Cotton, *A sporting trip through Abyssina*, 564; Vigano, "Missing Tower", 8-25.
158 Michel, *Mission de Bonchamps*, 237.
159 Vigano, "The Missing Tower" 10. ፎቶ ግራፉ በቪጋኖ መልካም ፍቃድ የታተመ ነው።
160 Vignéras, *Une mission française en Abyssinie*, 139.
161 Vigano, "The Missing Tower," 16.
162 ዝኒ ከማሁ፣ 16.
163 Vigano, "Missing Tower," 10-11.
164 Powell-Cotton, *A sporting trip through Abyssina,* 168-169.
165 Gleichen, *With the mission to Menelik*, 210-211.
166 Vigano, "Names Lost," 11-12.

ምዕራፍ አራት የሉላዊነት ፋና ወጊዎች፡- በራራ፣ ቬኒስና ሊዝበን

ይህ ምዕራፍ ከ1400 ዓ.ም. ጀምሮ እስከ 1529 ዓ.ም. የነበረውን የኢትዮጵያን የውጭ ግንኙነት አበይት ክንውኖች ባጭሩ ይቃኛል። በዚህ ዘመን ኢትዮጵያውያን ወደአውሮፓና መካከለኛው ምሥራቅ አገሮች የሚያደርጉት ጉዞ በጣም ጨምሮ ነበር። ከአውሮፓ አገሮች ውስጥም የኢትዮጵያውያን የጉዞ መዳረሻ በተለየ የጣሊያን ከተሞች ነበሩ። በኢትዮጵያና በአውሮፓ መካከል የነበረውን የውጭ ጉዳይ ግንኙነት፣ የባህልና የእውቀት ልውውጥ በሰፊው ያጠናው ማቴዎስ ሳልቫዶር ከ1400 እስከ 1559 ዓ.ም. ያሉትን ዓመታት "የኢትዮጵያ የአሰሳና የፍለጋ ዘመን" ("an Ethiopian age of exploration")[1] የሚል ስያሜ ሰጥቶታል። የግንኙነቱ ማዕከል ደግሞ በኢትዮጵያ በኩል በራራ በአውሮፓ በኩል በዋናነት ቬኒስ፣ ሮማ፣ ኔፕልስ/ቫሌንሲያ እና ሊዝበን ነበሩ። ይህ የመካከለኛው ዘመን የውጭ ግንኙነት ታሪክ የበራራንና በአጠቃላይ የኢትዮጵያን ታሪክ ለመረዳት ይረዳል።

ባለፉት ምዕራፎች እንዳየነውና በዚህ ምዕራፍ በጥልቀት እንደምናየው በኢትዮጵያ ፖለቲካ፣ ሃይማኖትና ሥነ ጥበብ ታሪክ ከፍተኛ ሚና የተጫወቱ፣ ከተለያዩ አገሮች የመጡ ብዙ የውጭ አገር ሰዎች በራራ ውስጥ ይኖሩ ነበር። በዚህ ምዕራፍ የነዚህን የውጭ አገር ሰዎች አመጣጥ በተለይም ደግሞ የኢትዮጵያና የአውሮፓ መንግሥታት ግንኙነት ለመፍጠር የፈለጉበትን የፖለቲካ፣ የደኅንነት፣ የንግድና ሃይማኖታዊ ምክንያቶች እናያለን። የመካከለኛው ዘመን የኢትዮጵያ የውጭ ግንኙነት ታሪክ የዘመኑ የዓለም እና የአፍሪካ ታሪክ አካል ነው። በኢትዮጵያውያንና በአውሮፓውያን መካከል የነበረው ግንኙነት በዓለም ደረጃ ያስከተለውን ታሪካዊ ለውጥ በዚህ ምዕራፍ እንዳስሳለን። በመካከለኛው ዘመን ኢትዮጵያውያንና አውሮፓውያን አንዳቸው ወደሌለኛው አገር ያደረጉት ጉዞና የመሠረቱት ግንኙነት የመልክአ ምድራዊ፣ የባህል፣ የታሪክና የቋንቋ መረጃና እውቀት ልውውጥ እንዲፈጠር ቀጥተኛ አስተዋጽኦ አድርጓል። ለምሳሌ ታሪኩን በመጀመሪያው ምዕራፍ በሰፊው ያቀረብነው አስደናቂው የፍራ ማውሮ የዓለም ካርታ የዚህ ግንኙነት ውጤት ነው። ይህ ካርታ የዓለምን ታሪክ የቀየሩ አዳዲስ መረጃዎችን የያዘ በመሆኑ አውሮፓውያን በ15ኛውና በ16ኛው ምእት ዓመት ባደረጉት አገር ፍለጋና አሰሳ ከፍተኛ ሚና ነበረው።[2]

የኢትዮጵያ ነገሥታት በዘመኑ ከነበሩት ገናና የአውሮፓ መንግሥታት ጋር ስለመሠረቱት የውጭ ግንኙነትና የኢትዮጵያ ተወላጆች በተለያዩ የአውሮፓ አገሮች

ስላደረጓቸው ጉዞዎች፣ የዓለምን ታሪክ በሚያጠኑ ብዙ የታሪክ ተመራማሪዎች ምልከታ ስለግንኙነቱና ስለጉዞዎቹ በሰፊው ተይዞ ከቆየው እምነት ጋር ይቃረናል። በታሪክ ምሁራን ዘንድ እስካሁን ድረስ በስፋት የሚታመነው አውሮፓውያን አፍሪካን ጨምሮ ሌሎችን አሕጉሮች ማሰስ የጀመሩት በራሳቸው አነሳሽነት እንደሆነና አፍሪካውያን በመካከለኛው ዘመን የአውሮፓ ታሪክ በባርነት ከማገልገል ያለፈ ሚና እንደሌላቸው ነው። በእርግጥ በ15ኛው እና በ16ኛው ምእት ዓመታት አውሮፓ ይኖሩ የነበሩት ጥቁሮች ብዙዎቹ ባሮች ነበሩ።[3] ሆኖም ግን ባርነት የሁሉም ጥቁሮች ዕጣ ፈንታ አልነበረም። በተለይም በአውሮፓ ውስጥ በዚህ ዘመን ባርነት ኢትዮጵያውያንን አይመለተከትም ነበር።

በመካከለኛው ዘመን የነበረውን የአፍሪካውያን ሚና በባርነት ማገልገል ብቻ እንደነበረ ተደርጎ የሚቀርበው እይታ በአሁኑ ጊዜ የዓለምን ታሪክ በሚያጠኑ ምሁራን ዘንድ ተቀባይነት እያጣ መጥቷል።[4] ይህ መታረም ያለበት አመለካከት ሁሉንም ጥቁሮች አንድ አድርጎ ከማየት እና ኢትዮጵያውያን በመካከለኛው ዘመን የአውሮፓ ታሪክ ላይ የነበራቸውን አስተዋጽኦ ካለማወቅ የመጣ ነው። ኢትዮጵያውን በአውሮፓ የተለያዩ ከተሞች ያደረጓቸው ጉዞዎችና ለአውሮፓውያን ያስተላለፉት ዘርፈ ብዙ መረጃ አውሮፓውያን አፍሪካን ጨምሮ ሌሎችን አሕጉሮች ለማሰስ አንዱ ምክንያት ነበር። ነገር ግን እስከ ቅርብ ጊዜ ድረስ ኢትዮጵያውያን አውሮፓውያን ላደርጉት አሰሳና መስፋፋት በቀጥታም ሆነ በተዘዋዋሪ ያደረጉት አስተዋጽኦ የዓለምን ታሪክ በሚያጠኑ የታሪክ ተመራማሪዎች ተገቢው ትኩረት አልተሰጠውም። እላይ የጠቀስነው ማቴዎስ ሳልቫዶር ይህ የሆነበትን ምክንያት እንደሚከተለው ያብራራል:-

> Before the age of European expansion overseas and the Portuguese circumnavigation of Africa, Renaissance Italy became a common destination for scores of Ethiopian monks and dignitaries. These travelers presented themselves on the European scene as active agents of transcontinental discovery: interested in learning more about a region they regarded as the ultimate center of organized Christianity, they became the protagonists of an Ethiopian age of exploration. [...] Ethiopians became in fact agents of discovery and purveyors of geographical knowledge in an era when the dominating paradigm of difference was grounded not in racial but rather in religious identity. [...]
>
> One could argue that the premodern Ethio-European encounter has been largely ignored because it contradicts the popular idea of a timeless European understanding of Africa as inherently inferior and begs for a more nuanced and complex assessment of Europe's relation to sub Saharan Africa. [F]ar from being understood as inferior others, Ethiopians were in fact regarded as purveyors of knowledge in a European world whose self- identification was grounded on Christian identity and where a religious paradigm of sameness and otherness trumped race and color in the discourse on difference. They should be regarded as key contributors to the creation of what has been aptly called "planetary consciousness,"

the process through which Europeans acquired self-awarness of the overseas.[5]

<u>ትርጉም</u>
አውሮፓውያን ወደባሕር ማዶ አገሮች ከመስፋፋታቸው እና ፖርቱጋሎች አፍሪካን በመርከብ ከመዞራቸው በፊት የ[አውሮፓውያን] ህዳሴ ዘመኗ ጣሊያን ለብዙ ኢትዮጵያውያን መነኮሳት እና ባለሥልጣናት የዘወትር መዳረሻ ነበረች። እነዚህ ተጓዦች የበይነ አሕጉራዊ ትውውቅ እና ግንኙነት ሐዋርያት ሆነው ነበር በአውሮፓ መድረክ የቀረቡት፤ የተቋማዊው ክርስትና ታላቅ ማዕከል አድርገው የሚያዩትን ክፍለዓለም የበለጠ ለመረዳት ቅንአት ያደረባቸው ስለነበሩ፣ የኢትዮጵያው የአሰሳ ዘመን ተዋንያን ሆኑ። ልዩነት በዘር ሳይሆን በሃይማኖታዊ ማንነት ላይ የተመሠረተ በነበረበት በዚያ ዘመን ኢትዮጵያውያን በእውነትም የመልክአ ምድራዊ እውቀት አስተላላፊ እና የአዲስ ግኝት ሐዋርያት ነበሩ። [...]

አውሮፓውያን ከጥንት ጀምሮ አፍሪካን በፍጹም ተወራጅነት ነው የሚያዩአት የሚለውን በሰፊው የተነዛ አስተሳሰብ ስለሚቃረንና አውሮፓ ከንፍቅ ሰሃራ አፍሪካ ጋር ያላት ግንኙነት የረቀቀና የተቀናበረ ምርመራ ስለሚሻ፣ በቅድመ ዘመናዊነት የነበረው የኢትዮጵያና የአውሮፓ ግንኙነት በቸልታ ታልፏል ብሎ መከራከር ይቻላል። የማንነት መገለጫውን በክርስትና ላይ በመሰረተውና በልዩነት ተዋስአው ውስጥ ሃይማኖት-መሩ የራስነትና የሌላነት አሰላለፍ ዘርና ቀለምን በረመደበት በአውሮፓው ዓለም ኢትዮጵያውያኑ የሚታዩት በተወራጅነት ሳይሆን በእውቀት ዘሪነት ነበር። ኢትዮጵያውያኑ፣ አውሮፓውያን ስለሌላው ዓለም መኖር ለራሳቸው ግንዛቤ ላገኙበትና እውነትም "ፕላኔታዊ ንቃተ ኅሊና" እየተባለ ለሚጠራው አስተሳሰብ መፈጠር ዋና አስተዋጽኦ ያበረከቱ ተደረገው መቆጠር ይገባቸዋል።

በመካከለኛው ዘመን በአውሮፓውያንም ሆነ በኢትዮጵያውያን ዘንድ የማንነት መገለጫ ሃይማኖት ነበር። የቆዳ ቀለም የማንነት መገለጫ ከመሆኑ በፊት ኢትዮጵያውያን በብቃት፣ በችሎታና በክብር የአውሮፓውያን አቻ ነበሩ። ኢትዮጵያውያን ባላቸው እውቀት፣ በሥነ ምግባራቸውና በመንፈሳዊ ልዕልናቸው በአውሮፓውያን ዘንድ የተከበሩ ነበሩ። አውሮፓውያንም የኢትዮጵያን ወዳጅነት ይፈልጉት ነበር። ኃያል የነበሩት የአውሮፓ መንግሥታትም ከኢትዮጵያ መንግሥት ጋር ቀጥተኛ ግንኙነት ለመመሥረት ከፍተኛ ጥረት አድርገዋል። ኢትዮጵያውያን ወደአውሮፓ የሚሄዱት በባርነት ተግዘው ሳይሆን ለጽድቅ፣ ለጉብኝትና የመንግሥት ተልዕኮ ለመፈጸም ነበር። ባጭሩ ሳልቫዶር እንደገለጸው የኢትዮጵያውያን ዓላማ የክርስትና ሃይማኖት ማዕከል የነበረውን አውሮፓን በደንብ ለመረዳት ነበር።

አውሮፓውያን አፍሪካንና ሌሎችንም አሕጉሮች ለማሰስና ለመፈለግ በተደራጀ ሁኔታ እንቅስቃሴ ከመጀመራቸው በፊት ኢትዮጵያውያን ቀድመው ከአውሮፓውያን ጋር ግንኙነት መሥርተው ነበር። ወደአውሮፓ የሚጓዙ ኢትዮጵያውያን ለአውሮፓውያን የመልክአ ምድራዊ መረጃ ምንጭ በመሆን የማይተካ ሚና ተጫውተዋል። አውሮፓውያን በተለይም ፖርቱጋላውያን አፍሪካን ለማሰስ ቁርጥ ያለ ሀሳብ መያዝ የጀመሩት ተመሳሳይ ሃይማኖት ያላት ኢትዮጵያ የምትባል አገር መኖሯን ካወቁ በኋላ ነው። በ15ኛው ምእት ዓመት አውሮፓውያን ያደረጓቸው የፍለጋና የአሰሳ ጉዞዎች ያኔ የካህኑ ንጉሥ ዮሃንስ አገር የሚሏትን ኢትዮጵያን ለማግኘት ነበር። ሳልቫዶር "የኢትዮጵያ የአሰሳና የፍለጋ ዘመን" ብሎ የሰየመው ዘመን በ15ኛው ምእት ዓመት ሁለተኛ አጋማሽ አውሮፓውያን ላደረጉት በስፋት ለሚታወቀው ዓለምን የማሰስና አገር የመፈለግ ጉዞ መሠረት ነበር።[6] ኢትዮጵያውያን በ16ኛው ምእት ዓመት ጀምሮ የተለያየ ባህል፣ ቋንቋና ሃይማኖት

ባላቸው ሕዝቦችና አገሮች መካከል እየተጠናከረ በመጣው መቀራረብና ቁርኝት ወይም አለማቀፋዊ ንቃተ ኅሊና መፈጠር ("planetary consciousness") ከፍተኛ አስተዋጽኦ አድርገዋል።

4.1 የኢትዮጵያና የአውሮፓ ግንኙነት ለምን ተፈጠረ?

1402 ዓ.ም. በኢትዮጵያ እና በአውሮፓ የባህል፣ የሃይማኖት እና የፖለቲካ የሁለትዮሽ ግንኙነት ታሪክ አዲስ ምዕራፍ ከፍቷል። ግንኙነቱም የተጀመረው በኢትዮጵያ አነሳሽነት ነው። በዚሁ ዓመት ዓፄ ዳዊት ለግንኙነቱ ፋና ወጊ፣ ፈር ቀዳጅ የሆነውን የመጀመሪያውን የመንግሥት ልዑክ ወደቬኒስ ሪፓብሊክ ላከ። ቀጥለው የነገሡት የኢትዮጵያ መሪዎች ከአውሮፓ ጋር የሚደረገውን ግንኙነት አጠናክረው ቀጠሉበት። በተለያየ ምክንያት ወደአውሮፓ የሚሄዱት ኢትዮጵያውያንም ቁጥር ጨመረ። በ15ኛው ምእት ዓመት አውሮፓ ውስጥ የሚኖሩ በጣም የተማሩ እና የተከበሩ አፍሪካውያን ኢትዮጵያውያን ብቻ ነበሩ። በመጨረሻም በ16ኛው ምእት ዓመት የኢትዮጵያ ሊቃውንት ከአውሮፓ አጋሮቻቸው ጋር ስለኢትዮጵያ ሥነ ጽሑፍ፣ ሃይማኖት፣ ታሪክ እና ባህል በተደራጀ መልኩ መመራመር፣ መጻፍ እና ማሳተም ጀመሩ። ኢትዮጵያ በአውሮፓውያን ዘንድ በደምብ መታወቅ የጀመረችው በዚሁ ዘመን ነው።[7]

የኢትዮጵያና የአውሮፓ ግንኙነት በኢትዮጵያውያን አነሳሽነት ይጀመር እንጂ አውሮፓውያንም የኢትዮጵያን ወዳጅነት በከፍተኛ ደረጃ ይፈልጉት ነበር። ስለዚህም የፈረንሳይቱ ግዛት የቤርይ መስፍን ጴጥሮስ የተባለ የኔፕልስ ተወላጅ እንዲሁም አንድ ፈረንሳዊ እና አንድ ስፔናዊ ያሉበትን የመጀመሪያ የአውሮፓ ልዑክ በ15ኛው ምእት ዓመት የመጀመሪያ ዓመታት (ምናልባትም በዓፄ ዳዊት ዘመን) ወደኢትዮጵያ ልኮ ነበር። ከዚህ ቀጥሎም ከተለያዩ የአውሮፓ አገሮች ወደኢትዮጵያ የተላኩ ብዙ አምባሳደሮች እና ልዑካን የተሳካም ያልተሳካም ጉዞ አድርገዋል። አምባሳደር ሆነው ከሚላኩት ውጭ በግል አነሳሽነት ወደኢትዮጵያ የሚመጡት አውሮፓውያን ቁጥርም እየበዛ መጣ።[8] በዚህም የኢትዮጵያ ከአውሮፓ ተለይቶ የመኖር ታሪክ አከተመ።

ከመካከለኛው ዘመን በፊት ኢትዮጵያውያን እና አውሮፓውያን እርስ በርስ ሳይተዋወቁ ምንም ዐይነት ግንኙነት ሳያደርጉ ለረጅም ዘመናት ይኖሩ ነበር። ለአውሮፓ እና ለኢትዮጵያ መለያየት አንዱ ምክንያቱ በመካከላቸው ያለው ርቀት ነው። ዋናው ምክንያት ግን የግብጽ መንግሥታት ከኢትጵያ ወደአውሮፓ እንዲሁም ከአውሮፓ ወደኢትዮጵያ የሚደረጉትን እንቅስቃሴዎች መገደባቸው ነው። በኢትዮጵያ እና በአውሮፓ መካከል ቀጥተኛ ግንኙነት እንዳይኖር ግብጻውያኑ በምሥራቅ ሜድትራንያን እና በቀይ ባሕር አካባቢ የኢትዮጵያውያኑን እና የአውሮፓውያኑን እንቅስቃሴ ለመቆጣጠር ከፍተኛ ክትትል ያደርጉ ነበር። የግብጽ መሪዎች የአውሮፓን እና የኢትዮጵያን ጉድኝት እና መቀራረብ ያገራቸውን ደኅንነት አደጋ ላይ የሚጥል አድርገው ይቆጥሩት ነበር። በአውሮፓ እና በኢትዮጵያ መካከል የሚደረጉት ማንኛቸውም ግንኙነቶች በብርቱ ምስጢር እና በድብቅ ነበር። በተለይም የመንግሥት ልዑካን እና አምባሳደሮች የሚያደርጓቸው ጉዞዎች። ከተወሰኑት በስተቀር የልዑካኑ ዓላማ እና እንቅስቃሴ ለሕዝብ የተደበቀ ስለሆነ በዘመኑ የነበሩ ጸሐፍት ሳይዘግቧቸው ቀርተዋል። በግብጽ እና በሌሎች የአረብ መንግሥታት እጅ ወድቀው ሕይወታቸው ያለፈ እና ጉዟቸውን ሳይጨርሱ የቀሩ ብዙ ናቸው። የግብጾች ጥብቅ ቁጥጥር ግን የአውሮፓን እና

የኢትዮጵያን ግንኙነት ፈጽሞ አላቆመውም። ኢትዮጵያውያን እና አውሮፓውያን የግብጾችን አፈና ተቋቁመው የቦታ ርቀት ሳይገድባቸው ባሕሩንና ውቅያኖሱን በመርከብ አቋርጠው፣ ወንዞችን ተሻግረው፣ በረሃውን ቆርጠው እና ዳገት ቁልቁለቱን ወጥተው ወርደው ግንኙነት ለማድረግ ችለው ነበር።[9]

ወደዝርዝሩ ከመግባታችን በፊት በአውሮፓ እና በኢትዮጵያ መካከል ግንኙነት እንዲፈጠር ምክንያት የሆኑትን ነገሮች እና የግንኙነቱን ዓላማ ባጭሩ እናቀርባለን። አውሮፓውያን እና ኢትዮጵያውያን አንዳቸው ወደሌላቸው አገር የተጓዙት በአራት አበይት ምክንያቶች ነው። አንደኛው ግለሰቦች ነግዶ ለማትረፍ ካላቸው ከፍተኛ ፍላጎት ነው። ስለዚህ አርእስተ ጉዳይ በምዕራፍ 3 በሰፊው ስለቀረበ እዚህ መድገም አያስፈልግም። ሁለተኛው ምክንያት የመንግሥት ትእዛዝ ነው። በሁለቱም ወገኖች ልዑካን እና አምባሳደሮች ያደረጓቸው ጉዞዎች ዋና ምክንያት የመንግሥት ትእዛዝ ነው።[10]

ሦስተኛው የጉዞ ምክንያት ለመንፈሳዊ ልዕልና፣ ለጽድቅ እና ቅድስና ለማግኘት ቤተ ክርስቲያን ለመሳለም የነበረ ፍላጎት ነው። በመንግሥት ከተላኩት በስተቀር አብዛኛዎቹ ኢትዮጵያውያን ወደአውሮፓ ያደረጓቸው ጉዞዎች በዚህ ምክንያት ነው። በኢየሩሳሌም የሚኖሩ የኢትዮጵያ መነኮሳት በተለያዩ የአውሮፓ ከተሞች የሚገኙትን አብያተ ክርስቲያን ይሳለሙ ነበር። ለምሳሌ በ1407 ዓ.ም. የጣሊያኒቷ ከተማ የቦለኛው የታሪክ ጸሐፊ የኢትዮጵያ መነኮሳት ሰሜን ጣሊያን በፓዱ ከተማ የሚገኘውን የቅዱስ እንጦኒዮስን እና ሮም የቅዱስ ጴጥሮስን አብያተ ክርስቲያን ለመሳለም "ከህንድ" የመጡ መነኮሳትን ማየቱን ጽፏል።[11] አውሮፓውያን በተለምዶ "ህንድ" የሚሉት ኢትዮጵያን ነበር። በተለይም ደግሞ ከኢየሩሳሌም ቀጥሎ ብዙ የአውሮፓ ምዕመናን እና በኢየሩሳሌም የኢትዮጵያ መነኮሳት የሚሳለሙት ቤተ ክርስቲያን ስፔን በጋሊሲያ ክፍለ ግዛት የሚገኘውን የሳንቲያጎ ዲ ኮምፖስቴላ የቅዱስ ያዕቆብን ቤተ ክርስቲያን ነበር። በ1430 ዓ.ም. 5 የኢትዮጵያ መነኮሳት የቅዱስ ያዕቆብን ቤተ ክርስቲያን ለመሳለም ያደረጉትን ጉዞ ለአብነት መጥቀስ ይቻላል።[12] ኢትዮጵያውያንም በምንኩስና የሚኖሩበት እና ከአውሮፓ አቻዎቻቸው ጋር የቋንቋ፣ የሃይማኖት እና የታሪክ ምርምር ለማድረግም የሚጠቀሙበት፣ ቤተ ክርስቲያን ለመሳለም ወደአውሮፓ ሲመጡ የሚያርፉበት በሮማ ከተማ ውስጥ የሚገኝ ገዳም ነበራቸው። በ16ኛው ምእት ዓመት በአውሮፓ ተዋቂ ከነበሩት ኢትዮጵያውያን ውስጥ ተስፋ ጽዮን እና ዮሃንስ የተባሉት መነኮሳት ይገኙበታል።[13]

አራተኛው እና የመጨረሻው ምክንያት የማወቅ ፍላጎት ነው። ቁጥራቸው ይነስ እንጂ አንዳንድ ሰዎች ያደረጓቸው ጉዞዎች እውቀትን በመሻት የማያውቁትን ለማወቅ ከነበራቸው ከፍተኛ ፍላጎት የተነሳ ነው። ለምሳሌ የሲሲሊ ተወላጅ የነበረው ጴጥሮስ ሮምቡሎ በ15ኛው ምእት ዓመት ወደኢትዮጵያ የገባው በዘመኑ ለነበሩ አውሮፓውያን የማይታወቀውን "ዓለምን ለማወቅ በነበረው ከፍተኛ ፍላጎት" ("an incredible desire to see the world") ምክንያት ነው።[14] አውሮፓውያንም ሆኑ ኢትዮጵያውያን አንዱ ስለሌላው ሃይማኖት፣ ባህል እና ፖለቲካ የሚያውቁት ነገር በጣም ውስን ነበር። የሚያውቁትም ውስን እውቀት ካለ በታመነ መረጃ የተመሠረተ ሳይሆን በስሚ ስሚ እና በፈጠራ ወሬ ነው። በመካከለኛው ዘመን የነበሩት የአሮፓውያን የዓለም መልክአ ምድር እውቀት የተመሠረተው በጥንት ዘመን በግሪክ ሊቃውንት በተለይም ደግሞ በፕቶሎሚ በተጻፉ መጻሕፍት ላይ ነበር። የፕቶሎሚ መጽሐፍ በሜዲትራንያን ባሕር ዙሪያ ስላሉት አካባቢዎች ጥሩ መረጃ ይሰጣል። ነገር ግን ስለአፍሪካ እና እስያ የነበረው አውቀት እጅግ ውስን ነበር። አብዛኛው የመጽሐፉም ክፍል መሬት ላይ ባለ መረጃ ተመሥርቶ የተጻፈ

ሳይሆን ጸሐፊው ከአእምሮው አንቅቶ የጻፈው ነው። አውሮፓውያንም ለረጅም ዘመን በመጽሐፉ ላይ የሰፈረውን መረጃ በጭፍን ይቀበሉት ነበር። ይህ ሁኔታ ግን ቀስ በቀስ መቀየር ጀመረ።[15]

ከዚህ ርዕሰ ጉዳይ ሳንወጣ ሁለት ተያያዥነት ያላቸው ነጥቦች እናንሳ። እላይ የዘረዘርናቸው አራቱም የጉዞ ምክንያቶች ተነጣጣይ አይደሉም። ለምሳሌ የማወቅ ፍላጎት ከንግድ እና ከፖለቲካ ዓላማ ጋር ይገናኛል። አውሮፓውያን በተለይም ፖርቱጋላውያን ዓለምን ለማሰስ የነበራቸው ፍላጎት አንዱ ምክንያት ከአረቦች ቁጥጥር ውጭ የሆነ ከቀረው ዓለም ጋር የሚያገናኝ አዲስ የንግድ መስመር ለመክፈት ነበር። በተጨማሪም ወደኢትዮጵያ የመጡት ከአረቦች ጋር ለሚያደርጉት ጦርነት አጋዥ ፍለጋ እና ክርስትናን ለማስፋፋት ነው።[16] በተመሳሳይ የካቶሊክ ቤተ ክርስቲያን ልዑካን እና አምባሳደሮች በ1480ዎቹ ወደበራራ ያደረጓቸው ጉዞዎች ሃይማኖታዊ ተልዕኮ ነበራቸው። ይህ ማለት አምባሳደሮቹ የተጓዙበት ምክንያት የፖለቲካና ወይም ወታደራዊ ስምምነት ለማድረግ ሳይሆን የሃይማኖት ዓላማን ለማስፈጸም ነበር።[17] ሁለተኛው ነጥብ ምንም እንኳ ብዙ ተመሳሳይነት ቢኖረውም በኢትዮጵያ በኩል በመንግሥት ደረጃ የተደረጉ ግንኙነቶች ተቀዳሚ ዓላማ ከአውሮፓ መንግሥታት ዓላማ ጋር ጉልህ ልዩነት ነበራቸው። መጀመሪያ የኢትዮጵያ መሪዎችን ዓላማ እንይ።

የኢትዮጵያ መንግሥት የውጭ ጉዳይ ፖሊሲ ቅድሚያ የሰጠው ከአውሮፓ ወደኢትዮጵያ የዕደ ጥበብ ሽግግር ማድረግን ነው። የእጅ ጥበብ ሥራ በኢትዮጵያ ሕዝብ ዘንድ ብዙም የተከበረ ሙያ አልነበረም። በዚህም ምክንያት ኢትዮጵያ በዕደ ጥበብ በጣም ወደኋላ የቀረች አገር የመሆን እጣ ገጥሟታል። ምንም እንኳ በወታደራዊና በፖለቲካ ድርጅት ኢትዮጵያ በአካባቢው ካሉ መንግሥታት የተሻለ አቋም ቢኖራትም በዕደ ጥበብ ተመሳሳይ የእድገት ደረጃ ላይ ትገኝ ነበር። በዚህ ምክንያት ለዕደ ጥበብ ሽግግር የኢትዮጵያ ነገሥታት ትልቅ ትኩረት ሰጥተው ተንቀሳቅሰዋል።[18]

ከዕደ ጥበብ በተጨማሪ የኢትዮጵያ ነገሥታት የአውሮፓን ወዳጅነት የሚፈልጉበት ከደኅንነት ጋር የተያያዘ ምክንያት ነው። ለምሳሌ፣ የማዕከላዊ የኢትዮጵያ መንግሥት በተዳከመ ቁጥር የአዳል ሽፍቶች በተደጋጋሚ ዘረፋ ያደርጉ ነበር። ደካማ ንጉሥ ሥልጣን ሲይዝ የአዳል ሽፍቶች ደቡብ ምዕራብ አረቢያ ባሉ የአረብ መንግሥታት በመታገዝ በተደጋጋሚ ወረራ ስለሚፈጽሙ ኢትዮጵያ የጸጥታ ስጋት ተለይቷት አያውቅም። ባጭሩ ኢትዮጵያ በምሥራቅ አፍሪካ እና በቀይ ባሕር አካባቢ ወዳጅ የሚባል አገር አልነበራትም። የኢትዮጵያ ነገሥታት ከአውሮፓውያን ጋር ግንኙነት ለመመሥረት የፈለጉበት አንዱ ምክንያት የደህነንት ስጋት ስለነበረባቸው በችግር ጊዜ ወታደራዊ ድጋፍ የሚያደርግላቸው ወዳጅ አገር ስለፈለጉ ነው። በተለይም በ16ኛው ምእት ዓመት ኢትዮጵያ ከፖርቱጋል ጋር ያደረገችው ግንኙነት በዚህ ምክንያት ነበር።[19]

ወደአውሮፓውያን ስንመጣ የኢትዮጵያን ወዳጅነት የፈለጉበት ዋናው ምክንያት ከአረብና ከኦቶማን ቱርክ መንግሥታት ጋር ለሚያደርጉት ጦርነት ኢትዮጵያ እንድትረዳቸው ስለሚፈልጉ ነው። የክርስትና ሃይማኖት መነሻ የሆነችውን ኢየሩሳሌምን መልሰው በቁጥጥራቸው ሥር ለማድረግ አውሮፓውያን የመስቀል ጦርነት የሚባለውን ለብዙ ዘመናት ከአረቦች ጋር ተዋግተዋል። ሆኖም ግን የመስቀል ጦርነት የተጠናቀቀው በአረቦች አሸናፊነት ነው። አውሮፓውያን በአረቦች በተደጋጋሚ በደረሰባቸው ሽንፈት ምክንያት ከአውሮፓ ውጭ ካሉ ክርስቲያኖች ወታደራዊ ድጋፍ ማገኘት ይፈልጉ ነበር። ከአውሮፓ ውጭ የሚገኘው በጣም ሀብታም እና ጠንካራ የክርስቲያን መንግሥት በዘመኑ

አውሮፓውያን እምነት በተለምዶ ዮሃንስ በሚባል ደግ የሆነ የካህን ንጉሥ የሚመራው የክርስቲኖች አገር ነው። አውሮፓውያን የካህኑን ንጉሥ ዮሃንስን አገር ፈልገው ለማግኘት ከፍተኛ ጥረት አድርገዋል። ምንም እንኳ በዘመኑ የነበሩ ኢትዮጵያውያን ባያውቁትም አውሮፓውያን ወደኢትዮጵያ የመጡበት ምክንያት በካህኑ ንጉሥ ዮሃንስ የምትመራዋ ጠንካራ የክርስቲያን አገር ኢትዮጵያ ስለመሰለቻቸው ነው። የአውሮፓውያን እምነት የፈጠረው የካህኑ ንጉሥ ዮሃንስ ታሪክ በኢትዮጵያ እና በአውሮፓ መካከል ግንኙነት እንዲፈጠር አቢይ ሚና ስለተጫወተ እንዴት እንደተጀመረ እና ለምን ከኢትዮጵያ ጋር እንደተገናኘ ባጭሩ እናቀርባለን።[20]

አውሮፓውያን ኢትዮጵያን የካህኑ ንጉሥ ዮሃንስ አገር ናት ብለው ከመደምደማቸው በፊት ስለዚህ ሀሳዊ የክርስቲያን መንግሥት ትክክለኛ መገኛ አያውቁም ነበር። በዚህ ጉዳይ በዘመኑ የተጻፉት አብዛኛዎቹ ጽሑፎች በአፈ-ታሪክ ላይ የተመሠረቱ ከእውነት የራቁ ናቸው። ስለካህኑ ዮሃንስ የመጀመሪያው የጽሑፍ መረጃ በ1145 ዓ.ም. በኦቶ ፍሪሲንግ (1114-1158) የተጻፈ የታሪክ መጽሐፍ ነው። ይህ መጽሐፍ የካህኑ ንጉሥ ዮሃንስ አገር ከአርመን እና ኢራን በመለስ በእስያ እንደሚገኝ ይዘግባል። ስለካህኑ ንጉሥ ዮሃንስ የአውሮፓውያንን አስተሳሰብ የቀረፀው ለቢዛንቲየሙ ንጉሥ አማኑኤል ኮምንኖስ (1143-1180) የተላከ ደብዳቤ ነው። የደብዳቤው ላኪ ነው ተብሎ የተገለጸው ደግሞ ካህኑ ንጉሥ ዮሃንስ ነው። ደብዳቤውን የጻፈው ሰው እውነተኛ ማንነት እስከዛሬ አይታወቅም። በደበብዳቤው መሠረት የካህኑ ንጉሥ ዮሃንስ ግዛት "ሦስቱ ህንዶች" የተባሉትን አገሮች ያጠቃልላል። አንደኛው ህንድ ከሰሜን ህንድ ጀምሮ እስከማዕከላዊ እስያ ያሉትን አገሮች ያጠቃልላል። ሁለተኛው ህንድ ደቡብ ህንድን ያጠቃልላል። ሦስተኛው ወይም መካከለኛው ህንድ የሚሉት ኢትዮጵያን ጨምሮ የአፍሪካን ቀንድ ያጠቃልላል። እስከ16ኛው ምእት ዓመት አጋማሽ ወደአውሮፓ የሚሄዱትን ኢትዮጵያውያን በዘመኑ የነበሩት አውሮፓውያን "ህንዳውያን" ብለው የሚጠሯቸው በዚህ ምክንያት ነበር።[21]

በ13ኛው ምእት ዓመት ጀምሮ ከካህኑ ንጉሥ ዮሃንስ ጋር ግንኙነት እንዲመሠርቱ ወደእስያ የተላኩት የአውሮፓ መልእክተኞች በእስያ ምንም ዐይነት የክርስቲያን መንግሥት እንደሌለ አረጋገጡ። በዚህ ምክንያት የካህኑ ንጉሥ ዮሃንስ መንግሥት መገኛ እስያ ሳይሆን ምሥራቅ አፍሪካ እንደሆነ አውሮፓውያን ማመን ጀመሩ። በኢየሩሳሌም የኢትዮጵያ ገዳማት መገኘታቸው እና አውሮፓውያንም ይህን ማወቃቸው የካህኑ ንጉሥ ዮሃንስ መገኛ የአፍሪካ ቀንድ አካባቢ ነው የሚለው አስተሳሰብ ይበልጡን ተቀባይነት እንዲያገኝ አደረገው። በተጨማሪም ካህኑ ንጉሥ ዮሃንስ የአባይን ወንዝ ማገድ እንደሚችል እና በወታደራዊ ኃይል ከግብጹ መሪ እንደሚበልጥ አውሮፓውያን አመኑ። በተለይ ከ1330ዎቹ ጀምሮ ደግሞ አውሮፓውያን ጸሐፊዎችም የካርታ ባለሙያዎችም ካህኑ ንጉሥ ዮሃንስ የኢትዮጵያው ንጉሥ እንደሆነ በግልጽ መጻፍ ጀመሩ። ለምሳሌ ጣሊያናዊው የካርታ ባለሙያ አንጀሊኖ ዱልቸርቶ በ1339 ዓ.ም. ባዘጋጀው ካርታ ማብራሪያ ላይ የኑብያ እና የኢትዮጵያ ክርስቲያኖች በካህኑ ንጉሥ ዮሃንስ ግዛት ሥር እንደሚተዳደሩ በግልጽ አስፍሯል።[22]

በመካከለኛው ዘመን በአውሮፓ ስለካህኑ ንጉሥ ዮሃንስ በሰፊው ተሠራጭቶ የነበረው ትርክት አውሮፓውያን ኢትዮጵያን ለማግኘት እንዲተጉ ያደረገ ዋነኛው ምክንያት ነው። በ15ኛው ምእት ዓመት አውሮፓውያን ወደአፍሪካ ያደረጓቸው ጉዞዎች የዚህን ኃያል ንጉሥ አገር ለማግኘት ነበር ለማለት ይቻላል።

4.2 የኢትዮጵያ አምባሳደሮች በአውሮፓ

በታሪክ በአውሮፓ የመጀመሪያው የኢትዮጵያ የመንግሥት ልዑክ ተደርጎ የሚቆጠረው በ1402 ዓ.ም. ዓፄ ዳዊት ወደቬኒስ የላከው እንጦንዮስ ባርቶሊ ነው።[23] ነገር ግን ኢትዮጵያውያን በግል ተነሳሽነትም ሆነ በመንግሥት ትእዛዝ ከዚያ በፊት ወደአውሮፓ አልሄዱም ማለት አይቻልም። እንጦኒዮስ ባርቶሊ ወደቬኒስ ከመሄዱ አንድ መቶ ዓመት ገደማ በፊት ማለትም በ1306 ዓ.ም. ወደአውሮፓ የተንቀሳቀሰ የልዑካን ቡድን እንደነበረ ፍንጭ የሚሰጡ አጓጊ መረጃዎች አሉ። የመጀመሪያው መረጃ የጀነዋ ሪፓብሊክ ተወላጅ የነበረው ዮሃንስ ማውሮ ዳ ካሪኛኖ በ1320 ዓ.ም. የሳለው ካርታ ነው። ካርታው ኢትዮጵያን "የሀበሾች አገር" ሲላት ሕዝቧንም "ጥቁር ክርስቲያኖች" ናቸው የሚል ጽሑፍ ይዟል። ካርታው የተዘጋጀው በ1306 ዓ.ም. በኢየሩሳሌም በምናኔ ይኖሩ የነበሩ የኢትዮጵያን መነኮሳትን በመጠየቅ እንደሆነ ጣሊያናዊው ጃኮፖ ፊሊጶስ ፈሪስቲ (1434-1520) በ1483 ዓ.ም. በጻፈው መጽሐፉ ያስረዳል። ዮሃንስ ማውሮ መነኮሳቱን ያገኛቸው ስፔን ደርሰው ወደአገራቸው ሲመለሱ በጀነዋ ከተማ አጭር ቆይታ አድርገው በነበረበት ጊዜ ነው። መነኮሳቱ ኢትዮጵያን የሚመለከቱ ብዙ ዝርዝር ጉዳዮች በጽሑፍ ለዮሃንስ ማውሮ እንደሰጡት ፈሪስቲ በመጽሐፉ ያትታል። በተጨማሪም ፈሪስቲ መነኮሳቱ ካህኑ ንጉሥ ዮሃንስ ወደስፔን የላካቸው ልዑካን እንደሆኑ እና ወደጀነዋ ከመምጣቻው በፊት በወቅቱ በፈረንሳዊቷ ከተማ በአቪኞን የነበረውን የካቶሊኩን ጳጳስ ቀለሚንጦስ 5ኛን (1305-1314) እንዳገኙት ጽፏል። ፈሪስቲ ከጻፈው በተጨማሪ በአውሮፓ በወቅቱ የተጻፉ ሌሎች መረጃዎችም ወደስፔን የሄዱት ኢትዮጵያውያን ልዑካን እና አምባሳደሮች እንደሆኑ እና በዘመኑ የነበረውን የስፔን ንጉሥ እንዳገኙት ያረጋግጣሉ።[24]

ስለኢትዮጵያውያን መነኮሳት (መልክተኞች) ፍንጭ የሚሰጠው ሌላው የጽሑፍ ምስክር በ1370 ዓ.ም. ከካህኑ ንጉሥ ዮሃንስ በዘመኑ ለነበረው የአውሮፓ ተዋቂ ንጉሥ ቻርለስ 5ኛ (1338-1380) የተጻፈ ደብዳቤ ነው። ይህ ደብዳቤ ከዚህ በፊት ለቢዛንቲየሙ ንጉሥ ለአማኑኤል ኮምንኖስ (1143-1180) እንደተላከው ሁሉ ሀሰተኛ ቢሆንም የተወሰነው ክፍል በእውነት ላይ ተመሥርቶ የተጻፈ ነው። ካህኑ ንጉሥ ዮሃንስ "በሌላ ጊዜ አምባሳደሮች ወደአንተ ልከን ነበር እናም መልስ አላገኘንም" ካለ በኋላ የሚቀጥለውን ጽፎ እናገኘዋለን፡-

> Al nobilissimo signore messer Carlo per la grazia di Dio Imperadore famoso de' Romani e sempre augusto, il vostro fratello Re Voddomaradeg figliuolo dello eccellentissimo Re d'Etiopia, di Saionio (3), di Tobbia.di Nubbia, di terra di Rettesi e di Moritoro, e Pre ste Gian Re dell' India maggiore e minore sa lute con desiderio di vidervi (4) in grande felicità.[25]

<u>ትርጉም</u>
ለታላቁ ጌታ ለካርሎ በእግዚአብሔር ጸጋ ሁል ጊዜ ለከበረው ለሮማ ንጉሥ፣ ያንተው ወንድም ንጉሥ ቮዶማራደግ እጅግ በጣም የከበረው የኢትዮጵያ ንጉሥ የሳይኖም(3)፣ የጦቢያ እና የኑቢያም፣ የሬቴሲይ ምድር እና ሞሪቶሮም፣ እና የታላቋ እና የታናሽ ሕንድ [ንጉሠ ነገሥት] ካህኑ ንጉሥ ዮሃንስ አንተን በታላቅ ደስታ (4) ለማየት ፍላጎት አለው።

ቮዶማራደግ (Voddomaradeg) በ1306 ዓ.ም. ኢትዮጵያውያኑ ወደአውሮፓ በሄዱበት ዘመን የኢትዮጵያ ንጉሥ ከነበረው ከውድም አረአደ (Wedem Arad [1299-1314]) በእጅጉ ተመሳሳይ ነው። እውነትም መነኮሳቱ በዚያ ወቅት የነበረው የዓፄ ውድም አረአደ መልክተኞች ከሆኑ በአውሮፓ የመጀመሪያዎቹ የኢትዮጵያ ልዑካን ወይም አምባሳደሮች ያደርጋቸዋል። ስለዚህ ጉዳይ ጥናት ያደረጉት የታሪክ ምሁራኖች ቤኪንግሀም እና ስከልተን መነኮሳቱ የኢትዮጵያ ንጉሥ የላካቸው አምባሳደሮች እንደሆኑ ጽፈዋል። በዚህ ጉዳይ ሰፊ ጥናት ያደረገው ማቴዎስ ሳልቫዶር ግን መነኮሳቱ የንጉሡ ተወካዮች ናቸው ለማለት በቂ መረጃ እንደሌሌ ይገልጻል።[26] ትክክለኛው አስተያየት የቱ እንደሆነ ለማወቅ አስቸጋሪ ነው። በእርግጠኝነት መናገር የሚቻለው የኢትዮጵያ መነኮሳት በግል ጉዳይም ይሁን በንጉሡ ተልከው በ1306 ዓ.ም. ወደአውሮፓ ሄደው እንደነበረ እና እነርሱም በዘመኑ የነበሩትን አውሮፓውያን ትኩረት ስበው እንደነበረ ነው። የንጉሡ መልክተኞች ሆኑም አልሆኑም መነኮሳቱ ለውጭ ግንኙነት ፈር ቀዳጅ ነበሩ። ከእነሱ በኋላ ብዙ ኢትዮጵያውያን ወደአውሮፓ ሄደዋል።

በ1402 ዓ.ም. ዓፄ ዳዊት ወደቬኒስ ሪፓብሊክ የላከው የልዑካን ቡድን በኢትዮጵያ ታሪክ ልዩ ቦታ አለው። የልዑካን ቡድኑ መሪ የፍሎሬንስ ሪፓብሊክ ተወላጅ የነበረው እንጦንዮስ ባርቶሊ ነው። ቬኒስ በጣም ሀብታምና በነጋዴዎች የምትመራ ሪፓብሊክ ነበረች። ቬኒስ ከተለያዩ አገሮች የተለያዩ ሃይማኖት የሚከተሉ፣ የተለያየ ቋንቋ የሚናገሩ ሰዎች ለንግድ የሚገናኙባት ዝነኛ ከተማ ነበረች። ቬኒስ የእውቀትም ማዕከል ነበረች። ዓፄ ዳዊት ከአውሮፓ ሀገሮች ሁሉ ቬኒስን መርጦ ልዑካኑን ወደዚያ የላከበት ምክንያት ይህ ነው። የቬኒስ ነጋዴዎች ካይሮ እና እስክንድሪያ ሱቆች እና መደብሮች ነበሯቸው። ይህ ደግሞ በራራ ከተማ የነበረውን የንግድ እንቅስቃሴ ከሌሎች አውሮፓውያን ቀድመው ለማወቅ ዕድል ፈጥሮላቸዋል። የኢትዮጵያ አምባሳደሮች ከዓፄ ዳዊት ለቬኒስ መሪዎች የሚሰጡ በዘመኑ ውድ ሊባሉ የሚችሉ ስጦታዎችን ይዘው ነበር ያቀኑት። ከስጦታዎችም ውስጥ 12 ካራት የእንቁ ሉል እና አራት የነብር ግልገሎች ይገኙበታል።[27]

እንጦንዮስ ባርቶሊ ከመቼ ጀምሮ ኢትዮጵያ እንደመጣ ለማወቅ አልተቻለም። የልዑካን መሪ ሆኖ ለመመረጥ ያስቻለው በንጉሡ የታመነ በኢትዮጵያ ብዙ ዘመን ያሳለፈ ስለሆነ መሆን አለበት። እንጦንዮስ የተላከበት ዓላማ የእጅ ባለሙያዎችን እና የሃይማኖት ቅርሶችን ለማምጣት ነበር። በወቅቱ የነበረው የቬኒስ መሪ ሚካኤል ስቴኖ (1400-1413) የዓፄ ዳዊትን መልክተኞች እንደተቀበለ እና ስጦታ ሰጥቶ መልሶ ወደኢትዮጵያ እንደላካቸው የኢትዮጵያም የቬኒስም የታሪክ ሰነዶች ያረጋግጣሉ። ከስጦታዎቹም ውስጥ ክርስቶስ የተሰቀለበት ግማደ መስቀል እና ከብር የተሠራ ጽዋ ይገኙበታል። በተጨማሪም እንጦንዮስ 13 ፈቃደኛ የሆኑ የእጅ ጥበብ ባለሙያዎችን ወደኢትዮጵያ ለመውሰድ ማሰባሰብ ችሎ ነበር (ምዕራፍ 3ን ይመለከቷል)።[28]

እንጦንዮስ ወደኢትዮጵያ ከመመለሱ በፊት ስሙ ካልታወቀ ቬኒሳዊ ነጋዴ ወይም የመንግሥት ተቀጣሪ ጋር ኢትዮጵያን የሚመለከት የመረጃ ልውውጥ አድርጎ ነበር። ይህ በስም ያልተጠቀሰ ቪኒሳዊ እንጦኒዮስ ስለኢትዮጵያ የነገረውን በጽሑፍ አስፍሮታል። ይህ ጽሑፍ *ከቬኒስ ወደህንድ እንዴት መሄድ እንደሚቻል* (*Iter de venetis ad indiam*)[29] በሚል ርዕስ ተጻፈ። "ህንድ" የተባለችው ኢትዮጵያ ናት። መጽሐፉ ከቬኒስ ጀምሮ በወቅቱ ሸዋ ወደሚገኘው ወደዓፄ ዳዊት ከተማ (በራራ) እንዴት መድረስ እንደሚቻል፣

ስለመኳንንቱ እና ማዕርጎቻቸው እና ስለሚያስተዳድሯቸው አውራጃዎች መረጃ ይዟል። ዳሞት፣ ቤተ አማራ፣ ጎጃም እና ደዋሮን ጨምሮ የኢትዮጵያን ታላላቅ አውራጃዎች ይዘረዝራል። በተጨማሪም የአማርኛ ቃላት ዝርዝር ከላቲን ትርጓሜአቸው ጋር በጽሑፉ ላይ ይገኛሉ። በአጠቃላይ ዓፄ ዳዊት ወደቬኒስ የላከው ልዑክ በመካከለኛው ዘመን በስኬት ከተጠናቀቁት ጥቂት የውጭ ግንኙነት ጉዞዎች አንዱና ዋናው ነው።

ዳዊት ከቬኒስ በተጨማሪ ከሮማ ቤተ ክርስቲያን ጋር ግንኙነት እንደነበረው የታሪክ ምስክሮች ያመለክታሉ። የሮማው የካቶሊክ ጳጳስ የሃይማኖት መሪ ብቻ ሳይሆን የፖለቲካም መሪ ነበር። ጳጳሱ የሚያስተዳድረው ግዛት፣ የሚያዝዘውም ሠራዊት ነበረው።[30] በ1404 ዓ.ም. በዓፄ ዳዊት ትእዛዝ ሦስት የኢትዮጵያ መነኮሳት ወደሮም ሄደው እንደነበረ ይታወቃል። መነኮሳቱም በካርዲናል አንቶኒዮ ኬታኒ (1360-1412) የግል መኖሪያ እንዳረፉ፣ የተላኩበትም ዓላማ ከዚያ ቀደም ዓፄ ዳዊት በሌላ ልዑክ እጅ ለጳጳሱ የላከው ስጦታ ለምን እንዳልደረሰ ለማጣራት እና የሃይማኖት ቅርሶችን ለመግዛት ነበር።[31] ዳዊት ወደቬኒስ የላከው የልዑካን ቡድን ለንጉሡ ዘመን የመጀመሪያውም፣ የመጨረሻውም ነበር። ከሮማ ቤተ ክርስቲያን መሪዎች ጋርም የመሠረተው ግንኙነት ቀጣይነት አልነበረውም። ነገር ግን የኢትዮጵያ ልዑካን እና አምባሳደሮች ቬኒስን መጎብኘታቸው ኢትዮጵያ በከተማዋ ኗሪዎች በደንብ እንድትታወቅ ረድቷል። በዚህም ምክንያት ብዙ ቬኒሳውያን ወደኢትዮጵያ በተለይም ወደበራራ ለመምጣት ችለው ነበር። በበራራ ከተማ የሚኖሩት ቬኒሳውያን ቁጥር ከሌሎች የአውሮፓ አገሮች ዜጎች የላቀ ነበር።[32] ዳዊት ለተከታይ የኢትዮጵያ ነገሥታት አዲስ የውጭ ግንኙነት አቅጣጫ አውርሶ አለፈ። ከዳዊት ቀጥለው በ15ኛው ምእት ዓመት በኢትዮጵያ ታሪክ ላይ ጉልህ አሻራ አኑረው ያለፉት ነገሥታት ዓፄ ይስሐቅ (1413-1430) እና ዓፄ ዘርዓ ያዕቆብ (1434-1468) ናቸው። ሁለቱም የዳዊት ልጆች ኢትዮጵያን በተከታታይ የመሩ ወንድማማቾች ናቸው። ሁለቱም ነገሥታት ከአውሮፓ አገሮች ጋር ዲፕሎማሲያዊ ግንኙነት ለመመሥረት ከፍተኛ ጥረት አድርገዋል። በእነዚህ ነገሥታት የኢትዮጵያ የውጭ ግንኙነት ትኩረት ያደረገው በተለየ በአራጎን መንግሥት ላይ ነበር።[33]

በ15ኛው ምእት ዓመት የአውሮፓ መንግሥታት የኃይል ሚዛን ከቬኒስ እና ከሌሎችም የጣሊያን የከተማ መንግሥታት ወደምዕራብ እና ደቡብ ምዕራብ የአውሮፓ አገሮች እያጋደለ መጣ። ኃይላቸው እየጠነከረ ከመጣው የአውሮፓ መንግሥታት ውስጥ ቀዳሚው የአራጎን መንግሥት ነው። የአራጎን መንግሥት ኃይል በሜዲትራኒያን ባሕር አካባቢ በክፍለ ዘመኑ በፍጥነት አንሠራርቶ ነበር። በተለይም ደግሞ ንጉሥ አልፎንሶ 5ኛ (1416-1458) ከሜዲትራንያን ባሕር አልፎ ኢየሩሳሌምን እና ቁስጥንጥንያን በአራጎን ቁጥጥር ሥር ለማድረግ ከፍተኛ ፍላጎት ነበረው። የአራጎን መንግሥት በ1469 ዓ.ም. ከካስቴል መንግሥት ጋር በመዋሀድ ስፔን የተባለውን በዘመኑ ገናና የነበረ የአውሮፓ መንግሥት የመሠረተ አገር ነው።[34] ይህን የኃይል ሚዛን ለውጥ ተከትሎ የኢትዮጵያ መሪዎችም የግንኙነት አቅጣጫ በተመሳሳይ ከጣሊያን ከተሞች ወደምዕራብ እና ደቡብ ምዕራብ አውሮፓ አገሮች በተለይም ወደአራጎን ዞረ። ስለአራጎን ነገሥታት ወታደራዊ እና ፖለቲካዊ አቋም ለኢትዮጵያ ነገሥታት መረጃውን የሚያደርሱት የሳንቲያጎ ዲ ኮምፖስቴላ የቅዱስ ያዕቆብ ቤተ ክርስቲያንን ተሳልመው ወደበራራ የተመለሱ መነኮሳት አለዚያም ከኢትዮጵያ አውሮፓ እና መካከለኛው ምሥራቅ አገሮች እየተመላለሱ የሚነግዱ ነጋዴዎች ይሆናሉ። ከነዚህም ነጋዴዎች አሊ ታብሪዚ አንዱ ነው።[35]

በ1427 ዓ.ም. ዓፄ ይስሐቅ በአሊ ታብሪዚ የተመራ የኢትዮጵያ ልዑክ ወደአራጎን ንጉሥ አልፎንሶ 5ኛ ላከ። አሊ ታብሪዚ በትውልዱ ፋርስ (ያሁኑ ኢራን) ሲሆን በሙያው ነጋዴ ነበር። ካይሮን ዋና መቀመጫው አድርጎ ከኢትዮጵያ ነገሥታት ጋር ለረጅም ጊዜ የንግድ ሥራ ሠርቷል። አሊ ታብሪዚ ለኢትዮጵያ ነገሥታት ሃይማኖታዊ ቅርሶችን እና የጦር መሣሪያዎችን ይሸጥ ነበር። በተጨማሪም ፖለቲካዊ እና ወታደራዊ መረጃዎችን ያቀብል ነበር። በ1420ዎቹ ገደማ አሊ ታብሪዚ ጠቅልሎ ኢትዮጵያ ገባ። የዓፄ ይስሐቅ ታማኝ አማካሪም ሆነ። ከግብጽ ወደኢትዮጵያ ለንግድ ሥራ በሚመላለስበት ጊዜም ስለምሥራቅ ሜዲትራንያን አካባቢ አበይት መረጃዎችን ለዓፄ ይስሐቅ ያቀብል ነበር። በመጨረሻም ከአራጎኑ ንጉሥ ጋር የወዳጅነት ግንኙነት ለመመሥረት እና የተለያየ ርዳታ ለመጠየቅ ከሌሎች ኢትዮጵያውያን ልዑካን ጋር በወቅቱ የአራጎን ዋና ከተማ ወደነበረችው ወደቫሌንሲያ ተላከ።[36]

ንጉሡ አልፎንሶም ለኢትዮጵያ ልዑካን እና አምባሳደሮች ጥሩ አቀባበል አደረገላቸው። የአራጎን መሪዎች ከኢትዮጵያ ጋር ከዲፕሎማሲያዊ ግንኙነት አልፎ የሁለቱን አገር ንጉሳዊ ቤተሰቦች በጋብቻ ለማስተሳሰር ከዓፄ ይስሐቅ የቀረበውን ሀሳብ በሙሉ ፍላጎት የተቀበሉ የአውሮፓ መሪዎች ነበሩ። የንጉሥ አልፎንሶ የቅርብ ዘመድ የሆነችውን ጆአና ደ'ኡርጌልን (1415-1445) ከዓፄ ይስሐቅ ሊያጋባ፣ እንዲሁም የንጉሥ አልፎንሶ ወንድም ጴጥሮስ (1408-1438) ደግሞ ኢትዮጵያዊት ልዕልት እንዲያገባ ንጉሥ አልፎንሶ ሀሳብ አቅርቦ እንደነበረ በዘመኑ በምስጢር የተጻፈ የታሪክ ማስታወሻ ያስረዳል። በመጨረሻም አልፎንሶ ዓፄ ይስሐቅ የጠየቀውን 13 የእጅ ባለሙያዎች፣ ፔረ ዲ ቦኒያ የሚባል ወኪል እና ሌላም የሚያስፈልገውን አሟልቶ አሊ ታብሪዚን እና አብረውት የነበሩትን ኢትዮጵያውያን በ1429 ዓ.ም. ወደኢትዮጵያ ሸኛቸው።[37]

ነገር ግን አሊ ታብሪዚ እና ሌሎች አብረውት ይጓዙ የነበሩ ባልደረቦቹ ካይሮ ሲደርሱ የሚፈራው ነገር ተከሰተ። ይኸውም ከልዑካኑ ጋር አብሮ ይጓዝ የነበረ የአሊ ታብሪዚ ባርያ ከድቶ የጉዞውን ዓላማ ምስጢሩን ለግብጽ ባለሥልጣናት ተናገረ። አሊ ታብሪዚም ለጠላት በመሰለል፣ በክዳት ተከስሶ በግብጽ ዳኞች ፊት ቀረበ። በየካቲት 1429 ዓ.ም. የግብጽ ዳኞች የሞት ፍርድ ፈርደውበት ሕዝብ በተሰበሰበበት አንገቱን በሰይፍ ተቀልቶ ሞተ።[38] የቦኒያ፣ የ13ቱ የእጅ ባለሙያዎች እና የኢትዮጵያውያን ዕጣ ፈንታ ምን እንደሆነ ግን መረጃ አልተገኘም። ብዙም ሳይቆይ በ1430 ዓ.ም. ዓፄ ይስሐቅ አረፈ። ነገር ግን የአሊ ታብሪዚ አሳዛኝ ፍጻሜ የኢትዮጵያ መሪዎች የውጭ ግንኙነት ፖሊሲ ላይ ምንም ዐይነት አሉታዊ ተጽእኖ የፈጠረ አይመስልም። ከዓፄ ይስሐቅ በኋላም ለረጅም ጊዜ ኢትዮጵያን በመራው በዓፄ ዘርዓ ያዕቆብ ዘመን በኢትዮጵያ እና በአውሮፓ አገሮች መካከል የሚደረገው ግንኙነት ተጠናክሮ ቀጠለ።

በ1450 ዓ.ም. ዓፄ ዘርዓ ያዕቆብ በጴጥሮስ ሮምቡሎ የተመራ ሦስት አባላት ያሉት የልዑካን ቡድን በወቅቱ የአራጎን ንጉሥ አልፎንሶ 5ኛ መቀመጫ ወደነበረችው ኔፕልስ ከተማ ላከ። ከጴጥሮስ ሮምቡሎ ጋር አብረው የተላኩት የልዑኩ አባላት አባ ሚካኤል የሚባል የሸዋ መነኩሴ እና አቡ ኦመር የሚባል አስተርጓሚ ናቸው። ሮም በደረሱ ጊዜ በወቅቱ የነበሩት የሮማው ካቶሊክ ጳጳስ ኒቆላዎስ 5ኛ (1397-1455) ለጉዞ የሚያስፈልገውን ነገር ሰጥቶ ወደኔፕልስ ከተማ ሸኛቸው።[39] ልዑካኑ በሐምሌ ወር 1450 ኔፕልስ ከተማ ሲደርሱ ንጉሥ አልፎንሶ እና ከፍተኛ የመንግሥት ባለሥልጣናት በንጉሳዊ ሰልፍ በአጀብ ተቀበሏቸው። ስለኢትዮጵያውያን ልዑካን የኔፕልስ ከተማ ቆይታ በሰፊው

የዘገበው በወቅቱ የከተማው ኗሪ የነበረው ጴጥሮስ ራንዛኖ (1427-1492) ነው። ንጉሡ አልፎንሶ ለዘርዓ ያዕቆብ ከጻፈው ደብዳቤ ቅጅ ለማወቅ እንደሚቻለው ጴጥሮስ ወደኔፐልስ የሄደበት ምክንያት የእጅ ባለሙያዎችን ወደኢትዮጵያ ለማምጣት ነበር፦

> E prima al facto delli mastri et artifici che nestra Excelencia ne dimanda, comme uenne mandariamo assai e tanti cuanti noi ne uolisseuo, se lo viagio fosse secure e senza periculo: lo cuale non essere chiaro per piu respecti e specialmente per la perdicio de quelli tredici homini master in diverse arte, li quale dimandati ad noi ya fa uno grande tempo per lo serenissimo uestro fratre li mandabamo, e essendo in camino per no potere passare morero.[40]
>
> ትርጉም
> ግርማዊነትሕ የጠየቅሐቸውን የጥበብ ሰዎች እና የእጅ ባለሙያዎች በሚመለከት መንገዱ አስተማማኝ እና አደገኛ ባይሆን ኖሮ የፈለከውን ያህል መላክ በወደድን ነበር፣ ነገር ግን [የመንገዱ ሁኔታ] በብዙ መልኩ ግልጽ አይደለም፣ በተለይም ደግሞ ከረጅም ጊዜ በፊት የተከበረው ወንድምሕ ጠይቆን የላክናቸውን 13 የተለያዩ ጥበባት ባለሙያዎች [የግብጽን መሬት] ማለፍ አቅቷቸው በመገንድ በሞት ካጣናቸው በኋላ።

ንጉሥ አልፎንሶ ዘርዓ ያዕቆብ የፈለገውን ያህል የእጅ ባለሙያዎች ለመላክ ፈቃደኛ ነበር። ነገር ግን ባለሙያዎች ማምሉክ የተባሉት የግብጽ መሪዎች በሚቆጣጠሩት በግብጽ ማለፍ ስለነበረባቸው ለሕይወታቸው አደገኛ እንደሆነ በደብዳቤው ገልጿል። በይስሐቅ ዘመን በአሊ ታብሪዚ መሪነት ወደኢትዮጵያ ሲጓዙ ግብጽ ላይ የተገደሉት እና ደብዛቸው የጠፋው የኢትዮጵያ ልዑካን ጉዳይ 20 ዓመት ቢያስቆጥርም በንጉሡ በአልፎንሶ ዘንድ የቅርብ ትዝታ እንደነበረ ከደብዳቤው መረዳት ይቻላል። በዚህም ምክንያት ሌሎች የጥበብ ሰዎችን ወደኢትዮጵያ መላክ አላስፈላጊ መስዋእትነት እንደሚያስከፍል ስለተረዳ ዘርዓ ያዕቆብ ላቀረበው ጥያቄ ንጉሥ አልፎንሶ ለጊዜው አወንታዊ ምላሽ ሳይሰጥ ቀረ።

በኋላ ግን ንጉሥ አልፎንሶ ሀሳቡን ቀይሮ የእጅ ጥበብ ባለሙያዎችን መላኩ ይታወቃል። በዚህም መሠረት አልፎንሶ ቁጥራቸው ያልታወቀ ባለሙያዎችን መርጦ ለዘርዓ ያዕቆብ የጻፈውን ደብዳቤ አስይዞ አምባሳደሮቹን በመስከረም 1450 ዓ.ም. ወደኢትዮጵያ ላከ። በግብጽ በኩል መሄድ አደገኛ ስለነበረ በቁስጥንጥኒያ፣ በፋርስ ባሕር ሰላጤ እና በደቡብ አረቢያ ባሕር አድርገው ወደኢትዮጵያ ለመሄድ አቅደው ተነሱ። ነገር ግን ኔፐልስን ከለቀቀ በኋላ የልዑካን ቡድኑ የውኃ ሽታ ሆኖ ቀረ። ተስፋ ባለመቁረጥ ንጉሥ አልፎንሶ አንድ ዓመት ባልሞላ ጊዜ ውስጥ ሚካኤል ደሲደሪዮ የሚባል ሰው መርጦ በጥር ወር በ1452 ዓ.ም. በቁስጥንጥንያ በኩል ወደኢትዮጵያ እንዲሄድ ለዘርዓ ያዕቆብ ደብዳቤ ጽፎ ላከ። ሆኖም ግን ሚካኤል ደሲደሪዮ ቁስጥንጥንያ በደረሰበት ቅጽበት የኦቶማን ቱርኮች ከተማዋን ከበቧት። ብዙም ሳይቆይ በግንቦት ወር መጨረሻ በ1453 ዓ.ም. ቁስጥንጥንያ በቱርኮች እጅ ወደቀች።[41]

የሚያስገርመው ግን አልፎንሶ አሁንም ተስፋ ባለመቁረጥ ለሦስተኛ እና ለመጨረሻ ጊዜ ለዘርዓ ያዕቆብ ደብዳቤ ጽፎ አንጦኒዮስ ማርቲኔዝ ለሚባል መልክተኛ በሐምሌ ወር 1453 ዓ.ም. ወደኢትዮጵያ ላከ። ሆኖም ግን እንደበፊቶቹ ልዑካን አንጦንዮስም የውኃ ሽታ ሆኖ ቀረ። በመቀጠልም በ1458 ዓ.ም. ንጉሥ አልፎንሶ አረፈ።[42] የኢትዮጵያ እና

የአራጎን የግንኙነት ታሪክ በዚህ ተዘጋ። እንደአሊ ታብሪዚ፣ የጴጥሮስ ሮምቡሎ ተልዕኮም ሳይሳካ ቢቀርም ጣሊያኖች እና አራጎኖች ስለኢትዮጵያ የተሻለ ግንዛቤ እንዲኖራቸው ረድቷል። በወቅቱ በኔፕልስ ከተማ ይኖር የነበረው ታዋቂው ሊቅ ጴጥሮስ ራንዛኖ ስለኢትዮጵያ አምባሳደሮች ጉዞ እና ስለተደረገላቸው አቀባበል፣ እንዲሁም እነርሱ ስለኢትዮጵያ የነገሩትን በሰፊው ጽፏል።[43] ዓፄ በዕደ ማርያም (1468-1478) ከሞተ በኋላ መኳንንቱ በሥልጣን ሽኩቻ ተጠምደው ስለነበረ የኢትዮጵያ ኃይል እየተዳከመ መጣ። ከዓፄ በዕደ ማርያም (1468-1478) ቀጥለው የነገሡት ሦስት የኢትዮጵያ መሪዎች ማለትም እስክንድር (1478-1494)፣ ናዖድ (1494-1508) እና ልብነ ድንግል (1508-1540) ገና ልጆች ስለነበሩ ኢትዮጵያን ያስተዳድሩ የነበሩት ሞግዚቶቻቸው ነበሩ። ለምሳሌ በልብነ ድንግል የመጀመሪያዎቹ ዐሥር ዓመታት የንግሥና ዘመን የመንግሥት ሥልጣን የነበረው በልብነ ድንግል እናት በናዖድ ሞገሣ እና የዘርዓ ያዕቆብ ባለቤት በነበረችው በንግሥት ዕሌኒ እጅ ነበር።[44]

የአዳል ሡልጣኖች ሲመቻቸው ዘረፋ እየፈጸሙ፣ ሳይመቻቸው እየገበሩ ከቆዩ በኋላ በ15ኛው ምእት ዓመት መጨረሻ አካባቢ በግልጽ አመጹ። ከ1490 ዓ.ም. ጀምሮ የፖለቲካ ሥልጣን አዳልን ከሚገዛው ከወላስማው ሡልጣን መሐመድ ኢብን አዝሃር አደ ዲን (1488-1518) አከራሪ የዘይላ አስተዳዳሪ ወደነበረው አሚር ማሕፉዝ ኢብን መሐመድ እጅ ገባ። ማሕፉዝ ጂሐድ የሚሉትን የሽብር እና የዘረፋ ጦርነት አውጆ በተደጋጋሚ ዘመቻ በማድረግ ቁጥር ስፍር የሌላቸው ክርስቲያኖችን በመፈንገል ለአረቦች ሸጣቸው። በዚህም ምክንያት ማሕፉዝ ከአረቦች ከፍተኛ ድጋፍ ለማግኘት ችሎ ነበር። በኋላ እንደምናየው በማሕፉዝ የተጀመረው ጂሐድ በአምቻው በግራኝ አሕመድ በድል ተጠናቀቀ።[45]

የአዳሎች ኃይል ማንሠራራት ኢትዮጵያ ከአውሮፓ ጋር ዳግም ግንኙነት እንድትጀምር ተጨማሪ ምክንያት ሆነ። ከ16ኛው ምእት ዓመት ጀምሮ ከአውሮፓ ጋር የሚደረገው ግንኙነት ዓላማ ከዕደ ጥበብ ሽግግር በተጨማሪ ወታደራዊ ርዳታ ለማግኘት ነበር። በተለይ ከፖርቱጋል ጋር የተደረገው ግንኙነት በዋናነት ወታደራዊ ድጋፍ ለማግኘት ያለመ ነበር። በዚህም መሠረት ንግሥት ዕሌኒ ኢትዮጵያ ውስጥ ለረጅም ዘመን የኖረ ማቴዎስ የሚባል አርመናዊ ነጋዴ አምባሳደር አድርጋ ወደፖርቱጋል ላከች። ማቴዎስም ለፖርቱጋሉ ንጉሥ ለአማኑኤል ቀዳማዊ (1495-1521) የሚሰጥ ከዕሌኒ የተጻፈ ደብዳቤ እና ስጦታ ይዞ በ1509 ዓ.ም. ከበራራ ተነስቶ ወደፖርቱጋል ሄደ።[46]

ንግሥት ዕሌኒም ኢትዮጵያ እና ፖርቱጋል ለጋራ ጥቅም ወታደራዊ ትብብር ማድረግ እንደሚገባቸው እና በሁለቱ አገሮች መካከል ያለው ወዳጅነት እንዲጠነከር በነገሥታቱ ልጆች መካከል ጋብቻ ቢፈጸም ጥሩ እንደሚሆን በጻፈችው ደብዳቤ ገልጻለች። ደብዳቤውን አባሪ አድርገን አያይዘነዋል (አባሪ 2ን ይመለከቷል)። አስፈላጊ የሆነው አንቀጽ እታች ተጠቅሷል።

> ምክንያተ መልእክትነሰ ኀቤሁ ናኤምር ከመ ድልዋን ንሕነ ለተራድኦ ሰራዊትከሙ በሲሳይ ወበኩናት ወይእዜኒ ሰማዕነ ከመ ሥልጣነ ምስር ያስተዴሉ ኲናተ ፈድፋደ በፍኖተ ባሕር ቀኒዖ ላዕለ ሕዝብከሙ እለ በህንድ ወበእንተ ዘአስተኀፈርዎሙ ፈድፋደ ወሞዕዎሙ ብዙኃ ጊዜያተ። ይሠምር እግዚአብሔር ከመ ያጽንዖሙ ፈድፋደ ለለዕለቱ ከመ ይባዑ ውስተ ቅኔ ዚአከሙ ኵሎሙ ኢአማናውያን። ንሕነኒ ንፌኑ ሰራዊተነ ከመ ይጽንሕዎሙ በመካ ወኀበ ባቢል ወመንደል ወለእመ ይመስለከሙ ዘይኄይስ ንፌንዎ ኀበ መንደረ ዢዳ አው ቶር ከመ ትፈጽሙ ጻሕቀ ልብከሙ በሠናይ ወታጕይይዎሙ ወታጠፍእዎሙ ለእልኩ ኢአማናውያን

መሐመዳውያን እምውስተ ምድር ንሕነሰ ንትራዳእ ለከሙ ከመ ኢየሀብዎሙ ዳግመ ለከለባት አምነ ዘይወስዱ ሕዝብነ እምዝየ ኀበ ቅድስት መቃብሪሁ ለእግዚእነ ክርስቶስ። ዛቲ ይእቲ መዋዕል ዘአስተብፅዐት ቅድመ እግዚእነ ወእሙ ቅድስት አመ ሀሎ ይትወለድ ንጉሥ በሀገረ ኢዮሮጳ ወውእቱ ይመውዖሙ ወያበጥሎሙ ለኢአማናውያን ወመሓመዳውያን። ወዘእንበለ ናፍቆ ዛቲ ይዕቲ መዋዕል ዘበእንቲአሃ ተነበየ መድኃኒነ ወእሙ ቅድስት።

ወኵሎ ይእዜኑ ይነገረከሙ ሐዋርያ ማቴዎስ ስምዑ ወተመጠው ከመ ቃለ ርእሰየ ወኢታስተኀቅርዎ እስመ ውእቱ ማእምር ማእከለ ዐበይታት ዘውስተ ቤትነ ወበእንተዝ ፈነውዎ ኀቤከሙ። እስመ ተክህለነ በሐዋሪያትከሙ ናኤምረከሙ በእንተ ጻሕቀ ልብነ ወባሕቱ ኢንፈቅድ ንግበር ከመዝ በእንተ ዘበአ ናፍቆ ውስተ ልብነ ከመ ኢይዜንውከሙ ፍጹመ በእንቲአሁ። ወምስለ ማቴዎስ ሐዋርያነ ንፌኑ ለከሙ አሐደ መስቀለ እም ዕፀ ዘተሰቅለ ቦቱ እግዚእነ በኢየሩሳሌም። ወእምህየ ተፈነወ ለነ ክፍለ ዚአሁ ወገበርነ እምኔሁ ክልኤተ መስቀለ ወአሐዱ አትረፍነ ለነ ወአሐዱ ፈነውነ ለከሙ ወስኑስ ጸሊም ወውእቱ ሰቅል በኀልቀተ ብሩር። ዓዲ እመ ትፈቅዱ ከመ ይትዋሰቡ ደቂቅከሙ ምስለ አዋልዲነ ወደቂቅነሂ ምስለ አዋልዲከሙ [ንፈቅድ ንግበር ከመዝ።] ባሕቱ ኢይኩን ለምዕር ዳእሙ ይኩን ለዘልፍ። ሕይወቱ ወጸጋሁ ለኢየሱስ ክርስቶስ መድኃኒነ ወእግዕዝትነ ማርያም ቅድስት ድንግል በኵሉ ጊዜ የሀሉ ምስሌከሙ ወምስለ ደቂቅከሙ ወአዋልዲከሙ ወኵሉ ሰብአ ቤትከሙ። ንሕነሰ ለእመ አስተጋባእነ ሠራዊትነ ንረክብ ኃይለ እንዘ ይረድአነ እግዚአብሔር ከመ ንማፆሙ ለኵሎሙ እለ ይትቃረንዋ ለሃይማኖትነ ቅድስት። ባሕቱ በፍኖተ ባሕር ኢየሱስ ክርስቶስ ያጽንዕከሙ በኵሉ ጊዜ። እስመ ሰማዕነ ነገራተ ዘገብሩ ሰራዊትከሙ በህንድ ወይመስነ መንክራተ ወአኮ ግብራተ እደ ሰብእ። እመኒ ትፈቅዱ ታስተዳልው ዓሥርተ ምእተ ንሕነ ንፌኑ ለከሙ ሲሳይ።[47]

<u>ትርጉም</u>
መልክተኛ የላክንበትን ምክንያት ምን እንደሆነ አሁን እናሳውቃለን። የምስር ገዢ በባህር ላይ ውጊያ ለማድረግ እየተዘጋጀ መሆኑን ስለሰማን ሰራዊታችሁን በስንቅ እና በጦር መሳሪያ ለመርዳት ዝግጁ ነን፣ በተደጋጋሚ ሰራዊቱንም በማሸነፋቸው እና በማዋረዳቸውም በህንድ በሚገኙት በአንተ ሰዎች ቀናን። ኃይላቸው በየቀኑ እንዲበረታ የእግዚአብሔር ፈቃድ ይሁን። ይህም ኢአማኒያን በሙሉ በአንተ ስር እንዲሆኑልህ ነው። በመካ እና በባቢል መንደብ እንዲጠብቋቸው ሰራዊታችንን እንልካለን። የልብህን ምኞት ለመፈጸም እንድትችል፣ ኢአማኒያን መሐመዳውያንን ከምድር ጠራርገህ ለማባረር (እኛም እንረዳልን)፣ የኛ ሰዎች ለጌታችን ኢየሱስ ክርስቶስ ቅድስት መቃብር የሚወስዱትን ስጦታም ዳግመኛ ለውሾች እንዳይሰጧቸው የሚሻል ከመስለህ (ወታደሮቻችንን) ወደጅዳ ወይም ቶር እናዘምታቸዋለን። ጌታችን እና ቅድስት እናቱ ኢአማኒያን መሐመዳውያንን የሚያሸንፋቸው እና የሚያባርራቸው ንጉሥ በአውሮፓ ይወለዳል ብለው የሰጡት ቃል ኪዳን የሚፈጸም አሁን ነው። ያለምንም ጥርጥር መድሀኒታችን እና ቅድስት እናቱ አስቀድሞ የተነበዩት ጊዜ አሁን ነው።

አሁን መልክተኛችን ማቴዎስ ሁሉንም ነገር ይነግራችኋል፣ እርሱን ስማው እና የሚለውንም እንደኔ ቃል ተቀበለው። በህዝባችን ካሉት ከልሂቃኖችም መካከል እርሱ የተማረ ነው የላክነውም ስለዚህ ነው፣ እንዳታስቀይሙት። እኛ በእውነት በልዑካኖችህ አማካይነት የልባችንን ፍላጎት ለአንተ ለማስተላለፍ እንፈልግ ነበር። ነገር ግን ሁሉንም አይነግሩም ብለን በልባችን ጥርጣሬ ገባ። ከማቴዎስ ጋር ጌታችን ኢየሱስ ክርስቶስ በኢየሩሳሌም የተሰቀለበትን እንጩት እንጨት ልከንላችኋል። ለኛ ከተላከልን ከፍለን ሁለት መስቀል አድርገን ሰራን። አንዱን ለራሳችን አስቀረን፣ አንዱን [ስለፍጹም ፍቅር] ለእናንተ ልከንላችኋል። እርሱም ቀለሙ ጥቁር ሲሆን ለማንጠልጠያ የብር ቀለበት አለው። ወንድ ልጆችህ የኛን ሴት ልጆች፣ የኛ ወንዶች ልጆች የአንተን ሴቶች ልጆች እንዲያገቡ ፍላጎት ካለህ (እኛ ለማድረግ ፈቃደኛ ነን)። ነገር ግን ይህ ዘላቂ ነገር እንጂ ጊዜዊ መሆን የለበትም። የመድሀኒታችን የኢየሱስ ክርስቶስ እና የእመቤታችን ቅድስት ድንግል ማርያም ጸጋና ሕይወት ከአንተ ጋር፣ ከወንዶችና ሴቶች ልጆችህ እንዲሁም ከመላው ከህዝብ ጋር ሁል ጊዜ ይኑር። እግዚአብሔር ቅድስት ሃይማኖታቸንን የሚቃወሙትን እንድናሸንፍ ስለሚረዳን ሰራዊታችንን እንዲከት ስናደርግ ኃይል እናገኛለን።

በባህር ላይ ካሉት ሁሉ የላቀ ናችሁ። ኢየሱስ ክርስቶስ ሁል ጊዜ ያፅናህ። በህንድ ሰራዊትህ የሰራውን ጀብድ ሰማን። ይህ ለኛ የሰው ስራ ሳይሆን ተአምር ነው የሚመስለን። እንድ ሺህ መርከቦች ልታሰባስቡ ብትፈቅዱ ስንቅ እንልከላችኋለን።

የንግሥት ዕሌኒ ደብዳቤ ብዙ ዋናዋና ጉዳዮችን ያነሳል። ምንም እንኳ በሃይማኖታዊ ቋንቋ ቢገለጽም ደብዳቤው በዋናነት ወታደራዊ እና ፖለቲካዊ ይዘት አለው። ዕሌኒ ፖርቱጋሎች በህንድ ውቅያኖስ፣ በኤደን ባሕር ሰላጤ እና በአጠቃላይ በቀይ ባሕር አካባቢ ስለሚያደርጉት እንቅስቃሴ መረጃ ይደርሳት ነበር። ፖርቱጋሎች ከግብጽ እና ከሌሎች አገሮች ጋር በባሕር ላይ ተደጋጋሚ ጦርነት አድርገው ስላገኙት ድል በደብዳቤ መካተቱ ይህንን ያረጋግጣል። በ1508 ዓ.ም. ግብጾች ወደህንድ ውቅያኖስ አድርገውት የነበረውን የመርከብ ዘመቻ እንዲሁ ዕሌኒ እንደምታውቅ ደብዳቤው ያረጋግጣል። በተጨማሪም የቀይ ባሕር እና የህንድ ውቅያኖስ በአውሮፓውያን ቁጥጥር ሥር እንደሚውል ትንቢት እንደነበረ እና ትንቢቱም እንዲፈጸም ኢትዮጵያውያን በጉጉት ይጠብቁት እንደነበረ ከደብዳቤው መረዳት ይቻላል።

ምስል 9፡- ንግስት ዕሌኒ እና ዓፄ በዕደ ማርያም (ንግስቲቱና እና አፄው በእጃቸው የያዙት መሀረብ ነው። በግራ እና በቀኝ የዕሌኒ እና የበዕደ ማርያም ሴቶችም ወንዶችም አጃቢዎች ድባብ፣ ሰይፍ እና ጭራ ይዘው ይታያሉ። Märtulä Maryam. EMML MS No. EMDA 00010, Tä'ammərä Maryam).

በደብዳቤው ላይ ባይገለጽም ማቴዎስ ወደፖርቱጋል የተላከበት ዋናው ምክንያት እያደገ የመጣው የአዳል ሸፍቶችና የአረብ መንግሥታት ወታደራዊ ትብብር የፈጠረው የደኅንነት ስጋት ነው። ይህን ከደብዳቤው ይዘት ማወቅ ይቻላል። የዕሌኒ ደብዳቤ ብቸኛ ትኩረት በፖርቱጋል እና በኢትዮጵያ መካከል ወደፊት ሊኖር ስለሚገባው ወታደራዊ

ትብብር ነው። ከዕሌኒ በፊት የኢትዮጵያ የውጭ ጉዳይ ፖሊሲ ዋና ዓላማ የአውሮፓን ዕደ ጥበብ ወደኢትዮጵያ ለማስገባት ነበር። ዕሌኒ ግን የፖርቱጋሉ ንጉሥ የእጅ ባለሙያዎችን እንዲልክላት አልጠየቀችም። በተቃራኒው ፖርቱጋል ከአረቦች ጋር በባሕር ላይ ለምታደርገው ጦርነት አስፈላጊውን ቁሳቁስ በማቅረብ እገዛ ለማድረግ ኢትዮጵያ ዝግጁ እንደሆነች እቴጌይቱ ቃል ትገባለች። ፖርቱጋሎች ግብጾችን አሸንፈው የቀይ ባሕርን እና የህንድ ውቅያኖስን መቆጣጠር ከቻሉ የአዳሎች የርዳታ ምንጭ ይደርቃል። ይህ ከሆነ ደግሞ የኢትዮጵያ የደኅንነት ስጋት ይወገዳል ማለት ነው።

ነገር ግን ዕሌኒ ከፖርቱጋል ጋር ወታደራዊ ትብብር ለማድርግ ያደረገችው ዲፕሎማሲያዊ ጥረት የተፈለገውን ውጤት ሳያመጣ ቀረ። ለዚህ ደግሞ ዋናው ምክንያት የማቴዎስ ጉዞ ከተጠበቀው በላይ አደገኛ፣ ችግር የበዛበት እና ረጅም ጊዜ የፈጀ በመሆኑ ነው። ማቴዎስ ከሌሎች ልዑካን ቡድን አባላት ጋር በ1509/10 ወደፖርቱጋል ለመሄድ ከሸዋ ተነሳ። አረቦች በሚቆጣጠሩት ቦታ ሁሉ ሲሄድ እራሱን እንደሙስሊም አረብ ነጋዴ በማስመሰል በድብቅ ይጓዝ ነበር። ሆኖም ግን ምንም ጥንቃቄ ቢያድርግ ከጥርጣሬ እና ከእንግልት አላዳነውም። ለምሳሌ ኤደን ሲደርስ ሰላይ ነህ ተብሎ ተይዞ ነበር። ከኤደን ተነስቶ ፖርቱጋሎች ከሚቆጣጠሩት ህንድ አገር በገዋ ግዛት ሥር ልዩ ስሙ ዳብሆል እተባለ ቦታ በታኅሣሥ ወር 1512 ዓ.ም. ደረሰ። ነገር ግን በገዋ የነበሩት የፖርቱጋል ባለሥልጣናት ስላላመኑት ማቴዎስ ለእሥር ተዳረገ። በመጨረሻ በፖርቱጋል የህንድ ቅኝ ግዛት አስተዳዳሪ በአልፎንሶ ደ አልቡከርክ (1509-1509) ጣልቃ ገብነት እንዲፈታ ከተደረገ በኋላ ወደፖርቱጋል አመራ። ሆኖም ግን ማቴዎስ በጉዞ ላይ ሳለ የኢትዮጵያ አምባሳደር ሳይሆን በድብቅ ሙስሊም የሆነ አጭበርባሪ ነው ብለው አብረውት የሚጓዙት ፖርቱጋላውያን በሀሰት ወንጅለው ብዙ አካላዊ ስቃይ አደረሱበት።[48]

ማቴዎስ ከብዙ ስቃይ፣ መጉላላት እና ውጣ ውረድ በኋላ ህንድ ውቅያኖስን እና አትላንቲክ ውቅያኖስን በመርከብ ተጉዞ በ1514 ዓ.ም. ፖርቱጋል ደረሰ። የፖርቱጋሉ ንጉሡ አማኑኤልም አምባሳደሩን በከፍተኛ ክብር ተቀብሎ አስተናገደው። ንጉሡ ማቴዎስን እና አብሮ የነበረውን ያዕቆብ የተባለ ወጣት ኢትዮጵያዊ ወደአገራቸው ከመመለሳቸው በፊት "የክርስቶስ ወታደሮች ማኅበር" ("Knights of the Order of Christ") የክብር አባልነት እንዲያገኙ አደረገ።[49] ፖርቱጋል ውስጥ የአንድ ዓመት ቆይታ ካደረጉ በኋላ በሚያዚያ ወር 1515 ዓ.ም. ማቴዎስ እና ያዕቆብ በዱአርት ጋልቫኦ ከሚመራ የፖርቱጋል መንግሥት ተወካዮች ጋር በመርከብ ተሳፍረው ጉዞ ወደኢትዮጵያ ጀመሩ። በጣም የሚያስገርመው ግን የፖርቱጋሎች የሀሰት ውንጀላ እና የማቴዎስ እንግልት እንደገና ተጀመረ። ዱአርት ጋልቫኦ የማቴዎስን ማንነት እና ዓላማ ከመጠራጠር አልፎ በፍጹም ጠላትነት ዐይን ማየት ጀመረ።[50]

በማቴዎስ ብዙ ችግር እና እንግልት የደረሰበት ለሱ ያልተገለጠለት በፖርቱጋል ባለሥልጣኖች መካከል በነበረ ፉክክር ምክንያት ነው። አንደኛው የፖርቱጋል ቡድን የሚደግፈውን ዓላማ ሌለኛው አይደግፍም። ለምሳሌ የፖርቱጋልን መንግሥት የጦረኝነት ፖሊሲ የሚደግፉም የሚቃወሙም ነበሩ።[51] በዚህ ምክንያት ዱአርት ጋልቫኦ እና ማቴዎስ እየተጨቃጨቁ እስከ1516 ዓ.ም. መጨረሻ ድረስ የባሕር ላይ ጉዞ አድርገው ህንድ ውስጥ የፖርቱጋል ቅኝ ማዕከል እነበረችው ገዋ ደረሱ። በረጅሙ ጉዞ ወቅት ያዕቆብ ታምሞ ሞተ። ይህም የማቴዎስን እና የዱአርት ጋልቫኦን ግንኙነት ይበልጥ አሻከረው።[52]

ህንድ ከደረሱ በኋላ ስለማቴዎስ እና የፖርቱጋል መልክተኞች ለማወቅ የተቻለው በምዕራፍ 3 ያገኘነው አንድሪያ ኮርሳሊ ለሮማ ጳጳሳት ባለሚሎች ከጻፉቸው ደብዳቤዎች

ነው። በቀዳሚው ምዕራፍ እንዳየነው ኮርሳሊ የፍሎሬንስ ነጋዴ ነበር። በራራ ከተማ ውስጥ የዕቃ መጋዘንም ነበረው። ከጣሊያን ሲመጣ ከካቶሊኩ ጳጳስ ለዓፄ ልብነ ድንግል የተጻፈ ደብዳቤ ይዞ ነበር። ደብዳቤው ኮርሳሊ በንጉሡ ግዛት ሲንቀሳቀስ አስፈላጊውን ትብብር እንዲያደርግለት የሚጠይቅ ነው።[53] ኮርሳሊ ማቴዎስን እና ወደኢትዮጵያ የሚጓዙትን የፖርቱጋል መልክተኞች ገዋ ሳሉ በ1516 ዓ.ም. ተቀላቀላቸው። ወደኢትዮጵያ የሚሄድ መርከብ በመጥፋቱ እስከየካቲት ወር 1517 ዓ.ም. ገዋ ለመቆየት ግድ ሆነባቸው። ብዙም ሳይቆይ ከገዋ ወደኢትዮጵያ ጉዞ አድርገው ቀይ ባሕር ከደረሱ በኋላ በ1517 ዓ.ም. ዱአርት ጋልቫኦ ሞተ።[54]

ምንም እንኳ ማቴዎስ ቢቃወመውም በዱአርት ጋልቫኦ ሞት ምክንያት የመርከቡ አዛዥ ከቀይ ባሕር እንደገና ወደገዋ ጉዞ ለማድረግ ወሰነ። በመጨረሻም በየካቲት ወር 1520 ዓ.ም. በዱአርት ጋልቫኦ ምትክ ዶም ሮደሪጎ ደ ሊማ የተባለ የፖርቱጋል አምባሳደር ተመርጦ ለሁለተኛ ጊዜ ጉዞ ከገዋ ወደኢትዮጵያ ተጀመረ። በሚያዚያ ወር 1520 ዓ.ም. ምጽዋ ደርሰው የፖርቱጋል ልዑካን እና ማቴዎስ በአካባቢው ከነበሩት የኢትዮጵያ ባለሥልጣናት እና ከቀይ ባሕር በ50 ኪሎ ሜትር ርቀት ላይ ከሚገኘው ከደብረ ቢዘን ገዳም መነኮሳት ጋር ተገናኙ። ማቴዎስም ለሁለተኛ አገሩ ለኢትዮጵያ አምባሳደር ሆኖ 10 ዓመት ሙሉ በየብስ እና በባሕር ተጉዞ፣ ብዙ መከራ ተቀብሎ በህመም ምክንያት በግንቦት ወር 1520 ዓ.ም. አርፎ ደብረ ቢዘን ገዳም ተቀበረ።[55] በህንድ ሕይወቱ እንዳለፈው እንደወጣቱ ያዕቆብ ማቴዎስም በራራን ደግሞ ሳይረግጥ የላኩትን ንግሥት ዕሌኒን እና ዓፄ ልብነ ድንግልን ዐይናቸውን ሳያይ ለኢትዮጵያ ደክሞ አለፈ። በመጨረሻም ከብዙ ድካም እና ውጣውረድ በኋላ በ1520 ዓ.ም. የፖርቱጋል መልክተኞች በጥቅምት ወር ተጉለት ውስጥ ከዓፄ ልብነ ድንግል ጋር ተገናኙ።[56] ማቴዎስ ወደፖርቱጋል ያደረገው ጉዞ የታለመለትን ግብ መትቷል ማለት ይቻለል።

4.3 የአውሮፓ አምባሳደሮች በበራራ

ከዘርዓ ያዕቆብ ቀጥሎ በነገሡት መሪዎች ዘመነ መንግሥት ወደኢትዮጵያ የሚመጡት አውሮፓውያን ቁጥር ከኢትዮጵያም በተለያየ ምክንያት ወደአውሮፓ የሚሄዱት ኢትዮጵያውያን ቁጥር ጨመረ። ቁጥራቸው ብዙ እንደሆነ የሚገመት የአውሮፓ ነጋዴዎች እና የእጅ ባለሙያዎች በራራ ይኖሩ ነበር።[57] በመንግሥት ደረጃ በኢትዮጵያ የመጀመሪያዎቹ የአውሮፓ አምባሳደሮች ዮሃንስ ባቲስታ ብሮኪ እና ዮሃንስ ዳ ካላብሪያ ናቸው። ሁለቱ ዮሃንሶች በራራ የደረሱት በ1482 ዓ.ም. ሲሆን የመጡትም በካቶሊክ ቤተ ክርስቲያን ሊቀ ጳጳስ ሲክስተስ 4ኛ (1471-1484) ተልከው ነው።[58] አቡነ ሚካኤል እና አቡነ ገብርኤል በ1458 ዓ.ም. ካረፉ በኋላ ባሉት 23 ዓመታት ኢትዮጵያ ጳጳስ አልነበራትም። ክፍተቱ የተፈጠረው የግብጽ መሪዎች የእስክንድሪያ ጳጳስ አቡን ሹሞ ወደኢትዮጵያ እንዳይላክ እንቅፋት ስለፈጠሩ ነው። ጳጳሱ ከሃይማኖት መሪነት አልፎ ለፖለቲክ መረጋጋት ከፍተኛ ሚና ይጫወት ነበር። ለምሳሌ አዲስ ንጉሥ ሲነግሥ ቀብቶ የሚያነግሥ አቡኑ ነው። የሚቀባ ጳጳስ ስላልነበረ በዕደ ማርያም እና ሕፃኑ ንጉሥ እስከንድር (1478-1494) በወጉ በሥርዓቱ አልነገሡም ነበር። በዚህም ምክንያቱ በዘመኑ የነበረው የቤተ መንግሥት ከፍተኛ ባለሥልጣን ራስ ዓምደ ሚካኤል በ1481 ዓ.ም. አቡን ከግብጽ የሚያመጣ ልዑክ ላከ። የልዑካን ቡድኑ ጻጋ ዘአብ እና ገብረ ብርሃን

የተባሉ ባለሥልጣናት ያካተተ ሲሆን ለግብጹ ሡልጣን የሚሰጥ ውድ ገጸ በረከት ይዘው ነበር የተጓዙት።[59]

ጳጳስ ለማምጣት ግብጽ የሄዱት የኢትዮጵያ የልዑካን ቡድኑ መሪ ወደኢየሩሳሌም አቅንቶ ነበር። ኢየሩሳሌም በነበረበት ወቅት የልዑካን መሪው ከኢትዮጵያ የመጣበትን ዓላማ በቅዱስ ፍራንሲስ ገዳመ ጽዮን ይኖር ለነበረው ጳውሎስ ዋልተር ቮን ጉግሊንገን ለተባለ የካቶሊክ መንኩሴ ነገረው። ከዚህ በኋላ የተፈጠረው ነገር ያልተጠበቀ ነው። ጉግሊንገን እንደሚለው ከሆነ የኢትዮጵያ ልዑካን የመጡበት ምክንያት ከቁስጥንጥንያ የግሪክ ጳጳስ ለኢትዮጵያ ቤተ ክርስቲያን አቡንነት አስመርጠው ለመውሰድ ነበር። ጉግሊንገንም ለካቶሊክ ቤተ ክርስቲያን መልካም አጋጣሚ የሚፈጥር ስለመሰለው ለጽዮን ገዳም አበምኔት ለዮሃንስ ቶማቸሊ (1478-1481) ስለኢትዮጵያ ልዑካን የሰማውን ነገረው። የኢትዮጵያ ልዑካን የቁስጥንጥንያ ጉዟቸውን ሠርዘው ወደሮማ እንዲሄዱና በካቶሊኩ ሊቀ ጳጳስ የተሾመ አቡን ይዘው ወደአገራቸው እንዲሄዱ ጠየቋቸው። የኢትዮጵያ ልዑካን መሪ ጥያቄውን ይቀበለው ወይም አይቀበለው በዘመኑ የተጻፉ ምስክሮች ግልጽ አያደርጉትም።[60] ነገር ግን የኢትዮጵያ የልዑካን አባላት የነበሩ ሁለት መነኮሳት በ1481 ዓ.ም. ወደሮማ ሄደው እንደነበረ የጽሑፍ እና የሥዕል ምስክሮች ያሳያሉ።[61] ከሁለቱ መነኮሳት ጋር የቀድሞው የሮማ ጳጳስ ባለሚል የነበረ ኢየሩሳሌም የሚኖር ዮሃንስ ባቲስታ ብሮኪ የተባለ መነኩሴም አብሮ ሄዶ ነበር። ሮማ ሲደርሱም የካቶሊኩ ጳጳስ ብሮኪን አምባሳደር መልክተኛ አድርጎ ወደኢትዮጵያ እንዲሄድ መረጠው።[62]

ለኢትዮጵያ ቤተ ክርስቲያን ጳጳስ የሚሾመው የእስክንድሪያው ሊቀ ጳጳስ ብቻ ነው። በ1481 ዓ.ም. ወደግብጽ የተላኩት የኢትዮጵያ ልዑካን የተሰጣቸው ትእዛዝ እንደተለመደው ከእስክንድሪያው ሊቀ ጳጳስ ለኢትዮጵያ ቤተ ክርስቲያን ጳጳስ አስሹመው እንዲያመጡ ነው። የልዑካኑ ቡድን ኢየሩሳሌም በነበሩበት ጊዜ በዮሃንስ ቶማቸሊ ምክር ከሮማው ሊቀ ጳጳስ ለኢትዮጵያ ቤተ ክርስቲያን ጳጳስ ለማስሾም ወደሮማ ያደረጉት ጉዞ ከነበረም ሕገ ወጥ ድርጊት ነው። የኢትዮጵያ የልዑካን ቡድን አባላት ኢየሩሳሌም በነበሩበት ጊዜ ከካቶሊክ መነኮሳት ጋር ያደረጉትን ትክክለኛ ስምምነት የሚያስረዳ የታሪክ ምንጭ የለም። የልዑካን ቡድኑ ጳጳስ አስሹመው ለማምጣት ወደሮም ይሄዳሉ ብሎ ለማመን በቂ መረጃም፣ ምክንያትም የለም። ለማለት የሚቻለው በኢትዮጵያ ልዑካንና በካቶሊ መነኮሳትና ባለሥልጣናት መካከል የባህል ልዩነት የፈጠረው ትልቅ አለመግባባት፣ ብዥታ እንደነበረ ነው።[63]

ያም ሆነ ይህ የኢትዮጵያ ልዑካን መሪ ከግብጹ መሪ ከሡልጣን ቃይት በይ (1468-1496) ጋር ስምምነት ስለደረሱ አባ ይስሐቅ እና አባ ማርቆስ የተባሉ ጳጳሳትን፣ ሚካኤል እና ዮሃንስ የተባሉ ኤጲስቆጶሳት እና ዮሴፍ የተባለ ቆሞስ ይዘው ወደኢትዮጵያ ተመለሱ።[64] የሮማ ቤተ ክርስቲያን ባለሥልጣናት ግን በዚህ ተስፋ አልቆረጡም። በወቅቱ የነበረው የሮማው ሊቀ ጳጳስ ሲክስተስ 4ኛ ለኢትዮጵያው ንጉሥ የሚሰጥ ደብዳቤ አዘጋጀ።[65] ዮሃንስ ቶማቸሊ ወደኢትዮጵያ የሚደረገውን ጉዞ እንዲያመቻች እና ኢትዮጵያም ሄደው ሁኔታውን እንዲያጠኑ ከኢየሩሳሌም ወደካይሮ ሁለት መነኮሳትን ላከ። የተላኩት መነኮሳትም ዮሃንስ ዳ ካላብሪያ እና ፍራንቸስኮ ሰጀር ናቸው። ከሁለቱ የኢትዮጵያ መነኮሳት ጋር ወደሮማ የሄደው ብሮኪም መነኮሳቱን ሮማ ትቶ ወደካይሮ ተጓዘ። ካይሮ ሲደርስ ፍራንቸስኮ ሰጀርን ሞቶ ዮሃንስ ዳ ካላብሪያን ብቻ በሕይወት አገኘ።

በመጨረሻም ብሮኪ እና ዮሃንስ ዳ ካላብሪያ ከካይሮ ተነስተው በታኅሣሥ ወር 1482 ዓ.ም. ሸዋ በራራ ከተማ ገቡ።[66]

ነገር ግን በራራ ከተማ ያልጠበቁት አቀባበል ገጠማቸው። እስክንድር ወይም በንጉሡ ስም ኢትዮጵያን የሚገዛው ራስ ዓምደ ሚካኤል ጥሩ አቀባበል ቢያደርግላቸውም የኢትዮጵያ ቀሳውስት ብሮኪ እና ዮሃንስ ዳ ካላብሪያን በጥርጣሬ ዐይን ተመለከቷቸው። ንጉሡን የፈረንጅ ሃይማኖት ተቀብሏል እያሉ ማውራት ጀምረውም ነበር።[67] ዮሃንስ ዳ ካላብሪያን በበራራ ከተማ ትቶ ለአዲሱ የገዳም አለቃቸው ለ ፓውሎ ካኔዶ ለመናገረ እና ትእዛዝ ለመቀበል ብሮኪ ተመልሶ ወደኢየሩሳሌም ሄደ። ፓውሎ ካኔዶ ተስፋ ባለመቁረጥ በ1484 ዓ.ም. ዳግም ብሮኪ የኢትዮጵያ ቤተ ክርስቲያን ከካቶሊክ ቤተ ክርስቲያን ጋር አንድነት እንድትፈጥር ሁኔታውን እንዲያጠናና የኢትዮጵያን ባለስልጣኖች እንዲያግባባ ብሮኪን ወደበራራ ዳግሞ እንዲሄድ አደረገው። ሆኖም ግን የኢትዮጵያ ቤተ ክርስቲያንም ሆነ መንግሥት ከኦርቶዶክስ እምነት ወጥተው ለካቶሊክ ቤተ ክርስቲያን ለማደር ምንም ዐይነት ፍላጎት ስላልነበራቸው የብሮኪ እና የጓደኛው ድካም ፍሬ ሳያፈራ ቀርቷል።[68]

ብሮኪም ከሮማ ኢየሩሳሌም ከዚያም በራራ ከተማ ስላደረገው ጉዞ ኢትዮጵያ ውስጥ ስላጋጠመው ችግር ለአገሩ ተወላጅ ለፍራንቸስኮ ሱሪያኖ (1450-1529) ነግሮት ነበር። ብሮኪ ስለኢትዮጵያውያን ለፍራንቸስኮ ሱሪያኖ ከነገረው ውስጥ ኢትዮጵያውያን "ውስን ችሎታ እና ኃይል ያላቸው ደካሞች ነገር ግን ትምክህተኞች ናቸው" ("Gente pusilanima e de poca forza e faticha, ma superbi")[69] የሚል ይገኝበታል። ይህንን አሉታዊ አስተያየት ስለኢትዮጵያውያን የሰጠው ተልዕኮው ስላልተሳካለት ይመስላል። በተጻራሪ ዮሃንስ ኢትዮጵያውያን በጣም "ለሃይማኖታቸው ከሁሉም ክርስቲያኖች በላይ መንፈሰ ጠንካራ እና እጅግ ቀናኢ ናቸው" (Sono zelanti de la fede e ferventi de spirito, spora tuti li altri christiani")[70] ብሎ ለፍራንቸስኮ ሱሪያኖ ስለኢትዮጵያውያን ያስተዋለውን ነግሮታል። ብሮኪ እና ዳ ካላብሪያ ወደበራራ የተላኩ የመጀመሪያዎቹ የካቶሊክ ቤተ ክርስቲያን ዲፕሎማቶች ወይም የአውሮፓ መንግሥት ተወካዮች ናቸው። ነገር ግን የመጨረሻ አይደሉም። ቀጥሎ የፖርቱጋል መንግሥት ወደኢትዮጵያ የላካቸውን አሳሾች እና አምባሳደሮች ታሪክ ባጭሩ እንመለከታለን።

4.4 ፖርቱጋል እና ኢትዮጵያ፡- ካህኑ ንጉሥ ዮሃንስን ፍለጋ

በኢትዮጵያውያን እና በአውሮፓውያን መካከል በተደረጉ ግንኙነቶች ለምሥራቅ ሜዲትራንያን ቅርብ የነበሩ ከተሞች ማለትም ሮማ፣ ቬኒስ፣ ጀነዋ እና ኔፕልስ ልዩ ቦታ ነበራቸው። ነገር ግን የ15ኛው ምእት ዓመት መጨረሻ ዐሥርት ዓመታትና በ16ኛው ምእት ዓመት መጀመሪያ የኢትዮጵያና የአውሮፓ የግንኙነት መስመር ተቀየረ። ይህ ዘመን አዳዲስ የፖለቲካና የውጭ ግንኙነት ክስተቶች የታዩበት ነበር። አንዱ ክስተት በህንድ ውቅያኖስ እና በቀይ ባሕር ከፖርቱጋላውያን ጋር ቀጥተኛ የግንኙነት መስመር መከፈቱ ነው። ፖርቱጋል በምዕራብ አውሮፓ የአትላንቲክ ዳርቻ የምትገኝ አነስተኛ አገር ናት። ፖርቱጋሎች ወደቀይ ባሕር እና የህንድ ውቅያኖስ ጠረፋማ አካባቢዎች የመጡበት አንዱ ዓላማ በአረቦች እጅ የነበረውን አፍሪካ እና እስያ የሚመረቱትን የወርቅ እና የቅመም የቅንጦት ምርቶች ንግድ ለመቆጣጠር ነበር። ሁለተኛ ዓላማቸው የአረቦችን እና የእስልምናን ተጽእኖ ከህንድ ውቅያኖስ እና ከቀይ ባሕር አካባቢዎች ማስወገድ ነው።

ለዚህ ደግሞ የካህኑን ንጉሥ ዮሃንስ ርዳታ ይፈልጉ ነበር። ወደኢትዮጵያ ተስበው የመጡት በዚህ ምክንያት ነው።[71]

ለፖርቱጋል እና ኢትዮጵያ ግንኙነት መመሥረት አንዱ በር የከፈተው በፖርቱጋል እና በአራጎን ነገሥታት መካከል የነበረው ቤተሳባዊ ትስስር ነው። የፖርቱጋሉ ንጉሥ ዱዋርት (1433-1438) የአራጎኑን ንጉሥ የአልፎንሶ 5ኛ (1442-1458) እኅት ኢሊያኖርን አግብቶ ነበር። ዱዋርት ከኢሊያኖር የወደፊቱን የፖርቱጋል ንጉሥ አልፎንሶ 5ኛ (1438-1477) ወለደ። የአራጎኑ ንጉሥ አልፎንሶ ከዓፄ ይስሐቅ እና ከዓፄ ዘርዓ ያዕቆብ ጋር ዲፖሎማሲያዊ ግንኙነት ያደርግ እንደነበረ በሰፊው ዐይተናል። በፖርቱጋል እና በአራጎን ነገሥታት መካከል በነበረው ቤተሰባዊ ግንኙነት ምክንያት አልፎንሶ ከኢትዮጵያ ነገሥታት ጋር ስለሚያደርገው ግንኙነት ለፖርቱጋል መሪዎች መረጃ ይደርሳቸው ነበር።[72] በ1441 ዓ.ም. ኢትዮጵያ በተሳተፈችበት ፍሎሬንስ ከተማ የተካሄደውን የዓለም ክርስቲያኖች ጉባዔ ፖርቱጋልን ወክሎ ጉባዔውን የታደመው ዶም ጎሜዝ ኢኔስ (1383-1459) ስለኢትዮጵያ ልዑካን ያየውን እና የሰማውን ለአገሩ መሪዎች እንደሚያሳውቅ ግልጽ ነው። በፍሎሬንስ ጉባዔ የጳጳሱ ጸሐፊ የነበረው ብራችዎሊኒ የዶም ጎሜዝ ኢኔስ ወዳጅ ከመሆኑም በላይ ከፖርቱጋል መሪዎች ጋር በአፍሪካ ነክ ጉዳዮች መረጃ ይለዋወጡ ነበር።[73] በመጨረሻም በፖርቱጋል እና በኢትዮጵያ መካከል ግንኙነት ኢንዲፈጠር ምክንያት የሆነው ታዋቂ አሳሽ እና የባርያ ነጋዴ የነበረው አልቪስ ካዳሞስቶ (1432-1483) የተባለ ቬኒሳዊ ነው። በቬኒሳዊው በፍራ ማውሮ የተሣለውን ዝነኛ የዓለም ካርታ ለፖርቱጋል ንጉሥ አልፎንሶ 5ኛ (1438-1477) ገዝቶ በ1459 ዓ.ም. የላከለት ይኸው ካዳሞስቶ ነው። ስለኢትዮጵያ ካርታው ላይ የሰፈረው መረጃ የፖርቱጋል መሪዎች ከኢትዮጵያ ጋር ግንኙነት ለመፍጠር ባደረጉት አሰሳ ከፍተኛ ሚና ነበረው።[74]

በግንቦት ወር 1487 ዓ.ም. በዘመኑ የነበረው የፖርቱጋል ንጉሥ ዳግማዊ ዮሃንስ (1481-1495) አልፎንሶ ደ ፐይቫ እና ጴጥሮስ ዳ ኮቪልሀ የተባሉ አረብኛ ቋንቋ መናገር የሚችሉ አሳሾችን የካህኑ ንጉሥ አገር ብለው የሚጠሯትን ኢትዮጵያን ያለችበትን ትክክለኛ ስፍራ፣ ስለአገሪቱ ወታደራዊ ኃይል መረጃ እንዲሰበስቡ ወደመካከለኛው ምሥራቅ ላካቸው። ስለኢትዮጵያም ያገኙትን መረጃ ከመካከለኛው ምሥራቅ ሆነው ለላካቸው ለፖርቱጋል መንግሥት ሪፖርት እንዲያደርጉ ትእዛዝ ተሰጣቸው። በተጭማሪም በምዕራብ ህንድ ውቅያኖስ እና በምሥራቅ አፍሪካ የወደብ ከተሞች ስላለው የንግድ እንቅስቃሴ እንዲሁም የወደብ ከተሞችን በደቡብ አትላንቲክ አቅጣጫ በኩል አዲስ የንግድ መስመር መክፈት የሚቻል መሆኑን እንዲያጣሩ ትእዛዝ ተሰጣቸው። ፐይቫ እና ኮቪልሀ የሜዲትራንያን ባሕርን አቋርጠው የአረብ ነጋዴ መስለው ወደግብጽ ሄዱ። ካይሮ ላይ ከደረሱ በኋላ ፐይቫ ወደኢትዮጵያ ሄደ። ኮቪልሀ በበኩሉ የቀይ ባሕርን በመርከብ ተጉዞ ብዙ የወደብ ከተሞችን አልፎ ህንድ ደርሶ ከዚያም ወደምሥራቅ አፍሪካ ተመልሶ ሶፋላን ጨምሮ የምዕራብ ህንድ ውቅያኖስ የጠረፍ ከተሞችን ለመጎብኘት ቻለ። በጉዞው ወቅትም የምሥራቅ አፍሪካን የጠረፍ ከተሞች በደቡብ አትላንቲክ በኩል ቀጥታ ማግኘት እንድሚቻል አረጋገጠ።[75]

ቀጥሎ ፐይቫ እና ኮቪልሀ ጉዟቸውን ከፈጸሙ በኋላ ተመልሰው ካይሮ ለመገናኘት አቅደው ነበር። በእቅዳቸው መሠረት ኮቪልሀ ወደህንድ እና ምሥራቅ አፍሪካ የጠረፍ ከተሞች ያደረገውን ጉዞ ጨርሶ ፐይቫን ለማግኘት ካይሮ ተመለሰ። ነገር ግን ፐይቫ ኢትዮጵያ ሳይደርስ በመንገድ ላይ ሳለ በውል ካልታወቀ ስፍራ ስለሞተ ፐይቫ በእቅዱ

መሠረት ካይሮ ሳይገኝ ቀረ። ኮቪልሀ የሰበሰበውን መረጃ ዮሴፍ በሚባል ፖርቱጋላዊ ይሁዲ እና የንጉሡ ተወካይ አማካይነት ለዳግማዊ ዮሃንስ እንዲደርስ አደረገ። ከዚህ በመቀጠልም ለፐይቫ ተሰጥቶት የነበረውን ተልዕኮ እራሱ ኮቪልሀ እንዲፈጽም እና ኢትዮጵያን ለማግኘት አሰሳውን እንዲቀጥል ንጉሡ በዮሴፍ በኩል ለኮቪልሀ ትእዛዝ አስተላለፈ።[76] በተጨማሪም ዳግማዊ ዮሃንስ በ1488 ዓ.ም. ሉቃስ ማርቆስ የተባለ የኢትዮጵያ መነኩሴ እቤተ መንግሥቱ ድረስ እንዲመጣ ካደረገ በኋላ ለኢትዮጵያ ንጉሥ የሚላክ ደብዳቤ እንዲያዘጋጅ አደረገ። ደብዳቤውንም ወደኢየሩሳሌም ለሚሄዱ ሰዎች ላከው። ደብዳቤው ግን ወደተፈለገው አድራሻ አልደረሰም።[77] ኮቪልሀ ከካይሮ ተነስቶ ፋርስ ባሕር ሰላጤ በምትገኘው ከተማ ሆርሙዝ ከደረሰ በኋላ፣ ቀጥሎ መዲናን እና መካን በድብቅ ሙስሊም መስሎ ከተሳለመ በኋላ ስለኢትዮጵያ መረጃ መሰብሰቡን ቀጠለበት። በመጨረሻም በዘይላ በኩል አድርጎ በዓፄ እስክንድር (1478-1495) ዘመን ኢትዮጵያ ገባ። ነገር ግን ከሀገር እንዳይወጣ እገዳ ስለተጣለበት መመለስ ሳይችል ቀርቷል። ስለሆነም ኢትዮጵያዊት አግብቶ ልጅ ወልዶ መኖር ጀመረ።[78]

ፖርቱጋሎች ከኢትዮጵያ ጋር ቀጥተኛ ግንኙነት ለማድረግ ያደረጉት ሙከራ ሳይሳካ 15ኛው ምእት ዓመት ተጠናቀቀ። ከዳግማዊ ዮሃንስ ቀጥሎ የነገሠው የፖርቱጋሉ ንጉሥ አማኑኤል ቀዳማዊ (1495-1521) ወደአፍሪካ እና እስያ የሚደረገውን መስፋፋት እንዲሁም የካህኑ ንጉሥ ዮሃንስን አገር ለማግኘት የሚደረገውን ጥረት በተጠናከረ አኳኋን ቀጠለበት። በ16ኛው ምእት ዓመት የመጀመሪያ ዓመታት ጀምሮ የአሁኑን ኬንያን እና የታንዛኒያን ጠረፎች እና ደሴቶችን ጨምሮ በምዕራብ እና በምሥራቅ ህንድ ውቅያኖስ ዳርቻ ያሉትን ስትራቴጃዊ ቦታዎች በቁጥጥራቸው ሥር ለማድረግ በቁ።[79] ይህም ወደኢትዮጵያ ለሚያደርጉት ጉዞ ሌላ አማራጭ ፈጠረላቸው። በመጋቢት ወር በ1507 ዓ.ም. ትሪስታኦ ዳ ኩንሀ (1460-1540) የተባለው የባሕር ኃይል አዛዥ በኬንያ ጠረፍ ከተማ በማሊንዲ ወደኢትዮጵያ የሚሄዱ ሦስት መልዕክተኞች ለመላክ ወሰነ። እነርሱም ዮሃንስ ጎሜዝ፣ ዮሃንስ ሳንቸዝ ሞሪስኮ እና ሲዲ መሐመድ የተባለ በትውልዱ ቱኒሲያዊ የሆነ ሙስሊም ናቸው። ነገር ግን የማሊንዲ ገዢዎች ጉዞውን ገና ከጅምሩ ስላደናቀፉት እንዲሰረዝ ሆኗል። በመጨረሻ በዘይላ በኩል ወደንጉሡ ቤተ መንግሥት መሄድ እንድሚቻል አዲስ የፖርቱጋል ባሕር ኃይል አዛዥ ሆኖ የተሾመው አልፎንሶ ደ አልቡከርክ መረጃ ስላገኘ ጉዞ ወደዘይላ አደረጉ። አልቡከርክም ሦስቱን መልእክተኞች በከፍተኛ ምስጢር እጠረፏ ከተማ ዘይላ አጠገብ አውርዶ ወደኢትዮጵያ ንጉሥ ጉዟቸውን እንዲቀጥሉ አዝዞ እርሱ ወደህንድ ተጓዘ።[80]

አልቡከርክ ወደኢትዮጵያ ስለላካቸው መልክተኞች ወሬ ሳያገኝ ሦስት ዓመት አለፈ። መጨረሻም በ1510 ዓ.ም. ከጅዳ ወደህንድ ይጓዝ የነበረ መርከብ አንድ ፖርቱጋላዊ የመርከብ አዛዥ አስገድዶ ባገተበት ጊዜ በመርከቢቱ ውስጥ ካሉ ሁለት የካስቴላን ይሁዲዎች ወደኢትዮጵያ ስለተላኩት ስለሦስቱ መልክተኞች መረጃ አገኘ። ይሁዲዎቹም ጎሜዝ እና ሲዲ መሐመድን በ1509 ዓ.ም. ከቀይ ባሕር ወደብ ከተማ ሱዋኪም እንዳገኟቸው ተናገሩ። ጎሜዝ እና መሐመድ አብሯቸው ወደኢትዮጵያ እንዲሄድ ከተላከው ከሞሪሲኮ ጋር መለያየታቸውንም አክለው ተናገሩ። በመጨረሻም ጎሜዝ እና ሲዲ መሐመድ ባልደረባቸው ሞሪስኮ መሞቱን እንደነገሯቸው ሁለቱ ይሁዲዎች ለመርከቡ አዛዥ ተናገሩ። ቀጥሎም ሁለቱን ይሁዲዎች ለተጨማሪ ምርመራ ለፖርቱጋል የባሕር ኃይል አዛዥ ለአልቡከርክ ተላልፈው ተሰጡ። እነርሱም ጎሜዝ እና መሐመድ ከሞሪስኮ እንደተለያዩ እና ወደኢትዮጵያ ሊያደርጉት የነበረውን ጉዞ ሠርዘው

በመካከለኛው ምሥራቅ በኩል ወደአውሮፓ ለመሄድ እንደተመለሱ እና ሱዋኪም እንደተገናኙ ለአልቡከርክ ተናገሩ።[81] ለሁሉም ያልታወቀው ግን ሦስቱም መልክተኞች በራራ ከተማ በሰላም ገብተው መኖር መጀመራቸው ነው። ጎሜዝ፣ መሐመድ እና ሞሪስኮ ኢትዮጵያ እንደደረሱ የፖርቱጋሉ ንጉሥ በ1487 ዓ.ም. ወደኢትዮጵያ ልኮት የነበረውን ነገር ግን ወደአገሩ እንዳይመለስ የተከለከለውን ኮቪልሀን አገኙት።[82]

ቀጥሎ ወደኢትዮጵያ የተሳካ ጉዞ ያደረገው የፖርቱጋሎች ልዑክ በሮደሪጎ ዳ ሊማ የተመራው ከ10 በላይ አባላት ያለው የልዑካን ቡድን ነው። የልዑካኑ አባላት ወደኢትዮጵያ የገቡት በ1520 ዓ.ም. ሲሆን ኢትዮጵያ ውስጥ ለአምስት ዓመት ቆይተው ለቅቀው የወጡት በ1526 ዓ.ም. ነው። ይህ የምባሳደሮች ልዑክ ንግሥት ዕሌኒ ወደፖርቱጋል አምባሳደር አድርጋ ከላከችው ከማቴዎስ ጋር የፖርቱጋሉ ንጉሥ ቀዳማዊ አማኑኤል መልሶ የላከው ነው። ሊማና ሌሎቹ ልዑካን በጥቅምት ወር 1520 ዓ.ም. ሸዋ ውስጥ ልዩ ስሙ ተጉለት በተባለ ቦታ ወደዓፄ ልብነ ድንግል ቤተ መንግሥት ደረሱ።[83]

በወጣቱ ልብነ ድንግል ጊዜ በሳል የንጉሡ አማካሪ ቤተ መንግሥት ውስጥ አለመኖሩ አንዱ የዚህ ዘመን አሳዛኝ ክስተት ነው። አምባሳደሮች ሸዋ በደረሱ ጊዜ ዕሌኒ ምንም ዐይነት የፖለቲካ ተጽእኖ አልነበራትም። ማቴዎስ ወደፖርቱጋል ሲላክ ገና የ11 ዓመት ልጅ የነበረው ልብነ ድንግል የፖርቱጋል አምባሳደሮች ወደኢትዮጵያ በደረሱ ጊዜ የ23 ዓመት ወጣት ነበር።[84] ዕሌኒም በሕይወት ብትኖርም የውጭ ግንኙነትን በሚመለከት በንጉሡ ላይ ብዙም ተጽእኖ ለማሳደር የፈለገች አይመስልም። ምንም እንኳ የሚፈልጉትን ነገር ቢያቅርብላቸውም ልብነ ድንግል ለፖርቱጋሎች ፈጽሞ ያልጠበቁት ቀዝቃዛ አቀባበል አደረገላቸው። ልብነ ድንግል ማቴዎስን እርሱ አንዳልላከው እና ዕሌኒ እንደላከችው ተናገረ። የፖርቱጋሉ አምባሰደር ከፖርቱጋል ባለሥልጣናት የተላከውን መልክት ለንጉሡ እንዲናገር፣ በቅርብ ጊዜ ምጽዋ እንደሚመጣ የሚጠበቀውን የፖርቱጋል መርከብ እንዳያመልጣቸው የመጡበትን ጉዳይ በቶሎ አስፈጽሞ መልክተኞችን እንዲያሰናብታቸው ልብነ ድንግልን ተማጸነ። ንጉሡ ግን የፖርቱጋል መልከተኞች የግዛቱን ሲሶ እንኳ ስላላዩ በደንብ ከአረፉ እና አገር ከጎበኙ በኋላ መልከታቸውን እንደሚሰማና እንደሚሸኛቸው ነገራቸው። ንጉሡ በዐይን ለመታየትም ሆነ ከባለጉዳዮች ጋር በቀጥታ ለመነጋገር ቶሎ ፈቃደኛ ሳይሆን ቀረ። ከመጋረጃ ጀርባ ሆኖ በአስተርጓሚ ሮደሪጎ ዳ ሊማን እያመላለሰ ፖርቱጋሎች ከመጡበት ጉዳይ ጋር ምንም የማይገናኝ ጥያቄ በተደጋጋሚ ጠየቀው።[85]

አንድ ወር እንዲጉላሉ ካደረገ በኋላ በመጨረሻ ልብነ ድንግል ከፖርቱጋሎች ጋር ፊት ለፊት ተገናኝቶ ለመወያየት ወሰነ። በውይይታቸው ወቅት ዘይላ ስትራቴጃዊ ቦታ ስለሆነ ፖርቱጋሎች እንዲይዙት እና የመከላከያ ግንብ እንዲሠሩ ንጉሡ ሀሳብ አቀረበ። ፖርቱጋሎች ዘይላን ከያዙ ጅዳን ጨምሮ በቀይ ባሕር ጠረፍ ያሉትን የአረብ ከተሞች መቆጣጠር እንደሚያስችላቸው ንጉሡ አስረዳቸው። በመጨረሻም በየካቲት 1521 ዓ.ም. ከልብነ ድንግል የተጻፈ ለፖርቱጋሉ ንጉሥ አማኑኤል የሚሰጥ ደብዳቤ እና ለካቶሊኩ ጳጳስ የሚሰጥ ደብዳቤ ይዘው አምባሳደሮቹ ሸዋን ለቅቀው ረጅሙን ጉዞ ጀመሩ።[86] ነገር ግን አምባሳደሮቹ ያላወቁት እና ያልጠበቁት በተለያየ ምክንያት ኢትዮጵያ ውስጥ አምስት ዓመት እንደሚቆዩ ነበር። ፖርቱጋላውያን ለዓመታት ሲጉላሉ ከቆዩ በኋላ በጥር ወር 1526 ዓ.ም. ለመጨረሻ ጊዜ ሸዋን ለቅቀው ወደአገራቸው ጉዞ ጀመሩ። የፖርቱጋል መልከተኞች ኢትዮጵያ ሳሉ ንጉሥ አማኑኤል ቀዳማዊ አርፎ ስለነበረ ልብነ

ድንግል ከአማኑኤል ቀጥሎ ለነገሠው ለንጉሥ ዮሃንስ 3ኛ (1521-1557) ሌላ ደብዳቤ ጻፈ። ልዑካኑ በ1526 ዓ.ም. በጥር ወር መጨረሻ በመርከብ ተሳፍረው ወደገዋ ተጓዙ። ጸጋ ዘአብ የተባለ የኢትዮጵያ አምባሳደርም አብሮ ወደፖርቱጋል ሄደ።[87]

ልብነ ድንግል ፖርቱጋሎችን ያጉላላቸው እና በቸልተኝነት ያስተናገዳቸው ምክንያት ምናልባት የዘይላው ገዢ ማሕፉዝ በ1517 ዓ.ም. ንጉሡ በመራው ጦርነት መገደሉን ተከትሎ አዳሎች ከፍተኛ የሥልጣን ሽኩቻ እና ብጥብጥ ውስጥ ስለነበሩ የተጋነነ ደኅንነት ስለተሰማው ሊሆን ይችላል።[88] ልብነ ድንግል ለንጉሥ አማኑኤል ቀዳማዊ በጻፈው ደብዳቤ ላይ እንዲህ ይላል፡-

> I was never at peace nor did I rest, because they would not believe the truth, and I always preached the faith, and now in my time I am at rest: God gives me rest fron those our enemies; and in all my borders when I go to meet the Moors, they cannot look straight at me, nor turn their face to us. When I send them into the field in war, my Captains are victorious over the enemies, and so I have victory; and God does not vex me with His favour, as the Psalter says.[89]
>
> ትርጉም
> እኔ ምንም ዐይነት እረፍትም ሆነ ሰላም በጭራሽ አልነበረኝም፣ ምክንያቱም እውነትን አያምኑምና፣ እኔም ዘውትር ስለሃይማኖቱ እሰብክ ነበር። አሁን በዘመኔ እረፍት አግኝቻለሁ። እግዚአብሔር ከእነዚህ ጠላቶቼ ዕረፍት ሰጥቶኛል። እስላሞችን ለመውጋት በምሄድበት በአገሬ ድንበር ሁሉ ደፍረው ፊት ለፊት ወደእኔ ለማየት ወይም ፊታቸውን ወደኛ ለማዞር አይችሉም። የጦር አለቆቼን ወደጦርነት በላክኋቸው ጊዜም ጠላቶችን ድል ስለሚያደርጓቸው ድሉ የኔ ነው። ዳዊት በመዝሙሩ እንዳለው እግዚአብሔር ቸርነቱን ነስቶ አላስከፋኝም።

ማሕፉዝ በመሞቱ ምክንያት የኢትዮጵያ የደኅንነት እና የጸጥታ ችግር ለአጭር ጊዜም ቢሆን ጋብ ብሎ ነበር። በዚህም ምክንያት የፖርቱጋል ወታደራዊ ትብብር አስፈላጊነቱ ለልብነ ድንገል አልታየውም።

ልብነ ድንግል ለአዲሱ የፖርቱጋሉ ንጉሥ ለዮሃንስ ሳልሳዊ (1521-1557) በጻፈው ደብዳቤ ላይ ትኩረት ያደረገው በዕደ ጥበብ ርዳታ እና ሽግግር ላይ ነበር። ደብዳቤውን አባሪ አድርገን አቅርበነዋል (አባሪ 3ን ይመለከቷል)። ቀጥሎ ከደብዳቤው አስፈላጊ የሆነውን ክፍል ብቻ ጠቅሰናል፡-

> ኦእግዚእየ ወእኁየ ፈጽሙ ለነ ፍቅረ አቡክሙ በኀቤነ ወፈንው ለነ ወትረ ሐዋርያቲክሙ እስመ ንፈትዎሙ ፈድፋደ። እስመ ደቂቀ መሐመድ ርኩስ ይትፋቀሩ በበይናቲሆሙ። ንሕነሰ ክርስቶሳውያን እፎ ይደልወነ ከመ ንትፋቀር በበይናቲነ። እምይእዜሰ ኢንፈቅድ ሐዋርያተ እምግብጽ ወእምካልአንሂ ነገሥታት ዘለመዱ ይፈንው ኀቤነ። ዳዕሙ ንፈቱ ሐዋርያክሙ። ነገሥታተ መሐመድኒ ያፈቅሩነ በእንተ ንዋይ ወይጸልኡነ በእንተ ሃይማኖትነ። ነገሮሙሰ ኢአጸመነ ወናረምም በእንቲአሆሙ። እስመ ከመዝ ገብሩ አበዊነ ነገሥታተ ኢትዮጵያ አብርሃ ወአጽብሐ ታዜና ካሌብ ገብረ መስቀል ቅቡዓነ አክሱም እስመ እሙንቱ ስምዐ ለኵሉ። ወበትእዛዘ እሉ ኢትቀትሎሙ ከመ ኢያመዝብሩ መቃብሮ ለእግዚእነ ኢየሱስ ክርስቶስ ዘሀሎ በኢየሩሳሌም ወካልአነኒ አብያተ ክርስቲያናት እለ ህልዋን ህየ ወበምድረ ግብጽ። [...] ዓመ ጊዜ ፈለሰ አቡየ ንጉሥ ናዖድ እምዝንቱ ዓለም ንዑስ ንሕነ ነገሥነ ህየንቴሁ ወእግዚአብሔር ወሀበነ ኃይለ ፈድፋደ እምኔሁ ወንቀኒ ባሕተ ሕዝበነ በሰላም በእንተ ዝንቱ ነአኵቶ ለእግዚአብሔር። ኦእግዚእየ እኁየ አጽምዑ ዳግመ ቃለነ። ንሕነኒ ንፈቱ ከመ ታጽምዑ ወትፈንው ኀቤነ ሰአለያን

ምስል ወጠቢባነ ማኅተመ መጻሕፍት ወመሀርያነ ግብረ ጥበብ ወዐቃብያነ ሥራይ ወሐናፅያነ ቤት ወጠቢባነ እለ የአምሩ ገቢረ አውፅአ ወርቅ ወብሩር ወዓረር። ወካልአንሂ ጠቢባነ ዘያስተሣንዩ ለመንግሥትነ። ተራድኡነ በዘንስአለክሙ ከመ ይትራዳእ እኑ ለእኑ ወእግዚእየ ይርዳእክሙ።[90]

<u>ትርጉም</u>

ግርማዊ ወንድሜ ሆይ:- አባትህ በመካከላችን የጀመረውን ወዳጅነትና ፍቅር ትፈጽም ዘንድ እለምንሀለሁ። አንተ ሁል ጊዜ መልክተኞችን እንድትልክ እጠይቅሃለሁ። ነውረኞች የሆኑት የመሐመድ ልጆች በየወገናቸው ፍቅር ያደርጋሉ። እኛ ክርስቶሳውያንም በየወገናችን መፋቀር ያስፈልገናል። ከአንተ እንጅ ለወደፊቱ ከግብጽና ከሌላም ቦታ በየጊዜው የሚልኩልኝን መልክተኞች አልቀበልም። መሐመዳውያን ነገሥታት ለሀብቴ ሲሉ ይወዱኛል እንጂ በሃይማኖቴ ምክንያት አይወዱኝም። የነርሱ ተድላ እኔን አያስደስተኝም። ከእነርሱ ጋር የምነግደውም በአክሱም የነገሡት የቀዳሚዎቹ ነገሥታተ ኢትዮጵያ የአባቶቾ የአብረሀና አጽብሐ፣ የታዜና፣ የካሌብና የገብረ መስቀል ልማድ ስለሆነ ነው። ጦርነት አስነስቶ በሙሉ እንዳልፈጃቸው ያሰገደደኝ ዋናው ምክንያት የእነዚህ ትእዛዝና የጌታችን የኢየሱስ ክርስቶስን መቃብር የሚገኝበትን የኢየሩሳሌምን ቅዱስ መካን እንዲሁም በግብጽ የሚገኙትን አብያተ ክርስቲያን ያጠፉሉ የማለት ስጋት ነው።

አባቴ ናዖድ ከዚሕ ዓለም በሞት ሲለይ ዙፋኑን በወረስሁ ጊዜ ገና ሕፃን ነበርኩ። እግዚአብሔር ካባቴ የበለጠ ኃይል ስለሰጠኝ የንጉሠ ነገሥት መንግሥት ግዛቴን በሙሉ ይዤ በመንግሥቴ በሰላም እኖራለሁ። እግዚአብሔር ይህን የመሰለውን በጎ ነገር ስላደረገልኝ ባንድነት ልናመሰግነው ይገባናል። ግርማዊ ወንድሜ:- ሌላ ነገር ደግሞ ስማኝ። ሐውልት የሚቀርጹ፣ የእጅ ባለሙያዎች፣ መጽሐፍ አታሚዎች፣ ግንበኞች፣ መድኃኒት ቀማሚዎች፣ ሐኪሞች፣ ወርቅና ብር አንጥረኞች፣ ነፍጥ ሠሪዎችና እንዲሁም ለአገሬ የሚያስፈልጉትን ማናቸውንም ነገሮች መስራት የሚችሉ የጅ ጥበብ ባለሞያዎች እንድትልክልኝ እለምንሀለሁ። ወንድም ወንድሙን እንደሚለምን ሁሉ በዚህ ጉዳይ እንድትረዳኝ እለምንሀለሁ።

የፖርቱጋል መልክተኞች ከኢትዮጵያ ወደአገራቸው የተመለሱት በሚቀጥለው ምዕራፍ በሰፊው የምናየው የግራኝ አሕመድ ጦርነት ከመጀመሩ ከሦስት ዓመት በፊት በጥር ወር 1526 ዓ.ም. ነው። የልብነ ድንግል ደብዳቤ አገር በሚያጠፉ ጦርነት ዋዜማ የተጻፈ ደብዳቤ ሳይሆን ምንም ዐይነት የጸጥታ ችግር በሌለበት ዘመን የተጻፈ ነው የሚመስለው። ይህ ማለት በንጉሡ ዘንድ የግራኝ አሕመድ የሽብር ወረራ ፈጽሞ ያልተጠበቀ ማዕበል ነበር ማለት ነው። ንጉሡ ከፖርቱጋሎች የጠየቀው የዕደ ጥበብ ርዳታ ይህን ሀሳብ ያጠናክራል። ልብነ ድንግል የፖርቱጋል ንጉሥ እንዲልክለት የፈለገው ሥዕል የሚስል፣ በኢትዮጵያ ፊደል የሚያትም የጽሕፈት መሣሪያ፣ አናጺ፣ የወርቅ እና የብር አንጥረኛ፣ ሀኪም እና ሊሎችንም የጥበብ ሰዎችን ነው። እነዚህ በሙሉ በሰላም ጊዜ የሚሠሩ ሥራዎች ናቸው።

ንጉሡ ስለእስልምና ሃይማኖት፣ ግብጽን ስለመውጋት እና ሌሎች ወታደራዊ ነገሮች በደብዳቤው ላይ ያሰፈረው ፖርቱጋሎችን ለማስደሰት ነው። በፖርቱጋሎች አማካይነት የተፈጠረውን የትብብር ዕድል ኢትዮጵያ ሳትጠቀምበት ቀረች። ይህ ደግሞ ኢትዮጵያን ትልቅ ዋጋ አስከፍሏታል። ልብነ ድንግል እንኳንስ በጽሕፈት መኪና የተከተበ አዳዲስ መጻሕፍት ሊያሳትም በብዙ መቶ ዓመታት በእጅ ተጽፈው በየአድባራቱ የተከማቹት መተኪያ የሌላቸው መጻሕፍት በግራኝ አሕመድ የሽብር ወረራ ጊዜ በእሳት እንዲጋዩ ሆነ። ንጉሡ እንኳንስ በአውሮፓውያን አንጥረኞች አዳዲስ የብር እና የወርቅ እቃዎች ሊያሠራ ቀርቶ በኢትዮጵያውያን አንጥረኞች የተሠሩትን ሃይማኖታዊና ታሪካዊ ቅርሶችን ሙሉ በሙሉ በግራኝ አሕመድ ተዘረፉ (የሚቀጥለውን ምዕራፍ 5 ይመለከቷል)።

4.5 ኢትዮጵያውያን በአውሮፓ

የኢትዮጵያ መነኮሳት ከ12ኛው ምእት ዓመት ጀምሮ በሮም ይኖሩ ነበር። ነገር ግን የመነኮሳቱ ቁጥር በጣም የጨመረው እና በቋሚነት በሮም ከተማ መኖር የጀመሩት በ15ኛው ምእት ዓመት ነው። የሮማ ካቶሊክ ቤተ ክርስቲያን ሊቀ ጳጳሳትም ኢትዮጵያውያን እንዲያርፉበትና በምንኩስና እንዲኖሩበት ቫቲካን ውስጥ ከሚገኙት ከአራቱ ገዳማት አንዱ የሆነውን የቅዱስ እስጢፋኖስን ቤተ ክርስቲያን በ15ኛው ምእት ዓመት አጋማሽ ጀምሮ ሰጧቸው። ቤተክርስቲያኑም የሀበሾች የቅዱስ ኢስጢፋኖስ ገዳም (*Santo Stefano degli Abissini*) ተብሎ ተሰየመ።[91] ጳጳሳቱም የኢትዮጵያ መነኮሳት በአውሮፓ በሚንቀሳቀሱበት ጊዜ እንዳይቸገሩ፣ እንዳይርባቸው፣ እንዳይጠማቸው በየሄዱበት ክርስቲያኖች ድርን እንዲሰጧቸው ወይም ርዳታ እንዲያደርጉላቸው “ኢንደልጀንስ” (“indulgence”) የሚሉትን ደብዳቤ ጽፈው ይሰጧቸው ነበር። በየካቲት 1407 ዓ.ም. ጳጳሱ ጎርጎሪዮስ 7ኛ (1406-1415) ቶማስ ማቲዎስ፣ ኒቆላዎስ በርናባስ እና ዮሃንስ ጊዮርጊስ ለተባሉት የኢትዮጵያ መነኮሳት የጻፉት የርዳታ ደብዳቤ ጥሩ ምሳሌ ነው።[92] የኢትዮጵያ መነኮሳት ከሀገር ከወገን እጅግ ርቀው ስለሚኖሩ የአውሮፓ ክርስቲያኖች የሚያደርጉላቸው ርዳታ ከብዙ ችግር አድኗቸዋል። አውሮፓውያን ለኢትዮጵያ መነኮሳት የሚያደርጉት ርዳታ በመካከለኛው ዘመን የነበረውን የመቻቻል እና የክርስቲያን የወንድማማችነት ስሜት ያሳያል። እንደሚታወቀው ይህ የመቻቻል እና የወንድማማችነት ስሜት በኋላ በጥላቻ እና በዘረኝነት ተቀይሯል።

የኢትዮጵያ መነኮሳት ወደአውሮፓ የሚሄዱት በሁለት ምክንያት ነበር። አንደኛው ቤተ ክርስቲያን ለመሳለም በግል ተነሳሽነት ነው።[93] ሁለተኛው ምክንያት በአምባሳደርነት በኢትዮጵያ ነገሥታት ትእዛዝ ወይንም በካቶሊክ ጳጳሳት እና በአውሮፓ ነገሥታት ግብዣ ነው። በካቶሊክ ጳጳሳት ግብዣ ኢትዮጵያውያን መነኮሳት የተሳተፉባቸውን ሁለት ጉባዔዎች ለአብነት እንጠቅሳለን። የመጀመሪያው በ1417 ዓ.ም. ኮንስታንስ በተባለው ከተማ የተደረገው የክርስቲያኖች ጉባዔ ነው። ጉባዔው የተጠራው በካቶሊክ ቤተ ክርስቲያን መሪዎች መካከል የነበረውን ክፍፍል ዕልባት ለመስጠት ነበር። በጉባዔው ጊዜ ጴጥሮስ፣ በርተሎሚዎስ እና እንጦኒዮስ የተባሉ የኢትዮጵያ መነኮሳት ተገኝተው ነበር። መነኮሳቱ የተጠሩበት ምክንያት እርቀ ሰላም እንዲወርድ እንዲያግዙ ነው። ጉባዔውም የተሳካ ነበር። መነኮሳቱም ጉባዔውን ፈጽመው አዲስ ከተመረጠው ሊቀ ጳጳስ ከማርቲን 5ኛ (1417-1431) ደብዳቤ ተቀብለው በጥር ወር 1418 ዓ.ም. ኮንስታንስን ለቅቀው ወጡ።[94]

ሁለተኛው እና በብዙ መዛግብት ተጽፎ የሚገኘው ኢትዮጵያውያን መነኮሳት የተሳተፉበት የክርስቲያኖች ጉባዔ በ1441 ዓ.ም. በጣሊያኗ ከተማ በፍሎሬንስ የተካሄደው ጉባዔ ነው። ጉባዔውን የጠራው በወቅቱ የካቶሊክ ቤተ ክርስቲያን ጳጳስ የነበረው ዩጅኒዮ 4ኛ (1431-1447) ሲሆን ዓላማውም የካቶሊክ እና የኦርቶዶክስ ቤተ ክርስቲያኖችን ለማቀራረብ እና አንድ ለማድረግ ነበር።[95] ዩጅኒዮ 4ኛ የኢትዮጵያ ቤተ ክርስቲያን በጉባዔው እንድትሳተፍ ይፈልግ ነበር። ስለዚህ የኢትዮጵያ ንጉሥ ተወካይ እንዲልክ በነሐሴ 1439 ዓ.ም. ደብዳቤ ጽፎ አልቤርቶ ዳ ሳርቲያኖ (1385-1450) በሚባል ሰው እጅ ላከ። አልቤርቶ ግብጽ እስክንድሪያ ሲደርስ ወደኢትዮጵያ መሄድ ለሕይወቱ አስጊ እንደሆነ ስለተረዳ ጉዞውን ሰረዘ። ኢትዮጵያ በመሄድ ፈንታ ኢየሩሳሌም

የሚገኘውን የኢትዮጵያ ገዳማት አበምኔት የነበረውን አባ ኒቆዲሞስን ተወካይ እንዲልክ አደረገ። አባ ኒቆዲሞስም ሃሳቡን ተቀብሎ አባ ጴጥሮስ በሚባል መነኩሴ የሚመራ ልዑካን መርጦ ለጳጳሱ የሚሰጥ ደብዳቤ ጽፎ ላከ (ምስል 10ን ይመለከቷል)።[96]

የኢትዮጵያ የልዑካን ቡድን አባላት በነሐሴ 1441 ዓ.ም. ፍሎሬንስ ከተማ ገቡ። በዘመኑ የነበሩት አውሮፓውያን የግዕዝም ሆነ የአማርኛ ቋንቋ ስለማያውቁ ጴጥሮስ ለጳጳሱ እና ለጉባዔተኞች በአረብኛ ንግግር እያደረገ በአስተርጓሚ ንግግሩ ወደላቲን ቋንቋ ለታዳሚው ተተረጎመለት። ጴጥሮስም እንደኢትዮጵያውያን ያለ ለሃይማኖቱ ቀናኢ ሕዝብ እንደሌለ እና የኢትዮጵያ መንግሥት ጠንካራ እንደሆነ፣ ኢትዮጵያውያንም ወደፍሎሬስ ያደረጉት ጉዞ ንግሥተ ሳባ ወደኢየሩሳሌም እንዳደረገችው ጉዞ ታሪካዊ እንደሆነ ለታዳሚው ተናገረ።[97]

ኒቆዲሞስም በደብዳቤው ሊቀ ጳጳሱ ክርስቲያኖችን አንድ ለማድረግ የጀመረውን ሥራ እንደሚደግፍ እና ከፍጻሜ እንዲያደርሰው ምኞቱን በአጽንኦት ገልጿል። ነገር ግን ኒቆዲሞስ የጉባዔውን ውሳኔ ለመቀበልም ሆነ ላለመቀበል ሥልጣን ያለው የኢትዮጵያ ንጉሥ እንደሆነ በዝርዝር እንደሚከተለው ጽፏል (የደብዳቤውን ጠቅላላ ይዘት ለመረዳት አባሪ 4ን ይመለከቷል)፦

> ወሶበ መጽአ መልእክት እም ኀቤከ በእንት(*ሰሁት*) ኀይማኖት ተፈሥሕነ ዓቢይ ፍሥሓ ወንኅ[ነ]ኒኒ(*ሰሁት*) እንዘ ንፈቅድ ነበርነ ከመ ንኩን አሐደ በከመ ይቤ ጳውሎስ አሐዱ እግዚአብሔር አሐቲ ሃይማኖት ወአሐቲ ጥምቀት። ወንገሥነኒ(*ሰሁት*) ሶበ ሰምአ ዘንተ ነገር ይትፌሥሕ ውእቱኒ ነበረ እንዘ ይፈቅ[ድ] ከመ ይኩን አሐደ ሃይማኖት። ወአነሂ እመጸኩ ኃቤከ ወፈርሕኩ ተንበላት(*ሰሁት*) ከመ ይኩን ክሱተ ወይእዜኒ ፈኖኩ ደቂቅ[የ] ኃቤከ ጸዋሪያነ ዝንቱ መጽሐፈ እም ፲ወ፩ ለጥቅምት ከመ ይግብው ኃቤየ ፍጡነ ወይብጽሁ ለፋሲካ ወይሆሩ ኀበ ንጉሠ ኢትዮጵ[ያ] ወይንግርዎ ኵሉ ዘትቤ። ወይእዜኒ ፈጽም ዘወጠንከ። እስመ እግዚአብሔር ዓዕበየከ እም ኵሎሙ ጳጳሳት ወአንበረከ ዲበ መንበረ ቅዱስ ጴጥሮስ ከመ ትርኢ አባግኢሁ ለክርስቶስ ወዝንቱኒ ምክር እም እግዚአብሔር ውእቱ። ብፁዕ አንተ ዘትጽኅቅ በእንተ ሃይማኖት ከመ ሐዋርያት ወአልቦ ዘጽኅቀ ከማከ። እለ እምቅድሜከ ኢገብሩ ከመዝ። ...
>
> ወአንተሰ ፈጽም ዘአሐዝከ ወይእኔኒ አ አባ ክቡር በእንተ ፍቅር ዘይከውን ማዕከሌነ አነ እነግረከ ድህረ አአምር ጥዩቀ(*ሰሁት*) ንህነ ወንጉሥነ ዓቢይ ንፈቱ እንበለ ንጉሥነ ኢይትካሃልነ። [...]
>
> እሉ ደቂቀየ ኢመጹ ሐቤከ ለተዋስኦ በእ[ን]ተ ጥያቄ ሃይማኖት አላ ከመ ይስምኡ ወይዕቀቡ ኵሎ ዘትትረጉም ሎሙ ወይትአዙዙ(*ሰሁት*) በትህትና በጥይቅና ሃይማኖት በትህትና ይፈቅዱ በከመ ትፈ[ቅ]ድ በእንተ አንተ ፀሃይ ዓቢይ ብርሃን ዘበአማን ለኩሉ ፍጥረት[።] ... ወእምድህር ዝ(*ሰሁት*) አአብ ብፁዕ ዘትፈቅድ ኩሉ ለአከ(*ሰሁት*) እምድኅረ ሰምአ ዛተ(*ሰሁት*) ዘተፈቅድ ኢየአቢየከ(*ሰሁት*) ኵሎ ዘፈቀድከ ይሰምዕ ወይገብር ይትፌሳህ ዓቢይ ፍሥሐ በትዕዛዝከ እስመ መፍቀሬ ትእዛዘ ሃይማኖት ክርስቲያን ውእቱ እስመ ኵሉ ዘሰቁል ላዕለ ካህናተ ክርስቲያን ንጉሥነ በፍቅር ያሃቅፎ(*ሰሁት*)። ወእምድህረዝ ግበር ንህነ ንስዕለከ አአብ ብፁእዊ(*ሰሁት*) ለደቂቅየ ፈንዎሙ ፍጡን(*ሰሁት*) እምሀቤከ ለእም ሆሩ(*ሰሁት*) ፍጡነ ኃበ ንጉሥነ የኢትዮጵያ(*ሰሁት*) ወይከሉ ይንግሩ ዘአዘዝከ[።] ...ተፈነወት ዛቲ ክርታስ በ፳ወ፯ ዓመተ ምሕረተ(*ሰሁት*) እም ፲ወ፩ ለጥቅምት።[98]

<u>ትርጉም</u>

ስለሃይማኖት የላከው መልእክት በደረሰን ጊዜ እጅግ ደስ አለን። ጳውሎስ "አንድ አምላክ፣ አንዲት ሃይማኖት አንዲት ጥምቀት" እንዳለው የኛም ፍላጎት አንድ እንድንሆን ነው። በፊትም

ፍላጎቱ አንድ ሃይማኖት እንዲኖር ስለነበረ ንጉሳችንም ይህን ሲሰማ ደስ ይለዋል። እኔ ወደአንተ መምጣት ፍላጎቴ ነበር ነገር ግን ጉዞየ በግልፅ ስለሚደረግ ሙስሊሞችን ፈራሁኝ። በዚህ ምክንያት በፋሲካ ወደእኔ እንዲመለሱ እና አንተ የምትነግራቸውን ሁሉ ኢትዮጵያ ሄደው ለንጉሡ ገለጻ እንዲያደርጉ ይህን ደብዳቤ የያዙትን ልጆቸን በጥቅምት 14 ቀን ወደአንተ ላኳቸው። አሁን የጀመርከውን ከፍጻሜ አድርሰው። እግዚአብሔር ከጳጳሳት ሁሉ ታላቅ አድርጎሀል፣ የክርስቶስን በጎች የምዕመናን ዕረኛ እንድትሆን በቅዱስ ጴጥሮስ መንበር አስቀመጠህ። ምክርህም ከእግዚአብሔር ነው። አንተ ብጽዑ ነህ እንደሐዋርያት ስለሃይማኖትህ ትቀረቀራለህና። እንደአንተ የተቀረቀረ የለም። ከአንተ በፊት የነበሩት ይህን አላደረጉም። …

ስለሆነም የተከበረክ አባት ሆይ በመካከላችን ስለሚፈጠረው ፍቅር እኔ እስረግጬ እንዲህ እናገራለሁ ታላቁ ንጉሳችን እንደሚፈልገው እርግጠኛ ሁን፣ ነገር ግን ካለንጉሳችን ለኛ ምንም ማድረግ አይቻለንም። …

የእኔ ልጆች ወደ አንተ የመጡት ስለሃይማኖት ጥያቄ ለመወያየት ሳይሆን ስለሃይማኖት ለነሱ የምታብራራውን ማንኛውንም ነገር ለመስማት እና ለመቀበል፣ ስለሃይማኖት ጉዳይ በትሕትና ለመታዘዝ ነው፣ ፈቃድህ ፍቃዳቸው ነው ምክንያቱም አንተ ለሁሉ ፍጥረት ታላቅ ብርሃን ነህና። …እናም ብጽዑ አባት ሆይ [ንጉሡ] አንዴ የፈለከውን ከሰማ በኋላ አይከድህም፣ የምትፈልገውን ማንኛውንም ነገር ይሰማል፣ ያደርጋል። የሃይማኖትን ትእዛዝ ስለሚወድ በትእዛዝህ ታላቅ ደስታ ይደሰታል። ክርስቲያን ካህናትን የሚመለከት ማንኛውንም ነገር ንጉሣችን በፍቅር ይቀበላል። እናም ከዚህ በኋላ የተባረከ አባት ሆይ ይህን የምጠይቅህን አድርግልኝ፡- ወደ ኢትዮጵያ ሄደው ለንጉሡ ያዘዝከውን እንዲነግሩ ልጆቸን በፍጥነት ላክልኝ። … ይህ ደብዳቤ በ27 ዓመተ ምሕረት በጥቅምት 14 ቀን [በ1441 ዓ.ም.] ተላከ።

አባ ኒቆዲሞስም በክርስቲያኖች መካከል አንድነት እንዲጠነክር በወቅቱ የኢትዮጵያ ንጉሥ የነበረው ዓፄ ዘርዓ ያዕቆብ እንደሚደግፍ፣ የጉባዔውንም ውሳኔ ለንጉሡ በፍጥነት እንደሚያሳውቅ ገልጿል። ከደብዳቤው እንደምንረዳው ጉባዔው የሚያሳልፈውን ውሳኔ ለመቀበል ከሥልጣኑ በላይ እንደሆነ ገልጿል። በዚህም ምክንያት አባ ጴጥሮስ እና አብረውት የነበሩት ምንም ዐይነት ስምምነት ሳያደርጉ ጉባዔውን ተሳትፈው ተመልሰዋል።

ከዩጅኒዮ ቀጥሎ ከኢትዮጵያ መሪዎች ጋር ግንኙነት ለማድረግ የመጨረሻውን ሙከራ ያደረጉት ጳጳሳት ኒቆላዎስ 5ኛ (1447-1455) እና ካሊስተስ 3ኛ (1455-1458) ናቸው። ነገር ግን የሁለቱም ሙከራ አልተሳካም። ኒቆላዎስ 5ኛ ሉዶቪኮ ዳ ቦሎኛ የሚባል መነኩሴ በ1450 ዓ.ም. አጋማሽ ገደማ ወደኢትዮጵያ ላከ። ነገር ግን ሉዶቪኮ በመንገዱ አስቸጋሪነት ምክንያት ወደሮም ተመለሰ። ቀጥሎም በታኅሣሥ ወር 1456 ዓ.ም. ጳጳሱ ካሊስተስ ጳውሎስ እና ቴዎድሮስ የሚባሉ የኢትዮጵያ መነኮሳትን ለዓፄ ዘርዓ ያዕቆብ የሚሰጥ ደብዳቤ አስይዞ ላካቸው። የደብዳቤው ይዘት ዓፄ ዘርዓ ያዕቆብ አውሮፓውያን ከግብጽ እና ከቱርክ መንግሥታት ጋር ለሚያደርጉት ጦርነት የአባይን ወንዝ በማገድ እንዲያግዙ ይጠይቃል። ደብዳቤው በተለይም የቁስጥንጥንያ በቱርኮች እጅ መውደቅ የፈጠረባቸው ድንጋጤ እና ሀዘን እንዳልለቀቃቸው ያስረዳል። ጳጳሱ አውሮፓን ከቱርኮች ለመታደግ የኢትዮጵያ መንግሥት ርዳታ የመጨረሻ ተስፋ ነው ብለው እንደሚያምኑ ከደብዳቤው መንፈስ መረዳት ይቻላል። ነገር ግን እነ ጳውሎስ እና ቴዎድሮስ የደረሱበት ሳይታወቅ ቀረ። ደብዳቤውን ያድርሱት አያድርሱት መረጃ የለም።[99]

ምንም እንኳ ሃይማኖታዊም ሆነ ፖለቲካዊ ውጤት ባይኖረውም የፍሎሬንሱ ጉባዔ ኢትዮጵያውያን እና አውሮፓውያን የመረጃ ልውውጥ ኢንዲያደርጉ ከፍተኛ ዕድል ፈጥሯል። የኢትዮጵያን መልክአ ምድራዊ አቀማመጥ፣ ባህል እና ፖለቲካ በአውሮፓውያን

በደንብ እንዲታወቅ ከዚህ በፊት ከተደረጉት ጉዞዎች ሁሉ በጣም የላቀ ሚና ተጫውቷል። የፍሎሬንሱ የሃይማኖት ጉባዔ ዓለማቀፍ ይዘት ስነበረው በዘመኑ የነበሩ የጣሊያን የሰብአዊ ሳይንስ እና የሃይማኖት ሊቃውንትን ትኩረት ስቦ ነበር። ሊቃውንቱም ከተለያየ አገር የመጡትን ጉባዔተኞች በተለይም ደግሞ የኢትዮጵያን ልዑካን ስለልዩ ልዩ ጉዳዮች ቃለ መጠይቅ በማድረግ አዳዲስ መረጃ መሰብሰብ ችለው ነበር። ከሊቃውንቱም ውስጥ በጉባዔው ወቅት የጳጳሱ ጸሐፊ እና የሰብአዊ ሳይንስ ጥናት ሊቅ የነበረው ፖጅዎ ብራችዎሊኒ እና በዘመኑ የነበረው ተዋቂው ጣሊያናዊ የአውሮፓ ሊቅ ፍላቪዮ ቢዮንዶ ይገኙበታል። ኢትዮጵያውያኑ ልዑካን ስለኢትዮጵያ መልከአ ምድር፣ ታሪክ፣ ፖለቲካ እና ተዛማጅ ጉዳዮች ለጣሊያኖች በሰፊው አስረድተዋቸዋል። ብራችዎሊኒ እና ቢዮንዶ ሁለቱም የቃለመጠይቁን ሂደት እና ከቃለ መጠይቁ የተገኘውን መረጃ በወቅቱ ባሳተሟቸው መጻሕፍት አካትተውታል።[100] ጴጥሮስ እና አብረውት የነበሩት ኢትዮጵያውያን ለታዋቂው ቬኒሳዊ የካርታ ሥራ ባለሙያ ለፍራ ማውሮ እና በዚያው ዘመን ለነበረው ጣሊያናዊ ጴጥሮስ ዳ ማሳዮ የሰጧቸው ወሳኝ መልከአ ምድራዊ መረጃ በዓለም የተደነቁ ካርታዎችን ለመሣል እንዳስቻላቸው ከዚህ በፊት በሰፊው ዐይተናል።

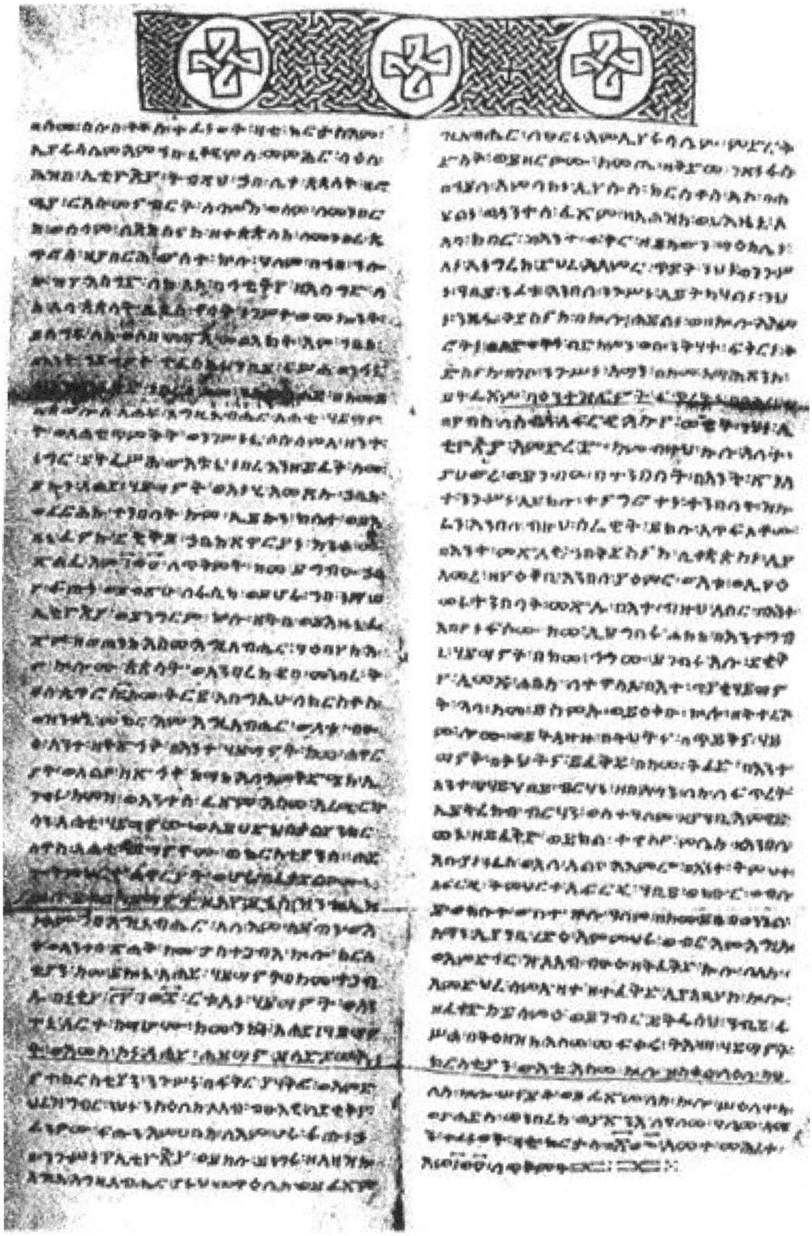

FIG. 2 — LETTERA DELL'ABBATE ETIOPICO NICODEMO AL PAPA EUGENIO IV. IL TESTO COMPLETO.

(Biblioteca Medicea-Laurenziana, Firenze).

ምስል 10፡- አባ ኒቆዲሞስ በ1441 ዓ.ም. ለነበረው ለካቶሊኩ ሊቀጳጳስ ለዩጅኖ 4ኛ የላከው ደብዳቤ[101]

ማጠቃለያ

በዚህ ምዕራፍ በመካከለኛው ዘመን በኢትዮጵያ እና በአውሮፓ መካከል ስለነበረው ግንኙነት አንኳር አንኳር ጉዳዮች ዐይተናል። በዚህ ዘመን በተለያየ ምክንያት ኢትዮጵያውን ወደአውሮፓ፣ አውሮፓውያን ደግሞ ወደኢትዮጵያ ጉዞ ያደርጉ ነበር። በአጠቃላይ ሦስት የጉዞ ምክንያቶች ነበሩ። ኢትዮጵያውያን ለሚያደርጉት ጉዞ አንዱ ምክንያት የክርስቲኖች ዋና ማዕከል የነበረውን አውሮፓን ለማወቅ፣ በውስጡ የነበሩትን የሃይማኖት ስፍራዎች ለመጎብኘት፣ ለመሳለም እና ለጽድቅ ነበር። ሁለተኛው ምክንያት የመንግሥት ተልዕኮ ለመፈጸም ነበር። የኢትዮጵያ ነገሥታት የውጭ ግንኙነት ትኩረት የአውሮፓን ዕደ ጥበብ እና ጥበብ ወደኢትዮጵያ ማስገባት ላይ ነበር። ዳዊት፣ ይስሐቅ፣ ዘርዓ ያዕቆብ እና ልብነ ድንግል ወደተለያዩ የአውሮፓ አገሮች የላኳቸው ልዑካን የዕደ ጥበብ ርዳታ ለማግኘት ያለሙ ነበሩ። ከዕደ ጥበብ በተጨማሪ በአረቦች የሚደገፉት አክራሪ የአዳል ሽፍቶች ኃይል እየጠነከረ በመጣ ጊዜ ኢትዮጵያ ከአውሮፓ አገሮች ጋር የምታደርገው ግንኙነት ዓላማ ወታደራዊ ርዳታ ማግኘት ነበር። ንግሥት ዕሌኒ በማቴዎስ አማካይነት ወደፖርቱጋል የላከችው ልዑክ ዓላማው በዋናነት ወታደራዊ ትብብር ለመፍጠር ነው።

የአውሮፓ መንግሥታት ከኢትዮጵያ ጋር ግንኙነት ለማድረግ የሚፈልጉት በዋናነት ከአረቦች ጋር ለሚያደርጉት ጦርነት አጋዥ ለማግኘት ነበር። በመካከለኛው ዘመን የነበሩት አውሮፓውያን ስለኢትዮጵያ እና በአጠቃላይ ስለአፍሪካ የነበራቸው እውቀት በጣም ውስን እና በአፈ ታሪክ ላይ የተመሠረተ ነበር። በዚህ ምክንያት ኢትዮጵያ በምናባቸው የፈጠሩት ካህኑ ንጉሥ ዮሃንስ የሚሉት ኃያል ክርስቲያን መሪ የሚያስተዳድራት አገር ትመስላቸው ነበር። በዚህ ምክንያት ለብዙ መቶ ዓመታት ኢትዮጵያን የካህኑ ንጉሥ ዮሃንስ አገር፣ ኢትዮጵያውያንን ደግሞ ህንዳውያን በማለት ነበር የሚጠሯቸው። አውሮፓውያን በተለይም ፖርቱጋላውያን ወደአፍሪካ እና ወደእስያ ያደረጓቸው ብዙ ጉዞዎች የካህኑ ንጉሥ ዮሃንስን አገር ኢትዮጵያን ለማግኘት ነበር። ፖርቱጋላውያን ፍለጋ ከጀመሩ ከ100 ዓመት በኋላ ኢትዮጵያን አገኟት። ምንም እንኳ እንደጠበቁት ኃያል አገር ሆና ባያገኟትም አውሮፓውያን ካህኑ ንጉሥ ዮሃንስ የሚሉት የሚገዛት የክርስቲያን አገር እውነትም እንዳለች አረጋገጡ።

በአውሮፓና በኢትዮጵያ መካከል ቅርብ ግንኙነት እና ትብብር ለመፍጠር የተደረገው ሙከራ የግብፅ መሪዎች ፍሬ አልባ ቢያደርጉትም በሁለቱ ወገኖች መካከል የእውቀት እና የባህል ልውውጥ ለማድረግ ተችሏል። በ15ኛው ምእት ዓመት ኢትዮጵያውያን ወደአውሮፓ አገሮች ያደርጉት ጉዞ አውሮፓውያን አፍሪካን እና እስያን ለማሰስ እንዲነሳሱ አድርጓል። በተጨማሪም አውሮፓውያኑ ስለአፍሪካ መልክአ ምድር ትክክለኛና ወቅታዊ መረጃ እና እውቀት እንዲኖራቸው ያደረጉት ኢትዮጵያውን ናቸው። ለምሳሌ የፍራ ማውሮ ካርታ የኢትዮጵያውያን እና የአውሮፓውያን የትብብር እና የመረጃ ልውውጥ ውጤት ነው። ኢትዮጵያውን የዓለምን ታሪክ በቀየሩ የታሪክ ዑደቶች ተሳትፈዋል። ኢትዮጵያውን በ15ኛው ምእት ዓመት በአውሮፓ ያደረጉት ጉዞ ባይኖር በ15ኛው እና በ16ኛው ምእት ዓመታት አውሮፓውያን ዓለምን ለማሰስ በውቅያኖስ፣ በባሕር እና በየብስ ያደረጉት የረጅም ርቀት ጉዞ ምናልባት በጊዜው ያስገኘውን ስኬት ለረዥም ጊዜ ያዘገየው ነበር።

ማስታወሻዎች

1 Salvatore, "Ethiopian Age of Exploration, 593.
2 Davies, "Wondrous East," 217-222; Falchetta, *Fra' Mauro's World Map,* 94-108; Kelly, "Biondo Flavio on Ethiopia," 167-182; Lowe, "Representing Africa,"101-128; Salvadore, "Ethiopian Age of Exploration," 593-627; Tedeschi, "L'Etiopia di Poggio Bracciolini," 333-358.
3 Lahon, "Black African Slaves and Freedmen in Portugal," 261-279; Lowe, "Stereotyping of Black Africans," 17-47; Tegnetti, "Trade in Black African Slaves," 213-225.
4 Lowe, "Introduction," 2-3; Northrup, *Africa's Dicovery of Europe*, 2-6.
5 Salvadore, "Ethiopian Age of Exploration," 594.
6 Francis, *Quest for Eastern Christians*, 56-59; Relaño, *Shaping of Africa*, 59; Russell, *Prince Henery "the Navigator,"* 113-120; Salvadore, "Ethiopian Age of Exploration," 594-596.
7 Bobzin, "Miszellen zur Geschichte der Âthiopistik," 82-101; Contini, "Primordi della linguistica semitica comparata nell'Europa," 85-95; Kelly, "Curious Case of Ethiopic Chaldean," 1227-1264; Kelly and Nosnitsin, "Two Yoḥannəses of Santo Stefano degli Abissini," 392-426; Lefevre, "Giovanni Potken," 289-308; Raineri, "Gli studi etiopici nell'età del Giovio," 117-131; Salvadore, "African Cosmopolitanism," 61-83; Tedeschi, "Paolo Giovio e la conoscenza dell'Etiopia nel Rinascimento," 93-116.
8 Salvadore, *African Prester John*, 128-148; Suriano, *Trattato di Terra Santa*, 86.
9 Garretson, "Note on Relations Between Ethiopia and the Kingdom of Aragon," 37-44; Quatremere, *Mémoires géographiques et historiques*, 276-278; Taddesse, *Church and State*, 252-267.
10 Bouloux, "Du nouveau au sud de l'Égyte," 420-428, at 422-4; Cardini, "Una versione volgare del discorso degli 'ambasciatori' etiopici ," 269-276; Cerulli, "Eugenio IV e gli etiopi,"347-368; Garretson, "Note on Relations Between Ethiopia and the Kingdom of Aragon," 37-44; Lowe, "Representing Africa," 101-128.
11 Salvadore, *African Prester John*, 39, 55.
12 Salvadore, *African Prester John*, 39.
13 Bausi and Fiaccadori, "Täsfa Ṣəyon," 525-528; Euringer, "Das Epitaphium des Tasfa Sejon," 49-66; Lefevre, "Documenti e notizie su Tasfā Ṣeyon," 74-133; Kelly and Nosnitsin, "Two Yoḥannəses of Santo Stefano degli Abissini," 392-426; Salvadore, *African Prester John*, 71-76.
14 Salvadore, *African Prester John*, 134.
15 Edson, *World Map*, 115-120; Kelly, "Biondo Flavio on Ethiopia," 171-173.
16 Disne, *History of Portugal*, 1-5, 27-44.
17 Salvadore, *African Prester John,* 69-71.
18 Alavares, *Prester John*, 505; Salvadore, *African Prester John,* 47-48, 145; Sergew, "Geez Letters of Queen Elleni and Libne Dengel," 558-566.

19 Sergew, "Geez Letters of Queen Elleni and Libne Dengel," 547-566.
20 Disne, *A History of Portugal,* 42-45; Kurt, "Search for Preseter John,"297-320; Ramos, *Essays in Christian Mythology*, Chapters 1 and 2; Salvadore, *African Prester John,* 4-5, 91-93, 95-100.
21 Helleiner, "Prester John's Letter," 47-57; Salvadore, *African Prester John*, 5; Slessarev and John, *Prester John.*
22 Cerulli, "Giovanni da Carignano," 507; Salvadore, *African Prester John*, 5-6; Skelton, "Ethiopian Embassy," 212-215.
23 Lowe, "Representing Africa," 101-106; Salvadore, *African Prester John*, 24-26.
24 Cerulli, "Giovanni da Carignano," 507; Beckingham, "Ethiopian Embassy to Europe,"337-346; Lefevre, "Presenze Etiopiche in Italia," 8-10; Salvadore, *African Prester John*, 5-6; Skelton, "Ethiopian Embassy," 212-215.
25 Pistola del Presto Giovanni all'Imperatore Carlo IV, in *Lettera ineditadel Presto Giovanni*, ed. Leone del Prete, 9.
26 Beckingham, "Ethiopian Embassy to Europe," 337-346; Salvadore, *African Prester John*, 5-6, 33 footnote 2; Skelton, "Ethiopian Embassy," 212-215.
27 Heldman, "Chalice from Venice," 442-445; Kurt, "Search for the Prester John," 309-310; Raineri, "I doni della Serenissima al re Davide I d'Etiopia," 363-448; Renato, "Presenze Etiopiche in Italia," 11-15; Salvadore, *African Prester John*, 24-25.
28 Salvadore, *African Prester John*, 25-26 and 129.
29 Crawford, *Ethiopian Itineraries*, 28-39; Jorga, "Cenni sulle Relazioni tra l'Abissinia e l'Europa Cattolica," 139-50; Salvadore, *African Prester John*, 26-27.
30 Chamber, *Popes, Cardinals, and War*; Duffy, *Saint and Sinners*128-151 and 177-195.
31 Lazzarini, "Un ambasciata etiopica in Italia nel 1404,"839–47; Salvadore, *African Prester John*, 54-55.
32 Crawford, *Ethiopian Itineraries*, 20-23; Salvadore, *African Prester John*, 32, 136-138.
33 Garretson, "Note on Relations Between Ethiopia and the Kingdom of Aragon," 37-44; Salvadore, *African Prester John*, 44-49.
34 Salvadore, *African Prester John*, 38-39.
35 Bruno, "Terrasanta nel quadro della politica orientale di Alfonso V d'Aragona," 487-490; Cerone, "Politica Orientale di Alfonso d'Aragon," 64-65; and Salvadore, *African Prester John*, 39.
36 Garretson, "Note on Relations Between Ethiopia and the Kingdom of Aragon," 37-44; Salvadore, *African Prester John*, 40; Taddesse, *Church and State*, 259; Wiet, "Les relations égypto-abyssines," 127.
37 Crawford, *Ethiopian Itineraries*, 12-13; Garretson, "Note on Relations Between Ethiopia and the Kingdom of Aragon," 37-44; Salvadore, *African Prester John*, 42-44.

38 Qautremere, *Mémoires géographiques et historiques sur l'Egypte*, 276-8; Taddesse, *Church and State,* 259.
39 De Witte, "Une ambassade éthiopienne a Rome en 1450," 295; Salvadore, *African Prester John*, 45-46.
40 Cerone, "Politica Orientale di Alfonso d'Aragon," 65; Salvadore, *African Prester John*, 47.
41 Salvadore, *African Prester John*, 47-49.
42 Salvadore, *African Prester John*, 49.
43 የጴጥሮስ ራንዛኖን ጽሑፍ እና ሕይወት በሚመለከት የሚከተለውን መጽሐፍ ያነቧል፡-Ranzano, *Descriptio Totius Italiae*.
44 Taddesse, *Church and State*, 486-296; *idem*, "Ethiopia, the Red Sea and the Horn,"164-182; *idem*, "Horn of Africa,", 453-454; *idem*, "Problems of Royal Succession," 528-535.
45 Abir, *Ethiopia and the Red Sea*, 69-70; Alvares, *Prester John of the Indies,* vol. 2, 408; Taddesse, "Ethiopia, the Red Sea and the Horn," 164-182.
46 Aubin, "L'ambassade du Prêtre Jean à D. Manuel," 18-19, 22-30; Sergew, "Geez Letters of Queen Elleni and Libne Dengel," 547-566.
47 Sergew, "Geez Letters of Queen Elleni and Libne Dengel," 554-558.
48 Aubin, "L'ambassade du Prêtre Jean à D. Manuel," 36; Salvadore, *African Prester John*, 110-113.
49 Salvadore, *African Prester John*, 115.
50 ዝኒ ከማሁ፣ 115-116.
51 ዝኒ ከማሁ፣ 112-113; Thomaz, "Factions, Interests and Messianism, 97-109.
52 Salvadore, *African Prester John*, 116.
53 Raineri, *Lettera tra I pontefici romani e I principi etiopici*, 44; Salvadore, *African Prester John*, 126 footnpte 31 and 32.
54 Salvadore, *African Prester John*, 118.
55 Alvares, *Prester John of the Indies*, 73 and 88; Salvadore, *African Prester John*, 118-123.
56 Alvares, *Prester John of the Indies*, 271.
57 Crawford, *Ethiopian Itineraries*, 44-45; Salvadore, *African Prester John*, Chapter 6; Suriano, *Trattato di Terra Santa*, 86-87.
58 Raineri, *Lettera tra I pontefici romani e I principi etiopici*, 42-43; Salvadore, *African Prester John*, 70; Suriano, *Trattato di Terra Santa*, 80.
59 Fiaccadori, "Marginal Note,' 136; Taddesse, *Church and State*, 245-247, 290-291.
60 Fiaccadori, "Marginal Note," 138-142; Walther and Sollweck, *Fratris Pauli Waltheri Guglingensis*, 39-40.
61 Fiaccadori, "Marginal Note," 138-142.
62 Bonechi, "Four Sistine Ethiopians?" 121-135; Lefevre, "G. B. Brocchi da imola diplomatico pontificio e viaggiatore in Etiopia," 639-660; *idem*, "Ricerche sull'imolese G. B. De Brocchi," 55-118; Salvadore, *African Prester John*, 67-69.

63 Benjamin, "True and false Ethiopians," 321-322; Fiaccadori, "Marginal Note," 138-142.
64 Taddesse, *Church and State*, 290.
65 Raineri, *Lettere tra I pontefici romani e I principi etiopici*, 42-43.
66 Salvadore, *African Prester John*, 70-71; Suriano, *Il Trattato di Terra Santa*, 80; Taddesse, *Church and State*, 291.
67 Taddesse, *Church and State*, 291.
68 Salvadore, *African Prester John*, 71; Suriano, *Trattato di Terra Santa*, 81-83.
69 Suriano, *Trattato di Terra Santa*, 87.
70 Suriano, *Trattato di Terra Santa*, 87.
71 Disne, *History of Portugal,* 42-44; Salvadore, *African Prester John*, 83.
72 Salvadore, *African Prester John*, 85.
73 Relaño, *Shaping of Africa*, 59; Rogers, *Quest for Eastern Christians*, 56-59; Salvadore, *African Prester John*, 85.
74 Salvadore, *African Prester John*, 85-86
75 Alvares, *Prester John of the Indies*, 369-376; Disne, *History of Portugal* , 43.
76 ዝኒ ከማሁ፣ 369-376; ዝኒ ከማሁ፣ 43.
77 Salvadore, *African Prester John*, 95-96.
78 Alvares, *Prester John of the Indies*, 373-381; Disne, *History of Portugal,* 44.
79 Disne, *History of Portugal,* 119-123 and 126-127; Salvadore, *African Prester John*, 96-97.
80 Albuquerque and Birch, *Commentaries of the Great Alfonso Dalboquerque,* vol.1, 201-203; Salvadore, *African Prester John,* 99-100.
81 Albuquerque and Birch, *Commentaries of the Great Alfonso Dalboquerque,* vol. 2, 228-230; Aubin, "L'ambassade du Prêtre Jean à D. Manuel," 18-19; Salvadore, *African Prester John,* 107.
82 Alvares, *Prester John of the Indies*, vol. 1, 278-279, vol. 2, 328; Beckingham and Huntingford, "Introduction," 2-4.
83 Alvares, *Prester John of the Indies*, vol. 1, 61-62, 249, 271-272.
84 ዝኒ ከማሁ፣ vol. 1, 241 and 243.
85 ዝኒ ከማሁ፣ vol. 1, 286-287, 271, 298, 307, vol. 2, 327, 330።
86 Alvares, *The Prester John of the Indies*, vol. 1, 287, 303-305, 314, vol.2, 368, 376-377, 501.
87 ዝኒ ከማሁ፣ vol. 2, 418-421 and 461-471.
88 Uṯmān, *Futūḥ al-Ḥabaša,* 8-17.
89 Alvares, *The Prester John of the Indies*, vol. 2, 498-499.
90 Sergew, "Geez Letters of Queen Elleni and Libne Dengel," 558-564; Alvares, *Prester John of the Indies*, vol. 2, 502-506; ግርማ፣ *ኢትዮጵያ ፖርቱጌዞች እንዳዩአት*፣ 383-387።
91 Chaîne, "Un monastère éthiopien à Rome," 3; Delsere and Raineri, *Chiesa di S. Stefano dei Mori*, 26; Lefevre, "Appunti Sull'Ospizio di S. Stefano degli "Indiani"," 16-33; Leonessa, *S. Stefano Maggiore degli Abissini*, 177-179; Lowe, "Black Africans' Religious and Cultural Assimilations," 67-86.

92 Lefevre, "Documenti potifici sui rapport con l'Etiopia," 21; Salvadore, *African Prester John,* 55-56.

93 Salvadore, *African Prester John,* 39, 55-56.

94 Renato, "Presenze Etiopiche in Italia ," 21; Salvadore, *African Prester John,* 56-58.

95 Gill, *Council of Florence* ; *idem*, *Personalities of the Council of Florence*; Ostroumov, *History of the Council of Florence.*

96 Bouloux, "Du nouveau au sud de l'Égyte," 422-4; Cardini, "Una versione volgare del discorso degli 'ambasciatori' etiopici ," 269-276; Cerulli, "Eugenio IV e gli etiopi," 347-368; *idem*, "L'Etiopia del Secolo XV," 60-62; Tedeschi, "Etiopi e Copti al Concilio di Firenze," 380-407; Weber, "La Bulle Cantate Domino," 441-449.

97 Blondus, *Scritti inedita*, 19-27; Cerulli, "Eugenio IV e gli etiopi," 351-353; Salvadore, *African Prester John,* 59.

98 Cerulli, "L'Etiopia del Secolo XV," 60-62; Hofmann, "Orientalium documenta minora," 59-62.

99 Raineri, *Lettere tra i pontefici romani e i principi etiopici*, 37-41; Salvadore, *African Prester John,* 65.

100 Blondus, *Scritti inedita*, 19-27; Bracciolini, "The Indies Rediscovered," 3-45; Kelly, "Biondo Flavio on Ethiopia," 167-182; Tedeschi, "L'Etiopia di Poggio Bracciolini," 333-358;.

101 የመጀመሪያው (እናት) ደብዳቤ ፍሎሬንስ ውስጥ በሜዲቺ ሎሬንዞ ቤተ መጻሕፍት ይገኛል። የኛ ምንጭ ቀጥሎ ያለው ነው፣ Cerulli, " L'Etiopia del secolo XV in nouvi documenti storici," 65.

ምዕራፍ አምስት በራራና የአሕመድ ግራኝ የሽብር ወረራ

"ዘኢዓመጸ ወዘኢገፍአ እም ኢተረከበ በውእቱ ዘመን።"
"በዚያ ዘመን ሕግ ያልጣሰ በሌላ ሰው ላይ በደል ያላደረሰ ማግኘት አይቻልም።"[1]

"The Muslims never pass by an infidel village without destroying every trace of it."
ሙስሊሞቹ ባለፉበት ሁሉ ምልክት የሚሆን ሳያስቀሩ ያላጠፉት የኢአማኒዎች (የክርስቲያኖች) መንደር አልነበረም"።[2]

ባለፉት ተከታታይ ምዕራፎች እንዳየነው በሰሎሞናውያን ዘመን ኢትዮጵያ በሁሉም መስክ በከፍተኛ የሥልጣኔና የእድገት ጎዳና ላይ ነበረች። በተለይም ደግሞ በሥነ መንግሥት፣ በውጭ ጉዳይ፣ በመንፈሳዊነት፣ በሥነ ጽሑፍ እና በንግድ የተመዘገበውን እድገት ኢትዮጵያ በታሪኳ አይታው አታውቅም ማለት ይቻላል። ኢትዮጵያ ከቀረው ዓለም ጋር በአገር አቋራጭ የንግድ መስመሮች ተሳስራ ነበር። በራራን ጨምሮ ከፍተኛ የንግድ እንቅስቃሴ የሚያስተናግዱ ከተሞች እንደአሸን ፈልተው ነበር። ከተሞችም ከጣሊያን፣ ከፖርቱጋል፣ ከስፔን፣ ከአርመኒያ፣ ከግብጽ፣ ከሶሪያ፣ ከኢራን እና ከሌሎችም አገሮች የመጡ ነጋዴዎች እና የጥበብ ሰዎች ይኖሩባቸው ነበር። ዝነኛዋ የበራራ ከተማ ከዓለም ካርታ ለመሣል ችላ ነበር። በዚያ ዘመን የተሠሩ የጥበብ ሥራዎች፣ መጻሕፍት እና ከጥፋት ተርፈው በኛ ዘመን የደረሱት ሕንጻዎች ይህን አባባል ያረጋግጣሉ። ባጭሩ በ16ኛው ምእት ዓመት መባቻ ኢትዮጵያ በአዲስ የብልጽግናና የእድገት ጉዞ ዋዜማ ላይ ነበረች።

ነገር ግን በ16ኛው ምእት ዓመት የኢትዮጵያን ታሪክ በአሉታዊ ሁኔታ የሚቀይር፣ የእድገት ተስፋዋን የሚያጨልም ክስተት ተፈጠረ። ይህ ክስተት የግራኝ አሕመድ የሽብር ወረራ ነው። ወረራው በ1529 ዓ.ም. ተጀምሮ በ1543 ዓ.ም. እስከሚፈጸም ድረስ የፈጀው ጊዜ ባጠቃላይ ከዐሥራ ሦስት ዓመት አይበልጥም። ነገር ግን በኢትዮጵያ ያደረሰው ውድመትና ጦርነቱን ተከትሎ የመጣው የፖለቲካ፣ የሃይማኖት፣ የባሕልና የኢኮኖሚ መዳከም እጅግ ከፍተኛ ነበር። ከሺህ ዓመታት በላይ የተከማቹት መጻሕፍት፣ የሃይማኖት እና የታሪክ ቅርሶች ከጥቂቶች በስተቀር ወይ በእሳት ጋይተዋል አለዚያም ተዘርፈዋል።[3] ከቁሳዊ ውድመት በተጨማሪ ጦርነቱ ከፍተኛ የሆነ ሰብአዊ ኪሳራ አድርሶ

ነበር። በጦርነቱ ብዙ ሰው ከማለቁም በላይ በዐሥር ሺዎች የሚቆጠሩ ኢትዮጵያውያን ወደተለያዩ የአረብ እና የእስያ አገራት በባርነት ተሸጠዋል።[4] ከ16ኛው ምእት ዓመት ጀምሮ ለአራት መቶ ተከታታይ ዓመታት ኢትዮጵያ ወደፊት ከመራመድ ይልቅ የኋልዮሽ ጎዳና ስትጓዝ ኖረች። በነበራት ላይ በመጨመር ፈንታ የግራኝ አሕመድ ወረራ ያላትን አጥፍታ በባዶ እንድትቀር አድርጓታል። ከግራኝ አሕመድ ጦርነት በኋላ አዲስ የብልጽግና ምዕራፍ ከመጀመር ይልቅ ለአራት መቶ ዓመታት ኢትዮጵያ ስትሸራረፍ፣ ስትጠብብ እና ስትፈርስ ኖራለች።[5]

እንደሌሎች የኢትዮጵያ ከተሞች ሁሉ በራራም በግራኝ አሕመድ ወታደሮች ተዘርፋ ተቃጥላለች። በአካባቢው ያሉትም አብያተ ክርስቲያን እና አብያተ መንግሥት ተመሳሳይ ዕጣ ፈንታ ገጠማቸው። ከሙስሊሞች በስተቀር ኗሪዎቿም ከተማዋን ለቅቀው ተበታተኑ።[6] በራራ እንኳን ልታድግ እና በዓለም ካርታ ያላትን ቦታ ልታስቀጥል ቀርቶ በኢትዮጵያውያን ዘንድ ተረሳች። እንደበራራ ሁሉ የዘይላ የወደብ ከተማም ተዳከማ ጠፋች። የሐረርም ከተማ እንዳታድግ፣ እንዳትሰፋ ሆና በግንብ ታጥራ ተቀመጠች። ምንም እንኳ በጦርነቱ ጊዜ ከኢትዮጵያ ብዙ ንብረት ለመዝረፍ ቢችሉም የግራኝ አሕመድ ጦርነት ቀድሞውንም ድሃ የነበሩትን የአዳል አካባቢዎችን የበለጠ አደህይቶ እና ኋላ ቀር አድርጎ እንዲጠፉ አደረጋቸው።[7] የግራኝ አሕመድ ወረራ ኢትዮጵያን እና የአፍሪካ ቀንድን በአጠቃላይ ከሥልጣኔ ማማ አውርዶ ወደድንጋይ ዘመን የእገድት ደረጃ መለሳቸው።

በዚህ ምዕራፍ ሦስት ንዑስ ርዕሰ ጉዳዮችን እንዳስሳለን። አንደኛው የኢትዮጵያ መንግሥት የተዳከመበት ምክንያት ነው። ኢትዮጵያን አዳክመው ለግራኝ አሕመድ የሸብር ወረራ ያዘጋጁት ራሳቸው ኢትዮጵያውያን ናቸው። በሌላ አነጋገር በራራ የወደመችው፣ ኢትዮጵያም የተሸነፈችው እና ኋላ የቀረችው በዋናነት ኢትዮጵያ ውስጥ በተፈጠረ ችግር ምክንያት ነው። በዚህ ንዑስ ርዕስ ውስጥ ስለበራራ ፖለቲካ በተለይም በዓፄ እስክንድር እና በዓፄ ናዖድ (1494-1508) ዘመነ መንግሥት የነበረው የሥልጣን ሽኩቻ ያስከተለውን የርስ በርስ ጦርነት እንዲሁም የዓፄ ልብነ ድንግል የብቃት ማነስ ለግራኝ አሕመድ ማሸነፍ የነበራቸውን አስተዋጽኦ እናቀርባለን። ሁለተኛው ርዕሰ ጉዳይ የአሕመድ ግራኝ የሽብር ወረራ መንስዔ ነው። ይህ ክፍል ከሞሮኮ እና ከደቡብ አረቢያ መጥተው በደዋሮ፣ በባሊ፣ በአውሳ እና በሐረር የሰፈሩ የቁርዓን አስተማሪዎች፣ የሸሪያ ሊቃውንት፣ ነጋዴዎች በተለይም ደግሞ የነቢዩ መሐመድ ቤተሰብ አባላት የሆኑት ሸሪፎች እና ሰይዶች የግራኝ አሕመድ የሽብር ዘመቻ ጠንሳሽ እና አስተባባሪ እንደነበሩ ያሳያል። ሦስተኛው ጦርነቱ በኢትዮጵያ አጠቃላይ በተለይም በበራራ ያስከተለውን ጉዳት ይዳስሳል። ግራኝ አሕመድ ያሸነፈበትን ምክንያት ባጭሩ ይገመግማል። በመጨረሻም የግራኝ አሕመድ ወራራ ከተፈጸመ በኋላ የነበረውን የበራራን እና የወረብን ሁኔታ ይዳሥሣል። ይህ ክፍል ነገሥታቱ የከተሙባቸውን ስፍራዎች ታሪክ ባጭሩ ያቀርባል።

5.1 የበራራ ፖለቲካ

ዓፄ በዕደ ማርያም ከሞተ ከ1478 ዓ.ም. ጀምሮ ባለው ግማሽ ምእት ዓመት የኢትዮጵያ ወታደራዊ እና የፖለቲካ ኃይል በእጅጉ እየተዳከመ መጣ። ለዚህ መዳከም ሁለት አበይት ምክንያቶች ነበሩ። የመጀመሪያው የውስጥ ችግር ነው። ከውስጥ ችግሮችም በሥልጣን ሽኩቻ ምክንያት የተፈጠረው የርስ በርስ ጦርነት፣ ሥርዓት አልበኝነት እና የፖለቲካ ውዥንብር በዋናነት ተጠቃሽ ናቸው። በ15ኛው ምእት ዓመት የመጨረሻዎቹ ሦስት

ዐሥርት ዓመታት የኢትዮጵያ መኳንንት፣ የቤተ መንግሥት ሰዎች እና የሠራዊቱ አባላት በሁለት አንጃ ተከፍለው እርስ በርሳቸው ይዋጉ ነበር። በዘመኑ የነበረው ፈጣን የመሪዎች መተካካት ሽኩቻውን እና አለመረጋጋቱን አባባሰው። በተጨማሪም ነገሥታቱ ገና ሕፃናት ስለነበሩ ኢትዮጵያ የምትተዳደረው የመምራት ብቃት በሌላቸው በሞግዚቶቻቸው ነበር።[8] ባጭሩ ከ1478 ዓ.ም. ጀምሮ እስከ1529 ዓ.ም. ባሉት አምሳ ተከታታይ ዓመታት ኢትዮጵያ ጠንካራ መሪ አልባ ነበረች ቢባል ማጋነን አይሆንም።

በዚህ ዘመን የነበረውን አለመረጋጋት በቀላሉ ለማሳየት የቁጥር ማስረጃ እናቅርብ። ከ1478 ዓ.ም. እስከ1529 ዓ.ም. ድረስ የነገሡት ነገሥታት ሲነግሡ የነበራቸው አማካይ ዕድሜ 11 ዓመት ብቻ ነው። ብዙዎቹ ነገሥታት ሕፃናት ስለነበሩ በዚህ ዘመን ኢትዮጵያ የምትመራው እርስ በርሳቸው በማይተማመኑ ሞግዚቶች ነበር።[9] ከዓፄ ዘርዓ ያዕቆብ ቀጥሎ የነገሠው ልጁ በዕደ ማርያም (1468-1478) ሲሆን ኢትዮጵያን የመራት ለ10 ዓመት ብቻ ነው። በዕደ ማርያምን የተካው ትልቁ ልጁ እስክንድር (1478-1494) ነው። እስክንድር ሲነግሥ ዕድሜው ስድስት ዓመት ነበር። በመጨረሻም ወጣቱ ንጉሥ 16 ዓመት 'ገዝቶ' ግልጽ ባልሆነ ምክንያት በ22 ዓመቱ ሞተ። ቀጥሎም የቤተ መንግሥት ሰዎች የእስክንድርን ልጅ የ6 ዓመቱን ሕፃን ዳግማዊ ዓምደ ጽዮንን አነገሡ። ነገር ግን ሕፃኑ ንጉሥ ከሰባት ወር በኋላ ሞተ። በዚህ ምክንያት የቤተ መንግሥት ሰዎች የእስክንድርን ታናሽ ወንድም ናዖድን (1494-1508) አነገሡ። እስክንድር ናዖድን በሁለት ዓመት ብቻ ስለሚበልጠው ናዖድ ሲነግሥ ዕድሜው ከሀያ ዓመት አይበልጥም ነበር። በመጨረሻም ናዖድ ለ14 ዓመት ከነገሠ በኋላ በ1508 ዓ.ም. በሠላሳዎቹ የዕድሜ ክልል እያለ ሞተ።[10] ከናዖድ ቀጥሎ የነገሠው ልጁ ልብነ ድንግል (1508-1540) ሲሆን ሲነግስ ዕድሜውም 11 ዓመት ነበር። ልብነ ድንግል ሙሉ በሙሉ ከሞግዚቶች ነጻ ሆኖ ሹም ሽር አድርጎ ማስተዳደር የጀመረው በ1524 ዓ.ም. ሞግዚት የነበሩት ንግሥት ዕሌኒ እና ንግሥት ናዖድ ሞገሣ ከሞቱ በኋላ ነው።[11] ከአምስት ዓመት በኋላ የግራኝ አሕመድ የሽብር ወረራ ተጀመረ።

በቀዳሚው ምዕራፍ በሰፊው እንዳየነው በ1482 እና በ1484 ዓ.ም. ዮሃንስ ባቲስታ ብሮኪ እና ዮሃንስ ዳ ካላብሪያ ወደበራራ ያልተሳካ ተልዕኮ ይዘው መጥተው ነበር። በዚህ ጊዜ በእስክንድር ስም ኢትዮጵያን በራራ ሆኖ የሚያስተዳድረው ራስ ቢትወደድ ዓምደ ሚካኤል ነበር።[12] የብሮኪና ዳ ካላብሪያ ወደበራራ መመላለስ በኢትዮጵያ ቤተ ክርስቲያን መሪዎች በበጎ ዐይን አልታየም ነበር። ዋና ምክንያት ባይሆንም የብሮኪና የዳ ካላብሪያ የበራራ ጉዞ ለዓምደ ሚካኤል ውድቀት እና መገደል አስተዋጽኦ ሳያደርግ አይቀርም። በአጠቃላይ በእስክንድር እና በናዖድ ዘመነ መንግሥት በሃይማኖት ሰበብ ብዙ ሰዎች ለሞት ተዳርገዋል።[13] ዓምደ ሚካኤል ከዘርዓ ያዕቆብ ዘመነ መንግሥት ጀምረው ከአዳል የሚዋሰኑትን ፈጠጋር እና ደዋሮ የተባሉትን ስትራቴጃዊ አውራጃዎች ጠቅልሎ በሰላም ያስተዳድር ነበር። የዓምደ ሚካኤል መሞት ለአክራሪ የአዳል ሽፍቶች የኢትዮጵያን የምሥራቅ እና ደቡብ ምሥራቅ አውራጃዎች ለመዝረፍ በጣም ጥሩ አጋጣሚ ፈጠረላቸው።[14] ቀጥሎ ባሉት ገጾች እላይ የተነሱትን ሀሳቦች በተለይም ደግሞ የሥልጣን ሽኩቻ እና መዘዙን የሚመለከቱን ምስክሮችን እናቀርባለን።

የሥልጣን ሽኩቻ ለኢትዮጵያ ታሪክ አዲስ ነገር አይደለም። ነገር ግን የዓፄ በዕደ ማርያምን ሞት ተከትሎ የተፈጠረው ሽኩቻ በኢትዮጵያ ሠራዊት ሞራል እና በአገር ጸጥታ ላይ ያደረሰው ጉዳት ከዚህ በፊት ከነበሩት የሥልጣን ሽኩቻዎች ሁሉ የከፋ ነበር።

[15] የግራኝ አሕመድ የሸብር ወረራ የሥልጣን ሽኩቻው ፖለቲካዊ እና ወታደራዊ ውጤት ነው ለማለት ያስደፍራል። በኢትዮጵያ በተለያየ ዘመን ለተከሰቱት አውዳሚ የሥልጣን ሽኩቻዎች ምክንያት የሆነው የማያሻማ በተግባር ለማዋል ቀላል የሆነ የሥልጣን ውርስ እና ሽግግር ሕግ አለመኖሩ ነው። ንጉሥ ለመሆን የንጉሡ ወንድ ልጅ መሆን ብቻ በቂ ነበር። ለመንገሥ የዕድሜ ገደብም አልነበረም። ይህ ማለት ለመምራት ዕድሜው ባይፈቅድለትም ከንጉሡ እስከተወለደ ድረስ አንድ ወንድ ሕፃን ልጅ ከመንገሥ የሚያግደው ነገር አልነበረም። በተጨማሪም እስከዓፄ ናዖድ የነበሩት የኢትዮጵያ ነገሥታት ከየእናቱ ልጅ ይወልዱ ነበር። ከንጉሡ ሕጋዊ ሚስት የሚወለደው ልጅም ሆነ ንጉሡ ከሕግ ውጭ የሚወልደው ልጅ ጾታው ወንድ እስከሆነ ድረስ አልጋ ወራሽ ለመሆን እኩል መብት አላቸው። ይህ ነው ለሥልጣን ሽኩቻ መንገድ የከፈተው።[16]

ሥልጣን ይገባኛል በሚል የሚፈጠረውን የርስ በርስ ጦርነት ለማስቀረት ነገሥታቱ አምባ ግሸን ውስጥ የነገሥታት ወንድ ልጆች እና ወንድሞች የሚታሠሩበት እሥር ቤት አቋቁመው ነበር። ምንም እንኳ የተጻፈ ሕግ ባይኖርም፣ ሁልጊዜም በተግባር ባይውልም አዲስ ንጉሥ ሲነግሥ ወንድሞቹን ሰብስቦ አምባ ግሸን ውስጥ የቁም እስረኛ አድርጎ ያስቀምጣቸዋል። ከዓፄ ይኵኖ አምላክ እስከዓፄ ዘርዓ ያዕቆብ ዘመነ መንግሥት በአጠቃላይ 590 የነገሥታቱ ወንድ ልጆች አምባ ግሸን ታስረዋል።[17] ንጉሡ በሚሞትበት ጊዜ የደረሰ ወንድ ልጅ ካለው ልጁ ይነግሳል። የሟቹ ንጉሥ ልጅ ለመምራት ዕድሜው የማይፈቅድለት ሕፃን ከሆነ ከአምባ ግሸን ወንድሙን አውርደው "ዘሞትነሂ ንህነ፣ ወዘሀሎነሂ ንህነ" ("የሞትንም እኛ ያለንም እኛ")ብለው ያነግሡታል። ሙሉ ሥነ ሥርዓቱ ቀጥሎ ተገልጿል፦

> ወግ ወሥርዓተ መንግሥት እም ሞተ ንጉሥ ያነብሩ አስከሬነ ኀበ አቢ ቤት። ወያመጽኡ እምደቂቁ ወእምአኃዊሁ ዘሀረየ አቡሁ ወሠራዊተ አቡሁ ወይተክሉ መለዣን ወያነብርዎ ዲበ ዝፋን። ወያለብስዎ ልብሰ ፀዓዳ ወያመጽእ ጽራዠ ማሰሬ ዘውደ ወያስተቄጽሎ እንዘ ይብል አንበርከ አክሊለ ዲበ ርእርሱ ዘእምዓንቁ ክቡር። ወእምዝ ይቀውሙ አዛዦች ወወምበር ህዱግ ቃቄቶች ወይነግሩ አዋጅ በውሳጤ እንዘ ይብሉ ነገሥነ ከመ እለ አበዊነ ወይጉልቁ መንገለ ላእል እስከ ኃምስ ወሳብዕ መንግሥት። ወበአፍአ በዴዴ ባሕር ጀጎል ይነግር ሕዱግ ቃቄቶች አዋጅ ወይብል ዘሞትነ ነሕነ ወዘነገሥነ ነሕነ ኀዘኑ በእንተ ሞትነ ወተፈሥሑ በእንተ መንግሥትነ ወይብሉ ይቴ አግሮድ እልል። ወበዓለ ሕግኒ በጋማች ወዣን ተሸካማች ይብሉ እዮሐ እዮሐ። ወድኅሬሁ ያወጽኡ አስከሬነ በካልእ አንቀጽ በንሥር ቃና ወድብ አንበሳ ወሰንድቅ። ወንጉሥኒ ይበኪ ፩ ዕለት ወይለብስ ጸሊመ ወበሳኒታሁ ይለብስ ልብሰ መንግሥት።[18]

<u>ትርጉም</u>

የሥርዓተ መንግሥት ወግ። አንድ ንጉሥ በሞተ ጊዜ አሬሳውን በታላቁ ቤት ያስቀምጡታል። በሟቹ ንጉሥ እና በሟቹ ንጉሥ ሠራዊት የተመረጠውን ከልጆቹ ወይም ከወንድሞቹ መካከል አንዱን አምጥተው ያነግሱታል። ነጭ ልብስ አልብሰው ጽራዠ ማሰሬው ዘውዱን ከእራሱ ላይ አድርጎ እንዲህ ይላል "ከዕንቁ በላይ የከበረ ዘውድ በእራስሕ ላይ ደፋሕ።" ከዚህ በኋላ አዛዦች እና ወምበር ህዱግ ቃቄቶች ቁመው "እንደአባቶቻችን ነገሥን" ብለው አዋጅ ይናገራሉ። ከዚያም ከአምስት እስከ ሰባት የነገሥታት ትውልድ ወደኋላ ይቆጥራሉ። ልክ ከበሩ ላይ ባሕር ጀጎሉ ለህዱግ ቃቄቶች "የሞትንም እኛ፣ ያለንም እኛ፤ በሞታችን እዘኑ፣ በመንገሳችን ተደሰቱ" ብሎ አዋጅ ይንገር። የንግሥቲቱ ገረዶች እልል ይበሉ፤ ባለሕጎች በጋማች እና ጃን ተሸካሚዎች "እዮሀ፣ እዮሀ" ይበሉ። ከዚህ በኋላ እስከሬኑን በንሥር ቃና፣ በድብ አንበሳ እና በሰንደቅ ድምፅ በሌላ በር ያወጡታል። አዲሱ ንጉሥ ጥቁር ለብሶ ለአንድ ቀን ያዝናል፣ በሁለተኛው ቀን ልብሰ መንግሥቱን ይለብሳል።

በሰላም የሚደረግ የሥልጣን ሽግግር የሠራዊቱን እና የመኳንንቱን አንድነት ለመጠበቅ ያስችላል። ነገር ግን ተደጋግሞ እንደተከሰተው ሥልጣናቸውን እና ከሥልጣን የሚገኘውን ጥቅም ላለማጣት ሲሉ የሟቹ ንጉሥ የቀድሞ ባለሥልጣኖች በዕድሜው ከጠና፣ ለመምራት ብቃት ካለው አምባ ግሽን በግዞት ከሚኖር ከንጉሡ ወንድም ይልቅ መምራት የማይችለውን ዕድሜው ያልደረሰውን የንጉሡን ሕፃን ልጅ ማንገሥ ይመርጡ ነበር። ይህ ሁኔታ ነው በተደጋጋሚ የሽኩቻ እና የደም መፋሰስ ምክንያት የነበረው።[19]

ዓፄ በዕደ ማርያም በ1478 ዓ.ም. በድንገት አለጊዜው ሞተ። በዘመኑ የተጻፉ ምስክሮች እንደሚያሳዩት በዕደ ማርያም ከሞተ ማግስት ጀምሮ መኳንንቱ እና ሠራዊቱ በሁለት አንጃ ተከፍለው ጎራ ለይተው ይጋደሉ ነበር። አንደኛው አንጃ የበዕደ ማርያም ትልቅ ልጅ የእስከንድር ደጋፊ ነው። ሁለተኛው አንጃ ደግሞ የበዕደ ማርያምን ትንሽ ልጅ ናዖድን ይደግፋል። በዚህ ትግል ውስጥ እስክንድርን የሚደግፈው አንጃ ስላሸነፈ አስክንድር (1478-1494) ነገሠ። በወቅቱ ስለነበረው ሁከት እና ብጥብጥ በኋላ ዘመን የተጻፈ ታሪከ ነገሥት እንደሚከተለው ይገልጸዋል፡-

> ወነግሠ በዕደ ማርያም ፲ ዓመት ወ፪ አውርኃ። ወሖረ ዘመቻ እስከንድር ወልዱ ምስለ ዓምዶ መልአከ ኃይሉ ወእንዘ ኢይትመየጥ አዕረፈ በዕደ ማርያም ወአንገሥዎ ሰብአ ትዕይንት ለናዖድ ወልዱ ዘይንእስ። ወሶበ ተመይጠ ዓምዶ አንገሦ ለእስከንድር እኁሁ ዘየዓቢ። ወነግሠ ፲ ዓመተ ወ፯ አውርሀ። ወሶበ ሞተ እስከንድር አንገሥዎ ዳግመ ለናዖድ ሰብአ ትዕይንት ኀበ ኢሀሎ ራስ ዓምዶ። ወመጽአ ራስ ዓምዶ ወሰዓሮ ለናዖድ ወአንገሦ ለዓምደ ጽዮን ወልደ እስከንድር እንዘ ሕፃን ውእቱ። ወነግሠ ፮ አውራኃ ወሞተ። ወነግሠ ናዖድ ፲ ወ ፮ ዓመተ። ወበሳልስ ፀንአ መንግሥቱ። ወተበቀሎ ናዖድ ለዝኩ አላዊ ወቀበሮ ሕያዎ ውስተ ምድር እስከ እንግድዓሁ ወነድኡ ላእሌሁ አልምተ ወአባግዕ፣ አፍራሰ ወአብቅለ። አግማለ ወአዕዱገ ወአኬድዎ።[20]
>
> <u>ትርጉም</u>
>
> በዕደ ማርያም 10 ዓመት ከ2 ወር ነገሠ። ልጁ እስከንድር ከሠራዊቱ ከአዛዢ ዓምዶ ጋር ዘመቻ ሄዶ ከመመለሱ በፊት በዕደ ማርያም አረፈ። የቤተ መንግሥት ሰዎች ትንሽ ወንድሙን ናዖድን አነገሡ። ነገር ግን ዓምዶ ሲመለስ ትልቅ ወንድሙን እስከንድርን አነገሠው። ለ10 ዓመት ከ7 ወር ነገሠ። እስከንድር ሲሞት የቤተ መንግሥት ሰዎች ራስ ዓምዶ በሌለበት ናዖድን ዳግመኛ አነገሡት። ራስ ዓምዶም መጥቶ ናዖድን ከሥልጣን አውርዶ የእስከንድርን ልጅ በሕፃንነቱ ዓምደ ጽዮንን አነገሠ። እርሱም 6 ወር ነግሦ ሞተ። ናዖድ ለ16 ዓመት ነገሠ። በሦስተኛው ጊዜ ሥልጣኑ ጸናለት። ናዖድም አመጸኛውን (ዓምዶን) ተበቀለው፡ እስከደረቱ ድረሥ ከመሬት ቀብረው በላዩ ላይ ላሞች፣ በጎች፣ ፈረሶች፣ በቅሎዎች፣ ግመሎች እና አህዮች ነዱበት፣ አስደቀደቁት።

እስከንድር ሲነግሥ ገና ሕፃን ስለነበረ ኢትዮጵያ የምትደዳደረው በሦስት ሞግዚቶች ነበር። አንደኛው አድራጊ ፈጣሪ የነበረው በቅጽል ስም ዓምዶ የሚባለው ራስ ቢተወደድ ዓምደ ሚካኤል ነበር። ሁለተኛው አቃቤ ሰዓት ተስፋ ጊዮርጊስ ነበር። ሦስተኛዋ የንጉሡ እናት ሮምና ነበረች። ዓምደ ሚካኤል እስከንድር ከሞተ በኋላም ተጽእኖ ፈጣሪ ሆኖ እንደቀጠለና በመጨረሻ በዓፄ ናዖድ ትእዛዝ እንደተገደለ እላይ ያለው ጥቅስ ያሳያል። ነገር ግን በዘመኑ የነበረውን የሥልጣን ሽኩቻ ታሪከ በጥልቀት ያጠናው ታደሰ ታምራት እንደሚለው ራስ ዓምዱ የተገደለው በናዖድ ሳይሆን በእስከንድር ትእዛዝ ነው።[21] ዓምዱን በእስከንድር አማካይነት ለሞት ያበቃው ነገር በውል አይታወቅም። ጥቅሱ በናዖድ ትእዛዝ የተገደለ ሌላ ከፍተኛ መኮንን እንደነበረ ያመላክታል። የዓምደ ሚካዔል አሟሟት እና

ምክንያት ተዛብቶ ቢቀርብም እላይ ያለው ጥቅስ በዘመኑ ስለነበረው የሥልጣን ሽኩቻ ፍንጭ ይሰጣል።

እስክንድር ብዙም ሳይቆይ በነገሠ በዐሥር ዓመት ውስጥ ገና ወጣት ሳለ ሳይጠበቅ በአደጋ ሞቶ አባቱ በዕደ ማርያም ከተቀበረበት ቤተ አማራ ውስጥ አትሮንስ ማርያም ተቀበረ። በዚህም ምክንያት ለጊዜውም ረግቦ የነበረው የሁለቱ አንጃዎች የሥልጣን ሹኩቻ እንደገና አገረሸ። ተክለ ክርስቶስ በተባለ መኮንን የሚመራው አንደኛው አንጃ የስድስት ዓመቱን ሕፃን የእስክንድርን ልጅ ዓምደ ጽዮንን አነገሠ። በተቃራኒው ዘሥሉስ በተባለ መኮንን የሚመራው ሁለተኛው አንጃ የእስክድርን ታናሽ ወንድም ናዖድን ከግሸን አምባ አምጥቶ አነገሠው። ሁለቱ አንጃዎች ፍላጎታቸውን ለማስፈጸም ወደግድያ እና ደም አፋሳሽ ጦርነት ገቡ። ጦርነቱን የዓምደ ጽዮን ደጋፊዎች አሸነፉ። በጦርነቱም የብዙ ሰው ሕይወት አለቀ። ዘሥሉስ ሲማረክ ተከታዮቹ አብዛኛዎቹ ተገደሉ።[22]

ሆኖም ግን ሰላም እና መረጋጋት በቀላሉ ሊመጣ አልቻለም። የርስ በርስ ጦርነቱ ለስድስት ወር ቀጠለ። ይህ በእንዲህ እንዳለ ለአምስት ወር የዘለቀ ወረርሽኝ ተከስቶ ብዙ ሕዝብ ፈጀ። በወረርሽኝ ከሞቱት ሰዎች አንዱ ሕፃኑ ንጉሥ ዓምደ ጽዮን ነበር። በዚህ ምክንያት የርስ በርስ ጦርነቱ ሊቆም ቻለ። በወቅቱ የነበረውን ጦርነት እና ያደረሰውን ጉዳት በዘመኑ የተጻፈውና ከዚህ በፊት ያገኘነው የአቡነ መርሐ ክርስቶስ ገድል እንደሚከተለው ይገልጸዋል፡-

> ወእድኅረ ዝንቱ ሞተ እስክንድር ንጉሥ ርቱዓ ሃይማኖት ወተቀብረ ኀበ አበዊሁ። ወነግሠ ዓምደ ጽዮን ወልዱ ወኮነ ሕፃን። ወበእንተዝ ኮነ ከእወተ ደም ብዙኀ ወተቃተሉ ኵሎሙ ሠራዊተ ንጉሥ ወኀጥኡ ዘየኀድገሙ። ወኮነ ብካይ በበብሄሩ። ንዋየ ቅድሳት ዘቤተ ክርስቲያን ተበርበረ ወተባልዐ መኳንንተ ኢትዮጵያ ከመ አሣተ ባሕር። ወኮኑ ከመ አርዌ ዘአልቦ መካን።[23]
>
> <u>ትርጉም</u>
> ከዚህ በኋላ ሃይማኖቱ ርቱዑው እስክንድር ሞተ፣ አባቱ ከተቀበረበት ስፍራ ተቀበረ። ልጁ ዓምደ ጽዮን ነገሠ፣ እርሱም ሕፃን ነበር። በዚህ ምክንያት ብዙ ደም መፋሰስ ነበር፣ የንጉሡ ወታደሮች በሙሉ እርስ በርሳቸው ተዋጉ፣ የሚያስቆማቸውም አልነበረም። በየአገሩ ለቅሶ ሆነ። የቤተ ክርስቲያን ንዋየ ቅድሳት ተዘረፉ፣ የኢትዮጵያ መኳንንት እንደባሕር አሳዎች እርስ በርስ ተበላሉ፣ መጠለያ እንደሌለው እንደዱር አውሬ ሆኑ።

በመግቢያው እና በምዕራፍ 3 እንዳየነው መርሐ ክርስቶስ ከበራራው አባ ገብርኤል ሥልጣነ ክህነት የተቀበለው የወጅ ተወላጅ ነው። መርሐ ክርስቶስ መገዳደሉ ሲፈጸም የደብረ ሊባኖስ ገዳም 9ኛ አበምኔት ሆኖ እያገለገለ ነበር። ገድሉም የተጻፈው መርሐ ክርስቶስ ከሞተ ከጥቂት ዓመታት በኋላ ነበር። ገድሉ በዘመኑ የነበረውን የሕዝቡን ስሜት እና የሥልጣን ሽኩቻው ያደረሰውን ጉዳት ለመረዳት ያስችላል። የሕፃኑ ንጉሥ ዓምደ ጽዮን መሞት የሥልጣን ሽኩቻው እንዲያበቃ ምክንያት ስለነበረ በዘመኑ የነበሩ ሰዎች እንደትልቅ እፎይታ ነበር የቆጠሩት። ዓምደ ጽዮን ሕጻን ስለነበረ ልጅ አልወለደም። ስለዚሕ ከዓምደ ጽዮን የሚወለድ ሌላ የአልጋ ተቀናቃኝ ስላልነበረ የሕፃኑን አጎት ናዖድን ከአምባ ግሸን አምጥተው በራራ ላይ አነገሡት።

በምዕራፉ መግቢያ ላይ የተጠቀሰው ጥቅስ በወቅቱ የነበረውን ሥርአት አልበኝነት በትክክል ይገልጻል። የታሪክ ነገሥቱ ጸሐፊ እንደሚለው ከሆነ “በዚያ ወቅት ሕገ ወጥ ሥራ የልሠራ፣ በሌላ ሰው ላይ በደል ያላደረሰ ሰው” ለማግኘት አይቻልም ነበር

(“ዘኢዓመጸ ወዘኢገፍአ እም ኢተረክበ በውእቱ ዘመን”)።[24] የዓፄ ናዖድ የመጀመሪያው ተግባሩ ሕግና ሥርዓት ማስከበር ነበር። ጁል ፔሩሾን ያሳተመው በወቅቱ የተጻፈው ታሪከ ነገሥት እንዲሚያስረዳው የፍትሕ ፈላጊው ሕዝብ ቁጥር ከፍተኛ ነበር። በእስከንድር እና በሕፃኑ ዓምደ ጽዮን ዘመነ መንግሥት በነበረው የእርስ በርስ ጦርነቱ ወቅት የተሠራው ወንጀል መጠን ከፍተኛ በመሆኑ ምክንያት ንጉሡ የመሬት ጉዳይ ብቻ ለማየት ተገድዶ ነበር፡- “(ዘንተ ገብረ [እገሌ ወዘንተ ገብረ እገል] በመዋዕለ ንጉሥነ እስክንድር ብሂለ ዝንቱ ዓመጻ ሶበ በዝኃ አዘዘ በአዋጅ እንዘ ይብል ኢትበሉ ከመዝ ወኃጢአት ገብረከ[አ] በመዋዕለ ንጉሥነ ዓምደ ጽዮን ዘንተ ዘይቤሎ ቢጽ ለቢጹ ሞተ ለይሙት። ...ወእምድኅረ ርስትሰ ዘተገፍዓ ከመ ኢይኅድግ ነገረ ፍትሕ አዘዘ።”)።[25] አገር ለማረጋጋት ሲል አዲሱ ንጉሥ ከመሬት ጉዳይ ውጭ ያለውን ማንኛውንም የተሠራውን ወንጀል በይቅርታ በአዋጅ ለማለፍ ተገድዷል። ነገር ግን የምሕረት አዋጁ ናዖድ እንዳይነግሥ ሲቃወሙ የነበሩትን አይጨምርም ነበር። ከፍተኛ ቁጥር ያላቸው ሰዎች የእሥራት እና የሞት ፍርድ ተፈርዶባቸው ሞቱ።[26]

ኢትዮጵያን ያዳከማት እና ለአዳል ሽፍቶች መጠናከር በር የከፈተላቸው ይህ የሥልጣን ሽኩቻ ነው። በተለይም በሥልጣን ሽኩቻው ምክንያት የቢትወደድ ዓምደ ሚካኤል መሞት ከፍተኛ የሆነ የፖለቲካ ክፍተት ፈጠረ። በዚህም ምክንያት ማሕፉዝ በተባለው የዘይላ ገዢ መሪነት ሽፍቶች ወደደዋሮ እና ፈጠጋር ዘልቀው በመግባት ቁጥሩ ከፍተኛ የሆነ ክርስቲያን ሕዝብ አፍነው በመውሰድ ለአረቦች ይሸጡ ነበር። በዘመኑ የተጻፈ የታሪክ ሰነድ ዓምደ ሚካኤል የተገደለበትን ምክንያት እና የመኮንኑን ሞት ተከትሎ ስለተፈጠረው የጸጥታ ችግር እንደሚከተለው ያትታል፡-

> ወነበረ አሀዱ መስፍን ዘስሙ ዓምደ ሚካኤል ውእቱኒ ነበር በሲመት እምዘርዐ ያዕቆብ እስከ እስክንድር ኢተሥእረ። ወወቱ ጻድቅ ወፈራሄ እግዚአብሔር ወጠቢብ። ወይጸልዮሙ ለትንባላት በእንተ ሃይማኖት ወየአምር ምክሮሙ ወትምይንቶሙ ወኮኑ ብዙኃ ይጸልዑ።
>
> ወበውእቱ መዋዕል መጽኡ አፍርንጋውያን እምሀገረ ሮሜ ወአሐዱ ብእሲ እምኔሆሙ ቀሲስ ዮሃንስ። ወተቀበሎሙ በክብር ወሶበ ርእዩ ካህናት አንጎርጎሩ ወሐመይዎ እንዘ ይብሉ ንጉሥ ቦአ በሃይማኖተ አፍርንጊ። ወተከፍሉ ኀበ ክልኤ ክፍል ወመንፈቆሙ ተፀወኑ ኀበ ራስ ዓምዱ ወመንፈቆሙ ኃጥኡ ዘይፀወኑ። ወተዘከሩ ነገረ አባ ብንያሚን ሊቀ ጳጳሳት ዘቀዲሙ በምሥር አመ አንጠይዎ ካቶሊካውያን ተማከረ ምስለ ዑመር ወልደ ሀፅ ወአብእ ውስተ ሀገረ ምሥር ወሶበ ቦአ ዑመር ውስተ ግብጽ ወቀተሎሙ ለካቶሊካውያን ወአንበሮ ለአባ ብንያሚን ውስተ ዐቢይ ክብር። ንህነኒ ንፀወን ኀበ ተንባላት ወንፈጽም ንገረነ ወናምጽኦሙ ከመ ኢይትወለጥ ሃይማኖትነ። ባሕቱ ሀሎ ራስ ዓምዱ መስፍነ ፈጠጋር። ሶበ ሀሎ ውእቱ ኢይመጽዑ ተንባላት ወይፈርህዎ ጥቀ። ቅድመ ንስከዮ ለሊሁ ወናጥፍአ በሐሠት። በእንተዝ ሰከይዎ ለራስ ዓምዱ እንዘ ይብሉ ሰከበ ምስለ እቴጌ ዕሌኒ ወረከብናሁ እንዘ ይነውም። ወአኅሠረ መንበረ ዳዊት አቡከ ወእንዘ ኢይትፌጸም ዝንቱ ነገር እንዘ ሀለው ቀዊሞሙ በዓውድ ተንሥኡ ላዕሌሁ እልዋን በስምዐ ሐሰት እንዘ ይብሉ ሀለው እንዘ ይትለአከ ሀበ ከሚሮስ አፈንዲ ወልደ ሡልጣን ንጉሥ ከመ የኀሥሥ ወንግሥተ ኢትዮጵያ እኂዞ ረድኤተ ምስለ አማሌቃውያን። ወሰበ ሰምዐ ንጉሥ ዘንተ ነገረ ክልኤ ኅሡማተ ተምዐ ወመልዐ ዓተ ወኢያእመረ ከመ ሐሰት ውእቱ። ወአቅተሎ ለራስ ዓምዱ ወኮነ ሰማእተ። ወወረደ ዓምደ ብርሃን ወአክሊል። ወሰበ ርእየ ንጉሥ ዘንተ ነገረ ዕፀበ ነስሀ ወበከየ ወሖረ ደብረ ሊባኖስ ኀበ እጨጌ መርሐ ክርስቶስ ወተቀበለ ቀኖናሁ በእንተ ዘአበሰ ላዕለ ራስ ዓምዱ ወገነዘ በክብር ወረሰዮ ቅዱሰ ወቀበሮ በክብር ዓቢይ ውስተ መቃብር ሐዲስ በደብረ ሊባኖስ።

ወሶበ ሰምዑ ሞቶ ለራስ ዓምዱ እስማኤላውያን እለ ሀለው በአውዱ ተፈሥሑ ዓቢየ ፍስሐ ወማህረክዎሙ ለወገግ ወለፈጠጋር ሰብአሙ ወንዋዮሙ ወሜጥዎሙ በምሥያጥ። ወሶበ ሰምዐ ዓጼ እስክንድር ኀዘነ ዐቢየ በእንተ ዘተፈትሐ አንቀጸ ሀገር በሞተ አሐዱ ብእሲ። ተንሥአ ወሖረ ኀበ ሀገረ ፈጠጋር ወተፀብዐ ምስሌሆሙ ሞያሙ ወቀተሎሙ ባሕቱ ኢያጥፍዖሙ ፍጹመ ወሖረ ብሔሮ። ወዓዲ ኀዲጎ መንግሥቶ መነነ ከመ ይፈጽም ቀኖናሁ እንዘ ይተልዎ አሐዱ ሕፃን። ወልደ ሥሉስ ወልደ እኅቱ ለራስ ዓምዱ ወሶበ ርዕየ ነደፎ በሐጽ ለዓጼ እስክንድር ከመ ይሚጥ ሎቱ ደመ ዚአሁ ወይቤሎ ኢይምህከከ በከመ ይቤ መጽሐፍ ኢይንጽህ ደመ ዘእንበለ ደም። ወአዕረፈ አመ ዓሠርቱ ወክልኤቱ ለግንቦት በደብረ ወርቅ።[27]

<u>ትርጉም</u>

ዓምደ ሚካኤል የሚባል ገዥ ነበር። እሱም ከዘርዓ ያዕቆብ ጀምሮ እስከእስክንድር ድረስ ሳይሻር በሥልጣን ቆይቷል። እርሱ ጻድቅ፣ እግዚአብሔርን የሚፈራ እና ጠቢብ ነበር። እስላሞችን በሃይማኖ ታቸውምክንያት ይጠላቸው ነበር። ምክራቸውንና ሴራቸውንም ያውቃል፤ ብዙዎችን የሚጠሉ ሆኑ።።

በዚያን ጊዜ ፈረንጆች ከሮም አገር መጡ። ከእነሱም አንዱ ቄስ ዮሐንስ ነበር። በክብር ተቀበላቸው። ካህናቱም ይህን ባዩ ጊዜ አጉረመረሙ፣ በሽሙጥም "ንጉሥ ወደ ፈረንጅ ሃይማኖት ገብቷል" አሉ። ለሁለትም ተከፍለው፤ ግማሾቹ ለራስ ዓምዱ ገቡ፤ ግማሾቹ ግን የሚጠጉበት አጡ። የሊቀ ጳጳሱን የአባ ቢንያምን ነገር አስታወሱ። ይኸውም በምሥር ካቶሊካውያን ቀድመው ባስከፉት ጊዜ ከዑመር ወልደ ሀፅ ጋራ ተማክሮ ወደ ምሥር እንዲገባ አደረገው። ዑመርም ምሥር በገባ ጊዜ ካቶሊካውያኑን ገድሎ አባ ቢንያምን በታላቅ ክብር ሾመው። እንዲሕም አሉ "እኛም ሃማኖታችንን እንዳንለውጥ እናምጣቸው፤ ወደእስላሞችም እንጠጋ።" ነገር ግን የፈጠጋር መስፍን ራስ ዓምዱ አለ። ሙስሊሞች በጣም ስለሚፈሩት እርሱ እስካለ ድረስ ለመምጣት አይደፍሩም። በመጀመሪያ በሀሰት ወንጀል ከሰን እናጥፋው [ብለው መከሩ]። ስለሆነም ከንግሥት ዕሌኒ ጋር ተኝቶ ተራክቦ ሲፈጽም እጅ ከፍንጅ ያዝነው፣ የአባትህን የዳዊትን ዙፋን አርከሷል በማለትራስ ዓምዱን በሀሰት ከሰሱት።

ይህ ክርክር ገና ሳይፈጸም በአደባባይ ቆመው " ከእስላሞች ጋራ በመተባበር የኢትዮጵያን መንግሥት ለመያዝ ከሡልጣኑ ልጅ ከከሚሮስ አፈንዲ ጋራ እየተላላከ ነው" የሚሉ ሌሎች ሀሰተኛ ከሳሾች ተነሱበት። ንጉሡ እኒህን ሁለት ውንጀላዎች ሲሰማ በንዴት ተሞላ፣ እጅግም ተቆጣ። ሀሰት መሆኑን ሳላወቀምና ራስ ዓምዱን አስገደለው። እናም ሰማእት ሆነ፣ የብርሃን አምድና አክሊል (በራሱ ላይ) ወረደ። ንጉሡም ይህን አስደናቂ ነገር ባየ ጊዜ (በሠራው) ተጸጸተ እና አለቀሰ። በራስ ዓምዱ ላይ ስለፈጸመው ሀጢያት ደብረ ሊባኖስ ሄዶ ከእጨጌ መርሐ ክርስቶስ ቀኖናውን ተቀበለ። አስከሬኑን በክብር ገንዞ ደብረ ሊባኖስ ውስጥ አዲስ በሆነ መቃብር በታላቅ ክብር ቀበረው፣ ጻድቅ አደረገው።

በዙሪያው የነበሩት እስላሞችምየራስ ዓምዱን ሞት ሲሰሙ ታላቅ ደስታንተደሰቱ፣ የወገግንና የፈጠጋርን ሰዎች ማርከው ገብያ ወስደው ሸጧቸው ንብረታቸውንም ወሰዱት። ዓፄ እስክንድርም ይህንን በሰማ ጊዜ በአንድ ሰው ሞት ምክንያት የአገሩ በር በመከፈቱ በጣም አዘነ። ተነስቶም ወደ ፈጠጋር ሄዶ ጦርነት ገጥሞ አሸነፋቸው፣ ብዙዎችንም ገደላቸው ነገር ግን ሙሉ በሙሉ ሳያጠፋቸው ወደአገሩ ተመለሰ፡፡ ከዚያምመንግሥቱን ትቶ ቀኖናውን ሊፈጽም አንድ ሕፃን ልጅ አስከትሎ መነነ። የራስ ዓምዱ የእኅት ልጅ ወልደ ሥሉስ ንጉሥ እስክንድርን ባየው ጊዜ 'መጽሐፍ ደም ያለ ደም ዐይነጻም እንደሚለው' አለቅህም ብሎ የአጎቱን ደም ለመበቀል በቀስት ገደለው። በኅዳር 12 ቀን ዐርፎም በደብረ ወርቅ ተቀበረ።

የዓምደ ሚካኤል መገደል ከፍተኛ የሆነ ወታደራዊ እና የፖለቲካ ክፍተት ፈጥሮ ነበር። ዓምደ ሚካኤል ከዓፄ ዘርዓ ያዕቆብ ዘመነ መንግሥት ጀምሮ ፈጠጋርን እና ደዋሮን

ጠቅልሎ ያስተዳድር ነበር። ሁለቱም በጣም ሀብታም አውራጃዎች ነበሩ። ሁለቱንም የረጅም ርቀት ንግድ መስመር አቋርጧቸው ስለሚሄድ ስትራቴጂያዊ ጠቀሜታቸው ከፍተኛ ነበር። በተጨማሪም ምዕራብ ፈጠጋር ከመንግሥቱ መቀመጫ ከበራራ አጠገብ ስለሚገኝ የፈጠጋርን ስትራቴጃዊ ጠቀሜታ የበለጠ ይጨምረዋል። የፈጠጋር እና የደዋሮ ሰላም እና ደኅንነት ካልተረጋገጠ የኢትዮጵያ ሰላም ሊረጋገጥ አይችልም ነበር። የጥቅሱ ጸሐፊ ዓምደ ሚካኤል የአዳል ሽፍቶችን ፍላጎት እና ተንኮል በሚገባ ያውቅ ነበር። ይህ ትክክል ሊሆን ይችላል። ዓምደ ሚካኤል አስተዳዳሪ ሆኖ ለረጅም ጊዜ ስላገለገለ የአዳል ሽፍቶችን ድክመታቸውን እና ጥንካሬያቸውን በቅርበት ለመከታተል እንደረዳው ግልጽ ነው። የዓምደ ሚካኤል መገደል ከፍተኛ ክፍተት የፈጠረበት ምክንያት እርሱን በቀላሉ ሊተካ የሚችል ሰው ስላልነበረ ነው።[28]

ዓምደ ሚካኤል ስለተገደለበት ሁኔታ የተለያዩ የታሪክ ምንጮች የተለያየ ምክንያት ይሰጣሉ። እላይ የተጠቀሰው ምንጭ እውነት ከሆነ ዓምደ ሚካኤል የተገደለበት ሌላው ምክንያት ከአዳል ሽፍቶች ጋር በምስጢር ይገናኛል፤ እንዲሁም ከንግሥት ዕሌኒ ጋር ተኝቷል በሚል የሀሰት ውንጀላ ነው። ይህ በኋላ ዘመን የተፈጠረ መሠረተ ቢስ ትርክት እንደሆነ መገመት ይቻላል። ዓምደ ሚካኤል የእስክንድር ደጋፊ ነበር። ስለዚህ በክዳት ወይም በአመፅ ምክንያት እንዳልተገደለ ግልጽ ነው። እንደታደሰ ታምራት ከሆነ ዓምደ ሚካኤልን ለሞት ያበቃው ከንግሥት ዕሌኒ እና ከሌሎችም ከሥልጣን የተገለሉ ሰዎች ጋር የነበረው ቅራኔ ነው።[29]

ለዓምደ ሚካኤል መጠላት እና መጨረሻም መገደል ሌላው ምክንያት ለዮሃንስ ብሮኪ እና ዳ ካላብሪያ ያሳየው ቀናነት ነው። ብሮኪ እና ዮሃንስ ዳ ካላብሪያ በካቶሊክ ቤተ ክርስቲያን ተልከው በመጀመሪያ በ1482 ዓ.ም. ለሁለተኛ ጊዜ በ1484 ዓ.ም. ወደበራራ እንደመጡ ዐይተናል። በመጀመሪያው ጉዞ ከንጉሡ ጋር ለመገናኘት አልቻሉም ነበር። በሁለተኛው ጉዞ ግን ንጉሡን ለማናገር እንደቻሉ እና በጥሩ መስተንግዶ እንደተቀበላቸው ብሮኪ ለእስክንድር ሱሪያኖ ነግሮታል።[30] ይህ የሆነው በዓምደ ሚካኤል ጣልቃ ገብነት እንደሆነ ታደሰ ታምራት ጽፏል።[31] እላይ የተጠቀሰው የጽሑፍ ምስክር ጸሐፊ "ዮሃንስ የተባለ ቄስ ከሮማ መጣ" ያለው ዮሃንስ ባቲስታ ብሮኪን እና ዮሃንስ ዳ ካላቢርያን ነው። የበራራ ቄሶች ንጉሡን የፈረንጅ ሃይማኖት ይዟል ብለው የጠረጠሩበት ምክንያት ምናልባትም የካቶሊክ እንግዶቹ ደጋግመው ወደበራራ መምጣታቸው እና በጥሩ ሁኔታ መስተናገዳቸው ሊሆን ይችላል። በተጨማሪም ንጉሡ በሃይማኖት ምክንያት ከሊቃውንት ጋር ተጣልቶ እንደነበረ በዘመኑ የተጻፉ ምስክሮች ያሳያሉ።[32]

ምክንያቱ ምንም ይሁን የዓምደ ሚካኤልን መሞት ተከትሎ ለ23 ዓመት ያለማቋረጥ የቀጠለው የማሕፉዝ ዘመቻ በይፋ ተጀመረ። ማሕፉዝ ወረራ የሚፈጽምበት ምክንያት ንብረት ለመዝረፍ እና ክርስቲያኖችን ለባሪያ ነጋዴዎች ለመሸጥ እና ደቡብ አረቢያ ለሚገኙ የአረብ መሪዎች በስጦታ በባርነት ለመስጠት ነው። ራሳቸውን መከላከል የማይችሉ የፈጠጋር እና የተለያዩ የደዋሮ አካባቢ ሰዎች የማሕፉዝ የማያቋርጥ ወራራ ሰለባ ሆኑ። እስክንድር ራሱን ችሎ መምራት ሲችል የማሕፉዝን ጥቃት ለማስቆም ያደረገው ሙከራ ሳይሳካ ቀረ።[33]

በናዖድ ዘመነ መንግሥት የማሕፉዝ ዘመቻ ተባብሶ ቀጠለ። የተለያዩ መረጃዎች እንደሚያሳዩት ናዖድ ትኩረቱ እና ዝንባሊው ከወታደራዊ እና ፖለቲካዊ ጉዳዮች ይልቅ ወደሥነ ጽሑፍ፣ ቅኔ ማህሌት መቆም፣ ቅኔ መቀኘት፣ ጸሎት እና ባጠቃላይ መንፈሳዊ

ሕይወት ነበር። በዚህም ምክንያት ማሕፉዝ በየዓመቱ እየዘመተ እልፍ አእላፍ ሰዎችን በባርነት ሸጣቸው። የሚቀጥለው የጽሑፍ ምስክር ይህን ያረጋግጣል፡-

ወነግሠ ወልዱ ለእስክንድር ዘስሙ ናዖድ ወበመዋዕሊሁ ኀየሉ ተንባላት ወመጽኡ እስከ ምድረ ይፋት ወመኀረኩ ሰብአሙ ወእንስሳሆሙ ለወገግ ወለፈጢጋር ረሰይዎሙ መስልመ። ወሶበ ተጽዕቀ ንጉሥ ረሰየ መዲናሁ ሀበ ዛይ ትሰመይ ኢያሪኮ ወለእመ ንጉሥኒ እቴጌ ዕሌኒ ተከሥተ ላቲ ጥፍአተ ሀገረ ኢትዮጵያ ነበረት እንዘ ትፌኑ መልዕክተ ኀበ መንግሥተ ብርቱጋል ከመ ይኰኖሙ ረድኤተ ለደቂቃ። ወመኳንንትሰ ኢያእምሩ ጥፍአተ ሀገሮሙ ወተቀንዮቶሙ በዕደ እስላም ወባሕቱ ኮኑ ይዛውዑ በልሳነ አረቢ ወበልሳነ አምሃራ። ወአረጋውያንሰ የኀዝኑ እንዘ ይብሉ አይ ዘመን በጻህነ ወኮነ ዘመንነ ዘመነ ተዋልጦ ሶበ ኢበጽሐት ሳምናዊት ዘመን። ወዳዊትኒ ተነበየ በእንተ ሳምናዊት ዘመን ወይቤ በመዝሙር ዘዐሥርቱ ወአሐዱ አድኅነኒ እስመ ኀልቀ ኄር። ያነብቡ ወይፈክሩ እስከ ተፍጻሜቱ በቅድመ ኵሉ ሕዝብ። ወሕዝብሰ ኢሰምዑ ምንተ አስመ ደንቀወ እዘኒሆሙ። ወኢያእመሩ ተቀንዮቶሙ በዕደ እስላም ወካህናትሰ የአምሩ ዘገብሩ ተግባሮሙ እንዘ ኢይተረፍ ምንተ ተቀንዮ በዕደ አረሚ።

ወዓጼ ናዖድሰ ኮነ ተግባሩ ኀበ ማህሌት ወጸሎት ወይትቀነይ ቅኔ በማኅሌት። በውዕቱ መዋዕል ወረደ ንጉሥ ደብረ ሊባኖስ ምስለ አባ ማርቆስ ጳጳስ ወአውጽአ ዓፅሞ ለአቡነ ተክለ ሃይማኖት ወአንበሮ ኀበ ሣፁን ዘወርቅ። ወበይእቲ ዕለት ገብረ በዓለ አቢየ በዝማሬ ወበማኅሌት ወኮነ ይዜምር ምስለ ሊቃውንት። ወይትቀነይ በድርሰታት ቅድመ ውእቱ ሣፁን በከመ ዘመረ ዳዊት በቅድመ ታቦተ ሕግ። ወንጉሥሰ ኮን ሔረ ወጻድቀ ወመፍቀሬ ጸሎት ወምጽዋት ወያፈቅራ ለእግዝእትነ ማርያም ይሥዕል ወያስተበቁዕ ኀቤሃ ኵሎ ጊዜ መዓልተ ወኬኪተ ከመ ኢትደምሮ ኀበ ዘመን ሳምናዊት...ወተፈሥሐ ወደረሰ ድርሰተ መልክአ። ወእምዝ ወረደ ወተመይጠ ኀበ ዛይ ከመ ይዕቀብ ሀገሮ አምእደ እስላም። ወእንዘ ሀሎ ኀቤሁ ቦአ ክረምት። እስላምሰ ሁብሩ ምስለ ሰብአ አዳል ወማኅረከዋ ለሀገረ ይፋት። ንጉሥሠ ተንሥአ እምኢያሪኮ ከመ ይፃባዕ ምስሌሆሙ ወበጽሐ ፈለገ አጽራር ወረከቦ ለውእቱ ፈለግ ምሉእ እስከ አፍሁ አመ ፳ወ፩ ለሐምሌ። እንዘ የዐዱ ምስለ ሠራዊቱ ወሰዶሙ ውኂዝ ለሠራዊተ ንጉሥ። ወለንጉሥኒ አውፅእዎ እምዕፀብ ኃያላኒሁ። ወለውእቱ ውኅዝ ሰመይዎ እስመ ነሥአ እምሠራዊት። ወንጉሥ ሐመ እምድኅረ ወፅአ እምውእቱ ውኂዝ ወተራከበ ምስለ ሕዝብ ወአዕረፈ በሰላም አመ ፯ ለነሐሴ ወተቀብረ በግሼን አንባ ነገሥት።[34]

<u>ትርጉም</u>

ስሙ ናዖድ የተባለው የእስክንድር ልጅ ነገሰ። በእርሱ ዘመነ መንግሥት ሙስሊሞች በጣም በረቱ፣ እስከ ይፋት ድረስ በመምጣት ሰዎችንና ከብቶቻቸውን ማረኳቸው። የወገግንና የፈጠጋርን ሰዎች አሰለሟቸው። በዚህ ጫና ንጉሡ መቀመጫውን ዝዋይ ውስጥ ኢያሪኮ ከተባለ ስፍራ አደረገ። የኢትዮጵያን ጥፋት አስቀድሞ የተገለጠላት የንጉሡ እናት ንግሥት ዕሌኒ ልጆቿን እንዲረዱላት ወደፖርቱጋል መንግሥት ደጋግማ ደብዳቤ ትጽፍ ነበር። የአገራቸውን መጥፋት እና ለሙስሊሞች መገዛታቸውን ያልተረዱት መኳንንቱ ግን በአረብኛ እና በአማርኛ ቋንቋ እየተነጋገሩ እየቀለዱ ራሳቸውን ያዝናኑ ነበር። አረጋውያን ሰዎች ግን "ከምን ዐይነት መጥፎ ዘመን ደረስን? ስምንተኛው ሺ ሳይደርስ፤ ዘመናችን የመለዋወጥ ዘመን ሆነ" ብለው አዘኑ። ዳዊትም በዐስራ አንደኛ መዝሙሩ "(ጌታ ሆይ) አድነኝ ደግ ሰው ጠፍቷልና" ብሎ ተንብዩአል። ምንባቡን በሁሉም ሕዝብ ፊት አንብበው ተርጉመውታል። ነገር ግን የሰዎች የመስሚያ ጆሮአቸው ስለተደፈነ በጭራሽ አልሰሙም። ለሙስሊሞች መገዛታቸውን አላስተዋሉም ነበር። ካህናቱ ግን በአረማውያን እጅ የተደገሰላቸውን ሳይቀር የሚሠሩትን ያውቁ ነበር።

ዐጼ ናዖድ ግን ተግባሩ ወደ ማኅሌትና ጸሎት (መገስገስ) ሆነ፤ በማኅሌትም ጊዜ ቅኔ ይቀኛል። በዚያን ጊዜ ከጳጳሱ ከአባ ማርቆስ ጋር ወደደብረ ሊባኖስ ሄደ፣ እናም የአባታችንን የተክለ ሃይማኖትን አጽም አውጥቶ በወርቅ ሳጥን አስቀመጠው። በዚያን ቀን ከሊቃውንቱ ጋራ እየዘመረ በዝማሬ እና በማህሌት ታላቅ በዓል አደረገ። ዳዊት በተቦተ ሕጉ ፊት እንደዘመረ ሑሉ እርሱም በሳጥኑ ፊት ለፊት ቅኔ ተቀኘ። ንጉሡ ጸሎት እና ምጽዋት የሚወድ ትሁት እና ጻድቅ

ሆነ። እመቤታችን ማርያምን ይወድድ ነበር እናም ከስምንተኛው ሺህ እንዳይደርስ ቀን እና ማታ ሁልጊዜ ጸሎት ይፀልይ እና ይለምናት ነበር። ተደሰተና መልከዓ [ማርያምን] ደረሰው። ከዚህ በኋላ አገሩን ከእስላሞች ለመጠበቅ ወደዝዋይ ተመለሰ። እርሱ እዚያ እያለ የዝናቡ ወቅት ጀመረ። ሙስሊሞች ከአዳል ሰዎች ጋር በመተባበር ይፋትን ወረሯት። ንጉሡ እነሱን ለመውጋት ከኢያሪኮ ተነሳ። ከአጽራር ወንዝ ሲደርስ በኃምሌ በ26 ቀን እስከ አፉ ሞልቶ አገኘው። ከጦር ሠራዊቱ ጋር እየተሻገረ እያለ ጎርፉ ጥቂት ወታደሮቹን ወሰዳቸው። ጠንካራ ወታድሮች ንጉሡን በተዓምር አተረፉት። ከሠራዊቱ የተወሰኑትን የወሰዳቸው በመሆኑ ወንዙን ጎርፍ ብለው ሰየሙት። ንጉሡ ከውኃ ሙላቱ ከተረፈ በኋላ ታመመ። ሕዝቡን አግኝቶ በነሐሴ 7 ቀን በሰላም ሞተ፣ በግሸን አምባ ነገሥት ተቀበረ።

አረብ ፈቂህ የሚለው ትክክል ከሆነ ማሕፉዝ እስከዱከም ወንዝ ድረስ እየመጣ እየዘረፈ ይሄድ ነበር።[35] በዘመኑ የነበረው የእርስ በርስ ደም መፋሰስ እና የማሕፉዝ የማያቋርጥ ዘመቻ ተደምሮ በአንዳንድ ሰዎች ላይ ተስፋ የመቁረጥ ስሜት እንደፈጠረ እላይ ያለው መረጃ ፍንጭ ይሰጣል። የማሕፉዝ ማየል የስምንተኛው ሺህ ወይም የዓለም ፍጻሜ መድረሻ ምልክት አድርገው የቆጠሩት ሰዎች እንደነበሩ መረዳት ይቻላል። ማሕፉዝም ስለናዖድ እንቅስቃሴ መረጃ በቀላሉ እንደሚያገኝ መገመት ይቻላል። አልቫርሽ ማሕፉዝ በ1517 ዓ.ም. ወጣቱ ንጉሥ ልብነ ድንግል በመራው ዘመቻ በተገደለበት ጊዜ አብረው ከተማረኩት መካከል የአንድ የቢትወደድ ልጅ ይገኝ እንደነበርና መክዳት በጣም የተለመደ እንደነበረ ጽፏል።[36] ማሕፉዝ ከ20 ዓመት በላይ ሳይያዝ በቀላሉ ዘረፋ ለመፈጸም የቻለበት ምክንያት ይህ ነው።

ናዖድ በ1508 ዓመተ ምሕረት በድንገት ስለሞተ ልጁ ልብነ ድንግል ነገሠ። ልብነ ድንግል ሲነግሥ ገና የ11 ዓመት ልጅ ስለነበረ ኢትዮጵያ እንደገና በሞግዚት አስተዳደር ሥር ወደቀች። ሞግዚቶች ከእስክንድር ዘመን ጀምሮ በቤተ መንግሥት ተሰሚነት የነበራት ንግሥት ዕሌኒ፣ የንጉሡ እናት ናዖድ ሞገሣ እና ራስ ወሰን ሰገድ ናቸው። ዕሌኒ በኢትዮጵያውያን ዘንድ በጣም የተከበረች ነበረች። ልብነ ድንግል ለፖርቱጋሉ ንጉሥ አማኑኤል ቀዳማዊ በጻፈው ደብዳቤ ውስጥ በልጅነቱ ዘመን በስሙ አገር የምትገዛ፣ ወደ ፖርቱጋል አገርም ማቴዎስን የኢትዮጵያ መንግሥት መልክተኛ አድርጋ በ1509 ዓ.ም. የላከችው ዕሌኒ እንደነበረች በግልጽ ጽፎታል። በተጨማሪም ስለዚህ ዘመን የተጻፈ የታሪክ ማስተወሻ ኢትዮጵያ የምትተዳደረው በሞግዚት እንደነበረ በልብነ ድንግል ደብዳቤ ላይ የተጻፈውን ሀሳብ ትክክለኛነት ያረጋግጣል። ሁለቱንም ምስክሮች ቀጥለን ጠቀሰናቸዋል፦

<u>የልብነ ድንግል ደብዳቤ</u>

When I enquired, they told me how Matthew had died as soon as he came into the beginning of my countries, at the monastery of Bisam. I did not send him, but Queen Elena sent him who governed me as my mother, because at that time I was eleven years of age: for I was of that age at the death of my father, when I succeded to the crown of my Kingdoms, and Queen Elena governed for me.[37]

<u>ትርጉም</u>

ነገሩን ስመረምር ማቴዎስ ወዲያው ወደ ግዛቴ ከመግባቱ ደብረ ቢዘን ላይ መሞቱን ነገሩኝ። እኔ አልላኩትም፣ ምክንያቱም እኔ በዚያ ጊዜ ዐሥራ አንድ ዓመቴ ስለነበረ የላከችው እንደእናቴ ሁና በኔ ስም ስታስተዳድር የነበረችው ንግሥት ዕሌኒ ናት፤ አባቴ ሲሞትና የመንግስቴን ዙፋን

ስወርስ በዚያ ዕድሜ ስለነበርኩ እና ስለእኔ ሆና አገሩን ታስተዳድር የነበረችውም ንግሥት ዕሌኒ ስለነበረች።

<u>ታሪከ ነገሥት</u>
ወአሜሀ ትትሜገብ ወንግሥት በትእዛዝ ወላዲቱ ንግሥት ናዖድ ሞገሣ። ወበምክረ ካልእታ ንግሥት ዕሌኒ እስመ የአምራ ሠሪዓ ቤተ መንግሥት። ወፈድፋደሰ ዛቲ ጠባብ አሌኒ ተአምር ሕገ መንግሥት ዘነበረት በታዕካ ፫ ነገሥት ከቡራን እለ አስመዩ ስመ ሠናየ። ወበምክረ ኩሎሙ ዓበይተ ቤተ መንግሥት ማዕምራን ወጠቢባን። ወፈድፋደሠ በምክረ ጠቢብ ወለባዊ ወሰን ሰገድ በዓለ ዳግም መዓርገ መንግሥት ኮነ ይትሜገብ አሜሃ መንበር ንጉሣዊ።[38]

<u>ትርጉም</u>
በዚያን ጊዜ የመንግሥት ሥራ የሚፈጸመው በእናቱ በንግሥት ናዖድ ሞገሣ ትእዛዝ እና የቤተ መንግሥት ሥራ በምታውቀው በሁለተኛዋ ንግሥት በዕሌኒ ምክር ነበር። በተለይም ጥሩ ስመ ባተረፈችው በሦስት ክቡር ነገሥታት ቤተ መንግሥት የኖረችው ብልኋ ዕሌኒ የመንግሥቱን ሕግ ታውቅ ነበር። የንጉሣዊው ዙፋን በወቅቱ የሚተዳደረው በቤተ መንግሥት ጠቢባን እና ልምድ ባካበቱ አዋቂዎች ሁሉ በተለይም በንጉሥ ነገሥቱ መንግሥት የማዕረግ እርከን ሁለተኛውን ቦታ ይይዝ በነበረው በብልሁ፣ በአስተዋዩ እና በምክር አዋቂው በወሰን ሰገድ አማካይነት ነበር።

የልብነ ድንግል ዋና ዋና ሞግዚቶች ሁለቱ ሴቶች በመሆናቸው ምክንያት የጸጥታው ችግር እና የአዳል ሽፍቶች ጥቃት ተባብሶ ቀጠለ። ራስ ወሰን ሰገድ ትውልዱ ደዋሮ ነበር። የሞግዚቶችን አስተዳደር የተቀላቀለው ዘግይቶ ይመስላል። ከንጉሡ ቀጥሎ በኢትዮጵያ የነበረው ትልቁ ባለሥልጣን ወሰን ሰገድ ነው። ከግራኝ ወረራ በፊት ከንጉሡ ጋር ተጣልቶ በግዞት ይኖር ነበር። በወረራው ጊዜ ከእኩል ፍሬ በላይ ቢሆንም ለአገሩ እና ለንጉሡ ተዋግቷል። በሐምሌ ወር 1531 ዓ.ም. ፈጠጋር ውስጥ በተደረገው ጦርነት ሞተ።[39] ባጭሩ በልብነ ድንግል ዘመን የመጀመሪያ ዐሥር ዓመታት ኢትዮጵያ የምትመራው በንግሥት ዕሌኒ ነበር። ማሕፉዝ በቀላሉ የድንበር አውራጃዎችን ያለማቋረጥ ለመዝረፍ ያስቻለው ይህ ነው። የማሕፉዝን ጥቃት ለመቋቋም የአውሮፓ ድጋፍ እንደሚያስፈልግ ዕሌኒ ያመነችው በዚህ ምክንያት ነበር።

በምዕራፍ 4 እንዳየነው ዕሌኒ ኢትዮጵያ ውስጥ ለረጅም ጊዜ በንግድ ሥራ ተሰማርቶ ይኖር የነበረውን አርመናዊ ማቴዎስን አምባሳደር አድርጋ በ1509 ዓ.ም. ወደፖርቱጋል የላከችው ለዚህ ነው። ማቴዎስ ከ10 ዓመት በላይ የባሕርና የየብስ ጉዞ አድርጎ ከፖርቱጋል አምባሳደሮች ጋር በ1520 ዓ.ም. ወደኢትዮጵያ በተመለሰበት ጊዜ ግን ዕሌኒ ብዙም ተጽእኖ አልነበራትም። በተጨማሪም ማሕፉዝ በ1517 ዓ.ም. በጦርነት ተገድሎ ስለነበረ የፖርቱጋል አምባሳደሮች ወደኢትዮጵያ በመጡ ጊዜ የኢትዮጵያ የጸጥታ ችግር ለጊዜው ተወግዶ ነበር። በዚህም ምክንያት በ20ዎቹ ዕድሜ ክልል የነበረው ልብነ ድንግል ለፖርቱጋሎች ቀዝቃዛ አቀባበል አደረገላቸው (ለዝርዝሩ ምዕራፍ 4ን ይመለከቷል)። በተለይ ንግሥት ዕሌኒ ከሞተች ከ1524 ዓ.ም. በኋላ የመሪ ችግር ተባብሶ ቀጠለ። በወቅቱ ኢትዮጵያ ውስጥ የነበረው አልቫርሽ እንደዘገበው የንግሥቲቱ መሞት በብዙ ሰው ዘንድ ተስፋ መቁረጥ እንደፈጠረ እና ልብነ ድንግል የሚመራት ኢትዮጵያ በጥፋት ጎዳና እንደነበረች በግልጽ ይወራ ነበር።

> There was a great rumour and talk at the Court about the death of Queen Elena. They said that since she had died all of them had died great and small, and that while she lived, all lived and were defended and protected;

and she was the father and mother of all; and if the King took this road, his kingdoms would become deserts.[40]

ትርጉም

ስለንግሥት ዕሌኒ ሞት በቤተ መንግሥት ብዙ ሹክሹክታ እና ወሬ ነበር። የእርሷ መሞት የትልቁም የትንሹም ሞት ነው፤ እርሷ በሕይወት በነበረችበት ጊዜ ሁሉም ተከብሮና ተጠብቆ ይኖሩ ነበር፣ እርሷ የሁሉም እናትና አባት ነበረች፣ ንጉሡ ይህን ተግባር ከቀጠለ አገሩ ምድረ በዳ ይሆናል ይሉ ነበር።

ዕሌኒ ያረፈችው ከሽምብራ ኩሬ ጦርነት አምስት ዓመት አስቀድሞ በሚያዚያ ወር በ1524 ዓ.ም. ነው። በዚህ ጊዜ ንጉሡ ብዙ ሹምሽር ያደርግ እንደነበር፣ መኳንንቱን ያስር ይፈታ እንደነበር አልቫርሽ በወቅቱ የታዘበውን በዝርዝር ጽፎታል። ንጉሡ የሚሾም የሚሽረው፣ የሚያስር የሚፈታው ያለበቂ ምክንያት ከሞግዚቶች ነጻ መሆኑን ለማብሠር እና አዳዲስ ሰዎችን ወደመሪነት ቦታ ለማምጣት ነበር። በዚህም ምክንያት ከፍተኛ የፖለቲካ አለመረጋጋት ተፈጥሮ ነበር።[41] ዕሌኒ እና ናዖድ ሞግዣ ተከታትለው ሞተው ብዙም ሳይቆይ መኳንንቱ የፈሩት ተፈጸመ፤ ልብነ ድንግል በግራኝ አሕመድ ተሸንፎ በገዛ አገሩ ስደተኛ ሆነ።

5.2 የግራኝ አሕመድ ጦርነት መንስዔ

የግራኝ አሕመድ ወረራ በበራራ እና በአጠቃላይ በኢትዮጵያ ላይ ስላደረሰው ለውጥ ከማተታችን በፊት ግራኝ አዳልን በቁጥጥር ሥር ያደረገበትን ሂደት እና ለወረራ የተነሳበትን ምክንያት በአጭሩ እንመልከት። ምንም እንኳ አዳል ለኢትዮጵያ ንጉሠ ነገሥት መንግሥት የሚገብር የኢትዮጵያ አውራጃ ቢሆንም የኢትዮጵያ ነገሥታት አዳልን ሙሉ በሙሉ ለመቆጣጠር አልቻሉም ነበር። በተለይም ከዓፄ ዘርዓ ያዕቆብ በኋላ በተከታታይ የነገሡት ነገሥታት ደካማ ስለነበሩ ለአዳል ሸፍቶች ዘረፋ ለመፈጸም ጥሩ ዕድል ፈጥሮላቸዋል። የአዳል ሽፍቶች በኢትዮጵያ የምሥራቅ እና የደቡብ ምሥራቅ አውራጃዎች ተደጋጋሚ ወረራ የሚያደርጉት ለሦስት ዓላማዎች ነው። አንደኛው እና ዋነኛው ዓላማ ዘረፋ ነው። ለአዳል ሡልጣኖች አንዱ የገቢ ምንጭ ንግድ ሲሆን ሌላው የገቢ ምንጫቸው ደግሞ ከሚያስተዳድሩት ሕዝብ የሚሰበሰቡት ቀረጥ ነው። ነገር ግን አዳሎች የሚያስተዳድሩት አውራጃ ቆላማ፣ አብዛኛው ሕዝብም ተበታትኖ የሚኖር ከብት አርቢ ስለነበረ ከነጋዴው እና ከሕዝቡ የሚሰበሰበው ቀረጥ ውስን ነበር።[42] የአዳሎች ሌላው የገቢ ምንጭ ከኢትዮጵያ የወሰን አውራጃዎች የሚዘረፍ ሀብት ነበር። አረብ ፈቂህ ስለዚህ ጉዳይ የሚከተለውን ይነግረናል፡-

It was the custom in the land of Sa'd ad-Din [r. 1386-1415] that every amir had the dignity of ruling and of choosing functionaries, and the right to lead a raiding party and a *jihad*. He had vast forces at his disposal as by right, while the sultan had only what the *karaj* could dredge up from the city.[43]

ትርጉም

በሰአደዲን [1386-1415] አገር (በአዳል) ልማድ መሠረት እያንዳንዱ አሚር የመግዛት፣ ባለሥልጣኖቹን የመሾም መብት፣ የዘረፋ ዘመቻ መምራት እና የጂሐድ ጦርነት የማውጅ መብት አለው። እርሱ የሚያዝዘው ብዙ ሠራዊት ሲኖረው ሡልጣኑ ግን የነበረው ከከተማው የሚሰበሰበው ግብር ብቻ ነበር።

ከነጋዴዎች እና ከሕዝቡ ቀረጥ የሚሰበስቡት የአዳል ወላስማዎች ነበሩ። በመዝረፍ የሚተዳደሩት ደግሞ አንዳንዴ ከወላስማው ቁጥጥር ውጭ የሆኑ አክራሪ ሙስሊሞች፣ ነጋዴዎች እና ኡላማ የሚባሉ የሙስሊም ካህናት ነበሩ። ከ1490 - 1517 ዓ.ም. ድረስ በነበሩት 27 ዓመታት የዘረፋ ዘመቻ መሪ አሚር ማሕፉዝ ነበር። ማሕፉዝ ድጋፍ የሚያገኘው ኡላማ ከተባሉት የሙስሊም አክራሪ ቄሶች እና ከነጋዴዎች ነበር። እስከማሕፉዝ ዘመን የአዳል ወላስማ ሡልጣኖች መመሪያ ለኢትዮጵያ ንጉሥ ግብር እየከፈሉ በሰላም መኖር ነበር። ነገር ግን ማሕፉዝ በነጋዴዎች እና በኡላማዎች ሰፊ ድጋፍ ስላገኘ በወቅቱ የነበረው የአዳሉ መሪ ሡልጣን መሐመድ ማሕፉዝ በኢትዮጵያ ላይ ያወጀውን የዘረፋ ጦርነት ለመደገፍ ተገደደ። በዘረፋው በሚገኘው መጠነ ሰፊ ሀብትና የኢትዮጵያ ነገሥታት ባሳዩት ድክመት ተገፋፍቶ ሡልጣን መሐመድም ከማሕፉዝ ጋር እየዘመተ ብዙ ጉዳት ማድረሱን ለብዙ ዓመታት ቀጠለበት።[44]

ማሕፉዝ እና በኋላም ግራኝ አሕመድ ከኢትዮጵያ የሚዘርፉት የቤተ ክርስቲያን ወርቅ፣ ብር፣ አልባሳት እና የባላገሩን የቤት እንስሳት ነበር። በተጨማሪም ራሳቸውን መከላከል የማይችሉትን ሕፃናት እና ሴቶችን አፍነው በመውሰድ እና በጦርነት የሚማረኩትን ወታደሮች አብዛኛዎቹን ባርያ አድርገው በሰው ለሚነግዱ ነጋዴዎች ገበያ አውጥተው ይሸጧቸዋል። ሌሎችን ደግሞ ለደቡብ አረቢያ ወዳጆቻቸው በስጦታ ያበረክቷቸዋል። በ16ኛው ምእት ዓመት ወደደቡብ አረቢያ በማሕፉዝ አማካይነት የሚሸጡት ኢትዮጵያውያን ቁጥር በጣም ከፍተኛ ነበር። በመጨረሻም ለረጅም ዓመታት ከባድ ጉዳት ካደረሰ በኋላ ማሕፉዝ በ1517 ዓ.ም. የለመደውን ዘረፋ በሚያደርግበት ጊዜ ሲገደል አብሮት የነበረው ሡልጣን መሐመድ ለጥቂት አመለጠ። ቀጥሎም ሡልጣን መሐመድ በ1520 ዓ.ም. መቀመጫውን ከዳከር ወደሐረር አዛወረው።[45]

ማሕፉዝ ከሞተ በኋላ የዘረፋ ዘመቻ መሪነቱን ስፍራ ወጣቱ ግራኝ አሕመድ ያዘ። ግራኝ አሕመድ ከማሕፉዝ ጋር የጋብቻ ትስስር አለው፤ የግራኝ ሚስት ባቲያ ድል ወንበራ የማሕፉዝ ልጅ ናት።[46] በግራኝ አሕመድ ታፍነው ወደአረብ አገር የተሸጡት ኢትዮጵያውያን ቁጥር በጣም ከፍተኛ ነበር። አረብ ፈቂህ እንደጻፈው በ1527 ዓ.ም. አሕመድ ግራኝ ከማረካቸው 484 ኢትዮጵያውያን ግማሾቹን እንዲገደሉ ሲያዝዝ ያልገደላቸውን ደግሞ ደቡብ አረቢያ ለአረብ ወዳጆቹ በስጦታ ላካቸው። በተመሳሳይ በ1528 ዓ.ም. ባደረገው የዘረፋ ዘመቻ ከቁም ከብት በተጨማሪ 2500 የሚሆኑ ኢትዮጵያውያንን አፍኖ በባርነት ወስዷል። ከነዚህ ውስጥ 500 የሚሆኑትን አሕመድ ግራኝ ለግሉ ባሪያ አደረጋቸው። የቀሩትን በዘመቻው ለተሳተፉት አከፋፈላቸው።[47]

ሁለተኛው አዳሎች ወደኢትዮጵያ የሚዘምቱበት ዓላማ ክርስትና ሃይማኖትን አጥፍቶ በእስልምና ሃይማኖት ለመተካት ነው። አዳሎች የምስራቃዊ ኢትዮጵያን አውራጃዎችን ሳይታሰብ ወርረው ቤተ ክርስቲያን አቃጥለው፣ ዘርፈው እና ሰው አፍነው በፍጠንት ወደበርሀቸው ይመለሱ ነበር። ነገር ግን የኢትዮጵያ መንግሥት መዳከሙን ሲረዱ አክራሪ የእስልምና መሪዎች ዓላማቸውን ቀስበቀስ ክርስቲያኖችን ወደማስለም ተሸጋገረ። በተለይም ደግሞ የሃይማኖት አክራሪነትን እና ኢትዮጵያን በወረራ የማስለም ዓላማ ይዞ የተነሳው ግራኝ አሕመድ ነው።[48]

ማሕፉዝ በ1517 ዓ.ም. እንደተገደለ ብዙም ሳይቆይ የአዳሉ ወላስማ ሡልጣን መሐመድ በማሕፉዝ ደጋፊዎች ተገደለ። ቀጥሎም በአዳል ውስጥ በሁለት አንጃዎች መካከል የእርስ በርስ ጦርነት ተከሰተ። አንደኛው አንጃ የጂሐደኞች ወይም አክራሪዎች

ሲሆን ሁለተኛው አንጃ የወላስማ ሡልጣኖች ደጋፊ ነው። የአከራሪዎቹ መሪ ጋረድ አቡን (1518-1525) ይባላል። በዚህ የርስ በርስ ጦርነት ለአጭር ጊዜም ቢሆን የሟቹ የሡልጣን መሐመድ ልጅ አቡ በከር ቢን መሐመድ (1520-1525) የበላይነት ለማግኘት ቻለ።[49] ሡልጣን አቡ በከር ቢን መሐመድ ጋረድ አቡንን በ1525 ዓ.ም. በጦርነት ገደለው። ነገር ግን ብዙም ሳይቆይ በአክራሪ ኡላማዎች የሚደገፈው የጂሐደኞች አንጃ አሸንፎ ወጣ። የአክራሪ ጂሐደኞች መሪ ወጣቱ ግራኝ አሕመድ ነበር። ግራኝ አሕመድ የጋረድ አቡን ታማኝ ወታደር ነበር። በዚህም ምክንያት የሡልጣን አቡ በከር መሐመድ ጠላት ሆነ። በመጨረሻም በ1525 ዓ.ም. ሡልጣን አቡ በከርን ግራኝ አሕመድ በጦርነት ገደለው። በምትኩ ፈቃድ ፈጻሚና ታዛዥ የሆነውን የአቡ በከርን ወንድም፣ ኡመር ዲንን የወላስማ አሻንጉሊት ሡልጣን አደረገው።[50] በዚህ መንገድ ጂሐደኞች የአዳልን ወታደራዊ እና ፖለቲካዊ ሥልጣን በቁጥጥራቸው ሥር ካደረጉ በኋላ ሙሉ በሙሉ ኢትዮጵያን ለመውረር መዘጋጀት ጀመሩ። ምንም እንኳ የተራው ወታደር ዓላማ ዘረፋ ቢሆንም ግራኝ አሕመድ ሥልጣን በጁ ካስገባ ከ1526 ዓ.ም. በኋላ ጂሐደኞች ወደኢትዮጵያ የሚዘምቱበት ዋናው ምክንያት ክርስትናን አጥፍቶ በእስልምና ወደመተካት ተሸጋገረ።[51] የዚህን ዝርዝር እታች እናየዋለን።

ሦስተኛው እና የመጨረሻ አዳሎች ወደኢትዮጵያ የሚዘምቱት ምክንያት በውጭ ኃይሎች አነሳሽነት ነው። የግራኝ አሕመድን የሽብር ወረራ ከአረቦች እና ከቱርኮች የመስፋፋት ዓላማ ለይቶ ማየት አይቻልም። በሽምብራ ኩሬ ጦርነት ጊዜ ግራኝ አሕመድ ገና በ20ዎቹ መጀመሪያ የዕድሜ ክልል የነበረ ወጣት ነበር። ስለዚህ ኢትዮጵያን ያህል አገር አሸንፎ እና አስልሞ የመግዛት ፍላጎት የአንድ የ20 ዓመት ዕድሜ ያለው ወጣት ብቻ ሊሆን አይችልም። የግራኝ አሕመድ የሽብር ወረራ የየመን አረቦች የመስፋፋትና የኢኮኖሚ ጥቅም የማስጠበቅ ፍላጎት ውጤት ነው። ግራኝ አሕመድን ከመጀመሪያው እስከመጨረሻው ሲያነሳሱት የነበሩት የደቡብ አረብያ ሙስሊሞች በተለይም ነጋዴዎች፣ የቁርዓን አስተማሪዎች እና የሕግ አዋቂዎች ናቸው።[52] ከ1250 ዓ.ም. ጀምሮ አረቦች ከሀድራማውት እና ከየመን ወደምሥራቅ አፍሪካ በስፋት መስፈር ጀመሩ። ሀድራማውት በምዕራብ አቅጣጫ ኤደን በምሥራቅ ከኦማን የሚዋሰን በህንድ ውቅያኖስ ዳርቻ የነበረ የደቡብ አረቢያ ደቡባዊ ክፍል ነው። ከ1970ዎቹ ጊዜ ጀምሮ ሀድራማውት ከየመን ጋር ተቀላቅሏል። የመኖች እና ሀድራሚዎች ወደምሥራቅ አፍሪካ የሚመጡበት በድህነት፣ በድርቅ እና በጦርነት ምክንያት ተገፍተው ነው። በተጨማሪ ሀድራሚ በረሀማ አገር ስለሆነ እና የሕዝብ ቁጥር ስለጨመረ የሚታረስ መሬት ስለጠፋ እንደመፍትሔ አድርገው የወሰዱት ወደአፍሪካ ቀንድ መሰደድ ነበር። በተለይም በ16ኛው ምእት ዓመት በሀድራማውት የነበረው የማያቋርጥ ጦርነት በሕዝቡ ላይ ከፈጠረው ችግር በላይ ወረርሽኝ፣ ረሀብ እና በውጭ ኃይሎች የሚፈጸም ዘረፋ በተደጋጋሚ ይከሰት ነበር። ሀድራሚዎች አገራቸውን ለቅቀው ወደአፍሪካ ቀንድ የሚሰደዱት በዚህ ሁሉ ምክንያት ነው።[53]

አገራቸውን ለቅቀው ወደአፍሪካ ቀንድ ከሚመጡት ሀድራሚዎች ውስጥ ገበሬዎች፣ ነጋዴዎች፣ ቅጥረኛ ወታደሮች ይገኙበታል። ከሁሉም የኅብረተሰብ ክፍሎች ውስጥ ቁጥራቸው የላቀ የሰይዲዎች፣ የሸሪፎች እና የማሻይክ ቤተሰብ አባላት ወደምሥራቅ አፍሪካ ይሰደዱ ነበር። ሸሪፎች እና ሰይዶች ከነቢዩ መሐመድ ሴት ልጅ ከፋጢማ እና ከባሏ ከአሊ ስለሚወለዱ በሙስሊሞች የቅዱሳን ቤተሰብ አባላት ተደርገው ይታዩ ነበር። ከሸሪፎች እና ከሰይዲዎች ለሚወለድ ሰው ሙስሊሞች ሃይማኖታዊ ስጦታ ወይም ገጸ

በረከት ይሰጡ ነበር። በተጨማሪም ሸሪፎች እና ሰይዲዎች ሙስሊም ካልሆኑ ሰዎች ጋር በሚደረግ ጦርነት ከሚገኘው ምርኮ ከአምስቱ አንድ እጁን የመውሰድ መብት አላቸው።[54] የአዳል ሽፍቶች ከኢትዮጵያ የሚዘርፉትን ንብረት እና አፍነው የሚወስዷቸውን ክርስቲያኖች በስጦታ ለደቡብ አረቢያ ገዢዎች እና ሸሪፎች እና ሰይዲዎች የሚልኩበት አንዱ ምክንያት ይህ ነው። አዳሎችም በምትኩ ከደቡብ አረቢያ እስላማዊ መንግሥታት እና የሃይማኖት መሪዎች ወታደራዊ እርዳት እና የሞራል ድጋፍ ያገኙ ነበር።[55]

ከ1490 ዓ.ም. ጀምሮ እስከ1540ዎቹ ድረስ ከመካ እና ከሀድራማውት ብዙ አረቦች ከደቡብ አረቢያ መጥተው ኢትዮጵያ ሰፈሩ። በብዛት የሰፈሩባቸው አካባቢዎች ደግሞ ዘይላ፣ ደዋሮ፣ አውሳ፣ ባሊ እና ሐረር ዋነኛዎቹ ነበሩ። ከደቡብ አረቢያ ፈልሰው ኢትዮጵያ ከሰፈሩት አረቦች የላቀ ቁጥር የነበራቸው የሸሪፍ ቤተሰብ አባላት ናቸው። ከደቡብ አረቢያ መጥተው ኢትዮጵያ ስለሰፈሩ አረቦች ያጠናው ማርቲን እንደሚለው ከሆነ ምንም እንኳ ቱርኮች በኋላ ቢሳተፉበትም በ15ኛው ምእት ዓመት እና በ16ኛው ምእት ዓመት በኢትዮጵያ ላይ የተፈጸውን የሽብር ወረራ በግንባር ቀደምትነት የቀሰቀሱት እና ያስተባበሩት አረቦች በተለይም የመካው ሸሪፍ ነው።[56] የግራኝ አሕመድ የዘመቻ ጸሐፊ የነበረው የመናዊው አረብ ፈቂህም ይህን ያረጋግጣል። ለግራኝ አሕመድ የሽብር ዘመቻ ምክንያት የሆነው ሸህ መሐመድ አል ማግራቢ እና ሳድ ቢን የኑስ አል አራጂ የተባሉ ሐረር የሰፈሩ አረቦች ዐዩት የተባለው ሕልም ነው። ሸህ መሐመድ አል ማግራቢ እን ሌሎችም አረቦች ስለግራኝ አሕመድ ዐየነው የሚሉትን ሕልም ለራሱ ለግራኝ አሕመድ እና ለሐረር ሰዎች እንደተናገሩ አረብ ፈቂህ ጽፎታል፡-

> …the sheikh Muḥāmmad bin Aḥmad al-Dahmāni al-Mağrabi told me the following story: ‘Once when I was asleep, in the very dark of night, I saw two saintly men. I was at that time between sleep and waking. One of the two was the sheikh Aḥmad son of the sheikh Muḥammad son of the sheikh ‘Abd al-Waḥid al Qarši al Tūnisi….The second was our lord the great sheikh …Abū Bakr son of the great and famous sheikh Abd Allāh al-Aiderūs…The two of them said to me: “Do not call him sultan, and do not call him emir, but call him *imām* of the Muslims.” And, he said, ‘I asked them both, “The Imam of the Last Days?” And they said to me, “Yes, and [this can be known] from his miracles also.”’ … I learnt from sources in whom I have confidence, like ‘Ali bin Ṣalāḥ al-Jabali and Aḥmad bin Ṭāhar al-Mara’wi who both heard it from a man called Sa‘d bin Yūnus al-‘Araji who said, ‘When I was asleep in the darkest part of the night, I saw the Prophet… and on his right was Abū Bakr aṣ-Ṣaddiq, and on his left was ‘Umar bin al-Ḵaṭṭab and in front of him was ‘Ali bin Abi Ṭalib… In front of ‘Ali bin Abi Ṭalib…was the imām Aḥmad bin Ibrahim. So I said to him, “O Messenger of God, who is this man who is in front of ‘Ali bin Abi Ṭalib?’ And he replied … ‘Through this man God will subdue the country of Abyssinia.’ This vision occurred when the imām was only a soldier and the visionary who had this dream did not know him before, apart from seeing him standing in front of ‘Ali bin Abi Ṭalib…”[57]

<u>ትርጉም</u>

ሸኽ መሐመድ ቢን አሕመድ አል-ዳህማኒ አል-ማግራቢ የሚከተለውን ታሪክ ነገረኝ፡- "አንድ ቀን ተኝቼ ሳለሁ ሌሊት በድቅድቅ ጨለማ በህልሜ ሁለት ቅዱሳን ዐየሁ። በዚያ ጊዜ በእንቅልፍ እና በመንቃት መካከል ነበርኩ። ከሁለቱ መካከል አንደኛው ሸኸ አሕመድ የሸኽ አብድ አል ዋህድ አል ቃርሲ አል ቱኒስ የልጅ ልጅ፣ የሸኽ መሐመድ ልጅ ነው። [...] ሁለተኛው የታላቁ እና የዝነኛው ሸኽ አብድ አላህ አል አይድሩስ ልጅ ጌታችን ታላቁ ሸኽ [...] አቡ በከር ነው። ሁለቱም እንዲህ አሉኝ፡- "ሡልጣን አትበሉት፣ አሚርም አትበሉት፣ ነገር ግን የሙስሊሞች ኢማም በሉት።" እናም እንደዚህ አሉኝ፡- "የመጨረሻው ቀን ኢማም ነውን?" እነሱም እንዲህ አሉኝ፡- "አዎ፣ [የመጨረሻው ቀን ኢማም]፣ እናም ይህ ከታምራቶቹ ይታወቃል።" ... ከታመኑ ምንጮች ከአሊ ቢን ሣላህ አልጀባሊ እና ከአሕመድ ቢን ጣህር አል መራዊ [በመጠየቅ] የሰማሁትና ለሁለቱም ሳድ ቢን ዩኑስ አል አራጂ የሚባል ሰው የነገራቸው ይህ ነው፡- 'በድቅድቅ ጨለማ ሌሊት ተኝቼ በነበረበት ጊዜ ነቢዩን በሕልሜ ዐየሁት [...] በቀኙ በኩል አቡ በከር አስ ሳዲቅ አለ፣ በግራው ኡመር ቢን አል ካታብ አለ እና ከፊት ለፊቱ አሊ ቢን አቢ ታሊብ አለ... [።] ከአሊ ቢን አቢ ታሊብ ... ፊት ለፊት ኢማም አሕመድ ቢን ኢብራሂም አለ። እኔም [ነቢዩ መሐመድን] እንዲህ ብየ ጠየኩት፡- "የእግዚአብሔር መልእክተኛ ሆይ፣ ከአሊ አቢ ታሊብ ፊት ለፊት ያለው ይህ ሰው ማነው?" እርሱም እንዲህ ሲል መለሰለኝ... [፡-] "በዚህ ሰው አማካይነት እግዚአብሔር የሀበሾችን አገር ይገዛል።" ይህ ሕልም የታየው ኢማም ገና ወታደር እንደነበረ እና ባለህልሙም ከአሊ አቢ ታሊብ ፊት ለፊት ቆሞ ዐየው እንጂ ከዚያ በፊት አያውቀውም ነበር።

አል አራጂ ግራኝ አሕመድ ኢብራሂምንን ከነቢዩ መሐመድ እና የመሐመድ የቅርብ ወዳጆቹ ከነበሩት ከአስ ጻዲቅ፣ አል ካታብ እና አቢ ጣሊብ ጋር አንድ ላይ ሆኖ በህልሜ ዐየሁ እያለ ያስወራ እንደነበረ አረብ ፈቂህ ጽፎታል። አል አራጂ ኢትዮጵያ ወረራ እንዲፈፀምባት የእግዚአብሔር ፈቃድ መሆኑን አቢ ጣሊብ በህልሜ ነገረኝ ይላል። አል አራጂ አክሎም እግዚአብሔር ኢትዮጵያን ለመውረር እና ለማስለም የመረጠው አሕመድ ኢብራሂምን ነው ብሎ አወራ። አል ማግራቢ በበኩሉ ሸህ አሕመድ እና ሸህ አቡ በከር የተባሉ ጻድቃን በሕልሙ ማየቱን እና ጻድቃኖችም አሕመድ ኢብራሂምን "ኢሚርም፣ ሱልጣንም አትበሉት" ነገር ግን "ኢማም" በሉት ብለው እንደነገሩት ለአረብ ፈቂህ ነግሮታል። በዘመኑ በሕልም ማመን የተለመደ ስለነበረ ወሬው ግራኝ አሕመድ ጆሮ ሲደርስ ከልቡ እንዳመነበት ግልጽ ነው። ከእርሱ በፊት ማንም ሞክሮት የማያውቀን በድፍረት ኢትዮጵያን ያህል አገር አሰልማለሁ ብሎ ተነሳ።

አል አራጂ እና አል ማግራቢ በአዳል ሸፍቶች ተቀባይነት እንዲያገኝ ወረራው ሃይማኖታዊ ይዘት እንዲኖረው ሕልም ዐየሁ ይበሉ እንጂ የወረራው ዋና ዓላማ ዘረፋ ለመፈጸም እና ከኢትዮጵያውያን መሬት በኃይል ለመያዝ ነበር። የአረብ የባሪያ ነጋዴዎችም ግራኝ አሕመድ ኢትዮጵያን እንዲወርር ከሚቆሰቁሱት ዋነኞቹ ነበሩ። የግራኝ አሕመድ ወረራ የዚህ ፍላጎት ውጤት ነው። ለምሳሌ አል ማግራቢ ከሰሜን አፍሪካ የመጣ ምናልባትም የባሪያ ነጋዴ አረብ ነው። ለጦርነት ከማነሳሳትም አልፈው ከአማን፣ ከሀድራማውት፣ ከሞሮኮ እና ከየመን የመጡ አረቦች በቀጥታ በውጊያ የተሳተፉ ነበሩ። ከአረቦች በተጨማሪ መድፍ የሚተኩሱ ህንዶችም ነበሩ።[58] ስለዚህ የግራኝ ወረራ በጣም ሰፊ ዝግጅት የተደረገበት ነበር። ምንም እንኳ የግራኝ አሕመድን ወረራ ባያነሳሱትም የኦቶማን ቱርኮች ኃይል በቀይ ባሕር እና በህንድ ውቅያኖስ አካባቢ እያየለ መምጣት ለአዳል ሸፍቶች ሌላው መልካም አጋጣሚ ነበር። በኦቶማኖች እና በግብጾች መካከል የነበረው ጦርነት በ1517 ዓ.ም. በኦቶማኖች ድል አድራጊነት ተጠናቀቀ።

ከ1538 ዓ.ም. ጀምሮ ደግሞ የደቡብ አረቢያ ጠረፋማ አካባቢዎች በቱርኮች ቁጥጥር ሥር ዋሉ። በ1542 ዓ.ም. በሺህ የሚቆጠሩ የቱርክ ወታደሮች ግራኝ አሕመድን ለአጭር ጊዜም ቢሆን ከሽንፈት እና ከሞት አድነውታል።[59]

5.2.1 ጂሐድ ምንድነው?

የደቡብ አረቢያ እና የሌሎችም አካባቢዎች ሙስሊሞች አነሳስተው በኢትዮጵያ ላይ እንዲፈጸም ያደረጉትን የግራኝ አሕመድን የሽብር ወረራ "ጂሐድ" የሚል ስያሜ ሰጥተውታል። አረብ ፈቂህም የግራኝ አሕመድን ወረራ በሰባት ጂሐድ ዘመቻዎች ከፋፍሎ ጽፎታል። ነገር ግን የ"ጂሐድ" ትክክለኛ ትርጉም ግራኝ አሕመድ ከፈጸመው የሽብር ወረራ ጋር በእጅጉ ይቃረናል። ጂሐድ በአረብኛ "ቅዱስ ጦርነት" ወይም "ፍትሐዊ ጦርነት" ወይንም በአጠቃላይ "ጦርነት" የሚል ትርጉምም የለውም። ጂሐድ በአጠቃላይ ከጦርነት ጋር ምንም ዐይነት ግንኙነት የለውም። ጦርነት በአረብኛ 'ሀርብ' ነው።[60] ጂሐድ 'ጀሃዳ' ከሚለው የአረብኛ ቃል የመጣ ሲሆን ትርጉሙም አንድ ነገር ለመፈጸም 'ብርቱ ጥረት ማድረግ' ወይም 'መታገል' ("exerting one's utmost power, efforts, endeavors, or ability in contending with an object of disapprobation") ማለት ነው።[61]

በእስልምና አስተምህሮ ሁለት ዐይነት ጂሐድ አለ። አንደኛውና ዋናው ጂሐድ 'ውስጣዊ' ('*jihad fil nafs*') ሲሆን ከክፉ ነገር እና ከሀጢያት ራስን ለማራቅ እና ለማንጻት በግለሰብ ደረጃ ለመጥፎ ሥራ ከሚጋብዝ ከራስ ስሜት እና ፍላጎት ጋር የሚደረግ ውስጣዊ ትግል ነው። ይህ ዐይነቱ ጂሐድ እውቀትንና አእምሮን በመጠቀም ራስን ለመግዛት፣ ከመጥፎ ነገር ለመራቅ ማንንም ሰው ከፉ ሳይናገሩ እና በማንም ላይ ጉዳት ሳያደርሱ በንፅህና፣ በቅድስና ለመኖር የሚደረግ ውስጣዊ ትግል ነው።[62] ሁለተኛው ትንሹ (ውጫዊ) ጂሐድ ሲሆን በቡድን የሚደረግ ትግል ነው። ትንሹ ጂሐድ በዲፕሎማሲ፣ በፍርድ ቤት፣ በኢኮኖሚያዊ፣ በፖለቲካዊ እና በመጨረሻም የጦር መሣሪያን በመጠቀም የሚደረግ ትግል ነው።[63] በእስልምና ሃይማኖት ጦርነት ወይም ትግል የሚደረገው ሌላ ሰላማዊ አማራጭ ሲጠፋ ራስን ለመከላከል ብቻ ነው። እታች ያለው ጥቅስ እንደሚያሳየው በቡድን የሚፈጸም ጂሐድ ዋና ዓላማ እስላም ያልሆኑ ሰዎችን አስገድዶ ለማስለም ወይም ግብር ለማስከፈል አይደለም፡-

> 1. That there is not a single verse in the Koran which could support the opinion that the aim of fighting in Islam is conversion; 2. That [...] there are only three reasons for fighting, viz. to stop aggression, to protect the Mission of Islam and to defend religious freedom; 3. That in giving its prescriptions for fighting, the Koran did not admit of avidity, selfishness and humilation of the poor as motives for it, but intended it as an instrument for peace and tranquillity and for a life founded on justice and equality. 4. That poll-tax (*djizyah)* is not a financial compensation for the granting of one's life or preservation of one's own religion, but a symbol of submission and desistance from harmful acts and a contribution in carrying the burdens of the state. [64]

ትርጉም

1. በእስልምና የጦርነት ዓላማ ሃይማኖት አስገድዶ ለማስቀየር መሆኑን የሚደግፍ አንድ ጥቅስ እንኳ በቁርዓን ውስጥ አለመገኘቱ፤ 2. ለመዋጋት ሦስት ምክንያቶች ብቻ ያሉ መሆናቸው፣ እነርሱም ጥቃትን ለማስቆም፣ የእስልምናን ተልእኮ ለመጠበቅ እና የሃይማኖትን ነጻነት ለማስጠበቅ መሆናቸው፤ 3. ቁርዓን ስለመዋጋት ትእዛዝ ሲሰጥም፣ ሰላምን እና ጸጥታን ለማስፈን፣ በእኩልነት እና በፍትሕ ላይ የተመሠረተ ሕይወትን ለማስፈን መሣሪያ እንዲሆን እንጂ ስግብግብነትን፣ ራስወዳድነትን እና ድሆችን ማዋረድን አለመፍቀዱ፤ 4. አረመኔዎች የሚከፍሉት ግብር ሃይማኖታቸውን ጠብቀው ለመኖር እና የሕይወት ዋስትና ስለተሰጣቸው ካሳ ሳይሆን ታዛዥ ለመሆናቸው፣ ከማንኛውም ጎጂ ተግባር የሚታቀቡ ለመሆናቸው ምልክት እና የመንግሥቱን አደራ ለመሸከም የሚደረግ አስተዋጽኦ ነው።

ይህ ጥቅስ ስለ'ጂሐድ' ሦስት አንኳር ነጥቦችን ይዟል፡- አንደኛው በቅዱስ ቁርዓን ውስጥ ሰዎችን በጦርነት አስገድዶ ማስለም አለመፈቀዱ፤ ሁለተኛ ጦርነት የሚፈቀደው በሦስት ምክንያቶች ብቻ ስለመሆኑ፡- ይኸውም የውጭ ወረራን ለማስቆም፣ የእስልምናን ተልዕኮ ለማስቀጠል እና የሃይማኖት ነጻነትን ለማረጋግጥ ነው። ሦስተኛ በእስላም መንግሥት ሥር የሚኖሩ የሌላ እምነት ተከታዮች የሚከፍሉት ግብር እምነታቸውን እንደያዙ እንዲቀጥሉ ወይም ሕይወታቸውን ለማትረፍ ስለተፈቀደላቸው ሳይሆን ለመንግሥት ሥራ ማስፈጸሚያ እንዲሆንና የመንግሥትን አስተዳደር የተቀበሉ ለመሆናቸው ማረጋገጫ መሆኑ ናቸው።

በመጨረሻም በፍትሃዊ ጦርነት ጊዜም እንኳ ቢሆን ደካሞች፣ ገበሬዎች፣ ድሆች፣ ሕፃናት፣ ሴቶች፣ በሽተኞች፣ በዕድሜ የገፉ አዛውንት ምንም ዐይነት ጉዳት እንዳይደርስባቸው እና ገንዘባቸውም እንዳይዘረፍ ነቢዩ መሐመድ አዝዟል።[65] ከሁሉም በላይ ደግሞ በጾም በጸሎት ተወስነው፣ ስጋቸውን ጎድተው በሕይወት ዘመናቸው ሁሉ ቅዱስ ቅዱስ እያሉ እግዚአብሔርን በማመስገን በብሕትውና፣ በቅድስና እና በንፅህና የሚኖሩ መነኮሳትን እና ባሕታውያንን እንኳን መግደል እና ባሪያ ማድረግ ቀርቶ ማንገላታት በእስልምና ፈጽሞ የተከለከለ ነው። ነቢዩ መሐመድ እና የቅርብ ተከታዩ የነበረው አቡ በከር መነኮሳት እና ባሕታውያን እንዳይጎዱ ስላስተላለፉት መልክት በ9ኛው ምእት ዓመት ይኖር የነበረው ታዋቂው ሊቅ አናስ ኢብን ማሊክ የሰበሰበው መረጃ በጣም ጠቃሚ ነው። ነቢዩ መሐመድ በመሪነት በተሳተፈባቸው ጦርነቶች በተደጋጋሚ ለወታደሮቹ "ባሕታውያንን አትግደሉ" ("Do not slay hermits")[66] የሚል ትእዛዝ ይሰጥ እንደነበረ አናስ ኢብን ማሊክ የሰበሰበው መረጃ ያስረዳል። ነቢዩ መሐመድ ከሞተ በኋላ ሙስሊሞች በመካከለኛው ምሥራቅ ያደረጉትን ዘመቻ የመራው አቡ በከርም ለወታደሮቹ "ሕይወታቸውን እግዚአብሔርን ለማገልገል የሚኖሩ ታገኛላችሁ፤ በሰላም ይኖሩ ዘንድ እንዳትነኳቸው" ("You will find people who will profess that they have dedicated themselves entirely to God. Leave them in peace and also that to which they have dedicated themselves")[67] የሚል ትዛዝ ይሰጥ እንደነበረ አናስ ኢብን ማሊክ አክሎ ጽፏል። በአጠቃላይ አቡ በከር እና ሌሎችም የእስላም መንግሥት መሪዎች መነኮሳትን እንኳን መግደል የጎነተላቸው እና ያንጓጠጣቸው አልነበረም።

ሁለተኛ ቅዱስ ቁርዓን የክርስትና እና የአይሁድ ሃይማኖት ተከታዮችን እንደአረመኔ ወይም አሕዛብ አያያቸውም። ይልቁንም የመጽሐፍ ሰዎች ("people of the book") ይላቸዋል፡-

> Dispute ye not with the People of the Book except with what is better, unless it be those of them who have done wrong, and say: 'We believe in what has been sent down to us and sent down to you; our God and your God are one, and we to Him are surrenderers (of ourselves)' (K 29:46).[68]
>
> ትርጉም
>
> መልካም ስለሚሆነው ነገር እንጂ የመጽሐፉን ሰዎች አትጥጣሏቸው፣ ራሳቸው ሰዎቹ ጥፋት የሰሩ ካልሆኑ በቀር። እንዲህም በሏቸው፡- "ወደኛ በወረደልን ወደናንተም በወረደላችሁ እናምናለን። አምላካችንም አምላካችሁም አንድ ነው። እኛም ለእርሱ ራሳችንን የሰጠን (የሰለምን) ነን (ቁርዓን 29:46)።

በቅዱስ ቁርዓን ውስጥ አብያተ ክርስቲያንን እና የአይሁድ ቤተ እምነቶችን አቃጥሏቸው የሚል ትእዛዝ አይገኝም። ይህ ቢሆን ኖሮ በግብጽ፣ በኢራቅ፣ በሶርያ እና በፍልስጤም በሚሊዮን የሚቆጠሩ ክርስቲያኖች እስከዛሬ ድረስ አይኖሩም ነበር። ከዚህም አልፎ በቅዱስ ቁርዓን (ቁርዓን 60:8) እንደተጻፈው ከማንኛውም ሃይማኖት ተከታዮች ጋር ቢሆን ሙስሊሞች ፍትሐዊ ግንኙነት እንዲኖራቸው እግዚአብሔር ያዝዛል፤ ይህንም ካደረጉ እግዚአብሔር የፍትሕ አምላክ ስለሆነ ይወድዳቸዋል ይላል።

በእርግጥ አንዳንድ የቅዱስ ቁርዓን ምዕራፎች እና ታሪኮች ጦርነት ያወድሳሉ ያበረታታሉ። በተቃራኒው ኢፍትሓዊ የሆነ ወረራን እና ግድያን የሚኮንኑ ምዕራፎች ብዙ ናቸው። ስለዚህ ቅዱስ ቁርዓን እንደመጽሐፍ ቅዱስ ሁሉ በተቃርኖ የተሞላ ነው። ነገር ግን ከሰሜን አፍሪካ እና ከደቡብ አረቢያ ወደኢትዮጵያ መጥተው የግራኝ አሕመድን ወረራ የሚያስተባብሩት ካህናት እና የሸርያ ዳኞች ጦርነት የሚያወድሱትን እና ግድያ የሚያበረታቱትን የቅዱስ ቁርዓን ምዕራፎች ብቻ እየመረጡ ለሰዎች በማስተማር ለግድያ እና ለጦርነት አነሳስተዋል። በተለይም ደግሞ በግራኝ የሽብር ወረራ ጊዜ ለግድያና ለጦርነት የሚያነሳሱትን ከቅዱስ ቁርዓን እየመረጠ የሙስሊም ወጣቶችን አእምሮ ይመርዝ የነበረው አቡ በከር ቢን ነሥር አድ ዲን ቢን መሐመድ የተባለው ሰባኪ ነበር። ስለዚህ ጉዳይ አረብ ፈቂህ የሚከተለውን የዐይን እማኝ ምስክርነት ይሰጣል፡-

> He [Abū Bakr bin Nāsr ad-Din bin Muhammad] was among those who witnessed the battle of Shembra Kore with the imam Ahmad. He witnessed other battles with the imam Ahmad. He was a devout man, exceedingly attached to reciting the Qur'ān. Whether on the march, or seated, standing or mounting on his horse he would be studying the Qur'ān. He was preacher for the Muslims and acted as their imam for prayers. When he read the prayers he would only read verses about war and battle, and never ceased reading the verses that honored the *mujahidun* in the way of God. He spurred them onto battle, exciting their desire for it.[69]
>
> ትርጉም
>
> እርሱ (አቡከር ቢን ናሥር አድ-ዲን ቢን መሐመድ) ከኢማም አሕመድ ጋር ሆነው የሽምብራ ኩሬን ጦርነት ከተመለከቱት አንዱ ነበር። ከኢማም አሕመድ ጋር ሆኖ ሌሎችን ጦርነቶችም አይቷል። እርሱም ጽኑ ሃይማኖተኛና እጅግ የላቀ ቁርዓን አንባቢ ነበር። በዘመቻ ላይም ሆነ ወይም ተቀምጦ፣ ቆሞም ሆነ በፈረስ ላይ ሆኖ ቁርዓንን ያጠና ነበር። እርሱ ለሙስሊሞች ሰባኪ የነበረ ሲሆን በጸሎትም እንደ ኢማም ሆኖ አገልግሏል። ጸሎት ሲያነብብ ስለጦርነት እና

ስለውጊያ የሚናገሩ ጥቅሶችን ብቻ ያነብባል፣ እናም ጂሃደኛ ሆነው በእግዚአብሔር መንገድ ያሉትን የሚያሞግሱ ጥቅሶች ከማንበብ አያቆምም። ለጦርነት አነሳሳቸው ለዚያም እንዲጓጉ አደረጋቸው።

በመጨረሻም ኢትዮጵያ ለመጀመሪያዎቹ ሙስሊሞች ከለላ መስጠቷ እንደውለታ ስለተቆጠረላት ነብዩ መሐመድ ሙስሊሞች ኢትዮጵያውያንን እንዳያጠቁ ትእዛዝ እንደሰጠ አል ማሊክ ጽፎ እናገኘዋለን። በዚህ መሠረት ኢትዮጵያውያኖች ካላጠቋችሁ በቀር በሰላም ይኖሩ ዘንድ ተዋቸው (*"Utruku al-habasha ma tarakukum"*)[70] የሚል ትእዛዝ ነብዩ መሐመድ እንደሰጠ ማሊክ ጽፏል። በአጠቃላይ በቅዱስ ቁርዓን ውስጥ ቤተ ክርስቲያን አቃጥሉ፣ ክርስቲያኖችን በኃይል አስልሟቸው ወይም ባርያ አድርጓቸው፣ ቅርስ አውድሙ የሚል ተጽፎ አላገኘንም። በተለይም ኢትዮጵያን በሚመለከት ነብዩ መሐመድ እንደባለውለታ እንደፍትሕ አገር እንጂ እንደጠላት ያየበት ጊዜ የለም።

ነገር ግን ነብዩ መሐመድ ስለኢትዮጵያ አስተላለፈው የተባለው መልክት በ15ኛው እና በ16ኛው ምእት ዓመታት በአረብ የሕግ ባለሙያዎች እና በሊቃውንቱ ወይ ተረስቷል ወይም ሆን ተብሎ ችላ ተብሏል። ለምሳሌ ምንም እንኳ የእስልምና ሕግ ቢያጠናም የግራኝ አሕመድ የዘመቻ ዘጋቢ አረብ ፈቂህ አንድም ስፍራ ስለጦርነቱ ሕጋዊነት ጥያቄ አያነሳም። በተቃራኒው አረብ ፈቂህ በኢትዮጵያ ላይ የደረሰውን ውድመት በዐይኑ የተመለከተውን እና ሰዎችን እየጠየቀ ያገኘውን በስፋት ሲዘግብ ግራኝንና ወታደሮቹን ያሞግሳል። ሲዋጉ ለሞቱትም እግዚአብሔር ነፍሳቸውን በገነት እንዲያኖር ይለምናል። በጦርነት ለአገራቸው የሞቱትን የኢትዮጵያ ወታደሮችን ብቻ ሳይሆን በጭካኔ የተገደሉትን መነኮሳትን ጭምር እግዚአብሔር ነፍሳቸውን በገሃነመ እሳት እንዲያቃጥላቸው ይጠይቃል። በኢትዮጵያ ላይ የደረሰውን ውድመት በኩራት እና በመደሰት ጽፏል። በሴቶች እና በሕፃናት ላይ የሚደረገውን ግድያ፣ በባርነት መሸጥ እና መደፈር እግዚአብሔርን የሚያስደስት ሥራ ነው ይላል። ክርስቲያኖች ጣኦት አምላኪ ናቸው ብሎ ስለሚያምን የአብያተ ክርስቲያንን በውስጡ ካሉት መጻሕፍት እና ቅርስ ጋር መውደማቸውን እግዚአብሔርን እንደሚያስደስት፣ ጽድቅ እንደሚያስገኝና እንደደግ ነገር ያየዋል።[71]

የኢትዮጵያ መንግሥትም እስልምና ይጥፋ ብሎ ያወጀበት ጊዜ አልነበረም። ሙስሊሞች በሃይማኖታቸው ምክንያት የተለየ በደል አልደረሰባቸውም። ሙስሊሞች በሚበዙበት አካባቢ የሚሾሙት የሙስሊም ባላባቶች ነበሩ። በልብነ ድንግል ዘመነ መንግሥት ከፍተኛ የመንግሥት ሥልጣን የነበራቸው ሙስሊሞች ነበሩ። ከነዚህም ውስጥ የፈጠጋር አውራጃ ገዢ የነበረው የይፋቱ ተወላጅ ኡራይ ኡትማን አንዱ ነው። ኡራይ ብዙ ሺህ ወታደሮች ይመራ ነበር። ለግራኝ አሕመድ ከመግባቱ በፊት ለልብነ ድንግልም በታማኝነት ለረጅም ጊዜ በጽናት ተዋግቷል።[72] በዓፄ ሠርፀ ድንግል ዘመን በጣም ተዋቂ የነበረ የጦር መሪ እስማዓዲን የሚያዝዛቸው ብዙ የሙስሊም እና የክርስቲያን ወታደሮች በሥሩ ነበሩ። የአዳሉ ሡልጣን መሐመድ 4ኛው ባሊን እና ሀድያን በወረረበት ጊዜ ወረራው እንዲከሽፍ ከፍተኛ ሚና የተጫወተው እስማዓዲን ነው።[73] ልብነ ድንግልን ጨምሮ ብዙ የኢትዮጵያ ነገሥታት የንግድ ወኪሎቻቸው ሙስሊሞች እንደነበሩ የሚታወቅ ነው። ዓፄ ይስሐቅ አምባሳደር አድርጎ ወደአውሮፓ የላከውን አሊ ታብሪዚ የተባለውን የፋርስ ነጋዴ መጥቀስ ለዚህ ጥሩ አብነት ነው (ምዕራፍ 4)። የአዳል ሽፍቶችን የማያቋርጥ የዘረፋ እና የሽብረ ጥቃት ዐፀፋ ለመስጠት ካልሆነ በቀር የኢትዮጵያ

መንግሥት እስልምናን ለማጥፋት ወደአዳል ዘምቶ አያውቅም። ይህ ቢሆን ነገሥታቱ ሙስሊሞች ከከተሙባቸው ከተሞች እና ከሚያስተዳድሯቸው አውራጃዎች ብቻ ሳይሆን ከአዳልም የማጥፋት አቅም ነበራቸው። ስለዚህ እላይ በዘረዘርነው መስፈርት ግራኝ አሕመድን ለጂሐድ የሚያበቃ ምንም ምክንያት አልነበረም።

ለማጠቃለል ያህል የእስልምና ሃይማኖት የሽብር ወረራ መፈጸምን፣ ክርስቲያኖችን በኃይል ማስለምን፣ ቅርስ እና ሥልጣኔ ማውደምን አይደግፍም። በእስልምና ሃይማኖት ቅዱስ ጦርነት የሚባል የለም። ጦርነት እና ቅድስና ተጻራሪ ናቸው። ቅድስና እና ጽድቅ ደም በማፍሰስ፣ ሰዎችን አስገድዶ በማስለም፣ ለባርነት በመሸጥ ሥልጣኔ በመደምሰስ አይገኝም። ሃይማኖት ሰውን አይገድልም፣ ቤተ ክርስቲያን አያቃጥልም፣ ሥልጣኔ አይደመስስም። ሰውን የሚገድል፣ ቅርስ የሚደመስስ እና ሥልጣኔ የሚያጠፋ ሰው ነው። የግራኝ አሕመድን የሽብር ወረራ ያስተባበሩት እና የቀሰቀሱት የአረብ የቁርዓን ሊቃውንት፣ ሰይዶች እና ሸሪፎች ዓላማቸው በዘመናችን እንዳሉት እንደእስላማዊ መንግሥት እና እንደታሊባን ሽብር መንዛት እና ቅርስ ማውደም ነው። ግራኝ አሕመድ እና የአረብ የቁርዓን መምህራን በትብብር በኢትዮጵያ የፈጸሙትን የሽብር ዘመቻ ጂሐድ የሚል ትርጓሚ የሰጡት በእስልምና የተደገፈ፣ የተፈቀደ እና ፍትሃዊ ለማስመሰል ነው።

5.2.2 ጂሐደኞች እና በራራ

ግራኝ በመጋቢት ወር በ1529 ዓ.ም. አዋሽን ተሻግሮ ምዕራብ ፈጠጋር አውራጃ ሽምብራ ኩሬ በተባለ ልዩ ቦታ ላይ በተደረገው የአንድ ቀን ጦርነት በቁጥር የሚበልጠውን የልብነ ድንግልን ሠራዊት ደግሞ እንዳያንሠራራ አድርጎ ለማሸነፍ ችሏል። አረብ ፈቂህ እንደሚለው ከሆነ በጦርነቱ ጊዜ ግራኝ አሕመድ ዐሥራ ሁለት ሺህ ስድስት መቶ (12600) ወታደር አሰለፎ ነበር። ከዚህ ውስጥ አምስት ሺህ የሚሆኑት በጦርነቱ ጊዜ ስለሞቱ እና የተረፉትም ወታደሮች አንዋጋም ስላሉት የማረከውን የጦር መሣሪያ እና የዘረፈውን ንብረት ይዞ ወደሐረር ተመለሰ።[74] ስለዚህ በመጀመሪያው የግራኝ አሕመድ ዘመቻ በራራ እና ሌላው የንጉሡ ቤተ መንግሥት መገኛ ባደቈ ከዘረፋ እና ከቃጠሎ ለማምለጥ ችለው ነበር። ነገር ግን ሁለቱም ከተሞች ብዙም ሳይቆዩ ተዘርፈው ተቃጥለዋል።

በ1529 ዓ.ም. መጨረሻ እና በ1530 ዓ.ም. መጀመሪያ ግራኝ አሕመድ ደዋሮን፣ ባሊን እና ሠርካን እየተመላለሰ ዘረፋቸው። በተጨማሪም በነዚህ አውራጃዎች የሚገኘውን የመንግሥት አስተዳደር መዋቅር አፈራረሰው። አረብ ፈቂህ እንደጻፈው በተለይ ደዋሮ የነበሩትን አብያተ ክርስቲያን እና ከተሞች አንድ በአንድ ወደዐመድነት ቀየራቸው፡- "ባለፉበት ሁሉ ፈጽሞ ከምድረ ገጽ እንዲጠፋ አድርገው የጥፋት በትራቸውን ያላሳረፉበት መንደር አልነበረም፤ በዚያ የነበሩ ሴቶች አለቀሱ" ("They never passed by a village that they did not lay a curse upon, that it may pass into utter obvlion; and the women who were in it wept")።[75] በ1531 ዓ.ም. መጀመሪያ አካባቢ ግራኝ ለሁለተኛ ጊዜ ፈጠጋር አውራጃ ውስጥ በላሊበላ ወረዳ ዝቋላ ገዳም አቅራቢያ ከሚገኝ ቦታ ሰፈረ። አረብ ፈቂህ እንደሚለው ገዳሙን ዘርፈው ካቃጠሉ በኋላ ከዝቋላ ተነስተው ዱከም ወንዝ አቅራቢያ ሄደው ሰፈሩ። ዓላማቸውም ንጉሡ ባደቈ ያለ መስሏቸው ለመግጠም ነበር። ነገር ግን በወቅቱ ልብነ ድንግል በወጅ ክፍለ ሀገር አባቱ ናዖድ በተወለደበት ልዩ ስሙ ገበርጌ በተባለ ቦታ ነበር።

ግራኝ አሕመድ እና ወታደሮቹ ዱከም ወንዝ ሰፍረው ሳሉ በማታ የባደቄ ከተማ ሲቃጠል ዐዩ። አረብ ፈቂህ እንደጻፈው የተቃጠለው የልብነ ድንግል መኖሪያ ቤት ሲሆን እንዲቃጠልም ትእዛዝ የሰጠው ራሱ ንጉሡ ነው።[76]

ግራኝ አሕመድ ባደቄ ከተማ ያሉትን ቤተ ክርስቲያኖች ዘርፎ እንዲያቃጥላቸው ፈረሽህም አሊ ለተባለ ሰው ትእዛዝ ሰጥቶ ላከው። ፈረሽህም አሊ የንጉሡ እናት ናዖድ ሞገሣ ያሠራችውን ትልቅ ቤተ ክርስቲያን አልባሳቱን፣ ከወርቅ የተሠራውን የቤተ ክርስቲያኑን ጉልላት ጨምሮ ከዘረፈ በኋላ በትእዛዙ መሠረት አቃጠለው። ግራኝ አሕመድ በበኩሉ ከሌሎች ጓደኞቹ ጋር የልብነ ድንግል ሌለኛው ቤተ መንግሥት ወደሚገኝበት ወደእንዶጥና ሄዱ። ከዚህ በፊት እንዳየነው እንዶጥና በአሁኑ ሰሜን አዲስ አበባ የሚገኘው እንጦጦ ነው። ከንጉሡ ቤተ መንግሥት ሲደርሱ በሥዕል ያሸበረቀ ሆኖ አገኙት። ነገር ግን ግራኝ እና ጓደኞቹ ቤተ መንግሥቱን በእሳት አነደዱት።[77]

በራራን ጨምሮ በወረብ ውስጥ የነበሩት አብያተ ክርስቲያን፣ ገጠሩም፣ ከተማውም የተዘረፈው እንዶጥና በተቃጠለበት ጊዜ በ1531 ዓ.ም. ነው። አረብ ፈቂህ በራራ ላይ ዓፄ ናዖድ ያስሠራው ቤተ ክርስቲያን ተዘርፎ የተቃጠለው እንዶጥና ያለው የልብነ ድንግል ቤተ መንግሥት ከተቃጠለ በኋላ እንደነበረ ጽፏል። የናዖድን ቤተ ክርስቲያን ዘርፎ ያቃጠለው ጋረድ ጀውሻህ የተባለ ወታዳር ነው። ጂሐደኞች እጅግ በጣም ብዙ ወርቅ፣ ብር እና የሐር አልባሳት የዘረፉት ከወረብ ነው።[78]

ኢትዮጵያን ሙሉ በሙሉ ለመቆጣጠር የኢትዮጵያ የፖለቲካ ማዕከል የነበረውን ሸዋን መያዝ ነበረባቸው። ይህንን የግራኝ አሕመድ ታማኞች እና የቅርብ አማካሪዎችም ተረድተውታል። ለምሳሌ 1531 ዓ.ም. በክረምት ግራኝ አሕመድ ንጉሡን በወጅ ክፍለ ሀገር እያሳደደ በነበረበት ወቅት አማካሪዎቹ ዘመቻውን አቋርጦ ወደሸዋ ቢመለስ እንደሚሻል መከሩት። ወደሸዋ በተለይም ወደበራራ መሄድ የመረጡበትን ምክንያት የመንግሥት ማዕከል ስለነበርና "የንጉሡም ንብረት የተከማቸው በዚያው ስለነበረ ነው" ("Instead, let us march on the land of Šawa, for that is where the king's treasure house and wealth is")።[79] ሸዋ የመንግሥት መቀመጫ ስለሆነ የኢትዮጵያ ሀብትም የተከማቸው እዚያው ነበር። ጂሐደኞች ይህን ያውቁ ነበር።

ግራኝ ወደበራራ በመጣ ጊዜ ክርስቲያኖች እና የአውሮፓ ማህረሰብ አባላት ከተማውን ለቅቀው እንደተበታተኑ ከአረብ ፈቂህ መጽሐፍ መረዳት ይቻላል። በክረምት ወር 1531 ዓ.ም. ንጉሡ ከወጅ ወደፈጠጋር አዋሽን አቋርጦ ሲሄድ አብረውት 40 የውጭ አገር ሰዎች እንደነበሩ አረብ ፈቂህ ጽፏል። የአዋሽ ወንዝ ሞልቶ አላሻግር ብሏቸው ልብነ ድንግል እኒሕኑ አብረውት የነበሩትን የውጭ ሰዎች ታንኳ እንዲሠሩ አዝዟቸው ነበር። በተጨማሪም የንጉሡ ወታደሮች ስለከበዳቸው አዋሽ ወንዝ ዳር ስድስት መድፎች ጥለው እንደሄዱ አክሎ ጽፏል።[80] የበራራ ከተማ ሙስሊሞች ግን ከተማውን እንዳልለቀቁ አረብ ፈቂህ ያስረዳል። ነገር ግን እንደክርስቲያኖችም ባይሆን የግራኝ አሕመድ ወረራ የበራራ ሙስሊሞችንም ሕይወት ስጋት ላይ እንደጣለው የአረብ ፈቂህ መጽሐፍ ያስረዳል። ሙስሊሞች በንግድ ስለሚተዳደሩ አብዛኛው የከተማው ሰዎች በራራን ለቅቀው መሄዳቸው በቀሩት ኗሪዎች የኢኮኖሚ መናጋት መፍጠሩ አይቀርም። በተጨማሪም የግራኝ አሕመድ ወረራ በበራራ ሙስሊሞች ላይ ከፍተኛ የሆነ የደኅንነት ስጋት ፈጥሮባቸው ነበር። ግራኝ አሕመድ በራራ በገባ ጊዜ የከተማው ሙስሊሞች ጥሩ አቀባበል አድርገውለት ነበር። የበራራ ሙስሊሞች ለደህንነታቸው የሰጉት ለወራሪዎች ባሳዩት ትብብር ተነሳስተው ክርስቲያኖች የበቀል እርምጃ ይወስዱብናል ብለው ስለፈሩ

ይመስላል። ለሕይወታቸው ስለፈሩ ግራኝ ጠባቂ ወታደሮች እንዲመድብላቸው በአዋሽ ወንዝ አቅራቢያ ሰፍሮበት ወደነበረው ስፍራ ድረስ በመሄድ ለመኑት። ግራኝ አሕመድም በጥያቄው መሠረት አብሰማ ኑርና ሳላህ የተባሉ እንዲሁም ሌሎች ሁለት በስም ያልተጠቀሱ ባጠቃላይ አራት ወታደሮች የበራራ ሙስሊሞች በጠየቁት መሠረት ጠባቂ አድርጎ ላካቸው።[81]

በሰኔ እና ሐምሌ ወር 1531 ዓ.ም. ግራኝ ወጅ ክፍለ ሀገር የሚገኘውን ልብነ ድንግልን ወደኋላው ትቶ አዋሽ አጠገብ በሚገኘው በዊዝ ከተማ አድርጎ ወደሸዋ ተመለሰ። በዚህ ወቅት ጋፋቶች በሰፈው በሚኖሩበት በምዕራብ ሸዋ በተለይም በእንደገብጣን እና በሙገር ያሉትን፣ ልብነ ድንግል ለልጁ ለፊቅጦር መታሰቢያ ይሆን ዘንድ ያስሠራውን ቤተ ክርስቲያን እና ሌሎች ነገሥታት ያሰሯቸውን አብያተ ክርስቲያን ዘርፈው እንዲያቃጥሉ አብድ አን ናሥር እና ሁሴን የተባሉ ዘራፊዎች ላከ።[82] አብድ አን ናሥር እና ሁሴን እንደገብጣንን እና ሙገርን በሚያውቅ ሰው መሪነት ቤተ ክርስቲያኖችን አንድ በአንድ ዐመድ አደረጓቸው። በውስጥ ያገኙትን ብር፣ ወርቅ፣ የሐር አልባሳት እና መጋረጃ ዘርፈው ግራኝ አርፎበት ወደነበረው አዋሽ ወንዝ ወደሚመነጭበት አቅራቢያ አቡረት ወደተበለው ቦታ ተመለሱ። አረብ ፈቂህ ይህን ይነግረናል፡-

> Each of the companions of ‘Abd an-Nāṣr took his portion of the booty and they gave the imām the rest: silver dishes, and images that resembled animals, including birds and wild beasts, with each representative animals made of silver; and a vast quantity of fabrics including two curtains the like of which no one-Arab or non-Arab-had ever seen: they were valued at one hundred ounces of gold.[83]

ትርጉም

የአብድ አን-ነሥር ተከታዮች ከምርኮው የየራሳቸውን ፈንታ ወስደው የቀረውን ምርኮ ማለትም የብር ሳህኖችን፣ የእንስሳት ምስሎችን፣ እያንዳንዳቸው ከብር የተሠሩ የአእዋፍ እና የዱር አራዊት ቅርጾችን፤ ዋጋቸው ሁለት መቶ ወቄት ወርቅ የተገመቱ አረቦችም ሆነ አረብ ያልሆኑት ዐይተዋቸው የማያውቋቸው ሁለት መጋረጃዎችን ጨምሮ መጠኑ ከፍተኛ የሆነ ጨርቃ ጨርቅ ለኢማም ሰጡት።

ምዕራባዊ ወረዳዎችን ጨምሮ የሸዋ ወረዳዎች በሙሉ ከ13ኛው ምእት ጀምሮ ከማዕከላዊ መንግሥት ጋር ቅርብ ግንኙነት ነበራቸው። በተለይም ከዓፄ ዘርዓ ያዕቆብ ዘመነ መንግሥት ጀምሮ ሙገር፣ እንደገብጣን እና ግንደበረት የሴት ወይዘሮዎች የጉልት እና ርስት ወረዳዎች ነበሩ። በዚህ ምክንያት አካባቢው ነገሥታቱ እና ሴት ወይዘሮዎች ያሰሯቸው በጣም ሀብታም አብያተ ክርስቲያን ነበሩበት። ሙገር እና እንደገብጣን ካሉ አብያተ ክርስቲያን የተዘረፈው ንብረት ከፍተኛ እንደነበረ አረብ ፈቂህ ይመሰክራል።

የግራኝ ወታደሮች በሰኔ ወር በ1531 ዓ.ም. ከአቡረት ተነስተው በጠቅላላው የ10 ቀን የእግር ጉዞ አድርገው በሚቀጥለው በሐምሌ ወር በራራ ደረሱ። በራራ እስከሚደርሱ ድረስ ወረብን ግራ ቀኝ ዘረፉት፤ ሰውን ገደሉት። አረብ ፈቂህ እንዲህ ይላል፡-

> The imām, at that time, was in the land of Abūrat above the spring of Awāš. The people of Wārābbā and the people of Šawā voluntarily submitted to the payment of the poll-tax, and secured peace for their

countries. Then the Muslims set out for Berārah, and during the course of their journey they seized gold, silver and silk as booty. They traveled for ten days on the road in this manner and when they drew near to Berārah the people of Berārah made overtures to the Muslims.[84]

<u>ትርጉም</u>
ኢማም በዚያ ጊዜ ከአዋሽ ምንጭ በላይ በአቡራት ምድር ነበር። የወረብ ሕዝብ እና የሸዋ ሕዝብ በፈቃደኝነት ግብር ለመክፈል በመስማማት ለአገራቸው የሰላም ዋስትና አገኙ። ከዚያም ሙስሊሞቹ ወደ በራራ ተጓዙ። በጉዟቸውም ጊዜ የወርቅ፣ የብርና የሀር ልብስ ምርኮ ዘረፉ። በዚህ ሁኔታ ለዐሥር ቀን ያክል ተጉዘው በራራ አቅራቢያ ሲደርሱ የበራራ ሰዎች ለሙስሊሞቹ አቀባበል አደረጉላቸው።

ጂሐደኞች የፈለጉትን ከማድረግ ምንም የሚያግዳቸው አልነበረም። ምንም እንኳ ለግራኝ መንግሥት ለመገበር ቢስማሙም ጂሐደኞች የወረብን እና ሌላውን የሸዋ ወረዳዎች በእሳት ከለበለቡ በኋላ ያገኙትን ንብረት ሙሉ በሙሉ ዘረፉት። ብዙዎቹም ክረምቱ እስኪወጣ በራራ ላይ ከተሙ።[85] ሆኖም ግን በክረምት ወራት እንኳ ጂሐደኞች በራራ ላይ ከትመው ቤተ ክርስቲያን ከማቃጠል፣ ንብረት ከመዝረፍ እና ከመዋጋት አልቦዘኑም ነበር።

በሐምሌ እና በነሐሴ 1531 ዓ.ም. በሸዋ እና በፈጠጋር የቀሩትን አብያተ ክርስቲያን እና የንጉሡን ንብረት ዘረፉ እና ቃጠሎ ቀጠሉበት። ከነዚህም የደረብረ ሊባኖስ ገዳም አንዱ ነበር። ግራኝ አሕመድ በራራ ላይ ተቀምጦ ደብረ ሊባኖስን እንዲያቃጥሉ ቀጭን አቡበከር እና ድል ሰገድ የተባሉ ታማኞች ከሦስት መቶ ወታደሮች ጋር ላከ። እገዳሙ አቅራቢያ ሲደርሱ መነኮሳቱ ከቀጭን አቡ በከር ጋር ድርድር ጀመሩ። መነኮሳቱም ቤተ ክርስቲያኑን ካተረፉላቸው ያላቸውን ወርቅ፣ ብር እና አልባሳት በሙሉ እንደሚሰጡ ለቀጭን አቡ በከር ቃል ገቡ። በተጨማሪም የተጠየቁትን የዓመት ግብር ለመክፈል ዝግጁ መሆናቸውን ተናገሩ። ቀጭን አቡ በከርም ለመደራደር ዝግጁ እንደሆነ አረጋገጠ። በዚህ ጊዜ መነኮሳቱ ተደስተው ለቀጭን አቡ በከር ጠቅላላ 300 ወቄት ወርቅ የሚገመት የብር እና የወርቅ መርገፍ ያላቸው ሁለት የሀር ካባዎች ለቀጭን አቡ በከር ሰጡት። ድርድሩ ሳይፈጸም ግን አሳዛኝ ክስተት ተፈጠረ። ቀጭን አቡ በከር እና መነኮሳቱ በድርድር ላይ እያሉ ኡራይ አቡ በከር የተባለ አከራሪ ተደብቆ ሄዶ ቤተ ክርስቲያኑን እሳት ለቀቀበት። በዚህ ጊዜ ከጥቂቶች በስተቀር መነኮሳቱ ከሚቃጠለው ቤተ ክርስቲያን ገብተው አብረው ነድደው በሰማዕትነት አለፉ።[86]

ቀጭን አቡ በከርም ያለርሱ ፈቃድ ኡራይ አቡ በከር ገዳሙን በማቃጠሉ በጣም ተበሳጨ። በራራ ከተመለሱ በኋላ ለግራኝ አሕመድ አቤት ብሎ ነበር። ነገር ግን ግራኝ አሕመድ ቀድሞውንም የላክኋችሁ ገዳሙን እንድታቃጥሉት ነው፤ ኡራይ አቡ በከር ወንጀል የለበትም ደግ አደረገ ብሎ መለሰ። ኡራይ አቡ በከር እና የግራኝ አሕመድ ሚስት ባቲያ ድል ወንበራ ዘራቸው ባሕር ምድር (የአሁኑ ኤርትራ) ውስጥ ከሚኖረው በለው (ብሌን) ከተባለው የአገው ጎሣ ይመዘዛል።[87] ከደብረ ሊባኖስ መቃጠል በኋላ በሐምሌ ወር መጨረሻ እና በነሐሴ 1531 ዓ.ም. ጂሐደኞች በራራ ላይ ሆነው በአካባቢው ያሉትን ወረዳዎች የመዝረፍ እና የማቃጠል የመጨረሻ ሥራ ቀጠሉበት። ግራኝ አሕመድ ቀጭን አቡ በከር ከደብረ ሊባኖስ ያመጣውን ውድ ካባ ለራሱ ለአቡ በከር እንዲሆን መረቀለት። ቀጥሎም ከአራት መቶ ወታደሮች ጋር አቡ በከር በራራ ያለውን የጂሐደኞችን ጓዝ እና እቁባቶቻቸውን እንዲጠብቅ አዘዘው። ወታደሮቹ አገራቸውን እና ቤተሰባቸውን ናፍቀው

ስለነበረ ይበተኑብኛል ብሎ ስለፈራ ግራኝ አሕመድ በራራን ለቅቆ ከወሰን ሰገድ ጋር ለመዋጋት በሐምሌ ወር መጨረሻ አካባቢ በ1531 ዓ.ም. ወደፈጠጋር ሄደ፡-

> Then he said to the emir Abū Bakr: "This robe that you brought with you: it is yours. You are to remain in the camp to watch over our treasure and our concubines.' He entrusted to him, among the warriors, around four hundred knights, and said to him, 'Don't budge from here. If the king attacks you, fight him: and may God give you victory over him.' He replied, 'Hearing is obeying' and stayed in Berārah.'[88]
>
> <u>ትርጉም</u>
> እርሱም አሚር አቡ በከርን እንዲህ አለው፡- "[ከደብረ ሊባኖስ] ያመጣኸው ይህ ካባ ላንተ ይሁን"። ጓዞቻችንንና እቁባቶቻችንን እየጠበቅህ በጦር ሰፈራችን ቆይ።" እርሱ የሚያዝዛቸው አራት መቶ ወታደሮች ሰጠው፣ እንዲህም አለው፡- "ከዚህ ንቅንቅ እንዳትል። ንጉሡ ካጠቃህ ተዋጋ። እግዚአብሔር በሱ ላይ ድል ያጎናጽፍህ።" እርሱም ፡- "መስማት መታዘዝ ነው" ብሎ መለሰና በራራ ተቀመጠ።

ምንም እንኳ ንጉሡ ቀጭን አቡ በከርን እንደተጠበቀው ባያጠቃም የግራኝ አሕመድ ስጋት መሠረተ ቢስ አልነበረም። ባይሳካም እንኳ የልብነ ድንግል ወታደሮች በራራን እንዲጠብቁ ከታዘዙት የግራኝ ወታደሮች ጋር ተዋግተው ነበር። በ1531 ዓ.ም. ግራኝ አሕመድ በቀጭን አቡ በከር የሚታዘዙ 400 ወታደሮች በራራን እንዲጠብቁ ያዘዘበት ምክንያት ከዚህ በፊት የነበረውን ሙከራ በማስታወስ ነው። ነገር ግን እታች እንደምናየው ከ1531 ዓ.ም. ጀምሮ ለሚቀጥሉት 250 ዓመታት የኢትዮጵያ ነገሥታትና መሳፍንት ወደበራራ የመጡበት አጋጣሚ አልነበረም። ግራኝ አሕመድ የኢትዮጵያንም ሆነ የበራራን ታሪክ እስከዘላለሙ ቀየረው።

ወሰን ሰገድ የሚችለውን ያህል ተዋግቶ በሐምሌ 29 ቀን 1531 ዓ.ም. ፈጠጋር ውስጥ በተደረገ ጦርነት ሞተ። ለረጅም ዘመን የመንግሥት አገልጋይ የነበረው ሽማግሌው ገብረ እንድርያስም በዚሁ ጦርነት በ90 ዓመቱ ሞተ። ከልብነ ድንግል ቀጥሎ ግራኝ አሕመድ ለረጅም ጊዜ የተመኘው የወሰን ሰገድን ሞት ነበር። መሞቱን ሲያውቅ በራራ ለሚገኘው ለአቡ በከር የምሥራች ላከ። በወሰን ሰገድ ሞት ምክንያት የብዙ ሰዎች ቅስም ተሰበረ፣ ግራኝ አሕመድን የማሸነፉ ተስፋ ተሟጠጠ። በዚህም ምክንያት የፈጠጋር ክርስቲያኖች ነፍሳቸውን ለማትረፍ ሰለሙ።[89] ግራኝ አሕመድ ከጦርነቱ የተረፉትን የወሰን ሰገድ ወታደሮች በማሳደድ ላይ እያለ ወዚር አዶሊ የተባለውን ታማኙን ወደላሊበላ ወረዳ እንዲዘምት ላከው። ይህ ሙስሊሞቹ ለአራተኛ ጊዜ ወደላሊበላ ያደረጉት ዘመቻ ነው። ነገር ግን አዶሊ ላሊበላ ሲደርስ ከእርሱ ቀደም ብሎ ሙጃሂድ የተባለው የግራኝ አሕመድ ታማኝ ወታደር የዝቋላን ገዳም ዘርፎ ወደበራራ ከተማ መመለሱን ሰማ። የላሊበላ ክርስቲያኖችም ነፍሳቸውን ለማትረፍ ሲሉ በሙሉ ሰልመው አገኛቸው። አረብ ፈቂህ ስለዚህ የሚከተለውን ጽፏል፡-

> In the same way he sent the Wazir Addolī to Zeqālā and to Lālibālā. He set out with his army, but the amir Mujāhid had got there before him. For when he heard of Wasan Sagad's death he had set out for Zeqālā and had

taken an immense booty and afterwards returned to his camp at Berārah. He was with the amir Abū Bakr Qaṭin in Berārah when ‘Addolī arrived in [Zeqālā] to find that the inhabitants were Muslims. They had become Muslims the day the emir Mujāhid plundered them.[90]

<u>ትርጉም</u>

በተመሳሳይ መንገድ ወዚር አዶሊን ወደ ዝቋላና ላሊበላ ላከው። እርሱም ከሠራዊቱ ጋር ተጓዘ፤ ነገር ግን አሚር ሙጃሂድ ቀድሞት ደረሰ። የወሰን ሰገድን ሞት ሲሰማ ወደ ዝቋላ በመሄድ እጅግ ብዙ ምርኮ ወስዶ ከዚያም በራራ ወደሚገኘው ሰፈር ተመለሰ። አዶሊ ዝቋላ ደርሶ ሕዝቡ መስለሙን ሲረዳ እርሱ ከአሚር አቡ በከር ቀጢን ጋር በራራ ነበር። ሙስሊም የሆኑት አሚር ሙጃሂድ በዘረፋቸው ቀን ነው።

ላሊበላ በአጠቃላይ ፈጠጋር አውራጃ እንደሸዋ ከሰሎሞናውያን ነገሥታት ጋር በጣም ቅርብ ቁርኝት ነበራት። ባደቄን ጨምሮ ሌሎች ብዙ የንግድ ከተሞች ነበሩባት። ዝቋላን የመሳሰሉ ትላልቅ አብያተ ክርስቲያንም በፈጠጋር ይገኙ ነበር። እላይ እንዳየነው ፈጠጋር የግራኝ ወረራ ገፈት ቀማሽ ነበረች። በ1531 ዓ.ም. መጨረሻ ወራት በፈጠጋር ክርስቲያኑ ሕዝብ ሙሉ በሙሉ ሰልሞ ነበር ማለት ይቻላል።[91]

ወሰን ሰገድን ድል ከነሳ በኋላ ግራኝ አሕመድ ቀጥሎ ዓፄ እስክንድር ያስሠራውን የጥንቱ እንጦጦ የሚገኘውን ቤተ ክርስቲያን አቃጠለው። ከዚህ በኋላ ወደበራራ ተመልሶ ወረብ በየገጠሩ ያለውን አብያተ ክርስቲያን የሚያቃጥሉ ወታደሮች ለመላክ እቅድ ይዞ ነበር። ነገር ግን በምክር ወደበራራ የመመለሱን እቅድ ሠርዞ ወደቀወት እና ጃን ዘለቅ ወረዳዎች ሄደ። ቀጥሎ ደብረ ብርሃን ተቀምጦ ተጉለት፣ መንዝ እና መራቤቴ ያሉትን አብያተ ክርስቲያን አቃጠላቸው። ከዚህ በኋላ በበራራ እና በፈጠጋር ያሉትን ወታደሮች በወዚር አዶሊ ሥር አደረጋቸው። አቡ በከርም ከበራራ የግራኝ አሕመድን እቁባቶች ይዞ ፈጠጋር ውስጥ ዝቋላ አጠገብ መሶን በተባለ ቦታ ተገናኙ። ወዚር አዶሊ ዝቋላ አካባቢ ሆኖ አገሩን እንዲጠብ ሲቀር ቀጭን አቡ በከር ከግራኝ ጋር ለመገናኘት ወደደብረ ብርሃን ሄደ። ቀጥሎም ግራኝ አሕመድ የደብረ ሐይቅ እስጢፋኖስ ሲቀር ቤተ አምሃራ የነበሩትን ታላላቅ አብያተ ክርስቲያን አንድ በአንድ ዘርፎ አቃጠላቸው።[92]

በመጨረሻም በ1533 ዓ.ም. ግራኝ ያቂም የተባለ ታማኙን ለመጨረሻ ጊዜ ወደወረብ እንዲዘምት እና የማሳመን ሥራ እንዲሠራ ላከው። ያቂም ወረብ ሲደርስ አክሊሉ የተባለ የወረዳው ገዢ ጦርነት ገጠመው። ነገር ግን አክሊሉ ብዙም ሳይቆይ ተሸንፎ ሸሸ። ከዚህ ቀጥሎ የወረብ ክርስቲያኖች ራሳቸውን ለማትረፍ ከጂሐደኞች ጋር ተስማሙ። በስምምነታቸው መሠረት ወረቦች ጅዚያ የሚባለውን ለጂሀደኞች ይከፍላሉ። በምትኩ ወረቦች ክርስትና ሃይማኖታቸውን እንዲቀይሩ አይገደዱም።[93] ተግባራዊነቱ አጠያያቂ ቢሆንም ስምምነቱ ወረቦች በክርስትናቸው እንደጸኑ ባህላቸውን እና ማንነታቸውን እንደጠብቁ በሰላም ለመኖር ያስችላቸዋል። ለጂሐደኞች ደግሞ ገቢ ያስገኛል።

የወረብ ዳግመኛ መያዝን ልብነ ድንግል ሲሰማ ሐዘኑ ጨመረ። ደጋግመን እንዳየነው ወረብ የኢትዮጵያ እምብርት፣ የበራራ መገኛ እና በጣም ሀብታም አውራጃ ነበር። ስለሆነም ከሌላው አውራጃ ይልቅ የወረብን በግራኝ መያዘ ልብነ ድንገል በቀላሉ አልተቀበለውም። በዚህም መሠረት ልብነ ድንግል አንጎት ሆኖ የወረብን እና የአካባቢውን ሕዝብ አስተባብሮ ወራሪዎችን እንዲዋጋ ራስ ነቢያት የተባለውን መኮንን ወደወረብ ልኮ

ነበር። ነገር ግን የወረብ ሰዎች ከጂሀደኞች የሚደርስባቸውን የበቀል እርምጃ ፈርተው ይመስላል ራስ ነቢያትን ሳይቀበሉት ቀሩ።[94]

ከዚህ በፊት እንዳየነው ግራኝ አሕመድ ወረብን በተለይም በራራን ልዩ ትኩረት አድርጎባት ነበር። በራራን ከያዘ ጀምሮ ያለወታደር ያለጠባቂ ትቷት ሄዶ አያውቅም ነበር። ለምሳሌ በ1531 ዓ.ም. በከተማው ሙስሊሞች ጥያቄ መሠረት ከተማውን እንዲጠብቁ ወታደሮች መድቦ እንደነበረ ዐይተናል። በ1531 ዓ.ም. በክረምት ወራት ግራኝ አሕመድ ከነቤተሰቡ በራራ እንደነበረ ዐይተናል። ከወሰን ሰገድ ጋር ለመዋጋት ወደፈጠጋር ሲሄድ በቀጭን አቡ በከር የሚታዘዙ 400 ወታደሮችን በራራን እንዲጠብቁ መድቦ ነበር። ይህን ያደረገው ንጉሡ በራራን በቀላሉ አይለቅም ከተማውንም ለማስመለስ ይዋጋል ብሎ በመስጋት ነው። በመጨረሻም ወሰን ሰገድ ከሞተ በኋላ ወደበራራ መመለስ ፍልጎ ነበር። ነገር ግን እላይ እንዳየነው ወደጃን ዘለቅ እና ቀውት ወረዳዎች ለመሄድ አስገዳጅ ነገር ስላጋጠመው ወደበራራ ሳይመለስ ቀረ።

በ1537 ዓ.ም. ግራኝ አሕመድ ሙሉ በሙሉ ኢትዮጵያን ተቆጣጥሮ ነበር። ምንም እንኳ በብዙ አውራጃዎች ኢትዮጵያውያኑ ተበታትነው መፋለም ቢቀጥሉም ብዙ የኢትዮጵያ መንግሥት ባለሥልጣኖችም ለግራኝ አሕመድ ገብተውለት ነበር። ልብነ ድንግል ከሽምብራ ኩሬ ጦርነት ጀምሮ በገዛ አገሩ ስደተኛ ሆኖ ነፍሱን ለማትረፍ ካንዱ አውራጃ ወደሌላው አውራጃ እየተዘዋወረ የወከባ ኑሮ ኖሮ በ1540 ዓ.ም. አርፎ ትግሬ ውስጥ በሚገኘው በደብረ ዳሞ ገዳም ተቀበረ።[95] ከልብነ ድንግል ቀጥሎ የነገሠው ልጁ ዓፄ ገላውዴዎስ (1540-1559) ከፖርቱጋል ጥቂት ወታደሮች ጋር በመሆን ግራኝ አሕመድን ደምቢያ ወይና ደጋ በሚባል ልዩ ስፍራ በ1543 ዓ.ም. ጦርነት ገጥሞ ገደለው።[96] ማቴዎስ ሳልቫዶር እንዳስረዳው የፖርቱጋሎች ርዳታ ባይገኝም ግራኝ አሕመድ መሸነፉ አይቀርም ነበር።[97] አብዛኛዎቹ የግራኝ አሕመድ የመጀመሪያዎቹ ወታደሮች የተለያዩ የሶማሌ እና የሀርላ ጎሣ አባላት ሲሆኑ የዘመቱት ለዘረፋ ነው። ፍላጎታቸውም በዘረፋ ያገኙትን ይዘው ወደቤተሰቦቻቸው ለመሄድ ነበር። ኢትዮጵያ ውስጥ እንዲቆዩ የተደረጉት በግድ ያለፈቃዳቸው እንደሆነ የዐይን እማኙ የአረብ ፈቂህ መጽሐፍ በደንብ ያስረዳል።[98] ቀድሞውንም ቢሆን ከዘረፋ ያለፈ ዓላማ ስላልነበራቸው ከሞት የተረፉት ወታደሮች ግራኝ አሕመድ ከወደቀ በኋላ ምንም ሳይከራከሩ እንደጉም በነኑ።

5.2.3 ጂሐደኞች ለምን አሸነፉ

ለበራራም ሆነ በአጠቃላይ ለኢትዮጵያ ሥልጣኔ ጥፋት ምክንያት የሆነውን፣ ግራኝ አሕመድ ያሸነፈበትን ምክንያት ባጭሩ መገምገም ተገቢ ነው። ለግራኝ አሕመድ ማሸነፍ ብዙ ምክንያቶች ቢኖሩም ዋና ዋናዎቹ ሦስት ናቸው። አንደኛው የልብነ ድንግል ከፍተኛ የሆነ የብቃት ማነስ ነው። ልብነ ድንግል የነገሠው በ11 ዓመቱ ነው። በሴቶች ማለትም በዕሌኒ እና በናዖድ ሞገሣ ተከብቦ ማደጉ አመራር ጥበቡ ላይ ከፍተኛ ተጽእኖ ሳያሳድርበት አልቀረም። በሴቶች መካከል በማደጉ ምክንያት ጦረኛ፣ ኃይለኛ እና ፈረሰኛ ሊሆኑ አልቻለም። በሽምብራ ኩሬ ጦርነት ግማሽ የሚሆነው የግራኝ አሕመድ ሠራዊት አልቆ በሕይወት የተረፉትም ከፍተኛ ጉዳት ደርሶባቸው ተዳክመው ነበር። ነገር ግን ልብነ ድንግል በጣም ተዳክመው የነበሩትን ጂሐደኞችን የተረፉትን የንጉሡን ወታደሮች አስተባብሮ በመዋጋት ፈንታ ከጦር ሜዳ ሸሸ። የልብነ ድንግል ብቃት ማነስ የታየው

በሸምብራ ኩሬ ጦርነት ብቻ አይደለም። ንጉሡ ከጦርነቱ በኋላ በየአውራጃው ያለውን ወታደር አሰባስቦ ግራኝን ፊት ለፊት መግጠም ሳይችል ቀረ። ልብነ ድንግል ትኩረቱ ሕይወቱን እማትረፉ ላይ ብቻ ነበር። ይህ የሆነው ከሸምብራ ኩሬ ጦርነት በተረፉት አማካሪዎቹ ሀሳብ ነው። አማካሪዎቹ ንጉሡ ከሞተ ከፍተኛ የሆነ ቀውስ ይፈጠራል፣ ሕዝቡም ተስፋ በመቁረጥ ግራኝን ይቀበለዋል ብለው ስለሰጉ ሊሆን ይችላል።

ነገር ግን ግራኝ አሕመድን በጣም የጠቀመው የንጉሡ በሕይወት መኖር ነው። ግራኝ አሕመድ ልብነ ድንግል ከሞተ በኋላ ብዙም በሥልጣን ላይ አልቆየም። ግራኝ አሕመድ አብዛኛውን ኢትዮጵያን ምንም እንደማይቆጣጠር እና በቀላሉ ሊሸነፍ ይችል እንደነበረ ያሳየው ወጣቱ ገላውዴዎስ ነው። ገላውዴዎስ ሲነግሥ ገና የ18 ዓመት ልጅ ቢሆንም በጣም አዋቂ እና ደፋር ነበር። ግራኝ አሕመድን ከመግጠሙ በፊት ሸዋ ውስጥ የተሳኩ ዘመቻዎችን አድርጎ አሕመድ የሾማቸውን ጂሐደኞች አሸንፎ አባሯቸው ነበር።[99] ገላውዴዎስ ግራኝ አሕመድን ያሸነፈበት ዋናው ምክንያት ድፍረቱና የመምራት ብቃቱ ነው። ምናልባት ለግራኝ አሕመድ ለረጅም ጊዜ መቆየት ዕድል የፈጠረለት የልብነ ድንግል መኖር ነበር።

የሸምብራ ኩሬ ጦርነት የተካሄደው በ1529 ዓ.ም. ነው። ነገር ግን ደብረ ሊባኖስን ጨምሮ በሸዋ፣ በዳሞት፣ በፈጠጋር፣ በባሊ፣ በደዋሮ እና በቤተ አማራ ያሉት አብያተ ክርስቲያን ተዘረፈው የተቃጠሉት ከሸምብራ ኩሬ ጦርነት ከሦስት እና አራት ዓመት በኋላ ነው። በየገዳማቱ እና አድባራቱ ያለውን የሃይማኖት እና የታሪክ ቅርስ፣ መጻሕፍት፣ ብር፣ ወርቅ እና አልባሳት ሕዝቡ እንዲደብቃቸው ወይንም ንብረቱን እያወጣ እንዲከፋፈለው ንጉሡ ምንም መመሪያ አልሰጠም። ምንም እንኳ በየአብያተ ክርስቲያናቱ ውስጥ የተቀመጠውን ንብረት እና ቅርስ ለማሸሽ እና ለመደበቅ ከበቂ ጊዜ በላይ ቢኖርም ግራኝ አሕመድ እና ጓደኞቹ ብዙ አልባሳት፣ ወርቅ፣ ብር እና መጻሕፍት ከሁሉም የቤተ አማራ እና የሌሎችም አውራጃዎች አድባራት ለማግኘት ቻሉ።

ግራኝ አሕመድ ያሸነፈበት ሌላው ምክንያት ሕዝቡ ስለተከፋፈለ እና ብዙ ሰው ስለከዳ ነው። በዚህ ወቅት ከእስልምና ወደክርስትና፤ ከክርስትና ወደእስልምና ሃይማኖት መቀየር ሸሚዝ እንደመቀየር ቀላል ነበር።[100] ሰዎች ይህን የሚያደርጉት በተለያየ ምክንያት ነው። አስገዳጅ ሁኔታ ሲፈጠር በተለይም የሞት እና የሕይወት ጉዳይ ሲሆን ሰዎች በሰላም ጊዜ አእምሮአቸው የማይቀበለውን ለመሥራት ይገደዳሉ። ይህ ራሳቸውን ለማዳን ሲሆን ምንጩ ደግሞ ፍርሀት ነው። ሌሎች ለገንዘብ፣ ለሥልጣን፣ ለሹመት እና ከሥልጣን እና ከሹመት የሚገኘውን ዝና እና ጥቅም በማሰብ ለሆዳቸው ይከዳሉ። ጥቂቶች ደግሞ ለሆዳቸው ሳይሆን ለክብር፣ ለህሊና እና ለማተባቸው የሚመጣባቸውን መከራ ተቀብለው በጽናት እስከመጨረሻ ታምነው፣ ታግለው በክብር ያልፋሉ።

በጦርነቱ ዘመን የታየው ክፍፍል በቤተሰብ ደረጃ የወረደ ነበር። የራስ ወሰን ሰገድ ቤተሰብ ለዚህ ጥሩ ምሳሌ ነው። ወሰን ሰገድ የኢትዮጵያን መንግሥት የከዳ ወናግ ጃን የተባለ ወንድም ነበረው። ወናግ ጃን በዓፄ ናዖድ ዘመን ለአዳሉ ወላስማ ለሡልጣን መሐመድ ገብቶ ሃይማኖት ቀይሮ ባለሥልጣንም ሆኖ ነበር። በመሐመድ ትእዛዝም ባሊን ሲዘርፍ በጦርነት ተሸንፎ ተያዘ። በወንድሙ በራስ ወሰን ሰገድ ልመና ዓፄ ናዖድ ይቅርታ አድርጎ የባሊ ገዢ አድርጎ ሾመው። ነገር ግን ይቅርታ ቢደረግለትም እና ሹመት ቢሰጠውም ወናግ ጃን ሌላ የክሕደት ሥራ ፈጸመ። እንደገና ተሹሞ ወደባሊ እንደተመለሰ በአውራጃው ውስጥ ያሉትን አዝማቾች ከንጉሡ የተላከ መልክት አለኝ ብሎ እቤቱ ጋበዛቸው። ሁሉም አክትተው ሲገቡ በክዳት ከገደላቸው በኋላ እንደገና ለአዳሉ ሡልጣን ሄዶ ገባ። በመጨረሻም ወናግ ጃን ከዚህ በፊት ባገኘነው ገብረ እንድሪያስ በተባለ መኮንን

ዋቢ ሸበሌ ወንዝ አቅራቢያ ተገደለ። የወናግ ጃን አማካሪ እና ግብረ በል ድል በኢየሱስ የተባለ መኮንን ነበር። ድል በኢየሱስ ሃይማኖት ቀይሮ ለሡልጣን መሐመድ ገባ። በኋላ በግራኝ ወረራ ጊዜ ለግራኝ ሲዋጋ ባሊ ውስጥ ሞተ። ወናግ ጃን ከሞተ በኋላ ሲሙ የተባለው ልጁ የባሊ ገዢ ሆኖ ተሹሞ ነበር። ነገር ገን እርሱም እንደአባቱ በ1532 ዓ.ም. ከድቶ ለግራኝ ገባ። መጨረሻም በ1534 ዓ.ም. ትግሬ ውስጥ ከግራኝ ጋር ሳለ በወረርሽኝ ሞተ።[101]

በተቃራኒው ደግሞ የወናግ ጃን ወንድም ራስ ወሰን ሰገድ በታማኝነት እስከመጨረሻው ተዋግተው ከሞቱት የልብነ ድንግል ወታደሮች አንዱ ነበር። ወሰን ሰገድ በዓፄ ናዖድ ዘመን ትልቅ ባለሥልጣን ነበር። ወሰን ሰገድ ሁለት በጣም ሀብታም የነበሩ እና አሠራራቸውም ጂሐደኞችን ያስደነቁ አብያተ ክርስቲያን ደዋሮ ውስጥ አሠርቶ ነበር። ግን ሁለቱም ተዘርፈው ተቃጥለዋል።[102] በ1525 ዓ.ም. ወሰን ሰገድ ሁሉም ወታደሮች የነበሩ አምስት ወንድ ልጆች ነበሩት። ሁለቱ ባሕር ሰገድ እና ሳፍ ሰገድ ይባላሉ። ሁለቱም በግራኝ አሕመድ ወረራ ጊዜ ደዋሮ ተዋግተዋል። ባሕር ሰገድ በ1531 ዓ.ም. ሞተ። ሳፍ ሰገድ ግን ከጦርነቱ ተርፏል። የወሰን ሰገድ ሁለተኛው ወንድሙ ግርማ ፈጠጋር ውስጥ በ1531 ዓ.ም. ተዋግቶ ቆስሎ ነበር። የአጎቱ ልጅ ዘመን ጃን በሽምብራ ኩሬ ጦርነት ሞተ። በመጨረሻም እላይ እንዳየነው ወሰን ሰገድ በሐምሌ 29 ቀን 1531 ዓ.ም. ፈጠጋር በታማኝነት ተዋግቶ ሞተ።[103] ከወሰን ሰገድ እና ከወንድሙ ከወናግ ጃን ቤተሰቦች ተቃራኒ አሰላለፍ ማየት እንደሚቻለው ጦርነቱ በቤተሰብ ሳይቀር ከፍተኛ የሆነ መለያየትን አምጥቷል። አባት እና ልጅ፣ ወንድም እና ወንድም ጎራ ለይተው ተዋግተው አልፈዋል።

ከልብነ ድንግል ከድተው ሃይማኖታቸውን ቀይረው፣ ለአዳል ሽፍቶች ሄደው የጌታ የሚያድሩ ክርስቲያኖች እንደነበሩ ሁሉ፣ ከአዳል ወላስሞች ከድተው ሃይማኖታቸው ቀይረው ለንጉሡ የተዋጉም ነበሩ። ለዚህ ጋረድ ተክለ ሃይማኖት ጥሩ አብነት ነው። ጋረድ ተክለ ሃይማኖት ክርስትና ከመቀበሉ በፊት መጀመሪያ በግራኝ አሕመድ ሥር የነበረ የጋረድ አቡን ታማኝ ወታደር ነበር። ከወረራው በፊት ከግራኝ አሕመድ ጋር ተጣልቶ ለልብነ ድንግል ገባ። ልብነ ድንግልም ክርስትና አንስቶ ስሙን ተክለ ሃይማኖት ብሎ ባሊ ወስጥ በአዝማች ደገላን ሥር ባሊ ውስጥ ቀቅማ የተባለ ወረዳ ገዢ አድርጎ አስቀመጠው። በኋላ በ1531 ዓ.ም. በታማኝነት ሲዋጋ ተክለ ሃይማኖት ከሚስቱ ጋር ተያዘ። ሚስቱ የቀወት ተወላጅ ነበረች። ግራኝ አሕመድ ተክለ ሃይማኖትን ለኤደን ገዢ በስጦታ በባርነት ሰጠው። ሚስቱን ስሟን ሀጅራ ብሎ ሰይሞ አስገድዶ እቁባቱ አድርጎ ልጅ ወለደላት። ሀጅራ በ1531 ዓ.ም. በክረምት ወራት በራራ ነበረች።[104]

እንደ ወሰን ሰገድ እና ተክለ ሃይማኖት በጽናት ለንጉሣቸው ለአገራቸው የሞቱት በጣም ብዙ ናቸው። አንዱ የጽናት ተምሳሌት አይቢስ ለሀጢ ይባላል። አይቢስ ለሀጢ የቀወት አዝማች ነበር። ግራኝ በነሐሴ ወር 1531 ዓ.ም. ቀወት እና ጃን ዘለቅ ወደተባሉ ወረዳዎች ሄዶ ነበር። በዚያ ወቅት ራስ ወሰን ሰገድ ሞቶ ስለነበረ ኃይሉ፣ ድሉ እና ደበለ የተባሉ አዝማቾች እና የቀወት እና የጃን ዘለቅ ሕዝብ በሙሉ ሕይወቱን እና ንብረቱን ለማትረፍ ሰለመ። አረብ ፈቂህ እንደሚለው ከሆነ አይቢስ ለሀጢ በናቱ በኩል የንጉሡ ዘመድ ነበር። በተጨማሪም ግራኝ አሕመድ እቁባት አድርጓት የነበረችው ሀጅራ የአይቢስ ለሀጢ የአጎቱ ወይም የአክስቱ ልጅ ናት። አይቢስ ለሀጢ የአያት እና የቅድመ አያቶቹን ሃይማኖት እንደማይቀይር ለግራኝ አሕመድ በድፍረት ተናገረ። አክሎም ሃይማኖቱን ቢቀይር በመነኮሳቱ እና በንጉሡ ፊት እንደሚቀልል እና ውርደት እንደሚያስከትልበት

ወደእስልምና የተቀየሩት የቀወት አዝማቾች እና ሕዝቡ የራሳቸውንም ሆነ የሙስሊሞችን ሃይማኖት እንደማያውቁ ለግራኝ አሕመድ ተናገረ። ግራኝ አሕመድም አይቢስ ለሀጢ ያሳየውን የሃይማኖት ጥናት አድንቆ በአቋሙ ምክንያት ምንም አንደማይደርስበት ቃል ገባለት። ነገር ግን የቀወት አዝማቾች አይቢስ ለሀጢ ከእነሱ አንደማይበልጥ፣ ካልሰለመ እንደሚገድሉት ስላስፈራሩት ሳያምንበት ለይስሙላ ሰልሜአለሁ አለ። ከሦስት ወር በኋላ ግራኝ አሕመድ ወደቤተ አማራ በዘመተ ጊዜ አይቢስ ለሀጢ ግራኝ አሕመድን ከድቶ ንጉሡን ተቀላቀለ።[105]

በጽናት ለንጉሡ የተዋጉ እንዳሉ ሁሉ ብዙ የከዱም ነበሩ። መንገድ እየመሩ አብዛኛውን አብያተ ክርስቲያን እንዲቃጠሉ ያደረጉ ብዙ ሙስሊም እና ክርስቲያን ኢትዮጵያውያን ናቸው። መንገድ ከመምራትም አልፈው ለግራኝ የሚዋጉ ክርስቲያኖችም ሙስሊሞችም ነበሩ። ይፋት ውስጥ ግንደበሎ ከተማ የሚኖሩት ሙስሊሞች ለግራኝ አሕመድ በ1529 ዓ.ም. ገቡለት፤ 20 ወቄት ወርቅም ሰጡት። በወርቁ አሕመድ ግራኝ 100 ሰይፍ ገዛበት።[106] ባደቄ እና በራራ ከተሞች በንጉሡ ገንዘብ የሚነግዱ ሙስሊሞች ከድተው የንጉሡን ገንዘብ ለግራኝ አሕመድ ሰጡት። ከሙስሊም ነጋዴዎች በተጨማሪ ከከዱት ውስጥ ከፍተኛ የሆኑ የልብነ ድንግል ሙስሊም ባለሥልጣናትም ይገኙበታል። ከነዚህም ውስጥ አንዱ ፈረሽሃም ዲን ነው። አረብ ፈቂህ ለንጉሡ በጣም ቅርብ የነበረ ቢሆንም ግራኝ አሕመድ ከሞተም በኋላ እንዳልተመለሰ ይመሰክራል።[107] ከከዱት ሌሎቹ የሙስሊም ባለሥልጣናት ውስጥ የይፋቱ ኡራይ ኡትማን እና በሥሩ የነበረው ክርስቲያን መኮንን አናንያ፣ ቢን ዳር አሊ እና ራጂህ የተባሉ ይገኙበታል።[108]

ከሙስሊሞች ይልቅ ከባድ ጉዳት ያደረሱት በፊት ክርስቲያን የነበሩት በኋላ የሰለሙት ናቸው። ግራኝን በታማኝነት እስከመጨረሻው ያገለገሉት ሃይማኖታቸውን የቀየሩት፣ የኢትዮጵያን መንግሥት የከዱት ቁጥራቸው ተዘርዝሮ አያልቅም። አረብ ፈቂህ በስም ከዘረዘራቸው ስመጥር የግራኝ አሕመድ ወታደሮች የሚከተሉት ይገኙበታል፡ ፈረሻሐም ሰቱት፣ አል ኡራይ ኑር ቀጣ ቢን ኡመር፣ ፈረሻሐም ኡትማን የማጅ፣ አመጃድ አሕመድ ቢን አል ሁሴን፣ ሳር አቡ በከር፣ ሙሚናት አቡ በከር፣ ድል ሰገድ፣ ሹም ወረዳይ እና ኡትማን ወረዳይ። ከድተው ከመስለማቸው በፊት ሁሉም ክርስቲያኖች ነበሩ፤ ከሰለሙ በኋላ ግን በጭካኔያቸው ወደር አልነበራቸውም።[109] ድል ሰገድ በ1531 ዓ.ም. ደብረ ሊባኖስን ዘርፈው እንዲያቃጥሉት ከተላኩት ውስጥ አንዱ ነበር። በተጨማሪም በሽምብራ ኩሬ ጦርነት ጊዜ የንጉሡን ጃንደረባ መንዴልን የገደለው ድል ሰገድ ነው።[110] ሌላው የደብረ ሊባኖስን ገዳም እንዲያቃጥል በመሪነት የተላከው አቡ በከር ነበር። በጣም የሚታወቀውም በቅጽል ስሙ "ቀጭን" አቡ በከር በሚል ነው። እንደቀጭን አቡ በከር እና ድል ሰገድ በታማኝነት ለግራኝ አሕመድ የተዋጉት ጥቂቶች ናቸው ለማለት ያስደፍራል። ፈረሻሐም ሰቱት ከአማሬዎች እና ከአርጎባዎች የጥንት ዐፅመ ርስት የሆነው የደዋሮ ክርስቲያን ነበር። ፈረሻሐም ወደአዳል ሄዶ ሃይማኖት ቀይሮ በጣም አክራሪ ሙስሊም ሆነ። ወናግ ጃን የተባለውን የልብነ ድንግልን ከፍተኛ ባለሥልጣን በ1529 ዓ.ም. በተደረገው ጦርነት የገደለው ይኸው ሰው ነው።[111]

ግራኝ አሕመድ ወደላስታ፣ ትግሬ፣ በጌምድር እና ጎጃም በሄደ ጊዜ አብዛኛው የተከተለው ሰው ቀድሞ የልብነ ድንድል ወታደሮች እና ባለሥልጣን የነበሩ ክርስቲያኖች ናቸው። በ1543 ዓ.ም. ደምቢያ ውስጥ ወይና ደጋ በተባለው ልዩ ቦታ በተገደለ ጊዜ አብረውት የነበሩት አብዛኛዎቹ ቀድሞ ክርስቲያን የነበሩ ባለሥልጣኖች ነበሩ። ለማጠቃለል በ15ኛው ምእት ዓመት መጨረሻ ጀምሮ እስከ16ኛው ምእት ዓመት

መጀመሪያ አጋማሽ ድረስ ሃይማኖት መቀየር ሽሚዝ ወይም ካልሲ እንደመቀየር ቀላል ነበር። የግራኝ አሕመድ የሽብር ወረራ ከመፈጸሙ ከ3 ዓመት በፊት ኢትዮጵያ ውስጥ የነበረው አልቫርሽ ይህን በሚመለከት የታዘበውን በአግራሞት እንደሚከተለው ጽፎታል፡-

> Here they think nothing of joining the Moors and becoming Moors, and if they wish to return, they get baptized again and are pardoned and Christians as before.[112]

<u>ትርጉም</u>

እዚህ ከሙስሊሞች ጋር ለመቀላቀል እና ሙስሊም ለመሆን ምንም ነገር አያሳስባቸውም፣ እናም መመለስ ከፈለጉ እንደገና ተጠምቀው ይቅርታ ይደረግላቸውና ልክ እንደቀድሞው ክርስቲያን ይሆናሉ።

ዛሬ አክራሪ ክርስቲያን ነገ አክራሪ ሙስሊም፣ ከነገ ወዲያ ደግሞ እንደገና አክራሪ ክርስቲያን ከዚያ በኋላ ሙስሊም መሆን በዘመኑ በጣም የተለመደ ነበር። ከ10 ክርስቲያኖች ውስጥ 9ኙ እንደሰለሙ የገላውዴዎስ ታሪክ ነገሥት ጸሐፊ ይመሰክራል ("አሜሃ ብዙኃን እምእመናን ፈለሱ እምሃይማኖታ ለቤተ ክርስቲያን ወገብኡ ውስተ ሃይማኖተ ተንባላት፤ ወእለ ተርፉ በሃይማኖቶሙ ኢይከውኑ መጠነ አሐቲ እምዓሠርቱ")።[113] በተመሳሳይ ብዙ ሰዎች ታማኝነታቸውን አንዴ ለአዳል ሸፍቶች ሌላ ጊዜ ለዓፄዎቹ ይቀያይሩ ነበር። በዚህ ዘመን ሃይማኖቱን፣ ጌታውን እና ታማኝነቱን ያልቀየረ በጣም ጥቂት ነው።

በመጨረሻም ግራኝ አሕመድ ያሸነፈበት ምክንያት ወታደሮቹ ሞት የማይፈሩ እና ለመግደል የቆረጡ ስለነበሩ ነው። ከመጀመሪያ እስከመጨረሻ ከግራኝ አሕመድ ጋር አብረውት የነበሩ የቁርዓን አስተማሪዎች እና ካህናት ወታደሮቹን ስሜት ውስጥ የሚከተት ለጦርነት የሚያነሳሳ የስብከት ናዳ ያወርዱባቸው ነበር። በጦርነት ጊዜ በክርስቲያኖች ከተገደሉ ነፍሳቸውን እግዚአብሔር በገነት እንድሚያኖረው ለወታደሮች ይናገሩ ነበር። በእስልምና ሃይማኖት ከሞት በኋላ በገነት የተራከቦ ሕይወት እንዳለ ይታመናል። ከግራኝ አሕመድ ጋር የነበሩት የቁርዓን አስተማሪዎች ለወታደሮች በጦርነት ጊዜ ከሞቱ እግዚአብሔር ሁሪ (houri) የተባሉ ቆንጆ ደናግል ሴቶች በገነት አዘጋጅቶ እንደሚጠብቃቸው ለወታደሮች ይናገሩ ነበር። በሽምብራ ኩሬ ጦርነት ጊዜ የተሰበከውን ለአብነት ከዚህ በታች አቅርበነዋል፡-

> Then the Qur'ānic teacher Abū Bakr…arose and preached near the banner of the imam. He goaded the Muslims on to battle. He harangued them until their hearts were filled with dread, and their eyes brimmed full of tears. He said, "O band of Muslims, paradise is beautifully ornamented; and Hell-fire is shut tight. The angels are gazing down; the *houris* with black eyes are preening themselves; rejoice at the prospect of life eternal.' […] Then he recited, "Surely God has bought from the believers their persons and their property in order to give paradise to them! They fight in the way of God; they slay and are slain by virtue of a

promise which is binding on Him in the Torah, the Gospels and the Qur'ān. Who is more faithful to his promises than God? Rejoice then in the bargain that you have made with him, for that is a mighty triumph.[114]

<u>ትርጉም</u>
ከዚያ የቁርዓን አስተማሪው አቡ በከር [...] በኢማሙ ሰንደቅ ዓለማ አቅራቢያ ተነሳና ሰበከ። ሙስሊሞቹን እንዲዋጉ አነሳሳቸው። ልባቸው በፍርሀት እስከሚሞላ ድረስ እና ዐይናቸው እንባ በእንባ እስከሚሆን ድረስ ሀይለቃል የተሞላበት ንግግር አደረገ። እንዲህ አለ፡-"እናንተ ሙስሊሞች ሆይ ገነት በጌጥ የተዋበች ናት፤ የገሃነመ እሳት በርም ጥርቅም ብሎ ተዘግቷል። መላእክት ወደ ታች እየተመለከቷችሁ ነው፣ በገነት ያሉት ዐይነ ኩሉ ቆንጆ ድንግል ሴቶች ገላቸውን እያስዋቡ፣ እየተኳኳሉ ነው። የዘላለም ሕይወት ለመኖር ተስፋ ስላላችሁ ደስ ይበላችሁ። [...] ከዚያም ይህን አነበበ ፡-"በእርግጥ እግዚአብሔር ከአማኞች ገላቸውን እና ገንዘባቸውን የገዛው (የሚፈልገው) ገነትን ለነሱ ለመስጠት ነው! እነርሱ በእግዚአብሔር መንገድ ይዋጋሉ፣ በኦሪት፣ በወንጌል እና በቁራን በሰጠው የማይታጠፍ ቃል ኪዳን መሠረት ይገድላሉ ወይም ይገደላሉ። ከእግዚአብሔር የበለጠ ለሰጠው ቃል ኪዳን ታማኝ ማን አለ? ስለዚህ ይህ ታላቅ ድል ነውና ከእርሱ ጋር በገባችሁት ኪዳን ደስ ይበላችሁ።"

The crier proclaimed, "O people of Muhammad…be a little patient, and you will obtain much: here is the black-eyed *houri* in the shade of the swords, and at the tip of the spear."[115]

<u>ትርጉም</u>
ለፋፊው እንዲ ብሎ ተናገረ ፡-"የመሐመድ ሰዎች ሆይ [...] ትንሽ ታገሱ እናም ብዙ ታገኛላችሁ፤ እነሆ በገነት ያሉት ዐይነኩሌ ቆንጆ ድንግል ሴቶች ከሰይፉ ጥላ ሥር እና ከጦሩ ጫፍ ላይ።"

የአቡ በከር እና የመሰሎቹ ንግግር በጣም አማላይ ነው። ገነትን ውብ የሆነ ልዩ ቦታ ነው ይላል። የአማኞቹን ሰውነት እና ገንዘብ እግዚአብሔር ለጦርነት የሚፈልገው ገነትን ሊያወርሳችሁ ስለሚፈልግ ነው እያለ ንግግሩን ቀጠለበት። ከሁሉም በላይ ደግሞ ሁሪስ የተባሉት ዐይነኩሌ ቆነጃጅት ድንግል ሴቶች ተራክቦ ለመፈጸም ታጥበው፣ ታጥነው እና አጊጠው በጦርነቱ የሚሞቱትን በፍቅር ለመቀበል እንደሚጠብቋቸው ለወታደሮች አስረግጦ ነገራቸው። እግዚአብሔርም ቃሉ የታመነ ነው ይላል። ስለሆነም ስለእርሱ ለሚገድሉት እና ለሚሞቱት የሰጠውን ቃል ኪዳን በእርግጠኝነት ይፈጽመዋል ይላል። ለፋፊው በበኩሉ ጦርነቱ እየበረታ ሲሄድ ወታደሮችን ትንሽ ታግሰው ቢዋጉ ብዙ እንደሚያገኙ እና በገነት የሚኖሩትን ዐይነኩሌ ቆነጃጅት ድንግል ሴቶች እጃቸው ለማስገባት ጥቂት እንደቀራቸው በእርግጠኝነት ነግሯቸዋል። ቆንጆዎቹ ድንግል ሴቶቹም በሚዋጉበት ጦር ጫፍ እና ከሰይፉ ጥላ ሥር እንዳሉ እንዲያስቡ ለወታደሮች ለፈፈ።

የአቡ በከር እና የመሰሎቹ ቅስቀሳ ፍሬ አፍርቷል። ግራኝ አሕመድ በሽምብራ ኩሬ ጦርነት ጊዜ ከፍተኛ ቁጥር የነበረውን ዓፄ ልብነ ድንግል የመራውን ሠራዊት ለማሸነፍ ያስቻለው እነአቡ በከር ያደረጉት ስሜት ቀስቃሽ ንግግር ወታደሮች በቆራጥነት እንዲዋጉ ስላደረጋቸው ነው። ወታደሮቹ የሚዋጉት አንድም ለመግደል አንድም ለመሞት ነው። ለእነርሱ በጦርነት መግደልም ሆነ መሞት ሁሉቱም እኩል የደስታ ምንጭ ናቸው። አረብ ፋቂህ በሰፊው እንደጻፈው ብዙ ወታደሮች ሞታቸው በጦርነት ጊዜ እንዲሆንላቸው አጥብቀው ይመኙ ነበር። ጂሐደኞች በማያውቁት አገር ያለስንቅ ብዙ መቶ ኪሎ ሜትር ርቀት ተጉዘው፤ ረሀቡን ጥሙን ችለው በዋሉበት ጎራ ሁሉ በቁጥር የሚበልጣቸውን

ወታደር እያሸነፉ ድል በድል የሆኑበት ምክንያት ሞት ስለማይፈሩ በቆራጥነት ስለሚዋጉ ነው። ገድሎ መሞት የተራው ወታደር ፍላጎት ብቻ አይደለም። መግደል ወይም በጦርነት በጠላት እጅ ሞቶ በሰማዕትነት ማለፍ የግራኝ አሕመድ ዋና ዓላማ እንደነበረ አረብ ፋቂህ በተደጋጋሚ ጽፎታል።[116] የግራኝ አሕመድ ድፍረት ዋናው ምክንያት ይህ ነው።

የሃይማኖት አባቶች ስብከት ከሚፈጥረው የውጊያ ተነሳሽነት በተጨማሪ የግራኝ አሕመድ እና የወታደሮቹ የጫት ሱስ ቤተ ክርስቲያን ማቃጠል እና ሰው መግደልን በቀላሉ እንዲያዩት ተጽእኖ እንዳደረገባቸው የአረብ ፋቂህ መጽሐፍ ፍንጭ ይሰጣል። ሰዎች ጫት በሚቅሙበት ጊዜ በህክምና "የቀን ቅዠት" ("hallucination") የሚባል በአእምሮ የሚፈጠር የአስተሳሰብ ምስቅልቅል እና ቅዠት ያስተናግዳሉ። በኛ ዘመን ጫት የሚቅሙ ሰዎች ያላዩትን ዐየን፣ ያልሰሙትን ሰማን እና ይማይቻለውን ይቻላል እንደሚሉ ይታወቃል። ከዚህም አልፈው ተርፈው በራሳቸው ላይም ሆነ በሌላ ሰው ላይ ጉዳት እንደሚያደርሱ ይታወቃል። ግራኝ አሕመድ እና አብረውት የነበሩት ተከታዮቹ ጫት ይቅሙ እንደነበረ አረብ ፋቂህ ይመሰክራል። በአረብ ፋቂህ መጽሐፍ ጫት በተለያየ አጋጣሚ አምስት ጊዜ ተጠቅሷል። ለአብነት ሁለቱን እንጠቅሳለን። በ1529 ዓ.ም. ደዋሮን በሚዘርፉበት ጊዜ የክፍለ ሀገሩ ክርስቲያኖች ከግራኝ አሕመድ ጋር ድርድር ለመጀመር መልክተኛ ልከው ነበር። መልክተኞች ለስጦታ ከያዙት ውስጥ ሦስት በቅሎዎች፣ ስኳር፣ ጫት እና ቡና ይገኝበት ነበር።[117]

ጦርነት በሚደረግበት ጊዜ ወታደሮች ከቁጥጥር ውጭ ይሆኑ ነበር። ከአለቆቻቸው ትእዛዝ ውጭ ቤተ ክርስቲያን ያቃጥላሉ፤ ይዘርፋሉ፤ ይገድላሉ። ለምሳሌ በ1531/2 ዓ.ም. ዋሰል (የአሁኑ ደሴ) በተደረገው ጦርነት ስለአንድ የጫት ሱሰኛ ወታደር አረብ ፋቂህ እንዲህ ይላል፡-

> The imām and his companions had traveled half the distance when one of the Muslim footsoldiers, who was heavily addicted to qat and to dried green dates and was below the mountain, set fire to a big church that was there. The idol-worshipers could see the conflagrations from the mountain top, and excitement spread from one to the other. The Muslim wheel around in the direction of the fire and when the imām saw it he said, 'May God not bless whoever did this', and then said to his companions, 'Give your horses the whip and ascend, for the idol-worshippers have noticed the conflagration."[118]

<u>ትርጉም</u>

አንዱ ከተራራ በታች የነበረ ከፍተኛ የሆነ የጫት እና የደረቅ አረንጓዴ ቴምር ሱስ ያለበት እግረኛ ወታደር በድንገት አንድ ትልቅ ቤተ ክርስቲያን እሳት ሲለቅቅበት ኢማምና ጓደኞቹ ግማሽ መንገድ ሄደው ነበር። ጣዖት አምላኪዎች ከተራራው ላይ ሆነው ቃጠሎውን ለማየት ቻሉ፣ እናም መነሳሳቱ ከአንዱ ወደሌላው ተሠራጨ። ሙስሊሞቹ ፊታቸውን ወደእሳቱ አቅጣጫ አዞሩ፣ ኢማም ይህን ባየ ጊዜ እንዲህ አለ፡- "ይህን ያደረገውን አምላክ አይባርከው።" ከዚያም ጓደኞቹን እንዲህ አላቸው፡- "ጣዖት አምላኪዎች ቃጠሎውን ዐይተዋልና ፈረሶቻችሁን ግረፉና ዳገቱን በፍጠነት ውጡ።"

የጫት ሱስ ያለበት ወታደር ከትእዛዝ ውጭ ቤተ ክርስቲያኑን በእሳት እንዲቃጠል አደረገ። ቤተ ክርስቲያኑ ከመቃጠሉ በፊት ግራኝ አሕመድ እና ወታደሮቹ በድብቅ

ከልብነ ድንግል ጋር ለመዋጋት እየገሰገሱ ነበር። ቤተ ክርስቲያኑ በድንገት ሲቃጠል የልብነ ድንግል ወታደሮች የግራኝ አሕመድን መምጣት ለማወቅ ቻሉ። ግራኝ አሕመድም ድርጊቱን በፈጸመው ወታደር እንደተበሳጨ አረብ ፈቂህ ይገልጻል። ከትእዛዝ ውጭ ቤተ ክርስቲያን ማቃጠል፣ መዝረፍ እና መግደል በወረራው ጊዜ በጣም የተለመደ ነበር። ከዚህ በፊት እንዳየነው የደብረ ሊባኖስንም ገዳም ኡራይ አቡ በከር የተባለ አክራሪ በእሳት ያቃጠለው አለቃው ቀጭን አቡ በክር ሳያዝዘው ነው። በዚህም ምክንያት ተካስሰው ግራኝ አሕመድ ፊት ቀርበው እንደነበረ ዐይተናል። ወታደሮች ሥርዓት አልባ እና ከቁጥጥር ውጭ የሚሆኑበት አንዱ ምክያት በጫት ሱስ ሊሆን እንደሚችል እላይ የቀረበው መረጃ አመላካች ነው። ከላይ በጠቀስናቸው ምክንያቶች ግራኝ አሕመድ በማሸነፉ ከ1533 እስከ1543 ዓ.ም. ኢትዮጵያን ሙሉ በሙሉ ለመቆጣጠር ቻለ።

በዓለም ታሪክ ሙስሊም ያልሆኑ መንግሥቶችን በኃይል አፍርሰው እስላማዊ መንግሥት አቁመው አስደናቂ ሥልጣኔ የመሠረቱ ብዙ ገናና አገሮች ነበሩ። ከሰሜን አፍሪካ ተነስተው የሜድትራንያንን ባሕር አቋርጠው ደቡብ ስፔን ውስጥ ለ800 ዓመታት ያህል አስደናቂ እስላማዊ ሥልጣኔ የመሠረቱት የበርበርና የአረብ ሙስሊሞች ተጠቃሽ ናቸው።[119] ሌላው የኦቶማን ቱርኮች ማዕከሉ ቁስጥንጥንያ የነበረውን የቢዛንቲየም መንግሥት አፍርሰው የመሠረቱት የእስልምና ሥልጣኔም ጥሩ ምሳሌ ነው። በተመሳሳይ ከኡዝቤኪስታን ተነስቶ በኦቶማን ቱርኮችና በሳፋቪድ ኢራኖች በመታገዝ ህንድን ጨምሮ አብዛኛውን የደቡብ እስያ መንግሥታትን በማፍረስ ባቡር የተባለው የጦር መሪ የመሠረተው የሙጋል እስላማዊ ሥልጣኔ ሌላው ተጠቃሽ ነው።[120] ከመገደሉ በፊት ግራኝ አሕመድ እየሰከነ እንደመጣ የሚያሳዩ ምልክቶች አሉ። ለምሳሌ በ1539 ዓ.ም. ልብነ ድንግልን ሴት ልጁን እንዲድርለትና በመካከላቸው እርቀ ሰላም እንዲወርድ ሀሳብ አቅርቦ ነበር።[121] ነገር ግን ለረጅም ጊዜ ግራኝ አሕመድ እስላማዊ መንግሥት አቁሞ በኢትዮጵያውያን ቅቡልነት ያለው አስተዳደር የመመሥረት ዓላማ እንደነበረው የሚያመለክት ነገር በጽሑፍ አላገኘንም።

ግራኝ አሕመድ በኢትዮጵያ ላይ የሠራው የኦቶማን ቱርኮችና ሌሎች እስላማዊ ሥልጣኔ ከመሠረቱት መንግሥታት ጋር አይመሳሰልም። ለምሳሌ ቱርኮች፣ ሙጋሎች፣ አረቦችና በርበሮች የክርስቲያንና የሂንዱ እምነት ተከታይ መንግሥታትን በማፍረስ እስላማዊ መንግሥት ሲመሠርቱ ያገኟቸውን የእምነትና የታሪክ ስፍራዎች ሁሉ አልደመሰሷቸውም። ቱርኮች ቁስጥንጥንያ የሚገኙትን ድንቅ አብያተ ክርስቲያን ወደመስጊድነት ቀየሯቸው እንጂ አላቃጠሏቸውም። የክርስቲያን ነገሥታት የሚጠቀሙባቸውንም ቤተ መንግሥቶች አስፋፍተው ለግልጋሎት አዋሏቸው እንጂ አላወደሟቸውም። ቱርኮች የሚገዙትን ክርስቲያን ሕዝብ ሃይማኖቱን አስገድደው አላስቀየሩትም። በተመሳሳይ ሙጋሎች የሚገዙትን የሂንዱ እምነት ተከታይ ሕዝብ አስገድደው ሃይማኖቱን አላስቀየሩትም። የሁሉቱም መንግሥታት መሪዎች ለሥነ ሕንጻ፣ ለሥነ ጽሑፍ፣ ለሳይንስ እና ለጥበብ ከፍተኛ አክብሮት ነበራቸው።[122]

የግራኝ አሕመድ ዓላማ ከመጀመሪያው ጀምሮ መንግሥት አቁሞ እስላማዊ ሥልጣኔ ለመገንባት ሳይሆን በዘመናችን እንዳሉት እንደአልቃይዳ፣ ቦኮ ሐራም፣ እስላማዊ መንግሥት እና ታሊባን ከሱ ጠባብ አስተሳሰብ ጋር የማይጣጣም ማንኛውንም የታሪክ፣ የሃይማኖትና የሥልጣኔ አሻራ ማውደም ነው። እስላማዊ መንግሥት የተባለው አሸባሪ ቡድን ከፊል ኢራቅን እና ከፊል ሶርያን በ2014 ዓ.ም. በተቆጣጠረበት ጊዜ የጥንት የሺያ ሙስሊሞች የሚገለገሉባቸውን መስጊዶች ጨምሮ የሦስት ሺህ ዓመታት የሃይማኖት፣

የታሪክና የቅርስ ስፍራዎችን በአጭር ጊዜ ውስጥ ወደዐመድነት ቀየራቸው። ክርስቲያኖችን እና ያዚዲ የተባሉትን የአናሳ ነገድና ሃይማኖት አባላት ባርያ አደረጓቸው፣ በኃይል አሰለሚቸው፣ ሴቶችን አያስገደዱ ተራክቦ ፈጸሙባቸው፣ ደፈሯቸው። ታሊባንም አፍጋኒስታንን በተቆጣጠረ ጊዜ ብዙ የሃይማኖት እና የታሪክ ቅርሶችን እንዳወደመ የሚታወቅ ነው።

ግራኝ አሕመድና ተከታዮቹ መቃጠል ከማይችሉት በስተቀር የቆመ ሕንጻ ሳያስቀሩ እስላማዊ መንግሥት እና ታሊባን እንዳደረጉት የኢትዮጵያ ገዳማትና አድባራት ሁሉንም ወደዐመድነት ቀይረዋቸዋል። ከሃይማኖት ስፍራዎች በተጨማሪ ክርስቲያኖች የሚኖሩባቸውን መንደሮችና ከተሞች ምልክት ሳያስቀሩ አወደሟቸው። በምዕራፉ መግቢያ ላይ እንደተጠቀሰው አረብ ፈቂህ በክርስቲያኖች ላይ የደረሰውን ውድመት እንደሚከተለው ይገልጸዋል፡- "እስላሞች ባለፉበት ሁሉ ምልክት የሚሆን ሳያስቀሩ ያላጠፉት የኢአማኒዎች (የክርስቲያኖች) መንደር አልነበረም" ("The Muslims never pass by an infidel village without destroying every trace of it")።[123] እንደእስላማዊ መንግሥት አሸባሪዎች ያልገደሏቸውን ዕልፍ አዕላፍ ኢትዮጵያውያን በባርነት ሸጧቸው። በባርነት ያልተሸጡትን ደግሞ በግድ ሃይማኖታቸውን እንዲቀይሩ አደረጓቸው። የአሕመድ የውድቀቱም ምክንያት ይኸው ጭካኔው ነው።

ግራኝ አሕመድ ከማፍረስ፣ ከመግደል እና ባሪያ አድርጎ ከመሸጥ ያለፈ ሥራ ሳይሠራ ኢትዮጵያን ወደድንጋይ ዘመን የእድገት ደረጃ መልሷቸው አለፈ። ግራኝ አሕመድ በኢትዮጵያ የታሪክ፣ የሃይማኖትና የቅርስ ስፍራዎች ያደረሰውን ውድመት በዘር ፍጅት ጥናት የተሰማሩ ምሁራን የባህል ድምሰሳና ጥፋት (cultural genocide) ከሚሉት ጋር ይመሳሰላል። ይህን አገላለጽ አንዳንድ ምሁራን የግራኝ አሕመድ ወረራ በኢትዮጵያ ላይ ያደረሰውን ጥፋት ለመግለጽ ተጠቅመውበታል። ስለኢትዮጵያ ሥነ ጽሑፍ ጥልቅ ምርምር ያደረገው አብርሐም ደመወዝ የግራኝ አሕመድን የሽብር ወረራና ያደረሰውን ጥፋት የጀርመን ናዚዎች በአይሁዳውያን ላይ ካደረሱት ፍጅት ጋር አመሳስሎ "የኢትዮጵያ እልቂት" ("the Ethiopian holocaust") ብሎ ሰይሞታል።[124] በኢትዮጵያና በመካከለኛ ምሥራቅ የነበረውን ታሪካዊ ቁርኝትና የባህልና የቋንቋ ትስስር ያጠናው ኢርልች ሀጋይም ይህንን ይጋራል።[125] በእድገት ጎዳና ላይ የነበረችው የበራራ ከተማ በግራኝ አሕመድ የሽብር ወረራ ምክንያት ሙሉ በሙሉ ወደመች።

5.3 በራራ ከግራኝ በኋላ

በራራ እና አካባቢው በግራኝ አሕመድ ትእዛዝ እንደተቃጠሉ ኗሪዎችም እንደተበተኑ ዐይተናል። አረብ ፈቂህ በራራን ያየው የመጨረሻው የዐይን ምስክር ነው። በራራ ከተቃጠለች በኋላ ስለስፍራዋ ያገኘነው የተጻፈ መረጃ በ1681 ዓ.ም. የታተመው የኢዮብ ሉዶልፍ መጽሐፍ ነው። ይህ እስካሁን ስለበራራ ከተቃጠለች በኋላ ለማግኘት የቻልነው የመጨረሻው የጽሑፍ መረጃ ነው። ሉዶልፍ ስለበራራ የጻፈው የመካነ ሥላሴውን ተወላጅ አባ ጎርጎሬዎስ በመጠየቅ ነው። ጎርጎሬዎስ በጽሑፍ ከዘረዘራቸው በሸዋ ካሉ ዋና ዋና ስፍራዎች ውስጥ በራራ አንዷ ናት።[126] በጎርጎሬዎስ መረጃ መሠረት በራራ ስሙ እርሱ በነበረበት ዘመን ታዋቂ ነበር ማለት ነው። ይህ ማለት በራራ እስከ17ኛው ምእት ዓመት መጨረሻ አካባቢ ድረስ ነበር ማለት ነው። ነገር ግን ምንም እንኳ በራራ የስፍራ

ስም ሆኖ ሊቀጥል ቢችልም ከተማነቱ ከተቃጠለ በኋላ የቀረ ይመስላል። የጎርጎሬዎስ መረጃ የሚያንጸባርቀው ከተማው ከመቃጠሉ በፊት የነበረውን ዝናና ተዋቂነት እንጂ ከተቃጠለ በኋላ ያለውን ሁኔታ አይደለም። በዘመኑ የተጻፉ መረጃዎች ከግራኝ አሕመድ ጦርነት በኋላ የበራራን ከተማ እንደገና ለማቋቋም የተደረገ ሙከራ ስለመኖሩ አያመለክቱም።

ደብረ ሊባኖስን ጨምሮ በግራኝ አሕመድ የወደሙ ብዙ አድባራት ከጦርነቱ በኋላ እንደገና ተሠርተው ነበር። ነገር ግን እንደገና ሳይሠሩ የቀሩትም ብዙ ናቸው። በበራራና በባደቄ የተቃጠሉት እና የፈረሱትን አብያተ ክርስቲያንና ቤተ መንግሥቶች እንደገና ለመሥራት የተደረገ ሙከራ ያለ አይመስልም። ግራኝን ድል የነሣው ገላውዴዎስ ወደበራራ ጭራሹን የመጣ አይመስልም። ለምሳሌ ገላውዴዎስ ከሞተ ከጥቂት ዓመታት በኋላ የተጻፈው የንጉሡ የሕይወት ታሪክ በራራን አይጠቅሳትም። ገላውዴዎስ የከተመባቸው ስፍራዎች የሚገኙት ከሸዋ ውጭ ባሉ አውራጃዎች ነው። አንዱ በወጅ አውራጃ ሲገኝ ሌላው ደግሞ በደዋሮ አውራጃ ይገኝ ነበር። ከንጉሡ የሕይወት ታሪክ ላይ የሰፈረው እንዲህ ይነበባል፡-

ወንጉሥ ገላውዴዎስ ላዕሌሁ ሰላም ሀነጸ መንበሮ በአሐቲ ምድር እምድረ ደዋሮ ወረሰየ ጽርሐ መንግሥቱ አግራሮሃ ወእምይእቲ ምድር ቡርክት ተካፈለ ኵላ አሕጉራተ ኢትዮጵያ ብዕለ ወተድላ። ወነሥ አምኔሃ ሞገሰ ተሀንጸ አብያተ ክርስትያናት ምዝቡራን ወመራሁታን ይእቲ ለእለ ተዓፅዋ።[127]

<u>ትርጉም</u>
ሰላም በላዩ ይሁንና ንጉሥ ገላውዴዎስ መቀመጫውን በአንድ በደዋሮ ምድር መሠረተ። ቤተ መንግሥቱንም በአግራሮሃ ሠራ፤ ከዚችም ከተባረከች ምድር ሁሉም የኢትዮጵያ አህጉሮች (አውራጃዎች) ክብር እና ተድላ ይካፈላሉ። በዚህም የተመዘበሩትን እና የወደሙትን አብያተ ክርስትያናት እንደገና ለመሥራት የተዘጉትን ለመክፈት ሞገስን አገኘ።

ከጥቅሱ በተጨማሪ አግራሮ በዓፄ ዓምደ ጽዮን ዘመን የተጻፈው ሥርዓተ መንግሥት ላይ ከሌሎች አገሮች ጋር ተጠቅሶ እናገኘዋለን። ሥርዓተ መንግሥቱ እንዲህ ይላል "ክፍል ዘቍርሐት፡ ሰቀላ፡ ወለቃ፡ አቃምባ፡ ሸርኸ፡ አግራሮ፡ ድብ አንበሳ።"[128] ስለአግራሮ ሦስተኛ ያገኘነው መረጃ ንጉሡ ለይፋቱ መስፍን ለወላስማው ሹመት የሰጠበት የሹመት መዝገብ ነው። የሹመት መዘገቡ ገላውዴዎስ ካስሠራው ከተድባበ ማርያም ቤተ ክርስቲያን የወርቅ ወንጌል ላይ ተጽፎ እናገኘዋለን። የሹመት ሰነዱ የተፃፈው በየካቲት 18 ቀን ሲሆን ስፍራውም አግራሮ እንደነበረ የሰነዱ ጸሐፊ ይነግረናል፡-"እንዘ ሀለዉ ንጉሥነ አጽናፍ ሰገድ በምድረ አግራሮ አመ ፲ወ፰ ለየካቲት።"[129] በተድባበ ማርያሙ ወንጌል ዘወርቅ ካለ ሌላ መረጃ ለመረዳት እንደሚቻለው የወላስማው ሥልጣን የጸናለት በ1548 ዓ.ም. ነው። ገላውዴዎስ በየካቲት 18 ቀን 1548 ዓ.ም. ያስተላለፈውን የፀረ ባሪያ ንግድ አዋጅ ያወጀው ከአግራሮ ነው።[130] ስለዚህ ሹመቱም የጸረ ባርያ ንግድ አዋጁም የታወጁት በአንድ ቀን መሆን አለበት።

ገላውዴዎስ አግራሮ የከተመውና ቤተ መንግሥት ያስሠራው የግራኝ ወረራ እንደተፈጸመ ነው። ስለዚህ ንጉሡ በራራን እንደገና ለማደስና እንደበፊቱ ዋና ከተማነቱን ለማስቀጠል ፍላጎት እንዳልነበረው ተጨማሪ ምስክር ነው። በራራ ላይ የነበረው ፍላጎት ምንም ይሁን ገላውዴዎስ አግራሮን እስከመጨረሻው አልከተመበትም። በሥልጣን ዘመኑ መጨረሻ አካባቢ ዋና ከተማውን ወደወጅ አዛወረው። ንጉሡ ልዩ ስፍራው ሳፍ በር

ከተባለ ቦታ ቤተ መንግሥት አስሠራ።[131] የንጉሡ የሕይወት ታሪክ መጽሐፍ ወጅ ላይ ስለተመሠረተው ከተማ የሚከተለውን ምስክር ይሰጣል፡-

> ወበእንተ አስተጋብኦቶሙ ለዝርዋን ወአርኅቦቶሙ ለስዱዳን ወለአስተላጽቆቶሙ ገብረ መዲና ውስተ አሀቲ ሀገር እም አሕጉራተ ወጅ። ወኃደገ ልማዶሙ ለነገሥተ ኢትዮጵያ ዘየዐውዱ እም ብሔር ብሔረ እስከ ሰዓተ ንዋም። ዘኢየኃልቅ ወእስከ ዕለተ ድቃስ ዘለዓለም። ወሐነጸ ውስተ ይእቲ አሀቲ ሀገር ማህፈደ ልዑለ ወሠናየ ዘልኩእ ውስቴቱ መልክዐ ወርቅ ወብሩር ወንቡር ውስተ ርእስ ማእዘንቱ እብን ክቡር ዘእብነ ርካም።[132]
>
> ትርጉም
> የተሰደዱት እና ከሀብት ንብረታቸው በኃይል የተፈናቀሉት በአንድ ቦታ እንዲሰባሰቡ ወጅ ውስጥ በምትገኝ በአንድ ቦታ ከተማ ቀረቀረ። የኢትዮጵያ ነገሥታት እስከ እለተ ሞታቸው፤ እስከ ዘላለማዊ እረፍታቸው ድረስ ከአንዱ አውራጃ ወደሌላው አውራጃ ያለማቋረጥ የሚያደርጉትን የጉዞ ልማድ [ከአንድ ከተማ በመርጋት] ተወ። በዚህም ከተማ ረጅም እና ድንቅ የሆነ የመመልከቻ ማማ ሠራ፤ ውስጡም በወርቅና በብር የተለበጠ ነው፤ ከማዕዘኑም ላይ የከበረ የእብነ በረድ ድንጋይ ተቀምጧል።

ገላውዴዎስ ወጅ ላይ ከተማ ያስሠራው ቋሚ እና ዋና እንዲሆን በማሰብ ነው። የገላውዴዎስ ሸዋንና ፈጠጋርን አልፎ ወደወጅ መሄድ በራራን የማደስ ምንም ዐይነት ፍላጎት እንዳልነበረው ያመለክታል። የንጉሡ የቦታ ምርጫው ከጸጥታ ጋር የተገናኘ ሊሆን ይችላል። ግራኝ አሕመድ ቢገደልም የአዳል ሸፍቶች ሃይል ጨርሶ አልተዳከመም ነበር። ስለሆነም የጸጥታው ሁኔታ አስተማማኝ አልነበረም። ገላውዴዎስ ኃይላቸው ዳግም እንዳያንሠራራና የጸጥታ ችግር እንዳይፈጥሩ እስከሐረር ድረሥ በመዝለቅ አዳሎችን ወግቷቸው ነበር። ነገር ግን ገላወዴዎስ የአዳል ሽፍቶችን ኃይል ጨርሶ ለማዳከም አልቻለም። በ1559 ዓ.ም. የግራኝን ሚስትና መንግሥት የወረሰው ሡልጣን ኑር ኢብን ሙጃሂድ ወጅ ውስጥ በተደረገ ጦርነት ገላውዴዎስን ገደለው።[133]

ከገላውዴዎስ ቀጥሎ ኢትዮጵያን ለአጭር ዓመታት የመራው ወንድሙ ሚናስ (1559-1563) ወደበራራ አልሄደም። ሚናስ የተወሰነ ጊዜ ንግሥት ሰብለ ወንጌል ጎጃም እነማይ ወረዳ ውስጥ ባሠራችው መንግሥተ ሰማያት በተባለው ቤተ ክርስቲያንና በንግሥቲቱ መኖሪያ ተቀምጦ ነበር። በመቀጠልም ደምቢያ ወረዳ ልዩ ስሙ ጉባዔ ከተባለ ቦታ ላይ እንዲከትም ሹማምንቱ መከሩ።[134] የሚናስ ውሳኔ የኢትዮጵያን ታሪክ የቀየረ ፈር ቀዳጅ ውሳኔ ነው። ምንም እንኳ ሚናስ በስፍራው ብዙ ጊዜ ባይቀመጥም ጉባዔ ላይ ለመከተም መወሰኑ ከመቶ ዓመት በኋላ የጎንደር ከተማ እንዲመሠረት ምክንያት ሆነ። ሚናስ ከሞተ በኋላ ልጁ ሠርፀ ድንግል (1563-1597) በ14 ዓመቱ ነገሠ። እንደሚናስ ሠርፀ ድንግልም ሥርዓተ ንግሡን የፈጸመው በአያቱ በሰብለ ወንጌል መቀመጫ በመንግሥተ ሰማያት ነበር። ነገር ግን ንጉሡ መንግሥተ ሰማያት ብዙም አልቆየም። ሠርፀ ድንግል ከመንግሥተ ሰማያት ወደምዕራብ ሸዋ የሄደው በነገሠበት ዓመት ነበር።[135]

ከ14ኛው ምእት ዓመት ጀምሮ የምዕራብ ሸዋ አካባቢዎች ከነገሥታቱ ቤተሰቦች ጋር የቀረበ ግንኙነት ነበራቸው። በአጠቃላይ ከአባይ በስተደቡብ፣ በሙገርና በጉደር ወንዞች መካከል፣ ከድዴሳና አንጉር ወንዞች በስትምሥራቅ፣ ከጊቤ ወንዝ በስተደቡብ ምዕራብና የአዋሽ ወንዝ ከሚመነጭበት አካባቢ የነበሩት ወረዳዎች የመንግሥት ሰዎች መቀመጫ ነበሩ። ለምሳሌ ዓፄ ዘርዓ ያዕቆብ ከጉደር ወንዝ በስተደቡብ ጅባት ላይ ከተማ

እንደነበረው የዳሞትን ታሪክ በጥልቀት ያጠናችው አይዳ በውንጋ ጽፋለች። ይህ ከተማ የሚገኘው እንደገብጣን ውስጥ ከዳሞት አዋሳኝ አካባቢ ነበር።[136] በመካከለኛው ዘመን ከወረብ ቀጥሎ ከነገሥታቱና ከቤተሰቦቻቸው ጋር ቅርብ ግንኙነት የነበረው እንደገብጣን ነበር። እንደገብጣን የሙገርንና የግንደ በረትን አካባቢዎች ያጠቃልል ነበር። እንደገብጣን የሸዋ አቢይ ወረዳ የሆነው በተለይ ከዘርዓ ያዕቆብ ዘመነ መንግሥት ጀምሮ ነው። በተለይም ወደዳሞት ለመሄድ እንደገብጣን ወሳኝ ስለነበረ የአካባቢውን ጠቀሜታ አጉልቶታል። በመጨረሻም እንደገብጣን በጣም ለምና ውኃ ገብ አካባቢ ነበር። የጉደርና የሙገር ወንዞች የሚገኙት በእንደገብጣን ነው። ዳሞትን ከእንደገብጣን የሚለየው የጉደር ወንዝ ነው።[137]

ደምቤን (ደምቢ)፣ ወግዳንና (ሰሜን ሸዋ የሚገኝ) እንደገብጣንን "በዓልተ ሸና" በሚል ማዕረግ የምትጠራዋ የወጣቷ ንግሥት አገሮች እንደሆኑ ሥርዓተ መንግሥቱ ይዘረዝራል "ዘበዓልተ ሸና፣ ወግዴ፣ ወድምቤ፣ እንደቀብጣን።"[138] "በዓልተ" ከዓምደ ጽዮን እስከልብነ ድንግል ዘመን የነበሩት የነገሥታት ሚስቶች የሚጠሩባቸው የማዕርግ ስሞች ነበሩ። በዓልተ "ባለቤት፣ የሴት የመሬት ጌታ" ማለት ነው። ስለዚህ "በዓልተ ሸና" ማለት የነገሥታቱ ሚስቶች የጉልት መሬቶች የሚያገኙበት አገር ማለት ነው። በመካከለኛው ዘመን በተለያዩ ስሞች የሚጠሩ ሦስት ንግሥቶች በአንድ ጊዜ ይኖሩ ነበር። አንደኛዋ ቀኝ በዓልተአት (የቀኝ ንግሥት)፣ ሁለተኛዋ ግራ በዓልተአትና (የግራ ንግሥት) ሦስተኛዋ በዓልተ ሸና ይባላሉ። በሥርዓተ መንግሥቱ የተጠቀሰችው በዓልተ ሸና የተባለችው ናት። ስለዚህ ወግዳ፣ ደምቤና እንደገብጣን በዓልተ ሸና የተባለችው ንግሥት አገሮች ነበሩ ማለት ነው።[139] ከእንደገብጣን ጋር ቅርብ ግንኙነት የነበራት በዓልተ ሸና አንዷ ጽዮን ሞገሣ ናት። ጽዮን ሞገሣ የዓፄ ዘርዓ ያዕቆብ አንደኛዋ ሚስቱ ነበረች። ልጇ ዓፄ በዕደ ማርያም ሲነግሥ ዝክርና የጸሎት ሥርዓት አድርጎላት ነበር። ለጸሎት ሥነ ሥርዓቱ ከተጋበዙት ሰዎች መካከል አንዱ የእንደገብጣኑ መምህር አቡቄር ነበር።[140]

ልብነ ድንግልም ፊቅጦር በተባለው ልጁ ስም የተሰየመ ቤተ ክርስቲያን እንደገብጣን ውስጥ አሠርቶ እንደነበርና ቤተ ክርስቲያኑም በጂሐደኞች ተዘርፎ እንደተቃጠለ እላይ ዐይተናል። ነገር ግን ጂሀደኞች እንደገብጣን አልተቀመጡም። በግራኝ አሕመድ ወረራ ጊዜ የሌሎች አካባቢዎች የቤተ ክርስቲያን ንብረቶች የተደበቁት በእንደገብጣን ነበር።[141] ይህ ምዕራብ ሸዋ ለቤተ መንግሥት የነበረውን ቅርበት ያሳያል። ለምሳሌ የደብረ ሊባኖሱ ገዳም አበ ምኔት እጨጌ እምባቆም የግራኝ አሕመድን የወረራ ዓመታት ተደብቆ ያሳለፈው እንደገብጣን ውስጥ ነው። እንባቆም የደብረ ሊባኖስ ገዳም አበምኔት ሆኖ ያገለገለው ከግራኝ ወረራ በፊት (1525-1528) እና ወረራው ከተፈጸመ በኋላ (1559-1561) ነበር። እንባቆም ግራኝ አሕመድ በኢትዮጵያ ላይ የሚያደርሰውን ውድመት እንዲያቆም ደብዳቤ ጽፎ ልኮለት ነበር። በኋላም ከጦርነቱ ተርፎ እስልምና ሃይማኖትን የሚነቅፍ *አንቀጸ አሚን* የተባለ መጽሐፍ በግዕዝ ቋንቋ ጽፏል።[142] እምባቆም እንደገብጣን ውስጥ የጉልት መሬት ነበረው፣ ቤተ ክርስቲያንም አሥርቶ ነበር።[143] በገላውዴዎስ ዘመንም እንደገብጣን ለመንግሥት ቅርብ ነበር። ለምሳሌ ፖርቱጋላዊው የሃንስ ቤርሙዴዝን ገላውዴዎስ በግዞት እንዲቀመጥ የላከው ወደእንደገብጣን ነበር።[144] ይህ ሁሉ የሚያሳየው ምዕራብ ሸዋ ከነገሥታቱ ጋር ጋር በጣም ጥብቅ ቁርኝት እንደነበረው ነው።

ምንም እንኳ እንደሌሎች የሸዋ ወረዳዎች እንደገብጣን እና በአጠቃላይ ምዕራብ ሸዋ በግራኝ አሕመድ ቢዘረፍም አካባቢው ቶሎ ያገገመ ይመስላል። ቶሎ በማገገሙ እና በራራ በመቃጠሉ ምክንያት ይመስላል፣ በሚናስና በሠርፀ ድንግል ጊዜ በአካባቢው የቤተ

መንግሥት ሰዎችና ወታደሮች የከተሙበት። በ16ኛው ምእት ዓመትም እንደገብጣን፣ ሙገርና ግንደ በረት የነገሥታቱ ሚስቶችና ሴት ወይዘሮዎች የርስትና የጉልት መሬት መገኛ ነበሩ። ለምሳሌ ንግሥት ሰብለ ወንጌል ሙገርና እንደገብጣን ርስትና ጉልት ነበራት። በተመሳሳይ ሥሉስ ኃይላ ግንደ በረትና እንደገብጣን ውስጥ የጉልት መሬት ነበራት።[145] ሥሉስ ኃይላ የትግሬ መኮንን ሮቤል ልጅ ናት። ሮቤል በግራኝ አሕመድ ወረራ ጊዜ ለልብነ ድንግል እና ለሰብለው ወንጌል በታማኝነት እስከመጨረሻው ከተዋጉት ጥቂት መኮንኖች አንዱ ነው። ልጁ ሥሉስ ኃይላ ከግራኝ አሕመድ ጦርነት በኋላ ዓፄ ሚናስን አግብታ ዓፄ ሠርፀ ድንግልን የወለደች ናት።[146] ሚናስ ከሞተ በኋላ ሥሉስ ኃይላ መኖሪያዋ ግንደ በረት ነበር። በመጨረሻም ሠርፀ ድንግል መኖሪያውን በእንደገብጣን አደረገ። በተለይም ንጉሡ ቀኝ ከተባለ ቦታ ላይ ብዙ ጊዜ ተመላልሷል። ቀኝ የሚገኘው ከግንደ በረት አቅራቢያ ነው። በአጠቃላይ ሠርፀ ድንግል አንድ ጊዜ ሙገር፣ ሌላ ጊዜ እናቱና ወንድሞቹ ወደከተሙበት እንደገብጣን እየተመላለሰ ወታደሮቹንና ሥልጣኑን እያደላደለ ከ1563 ዓ.ም. ጀምሮ እስከ1570ዎቹ መጨረሻ የነበረውን ጊዜ በምዕራብ ሸዋ አሳለፈ።[147]

ነገር ግን ሠርፀ ድንግል የአባቱን ፈለግ ተከትሎ ሸዋን ትቶ ቋሚ መቀመጫውን በጌምድር በእንፍራንዝ ጉባዔ በተባለው ልዩ ስፍራ አደረገ።[148] ይህ የኢትዮጵያን ታሪክ የቀየረ ውሳኔ ነው። ከሚናስና ከሠርፀ ድንግል በፊት የነበሩት ሰሎሞናውያን ነገሥታት ከሸዋና ከአጎራባች አውራጃዎች ውጭ ከትመው አያውቁም ነበር። ሠርፀ ድንግል ጉባዔ ከከተመ በኋላ የጠረፍ አውራጃዎች ብቻ ሳይሆን የኢትዮጵያ እምብርት የነበረው ሸዋ ከማዕከላዊው መንግሥት ጋር ያለው ግንኙነት እየላላ ሄደ። ይህ በእንዲህ እንዳለ በባሊ አውራጃ በኩል አዲስ የጸጥታ ችግር ተፈጠረ። ይኸውም የኦሮሞ ጎሣዎች ድንበር ጥሰው ወደመሀል ኢትዮጵያ አውራጃዎች ዘልቀው መግባታቸው ነው።[149] ምንም እንኳ ሠርፀ ድንግል ከሄደ በኋላም ለጥቂት ጊዜ ሥሉስ ኃይላን ጨምሮ የመንግሥት ሰዎች በግንደ በረት መኖር ቢቀጥሉም የሜጫና ቱለማ ጎሣዎች ግንደ በረትን፣ እንደገብጣንንና ሙገርን ሲወርሩ ሥሉስ ኃይላ ከብዙ ሰው ጋር ወደጎጃም ተሻግራ መጀመሪያ ደጀን አካባቢ፣ ቀጥሎም ከደብረ ማርቆስ ከተማ አቅራቢያ ከሚገኘው አቡነ አብርሐም ገዳምና ጅበላ አምባ ተቀመጠች።[150] ከሶስት መቶ ዓመታት በላይ የመንግሥት ማዕከል ሆኖ ያገለገለው ሸዋ ከ17ኛው ምእት ዓመት ጀምሮ እስከ19ኛው ምእት የኢትዮጵያ የድንበር አውራጃ ሆነ።

ማጠቃለያ

ለአዳል አማፅያን ኃይል ማንሠራራት ዕድል የፈጠረላቸው ኢትዮጵያ በውስጣዊ ችግር ራሷን በራሷ ማዳከሟ ነበር። በዚህ ምዕራፍ ባቀረብነው መረጃ መሠረት ኢትዮጵያን ለቀውስ እና ለመዳከም የዳረጋት በ15ኛ ምእት ዓመት መጨረሻ ከሁለት ዐሥርት ዓመታት በላይ ተከስቶ የነበረው የሥልጣን ሽኩቻ ነው። ከዓፄ እስክንድር ጀምሮ እስከዓፄ ልብነ ድንግል የነገሡት ነገሥታት ልምድ የሌላቸው እና በጣም ሕፃናት ነበሩ። ለበርካታ ዐሥርት ዓመታት ኢትዮጵያ የምትተዳደረው በሞግዚት ነበር። የሞግዚቶች አስተዳደር የፖለቲካ አለመረጋጋት እና የርስ በርስ ደም መፋሰስ ፈጠረ። በዚህም ምክንያት የወሰን አውራጃዎች ለዘረፋ እና ለሽብር ጥቃት ተጋለጡ። በተለይም ቢትወደድ ዓምደ ሚካኤል ከሞተ በኋላ በምሥራቅ እና በደቡብ ምሥራቅ ኢትዮጵያ ጠንካራ

አስተዳዳሪ አልነበረም። መጀመሪያ ማሕፉዝ ቀጥሎም አምቻው ግራኝ አሕመድ የኢትዮጵያ መዳከም የፈጠረላቸውን መልካም አጋጣሚ በመጠቀም በብዙ ሺህ የሚቆጠር የደዋሮን፣ የባሊን እና የፈጠጋርን ሕዝብ አፍነው ባሪያ አድርገው ሸጡት፤ ሀብት ንብረቱን ዘረፉት።

በ16ኛው ምእት ዓመት የኦቶማን ቱርኮች በቀይ ባሕር እና በደቡብ አረቢያ አካባቢዎች ያደረጉት መስፋፋት እና አረቦች ወደአፍሪካ ቀንድ በገፍ መስፈር ለማሕፉዝ እና ለግራኝ ሌላ መልካም አጋጣሚ ፈጥሮላቸው ነበር። ቱርኮች እና አረቦች ለማሕፉዝ እና ለግራኝ ወታደራዊ እገዛ ከማድረግ አልፎ ኢትዮጵያን ለመውጋት ወታደር ይልኩ ነበር። ከሞሮኮ፣ ከቱኒሲያ፣ ከአልጀሪያ፣ ከኦማን እና ከየመን የመጡ አረቦች ለግራኝ አሕመድ ይዋጉ እንደነበረ ዐይተናል። ግራኝ አሕመድ በድንበር አካባቢ ያሉ የኢትዮጵያ ግዛቶችን ከመዝረፍ እና ሰዎቹንም አፍኖ ባሪያ ከማድረግ አልፎ የሽብር ተግባር እና ወረራ እንዲፈጽም ያነሳሱት የአረብ የቁርዓን አስተማሪዎች እና የሸሪያ ሊቃውንት ነበሩ። የግራኝ አሕመድ ወረራ የኢትዮጵያን ታሪክ እስከመጨረሻው ቀየረው። በከፍተኛ ፍጥነት በማደግ ላይ የነበረችው በራራ በግራኝ አሕመድ ምክንያት እንድትጠፋ ሆነ። የኢትዮጵያም የማደግ ተስፋ ተቀጨ። ከኢትዮጵያ በተመሳሳይ የእድገት ደረጃ የነበሩት አውሮፓውያን ከአንድ እድገት ደረጃ ወደሌላ ሲገሰግሱ ኢትዮጵያ በተቃራኒው የኋልዮሽ ጎዳና መጓዝ ጀመረች። ግራኝ አሕመድ ለአዳል ወላስማዎችም አልጠቀመም። የአዳል ወላስማ ሱልጣኖች ተዳክመው እንዲጠፉ መንገዱን የጠረገው የግራኝ ጦርነት ነው።

ማሕፉዝ እና ግራኝ አሕመድ በኢትዮጵያ ላይ የፈጸሙትን የሽብር ዘመቻ 'ጂሐድ' ወይም በተለምዶ 'ቅዱስ ጦርነት' ይሉታል። የዚህ ጦርነት ዓላማ ደግሞ አብያተ ክርስትያናትንና ገዳማትን አጥፍቶ ክርስቲያኖችን በኃይል አስገድዶ በማስለም ክርስትናን በእስልምና ለመተካት ነው። ነገር ግን እላይ ባቀረብነው መረጃ መሠረት የጂሐድ ትክክለኛ ዓለማ እስልምናን በኃይል ማስፋፋት አይደለም። ክርስቲያኖችን በኃይል እንዲሰልሙ፣ አብያተ ክርስቲያንን እንዲቃጠሉ የሚፈቅድ መመሪያ ከቅዱስ ቁርዓን አይገኝም። ወጣቱ ግራኝ አሕመድ ምንም የማያውቅ የአረብ የባሪያ ነጋዴዎች እና አክራሪ የቁርዓን ሊቃውንት ፍላጎት ፈጻሚ ነበር። ግራኝ አሕመድ በኢትዮጵያ ላይ ያደረገው በዘመናችን ቦኮ ሐራም፣ እስላማዊ መንግሥትና አልቃይዳ ከተባሉት አሸባሪ ድርጅቶች ጋር አንድ ነው። ግራኝ አሕመድ ለስሙ ማስጠሪያ የሚሆን አንድ መስጊድ እንኳ አላስሠራም። ባጭሩ የግራኝ አሕመድ ታሪካዊ ተልኮ እንደዘመኑ አሸባሪዎች ሥልጣኔ ማጥፋት ነበር። የግራኝ አሕመድ ጦርነት በራራ ከዓለም ካርታ ብቻ ሳይሆን በኢትዮጵያውያንም እንድትረሳ አደረጋት። በሚቀጥለው ምዕራፍ የግራኝ አሕመድን የሽብር ጦርነት ተከትለው ወደኢትዮጵያ ዘልቀው የገቡት የኦሮሞ ከብት አርቢ ጎሣዎች በበራራና በአጠቃላይ በሸዋና በሌሎችም አውራጃዎች ላይ ያስከተሉትን ዘርፈ ብዙ ለውጥ በሰፊው እናያለን።

ማስታወሻዎች

1 Perruchon, "Histoire d'Eskender," 350.

2 Uṯmān, *Futūḥ al-Ḥabaša*, 60.

3 Trimingham, *Islam in Ethiopia*, 76-90; Uṯmān, *Futūḥ al-Ḥabaša*; Abir, *Ethiopia and the Red Sea*, 87-96.

4 Habtamu, "The Edict of King Gälawdéwos," 96-102.
5 Abir, *Ethiopia*, xxi-xxvi, 27-44.
6 Uṯmān, *Futūḥ al-Ḥabaša*, 163, 165-167, 172-173, 187, 206-207.
7 Abir, *Ethiopia and the Red Sea*, 139-142; Trimingham, *Islam in Ethiopia*, 90, 95-97.
8 Perruchon, "Histoire d'Eskender," 338-339; Taddesse, *Church and State*, 286-296; *idem*, "Problems of Royal Succession," 526-535.
9 Perruchon, "Histoire d'Eskender," 338-339; Taddesse, *Church and State*, 285.
10 Perruchon, "Histoire d'Eskender," 338-341, 343-344; Taddesse, *Church and State*, 285-286, 292-293.
11 Alvares, *Prester John of the Indies,* 425-433; 496-497; Kleiner, "Ras Wäsän Säggäd," 44-45.
12 Getatchew, "Ras Amdu," 251-259.
13 Taddesse, *Church and State*, 291-292; Sergew, "Geez Letters of Queen Eleni and Libne Dingil," 547-549.
14 Perruchon, *Les Chroniques de Zar'a Yâ'eqôb et de Ba'eda Mâryâm*, 15; *idem*, "Histoire d'Eskender," 339; Taddesse, *Church and State,* 286-287, 294-295; Sergew, "Geez Letters of Queen Eleni and Libne Dingil," 547-549.
15 Taddesse, *Church and State*, 286-296; *idem*, "Problems of Royal Succession," 535; Sergew, "Geez Letters of Queen Eleni and Libne Dingil," 547-552.
16 Bahru, "Dynamics of Political Succession,"1-3; Herman, "Rethinking the Royal Matrimonial Practices," 149-156; Taddesse, "Problems of Royal Succession," 533.
17 Bahru, "Dynamics of Political Succession," 3-4; Taddesse, "Problems of Royal Succession ," 533.
18 Tafla and Scholler, *Serata Mangest,* 19/33; Varenbergh, "Studien zur abessinischen Reichsordnung," 12.
19 Taddesse, "Problems of Royal Succession," 535.
20 Taddesse, "Problems of Royal Succession," 526-527.
21 Perruchon, "Histoire d'Eskender," 338-339; Taddesse, "Problems of Royal Succession," 528.
22 Perruchon, "Histoire d'Eskender," 339-344; Taddesse, "Problems of Royal Succession," 528-529.
23 Taddesse, "Problems of Royal Succession," 529.
24 Perruchon, "Histoire d'Eskender," 350.
25 Perruchon, "Histoire d'Eskender," 349-350.
26 ዝኒ ከማሁ፣ 348-349; Taddesse, *Church and State*, 294; *idem*, "Problems of Royal Succession," 532-533.
27 Sergew, "Geez Letters of Queen Eleni and Libne Dingil," 548.
28 Taddesse, *Church and State*, 294-296.
29 ዝኒ ከማሁ፣ 286-289
30 Suriano, *Trattato di Terra Santa*, 80-87.
31 Taddesse, *Church and State*, 291.

32 ዝኒ ከማሁ፣ 291-292
33 Alvares, *Prester John of the Indies*, vol. 2, 411-415, and 453; Perruchon, "Histoire d'Eskender," 343; Taddesse, *Church and State*, 292 and 295-296.
34 Sergew, "Geez Letters of Queen Eleni and Libne Dingil," 550-551.
35 Uṯmān, *Futūḥ al-Ḥabaša*, 59.
36 Alvares, *Prester John of the Indies*, vol. 2, 347, 413.
37 ዝኒ ከማሁ፣ 496-497.
38 Kropp, *Die Geschichte des Lebna-Dengel*, 3. ስለወሰን ሰገድ የሚከተለውን ይመለከቷል፡ Kleiner, "Ras Wäsän Säggäd," 39.
39 Kleiner, "Ras Wäsän Säggäd," 43-48.
40 Alvares, *Prester John of the Indies*, vol. 2, 434.
41 ዝኒ ከማሁ፣ 430-436; Kleiner, "Ras Wäsän Säggäd," 45 footnote 17, 45-46;
42 Abir, *Ethiopia and the Red Sea*, 73-74, 77.
43 Uṯmān, *Futūḥ al-Ḥabaša*, 17-18.
44 Abir, "Ethiopia and the Red Sea," 69-70; Taddesse, "Ethiopia, the Red Sea and the Horn," 166-168
45 Alvares, *Prester John of the Indies*, vol. 2, 408, 410-415; Uṯmān, *Futūḥ al-Ḥabaša*, 9 footnote 42, 17 footnote 68.
46 Uṯmān, *Futūḥ al-Ḥabaša*, 36.
47 ዝኒ ከማሁ፣ 26 and 41.
48 ዝኒ ከማሁ፣ 18-20, 100-101.
49 ዝኒ ከማሁ፣ 8-10.
50 Trimingham, *Islam in Ethiopia*, 84-86; Uṯmān, *Futūḥ al-Ḥabaša*, 9-17, 21-22.
51 Uṯmān, *Futūḥ al-Ḥabaša*, 29.
52 Chekroun, "Ottomans, Yemenis and "the Conquest of Abyssinia," 164-168; Martin, "Arab Migrations to East Africa," 375-376.
53 Martin, "Arab Migrations to East Africa," 370-371.
54 ዝኒ ከማሁ፣ 371.
55 Chekroun, "Ottomans, Yemenis and 'the Conquest of Abyssinia'," 163-169; Martin, "Arab Migrations," 375-377.
56 Martin, "Arab Migrations to East Africa," 375-376.
57 Uṯmān, *Futūḥ al-Ḥabaša*, 18-19.
58 Chekroun, "Ottomans, Yemenis and 'the Conquest of Abyssinia,'" 164-168; Uṯmān, *Futūḥ al-Ḥabaša*, 66, 85, 121, 122, 136, 267, 271.
59 Chekroun, "Ottomans, Yemenis and 'the Conquest of Abyssinia'," 163-169; Martin, "Arab Migrations to East Africa," 375-377.
60 Bonner, *Jihad in Islamic History*, 2; Firestone, *Jihad*, 16.
61 Firestone, *Jihad*, 16.
62 Bonner, *Jihad in Islamic History*, 13; Firestone, *Jihad*, 17.
63 ዝኒ ከማሁ፣ 13-14; ዝኒ ከማሁ፣ 17.
64 Shaltūt, "Koran and Fighting," 50-51.
65 Averroes, "Bidāyat al-Mudjtahid," 15-16.
66 Averroes, "Bidāyat al-Mudjtahid," 16.

67 ዝኒ ከማሁ፣ 16.
68 Maḥmūd, "Koran and Fighting," 30.
69 Uṯmān, *Futūḥ al-Ḥabaša*, 53.
70 Averroes, "Bidāyat al-Mudjtahid," 11; Donzel, "Leave the Ethiopians Alone," 109-114.
71 Uṯmān, *Futūḥ al-Ḥabaša.*
72 ዝኒ ከማሁ፣ 177, 180, 211-218.
73 Conti Rossini, *Historia Regis Sarsa Dengel,* 50-51.
74 Uṯmān, *Futūḥ al-Ḥabaša*, 85-86.
75 ዝኒ ከማሁ፣ 88.
76 ዝኒ ከማሁ፣ 162-163.
77 Uṯmān, *Futūḥ al-Ḥabaša*, 162-163.
78 ዝኒ ከማሁ፣ 165-166.
79 ዝኒ ከማሁ፣ 183-184.
80 ዝኒ ከማሁ፣ 181, 187-188.
81 ዝኒ ከማሁ፣ 172-173.
82 Uṯmān, *Futūḥ al-Ḥabaša*, 184-185.
83 ዝኒ ከማሁ፣ 185.
84 Uṯmān, *Futūḥ al-Ḥabaša*, 185.
85 ዝኒ ከማሁ፣ 186
86 ዝኒ ከማሁ፣ 191-192
87 ዝኒ ከማሁ፣ 192.
88 Uṯmān, *Futūḥ al-Ḥabaša*, 193-194.
89 Kleiner, "Ras Wäsän Säggäd," 43-48; Uṯmān, *Futūḥ al-Ḥabaša*, 204.
90 Uṯmān, *Futūḥ al-Ḥabaša*, 205.
91 ዝኒ ከማሁ፣ 298-299.
92 ዝኒ ከማሁ፣ 216, 245-252.
93 Uṯmān, *Futūḥ al-Ḥabaša*, 328-329.
94 ዝኒ ከማሁ፣ 330.
95 Kropp, *Die Geschichte des Lebna-Dengel,* 20.
96 Conzelman, *Chronique de Galâwdêwos*, 26; Whiteway, *Portuguese Expedition to Abyssinia*, 79-81.
97 Salvadore, *African Prester John*, 183-184.
98 Uṯmān, *Futūḥ al-Ḥabaša*, 33, 68, 100, 154-155, 160, 193.
99 Merid, "Southern Ethiopia," 137.
100 Uṯmān, *Futūḥ al-Ḥabaša*; Taddesse, "Ethiopia, the Red Sea and the Horn," 76.
101 Kleiner, "Ras Wäsän Säggäd," 43; Uṯmān, *Futūḥ al-Ḥabaša*, 117-120;.
102 Kleiner, "Ras Wäsän Säggäd," 43-48; Kropp, *Die Geschichte des Lebna-Dengel,* 39; Uṯmān, *Futūḥ al-Ḥabaša*, 144.
103 Kleiner, "Ras Wäsän Säggäd," 43-48; Uṯmān, *Futūḥ al-Ḥabaša*, 126-127, 145, 168-170, 197-200.
104 Uṯmān, *Futūḥ al-Ḥabaša*, 108-112, 124.

105 ዝኒ ከማሁ፣ 207-208.
106 ዝኒ ከማሁ፣ 38-39, 175.
107 Uṯmān, *Futūḥ al-Ḥabaša,* 55.
108 ዝኒ ከማሁ፣ 46, 48, 90-91, 211-216.
109 ዝኒ ከማሁ፣ 50.
110 ዝኒ ከማሁ፣ 83.
111 ዝኒ ከማሁ፣ 34-35.
112 Alvares, *The Prester John of the Indies*, vol. 2, 413.
113 Conzelman, *Chronique de Galâwdêwos,* 5.
114 Uṯmān, *Futūḥ al-Ḥabaša,* 79-80.
115 Uṯmān, *Futūḥ al-Ḥabaša,* 81.
116 Uṯmān, *Futūḥ al-Ḥabaša,* 55, 58, 68, 73, 79-80, 87-88, 230.
117 ዝኒ ከማሁ፣ 157.
118 ዝኒ ከማሁ፣ 238-239.
119 O'Callaghan, *A History of Medieval Spain*, 90-116.
120 Streusand, *Islamic Gun Powder Empires*, Chapters 3 and 5.
121 Kropp, *Die Geschichte des Lebna-Dengel,* 16.
122 Streusand, *Islamic Gun Powder Empires,* 67-68, 117-121, 243-254, 279-287.
123 Uṯmān, *Futūḥ al-Ḥabaša,* 60.
124 Demoz, "Moslems and Islam in Ethiopian Literature," 6.
125 Haggai, *Ethiopia and the Middle East* , 31.
126 Ludolf, *Historia Aethiopica*, Chapter 3, sentence 10.
127 Conzelman, *Chronique de Galâwdêwos*, 33.
128 Varenbergh, "Studien zur abessinischen Reichsordnung," 13.
129 Habtamu, "Edict of King Gälawdéwos," 74.
130 ዝኒ ከማሁ፣ 88-91.
131 Merid, "Southern Ethiopia," 220.
132 Conzelman, *Chronique de Galâwdêwos,* 47. ለተጨማሪ መረጃ የሚከተለውን ይመለከቷል፡ Kropp, *Die Geschichte des Lebna-Dengel,* 30-31.
133 Conzelman, *Chronique de Galâwdêwos,* 101-103; Kropp, *Die Geschichte des Lebna-Dengel,* 30-33.
134 Kropp, *Die Geschichte des Lebna-Dengel,* 52-53.
135 Conti Rossini, *Historia Regis Sarsa Dengel*, 4-5, 9-11.
136 Bouanga, "Damot," 197.
137 ዝኒ ከማሁ፣ 206.
138 Varenbergh, "Studien zur Abessinischen Reichsordnung," 13.
139 Bouanga, "Damot," 208-209.
140 Perruchon, *Les Chroniques de Zar'a Yâ'eqôb et de Ba'eda Mâryâm,* 107-108.
141 Uṯmān, *Futūḥ al-Ḥabaša*, 184.
142 *Anqaṣa Amin,* 18–19.
143 Ricci, "Le Vte di Ĕnbaqom e di Yohannes," vol. 13, 94; *ibid*, volume 22 , 75-76; *ibid,* volume 23, 80-81, 89-90.
144 Whiteway, *Portuguese Expedition to Abyssinia,* 216-21.

145 Conti Rossini, *Historia Regis Sarsa Dengel,* 9-15, 18, 34, 42.
146 Guidi, *Annales Regum Iyasu II et Iyo'as*, 180-181; idem, “Due Squarci Inediti di Cronica Etiopica,” 804; Whiteway, *Portuguese Expedition to Abyssinia,* 143, 168.
147 Conti Rossini, *Historia Regis Sarsa Dengel,* 9-20, 34, 42.
148 ዝኒ ከማሁ፣ 83; Merid, “Southern Ethiopia,” 238, 282, 291, 327-328; Pereria, *Chronica de Susenyos*, vol. 1, 97.
149 Merid, “Southern Ethiopia,” Chapters 3-5.
150 ዝኒ ከማሁ፣ 335-336.

ምዕራፍ ስድስት በራራና የኦሮሞ ወረራ

ይቤ በዓለ መጽሐፍ ጋላስ ወፅአ እምዕራብ ወአደወ እምፈለገ ብሔሩ ዘይብልዎ ገለና ሀበ ጽንፈ ባሊ በመዋዕለ ሐጼ ወናግ ሰገድ። ወክልኤቱ ነገድ ውእቱ ዘይሰመዩ በረይቱማ ወቦረን።[1]

(የዚህ) መጽሐፍ ባለቤት (እንዲህ) ይላል፤ ጋላው በአፄ ወናግ ሰገድ [ልብነ ድንግል] ዘመን ከምዕራብ ወጥቶ ገለና (ገላና) የሚሉትን የሀገሩን ወንዝ ወደባሊ ዳርቻ ተሻገረ። እርሱም በረይቱማ እና ቦረን የሚባሉ ሁለት ነገድ ነው።

በዚሁ ቦረና ከአሙ ወላቡ ሳለ ግራ ቀኝ አማራውን አሳደደና አማራው ሲጠፋ ጊዜ አገሩ ምድረ በዳ ሆኖ አውሬው ገባበት። በዚሁ ቦረናው እኩሌታው ከአሙ ወላቡ ቀርቶ እኩሌታው ከዚያ ተነስቶ የዋቤን ወንዝ ተሻግሮ ከኡዳ ነቤ ሰፈረ። በዚሁ ቦረና የዋቤንና የአዋሽን ወንዝ ተሻግሮ ግራኝን ሸሽቶ ተደብቆ በዋሻ በተራራ የተቀመጠውን አማራ የኔ ሜጼቻ የኔ ጸለታ ነው እያለ እየተሻማ ሜጼቻውን በክንዱ አሰረበት።[2]

በምዕራፍ 5 የግራኝ አሕመድን ጦርነት መነሻውን፣ ያስከተለውን ጥፋትና ፍጻሜውን ዐይተናል። በዚህ ምዕራፍ ደግሞ ጦርነቱን ተከትሎ ስለመጣው የፖለቲካ፣ የሕዝብ ስብጥርና ተዛማጅ ለውጦች እናያለን። የግራኝ አሕመድ የሽብር ወረራ በገላውዴዎስ ድል አድራጊነት ቢጠናቀቅም ወረራው ብዙ የተወሰሳሰቡ ችግሮችን አስከትሏል። ወረራውን ተከትሎ የኢትዮጵያን ታሪክ የቀየሩ ሦስት አበይት ክስተቶች ተፈጠሩ። አንደኛውና ዋናው የንጉሡ ሥልጣን መዳከም ነው። ልብነ ድንግል በሽምብራ ኩሬ ጦርነት ከተሸነፈ በኋላ በገዛ አገሩ ስደተኛ ሆኖ ነበር። ልጁ ሚናስም ተማርኮ በባርነት የመን ተሸጦ ነበር።[3] በዚህና በሌላም ምክንያት መኳንንቱ ለንጉሡ የነበራቸው ክብር ቀነሰ። በየአውራጃው የነበሩት መሳፍንት ለንጉሡ አንታዘዝም አሉ። በዚህ ምክንያት ከ1560 ዓ.ም. ጀምሮ እስከ1632 ዓ.ም. ድረስ በንጉሡና በመኳንንቱ መካከል የርስ በርስ ጦርነት ይደረግ ነበር። በተለይም በ17ኛው ምእት ዓመት መጀመሪያ አካባቢ መኳንንቱ ንጉሡን ከፍርድ አደባባይ እስከማቆምና እስከመግደል ደርሰው ነበር (ለዝርዝሩ ምዕራፍ 8ን ይመለከቷል)።[4]

ሁለተኛው ክስተት የፖርቱጋል ወታደሮችና ኢየሱሳውያን የተባሉት የካቶሊክ ወንጌላውያን እግር በእግር ተከታትለው ወደኢትዮጵያ መግባታቸው ነው። ኢየሱሳውያን የኦርቶዶክስ ክርስትናን በካቶሊክ ክርስትና ሃይማኖት ለመቀየር ባደረጉት ያልተሳካ ሙከራ የኢትዮጵያን ፖለቲካ የበለጠ አወሳሰቡት።[5] በተጨማሪም ኢየሱሳውያን ባስነሱት የሃይማኖት ክርክር ምክንያት የኢትዮጵያ ቤተ ክርስቲያን ሊቃውንት ተከፋፈሉ።

የሃይማኖት ክፍፍሉ ደም መፋሰስና እልቂት አስከተለ፤ የንጉሡ እና የኢትዮጵያ ቤተ ክርስቲያን መሪዎች ሥልጣን የበለጠ ተዳከመ።[6]

ሦስተኛው የኦሮሞ ጎሣዎች ወረራ ነው። የኢትዮጵያ ክፍሎች በሆኑት የድንበር አውራጃዎች በተለይም ደግሞ በባሊ፣ በደዋሮና በይፋት ጨዋ የተባለ አገር ጠባቂ ሠራዊት ይቀመጥባቸው ነበር። ሠራዊቱ ጠላት ድንበር ጥሶ እንዳይገባ፣ አገርን ከወረራ ይከላከላል። ለምሳሌ ደዋሮን የሚጠብቅ አዳል መብረቅ የሚባል ጨዋ ነበር። በተመሳሳይ አፍሮ አይገባ፣ ጊዮርጊስ ኃይሌ፣ ጃን አሞራ፣ ዳሞት ሀዳሪ የተባሉ ጨዋዎች በሸዋ፣ በዳሞት፣ በፈጠጋር እና በይፋት በተለያየ ዘመን ሰፍረው ነበር።[7] በግራኝ አሕመድ ወረራ ዘመን ድንበር ጠባቂ ወታደር ስላልነበረ የኢትዮጵያ ድንበር በአራቱም አቅጣጫ ተከፍቶ ነበር። የሚቃጠለውና የሚዘረፈው ሀብት ካለቀ በኋላ ብዙዎቹ ጂሐደኞች በኢትዮጵያ የመቆየት ብዙም ፍላጎት ያላቸው አይመስልም። ግራኝ አሕመድ ወይና ደጋ ላይ ሲገደል አብዛኛው ከእርሱ ጋር የተገኙት የሰለሙ የቀድሞ የኢትዮጵያ ክርስቲኖች መሆናቸው ይህን ሀሳብ ያጠናክራል። ግራኝ አሕመድ እና ለእርሱ የገቡለት የኢትዮጵያ የቀድሞ ባለሥልጣኖች የአገሪቱን ድንበር ለማስከበር ያደረጉት ነገር የለም። ኦሮሞዎች ይህን መልካም አጋጣሚ ተጠቅመው በባሊ በኩል ወደኢትዮጵያ ለመግባት ቻሉ። የኦሮሞ ጎሣዎች ወደመሀል ኢትዮጵያ ዘልቀው እንዲገቡ እና በብዙ አውራጃዎች በቋሚነት ለመስፈር የረዳቸው በኢትዮጵያ የነበረው የማያባራ ትርምስና ደም መፋሰስ ቢሆንም በሩን የከፈተላቸው ግን የግራኝ አሕመድ ወረራ ነው።[8] ያለ ግራኝ አሕመድ ጦርነት እና ያለ ኢትዮጵያውያን የርስ በርስ ጦርነት የኦሮሞ ጎሣዎች የፈጸሙት ሰፈራን ያካተተ መስፋፋት ምናልባት ውጤቱ የዛሬውን መልክ ላይኖረው ይችል ነበር።

የበረይቱማ እና የቦረን ጎሣዎች በብዙ የኢትዮጵያ አውራጃዎች በቋሚነት መስፈራቸው ሦስት የፖለቲካና የሥነ ሕዝብ ለውጦችን አስከተለ። አንደኛው የእስልምና ሃይማኖት በኢትዮጵያና በአካባቢው የነበረውን የፖለቲካ ሚናና ተጽእኖ ለዘላቂው አጠፋው። ምንም እንኳ የአዳል ወላስማ ሱልጣኖችን ኃይል እንዲዳከም ምክንያት የሆነው ግራኝ አሕመድ የማያሸንፈውን አውዳሚ ጦርነት ከኢትዮጵያ ጋር መግጠሙ ቢሆንም ተንኮታኩቶ ለዘላቂው እንዲጠፋ ያደረገው የኦሮሞ ወረራ ነው።[9] ሁለተኛው የኢትዮጵያ መንግሥት መዳከምና የግዛት አንድነት መፈረካከስ ነው። ከአባይ ወንዝ በስተደቡብ እና በምሥራቅ እና በደቡብ ምሥራቅ ያሉትን አብዛኛዎቹን የጥንት የኢትዮጵያ አውራጃዎች የተለያዩ የኦሮሞ ጎሣዎች ሰፈሩባቸው። ከሦስት መቶ ዓመታት በላይ የኢትዮጵያ የኢኮኖሚ፣ የሃይማኖትና የፖለቲካ ማዕከል ሆኖ ያገለገለውን ሸዋን ጨምሮ የወጅን፣ የደዋሮን፣ የባሊን፣ የፈጠጋርንና የዳሞትን አውራጃዎች ሳይቀር ለቅቀው ነገሥታቱ አንፃራዊ ሰላም ወዳለበት ሰሜን ምዕራብ ኢትዮጵያ ወደምትገኘው ወደጎንደር ሄደው አዲስ መናገሻ ከተማ አቋቋሙ።[10] የበራራም ከተማነቱ ለረጅም ጊዜ የተቋረጠው በኦሮሞ ጎሣዎች ሰፈራ እና መስፋፋት ምክንያት ነው። የግራኝ ወረራ በተፈጸመ በጥቂት ዐሥርት ዓመታት ውስጥ ወደመሀል ኢትዮጵያ ዘልቀው የሰፈሩት የኦሮሞ ጎሣዎች የቀድሞዋን የበራራ ከተማ የከብት ማሰማሪያ፣ መጋጫ አደረጓት።[11]

ሦስተኛውና የመጨረሻው የኦሮሞ ወረራ በኢትዮጵያ በፊት ያልነበረ አዲስ ባህልና የሕዝብ ሥርጭት አስከተለ። ኦሮሞዎች ነባሩን ሕዝብ አፈናቅለውና ገድለው በብዙ አውራጃዎች ሰፈሩ። ያልተፈናቀለውን ደግሞ የሞጋሳ ልጅ፣ የበታች እና ገባር አደረጉት (ምዕራፍ 7ን ይመለከቷል)።[12] የኢትዮጵያ ነገሥታት ከሚያስተዳድሩት አገርም ብዙ ኦሮሞዎች ወታደርም፣ የመንግሥት ባለሥልጣንም እየሆኑ በኢትዮጵያ ፖለቲካ ውስጥ

ንቁ ተሳትፎ ማድረግ ጀመሩ። ዘመነ መሳፍንት በሚባለው የኢትዮጵያ ታሪክ ኦሮምኛ ተናጋሪ መኳንንት ኢትዮጵያን ለመምራት ቻሉ።[13] ባጭሩ የኦሮሞ ወደኢትዮጵያ አውራጃዎች ዘልቆ መግባት የአገሪቱን ፖለቲካ፣ የሕዝብ ስብጥርና አስተዳደር ከግራኝ አሕመድ በበለጠ ሁኔታና በዘላቂነት ቀይሮታል። ኢትዮጵያን መልሶ አንድ ለማድረግ እና ግራኝ አሕመድ ካደረሰው ቁሳዊ እና መንፈሳዊ ውድመት እና ኋላቀርነት ለማገገም ረጅም ጊዜ የወሰደበት ዋናው ምክንያት የኦሮሞ ጎሣዎች ወረራና ሰፈራ ነው፡-

> They (Oromo) were not the only cause of the depressed state into which the country now sank, but they helped to perpetuate a situation from which even a physically and spiritually exhausted Ethiopia might otherwise have been able to recover far more quickly.[14]
>
> <u>ትርጉም</u>
> እነሱ አገሪቱ ለገጠማት መከራ ብቸኛ መንስዔ ብቻ ሳይሆኑ፣ ቁሳዊና መንፈሳ መራቆት የደረሰባት ኢትዮጵያ እንኳ በፍጥነት ማገገም እንዳትችል መከራዋ እንዲራዘም አድርገዋል።

ኦሮሞዎች በግራኝ ምክንያት የተወሳሰበውን የኢትዮጵያን ፖለቲካ የበለጠ አወሳሰቡት። በዘረፋ ከሚገኘው ሀብት በተጨማሪ የኦሮሞ ጎሣዎች በዋናነት ወረራ የሚፈጽሙት ለከብቶቻቸው የግጦሽ መሬት ለማግኘት ነበር። በወረራ ከያዟቸው ብዙ የጥንት አውራጃዎች እንደሰፈሩ ቀሩ። የበራራ ከተማን እንደገና ለማደስ ረጅም ጊዜ የፈጀበት ምክንያት በበራራና በሌሎችም ስፍራዎች የኦሮሞ ጎሣዎች በቋሚነት መስፈራቸው ነው። በቋሚነት በብዙ አውራጃዎች ረግተው ቢቀመጡም በሰፈሩባቸውም ሆነ ባልሰፈሩባቸው ኢትዮጵያ አውራጃዎች ሰላም ሊሰፍን አልቻለም። የበረይቱማ እና የቦረን ጎሣዎች ያደረጉትን ወረራ እና ሰፈራ በሰፊው ለማየት ያስፈለገበት ምክንያት አዲስ አበባ በዓፄ ምኒልክ አማካይነት የቀድሞዋ በራራ ከተማ በነበረችበት ስፍራ የተመሠረተችበትን ታሪክ ለመረዳት ስለሚያስፈልግ ነው።

ይህ ምዕራፍ ሁለት አርዕስተ ጉዳዮች ላይ ያተኩራል። የመጀመሪያው ክፍል በቅርብ ጊዜ የኦሮሞ ነገድ ድርጅቶች፣ ምሁራንና ፖለቲከኞች ከ16ኛው ምእት ዓመት በፊት ሕዝባችን የሚሉት ኢትዮጵያ ውስጥ ይኖር እንደነበረ ያሳይልናል የሚሉትን መረጃ ይገመግማል። ፖለቲከኞች ኩሽ ስለሚባል ማደናገሪያ ምናባዊ በቋንቋ ላይ የተመሠረተ የጥንት ማንነት ከፈጠሩት ትርክት በተጨማሪ በመካከለኛው ዘመን ኦሮሞዎች ኢትዮጵያ ውስጥ ይኖሩ ነበር የሚል ሌላ ተጓዳኝ ትርክት ፈጥረዋል።[15] በመካከለኛው ዘመን ኦሮሞ ኢትዮጵያ ውስጥ ይኖር ነበር የሚሉት ከዚህ በፊት ስለዚህ ዘመን የኢትዮጵያን ታሪክ ያጠኑ ምሁራን ያላገኙት አዲስ መረጃ ተከስቶላቸው አይደለም። እታች በሰፊው እንደምናየው ዋና አስረጅ አድርገው ያቀረቧቸው ምስክሮች አብዛኛዎቹ የማይጨበጡ ተረቶች እንዲሁም የኋላ ዘመን ጸሐፊ ሲቀዳ በሠራው የቃላት ግድፈት ምክንያት የተፋለሰ ትርጉም እንዲይዝ የተደረገ የታሪክ ነገሥት ምንጭ ነው። የምዕራፉ ዋና ዓላማ የኦሮሞ ሕዝብ የጥንት አገር የት እንደነበረ ወይም በመካከለኛው ዘመን ኢትዮጵያ ውስጥ እንዳልነበረ ለማሳየት አይደለም። ኦሮሞ ባልነበረበት ዘመንና ስፍራ ስለኦሮሞ የተጻፉትን "ጥናቶች" በዚህ ምዕራፍ ለመገምገም ያስፈለገበት ምክንያት አንዳንድ ሰዎች ትርክቱን በታሪክ ምሁራን ዘንድ ተቀባይነት ያለው አስመስለው ሲያቀርቡት ስላየን የተዛባውን ታሪክ ለማረቅ ነው።

በሁለተኛው ክፍል በቀድሞው በራራ ከተማና በአካባቢው የበረይቱማ እና የቦረን ጎሣዎች በ16ኛው ምእት ዓመት ወደመሀል ኢትዮጵያ ዘልቀው የሰፈሩበትን የታሪክ ሂደት በአጭሩ ይዳስሳል። ከሁሉም የኦሮሞ ጎሣዎች በፍጥነት ወደሰሜን እና ሰሜን ምሥራቅ ኢትዮጵያ የተስፋፉት በረይቱማ በተባለው ትልቁ ጎሣ ውስጥ የሚገኙት ንዑስ ጎሣዎች ናቸው። የበረይቱማ ጎሣዎች ከሰፈሩባቸው አውራጃዎች ውስጥ ቤተ አማራ፣ አንጎት፣ ገኘና ወለቃ ይገኙበታል (ካርታ 11)።[16] ነገር ግን የዚህ ምዕራፍ ትኩረት ወደምዕራብና ማዕከላዊ የኢትዮጵያ አውራጃዎች መጥተው የሰፈሩት ቦረን በተባለው ትልቅ ጎሣ ውስጥ የሚመደቡት የሜጫና የቱለማ ንዑስ ጎሣዎች ታሪክ ነው። የቱለማና የሜጫ ጎሣዎች ከሰፈሩባቸው አውራጃዎች ሸዋ፣ ቢዛሞ፣ ዳሞት፣ እናርያ እና ገንዝ ተጠቃሽ ናቸው (ካርታ 12 እና 13)።[17]

6.1 ስለኦሮሞና ኢትዮጵያ የተጻፉ መሠረተ ቢስ ትርክቶች

ፖለቲከኞች ታሪክን ለፖለቲካ ዓላማቸው እንደሚያውሉት በምዕራፍ 2 ስለቋንቋና ነገድ በጻፍነው ክፍል ዐይተናል። ከቅርብ ጊዜ ወዲህ ደግሞ ስለመካከለኛው ዘመን ኢትዮጵያ መረጃ የሌላቸው መሠረተ ቢስ ትርክቶች መጻፍ ጀምረዋል። ለዚህ ደግሞ መሐመድ ሀሰን በቅርብ ጊዜ *ኦሮሞና የኢትዮጵያ የክርስቲያን መንግሥት* በሚል ርእስ የሳተመው መጽሐፍ እና የኦሮሚያ ባህልና ቱሪዚም ቢሮ *የኦሮሞ ታሪክ እስከዐሥራ ስድስተኛው ምእት ዓመት* በሚል ርእስ የሳተመው ዋና ተጠቃሽ ናቸው።[18] በዚህ ክፍል መሐመድ ሀሰን ስለኦሮሞ ታሪክ አገኘሁት የሚለውን የታሪክ ምንጭ እና በዋቢነት የጠቀሳቸውን የሌሎችን ጸሐፊዎች ጥናቶች እንመረምራለን። የመሐመድ መጽሐፍ ጠቅላላ 8 ምዕራፍ የያዘና በሁለት ክፍል የተከፈለ ነው። የመጀመሪያው አራት ምዕራፎች ትኩረት ያደረጉት ከ16ኛው ምእት ዓመት በፊት ስለነበረው የኦሮሞ ታሪክ ነው። የመጨረሻዎቹ አራት ምዕራፎች ትኩረት ደግሞ የኦሮሞ ጎሣዎች በ16ኛውና በ17ኛው ክፍለ ዘመናት በኢትዮጵያ ስላደረጉት ወረራና ስፈራ ነው። ነገር ግን መሐመድ በዋናነት አልሞ የተነሳው ኦሮሞዎች ከ16ኛው ምእት ዓመት በፊት ኢትዮጵያ ውስጥ መኖር አለባቸው ብሎ አስቀድሞ የደመደመውን እና የያዘውን አቋም ለማሳየት ነው። የመጽሐፉ የመጀመሪያዎቹ 4 ምዕራፎች (በጠቅላላ 173 ገጾች ይሆናል) ኦሮሞዎች ኢትዮጵያ ውስጥ በመካከለኛው ዘመን ስለመኖራቸው ትንታኔ ያቀርባል።[19]

ኦሮሞዎች በመካከለኛው ዘመን ኢትዮጵያ ነበሩ የሚለውን ትርክቱን ለማሳየት መሐመድ በአስረጅነት ያቀረባቸው የቃል ምስክሮች አብዛኛዎቹ ተረቶች ናቸው። መሐመድ በ14ኛው ምእት ዓመት የተጻፈውን የዓፄ ዓምደ ጽዮን ታሪክ ነገሥትም ደጋግሞ በምስክርነት ይጠቅሰዋል። ነገር ግን በሰፊው የተሠራጩት የዚህ ታሪክ ነገሥት የኋላ ቅጂዎች በፊደል ግድፈት ምክንያት የተሳሳተ ትርጉም የሚሰጡና በጥንቱና በመጀመሪያው ታሪክ ነገሥት ላይ የማይገኝ ቃል የያዙ ናቸው። እታች በጥልቀት እንደምናየው የፊደል ግድፈቱን የፈጸመው በኋላ ዘመን የጥንቱን ታሪክ ነገሥት የቀዳው ጸሐፊ ነው። ይህ ስህተት በምሁራን ዘንድ ለረጅም ጊዜ የታወቀ ቢሆንም መሐመድ ግን ስህተቱን ሳይጠቅስና ሳያርም ወይም ስለትክክለኘነቱ አሳማኝ መከራከሪያ ሳያቀርብ ተጠቅምበታል። አብዛኛዎቹ የመሐመድ የጽሑፍ መረጃዎች ደግሞ በተረትና ምንም ታማኝነት በሌላቸው የቃል መረጃዎች ላይ ተመሥርተው የተጻፉ ናቸው። ከነዚህም

ውስጥ አለቃ ታየ ገብረ ማርያም የተባለ ጸሐፊና ተዋቂው የኦሮሞ ፖለቲከኛ ነጋሶ ጊዳዳ ስለየኦሮሞ ታሪክ የጻፏቸው ተጠቃሽ ናቸው። የተጠቀሱት የታየም ሆነ የነጋሶ ጊዳዳ ጽሑፎች ማስረጃ የሌላቸው መሠረተ ቢስ ትርክቶች ናቸው። ነገር ግን መሐመድ እነዚህ ጸሐፊዎች ኦሮሞዎች ከ16ኛው ምእት ዓመት ኢትዮጵያ ነበሩ የሚሉትን ትርክት ሁሉ እንደታሪክ ያለምንም መጠራጠር ተቀብሎ እንደማስረጃ በሰፊው ተጠቅሞባቸዋል።[20]

ወደዝርዝሩ ከመግባታችን በፊት የመሐመድን መጽሐፍ እዚህ መተቸት ያስፈለገበትን ምክንያት ለአንባቢ ግልጽ ማድረግ ያስፈልጋል። የመካከለኛው ዘመን የኢትዮጵያን ታሪክ ብዙ የአገር ውስጥና የውጭ አገር ምሁራን አግባብነት ባላቸው መረጃዎች ላይ ተመሥርተው በጥልቀትና በኃላፊነት አጥንተውታል። እነዚህ ምሁራን ያገኙት ኦሮሞ በመካከለኛው ዘመን ኢትዮጵያ ውስጥ መኖሩን የሚያሳይ ምስክር የለም።[21] እነዚህን ጥናቶች ያነበበ መሐመድ ያለምንም የሙያ ተጠያቂነት በድፍረት የጻፈው እንደሆነ በቀላሉ ይገነዘባል። ስህተት መሆኑ ከታወቀ የመሐመድን መጽሐፍ እዚህ መተቸት ለምን አስፈለገ የሚል ጥያቄ ሊነሳ ይችላል። በመረጃ ብዛትና ጥልቀት፣ በጥራትና በሌላም መስፈርት ፈጽሞ የማይገናኙትን ጽሑፎች ማነጻጸር አቻ እንደሆኑ አድርጎ ከማቅረብ ይቆጠራል። ይህን የመሰለ አሳሳች ንፅፅር በፍልስፍናና በአመክንዮ "የውሸት አቻነት" መፍጠር ("false equivalence") ይባላል። የመሐመድን መጽሐፍ እዚህ መተቸት ያስፈለገበት ምክንያት ጽሑፎቹ ሙግት የሚያስፈልጋቸው ሆነው ስላገኘናቸው አይደለም። ትችቱ ያስፈለገበት ዋናው ምክንያት የመሐመድን ትርክት አንዳንድ ሰዎች ሳይመረምሩ ሲቀበሉት ስላየን ነው።

መሐመድ ሀሰን የጻፈውን ትርክት ነጥብ በነጥብ ለመተቸት ቦታ ስለማይበቃ ትኩረታችን የተወሰኑት ላይ ብቻ ነው። በዚህ ጽሑፍ የምንመረምረው መሐመድ ምንጭ አድርጎ ካቀረባቸው ዋቢ መጻሐፍት ውስጥ የአለቃ ታየ አንዱ ነው። ታየ ስለኢትዮጵያ ነገዶች በተረት የተሞላ በአጠቃላይ 87 ገጽ የሆነ *የኢትዮጵያ ሕዝብ ታሪክ* የሚል መጽሐፍ ጽፏል። ከ87ቱ ገጽ ውስጥ ኦሮሞን የሚመለከቱት 3ቱ ገጾች ብቻ ናቸው።[22] ታየ ተረትን ከሀቀኛ ታሪክ እንደማይለይ ከጻፈው በቀላሉ ለመረዳት ይቻላል። የታየ መጽሐፍ ዓላማ የኢትዮጵያን ነገዶች የጥንት አመጣጥ ማሳየት ነው። ስለኦሮሞም ሆነ ስለሌሎች ነገዶች ታየ የጻፈው ወይ ከአእምሮው አንቅቶ ወይንም ደግሞ በተረትና በዋናነት የጸሎት እና የሃይማኖት መጽሐፍ በሆነው በመጽሐፍ ቅዱስ ላይ ተመሥርቶ ነው። ታየ መጽሐፉን የጻፈው ከአእምሮው አንቅቶ እና በተረት ላይ ተመሥርቶ እንደሆነ ለማሳየት ነገደ ኦሪት እና ነገደ እስማከህ ስለተባሉት በታሪክ የማይታወቁ የኢትዮጵያ ነገዶች በእርግጠኝነት የሚለውን መጥቀሱ በቂ ይመስለናል፡-

> ከሁሉ በፊት አስቀድመው በመጀመሪያ ከእስያ ተነሥተው ወደኢትዮጵያ የገቡ አገሪቱንም ይዘው የነበሩ ነገደ ኦሪት የተባሉ ናቸው። የነዚህ አባት በክብረ ነገሥት ከገጽ ፵-፶ እንዳሳየን ከአዳም ልጆች አንዱ ኦሪ ወይም አራም የተባለው ነው። እርሱ ከ፩ሺህ ፴ ዓመተ ዓለም ጀምሮ ከነልጅ ልጆቹ ፳፩ ነገሥታት እስከ ፪ሺህ፱፻፵፯ ዓመተ ዓለም በኢትዮጵያ ነገሡ። በመጨረሻው ንጉሣቸው በሶሊማን ታጊ ጊዜ በኖኅ ዘመን በጥፋት ውኃ ተደመሰሱ፣ አለቁም። የነዚህን ሕዝባን ነገሥታት ታሪክ በአዲሱ ክብረ ነገሥት ከገጽ ፫፻፲፯-፫፻፴፫ ተመልከት።[23]

> ነገደ እስማከህ በ፬ሺህ ፫፻፸፫ ዓመተ ዓለም በ፰፻፹፪ ዓመት ከልደት በፊት ከጥሳሜቲክ ፩ኛ ፈርዖን ከምሥር ንጉሥ ተጣልተው ፱፻፵ሺህ ሠራዊት ከምሥር ንጉሥ ከድተው ወደኢትዮጵያ መጥተው ለዊያንኪሂ ፩ኛ ለኢትዮጵአ ንጉሥ ገቡ። እርሱም በናዋታን ሳለ ያላሰባቸውን ረዳቶች በድንገት ስለአገኘ በታላቅ ደስታ ተቀበላቸው። ከደስታውም ብዛት የተነሣ ፈጥኖ ደስ የሚያሰኝ

አገር ሰጣቸው። ለእርሱም ጠላቶቹ ይዘውት የነበሩትን አሎ በምዕራብ የነበረውን አገር እንዲያቀኑለት ፈቀደላቸው። ያለ ጥርጥር በዚህ አገር ውስጥ ያለ ሕዝብ በአክሱም መንግሥት ብዙ ጊዜ መንበሩን ትቶ ነበርና ነገደ እስማከህ ሆነው በኢትዮጵያ ቀሩ።[24]

ታየ ስለነገደ አሪት አገኘሁት የሚለውን በክብረ ነገሥቱ ላይ ማግኘት አይቻልም። ነገደ እስማከህ የሚለውንም እንዲሁ ከየት እንዳገኘው አይታወቅም። ነገደ አሪትም ሆነ ነገደ እስማከህ የጸሐፊው የአእምሮ ውጤቶች ናቸው። ታየ ስለኦሮሞዎች የጻፈውም እንደነገደ አሪት እና ነገደ እስማከህ ከአእምሮ አንቅቶ የጻፈው ልቦለድ ነው። ኦሮሞዎች ለመጀመሪያ ጊዜ ወደኢትዮጵያ ሲገቡ የተመለከተው ባሕርይ እንደጻፈው ድንበር ጥሰው የገቡት በባሊ በኩል ገላና የተባለውን ወንዝ ተሻጋረው ነው። ምንም እንኳ ባሕርይን በዋቢነት ባይጠቅስም ታየም ኦሮሞዎች ወደኢትዮጵያ የገቡት ገላናን ተሸግረው በዓፄ ልብነ ድንግል ዘመን እንደሆነ ይጠቅሳል። ነገር ግን ታየ ኦሮሞዎች በገላና ወንዝ አካባቢ ከዓፄ ይስሐቅ ዘመን ጀምረው ይኖሩ ነበር ብሎ ምንም ዐይነት መረጃ ሳይጠቅስ አክሎ ጽፏል። ከዚያም በፍጹም እርግጠኝነት "እውነተኛው የጋሎች ወደኢትዮጵያ መምጣት ግን መራ ተክለ ሃይማኖት (ስመ መንግሥቱ ዛጌ) በነገሠ በ፲ ዓመት በ፱፻፴ ዓ.ም. ነው"[25] ይላል። እንደሌላው ሁሉ ታየ ለዚህ የሚጠቅሰው ምንጭ የለም። መሐመድ ሀሰን ግን ታየ ኦሮሞዎች ወደኢትዮጵያ የገቡት በዛጔ ዘመነ መንግሥት ነው የሚለውን ያለምንም ጥርጣሬ ተቀብሎታል።[26] መሐመድ የታየ መረጃ ትክክል ስለመሆኑ ምንም የሰጠው ማረጋገጫ የለም።

እላይ ከተዘረዘረው በተጨማሪ ኦሮሞን በሚመለከት መሐመድ ሀሰን ታየን በመጥቀስ ብዙ አሳዛኝ የፈጠራ ትርክት ጽፏል። ታየ ስለኦሮሞ ታሪክ ዋቢ አድርጎ የሚጠቅሰው አዛዥ ጢኖ ጻፈው የሚለውን መጽሐፍ እና ክብረ ነገሥቱን ነው። ታየ ስለጢኖ እንዲህ ይላል "ፈረንጆች ስለጋላ የጻፉት በራስ እውቀትና በምርምር ነው። እኛ ግን ከአገሩ ውስጥ የሚገኘውን አዛዥ ጢኖ የጻፈውን ታሪክ ዐይተን ነው።"[27] ታየ ስለኦሮሞ ነገድ የጻፈውን ትርክት የሚደመድመው ደግሞ እንደሚከተለው ነው፡- "ስለ ጋላ ታሪክ በእውነትም በሐሰት ተረትም የተጻፈ ብዙ ነውና በሙሉ ታሪኩን ልትመረምርና ልታውቅ ብትወድ በክብረ ነገሥት ተጽፏልና የ፺፱-፪፻፹፫ ልብ አድርገህ ተመልከት።"[28] ታየ በማን የተጻፈውን፣ በመቼ ዘመን የተጻፈውን እና የት የሚገኘውን ክብረ ነገሥት እንደተጠቀመበት አይናገርም። በምዕራፍ ሁለት እንዳየነው ክብረ ንገሥቱ የተጻፈው በዓፄ ዓምደ ጽዮን ዘመነ መንግሥት ነው። እስካሁን የሚታወቀው ቀዳሚው የክብረ ነገሥቱ ቅጂ በ15ኛው ምእት ዓመት የተጻፈው ነው።[29] በቀዳሚ ዘመን ከተጻፉት የክብረ ነገሥቱ ቅጂዎች ውስጥ ስለኦሮሞ አይደለም ስለአማራ፣ ስለአግዓዝያን እና ስለትግሬ ነገዶች አንዳችም ነገር የለም። ታየ ስለኦሮሞ ታሪክ መረጃ የያዘ የክብረ ነገሥት ቅጂ ካነበበ በኋላ ዘመን የተጨመረ ከእናቱ መዝገብ ላይ የማይገኝ ትርክት ነው።

አዛዥ ጢኖ ዋናው ስሙ ተክለ ሥላሴ ነው። ተክለ ሥላሴ የዓፄ ሱስንዮስ አንደኛው ጸሐፌ ትእዛዝ እና ጸሐፌ ታሪክ ነበር። ይህንን ተክለ ሥላሴ በራሱ ብዕር ይነግረናል፡-

ወይብል ጸሓፌ ዝንቱ ታሪክ ዘስሙ ተክለ ሥላሴ ዘበልሳነ ጋላ ሰመይዎ ጢኖ በእንተ ናእስቆሙ ወኢከዊኖቱ ነዊን ርኢኩ ዘነተ በዓይንየ ወጸሐፍክዎ እም አመኮነ ዝንቱ ነገር በ፫ አውራኅ ወለእመ ሀሰውኩሰ ይኩኑ ብየ ሰማዕተ ኵሎ መኳንንት ወአበይተ መንግሥት መናብርትኒ ወዓዚዛን እለ መጽኡ ለአሠርግዎ ብሥራት ወለአስተዛንዮ ትፍሥሕት በከመ ሥርዓቶሙ ወሕጎሙ ዘለማድ።[30]

ትርጉም
የዚህ ታሪክ ጸሐፊ ስሙ ተክለ ሥላሴ የተባለውና እንዲሁም በቁመቱ ማጠርና ረጅም ባለመሆኑ [በጋልኛ] ጢኖ ብለው የሚጠሩት እንዲህ ይላል፡- "ይህን በአይኔ አይቸ ይህ ነገር በተደረገ በ፲ ወር ጻፍኩ። ዋሾች ከሆነ መኳንንት፣ የቤተ መንግሥት ታላላቅ ሰዎች የሆኑት ወንበሮች፣ እንዲሁም ብሥራቱን ለማድመቅ እንደየሥርዓታቸው፣ እንደየሕጋቸው እና እንደየልማዳቸው ደስታውን ለማሳመር የመጡት አዛዦች ሁሉ ይመስከሩብኝ።"[31]

የሱስንዮስ ታሪከ ነገሥት የተጀመረው ንጉሡ በሕይወት ሳለ ቢሆንም የተጠናቀቀው ግን በልጁ በዓፄ ፋሲለደስ ዘመን ሳይሆን አይቀርም። ታሪከ ነገሥቱን የጀመረው አባ ምህርካ ድንግል ነው። ቀሪውን የታሪከ ነገሥቱን ክፍል የጻፈው ተክለ ሥላሴ ነው። መጽሐፉ እርማት ተደርጎበት ተጽፎ የተጠናቀቀው ወይ ተክለ ሥላሴ እና ሱስንዮስ ከሞቱ በኋላ በፋሲለደስ ዘመነ መንግሥት መጀመሪያ አካባቢ ወይንም በሱስንዮስ የመጨረሻ የሥልጣን ዘመን በሌላ ስሙ ባልተጠቀሰ ጸሐፊ አማካይነት ነው።[32]

ምህርካ ድንግል፣ ተክለ ሥላሴ እና የማይታወቀው ጸሐፊ በጋራ ከጻፉት ከሱስንዮስ ታሪከ ነገሥት ውስጥ አባ ባሕርይ ስለኦሮሞዎች ከጻፉት ጋር የሚመሳሰል ይገኛል። ይኸውም ገዳ ስለሚባለው የኦሮሞ ድርጅት የሚመለከት ነው። ባሕርይ ከጻፈው የሚለይ ነገር ስለኦሮሞ ሃይማኖት የተጨመረው ነው። ሆኖም ግን የታሪከ ነገሥቱ ጸሐፊዎች የኦሮሞን ባህል፣ ሃይማኖት እና ታሪክ ትኩረት አድርገው አልጻፉም። ስለሃይማኖትም ሆነ ገዳ ስለሚባለው ድርጅት የጻፉት በጨረፍታ ሲሆን ብዛቱ ከአንድ ገጽ አይበልጥም።[33] የሱስንዮስንም ታሪከ ነገሥት በወቅቱ የነበሩት የካቶሊክ ወንጌል ሰባኪ እና የተክለ ሥላሴም የንጉሡም ወዳጅ የነበረው ጴጥሮስ ፓይዝ ቃል በቃል ተርጉሞ ስለኢትዮጵያ ታሪክ በጻፈው መጽሐፉ አካትቶታል።[34] ከምህርካ ድንግል እና በስም ከማይታወቅ ጸሐፊ ጋር ከጻፈው ከሱስንዮስ ታሪከ ነገሥት ውጭ ጢኖ ለብቻው የጻፈው የሚታወቅ መጽሐፍ የለም። ተክለ ሥላሴ ስለኦሮሞም ሆነ ስለሌላ ጉዳይ ከታሪከ ነገሥቱ ውጭ ቢጽፍ ኖሮ ቢያንስ በዘመኑ የነበሩ የካቶሊክ ወንጌል ሰባኪ ወዳጆቹ ይጠቀሙበት ነበር። ባጭሩ ታየ ያነበበው ካለ ከሱስንዮስ ታሪከ ነገሥት የሚገኘውን ስለኦሮሞዎች ሃይማኖት የተጻፈውን ነው። ነገር ግን መሐመድ ሀሰን ተክለ ሥላሴ ኦሮሞዎችን የሚመለከት ራሱን የቻለ መጽሐፍ እንደጻፈ እና ታየም መጽሐፉን አግኝቶ እንደተጠቀመበት አድርጎ አቅርቦታል።[35]

እላይ እንዳየነው ታየ በ14 አንቀጾች የተከፋፈለ 3 ገጽ የሆነ ስለኦሮሞ የጻፈውን መሠረተ ቢስ ትርክት ጻፍኩት የሚለው የአለቃ አጽሜ እና አዛዥ ጢኖ ከጻፏቸው መጻሕፍት እና ከክብረ ነገሥቱ ነው። ታየ የጻፈው ብዙው ነገር ስለኦሮሞ ጎሣዎች የዘር ሐረግና ወግ ሥርዓት፣ ወደኢትዮጵያ ድንበር ጥሰው ከገቡ በኋላ ስላደረጉት የባህል ለውጥ፣ የሰፈሩበት መሬት የነባር ሕዝቦች፣ የክርስቲያኖች ስለመሆኑ ነው።[36] ከ16ኛው ምእት ዓመት በፊት የነበረውን የኦሮሞዎች ታሪክ የሚመለከተው በዛጔ ዘመን ወደኢትዮጵያ መጡ የሚለው ትርክት ነው። ሌላው ትርክት ደግሞ ይህ ነው፡- "ከነዚህ የሜጫ ልጆች የጋላ ቤት ሜጫ ከታላላቆች ተነሥተው ለኢትዮጵያ ንጉሥ የጌታ አደሩ። ንጉሡም አፄ ዐምደ ጽዮን ነበር። እርሱም በመልካም ተቀብሎ በጣና ባሕርና በዳሞት መካከል አገር ሰጣቸው። እነርሱም ያን አገር ተቀብለው ያዙና ስሙን ባባታቸው ስም ሜጫ አሉት።"[37] ይህ ጥቅስ ታየ መሠረታዊ የሆነውን የኢትዮጵን ታሪክ ቅደም ተከትል እንኳ የማያውቅ በድፍረት የሚጽፍ መሆኑን በግልጽ ያሳያል። ጎጃም ውስጥ በዓምደ ጽዮን ዘመን ዳሞት እና ሜጫ የሚባሉ የስፍራ ስሞች አልነበሩም። ጎጃም ውስጥ

የሚገኘው ዳሞት ስያሜውን ያገኘው ከዓምደ ጽዮን ዘመን ከሦስት መቶ ዓመት በኋላ በኦሮሞ ከጥንቱ ዳሞት (ከዛሬው ወለጋ) ተገፍተው በሰፈሩት ዳሞቴዎች ነው። በሚቀጥለው ምዕራፍ በሰፊው እንደምናየው ጎጃም ውስጥ የተለያዩ የኦሮሞ ጎሣዎችን በተለያዩ ስፍራዎች ያሰፈሯቸው ዓፄ ሱስንዮስ እና በጎንደር ዘመነ መንግሥት የነበሩት ነገሥታት ናቸው። ከ17ኛው ምእት ዓመት በፊት በጎጃም ምድር ሜጫ የሚባል የስፍራ ስም አልነበረም።

ታየ በዋቢነት ከዘረዘራቸው ሦስት የታሪክ ምንጮች ውስጥ መሐመድ በተለየ አጉልቶ የጻፈው መኖሩ የማይታወቀውን አዛዥ ጢኖ ጻፈው የሚለውን መጽሐፍ ነው። መሐመድ አዛዥ ጢኖ ላይ ትኩረት ያደረገው ኦሮሞ ስለመሰለው ነው። መሐመድ ተክለ ሥላሴን ኢትዮጵያ ያደገ ሁለተኛ ትውልድ ኦሮሞ ነው ይላል። የተክለ ሥላሴ አባት ዓፄ ሠርፀ ድንግል ጎጃም ወይም ደግሞ በጌምድር ካሰፈራቸው ኦሮሞዎች ውስጥ ሊሆን ይችላል ይላል።[38] ነገር ግን ይህን ሁሉ የሚጽፈው አንድም መረጃ ሳያቀርብ ነው። ሠርፀ ድንግል ጎጃምም ሆነ በጌምድር ያሰፈራቸው ኦሮሞዎች እንደነበሩ እስከአሁን የሚታወቅ የታሪክ ምንጭ የለም። መሐመድ ጢኖን ኦሮሞ ነው ብሎ በእርግጠኝነት የጻፈው ከስሙ ብቻ ተነስቶ ነው—ጢኖ በኦሮምኛ ትንሽ ማለት ነው። ባለታሪኩ እራሱ ስሜ ተክለ ሥላሴ ነው፣ ጢኖ የሚል የቁልምጫ ስም የወጣልኝ አካላዊ ቁመናየ ትንሽ ስለሆነ ነው ብሎ በራሱ ብዕር ነግሮናል።

መሐመድ ጢኖ ስለኦሮሞ የጻፈው አባ ባሕርይ ስለኦሮሞ ከጻፈው በእጅጉ ይለያል ይላል። ባሕርይ የሚጠየፈውን የኦሮሞዎች ባህል ተክለ ሥላሴ አይጠየፈውም ይላል።[39] ነገር ግን የትኛውን ባሕርይ የሚጠየፈውን የኦሮሞ ባህል ተክለ ሥላሴ እንደሚወድደው አይገልጽም። በተጨማሪም ኦሮሞዎችን የሚመለከተውን ክፍል ተክለ ሥላሴ ስለመጻፉ የሚታወቅ ነገር የለም። የትኛዎቹን የታሪክ ነገሥቱ ምዕራፎች የትኛው ጸሐፊ እንደጻፈ ተለይቶ የተገለጸ ነገር የለም። መሐመድ ግን ስለኦሮሞ ገዳ እና ሃይማኖት የሚመለከተውን በጨረፍታ የተጻፈውን ምንም ዐይነት መረጃ ሳያቀርብ ተክለ ሥላሴ እንደጻፈው አድርጎ በእርግጠኝነት ጽፏል። ተክለ ሥላሴ ከባሕርይ ሌላ የሚለይበት ደግሞ ባሕርይ ኦሮሞዎች መጀመሪያ ወደኢትዮጵያ የመጡት በዓፄ ልብነ ድንግል ዘመን ነው ሲል ተክለ ሥላሴ ግን ከ16ኛው ምእት ዓመት በፊት ነበሩ ስለሚል ነው ይላል። መሐመድ ምንም የተጨበጠ መረጃ ሳይይዝ የሚቀጥለውን አስደናቂ መደምደሚያ ይሰጣል፡-

> Tino does not set Oromo origin outside of the Christian kingdom. He makes Lalo their father and Dawaro 'his original home'. However, one thing remains certain. Tino's central thesis that establishes the presence of some Oromo groups within the Christian kingdom, even as early as the thirteenth century, is not disputed, and in fact there is ample evidence to support it as we have seen above in Chapters 2 and 3. In this way, Azaj Tino's contribution towards refuting the fallacious claim about the sudden arrival of the Oromo in the sixteenth century is quite invaluable.[40]

ትርጉም

ጢኖ የኦሮሞዎችን መነሻ ከክርስቲያን መንግሥት ውጭ አያደርገውም። ላሎን አባታቸው ያደርግና ደዋሮን ደግሞ "የመጀመሪያ አገራቸው" ያደርገዋል። ያም ሆነ ይህ አንድ ነገር እሙን ነው። እስከዐሥራ ሦስተኛው ምእት ዓመት መጀመሪያ ድረስ የተወሰኑ ኦሮሞዎች በክርስቲያኑ መንግሥት ውስጥ መኖራቸውን የሚያረጋግጠው የጢኖ አቢይ ጭብጥ የሚያከራክር

አይደለም። በእውነትም እላይ በምዕራፍ 2 እና 3 እንዳየነው ይህን የሚደግፍ ብዙ ምስክር አለ። በዚህ መንገድ አዛዥ ጢኖ በዐሥራ ስድስተኛው ምእት ዓመት ኦሮሞዎች በድንገት መጡ የሚለውን የተሳሳተ አስተሳሰብ ውድቅ ለማድረግ ያበረከተው አስተዋጽኦ በጣም ጠቃሚ ነው።

ተክለ ሥላሴ ላሎ የኦሮሞዎች አባት ነው፣ የጥንት አገሩም ደዋሮ ነው ብሎ ከሱስንዮስ ታሪክ ነገሥት ላይ አልጻፈም። በተመሳሳይ ከታየ መጽሐፍ ላይም እንዲህ ዐይነት መረጃ በፍጹም አይገኝም። ታየ ዋቢ መጽሐፎቹን ከመግለጽ ውጭ ከጢኖ እና ከክብረ ነገሥቱ አገኘሁት የሚለውን ለይቶ አልተናገረም። እላይ እንደተገለጠው መሐመድ ጢኖን የወደደው ከስሙ ተነስቶ ኦሮሞ ስለመሰለው ብቻ ነው። ከዚህም አልፎ ጢኖ ያልጻፈውን ጻፈ ብሎ የፈጠራ ትርክት ጽፏል።

ሌላው መሐመድ ኦሮሞዎች በ16ኛው ምእት ዓመት መኖራቸውን ያረጋግጣል ብሎ የሚለው የዓፄ ዓምደ ጽዮን የዘመቻ ታሪክ ነው። የመሐመድ ሀሰን ዋናው የመጽሐፉ ጭብጥ የተመሠረተው ዓምደ ጽዮን ታሪከ ነገሥት ውስጥ ስለኦሮሞ አገኘሁት በሚለው መረጃ ላይ ነው። በታሪከ ነገሥቱ ውስጥ ዓምደ ጽዮን ወደአዳል ሲዘምትና ከአዳል ዘመቻ ሲመለስ "ጋሳ" ከሚባል ወረዳ አጭር ቆይታ አድርጎ ነበር። ከታች እንደምናየው ጋሳ ብዙ ጊዜ ከደዋሮ ጋር ስለሚጠቀስ ደዋሮ ውስጥ የሚገኝ ስፍራ መሆን አለበት። ነገር ግን መሐመድ ሀሰን "ሀገረ ጋሳ" የሚለውን "ሀገረ ጋላ" ብሎ አነበበው። ከዚህ በመነሳት ነው መሐመድ ሀሰን ኦሮሞ ከ16ኛው ምእት ዓመት በፊት ኢትዮጵያ ውስጥ ይኖሩ ነበር ብሎ በእርግጠኝነት የደመደመው።[41]

ትክክለኛው እና በመጀመሪያው ታሪከ ነገሥቱ ላይ የሰፈረው የስፍራው አጻጻፍ ጣሊያናዊው ፓውሎ ማራሲኒና ጀርመናዊው ማንፍረድ ክሮፕ ሁሉንም የኋላ ቅጂዎች በዘመን ቀዳሚ ከሆነው ታሪከ ነገሥት ጋር በማገናዘብ ከመረመሩ በኋላ አሰናድተው ባሳተሙት ላይ ያለው ነው። በሁለቱ ምሁራን የስፍራው ስም አጻጻፍ አንድ ነው። ጥቅሱ ቀጥሎ ቀርቧል። እታች የቃሉን ፊደሎች አጻጻፉን ሳንቀይር ከመጻሕፍቱ እንዳገኘነው አቅርበነዋል፦

ወለእመ ተመየጥኩ ዘእንበለ እብጻሕ ውስተ ብሔረ አደል ከመ ዘኢወለደተኒ እምየ ለእኩን ወኢይሰምዩኒ ተባዕተ አላ ይሰምዩኒ አንስተ ወዘንተ ብሂሎ <u>ተንሥአ ንጉሥ ምስለ ሠራዊቱ እም ሀገረ ጋሣ አመ ለ፯ ለሰኔ ወሖረ ምሕዋረ ፬ ዕለት</u> ሀበ በጽሐ ቀዲሙ ባሕቲቱ ተሰዊሮ እምሠራዊቱ ወበህየ ቀተለ ብዙኀ ዘእንበለ ይትዐይን ወገቢኦ እምጸብእ ተዐየነ ምስለ ሠራዊቱ።[42]

<u>ትርጉም</u>

"የአዳልን ምድር ሳላጠፋ ከተመለስኩኝ እንደወለደችኝ እንደእናቴ ልሁን፣ ወንድ ብለው አይጥሩኝ፣ ሴት ተብየ ልጠራ።" <u>ይህን ተናግሮ ንጉሡ ከነሠራዊቱ በሰኔ 7 ቀን ወደጋሣ አገር ተጓዘ። ከ4 ቀን ጉዞ በኋላ</u> ከዚህ በፊት ቀድሞ ለብቻው ከነበረበት ስፍራ እና ለሠራዊቱ ሳይታወቅ ሰፈራ ከማድረጉ በፊት ብዙ ከገደለበት ደረሰ፤ ወደዚያ ስፍራ [ዳግም] በተመለሰ ጊዜ ሰፈራ አደረግ።

ወንጉሥ [ለሊሁ] ተንሥአ ምስለ ሠራዊቱ እለ ሀለው ምስሌሁ አመ ፷ ለመጋቢት ወሖረ የማናየ ፍኖተ ወበጽሐ ኀበ ሀገር እንተ ስማ ደዋሮ። ወመኮንና ልይእቲ ሀገር ዘስሙ ኀይደራ ያፈቅሮ ለንጉሥ እንተ አፍአሁ ወበኀቡእሰ መከረ ምክረ እኩየ ከመ ይሁዳ ጽልሕው ሠያጤ እግዚኡ ወከልኤ ልሳኑ ምስለ ውእቱ ዓላዊ ዘስሙ ሰብረዲን እንዘ ይብል። ወሶበ ይመጽእ ኀቤከ እመጽእ እነ ምስለ ሠራዊትየ ወሶበ ይመጽእ ኀቤየ ነዓ አንተ ምስለ ሰረዊትከ ወንትቃተል ምስሌሁ ኀቢረነ

ከመ ናጥፍአ እምድር ምስለ ሠራዊቱ። ወንጉሥሰ ሀለፈ ወበጽሐ መንገለ ጋሣ አመ [፲] ወ፰ ለወርኃ ሚያዚያ ወበህየ ገብረ በአለ ፋሲካ ትንሳዔሁ ለክርስቶስ በፍስሓ ወበኃሴት ወበህየ ኀደገ ትዕይንቶ ወንግሥተሂ ዣን መንገሣህ ወሖረ ወሮደ ብሔረ ሰማርያ ወቀተለ በህየ ብዙኀ ሰብአ ወአንስቲያሆሙኒ ወእንስሳሆሙኒ ፄወወ ወማህረከ ብዙኀ ጥቀ።[43]

ትርጉም

ንጉሡ በመጋቢት 6 ቀን አብረውት ከነበሩት ከሠራዊቱ ጋር ተጓዘ እና በቀኝ መንገድ በማለፍ ደዋሮ ወደተባለው አገር መጣ። ኀይደራ የተባለው የዚህ አገር ገዥ በቃሉ ንጉሱን እንደሚወደው ቢናገርም በሚስጥር ግን ጌታውን እንደሸጠው እንደ ከዳተኛው ይሁዳ መጥፎ ምክር መከረ። በሁለት ምላሱ ለአመጸኛው ለሰብራዲን እንዲህ ሲል ነገረው ፡- “እርሱ ቢመጣብህ ከወታደሮቻ ጋር (እመጣልሀለሁ)፣ እርሱ ቢመጣብኝ ከወታደሮችህ ጋር (ወደ እኔ ና)፣ አብረንም እንወጋውአለን፣ ከነሠራዊቱም ከምድረ ገጥ እናጠፋዋለን። ንጉሡም ጉዞውን ቀጠለና በሚያዚያ 18 ቀን ወደ ጋሣ መጣ። በዚህ የክርስቶስን ትንሳዔ የፋሲካን በዓል በደስታና በሀሴት አከበረ። በዚህም ሰፈሩንና ንግሥት ዣን መንገሣን ትቶ ወደሰማርያ አገር ተጓዘ፣ በዚህ ብዙ ሰው ገደለ፣ ሴቶቻቸውን እና ከብቶቻቸውን ማረካቸው፣ ብዙ ምርኮ ወሰደ። (አጽንኦቱን የተጨመረ ነው)

‘ጋሣ’ በዓምደ ጽዮን ታሪከ ነገሥት የሚገኝባቸውን ሁለት አንቀጾች እላይ በቀጥታ ጠቅሰናቸዋል። አንደኛው አንቀጽ ንጉሡ በሰኔ 7 ቀን 1332 ዓ.ም. ከጋሣ ተንስቶ የአራት ቀን ጉዞ አድርጎ ወደአዳል እንደሄደ ይገልጻል። ሁለተኛው አንቀጽ ደግሞ በሚያዝያ 18 ቀን 1332 ዓ.ም. ንጉሡ የፋሲካን በዓል በጋሣ እንዳሳለፈ ይገልጻል። ታሪከ ነገሥቱ ‘ጋሣ’ን ለሦስተኛ ጊዜ ይጠቅሳታል። የታሪከ ነገሥቱ ጸሐፊ ጋሣን ከብዙ አውራጃዎች ጋር ማለትም ነገብ፣ ሀርላ፣ ሀገራ፣ እስቴ፣ አዳልና ሌሎችም ጋር ዘርዝሯታል።[44] ስለዚህ ‘ጋሣ’ የቦታ እንጂ የሕዝብ መጠሪያ ስም አይደለም። ምንም እንኳ እንደመሐመድ ባያንጸባርቀውም ለመጀመሪያ “ተንሥአ ንጉሥ ምስለ ሠራዊቱ እም ሀገረ ጋሣ አመ ለ፯ ለሰኔ” የሚለውን “ንጉሡ በሰኔ ሰባት ከሠራዊቱ ጋራ ከጋላ ሀገር ተነሳ” ብሎ የተረጎመው ጌታቸው ኃይሌ ነው።[45] በተጨማሪም ጌታቸው “ወንጉሥሠ ሀለፈ ወበጽሐ መንገለ ጋሳ አመ [፲] ወ፰ ለወርኃ ሚያዚያ” የሚለውን “ንጉሡ ግን አልፎ በሚያዚያ 28 ከጋላ ሀገር ደረሰ”[46] ብሎ ተርጉሞታል። ይህ የሆነበትን ምክንያት እታች እናቀርባለን።

መሐመድ “ሀገረ ጋሣ” የሚለውን የኋላ ዘመን ጸሐፊ በስህተት “ሀገረ ጋላ” ብሎ በገለበጠው መረጃ ላይ በመመሥረት ከዚህ በፊት በምሁራን የማይታወቅ ድምዳሜ ላይ ደርሷል። አንደኛው ድምዳሜው ኦሮሞዎች በአዋሽ ወንዝ አካባቢ በ1330ዎቹ ይኖሩ ነበር የሚል ነው። ሁለተኛው ንጉሡ ከተወሰኑ “አመጸኛ ኦሮሞዎች” ጋር ተዋግተው ነበር የሚል ነው። ሦስተኛው በዓምደ ጽዮን ዘመን በነበረው በኢትዮጵያ ንጉሥና በወላስማዎች መካከል በተደረገው ጦርነትና በድርቅ ምክንያት ኦሮሞዎች ተፈናቅለው የኢትዮጵያ መንግሥት ወደማይደርስበት መሬት ሄደዋል ይላል። አራተኛው መሐመድ ‘የአማራ የሸዋ መንግሥት’ የሚለው የኢትዮጵያ መንግሥት ከ1270 ዓ.ም. ጀምሮ ሲሰፋ ኦሮሞዎች ተፈናቅለው ተሰድደዋል ይላል።[47]

ከዓምደ ጽዮን ታሪከ ነገሥት ውስጥ ‘ጋላ’ የሚባል የቦታ ስምም ሆነ ሕዝብ የለም። ‘ጋሳ’ የሚለው የቦታ ስም ‘ጋላ’ የተባለው የመጀመሪያውን የዓምደ ጽዮን ታሪከ ነገሥት የኋላ ዘመን ጸሐፊ እንደገና ሲቀዳ በሠራው የፊደል ግድፈት ምክንያት ነው። የስህተቱ ምንጭ ደግሞ የእሳቱ |ሳ|ና የራብዕ |ላ| ፊደላት የእግር አጣጣላቸው ተመሳሳይነት በመሆኑ

ነው። እላይ በጥቅሱ እንደቀረበው "ጋሳ" የሚለው የስፍራ ስም በመጀመሪያው በዓምደ ጽዮን ታሪከ ነገሥት የተጻፈው በእሳቱ |ሳ| ሳይሆን በንጉሡ |ሣ| "ጋሣ" ተብሎ ነው። በ1784 ዓ.ም. ታሪከ ነገሥቱን በዘመኑ ለነበሩት ለበጌምድሩ ባላባት ለደጅአዝማች ኃይሉ እሸቴ የቀዳው ጸሐፊ ግን ንጉሡ |ሣ|ን በእሳቱ |ሳ| ቀይሮ ከመጻፉም በላይ የፊደሉን አጣጣል ከ|ላ| ጋር አመሳሰለው። ማንፍረድ ክሮፕ በጥናቱ እንዳሳየው የኃይሉ እሸቴ ጸሐፊ የሠራው ስህተት "ጋሣ" የሚለውን "ጋላ" ብሎ መገልበጡ ብቻ አይደለም። ጸሐፊው ሌሎችም ብዙ የፊደልና የሰዋሰው ስህተት ሠርቷል። ለአብነት ያህል "ተጉለት"ን "ተህጉለት"፣ "ረከበ"ን "ረበበ"፣ "ላዕሌሁ"ን "ለሊሁ"፣ "ነዳያን"ን "ነጋድያ"ን፣ "አዕሩጊሆሙ"ን "አዕዱጊኖሙ"፣ "ያኀልቅሙ" የሚለውን "ያኀልቅ ከሙ" ብሎ አሳስቶ ቀድቷል።[48]

እስካሁን ባለው መረጃ መሠረት በአጠቃላይ ዘጠኝ የዓምደ ጽዮን ታሪከ ነገሥት ቅጂዎች ጀርመን፣ ፈረንሳይ እና እንግሊዝ ውስጥ በቤተ መጻሕፍት እና በጥናት ተቋማት ይገኛሉ። እነዚህ ቅጂዎች ከኢትዮጵያ ወደአውሮፓ የሄዱት በተለያየ ዘመን ነው። ከዘጠኙ ቅጂዎች አንደኛው ለንደን ቤተ መጻሕፍት የሚገኘው የመለያ ቁጥሩ 821 [BM. Or. 821] ነው። "Or. 821" የተቀዳው በ1851 ዓ.ም. ሲሆን የተቀዳውም የበጌምድሩ ባላባት ደጅአዝማች ኃይሉ እሸቴ በ1784 ዓ.ም. ካስቀዳው ቅጂ ነው። ይህ ማለት "Or. 821" የቅጂ ቅጂ ነው።[49] ሁለተኛው ፓሪስ ቤተ መጻሕፍት የሚገኘው መለያ ቁጥሩ 147 [BN Eth. 147] ነው። "BN Eth. 147" የተቀዳው በ1808 ዓ.ም. ነው። ይህም የተቀዳው በ1784 ዓ.ም. ኃይሉ እሸቴ ካስቀዳው ነው። ስለዚህ "BN Eth. 147" እና "Or. 821" በይዘት አንድ ናቸው። ሁለቱም የቅጂ ቅጂ ናቸው። ሦስተኛው እና አራተኛው ደግሞ (Eth. Abbadie 118፣ Abbadie 52) ከ1838 እስከ1848 ዓ.ም. ኢትዮጵያ ውስጥ የነበረው ፈረንሳዊው ዳባዲ ከጎንደር ያስቀዳቸው ናቸው። እነዚህም ኃይሉ እሸቴ ካስቀዳው የዓምደ ጽዮን ታሪከ ነገሥት የተቀዱ ናቸው።[50]

ሌሎች ቅጂዎች ሞንዶን ቪዳይ የተባለ ሌላ ፈረንሳዊ ተመራማሪ የሰበሰባቸው ናቸው(Mondon Vidailhet 27, Mondon Vidailhet 61, Mondon Vidailhet 62)። ሁሉም በ19ኛው ምእት ዓመት የተቀዱ ናቸው።[51] ስምንተኛው (MS Orient. Rüpp. Ia) ጀርመናዊው የተፈጥሮ ታሪከ ተመራማሪና አሳሽ ኢድዋርድ ሩፐል በ1832 ዓ.ም. ጎንደር በነበረበት ጊዜ ያስቀዳው ነው። እንደሌሎች ሁሉ ይህም የተቀዳው በ1784 ዓ.ም. ኃይሉ እሸቴ ካስቀዳው ነው።[52] የመጨረሻው (Bodleian XXIX [=Bruce 88]) የሚታወቀው ቅጂ ታዋቂው ስኮትላንዳዊ ተጓዥና አሳሽ ጀምስ ብሩስ ያስቀዳው ነው። ብሩስ ታሪከ ነገሥቱን ያስቀዳው ከ1769 እስከ1771 ዓ.ም. ጎንደር በነበረበት ጊዜ ነው። እስካሁን ከዘረዘርናቸው ሁሉ ቀዳሚው የብሩስ ነው ማለት ነው። ብሩስ ያስቀዳው ኃይሉ እሸቴ ካስቀዳው ይቀድማል። ታዋቂው ጀርመናዊ የታሪክ ተመራማሪ እና የግዕዝ ቋንቋ ሊቅ አገስት ዲልማን የዓምደ ጽዮንን ታሪከ ነገሥት ለመጀመሪያ ጊዜ ወደጀርመን ቋንቋ የተረጎመው ከብሩስ ቅጂ ነው። ብሩስ ባስቀዳው ታሪከ ነገሥት "ጋሣ" እንጂ "ጋላ" የሚል ቃል የለም።[53]

የዓምደ ጽዮንን ታሪከ ነገሥት አሰናድቶ ወደፈረንሳይኛ ለመጀመሪያ ጊዜ የተረጎመው ዡል ፐሩሾን ሲሆን ወደእንግሊዘኛ የተረጎመው ደግሞ እንግሊዛዊው ሀንቲንግፎርድ ነው። ሁለቱም ምሁራን ለትርጉማቸው በዋናነት የተጠቀሙባቸው የኋላ የቅጂ ቅጂዎችን

ነው። ሆኖም ግን እታች እንደምናየው "ጋላ" የሚባል የስፍራም ሆነ የሕዝብ ስም በዓምደ ጽዮን ዘመን እንደሌለና ከቀዳሚ የታሪክ ነገሥቱ ቅጂዎችና ከእነርሱ ሦስት መቶ ዓመት ቀድመው የዓምደ ጽዮንን ታሪክ ነገሥት ያነበቡት አውሮፓውያን በጻፉት መጽሐፍም ላይ "ጋዛ" ተብሎ መጻፉን ሀንቲንግፎርድ ጠቅሶታል። በሀንቲንግፎርድም የእንግሊዝኛ ትርጉም "ጋላ"("Galla") ተብሎ የሚጠራ የቦታ ስምም ሆነ ሕዝብ የለም። በዚሁ መጽሐፍ አንድ ጊዜ "ጋሳ" ተብሎ ተጽፏል። "ጋላ" ተብሎ በስህተት የተቀዳው ከ"ጋላ" ("Galla" [=ኦሮሞ]) የተለየ እንደሆነ ለማሳየት "Gālā" ("ጋላ" ['ላ' ሳይጠብቅ]) ተብሎ በጥንቃቄ ተጽፏል።[54] ፐሩሾን ከግዕዝ ወደፈረንሳይኛ ቋንቋ ተርጉሞ ያሳተመው የዓምደ ጽዮን ታሪክ ነገሥት በለንደን ቤተ መጻሕፍት [BM. Or. 821] እና በፓሪስ ብሔራዊ ቤተ መጻሕፍት [BN Eth. 147] ከሚገኙት ሁለት ቅጂዎች ነው። ብሩስ ያስቀዳውንም [=Bruce 88] ለማመሳከሪያ ተጠቅሞበታል። ሀንቲንግፎርድ ወደእንግሊዘኛ ያሳተመው የፐሩሾንን የፈረንሳይኛውን ሲሆን ዳባዲ ያስቀዳውን [Eth. Abbadie 118] በተጨማሪ ለማመሳከሪያ ተጠቅሞበታል። ከዚህም በላይ ከነሱ ቀድመው በ17ኛው ምእት ዓመት ኢትዮጵያ ውስጥ የነበሩት ጴጥሮስ ፓይዝና አማኑኤል ደ አልመዳ የተባሉ የካቶሊክ ወንጌል ሰባኪዎች ስለኢትዮጵያ ታሪክ የጻፏቸውን መጻሕፍት ለማመሳከሪያነት እና ለንፅፅር ተጠቅመውባቸዋል።[55]

በዘመን ቀዳሚውን የታሪክ ነገሥቱን ቅጅ ያነበበው በ17ኛው ምእት ዓመት ኢትዮጵያ የነበረው ጴጥሮስ ፓይዝ ነው። ፓይዝ የዓምደ ጽዮንን ታሪክ ነገሥት ብዙም ለውጥ ሳያደርግ ቃል በቃል ወደፖርቱጋል ቋንቋ ተርጉሞ በመጽሐፉ ላይ አቅርቦታል። ይህ መጽሐፍ በቅርብ ጊዜ ወደእንግሊዘኛ ተተርጉሞ ታትሟል። ፓይዝ የተጠቀመበት የዓምደ ጽዮን ታሪክ ነገሥት ከሁሉም ቀዳሚ ነው። በፓይዝ በተተረጎመው የዓምደ ጽዮን ታሪክ ነገሥት "ጋዛ" ("Gazâ/Gaçâ") እንጂ "ጋላ" የሚል ቃል የለም።[56] ሲጠቃለል ፐረሾንና ሀንቲንግፎርድ የተጠቀሙበት የቅጂ ቅጂ ታሪክ ነገሥት ነው። በተመሳሳይ ሀንቲንግፎርድ ያሳተመው የእንግሊዘኛው የዓምደ ጽዮን ታሪክ ነገሥት የትርጉም ትርጉም ነው። በዘመን ቀዳሚ የሆኑትን የታሪክ ነገሥቱ ቅጂዎችና የዲልማንን የተደነቀ ትርጉም ባለማገናዘቡ ሀንቲንግፎርድ መጽሐፉን ከገመገመው ከዊልያም ኡሌንዶርፍ ከባድ ነቀፌታና ትችት ደርሶበታል።[57] በመጨረሻም ማራሲኒ እና ክሮፐ ሁሉንም ቅጂዎች እና ትርጉሞች ከቀዳሚው ታሪክ ነገሥት ጋር አመሳክረው የዓምደ ጽዮንን ታሪክ ነገሥት ወደጣሊያንኛ እና ጀርመንኛ ተርጉመውና አሰናድተው አሳትመውታል። ሁለቱም ምሁራን በግልጽ እንዳሉት በዓምደ ጽዮን ታሪክ ነገሥት ውስጥ "ጋላ" የሚባል የስፍራም ሆነ የሕዝብ ስም የለም።[58]

የአንዳንድ ፊደሎች አጣጣል በጣም ተመሳሳይ ነው። እንደ |ሳ|ና |ላ| ባሉት ተመሳሳይ ፊደሎች ቅርጽና አጣጣል ምክንያት የሚከሰት ግድፈት የሚጠበቅ ነው። ያልተጠበቀው ግን መሐመድና ጌታቸው ያሳዩት ቸልተኝነት ነው። ጌታቸው የመጀመሪያውን ታሪክ ነገሥትና በኋላ የተገለበጡትን ቅጂዎች ሳያመሳክርና ወቅታዊ የሆነውን የምሁራን ሥራ ዋቢ ሳያደርግ ያልተጠበቀ ሥሕተት ሠራ። መሐመድ "ሀገረ ጋላ" የሚለውን ቃል ትክክል መሆኑን ሳያጣራና ሳይመረምር የተቀበለበት ምክንያት የኢትዮጵያን ታሪክ እና ሥነጽሑፍ በመመርመር፣ ብዙ የታሪክ ሰነዶችን በመተርጎምና በማደራጀት የሚታወቀው ጌታቸው ትክክለኛ ነው ብሎ ስለተቀበለው ሊሆን ይችላል። ነገር ግን እንኳን መሐመድ አገኘሁት የሚለውን ይቅርና ከዚህ በፊት በምሁራን ዘንድ ያልታወቀ ተራ ነገርም ቢሆን በዓምደ

ጽዮን ታሪከ ነገሥት ላይ ተጽፎ ተገኘ ሲባል ትኩረት መሳቡ እንደማይቀር ማወቅ ነበረበት። መሐመድም ወቅታዊ የሆነውን የታሪከ ነገሥቱን ትርጉም ሳይጠቀም የጌታቸውን ትርጉም ብቻ ትክክል ነው ብሎ ለምን እንዳመነ የመግለጽ የሙያ ግዴታ አለበት። መሐመድ እራሱ የሚጠበቅበትን ሳያደርግ ፐረሾንና ሀንቲንግፎርድን አለአበሳቸው እንዲህ ሲል ይተቻቸዋል፡-

> Despite such unmistakable reference to the Galla and their country, Jules Perruchon, who translated Amda-Siyon's chronicle from Geez into French, and G.W. B. Huntingford, who translated it into English, replaced Galla by Gala and the country of the Galla by the country of Gala. They did this most probably because they assumed Gala to be a different people from Galla, who were not thought to be within the Chirstian kingdom before the middle of the sixteenth century.[59]
>
> <u>ትርጉም</u>
> ምንም እንኳ እንዲህ ዐይነት ስለጋሎችና ስለአገራቸው የማያሻማ ማጣቀሻ ቢኖርም የዓምደ ጽዮንን ታሪከ ነገሥት ከግዕዝ ወደፈረንሳይኛ የተረጎመው ዡል ፐርሾን እና ወደ እንግሊዘኛ የተረጎመው ጂ. ደብል ዩ. ሀንቲንግፎርድ "ጋላ"ን ['ላ' ጠብቆ ሲነበብ በ "ጋላ" ['ላ' ሳይጠብቅ] እና አገራቸውን ደግሞ የ"ጋላ" ['ላ' ሳይጠብቅ] አገር በሚለው ተክተውታል። ይህን ያደረጉበት ምክንያት ጋላ ['ላ' ሳይጠብቅ] ከ16ኛው ምእት ዓመት አጋማሽ በፊት በክርስቲያኑ መንግሥት ውስጥ ይኖራሉ ተብለው ከማይጠበቁት ከጋላ የተለየ ሕዝብ ነው ብለው ስላመኑ ይሆናል።

መሐመድ ኦሮሞዎች ከ16ኛው ምእት ዓመት በፊት ባይኖሩም የግድ መኖር አለባቸው ብሎ የፖለቲካ ውሳኔ የወሰነ ይመስላል። ለተነሳበት ዓላማ መሳካት የሚጠቅመው ከሆነ ስህተትም ቢሆን ማንኛውንም መረጃ ለመቀበል ዝግጁ ነው።

ከዓምደ ጽዮን ታሪከ ነገሥት በተጨማሪ 'ጋሣ' የሚለው የቦታ ስም አባ አበከረዙንን ጨምሮ ለብዙ እስጢፋኖሳውያን ጻድቃን መነኮሳት በተጻፉ ገድሎች ተጠቅሶ እናገኘዋለን። ሁሉም ገድሎች የተጻፉት የዓምደ ጽዮን ታሪከ ነገሥት ከተጻፈ ከአንድ መቶ ዓመት በኋላ ነው። እስጢፋኖሳውያን ከኢትዮጵያ ቤተ ክርስቲያን መሪዎች እና ከንጉሡ ጋር በሚከተሉት ሃይማኖት ምክንያት በተወገዙ ጊዜ የተጋዙት በፈጠጋር እና በደዋሮ ውስጥ ወደሚገኙ የተለያዩ ስፍራዎች በተለይም ደግሞ ወደጋሳ እንደሆነ ገድላቸው ያስረዳል። ስለጋሳ በገድሉ ከተጻፉት የሚከተለውን ጠቅሰናል፡-

> ንጉሡ (ዘርዓ ያዕቆብ) እንዳሰበው ማድረግ ሲያቅተው ጊዜ በየአረሜው ቤት የበተናቸውንና <u>በምርጋይ</u> ያሉትን ከ፩ ቦታ እንዲሰበስቧቸው አዘዘ።(ሲሰበሰቡ) እያንዳንዳቸው በየአረሜው ቤት በእሥራት እንዲኖሩ <u>ጋሳ</u> ወደምትባል የአረሜ ምድር እንዲወስዷቸው አዘዘ። ወታደሮቹ ትዕዛዙን ተቀብለው ወደዚያች ሀገር ወሰዷቸው። ለዚያ ሀገር ሹም አስረከቡት እና ንጉሡ ያለውን ነገሩት። ተረከቦ እንዲያስሯቸው ሎሌዎቹን አዘዟቸው።[60]
>
> አቡነ ተወልደ መድኅን <u>በጕንጽ</u> በእሥራት ባለበት <u>ጊዜ በጋሳ</u> እና <u>በዳትር</u> በሌሎችም ቦታዎች ያሉትን ወንድሞች መበታተን አሰቦ ወደነፍስ አባታችን ወደሊቀ ማህበሩ፣ "በፊት አባታችን ሽማግሌዎችን እንድታጽናናና እንድታረጋጋ፣ ወጣቶችን እንድታጽናናና እንድትጠብቅ፣ ሕፃናትን

> እንድታሳድግ፣ እስረኞችን እንድትጠይቅ፣ ብዙዎቹን እንድትደግፍ ሾሞህ የለምን?" የሚል (ቃል) ከሰላምታ ቃል ጋር ላከበት።[61]

> ተባርከው ከዚያ፣ የአቡነ እስጢፋኖስን ሥጋ ወደአቃጠሉባት እግበራ ወደሚሏት አገር ሄዱ። አጽሙን አውጥተው (በድብቅ) በሚጠበቅበት አኖሩት። ከዚያ፣ ወንድሞች በአረሚ እጅ ታስረው ወደተበተኑበት ሄደ። ከጋሳ ሀገር ሲደርስ ሰበሰባቸውና፣ "ሰላም ለናንተ ይሁን" አላቸው። እነሱም፣ ሰላም መለሱለት። ለእግዚአብሔር አብረው ሰገዱ።[62] (አጽንኦቱን ተጨመረ ነው)

የእስጢፋኖስ ገድሎች ቅዱሳኑ የተጋዙበት ጋሳ እንደሆነ ያረጋግጣሉ። ጋሳ ቢያንስ አራት ጊዜ ተጠቅሷል። በገድሉ ባለው መረጃ መሠረት ጋሳ ለንጉሡ በታመነ መኮንን ይተዳደር ነበር። ለዚህ ነው ቅዱሳኑ የተጋዙበት። ከጋሳ ጋር አብሮ በገድሉ ላይ የተዘረዘሩት አገሮች አዳል፣ ደዋሮና ይፋት ናቸው። ስለዚህ ዓምደ ጽዮን ታሪከ ነገሥት ላይ ያለው ጋሳና በእስጢፋኖስ ቅዱሳን ላይ ያለው ጋሳ አንድ ነው።

የመሐመድ እና የጌታቸው ስህተት "ሀገረ ጋሳ"ን ሳያጣሩ "ሀገረ ጋላ" ማለት ነው ብሎ በመቀበል ብቻ አያቆምም። ሁለቱም ምሁራን የዓምደ ጽዮንን ታሪከ ነገሥት ባለማመሳከራቸው ምክንያት የሠሩት ስህተት ሌሎችንም ስህተቶች እንዲሠሩ ዳረጋቸው። ኦሮሞዎች በ14ኛው ምእት ዓመት ከተጻፈው ከዓምደ ጽዮን ታሪከ ነገሥት ላይ ከተገኙ ቀደም ባለው ዘመን ኢትዮጵያ ውስጥ መኖር አለባቸው ወደሚል ድምዳሜ እንዲደርሱ የገፋፋቸው ይመስላል። ሁለቱም ኦሮሞዎች በኢትዮጵያ ከዛጔ ምናልባትም ከአክሱማውያን ዘመን ጀምሮ ይኖሩ ነበር ይላሉ። በመቀጠልም የዛጔ ነገሥታት በኦሮሞዎች ገዳ ተብሎ ከሚታወቀው "ዓውደ ግዛት" ጋር ተመሳሳይ የሆነ የአስተዳደር ሥርዓት ነበራቸው ይላሉ። ከዚህም አልፎ እንደጌታቸው ከሆነ የአክሱማውያን የነገሥታቱ ስም አወጣጥ ከኦሮሞዎች ገዳ ስም አወጣጥ ጋር ተመሳሳይ ነው።[63] ቀጥሎም ጌታቸው የሚከተለውን ይላል፡-

> ዛጔዎችም ተመሳሳይ የአውድ ግዛት (ጋዳ) ሳይኖራቸው አይቀርም። ለምሳሌ የግዛት ዘመናቸው የተመዘገበ ሁለት የነገሥታት ዝርዝር አለ። ባንደኛው ዝርዝር ውስጥ ከተመዘገቡት 11 "ነገሥታት" 8ቱ 40 40 ዓመት ገዝተዋል። ይህ 40 ዓመት ዓውደ ግዛት መሆን አለበት። አለዚያማ ይህ ህሉ ተመሳሳይነት እንዴት አጋጣሚ ሊሆን ይችላል። የጸሐፊዎች ፈጠራ ነው የሚል ትርጉም መስጠትም አያረካም።[64]

ጌታቸው ስለኦሮሞና ዛጔ "የአውድ ግዛት" ተመሣሣይነት ለሠነዘረው አስተያየት የጠቀሰው የታሪክ ምንጭ የዛጔ ዘመነ መንግሥት ከተፈጸመ እጅግ ዘግይቶ የተጻፈ መሆኑን ማስታወስ ያስፈልጋል። ከመጨረሻዎቹ ሁለት ነገሥታት በቀር ከስማቸው የዘለለ ስለዛጔ ነገሥታት በዘመናቸው የተጻፈ የቆየን አንዳችም የታሪክ ምንጭ የለም። የየአንዳንዱን ነገሥታት የሥልጣን ዘመን ቀርቶ የዛጔ ስርወ መንግሥት ስለጀመረበት ትክክለኛ ዓመት እንኳ በምሁራን መካከል ስምምነት የለም።[65]

አርባ አርባ ዓመት የነገሡ የዛጔ ነገሥታት እንኳ ነበሩ ቢባል ከገዳ ጋር ተመሳሳይ ነው ለማለት በቂ ምክንያት ሊሆን አይችልም። በዓለም ላይ ብዙ ተመሳሳይ ነገሮች ፈልጎ ማግኘት ይቻላል። ለምሳሌ በኢትዮጵያ ክርስቲያኖች በተለይም በአማራው ኅብረተሰብ 40 ቁጥር የተለየ ስፍራ አለው። ሙሴ በሲና በርሀ 40 ዓመት ኖሯል ተብሎ ይታመናል።

ኢየሱስ ክርስቶስ በገዳመ ቆሮንጦስ 40 ቀን ጾሟል የሚባል ተረትም አለ። ሰዎች ዕድል ተስፋቸው የሚወሰንላቸው በ40 ቀናቸው ነው የሚባል እምነትም አለ (ይህ የ40 ቀን ዕድል የሚባለው ነው)። ሰዎች በሞቱ በ40 ቀናቸው እና በ80 ቀናቸው በተለየ ይዘከራሉ። አንድ ሴት/ወንድ ሕጋዊ ባሏን/ሚስቱን የ80 ባሌ/ሚስቴ ነው/ናት ማለት በጣም የተለመደ ነው። ከቁጥር 40 እና 80 ጋር ተያይዞ የሚታመነውን እዚህ ዘርዝሮ መጨረስ አይቻልም። ከ40 እና ከ80 ቁጥር ጋር በአማራው ሕዝብ የሚታመነውን ከገዳ (በጌታቸው አገላለጽ "የአውድ ግዛት") ጋር ከተራ መመሳሰል ያለፈ ምንም ግንኙነት የለውም። በገዳ ድርጅት እና አርባ አርባ ዓመት ገዙ በተባሉት (ለዚያውም ትክክል መሆኑ የማይታወቅ) የዛጔ ነገሥታትም እንዲሁ።

መሐመድ ጌታቸውን ስለኦሮሞና ዛጔ "የአውድ ግዛት" ተመሳሳይነት የሰነዘረውን ግምት እና ታየ ኦሮሞ በዛጔ ዘመን ወደኢትዮጵያ ገባ የሚለውን ትርክት ከመቀበል አልፎ የራሱን ልቦለድ ትርክት ጨምሮበታል። መሐመድ እንዲህ ይላል፡- "ጋላ የኦሮሞ መጠሪያ ሆኖ በዛጔ ዘመን ከተጻፈ ኦርቶዶክስ ቤተ ክርስቲያን ገድል ላይ ለመጀመሪያ ጊዜ መጠቀሱ ምንም አያስደንቅም" ("It is not surprising then that the name Galla, as a designation for the Oromo people, appeared for the first time... in the Orothodx Church hagiography during the Zagwe period (c. 1000-1270))"።[66] መሐመድ እንዲህ ይበል እንጂ በዛጔ ዘመን የተጻፈ ገድል እስከዛሬ ድረስ አልተገኘም።

በምዕራፍ 2 እንዳየነው የዛጔ ነገሥታት የአክሱማውያን ሥልጣኔ እና ሥነ መንግሥት ወራሾች ናቸው። የዛጔ ሥርወ መንግሥት በመምጣቱ ምክንያት የተቋረጠ የአክሱማውያን የባህል፣ የሃይማኖት፣ የአስተዳደር፣ የቋንቋ እና የመንግሥት ሥርዓት የለም። በሌላ አነጋገር ዛጔዎች ከአክሱማውያን የተለየ ሥነ መንግሥት፣ ባህል፣ ሥነ ጽሑፍ እና ሥነ ሕንጻ የላቸውም። አገዎች በአክሱም መንግሥት ሥር ከመሆናቸው በፊት የራሳቸውን መንግሥት አቁመው ለብቻቸው የኖሩበት ጊዜ የለም። የአገው ሕዝብ ለአንድ ሺህ ዓመታት ገደማ በአክሱማውያን ሥር ይተዳደር ነበር። የአክሱማውያን መንግሥት ሲዳከም የመንግሥቱ ማዕከል የሄደው የአገው ሕዝብ ወደሚኖርበት አካባቢ ነው። ከአንድ ሺህ ዓመት በላይ በአክሱማውያን ሥር የኖሩት አገዎች፣ የገዳ ሥርዓት የሚመስል የተለየ የራሳቸው "የአውድ ግዛት" ጠብቀው ሊኖሩ ከቶ አይቻላቸውም። ፓውሎ ማራሲኒ ስለዛጔ ነገሥታት የአገዛዝ ሥርዓት ያጠናው አጭር ጥናትም የሚያሳየው ይህንኑ ነው።[67]

ጌታቸው ኦሮሞዎች በዓምደ ጽዮን ዘመን ኢትዮጵያ ስለመኖራቸው ቢጽፍም ከኢትዮጵያ ለቅቀው የወጡበትን ምክንያት አይናገርም። ነገር ግን መረጃ ባይገኝም ኦሮሞዎች ኢትዮጵያ ከኖሩ ለምን እንደወጡ ማብራሪያ መስጠት የግድ ስለሚያስፈልግ ጌታቸው የሚከተለውን ግምት ሰጥቷል፡- "ወይም የጀርመን ተመራማሪዎች ሱማሌዎች ከአንድ ሺህ ዓመት በፊት ከመሀል ኢትዮጵያ ተነሥተው ወደዳር የሄዱ ኢትዮጵያውያን ለመሆናቸው ምልክት እንዳገኙ፣ ኦሮሞዎችም በአንድ ዘመን ወደደቡብ የሚያርቃቸው እክል አግኝቷቸው ከኢትዮጵያ ወጥተው ሄደው ይሆናል።"[68] ጌታቸው በደፈናው ኦሮሞዎች "እክል አግኝቷቸው" ኢትዮጵያን ለቀቁ ያለውን መሐመድ እክሉን ፈልጎ

የጎደለውን ሞልቶታል። መሐመድ ለኦሮሞዎች "እክል" የሆነና ከአገር እንዲለቅቁ ያደረጋቸው የዓምደ ጽዮን ዘግናኝ ፍጅት ነው ይላል፡-

> From the time he arrived until the time he left *Hagara Galla* (the country of the Galla), Amda-Siyon appears to have stayed in this district located near Dawaro. This district must have been heavily cultivated and densely populated to have supported Amda-Siyon's large army for five weeks. His victories were accompanied by appalling carnage and destruction that probably sent different groups fleeing from the center of the storm, abandoning their property and territory to seek refugee in difficult areas where geographic features of distance held out hope of asylum.[69]
>
> <u>ትርጉም</u>
>
> አገረ ጋላ (የጋሎች አገር) ከገባ ጀምሮ ለቆ እስከሚወጣ ድረስ ዓምደ ጽዮን ደዋሮ አጠገብ ከሚገኘው ከዚሁ ወረዳ የቆየ ይመስላል። የዓምደ ጽዮንን ከፍተኛ ቁጥር ያለው ሠራዊት አምስት ሳምንት ለመደገፍ ወረዳው በጣም የለማ እና ከፍተኛ ቁጥር ያለው ሕዝብ የሚኖርበት መሆን አለበት። ያገኘውን ድል የተከተለው አሰቃቂ ጭፍጨፋና ጥፋት ብዙ ሰዎችን ንብረታቸውን እና አገራቸውን ጥለው ራስን ለማትረፍ ተስፋ ወደሚጣልባቸው አስቸጋሪ የሆነ መልክአ ምድር ወደሚገኝባቸው ሩቅ ስፍራዎች ከጥፋት ማዕበሉ ማዕከል ሸሽተው እንዲሄዱ አደረጋቸው።

መሐመድ ዓምደ ጽዮን በኦሮሞዎች ላይ ዘግናኝ ፍጅት ፈጽሟል ይላል። ከፍጅቱ የተረፉት ደግሞ ንጉሡ ወደማይቆጣጠረው አገር ነፍሳቸውን ለማትረፍ ሸሽተው ሄዱ ይላል። መሐመድ ሀሰን በኦሮሞዎች ላይ ንጉሡ ፍጅት ፈጸመባቸው የሚለው ሰዎቹ ባልነበሩበት የዓምደ ጽዮን ታሪክ ነገሥት ጸሐፊ "ሀገረ ጋዣ" ያለውን ሀገረ "ጋላ" ብሎ አንብቦ ነው። ከታሪክ ነገሥቱ መረዳት እንደሚቻለው ዓምደ ጽዮን በአገረ ጋዣ ያደረገው ጦርነት የለም። ንጉሡ ሚያዝያ 18 ቀን 1332 ዓ.ም. በጋዣ በዓለ ፋሲካን አሳልፎ "ብሔረ ሰማርያ" ላይ ጦርነት አድርጎ እንደነበረ ብቻ ነው ታሪክ ነገሥቱ የሚነግረን። የመሐመድ ልብወለድ ትርክት በዚህ ብቻ አያበቃም።

መሐመድ እንደሚለው ያልነበሩትን ሀሳዊ ኦሮሞዎች ኢትዮጵያን ለቅቀው የወጡት በዓምደ ጽዮን ወይም ከዓምደ ጽዮን ቀጥሎ በነገሡት ነገሥታት ጊዜ ነው። በተጨማሪም በዓምደ ጽዮን የተባረሩትን ኦሮሞዎች የቦረን ጎሣዎች ናቸው ይላል። እንደመረጃ የሚያቀርበው ደግሞ በቦረን ጎሣዎች የሚነገር ተረት ነው። በተረቱ መሠረት ቦረኖች የጥንት አገራቸውን የለቀቁት ሰው ከሚበላው "ሊቅምሳ" ከሚባል የኦሮሞ ጠላት ከሆነ ጭራቅ ራሳቸውን ለማትረፍ ስለተሰደዱ ነው። መሐመድ ምንም የታሪክ ምንጭ ሳያቀርብ ተረቱ የሚያመለክተው ኦሮሞዎች በንጉሥ ዓምደ ጽዮን ዘመን ከኢትዮጵያ የወጡበትን ዘመን ነው ይላል። በሌላ አነጋገር ሊቅምሳ የተባለው የኦሮሞ ጠላት የሆነ ጭራቅ ዓምደ ጽዮን ነው ይላል።[70] ይህን የቦረኖች ተረት ጣሊያናዊ የታሪክ ተመራማሪ ኢንሪኮ ቸሩሊ እጥንቶታል። ቸሩሊ እንደሚለው ከሆነ ተረቱ ኦሮሞዎች በሶማሌዎች ተገፍተው ከጥንት አገራቸው ከማዕከላዊ የደቡብ ሶማሊያ የተባረሩበትን ታሪክ የሚያወሳ ነው። እንግሊዛዊ የታሪክ ተመራማሪ ሀንቲንግፎርድ በበኩሉ ተረቱ የተፈጠረው ኦሮሞዎች በሲዳማዎች ተገፍተው አገራቸውን ከለቀቁበት ታሪክ ጋር በተየያዘ ነው።[71]

ጌታቸውና መሐመድ እንደሚሉት ኦሮሞዎች ከጥንት ጀምሮ በኢትዮጵያ ቢኖሩ ኖሮ ከአገራቸው ሲወጡ የጥንቱን አኗኗር ባህላቸውን ወደተሰደዱበት አገር ይዘውት ይሄዱ

ነበር። እላይ እንዳየነው መሐመድ "ሀገረ ጋላ" ብሎ በተረጎመው ስፍራ የእርሻ ሥራ ተስፋፍቶ እንደነበረ ጽፏል።[72] ይህ ማለት ደግሞ ኦሮሞዎች በበሬ ማረስን ጨምሮ የግብርና ባህል ያውቁ ነበር ማለት ነው። መሐመድ እንደሚለው በዓምደ ጽዮን ጦርነት ምክንያት ከኢትዮጵያ የወጡትና ከጥንት አገራቸው የሚኖሩት ኦሮሞዎች ከፊል ገበሬዎችና ከፊል ከብት አርቢዎች ነበሩ። አክሎም ኦሮሞዎች ከከፊል ግብርና ከፊል ከብት እርባታ ሙሉ በሙሉ ወደከብት እርባታ የተሸጋገሩት ኢትዮጵያን በሚወርሩበት ጊዜ በፍጥነት ለመንቀሳቀስ ተስማሚ ሆኖ ስላገኙት ነው ይላል።[73] እርሱ እንደሚለው በዓምደ ጽዮን ዘመን በግብርና የሚተዳደሩ ኦሮሞዎች ከኢትዮጵያ ተባርረው ቢሆን ኖሮ የግብርና ሥርዓቱንም ይዘውት ይሰደዱ ነበር። ሁለተኛው ከጥንት ሀገራቸው ሳይንቀሳቀሱ የሚኖሩትና የኬንያ ኦሮሞዎች በዋናነት የሚታወቁት እስከቅርብ ጊዜ ድረስ በከብት እርባታ እንጂ በግብርና አይደለም። ስለኦሮሞ ባህል እና ታሪክ ሰፊ ጥናት ያደረገው ጀርመናዊው ኢኬ ሀበርላንድ በአንዳንድ የቦረን ኦሮሞ ጎሣዎች ገብስ ማምረት የሚታወቅ እንደሆነ ጽፏል። ነገር ግን በነዚህ ጎሣዎች ዘንድ የሚታወቀው ውስን ግብርና በደጋው ኢትዮጵያ እና በሌሎችም አካባቢዎች ከሚታወቀው የግብርና ባህል ጋር ምንም ዐይነት ተመሳሳይነት እንደሌለው በአጽንኦት ጽፏል። በተጨማሪም ሀበርላንድ ቦረኖች ከመቼ ጀምሮ የገብስ ግብርና እንደጀመሩ አይናገርም።[74]

ኦሮሞዎች በግብርና ረግቶ መኖርን ጨምሮ የኮሶ መድኃኒት መጠጣት፣ ፈረስ ግልቢያና ሌላም ብዙ ነገር የተማሩት ወደኢትዮጵያ ከመጡ ከ16ኛው ምእት ዓመት ጀምሮ ከኢትዮጵያውያን ነው። ለዚህ ደግሞ ሁለት ወሳኝ መረጃዎች ማቅረብ በቂ ይመስለናል። አንደኛው በ1593 ዓ.ም. አባ ባሕርይ የጻፈው የኦሮሞ ታሪክ ነው። ባሕርይ ኦሮሞዎች በፈረስ መዋጋት የለመዱት ወደኢትዮጵያ ከገቡ በኋላ እንደሆነ ጽፏል። በተጨማሪም ኦሮሞዎች የኮሶ መድኃኒት መጠጣት የጀመሩት ወደኢትዮጵያ ከመጡ በኋላ ቢፎሌ በተባለው በአራተኛው ሉባ (1546-1554) ጊዜ እንደሆነ አክሎ ጽፏል።[75]

ሁለተኛው በዓፄ ምኒልክ ዘመን የወለጋው ባላባት ደጅአዝማች ኩምሳ ሞረዳ (የኋላው ገብረ እግዚአብሔር) በወለጋ አካባቢ ስለሰፈሩት የቦረን ጎሣዎች ታሪክ ያጻፈው የታሪክ ጽሑፍ ነው። ገብረ እግዚአብሔር ባስጻፈው ታሪክም ኦሮሞዎች ኮሶ መጠጣት፣ እንጀራ መብላትና ግብርና የለመዱት ወደኢትዮጵያ ከመጡ በኋላ እንደሆነ ባሕርይ ከጻፈው ጋር ተመሳሳይ ምስክር እናገኛለን። ምስክርነቱ በጣም ጠቃሚ ስለሆነ ቀጥሎ ቃል በቃል ጠቅሰነዋል፡-

> [ዘጠኙ ቦረኖች] ከናታቸው ጋር ወንዝ ለወንዝ ሲሄዱ የውኃ ሙላት አገልግል እንደተቆለፈ ይዞ መጣ። ያነን አገልግል ከፍተው ቢዐዩት እንጀራና ኮሶ ስጋ የሚበላበት ካራ ይኸነን ከሰው ውሐው በልቶ ይዞ ሲ[ሄ]ድ አግኝተው ከፍተው ቢአዩት ከአገልግሉ ውስጥ እንጀራ፣ ኮሶ፣ የሥጋ መብያ ካራ ተገኘበት። በዚሁ ከዚያ በፊት ኮሶ መ[ጠ]ጣትም የለም አያውቁሙ ነበር እናታቸውም እንጀራውንም አቀመሰቻቸው ኮሶውንም አጠጣቻቸው። በዚህ ከዚያ ከአሉበት ስፍራ ተነስተው ያነን አገልግል ውሓው በመጣበት በኩል አድርገው አሻቅበው በውሐው ወንዝ ለወንዝ ሲሄዱ አማራ ሰፍሮ ተቀምጦ ሳለ ደረሱበት። በዚሁ ያ ሰፍሮ ተቀምጦ የነበረ አማራ እነሱን ባዩ ጊዜ ምን አውሬ መጣብን ብለው የያዙትን እቃ ሁሉ ላሙንም ጥሎ ሸሽቶ ሄደ።[76]
>
> ከዚያው ከአሙ ወላቡ ሳሉ ከአማራ እየተነሳ ብዙ ፋቂና ደበናንሣ ገባላቼው። እነዚያ ቦረኖች መሬትም አያርሱም ነበር፤ ከስጋና ከወተት በቀረ እሕልም አይበሉ ነበር። ወዲህና ወዲያ እየዞሩ ከብታቸውን ይጠብቁ ነበር። አሁንም ከዚያ የቀረው ቦረና እስከዛሬ ድረስ ከሥጋና ከወተት በቀር እሕልም አይቀምሥ።[77]

ኦሮሞዎች ኮሶ መጠጣት የጀመሩበት ታሪክ ከተረት ጋር ተደበላልቋል። እውነተኛውን ታሪክ ከተረቱ ነቀስን በማውጣት ካየነው ጥቅሱ ባሕርይ ከሰጠው ምስክርነት ጋር አንድ ሆኖ እናገኘዋለን። ሁለቱንም ምስክሮች በአንድነት ካየን ኦሮሞዎች የኮሶ መድኃኒት፣ እንጀራ መብላትና የግብርና ሥራ የለመዱት ኢትዮጵያ ከመጡ በኋላ ከአማራው እንደሆነ ነው።

ኦሮሞዎች ወደኢትዮጵያ ሲገቡ ያገኙት ሃይማኖት፣ የግብርና ባህል፣ የምግብ ሥርዓት፣ የፖለቲካና የማኅበራዊ ድርጅትና የሥነ ጽሑፍ ባህል ባጠቃላይ እነሱ ከለመዱት ጋር የተለየ እንደሆነባቸው እንገነዘባለን። በተመሳሳይ ኦሮሞዎች ለኢትዮጵያውያን ሁለመናቸው አዲስ ዐይተውት የማያውቁት ሕዝብ ነበር የሆኑባቸው። ማኅበረሰባዊ አደረጃጀታቸው፣ ሃይማኖታቸው፣ የገዳ ድርጅታቸው እና ሌላውም በሚቀጥለው ምዕራፍ በሰፊው የምንዳሥሠው ወግ እና ባህላቸው በኢትዮጵያውያን አይታወቅም ነበር።[78]

6.2 የጎሣዎችና የቦታ ስያሜዎች ዘረፋ

ከዓምደ ጽዮን ታሪክ ነገሥት በተጨማሪ መሐመድና ነጋሶ ጊዳዳ ከ16ኛው ምእት ዓመት በፊት ኦሮሞዎች በባሊ፣ በሸዋ፣ በጅማ፣ በደዋሮ፣ በወጅና በፈጠጋር ለመኖራቸው መረጃ አድርገው የሚያቀርቡት የስፍራ፣ የሰውና የጎሣ ስያሜዎችን ነው። መሐመድ፣ ነጋሶ እና የኦሮሚያ ባህልና ቱሪዚም ቢሮ በጻፏቻው መጻሕፍት ብዙ ኦሮሞ ያልነበሩ የጥንት የኢትዮጵያ ነገዶችና የስፍራ ስሞች ኦሮሞ ሆነው ቀርበዋል። ኦሮሞ ሳይሆኑ ኦሮሞ የተደረጉትን ስፍራዎችና ነገዶች ሁሉንም እዚህ ማቅረብ ስለማይቻል ለአብነት ጅማ፣ ቤረባቦና ሰላሌን ማንሳቱ በቂ ነው ብለን እናስባለን። በተጨማሪም መሐመድ በሸዋ ከጥንት ጀምሮ ይኖሩ ነበር ከሚላቸው የኦሮሞ ጎሣዎች የያያንና የገላን ጎሣዎችን በአብነት እናያለን።[79]

ከኦሮሞ ወረራ በፊት ጋፋቶች በጎጃም፣ በወለቃ፣ በዳሞት፣ በሸዋና በቢዛም ይኖሩ ነበር (ካርታ 14ን ይመለከቷል)። ቤረባቦ ከታወቁት 12 የጥንት የጋፋት ጎሣዎች አንዱ ነው። የቤረባቦ የጥንት አገራቸው ምዕራብ ሸዋ በተለይም ግንደበረት ከአባይ በስተደቡብ በጀማና በሙገር ወንዝ መካከል ነበር።[80] በ16ኛው ምእት ዓመት መጨረሻ የቱለማና የሜጫ ኦሮሞ ጎሣዎች ወደግንደ በረት ሲመጡ እንደሌሎቹ ጋፋቶች ሁሉ ብዙ ቤረባቦዎች ወደጎጃም ሲሰደዱ ሌሎቹ ደግሞ እዚያው ከጥንት አገራቸው ረግተው ተቀመጡ።[81] በመጨረሻም ምንም እንኳ ግንደ በረት የሚለው የጥንት የቦታ ስያሜ እስከዛሬ ቢቀጥልም የቤረባቦ ጋፋቶች ኦሮምኛ ተናጋሪ ሆነዋል። የኦሮሚያ ባህልና ቱሪዝም ቢሮ ባሳተመው መጽሐፍ ግን ቤረባቦዎች አሁን ኦሮምኛ ተናጋሪ ስለሆኑ ከ16ኛው ምእት ዓመት በፊት ጀምሮ ሸዋ የኖሩ የጥንት የኦሮሞ ጎሣዎች እንደሆኑ ተደርጎ ተጽፏል። መጽሐፉ እንዲህ ይላል:- "የቦረና ኦሮሞዎች ግንደበረት ሳይደርሱ ነባር የኦሮሞ ጎሣ እንደነበረ ይገልጻሉ። ይህ ጎሣም "ቤርባቦ" በሚል የጎሣ ስም ይታወቃሉ። ይህ ጎሣም በምዕራብ ሸዋ በግንደበረትና በጀልዱ ወረዳ ውስጥ በስፋት ይገኛሉ።"[82]

የሰላሌን ታሪክም በሚመለከት ብዙ አሳዛኝ የሆነ የልብ ወለድ ትርክት ተጽፏል። መሐመድ ሐሰን ሰላሌን የኦሮሞ የጎሣ ስም አድርጎ አቅርቦታል።[83] ነገር ግን ሰላሌ የሚባል የኦሮሞ ጎሣ በታሪክ የለም። ለመሐመድ ሰላሌ የኦሮሞ የጎሣ ስም የመሰለው በአሁኑ ጊዜ

በአካባቢው ኦሮምኛ በሰፊው ስለሚነገር ነው። የሰላሌ ቀዳሚ አጻጻፉ "ሰላላ" ሲሆን በጥንት ጊዜ በግራርያ ወረዳ ሥር የነበረ ስፍራ ነው። ቃሉም አማርኛ ሲሆን ሰላላን ጨምሮ በአጠቃላይ ግራርያ የአማራ እና የጋፋት ሕዝብ ዐፅመ ርስት ነበር። ስለሰላላ/ሌ ካገኘናቸው የጽሑፍ ምንጮች የዓፄ ሱስንዮስን ታሪከ ነገሥት እና ከኦሮሞ አእሩግ አባት ቃለመጠይቅ በማድረግ የተሰበሰበ የቃል መረጃ በምስክርነት ማቅረብ በቂ ይመስለናል። ሱስንዮስ ከመንገሡ በፊት በተለያዩ የሸዋ አካባቢዎች ከኦሮሞና ከአማራ ተከታዮቹ ጋር የመንግሥት ሰዎችን እየተዋጋ በሽፍትነት ተቀምጧል። በሽፍትነት ከተመላለሰባቸው አካባቢዎች ግንደ በረትና ሰላላ ይገኙበታል። ታሪከ ነገሥቱ የሚከተለውን ይላል፡-

> ባህቱ ተጸወነ አቤተጉን ብዕለ ክርስቶስ በአምባ ወኢወጽአ፤ወልድሰ ወሬዛ ጥቡዓ ልብ ወንቁሃ ሕሊና ቀቲሎ አምጣነ ረከበ ተመይጠ ውስተ ቤተ ጋላ፤ ወተራከቦሙ ለኩሎሙ ሰብኡ ዘጎደጎሙ ዘመቻ በእንተ ድካሞሙ ወነበረ ሶቤሃ በሐንገታሞ፤ወበውእቱ ምድረ ረከቦ ዓብይ ምንዳቤ ረኀብ እስከ በልኡ ሠራዊቱ አሣእን እግሪሆሙ። እስመ ተጎጥ አእከል ለሲሳይ በእንተ ዘኮነት ይእቲ ምድር በድወ ወዓጸ። ወእምዝ ተንሥአ እምይእቲ ምድር ወአመልአ ፍኖቶ መንገለ ግንደ በረት። ወእምዝ የሐውር በጽሐ ምድረ ሰላላ።[84]
>
> ትርጉም
>
> ብዕለ ክርስቶስ ወዳለበት ደረሰ። ከባድ ጦርነት አደረጉ። በሁለቱም በኩል ድል አልተገኘም። ነገር ግን ብዕለ ክርስቶስ ወደአምባው ተጠጋ፤ ከአምባውም አልወጣም። ይህ ልበ ሙሉ ጀግናና የነቃ ሕሌና ባለቤት የሆነው ወጣት ግን ያገኘውን ያህል ገድሎ ወደቤተ [ጋላ] ተመለሰ። በመድከማቸውም ምክንያት ወደዘመቻ ሲሄድ ትቷቸው ከሄደው ቤተሰብ ሁሉ ጋርም በሰላም ተገናኘ። ያንጊዜም ሐንገታሞ በሚባል ስፍራ ተቀመጠ። በዚያም ስፍራ ታላቅ የርሐብ ችግር ገጠመው፤ ተከታዮቹ የእግራቸውን ጫማ እስኪበሉ ድረስ። ለምግብ የሚሆን እህል ታጥቷልና፤ በታዋ ምድረ በዳና ደረቅ ስለሆነች። ከዚህ በኋላ፣ ከዚያች ቦታ ተነስቶ ወደግንደ በረት ጉዞ አደረገ። ሲሄድም ሰላላ ደረሰ።[85]

ሰላላ ከግንደ በረት አቅራቢያ የሚገኝ የቦታ ስም ነው። የቱለማ የኦሮሞ ጎሣዎች ሰላላና ግንደ በረት በስፋት የሰፈሩት በ17ኛው ምእት ዓመት መጀመሪያ ነው። በዚህ ምክንያት ነባሩ ሕዝብ ቀስ በቀስ የኦሮምኛ ቋንቋ ተናጋሪ ሲሆን "ሰላላ"ም ወደ"ሰላሌ" ተቀይሮ የኦሮምኛ ቅርጽ ያዘ።

ከሱስንዮስ ታሪከ ነገሥት በተጨማሪ ስለሰላሌ ያገኘነው ሁለተኛ መረጃ ሪቻርድ ኮክ ሰላሌ ውስጥ ይኖር ከነበረ ዋቅጅራ በዳኔ ከሚባል የ90 ዓመት ዕድሜ ጠገብ የኦሮሞ አዛውንት ጋር ቃለ መጠይቅ አድርጎ ስለአካባቢው ታሪክ የሰበሰበው የቃል መረጃ ነው። ኮክ በቀዳማዊ ኃይለ ሥላሴ ዩኒቨርሲቲ የታሪክ አስተማሪ የነበረ ሲሆን ለዋቅጅራ ቃለመጠይቁን ያደረገው በ1974 ዓ.ም. ነው። ቃለ መጠይቁን አባሪ አድርገን አያይዘነዋል (አባሪ 5)። ዋቅጅራ "ሰላሌ" የስፍራ ስም እንጂ የኦሮሞ ጎሣ ስም እንዳልሆነ መስክሯል። ዋቅጅራ እንደሚለው ሰላሌ የሰፈሩት "ያያ" የተባሉት የኦሮሞ ጎሣ አባላት ናቸው። የያያ ኦሮሞ ጎሣ የጥንት አገር ደግሞ ወላቡ ነው። ዋቅጅራ ወላቡ ተወልዶ ወደሰላሌ እስከመጣው 13ኛው አባቱ ማለትም እስከኦሮ ወደኋላ ሄዶ ትውልዱን ቆጥሮታል።[86] የአንድ ትውልድ ዕድሜ በአማካይ 25 ዓመት ተደርጎ ይወሰዳል። በዚህ መሠረት ወላቡ የተወለደው የዋቅጅራ 13ኛው አባት ከሌሎች የያያ ጎሣ አባላት ጋር ከወላቡ መጥተው ሰላሌ የሰፈሩት በ1649 ዓ.ም. ገደማ ነው ማለት ነው።

የዋቅጅራ ቃለመጠይቅ ሦስተኛና የመጨረሻው ነጥብ የያያ ጎሣዎች ወደኢትዮጵያ የመጡበትን ምክንያት ይመለከታል። በፊት እንዳየነው በቦረን ኦሮሞዎች ዘንድ ሊቂምሳ ስለተባለ ሰው የሚበላ የኦሮሞ ጠላት የሆነ ጭራቅ በሰፊው የሚነገር ተረት አለ። ይህ ሰው የሚበላ ጭራቅ ኦሮሞዎችን ከጥንት አገራቸው እንዳባረራቸው ይናገራሉ። መሐመድ በረኖችን ከጥንት አገራቸው ያሳደዳቸው ዓምደ ጽዮን ነው ብሎ የጻፈውን እላይ አቅርበናል። የዋቅጅራ በዳኔ መረጃ ግን በያያ ጎሣዎች "ወይ" የተባለው ሰው የሚበላው የኦሮሞ ጠላት ዓምደ ጽዮን እንደሆነ የሚያመለክት ነገር የለም። በዋቅጅራ ቃለመጠይቅ መሠረት ያያዎች ወደሰላላ መጥተው ሢሠፍሩ ወደአዲስ አገር እንደመጡ እንጂ መሐመድ እንደሚለው በዓምደ ጽዮን ከተባረሩበት የጥንት አገራቸው እንደተመለሱ አልቆጠሩትም (አባሪ 5ን ይመለከቷል)።

መሐመድ ሰላሌን በሚመለከት ሌላ አሳዛኝ ልብ ወለድ ትርክት ጽፏል። ይህም ሰላሌ የኦሮሞ የጥንት የጎሣ ስም ነው ከሚለው የተሳሳተ መረጃ ተነስቶ ስለጻድቁ አቡነ ተክለ ሃይማኖት የትውልድ ቦታ ስለ"ጽላልሽ" የጻፈው ነው። ጽላልሽ በቡልጋ የሚገኝ ጻዲቁ ተክለ ሃይማኖት የተወለደበት ስፍራ ነው። እንደሌላው የሸዋ የስፍራ ስሞች ሁሉ ኦሮሞዎች በአካባቢው ሲሰፍሩ የተክለ ሃይማኖትን የትውልድ ቦታ ኢቲሳ ብለው ሰየሙት። መሐመድ ጽላልሽ 'ሰላሌ' ከሚለው የኦሮሞ ጎሣ ስም የመጣ ነው ይላል። ከዚያም ምንም ዐይነት ማጣራትና ጥናት ሳያደርግ ቀድሞ ድምዳሜ የደረሰበትን ነገር "ኦሮምኛ ተናጋሪዎች በአካባቢው ከሌሉ እንዴት ቦታዎች በኦሮምኛ ስሞች ይሰየማሉ" ይልና ራሱን ይጠይቃል፦

> Silalish is an ancient name for Itisa. Interestingly Silalish appears to have been derived form Salale, a name of an important Oromo descent group. This means both Itisa and Salale are Oromo names. Could names of places be given Oromo names, if Oromo speakers were not in the area?"[87]
>
> <u>ትርጉም</u>
>
> ሰላሊሽ የኢቲሳ ጥንታዊ ስም ነው። በሚያስገርም ሁኔታ ሰላሊሽ የኦሮሞ ዘር ከሆነው ከሰላሌ የመጣ ይመስላል። ይህ ማለት ኢቲሳ እና ሰላሌ ሁለቱም የኦሮሞ ስም ናቸው ማለት ነው። የኦሮምኛ ተናጋሪዎች በአካባቢው ከሌሉ ለስፍራዎች የኦሮሞ ስያሜ ሊሰጥ ይችላልን?

የኢትዮጵያ ስሞች በእንግሊዘኛና በፈረንሳይኛ ቋንቋ በላቲን ፊደል በሚጻፉበት ጊዜ በተለይ የግዕዝና የራብዕ አናባቢ ድምጾችን የሚለዩት ልዩ እዝል ምልክት በፊደሎች ላይ በማስቀመጥ ነው። ለምሳሌ በላቲን ፊደል የጽላሊሽ ትክክለኛ አጻጻፍ "Ṣelalish/Ṣelališ" ነው። መሐመድ ግን ጽላልሽን ከሰላሌ ጋር ለማመሳሰል ስለፈለገ እዝል ምልክቱን ሳይጨምር "Silalish" ብሎ ጽፎት እናገኘዋለን።

በሙገርና በጀማ መካከል ሰላሌ ውስጥ ለመጀመሪያ ጊዜ የሰፈሩት ኦሮሞዎች ያያ የተባለው ጎሣ አባላት ናቸው። ሰላሌ የሚባል የኦሮሞ ጎሣ የለም። ጽላልሽም ሰላሌ ከሚለው ስም አልመጣም። ጽላሊሽ የተክለ ሃይማኖት (1214-1313) የትውልድ ስፍራ እንደሆነ የጻድቁ ገድል ያረጋግጣል። እስካሁን ድረስ የሚታወቅ በዘመን ቀዳሚው ገድለ ተክለ ሃይማኖት በ15ኛው ምእት ዓመት ዋልድባ ገዳም ውስጥ የተቀዳው ነው። ገድሉ የጻድቁ 7ኛ አያት የሆነው ይድላ ቤተ አማራ ውስጥ ባሕር ቀጋ ከተባለ ስፍራ ተነስቶ

ወደሸዋ እንደመጣ፣ በዞራሬ ልዩ ስፍራው ጽላልሽ በተባለ ስፍራ መኖር እንደጀመረ ይገልጻል ("ወእምህየ ፈለሰ ብእሲ ዘስሙ ይድላ ብሔረ ሴዋ ወበጽሐ ጽላልስ ወነበረ ምድረ ዛራሬ ወወለደ ሕይወትነ በጽዮንሃ")[88]። በ16ኛው ምእት ዓመት እና ከዚያም በኋላ ኦሮሞዎች በሸዋ ሲሰፍሩ እንደሌሎች ሁሉ ጽላልሽንም ኢቲሳ ብለው እንደገና ሰየሙት። ከ16ኛው ምእት ዓመት በፊት ስለቦታው በተጻፉ ቀዳሚ የጽሑፍ መረጃዎች ውስጥ ኢቲሳ የሚባል የቦታ ስም አይገኝም።

ከዚህ ከሰሜን ሸዋ ሳንወጣ መሐመድ ያያና ገላን ስለተባሉት የኦሮሞ ጎሣዎች ብዙ መሰረተ ቢስ ሃተታ ጽፏል። መሐመድ ያያና ገላን በመካከለኛው ዘመን ሸዋ ውስጥ ይኖሩ ነበር ብሎ በእርግጠኝነት ደምድሟል። ለዚህ ምስክር ያደረገው ደግሞ ገድለ ቀውስጦስን ነው። መሐመድ የዓምደ ጽዮንን ታሪክ ነገሥት በቀጥታ ሳያነብብ፣ ስለጽላልሽ እና ሰላሌ ቀዳሚ መረጃዎችን በጥንቃቄ ሳይመረምር የተሳሳተ መረጃ ይዞ ብዙ የህሰት ትርክት እንደጻፈ ዐይተናል። ስለያያና ገላንም የጻፈው የታሪክ ጥሬ ምንጮችን እራሱ ሳይመረምር ሌሎች ሰዎች የጻፉትን ይዞ ነው። መሐመድ የገድለ ቀውስጦስን የኋላ ቅጂዎች ከቀዳሚ ቅጂዎች ጋር አመሳክሮ አልመረመረም። መሐመድ ታደሰ ታምራት ስለገድለ ቀውስጦስ የጻፈውንም ያልጻፈውንም ደጋግሞ ጠቅሷል።[89] ገድሉ ላይ ስለገላን እና የይ የተጻፈውን ቃል በቃል ቀጥሎ ጠቅሰነዋል፡-

> ወተንሥ እምዖማዕተ ማጢ ወዐርገ ቀዳሚ ደብረ የይ። ወረከቦሙ ለሰብአ ደብር እንዘ ያምልክዎሙ ለሰይጣናት ታህተ ዕፀ ኮሞል ነቢሮሙ እንዘ ይበልዑ ወይሰትዩ ወይትዋነዩ በዘፈነ ተንባላት ወያበኩሑ እሳተ በእዴሆሙ ወይትፌዐሙ አፍሐመ እሳት በውስተ አፍሆሙ እኂዞሙ። እንዘ ይዘፍኑ ወይብሉ ርእዩ ሰብአ ገላን ወየይ ዘይገብር አምላኮሙ ዘስሙ ቆርኬ። እንዘ ያድኅነነ እምነደ እሳት። ወኢይውኢ ልሳንነ በአፍሀመ እሳት በኃይሉ ለውእቱ ቆርኬ እግዚእከሙ። ወይሠግዱ ሎቱ ኩሎሙ በጊዜ ጽባሕ ወሠርክ። ወለለ ዕለቱ ያመጽኡ ሎቱ ፻ተ አልህምተ ስቡሐነ፣ ወ፻ አባግዐ፣ ወ፻ አጣሌ፣ ወ፳ መሶበ ኅብስተ ስንዳሌ ፀዓዳ።[90]

<u>ትርጉም</u>

> ከማጢ ዋሻም ወጥቶ ወደየይ ሄደ። የአካባቢውን ሰዎች በእሸ ዛፍ ስር ተቀምጠው እየበሉና እየጠጡ የአሕዛብንም ዘፈን እየዘፈኑ ሰይጣናትን ሲያመልኳቸው አገኘ። እሣቱን በእጃቸው እየታፈኑ፣ ፍሙን በአፋቸው ይጎርሱት፣ እየዘፈኑም ስለአምላካቸው ስለቆርኬ የገላን እና የየይ ሰዎች ሆይ ከእሣት ሲያድን የሚያደርገውን እዩ። በዚህ በጌታቹ በቆርኬ ኃይል የእሣቱ ፍም አፋችንን አላቃጠለንም ይሉ ነበር። ጠዋትና ማታም ይሰግዱለት ነበር። በየቀኑም ፻ት የደለቡ ላሞች፣ ፻ በጎች፣ ፻ ፍየሎች እና ፳ መሶበ ነጭ የስንዴ እንጀራ ያመጡለታል።[91]

ከገድለ ቀውስጦስ ላይ "የይ" የሚባል ተራራ ብዙ ጊዜ ተጠቅሷል። ያያ የሚባል የጎሣ ስም ግን አንድም ቦታ አልተጠቀሰም። መሐመድ ቢያንስ እንኳ "የይ" የሚባለው ተራራ "ያያ" ከተባለው የኦሮሞ ጎሣ ጋር ያለውን ግንኙነት ማስረዳት ይጠበቅበት ነበር። ገድሉ ጻድቁ ቀውስጦስ ወንጌል ከመስበኩ በፊት የገላንና የየይ ሰዎች ቆርኬ የሚባለውን አምላካቸውን ያመልኩ ነበር ይላል። አምላካቸውንም የሚያመልኩት 'ኮሞል'(እሻ) በሚባል ዛፍ ሥር ነው። ምንም እንኳ "ያያ" የሚባል ጎሣ ባይጠቀስም መሐመድ ቀውስጦስ ወንጌልን የሰበከላቸው ሰዎች ያያና ገላን የተባሉት የኦሮሞ ጎሣዎች ናቸው ይላል። መሐመድ ቆርኬ የተባለው አምላክ ያለምንም ጥርጥር ዋቃ ሲሆን የኮሞል ወይም እሻውን ዛፍ የተባለው ደግሞ የአዳ ዛፍ ነው ይላል።[92] ቆርኬና ዋቃ እንዲሁም ኮሞልና

ኦዳ የድምፅ እንኳ መመሳሰል የላቸውም። ቆርኬ ቃሉም በአማርኛ የታወቀ ነው። መሐመድ ዋቃ ያደረገው ቆርኬ ሠሣ የሚመስል ትልቅ አጋዘን ነው።

ገድላትን፣ ድርሳናትን እና ሌሎችንም የጥንት መጻሕፍትን መርምረው፣ የአርትኦት ሥራ ሠርተው የሚያሰናዱ የታርካዊ እና ንጽጽራዊ ሥነ ልሳን ምሁራን ስለአንድ መጽሐፍ ታማኝነት ብይን የሚሰጡት በዘመን ቀዳሚ የሆነውን እና በኋላ የተቀዱትን ቅጂዎችን ካመሳከሩ በኋላ ነው። የታሪካዊ ሥነ ልሳን ምሁራን በዘመን ቀዳሚ የሆነውን የመጀመሪያውን የጥንት መጽሐፍ "Vorlage" ይሉታል። በኢትዮጵያ ቤተ ክርስቲያንም የጽሐፈት እና የሰነድ ስነዳ ባህል የጥንታዊ መጻሕፍት ወይም የሰነዶች ታማኝነት የሚታወቅበት አሠራር ነበር። ለምሳሌ አከራካሪ ይዘት የተገኘበት ገድል ታማኝነቱ ወይም ሀሰተኛነቱ የሚረጋገጠው የገድሉ የጥንቱ ወይም "እናቱ መዝገብ" ታይቶ ነው። በኢትዮጵያ የጽሐፈት እና የስነዳ ባህል "እናት መዝገብ" የሚባለው የታርካዊ እና ንጽጽራዊ ሥነ ልሳን ምሁራን ቀዳሚ/ጥንታዊ መዝገብ ("Vorlage") ከሚሉት ጋር በአሠራርም በጽንሰ ሀሳብም አንድ ነው። በ19ኛውና በ20ኛው ምእት ዓመት ስለሆነው ምሳሌ እናቅርብ። በዓፄ ዮሃንስና (1872-1889) በዓፄ ምኒልክ ዘመነ መንግሥት ሀሰተኛ ገድል እና ድርሳን መጻፍ፣ የአድባራቱን ታሪክ መከለስ የከፋ ደረጃ ደርሶ ነበር። ገድላቱና ድርሳናቱ እንደገና ሲቀዱ ጸሐፊዎች የጥንቱን የቦታ ስምና የሕዝብ ሥርጭት ከቀዳሚው ወይም ከእናቱ መዝገብ ላይ በማይገኝ በአዲስ ስያሜ እየቀየሩ ይጽፉታል። በዚህ ምክንያት የብዙ አድባራት ታሪክና የቦታ ስሞች ተፋልሰዋል። ታሪካቸው የተፋለሰባቸው በትግሬ፣ በሸዋና በጎጃም የሚገኙ አድባራት ከዮሃንስ እና ከምኒልክ ዘንድ ክስ አቅርበው እንደነበረ የተደረጉ ጥናቶች ያሳያሉ።[93]

በ19ኛው ምእት ዓመት ክስ ከቀረበባቸው መጻሕፍት ውስጥ አንደኛው ሀውዜን የሚገኘው የጽረ አብርሐ ወአጽብሐ እና ጎጃም የሚገኘው የመርጡለ ማርያም ሰዎች በአንድነት የጻፉት *ገድለ አብርሐ ወአጽብሐ* ነበር። በገድሉ ምክንያት የአክሱም ጽዮን እና የጽረ አብርሐ ወአጽብሐ ሰዎች ተካስሰው ዓፄ ዮሃንስ ላይ ደርሰው ነበር። ዮሃንስ ገድሉን ምንም ዐይነት የታሪክ መሠረት የሌለው ሰዎች ከአዕምሯቸው አንቅተው የጻፉት የፈጠራ ሥራ ነው ብሎ ፍርድ ሰጥቶ ነበር። የዲማ ጊዮርጊስ እና የመርጡለ ማርያም ሰዎችም በዚሁ ገድል ምክንያት ከዳግማዊ ምኒልክ ዘንድ ተካስሰው ቀርበው ነበር። እንደዮሃንስ ምኒልክ እና መኳንቱም ገድሉን ሀሰተኛ ብለው ውድቅ ካደረጉት በኋላ እንደገና ትክክል ነው ብለው ተቀበሉት። ምኒልክ ገድሉን መጀመሪያ ለምን ውድቅ እንዳደረገው እና ቀጥሎ ለምን እንደተቀበለው ለጎጃሙ ንጉሥ ተክለ ሃይማኖት በጻፈው ደብዳቤ ይነግረናል፦

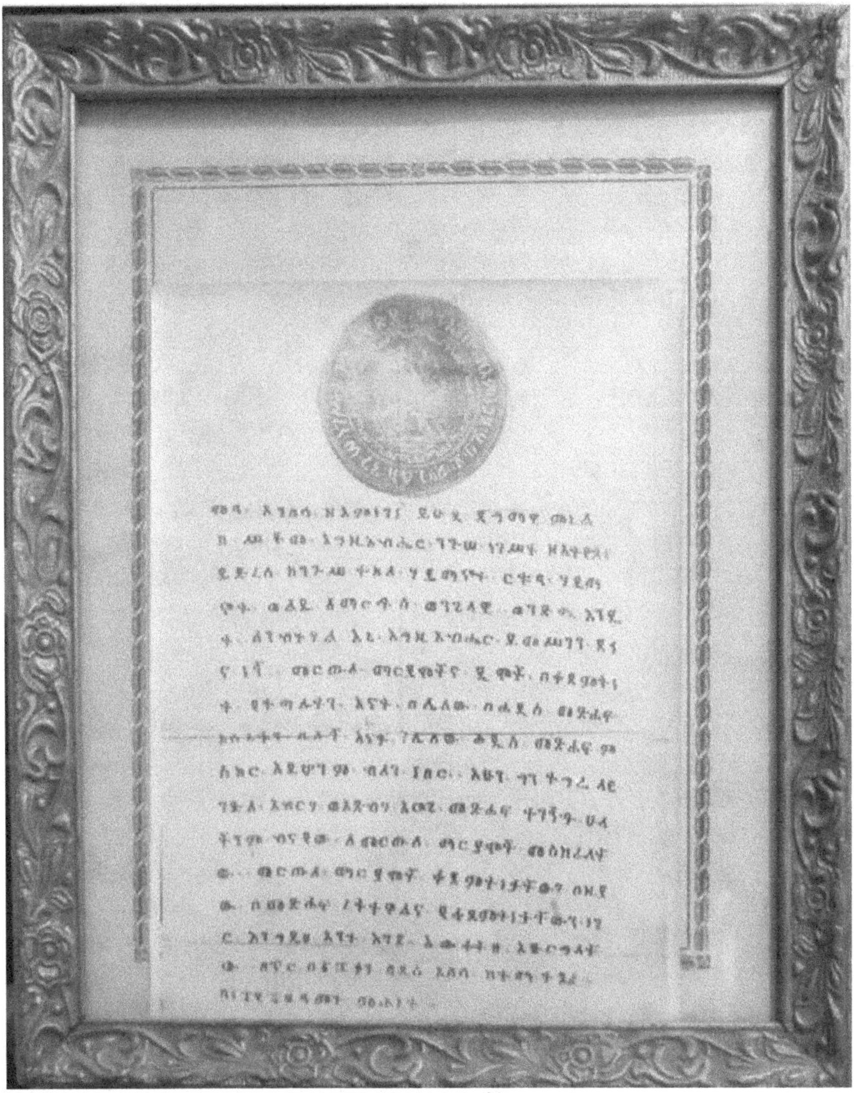

ምስል 11፡- ዓፄ ምኒልክ ለንጉሥ ተክለ ሃይማኖት የጻፈው ደብዳቤ[94]

መርጡለ ማሪያሞች እና ዲሞች በቀደምትነት የተጣሉትን እናት በሌለው በሐዲስ መጽሐፍ አስረቱን ቢሉኝ እናት የሌለው ሐዲስ መጽሐፍ ምስክር አይሆንም ብለን ነበር። አሁን ግን ትግሬ ላይ ገድለ አብርሃ ወአጽብሃ አሮጌ መጽሐፍ ተገኝቶ ሁላችንም ብናየው ለመርጡለ ማሪያሞች መሰከረላቸው። መርጡለ ማሪያሞች ቀደምትነታቸውን በዚያው በመጽሐፍ ረትተዋልና የቀደምትነታቸውን ነገር እንግዴህ አንተ እንደእውቀትህ አድርግላቸው። በጥር በ፳፰ ቀን ባዲስ አበባ ከተማ ተጻፈ። በ፲፰፻፹፱ ዓመተ ምሕረት።[95]

ምኒልክ የገድሉን ታማኝነት አንቀበልም ያለው መርጡለ ማርያሞች መጀመሪያ ለምስክርነት ያቀረቡት አዲስ ቅጂ ስለሆነ ነው። በኋላ የጥንት፣ እናት መዝገብ መጽሐፍ በትግሬ ቤተ ክርስቲያን ስለተገኘ ገድሉን ለማመን ቻሉ። እንደገድለ አብርሐ ወአጽብሐ በዓፄ ልብነ ድንግል ዘመን ተጽፎ የነበረው ድርሳነ ዑርኤል በ19ኛው ምእት ዓመት ይዘቱን ቀይረው የጎጃምና የሸዋ ጸሐፊዎች እንደገና ገልብጠውት ነበር። በዚህ ምክንያት የዲማ ጊዮርጊስ ካህናት ወደዓፄ ምኒልክ ክስ አቅርበው ታርሞ የተጻፈው ድርሳነ ዑርኤል ከየአድባራቱ ተለቅሞ እንዲቃጠል በንጉሡና በሊቀ ጳጳሱ በማቴዎስ ተወስኖ ነበር።[96] ዲሞች እና አክሱሞች፣ ነገሥታቱ ዮሃንስ እና ምኒልክ፣ በዘመኑ የነበሩት አቡነ ማቴዎስ እና ሌሎችም ገድለ አብርሀ ወአጽበሀን የተጠራጠሩት ታሪክ ስለሚቀየር እና ገድላት በተለያየ ዘመን እንደገና ሲቀዱ ጸሐፊዎች ለውጥ እንደሚያደርጉባቸው ስለሚታወቅ ነው።

ታሪኩ በሰፊው የሚታወቀው ክብረ ነገሥት እና ገድለ ተክለ ሃይማኖት ሳይቀር በየዘመኑ ሲቀዱ ጸሐፊዎች እርማትና ለውጥ አድርገውባቸዋል። በማይክል ክላይነርና በዌንዲ ቢልቸር መሠረት በ15ኛው ምእት ዓመት የተጻፈውን ጨምሮ ቀዳሚ የክብረ ነገሥት ቅጂዎች 39ኛው ምዕራፍ ላይ የሰሎሞን ልጅ በይነ ለኪምን "የደቡብ ንጉሥ" ይለዋል። በኋላ ዘመን የተጻፉት የመጽሐፉ ቅጂዎች "የደቡብ የሸዋ ንጉሥ" ብለው ቀይረውታል።[97] ገድለ ተክለ ሃይማኖትም እንዲሁ ብዙ ለውጥ እና እርማት ተደርጎበታል። እስካሁን የሚታወቀው ቀዳሚው የገድሉ ቅጂ በፓሪስ ብሔራዊ ቤተ መጻሕፍት የሚገኘው የመለያ ቁጥሩ MS. Et. 136 ተብሎ የተመዘገበው ነው። ይህ ገድል የተገኘው ከዋልድባ ገዳም ሲሆን የተጻፈው በ15ኛው ምእት ዓመት ነው። ካርሎ ኮንቲ ሮሲኒ የዋልድባውን ቅጂ በመጠቀም ገድሉን አሰናድቶ በ1895 ዓ.ም. ወደጣሊያንኛ ተርጉሞ አሳትሞታል።[98] በ1906 ዓ.ም. እንግሊዛዊው ዋሊስ በጅ ገድሉን ወደእንግሊዝኛ ተርጉሞታል። በጅ ወደእንግሊዘኛ የተረጎመው በዋናነት በ18ኛው ምእት ዓመት የተቀዳውን ለንደን እንግሊዝ ሙዚየም የሚገኘውን የመለያ ቁጥሩ Orient 723 ተብሎ የተመዘገበውን የገድሉን ቅጂ ነው።[99]

በ15ኛው ምእት ዓመት የተጻፈው በኋላ በ18ኛው ምእት ዓመት ከተቀዳው ጋር ከፍተኛ የሆነ ልዩነት አለው። ለምሳሌ የዋልድባው እና ቀዳሚው ገድል የሚጀምረው ከተክለ ሃይማኖትን 7ኛ አያት ከአባ ይድላ እስከጻድቁ ድረስ ያለውን ትውልድ በመዘርዘር ነው።[100] በ18ኛው ምእት ዓመት የተቀዳው በጅ ያሳተመው ግን የጻድቁን የዘር ሀረግ ከአዳም ጀምሮ በመቶዎች የሚቆጠሩ ትውልዶች እስከተክለ ሃይማኖት ድረስ ይዘረዝራል።[101] ከዚያም በገድሉ በምዕራፍ 5 ላይ በተጻፈው መሠረት አባ ይድላን ከ150 ሌዋውያን ካህናት ጋር ወንጌልን ይሰብኩ ዘንድ ወደሸዋ የላካቸው ድግናዛ የተባለው የአክሱም ንጉሥ ነው።[102] በዋልድባ ቅጂ ላይ የድግናዛ ስምም ሆነ ከይዳላ ጋር ወደሸዋ የተላኩ ካህናት ስለመኖራቸው ምንም ነገር አልተጻፈም። በተጨማሪም በዋልድባው ቅጂ ጻድቁ የፈፀማቸው ታምራት ሦስት ብቻ ናቸው።[103] በጅ ባሳተመው ቅጂ ግን በጠቅላላው 44 ታምራት ተጽፈው እናገኛለን።[104] ስለዚህ ብዙ የታሪክ ለውጥ ከተከሰተ በኋላ ገድላት እንደገና በሚቀዱበት ጊዜ በእናቱ መዝገብ ላይ የማይገኝ ብዙ ነገር ይጨመርባቸዋል።

በተመሳሳይ ገድለ ቀውስጦስ ብዙ እርማትና ለውጥ እንደሚደረግበት መገመት አይከብድም። ገድለ ቀውስጦስን የጻፈው መባ ጽዮን የተባለው የጻድቁ የመጨረሻ ተከታይ ሲሆን ጊዜውም በዓፄ ዳዊት (1382-1413) ዘመነ መንግሥት ነው። ነገር ግን እስካሁን በተደረገው ጥናት በዳዊት ዘመን የተጻፈው የመጀመሪያው ገድል አልተገኘም።

ገድለ ቀውስጦስን አስቫልዶ ሬነሪ እስካሁን የተገኙትን የገድሉን ቅጂዎች ሁሉንም አመሳክሮ ወደጣሊያንኛ ተርጉሞ ከግዕዙ ጎን ለጎን በ2004 ዓ.ም. አሳትሞታል። በሬነሪ ጥናት መሠረት እስካሁን በአጠቃላይ 8 የገድለ ቀውስጦስ ቅጂዎች እንዳሉ ይታወቃል። አንደኛው ጣሊያናዊው ኤንሪኮ ቸሩሊ ያጸፈው ቫቲካን ቤተ መጻሕፍት የሚገኘው መለያ ቁጥሩ 194 የሆነው ነው። ሁለተኛው መለያ ቁጥሩ 420 የሆነው በኢትዮጵያ ጥናትና ምርምር ተቋም የሚገኘው ቅጂ ነው። ሦስተኛው መለያ ቁጥሩ 207 የሆነው በቫቲካን ቤተ መጻሕፍት በፎቶግራፍ የሚገኘው ነው። አራተኛው መለያ ቁጥሩ 207 የሆነው በብሔራዊ ቤተ መጻሕፍት የሚገኘው ነው። እላይ ከተዘረዘሩት በተጨማሪ ክንፈ ርግብ ዘለቀ ባሳተመው ጥናት መሠረት ገድለ ቀውስጦስ ንብኄ ማርያም፣ ደብረ ጽላልሽ እቲሳ ተክለ ሃይማኖትና ደብረ ሊባኖስ ገዳም ይገኛል። አስቫልዶ ሬነሪ ያሳተመው በ19ኛው ምእት ዓመት ቸሩሊ ያስቀዳውንና በቫቲካን ቤተ መጻሕፍት የሚገኘውን ነው።[105]

መሐመድ ቢያንስ ሬነሪ ወደጣሊያንኛ የተረጎመውን በቀላሉ የሚገኘውን ገድለ ቀውስጦስን ማንበብ ነበረበት። ስለያያና ገላን የጻፈው ታደሰ ታምራት ወደእንግሊዘኛ የተረጎመውን መሠረት አድርጎ ነው። ታደሰ የተጠቀመበት ገድለ ቀውስጦስ በቅርብ ዘመን የተቀዳና ብዙ እርማትና ለውጥ የተደረገበት መሆኑን እውቅና ሰጥቶ ጽፏል።[106] መሐመድ ግን ታደሰ የተጠቀመበት በ19ኛው ምእት ዓመት የተገለበጠውን ቅጂውን ሳይሆን በዓፄ ዳዊት የተጻፈውን የጥንቱን ወይም እናቱን መዝገብ አስመስሎ አቅርቦታል። እላይ ባቀረብነው መረጃ ምክንያት በመካከለኛው ዘመን በሸዋ ስለነበሩ ገዳማትና ቅዱሳን ታሪክ በ19ኛውና በ20ኛ ምእት ዓመት የተጻፉ ገድላትና ድርሳናት ብዙዎቹ እርማትና ለውጥ እንደተደረገባቸው ማወቅ ያስፈልጋል። ይህ የሆነበት ምክንያት ደግሞ ግልጽ ነው። በግራኝ አሕመድ ወረራ ጊዜ ብዙ የሸዋ አድባራትና ገዳማት ተቃጥለው ከመጥፋታቸውም በተጨማሪ የኦሮሞ ጎሣዎች ብዙ ስፍራዎችን ስማቸውን እንደቀየሯቸው የሚታወቅ ነው። ብዙ ገዳማትና አድባራት ከሦስት መቶ ዓመታት በላይ ጠፍ ሆነው ቆይተዋል። የኢትዮጵያ መንግሥት በሸዋ እንደገና ማንሰራራት በጀመረበት በ19ኛው ምእት ዓመት ደብረ ሊባኖስን ጨምሮ ብዙ ጠፍ የነበሩ አድባራት እንደገና ተመሥርተዋል (ምዕራፍ 9ን ይመለከቷል)። የጥንቱ ገድሎችም ድርሳናትም እየተፈለጉ እንደገና ተቀድተዋል።

ከላይ ካቀርብናቸው የቦታ ስሞች በተጨማሪ መሐመድ “ጅማ” የኦሮሞ የጎሣና የቦታ ስም ነው ይላል። ምንም እንኳ አረብ ፈቂህ አንድም ቦታ እንኳ ኦሮሞ የሚባል ሕዝብ ኢትዮጵያ ውስጥ አለ ብሎ በስም ጠቅሶ ባይጽፍም ስለጅማ ኦሮሞነት ዋቢ አድርጎ የሚጠቅሰው አረብ ፈቂህ የጻፈውን የግራኝ አሕመድን የዘመቻ ታሪክ ነው።[107] ጅማዎች አሁን ጅማ ከሚባለው በተጨማሪ በጅባት ተራራ፣ በአሰንዳቦ፣ በቱሉ አማራ እና ለገ አማራ ይኖሩ የነበሩ ክርስቲያኖች ናቸው። አረብ ፈቂህ ራሱን የቻለ አውራጃ አድርጎ ቢያቀርበውም ጅማ በጥንቱ ዳሞት ሥር የሚገኝ አውራጃ ነበር።[108] በ1704 ዓ.ም. አዲያም ሰገድ ኢያሱ (1682-1706) በኦሮሞ ወረራ ምክንያት ከማዕከላዊ መንግሥት አስተዳደር ወጥተው የነበሩትን ቢዛሞን፣ ዳሞትንና እናርያን ለማስመለስ በነባሩ ሕዝብ ጥያቄ ዘመቻ አድርጎ እስከነበረበት ጊዜ ድረስ ጅማዎች ማንነታቸውን ጠብቀው ለመቆየት ችለው ነበር። በኢያሱ አጋዥነት አገራቸውን የወረሩትን ኦሮሞዎች ለማባረር ከፍተኛ ሙከራ አድርገው ነበር። ኢያሱ ከዘመቻ ሲመለስ በነባሩ ሕዝብ ጥያቄ መሠረት ከጊቤና ከጅማ ብዙዎችን ጎጃም አስፈራቸው።[109] ጎጃም ሞጣ አካባቢ የሰፈሩት አዲሱን መኖሪያቸውን በጥንቱ አገራቸው በጅማ ሰይመውት እስከዛሬ በዚሁ ይታወቃል።

ብዙዎቹ የጅማ ሰዎች በጥንት ቦታቸው ረግተው ተቀመጡ። ቀስ በቀስ ግን የማንነት ለውጥ አድርገው ኦሮምኛ ተናጋሪ ሆነዋል። እንደሰላሌ ሁሉ በአሁኑ ጊዜ ጅማ የሚኖረው ሕዝብ ኦሮምኛ በመናገሩ ብቻ መሐመድ የጥንቶቹ ጅማዎች ኦሮሞዎች ነበሩ ብሎ ጽፏል።

ይህን ክፍል ለማጠቃለል የመሐመድ መጽሐፍ የታሪክን የሙያ ሥነ ምግባር ተከትሎ በኃላፊነት የተጻፈ የታሪክ መጽሐፍ ሳይሆን በድፍረት የተጻፈ የፖለቲካ ጽሑፍ ነው። ከሠራው ስህተት ዐይነት እና ብዛት ተነስተን መሐመድ ለታሪክ ሙያ ሥነ ምግባር ምንም ዐይነት ክብር የለውም ለማለት እንችላለን። በእርግጥ መሐመድ በመካከለኛው ዘመን ስላለው ታሪክ በ20ኛው ምእት ዓመት በቃል መረጃ ተመሥርቶ የሚደረስ ድምዳሜ ከመላምትነት፣ ከተራ ግምት ያለፈ ሊሆን አይችልም ብሎ ጽፏል። ትውፊቶችን በጥርጣሬ ዐይን እና በጥንቃቄ መመርመር አስፈላጊ ነው ይላል። ነገር ግን ይህን የጻፈው ጀርመናዊ የታሪክ ተመራማሪ ስለሀድያ ታሪክ በቃል መረጃ ተመሥርቶ በጥንት ጊዜ በሐረር አካባቢ ስለነበራቸው ታሪካዊ ሚና የሰጠው አስተያየት መሐመድ ስለኦሮሞ ታሪክ ከሚጽፈው ጋር ስለተጋጨበት ነው።[110] ኦሮሞዎች ከጥንት ጀምሮ በኢትዮጵያ ነበሩ የሚለውን ሀሳብ የሚደግፍ ማንኛውም በቃል የሚነገር ተረት እና ማንኛውንም በተረት ላይ ተመሥርቶ የተጻፈ የጽሑፍ መረጃ አንዱን ሳያስቀር ተቀብሎታል። በተቃራኒው ደግሞ ለታሪኩ በቦታም ሆነ በጊዜ ቅርብ የሆነውን አባ ባሕርይን ስለኦሮሞ የጻፈውን መጽሐፍ ምክንያታዊ ያልሆነ ትችት ይሰነዝርበታል። ይህ የሆነበት ከ16ኛው ምእት ዓመት በፊት ኦሮሞዎች ኢትዮጵያ ውስጥ ስለመኖራቸው የማይጠረጠር፣ የታመነ የታሪክ መረጃ ባይገኝም የግድ መኖር አለባቸው ብሎ ስለደመደመ ነው። በዚህ ምክንያት ድምዳሜ ላይ የደረሰው ገና "ጥናቱን" ሳይሠራ ነው ለማለት ይቻላል።

6.3 የበረይቱማና የቦረን ጎሣዎች ወረራና ሰፈራ

የበረይቱማ እና የቦረን ኦሮሞ ጎሣዎች ከደቡብ አቅጣጫ ተነስተው ድንበር ተሻግረው በባሊ በኩል ወደደጋው ኢትዮጵያ ሲገቡ በዘመኑ የተመለከቱ የአገር ውስጥም የውጭ አገርም የዐይን እማኞች ነበሩ። ከውጭ አገር ሰዎች ውስጥ ከአውሮፓ የመጡ ኢየሱሳውያን የተባሉት የካቶሊክ ወንጌላውያን እና የፖርቱጋል ወታደሮች ይገኙበታል።[111] ከአገር ውስጥ ስለኦሮሞ ታሪክ እንደጥሬ የታሪክ ምንጭ ሊታዩ የሚችሉ መጽሐፎችን የጻፉ የሠርፀ ድንግል፣ የሱስንዮስ እና የታላቁ ኢያሱ ታሪክ ነገሥት ጸሐፊዎች ይገኙበታል።[112] በመረጃው ትክክለኛነትና በብዛት እንዲሁም ለታሪኩ በቦታም በጊዜም ካለው ቅርበት አኳያ ከሁሉም ጸሐፊዎች የአባ ባሕርይን የሚወዳደር የለም። አባ ባሕርይ የኦሮሞን ዋናዋና ጎሣዎች የዘር ሀረግና ቁጥር ሰው እየጠየቀ ጽፎታል። በግራኝ አሕመድና በልብነ ድንግል ዘመን ባሊን ወርሮ ነበር ከሚለው ሜልባህ ከተባለው የኦሮሞ መሪ ወይም ሉባ ጀምሮ መጽሐፉን እስከጻፈበት እስከ1593 ዓ.ም. ባለው ዘመን የነበረውን የኦሮሞ ወረራና ሰፈራ በቅደም ተከተል በሚገባ ዘግቦታል። በቅርብ ጊዜ ደግሞ ጌታቸው ኃይሌ የባሕርይን ሥራዎች ኦሮሞዎችን ከሚመለከቱ የታሪክ ምንጮችና ጽሑፎች ጋር በአንድ ላይ ሰንዶ አሳትሞታል።[113]

የባሕርይ ፍላጎት የኦሮሞዎችን የጎሣ ቁጥር፣ ባህል፣ ማኅበራዊ እና ወታደራዊ ድርጅት ለማወቅ ነው። መጽሐፉን ለመጻፍ የተነሳሳበት ዋናው ዓላማ የኢትዮጵያ መሪዎች ኦሮሞዎችን በሚገባ ተረድተው ትክክለኛ መመሪያና አቋም እንዲይዙ እና

የኦሮሞዎችን ግድያ እና ዘረፋ እንዲያስቆሙ፣ በወረራ የያዙትን አገር ለማስመለስ እንዲችሉ ለመርዳት ነው። ለምሳሌ የመጽሐፉ 19ኛው ምዕራፍ የኢትዮጵያ መንግሥት የኦሮሞዎችን ወረራ ለማስቆም ያልቻለበትን ምክንያት ያብራራል፤ የኦሮሞን እና የኢትዮጵያን ሕዝብ ወታደራዊ፣ ማኅበራዊ እና ፖለቲካዊ ድርጅት በንፅፅር ያቀርባል። በዚህ ምዕራፍ ባሕርይ የኢትዮጵያ ወታደራዊ እና ማኅበራዊ ሥርዓት ጉድለት እንዳለበት ያስረዳል። የገዳን ድርጅት በግልጽ ከኢትዮጵያ ይሻላል ባይልም የኢትዮጵያን ድክመት አጉልቶ ለማሳየት በንፅፅር አቅርቦታል።[114] ዓላማው የኢትዮጵያን መሪዎች ለማስተማር ስለነበረ ባሕርይ ያየውን እና የሰማውን ትክክለኛ የመሰለውን ነገር ብቻ ከስሜት በፀዳ ጽሑፍ ከትቦታል። እላይ የተዘረዘሩትን ምንጮች በመጠቀም በኦሮሞ ሰፈራ እና ወረራ ላይ ሰፊ ጥናት ያደረጉት ደግሞ መሐመድ ሀሰንና መርዕድ ወልደ አረጋይ ናቸው።[115] በዚህ የምዕራፍ ክፍል በምሁራን ያልታወቀ የምናቀርበው አዲስ ነገር የለም። ነገር ግን የበራራ ከተማን እድሳት እና ትንሳዔ ረጅም ጊዜ የፈጀበትን ምክንያት ለመረዳት አስፈላጊ ስለሆነ የኦሮሞ ጎሣዎችን ወረራ እና ሰፈራ ባጭሩ እንዳስሳለን።

የበረይቱማና የቦረን ጎሣዎች በ16ኛው ምእት ዓመት ያደረጉትን አስደናቂ መስፋፋትና ሰፈራ ለመረዳት ገዳ ስለተባለው የኦሮሞ ድርጅት ማወቅ ያስፈልጋል። የኦሮሞ ጎሣዎች የጥንት አገራቸውን ለቅቀው በባሊ አውራጃ በኩል ወደኢትዮጵያ ከገቡ በኋላ የተማከለ አስተዳደርም ሆነ የመደብ ክፍፍል አልነበራቸውም። የኦሮሞ ጎሣዎች ገዳ የሚባል ወታደራዊ ድርጅት ነበራቸው። ገዳ የሚመለከተው ወንዶችን ሲሆን በአመዛኙ ዕድሜን መሠረት ያደረገ ድርጅት ነው። በአጠቃላይ የገዳዎች ቁጥር አምስት ነው።[116] የአንዱ ገዳ የሥልጣን ዕድሜ 8 ዓመት ስለሆነ እና በአጠቃላይ ያሉት ገዳዎች አምስት ስለሆኑ "የመጀመሪያው ገዳ ዙሮ የሚደርሰው በአርባ ዓመት ነው።"[117] ባሕርይ የመዘገባቸው አምስቱ ገዳዎች ስምና ቅደም ተከተል ቀጥሎ ያለው ነው:- ሜልባህ፣ ሙዳነ፣ ኪሎሌ፣ ቢፎሌ እና ምችሌ ናቸው። የነዚህ ገዳዎች ልጆቻቸው በቅደም ተከተል ደግሞ እነዚህ ናቸው:-ሀርሙፋ፣ ሮባሌ፣ ቢርመጂ፣ ሙለታ እና ዱሎ።[118] ይልማ ዴሬሳ በገዳ ድርጅት ውስጥ ስለሚደረገው የትውልድ ቅብብሎሽ የሚከተለውን ቀላል ማብራሪያ ይሰጣል :-

> አምስቱ ገዳዎች ስምንት ስምንት ዓመት የሆነው ዘመናቸው አልቆ አርባ ዓመት በደረሰ ጊዜ በምችሌ ቡታ ያረዱት ሰዎች ልጆቻቸው እንደገና በምችሌ ያርዳሉ። ገዳውም በአርባ ዓመቱ ዙሮ ስለመጣ ምችሌ ተብሎ ይጠራል። የሌሎችም የአራቱ ገዳዎች እንደዚሁ በአርባ ዓመቱ ዙሮ ይመጣል። እያንዳንዱ ሰው ቡታ የሚያርደው በዚያው በአባቱ ገዳ ጊዜ ስለሆነ የአንዱ ገዳ ክፍል መሆን ከሰውየው ዕድሜ ጋራ የተያያዘ አይደለም።[119]

በአጠቃላይ ዐሥር የገዳ ክፍሎች ነበሩ። ይህ ማለት አንድ ሰው በአሥሩ የገዳ ክፍሎች ለማለፍ 80 ዓመት ይፈጅበታል። ምንም እንኳ ከጎሣ ጎሣ ቢለያይም በብዙዎች ዘንድ የተለመደው ሥልጣን የሚይዙት ከ40 ዓመት እስከ48 ዓመት የዕድሜ ክልል ያሉት የገዳ ክፍል አባላት ናቸው። እያንዳንዱ የኦሮሞ ጎሣና አካባቢ አባ ገዳ በሚባሉ ባለሥልጣኖችና የገዳ አባላት ይመራል። ሥልጣን የሚይዘው ገዳና አባላቱ ሉባ ይባላሉ። አባ ገዳውና የገዳው አባላት በሥልጣን የሚቆዩት ለ8 ዓመት ብቻ ነው። አዲስ አባ ገዳ ሥልጣን ሲይዝ የገዳው አባላት በአንድነት በ40 ዓመታቸው ይገረዛሉ።[120]

አዲስ ተሿሚ የገዳ አባላት ወይም ሉባ ከቆየው ሉባ ሥልጣን ሲረከቡ የሥልጣን ሽግግሩን የጎሣው አባላት በተሰበሰቡበት ከብት አርደው በፉከራ፣ በሽለላና በደስታ ያከብሩታል። ይህ ክብረ በዓልና የሥልጣን ሽግግር ቡታ ተብሎ ይጠራል። በገዳ ድርጅት መሠረት "በእያንዳንዱ ክፍል ውስጥ የሚገኙ ፵ ዓመት ሲሞላቸው ቡታ ካረዱና ከተገረዙ በኋላ ሉባ ተብሎ የጎሣው ያስተዳደር የፍርድና ጦር የመምራትን ኃላፊነት ከቀዳሚ ሉባዎች ይረከባል።"[121] ቡታ ገዢ የሚሆነው የገዳ ክፍል አባላት ሥልጣን ከመረከባቸው በፊት የሚያድርጉት የግዳጅ ጦርነት ነው። ስለገዳ ድርጅት ሰፊ ጥናት ያደረገው አስመሮም ለገሰ በአጽንኦት እንደጻፈው የገዳ ድርጅት በ16ኛው እና በ17ኛው ምእት ዓመታት አሮሞዎችን ላደረጉት ወረራ እና መስፋፋት ዐይነተኛ መሣሪያ ሆኖ አገልግሏል። አስመሮም እንዲህ ይላል፡-

> Behind this great spread of their society there lies an institution—the Gada system—which was at once the basis of their military conquests and which sets limits on its demographic antecedents. […] The Gada System is a system of classes (*luba*) that succeded each other every eight years in assuming military, economic, political, and ritual responsibilities. Each *gada* class remains in power during a specific term (*gada*) which begins and ends with a formal power transfer ceremony. Before assuming a position of leadership, the *gada* class is required to wage war against a community that none of their anscetors had raided. This particular war is known as *butta* and is waged on schedule every eight years. It is this event that was most directly connected with the pulsating frontier of their dominions in the sixteenth century leading toward the conquest of nearly half of Ethiopia's land surface.[122]

> <u>ትርጉም</u>
> ከታላቁ የማህበረሰባቸው መስፋፋት በስተጀርባ ለወታደራዊ ድሎቻቸው መሠረት የሆነና የሥነ ሕዝብ አወቃቀራቸውንም ሁኔታ የሚገድበው ተቋም—የገዳ ስርዓት አለ። […] ገዳ ገዢ መደቦች (*ሉባ*) በየስምንት ዓመት እየተፈራረቁ ወታደራዊ፣ ኢኮኖሚያዊ፣ ፖለቲካዊና የአምልኮ ሥልጣን የሚይዙበት ሥርዓት ነው። እያንዳንዱ ገዢ ገዳ በሥልጣን የሚቆየው ለተወሰነ ዘመን (*ገዳ*) ሲሆን ሥልጣን የሚረከበው እና የሚያስረክበው በመደበኛ የሥልጣን ሽግግር ሥነ ሥርዓት ነው። የመሪነት ስፍራ ከመረከባቸው በፊት የገዢው ገዳ ክፍል አባላት ቀዳሚው ገዳ ያልወጋውን አዲስ ማኅበረሰብ ጦርነት ከፍተው መውጋት ይጠበቅባቸዋል። ይህ ልዩ ጦርነት ቡታ በመባል የሚጠራ ሲሆን ጦርነቱ በየስምንት ዓመቱ [ሳይስተጓጎል] መርሀግብር ተይዞለት ይፈጸማል። ግማሽ የሚሆነውን የኢትዮጵያን መሬት በወረራ ለመያዝ የረዳቸው ይህ ነው።

እንደአስመሮም ከሆነ የቡታ በዓል ከቆየው ገዳ ወደአዲሱ ገዳ ሥልጣን መሸጋገሩን ለማብሠር የሚፈጸም ሥነ ሥርዓት ብቻ አይደለም። ቡታ ሥልጣን ለመያዝ አስፈላጊ የሆነ፣ እንደቅድመ ሁኔታ የሚቆጠረው ጦርነት ጭምር ነው። አዲስ ሉባ 8 ዓመት የሚቆየውን ሥልጣን ከመጀመሩ በፊት ከእርሱ በፊት የነበረው ሉባ ያልወረረውን አዲስ አገር በመውጋትና በመውረር ነው።[123] ገዳ ለበረይቱማና ለቦረን ጎሣዎች መስፋፋት ከፍተኛ ሚና የተጫወተው ለዚህ ነው።

የኦሮሞ ጎሣዎች መጀመሪያ የወረሩት የባሊንና የደዋሮን ቆላማ ቦታዎች ነው። ኦሮሞዎች የገላና እና የዋቢ ሸበሌን ወንዝ ተሻግረው ወደኢትዮጵያ መግፋት የጀመሩት ሜልባህ (1522-1530) በተባለው ገዳ ነው። ይህ ማለት የመጀመሪያው ወረራ የተፈጸመው የኢትዮጵያ ድንበር በፈረሰበት ጠባቂ ባልነበረበት በግራኝ አሕመድ ወረራ ዘመን ነው። የደቡብ ምሥራቅ የድንበር አውራጃዎችን ኦሮሞዎች የሰፈሩባቸው በዚህ ጊዜ ነው። ኦሮሞዎች ደዋሮን በሙሉ ወረው ፈጠጋርን መውጋት የጀመሩት "ቢፎሌ" በተባለው በአራተኛው ሉባ (1546-1554) ነው።[124] የንጉሥ ሠራዊት በሌለበት አካባቢ ሁሉ በአሕመድ ግራኝ ጦርነት የተደቆሰው ሕዝብ ጠንካራ መከላከል ሳያደርግ ቀረ። በገላውዴዎስ ዘመን መንግሥት መጨረሻ አካባቢ የባሊና ደዋሮ ቆላውንም ደጋውንም ኦሮሞዎች ሰፈሩባቸው (ካርታ 10ን ይመለከቷል)።

ባሕርይ ከቢፎሌ በፊት የነበሩት ሦስት ሉባዎች ወንዱንም ሴቱንም፣ ትንሽ ትልቅ ሳይለዩ፣ እንስሳውንም በጉን፣ ፍየሉንና ከብቱን ተትው ፈረስም በቅሎም ይገድሉ ነበር ይላል።[125] ፈረስ እና በቅሎ የሚገድሉበት ምክንያት በፈረስ ጀርባ ላይ ሆነው መዋጋት ስላልለመዱ እና የኢትዮጵያ ወታደሮች በፈረስ ስለሚወጓቸው ሊሆን ይችላል። በወቅቱ ደዋሮ ይኖር የነበረው ፖርቱጋላዊ ዮሃንስ ቤርሙዴዝ የጻፈው መጽሐፍ ባሕርይ ከጻፈው ጋር ተመሳሳይ ምስክር ይዟል። ቤርሙዴዝ ኦሮሞዎች ኃይለኛና ጨካኝ ናቸው ይላል። ወጣት ሴቶችን ብቻ ማርከው ወንዶችንና በዕድሜ የገፉትን ሴቶች ሳይመርጡ እንደሚገድሉና አገሩንም ሰው አልባ እንደሚያደርጉት አክሎ ጽፏል። በዚህም ምክንያት የደዋሮ ሰዎች ትንሹም ትልቁም የጥንት አገራቸውን ለቅቀው ወደቀሪዎቹ የኢትዮጵያ አውራጃዎች እንደተበታተኑ ይጽፋሉ።[126] ቀጥሎ የተለያዩ ገዳዎች የወረሯቸውና ኦሮሞዎች የሰፈሩባቸው የኢትዮጵያ አውራጃዎች በቅደም ተከተል ቀርበዋል።[127]

ዘመን	የተወረሩት አውራጃዎችና አበይት ክስተቶች
1522-1546	በግራኝ ጊዜ ሜልባሕ፣ ሙደና እና ኪሎሌ የተባሉት ገዳዎች በቅደም ተከተል የገላን (ገለና) ወንዝ የተሻገሩበት፣ ባሊንና የደዋሮን ቆላማ ስፍራዎች የወረሩበት ዘመን ነው።
1546-1552	ቢፎሌ ገዳ ደዋሮን ያጠፋበት፣ ነዋሪዎች የተበታተኑበት፣ ዓፄ ገላውዴዎስ ቤተ መንግሥቱን ደዋሮ ውስጥ ከሚገኘው አግራሮ ከተባለ ስፍራ ወደወጅ አውራጃ ያዛወረበት ዘመን።
1554-1562	ምስሌ ገዳ ገላውዴዎስ በወንድሙ በዓፄ ሚናስ የተተካበት፣ ራስ ሐመልማል ደብረ ብርሃን አካባቢ ከኦሮሞ ጎሣዎች ጋር የተዋጋበት፣ ባሕር ነጋሽ ይስሐቅ ለመጀመሪያ ጊዜ በንጉሡ ያመጸበት ዘመን ነው።
1562-1578	ሀርሙፋ እና ሮባሌ የተባሉ ገዳዎች በቅደም ተከተል በጥረ አምራን፣ ወጅን፣ ፈጠጋርን እና ሸዋን የወረሩበት፣ በዓፄ ሠርፀ ድንግል (የዓፄ ሚናስ ልጅ) መሪነት የወጅው ገዥ አዝማች ደጎረጎት፣ የዳሞቱ ገዥ አዝማች ተክለ ጊዮርጊስ፣ የጎጃሙ ገዥ አዝማች ዘርዓ ዮሃንስ የተለያዩ የኦሮሞ ጎሣዎችን ዝዋይ፣ ወጅ፣ ጀማ እና ሌሎችም ቦታዎች ወግተው ያባረሩበት ዘመን።
1578-1586	የቦረን ቢርመጂ ገዳ ዳሞትን የወረረበት፣ የዳሞት ገዥ ደጅአዝማች አስቦ የቦረን ቢርመጂን ወግቶ የመለሰበትና የወደፊቱን ንጉሥ ሱስንዮስን ከአጋቾቹ ያስለቀቀበት፣ ሠርፀ ድንግል ትግሬ ውስጥ አዲቆሮ በተባለ ስፍራ ባሕር ነጋሽ ይስሐቅንና የቱርክ ወራሪዎችን ያሸነፈበት፣ በጌምድር ውስጥ ጉባዔ በተባለ ስፍራ ቤተ መንግሥት የሠራበት ዘመን ነው።
1586-1594	የቦረን ሙልአታ ገዳ ዳሞትን በወረራ የያዘበት፣ ደጅአዝማች አስቦ እና ሌሎችም የመንግሥት ሰዎች፣ ወታደሮች፣ የዳሞትና የገንዝ ክርስቲያኖች ወደጎጃም የተሰደዱበት፣ ምዕራብ ሸዋና ግንደ በረት የነበሩት የንጉሡ እናትና ሌሎች

	ወይዛዝርትና መኳንንት ወደጎጃም የተሰደዱበት ዘመን ነው።
1594-1602	የቦረን ዱሎ ገዳ ቢዛሞን፣ አብዛኛው ዳሞትን እና ብዙ የሸዋ ወረዳዎችን ወርረው በቋሚነት የሰፈሩበት፣ ሠርፀ ድንግል ዳሞት ውስጥ "ሻት" በተባለ የጋፋቶች አገር በዘመቻ ላይ እንዳለ የሞተበትና እስከ1607 ዓ.ም. የዘለቀው የርስ በርስ ጦርነት የተጀመረበት ዘመን ነው።
1597-1604	የኢትዮጵያ መንግሥት ከአባይ በስተደቡብ በሚገኙት የጥንት አውራጃዎች ላይ የነበረው ቁጥጥር በጣም እየተዳከመ እና እየላላ የመጣበት፣ ዓፄ ዘድንግል ደምቢያ ውስጥ ባርጫ በተባለ ቦታ ቁርባንና ሚዛን በተባሉ ወታደሮች የተገደለበት ዘመን ነው።
1598-1600	የተለያዩ የኦሮሞ ጎሣዎች በሱስንዮስ ታግዘው ሸዋ፣ ወለቃ፣ ቢዛሞ፣ ዳሞት እና አባይ ሸለቆ የሚገኙትን የዘምበል፣ ሀርበአዋሽ፣ ሀርበአከል፣ የሱብሊ፣ ወንጌ፣ አሽመን፣ አበደራይ እና ድኝ የተባሉትን ጋፋቶች በተደጋጋሚ የወጉበት ዘመን ነው።
1580-1610	ከጥንቱ ዳሞት፣ ከገንዝ፣ ከቢዛሞ እና ከሸዋ ቁጥሩ ከፍተኛ የሆነ የጋፋት፣ የአማራ እና የሌሎችም ነገዶች በኦሮሞ ጎሣዎች ተገፍተው ወደጎጃም የተሰደዱበትና የሰፈሩበት ዘመን ነው።
1620-1630	ከአባይ በታች የነበረው የጥንቱ ዳሞት፣ አብዛኛው ሸዋና ቢዛሞ ከኢትዮጵያ መንግሥት ቁጥጥር ውጭ የሆነበት ጊዜና ጎጃም ውስጥ ሌላ አዲስ ዳሞት የተባለ አውራጃ የተቋቋመበት ነው።

በአባ ገዳዎች መሪነት የኦሮሞ ጎሣዎች ወደኢትዮጵያ ዘልቀው የገቡት በአስደናቂ ፍጥነት ነው። ከአንድ ምእት ዓመት ባልበለጠ ጊዜ ውስጥ የኦሮሞ ጎሣዎች በግማሽ ኢትዮጵያ በቀላሉ ለመስፈር ችለዋል። ደዋሮን ከተቆጣጠሩ በኋላ ኦሮሞዎች ብዙም ሳይቆዩ በ1560ዎቹና በ1570ዎቹ ወደፈጠጋር፣ ሸዋ እና ወጅ መግፋት ጀመሩ። ፈጠጋርን የሚጠብቀው ጃን አሞራ የተባለው ጨዋ ሙሉ በሙሉ ተሸነፈ። ባሕርይ በዘመኑ የነበረው የፈጠጋርና የሸዋ ገዢ ራስ ሐመልማል ኦሮሞዎችን ደጎ በተባለ ወረዳ ተዋግቷቸው እንደነበረ እንዲህ ጽፏል፡- "አምስተኛ ሉባ (1554-1562) "ምስሌ" ተባለ። ዣን አሞራን የፈጀ እርሱ ነው። ሐመልማልን ደጎ ላይ ወጋው፤ አገሮችን ሁሉ አጥፍቶ ሠለጠነባቸው። ከነከብቱም ገባ(ባቸው)። በፊት ግን ጋላው ከወቢ እየወጣ ይዋጋና ወደዚያ ይመለስ ነበር።"[128] ደጎ ከተጉለት በስተምሥራቅ በሸዋ፣ በግድምና በይፋት መካከል የነበረ አነስተኛ ወረዳ ነው። ከአምስተኛው ሉባ ከምስሌ ገዳ (1554-1562) በፊት ኦሮሞዎች የዋቢን ወንዝ እየተሻገሩ ወረራ ፈጽመው፣ የሚገድሉትን ገድለው የዘረፉትን ንብረት ይዘው ወደአገራቸው ይመለሱ ነበር። ከምስሌ ጀምሮ ግን ኦሮሞዎች ከብቶቻቸውን እየነዱ ይዘው መጥተው በወረራ በያዙት አገር ላይ በቋሚነት መስፈር ጀመሩ።[129] ይህ ማለት የዋቢን ወንዝ ከተሻገሩ በኋላ የኦሮሞ ጎሣዎች የሚያደርጉት ዝርፊያ እና ግድያ በ1550ዎቹ ወደግልጽ ወረራ እና ሰፈራ ተሸጋገረ ማለት ነው።

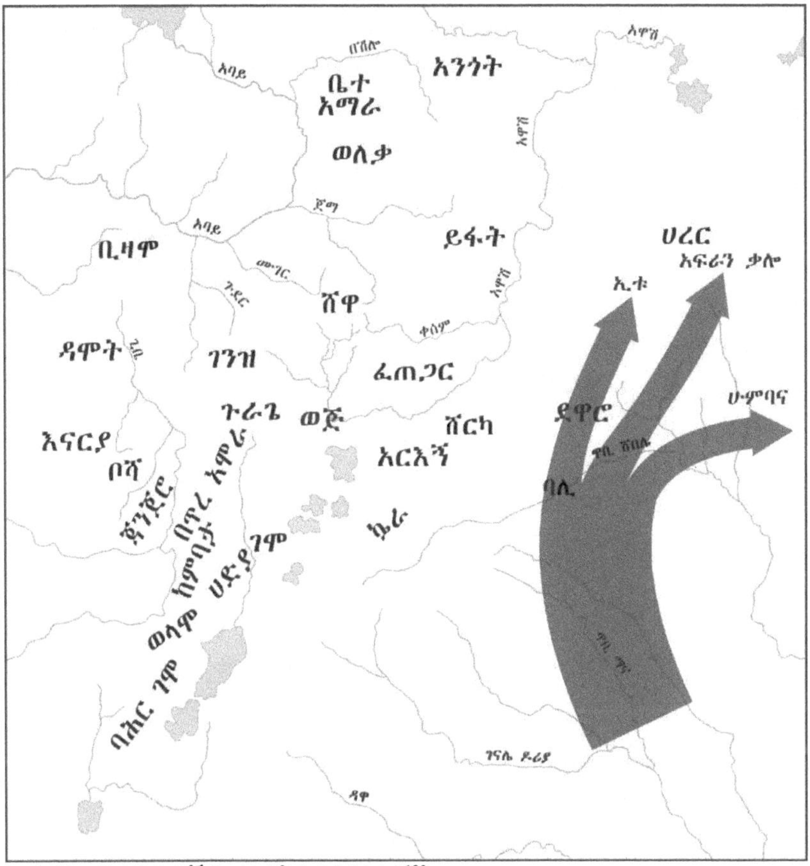

ካርታ 10፡- የኦሮሞ ጎሣዎች የወረራ አቅጣጫና ሰፈራ 1[130]

ከምስሌ ቀጥሎ የመጣው ሀርሙፋ (1562-1570) የተባለው ሉባ ይፋት ውስጥ የነበረውን አፍሮ አይገባ እና ፈጠጋር የነበረውን ጊዮርጊስ ኃይሌ የተባሉትን የጨዋ ሠራዊት ቀጨኖ በተባለ ስፍራ አሸንፎ ገኝን፣ አንጎትን እና ቤተ አማራን በአንድነት ለመውረር ቻለ። ገኝ፣ አንጎትና ቤተ አማራ ኩታ ገጠም ነበሩ። ራስ ሐመልማል ፈጠጋርን ለቅቆ ወደምዕራብ ሸዋ የሄደው በዚህ ሀርሙፋ በተባለው ሉባ ጊዜ መሆን አለበት። ጊዮርጊስ ኃይሌ የተባለውም ጨዋ ወደምዕራብ ሸዋ የሄደው በዚህ ጊዜ ነው። በዚህም ምክንያት የፈጠጋር ክርስቲያኖች ራሳቸውን ለመከላከል እንዲመቻቸው አገራቸውን ለቅቀው ወደገደላማውና ተራራማ አካባቢዎች ተሰደዱ።[131] ከሁሉም በለይ ብዙ የሸዋ አካባቢዎችን ኦሮሞ የሰፈረባቸው በሮባሌ (1570-1578) ሉብነት ነው። ከዚህ በፊት የነበሩ ሉባዎች ከአፍሮ አይገባ፣ ከጃናሞራና ከጊዮርጊስ ኃይሌ ጋር ባደረጉት ጦርነት ያደረሱት ጉዳቱ ውስን ይመስላል። ሮባሌን ግን "ሸዋን ያጠፋት እርሱ ነው"[132] ይላል ባሕርይ። በአጠቃላይ በ1560ዎቹ አጋማሽ ኦሮሞዎቹ በገኝ፣ በፈጠጋር፣ በግድም፣ በግሼ፣ በይፋት፣ በአንጎትና በአንዳንድ የሸዋ አካባቢዎች ሥር ሰድደው ተቀመጡ (ካርታ 11ንና 12ን ይመለከቷል)።

ሸዋ፣ ዳሞትና ወጅ የሰፈሩት ቱለማና ሜጫ የተባሉት የቦረን ጎሣዎች ናቸው። ሜጫዎችና ቱለማዎች ወጅንና አርእኝን ከ1573 ዓ.ም. ጀምሮ በተደጋጋሚ ወረራ ፈጸሙባቸው። በዚህ ምክንያት ዓፄ ሠርፀ ድንግል በተደጋጋሚ ወደወጅ ለመዝመት ተገደደ። በ1573 ዓ.ም. ንጉሡ ዘምቶ ዝዋይ ሐይቅ አካባቢ "ብዙ [ሰው] ፈጁበት። ከብቱንም ማረኩበት"።[133] ቦረኖች ቢርመጂ (1578-1586) በተባለው ሉባ ለሦስተኛና ለመጨረሻ ጊዜ ያደረጉት ወረራ የተሳካ ነበር። የወጅና የአካባቢው ክፍለ ሀገር ገዢ የነበረው ደጅአዝማች ደጎረጎት ነበር። ባሕርይ ደጎረጎት ብዙ ጊዜ የኦሮሞ ጎሣዎችን በተደጋጋሚ እንዳሸነፋቸው ከጻፈ በኋላ በመጨረሻ መሸነፉን ይናገራል። ስለአርእኝና ወጅ መወረር ባሕርይ የሚከተለውን አስተያየት ጽፏል፡- "ድሆች ሁሉ የሚበለጽጉባቸው እነዚህ ሁለት አገሮች ምድረ በዳ ሆኑ"።[134] ዳግማዊ ዓፄ ምኒልክ ተነስቶ የጥንቱን የኢትዮጵያ አውራጃዎች እንደገና አንድ እስኪያደርግ ድረስ እንደሌሎች አካባቢዎች ሁሉ ወጅና እርእኝም ከኢትዮጵያ መንግሥት አስተዳደር ውጭ ሆኑ፤ ብዙ ኦሮሞዎችም ሰፈሩባቸው።

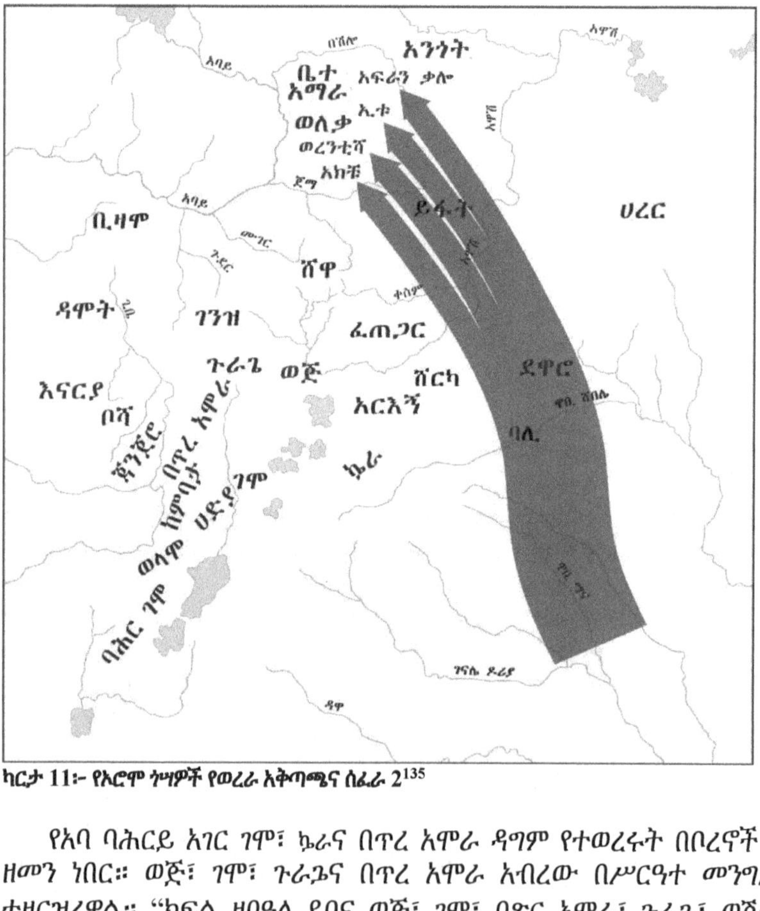

ካርታ 11፡- የኦሮሞ ጎሣዎች የወረራ አቅጣጫና ሰፈራ 2[135]

የአባ ባሕርይ አገር ገሞ፣ ኳራና በጥረ አሞራ ዳግም የተወረሩት በቦረኖች ሙለአታ ዘመን ነበር። ወጅ፣ ገሞ፣ ጉራጌና በጥረ አሞራ አብረው በሥርዓተ መንግሥቱ ላይ ተዘርዝረዋል። "ክፍል ዘበዓለ ደበና ወጅ፣ ገሞ፣ በጽር አሞራ፣ ጉራጌ፣ ወሸሎ፣ ደረባ

ማይ።"[136] ነገር ግን ምሁራን በምንጭነት የሚጠቅሱት ባሕርይን ቢሆንም የኩየራና የገሞ መገኛ አከራካሪ ነው። አባ ባሕርይ እንዲህ ይላል፡-

> "እነዚያ ከቦረን (ተቆርጠው) የቀሩት (በኋላ) ከሀገራቸው በኄራ መንገድ ወጡ። ፋሲል ዘምቶባቸው ነበር፤ ገደሉት። በዚያን ጊዜ ዳዌ ክርስቲያኖችን መውጋት ጀመረ። በዚያን ጊዜ የዚህ ታሪክ ጸሐፊ "የፋሲልን ገዳይ እፈራዋለሁ ሲል ተነበየ፤ ምክንያቱም የክርስቲያን ደም ቀምሷልና፤ በጥረ አሞራንና ወጅን አጠፋቸው። እንደቃሉም ተፈጸመ፤ ምክንያቱም የትንቢት መንፈስ ከካህናት ዘንድ አይርቅም። ይህንንም ነቢይ ዳዌ አባረረው፤ የገሞ አገሩንም አጠፋው፤ የአካበተውንም ሁሉ ማረከ[በት]።[137]

ባሕርይ በጻፈው ላይ ተመስርተው ምሁራን ሥለኄራና ገሞ መገኛ የተለያየ ሀሳብ ይሰጣሉ። መሐመድ ሀሰን ባሕርይ ኄራ ያለው ኩየራን ነው ብሎ ደምድሟል። አክሎም ኩየራ የሚገኘው በሻላና በአዋሳ ሐይቆች መካከል ሻሸመኔ ከተማ አቅራቢያ አሁን ኩየራ የተባለው አካባቢ ነው ይላል።[138]

ጌታቸው ኃይሌ በበኩሉ ብዙ የታሪክ ምስክሮችን ጠቅሶ ኄራና ኩየራ የተለያዩ ቦታዎች ናቸው ይላል። ጌታቸው ኄራ ጋሞ ክፍለ ሀገር ውስጥ የሚገኘው የጨንቻ መድኃኔ ዓለም የጥንት ስም ነው ባይ ነው። ዋቢ ያደረገው ደግሞ አቶ አምበሉ ከበደ የተባለ የገሙ ጎፋ ጠቅላይ ግዛት ዳኛ ሳለ በ1944 ዓ.ም. ስለጨንቻ ቤተ ክርስቲያን የጻፈውን የታሪክ ማስታወሻ ነው። አምበሉ የጨንቻ መድኃኔ ዓለም የጥንት ሥም "ኀራ" እንደነበረ ከአባቶች ጠይቆ መረዳቱን ጽፏል። ሌላው የሚጠቅሰው ምንጭ ለዓፄ ይስሐቅ (1414-1430) በተገጠመለት የዘፈን ግጥም ያለው "ኄራ ይንገር፤ ፈረሱን የሚገብር" ተብሎ የተጻፈውን ነው። በተጨማሪም ከአርባ ምንጭ ከተማ በደቡብ ምሥራቅ አቅጣጫ አምሳ ኪሎ ሜትር ርቀት ላይ "ኮይራ የሚባል ቦታ/ጎሣ" እንደሚገኝ ጌታቸው ጽፏል። ከነዚህ ሁሉ መረጃዎች በመነሳት ጌታቸው ኄራ ሻሸመኔ ያለው ኩየራ ሳይሆን ጋሞ ጎፋ አውራጃ ያለው ነው ብሎ ደምድሟል። በመጨረሻም ባሕርይ ዳዌ የቦረን ጎሣ ነው ይላል። የዳዌ ጎሣ ደግሞ ባሕርይን የዘረፈው ከጥንት የቦረኖች አገር በኄራ መንገድ መጥቶ እንደሆነ ወሳኝ ምስክርነት ሰጥቷል። በዚህ ሁሉ ምክንያት ለጌታቸው ከሻሸመኔው ኩየራ ይልቅ የጋሞ ጎፋው ኄራ ለቦረኖች ጥንት አገር ሀሮ ወላቡ ተቀራራቢ ያደርገዋል።[139]

በኛ በኩል መሐመድ ስለኩየራ መገኛ ያቀረበው ትንታኔ ከቦረኖች የእንቅስቃሴ አቅጣጫ ጋር ተስማሚ ነው ብለን እናስባለን። ነገር ግን መሐመድ የሰጠው አስተያየት የ|ኄራ|ና |ኩየራ| የፊደል አጻጻፍና ድምፅ ልዩነት አያገናዝብም። መሐመድ ቀዳሚ የሆኑ የግዕዝና የአማርኛ ምንጮችንም አልመረመረም። ኄራ ከኩየራ አንድ የሆነበትን ምክንያት አላስረዳም። ስለ|ኄራ|ና |ኩየራ| ትክክለኛ መገኛ የሚሰጡ ሀሳቦች በኄራና በኩየራ መካከል ያለውን የፊደልና የድምፅ ልዩነት፣ የጥንቱን የቦረኖች አገር፣ የቦረኖችን የ16ኛው ምእት ዓመት የእንቅስቃሴ አቅጣጫና ቅደም ተከተል ግምት ውስጥ ያስገባ መሆን አለበት። በመጨረሻም የቦታውን ትክክለኛ መገኛ ለማወቅ ሰፊ የመስክ ጥናት ያስፈልገዋል። እኛ የመስክ ጥናት አላደረግንም። ነገር ግን አባ ባሕርይ ከጻፈው በመነሳት ለመናገር የምንችለው ኄራ እና ገሞ የተባለው የባሕርይ የትውልድ ቦታ ከወጅና ከበጥረ አሞራ (በጽር አሞራ) አውራጃዎች አንድ አካባቢ እንደሚገኙ ነው (ካርታ 8 ይመለከቷል)።

መገኛቸው የትም ይሁን ቦረኖች ወጅ፣ በጥረ አሞራ፣ ገሞና ኄራ በቋሚነት መስፈር የጀመሩት በ1580ዎቹ መጨረሻ አካባቢ ነው። መሐመድ ቦረኖች በእነዚህ አውራጃዎች

የሰፈሩና ፋሲል የተገደለ በ1587 ዓ.ም. መጨረሻ አካባቢ ነው ይላል። ምንጭ አድርጎ የሚያቀርበው ደግሞ የባሕርይን መጽሐፍ ነው።[140] ነገር ግን የባሕርይ መጽሐፍ ሀሳቡን የሚደግፍ ፍንጭ የለውም። ፋሲል የሞተው ዳዊዎች ወጅን እና ገሞን መጀመሪያ የወረሩ ጊዜ በ1570ዎቹ መሆን አለበት። ቦረኖች ባሕርይን ንብረቱን ዘርፈው እና አቁስለው ከአገሩ ከገሞ ያባረሩት ፋሲል የሞተ ጊዜ ነው።[141] ትንቢት ተነበይኩ ሲል የፋሲል መገደል የመጨረሻው ሳይሆን የመጀመሪያ እንደሆነ፣ ቦረኖችም በፋሲል ላይ ባገኙት ድል ተደፋፍረው ሌላ ዙር ወረራ ይፈጽማሉ፣ በዚህም ምክንያት ብዙ ደም ይፈስሳል ማለቱ ነው። እንደጠበቀውም (በባሕርይ አባባል እንደ "ተነበየው") ቦረኖች ወጅን፣ በጥረ አሞራን፣ አርእኝን ዘርፈው ደጎረጎትን አሸንፈው እነ ዜናይን እንዲሁም "ጋቶን፣ በትሮን፣ በድሎን፣ ዓምዶን እና ሌሎችንም" ገድለው ሰፈሩባቸው።[142] ስለዚህ ቦረኖች ወደኢትዮጵያ መግፋት ሲጀምሩ ፋሲሎ የሞተበት ጊዜና ባሕርይ በተነበየው መሠረት ቦረኖች ወጅንና በጥረ አሞራን ያጠፉበት ጊዜ የተለያየ ነው። ምክንያቱም ትንቢቱ እስከሚፈጸም ጥቂት ጊዜ ያስፈለገዋል። ባሕርይ ትንቢት ተነበይኩ ባለበት ቅጽበት ትንቢቱ ከተፈጸመ ትንቢት አይሆንም። በዚህ ምክንያት መሐመድ ፋሲሎ የሞተው በ1587 ዓ.ም. መጨረሻ ነው ያለው ትክክል አይደለም።

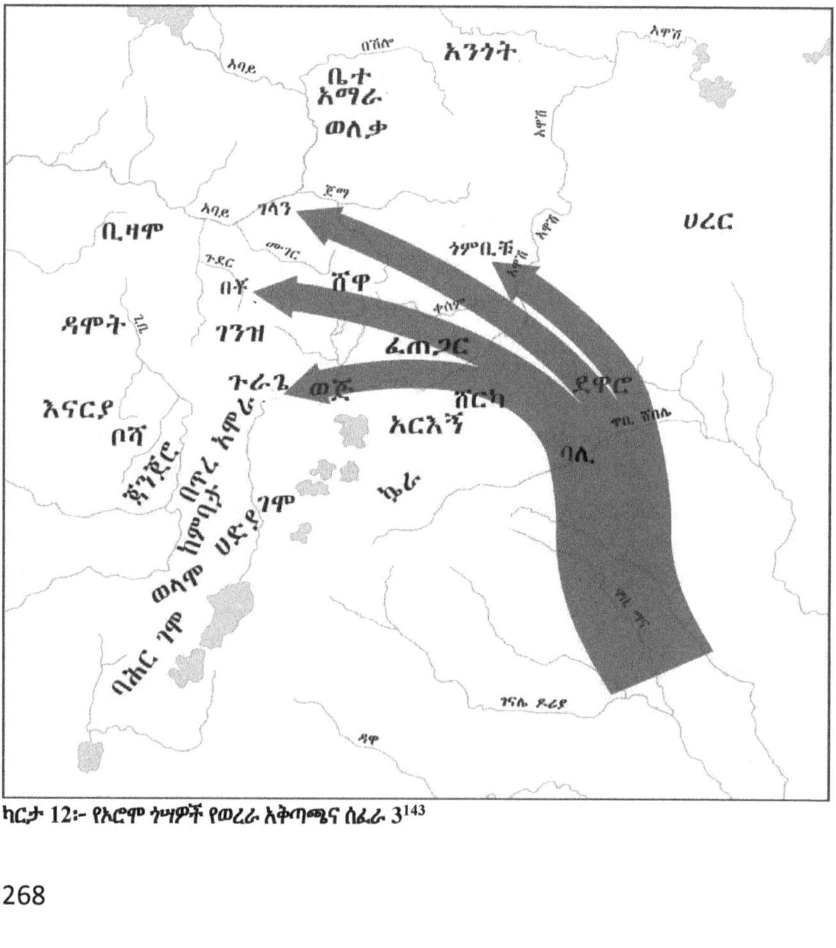

ካርታ 12፡- የኦሮሞ ጎሣዎች የወረራ አቅጣጫና ሰፈራ 3[143]

ከወጅ፣ ፈጠጋርና ደዋሮ ቀጥሎ ቢዛም፣ ዳሞትና ሸዋ የኦሮሞዎች የወረራ ኢላማ ሆኑ (ካርታ 13ን ይመለከቷል)። ቢርመጂ (1578-1586) የተባለው የቦረን ጎሣዎች ሉባ ዳሞትን ወረረ። በዘመኑ የነበረው የዳሞት ገዢ ደጅአዝማች አስቦ ነው። ባሕርይ የአስቦንና የቦረኖችን ጦርነት በመጽሐፉ አካትቶታል። አስቦ ወረራውን የጠበቀው አይመስልም። ቦረኖች "ሀገሪቷን የሚያድንና የሚያስጥል የሌለ ሆኖ ሲያገ[ኙ]ት"[144] ብዙ ሰውና ከብት ለመዝረፍ ቻሉ። አስቦ ከወንድሞቹ ጋር መክሮ ኦሮሞዎች የዘረፉትን ንብረት ሲካፈሉ በድንገት ደረሰባቸው። ብዙዎቹ ሲሞቱ ሌሎቹ ሸሽተው አመለጡ። አስቦ የተዘረፈውን ንብረት አስመለሰ።[145]

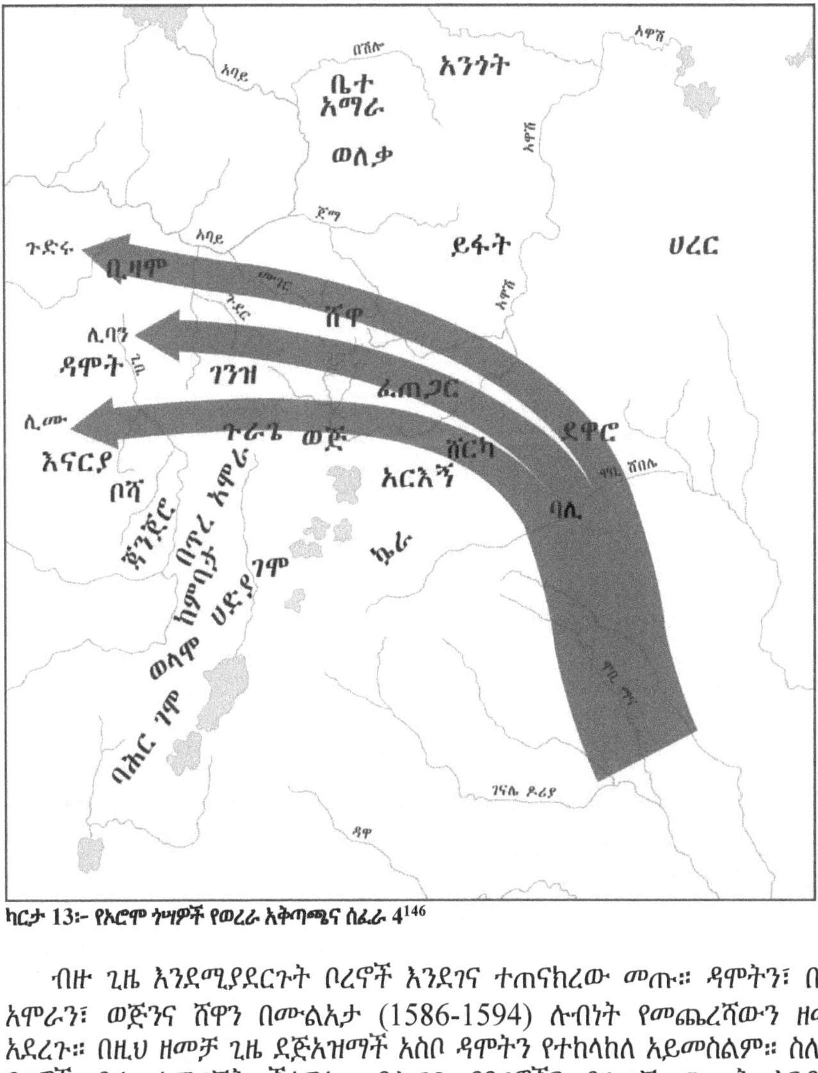

ካርታ 13፡- የኦሮሞ ጎሣዎች የወረራ አቅጣጫና ስፈራ 4[146]

ብዙ ጊዜ እንደሚያደርጉት ቦረኖች እንደገና ተጠናክረው መጡ። ዳሞትን፣ በጥረ አሞራን፣ ወጅንና ሸዋን በሙልአታ (1586-1594) ሉብነት የመጨረሻውን ዘመቻ አደረጉ። በዚህ ዘመቻ ጊዜ ደጅአዝማች አስቦ ዳሞትን የተከላከለ አይመስልም። ስለዚህ ቦረኖች ድል ለማግኘት ችለዋል። ባሕርይ የቦረኖችን የዘመቻ ውጤት እንደዚህ

ይገልጻዋል፡- "የቦረን ሙልአታም የዳሞትን ክርስቲያኖች አዳከማቸው፤ በታተናቸው፤ አገራቸውንም አጠፋው። በሱ ዘመን ሸዋ እና ዳሞት ምድረ በዳ ሆኑ።"[147] አስቦ የመጨረሻው የጥንቱ ዳሞት አገረ ገዢ ነው። የጥንቱን ዳሞት ለቦረኖች አስረክቦ ከሄደ በኋላ ያስተዳደረው አገር አዲሱ ዳሞት ነው። አስቦ የሱስንዮስ ደጋፊ ሆኖ በንጉሡ ታሪከ ነገሥት ላይ ተጠቅሷል።[148] አብዛኛዎቹ የዳሞት ክርስቲያኖች የተሰደዱት ወደጎጃም ነበር። ጎጃም የሰፈሩበትን አዲሱን አገር በጥንት አገራቸው ስም 'ዳሞት' አሉት። ከዚህ ጊዜ ጀምሮ የኢትዮጵያ መንግሥት የጥንቱን ዳሞት አይቆጣጠረውም። ከደጅአዝማች አስቦ ቀጥሎ የአዲሱ ዳሞት ገዢ ሆኖ በሱስንዮስ የተሾመው የኦሮሞ ትውልድ ያለው ደጅአዝማች ቡኮ ነው። የጥንቱ ዳሞት ሕዝብ ኦሮምኛ ተናጋሪ ሆነ፤ የጥንቱ የአውራጃው ወሰን ፈረሠ፣ ስያሜውም ተቀየረ።[149] የቀድሞውን ዳሞት መልሶ በማዕከላዊ መንግሥት አስተዳደር ለማድረግ የተደረጉት ዘመቻዎች በሚቀጥሉት ተከታታይ ምዕራፎች ይቀርባሉ።

በምዕራብ ሸዋ በተለይም ደግሞ በእንደገብጣን፣ በሙገርና በግንደ በረት የነበሩት የቤተ መንግሥት ሰዎች፣ ወይዛዝርትና ወታደሮች ርስትና ጉልታቸውን ለቅቀው ወደጎጃም የሄዱት በቢርመጄና በሙለአታ ሉብነት (1578-1594) ጊዜ ነው። ጊዮርጊስ ኃይሌ የተባለው ሠራዊት ርስተ ጉልት ይገኝ የነበረው በሙገር ነበር። በቀዳሚው ምዕራፍ እንዳየነው እንደገብጣን፣ ሙገርና ግንደ በረት የነገሥታቱ ሚስቶችና ሴት ወይዘሮዎች የጉልት መሬት መገኛ ነበሩ። የሠርፀ ድንግል እናት ንግሥት ሥሉስ ኃይላ (አድማስ ሞገሣ) መኖሪያ ቤቷ እና ርስተ ጉልቷ የሚገኘው በግንደ በረትና እንደገብጣን ውስጥ ነበር። የሠርፀ ድንግል አክስት ቴወዳድያም የምትኖረው ከሥሉስ ኃይላ ጋር ነበር። የሜጫና ቱለማ ጎሣዎች ግንደ በረትን፣ እንደገብጣንንና ሙገርን ሲስፋፉባቸው ሥሉስ ኃይላ ከብዙ ሰው ጋር ጎጃም ልዩ ቦታው ደጀን አካባቢ ሄዳ ተቀመጠች። ይህ የሆነው ደግሞ በ1580ዎቹ አጋማሽ ገደማ ነው። የኦሮሞ ጎሣዎች አባይን ተሻግረው ጎጃምን ማጥቃት ሲጀምሩ ሥሉስ ኃይላና የሠርፀ ድንግል አክስት ወይዘሮ ቴወዳዲያ የተሻለ መጠጊያ ፈልገው ደብረ ማርቆስ አቅራቢያ በሚገኘው በአቡነ አብርሐም ገዳምና ጅበላ አምባ ሄደው ተቀመጡ።[150] እንደገብጣንን ስሙ ተቀይሯል። ሙገርና ግንደ በረት ግን የጥንት ስያሜያቸውን እንደያዙ እስከዛሬ ዘልቀዋል።

6.4 ሱስንዮስ፣ ጋፋቶችና የኦሮሞ ጎሣዎች

ከ1597 ዓ.ም. እስከ1607 ዓ.ም. ባለው ጊዜ ውስጥ የቦረንና የበረይቱማ ጎሣዎች አማራን፣ ቢዛሞን፣ እናርያን፣ ሸዋን፣ ጎጃምንና ወለቃን በተደጋጋሚ ወርረው ዘረፋ ፈጸሙባቸው። ወለቃና ቢዛም የተባሉትን የጥንት አውራጃዎች ነባሩ ሕዝብ አብዛኛው ተሰድዶ በረይቱማዎችና ቦረኖች ሰፈሩባቸው። አብዛኛውን የቤተ አማራና የሸዋ ወረዳዎች የበረይቱማና የቱለማ ጎሣዎቹ የሰፈሩባቸው በዚሁ ጊዜ ነው (ካርታ 12ና 13ን ይመለከቷል)። እናርያ በ18ኛው ምእት ዓመት በሜጫ ጎሣዎች ቁጥጥር ሥር ዋለ። ቢዛሞ፣ ወለቃና እናርያ የተባሉት የጥንት አውራጃዎች ከኢትዮጵያ የአስተዳደራዊና ፖለቲካዊ መልክአ ምድር ጠፉ።[151] እላይ የዘረዘርናቸውን አውራጃዎች የበረይቱማና የቦረን ጎሣዎች የወረሯቸው በሱስንዮስ አጋዥነት ነው። በኢትዮጵያ ታሪክ እንደሱስንዮስ

የኦሮሞ ጎሣዎችን የረዳና ዓላማቸውን ያስፈጸመ አይገኝም። ለዚህም ነው መሐመድ ሀሰን በመጽሐፉ እንዲህ ሲል የጻፈው:-

> No other Amhara prince or warlord served the Oromo cause as much as Susenyos did. With his firepower, he helped various Oromo groups in penetrating the Christian strongholds in the provinces of Walaqa, Gojjam, Shawa and Amhara.[152]
>
> ትርጉም
> እንደሰንዮስ ለኦሮሞዎች ያገለገለ የአማራ ልዑል ወይም የጦር መኮንን የለም። ያለውን ኃይል ተጠቅሞ የተለያዩ የኦሮሞ ክፍሎችን በወለቃ፣ በጎጃም፣ በሸዋ እና በአማራ ውስጥ የሚገኙ ጠንካራ ይዞታዎችን ዘልቀው እንዲይዟቸው ረድቷቸዋል።

ሱስንዮስ የተወለደው ከአባቱ ከፋሲለደስና ከእናቱ ከሐመልማለ ወርቅ በ1569 ዓ.ም. ጎጃም ውስጥ ነው። ፋሲለደስ የአቤቶ ያዕቆብ ልጅ ነው። አቤቶ ያዕቆብ ደግሞ የልብነ ድንግል ልጅ ነው። ፋሲለደስ ጎጃም ወስጥ ጺቅ፣ ጎሚት፣ ደቤት እንዲሁም መኖሪያ ቤቱ በሚገኝበት በአባራ በደጀንና በየትኖራ አካባቢ የሚገኙ በጣም ሰፊና ለም የጉልትና ርስት መሬቶች ነበሩት። በ1580ውቹ አጋማሽ ቦረኖች ሱስንዮስን በአባቱ ቤት ሳለ አባቱን ገድለው እርሱን ደግሞ ማርከው ወሰዱት። ሱስንዮስ ለአንድ ዓመት ተኩል ያህል ከኦሮሞ ጎሣዎች ጋር በምርኮ አሳልፏል። ቦረኖች በ1588 ዓ.ም. ዳሞትን ሲወርሩ በደጅአዝማች አስቦ ከተሸነፉ በኋላ በስምምነት ወጣቱን ሱስንዮስን ለቀቁት። እስከ1597 ዓ.ም. ድረስ ሱስንዮስ ጎጃም የአባቱ ጉልት በነበረው አባራ በተባለ ቦታ አደገ።[153] ሱስንዮስ ጥሩ ወታደር ቢሆንም በትምህርቱ ከማንበብና ከመጻፍ ያለፈ እውቀት የነበረው አይመስልም።

በ1597 ዓ.ም. ሠርፀ ድንግል በድንገት ሲሞት ልጁ ያዕቆብ ነገሠ። የሥልጣን ሽኩቻ እንዳይፈጠር ሱስንዮስን ለማሰር አሚናዳብ በተባለ ሰው መሪነት ጎጃም ውስጥ አባራ ይገኝ ወደነበረው ቤቱ ወታደሮች ተልከው ነበር። ሱስንዮስ ቀድሞ መረጃ ስለደረሰው ከጎጃም ቤተሰቡን ይዞ አባይን ተሻግሮ ሸፍቶ ወለቃ ገባ። ሱስንዮስ ከኦሮሞዎች ጋር ለሁለተኛ ጊዜ የተገናኘው በ1597 ዓ.ም. እርሱ በሽፍትነት ወለቃ ሳለ እነርሱ ደግሞ ወለቃን ለመውረር በመጡ ጊዜ ነው። ለሚቀጥሉት ዐሥር ዓመታት የበረይቱማና የቦረን ጎሣዎች ሱስንዮስን መሪ አድርገው ወለቃን፣ ጎጃምንና ቢዛሞን እየተመላለሱ ዘረፉት።[154] በሱስንዮስ እና በሚመራቸው ኦሮሞዎች ከፉኛ የተጎዱት አማሬዎች እና ጋፋቶች በተለይም ጋፋቶች ናቸው። ጋፋቶች በሱስንዮስ መሪነት የኦሮሞ ጎሣዎች ለሚያደርጉት ወረራ የሰጡት መልስ ሦስት ዐይነት ነው። የመጀመሪያ መልስ ያለውድ በግድ ለሱስንዮስ እና ለኦሮሞዎች ትብብር ማድረግ ነበር። ሱስንዮስ በደጀን (ጎጃም) ትይዩ ሸዋ ውስጥ ይገኝ ወደነበረው ወደደብረ ጽላሎ ገዳምና አካባቢው በሄደ ጊዜ ፍስን የተባለው የቤረባቦ ጋፋት ጎሣ መሪ መንገድ በመምራትና በሌላም ርዳታ አድርጎለታል። በ1598 ዓ.ም. ሱስንዮስና ቦረኖች ከሸዋ ወደጎጃም ተሻግረው ደጀንን የወጉት በፍስን ምክርና መንገድ መሪነት ነው። ሰላላ (ሰላሌ) የነበሩት ጋፋቶች ለሱስንዮስ ገብረውለታል። ግንደበረት የነበሩት አብደራይ የተባሉት ጋፋቶችም እንዲሁ ለሱስንዮስ ገብተውለት ነበር።[155]

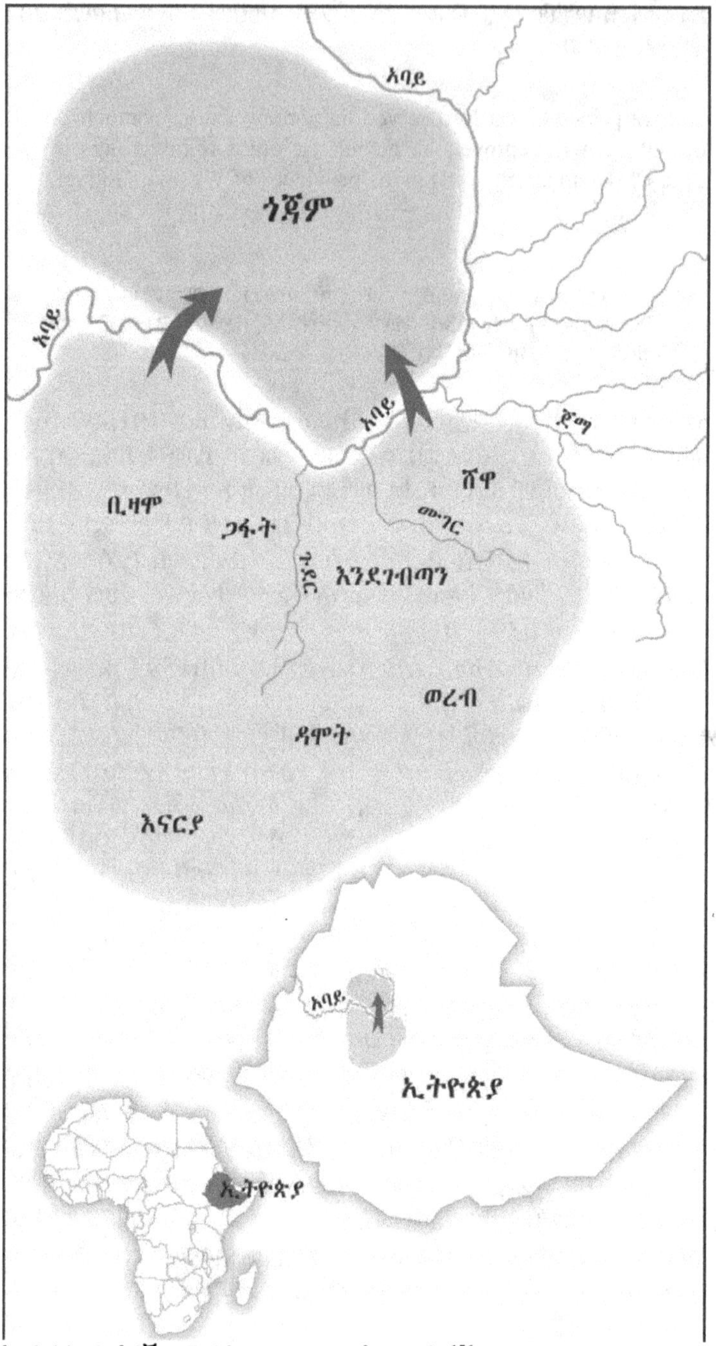

ካርታ 14፡- የጋፋቶች መኖሪያ ከኦሮሞ ወረራ በፊት እና በኋላ[156]

ሁለተኛው የጋፋቶች መልስ አመፅና ጦርነት ነው። አብዛኛው የጋፋት ጎሣዎች ከሱስንዮስና ከኦሮሞ ጎሣዎች ጋር ፍልሚያ አድርገዋል። ሱስንዮስም በተደጋጋሚ እየተመላለሰ ጋፋቶችን ዘረፋቸው። ከሱስንዮስና ከኦሮሞች ጋር የተዋጉት ጋፋቶች ብዙ ናቸው። ከነዚህም ውስጥ የዘመበል፣ አሽመን፣ አብደራይ፣ ሻት፣ ገንቦ፣ አዘር፣ ሐርብ ዋሽ፣ ሐርብ አከል፣ ፈተገም፣ ሱብሊ፣ ማለጎ፣ መግዳሙና የባዲ ይገኙበታል። እነዚህ አብዛኛዎቹ ከአባይ በታች በሰሜንና በምዕራብ ሸዋ አካባቢ የሚኖሩ ነበሩ። ቢዛሞ የሚኖሩትን ጋፋቶችም በተመሳሳይ ከቦረን ጎሣዎች ጋር እየተመላለሰ ሀብት ንብረታቸውን ዘረፋቸው። እንደሸዋና ቢዛሞ ሁሉ ወለቃ የነበሩትም ብዙዎቹ ጋፋቶች ከሱስንዮስና ከኦሮሞ ወራሪዎች ጋር ተዋግተዋል። ከቢዛሞ ዘመቻ መልስ ሸዋ የነበሩትን አሽመን የተባሉትን ጋፋቶች ከወጉ በኋላ ሱስንዮስና ኦሮሞዎች ወደወለቃ ሄዱ። ሐርበ ዋሽ፣ ሐርበ አከል፣ ንጌ፣ አሽመን የተባሉት የወለቃ ጋፋቶችም ዣን በግድም በሚባለው መሪያቸው መሪነት ሱስንዮስን ተዋጉት።[157]

ሦስተኛ ለሱስንዮስና ለኦሮሞ ጎሣዎች አንገዛም ያሉት ጋፋቶች የጥንት አገራቸውን ለቅቀው አንፃራዊ ሰላም ወዳለበት ወደጎጃም ተሰደዱ። ለምሳሌ ድን የተባሉት ጋፋቶች በዚህ ዐይነት ነበር ከሸዋ ወደጎጃም የተሰደዱት። የሱስንዮስ ታሪክ ነገሥት ጸሐፊ እንዲህ ይላል፦ "በአባይ ማዶ ኗሪ የሆኑትን ድንና ጋፋትን ሁሉ አጠፉቸው፤ አገራቸውን ለቅቀው ወደጎዣም ምድር እስኪገቡ ድረስ። ያችም አገር እስከዛሬ ድረስ ሰው አልባና ምድረ በዳ ሁና ትገኛለች"("አጥፍኦሙ ለድን ወለኵሉ ጋፋት እለ ይነብሩ በማዕዶተ አባዊ እስከ ኀደጉ ሀገሮሙ ወቦኡ ምድረ ጐዣም። ወይእቲ ሀገር ሀለወት እስከ ይእዜ በከዊነ በድው ወዓፅ")።"[158] የድን ጋፋቶች የሰፈሩት ጎጃም ውስጥ በአሁኑ በደምበጫና በፍኖተሰላም ከተማ መካከል ልዩ ስሙ ጅጋ በተባለው አካባቢ ነው። ወደጎጃም የተሰደዱት ድን ብቻ አይደሉም። እላይ ስማቸውን የዘረዘርነው የጋፋት ጎሣዎች አብዛኛዎቹ በጎጃም የተለያዩ ወረዳዎች ሰፈሩ (ካርታ 14ን ይመለከቷል)።[159]

ጋፋቶችን ዘርፈው፣ የሚገድሉትን ገድለው፣ የሚያፈናቅሉትን አፈናቅለው፣ የቀረውን ካስገበሩ በኋላ ደብረ ሊባኖስ፣ ይፋት፣ ሠርመት፣ ከሰምና ሌሎችንም የሸዋ አካባቢዎችን በተመሳሳይ ሱስንዮስና ኦሮሞዎች ዘረፏቸው። በሸዋ ድንበር አካባቢ አገር እንዲጠብቅ ሰፍሮ የነበረውን አፍሮ አይገባ የተባለውን ሠራዊት ሁለት ጊዜ ያህል ጦርነት ገጥሞ ብዙ ጉዳት አደረሰባቸው። ባጠቃላይ ከተራራማውና ቆላማው ሸዋ ውጭ የሆነውን አካባቢ የሚኖረውን ሕዝብ ሱስንዮስ ከኦሮሞ ጎሣዎች ጋር በመሆን ተደጋጋሚ ዘረፋ በማድረግ ለኦሮሞ ሰፈራ አመቻቸው።[160] ከሸዋ፣ ወለቃና ቢዛሞ ውጭ ሱስንዮስና የኦሮሞ ተከታዮቹ በዋሉበት በሁሉም ጎራ አልቀናቸውም። ለምሳሌ ወደእናርያ፣ ጉራጌና ሀድያ ያደረጓቸው ዘመቻዎች በሙሉ በሽንፈት የተደመደሙ ናቸው። በ17ኛው ምእት ዓመት መጀመሪያ ዓመታት የነበሩት የጉራጌ፣ የሀድያና የእናሪያ ገዢዎች በሱስንዮስና በኦሮሞዎች ላይ ከባድ ጉዳት አድርሰውባቸው ነበር።[161] ከመጀመሪያ ሙከራ በኋላ ሱስንዮስ ዳግመኛ ወደነዚህ አካባቢዎች አልዘመተም። የሀድያና የእናርያ ዘመቻዎች የሚያመለክቱን ሱስንዮስንና ኦሮሞዎችን በቆራጥነት የሚዋጋቸውን ደግሞ ለማጥቃት እንደማይዳፈሩ ነው። በምዕራፍ 8 እንደምናየው ጋፋቶችና አማሬዎች በቀላሉ የተሸነፉት በግራኝ አሕመድና በእርስ በርስ ጦርነት በጣም ስለተዳከሙ ነው።

በ1600 ዓ.ም. አካባቢ የኦሮሞ ጎሣዎች ለም የግጦሽ መሬት ፍላጎት ሙሉ በሙሉ ረክቷል ለማለት ይቻላል። ከዚህ ዓመት በኋላ የበረይቱማና የቦረን ጎሣዎች ነገሥታቱ ጎጃምና በጌምድር ካሰፈሯቸው በስተቀር በወረራ የያዙት አዲስ መሬት የለም ለማለት

ይቻላል። የኦሮሞ ጎሣዎች ወደጎጃም ያደረጓቸው ዘመቻዎች ከብት፣ ቁሳቁስና ሰዎችን ለመዝረፍ ያለሙ ነበሩ። ከሁሉም አውራጃዎች በከፋ ሁኔታ በተደጋጋሚ የተዘረፈው ጎጃም ነው። ይህ የሆነበት ምክንያት የኦሮሞ ጎሣዎች ከበጌምድር በስተቀር በሁሉም የጎጃም አዋሳኝ አውራጃዎች ማለትም በወለቃ፣ ሸዋና ቢዛሞ ስለሰፈሩ ነው። በወረራው ጊዜ ብዙ የቤት እንስሳት ይዘረፉ፤ ብዙ ሰውም ያልቅ ነበር። በተጨማሪም መተኪያ የሌላቸው የታሪክና የሃይማኖት ቅርሶችም ተዘርፈው ይጠፉ ነበር። ለምሳሌ ሱስንዮስና ኦሮሞዎች ጎጃም ውስጥ የሚገኘውን የደብረ ጽሞናን ገዳም ዘርፈውታል። ገዳሙ የሱስንዮስ ቅድመ አያት ንግሥት ሰብለ ወንጌል አጽም በክብር ያረፈበት ነው። ዘራፊዎቹ የመነኮሳቱን ሀብት ንብረት በድርድር ሲመልሱ አልባሳቱን፣ ነጋሪቱን፣ ሰይፍና ሾተሉንና የመሳሰለውን ወሰዱት። የሱስንዮስ ታሪከ ነገሥት ጸሐፊዎች ድርጊቱን ፍጹም ነውር መሆኑን አልገለጡትም።[162]

ሱስንዮስና የቦረን ጎሣዎች በ1603 ዓ.ም. ከቢዛሞ ተነስተው አባይን ተሻግረው ወሰን አምባ የተባለውን የጎጃም ወረዳ በወረሩበት ጊዜ ቁጥሩ ከፍተኛ የሆነ ከብት ከመዝረፋቸውም በላይ አንድ ሺህ የሚሆኑ የጎጃም ተውላጆች ተገድለው ነበር። ታሪከ ነገሥቱ እንደሚያስረዳው አገሩን እንዲጠብቅ የተመደበ ስናን የተባለ ሠራዊት ዛሬ ስናን ከተባለው ደጋማ ወረዳ ነበር። ሰዎች ሳይሞቱ ደርሰው ሕይወታቸውን ለመታደግ ባይችሉም ስናኖች የተዘረፈውን ከብትና ምርኮኛውን አስመለሱ።[163] ዘረፋው ሱስንዮስ ከነገሠ በኋላም አላቆመም። ሸዋ፣ ወለቃና ቢዛሞ የሰፈሩ ቦረኖችና በረይቱማዎች ጎጃምን መዝረፍ ከጀመሩ ጊዜ ጀምሮ ከሁሉም የከፋው በ1621 ዓ.ም. የፈጸሙት ዘረፋና ወረራ ነው፡-

> ንጉሠ ነገሥት ሥልጣን ሰገድ ከአብርሃም ተራራ ከተነሣ በኋላ በማግሥቱ ቱለማ የተባለው [ጋላ] መጣ። ግማሽ ጎጃምንም ከበረንታ ይዞ እስከ ደብረ ወርቅ፣ የነገሻትን አገርና መንቁርቁርያ፣ እነቆራን፣ እንሽትን፣ የሹር ዘንግማን፣ የኩበትንና ሁሉንም ሽሜ፣ ጨሜ፣ ጋፋትና ደበና አንጫ የተባሉት የሚኖሩበትን አገር ፈጽሞ አጠፋ። ከሁሉም አገሮች ምንም ነገር ሳያስቀር እንስሳንና ሰውን ሁሉ ማረከ። ሥፍር ቁጥር የሌላቸውንም ሰዎች ገደለ። [ጋላ] ጎጃምን መውረር ከጀመረ አንስቶ በዚያን ጊዜ እንደማረከውና እንደገደለው ያለ የማረከበትም የገደለበትም ቀን የለም። ከጎጃም ሰዎችም [የጋላውን] መምጣት ያወቁ፣ [የንጉሡ ወታደሮች የሚፈጽሙባቸውን] ዘረፋውን በመፍራት ግን ለንጉሡ ያልነገሩት (የደበቁት) አሉ።[164]

ቱለማዎች ጎጃምን ያለማንም ተከላካይ ያገኙት ይመስላል። ወረራውም ብዙ አካባቢዎችን ያካለለ ነበር፤ ታሪከ ነገሥቱ የተዘረፈው አገር የጎጃምን ግማሽ ያህል ይሆናል ይላል። በዚህ ወረራ ጋፋቱም አማራውም ሁሉም እኩል ነው የተጠቃው። በ17ኛው ምእት ዓመት ጎጃም የኦሮሞ ጎሣዎች ከርስታቸው ባፈናቀሏቸው ስደተኞች የተሞላች ነበረች ለማለት ይቻላል። ነገር ግን በጎጃም በሸሹበት አገርም ከዘረፋና ግድያ ሊያመልጡ አልቻሉም። ቱለማዎች ከሸዋና ከወለቃ፣ ሜጫዎች ከቢዛሞና ዳሞት አባይን እየተሻገሩ እስከ17ኛው ምእት ዓመት መጨረሻ ድረስ በተደጋጋሚ ጎጃምን ዘረፉት፣ ብዙ ሰውም አለቀ።

ማጠቃለያ

በዚህ ምዕራፍ እንዳየነው ለኦሮሞ ጎሣዎች ወደኢትዮጵያ በቀላሉ እንዲገቡ መንገድ የጠረገላቸውና ያመቻቸላቸው የግራኝ አሕመድ የሽብር ወረራ ነው። በግራኝ አሕመድ

ዘመን ኢትዮጵያ ወሰን አስከባሪ፣ ጠባቂ ወታደር አልነበራትም። የኦሮሞ ጎሣዎች በዚህ መልካም አጋጣሚ ተጠቅመው ወደኢትዮጵያ ዘልቀው ለመግባት ቻሉ። በኢትዮጵያ ታሪክ ባለርስቶችን አፈናቅለው በሌላው መሬት ላይ እንደሰፈሩ የቀሩት የኦሮሞ ከብት አርቢ ጎሣዎች ብቻ ናቸው።

መሐመድ ሀሰን ኦሮሞዎች በመካከለኛው ዘመን ታሪክ በኢትዮጵያ ይኖሩ ነበር የሚለው ትርክት ምንም ዐይነት ማስረጃ የሌለው መሠረተ ቢስ ትርክት እንደሆነ በዚህ ምዕራፍ በሰፊው ዐይተናል። የኢትዮጵያ መንግሥት ከቀዳሚነት የሚመነጭ የፖለቲካ መመሪያና አቋም የያዘበት ጊዜ እንደነበረ የሚያሳይ የጽሑፍም የቃልም ምንጭ የለም። በተቃራኒው ከውጭ የመጡ ሰዎች እንኳ በሙያ ብቃታቸው ለከፍተኛ ሹመትና ማዕረግ የበቁበት አጋጣሚ በኢትዮጵያ ታሪክ ብዙ ነው።[165] በቀዳሚነት ላይ የተመሠረተ የሚሰጥ የዜግነት መብት ባልነበረበት አሁንም በሌለበት ኦሮሞ ጥንት ኢትዮጵያ ውስጥ መኖር አለመኖሩን ማረጋገጥ ለምን አስፈለገው? የዚህ መልሱ ከፖለቲከኞች ዓላማ ይገኛል። ኦሮሞ ከ16ኛው ምእት ዓመት በፊት ኢትዮጵያ ውስጥ ነበር የሚለው በታሪክ ምንጭ ያልተደገፈ የፈጠራ ትርክት ዋና ዓለማ አሁን ሕዝባችን የሚሉት የሰፈረበትን መሬት የጥንት ይዞታቸው ለማስመሰል የፈጠሩት ነው። በሚቀጥለው ምዕራፍ የኦሮሞ ጎሣዎች በሰፈሩባቸው አውራጃዎች ከነበሩት ነባር ሕዝቦች ጋር የነበራቸውን ግንኙነት በስፋት እናያለን።

ማስታወሻዎች

1 ጌታቸው፣ *የአባ ባሕርይ ድርሰቶች*፣ 63/76
2 ትሪዩልዚ እና ታዓ፣ *የወለጋ የታሪክ ሰነዶች*፣ 287።
3 Kropp, *Die Geschichte des Lebna-Dengel,* 38, 41-43, 45-47.
4 Conti Rossini, "Due Squarci Inediti di Cronica Etiopica," 157-158; Guerreiro, *Relação annual das coisas que fizeram os Padres*, vol. 2, 168; Merid, "Southern Ethiopia," Chapters 3, 5 and 7.
5 *Jesuits in Ethiopia*, trans. Wright and Grek, ed. Belcher , 45, 54, 115-118, 146-164; Páez, *Pedro Páez's History of Ethiopia*, vol. 2, 18-43, 170-175, 261-287; Tellez, *Travels of the Jesuits in Ethiopia*, 137-144, 205-2012, 232-252.
6 Crummey, "Church and Nation,"463-467, 476-482; Merid, "Southern Ethiopia," 563-582; Yaqob, *Controversie cristologiche in Etiopia,* 1-45.
7 ጌታቸው፣ *የአባ ባሕርይ ድርሰቶች*፣ 82, 83፤ Merid, "Military Elites in Medieval Ethiopia," 166-178; *idem*, "Southern Ethiopoia," 425; Uṯmān, *Futūḥ al-Ḥabaša*, 88-90.
8 ጌታቸው፣ *የአባ ባሕርይ ድርሰቶች፣* 63/76፤ Abir, *Ethiopia and the Red Sea*, 137; Merid, "Southern Ethiopia," 159; Mohammed, *Oromo of Ethiopia*, 18-20.
9 Abir, *Ethiopia and the Red Sea*, 133-*135,* 137- 140; Merid, "Southern Ethiopia," 200-201.
10 Abir, *Ethiopia and the Red Sea*, 231-232; Pankhurst, *History of Ethiopian Towns*, vol.1, 139-141.

11 Foucher, "Birbirsa," 33-38; Harris, *Highlands of Ethiopia*, vol. 2, 189 and 201; Isenberg and Krapf, *Journals of C. W. Isenberg and J. L. Krapf*, 215-216፤ Lefebvre, *Voyage en Abyssinie*, vol. 2, 239-240.
12 Merid, "Southern Ethiopia," 416-425; Mohammed, *Oromo of Ethiopia,* 21, 22, 66-69.
13 Abir, *Ethiopia*, 27-43, 119-137.
14 Ullendroff, *The Ethiopians*, 76.
15 *አሮሚያ ባህልና ቱሪዝም ቢሮ፣ የኦሮሞ ታሪክ*፤ Mohammed, *Oromo and the Christian Kingdom.*
16 Merid, "Southern Ethiopia," 194-205.
17 Mohammed, *Oromo of Ethiopia*, 18-47.
18 *አሮሚያ ባህልና ቱሪዝም ቢሮ፣ የኦሮሞ ታሪክ*፣ 46-58፤ Mohammed, *Oromo and the Christian Kingdom,* 62-104.
19 Mohammed, *Oromo and the Christian Kingdom*, chapters 1-4.
20 ዝኒ ከማሁ፣ 69-71, 76-80, 82-86.
21 Derat, *Le Domaine des rois éthiopiens*; Kaplan, *Monastic Holy Man*; Taddesse, *Church and State.*
22 *ታየ፣ የኢትዮጵያ ሕዝብ ታሪክ*፣ 62-65።
23 ዝኒ ከማሁ፣ 31።
24 ዝኒ ከማሁ፣ 57-58።
25 *ታየ፣ የኢትዮጵያ ሕዝብ ታሪክ*፣ 62።
26 Mohammed, *Oromo and the Christian Kingdom*, 38-39, 76-77.
27 ዝኒ ከማሁ፣ 62።
28 ዝኒ ከማሁ፣ 65።
29 *Glory of the Kings*, ed and trans. Belcher andKleiner. In progress for Princeton University Press.
30 Pereira, *Chronica de Susenyos*, vol. 1, 208.
31 *ዓለሙ፣ የኢትዮጵ ታሪክ*፣ 152።
32 Páez, *History of Ethiopia*, vol. 2, 259-260, 366; Pereira, *Chronica de Susenyos*, 70.
33 *ጌታቸው፣ የአባ ባሕርይ ድርሰቶች*፣ 80፤ Pereira, *Chronica de Susenyos*, 214-215.
34 Páez, *History of Ethiopia*, vol. 2, 206-259.
35 Mohammed, *Oromo and the Christian Kingdom*, 77.
36 *ታየ፣ የኢትዮጵያ ሕዝብ ታሪክ*፣ 63-65፤ *ጌታቸው፣ የአባ ባሕርይ ድርሰቶች*፣ 171-193, 217-241.
37 *ታየ፣ የኢትዮጵያ ሕዝብ ታሪክ*፣ 63።
38 Mohammed, *Oromo and the Christian Kingdom*, 75
39 ዝኒ ከማሁ፣ 75.
40 Mohammed, *Oromo and the Christian Kingdom*, 263.
41 ዝኒ ከማሁ፣ 63, 69-72.
42 Kropp, *Der Siegreiche Feldzug Des Königs 'Āmada-Seyon*, 18; Marrassini, *Lo Scettro e la Croce*, 82.
43 ዝኒ ከማሁ፣ 11-12; ዝኒ ከማሁ፣ 68.
44 ዝኒ ከማሁ፣ 27; ዝኒ ከማሁ፣ 100.

45 ጌታቸው፣ *የአባ ባሕርይ ድርሰቶች*፣ ገጽ 26 ግርጌ ቁጥር 17።
46 ዝኒ ከማሁ፣ ገጽ 26 ግርጌ ቁጥር 17።
47 Mohammed, *Oromo and the Christian Kingdom of Ethiopia*, 63.
48 Kropp, *Der Siegreiche Feldzug Des Königs 'Āmada-Seyon,* XXVIII -XXX-XXXI and 11-12.
49 Huntingford, *Glorious Victories of King Amda-Seyon*, 25; Wright, *Catalogue of Ethiopic Manuscripts*, 315-318.
50 Chaîne, *Catalogue des manuscrits éthiopiens* , 37, 75-6; Huntingford, *Glorious Victories of King Amda-Seyon*, 25; Zotenberg, *Catalogue des manuscrits éthiopiens*, 216-221.
51 Chaîne, *Catalogue des Manuscrits des Éthiopiens*, 15, 39-40.
52 Goldschmidt, *Die abessinischen Handschriften*, 58-62.
53 Dillmann, *Die Kriegsthaten des Königs 'Amda-Ṣion*, 1-2 and 12.
54 Huntingford, *Glorious Victories of 'Amda Seyon*, 34, 36, 62, 67 and 74.
55 Huntingford, *Glorious Victories of King Amda-Seyon*, 33; Perruchon, "Histoire des guerres d'Amda Seyon, roi d'Éthiopie," Geez text 272-278.
56 Páez, *History of Ethiopia,* vol. 2, 4 and 5.
57 Ullendorff, "The Glorious Victories of 'Amda Seyon," 603-604.
58 Kropp, *Der Siegreiche Feldzug Des Königs 'Āmada-Seyon,* xxv-xxxiii and 11-12; Marrassini, *Lo Scettro e la Croce*, 68, 82, 100, 202.
59 Mohammed, *Oromo and the Christian Kingdom of Ethiopia*, 63
60 ጌታቸው፣ *ደቂቀ እስጢፋኖስ*፣ 130-131።
61 ጌታቸው፣ *ደቂቀ እስጢፋኖስ*፣ 134።
62 ዝኒ ከማሁ፣ 245፤ Conti Rossini, *Acta Santi Abakerazun*, 25.
63 ጌታቸው፣ *የአባ ባሕርይ ድርሰቶች*፣ 101፤ Mohammed, *Oromo and the Christian Kingdom of Ethiopia*, 39, 77.
64 ጌታቸው፣ *የአባ ባሕርይ ድርሰቶች*፣ 101.
65 Phillipson, *Foundations of an African Civilization*, 227-228.
66 Mohammed, *Oromo and the Christian Kingdom*, 227-228.
67 Marrassini, "Note on Zāgwe Kingship," 185-189.
68 ጌታቸው፣ *የአባ ባሕርይ ድርሰቶች*፣ 26
69 Mohammed, *Oromo and the Christian Kingdom of Ethiopia*, 70.
70 Mohammed, *Oromo and the Christian Kingdom of Ethiopia*, 146-148.
71 Beckingham and Huntingford, *Some Records of Ethiopia*, lxxvi; Cerulli, *Etiopia Occidentale*, vol. 2, 169-171.
72 Mohammed, *Oromo and the Christian Kingdom of Ethiopia*, 70.
73 ዝኒ ከማሁ፣ 130-132.
74 Asmarom, *Gada*, 15-17; Haberland, *Galla Süd-Äthiopiens*, 773-774.
75 ጌታቸው፣፡ *የአባ ባሕርይ ድርሰቶች፡* 81, 83።
76 ትሪዩልዚ እና ታዓ፣ *የወለጋ የታሪክ ሰነዶች*፣ 285-286።
77 ዝኒ ከማሁ፣ 287።
78 ጌታቸው፣ *የአባ ባሕርይ ድርሰቶች*፣ 80፣ 82-83፣ 89-93.

79 ኦሮሚያ ባህልና ቱሪዚም ቢሮ፣ *የኦሮሞ ታሪክ*፣ 71-72፤ Mohammed, *Oromo and the Christian Kingdom*, 80-83, 93, 97-104;.
80 Bounga, "Damot," 109-113, 123, 328, 357, 358; Conti Rossini, *Historia Regis Sarsa Dengel*, 9-15, 26, 37, 43, 162-163, 165; Pereira, *Chronica de Susenyos*, 6, 12-15, 22-26; Taddesse, "Ethnic Interaction and Integration," 124-125, 129, 139-140.
81 Bounga, "Damot," 341-349, 356-364; Taddesse, "Ethnic Interaction and Integration," 141-143.
82 ኦሮሚያ ባህልና ቱሪዚም ቢሮ፣ *የኦሮሞ ታሪክ*፣ 71.
83 Mohammed, *Oromo and the Christian Kingdom of Ethiopia*, 80.
84 Pereira, *Chronica de Susenyos*, 21-22.
85 ዓለሙ፣ *የኢትዮጵያ ታሪክ*፣ 18።
86 Informant: Waqjira Badane, interviewed by Richard Caulk at Change, Salale on 2/6/1974. ይህ መረጃ የተገኘው ከሪቻርድ ኮክ የግል ስብስብ ነው። ስብስቡ በጊዜዊነት ከጸሐፊ ዘንድ ይገኛል።
87 Mohammed, *Oromo and the Christian Kingdom of Ethiopia*, 80.
88 Conti Rossini, "Gadla Takla Haymanot," 102.
89 Mohammed, *Oromo and the Christian Kingdom of Ethiopia*, 81-85.
90 ጎፉይ፣ *ገድለ ቀውስጦስ*፣ 121፤ Raineri, *Gli Atti di Qawesṭos*, 192/193.
91 ጎፉይ፣ *ገድለ ቀውስጦስ*፣ 121።
92 Mohammed, *Oromo and the Christian Kingdom of Ethiopia*, 81.
93 Hummel, "Disputed Life of the Saintly Ethiopian Kings," 55-70.
94 Habtamu, "Dispute over Precedence and Protocol," 25.
95 ዝኒ ከማሁ፣ paragraph 8.
96 Hummel, "The Disputed Life," 57-70.
97 *Glory of the Kings,* ed and trans. Belcher and Kleiner. In progress for Princeton University Press.
98 Conti Rossini, "Il Gadla Takla Haymanot," 98-143.
99 Budge, *Life of Takla Haymanot.*
100 Conti Rossini, "Gadla Takla Haymanot," 102, 125.
101 Budge, *Life of Takla Haymanot*, 3-.
102 ዝኒ ከማሁ፣ 9.
103 Conti Rossini, "Gadla Takla Haymanot," 142-145.
104 Budge, *Life of Takla Haymanot,* vol. 2, 276-345.
105 Raineri, *Gli Atti di Qawesṭos*, 5-7; Kinefe-Rigb, "Bibliography of the Ethiopic Hagiographic Traditions," 87.
106 Taddesse, *Church and State*, 184, 303.
107 Mohammed, *Oromo and the Christian Kingdom of Ethiopia*, 73.
108 Guidi, *Annales Iohannes I*, 221; Merid, "Southern Ethiopia," 54-56, 77, 407 footnote 1, 424, 594; Pereira, *Chronica de Susenuos*, vol. 1, 192-93; Uṯmān, *Futūḥ al-Ḥabaša*, 170.
109 Guidi, *Annales Iohannes I,* 238-251.
110 Mohammed, *Oromo and the Christian Kingdom of Ethiopia*, 100.

111 Beckingham and Huntingford, *Some Records of Ethiopia*; Páez, *Pedro Páez's History of Ethiopia.*

112 Conti Rossini, *Historia Regis Sarsa Dengel*; Guidi, *Annales Iohannes I*; Pereira, *Chronica de Susenyos.*

113 ጌታቸው፣ *የአባ ባሕርይ ድርሰቶች።*

114 ዝኒ ከማሁ፣ 89-91።

115 Merid, "Southern Ethiopia"; Mohammed, *Oromo and the Christian Kingdom of Ethiopia*; *idem*, *Oromo of Ethiopia.*

116 ጌታቸው፣ *የአባ ባሕርይ ድርሰቶች፣* 80፤ Asmarom, *Gada* , 8, 50-52, 81-84; Haberland, *Galla Süd-Äthiopiens*, 167-192; Mohammed, *Oromo of Ethiopia*, 9-11.

117 ይልማ፣ *የኢትዮጵያ ታሪክ፣* 218።

118 ጌታቸው፣ *የአባ ባሕርይ ድርሰቶች፣* 81-89, 157፤ Mohammed, *Oromo of Ethiopia*, 11.

119 ይልማ፣ *የኢትዮጵያ ታሪክ፣ 219።*

120 Asmarom, *Gada*, 8; Mohammed, *Oromo of Ethiopia*, 10-13; ይልማ፣ *የኢትዮጵያ ታሪክ፣* 218፤ ጌታቸው፣ *የአባ ባሕርይ ድርሰቶች፣80።*

121 ይልማ፣ *የኢትዮጵያ ታሪክ፣ 218።*

122 Asmarom, *Gada*, 8.

123 ጌታቸው፣ *የአባ ባሕርይ ድርሰቶች፣* 70/87፤ Mohammed, *Oromo of Ethiopia,* 12-13.

124 ጌታቸው፣ *የአባ ባሕርይ ድርሰቶች፣* 81።

125 ዝኒ ከማሁ፣ 82።

126 Whiteway, *Portuguese Expedition to Abyssinia*, 228-229.

127 ጌታቸው፣ *የአባ ባሕርይ ድርሰቶች፣* 75-94፤ Bounga, "Damot," 326-330, 340-358; Mohammed, *Oromo and the Christian Kingdom*, 188-190, 198, 208-209, 215, 219-220; Pereira, *Chronica de Susenyos*, vol.1, 3-19.

128 ጌታቸው፣ *የአባ ባሕርይ ድርሰቶች፣*82።

129 ዝኒ ከማሁ፣ 82.

130 ኦሮሚያ ባህልና ቱሪዚም ቢሮ፣ *የኦሮሞ ታሪክ፣* 260-270፤ ጌታቸው፣ *የአባ ባህርይ ድርሰቶች፣* 81-82፤ Merid, "Southern Ethiopia," 155, 202; Mohammed, *Oromo and the Christian Kingdom of Ethiopia*, 98, 123, 184, 200, 210.

131 ጌታቸው፣ *የአባ ባሕርይ ድርሰቶች፣* 83፤ Merid, "Southern Ethiopia," 95, 204-205, 211-212; Mohammed, *Oromo and the Christian Kingdom*, 183-186.

132 ጌታቸው፣ *የአባ ባሕርይ ድርሰቶች፣* 84።

133 ጌታቸው፣ *የአባ ባሕርይ ድርሰቶች፣* 84። በተጨማሪም የሚከተለውን ይመለከቷል፣ Conti Rossini, *Historia Regis Sarsa Dengel,* 44.

134 ጌታቸው፣ *የአባ ባሕርይ ድርሰቶች፣* 85።

135 ጌታቸው፣ *የአባ ባህርይ ድርሰቶች፣* 83፤ Merid, "Southern Ethiopia," 155, 202; Mohammed, *Oromo and the Christian Kingdom of Ethiopia*, 98, 123, 184, 200, 210, 335, 349.

136 Varenbergh, "Studien zur abessinischen Reichsordnung," 13.

137 ጌታቸው፣ *የአባ ባሕርይ ድርሰቶች፣* 79-80።

138 Mohammed, *Oromo and the Christian Kingdom*, 201-202.

139 ጌታቸው፣ *የአባ ባሕርይ ድርሰቶች፣* 79 የግርጌ ቁጥር 23 እና 24።

140 Mohammed, *Oromo and the Christian Kingdom of Ethiopia*, 201.

141 ጌታቸው፣ የአባ ባሕርይ ድርሰቶች፣ 79-80።
142 ዝኒ ከማሁ፣ 85።
143 አሮሚያ ባህልና ቱሪዚም ቢሮ፣ የኦሮሞ ታሪክ፣ 117-147፤ ጌታቸው፣ የአባ ባህርይ ድርሰቶች፣ 84-85፤ Mohammed, *Oromo and the Christian Kingdom of Ethiopia*, 98, 123, 184, 200, 210, 291, 202; Merid, "Southern Ethiopia," 313; Bouanga, "Le Damot dans l'histoire de l'Éthiopie," 320-330.
144 ጌታቸው፣ የአባ ባሕርይ ድርሰቶች፣ 86።
145 ጌታቸው፣ የአባ ባሕርይ ድርሰቶች፣ 86፤ Mohammed, *Oromo and the Christian Kingdom*, 214; Pereira, *Chronica de Susenyos*, vol, 1, 4-5.
146 አሮሚያ ባህልና ቱሪዚም ቢሮ፣ የኦሮሞ ታሪክ፣ 148-182፤ ጌታቸው፣ የአባ ባህርይ ድርሰቶች፣ 85-89፤ Bouanga, "Le Damot dans l'histoire de l'Éthiopie," 320-330, 336-363; Merid, "Southern Ethiopia," 313; Mohammed, *Oromo and the Christian Kingdom of Ethiopia*, 98, 123, 184, 200, 210, 291.
147 ጌታቸው፣ የአባ ባሕርይ ድርሰቶች፣ 89።
148 Pereira, *Chronica de Susenyos*, vol.1, 65, 85.
149 Bounga, "Damot," 340-358.
150 ዝኒ ከማሁ፣ 340-342; Merid, "Southern Ethiopia," 335-336; Pereira, *Chronica de Susenyos*, vol.1, 6.
151 Bounga, "Damot," 326-330, 342-351; Merid, "Southern Ethiopia," 427-432, 438-441; Mohammed, *Oromo of Ethiopia*, 48-82.
152 Mohammed, *Oromo and the Christian Kingdom*, 262.
153 ዝኒ ከማሁ፣; Pereira, *Chronica de Susenyos*, vol.1, 3-8.
154 Bounga, "Damot," 326-330; Mohammed, *Oromo and the Christian Kingdom*, 253-255; Pereira, *Chronica de Susenyos*, vol.1, 8-14, 33-34.
155 Bounga, "Damot," 326-330; Pereira, *Chronica de Susenyos*, vol.1, 12-13, 23-26, 29; Taddesse, "Ethnic Interaction and Integration," 139.
156 Bouanga, "Damot dans l'histoire de l'Éthiopie," 326-330, 336-363.
157 Pereira, *Chronica de Susenyos*, vol.1, 25-30; Taddesse, "Ethnic Interaction and Integration," 139-140.
158 ዓለሙ፣ የኢትዮጵያ ታሪክ፣ 25፤ Pereira, *Chronica de Susenyos*, vol.1, 30.
159 Bounga, "Damot," 326-330; Taddesse, "Ethnic Interaction and Integration," 140-143.
160 Pereira, *Chronica de Susenyos*, vol. 1, 21, 18-19, 45.
161 ዝኒ ከማሁ፣ 32-37, 46-48.
162 Pereira, *Chronica de Susenyos*, vol.1, 16.
163 ዝኒ ከማሁ፣ 31.
164 ዓለሙ፣ የኢትዮጵያ ታሪክ፣ 163; Pereira, *Chronica de Susenyos*, vol. 1, 223-224.
165 *Anqaṣa Amin*, 18-19; Donzel, *Foreign Relations of Ethiopia*; Getatchew, "Ras 'Amdu," 251-259; Pankhurst, "Menilek and the Utilisation of Foreign Skills," 29-86; Salvadore, *African Prester John*, 40, 43-44, 110, 112-122, and 137-138.

ምዕራፍ ሰባት ገዳ፣ ሞጋሳና የነባር ኢትዮጵያውያን ነገዶች መጥፋት

በምዕራፍ 6 የተለያዩ ገዳዎች በተከታታይ በመሩት ወረራ የኦሮሞ ጎሣዎች በብዙ የኢትዮጵያ አውራጃዎች እንደሰፈሩ ዐይተናል። በዚህ ምዕራፍ የገዳዎች ወረራና የጎሣዎች ሰፈራ በቀዳሚ የኢትዮጵያ ነገዶች ላይ ያስከተለውን የዘር መሳሳትና የባህል ድምሰሳ እንዳስሳለን። ምንም እንኳ በራራንና የበራራን ሰዎች ብቻ የሚመለከት የጽሑፍ መረጃ ባናገኝም በኦሮሞ ወረራ ዘመን በሸዋና በሌሎችም አውራጃዎች ኗሪዎች የደረሰው በበራራ ሰዎችም እንደደረሰ ለመረዳት አያዳግትም። የቱለማ ጎሣዎች በቀድሞው በራራ እና በአካባቢው የሰፈሩት ምናልባት ሀርሙፋ እና ሮባሌ የተባሉ ገዳዎች በጥረ አሞራን፣ ወጅን፣ ፈጠጋርን እና ሸዋን በወረሩበት ከ1562 ዓ.ም. እስከ1578 ዓ.ም. ባለው ጊዜ ውስጥ ሊሆን ይችላል። በራራ ትገኝበት የነበረው በወረብ እንደነበረ በቀዳሚ ምዕራፎች በሰፊው ዐይተናል። የወረብ ሰዎች ወደጎጃም፣ ወደጉራጌና ወደበጌምድር እንደሄዱ የሚያመለክቱ መረጃዎች አሉ። በጌምድር ደራ ወረዳ ውስጥ አባይ አቅራቢያ ወረብ የሚባል የቦታ ስም በዓፄ ሱስንዮስ ታሪክ ነገሥት ተጠቅሶ እናገኛለን።[1] ታሪክ ነገሥቱ ሱስንዮስ ሽፍታ በነበረበት ጊዜ "ወደምድረ ወረብ" እንደሄደና "በዚያም ከጉራጌ ወገን ጥቂት ሰዎች አቀባበል"[2] እንዳደረጉለት ይነግረናል። በመጨረሻም ወረብ የጉራጌ ትውልድ የነበረው የራስ ዘስላሤ አባት የትውልድ ቦታ እንደነበረ በዚሁ ታሪክ ነገሥት ተጠቅሷል።[3]

በጌምድር አውራጃ ደራ ወረዳ ውስጥ አባይ ወንዝ አቅራቢያ ስለነበረው ወረብ የመጀመሪያው የጽሑፍ መረጃ የሱስንዮስ ታሪክ ነገሥት ነው። ደራ ውስጥ ያለው ወረብ ምናልባት ሸዋ ውስጥ ከነበረው ወረብ የሄዱ ሰዎች የሰፈሩበት ሊሆን ይችላል። በራራ በወረብ ውስጥ ስለነበረ የበራራም ሰዎች በተመሳሳይ ተሰደው ሊሆን ይችላል። የጽሑፍ መረጃ ምንጭ ባናገኝም እንደወረብ ሁሉ የበራራም ስያሜ የጥንቱ ሰዎች በሰፈሩበት አውራጃ ሊገኝ ይችላል። ነገር ግን ሁሉም የበራራ ሰዎች ከአካባቢው ይለቅቃሉ ብለን አናስብም። ቢያንስ እስከ16ኛው ምእት ዓመት መጨረሻ አካባቢ አብዛኛው ሸዋ በኢትዮጵያ መንግሥት አስተዳደር ሥር በነበረበት ጊዜ ነባሮቹ ኢትዮጵያውያን ባህላቸውን፣ ሃይማኖታቸውን እና ቋንቋቸውን እንደጠበቁ በአካባቢው እንደሚኖሩ መገመት ይቻላል። የቱለማ ጎሣዎች በብዛት ወደሸዋ ሲሰፍሩ ነባር ኢትዮጵያውያን ማንነታቸውን፣ ቋንቋቸውን እና ባህላቸውን እንዲቀይሩ ተገደዱ። የኦሮሞ ጎሣዎችም የሰፈሩባቸውን የጥንት ኢትዮጵያውያንን የስፍራ ስሞች በኦሮምኛ ስያሜዎች ቀየሯቸው።

ብዙ የጥንት የኢትዮጵያ አውራጃ፣ የወረዳ እና የከተማ ስፍራዎች ከኢትዮጵያ መልክአ ምድራዊ ታሪክ የጠፉት በዚህ ምክንያት ነው። በፍራ ማውሮ የዓለም ካርታ ላይ የተሣሉት ብዙዎቹ የኢትዮጵያ የስፍራ ስሞች ባለንበት ዘመን አይገኙም። በዳግማዊ ምኒልክ ዘመን የዳዊትን ከተማ የበራራን ትክክለኛ ስፍራ ፈልጎ ለማግኘት ረጅም ጊዜ የፈጀበት ምክንያት (ምዕራፍ 9ን ይመለከቷል) የኦሮሞ ጎሣዎች የጥንቶቹን ስሞች ስለቀየሯቸው ነው።

የበረይቱማ እና የቦረን ጎሣዎች በኢትዮጵያ ያደረጉት ወረራ፣ የመሬት ንጥቂያና ሰፈራ፣ ይህንም ተከትሎ በነባር ኢትዮጵያውያን ላይ ያደረሱት የዘር መሳሳትና ጨርሶ መጥፋት የአውሮፓ ቅኝ ገዢ ሰፋሪዎች በሰሜንና ደቡብ አሜሪካ፣ በደቡብ አፍሪካ እና በአውስትራሊያ በቅኝ በያዙት መሬት ሲሰፍሩ በቀዳሚ ሕዝቦች ላይ ከደረሰው የዘር መሳሳትና የባህል ድምሰሳ ታሪክ ጋር በሦስት ዋና ዋና ምክንያት ተመሳሳይ ሆኖ እናገኘዋለን። አንደኛውና ዋናው ምክንያት የኦሮሞ ጎሣዎች ያካሄዱት ወረራ አውሮፓውያን እንዳደረጉት ሰፈራንና የመሬት ንጥቂያን ያካተተ መሆኑ ነው። አውሮፓውያን በቅኝ ገዢነት የተስፋፉት እና በቋሚነት የሰፈሩት ቀዳሚ ሕዝቦችን በመግደል፣ በማፈናቀልና በማሳደድ በኃይል በወሰዱት መሬት ላይ ነው።[4] የኦሮሞ ጎሣዎች የሚፈልጉት ለከብቶቻቸው የግጦሽ መሬት ነበር። ነገር ግን ክፍት መሬት ስላልነበረና አብዛኛው መሬት ከብዙ ሺህ ዓመታት በላይ ረግተው በእርሻ በሚተዳደሩ ኢትዮጵያውያን በዐፅመ ርስትነት የተያዘ ስለነበረ የኦሮሞ ጎሣዎች መሬት ማግኘት የሚችሉት ነባር ኢትዮጵያውያንን በማፈናቀልና ይዞታቸውን በኃይል በመቀማት ብቻ ነበር። አውሮፓውያን እንዳደረጉት የኦሮሞ ጎሣዎችም በተመሳሳይ አማሬዎችን፣ አደሬዎችን፣ ጋፋቶችንና ሌሎችንም ነባር ኢትዮጵያውያን ቋንቋቸው፣ ባህላቸውና ማንነታቸው ተወልዶ ካደገበት ከዐፅመ ርስታቸው አፈናቅለው ራሳቸው ሰፈሩበት።

ሁለተኛው ምክንያት የአውሮፓና የኦሮሞ ተስፋፊ ሰፋሪዎች በቀዳሚ ሕዝቦች ላይ ያደረሱት የዘር መሳሳትና የባህል መደምሰስ ነው። የአውሮፓ ሰፋሪዎች ባህላቸውን፣ ሃይማኖታቸውን እና ቋንቋቸውን ከሞት ከተረፉት ነባር ኢትዮጵያውያን ላይ በመጫን የነባር ሕዝቦች ባህል፣ ማንነትና ቋንቋ እንዲጠፋ አደረጉ። አውሮፓውያን ቅኝ በያዟቸው አገሮች ሲሰፍሩ በነባር ሕዝቦች ላይ ያስከተሉት የዘር መሳሳት፣ የባህል መደምሰስና ፈጽሞ መጥፋት ከቅርብ ጊዜ ወዲህ በታሪክ ምሁራን፣ በሕግ ምሁራን እና የተባበሩት መንግሥታት ድርጅት ስለዘር ፍጅትና ባህል ድምሰሳ ባጸደቀው ሕግ መሠረት እንደዘር ጥፋትና የባህል ድምሰሳ ይታያል።[5] የአውሮፓ ቅኝ ሰፋሪዎች እንዳደረጉት የኦሮሞ ጎሣዎችም የሚገድሉትን ገድለውና የሚያፈናቅሉትን አፈናቅለው ከሞትና ከስደት የተረፈውን ነባር የኢትዮጵያ ሕዝብ ደግሞ የሞጋሳ ልጅ አድርገው በብዙ ሺህ ዓመታት ያዳበረውን ባህሉን፣ ማንነቱንና ቋንቋውን አጥፍተው የራሳቸውን ባህል፣ ቋንቋ እና ማንነት እንዲቀበል አድርገው አጠፉት፤ በተቃራኒው ደግሞ የኦሮሞ ቁጥር፣ ቋንቋ እና ባህል አደገ።[6] የኦሮሞ ጎሣዎች ያደረጉትን መስፋፋት ከሁሉም በላይ ልዩ የሚያደርገው ይህ ነው።

ኦሮሞ ያልሆኑትን ሰልቅጦ በሚበላው በሞጋሳ ምክንያት የራሳቸው ቋንቋ፣ ባህልና ማንነት የነበራቸው ብዙ ጥንታዊ የኢትዮጵያ ሕዝቦች በአጭር ጊዜ ውስጥ ጠፍተዋል። ቀጥሎ እንደምናቀርበው አማራን ጨምሮ ከ20 በላይ ነባር ሕዝቦችን ከባሊ፣ ከደዋሮ፣ ከፈጠጋር፣ ከወጅ፣ ከሸዋ፣ ከዳሞት፣ ከቢዛሞ፣ ከአንጎት፣ ከቤተ አማራ፣ ከገኝና ከእናርያ ያጠፋቸው የገዳ ድርጅት እና ሞጋሳ ነው። ነጋሶ ጊዳዳ ባደረገው ጥናት በሰዮ ወለጋ

አካባቢ ብቻ የሞጋሳ ልጅ ሆነው እንዲጠፉ የተደረጉት ነባር ኢትዮጵያውያን ከዐሥር በላይ ናቸው። እነርሱም አማራ ካንቺ፣ መጀንግ፣ ክወጉ፣ ክዋማ፣ ማኦ፣ ቡሳሴ፣ ኮንቺ፣ ጋንቃ፣ ወራጎ፣ ዳሞታ፣ ካዛ፣ አጋዲ፣ ገቢቶና ሙጬኮ ናቸው።[7] በተባበሩት መንግሥታት የሳይንስ፣ የትምህርት እና የባህል ድርጅት (ዩኔስኮ) ጥናት መሠረት በኢትዮጵያ በአጠቃላይ 28 የጠፉ እና በመጥፋት ላይ ያሉ ቋንቋዎች አሉ። ከነዚህም ውስጥ የሺናሻ፣ የጋፋት፣ የአርጎባ፣ የአንፊሎ፣ የባምባሲ፣ ሆዞ፣ ክዋማ እና የዛይ ነገዶች እና ቋንቋ ተናጋሪዎች ይገኙበታል።[8]

ታሪካቸውን ብቻ የምናነብብላቸው ሙሉ በሙሉ ቋንቋቸው እና ማንነታቸው ከጠፉት ነባር ኢትዮጵያውያን ውስጥ የጋፋት፣ የማያ እና ወርጅህ ነገዶች ይገኙበታል።[9] የማያ፣ የወርጅህ፣ የጋፋት፣ የአንፊሎ፣ የዛይ እና የሌሎችም ነባር ኢትዮጵያውያን የዘር መሳሳትና ጨርሶ የመጥፋት ዕጣ ፈንታ የገጠማቸው ሰፈራን ባካተተው በኦሮሞ መስፋፋት ምክንያት ርስታቸው ስለፈለሰና የሞጋሳ ልጅ ስለሆኑ ነው። የሺናሻ፣ የማኦ፣ የዛይና የአርጎባ ማህረሰቦች ዘራቸው እጅግ በጣም የሳሳና በመጥፋት ላይ ያሉ ወይንም እንደጠፉም የሚቆጠሩ ናቸው። ከ16ኛው ምእት ዓመት በፊት እዚህ የዘረዘርናቸው ሕዝቦች በጣም ሰፋፊ ዐፅመ ርስት መሬት የነበራቸው ነባር ኢትዮጵያውያን ናቸው። ለአብነት እኒህን ጠቀስን እንጂ በኦሮሞ ጎሣዎች ወረራና ሰፈራ ምክንያት ከዐፅመ ርስታቸው የፈለሱት እና የሞጋሳ ልጅ ሆነው የጠፉት የጥንት ሕዝቦች ብዙ ናቸው።

የገዳ ድርጅት እና የገዳ አንድ አካል የሆነው ሞጋሳ ሲወርድ ሲዋረድ የመጣ፣ ብዙ የኦሮሞ ትውልዶች የተቀባበሉት ባህል ስለሆነ እንደመልካም ውርስ፣ ባህል እና እሴት ይታያል። በብዙ ሰው ዘንድ ገዳ እና ሞጋሳ የመቻቻል፣ የመከባበር፣ የዲሞክራሲና የአቃፊነት መገለጫና ተምሳሌት ተደርጎ ይቆጠራል። ከዚህም አልፎ ገዳ በነባር ኢትዮጵያውያን ላይ ያስከተለው የዘር መሳሳት እና የባህል ድምሰሳ በጥሞና ስላልተመረመረ እና ስላልተጠና በተባበሩት መንግሥታት የቅርስ እንክብካቤና ጥበቃ ተቋም የማይዳሰስ ረቂቅ ቅርስ ተብሎ ተመዝግቧል።[10] በመስከረም ወር 2007 ዓ.ም. የተባበሩት መንግሥታት ድርጅት ጠቅላላ ጉባዔ የነባር ህዝቦችን መብት በሚመለከት ካፀደቀው ውሳኔ አኳያ ካየነው የገዳ ድርጅት እና ሞጋሳ በኢትዮጵያ ነባር ነገዶች ላይ ያስከተሉት የዘር መሳሳት እና የባህል ድምሰሳ ነው። የጠቅላላ ጉባኤውን ውሳኔ ኢትዮጵያም አጽድቃዋለች። ጠቅላላ ጉባዔው ነባር ነገዶችንና ህዝቦችን ከባህል ጭፍለቃ እና ውድመት ለመታደግ ባፀደቀው ውሳኔ 8ኛው አንቀፅ የሚከተለውን ጠቃሚ ሀሳብ እናገኛለን፡-

> Article 8
> 1. Indigenous peoples and individuals have the right not to be subjected to forced assimilation or destruction of their culture. 2. States shall provide effective mechanisms for prevention of, and redress for: (a) Any action which has the aim or effect of depriving them of their integrity as distinct peoples, or of their cultural values or ethnic identities; (b) Any action which has the aim or effect of dispossessing them of their lands, territories or resources; (c) Any form of forced population transfer which has the aim or effect of violating or undermining any of their rights; (d) Any form of forced assimilation or integration....[11]

<u>ትርጉም</u>
አንቀፅ 8
1. ነባር ህዝቦች እና ግለሰቦች ተገድደው ማንነታቸውን እንዳይቀይሩ ወይም ባህላቸው እንዳይደመሰስባቸው መብት አላቸው። 2. መንግስታት ከዚህ በታች የተዘረዘሩት ጥፋቶች እንዳይደርሱና ቢደርሱም ለማረምና ለማስተካከል የሚረዱ አስተማማኝ ስልቶችን ሊያበጁ ይገባል፡- (ሀ) የተለየ ህዝብ ሆነው እንዳይኖሩ፣ ወይም የባህል እሴታቸውን ወይም የነገድ ማንነታቸውን ለማሳጣት ያለሙ ወይም ይህን የሚያስከትሉ እርምጃዎች፤ (ለ) ርስታቸውን፣ አገራቸውን ወይም የተፈጥሮ ሀብታቸውን ለማስለቀቅ ያለሙ ወይም ይህን የሚያስከትሉ እርምጃዎች፤ (ሐ) ማንኛውም ዐይነት መብታቸውን ለመጣስ ወይም ለማመንመን ያለሙ ወይም ይህን የሚያስከትሉ ማንኛውንም የግዳጅ የህዝብ ዝውውር፤ (መ) ማናቸውም ዐይነት የግዳጅ ጭፍለቃ ወይም ውህደት። [...]

ነባር ህዝቦችን ለጥፋት የሚዳርጋቸው ልዩ የሆነውን የነገድ ማንነታቸውን እና ባህላቸውን የሚያስቀይር እርምጃ ሲወሰድባቸው ነው። ነባር ህዝቦች የህልውናቸው እና የማንነታቸው መሠረት የሆነው ርስታቸው ሲፈልስና በሀይል ሲፈናቀሉ ለጥፋት ይዳረጋሉ። ነባር ህዝቦች የሚጠፉበት ሌላው ምክንያት የራሳቸውን ማንነት ትተው የሌላ ማንነት ተገድደው እንዲቀበሉ ሲደረግ ነው። የተባበሩት መንግሥታት ጠቅላላ ጉባዔ ባሳለፈው ውሳኔ መሠረት የዓለም አገሮች ነባር ህዝቦች ርስታቸው እንዳይፈልስ እና ማንነታቸው ተጠብቆ እንዲኖር አስፈላጊ የሆነ አሰራር እንዲዘረጉ ያሳስባል።

ወደኢትዮጵያ ስንመጣ ብዙ የኢትዮጵያ ነባር ነገዶች ርስታቸው ፈልሶ፣ ባህላቸው ተጨፍልቆ እና ተደምስሶ የሞጋሳ ልጅ ሆነው የኦሮሞ ማንነት እንዲይዙ የተደረጉት በኃይል ነው። ገዳና ሞጋሳ ለብዙ ነባር ኢትዮጵያ ነገዶች መጥፋት ምክንያት ቢሆኑም እስከአሁንም ድረስ እንደመልካም ውርስ እና እሴት ይታያሉ። ገዳንና ሞጋሳን አቃፊ ደጋፊ፣ ዲሞክራሲያዊ አድርጎ ማቅረብና በተባበሩት መንግሥታት የቅርስ ጥበቃና ቁጥጥር መሥሪያ ቤት የዓለም ቅርስ ሆኖ እንዲመዘገብ ማድረግ ገዳ በፈጠረው ጦረኝነት፣ የግድያ ባሕል እና ወረራ ርስታቸው የፈለሰባቸውን፣ የሞጋሳ ልጅ ሆነው ባህላቸውና ቋንቋቸው የተደመሰሰባቸውን ከ20 በላይ ነባር የኢትዮጵያ ነገዶች እንደመናቅ እና ዳግም እንደመግደል ይቆጠራል። ገዳን በቅርስነት ማስመዝገብና ማወደስ የዘር ጥፋትን እና የባህል ጭፍለቃን እንደማበረታታት ይታያል።

በዚህ ምዕራፍ ወስጥ አራት አርእስተ ጉዳዮችን እንዳስሳለን። የመጀመሪያው ክፍል ሁለት ጽንሰ ሐሳቦችን የምንዳስስበት ይሆናል። አንዱ ጽንሰ ሀሳብ የሕዝብ ሰፈራን ያካተተ የቅኝ ግዛት መስፋፋት ነው። ሁለተኛው ጽንሰ ሐሳብ ደግሞ የዘር መሳሳትና የባህል ጥፋት (‘cultural genocide’, ‘indigenocide’) ነው። በተጨማሪም የሰፋሪ ቅኝ ግዛት ከዘር መሳሳትና ከባህል መደምሰስ ጋር ያለውን ጥብቅ ተፈጥሯዊ ቁርኝት እናያለን። ሁለተኛው ክፍል የገዳ ድርጅት የፈጠረው የግድያ እና የጦረኝነት ባህል በነባር ህዝቦች ላይ ያደረሰውን ጥፋት እንዲሁም ሞጋሳ ምን እንደሆነና ነባሩ ሕዝብ የሞጋሳ ልጅ ሲሆን የሚፈጽመውን ሥነ ሥርዓት ባጭሩ ያቀርባል። በዚሁ ክፍል ነባሩ ሕዝብ የሞጋሳ ልጅ የሆነበትን ምክንያት ማብራሪያ ይቀርባል። ሦስተኛ ክፍል በሞጋሳ ልጆችና በኦሮሞ ጎሣዎች መካከል የነበረውን ጦርነት እና መንስዔውን ይዳስሳል። ጦርነቱ የገዳ ድርጅት አድሎና ጭቆና ውጤት እንደሆነም ያሳያል። በአጠቃላይ ገዳ የግጭትና የመለያየት ምክንያት እንደነበረ በመረጃ አስደግፎ ያቀርባል። በምዕራፉ የመጨረሻ ክፍል በሰሜን ኢትዮጵያ በሰፊው ጥቅም ላይ ይውል ስለነበረው የማር/የጡት ልጅ እና የማር/የጡት

አባት/እናት ስለተባለው ሥርዓት እና ከሞጋሳ ጋር ስላለው ተመሳሳይነትና ልዩነት እናያለን። ይህ ክፍል የማር ልጅ ከሞጋሳ በተቃራኒው ቤተሰባዊ ዝምድና ለመመሥረት፣ ውርስ ለማውረስ፣ በአርጅና ጊዜ ጧሪ ቀባሪ ለማግኘት ያገለገለ እንደነበረ በብዙ ጥሬ የታሪክ የሕግ ሰነዶች አስደገፎ ያሳያል።

7.1 የሰፈራ ቅኝ ግዛት፣ የባህል ድምሰሳና የዘር መሳሳት በዓለም ታሪክና በኢትዮጵያ

በዘርና ባህል ድምሰሳ የጥናት ዘርፍ ላይ የተሰማሩ ባለሙያዎች (Genocide Studies) የመሬት ቅርምትን፣ ማፈናቀልን፣ ሰፈራን፣ የዘር ማሳሳትንና የባህል ጭፍለቃን ያስከተለ መስፋፋት የሰፈራ ቅኝ ግዛት (settler colonialism) ይሉታል። ሰፋሪ ቅኝ ገዢዎች አገራቸውን ለቅቀው በቅኝ ወደያዙት አገር የሚመጡት በቋሚነት ለመስፈር ነው። በቋሚነት ለመስፈር ደግሞ መሬት ያስፈልጋል። ነገር ግን ሰፋሪ ቅኝ ገዢዎች በቅኝ የሚይዙት መሬት በቀዳሚ ሕዝቦች ይዞታ ሥር ስለሆነ በሰፋሪዎችና በነባር ሕዝቦች መካከል ግጭት ይፈጠራል። ክፍት መሬት ስለማይገኝ ሰፋሪ ቅኝ ገዢዎች የሚሰፍሩበት መሬት የሚያገኙት ነባር ሕዝቦችን በማፈናቀል እና ይዞታቸውን በኃይል በመቀማት ይሆናል።[12] ብዙ ጊዜ የሰፈራ ቅኝ ግዛት የዘር መሳሳትና ጨርሶ መጥፋት የሚያስከትለውም ለዚህ ነው። የመሬት ቅርምትንና ቋሚ ሰፈራን ያካተተ መስፋፋት "የሰፋሪ ቅኝ ግዛት" የሚባለው በዚህ ምክንያት ነው። ከዚሁ ጋር ተያይዞ የሰፈራ ቅኝ ግዛት የሚያስከትለውን የነባር ሕዝቦች የዘር መሳሳት፣ የባህል ድምሰሳና ፈጽሞ ጥፋት የመስኩ ባለሙያዎች የባህል ድምሰሳና ጥፋት (cultural genocide) ይሉታል።[13]

የዘር፣ የባህል፣ የማንነትና የቋንቋ ድምሰሳ ራሱን የቻለ የጥናት መስክ ሆኖ የተጀመረው የሁለተኛው ዓለም ጦርነት በተጠናቀቀ ማግስት ነው። በዚህም የጥናትና የምርምር መስክ የታሪክ፣ የፖለቲካ ሳይንስና የሕግ ባለሙያዎች ይሳተፋሉ። የመስኩ ባለሙያዎች የመጀመሪያ የጥናት ትኩረት የነበረው በሁለተኛው የዓለም ጦርነት ጊዜ የጀርመን ናዚዎች በአውሮፓ ይሁዲዎች ላይ የፈጸሙት የዘር ማጥፋት ታሪክ ነበር።[14] ከቅርብ ጊዜ ወዲህ ግን የመስኩ ባለሙያዎች በአፍሪካ፣ በአሜሪካ፣ በእስያና በአውስትራሊያ ሰፋሪ ቅኝ ገዢዎች በቀዳሚ ሕዝቦች ላይ ያደረሱትን የዘር ማጥፋት፣ የባህልና የቋንቋ ድምሰሳ በሰፊው ማጥናት ጀምረዋል።[15] በተለይም በአሜሪካ፣ በእስያና በአውስትራሊያ በዚህ መስክ የተጻፉ የምርምር ሥራዎች በኢትዮጵያ ውስጥ በ16ኛውና በ17ኛው ምእት ዓመታት የተፈጸሙትን የባህል ድምሠሣዎች ለመረዳት ጥሩ መነሻ ሀሳብ ይሰጣሉ። ከሁሉም በላይ ኤሊሳ ኖቪክና ፓትሪክ ዎልፍ ስለባህል ድምሠሣ እንዲሁም ሰፋሪ ቅኝ ግዛት በነባር ሕዝቦች ላይ ስለሚያደርሰው ውድመት የሳታሟቸው ጥናቶች ጠቃሚ ሆነው አግኝተናቸዋል። ለማብራራት እንዲመች ከሁለቱም ምሁራን ሥራዎች የሚከተሉትን ጥቅሶች አቅርበናል፡-

> Cultural genocide is often described as a 'subtle' genocide, referring to a rather long- term process which, in spite of not being bloody, engenders the same result as genocide: the destruction of a human group, mainly through assimilationist and dispersionist policies. […] The harm is

therefore multiple: to the individual, their communities, and humanity as a whole.[16]

<u>ትርጉም</u>
የባህል ድምሰሳ ወንጀል ብዙውን ጊዜ “ስውር” የዘር ፍጅት ተብሎ የሚገለጽ ሲሆን የሚያመለክተውም ሂደቱ ረጅም ጊዜ የሚፈጅ፣ ደም አፍስሶ ባይሆንም [ደም በማፍሠሥ የሚፈጸመውን] የዘር ፍጅት ዐይነት ወጤት የሚያስከትል ነው— [ይኸውም] በዋነኝነት የማንነት ጭፍለቃ እና የማፈናቀል መመሪያን በመከተል አንድን ማኅበረሰብ እንዲጠፋ በማድረግ [የሚከናወን] ነው። ... ስለዚህ ጉዳቱ ለግለሰቦች፣ ለማኅበረሰቦች እና በአጠቃላይ ለሰው ልጆች ሁሉ የሚተርፍ ነው።

In common with genocide as Raphaël Lemkin characterized it, settler colonialism has both negative and positive dimensions. Negatively, it strives for the dissolution of native societies. Positively, it erects a new colonial society on the expropriated land base—as I put it, settler colonizers come to stay: invasion is a structure not an event. […] The positive outcomes of the logic of elimination can include officially encouraged miscegenation, the breaking-down of native title into alienable individual freeholds, native citizenship, child abduction, religious conversion, resocialization in total institutions such as missions or boarding schools, and a whole range of cognate biocultural assimilations.[17]

<u>ትርጉም</u>
የሰፋሪ ቅኝ ግዛት ሩፋኤል ለምኪን ከገለጸው ከዘር ፍጅት ጋር የሚጋራው አሉታዊና አዎንታዊ ገጽታ አለው። በአሉታዊ ገጽታው ነባር ሕዝቦችን ለመበታተን ይጥራል። በአዎንታዊ ገጽታው በተያዘው መሬት ላይ አዲስ የቅኝ ግዛት ኅብረተሰብን ይገነባል—እኔ እንዳስቀመትኩት ሰፋሪ ቅኝ ገዢዎች የሚመጡት ረግተው ለመቀመጥ ነው፤ ወረራም መዋቅራዊ ነው እንጂ የአጭር ጊዜ ክስተት አይደለም። […] የሰፋሪ ቅኝ ግዛት የማጥፋት አመክንዮ ውጤቶች (ዋና ዘዴዎች) የሚያካትታቸው ይፋዊ የዘር ማቀላቀል፣ የነባሩን ሕዝብ መሬት ለግለሰቦች የግል ይዞታ አድርጎ ማቀራመት፣ ነባሮቹን ዜጋ ማድረግ፣ ሕፃናትን መጥለፍ፣ ሃይማኖትን ማስቀየር፣ በአዳሪና በሚሲዮን ትምህርት ቤቶች [የራሳቸውን አሥረሥቶ] ከአዲስ ባህል ጋር ትውውቅና ልምምድ እንዲያደርጉ ማድረግ አና ብዙ ዐይነት ተዛማጅ ሥነ ሕይወታዊ-ባህላዊ ጭፍለቃ መንገዶች ናቸው።

የዘርና የባህል ድምሰሳ በሁለት መንገድ ሊፈፀም ይችላል። አንደኛው ሰዎቹን በመግደል ወይም ደም በማፍሰስ ዘራቸውን ማጥፋት ነው። ሁለተኛው ደም ሳያፈስሱ በስውርና በረቀቀ መንገድ ሰዎቹን መበተን ወይም ባህላቸውን በመጨፍለቅ አዲስ ማንነት እንዲይዙ በማድረግ ነው። ብዙ ጊዜ በስውርና በረቀቀ መንገድ የዘር፣ የማንነትና የባህል ድምሠሣ የሚፈጸመው መሬት መቀራመትና ሰፈራን የሚያካትተው የመጤዎች ቅኝ ግዛት መስፋፋት (settler colonialism) ነው። ፓትሪክ ዎልፍ እና የሱን ሀሳብ የሚጋሩት ምሁራን እንደሚሉት ከሆነ የሰፋሪ ቅኝ ግዛት አፍራሽና ገንቢ ወይም አሉታዊና አወንታዊ ገጽታን በአንዴ አጣምሮ የያዘ ነው። በአፍራሽ ጎኑ ነባር ወይም ቀዳሚ ሕዝቦችን ያፈራርሳል። በነባሩ ሕዝብ ላይ የዘር መመናመንና መጥፋትን ያመጣል። በአወንታዊ ጎኑ

ደግሞ አዲስ የሰፋሪና መጤ ማኅበረሰብ ከነባሩ ሕዝብ በኃይል በተወሰደው መሬት ላይ ይገነባል።

ከፓትሪክ ዎልፍ ጥናት በጠቀስነው አንቀጽ ላይ ሰፋሪ ቅኝ ግዛት ገንቢ ወይም አወንታዊ ገጽታ አለው ተብሎ የቀረበው ሀሳብ በኛ በኩል ተቀባይነት የለውም። ሠፋሪ ቅኝ ገዢዎች ከነባር ሕዝቦች በኃይል ከተቀማው መሬት አዲስ ማሕበረሰብ ስለሚገነቡ አወንታዊ ገጽታ አለው የሚለው አስተያየት በደምብ ያልተጤነ አጉል ምሁራዊ መራቀቅ ነው። በነባር ሕዝቦች ላይ ከባድ በደል እና ፈጽሞ መጥፋትን የሚያስከትል የሰፈራ ቅኝ ግዛት ምንም ዐይነት አወንታዊ ገጽታ ወይም ደግነት የለውም። አወንታዊነት እና በደል የአንድ ሳንቲም ገጽታዎች ሆነው በአንድ ላይ ሊገኙ አይችሉም። ምንም እንኳ በነባር ሕዝቦች ላይ ጥፋት ቢያመጣም የሰፈራ ቅኝ ግዛት ለሰፋሪዎች አዲስ ማህረሰብ እንዲገነቡ ስለሚያደርግ አወንታዊ ገጽታ አለው ከተባለ መግደልም ለገዳዩና ለወገኑ ምቾትና ተድላን ስለሚያመጣ አወንታዊ ነው ሊባል ይችላል ማለት ነው። የቀዳሚ ሕዝቦችን ባህል አድክሞ፣ ዘራቸውን አሳስቶ የሚያጠፋ ቀዳሚ ሕዝቦች ሳይፈቅዱ ለሰፋሪ ቅኝ ገዢዎች ተብሎ የተደረገ ሰፈራ ምንም ቢሆን በጎነት ወይም አወንታዊ ገጽታ ሊኖረው አይቻለውም። የሰፈራ ቅኝ ግዛት ወይም መስፋፋት በቀዳሚ ሕዝቦች ላይ ጥፋት ያስከትላል። የቀዳሚ ሕዝቦች ባህል፣ ማንነት እና ቋንቋ ሲደመሰስ ጥፋቱ የአንድ ማኅበረሰብ ብቻ ሳይሆን የዓለም እና የሰው ልጅ ጥፋት ነው። ይህ ለአንባቢ ግልጽ መሆን አለበት።

ፓትሪክ ዎልፍ እንደሚለው ምንም እንኳ ሁልጊዜ የዘር መሳሳትና ጥፋት ባያስከትሉም የሰፋሪ ቅኝ ግዛቶች በቀዳሚ ሕዝቦች ላይ ሥር የሰደደ የደምሳሽነትና የአፍራሽነት አመክንዮ አላቸው።[18] ድምሰሳው የሚፈጸመው በረቀቁ ዜዴዎች ነው። ከነዚህም ውስጥ ነባሩን ሕዝብ ከሰፋሪ ሕዝብ ጋር በማዳቀል ማደባለቅ፣ የነባሩን ሕዝብ መሬት መቀራመት፣ ሕፃናትን መጥለፍና ሃይማኖትን ማስቀየር ተጠቃሽ ናቸው። ሰፋሪ ቅኝ ገዢዎች ነባሩን ሕዝብ ባህሉንና ማንነቱን አዳክመውና ዘሩን አመንምነው የሚያጠፉት እላይ በተዘረዘሩት እና በሌሎችም ሥነ ሕይወታዊና ባህል ተኮር የጭፍለቃ ዘዴዎች በመጠቀም ነው። ሰፋሪ ቅኝ ገዢዎች የራሳቸውን አዲስ ማኅበረሰብ በመገንባት ሂደት በነባሩ ሕዝብ ላይ የጭፍለቃ እርምጃዎች ሲወስዱና ይህም ነባሩ ሕዝብ ከሚሸከመው በላይ ሲሆን የዘርና የባህል መጥፋት ይከሰታል።[19]

ስለባህል፣ የዘር መሳሳትና ፈጽሞ መጥፋት ጽንሰ ሀሳብ እንዲሁም የሰፋሪ ቅኝ ግዛት ከዘር መሳሳትና ጥፋት ጋር ስላለው ቁርኝት ያቀረብነው መረጃ ሰፈራንና የመሬት ቅርምትን ያካተተው የበረይቱማ እና የቦረን ጎሣዎች መስፋፋት በነባር ኢትዮጵያን ላይ ያስከተለውን ጨርሶ መጥፋት ለመረዳት ይጠቅማል። እላይ ባቀረብነው መረጃ መሠረት በረይቱማዎች እና ቦረኖች ያደረጉት ወረራና በወረራ በያዙት መሬት ያደረጉት ቋሚ ሰፈራ በአሜሪካና በአውስትራሊያ አውሮፓውያን ከመሰረቱት የሰፈራ ቅኝ ግዛት ጋር አንድ ነው። የኦሮሞ ከብት አርቢ ወራሪዎቹ በዋናነት የሚፈልጉት መሬት ነበር። የዋቢ ሸበሌን ወንዝ ከተሻገሩ በኋላ ጎሣዎቹ በሚወርሩት መሬት በቋሚነት መስፈር ጀመሩ። ከሞትና ከስደት የተረፈውን ነባር ኢትዮጵያውያን ደግሞ ገባር፣ የበታች፣ የሞጋሳ ልጅ አድርገው የራሱን ማንነት ትቶ የኦሮሞ ማንነት እንዲይዝ አደረጉት። ሁለት የኦሮሞ ምሁራን ማለትም አሰፋ ጃለታና መሐመድ ሀሰን የኦሮሞ ጎሣዎች በወረራ ከያዙት አገር ይኖር የነበረውን ነባር የኢትዮጵያ ሕዝብ ባህልና ማንነት ደምሥሠው እንዲጠፋ ስላደረጉባቸው ዘዴዎች እና የኦሮሞ ቁጥር ለምን እንደበዛ የሚከተለውን ማብራሪያ ይሰጣሉ፡-

> Adoption was accompanied by Oromo-ization. The widespread dispersal of the pastoral Oromo from the southern regions was mainly responsible for the Oromo-zation that embraced many non-Oromo groups. Oromo pastoralists absorbed both Cushitic and Semitic speaking groups as clients or serfs (*gabbaro*) into their clan structure.[20]
>
> ትርጉም
>
> የኦሮሞ ባህልና ማንነት መስፋፍት የመጣው ጉዲፈቻን እና ሞጋሳን ተከተሎ ነው። ለኦሮሞ ባህልና ማንነት መስፋፋትና ኦሮሞ ያልሆኑትን በኦሮሞ እንዲዋጡ ምክንያት የሆኑት በተለያየ የደቡብ አዋራጃዎች የሰፈሩት የኦሮሞ ከብት አርቢ ጎሣዎች ናቸው። የኦሮሞ ከብት አርቢዎች ኩሻዊና ሴማዊ ቋንቋ ተናጋሪዎችንም የበታች እና ተገዢ (ገበሮ) እያደረጉ ወደ ራሳቸው የጎሣ መዋቅር ዋጧቸው።
>
> The Ethiopian political culture and economic system were discriminatory, and prevented the assimilation of colonized peoples. In contrast, the Oromo used the preclass democratic values engrained in the *gada* system to successfully integrate conquered minorities through adoption, marriage, and cultural assimilation. The *gada* system allowed the Oromo to strengthen themselves politically and numerically in the Horn of Africa.[21]
>
> ትርጉም
>
> የኢትዮጵያ የፖለቲካ ባህል እና ኢኮኖሚያዊ ሥርዓት አድሏዊ ነበር፤ እናም ቅኝ የተገዙ ሕዝቦችን ተጨፍልቀው እንዳይዋጡ ገደባቸው። በተቃራኒው ኦሮሞዎች የመደብ ክፍፍል ከመፈጠሩ በፊት በነበረ ዲሞክራሲያዊ እሴቶች ሥር የሰደዱበትን የገዳ ሥርዓትን ተጠቅመው በወረራ ድል ያደረጓቸውን አናሳ ነገዶች በተሳካ ሁኔታ በጉብቻ፣ በጉዲፈቻና በሞጋሳ ባህላቸውን በመጨፍለቅ በኦሮሞ እንዲዋጡ አደረጓቸው። የገዳ ሥርዓት ኦሮሞዎቹን በቁጥር እና በፖለቲካ በአፍሪካ ቀንድ ራሳቸውን እንዲያጠነክሩ አስችሏቸዋል።

ሞጋሳ የኦሮሞ ጎሣዎች የነባሩን የኢትዮጵያ ሕዝብ ማንነት ጨፍልቀው ለመዋጥ መሣሪያ ሆኖ ያገለገለ ነው። የኦሮሞን ቁጥር በፍጥነት እንዲጨምርና አብዛኛውን የኢትዮጵያ አውራጃዎች እንዲቆጣጠሩ ያስቻላቸውም ሞጋሳ ነው። ብዙ የኩሻዊና የሴማዊ ቋንቋ ተናጋሪዎችን የሞጋሳ ልጅ አድርገው ቋንቋቸውንና ባህላቸውን አድክመው ሰልቅጠው የዋጧቸው በዚሁ መንገድ ነው። ገዳ/ሞጋሳ የቀዳሚ ነገዶችን ኑሮ ያናጋ፣ ታሪካቸውን ያጠፋ፣ ማንነታቸውን የጨፈለቀ የበደል እና የጥፋት መሣሪያ ቢሆንም አስፋና መሐመድ በበጎነት ተመልክተውታል። ለምሳሌ መሐመድ ሞጋሳን "የኦሮሞ ማንኛውንም ኦሮሞ ያልሆኑትን የተሸነፉትንም ሆነ ያልተሸነፉትን በፍጥነት ወደራሳቸው የሚያመጡበት ድንቅ የሆነ የመጨፍለቂያ ብልሃት"("The Oromo genius for assimilation quickly claimed any non-Oromo, defeated or otherwise")[22] ብሎ በአድናቆት ገልጾታል።

እላይ ፓትሪክ ዎልፍ የሰፋሪ ቅኝ ግዛት አወንታዊ ጎን አለው ያለውን ስህተት እንደሆነ ተችተናል። ይህ ትችት ሞጋሳን በደግነት ለሚያዩት ለነመሐመድም ይሠራል። ምክንያቱም ቀዳሚውን ሕዝብ አስወግዶ በምትኩ አዲስ የኦሮሞ ማኅበረሰብ መመሥረት፣ የማንነት ጭፍለቃ መፈጸም ከበጎነት ጋር ፈጽሞ አንድነት የላቸውም። ገዳን/ሞጋሳን የኦሮሞ እጹብ

ድንቅ የጭፍለቃ ብልሃት አድርጎ በበጎነት ማየት የዘር መሳሳትን፣ የባህል ጭፍለቃን እና ጥፋትን ከመደገፍ ይቆጠራል። ሞጋሳ የነባር ኢትዮጵያውያንን ዘራቸውን ያሣሣ፣ ባህላቸውንና ቋንቋቸውን ያጠፋ በተቃራኒው ደግሞ የኦሮሞን ባህልና ቋንቋ ከፍ ከፍ ያደረገና ያስፋፋ ነው። በአሁኑ ጊዜ በዓለም አቀፍ ሕግ እንደከባድ ወንጀል እና ሰብአዊ መብት ጥሰት የሚቆጠር ብዙ የኢትዮጵያ ነባር ነገዶችን ጨርሶ እንዲጠፉ ያደረገን የጥንት ባህል እና ድርጅት ለኦሮሞ ድሎት ስላመጣ፣ ቁጥራቸውን ስላበዛ፣ የኦሮሞን ባህል እና ቋንቋ ከፍ ከፍ ስላደረገ እና ስላስፋፋ እጹብ ድንቅ ነው ማለት ስህተት ነው። እንደዚህ ከሆነማ መግደልም፣ መዝረፍም ከገዳዩ እና ከዘራፊው አንፃር ካየናቸው ጥቅም ስለሚያመጡ ግድያና ዘረፋ ወንጀል መሆናቸው ቀርቶ እጹብ ድንቅ ጥበባት ተብለው ሊሞገሱ ነው።

ሞጋሳ በኦሮሞና በነባር ኢትዮጵያውያን መካከል እኩልነትን፣ ወንድማማችነትንና አንድነትን ፈጥሯል የሚለው ትርክት የጽሑፍም ሆነ የቃል የታሪክ ምስክር የለውም። ነባር ኢትዮጵያውያን የሞጋሳ ልጅ የሆኑት በጦርነት ጊዜ ተገድደው ራሳቸውን ለማትረፍ እንጂ በፈቃደኝነት አይደለም፤ ሊሆንም አይችልም። የጥንት ባህላችንን፣ ቋንቋችንን እና ማንነታችንን የሞጋሳ ልጅ ሆነን እናጥፋ ብለው ለምነው የሞጋሳ ልጆች ሆነው በፍላጎታቸው ያጠፉ ነባር ኢትዮጵያውያን የሉም። ከሺህ ዓመታት በላይ ያዳበረውንና የሚወድደውን ቋንቋውን፣ ማንነቱን፣ ሃይማኖቱንና ባህሉን አስገዳጅ ነገር ካልተፈጠረ በፍላጎቱ የሚቀይር ኢትዮጵያዊ የለም። ይህ ፈጽሞ አከራካሪ ሊሆን አይችልም። በዘር ፍጅትና በባህል ድምሰሳ ጥናት መስክ በተሰማሩ ምሁራን እይታ እና ኢትዮጵያም ያጸደቀችው የተባበሩት መንግሥታት ስለዘር ፍጅት እና የባህል ድምሰሳ እና ጥፋት ባወጣው ድንጋጌ መሠረት[23] በገዳና በሞጋሳ አማካይነት ዘራቸው ሳስቶ እና ባህላቸው ተጨፍልቆ በጠፉት የኢትዮጵያ ነገዶች ላይ የተፈጸመው የባህል ድምሰሳና የነባር ሕዝብ እልቂት ነው።

ይህን ንዑስ ክፍል ለማጠቃለል ያህል፡- የኦሮሞ ጎሣዎች የነባር ኢትዮጵያውያንን መሬት በመቀራመት ለራሳቸው ተከፋፍለው ያዙት። ይህ ለነባሩ የኢትዮጵያ ሕዝብ የዘር መሳሳትና ፈጽሞ መጥፋት መንገድ የጠረገ ነበር። በተቃራኒው የኦሮሞ ቁጥር እንዲበዛ ምቹ ሁኔታ የፈጠረ ነው። እላይ አስፋና መሐመድ እንደገለጡት ኦሮሞው ቁጥሩ የበዛበት ምክንያት የኦሮሞ ጎሣዎች በ16ኛው እና በ17ኛው ምእት ዓመታት ኢትዮጵያ ውስጥ በወረራ በያዙት መሬት ያገኟቸውን ነባር ኢትዮጵያውያን የሞጋሳ ልጆች አድርገው ኦሮሞ እንዲሆኑ ስላደረጓቸው እና መሬታቸውን ስለወረሷቸው ነው። ሞጋሳ የኢትዮጵያን የደቡብ፣ የምሥራቅ፣ የደቡብ ምሥራቅ እና የምዕራብ የጥንት አውራጃዎችን ወደኦሮምኛ ተናጋሪነት ለመቀየር ወሳኝ ሚና ተጫውቷል። ኦሮሞዎች በነባር ሕዝቦች ላይ ያደረሱት የዘር መሳሳት፣ የባህል፣ የቋንቋና የማንነት ጭፍለቃ በዘር ፍጅት ጥናት መስክ የባህል ድምሰሳ እና የነባር ሕዝቦች ጥፋት (cultural genocide/indigenocide) ነው። ገዳና ሞጋሣ ያመጣውን የቀዳሚ ሕዝቦች ጥፋት ከዚህ በተለየ ለመግለጽ መሞከር ትክክለኛውን ታሪክ ያዛባዋል።

7.2 ገዳ የፈጠረው የጦረኝነት እና የግድያ ባህል

ስለገዳ ጥናት ያደረጉ የታሪክና የሥነ ሰብ ምሁራን በተለይም ደግሞ የኦሮሞ ፖለቲከኞች የገዳን ዲሞክራሲያዊነት እና ሰላማዊነት ከሚገባው በላይ በማጉላት ይጽፋሉ። የገዳ ድርጅት ግድያን የጀግንነት፣ የሥልጣን እና የጋብቻ መስፈርት በማድረግ የፈጠረው

የግድያ ባህል በነባር ኢትዮጵያውያን ላይ ያደረሰው ከፍተኛ ጉዳት እና ጥፋት በምሁራን ዘንድ ትኩረት ተነፍጎታል፤ ችላ ተብሏል። ገዳ ሰላምን ሳይሆን ጦርነትን እና ግድያን የሚያበረታታ እና የሚሸልም ነው። በገዳ ድርጅት ውስጥ በዋናነት የዲሞክራሲያዊ እሴት መገለጫ ተደርጎ የሚቆጠረው በ8 ዓመት አንድ ጊዜ ሥልጣን ከአንዱ ገዢ ገዳ (ሉባ) ወደሌላው ገዢ ገዳ (ሉባ) በሰላም በመሸጋገሩ ነው። ነገር ግን በዚህ የሥልጣን ሽግግር ጊዜ እና የሥልጣን ሽግግሩ ከመፈጸሙ በፊት በየ8 ዓመቱ ሳይስተጓጎል የሚደረገውን ዘመቻ እና ዘመቻውን ተከትሎ በነባር ኢትዮጵያውያን ላይ የተፈፀመውን ደም ማፍሰስ፣ ግድያ፣ ዘረፋ እና ጨርሶ መጥፋት መዘንጋት የለበትም። በ16ኛው ምእት ዓመት ገዳ የጦርነት ድርጅት ነው። ይህን ስለገዳ ጥልቅ ምርምር ያደረጉ ምሁራን የማይክዱት ሀቅ ነው።[24]

ከዘር በተጨማሪ አንድ ሰው የገዳ አባል የሚሆነው በጦርነት ጀግንነቱን ካስመሰከረ ነው። የገዳ ድርጅት የዓለም የማይዳሰስ ቅርስ ተብሎ በዩኔስኮ እንዲመዘገብ ከፍተኛ አስተዋጽዖ ያደረገው አስመሮም ለገሰ እንደጻፈው የገዢው ገዳ አባላት ወይም ሉባዎች ለሥልጣን የሚያበቃቸው አንዱ እና ምናልባትም ዋናው መስፈርት ቀዳሚ ሉባዎች ያልወጉትን ሕዝብ ያለምንም ምክንያት ጦርነት በመክፈት በመዝረፍ እና ደም በማፍሰስ ነው።[25] ግድያን የሥልጣን መስፈርት በማድረግ የገዳ ድርጅት ግድያ እና ደም ማፍሰስን እንዲስፋፋ እና እንደተራ ነገር እንዲታይ ረድቷል። ገዳ ሰዎች ግድያን፣ ደም ማፍሰስን እንዲለማመዱ እና በቀላሉ እንዲያዩት የሚያደርጉ ብዙ ኋላቀር ልማዶችን ያቀፈ ነው። ለምሳሌ አንድ ወንድ ሉባ ሳይሆን፣ ሳይገረዝ ልጆች ቢወልድ ልጆች ሜዳ ላይ ተጥለው እንዲሞቱ የገዳ ባህል ይፈቅዳል ወይም ያስገድዳል።[26] ስለዚህ ጉዳይ ባሕርይ እና የሱስንዮስ ታሪከ ነገሥት ጸሐፊዎች የሚከተለውን ይነግሩናል፡-

<u>የሱስንዮስ ታሪከ ነገሥት</u>
አዲ ኮሉ ጋላ በበ ነገዶሙ ፭ አንጋድ እሙንቱ፤ ወይሰየሙ በበ ዕብሬቶሙ በበ ፰ ዓመት። ወእለ ተሰይሙ ወእለ ኮነት ዕብሬቶሙ ይሰመዩ ሉባ። እስከ ይበጽሆሙ ዝንቱ ሲመት ዘውእቱ ሉብነት ኢይትገዘሩ ነፍስቶሙ። ወለእመኒ ወለዱ ተባዕተ አው አንስተ ኢያልህቅዎሙ ከመ ሥርዓተ ወላድያን አላ ይገድፍዎሙ አፍአ አምሳለ እጓለ ከለባት።[27]

<u>ትርጉም</u>
ዳግመኛም መላው [ጋሎች] በ፭ ነገድ (መደብ) የተከፈሉ ናቸው፤ በየ፰8 ዓመት በየተራቸው ይሾማሉ። ተራቸው ደርሶ የተሾሙት ሉባ ይባላሉ። ሉብነት የተባለው ሹመት እስኪደርሳቸው አባለዘራቸውን አይገረዙም። ወንድ ወይም ሴት ልጅ ከወለዱም እንደ ውሻ ቡችሎች ወደውጭ ይጥሏቸዋል እንጂ እንደ ወላጅ ሥርዓት አያሳድጓቸውም።[28]

<u>ባሕርይ</u>
ወኃምስቱሰ ሉባ እለ ዘከርናሆሙ ኮነኑ ፵ ዓመተ፤ ወኢተገዝሩ ውሉዶሙ። ወነበሩ እንዘ ይወግሩ ቁላፋን ውሉደ ወአዋልደ፤ እስመ ከመዝ ሕጎሙ። ወሶበ ተገዝሩ የሐፅኑ ውልደ። ወለአዋልድሰ ዓዲ ይወግርዎን እስከ ፪ ወ፫ ዓመት እምድኅረ ተገዝሩ።[29]

<u>ትርጉም</u>
ያነሳናቸው አምስቱ ሉባዎች አርባ ዓመት ገዙ። ልጆቻቸው አለተገዘሩም ነበር። ወሸላዎቹ (አባቶች) ወንዶችንም ሴቶችንም ልጆች ይጥሉ ነበር፤ ምክንያቱም ሕጋቸው እንደዚህ ነው። (አባቶች) ሲገዙ ወንዶች ልጆችን ያሳድጋሉ። ሴቶቹን ልጆችን ግን ከተገዘሩም በኋላም ሁለትና ሦስት ዓመት እስኪሆናቸው ድረስ (የሚወልዷቸውን) ይጥሏቸዋል።[30]

በወንዶችና በሴቶች፣ በልጆችና በወላጆች መካከል የነበረው ግንኙነት በገዳ ድርጅት የተቃኘ ነው። ወንድ ልጅ የሚገረዘው በአርባ አመቱ ነው። ከግዝረት በፊት የተወለዱ ሕፃናት ልጆች ሴቶችንም ወንዶችንም ሜዳ ላይ በመጣል እንዲሞቱ ይደረጋል። ባሕርይ እንደሚለው ከሆነ ደግሞ አንድ ወንድ ከተገረዘ ከሦስት ዓመት በኋላም ቢሆን የወለዳቸው ልጆች ሴቶች ከሆኑ ሜዳ ላይ ተጥለው እንዲሞቱ ይደረጋል። አንዳንድ ምሁራን ሕፃናትን በተለይም ሴት ሕፃናት ሜዳ ተጥለው የሚገደሉት በረሀብ እና በችግር ምክንያት፣ ይሕዝቡን ቁጥር ለመቀነሥ እንደሆነ ግምታቸውን ሰጥተዋል።[31] ምክንያቱ ምንም ይሁን ይህ ዐይነት ልማድ ሰዎች ሞትን በቀላሉ እንዲያዩት ይረዳል ብለን እናስባለን።

ዘመቻ ማድረግ እና መግደል ወደሥልጣን ለመምጣት የሚያገለግል መስፈርት ብቻ አይደለም። አዲስ ሉባ ሥልጣን ከያዘ በኋላም የመጀመሪያ ሥራው አዲስ አገር መዝረፍ እና ማጥቃት ነው። ወረራና ዝርፊያ ከመደረጉ በፊት ቡታ የተባለ ክብረ በዓል ይፈፀማል። ለበዓሉ ታዳሚዎች የአዲሱ ሉባ ወይም የገዢው ገዳ አባላት ሳይሰስቱ ቁጥሩ ከፍተኛ የሆነ ከብት ያርዳሉ። ይልማ ዴሬሳ እንዲህ ይላል፡- "በኦሮሞ ሕዝብ ልማድ ቡታ ማረድ በሕይወታቸው ውስጥ ታላቁ ነገር ስለሆነ ባለገዳዎቹ ለመደገስ አይቆጥቡም። ለነሱ ከብት ማለት ከቡታ የተረፈ ከብት ነው።"[32] ቡታ የሥልጣን ሽግግር በዓል ብቻ ሳይሆን ኦሮሞዎች ለወረራ፣ ለጦርነት እና ለዘረፋ የሚዘጋጁበትም ታላቅ በዓል ነው። መሐምድ ያጠናው ጥናት እንደሚያሳየው ክብረ በዓሉ ለጦርነትና ለግድያ በሚያነሳሳ ቀስቃሽ ሽለላ እና ፉከራ የታጀበ ነበር። የበዓሉን ታዳሚዎች ለዘመቻ ያላቸውን ፍላጎት የሚጨምረው ይህ ነበር። ሉባዎች ጦርነት የሚያደርጉት በቡታ ክብረ በዓል ያረዷቸውን ከብቶች በዘረፋ ለመተካት ጭምር ነበር።[33] በ16ኛው እና በ17ኛው ምእት ዓመታት በየ8 ዓመቱ ነባሩን የኢትዮጵያ ሕዝብ ለማያባራ ደም መፍሰስ እና ዘረፋ የዳረገው ይህ ገዳ የፈጠረው የዝርፊያ፣ የግድያ እና የጦርነት ባህል ነው።

በገዳ የተቃኘው የጋብቻ ባሕልም ግድያን የሚያወድስና የሚሸልም እንደነበረ ብዙ ጥናቶች ያሳያሉ። ሰው መግደል እና ትልቅ አውሬ መግደል የጀግንነት ምልክት ተደርጎ ይቆጠር ነበር። ሰው ወይም ትልቅ አውሬ የገደሉት መግደላቸው የሚታወቅላቸው በጸጉራቸው ነው። ገዳይ በመሀል አናቱ ያለውን ፀጉሩን ብቻ ትቶ ሌላውን በሙሉ ይላጨዋል። ያልገደለ ከሆነ ግን ፀጉሩን መላጨት አይፈቀድለትም ነበር። ከባሕርይ እና ከሱስንዮስ ታሪክ ነገሥት ስለዚህ ጉዳይ እንጥቀስ፡-

<u>ባሕርይ</u>

እስመ ጋላ ሶበ ተገዝሩ በ፰ ዘመን ያውፅእ ስም ለርእርሱ በከመ ንቤ በርእስ ክፍል ፬። ወይፀብእ አህደ ሀገረ ዘኢይፀብእዎ ቀደምቱ። ለእመ ቀተለ ሰብአ ወአራዊተ ዓቢያነ ይትላጸይ ኵሎ ርእሶ፤ ወየኃድግ ንስቲተ ሥዕርተ በማዕከለ ድማሁ። ወዘኢቀተለሰ ኢይትላጸይ እስከ ይትመነደብ በቅማል። ወበእንተዝ ይተግህ ለቀቲሎትነ።[34]

<u>ትርጉም</u>

ምክንያቱም ጋሎች በአንድ ዘመን ሲገዙሩ በክፍል አራት መጀመሪያ ላይ እንዳልነው ለራሳቸው ስም ያወጣሉ። እነሱም የፊተኞቹ (ሉባዎች) ያልወጉትን አንድ ሀገር ይወጋሉ። ሰውና ትላልቅ አራዊት ሲገድሉ ሞላ ራሳቸውን ይላጩና በጭንቅላታቸው ማህል ላይ ቁንጮ ያስተርፋሉ። ያልገደለ በቅማል እየተሰቃየ አይላጭም። ስለዚህ እኛን ለመግደል ይተጋል።

<u>የሱስንዮስ ታሪክ ነገሥት</u>
አዲ ለእመ ኢቀተሉ ሰብአ በመዋዕለ ሢመቶሙ ኢይትላጸዩ ሥዕርተ ርእሶሙ፤ ወኢያወፅኡ ጕቱ ለትእምርተ ቀቲሎቶሙ ሰብአ አላ ይነብሩ ተኩዛኒሆሙ እንዘ ይበክዩ ወትረ ከመ ዘተፈትሐ ቦቱ ፍትሐ ሞቱ።[35]

<u>ትርጉም</u>
ደግሞ በሹመታቸው ዘመን ካልገደሉ፣ የራሳቸውን ጠጉር አይላጩም። የሞት ፍርድ እንደተፈረደበት (ሰው) ዘወትር እያለቀሱ በሀዘን ይኖራሉ እንጂ፣ ሰው ለመግደላቸውም ምልክት (የሚሆነውን) ቁንጮ አያወጡም።[36]

ባሕርይ፣ ምህርካ ድንግል እና ተክለ ሥላሴ ለሚጽፉት ታሪክ በቦታም በጊዜም ቅርብ ናቸው። ገዳ ስለፈጠረው የግድያ ባህል የጻፉት የዐይን እማኝ ምስክር ከመሆኑም በላይ እስከቅርብ ጊዜ የዘለቀ ባህል ነው። ሰው ወይም ትልቅ አውሬ የገደለ ጀግና ይባላል። መግደል የጀግንነት መለኪያ ብቻ አይደለም። አንድ ወንድ ጸጉር መላጨት የሚፈቀድለት የገደለ እንደሆነ ነው። ካልገደለ ስለማይላጭ ከጠጉሩ ውስጥ ቅማልና እና ሌላም ተባይ ይፈጥራል። በባህል አስገዳጅነት ጀግና ለመባል ከሚፈጥረው የመግደል ፍላጎት በተጨማሪ ከቅማል እና ከሌላውም ተባይ ለማምለጥ ወንድ ልጅ ለመግደል በቂ ምክንያት ይሆነዋል። አንድ ወንድ መግደል የሚጠበቅበት የገዢው ገዳ አባል ሲሆን ወይም በሹመት ዘመኑ ነው። የአንድ ሉባ የሹመት ዘመን 8 ዓመት ስለሆነ በዚህ በስምንት ዓመት ውስጥ የገዳው አባላት ለመግደል ብዙ ጊዜ ያገኛሉ።

ባሕርይ ስለግድያና ጠጉርን ስለመላጨት እና ስለሚገደሉት የአውሬ ዐይነቶች እንዲህ ይላል፡- "ሰው፣ ዝሆን፣ አንበሳ፣ አውራሪስ፣ ጎሽ ሲገድሉ መሀል ራሳቸው ላይ ቁንጮ (ትተው) ይላጫሉ፤ ያልገደለ ግን አይላጭም።"[37] ባሕርይ አውሬ ወይም ሰው ያልገደለ ማግባትም እንደሚችል ይነግረናል። ነገር ግን "ሚስት ሲያገቡም ካልገደሉ አይላጩም"።[38] ባሕርይም ሆነ የሱስንዮስ ታሪክ ነገሥት ጸሐፊዎች ተክለ ሥላሴና ምህርካ ድንግል ሰው እና አውሬ መግደል ሚስት ለማግባት የሚያስገኘውን ጥቅም በሚገባ የተረዱት አይመስልም። በእነርሱ አረዳድ ወንዶች ግድያ እንዲፈጽሙ የሚገደዱት ቅማል እንዳይበላቸው ጠጉራቸውን ለመላጨት ስለሚፈልጉ ብቻ ነው። ነገር ግን መግደል የሚያስገኘው የጋብቻ ጥቅም አለ። መግደል ለጋብቻ አስፈላጊ ቅድመ ዝግጅት ነው። በዚህ ጉዳይ ሰፊ ጥናት ያደረገው አሜሪካዊው የሥነ ሰብ ተመራማር ጳውሎስ ባክስተር በግድያና በጋብቻ መካከል ስለነበረው ግንኙነት የሚከተለውን ጽፏል፡-

> To kill an enemy, lion, or elephant is the aim of every young man and was formerly an essential, and still is a frequent, preliminary to a respectable marriage, which is the first step towards formal recognition as a social adult.[39]

<u>ትርጉም</u>
ጠላት፣ አንበሳ ወይም ዝሆን መግደል የእያንዳንዱ ወጣት ዓላማ እና በቀድሞ ጊዜ እና አሁንም ቢሆን የሚዘወተር የተከበረ ጋብቻ ለመፈጸም አስፈላጊ ቅድመ ሁኔታ ተደርጎ የሚወሰድ ተግባር ነበር፣ ይህም የልጅነት ዕድሜን አልፎ አዋቂ ተብሎ እውቅና ለማግኘት የመጀመሪያ እርምጃ ነው።

አንድ ወጣት ከልጅነት ዕድሜው ወጥቶ ጎልማሳ መሆኑን፣ ለጋብቻ መዘጋጀቱን የሚያበስረው አውሬ ወይም ሰው በመግደል ነው። የገደለ፣ ባለቁንጮ፣ ጠጉሩን የተላጨ ክብር ያገኛል። ጳውሎስ ባክስተር እንደሚለው መግደል የተከበረ ጋብቻ ለመመሥረት በቀድሞው የኦሮሞ ባህል ዋና አስፈላጊ ተግባር ነበር። ባክስተር ጥናቱን በሠራበት በ1960ዎቹም እንዲሁ መግደል ለጋብቻ የሚደረግ ዋና ቅድመ ዝግጅት ሆኖ ዘልቋል።

ጠላትን መግደል በነባር ኢትዮጵያውያን ዘንድም የወንድነት እና የጀግንነት ምልክት ተደርጎ ይታያል። ነገር ግን በነባር ኢትዮጵያውያን የሚፈጸም ግድያ ዓላማው በኦሮሞ ጎሳዎች ከሚፈጸመው ጋር ይለያል። በነባር ኢትዮጵያውን ባህል ጀግና የሚባል በጦር ሜዳ ከጠላት ጋር ጦርነት ገጥሞ ጠላቱን የገደለ ጀብድ የሠራ ነው። ወንድ ልጅ ሲከፋውም፣ ሲበደልም፣ ደሙን ለመመለስም ገድሎ ይሸፍታል፣ ጸጉሩን ያሳድጋል። ሆኖም ግን በነባር ኢትዮጵያውያን ባህል አንድ ወንድ ብቻ ሳይሆን ወንዱን ሁሉ ጠጉሩን ለመላጨት ወይም ሚስት ለማግባት ሰው ወይም አውሬ እንዲገድል የሚያስገድድ ወግ እና ባህል የለም። ባጭሩ በነባር ኢትዮጵያውያን ባህል ጀግና የሚያስብል ግድያ ከበደልና ከፍትሕ ጋር የተያያዘ ነው። ስለኦሮሞ ታሪክ ሰፊ ጥናት ያደረገው ጀርመናዊ ኢኬ ሀበርላንድ ስለዚህ ጉዳይ እንዲህ ይላል፡-

> I have elsewhere … indicated that whereas the merit of killing was honored among other Ethiopian people as a man's personal merit, among the Oromo it was merely regarded as the fulfilment of the natural order of things. What counted for them was not the heroic achievement - the killing of an enemy warrior or a dangerous wild beast - but simply killing as such. It is true that the sacrificial victim had to be a human being or an animal of particular kinds. But within this range it did not matter whether it was a young elephant, a delicate youth or an old man.[40]

> <u>ትርጉም</u>
> በሌላ ቦታ እንዳመለከትኩት ግድያ በሌሎች የኢትዮጵያ ሕዝቦች ዘንድ የሚያስከብር እንደወንድነት መለኪያ የሚታይ ቢሆንም፣ በኦሮሞዎች ዘንድ ግን እንደ ተራ የተፈጥሮ ሕግ ተደርጎ ይቆጠራል። ለእነርሱ እንደቁም ነገር የሚቆጠረው የጠላትን ወታደር ወይም አደገኛ የዱር አውሬ መግደል፣ የጀግንነት ሥራ መፈጸም አይደለም — ነገር ግን ግድያ መፈጸሙ ራሱ ቁም ነገር ነው። በእርግጥ የሚገደለው ተጎጂ ሰው ወይም የተወሰነ ዓይነት እንስሳ መሆን አለበት። ነገር ግን በዚህ ክልል ውስጥ [የሚገደለው] ግልገል ዝሆን ይሁን [ትልቅ ዝሆን]፣ ያልጠና ወጣትም ይሁን አዛውንት ምንም ችግር አልነበረውም።

ሀበርላንድ የሚለው ትክክል ከሆነ በኦሮሞ ኢትዮጵያውያን ዘንድ ጀግና ለመባል የሚፈጸመው ግድያ ኦሮሞ ባልሆኑ ኢትዮጵያውያን ከሚፈጸመው ይለያል። በኦሮሞ ባህል ግድያ መፈጸም እንደተፈጥሮ ሕግ፣ እንደተራ ነገር ይታይ ነበር። እራሱን መከላከል የማይችል ታዳጊ ወይም በዕድሜ የገፋ አዛውንት የገደለም ሆነ ጎልማሳ ወታደር የገደለ እኩል ጀግና ናቸው። አውሬም ቢሆን ጨቅላ የዝሆን ግልገል መግደል ትልቅ ዝሆን ከመግደል ጋር እኩል ጀግና ያስብላል። ገዳዩን ጀግና የሚያስብለው የግድያው ሰለባ ጥንካሬ ሳይሆን መግደሉ ነው። እንደገዳ ያለ ግድያ መፈጸምን የጀግንነት እና የሥልጣን መስፈርት የሚያደርግ የቆየ ማኅበራዊ እና ፖለቲካዊ ድርጅት የለም ለማለት ያስደፍራል።

እላይ ባቀረብነው ምክንያት ወታደርም ሆነ ወታደር ያልሆነ፣ ደካማም ሆነ ጠንካራ ሁሉም እኩል የግድያ ኢላማ ሊሆኑ ይችላሉ። በተለይም የመጀመሪያዎቹ ገዳዎች ባሊን፣ ደዋሮን እና ፈጠጋርን በወረሩበት ጊዜ ጾታ ሳይመርጡ ትንሽ ትልቅ ሳይለዩ ይገድሉ እንደነበረ በወቅቱ ደዋሮ የነበረው ፖርቱጋላዊ ዮሃንስ ቤርሙዴዝ ከሰጠው ምስክርነት ለማወቅ ይቻላል።[41] ባሕርይም ሜልባሕ፣ ሙደና እና ኪሎሌ የተባሉት ገዳዎች ከ1522 ዓ.ም. እስከ1546 ዓ.ም. ድረስ ባለው ጊዜ ውስጥ ባሊን፣ ደዋሮን እና ፈጠጋርን ሲወርሩ "ሰውን፣ ወንዱንም ሴቱንም ይገድሉ ነበር"[42] ይላል። ነገር ግን በቢፎሌ ገዳና ከዚያ በኋላ በወረራ በያዙት አገር ረግተው መኖር ሲጀምሩ የተሸነፈውን ሰው ሳይመርጡ መግደላቸውን ትተው ገባር ማድረግ ጀመሩ። በአጠቃላይ ገዳ የፈጠረው የግድያ ባህል ለብዙ ነባር ኢትዮጵያውያን መጥፋት አንዱ እና ዋናው ምክንያት ነው።

7.3 ሞጋሳ ምንድን ነው? ነባር ኢትዮጵያውያን ለምን የሞጋሳ ልጅ/ገበሮ ይሆናሉ?

ሞጋሳና ጉዲፈቻ የኦሮሞ ጎሳዎች ነባር ኢትዮጵያውያን በቡድን እና በተናጥል ኦሮሞ የሚያደርጉበት ዘዴዎች ናቸው። ነባር ኢትዮጵያውያን የሞጋሳ ልጅ በሚሆኑበት ጊዜ ሥነ ሥርዓቱ እንደሚከተለው ይፈጸማል። የሞጋሳ ልጅ የሚሆኑት ነባር ኢትዮጵያውያንና የሞጋሳ ወላጅ አባት የሚሆኑት የኦሮሞ ጎሣ አባላት ከሕዝባቸው ጋር በትልቅ ዛፍ ጥላ ሥር ይሰበሰባሉ። የሞጋሳ ወላጅ የሚሆኑት በጎሣው መሪ ወይም በአባ ገዳው ሊወከሉ ይችላሉ። በሥነ ሥርዓቱ ጊዜም በሬ ይታረዳል፤ በሬው የታረደበት ቢላዋም ደም ይቀባና በዛፉ ዙሪያ በተሰበሰበው ሰው መሀል መሬት ላይ ይተከላል። ቀጥሎም አባ ገዳው ይመርቃል፣ ጸሎት ይደረጋል። የሞጋሳ ልጅ የሚሆኑት ነባር ኢትዮጵያውያን መሬት ላይ የተሰካውን ደም የተቀባ ቢላዋ በእጃቸው ጨብጠው ለወለደቻቸው ጎሣዎች ታዛዥ ለመሆን፣ ፈቃዳቸውን ለመፈጸም ቃል ኪዳን ይገባሉ።[43]

የሞጋሳ አባቶች በሞጋሳ ልጆች ክንድ ላይ ሜዳቻ ያስሩላቸዋል። ሜዳቻ ለሥነ ሥርዓቱ ከታረደው በሬ ቆዳ በቀጭኑ ተተልትሎ የሚወጣ "የባለቤትነት መታወቂያ ነው"።[44] ከትርጉሙ እንደምንረዳው ሜዳቻ የሞጋሳ ወላጆች የሞጋሳ ልጅ ባደረጓቸው ነባር ኢትዮጵያውያን የጌትነት፣ የማዘዝ ሥልጣን እና የባለቤትነት መብት ማረጋገጫ ምልክት ነው። የሞጋሳ ልጅ የሆኑትም ነባር ኢትዮጵያውያን የሞጋሳ ወላጆቻቸውን የመጀመሪያ አባት (ማለትም የጎሣውን መሥራች አባት) አባታቸው አድርገው ይቀበላሉ። ነባር ኢትዮጵያውያን እውነተኛ የጥንት ወላጅ አባቶቻቸውን ትተው የዘር ሀረጋቸውን ከሃሳዊው የሞጋሳ አባታቸው ጀምረው ይቆጥራሉ። በዚህ መንገድ ነባር ኢትዮጵያውያን የሞጋሳ ልጆች ሲሆኑ ስማቸውንና ማንነታቸውን ቀይረው ኦሮምኛ ተናጋሪ ይሆናሉ።[45] የወለጋን እና የአሰሳን ታሪክ በሰፊው ያጠናው ጣሊያናዊው አሌሳንድሮ ትሪዩልዚ በትክክል እንዳስቀመጠው ሞጋሳ ነባር ኢትዮጵያውያንን ከእውነተኛ ታሪካቸውና ከወገናቸው ጋር በቅጽበት ያቆራርጣቸዋል፡-

> Clan adoption thus cancelled all previous ties the new adoptees had with their own original group; these included genealogical memory and even that of defeat.[46]

<u>ትርጉም</u>
ሞጋሳ የሞጋሳ ልጆችን ከራሳቸው ነባር ኅብረተሰብ ጋር የነበራቸውን ሁሉንም ትስስር ይደመስሰዋል፣ ይህም የዘር ሐረግን ትዝታ እና ሌላው ቀርቶ [የሞግሳ ልጆች በኦሮሞዎች] የተሸነፉበትንም ታሪክ ያጠቃልላል።

እንደ ሞጋሳ ያለ ባንድ ጊዜ ከባህል፣ ከታሪክ፣ ከወገንና ከዳበረ ማንነት ጋር የሚያቆራርጥ ማኅበራዊ ተቋም የለም። የኦሮሞን ባህል፣ ማንነት እና ቋንቋ መስፋፋት ከሜዳቻ ወይም ሞጋሳ ለይቶ ማየት አይቻልም፤ ሁለቱም የአንድ ሳንቲም ገጽታዎች አብረው የሚሄዱ ናቸው ("Meedhicca and 'Oromization' went hand in hand")።[47]

ተገድደው የሞጋሳ ልጅ የሆኑት ነባር ኢትዮጵያውያን በተለያዩ የኦሮሞ ጎሣዎች የተለያዩ ስያሜ አላቸው። በብዙ ጎሣዎች የሞጋሳ ልጆ የሆኑት ነባር ኢትዮጵያውያን "ዳለታ" በመባል ይታወቃሉ። ዳለታ በኦሮምኛ "ከሕጋዊ ሚስት የተወለደ/ሕጋዊ ልጅ"[48] ማለት ነው። በተመሳሳይ "ዳለታ" በሞጋሣ የጎሣ ልጅ ሆነው "የተወለዱ" ማለት ነው።[49] በአንዳንድ የወለጋ አካባቢዎች ነባር ኢትዮጵያውያንን "ኢልማ ገብራ" የሚሏቸው ሲሆን ትርጉሙም "የገባር ልጅ" ማለት ነው።[50] በየጊዜው የተጻፉት ታሪክ ነገሥቶችም እንዲሁ የሞጋሳ ልጅ የሆኑትን ነባር ኢትዮጵያውያንን በተለያየ ስም ይጠሯቸዋል። ለምሳሌ ቢዛሞ የሰፈሩ የሜጫ ኦሮሞ ጎሣዎች የሞጋሳ ልጅ ያደረጓቸውን ነባር ኢትዮጵያውያን የሱስንዮስ ታሪክ ነገሥት ጸሐፊዎች "ኢልማ ጎዚት"ና "የሀበታ" ይሏቸዋል።[51] "ኢልማ ጎዚት" "ኢልማ ጎሣ" ለማለት ሲሆን ትርጉሙ "የጎሣ ልጅ" ማለት ነው። "የሀበታ" ማለት ደግሞ "የሞጋሳ ልጆች የፈረሰኛ ወታደር"[52] ማለት ነው። በምዕራብ ሸዋ (የጥንቱ እንደገብጣን እና ግንደ በረት)፣ በጅማ እና በኋላ ኦሮሞዎች "ቱሉ አማራ" እና "ለገ አማራ" ብለው በሰየሙት አካባቢ የነበረውን የሞጋሳ ልጅ የሆነውን ነባር የአማራ ሕዝብ የዓፄ ኢያሱ ታሪክ ነገሥት ጸሐፊ "ጠለታ"[53] ይላቸዋል።

በጠቅላላው ለኦሮሞ ጎሣዎች ገባር፣ አገልጋይ ሆነው የሚኖሩት ነባር ኢትዮጵያውያን "ገበሮ" ወይም "ገብራ" በሚል የወል ስም ይጠራሉ። "ገበሮ" "ገበረ" ከሚለው የኦሮምኛ ቃል የመጣ ነው። "ገበረ" የሚለው ቃል አንድ ወንድ ወደፊት ለሚያገባት የሚስቱ ቤተሰቦች የሚሰጠውን ስጦታና ነጻ የጉልበት አገልግሎት ይገልጻል። በተጨማሪም በጭሰኛና በመሬት ጌታ መካከል ያለውን ግንኙነት እንዲሁም በባለሥልጣንና በተራ ሰው ወይም በገዢና በተገዢ መካከል ያለውን ግንኙነት ይገልጣል። ስለዚህ "ገበሮ" ማለት "አገልጋይ፣ ዝቅተኛ፣ አሽከር" ማለት ነው። ገበሮ የሞጋሳ ልጆችን ወይም ዳለታዎችን/ጸለታወችን ያጠቃልላል።[54] በተጨማሪም ኦሮሞዎች ነባር ኢትዮጵያውያን በተለይም አማራውን ሲዳማ/ሲዳምቲቲ እንደሚሉት ይታወቃል።

ነባር ኢትዮጵያውያን ገበሮ፣ የሞጋሳ ልጅ የሆኑት በፍላጎት ሳይሆን በግዳጅ ነው። በፊት እንደተገለጠው በፍላጎቱ ነባር ማንነቴን፣ ቋንቋየን፣ ባህሌን፣ አባቴን፣ ወገኔን፣ ዘሬን እና ታሪኬን ትቶ ሕይወቴን ያናጉብኝን፣ ርስቱን ያፈለሱብኝን የወራሪዎችን ባህል እና ማንነት እቀበላለሁ ብሎ የሞጋሳ ልጅ ሆኖ የኦሮሞ ማንነት ተቀብሎ ራሱን በራሱ ያጠፋ ነባር የኢትዮጵያ ነገድ የለም። ሊኖርም አይችልም። ነባሩ ኢትዮጵያውያን በግዳጅ የኦሮሞ ባህል እንደተጫነባቸው ብዙ ምስክር የሚያስፈልገው አይመስለንም። ለዚህ ጉዳይ ሁለት የታሪክ ምስክሮች ከተለያየ ዘመን ለአብነት ማቅረብ ይበቃናል። አንደኛውና ቀዳሚው ምስክር የአባ ባሕርይ መጽሐፍ ነው። ኦሮሞዎች መግደላቸውን ትተው በወረራ ከያዙት

አውራጃ የማረኩትን ነባር የኢትዮጵያ ሕዝብ ገበሮ ማድረግ የጀመሩት ቢፎሌ (1546-1554) በተባለው ሉባ ነው። ባሕርይ እንዲህ ይላል፣ "አራተኛው ሉባ "ቢፎሌ" ተባለ። ደዋሮን በመላዋ ያጠፋ እርሱ ነው። ፈጠጋርንም መዋጋት ጀመረ። ሰው (ማርኮ) ማጋዝ ጀመረ፤ አገልጋዮች አደረጋቸው፤ "ገበር" አላቸው።"[55] ከቢፎሌ በፊት ወራሪ የኦሮሞ ጎሣዎች ብዙ ጊዜ ሰው ገድለው፣ ከብት ዘርፈው ወደአገራቸው ይመለሱ ነበር። ከዚያም በኋላ ምርኮ ይዘው ወደአገራቸው መመለሱን ትተው ነባር ኢትዮጵያውያን ገበሮ እያደረጉ በወረራ በሚይዙት የኢትዮጵያ አውራጃ በገዢነት፣ በጌትነት ረግተው መኖር ጀመሩ። ምርኮኛ ኢትዮጵያውያንን በገዛ ዐፅመ ርስታቸው ገባርና አገልጋይ የማድረጉን ተግባር ቀጥለው የመጡት ሉባዎች አጠናከረው ቀጠሉበት። ፈጠጋርን፣ ሸዋን፣ ዳሞትንና ቢዛሞን ወርረው የሰፈሩት የቦረን ጎሣዎች ከስደትና ከሞት የተረፈውን አማራና ጋፋት በተመሳሳይ ገበሮ አደረጉት።[56]

የወለጋው ባላባት ደጅአዝማች ገብረ እግዚአብሔር ከሞት የተረፉ፣ ከጥላ ያረፉ፣ ወግና ታሪክ አዋቂ የኦሮሞ አእሩግ አባቶችን በመጠየቅ ያስጻፈው የሜጫ የዘር ቁጥርና ታሪክ ስለሞጋሳና ገበሮ ዋና የታሪክ ምንጭ ነው። ታሪኩ የተጻፈው በዓፄ ምኒልክና በንግሥተ ነገሥታት ዘውዲቱ ዘመን ነው። ሜጫና ቱለማ ቦረን የተባለው የኦሮሞ ትልቅ ጎሣ ንውሳን ጎሣዎች ናቸው። ገብረ እግዚአብሔር ያስጻፈው የሜጫ ታሪክና የትውልድ ቁጥር ቦረኖች ወደኢትዮጵያ አውራጃዎች ዘልቀው በመግባት ሲሰፍሩ የአማራውን ነባር ሕዝብ እንዴት የሞጋሳ ልጅና ገበሮ እንዳደረጉት በቃል ከትውልድ ትውልድ ሲተላለፍ የነበረውን ታሪክ ነው። አሌሳንድሮ ትሪዩልዚና ተሰማ ታአ መጽሐፉን አካባቢያዊ ዜና መዋዕል ብለው ሰይመውታል። ዜና መዋዕሉን ደጅአዝማች ገብረ እግዚአብሔርና ልጁ ደጅአዝማች ኃብተ ማርያም ከማዕከላዊ መንግሥት ጋር የተጻጻፏቸውን ደብዳቤዎች ጨምረው *የወለጋ የታሪክ ሰነዶች* በሚል ጥራዝ አሳትመዋቸዋል። ዜና መዋዕሉ በግራኝ አሕመድ ጦርነት የተደቆሰውን ነባሩን የአማራ ሕዝብ በገዛ ዐፅመ ርስቱ የቦረና ጎሳዎች እንዴት ባሪያ፣ ሎሌ፣ ገበሮ እንዳደረጉት የሚቀጥለውን ይላል፡-

> ከዚያ ሸሽቶ ከሄደው አማራ ተከታትለው ሠላሳ ወንዶች ከብዙ ሴቶች ጋራ ማረኩአቼው። ስለዚህ ሰዶመን ገርባ ሰልገን ቦረና ያሰኛቸው ይኼ ነው። በዚያ ቀን የተማረኩት ሰዎች ሠላሳ ሰዎች ናቸውና ስለዚህ ሰዶመን ገርባ ተባሉ። እነዚህ ሠላሳ አማሮች የተማረኩ[እ]ለት አብረው ብዙ ሴቶች ተማርከው ነበር። እነዚህ ፬ኙ ቦረናዎች ከነዚያ ሴቶች ጋራ ተጋብተው ተራብተው ኖሩ። በዚሁ እነዚያን የተማረኩ ሠላሳ ሰዎች እናንተ ገበሮ እኛ ቦረና ነን ብለው ይኸነን ገበሮ የሚሉትን ስም አወጡላቸው። ከዚያ ከአሙ ወላቡ ሲኖሩ ተራብተው ብዙ ሆነው ከዚያ ሳሉ ለነዚህ ለቦረናዎች ብዙ አማራ ገባላቸው። በዚሁ አማራው ሲገባላቸው የኔ ሜጵቻ ነው እያሉ ከብት እያረዱ ሜጵቻውን አውጥተው በክንድ በክንዱ ያገቡለታል ነበር። ከዚያው ከአሙ ወላቡ ሳሉ ከአማራ እየተነሳ ብዙ ፋቂና ደበናንሣ ገባላቼው። ... በዚሁ ቦረና ከአሙ ወላቡ ሳለ ግራ ቀኝ አማራውን አሳደደና አማራው ሲጠፋ ጊዜ አገሩ ምድረ በዳ ሆኖ አውሬው ገባበት። በዚሁ ቦረናው እኩሌታው ከአሙ ወላቡ ቀርቶ እኩሌታው ከዚያ ተነስቶ የዋቤን ወንዝ ተሻግሮ ከኡዳ ነቤ ሰፈረ። በዚሁ ቦረና የዋቤንናን የአዋሽን ወንዝ ተሻግሮ ግራኝን ሸሽቶ ተደብቆ በዋሻ በተራራ የተቀመጠውን አማራ የኔ ሜጵቻ የኔ ጸለታ ነው እያለ እየተሻማ ሜጵቻውን በክንዱ አሰረበት።[57]
>
> የመነ ሚኛ ትውልድ እንደዚህ ነው። የዲቢ ሚኛ ልጆች ናቸው። ሰንደ በሮሲ ዋተዩ እነዚህ ናቸው። ደሞ የዲቢ ሚኛ ጸለታ ሜድቻው ታቶሲ ሊሉ የሐንሲ ማሩ ማዲሬ ወጤ ኩሎ በቀቶ ኮምቦልቾ እሌ አቡርዲ ዑራጊ ሶቀ አቤ ቡሶ ነጊሶ ሐጦስ ሮማአ ኮስኔ ኮርኔ ቡሻኖ ድምባሮ ዲባሲ ቢሲሎ ሐገሎ ቀዩ ዋጭላ ገባኖ ቀማሲ እነዚህ ናቸው። እነዚህ እናንጎ ናቸው። እናንጎ ጥንት ትውልዱ በአገሩ እስላም ነበር። ጋላ ከኡዳ ነቤ ሳለ ይኼ እናንጎ መጥቶ ለዲቢ ሚኛ ገባለት

> በዚያውም ጥቂት ሳይቆይ ደሞ አዴ በኪን ያንተ ሎሌ ነኝ ብሎ ለአዴ በኪ ገባለት። አዴ በኪ ማለት ደሞ ሲቡ አሌ ነው። ለዚሁ ዲቢ ሚኛ የኔ ዳለታ የኔ ሜጵቻ ነው አለ። አዴ በኪም ለኔ ነው የገባልኝ አለ የኔ ነው አለ። በዚሁ ሁለቱም የኔ ነው የኔ ነው ሲባባሉ ስምንት ዓመት ተፋለሙ።[58]

ጥቅሱ አባ ባሕርይ ከጻፈው ጋር አንድ ዐይነት ጭብጥ አለው። ገበሮ የተሸነፈ፣ ሎሌ፣ ምርኮኛ የሆነ ሰው ነው። ምርኮኛ ደግሞ በራሱ ተነሳሽነት የሚያደርገው ነገር የለም። በምርኮኞች ክንድ ላይ የሚታሰረው በዜና መዋእሉ ሜጵቻ (ሜዳቻ ለማለት ነው) የተባለውበሞጋሳ ልጆችና በሞጋሳ ወላጆች መካከል ያለው የአንድነት ምልክት ሳይሆን የሞጋሳ ልጆች የመሸነፍ፣ የሎሌነት ምልክት ነው። ዜና መዋዕሉ የነባሩን የአማራ ሕዝብ ቦረኖች እንደባሪያ እንደተከፋፈሉት ይነግረናል። "የኔ ሜጵቻ ነው እያሉ" "በክንድ በክንዱ ያገቡለታል ነበር" የሚለው አገላለጽ ይህን ያረጋግጣል።

ዳለታዎች ወይም ገበሮዎች እንደባሪያ እንደሎሌ ነበሩ። ለዚህ ነው ዲቢ ሚኛና አዴ በኪ የተባሉ ቦረኖች እናንን የተባሉትን ዳለታዎች ለኔ ይገቡኛል ለኔ ይገቡኛል በማለት ለ8 ዓመት የዘለቀ ግጭት ውስጥ የገቡት። በዚህ ሁሉ ምክንያት በገበሮዎች እጅ ላይ የሚታሰረው ሜዳቻ ለነባር ሕዝቡ የበታችነት፣ የሎሌነት፣ የተገዢነት ምልክት እንጂ ከቦረኖች ጋር ያላቸውን ቤተሰባዊት ትስስር የሚያመለክት አይደለም። ከጥንቱ ዳሞት፣ ቢዛሞ እና ግንደ በረት ውስጥ በ17ኛው እና በ18ኛው ምእት ዓመታት በነባሩ ሕዝብ እና በኦሮሞ ጎሣዎች መካከል የተደረገው ደም አፋሳሽ ግጭት ምክንያቱ ይህ ነው። ግንደ በረት ውስጥ በቤረባቦ ጋፋቶች እና በቦረን ጎሣዎች መካከል የነበረውን ጦርነት መንስዔ ለአብነት እንጥቀስ፡-

> በቤረባቦና በቦረን ኦሮሞ መካከል ለብዙ ጊዜ የዘለቀ ጦርነት መንስዔው ሞዲቻ የሚባል የቦረን ኦሮሞ በፖለቲካ ብስለትና ብልጠት ለተለያዩ ኢኮኖሚያዊና ማኅበራዊ ጥቅም ሲባል ብቻ በቤረባቦ ጎሣ ላይ ሜራቻ የሚባል ከከብት እግር ተቀዶ የሚወጣ ቆዳ ከቤረባቦው እጅ ላይ አድርጎ እናንተ የኛ ታናሽ ናችሁ ብለው ሕግ ደነገጉ ይባላል [።] ቤረባቦዎችም በጣም ኃይለኞች ስለነበሩ እኛ እንዴት የእናንተ ታናሽ እንሆናለን በማለት ለብዙ ጊዜ ለዘለቀው ጦርነት እንደገቡ ይነገራል።[59]

ቦረኖች ግንደ በረትን ጨምሮ በመላው ምዕራብ ሸዋ በሚሰፍሩበት ጊዜ ሌላም ቦታ እንዳደረጉት ነባሩን የኢትዮጵያ ሕዝብ ገበሮ አደረጉት። ከጥቅሱ ላይ እንደቀረበው በሞጋሳ ልጆች ክንድ ላይ የሚታሰረው ሜራቻ (ሜዳቻ) የወንድማማችነት፣ የቤተሰባዊ ግንኙነት ምልክት ሳይሆን የተገዢነት፣ የበታችነት፣ የአገልጋይነት ምልክት ነው። በገዛ አገራችን የኦሮሞ የበታች፣ አገልጋይ ባሪያ አንሆንም ያሉት ነባር ኢትዮጵያውያንን ብዙ ጊዜ ከኦሮሞዎች ጋር ደም አፋሳሽ ጦርነት ያደርጉ ነበር።

የወለጋው ዜና መዋዕል የአማራ ሴቶች ለኦሮሞ ወንዶች ባሪያና ሚስት ሆነው እንደተሰጡ ይመሰክራል። የኦሮሞ ከብት አርቢ ጎሣዎች በጣም ተንቀሳቃሽ ነበሩ። ተንቀሳቃሽ ስለሆኑና የኦሮሞ ሴቶች አብረዋቸው በብዛት ስለማይገኙ ከብት አርቢዎች የነባር ኢትዮጵያውያን ሴቶች በመጥለፍ እና በማስገደድ ያገቡ ነበር። ዘመቻ የሚያደርጉት ሴቶችን ለሚስትነትና ለባርነት ለመዝረፍ፣ ለመማረክ ጭምር ነበር። ነባሩ ኢትዮጵያ ሕዝብ ኦሮሞዎች በወረራ ከያዟቸው የጥንት አውራጃዎች የጠፋበት ምክንያት አንዱ በዘር መደባለቅ ምክንያት ነው። በ17ኛው ምእት ዓመት ኢትዮጵያ ውስጥ የነበረው ኢየሱሳዊ

የካቶሊክ ሚሲዮናዊ አማኑኤል ደ አልመዳ በዳሞትና በቢዛሞ የሚኖሩት የኦሮሞ ጎሣዎች መልከ መልካምና ጥሩ ትክለ ሰውነት ያላቸውና የቆዳ ቀለማቸውም ጥቁር ሳይሆን "መዳብ" የመሰለ ነው ይላል። የዚህ ምክንያቱ በዳሞትና በቢዛሞ በሰፊው ከሚኖሩት ከጋፋቶች ጋር ስለተቀላቀሉ ነው ይላል።[60] የጋፋቶች በተለይም ደረቤ የተባለው የጋፋት ክፍል ከሜጫ ትውልድ ውስጥ በወለጋ ዜና መዋዕል ተዘርዝሮ እናገኘዋለን:-

> ደሞ ይኸ ሐፍቲር የሚባል ጥንት ትውልዱ ሲዳም ጀላ ነው። ደጎኝ ጋጀ፣ አደም ጋጀ፣ ዳኢቶ ጋጀ[ና] ሱዎ ጋጀ እነዚህ አራቱ አባታቸው አንድ ነው። ጥንት ዘራቸውም ጎጃም ናቸው። ከጎጃምም ደረቤ ናቸው፣ ከደረቤም ውስጥ ወጀታ ናቸው። ጉደምም ደረቤ ዋጀታ ነው። ነገር ግን ሱዎ የጋጀ ልጅ ስለሆነ የቦነያ አይደለም፤ የአሊጊዳ ዳለታ ነው። ዋዩ ነው። ደሬ ግምቢም ወጀታ ነው። የጋጀ ልጅ ነው። ይህነን ሌቃ ዋጀታ ነው ይላል፤ ሲቡም ጉዮ ዋጀታ ነው ይላል። ሁለቱም አንድ ናቸው። አባታቸውም አንድ ነው። ከጎጃም ሲመጡ እኩሌቶቹ ለሲቡ ገቡለት እኩሌቶቹ ለሌቃ ገቡለት። የዋጇታ ነገር እንደዚህ ነው። የቦነያ ልጅ ሞጋሳ ሲያደርግም ባሪያም አርነት ሲያወጣም መሌኮና ብደሩ አሌና አበይ፣ አፍቲር እነዚህ አምስት ሆነው ልጅ ያሳድጋሉ ባሪያም አርነት ያወጣሉ።[61]

ደረቤ ትልቅ የጋፋት አባት ነው። በቅርቡ ግርማ ጌታሁን ያሳታመው *የጎጃም ትውልድ* የተባለው የአለቃ ተክለ ኢየሱስ ዋቅጅራ መጽሐፍ እንደሚያሳየው የደረቤና የሰረቤ ዘር በብዙ የጎጃም ወረዳዎች ይኖሩ ነበር። ዛሬም የልጅ ልጆቻቸው ይኖራሉ። የደረቤ ልጆች ተብለው በተክለ ኢየሱስ የተዘረዘሩት ጎዛምን፣ አነደድ፣ ጥላት ግን፣ አዋበልና ውድሚት ናቸው። አምስቱ የደረቤ ልጆችና የልጅ ልጆች የሚኖሩበት የጎጃም መሬት በስማቸው እስከዛሬ ድረስ ይጠራል።[62] ጋፋቶች ከቢዛሞ፣ ከሸዋና ከዳሞት ወደጎጃም የሄዱት በኦሮሞ ተገፍተው ነው። ከወለጋው ዜና መዋዕል ላይ የደረቤ ዘር ከጎጃም መጥቶ የቦረን የሞጋሳ ልጆች ሆኑ የተባለው ትክክል አይደለም።

የኦሮሞ ጎሣዎች የባህልና የቋንቋ ውድመት ያስከተሉት የሞጋሳ ልጆችና ገበሮ ባደረጓቸው ነባር ኢትዮጵያውያን ላይ ብቻ አይደለም። በጉርብትና በሚኖሩት ኢትዮጵያውያን ላይም ከፍተኛ የቋንቋና የባሕል መቀጨጭ እና ውድመት አስከትለዋል። ለዚህ ጨቦን ጨምሮ በተለያዩ የሸዋ አካባቢዎች ይኖሩ በነበሩት ነባር ኢትዮጵያውያን ላይ የደረሰው የቋንቋና የባህል መቀጨጭ ለአብነት መጥቀሱ አስፈላጊ ነው። የጨቦ ኡዳደ ኢየሱስን ሕዝብ *አጭር ታሪክና ባህል* ያጠናው የስፍራው ተወላጅ ምስጋናው በላቸው ነው። ስርግው ሀብለ ሥላሴም በሌሎች የሸዋ አካባቢ የነበሩት አማሬዎች ለምን የሞጋሳ ልጅ መሆን እንደሚመርጡ ምስጋናው ከጻፈው ጋር ተመሳሳይ ይዘት ያለው መረጃ አስፍሯል። ሁለቱም ምንጮች ነባር ኢትዮጵያውያን ለምን የሞጋሳ ልጅ መሆን እንደሚመርጡ ጥሩ መረጃ አስፍረዋል። ስርግው እና ምስጋናው የሚከተለውን ይነግሩናል:-

> <u>ምስጋናው</u>
> የጨቦ ሕዝብ የራሱ የሆነ ቋንቋ እንደነበረው ይታወቃል። ከጊዜ በኋላ ግን ከምሥራቅ እስከ ምዕራብ ሸዋና ወለጋ ድረስ ተንቀሳቅሶ አካባቢውን ያጨናነቀ የመጫ፣ የዳሉና ጅዳ ኦሮሞ በነባር ሕዝቦች ላይ ከባድ የባህልና የቋንቋ ተጽዕኖ ስላደረሰ እነዚያ "አፍቴ አማራ" የሚባሉ ሰዎች ጭምር ኦሮምኛ መነጋገር ተገባቸው። በዚህ ጊዜ ስለቋንቋው የነበረው እምነት ኦሮምኛ የሚናገር፣ "ቢርመዱዳ እንጡቂና" ኦሮምኛ የማይናገር "ዲና በሌሣ" የሚል ሆነ። ትርጉሙም "ኦሮምኛ የሚናገር ወገናችን ነው ይገብር ኦሮምኛ የማይናገር ጠላታችን ነው ይጥፋ" ማለት ነው።[63]

ስርግው
በሕዝብም ደረጃ ለመግባባት እና በሰላም አብሮ ለመኖር ሙከራ እየተካሄደ ነበር። ይኸውም አንድ ዐይነት ዝምድና በመፍጠር ነበር። እርሱም ሞጋሳ ይባላል። የጡት ልጅ መሆን። የሚፈጸመውም በአንድ ኦሮሞ እና በአንድ አማራ መካከል ነበር። በአማሮች መካከል ሲፈጸም የሚጠቀሙት አማርኛውን ቃል የጡት አባት የጡት ልጅ የሚለውን ነበር። ሞጋሳ የሚሆነው አማራው ነበር። ምክንያቱም ኦሮሞው ከሚሰነዘርበት አደጋ እንዲከላከልለት እና እንዲጠብቀው። በእንዲህ ዐይነት ዘዴ የኦሮሞ ተጎራባቾች አማሮች ሕይዎታቸውን ከአደጋ ለማዳን ይሞክሩ ነበር።[64]

ቦረኖች ጨቦ አካባቢ ለሚሮሩት ነባር ኢትዮጵያውያን ሁለት ምርጫ አቅርበዋል። አንደኛው የኦሮሞን ባህልና ቋንቋ ተቀብሎ ግብር እየገበሩ ኦሮሞ መስሎ መኖር ነው። አልገብርም ማንነቴንና ቋንቋዬን አልቀይርም ላለ ደግሞ ሞት ይጠብቀዋል። የጨቦ ሕዝብ የመጀመሪያውን ምርጫ መረጠ። በዚህም ምክንያት በጨቦ ይኖሩ የነበሩ አፍቴ አማራ፣ ሙኸርና ክስታኔ ኦሮምኛ ተናጋሪ ለመሆን ተገደዱ። በተመሳሳይ በሌሎች የሸዋ አካባቢዎች የነበሩት ነባር ኢትዮጵያውያን የሞጋሳ ልጅ ሆነው የማንነት ለውጥ የሚያደርጉት ራሳቸውን ከጥቃት ለመከላከል ነበር። በብዙ የሸዋ ወረዳዎች አማርኛ፣ ጉራጌኛ እና ጋፋትኛ ቋንቋዎች የጠፉት እና ኦሮምኛ የተስፋፋበት ምክንያት ይህ ነው። እንደሸዋ ሕዝብ ሁሉ ኦሮሞዎች በሰፈሩበት፣ የገዳ ሥርዓት በጸናበት አካባቢ የነበረው ነባር የኢትዮጵያ ሕዝብ ቋንቋውንና ባህሉን የቀየረበት ምክንያት አስገዳጅ ሁኔታ ስለተፈጠረበት ነው።

ኦሮሞዎች በወረራ ከተቆጣጠሯቸው አውራጃዎች የሚኖሩ ነባር ኢትዮጵያውያን ማንነታቸውን፣ ሃይማኖታቸውንና ቋንቋቸውን እንደጠበቁ እንዲኖሩ አይፈቀድላቸውም ነበር። በዚህ ምክንያት በኦሮሞና በነባር ኢትዮጵያውያን መካከል ለብዙ መቶ ዓመታት የዘለቀ ጦርነትና ግጭት እንዲፈጠር ምክንያት ሆነ። በብዙ ምሁራን እንደሚባለው ሞጋሳ በነባር ኢትዮጵያውያንና በኦሮሞ ጎሣዎች መካከል አንድነትን አላመጣም። አሌሳንድሮ ትሪዩልዚ በጥናቱ እንዳሳየው ሞጋሳ ብዙ ጊዜ እንደሚባለው በነባር ኢትዮጵያውያን እና በኦሮሞዎች መካከል ያለውን ልዩነት አላስቀረውም፡-

> In actual fact, not even the strong assimilative model of the Oromo could eliminate totally the internal conflicts between the new settlers and the local inhabitants, or the tensions which derived the new struggle for power and wealth which marked the post-settlement society.[65]

ትርጉም
እንደ እውነቱ ከሆነ፣ ጠንካራ የሆነው የኦሮሞ የመጨፍለቂያ ሥርዓት እንኳን በአዲሶቹ ሰፋሪዎች እና በነባሩ ሕዝብ መካከል ያለውን ውስጣዊ ግጭት ወይም የድሕረ-ሰፈራ ኅብረተሰብ ታሪክ መገለጫ የሆነውን ሥልጣን እና ሀብት ለመቆጣጠር ይደረግ በነበረው ትግል ምክንያት የተፈጠረውን ውጥረት ሙሉ በሙሉ ማስወገድ አልቻለም።

ምንም እንኳ ነባር ሕዝቦች ለኦሮሞ ጎሣዎች ገባር ቢሆኑም፣ የሞጋሳ ልጅ ሆነው የራሳቸውን ማንነት ትተው ኦሮምኛ ተናጋሪ ቢሆኑም የገዳ ድርጅት በነባሩ ሕዝብ እና በኦሮሞዎች መካከል መከባበርንና እኩልነትን አላመጣም። ገዳ በሕዝቦች መካከል የሙብት የእርከን ደረጃ የሠራ፣ ወንድማማችነትንና ፍቅርን ሳይሆን ጥላቻንና ቂምን፣ ነጻነትን ሳይሆን ጭቆናን ያስፋፋ ሥርዓት ነው። ለዚህ በ17ኛው ምእት ዓመት ጀምሮ

በጥንቱ ዳሞት፣ በሸዋና በቢዛሞ ይኖሩ የነበሩት ሕዝቦች ራሳቸውን ከኦሮሞ ወራሪ ጎሣዎች ነጻ ለማድረግ ያደረጓቸው ጦርነቶች ምስክር ናቸው። ለአብነት ያህል በ1618 ዓ.ም. የቢዛሞና የግንደ በረት ሕዝብ እንዲሁም በ1704 ዓ.ም. ዳሞት ውስጥ የጅማ ሕዝብ ከቦረኖች ጋር ያደረገውን ተጋድሎ ቀጥሎ እናቀርባለን።

7.4 የነባር ኢትዮጵያውያንና የቦረኖች ጦርነት

በመካከለኛው ዘመን የኢትዮጵያ ታሪክ ዳሞትና ቢዛሞ እንዲሁም ሸዋ ከማዕከላዊ መንግሥት ጋር በጣም ቅርብ ግንኙነት እንደነበራቸው ከዚህ በፊት ዐይተናል። በተለይም በምዕራብ ሸዋ ይገኝ የነበረው እንደገብጣን እንዲሁም ሙገርና ግንደ በረት በራራ ከተቃጠለች በኋላ በዓፄ ሠርፀ ድንግል ዘመነ መንግሥት የቤተ መንግሥቱ መቀመጫ ሆኖ ነበር። ምንም እንኳ የሜጫና ቱለማ ጎሣዎች ምዕራብ ሸዋ፣ ቢዛሞ እና ዳሞት ቢሰፍሩባቸውም ነባሩ የኢትዮጵያ ሕዝብ የኦሮሞ ጎሳዎች የሚያደርሱበትን ጭቆና አሜን ብሎ በቀላሉ አልተቀበለውም። ከሌላው አካባቢ ገበሮዎች በተለየ ሁኔታ ከቦረኖች ጋር ብዙ ጊዜ ጦርነት ያደረጉ የሸዋ፣ የቢዛሞ እና የዳሞት ነባር ኢትዮጵያውያን ናቸው። በ1618 ዓ.ም. በክረምት ወራት ቢዛሞ ውስጥ በነባር ኢትዮጵያውያንና በቦረኖች መካከል የፈነዳው ጦርነት ጥሩ ምሳሌ ነው። የሱስንዮስ ታሪክ ነገሥት ጸሐፊዎች ስለዚህ ጦርነት የሚከተለውን ያስነብቡናል፦

> ወእምዝ በወርኃ መስከረም ተንሥአ ራስ ሥዕለ ክርስቶስ ከመ ይሆር መንገለ ጎዣም ወወዓለ በዓለ መስቀል ቅዱስ በምድረ ሳርካ። ወበ ውእቱ ወርኃ ክረምት ኮነ ጋእዝ ዓቢይ ማዕከለ ጋላ ወየሀበታ ዘቦረን ወተቃተሉ ጽኑዓ ቀትለ [...]። ወእምድኅረ በጽሐ ራስ ሥዕለ ክርስቶስ ምድረ ጎዣም ለአኩ እሉ የሀበታ ወኢልማንዚት ኀበ ራስ ሥዕለ ክርስቶስ ወሀበ ደጅ አዝማች ቡኮ እንዘ ይብሉ ናሁ ተጻላ እነ ምስለ አጋእዝቲነ ጋላ ወተቃተልነ ወበጸህነ እስከ ለደም ንው ተቀበሉነ በፍጡን። እስመ ፀአትነ ወጥንተ ሙላድነ እምኔከሙ ውእቱ ንሕነ ወአኮ እምጋላ። ወሰሚኦ ራስ ሥዕለ ክርስቶስ ፈነዎ ለአስጋድር መልእከ ኃይሉ ምስለ ብዙኃን ሠራዊተ ፀብእ። ወተራኪቦሙ ዳሞት ጸሐፊ ላም ቡኮ ወአስጋድር በጽሑ ምድረ ቢዛሞ ሀበ ሀለው የሀበታ ወኢልማንዚት። ወሶበ ርእዩ ኪያሆሙ እሉ የሀበታ ወኢልማንዚት ተፈሥሑ ዓቢየ ተፍሥሕተ በእንተ ዘረድእዎሙ ወእሙንቱኒ ወሰድዎሙ ኀበ ሀሎ ጭሌሃ አቦ ዘቀዲሙ ተፃብአሙ። ወከዊኖሙ ቡኮ ወአስጋድር የሀበታ ወኢልማንጐዚት ፀብእዎ ለጭሌሃ አቦ ወሞእዎ ወቀተሉ እምኔሁ ብዙኀ ወማህረኩ ብእሲቶ ወውሉዶ ወአልህምቲሁ። ወፈነው መጽሐፈ ብሥራት ቡኮኒ ኀበ እግዚኡ ንጉሥ ወአስጋድርኒ ኀበ እግዚኡ ራስ ወርእየ ዘንተ መጽሐፈ ራሥ ሥዕለ ክርስቶስ ፈነወ መጽሕፈ መል እክት ኀበ እጉ ሁ ወ እግዚ ኡ ንጉሥ ሥልጣን ሰገድ እንዘ ይብል ናሁ ተጻል ኡ ጋላ ወየሀበታ እስከ በጽሑ ለደም።[66]
>
> <u>ትርጉም</u>
> ከዚህ በኋላ በመስከረም ወር ራስ ሥዕለ ክርስቶስ ወደጎጃም ይሄድ ዘንድ ተነሳ። የቅዱስ መስቀልንም በዓል ሳርካ በሚባለው ምድር አከበረ። በዚያም የክረምት ወራት በጋላና በቦረን የሀበታ መካከል ታላቅ ጠብ ሆነ፤ ጽኑ ውጊያም አደረጉ [...]። ራስ ሥዕለ ክርስቶስ ጎጃም ከደረሰ በኋላ እነዚህ የሀበታና ኢልማንዚት ወደራስ ሥዕለ ክርስቶስና ወደደጅአዝማች ቡኮ ላከ፤ "እነሆ ከገዢዎቻችን [ከጋላ] ጋር ተጣልተን ተዋጋን፤ ደም እስከመቃባትም ደረስን ፈጥናችሁ ኑና ተቀበሉን፤ ጥንት ዘራችንና ትውልዳችን [ከጋላ] ሳንሆን ከናንተ ወገን ነንና" ሲሉ።
>
> ራስ ሥዕለ ክርስቶስም ይህን በሰማ ጊዜ የጦር አዛዡን አስጋድርን የሀበታን እንዲቀበሉትና [ጋላን] እንዲወጋ ከብዙ ሠራዊት ጋራ ላከው። ደጅአዝማች ቡኮም ያንጊዜ ከርሱ ጋር ያሉትን ብዙ ተዋጊ ሠራዊት ይዞ የአባይን ወንዝ ተሻገረ። ዳሞት ጸሐፊ ላም ቡኮ እና አስጋድር

ተገናኝተው የሀበታና ኢልማንዚት ወዳሉበት ወደቢዛሞ ምድር ደረሱ። እነዚህ የሀበታና ኢልማንዚት የተባሉት እነርሱን ባዩ ጊዜ ታላቅ ደስታ አደረጉ፤ ስለሚረዷቸው። እነርሱም ቀደም የተጣላቸው ጭሌሃ አቦ ወዳለበት ወሰዱአቸው። ቡኮና አስጋድር የሀበታና ኢልማ ንዚት አንድ ሆነው ጭሌሃ አቦን ወግተው ድል አደረጉት፤ ከሱም ወገን ብዙ ሰዎች ገደሉ። ሚስቱን፣ ልጆቹንና ከብቶቹን ማረኩ። ቡኮም ወደጌታው ወደንጉሡ፤ አስጋድርም ወደጌታው ወደራስ የምሥራች ደብዳቤ ላኩ።[67]

የቦረና ጎሳዎች በቢዛሞ የነበሩት የጥንት ኢትዮጵያውያን ከ17ኛው ምእት ዓመት መጀመሪያ ጀምሮ የሞጋሳ ልጅ፣ የበታች፣ ገባር አድርገዋቸው ነበር። ነገር ግን ነባር ኢትዮጵያውያን ከጥንት ኢትዮጵያዊ ወገናቸውና ኢትዮጵያዊነታቸው በዘላቂነት መለየት አይፈልጉም ነበር። የቢዛሞ ኢትዮጵያውያን ከቦረኖች ብዝበዛ እና የባርነት አገዛዝ ነፃ ለመውጣት ብዙ ጊዜ ጦርነት አድርገዋል። የሞጋሳ ልጅ የሆኑት አምነውበት ሳይሆን በግዳጅ ነው። ለዚህም ነው የቢዛሞ ኢትዮጵያውያን "ጥንት ዘራችንና ትውልዳችን ከጋላ ሳንሆን ከናንተ ወገን ነንና" ብለው በዘመኑ የጎጃም ገዢና የሱስንዮስ ወንድም ለነበረው ለራስ ሥዕለ ክርስቶስ ወታደር ልከው ከኦሮሞ ጭቆና ነጻ እንዲያወጣቸው የተማጽኖ መልእክት የላኩት። ሥዕለ ክርስቶስም አስጋድር የተባለውን የጦር አዛዡንና የአዲሱ ዳሞት ገዢ የኦሮሞ ትውልድ የነበረውን ደጅአዝማች ቡኮን ጦር አስከትቶ የቢዛሞን ሕዝብ እንዲረዳ ላከው።

በሱስንዮስ ዘመን እንደታየው በዳሞትና በቢዛሞ በተለይም ደግሞ በጊቤ፣ በጅባት፣ በለገ አማራና ቱሉ አማራ የነበረው ነባር የኢትዮጵያ ሕዝብ ከኦሮሞ ጎሳዎች ጋር እንደገና ግጭት ፈጠረ። ምንም እንኳ በ1618 ዓ.ም. አምጸው የነበሩት የቢዛሞና የዳሞት ነባር ኢትዮጵያውያን ቦረኖችን በዘላቂው ማባረር ባይችሉም በንጉሡ አስተዳደር ሥር ለመሆን የነበራቸው ከፍተኛ ፍላጎት አልሞተም። ነባር ኢትዮጵያውያን ጎንደር ለከተሙት የኢትዮጵያ ነገሥታት ከጭቆና ነጻ እንዲያወጧቸው አቤቱታ ማቅረቡን ቀጠለ። ዓፄ አዲያም ሰገድ ኢያሱ (1682-1707) በሥልጣን ዘመኑ የመጨረሻ ዐሥር ዓመታት ወደሸዋ፣ ቢዛሞ፣ ጅማ፣ ጅባት፣ ጊቤ፣ ለገ አማራ፣ ቱሉ አማራና እናርያ የዘመተበት ዋና ምክንያት የነባር ኢትዮጵያውያን ጥያቄ ነው። የንጉሡ ጸሐፌ ትእዛዝና ጸሐፌ ታሪክ ንጉሡ ስላደረገው ዘመቻ በሰፊው ከጻፈው የሚከተለው ይገኝበታል፦

ወአመ ፲ወ፪ ለግንቦት ተንሥአ ንጉሥ እምጎንደር እንተ ባሕቲቱ እንተ ፍኖተ ፍርቃ ወሖረ ወኃለፈ እስከ ሐንከሻ። ወተራከበ ምስለ ብላቴናቸ ጌታ ባስልዮስ ወምስለ ኵሎሙ ሠራዊቱ ወበህየ አኃዘ ነገረ ዘምቻ ዘጋላ አዲዎ ፈለገ ዓባዊ እንተ ፍኖተ ሮዳ ከመ ይትቀበሎ ለኵሎ ጋላ ዘጠለታ። እስመ ተቃተለ ምስለ ኵሉ ጋላ ዘወለደኛ ወለሀከ ሀበ ንጉሥ ቀዳሚ እንዘ ሀሎ ውስተ ጎንደር እንዘ ይብል ፍጡነ መጺአከ ተቀበለኒ። [...]

ወእምድኅረዝ ዓደወ ንጉሥ ፈለገ አባዊ እንተ ፍኖተ ሮቃ በከመ ዘከርነ ቅድመ እንዘ ረድኤተ አምላከ ምስሌሁ። ወሰፈረ ውስተ በረቱ ለጋላ ዘወለደኛ። ወቅድመ ዝኒ ሰሚዖ ጋላ ዘወለደኛ መጺአተ ንጉሥ ለተቀብሎተ ጠለታ ተዓርቀ ለጠለታ ወወሰደ ምስሌሁ ወጐየ ወሖረ ርሑቀ ብሔረ እኂዞ ብእሲቶ ወውሉዱ ወኵሎ ላህሞ ወቁሳቊሰ ቤቱ ወተኃጥአ። ወእምዝ አዘነ ንጉሥ ጥቀ ወለአከ ኀበ ጠለታ እንዘ ይብል ነዋ ንሕነ መጻእነ። እስመ አምሃልከነ አንተሂ ፍጡነ ነዓ ኅቤነ። ውእቱሰ ሰሚዖ ነገረ መልእክቱ ለንጉሥ ተርፈ ወከድአ ለንጉሥ እስመ ልማዱ ሊጋፋት ከዳት። ወጸኒሖ ንጉሥ ህየ መጠነ ሠሉስ ዕለት ዓደወ ፈለገ ዓባዊ ወተመይጠ ወገብአ ብሔሮ በዳህና እንተ ፍኖት ዘሖረ ባቲ ቀዳሚ። ወአመ ፲ወ፪ ለሰኔ ሞተ ቸርር ደሞ።[68]

ትርጉም

በግንቦት 12 ቀን ንጉሡ ብቻውን ከጎንደር ተነስቶ በፈርቃ መንገድ ሄደ። ሀንከሻም ድረስ አልፎ ተጓዘ። ከብላቴን ጌታ ባስልዮስ እና ከሠራዊቱ ሁሉ ጋር ተገናኘ። የዐባይን ወንዝ በሮዳ መንገድ ከተሻገረ እና ሁሉንም የጋላ ጠለታዎችን ካገኘ በኋላ በዚያ በጋሎች ላይ ዘመቻውን ጀመረ። ከወለደኛ ጋላ ጋር ጦርነት ላይ ነበሩና ንጉሡ ጎንደር እያለ እንዲህ ሲሉ መልእክት ላኩ፡- “ፈጥነህ መተህ ተቀበለኝ።”

ከዚህ በኋላ ከላይ እንደተናገርነው ንጉሡ በእግዚአብሔር ርዳታ አባይን በሮቃ መንገድ ተሻገረው። በወለደኛ ጋላ በረት ሰፈረ። ወለደኛ ጋላም ንጉሡ ጠለታዎችን ለማግኘት እንደመጣ ቀድሞ ስለሰማ ከጠለታዎች ጋር ታርቆ ልጆቹን፣ ሴቶቹን፣ ከብቶቹን እና የቤት ቁሳቁሶቹን ይዞ ወደሩቅ አገር ሸሽቶ ጠፋ። ንጉሡ በጣም አዘነ እና ለጠለታዎች እንዲህ ሲል መልእክት ላከ፡- “በእናንተ ጥያቄ መሠረት እኛ መጥተናል፣ እናንተ ደግሞ እንዲሁ በፍጥነት ወደእኛ ኑ።” እነርሱም የንጉሡን መልዕክት በሰሙ ጊዜ አልመጡም፣ ከዳት ልማዳቸው የሆነው ጋፋቶች ንጉሡን ከዱት። ንጉሡ በሦስት ቀን ውስጥ አባይን ተሻግሮ ቀድሞ በመጣበት መንገድ በደህና ወደአገሩ ተመለሱ።

በታሪከ ነገሥቱ መሠረት በ1702 ዓ.ም. ዓፄ ኢያሱ አባይን ተሻግሮ ወደቢዛሞ ዘመቻ ያደረገበት ምክንያት ነባር ኢትዮጵያውያን ነጻ ለመውጣት የሚያደርገውን ተጋድሎ ለማገዝና አካባቢውን ወደማዕከላዊ መንግሥት አስተዳደር ለመመለስ ነበር (ለዝርዝሩ ምዕራፍ 8ን ይመለከቷል)። የታሪከ ነገሥቱ ጸሐፊ ርዳታ እንዲደረግላቸው የጠየቁትን ሰዎች “ጠለታ” ይላቸዋል። የአማርኛው “ጠለታ” የኦሮምኛው “ዳለታ” ነው። “ወለደኛ” የተባሉት ከነባር ኢትዮጵያውያን ጋር ያልተቀላቀሉት ቦረናዎች ናቸው።[69]

ንጉሡ በነባር ኢትዮጵያውያን ጥሪ መሠረት እንደዘመተ ሲያውቁ ቦረኖች ከጠለታዎች ጋር ታርቀው ፈርተው ሸሹ። በዚህም ምክንያት ንጉሡ በአባይ ወንዝ ዳርቻ ከሚገኙት የቢዛሞ ወረዳዎች ወደደቡብ በጣም ርቆ አልሄደም። በ1704 ዓ.ም. በነባር ኢትዮጵያውያንና በኦሮሞ ጎሣዎች መካከል ጦርነት እንደገና አገረሸ። የተፈጠረው ግጭት ጊቤን፣ አምቦን፣ ቱሉ አማራን፣ ለገ አማራንና ጅባትን ጨምሮ ሰፊ አገር ያካለለና ብዙ ሕዝብም የተሳተፈበት ነበር። ነባር ኢትዮጵያውያን ንጉሡን በደስታና በፌስታ ተቀበሉት። ይህንን በሚመለከት ታሪከ ነገሥቱ እንዲህ ይላል፡-

ወበህየ መጽኡ ጠለታ ሆሮ ወጅማ እንዘ ይዘፍኑ ወይቤልዎ ለንጉሥ እግዚኦ ሰማዕነ ድምፀከ ወፈራህነ ርኢነ ግብረከ ወአንከርነ። ይእዜኒ መጻእነ ከመ ንሰግድ ለከ ባሕቱ ቦአ ኵናት ኑፋቄ ውስተ ልብነ በእንተ ጎንድዮትከ።።ወይቤሎሙ ንጉሥ ርእዩኬ ብዝኃ ሠራዊትየ እለ ተገምሩ ዓዲዎ ባሕር ዓባዊ በሣልስት ዕለት ወበ እንተዝ ነሐውር በእግረ ደቂቅ። ወጊዜ ሠርከ ገብአ ንጉሥ ዲለሎ እስመ ኮነ ሀየ አክሊለ መንግሥቱ። ወበሳኒታ ኃለፍናሃ ከመ እንተ መርሕብ ወኃደርነ ምድረ ራሬ ዘይሰመይ ጃራ ህየኒ መጽኡ ጠለታ ሖሮ ወተኳነኑ ምስለ ባሶ። ወህየ አዘዞ ንጉሥ ለቱሉ ከመ ይሁር ወይትቃተል ምስለ ጥንት ዘሖሮ ወተአዚዞ ሖረ እስመ ምዕመን ገብር ዘይሰይሞ እግዚኡ ንጉሥሰ ኃደረ ደነብ ወእምኔሃ ወሶርቢ ወህየ ተወጥነ ዘለሳ። ጥንትስ እለ ተጋብኡ በወሶርቢ ሶበ ጸበበቶሙ ዓለም ወኃአዘሙ ማሕምም ከመ ብእሲት እንተ አልጸቀት ለወሊድ ለአኩ ኀበ ንጉሥ እንዘ ይብሉ አበሰነ እግዚኦ አበስነ ዓመፅነሂ ወጌጋየነ ይእዜኒ መሐረነ። አሜሃ መሐሮሙ ንጉሥ እስመ ውእቱ ርሑቀ መዓት ወብዙኃ ምሕረት ወስሙ መሐሪ ወመስተሣሕል ወእሉ ወሀቡ ፻ዕደወ አምሳለ አጋዝ። ወግዕዘ አምህየ ወኃደረ ጠለለቂ ቅሩበ ቱሉ አማራ። ወይቤ ንጉሥ በቃለ ቀርን ኢትበርብሩ ቤተ ጅማ እስመ ገብርየ ውእቱ። ወበ፲ለመጋቢት ኮነ ውዕሎ እስመ በዓለ መስቀሉ ክቡር ለእግዚእ ክርስቶስ ይዕበይ ስሙ። ወሰረከ ሰኑይ ላጸቢሐ ሠሉስ ተጋብኡ ላዕሌነ ኵሉ መጫ ዘውእቶሙ ጉድሩ፣ ወሊበን ጅማ፣ ወጨሌሃ ወቦ አሞሩ ሖሮ ወካልዕ አሙሩ።[70]

<u>ትርጉም</u>

የሆሮ እና የጅማ ጠለታዎች እየዘፈኑ መተው ንጉሡን እንዲህ አሉት :-"ጌታችን ሆይ ድምፅህን ሰምተን ፈራን፣ ሥራህን ዐይተን ተገረምን። በመዘግየትህ የተነሳ የጥርጣሬ ጦር ወደልባችን ገባ፣ አሁን በፊትህ ልንሰግድ መጥተናል።" ንጉሡ እንዲህ አላቸው :- "በሦስተኛው ቀን የአባይን ወንዝ የተሻገረውን የሠራዊቴን ብዛት ተመልከቱ፤ በሠራዊቱ ቁጥር ምክንያት እንደትናንሽ ሕፃናት እንሄድ ነበር።" አክሊለ መንግሥቱ እዚያ ስለነበረ በምሽት ንጉሡ ወደዲላሎ ተመለሰ። በሚቀጥለው ቀን እንደሜዳ ተሻገርናት፣ በምድረ ራሬ ውስጥ ጃራ ተብሎ ከሚጠራ ስፍራ አደርን። እዚያ የሆሮ ጠለታዎች መጥተው በባሶዎች ላይ ክስ አቀረቡ። ከዚያም ንጉሡ በሆሮዎች ላይ ጥቃት እንዲሰነዝር ቱሉን አዘዘው። እርሱም ጌታው የሾመው የታመነ አገልጋይ ነውና ታዝዞ ወድዚያው ሄደ። ንጉሡ ደነብ አደረ፣ ከወሠርቢ ጀምሮ ዘለሳ ተጀመረ። በወሠርቢ የሚደበቁበት ቦታ ወይም መሸሻ ባጡ ጊዜ ዓለም ጠበበቻቸው፣ ልጅ ለመውለድ ምጥ እንደተያዘች ሴት ስቃይና ህመም ተሰማቸው እናም ይህን መልእክት ለንጉሡ ላኩ "ጌታችን ሆይ፣ ኃጢያት ሠርተናል፣ ዓመጸኞች ነበርን፣ ስሕተት ሠርተናል፣ ነገር ግን አሁን ምሕረት አድርግልን።" ከቁጣ የራቀ፣ ምሕረቱ የበዛ፣ ስሙ መሐሪ እና ይቅር ባይ የሆነው ምሕረት አደረገላቸው።

እነርሱም 7 ሰዎች በመያዣ ሰጡ። ቀጥሎም ከዚያ ተነስቶ ቱሉ አማራ አጠገብ ከምትገኘው ጠለለቂ አደረ። ንጉሡ በቀንደ መለከቱ አማካይነት እንዲህ አለ "የኔ ዜጎች ስለሆኑ የጅማዎችን ቤት አትዝረፉ።" በመጋቢት 10 ቀን ስሙ ከፍ የሚለው የጌታችን የኢየሱስ ክርስቶስ የመስቀል በዓል ስለነበረ ውሎ ሆነ። ሰኞ ማታ ለማክሰኞ አጥቢያ ሜጫዎች በሙሉ እነርሱም ጉድሩ፣ ሊበን፣ የጅማ ሊበን፣ ጨሊያ ወቦ፣ አሙሩ ሆሮ እና ሌሎች ሆሮዎች እኛን ለመውጋት ተሰበሰቡ።

ነባር ኢትዮጵያውያን ምንም እንኳ ከቦረኖች ጋር ለሙቶ ዓመት ገደማ ገበሮ፣ ጭሰኛ፣ የሞጋሳ ልጅ ሆነው በኦሮሞ ጨቋኝ አገዛዝ ቢኖሩም የጥንት ማንነታቸውንና ነፃነታቸውን ለማስመለስ ጽኑ ፍላጎት ነበራቸው። ከጌቶቻቸው ከኦሮሞች ጋርም ሰፊ ልዩነት ነበራቸው። በየጊዜው የሚያደርጉት ጦርነት ይህን ያስረዳል። ዓፄ ኢያሱም ወታደሮቹ የሕዝቡን ንብረት እንዳይዘርፉ ጥብቅ ትእዛዝ አስተላለፈ። ሕዝቡን ሲበዘብዙ፣ ሲገድሉና ሲረግጡ የነበሩት አንድ ባንድ ተሸነፉ። ነገር ግን ንጉሡ ሁሉንም ቦረኖች በጅምላ ጦርነት አልገጠማቸውም። ለብዙዎቹ ጎሣዎች ምሕረት አድርጎላቸዋል። ከዚህም አልፎ የባሶና ሊበን ጎሣ አባላት ከንጉሡ ወታደሮች ጎን ተሰልፈው ተቀናቃኝ ጎሣዎችን ተዋግተዋል። መጨረሻም ንጉሡ ዘመቻውን አጠናቅቆ በጎጃም አድርጎ ወደጎንደር ሲመለስ ጎጃምን እንዲጠብቁ የባሶንና የሊበን ጎሣዎችን በራሳቸው ጥያቄ በአባይ ዳር አሰፈራቸው።[71]

ከዓፄ ኢያሱ በኋላ በሞጋሳ ልጆችና በቦረኖች መካከል የነበረው ግንኙነት ዘጋቢ አልነበረውም። ምንም እንኳ አካባቢው ከታሪክ ነገሥት ጸሐፊዎች እይታ ውጭ ቢሆንም በሞጋሳ ልጆችና በቦረኖች መካከል እስከቅርብ ጊዜ ድረስ ግጭት እንደነበረ በሚቀጥለው ክፍል እናያለን። ምክንያቱም የገዳ ድርጅት በቦረኖችና በገበሮዎች መካከል የማይታረቅ ቅራኔ እንዲፈጠር ስላደረገ ነው። ጭቆና እና ቅራኔ ባለበት ቦታ ደግሞ ምን ጊዜም ቢሆን አመፅ አለ።

7.4.1 የጦርነቱ መንስዔ

ከላይ እንደተገለጠው ነባር ኢትዮጵያውያን ከቦረኖች ጋር ከፍተኛ ልዩነት ነበራቸው። የሞጋሳ ልጅነት፣ የቋንቋ፣ የሃይማኖትና የባህል ተመሳሳይነት በገበሮ ኢትዮጵያውያንና በቦረኖች መካከል ያለውን ልዩነት አላጠፋውም። ገበሮ ኢትዮጵያውያን ለቦረኖች

የበታች፣ ዝቅተኛ፣ ተገዢዎች ናቸው። ለምሳሌ አንዳንድ ቦታዎች ነባር ኢትዮጵያውያን የገዳ ክብረ በዓል በሚፈጸምበት ጊዜ ሙሉ ተሳትፎ እንዲያደርጉ አይፈቀድላቸውም ነበር። በተጨማሪም ነባር ኢትዮጵያውያን አባ ገዳ መሆን አይችሉም። መሐመድ ሀሰን በነባር ኢትዮጵያውያንና በኦሮሞዎች መካከል ስላለው ልዩነት የሚከተለውን ጽፏል፡-

> Although Oromo pastoralists of the sixteenth century were egalitarian, they excluded recently assimilated people from the office of Abba Gada, which was held only by the direct descendants of the original Borana or Barentu. Nor did assimilated members send their representatives (*jila*) as pilgrims to honor the Abba Muudaa, because they lacked roots that connected them with the lands of the Abba Muudaa.[72]

> <u>ትርጉም</u>
> የ16ኛ ምእት ዓመት የኦሮሞ ከብት አርቢዎች እኩልነትን የሚቀበሉ ቢሆኑም ከቅርብ ጊዜ ወዲህ ግን የተጨፈለቁትን ሕዝቦች በቦረን ወይም በባሬንቱ ቀጥተኛ ዘሮች በብቸኝነት ከተያዘው ከአባ ገዳው ሥልጣን አገለሏቸው። ማንነታቸው የተጨፈለቀው ነባር ሕዝቦችም ወኪሎቻቸውን (ጅላ) አባ ሙዳውን እንዲሳለሙ አይልኩም ነበር። ምክንያቱም ከአባ ሙዳው አገር የሚያስተሳስር ምንም ዐይነት ሥር ስላልነበራቸው ነው።

ነባር ኢትዮጵያውያን ከሌሎች ኦሮሞ ጎሣዎች ጋር እኩል ሥልጣን የላቸውም። አባ ገዳ መሆን የሚችለው የበረይቱማና የቦረን ትውልድ ያለው ብቻ ነው። በተጨማሪ ገበሮ ኢትዮጵያውያን የኦሮሞ መንፈሳዊ መሪ ተደርጎ ወደሚቆጠረው ወደአባ ሙዳው አገር ወኪል ለመላክ አይችሉም።

ከጭቆናና ከብዝበዛ አልፎ ቦረኖች ገባሮ ኢትዮጵያውያንን በባርነት ይሸጧቸው ነበር። መሐመድ ሀሰን እንደሚለው በ1618 ዓ.ም. የቢዛሞ የሀበታዎችና ኢልማ ጎሣዎች ያመጹት ጭቆና ስለበዛባቸውና በባርነት ስለሸጧቸው ነው። በአዲያም ሰገድ ኢያሱ ዘመነ መንግሥት እንደገና የፈነዳው የነባር ኢትዮጵያውያን አመፅ ዋናው ምክንያቱ ጭቆናና ብዝበዛ ነበር። ኢያሱ ወደቢዛሞ፣ ጊቤ፣ ቱሉ አማራ፣ ጅማ፣ ጅባትና ለገ አማራ የዘመተበት ዋና ምክንያት ክርስትናን ለማደስ፣ ነባር ኢትዮጵያውያን ከባርነት፣ ከጭቆናና ከብዝበዛ ነጻ ለማውጣት ነበር፡-

> ከዚያም የዘመተበት ምክንያት ቀድሞ ከክርስቲያን አገር በጋሎች እጅ ተማርከው ብዙ ምዕመናን ከዚያ ነበሩና። የወንድ ባሪያ፣ የሴት ባርያ አድርገዋቸዋልና። በሥራም ላይ ሥራ ያጸኑባቸዋል፤ ቀድሞ ግብጻውያን በዐሥራኤል ያጸኑባቸው እንደነበረ ዳግመኛም ግፍ ይሠሩባቸው ነበር።[...] ይህንም ሰምቶ ስለክርስቲያን ሃይማኖት አስጨክነው ጌታ ሰላዳም እንደወረደ ከባርነታቸው ያወጣቸው ዘንድ ከተበደሉ በኋላ ስለእግዚአብሔር ብሎ። ከዚያም በደረሰ ጊዜ ምርኮኞች ሁሉ አንድነት ተሰብስበው በልልታ በደስታ ተቀበሉት። [ነጻ] ሊያወጣቸው እንደመጣ አውቀዋልና እርሱም ከባርነት እንዲያወጣቸው ክርስትናቸውን ለማደስ ወደአገራችሁ አወጣችኋለሁ ብሎ ተስፋ ነገራቸው። ከዚህ በኋላ ምርኮኞቹ ጋሎች የተሸሸጉበትን አሳዩት።[73]

ጸሐፊው በኦሮሞ አገዛዝ የሚኖሩትን ነባር ኢትዮጵያውያን ምርኮኛ ብሎ የገለጸበት ቃል ትክክለኛ አገላለጽ ነው። ኦሮሞዎች እንደምርኮ የሚያዩት የነባሩን ሕዝብ ከብት፣ ንብረት እና ዕፅመ ርስት ብቻ ሳይሆን ሕዝቡንም እንደምርኮኛ ነበር የሚያዩት። ይኽን ከላይ ከአባ ባሕርይ መጽሐፍ ከጠቀስነው ጥቅስ ዐይተናል። የወለጋው ዜና መዋዕል የሞጋሳ ልጅ፣

ገበሮ የሆኑትን አማራዎች በተመሳሳይ ምርኮኛ እንደሚላቸው ከላይ ዐይተናል። ነባር ኢትዮጵያውያን የሞጋሳ ልጆች፣ የተሸነፉ ምርኮኛ ስለሆኑ ለብዝበዛና ለጭቆና እንደሚጋለጡ መገመት አይከብድም። ከብዝበዛ በተጨማሪ የሞጋሳ ልጅ፣ ገበሮ የሆኑትን ነባር ኢትዮጵያውያን በባርነት ይገዟቸው፣ ይሸጧቸው ነበር። በኢትዮጵያ መንግሥት ሕግ ክርስቲያን የሆነን ሰው ባሪያ ማድረግ፣ መሸጥ መለወጥ የተከለከለ ነበር። ነገር ግን የሞጋሳ ልጅ፣ ገበሮ የሆኑት ነባር ኢትዮጵያውያን ከንጉሡ አስተዳደር ውጭ በሆኑት የጥንት የኢትዮጵያ አውራጃዎች ስለሚኖሩ የሕግ ጥበቃ የላቸውም ነበር። በመጨረሻም ንጉሡ የዘመተበት ምክንያት አብያተ ክርስቲያንን ለማስሠራትና ክርስትናን እንደገና ለማጽናት ነው።

በነባር ኢትዮጵያውያንና በአሮሞ ጎሣዎች መካከል የነበረው ግጭትና መለያየት እስከ20ኛ ምእት ዓመት ቀጠለ። የቦረኖች ሥልጣን እየተደላደለ በሄደ ቁጥር ገበሮ በሆኑት የኢትዮጵያውያን ላይ የሚደርሰው ጭቆናና ብዝበዛ እየጨመረ ሄደ ። በ1841 ዓ.ም. በወለጋ ውስጥ ልዩ ስሙ ጉድሩ የተባለውን ቦታ ጎብኝቶ የነበረው የፈረንሳይ አሳሽና ተመራማሪ አንቷን ዳባዲ ይህን ያረጋግጣል። ዳባዲ በሞጋሳ ልጆችና በቦረኖች መካከል ስላለው ግንኙነት የቦታውን ሰዎች እየጠየቀና በዐይኑ ያየውን የጻፈውን መጥቀስ ተገቢ ነው። ትሪዩልዚ ዳባዲ የጻፈውን እንደሚከተለው ተርጉሞታል፡-

> The Borana are noble Galla. Ibsa translates this term with *sharif*, as he cannot translate it in Amharic…; a true borana must come from both father and mother borana.
>
> *Foreigners.* The *gabbaro* is a foreigner established among the Galla. He is well received, and if he sucks the little fingure of a borana he can even marry the daughter of a borana. But the day gada is performed he is due to hide away as he would be killed otherwise.[74]
>
> <u>ትርጉም</u>
> *ቦረኖች መኳንንት ጋሎች ናቸው። ኢብሳ [መኳንንት የሚለውን] ወደአማርኛ መተርጎም ሥላልቻል ቃሉን ሸሪፍ ብሎ ተረጎመው…፤ እውነተኛ ቦረና የሚባለው በእናቱም በአባቱም ቦረና የሆነ ነው።*
>
> *ባእዳን፦ ገበሮ በጋላ መካከል የሚኖር ባዕድ ነው። በአግባቡ ይስተናገዳል፣ የቦረናን ትንሽ ጣት ከጠባ የቦረናን ሴት ልጅ ማግባትም ይችላል። ነገር ግን የገዳ ክብረ በዓል በሚኖርበት ጊዜ መደበቅ አለበት፤ አለበለዚያ ይገደላል።*

ዳባዲ ኢብሳ ለተባለ የጉድሩ የአሮሞ ተወላጅ ቃለመጠይቅ በማድረግ ባገኘው መረጃ መሠረት በጉድሩ መኳንንት ለመሆን በናትም ባባትም ከቦረን መወለድ ያስፈልጋል። ነባር ኢትዮጵያውያን ደግሞ በገዛ ዐጽመ ርስታቸው እንደባዕዳን፣ እንደመጤ ይታዩ ነበር። ገበሮ ነባር ኢትዮጵያውያን ገዳ የመሆን፣ የፖለቲካ ሥልጣን የመያዝ መብት የላቸውም። በተለይም የእጅ ጥበብ ባለሙያዎችን ገዳ አያውቃቸውም። ከዚህም አልፎ በገዳ ክብረ በዓል ጊዜ ነባር ኢትዮጵያውያን እንኳን ለመታደም ቀርቶ በአካባቢ ከተገኙ ይገደሉ ነበር። በ1860ዎቹ አካባቢ ጉድሩን ጨምሮ ብዙ የአሮሞ አካባቢዎችን ተዘዋውሮ ያየው ጣሊያናዊ የካቶሊክ ወንጌላዊ ካርዲናል ማሳያ በቦረኖችና በነባር ኢትዮጵያውያን መካከል ስለነበረው የጌታና የሎሌ፣ የመጤና የተወላጅ ግንኙነት የጻፈው ከዳባዲ ጋር ተመሳሳይነት

አለው። ማሳያ እንደታዘበው የገዳ ባለሥልጣን ለመሆን የሚችል ቦረን ብቻ ነው። ምንም እንኳ ነባር ኢትዮጵያውያን በጊዜ ሂደት ገዳ መሆን ቢፈቀድላቸውም ቦረን መሆን አይችሉም። የሥልጣን ምልክት ተደርጎ የሚወሰደው ቦኩም (በትረ ሥልጣን) ለኢትዮጵያውያን አይፈቀድም።[75]

በ1927/28 ዓ.ም. ጣሊያናዊው የታሪክ ተመራማሪ ኤንሪኮ ቸሩሊ ወለጋ ለጥናት ሄዶ ነበር። ጥናቱ ያተኮረው በጅዳ ኦሮሞ ጎሣ ላይ ነበር። በጂዳዎች ዘንድ የኦሮሞ ተገዢ፣ የበታች የተደረጉት የጥንት ኢትዮጵያውያን "ገብራ" በሚል የወል ስም ይጠራሉ። ቸሩሊን ጠቅሶ አሌሳንድሮ ትሪዩልዚ እንደጻፈው ምንም እንኳ ገብራዎች ቁጥራቸው እጅግ ከፍተኛ ቢሆንም በጅዳ ኦሮሞዎች በገዛ ዐፅመ ርስታቸው እንደጠላት፣ እንደባዕድና እንደመጤ ይታዩ ነበር፡-

> Enrico Cerulli, who travelled through Macha country in 1927-28, recorded the same 'separateness' among the Jidda Oromo, among whom the subject people were collectively called *gabra*, and were considered just 'like foreigners,' numerous and 'enemy-like' ('For Ninety are the Gabra, /but/ nine are the Borana,' Cerulli 1933, I, 35). Among the Leqa, *boorana* rule is described by Cerulli as 'particularly harsh' and craftsmen such as smiths and potters are said to have been excluded from *gada* rituals.[76]

<u>ትርጉም</u>

በ1927-28 በሜጫዎች አገር የተጓዘው ኤንሪኮ ቸሩሊ በጅዳ ኦሮሞዎች [እንደሌሎች አካባቢዎች ሁሉ በነባሩና በኦሮሞዎች መካከል] ተመሳሳይ ልዩነት እንዳለ መዝግቧል፤ እነሱም ተገዢ የሆነውን ነባሩን ሕዝብ በወል *ገብራ* ይሉታል፤ እናም እንደ ባዕድ ያዩታሉ። ቁጥራቸው ብዙዎቹ እንደ ጠላት የሚታዩ (ገብራዎች ዘጠና፤ ቦረኖች ግን ዘጠኝ) ናቸው። በሌቃዎች ዘንድ የቦረኖች አገዛዝ በተለየ የከፋ እንደሆነ ቸሩሊ ይገልጻል። እናም እንደ ብረቴና ሸክላ ሠሪ የመሳሰሉ የዕደ ጥበብ ባለሙያዎች የገዳ ክብረ በዓል እንዳይሳተፉ የተገለሉ ናቸው።

ቸሩሊ የገዳ ክብረ በዓልን አብሮ ታድሞ አይቷል። በዚህ ምክንያት በነባር ኢትዮጵያውያን ገብራዎችና በቦረኖች መካከል የነበረውን ልዩነት በደንብ ለማስተዋል ሰፊ ዕድል አግኝቷል፤ በዐይኑ ያየውንም ጽፏል። በሁለቱ ወገኖች መካከል ያለውን ልዩነት ለመጠበቅ እንዲቻል ለነባር ኢትዮጵያውያን ገብራዎች ከቦረኖች የተለየ የራሳቸው የገዳ ክብረ በዓል እና የገዳ ድርጅት ነበራቸው። ቆንዳላ በተባለው የገዳ የዕድሜ ክልል የሚገኙት ጎልማሶች ሥልጣን በሚረከቡበት ጊዜ ከብት ይታረዳል። ቦረኖች በአባ ኮርማው መሪነት ኮርማ በሬ ያርዳሉ። ነባር ኢትዮጵያውያን በበኩላቸው በአባ ዱለቻው መሪነት በዕድሜ የገፉች ላም ያርዳሉ። የሌቃ ቦረኖች ይህንን ልዩነት የሚገልጹበት አባባል አላቸው። አባባሉ እንዲህ ይላል፡- "ቦራና ጥቁር ኮርማ ሰንጋ ያርዳል፣ ገበሮ ያረጀች ላም ያርዳል" ("*Booranni korma gurraacca qala, Gabaro dullacca qala*")።[77] በአባ ኮርማው መሪነት የሚፈጸመው የገዳ ክብረ በዓል የቦረኖችን የበላይነት ያንጸባርቃል። ምንም እንኳ ነባር ኢትዮጵያውያን የራሳቸው የገዳ ድርጅት እና ክብረ በዓል ቢኖራቸውም የፖለቲካ ሥልጣን የላቸውም።

ትሪዩልዚ በ1973 ዓ.ም. ሌቃ ውስጥ ኒያ ባሳ ከሚባል የአካባቢው ተወላጅ ጋር ቃለ መጠይቅ አድርጎ ካደረገው ጥናት ለመረዳት እንደሚቻለው የቦረኖችና የገበሮዎች

የመሰብሰቢያ ቦታ ኦዳ ቦረንና ኦዳ ገበሮ ተብሎ በሁለት የተከፈለ ነበር። ኒያ ባይሳ ገበሮም ሆነ ቦረኖች የባህልና የቋንቋ አንድነት ቢኖራቸውም በሥልጣንና በክብር ልዩነት አላቸው ብሎ ለትሪዩልዚ ነግሮታል። ቦረኖች ታላቆች ወይም በኩሮች ሲሆኑ ገበሮዎች ደግሞ ታናሾች ናቸው። ቦረኖች ብልሆችና የተባረኩ ናቸው። ገበሮዎች ግን የተዋረዱ፣ የተረገሙ፣ የበታችና ተገዢዎች ናቸው። ምንም እንኳ በቋንቋ አሮሞ ቢሆኑም ገበሮዎች ቦረኖች አይደሉም። ኒያ ባሳ አክሎም ገበሮዎች ለቦረኖች የሚሰግዱ የበታችና ተገዢዎች ናቸው ይላል። ስለዚህ ገበሮዎች በቋሚነት ትንሽ ቦረኖች ደግሞ የበኩር ልጆች ወይም ትልቅ ናቸው።[78] በዕለት ተዕለት ኑሮም በገበሮዎችና በቦረኖች መካከል ያለውን ልዩነት የሚያንጸባርቁ ብዙ ነገሮች ነበሩ። ለምሳሌ አንድ ገበሮ ከቦረን ፊት መቆም አይፈቀድለትም። ከብት ማረድና ቡራኬ ወይም ምርቃት መስጠት የቦረን ልዩ መብት ነው። አንድም ገበሮ በቦረን ፊት እንዲያልፍ አይፈቀድም። ለቦረኖች ይህ ሁሉ መብት የተሰጠው ጥርት ያለ ደም ስላላቸውና ለእግዚአብሔር ቅርብ ስለሆኑ ነው ተብሎ ይታመናል።[79]

በሞጋሳ ልጆችና በቦረኖች መካከል ያለው ልዩነት በፖለቲካ ሥልጣን ክፍፍልና በገዳ በዓል አከባበር አፈጻጸም ብቻ የተወሰነ አይደለም። ነባር ኢትዮጵያውያን ገበሮዎች መሬታቸውን ተቀምተው ነበር። የመሬት ባለቤቶች ቦረኖች ናቸው። በመሬት የሚያዝዙ፣ ለገበሮዎች የሚሰጡና የሚነሱ አንጋፋ ቦረኖች የሚባሉት ናቸው። በገበሮና በቦረን መካከል ያለውን ልዩነት የሚያንጸባርቁ ከብዙ አባባሎች ጥቂቶቹ የሚከተሉት ናቸው።

Gabaro qabannaa hinqabane,
booranatuu ofii qabate debarsee kenneef.[80]

ገበሮ የመሬት ባለቤት አይደለም
መሬቱን የወሰደውና ለገበሮ የሰጠው ቦረና ነው።

Qabannoon kan booranati
Booranatuu kennefi eebbisa.[81]

የመሬት ባለቤት ቦረና ብቻ ነው
መባረክና መስጠት የቦረና ነው።

Booranniifii gabaro hangafaaf quxisuudha malee, ejoollee Rayyaati
Rayyaa jechuun abbaa oobooti; ooboommoo abbaa coraati.[82]

ቦራናና ገበሮ የራያ ልጆች ናቸው
ነገር ግን አንዱ አንጋፋ ወይም በኩር ነው፤ ሌላው ታናሽ ነው።

hangafa nama boorana
hangafa ifa booruu dimma.[83]

የሰው አንጋፋ ቦረና ነው
የፀሐይ አንጋፋ ንጋት ነው።

Borana dura hinadeemin
Isatuu dura adeema.[84]

> በቦረና ፊት ቀድመህ አትለፍ
> ቀድሞ የሚሄድ እርሱ ነውና።

የሜጫ ኦሮሞዎች በሰፈሩበት አካባቢ ሁሉ ቦረኖች ሁሉም አንጋፋ ናቸው። አንጋፋ የበኩር ልጅ ነው። ነገር ግን አንጋፋ የዕድሜ ብኩርና ብቻ አይደለም። አንጋፋ የሚባለው በሥልጣንም በሀብትም ቀዳሚ የሆነ ነው። አንጋፋ የሚባሉት በነባር ኢትዮጵያውያን ዐጽመ ርስት አውራጃዎች የወረራ ፊታውራሪ ሆነው፣ ቀድመው የደረሱትን ነው። የመሬት ባለቤት ወይም አባ ላፋው አንጋፋ ነው። ከነሱ በኋላ የሚመጡት ቦረኖች ቢኖሩ አንጋፋዎች አይባሉም። ከነባር ኢትዮጵያውያን በኃይል ከተወሰደው መሬት የሚሰጣቸው በአንጋፋዎች ነው። ነባር ኢትዮጵያውያን በዐጽመ ርስታቸው ለብዙ ሺህ ዓመታት ቢኖሩበትም አንጋፋ አይባሉም። ቋንቋቸው፣ ባህላቸውና ማንነታቸው ተወልዶ ባደገበት ዐጽመ ርስት ባይተዋር ነበሩ፣ እንደትንሽ ወይም የበታች ይታያሉ።

የመሬት ባለቤት አንጋፋው ነው ብለናል። በዚህ ምክንያት በአንጋፋዎችና (አባ ላፋዎች) መሬት አልባ በሆኑ ቦረኖች መካከል ግጭት ነበር። በተጨማሪም በቦረኖችና በነባር ኢትዮጵያውያን ገበሮዎች መካከል በመሬት ይዞታ ምክንያት ግጭትና ጦርነት ነበር። ለምሳሌ ዘመኑ በውል ባልታወቀ ጊዜ በነባር ኢትዮጵያውያንና በቦረኖች መካከል በመሬትና በሀብት የተነሳ ግጭት እንደነበረ ከወለጋው ዜና መዋዕል ለማወቅ እንችላለን፦

> የመነ መታ ትውልድ እንደዚህ ነው። የመታ ልጆች ቦረናው ሚኛ ወረ ኩሩ ዲጎ እነዚህ ናቸው። የሚኛ ጸለታ ሜጽቻው ቅቡሮ ደጋሊ እነዚህ ናቸው። የኩራ ጸለታው ቁንቁንቴ ኪረሙ ቡኮ አዲያ ደጐዮ ጉሶ እነዚህ ናቸው። ቃንቃም የወረ ኩራ ጸለታ ነው። ከድሮ ለሚኛ ጸለታ የለውም ነበር። ይሄ ቁምቡሮም ደንጋሊም ኪረሙም ፊት መጀመሪያ የዲጐ ጸለታ ነበር። ሚኛ በተንኮል የዲጐን ጸለታ ወሰደበት። ይኸ ጸለታ የሚባል በኋላችን መጥቶ በከብትም በገንዘብም በለጠን፤ ኑና ፈጅተን ገንዘቡን እንውሰድበት ብሎ ሚኛ ለዲጐ አማከረው። ዲጐም የውነት መስሎት እሺ አለው። መቸ እንጀምር ቢለው ነገ ጠዋት እንጀምር ብሎ ሚኛ እኔ ነገ ጠዋት እጀምራለሁ እኔ የኔን ጸለታ ስጨርሰው በፊት ከኔ ደጅ አሞራ በሬሳው ሲወድቅ አንተም ጀምር ብሎ በዚህ ተማከሩ። ለተንኮል ሚኛ በጠዋት ተነስቶ ላም አረደና በዚያው በታረደው ላም ስጋ አሞራ ወረደበት። በዚሁ ዲጐም ምኛ ጸለታውን ፈጀ ብሎ ቸኩሎ ዲጐ ጸለታውን ፈጀው። የቀረው ሸሽቶ ከሞት የተረፈው ቁምቡሮ ደንጋሊ ኪረሙ ለሚኛ ጸለታ ሆነ።[85]

ገበሮዎችን ለሞት ያበቃቸው የዳለታ ወይም የገበሮ ጌታ በሆነው በዲጐና ዳለታ በሌለው ሚኛ በተባለ ቦረን መካከል የነበረ ሽኩቻ ነው። ሚኛ በሸፍጥ፣ በረቀቀ መንገድ ዲጎን በራሱ ዳለታዎች ላይ ጉዳት እንዲያደርስና በሕይወት የተረፉት ሸሽተው ለሱ እንዲገቡለት አደረገ። ነገር ግን ዜና መዋዕሉ የዲጐ ዳለታዎች ለተገደሉበት የሰጠው ምክንያት አጥጋቢ አይደለም። እርግጥ ነው ከዚህ በፊት ቦረኖች አማራውን ጨምሮ በምርኮ የያዟቸውን ነባር ኢትዮጵያውያንን ለኔ ይገባኛል ለኔ ይገባኛል እየተባባሉ እስከ8 ዓመት የዘለቀ ጦርነት ያደርጉ እንደነበረ ዐይተናል። ነገር ገን ዲጐና ሚኛ በዳለታዎች ላይ የተነሱ በቅናት ይመስላል። ዳለታዎች ብዙ ሀብት የነበራቸው ይመስላል። ዲጐና ሚኛ በስውር ተስማምተው ዳለታዎችን ፈጅተው ሀብት ንብረታቸውን ለመውሰድ የፈለጉትም በዚህ ምክንያት ነው። "ይህ ጸለታ የሚባል በኋላችን መጥቶ በከብትም በገንዘብም በለጠን" የሚለው አረፍተ ነገር ዳለታዎች በቦረኖች የተገደሉበትን እውነተኛ ምክንያት ያመለክታል።

ባጠቃላይ እላይ ካቀረብነው ምስክርነት በመነሳት ሁለት መደምደሚያ መስጠት እንችላለን። አንደኛ ነባር ኢትዮጵያውያን ገበሮዎች ለኦሮሞዎች ገባር፣ አገልጋይ፣ የበታች እና ታናሾች ናቸው፤ ሕይወታቸውንም ንብረታቸውንም ባስፈለገ ጊዜ ኦሮሞዎች ሊወስዱትና እንደፈለጉ ሊጠቀሙበት ይቻላቸዋል። ይህ የሆነበት ምክንያት ደግሞ በገዛ አገራቸው እንደምርኮኛ፣ እንደባዕድ እና እንደመጤ ስለሚታዩ ነው። ሁለተኛው የገበሮዎች ሀብት የማፍራትም ሆነ በሕይወት መኖር በኦሮሞ ጎሳዎች ፈቃድ ላይ የተመሠረተ ነው። ቦረኖች የገበሮውን ከብት፣ መሬትና ሀብት በፈለጉት ጊዜ ገበሮውን ገድለውም ይሁን ሳይገድሉ መወሰድ ይችላሉ። ስለዚህ ያለምንም መሸማቀቅ ሀብትና ንብረት አፍርቶ መኖር የሚችል ቦረን ብቻ ነበር። ገበሮ ግን በልፋት በድካም ያፈራውን ሀብት በማንኛውም ጊዜ ሊያጣው ይችላል።

ጭቆና፣ አድሎና ብዝበዛ ባለበት ተቃውሞ አለ። የከፋ ጭቆና ደግሞ ጦርነትንና ደም መፋሰስን ያስከትላል። ይህ በዓለምም ሆነ በኢትዮጵያ ታሪክ ተደጋግሞ የታየ ነገር ነው። የኦሮሞ ጎሣዎች በሰፈሩበት አካባቢ ያመጡት የገዳ ድርጅት በኢትዮጵያ ታሪክ ታይቶ በማይታወቅ ሁኔታ ፍጹም ጨፍላቂ፣ አግላይና ጨቋኝ ነው ለማለት ይቻላል። በዚህም ምክንያት ገዳ በሚፈጸምበት ቦታ ሁሉ ጦርነትና ግጭት ነበር። ግጭቱንና ጦርነቱን ተከትሎ የብዙ ሰው ሕይወት ያልፍ ነበር። ግጭትና ጦርነት የሚከሰተው ደግሞ በኦሮሞ ጎሣዎችና በገበሮዎች ብቻ አልነበረም። ጦርነትና ግጭት ይካሄድ የነበረው በኦሮሞና በኦሮሞዎች፣ በገበሮዎችና በገበሮዎችም ጭምር ነበር። ለምሳሌ በወለጋው ዜና መዋዕል ላይ የሚከተለውን እናገኛለን፡-

> ደግሞ የእናንጎ ነገር እንደዚህ ነው። እናንጎ ጥንት ብዙ ነበር። ከፋቂ ጋር ተጣልቶ ፋቂ ፈጀው ይላሉ። እናንጎና ፋቂ እየተጣላ ቢአሸግር የመጫ ልጅ በአለንጋ ኰቱ ጹፌ ብሎ ፋቂም ገበያ ሲወጣ ጦር ይዞ አይውጣ እናንጎም ገበያ ሲወጣ ጦር ይዞ አይውጣ ብሎ ሴራ ቆረጠ። በዚሁ ፋቂ ብዙ ሆኖ በቁርበት ጦሩን ጠቅሎ ጦሩኑ ደብቆ ከቁርበቱ ውስጥ አድርጎ ይዞ ከገበያ ወጣ። እናንጎ ባዶ እጁን ገበያ ወጣ። ከገበያ ውስጥ ተጣልተው ፋቂ እናንጎን ፈጀው። በዚሁ ሲጣሉ ፋቂ አባረረ እናንጎም ሸሸ።[...] ፋቂ እናንጎን ፈጀው። ስለዚህ እናንጎ ቀረ እንጂ ጥንት ብዙ ነበር።[86]

ከዜና መዋዕሉ እናንጎ የዲቢ ሚኛ ሜዳቻ ሆኖ ቀርቧል። በተጨማሪም አናንጎ ሃይማኖቱ ሙስሊም ነበር። የእናንጎን ዘር የኔ ሜዳቻ ነው፤ አይደለም የኔ ሜዳቻ ነው ተባብለው ዲቢ ሚኛና አዴ በኪ የተባሉ ቦረኖች ጦርነት አድርገው እንደነበረ ዐይተናል።[87] የእናንጎ ዘር ከዕደ ጥበብ ባለሙያዎች ጋር ተዋግቶ ዘሩ የሳሳበትን ምክንያት ዜና መዋዕሉ አይናገርም። ነገር ግን የአብዛኛው ጦርነቶችና ግጭቶች ምክንያቶች ጭቆና፣ ብዝበዛና የመሬት ክፍፍል ስለሆነ የእናንጎ ዘርና የዕደ ጥበብ ባለሙያዎች ጋር የተዋጉበት ምክንያቶች ተመሳሳይ እንደሚሆን ይገመታል።

ምንም እንኳ እናንጎም ሆነ የዕደ ጥበብ ባለሙያዎች ሁሉም ገበሮ ቢሆኑ በዕደ ጥበብ ሥራ በሚተዳደሩ ሰዎች ላይ የሚደርሰው ጭቆና ከሁሉም የከፋ እንደነበረ መገመት ይቻላል። የዕደ ጥበብ ባለሙያዎች የሚሠሩት ሥራ በጣም ጠቃሚ ነገር ግን በብዙ ሰው ዘንድ የተናቀ ነው። ሰዎች የዕደ ጥበብ ሥራ ለመሥራት የሚገደዱበት ምክንያት ከመሬታቸው ሲነቀሉና ሌላ አማራጭ ሲያጡ ነው። በቦረኖች ሥር የዕደ ጥበብ ሥራ እየሠሩ የሚተዳደሩት ሲዳም ጀላ የተባሉት የጥንት ኢትዮጵያውያን ናቸው።[88] ኦሮሞዎች ሲዳም/ሲዳማ የሚሉት በዋናነት "ክርስቲያን ወይም አማራውን ነው"። እስከአሁንም

ድረስ ኦሮሞዎች በተለይም የሸዋ ኦሮሞዎች አማራን ሲዳማ እያሉ እንደሚጠሩ የሚታወቅ ነው።[89] በወለጋው ዜና መዋዕል ከሲቡ ጃርሶ ትውልድ ሥር አማራ ዳለታ ሆኖ ሁለት ጊዜ ተዘርዝሯል። የትውልዱ ዝርዝር ቀጥሎ ያለው ነው፣ "የጌዶ ልጆች አከዮ። ሶርጎ። ቁዮ። እነዚህ ቦረን ናቸው። ደግሞ የአደን ጸለታ ሜጽቻው ጃንጃዋቲ አዋሲ። ጉምቦ ናቸው። የሂጻቡ ጸለታ አማራ ገርጆ። አለንጎ። ጣሎ። ደማዎ። ጳገአ ናቸው። የቱቄ ጸለታ አማራ። አባሲ። ወምበረ ቦጢ ናቸው። የጌዶ ጸለታ ቆራቲ። ብራ ዳዴ እነዚህ ጸለታ ሜጽቻ ገበሮ ናቸው።"[90]

ዘራቸው ምንም ይሁን ምን፣ የሚተዳደሩበት ሥራ ምንም ይሁን በቦረኖች ሥር የሚተዳደሩ ገበሮዎች ሰላም አልነበራቸውም። ጭቆና ስለሚደረግባቸው ሁል ጊዜ ያምጹ ነበር። ለምሳሌ በሜጫ ኦሮሞዎች ዘንድ የገዳ ሥርዓትን የፈጠረው ተደርጎ በአፈ ታሪክ የሚነገረው ማኮ ሚሌ በሲዳማዎች (ገበሮዎች) እንደተገደለ በጥንቱ ዳሞት (ያሁኑ ወለጋ) በሰፊው ይነገራል።[91]

7.5 የጡት/የማር ልጅ ሥርዓት ከሞጋሳ አንፃር

በሰሜን ኢትዮጵያ በሰፊው የሚታወቅ ቤተሰባዊ ዝምድና እና ወዳጅነት የሚመሠረትበት የማር ልጅ እና የጡት ልጅ በሚል ስያሜ የሚታወቅ ማኅበራዊ ሥርዓት እንዳለ የሚታወቅ ነው። ነገር ግን በኦሮሞ ሞጋሳ ልጅ እና በተቀረው የኢትዮጵያ ሕዝብ ባሕል በሆነው በማር ልጅ እና በጡት ልጅ መካከል ሰፊ የሆነ የጽንሠ ሐሳብ እና የዓላማ ልዩነት አለ። አንድ ሰው የማር ልጅ እና የጡት ልጅ የሚሆነው በፍላጎት እራሱ ወዶ ፈቅዶ ነው። አንድ ሰው የማር ልጅ እና የጡት ልጅ ሲሆን ስሙን፣ ሃይማኖቱን እና ማንነቱን አይቀይርም። የማር ልጅ እና የጡት ልጅ እውነተኛ ወንድማማችነትንና እኅትማማችነትን፣ ቤተሰባዊ ዝምድናን ለመመሥረት ሲያገለግል ሞጋሳ ግን ሃይማኖትን፣ ባህልን፣ ቋንቋን እና ማንነትን ለማጥፋት ዐይነተኛ መሣሪያ ሆኖ አገልግሏል። በሞጋሳ ልጅ እና በማር ልጅ እና በጡት ልጅ መካከል የነበረውን ሰፊ ልዩነት ከሚያስረዱት በየአድባራቱ ከሚገኙት ብዙ የታሪክ የሕግ ሰነዶች ውስጥ ለአብነት የሚሆኑትን ቀጥሎ እናቀርባለን።

የማር/የጡት ልጅ እና የማር/የጡት አባት እና እናት ሰፊና (ምናልባትም ጥንታዊ) ማኅበራዊ ሥርዓት ቢሆንም እስከዛሬ ድረስ በታሪክ ምሁራን ተገቢው ትኩረት አልተሰጠውም። ይህ የማኅበራዊ ሥርዓት እንዴት፣ በማን፣ የት እና ለምን እንደተጀመረ፣ ስያሜውን እንዴት እንዳገኘ እና አንድ ሰው የማር/የጡት ልጅ ሆኖ ሲወለድ ስለሚፈጸመው ሥነ ሥርዓት የሚያስረዳ ጽሑፍ እስካሁን የለም። ምንም እንኳ ሥነ ሥርዓቱ በጽሑፍ ባይሰፍርም በማር ልጆች/የጡት ልጆች እና በማር/የጡት ወላጆች መካከል የተፈጸሙ የሕግ ውሎች በየአድባራቱ እና በየገዳማቱ ተጽፈው እናገኛለን። በማር/የጡት ልጆች እና በማር/የጡት ወላጆች መካከል የተፈጸሙ ሕጋዊ ስምምነቶች በተለይ በጎጃም ውስጥ በሚገኙ በብዙ ታላላቅ አድባራት እና ገዳማት እቃቤቶች ውስጥ በክብር ተቀምጠው ይገኛሉ። ከነዚህም በኡራ ኪዳነ ምሕረት፣ በመህል ዘጌ ጊዮርጊስ፣ በሞጣ ጊዮርጊስ፣ በደብረ ወርቅ ማርያም እና በደብረ ማርቆስ አብያተ ክርስቲያን የሚገኙት የውል ሰነዶች ተጠቃሽ ናቸው (ምስል 12 እና 13ን ይመለከቷል)።[92]

የማር/ጡት ልጆችና የማር/ጡት ወላጆች የተስማሙባቸው ሰነዶች እንደሚያሳዩት የዚህ ማኅበራዊ ሥርዓት ዋነኛ ዓለማ ዝምድና ለመመሥረት ነው። ይህ ማኅበራዊ ተቋም በብዙ ኢትዮጵያውን ዘንድ ስለማይታወቅ እና የሞጋሳን ሥርዓት በደንብ ለመረዳት

ስለሚያስችለን ከአድባራቱ ያገኘናቸውን ለአብነት የመረጥናቸውን የታሪክ ጥሬ ምንጮች ቃል በቃል እናቀርባቸዋልን። አንዱ ለአብነት የመረጥነው በዓፄ ምኒልክ ዘመን መንግሥት አባ ተወልደ መድኅን በተባለ አባት እና በማር በወለደው ባላምባራስ መሸሻ በተባለ ልጅ መካከል የተፈጸመ ስምምነት ነው። ስምምነቱ በደብረ ማርቆስ ቤተ ክርስቲያን የርስት መዝገብ የሚገኝ ሲሆን ሙሉ ቃሉ ቀጥሎ ያለው ነው፡-

> <u>የአባ ተወልደ መድኅንና የባላምበራስ መሸሻ የተወሊዶ ስምምነት</u>
> በዓፄ ምኒልክ ንጉሠ ነገሥትነት፣ በራስ በዛብህ መስፍንነት፣ በመልአከ ፀሐይ መሸሻ አለቅነት፣ በአለቃ ገብረ ማርያም ሊቀ ጠበብትነት፣ በቄስ ገበዝ ወልደ ጊዮርጊስ ገበዝነት በ[ር]እስ ደብር ተገኘ ርእስ ደብርነት፣ በቀኝ ጌታ አዝመራ ቀኝ ጌትነት፣ በግራጌታ ገብረ ዮሃንስ ግራጌትነት፣ በአፈ ንጉሥ እምሩ፣ በቀኝ አዝማች ዘገየ፣ በአጋፋሪ ብሩ፣ በንጉሤ ኃይሉ ወምበርነት በማር አባ ተወልደ መድኅን ባላምበራስ መሸሻን ሲወልዱ ከወግር በ፪ አባት በገብሮና በስንሴ በጡታቸው በዚህ ብቻ ነው። አባ ተወልደ መድኅን በአባት ወግ ሊጠቡ ነው። <u>ቀጠሮ፣ እናት ትሁን [እና] ማን አለሽ እሊህ የአባ ተወልደ መድኅን ልጆች የባላምበራስ መሸሻ እህቶች ሊሆኑ ነው።</u> የአባ ተወልደ መድኅን ዋስ የ[እ]ነቆዩ አባ ፈንታ ናቸው። የባላምበራስ መሸሻ ዋስ አለቃ ታመነ ናቸው። በ፲፻ወ፰፻፺ወ፯ ዓ.ም. በነሐሴ በ፳፫ ተጣፈ።[93] (አጽንኦቱ የተጨመረ ነው)

አባ ተወልደ መድኅን ሦስት ሴቶች ልጆች አሉት። ስማቸውም ቀጠሮ፣ እናት ትሁን እና ማን አለሽ ይባላሉ። ወንድ ልጅ ግን ያለው አይመስልም። ባላምባራስ መሸሻን የማር ልጅ አድርጎ ለመውለድ የፈለገበት ምክንያት ለሴት ልጆቹ ወንድም፣ ጋሻ መከታ እንዲሆኗቸው ነው። በተጨማሪም መሸሻ ተወልደ መድኅንን ለአባት በሚገባ ወግ ሊጦር/ ሊጠውር ነው። ተወልደ መድኅንም በበኩሉ ገብሮ እና ስንሴ ከተባሉ ሁለት አባቶች በውርስ ያገኘውን የርስት መሬቶች ለልጁ ለመሸሻ ሰጠው። ከውል መዝገቡ ላይ የተዘረዘረውን መብትና ግዴታ መሸሻና ተወልደ መድኅን ወድደውና ፈቅደው የተስማሙበት የጸና ሕጋዊ ሰነድ ነው።

ዝምድናን ከመመሥረት በተጨማሪ ብዙ ሰዎች የማር/የጡት ልጅ የሚባለውን ማኅበራዊ ተቋም ከመንግሥት ባለሥልጣናት፣ ከመሳፍንቱ ጋር እና ባጠቃላይ የፖለቲካ ተጽእኖ ካላቸው ሰዎች ጋር ወዳጅነት ለመመሥረት ይጠቀሙበታል። የማር/የጡት ወላጅ አባት ወይም እናት በማር ለወለዱት ልጅ እንደአብራካቸው ልጅ ሀብታቸውን እና ንብረታቸውን ያወርሱታል። የማር ልጅ ሆኖ የተወለደውም ለወላጅ ቤተሰብ አባላት ወንድም ይሆናል፣ በሚቻለው ነገር ሁሉም እንዲረዳም ይጠበቅበታል። ሞጣ ውስጥ እሸቴ ቢተው እና ፊታውራሪ ታምራት በተባሉ ሰዎች እና ደብረ ማርቆስ ራስ ወርቄ እና ሊቀ ካህናት ወንድምሑነኝ በተባሉ ሰዎች መካከል የተመሠረተውን ዝምድና ለአብነት አቅርበናል፡-

> <u>የእሼቴ ቢተው እና ፊታውራሪ ታምራት ተወሊዶ ስምምነት</u>
> በመምሕር ክንፉ በአለቃ ኃይለ ኢየሱስ ሹመት ዳግም እሸቴ ቢተው በማር የወለዳቸውን የሽቴ ካሳን ልጆችን የምሽቱን ልጅ ይዘንጋውን አቅርቦ አስወድዶ በጡቱ በኩሉ ፊታውራሪ ታምራትን በኩሌታው የሽቴ ካሳን ልጆችና ይዘንጋውን በርስቱ በጉልቱ ሲወልድ ልቅናውን ለፊታውራሪ ታምራትና ለርእሰ ደብር ሰው አገኘሁ ሰጥቶአል። በከብት ግን ፊታውራሪ ታምራት ላይደርሱ ነው። ለሽቴ ካሳ ልጆችና ለይዘንጋው ሰጥቶአል። ከከብትም ልቅና ለርእሰ ደብር ሰው አገኘሁ ሰጥቶአል። ለዚህ አማኞች ርእሰ ደብር ዓለሙ፣ ቀኝ ጌታ ጌታሁን፣ አባ ቢረሳው፣ ርእሰ ደብር እንግዳ፣ ግራጌታ ተሰፋ፣ ግራዝማች ቦጋለ፣ አሸነፍ አዳጋ፣ አበሻ ደመወዝ ናቸው። የፊታውራሪ ታምራት ዋስ መንግሥቱ አልታሰብ፣ የእሸቴ ቢተው ዋስ ብላታ ደረሰ፣ የርእሰ ደብር ሰው አገኘሁ ዋስ ቀኝ ጌታ ዓለሙ ናቸው።[94]

> ሊቀካህናት ወንድምሑነኝ እና ራስ ወርቄ ተወሊዶ ስምምነት
> የጃና ቤቱ ሊቀካህናት ወንድምሑነኝ ራስ ወርቄን በማር ወልደዋል።[…] ዕጣ ከልቅና ራስ ወርቄ ሊያነሱ ነው። ዳኞች ግራዝማች ወልደ ዮሃንስና ፊታውራሪ ተሰማ፣ አማኞች ፊታውራሪ ደርሰህ፣ ባላምበራስ ተሰማ፣ በጅሮንድ ደስታ፣ ፊታውራሪ አበራ፣ ንጉሴ ቸሩ፣ ባላምበራስ ተሰማ ያቦየ፣ አጋፋሪ እንግዳ ናቸው።[95]

እሸቴ ቢተው እና ወንድምሑነኝ ሁለቱም በማር ከወለዷቸው ልጆቻቸው በሥልጣን ያንሳሉ። እሸቴ ቢተው የቤተ ክርስቲያንም ሆነ የመንግሥት ሥልጣን አልነበረውም። ወንድምሑነኝ ሊቀካህናት ነው። ራስ ወርቄ የንጉሥ ተክለ ሃይማኖት ባለሥልጣን የነበረ ነው። ወርቄ ተክለ ሃይማኖት ከሞተም በኋላ በጎጃም ውስጥ ተሰሚነት ነበረው። ወንድም ሁነኝ የማር ልጅ አድርጎ የወለደው እና ከቤተሰብ አለቃ እጣ እንዲካፈል ያደረገው ወዳጅነቱን ስለፈለገው ነው። ወርቄ የወንድምሑነኝ የማር ልጅ ሆነ ማለት የወንድምሑነኝ የአብራኩ ልጆች እኅትና ወንድም ሆነ ማለት ነው። ወርቄ ደግሞ እህቶቹና ወንድሞቹን ባለው ተጽእኖ ተጠቅሞ ሊረዳቸው ይችላል። ፊታውራሪ ታምራት ደግሞ የእነሴ ወረዳ ገዢ ነበር። እሸቴ ቢተው ወዳጅነቱን የፈለገው ታምራት በሞጣ አካባቢ በነበረው ተጽእኖ ምክንያት ወዳጅነቱን ፈልጎት ሊሆን ይችላል።

ብዙ ሰዎች ጧሪ፣ ቀባሪ እንዲሆኗቸው የማር ልጅ እና የጡት ልጅ አደርገው ለወልዷቸው ርስታቸውን፣ ጉልታቸውና እና ከብታቸውን ያወርሷቸዋል። እነዚህ ወላጆች ቅድሚያ የሚሰጡት በእርጅና ዘመናቸው እንዳይቸግራቸው የሚንከባከባቸው፣ ሲሞቱ ፍታት አስፈትቶ ተዝካራቸውን የሚያወጣ ልጅ ማግኘት ነው። የማር ልጅ ልክ እንደአብራክ ልጅ ከወላጅ ቤተሰቦች ርስት፣ ጉልት እና ከብት የመውረስ መብት አለው። የማር ልጅ አድሎ አይፈጸምበትም። በተለይም ደግሞ የመንግሥት ባለሥልጣን የነበሩ፣ ከፍተኛ ማዕረግ የነበራቸው የማር ልጆች ወላጆቻቸው በፈቀዱላቸው መሠረት የርስትና የጉልት መሬት መውረስ እንደቻሉ የጽሑፍ ምስክር በየአድባራቱ ይገኛል። የማር ልጆች ከወላጆቻቸው የወረሱትን ርስት የሚቀማቸው የለም። ነገር ግን የማር ልጆች በውል መዝገቡ የሰፈረውን ለወላጆቻቸው የገቡትን ግዴታቸውን ካልተወጡ መሬትም ሆነ ተንቀሳቃሽ ንብረት መውረስ አይችሉም። ለአብነት የሚከተሉትን ሰነዶች እንመልከት:-

> ወይዘሮ ካሳየ አሊ፣ አለቃ መንግሥቱና ውቤ ጌታሁን
> በ፲፱፻፶፪ ዓመተ ምሕረት ወይዘሮ ካሳየ አሊ አለቃ መንግሥቱንና ውቤ ጌታሁንን ጨንግፈው በርስታቸው በቦታቸው በጉልታ[ቸ]ው ሁሉ [የማይለይ ቃል] ለአፈ ወተት ለጎኔ ነት ብለው ስለተመቹኝ ወልጃቸዋለሁ። ዳኞች መላከ ገነት ጌታሁን ደስታ፣ ሊቀጠበብት ጌታሁን ዋህዴ። መሳከርቱ አባ ታየ፣ አባ ይኄይስ፣ ግራ ጌታ ዋሴ፣ አባ ገብረ ኢየሱስ፣ ቀኝ ጌታ መሸሻ፣ ቀኝ ጌታ ቸኮል፣ ግራ አዝማች እምሩ፣ ገሥሥ ውቤ [እና] ይርሳው ውቤ ናቸው።[96]

> ዘገየ ወልደ ጊዮርጊስ፣ ራስ ኃይሉና ምትኩ እንግዳ
> በመላከ ገነት ጌታሁን ደስታ አለቅነት፣ በሊቀጠበብት ጌታሁን ዋህዴ ሊቀጠበብትነት አቶ ዘገየ ወልደ ጊዮርጊስ ራስ ኃይሉንና ምትኩ እንግዳን በወለድሁበት ቦታየን ስለራቁኝና ስለራበኝ እኩሌታ ቦታየን ለላቀው ዘገየ አምሳ ብር ሸጨአለሁ። መድኑ ይርሳው ውቤ።[…][97]

ከላይ ያሉት የውል ሰነዶች ልጆች ከወላጆች ጋር ወድደው እና ፈቅደው የገቡትን ግዴታ ካልተወጡ ወላጆች ተወሊዶውን ለመሠረዝ እንደሚችሉ ያረጋግጣሉ። ካሳየ አሊ አለቃ መንግሥቱንና ውቤ ጌታሁንን መጀመሪያ በማር ወልዳቸው ነበር። ነገር ግን ስላልተመቿት ተወሊዶውን ለመሠረዝ ተገደደች። ሰነዱ "ጨንግፈው" ያለው ውሉን መሠረዙን

ለመግለጽ ነው። ነገር ግን በተጨነገፉት ሰዎች ምትክ የተወለደው ሰው ስም አልተገለጠም። ካሳየ መጀመሪያ ከመንግሥቱና ውቤ የተዋዋለችበትን ውል ሠርዛ ሌላ ሰው የማር ልጅ አድርጋ ወልዳ ርስቷን፣ ቦታዋንና ጉልቷን አወረሰችው። በተመሳሳይ ዘገየ ወልደ ጊዮርጊስ የወለዳቸው ልጆቹ የንጉሥ ተክለ ሃይማኖት ልጅ እና የጎጃም ገዢ የነበሩትን ራስ ኃይሉና ምትኩ እንግዳ ኃላፊነታቸውን ስላልተወጡና ስለተቸገረ የተወሊዶውን ውል አፍርሶ ያወረሳቸውን ስፍራ ለመሸጥ ተገደደ። ስለዚህ የውልድ ውል በስምምነቱ መሠረት ካልተፈጸመ ሊፈርስ ይችላል።

የማር/የጡት ልጅ በሚባለው ሥርዓት አማካይነት ቤተሳባዊ ቁርኝት የሚፈጠር ዝምድና በሌላቸው ሰዎች መካከል ነው። ነገር ግን ቅርብ የቤተሰብ ዝምድና እና የደም ትስስር ያላቸው ሰዎችም የማር ልጅ እና የማር ወላጅ ሊሆኑ ይችላሉ። በኢትዮጵያ ባህል አንድ ሰው ርስቱንና ተንቀሳቃሽ ንብረቱን ብዙ ጊዜ የሚያወርሰው ለልጆቹ ነው። ልጅ የሌላቸው ሰዎች ካሉ ደግሞ እኅቶቻቸውን እና ወንድሞቻቸውን የማር ልጅ አድርገው ወልደው የርስት፣ የጉልት እና የሪም መሬታቸውን እና ከብቶቻቸውን ያወርሳሉ። ለአብነት ከሞጣ ጊዮርጊስ እና ከደብረ ማርቆስ የርስት መዝገብ ያገኘናቸውን የውርስ እና የውልድ ውሎች ጠቅሰናል፦

<u>አባ ቂርቆስና እቴነሽ</u>
በመምሕር ከንፉ በአለቃ ኃይለ ኢየሱስ ሹመት አባ ቂርቆስ የኔነሽን እታቸውን በቦታቸውም በከብታቸውም በርስታቸውም ሲወልዱ መሳከርቱ ቀኝ ጌታ ካሳ፣ ቀኝ ጌታ ቢተው፣ ቀኝ ጌታ ጌታሁን ካሳ፣ ርእሰ ደብር ዘለቀ፣ ርእሰ ደብር አስረስ፣ ርእሰ ደብር ዓለሙ፣ ርእሰ ደብር አልማው [እና] ግራጌታ ቦጋለ ናቸው።[98]

<u>አባ ዐየለ እና እጡብነሽ፣ መምህር ገብረ ማርያም እና ብላታ ወንድምሑነኝ</u>
በመልአከ ፀሐይ መሸሻ አለቅነት፣ በአለቃ ገብረ ማርያም ሊቀጠበብትነት፣ በርእሰ ደብር ምረቴ፣ በግራጌታ ሉሉ፣ በቀኝ ጌታ ዲንሳ ሹመት፣ በአባ ወልደ ጊዮርጊስ ግብዝና፣ አባ ዐየለ እጡብነሽን እህታቸውን በገንዘባቸው ሁሉ ወልደዋል። በጥቅምት በ፳፪ ቀን በ፲፱፻፶፰ ዓ.ም. ተጻፈ።[99]

<u>አባ ዘርይሁን እና ታለማ፣ እቴናት እና አረጋሽ</u>
በመልአከ ፀሐይ መሸሻ አለቅነት አባ ዘር ይሁን ታለማን፣ እቴናትን፣ አረጋሽን በከብታቸውም፣ በርስታቸውም፣ ወንድማቸውንና እኅቶቻቸውን በማር ወልደዋል። ለዚህም እማኞች አለቃ ጤናየ፣ ቄሰ ገበዝ ገብረ ሀና፣ ቄሰ ገበዝ አለሜነህ፣ ግራ ጌታ እምሩ፣ አለማየሁ ሻሹ፣ ተሰማ ብሩ፣ ቦጋለ ፈንታ፣ ጥበቡ ናቸው። ልቅናውን ለወንዱ ሰተዋል።[100]

ቂርቆስ፣ ዐየለ እና ዘርይሁን ወንድሞቻቸውን እና እኅቶቻቸውን ለምን በማር ወልደው እንዳወረሷቸው ምክንያታቸውን ከውርስ ሰነዶች ላይ አልገለጹትም። በቅርብ የቤተሰብ አባላት መካከል ብዙ ጊዜ ውርስ የሚፈጸመው ጽሑፍ ሳያስፈልገው በቃል ነው። ምናልባት ዐየለ እና ዘርይሁን ለወንድሞቻቸውና ለእህቶቻቸው በተለየ ለማውረስ የፈለጉበት ምክንያት ውርሱ ባላንጣ፣ ተቀናቃኝ እንዳይነሳባቸው ሊሆን ይችላል። በጎጃም ቆብ የደፉ፣ የመነኮሰ አባ ስለሚባል ሦስቱም በምንኩስና የሚኖሩ ይመስላሉ። ሦስቱም ልጅ የነበራቸው መሆኑን የሚያመለክት ነገር ስለሌለ የመነኮሱ በልጅነታቸው ሊሆን ይችላል። ልጅ ኖራቸውም አልኖራቸውም የማር ልጅ የተባለው ማኅበራዊ ሥርዓት ዝምድናን ለመመሥረት ብቻ ሳይሆን ውርስ ለማውረስ፣ ይዞታን ለማጥናት እና ከተቀናቃኝ ለመጠበቅ ያገለግል ነበር።

የማር ልጅ ሚና የደም ግንኙነት በሌላቸው ሰዎች መካከል ዝምድና የመፍጠርና በዘመዳሞች መካከል ደግሞ ውርስ ለማውረስ ብቻ የተውሰነ አይደለም። ባል ሚስቱን፣

ሚስትም ባሏን የማር ልጅ አድርገው ማውረስ ይችላሉ። በመጨረሻም አንድ የባሪያ ጌታ ወይም እመቤት ባሪያውን/ባሪያዋን ሁር ወይም አርነት በማውጣት ከአብራክ ልጆች እና የቅርብ ዘመዶች ጋር እኩል ወራሽ ለማድረግ ከፈለገ/ከፈለገች መጀመሪያ የማር ልጅ ማድረግ ይጠበቅበታል። ቀጥሎ ያሉት ሰነዶች ይህን ያስረዳሉ፡-

> <u>ወይዘሮ ትብለጥ ድሉ፣ እሰይነሽና ዓመተ ማርያም</u>
> ወይዘሮ ትብለጥ ድሉ የእህታቸውን ልጅ እሰይነሽንና ባሪያቸውን ዓመተ ማርያምን በማር ወልደዋል። ልቅናውን ለእሰይነሽ ሰጥተዋል። ለዚህ እማኞች ደጃች ካሳ፣ ፊታውራሪ ኃይሉ፣ አለቃ ደስታ፣ አለቃ እንቁ ባሕርይ፣ ቄስ ገበዝ ገብረ ሀና፣ ቀኝ ጌታ ጌታሁን፣ ቀኝ ጌታ አድገህ፣ ርእሰ ደብር ምረቴ ናቸው። ዓመተ ማርያምን ባሪያቸውን አርነት አውጥተው ከእሰይነሽ ከእህታቸው ልጅ [...] ጋራ ሁለትያዋን በርስታቸውም በከብታቸውም ወልደዋታል።[101]
> የተመኙ ዋሴ እና አቶ ደመወዝ
>
> <u>ወይዘሮ የተመኙ ዋሴ እና አቶ ደመወዝ</u>
> በዘመነ ሉቃስ በ<u>ዕፀየ፫</u> ዐመተ ምሕረት በመምህር እንግዳ፣ በቄስ ገበዝ ይግዛው፣ በአፈ መምሕር ህሩይ፣ በመጋቢ ልመንህ፣ በጎጃም ነጋሺ ይደግ ኃይሉ፣ አንበራሱ ዘገየ ውቤ፣ በልህ ሹመት ወይዘሮ የተመኙ ዋሴ በርስቷ፣ በጉልቷ፣ በከብቷ በሁሉም አቶ ደመወዝን ባሏን ወልዳለች። ለዚህ እ[ማ]ኞች ዓለምነህ አስረሳህኝ፣ ትርፌ ወልደ ታአስ፣ ይርሳው መርሻ፣ አዳነ ታየ። ፈጆች አፈ መምህር እንግዳ፣ ደስታ ዋሴ እሊህ ናቸው።[102]

ትብለጥ ዓመተ ማርያም የተባለችውን ባርያዋን ሁር/አርነት ካወጣች በኋላ ከእህቷ ልጅ ከእሰይነሽ ልጅ ጋር ሁለቱንም የማር ልጅ አድርጋ ወልዳ አወረሰቻቸው። ምንም እንኳ ትብለጥ ከቤተሰቦቿ የወረሰችውን የእልቅና ዕጣዋን ለእሰይነሽ በተለይ ብታወርሳትም ዓመተ ማርያም የቀድሞ እመቤቷን ከብት እና ርስት ለመውረስ ችላለች። የተመኙ ዋሴ በበኩሏ ባሏን አቶ ደመወዝን በማር ወልዳ በርስቷ፣ በጉልቷ እና በከብቷ በሁሉም ወራሽ አደረገችው። ሁለቱም የውል ሰነዶች የማር ልጅ ሥርዓት የነበረውን ዘርፈ ብዙ ማኅበራዊ እና ሕጋዊ ፋይዳ ያሳያል።

እስካሁን ባቀረብናቸው ታሪካዊ የሕግ የውልድ ሰነዶች መሠረት የሞጋሳ ሥርዓት እና የማር ልጅ በብዙ ምክንያት የተለያዩ ናቸው። የሞጋሳ ዓላማ ማንነትን ማጥፋት ነው። የማር ልጅ የሚሆኑት ሰዎች ግን እንኳን ማንነታቸውን ሊቀይሩ ስማቸውንም እንዲቀይሩ አይገደዱም። ሞጋሳ በነባር ሕዝቦች እና በኦሮሞዎች መካከል እውነተኛ ወንድማማችነት አላመጣም። የማር ልጅ ግን እውነተኛ ወንድማማችነትን፣ እኅትማማችነትን እና ዝምድናን ለመፍጠር አገልግሏል። የሞጋሳ ልጅነት በኃይል የሚጫን ነው። ሰዎች ግን የማር ልጅ የሚሆኑት ወድደው እና ፈቅደው ነው። ልጅነቱን ካልፈለጉት ተወሊዶውን መሠረዝ ይችላሉ። ከተጫነባቸው የባርነት አገዛዝ ነጻ ለመውጣት በየጊዜው ጦርነት ቢያደርጉም የሞግሳ ልጅ ሆነው የኦሮሞ ማንነት የተጫነባቸው ግን እንደማር/የጡት ልጆች የሞጋሳ ልጅነታቸውን ሰርዘው ወደጥንት ማንነታቸው ለመመለስ አልቻሉም። አማራውን ጨምሮ ኦሮሞዎች በወረራ በሰፈሩበት የጥንት የኢትዮጵያ አውራጃዎች የነበሩት ነባር ነገዶች የሞጋሳ ልጆች እስከአሁንም የኦሮሞ ማንነት እንደተጫነባቸው ናቸው። ጋፋትን፣ ወርጅህ፣ ዛይ፣ አንፈሎ እና ሌሎች ደግሞ ቋንቋቸው እና ማንነታቸው እስከዘላሉ እንዲጠፉ ተደርገዋል። በመጨረሻም ሞጋሳ የነባር ሕዝቦችን ማንነታቸውን እና ነጻነታቸውን ከማሳጣትም አልፎ መሬታቸውንም ነጥቆ በዘላቂው ለጭሰኝነት የዳረገ ነው። የማር ልጅ ግን ባሪያንም ቢሆንህ ሁር አውጥቶ ባለርስት የሚያደርግ ሥርዓት ነበር።

በአጼ፡ምኒልክ፡ንጉሠ፡ነገሥትነት፡		1
በራስ፡በዛብህ፡መስፍ	ንነት፡በመልአከ፡ፀሐይ፡መሸሻ፡አለቅነት፡በአ	
ቃ፡አሥራት፡ሊቀ፡ጠበ	ብትነት፡በቄስ፡ገበዝ፡ወልደጊዮርጊስ፡ገበዝነ	
ት፡በ፡		2
የደብረ፡ወርቅ፡ማህበ	ሩና፡መምህሩ፡ከቄስ፡ገበዝ፡ንጉሤ፡ገራ፡ሲተ	
ረቁ፡አስታራቆች፡መም	ህር፡አገዳጸ፡አሸት፡መምህር፡ትርፌ፡አስራ	
አየለ፡በማ፡ጌታሁን፡ካ	ሳ፡ጸሬ፡አሲህ፡ናቸው፡ሲያስታርቁም፡፩ማ	3
ህበር፡ሊሆኑ፡ነው፡በር	ት፡ቢጣሉም፡ከባገራቸው፡በቀር፡ማህበሩ፡	
ሳይሬዱባቸው፡ነው፡ቄ	ስ፡ገበዝ፡ንጉሤም፡ማህበሩን፡በነውር፡ባይከሱ፡	
ነው፡ማህበሩም፡ቄሰ፡	ገበዝ፡ንጉሤን፡በነውር፡ባይከሱ፡ነው፡ከማህ	1
በሩ፡ፈቃድ፡ባይወጡ፡በ	ዚህም፡ነገር፡፤ቄስ፡ገዝቶ፡ታርቀዋል፡በሁሉ	
ም፡ዝብ፡ጠባቂ፡መገቢ፡	ከሳ፡መምህር፡ሰው፡የ፡ንጉሤ፡መረዋ፡ናቸ	
ው፡የታረቁም፡በራስ፡ፈ	ት፡ነው፡በ፲ሕ፡ከ፰መቶ፡፺ስድስት፡ዓመተ፡ም	2
ህረት፡በታኅሳስ፡በ፳፭	ተጣፈ	
.....		
እማሆይ፡ተዋበች፡	ፊታውራሪ፡ጥሩነህ፡ሲወልዱ፡አክልቅጸ	3
ምህ፡ገራ፡እማኞች፡	መምህር፡ኪዳኔ፡ምምህር፡ገብሬ፡ማርያ	
ም፡ቄሰ፡ደጉ፡የሸዋ፡	መምህሩ፡አስቃ፡መሪ፡ቀኛዝማች፡ነገዎ	
ወምበሩ፡እንግዳ፡አ	ንግዳ፡አስረሳኸኝ፡በውቀት፡ብላታ፡ምሬ፡	1
አሲህ፡፲ናቸው፡ሲ	ወሰዱም፡በማር፡ነው፡በራስ፡በዛብህ፡ጊዜ	
በባላምበራስ፡መሸሻ	ሲገባነት፡፤ለዋቢ፡ዋሶች፡በጅሮንድ፡ቦገ	
ለ፡በጅሮንድ፡ወርቅነ	ህ፡በባላምበራስ፡ጌታሁን፡ናቸው፡ሹማምቱ	2
በባሄሮው፡አርስት፡	ነው፡የደብሩ፡	
በአጼ፡ምኒልክ፡ንጉ	ሠ፡ነገሥትነት፡በራስ፡በዛብህ፡መስፍንነ	
ት፡በመልአከ፡ፀሐይ፡	መሸሻ፡አለቅነት፡በአለቃ፡ገብሬ፡ማርያም፡	3
ሊቀ፡ጠበብትነት፡በ	ቄስ፡ገበዝ፡ወልደጊዮርጊስ፡ገበዝነት፡በ	
አለ፡ደብር፡ተገኝ፡ርእ	ሰ፡ደብርነት፡በቀኛ፡ጌታ፡አዝመሪ፡ተኝነት	
ነት፡በግራ፡ጌታ፡ገብሬ፡	ዮሐንስ፡ገራጌትነት፡በአፈ፡ንጉሥ፡እም	1
ሩ፡በቀኛ፡አዝማች፡ነ	ገዎ፡በአጋፋሪ፡ብሩ፡በንጉሤ፡ጎደሉ፡ወምበር	
ነት፡በማር፡አባ፡ተወል	ደ፡መድኃኒ፡ባላምበራስ፡መሸሻ፡ሲወልዱ	
ከመገር፡በ፱አባት፡በ	ገብሮናብስዱ፡በውታቸው፡በዚህ፡ብቻ፡	2
ነው፤አባ፡ተወልደ፡መ	ድኃን፡በባት፡ወግ፡ሲጠቡ፡ነው፡ቀጠሮ፡አ	
ናት፡ትሁን፡ማን፡አለ	ሸ፡አሲህ፡የአባ፡ተወልደ፡መድኃኒ፡ልጆች	
የባላምበራስ፡መሸሻ	አባቶች፡ሲሆኑ፡ነው፤የአባ፡ተወልደ፡መ	3
ድኅን፡ዋስ፡የነቁ፡አ	ባ፡ፈንታ፡ናቸው፡የባላምበራስ፡መሸሻ፡ዋስ	
አለቃ፡ታመኑ፡ናቸው፡	በ፲፱መቶ፡፫ዓመተ፡ምሕረት፡በነሐሴ	
በ፳፫፡ተጣፈ፡		1

ምስል 12፡- የርስት መዝገብ፣ ደብረ ማርቆስ፣ ጎጃም 1 (የፎቶግራፍ ቁጥር 266)

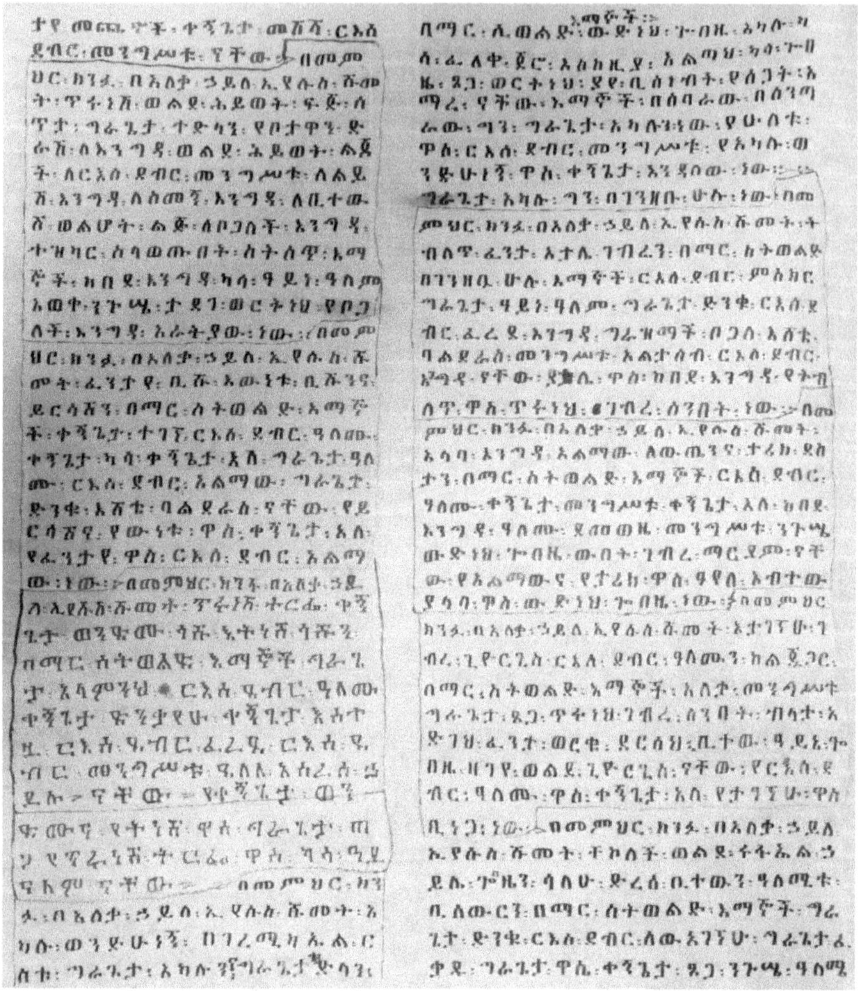

ምስል 13፦ የርስት መዝገብ፣ ሞጣ ጊዮርጊስ፣ ጎጃም 2 (የፎቶግራፍ ቁጥር 4089)

ማጠቃለያ

በ16ኛውና በ17ኛው ምእት ዓመታት የኢትዮጵያ ነባር ሕዝብ በግራኝ አሕመድ ጦርነትና በእርስ በርስ ጦርነት ምክንያት ፈጽሞ ተዳክሞ ነበር። የኦሮሞ ጎሣዎችን ብዙ አውራጃዎችን በአጭር ጊዜ ውስጥ ለመቆጣጠር ያስቻላቸው አንዱ ምክንያት ይህ ነው። ራሱን መከላከል የማይችለው ከስደትና ከሞት የተረፈው ሕዝብ ራሱን ለማዳን ያለውድ በግድ ማንነቱን ቀይሮ የኦሮሞ ጎሣዎች የሞጋሳ ልጅና ገበሮ ለመሆን ተገደደ። በዚህ ምዕራፍ ስለገዳ ድርጅትና ስለሞጋሳ በኦሮሞ ምሁራንና በሕዝቡ ዘንድ የሚነገረውን የታሪክ ምስክር የሌለውን ትርክት ለመተቸት ሞክረናል። የኦሮሞ ምሁራንና ፖለቲከኞች ደጋግመው እንደሚሉት የገዳ ሥርዓትና ሞጋሳ ዲሞክራሲያዊ፣ አቃፊና ኦሮሞ ያልሆኑትን

ሕዝቦች ባህል አክባሪ ታጋሽ አልነበረም። የኢትዮጵያ የጥንት ነባር ሕዝቦች የሚወድዱትን ባህላቸውን፣ ቋንቋቸውንና ሃይማኖታቸውን በፍላጎታቸው ቀየሩ ማለት አይቻልም። ሰዎች የሞጋሳ ልጅ የሚሆኑት በፈቃዳቸው አልነበረም። ገዳና ሞጋሳ ያመጣው አንድነትና ወንድማማችነትን ሳይሆን ጭቆናን፣ አድልዎንና የማያባራ ግጭትና ደም መፋሰስን ነው። ገዳ ከ20 በላይ የኢትዮጵያ የጥንት ሕዝቦች ባህል፣ ቋንቋና ማንነት ለመጥፋቱ ምክንያት የሆነ ድርጅት ነው። እንደሞጋሳና እንደገዳ ዘርን የሚያቀጭጭ እና ባህልን ጨፍልቆ በፍጥነት የሚያጠፋ ድርጅት በኢትዮጵያ ታሪክ አለተመዘገበም።

ነባሩ ሕዝብ ያለውድ በግድ ኦሮምኛ ተናጋሪ ቢሆንም ከጭቆናና ከብዝበዛ አላመለጠም። በነባሩ ሕዝብና በኦሮሞ ጎሣዎች መካከል ያለው ግንኙነት የጌታና የሎሌ ነበር። ነገር ግን ነባሩ ሕዝብ ጭቆናውን አሜን ብሎ አልተቀበለም። በሞጋሳ የኦሮሞ ማንነት የተጫነባቸው የኢትዮጵያ ሕዝቦች ምቹ ሁኔታ ከተፈጠረላቸው ለማመፅና ነጻነታቸውንና ማንነታቸውን ለማስመለስ ዝግጁ ነበሩ። በገበሮዎችና በኦሮሞዎች መከካል በተደጋጋሚ ደም አፋሳሽ ግጭቶች ተከስተው ነበር።

ገዳንና ሞጋሳን አቃፊ፣ ደጋፊና ዲሞክራሲያዊ አድርጎ ማቅረብና በተባበሩት መንግሥታት የቅርስ ጥበቃና ቁጥጥር መሥርያ ቤት የዓለም ቅርስ ሆኖ እንዲመዘገብ ማድረግ ርስታቸው ለፈለሰባቸው፣ ባህላቸውና ቋንቋቸው ለጠፋባቸው ከ20 በላይ የጥንት ኢትዮጵያ ሕዝቦች ንቀትና ግፍ ነው። በማወቅም ሆነ ባለማወቅ ዘርና ባህል አቀጭጮ ከምድረ ገጽ የሚያጠፋን ድርጅት በዓለም አቀፍ ደረጃ በቅርስነት በማስመዝገብ እንዲወደስና እንዲከበር ማድረግ የዘርና የባህል እልቂትን እንደማበረታታት ይቆጠራል።

ማስታወሻዎች

1 Pereira, *Chronica de Susenyos*, vol.1, 64.
2 *ዓለሙ፣ የኢትዮጵያ ታሪክ፣* 26፤ Pereira, *Chronica de Susenyos*, vol.1, 32;
3 Pereira, *Chronica de Susenyos*, vol.1, 110.
4 Hixson, *American Settler Colonialism*, chapters 1-5; Reid and Peace, "Colonies of settlement," 79-94; Martínez, "Settler Colonialism," 109-124; Veracini, *Settler Colonialism*, 1-52.
5 Barkan, "Genocides of Indigenous Peoples, 117–140; Stannard, *American Holocaust*, chapters 3 and 4; United Nations (UN), "Convention on the Prevention and Punishment of the Crime of Genocide"; Wolfe, "Settler Colonialism," 387–409; Wolfe, "Structure and Event," 102–132.
6 Jalata, *Oromia and Ethiopia*, 22; Mohammed, *Oromo and the Christian Kingdom*, 157.
7 Negaso, "History of the Sayyoo Oromoo," 92-136.
8 Moseley, *Atlas of the World's Languages in Danger.*
9 Deresse, "Historical overview of the Wärğəḥ, paragraph 18-20; Merid, "Military Elites in Medieval Ethiopia," 177-178; Taddesse, "Ethnic Interaction and Integration," 142; Uṯmān, *Futūḥ al-Ḥabaša*, 48, 56, 66, 70-71, 83, 94, 132, 140, 160-161, 276-277, 280-281.

10 UNESCO, *Gada system, an indigenous democratic socio-political system of the Oromo.*
11 United Nations (UN), "Declaration on the Rights of Indigenous Peoples."
12 Hixson, *American Settler Colonialism*, chapters 1-3; Martínez, "Settler Colonialism," 111-121; Reid and Peace, "Colonies of Settlement," 81-91; Veracini, *Settler Colonialism*, 1-15.
13 Docker, "Are Settler Colonies Inherently Genocidal?" 81-101; Evans, "Crime Without a Name," 133-147; Sautma, "Cultural Genocide in International Context,"1-16; Wolfe, "Structure and Event," 102-132.
14 Gellately and Kiernan, "Study of Mass Murder and Genocide," 5-26; Gellately, "Third Reich, the Holocaust, and Visions of Serial Genocide," 241-264; Weitz, "The Modernity of Genocides,"53-74.
15 Barkan, "Genocides of Indigenous Peoples," 117-139; Evans, "Crime Without a Name," 133-147; Wolfe, "Structure and Event," 102-132.
16 Novic, *Concept of Cultural Genocide*, 5.
17 Wolfe, "Settler Colonialism," 388.
18 Wolfe, "Settler Colonialism" 388-390.
19 Davidson, *Cultural Genocide*, 1-21; Wolfe, "Settler Colonialism" 388-390.
20 Mohammed, *Oromo and the Christian Kingdom of Ethiopia*, 157.
21 Asafa, *Oromia and Ethiopia,* 22.
22 Mohammed, *Oromo of Ethiopia*, 21.
23 Novic, *Concept of Cultural Genocide,* 2-11; Sautma, "Cultural Genocide in International Context," 3-16.
24 Asmarom, *Gada*, 50-69.
25 ዝኒ ከማሁ፣ 8.
26 Beckingham and Huntingford, *Some Records of Ethiopia*, 136, 118 footnote number 1; Cerulli, *Folk-Literature of Southern Abyssinia*, 127; Guidi, *Historia Gentis Galla*, 199.
27 Pereira, *Chronica de Susenyos*, 214-215.
28 ዓለሙ፣ *የኢትዮጵያ ታሪክ*፣ 157።
29 ጌታቸው፣ *የአባ ባሕርይ ድርሰቶች*፣ 67/83።
30 ዓለሙ፣ *የኢትዮጵያ ታሪክ*፣ 157።
31 Merid, "Southern Ethiopia," 156.
32 ይልማ፣ *የኢትዮጵያ ታሪክ*፣ 219።
33 Mohammed, *Oromo of Ethiopia*, 12-13.
34 ጌታቸው፣ *የአባ ባሕርይ ድርሰቶች*፣ 70/87።
35 Pereira, *Chronica de Susenyos*, 215.
36 ዓለሙ፣ *የኢትዮጵያ ታሪክ*፣ 157።
37 ጌታቸው፣ *የአባ ባሕርይ ድርሰቶች*፣ 91።
38 ጌታቸው፣ *የአባ ባሕርይ ድርሰቶች*፣ 91።
39 Baxter, "Repetition in Certain Boran Ceremonies," 62.
40 Haberland, *Galla Sud-A'thiopiens*, 777.
41 Whiteway, *Portuguese Expedition to Abyssinia*, 228-229.

42 ጌታቸው፣ *የአባ ባሕርይ ድርሰቶች*፣ 82።
43 Mohammed, *Oromo of Ethiopia*, 21.
44 አሮሚያ ባህልና ቱሪዚም ቢሮ፣ *የኦሮሞ ታሪክ*፣ xiv።
45 Triulzi, "United and Divided," 253; Mohammed, *Oromo and the Christian Kingdom*, 156-157.
46 Triulzi, "United and Divided," 253.
47 ዝኒ ከማሁ፣ 253.
48 አሮሚያ ባህልና ቱሪዚም ቢሮ፣ *የኦሮሞ ታሪክ*፣ xiii።
49 Mohammed, *Oromo of Ethiopia*, 64.
50 Triulzi, "United and Divided," 253.
51 Pereira, *Chronica de Susenyos*, 190-197.
52 Mohammed, *Oromo of Ethiopia*, 64.
53 Guidi, *Annales Iohannes I,* vol. 1, 190, 238-245,256.
54 Mohammed, *Oromo and the Christian Kingdom of Ethiopia*, 164-165.
55 ጌታቸው፣ *የአባ ባሕርይ ድርሰቶች*፣ 81።
56 Merid, "Southern Ethiopia," 416-427; Mohammed, *Oromo of Ethiopia*, 64-69.
57 ትሪዩልዚ እና ታዓ፣ *የወለጋ የታሪክ ሰነዶች*፣ 286-287።
58 ትሪዩልዚ እና ታዓ፣ *የወለጋ የታሪክ ሰነዶች*፣ 295።
59 አሮሚያ ባህልና ቱሪዚም ቢሮ፣ *የኦሮሞ ታሪክ*፣ 309 የግርጌ ማስታወሻ ቁጥር 121።
60 Huntingford and Beckingham, *Some Records*, 136; Mohammed, *Oromo and the Christian Kingdom*, 205.
61 ትሪዩልዚ እና ታዓ፣ *የወለጋ የታሪክ ሰነዶች*፣ 297።
62 ተክለ ኢየሱስ፣ *የጎጃም ትውልደ*፣ 47፣ 79፣ 129፣ 138-142።
63 ምስጋናው፣ *የጨቦ አዳደየሱስ ሕዝብ አጭር ታሪክና ባህል*፣ 50።
64 ሥርግው፣ *ዳግማዊ ዓፄ ምኒልክ*፣ 93።
65 Triulzi, "United and Divided," 253.
66 Pereira, *Chronica de Susenyos*, 190-192.
67 ዓለሙ፣ *የኢትዮጵያ ታሪክ*፣ 139-140።
68 Guidi, *Annales Iohannes I,* vol. 1, 190-191.
69 Merid, "Southern Ethiopia," 423-424.
70 Guidi, *Annales Iohannes I,* vol. 1, 238.
71 Merid, "Southern Ethiopia," 591-592.
72 Mohammed, *Oromo and the Christian Kingdom*, 157-158.
73 "Annales du roi Ijasu 1er (1682-1706)," Département des Manuscrits, Éthiopien 251, Bibliothèque nationale de France (BnF), https://gallica.bnf.fr/ark:/12148/btv1b52506720w/f42.image, https://gallica.bnf.fr/ark:/12148/btv1b52506720w/f43.image..
74 Triulzi, "United and Divided," 258.
75 ዝኒ ከማሁ፣ 259; *idem*, "The Saga of Makkoo Bilii," 324.
76 Triulzi, "United and Divided," 260.
77 ዝኒ ከማሁ፣ 260.
78 Triulzi, "United and Divided," 260.
79 ዝኒ ከማሁ፣ 262.

80 ዝኒ ከማሁ፣ 262.
81 ዝኒ ከማሁ፣ 261.
82 ዝኒ ከማሁ፣ 261.
83 Triulzi, "United and Divided," 261.
84 Triulzi, "The Saga of Makkoo Bilii," 323.
85 ትሪዩልዚ እና ታዓ፣ *የወሊጋ የታሪክ ሰነዶች*፣ 294።
86 ትሪዩልዚ እና ታዓ፣ *የወሊጋ የታሪክ ሰነዶች*፣ 296።
87 ዝኒ ከማሁ፣ 295።
88 ትሪዩልዚ እና ታዓ፣ *የወሊጋ የታሪክ ሰነዶች*፣ 291።
89 ጌታቸው፣ *የአባ ባሕርይ ድርሰቶች*፣ 102፤ Bairu, *Asma Giyorgis and his Work*, 154.
90 ትሪዩልዚ እና ታዓ፣ *የወሊጋ የታሪክ ሰነዶች*፣ 290።
91 Triulzi, "The Saga of Makkoo Bilii," 320 and 326.
92 የርስት መዝገብ፣ የእጅ ጽሑፍ፣ መሀል ዘጌ ጊዮርጊስ፣ የፎቶግራፍ ቁጥር 033-578-; የርስት መዝገብ፣ የእጅ ጽሑፍ፣ ኡራ ኪዳነ ምሕረት፣ የፎቶግራፍ ቁጥር 598-1272; የርስት መዝገብ፣ የእጅ ጽሑፍ፣ ደብረ ማርቆስ, የፎቶግራፍ ቁጥር 258-360; የርስት መዝገብ፣ የእጅ ጽሑፍ፣ ደብረ ወርቅ, የፎቶግራፍ ቁጥር 6205-6294፣ የርስት መዝገብ፣ የእጅ ጽሑፍ፣ ሞጣ ጊዮርጊስ, የፎቶግራፍ ቁጥር 4089-6516. ከዚህ የተዘረዘሩትን የርስት መዝገቦች ጸሐፊው በካሜራ አንስቷቸዋል። እያንዳንዱ የርስት መዝገብ ቅጠል ፎግራፍ በሚነሳበት ጊዜ ካሜራው የመለያ ቁጥር ይሰጠዋል። ከዚህ ያለው የፎቶግራፍ ቁጥር የሚያሳየው ይህንን ነው።
93 የርስት መዝገብ፣ የእጅ ጽሑፍ፣ ደብረ ማርቆስ, የፎቶግራፍ ቁጥር 262።
94 የርስት መዝገብ፣ የእጅ ጽሑፍ፣ ሞጣ ጊዮርጊስ, የፎቶግራፍ ቁጥር 4096።
95 የርስት መዝገብ፣ የእጅ ጽሑፍ፣ ደብረ ማርቆስ, የፎቶግራፍ ቁጥር 266።
96 የርስት መዝገብ፣ የእጅ ጽሑፍ፣ ሞጣ ጊዮርጊስ, የፎቶግራፍ ቁጥር 4255።
97 ዝኒ ከማሁ፣ የፎቶግራፍ ቁጥር 4256።
98 የርስት መዝገብ፣ የእጅ ጽሑፍ፣ ሞጣ ጊዮርጊስ, የፎቶግራፍ ቁጥር 4095።
99 የርስት መዝገብ፣ የእጅ ጽሑፍ፣ ደብረ ማርቆስ, የፎቶግራፍ ቁጥር 266።
100 ዝኒ ከማሁ፣ የፎቶግራፍ ቁጥር 270።
101 የርስት መዝገብ፣ የእጅ ጽሑፍ፣ ደብረ ማርቆስ, የፎቶግራፍ ቁጥር 270።
102 የርስት መዝገብ፣ የእጅ ጽሑፍ፣ ሞጣ ጊዮርጊስ, የፎቶግራፍ ቁጥር 6228።

ምዕራፍ ስምንት "ሸዋ የንጉሡ አይደለም ወይ?" ርስትና አገር የማስመለስ ዘመቻ

ብፅዕት አንቲ ኦ ምድረ ቱሉ አማራ እንተ አርኃውኪ ልበኪ መጥዓዌ ወኃባ እኪዮ እምቀትል ለወልደ መንከራት ኢያሱ ዘቀተሎ ለቀታሊኪ ልማድኪ ወትረ ምድረ ቱሉ አማራ ተራድኦ ለንጉሥ አኮኑ እምቅድመ ፪ዓመት ወሀብኪዮ ኃይለ ወመዊአ ለዝ ንጉሥ። ለይቁም ውስቴትኪ በረከተ ገሪዛን ወይትህነጽ ማእከለ መረሀብኪ ቤተ ክርስቲያን በስመ ሥሉስ ቅዱስ።[1]

ጣኦት አምላኪ ልብሽን የከፈትሽ፣ ገዳዮችሽን የገደለልሽን ወልደ መንከራት ኢያሱን ከሞት ደብቀሽ ያተረፍሽ አንቺ ብጽዕት ቱሉ አማራ ሆይ! የቱሉ አማራ ምድር ንጉሡን መርዳት ልማድሽ ነው። ከ፪ ዓመት በፊት ለዚህ ንጉሥ ኃይልና ድል የሰጠሽ አይደለምን? በውስጥሽ በረከተ ገሪዛን ይደርብሽ፣ በመካከልሽም በቅዱስ ሥላሴ ስም ቤተ ክርስቲያን ይታነጽብሽ።

ወአውሥአ አውስግንዮስ ለንጉሥ ወይቤሎ አይቴ ተፈለጥኩ እምኔከ እእግዚእየ ንጉሥ ሶበኒ አሐውር ውስተ ሸዋ አኮኑ ብሔረ ሸዋ ብሔረ ዚአከ ውእቱ።[2]

አውስግንዮስም ለንጉሡ [ለአዲያም ሠገድ ኢያሱ] መለሰለት እንዲህም አለው :- "ከአንተ መቼ ተለየሁኝ? ጌታየ ንጉሥ ሆይ:- ሸዋ ብሄድስ የሸዋ አውራጃ ያንተው አይደለምን?"

Neither Fasiladas nor his grandson were completely reconciled to the loss of the southern and eastern provinces which the Galla had occupied.[3]

ፋሲለደስም ሆነ የልጅ ልጁ [ኢያሱ] ጋሎች የሰፈሩባቸውን የደቡብ እና የምሥራቅ አውራጃዎች [በቋሚነት] ሙሉ በሙሉ ከቁጥጥር ውጭ መሆናቸውን አልተቀበሉትም።

ባለፉት ሁለት ተከታታይ ምዕራፎች የበረይቱማ እና የቦረን ጎሣዎች ከባሊ ጀምረው በተለያዩ የኢትዮጵያ አውራጃዎች ድንበር ተሻግረው እንደገቡና በቋሚነት እንደሰፈሩ ዐይተናል። የኦሮሞ ጎሣዎች ወደኢትዮጵያ ሲመጡ ተንቀሳቃሽ ከብት አርቢዎች ነበሩ። ነገር ግን ኦሮሞዎች ቀስ በቀስ ከከብት አርቢነት በተጨማሪ ከነባር ኢትዮጵያውያን ግብርናን በመልመድ በብዙ አውራጃዎች ረግተው መኖር ጀመሩ። ነባር ኢትዮጵያውያንም የሞጋሳ ልጅ አድርገው ኦሮምኛ ቋንቋ ተናጋሪ አደረጓቸው። ምንም እንኳ ኦሮሞዎች በብዙ አውራጃዎች ቢሰፍሩም የኢትዮጵያ መንግሥት በቋሚነት የለቀቀው አንድ ጋት መሬት አልነበረም። የጊዜ ጉዳይ ነው እንጂ የጥንቱን የኢትዮጵያ

አውራጃዎች መልሶ አንድ የማድረግ ዘመቻ መጀመሩ አይቀርም ነበር። ከ16ኛው ምእት ዓመት ጀምሮ እስከ19ኛው ምእት ዓመት ያለማቋረጥ ኢትዮጵያን መልሶ አንድ ለማድረግ የተደረጉት እንቅስቃሴዎች የሚያረጋግጡት ይህን ነው።

ዘመናዊት ኢትዮጵያ ታሪካዊ መሠረት የሌላት እና የዳግማዊ ምኒልክ (1889-1913) የመስፋፋት ውጤት እንደሆነች ባለፈው ግማሽ ምእት ዓመት ተደጋግሞ የተነገረ የተማሪ ፖለቲከኞች የፈጠሩት ዛሬም ግራ ዘመም የነገድ ድርጅት መሪዎችን የሚያስተጋቡት የሀሰት ትርክት አለ። በፖለቲከኞች እንደሚነገረው ሳይሆን በግራኝ አሕመድ እና በኦሮሞ ጎሣዎች ወረራ ምክንያት የተበታተነችውን ኢትዮጵያን መልሶ አንድ የማድረግ ዘመቻ የተጀመረው በዳግማዊ ዓፄ ምኒልክ አይደለም። የመካከለኛው ዘመን የኢትዮጵያ ሥልጣኔ፣ ከግራኝ አሕመድ እና ከኦሮሞ ወረራ በፊት የነበሩት የሰሎሞናውያን ነገሥታት ያስተዳደሯቸው የኢትዮጵያ የጥንት አውራጃዎች፣ ገዳማት እና አድባራት ታሪክ በጽሑፍ የተከተበ ብቻ ሳይሆን በመሳፍንቱ፣ በነገሥታቱና በአጠቃላይ በሕዝቡ ልብ ታትሞ የሚኖር፣ በአብያተ ክርስቲያን፣ በአደባባይ በቃል የሚተረክ እና የሚዘከር ሕያው እውነታ ነበር።[4] በዓፄ በምኒልክ ዘመን የተደረገው አገር መልሶ አንድ የማድረግ ዘመቻ ከእርሱ በፊት የነበሩት ነገሥታት የጀመሩት ዘመቻ መደምደሚያ ነው። የዳዊት ከተማ በራራ የታደሰችበትን እና አዲስ አበባ የተመሠረተችበትን ሂደት ለመረዳት ቢያንስ ከሠርፀ ድንግል እስከኢያሱ ዘመን የነበረውን አገር መልሶ አንድ የማድረግ ዘመቻ መዳሰስ የግድ ነው።

የኢትዮጵያ ነገሥታትና መሳፍንት የተበታተኑትን የኢትዮጵያ አውራጃዎች መልሶ በማዕከላዊ መንግሥት ሥር ለማድረግ በየጊዜው ጥረት አድርገዋል። በአጠቃላይ 300 ዓመታት የፈጀ አራት ዙር አገር መልሶ አንድ የማድረግ ዘመቻዎች ተደርገዋል። የመጀመሪያው ኢትዮጵያን መልሶ አንድ የማድረግ ሙከራ የተደረገው በዓፄ ገላውዴዎስ (1540-1559) ነው። ከገላውዴዎስ ቀጥሎ በግራኝ አሕመድ እና በኦሮሞ ወረራ የተፈረካከሰችውን ኢትዮጵያ መልሶ አንድ ለማድረግ ከፍተኛ ጥረት ያደረገ ዓፄ ሠርፀ ድንግል (1563-1597) ነው።[5] በገላውዴዎስና በሠርፀ ድንግል ዘመን የተደረገው እንቅስቃሴ በተለያየ ምክንያት ስለከሸፈ አገርን አንድ የማድረግ ሶስተኛ ዙር ዘመቻዎች በ17ኛውና በ18ኛው ምእት ዓመታት ቀጠሉ። ከነዚህም ውስጥ በዓፄ ሱስንዮስ (1607-1632) እና በተለይም በዓፄ አዲያም ሰገድ ኢያሱ (1682-1706) ዘመነ መንግሥት የተካሄዱት አገር መልሶ አንድ የማድረግ ዘመቻዎች ተጠቃሽ ናቸው።[6] የመጨረሻው በ1696 ዓ.ም. በመርዕድ አዝማች ነጋሲ ክርስቶስ ተጀምሮ በዳግማዊ ምኒልክ የተጠናቀቀው በሸዋ መሳፍንት የተካሄደው አገር መልሶ አንድ የማድረግ ዘመቻ ነው።[7]

የተበታተኑት አውራጃዎችን ወደማዕከላዊ መንግሥት አስተዳደር ለመመለስ የሚደረጉ አንቅስቃሴዎች የመሳፍንቱና የነገሥታቱ ብቻ አልነበሩም። የኦሮሞ ጎሣዎች በሰፈሩበት ሁሉ ነባር ኢትዮጵያውያን ወኪሎችን ጎንደርና ጎጃም ድረስ በመላክ በኢትዮጵያ አስተዳደር ሥር እንዲሆኑ ለነገሥታቱ እና ለመሳፍንት አቤቱታ ያቀርቡ ነበር። በዓፄ ሱስንዮስ እና በዓፄ ኢያሱ ዘመነ መንግሥት ወደቢዛሞ፣ ሸዋ እና ዳሞት የተደረጉት ዘመቻዎች በነባር ኢትዮጵያውያን አቤቱታና ግፊት ምክንያት ነው። ነባር ኢትዮጵያውያን ከኦሮሞ ጎሣዎች ጋር ለረጅም ጊዜ ጦርነት አድርጓል።[8] በዚህ ምዕራፍ የምንመለከተው በሠርፀ ድንግል፣ በዘድንግል (1603-1604)፣ በሱስንዮስ እና በኢያሱ ዘመነ መንግሥት የተካሄዱትን ወሰን የማስከበር እና አገር መልሶ አንድ የማድረግ

ዘመቻዎችን ነው። በምዕራፉ የመጨረሻ ክፍል አገር መልሶ አንድ የማድረግ ዘመቻወች የከሸፉባቸው ምክንያቶች ይቀርባሉ። በሸዋ መሳፍንት የተካሄደውን አገር መልሶ አንድ የማድረግ ዘመቻ እና የዓፄ ዳዊትን ከተማ በራራን ለማግኘት የተደረገውን እንቅስቃሴ በሚቀጥለው ምዕራፍ እንመለከታለን።

8.1 ርስትና አገር የማስመለስ የመጀመሪያ ዙር ዘመቻዎች

ሠርፀ ድንግል በ1563 ዓ.ም. ሲነግሥ ገና የ14 ዓመት ልጅ ነበር። ወጣቱ ንጉሥ የተረከባት ኢትዮጵያ ብዙ የፖለቲካ ክፍፍል ያለባት፣ የማዕከላዊ መንግሥት የተዳከመባት እና ብዙ አውራጃዎች ለወረራ የተጋለጡባት አገር ነበረች። ሠርፀ ድንግል አብዛኛውን የሥልጣን ዘመኑን ያሳለፈው የኢትዮጵያን ሰላም፣ አንድነት እና ወሰን ለማስከበር ከውጭ ወራሪዎች እና ከአገር ውስጥ አማፅያን ጋር ሲዋጋ በዘመቻ ነው። ሠርፀ ድንግል በነገሠ ማግስት በዘመኑ የነበሩት የአውራጃ ገዢዎች ሙሉ በሙሉ በአዲሱ ንጉሥ አምፀው ነበር። የንጉሡ የቅርብ ዘመድ የነበረው በተለያየ ጊዜ የአንጎት፣ የሸዋ፣ የፈጠጋር እና የወጅ አስተዳዳሪ የነበረው ራስ ሐመልማል፣ የዳሞቱ ገዢ አዝማች ክፍሎ እንዲሁም ከሐመልማል ቀጥሎ በሸዋ እና በወጅ ተሹሞ የነበረው አዝማች ሮም ሰገድ፣ የደምቢያው ገዢ ደጅአዝማች ሀርቦ እና የባሕር ምድር እና የትግሬ ገዢ የነበረው ባሕር ነጋሽ ይስሐቅ ሁሉም በሠርፀ ድንግል አምፀው ነበር።[9] በመጨረሻም ብዙ ጉዳት ካደረሱ በኋላ ከባሕር ነጋሽ ይስሐቅ በስተቀር በ1575 ዓ.ም. ገደማ ብዙዎቹ አመፀኛ ገዢዎች ከሥልጣን ስለተወገዱ ሠርፀ ድንግል ወሰን ማስከበር ላይ ለማተኮር ቻለ።

የመጀመሪያው የሠርፀ ድንግል ዘመቻ ያተኮረው ወጅ እና ፈጠጋር ላይ ነበር። ወጅ እና ፈጠጋር በመካከለኛው ዘመን የኢትዮጵያ ታሪክ እምብርት፣ የጥንት የዐማራ ሕዝብ ዐፅመ ርስት አውራጃዎች ነበሩ። ዘርዓ ያዕቆብ እና በዕደ ማርያም የተወለዱት ፈጠጋር ነበር።[10] የደብረ ሊባኖሱ 9ኛ አበምኔት እጨጌ መርሐ ክርስቶስ የተወለደው ወጅ ውስጥ ነበር። በተመሳሳይ ንጉሥ ናዖድ የተወለደው ወጅ ውስጥ ገበርጌ ከተባለ ከተማ ውስጥ ነው። ዓፄ ገላውዴዎስም ወጅ ውስጥ ሴፍ በር ከተባለ ስፍራ ከትሞ ነበር።[11] በዚህ ምክንያት ይመስላል ሠርፀ ድንግል ፈጠጋርን እና ወጅን ከኦሮሞ ጎሣዎች ጥቃት ለመከላከል ከፍተኛ ጥረት ያደረገው። በ1564/5 ዓ.ም. በወጅ እና በአካባቢው በሚገኘው በበጥረ አምራ አውራጃ ተጨማሪ ወታደሮችን በማስማራት የአገሩን ጥበቃ አጠናከረው። ንጉሡን በታማኝነት እስከመጨረሻው ያገለገለውን ደኅረጎት የተባለውን መኮንን የወጅ ቃጽ አድርጎ በወጅ ላይ አስተዳዳሪ አድርጎ ሾመው። ቀጥሎም ሀድያን እና ዳሞትን በአንድነት እንዲያስተዳድር በ1568-1569 ዓ.ም. ደጅአዝማች ተክለ ጊዮርጊስን ሾመው። በተጨማሪም የእናርያን፣ የቦሻን እና የጉራጌን አውራጃዎች ከመንግሥት ጋር ያላቸውን ግንኙነት አደሰ።[12]

ከሀድያ ዘመቻ በኋላ ሠርፀ ድንግል መጀመሪያ ወጅ ውስጥ ሴፍ በር ጥቂት ጊዜ ከቆየ በኋላ ከሀርቦ እና ከባሕር ነጋሽ ይስሐቅ ጋር ለመታረቅ በ1571 ዓ.ም. ወደደምቢያ ሄደ።[13] በ1571/2 ዓ.ም. የኦሮሞ ጎሣዎች አዲስ ሉባ የሚመርጡበት ስለነበረ ንጉሡ ከደምቢያ በፍጥነት ወደሸዋ ተመለሰ። ታሪከ ነገሥቱ እንዲህ ይላል፡-"ከፋሲካ በዓል በኋላ ወደሸዋ ይኼድ ዘንድ ከደምቢያ ተነሳ፣ ሀገርን ከጋላ ለመጠበቅ ቸኩሏልና። ሸዋ ሀገረ መንግሥት ናትና" ("ወእምድኅረ በዓለ ፋሲካ ተንሥአ እምደምቢያ ከመ ይሖር ሸዋ እስመ ጕጕአ ውእቱ ለዓቂበ ሀገር እምነ ጋላ። እስመ ሸዋ ሀገረ መንግሥት ይእቲ")።[14] በ1573 ዓ.ም.

የጎጃሙን ገዢ ዘርዓ ዮሃንስን፣ የዳሞቱን ተክለ ጊዮርጊስን እና የወጅ ቃጽ ደጎረጎትን ይዞ ኦሮሞዎችን ከወጅ አስለቀቃቸው፤ ሸዋም እንዳይገቡ አገዳቸው። የቦረን ጎሣዎችም ተሸንፈው ከወጅ እና ከፈጠጋር አፈገፈጉ። በ1573 ዓ.ም. ለሁለተኛ ጊዜ ሠርፀ ድንግል ቦረኖችን ከዝዋይ ሐይቅ አካባቢ ወግቶ ወደወጅ እና ሸዋ እንዳይገቡ አደረጋቸው።[15]

በ1576 ዓ.ም. ዓፄ ገላውዴዎስ ከሞተ ጀምሮ ከኢትዮጵያ መንግሥት ቁጥጥር ወጥተው የነበሩትን ደዋሮን እና ምሥራቃዊ የባሊ አካባቢዎች መልሶ ለመያዝ መልካም አጋጣሚ ተፈጥሮ ነበር። ምንም እንኳ ከግራኝ አሕመድ በኋላ የአዳል ወላስማዎች ቢከፋፈሉም እና ቢዳከሙም ኃይላቸው ጨርሶ አልጠፋም። በ1576 ዓ.ም. በኢትዮጵያ ውስጥ እንደገና ያገረሸው የሥልጣን ሽኩቻ የፈጠረለትን መልካም አጋጣሚ ከለላ አድርጎ ሡልጣን መሐመድ 4ኛ ሀድያን እና ባሊን ወርሮ ያዘ። በዚህ ጊዜ ሠርፀ ድንግል ደምቢያ ነበር። ሠርፀ ድንግልም የባሊን መወረር ሲሰማ በቱርኮች እና በባሕር ነጋሽ ይስሐቅ ላይ ለመዝመት የነበረውን እቅድ ሠርዞ ወደባሊ ዘመተ። የሠርፀ ድንግል ወታደሮች አዳሎችን አሸንፈው ሡልጣን መሐመድን እና ሌሎች ብዙ ባለሥልጣኖች ማረኳቸው። ምርኮኞችም በንጉሡ ትእዛዝ ተገደሉ።[16]

ሠርፀ ድንግል የኢትዮጵያን አንድነት ለማስጠበቅ ካደረጋቸው የተሳኩ ዘመቻዎች በ1576 ዓ.ም. ወደባሊ አውራጃ ያደረገው ዘመቻ አንዱነው። ዘመቻው የኢትዮጵያን ወሰን እና የግዛት አንድነት ከማስከበሩ በተጨማሪ የአዳል ሱልጣኖችን ኃይል ሙሉ በሙሉ እንዲጠፋ ምክንያት ሆነ። የመሐመድ የዘረፋ ወረራ የአዳል ወላስሞች በደቡብ ምሥራቅ ኢትዮጵያ አውራጃዎች ላይ ያደረጉት የመጨረሻው የዘረፋ ዘመቻ ነው።[17] ነገር ግን ንጉሡ በዚህ ዘመቻ ባገኘው ድል ታግዞ ከ1559 ዓ.ም. ጀምሮ ከመንግሥት አስተዳደር ውጭ የነበሩትን ደዋሮን እና ምሥራቃዊ ባሊን ለማስመለስ ሳይጠቀምበት ቀረ። የሠርፀ ድንግል የባሊው ዘመቻ የባከነ ወርቃማ ዕድል ነበር ለማለት ይቻላል።

ሠርፀ ድንግል በ1577 ዓ.ም. በወቅቱ ከቱርኮች ጋር አብሮ ትግሬን እና ባሕር ምድርን ይገዛ የነበረውን ባሕር ነጋሽ ይስሐቅን ለመውጋት ለዘመቻ ተነሳ። ንጉሡ ወደትግሬ የመዝመቱ ነገር ቁርጥ መሆኑ በታወቀ ጊዜ በሸዋ በተለይም ደግሞ ግንደ በረት፣ ሙገርና እንደገብጣን ይኖሩ ለነበሩት ለንጉሡ እናት ለሥሉስ ኃይላ እና በድንበር አውራጃዎች ላሉ የመንግሥት ሰዎች አስደንጋጭ ነበር። አቄትዠር የተባሉት የንጉሡ ልዩ ጠባቂ ወታደሮችና አማካሪዎች "ንጉሡ ሀገሩን ለጋላ ትተው እንዴት ይኼዳሉ"[18] ሲሉ ሠርፀ ድንግል ሀሳቡን እንዲቀይር ተማጸኑ። ከአቄት ዠር በተጨማሪ ሥሉስ ኃይላ ንጉሡ ሀሳቡን እንዲቀይር የሚከተለውን ተማጽኖ አቀረበች፡-

> ያንጊዜ ፈጥኖ ተነሣና ኼደ ሰብራድም ደረሰ። ከዚያም በዚያ ሳለ ልጇ ወደትግሬ ይኼድ ዘንድ ልቡን እንዳሰጨከነ ሰማች። በዚህ ጊዜ ከግንደ በረት በችኮላ ተነሣች፤ እስከዚያ ድረስ በዚያ ነበረችና። ፈጥና ኼዳም፤ በሰብራድ አገኘችው። ያን ቀን "ልጅ ሆይ! እኔን እናትህንና ወንድሞችህንስ አይደለምን? ችግራችንስ አያሳዝንህምን?" ትለው ጀመር። በዚህና በመሳሰለው ቃል ልቡን አራራችው፤ እሽም አሰኘችው፤ ለእናቱ ታዛዥ ነውና፤ የመጽሐፍንም ቃል ፈጻሚ ነውና፣ "እናቱን የሚያከብር ዕድሜው ይረዝማል" የሚለውን።[19]

የሥሉስ ኃይላና የመንግሥት ሰዎች ፍራቻ የተጋነነ አልነበረም። ሠርፀ ድንግል ወደትግሬ ዘመቻ ለመሄድ ሠራዊቱ እንዲከተት ያወጀው የቦረን ጎሣዎች በአዋሽ ሸለቆ እንደገና መንቀሳቀስ በጀመሩበት ጊዜ ነው። ንጉሡ ደግሞ ይህን ያውቃል። ምክንያቱም 1578

ዓ.ም. አዲስ ሉባ የሚሾሙበት ዓመት ነው። እንደተጠበቀውም በምዕራፍ 6 ያገኘነው ቢርመጂ (1578-1586) የተባለው ሉባ ንጉሡ ሸዋን ሳይለቅቅ ሰብራድ ሲደርስ ወጅን ወረረ። ንጉሡም የትግሬውን ዘመቻ ለሌላ ጊዜ አስተላልፎ ወደወጅ ዘመተ። የንጉሡ ሠራዊት የኦሮሞ ጎሣዎችን ከወጅ አባራሯቸው።[20] ወሳኝ ድል ባይሆንም ለንጉሡ ኃላፊነቱን ስለተወጣ ከወቀሳና ከትችት አዳነው። ብዙም ሳይቆይ ወደትግሬ ለመዝመት ተነሳ።

ሠርፀ ድንግል የባሊን፣ የሸርካን፣ የአርእኝን፣ የወጅን፣ የሸዋን፣ እና የዳሞትን ሠራዊት ሰብስቦ በ1578 ዓ.ም. ደምቢያ ሄዶ ባሕር ነጋሽ ይስሐቅን ለመውጋት የመጨረሻ የጦርነት ዝግጅት ማድረግ ጀመረ። በመጨረሻም በጥር ወር በ1578 ዓ.ም. ከመረብ በስተሰሜን አዲ ቆሮ በተባለ ስፍራ በተደረገ ወሳኝ ጦርነት ይስሃቅና የቱርክ ወታደሮች መሪ ሬድዋን ፓሻ ከብዙ ወታደሮቻቸው ጋር በጦርነቱ ተገደሉ። ቁርባን የተባለው ንጉሡ የሚመራው ሠራዊትና ከተለያዩ አውራጃዎች የተውጣጡ ወታደሮች የቱርክ ነፍጥና መድፍ የታጠቁ ወታደሮች ሊያቆሟቸው አልቻሉም። መድፉን እየገለበጡ የቱርኮችን ምሽግ ሰብረው ደመሰሱት። በውጊያው ከቱርኮች ብቻ 400 ወታደሮች ሲገደሉ 300 የሚሆኑት ተማርከው አፍቴር በተባለ መኮንን ሥር የንጉሡ ነፍጥ ታጣቂ ወታደሮች ሆኑ።[21]

የአዲቆሮ ድል ሠርፀ ድንግል በሡልጣን መሐመድ እንዳገኘው ድል ኢትዮጵያን ከግራኝ አሕመድ በፊት ወደነበረችበት የግዛት አንድነት ለመመለስ ምቹ ሁኔታ ፈጥሮ ነበር። ከአዲቆሮ በኋላ የሚያምጹ መኳንንት ሙሉ በሙሉ ተወግደው ነበር። ይህ ለሠርፀ ድንግል አገር መልሶ አንድ ማድረጉ ዘመቻ እንዲያተኩር ያስቻለው ነበር። በደቡብ እና በደቡብ ምሥራቅ ኢትዮጵያ የነበሩ የአውራጃ ገዢዎችም አዲቆሮ የፈጠረችውን መልካም አጋጣሚ ለመጠቀም ሀሳብ አቅርበው ነበር። ከአዲ ቆሮ ድል በኋላ የተለያዩ የአውራጃ ገዢዎች እና የጦር መሪዎች ከዓፄ ገላውዴዎስ ዘመነ መንግሥት ጀምሮ ኦሮሞዎች ሰፍረውባቸው የነበሩትን አውራጃዎች ለማስመለስ የዘመቻ እቅድ አወጡ። የሠርፀ ድንግል ታሪክ ነገሥት ጸሐፊ እንዲህ ይላል፡- "ከዚህ በፊትም ምክር ኾነ፤ እዚህ ከርሞ ከአንጎት ይዞ እስከግድም፣ ይፋት፣ ፈጠጋርና ደዋሮ ድረስ ያለውን ጋላን ሊወጋ ይኼድ ዘንድ በየሀገራቸው ባሰናበታቸው ጊዜ ከግራና ከቀኝ ከነበሩ ከሹማምንቱ ጋርም ይህን ምክሩን አጽንቶ ወስኖ ነበር።"[22]

በዘመቻው እቅድ መሠረት በባሕር ነጋሽ ይስሐቅ እና በቱርኮች ምክንያት ከየአውራጃው የተሰባሰበው ሠራዊት በአዲቆሮ ጦርነት ምክንያት ከደረሰበት ጉዳት፣ ከድካሙ እያገገመ ለአንድ ዓመት ያህል ደምቢያ ውስጥ ያርፋል። በተጨማሪም በዚህ ዓመት ውስጥ ለሌላ ዙር ለታላቅ ዘመቻ ይዘጋጃል። ሠራዊቱ አንድ ዓመት ካረፈ እና ለዘመቻ ከተዘጋጀ በኋላ በንጉሡ መሪነት ከአንጎት ጀምሮ እስከባሊ ድረስ ባሉት ሁሉም አውራጃዎች የሰፈሩትን የኦሮሞ ጎሣዎች ሙሉ በሙሉ ከኢትዮጵያ በማባረር አውራጃዎቹን ወደማዕከላዊ መንግሥት ያስመልሳል። ይህ ዘመቻ ሁሉንም የኢትዮጵያ ምሥራቃዊ አውራጃዎች ለማስመለስ ያለመ የዘመቻ እቅድ ነው።

ነገር ግን ምክንያቱን በኋላ በዝርዝር እንደምናየው ሠርፀ ድንግል የአውራጃ ገዢዎችን እና የጦር መሪዎችን የዘመቻ እቅድ አከሸፈው። ዘመቻው በእቅዱ መሠረት ቢፈጸም ኖሮ የኢትዮጵያ ታሪክ የተለየ ሊሆን ይችል ነበር። ንጉሡ ከአንጎት ጀምሮ እስከባሊ ድረስ ያለውን አገር ለማስመለስ ያለመውን የዘመቻ እቅድ ትቶ ቤተ እሥራኤሎችን ለመውጋት ወደሰሜን ዘመተ። ከአዲቆሮ ዘመቻ መልስ ደምቢያ ውስጥ ጉባዔ የከተተውን ወታደርና

አውራጃ ገዢዎቹን ወደመጡበት አሰናበታቸው። ከነዚህም ውስጥ የዳሞት፣ የሸዋና የአማራ ጻሕፈ ላሞች፣ የጎጃምና የወለቃ ነጋሺዎች፣ የባሊ እና ሀድያ ገራዶች፣ እንዲሁም የመንዝና የወጅ ቃጾች ይገኙበታል። ደጎረጎትን የደጅአዝማችነት ማዕርግ ሰጥቶ በወጅና በአካባቢው ባሉ አውራጃዎች ላይ ሾመው። በተጨማሪም በአራግዋ፣ በአርእኝ፣ በሸርካና በወናግ አምባ የሚገኙ የጨዋ ሠራዊቶች በደጎረጎት ሥር እንዲሆኑ ሆነ።[23] ይህ ማለት ሠርፀ ድንግል ከቁጥጥር ውጭ የነበሩትን የጥንት አውራጃዎች የማስመለሱን እቅድ ለጊዜው ሠርዞታል ማለት ነው።

ከአዲ ቆሮ ጦርነት በኋላ ሠርፀ ድንግል በቋሚነት የከተመው እንፍራንዝ ውስጥ ጉባዔ ላይ ነው። ከዚህ ጦርነት በኋላ ከአባይ በስተደቡብ ባሉት አውራጃዎች ያደረጋቸው ዘመቻዎች ሁለት ናቸው። አንደኛው በ1580ዎቹ መጨረሻ ዳሞትን እና ጎጃምን ወርረው የነበሩትን የኦሮሞ ጎሣዎች ለመውጋት ነበር። ሁለተኛው እና የመጨረሻው ዘመቻ በ1597 ዓ.ም. ወደዳሞት ያደረገው ዘመቻ ነው። የኦሮሞ ጎሣዎች ብዙ ጊዜ የንጉሡን ወታደሮች ፊት ለፊት ስለማይገጥሙ ሠርፀ ድንግል ያደረገው ዘመቻ ግቡን አልመታም። ዳሞትን የወረሩት የቦረን ጎሣዎች በቋሚነት ዳሞት ሰፈሩ። ይህ ዘመቻ ለንጉሡ መሞትም ምክንያት ነበር። ሠርፀ ድንግል በ1597 ዓ.ም. ሻት በተባሉት ጋፋቶች ወረዳ (ያሁኑ ወለጋ) በዘመቻ ላይ እንዳለ ታሞ በድንገት ሞቶ በጣና ከሬማ መድኃኔ ዓለም ደሴት ተቀበረ።[24] ሠርፀ ድንግል ትቷት የሄዳት አገር ከተረከባት በጣም ያነሰች ነበረች። የንጉሡን ሞት ተከትሎ የተለመደው የሥልጣን ሽኩቻ፣ የመኳንንቱ እና የወታደሩ ለንጉሥ አንገዛም ባይነት ችግር ተከተለ። ምንም እንኳ የርስ በርስ ጦርነቱ እና ደም መፋሰሱ እንደገና ቢያገረሽም ኢትዮጵያን አንድ የማድረጉ እንቅስቃሴ ከሠርፀ ድንግል በኋላ በነገሡት ነገሥታትም ቀጥሎ ነበር።

8.2 የዓፄ ዘድንግል የከተት አዋጅ

ሠርፀ ድንግል ከሕጋዊ ባለቤቱ ከማርያም ስና የወለደው ወንድ ልጅ የለውም። ምንም እንኳ መጨረሻ ላይ ሀሳቡን ቢቀይርም ሠርፀ ድንግል መጀመሪያ አልጋ ወራሽ ያደረገው እንደራሱ ልጅ አድርጎ ያሳደገውን የወንድሙን የልሳነ ክርስቶስን ልጅ ዘድንግልን ነበር። ልሳነ ክርስቶስ ካህንና ቅኔ አዋቂ ነበር። ልጁ ዘድንግልም ጣና ውስጥ ደቅ ደሴት በሚገኘው ዳጋ እስጢፋኖስ ገዳም ተምሯል። ሠርፀ ድንግል እመቤት ሀረጎ ከተባለች ሴት የሚወልደው ሕፃኑ ያዕቆብ ለሰባት ዓመት ከነገሠ በኋላ በ1607 ዓ.ም. ዘድንግል በ26 ዓመቱ የኢትዮጵያ ንጉሥ ሆነ። ወጣቱ ንጉሥ ሥልጣኑን ለማደላደል ይረዳኛል ያለውን ራስ ዘሥላሴን አብዛኛው ቁርባን የተባለው ሠራዊት በሰፈረባቸው በወገራና በደምቢያ ገዢ አድርጎ ሾመው። በመቀጠልም እኅቱን ለዘሥላሴ ዳረለት። ይህን ያደረገው ቁርባን የተባለውን ሠራዊት ታማኝነት ለማግኘት ነው።[25]

ዘድንግል የኢትዮጵያ የፖለቲካ ችግር የሚፍፈታው፣ በኦሮሞ ጎሣዎች የተወረሩት አውራጃዎች ነጻ የሚወጡት እና አገር አንድ የምትሆነው አካላዊ ብቃት ያለው ሁሉ ሲዋጋ ነው ብሎ ያምን ነበር። መዋጋት የሚችለውን ሕዝብ በጦርነት መሳተፍ እንዲችል ዘድንግል በመኳንንቱ፣ በሥርዓት አልባ ወታደሮችና በዘራፊዎች የተደቆሰውን ድሀውን ገበሬ እና ነጋዴውን ከብዝበዛ የሚታደግ ሕግ አወጣ። ዘድንግል ያወጣው አዲስ ሕግ "ሰብእ ሀራ፣ ወገባር ምድር"[26] ('ሰው ነጻ ነው፤ ምድር ገባር ነው') የሚል ነው። ይህ አዋጅ ገበሬውን ከወታደሮች ነጻ የሚያወጣ ነበር። አዋጁ ንጉሡን በገበሬው ዘንድ ከፍተኛ

ተቀባይነት እንዲያገኝ አስቻለው። ቀጥሎም ዘድንግል የክተት አዋጅ አውጆ "መለከ ሀራ" የተባለ ሕዝባዊ ጦር አደራጀ፡-

ወአዖደ አዋዴ እንዘ ይብል፤ ለእመ ኢበጽሐ ኵሉ ብእሲ ብጹሐ አምጣን ኀቤየ ዘሀሎ በውስተ ኵሉ ምድረ መንግሥትየ ኀድጉስ ጨዋ ዘጥንተ ግብሩ ዘመቻ። እመሂ ሐረሳዊ አው ወዓልያነ ቈዛዝር ወወዓልያነ መነኮሳት እመቦ ዘተርፈ ካትቻ ይትበርበር ቤቱ ወይትኀየድ ንዋዩ። ወሶበ ተሰምአ ዝንቱ ነገር ፈርሁ ወደንገጹ ኵሉ ሰብእ እስመ አእመሩ ከመ ጽድቅ ቃሉ ወምቱር ነገሩ ለንጉሥ ዘድንግል። ኵሉ ሰብእ ዘይበቍዕ ለተጻብኦ ወዘይጸውር ንዋየ ኀቅል በጽሑ ወተጋብኡ ኀቤሁ፤ ወአልቦ ዘተርፈ መኑሂ በውስተ ሀገር ዘእንበለ ሐንካሳን፣ ወመፃጉዓን፣ ወእውራን፣ ወጽቡሳን፣ ወኵሎ ረሰየ ጨዋ። ወወዓልያነ መኳንንትኒ ኵሎ ነሥአ እምኔሆሙ ወረሰዮሙ ጨዋ ወሰመዮሙ መለከ ሐራ።[27]

<u>ትርጉም</u>

ዐዋጅ ነጋሪው እንዲህ ሲል ዐወጀ፡- "በግዛቴ ሁሉ ለአካለ መጠን የደረሠ በሙሉ ወደኔ ካልመጣ ከጥንት ጀምሮ ግብሩ ዘመቻ የሆነው ጨዋ ይቅርና ገበሬም ቢሆን፣ የወይዛዝር አሽከሮችም ቢሆኑ፣ የመነኮሳት ረዶችም ቢሆኑ ከዚህ ዘመቻ የቀረ ቢኖር ቤቱ ይበርበር፣ ገንዘቡም ይወሰድ"። ይህ ነገር በተሰማ ጊዜ ሰዎች ሁሉ ፈሩ፣ ደነገጡ። የንጉሥ ዘድንግል ቃሉ እውነት እንደሆነ፣ የተናገረው ነገር ሳይፈጽመው እንደማይቀር ያውቃሉና። ለዘመቻ ብቁ የሆነ ሰው፣ የጦር መሳሪያ የታጠቀ ሁሉ ወደርሱ ተሰበሰቡ። በሀገር ውስጥ የቀረ ማንም የለም፤ ከአንካሶች እና ከአካለ ስንኩሎች፣ እንዲሁም ከዐይነ ስውራኖችና ከሽባዎች በስተቀር ሰውን ሁሉ ተዋጊ ሠራዊት አደረገ። የመኳንንቱንም አሽከሮች ሁሉ ወሰደ፤ ጨዋ (ተዋጊ ሠራዊት) አደረጋቸው፤ መለከ ሐራም ብሎ ሰየማቸው።[28]

የክተት አዋጁ ወታደሩን ብቻ ሳይሆን ማንኛውንም ሰይፍ፣ ጦርና ጎራዴ መጨበጥና መዋጋት የሚችለውን ሁሉ ያጠቃልላል። ብዙ ሰው የንጉሡን የክተት አዋጅ በደስታ ነበር የተቀበለው። አካላዊ ብቃት ከሌላቸው በስተቀር ለክተት አዋጁ ሁሉም አወንታዊ መልስ ሰጥቶ ነበር። አዲስ የተደራጀውን ሕዝባዊ ጦር የሚመራው እራሱ ንጉሡ ስለነበረ "መለከ ሀራ" ("የንጉሥ ሠራዊት") ብሎ ሰየመው። ዘድንግል መለከ ሀራ የተባለውን ሠራዊት ይዞ በ1604 ዓ.ም. ጎጃምን በሦስት አቅጣጫ ወርረው የነበሩትን የቦረን እና የበረይቱማ ጎሣዎች ሊወጋ ከደምቢያ ወደጎጃም ሄደ። የዘድንግል ዘመቻ በጣም የተሳካ ነበር። ወራሪዎች ብዙዎቹ ሲገደሉ የዘረፉትም ንብረት ለባለቤቶቹ ተመለሰላቸው። ንጉሡ አባይን ተሻግሮ ወለቃ የሰፈሩትን ኦሮሞዎች እና ለኦሮሞዎቹ መንገድ መሪ ሆኖ ይዘርፍ እና ይገድል የነበረውን ሱስንዮስን ከወለቃ አባርሮ ወደሸዋ እንዲሸሽ አደረገው። 'መለከ ሀራ' የተባለው ሕዝባዊ ሠራዊት ባለሙያ ወታደር ከሆኑት የማይተናነስ መሆኑን መጀመሪያ ላይ ባደረገው ዘመቻ አስመሰከረ። ነገር ግን ቁጥሩ ከፍተኛ ስለነበረ እና የዘመተበት ጊዜ የክረምት ወራት ስለነበረ መለከ ሀራ የትጥቅ እና የስንቅ ችግር ገጠመው። ሌላው ደግሞ ሱስንዮስ እና ኦሮሞዎች ሁል ጊዜ እንደሚያደርጉት ከወለቃ እና ከብዙ የሸዋ አካባቢዎች ሸሹ። በዚህ ምክንያት ሠራዊቱ ዘመቻውን ለማቋረጥ ተገደደ። ዘድንግልም ወደደምቢያ ተመለሰ።[29]

ዘድንግል በኢትዮጵያ የውትድርና ድርጅት እንዲሁም በገባሩ ሕዝብ እና በመኳንንቱ መካከል በነበረው ግንኙነት ላይ ሥር ነቀል ለውጥ ከማድረግ በተጓዳኝ በኦሮሞዎች የተያዙትን ግዛቶች ለማስመለስ ከአውሮፓ አገሮች ጋር ጥብቅ ግንኙነት መፍጠር አስፈላጊ መሆኑን አመነበት። ዘድንግል ግንኙነት ለመመሥረት የፈለገው በዘመኑ ገናና ከነበረው

የአውሮፓ አገር ከስፔን ጋር ነበር። ግንኙነቱን ለመፍጠር እንዲረዱት በዘመኑ ትግሬ ውስጥ ፍሬሞና ከተባለ ልዩ ስፍራ ይኖር የነበረውን ጴጥሮስ ፓይዝ ወደደምቢያ እንዲመጣ አደረገው። ዘድንግል ከፓይዝ ጋር ከተነጋገረ በኋላ ለስፔኑ ንጉሥ ለሳልሳዊ ፊሊጶስ (1598-1621) የሚሰጥ ደብዳቤ ጻፈ። ዘድንግል በደብዳቤው የፖርቱጋል መንግሥት ወታደሮች በግራኝ አሕመድ የሸብር ወረራ ጊዜ ለኢትዮጵያ ሉአላዊነት የከፈሉትን መስዋዕትነት ከጠቀሰ በኋላ ወታደራዊ ርዳታ እንዲደረግለት ይጠይቃል። ወታደራዊ ርዳታ ያስፈለገበትን ምክንያት እንደሚከተለው ያብራራል፡-

> Now too we have some enemies who are called Gâlas and are destroying our land. When we go against them, we do not find them, because they flee, and when we return home, they fall like robbers upon those who are near them, and then withdrew. We therefore beg Your Majesty to send us fighting men […].[30]
>
> <u>ትርጉም</u>
> እንደከዚህ በፊቱ ሁሉ አሁንም አገራችንን የሚያጠፉ ጋላ የሚባሉ ጠላቶች አሉን። ልንወጋቸው በምንሄድበት ጊዜ አናገኛቸውም ምክንያቱም ይሸሻሉና፣ ወደቤታችን ስንመለስ ደግሞ በአቅራቢያቸው ባሉት ላይ እንደዘራፊ ሳይታሰብ ይዘምቱባቸዋል፣ ከዚያም ይሸሻሉ። ስለዚህ ግርማዊነትዎ ተዋጊዎችን እንዲልኩልን እንማጸናለን […]።

ኦሮሞዎችን ማሸነፍ አስቸጋሪ ያደረገው ፊት ለፊት ከንጉሡ ወታደሮች ጋር ስለማይገጥሙ ነው። ንጉሡ ለዘመቻ በሚነሳበት ወቅት ይሸሻሉ። ንጉሡ ከዘመቻ ሲመለስ ደግሞ በቅርብ ያገኙትን አገር ወርረው የሚገድሉትን ገድለው እና ዘረፈው ይሸሻሉ። የበረይቱማ እና የቦረን ጎሣዎችን ማሸነፍ አስቸጋሪ ያደረገው ይህ ነው። ዘድንግል የኦሮሞ ጎሣዎች የሚያደርሱትን ጥቃት ለማስቆም እና የኢትዮጵያን መልሶ አንድ ለማድረግ የስፔኑ ንጉሥ አጋዥ የሚሆኑ ተዋጊ ወታደሮች እንዲልክ በደብዳቤው ይጠይቃል። ደብዳቤውን በምስጢር ከጻፈ በኋላ ለስፔኑ ንጉሥ እንዲልክለት ለፓይዝ ሰጠው።

ነገር ግን ፓይዝ ደብዳቤውን ከመላኩ በፊት በንጉሡ ላይ መኳንንቱ አመፅ እንዲቀሰቀስ አደረጉ። ዘድንግል "ሰው ነጻ ነው፤ ምድር ገባር ነው" የሚለውን አዋጅ ያወጀበት ምክንያት ገበሬውን አስታጥቆ የመኳንንቱንና የወታደሩን ኃይል ለመቆጣጠር እና አገር መልሶ እማቅናቱ ሥራ ላይ ለማተኮር ነበር። ምንም እንኳ ገባሩን ነጻ የሚያወጣውን የዘድንግልን ሥር ነቀል ለውጥ እና የክተት አዋጅ ብዙ ሰው ቢቀበለውም ሙያቸው ውትድርና የሆነው ጨዋዎች እና መሪዎቻቸው ተቃወሙት። በተለይም በራስ ዘሥላሴ የሚመራው "ቁርባን" እና "ሚዛን" የተባለው ጨዋ፣ በዘመኑ የነበሩት ጳጳስና መኳንንቱ ዘድንግልን በግልጽ መቃወም ጀመሩ። ዘሥላሴ እና ሌሎች መኳንንት ንጉሡን የኦርቶዶክስ ሃይማኖትን ትቶ ካቶሊክ ሆኗል ብለው በሀሰት ወነጀሉት። በመጨረሻ ዘድንግል በጥቅምት ወር 1604 ዓ.ም. ዘሥላሴ ከሚመራው ቁርባንና ሚዛን ከሚባለው ሠራዊት ጋር ደምቢያ ውስጥ ባርጫ በተባለ ልዩ ስፍራ በተደረገ ጦርነት በጦር ተወግቶ ገና በአፍላ ዕድሜው ሞተ።[31] ዘድንግል ኢትዮጵያን አንድ ለማድረግ የነበረው ሕልም ሳይሳካ በነገሡ በአንድ ዓመት ውስጥ መኳንንቱ እና ሠራዊቱ በክዳት ገደሉት።

ዘድንግል አሳዛኝ ሞት ቢሞትም የኢትዮጵያን አንድነት ለማስመለስ የነበረው ቁርጥ ሀሳብ አብሮት አልሞተም ነበር። ዘድንግል ከሞተ ከጥቂት ዓመታት በኋላ በ1607 ዓ.ም.

የነገሠው ሱስንዮስ ኢትዮጵያን መልሶ አንድ ለማድረግ ከፍተኛ ፍላጎት ነበረው። ሥልጣን እንዲይዝ የረዱት ኦሮሞዎች ቢሆኑምና እርሱም በብዙ የኢትዮጵያ አውራጃዎች እንዲሰፍሩ ቢረዳቸውም፣ ስልጣን ከያዘ በኋላ የኢትዮጵያን አንድነት በሚመለከት ሱስንዮስ ከቀደሙት ነገሥታት ጋር ምንም ዐይነት ልዩነት አልነበረውም። ከሱ በፊት እንደነበሩት ነገሥታት ሁሉ ሱስንዮስም የተረፉትን የኢትዮጵያ አውራጃዎች ከኦሮሞዎች ወረራ ለመከላከል እና የሰፈሩባቸውንም ለማስመለስ ጽኑ ፍላጎት ነበረው። ሱስንዮስ በነገሠ አንድ ዓመት ባልሞላ ጊዜ ውስጥ ለሮማው ሊቀ ጳጳስ በጥቅምት ወር 1607 ዓ.ም. የጻፈው ደብዳቤ ኢትዮጵያን ወደቀድሞው አንድነቷ ለመመለስ የነበረውን ፍላጎት ያሳያል፡-

> Therefore, as soon as we took the government of this empire by the mercy of God Our Lord, we resolved to renew our friendship with that loyal people of Christ, because we found our empire in such a troubled state on account of the continual wars of these past years, for although we have subjugated some enemies at home even so there remain other more powerful ones, who are some heathens that they call Gâlas who have conquered a large part of this empire and burnt many churches and, what is worse, they make new raids every day, performing great cruelties on widows, children and old men, to which we cannot respond without the aid of our brother, the emperor of Portugal. We therefore ask him to help us as in former times his predecessors the kings of Portugal helped, our forefathers.[32]

> ትርጉም
> *ስለሆነም የዚህን መንግሥት ግዛት በጌታችን በእግዚአብሔር ምሕረት በያዝንበት ቅጽበት ታማኝ ከሆነው የክርስቶስ ሕዝብ ጋር ያለንን ወዳጅነት ለማደስ ቁርጥ ውሳኔ አደረግን፣ ምክንያቱም በአለፉት ዘመናት በነበሩት ተከታታይ ጦርነቶች የተነሳ መንግሥታችን ተናግቶ ስለቆየን ነው። ምንም እንኳ አንዳንድ የውስጥ ጠላቶቻችንን ብናሸንፋቸውም አሁንም የበለጠ ኃይል ያላቸው አብዛኛውን የአገራችንን አውራጃዎች የወሰዱ እና ብዙ አብያተ ክርስቲያን ያቃጠሉ፣ ከዚያም በባሰ በየቀኑ አዳዲስ ጥቃቶችን የሚሰነዝሩ፣ በመበለቶች፣ በልጆች እና በአዛውንቶች ላይ ከባድ ጭካኔ የሚፈጽሙ፣ ከወንድማችን ከፖርቱጋሉ ንጉሥ ርዳታ ካላገኘን የማንመልሳቸው ጋላ የተባሉ አረመኔዎች ይቀራሉ። ስለዚህ የቀደሙ የፖርቱጋል ነገሥታት አባቶቹ አባቶቻችንን እንደረዱ እኛን እርሱ እንዲረዳን እንጠይቀዋለን።*

ሱስንዮስ ኦሮሞዎች በብዙ የኢትዮጵያ አውራጃዎች እንደሰፈሩ እና ባልሰፈሩባቸው የኢትዮጵያ ክፍሎች ላይ በተደጋጋሚ ወረራ እንደሚፈጽሙ፣ በኢትዮጵያውንም ላይ የጭካኔ ተግባር እንደሚፈጽሙ ይገልጻል። ምንም እንኳ ብዙ የውስጥ ችግር ቢኖርም ሱስንዮስ እንደትልቅ ስጋት ያየው ኦሮሞዎች የፈጠሩትን የማያባራ ወረራ፣ ግድያ እና ዘረፋ ነው። ደብዳቤውን ለመጻፍ የተነሳሳበት ዋናው ዓላማ ወታደራዊ ርዳታ ለመጠየቅ ነው። ሱስንዮስ በልብነ ድንግል ዘመን የተፈጸመውን የግራኝ አሕመድ ጦርነት በደብዳቤው ይጠቅሳል። አክሎም ፖርቱጋሎች ግራኝ አሕመድን ለማሸነፍ እና ኢትዮጵያ ከወረራው በፊት ወደነበረችበት ሁኔታ ለመመለስ ያደረጉትን ርዳታ በምስጋናም በአድናቆትም ያወሳል። በተመሳሳይ ኦሮሞዎች የሰፈሩባቸውን የኢትዮጵያ አውራጃዎች ነጻ ለማውጣት እና ኢትዮጵያን ከኦሮሞ ወረራ በፊት ወደነበረችበት ሁኔታ ለመመለስ

የፖርቱጋል ርዳታ አስፈላጊ እንደሆነ በደብዳቤው ይገልጻል። የሱስንዮስ ደብዳቤ ከዘድንግል ደብዳቤ ጋር በመንፈስም በይዘትም አንድ ነው።

ሱስንዮስ ደብዳቤውን ለሮማው ሊቀ ጳጳስ የጻፈው የካቶሊክን ሃይማኖት ከመቀበሉ በፊት ነው። የሮማው ሊቀ ጳጳስ በአውሮፓ የካቶሊክ ነገሥታት ዘንድ ከፍተኛ ተደማጭነት ነበረው። ሱስንዮስ የፈለገውን ወታደራዊ ርዳታ በሊቀ ጳጳሱ በኩል ከፖርቱጋል ንጉሥ ለመጠየቅ የፈለገበት ዋናው ምክንያት ይህ ነው። ሃይማኖቱን ከኦርቶዶክስ ወደካቶሊክ ሃይማኖት ከቀየረም በኋላ ቢሆን ድንበርን ማስከበር የሱስንዮስ ተቀዳሚ ተግባር ነበር። ይህ በ1610 ዓ.ም. ለሮማው ሊቀ ጳጳስ ከጻፈው ደብዳቤ ለመረዳት ይቻላል። ኦሮሞዎችን ጠላት ይላቸዋል፡- "ወካዕበ ጸሐፍነ ዘንተ ከመ ታእምሩ ዘከመ ይገብር ለነ እግዚአብሔር ሠናያተ ለለዕለቱ። ወፈድፋደሰ ዘአስተፍሥሐነ በዝ ዓመት በሞተ ፩ ወሬኛ። ወበመዊዕ እምነ ጸላእትነ ጋላ ዘያሐውክ ሀገርነ ዘውእቱ አረሚ።"[33] ሱስንዮስ የካቶሊክ እምነት ከያዘባቸው ምክንያቶች አንዱ ከአውሮፓ ርዳታ ለማግኘት ስለፈለገ ነው። በተለይም መኳንንቱ እና ጳጳሱ አንድ ላይ በማሴር ዘድንግልን ከገደሉት በኋላ ሱስንዮስ የኢትዮጵያ ቤተ ክርስቲያን ጳጳስ እና መኳንንቱን በጥርጣሬ ነበር የሚያያቸው።[34] ምንም እንኳ በተለያየ ምክንያት ዓላማው ሳይፈጸም ቢቀርም እላይ ያቀረብነው ምስክር እንደሚያሳየው ሱስንዮስ በኦሮሞዎች የተያዙትን የጥንቶቹን አውራጃዎች ወደማዕከላዊ መንግሥት ለማስመለስ ቁርጥ ያለ ሀሳብ ነበረው።

8.3 የነባር ኢትዮጵያውያን አቤቱታ

ኢትዮጵያን ከግራኝ አሕመድ በፊት ወደነበረችበት አንድነት የመመለስ ፍላጎት የነገሥታቱ ብቻ አይደለም። ኦሮሞዎች በሰፈሩባቸው የኢትዮጵያ የጥንት አውራጃዎች ውስጥ የሚኖሩ ነባር ኢትዮጵያውያንም ነጻነታቸውን አስመልሰው በንጉሡ አስተዳደር ከጥንት ክርስቲያን ወገኖቻቸው ጋር ለመኖር ከፍተኛ ፍላጎት ነበራቸው። ከኦሮሞዎች ጋርም ብዙ ጊዜ ጦርነት ያደርጉ ነበር። ነገሥታቱ እና መሳፍንቱ ከሚገኙበት በጌምድር እና ጎጃም ድረስ ተወካይ በመላክም በንጉሡ አስተዳደር ሥር እንዲሆኑ አቤቱታ ያቀርቡ ነበር።[35] በምዕራፉ መግቢያ ላይ የጠቀስነው በዓፄ አዲያም ሰገድ ኢያሱ እና በአባ አውስግንዮስ መካከል የተደረገው በንጉሡ ታሪከ ነገሥት ላይ የሰፈረው ቃለ ምልልስ ጥሩ ምሳሌ ነው። አባ አውስግንዮስ ከጎንደር ወደሸዋ ለመሄድ ሲነሣ ንጉሡ እንዴት ወደሸዋ ትሄዳለህ ብሎ በአግራሞት ይጠይቀዋል። አውስግንዮስም "ሸዋ የንጉሡ አገር አይደለም ወይ"[36] ብሎ መለሰለት። ለአውስግንዮስም ወደሸዋ መሄድ ወደቤቱ ወደአገሩ መሄድ ማለት ነው። "ሸዋ የንጉሡ አይደለም ወይ" የሚል ስሜት ቀስቃሽ መልስ የሰጠ ንጉሡም ሸዋን እንደአገሩ ማየት እንዳለበት ለማስገንዘብ ነው።

አውስግንዮስ ለንጉሡ የሰጠው መልስ እና ሌሎችም ነባር ኢትዮጵያውያንም ወደነገሥታቱ አስተዳደር ለመመለስ በተደጋጋሚ የሚያቀርቡት ጥያቄ ብላታ ገብረ እግዚአብሔር ገላ ማርያም የተባለ የሐማሴን ተወላጅ ኢትዮጵያዊ ለዳግማዊ ዓፄ ምኒልክ በ1899 ዓ.ም. የጻፈውን የወቀሳ ደብዳቤ ያስታውሰናል። ደብዳቤው "መልእክት፣ ሐዘን፣ ወሰቆቃው ምስለ ተግሳጽ ወምክር"[37] የሚል አርስት ያለው ሲሆን የኢትዮጵያ የጥንት አውራጃ የነበረው የመረብ መላሽ ሕዝብ በባእድ አገዛዝ እጅ መውደቁ የፈጥረበትን የሐዘን ስሜት ይገልጻል። ምንም እንኳ ዳግማዊ ምኒልክ ጣሊያኖች በጥንቱ የኢትዮጵያ አውራጃ ያቆሙትን ቅኝ ግዛት ጊዜያዊ አድርጎ ቢያየውም ለገብረ እግዚአብሔር ግን

ንጉሡ የጣሊያኖችን አስተዳደር በቋሚነት የተቀበለው አድርጎ ወስዶታል። ከኢትዮጵያ የተለየው፣ ለጠላት ተላልፎ የተሰጠው በምኒልክ ቸልተኝነት፣ ንጉሡ ለጣሊያኖች በነበረው የተለሳለሰ አቋም ምክንያት ነው ይላል። ገብረ እግዚአብሔር ያለመረብ መላሽ ኢትዮጵያ ሙሉ አገር ልትሆን አትችልም፣ ምኒልክም የኢትዮጵያን ግማሽ ለባዕድ አሳልፎ ሰጥቶ የኢትዮጵያ ንጉሠ ነገሥት ነኝ ለማለት አይቻለውም ይላል። መረብ መላሽን በስንፍና፣ በቸልተኝነት ለጣሊያኖች በቋሚነት ካስረከባት እና ኢትዮጵያውያንም ነጻነታቸው ተገፎ በባዕዳን እንዲገዙ ከፈቀደ ከታሪክ ፍርድ እንደማያመልጥ ያስጠነቅቃል። ወንድማማች ኢትዮጵያውያንን የለያየውን ጣሊያኖች የፈጠሩትን አዲስ የቅኝ ግዛት ወሰን መፈራረስ እንዳለበት ይመክራል።[38]

ገብረ እግዚአብሔር በመጽሐፍ ቅዱስ ከተጻፈው ከጥንት እስራኤሎች ታሪክ እና ከኢትዮጵያ ታሪክም እየጠቀሰ ምኒልክ የኢትዮጵያውያንን ነጻ እንዲያወጣ ይመክራል። በደብዳቤው የተገለጠውን የገብረ እግዚአብሔርን ኢትዮጵያዊ አርበኝነት ስሜት እና ቁጭት በትክክል ለመግለጥ አስቸጋሪ ነው። ከደብዳቤው የሚከተለውን በቀጥታ እንጥቀስ፡-

> ናቡቴ ስለርስቱ የሞተ [መጽሐፈ ነገሥት 21፣ 1-16]፣ ቅዱስ ዳዊትም ስለእስራኤል ልጆች ብሎ ከአረበኛው ጎልያድ ጋራ የገጠመ፤ አስቴርና ዮዲትም ሴቶች ሳሉ አገራቸው[ን]ና ዘመዶቻቸው[ን] በብልሃት ያዳኑ፣ ኢያሱ ወልደ ነዌም ከብዙ ነገሥታት ጋራ እየተዋጋ ድል መትቶ ምድረ ርስት ለደቂቀ እስራኤል አገባ። ልዑል ጃንሆይ ሌሎችም ከዚህ ነገር የሚበልጥ ስለአገራቸው የደከሙትና የሞቱት ፩ ካንዱ ላይ የሚበልጡ ለመጻፍ አሸግሮኝ እንጂ ብዙ አሉ። ከኢትዮጵያም ሊሎች ነገስታትስ እንኳ ይቅሩ ንጉሥ ቴዎድሮስ ከንጉሥ ዮሐንስ በፊት የነገሡ የድሀ ልጅ ነበሩ። ከነገሡ ግን ኢትዮጵያስ ይቅር እስከኢየሩሳሌም ሲያሸብሩ ነበሩ። አጤ ዮሐንስም እንኳን መሬት ልሰጥና በአቁማዳ አፈር እንኳ አልሰጥም እያሉ ከአረመኔ ጋር ተዋግተው ፪ኛ ገላውዴዎስ ሆነው ሞቱ።[39]

ገብረ እግዚአብሔር ሕዝባቸውን ከባርነት ያዳኑትን፣ ስለሕዝባቸውና ስለርስታቸው የሞቱትን የጥንቶቹን እስራኤላውያን የንጉሡ የቅዱስ ዳዊትን፣ የመስፍኑ የኢያሱ ወልደ ነዌን፣ የናቡቴን፣ የአስቴርንና የዮዲትን ፈለግ ተከትሎ ምኒልክም ሕዝቡን እና ርስቱን ከባዕዳን አገዛዝ ነጻ እንዲያወጣና እንዲያስመልስ ይመክራል። በተጨማሪም ምኒልክ የዓፄ ቴዎድሮስን እና የዓፄ ዮሃንስን አርአያነት ተከትሎ ካስፈለገም መስዋዕት ሆኖ የመረብ መላሽን ሕዝብ ከጣሊያኖች የባርነት ቀንበር ነጻ አውጥቶ ከእናት አገራቸው ከኢትዮጵያ ጋር አንድ እንዲያደርግ አጥብቆ ይጠይቃል።

ምኒልክ በባእዳን አገዛዝ የሚማቅቁትን ኢትዮጵያውያንን ከተጫነባቸው የጣልያን የቅኝ አገዛዛ ቀንበር ነጻ ማውጣት ካልቻለ መግዛት እንደማይገባው፣ ሥልጣኑን ለሌላ ብቃት ላለው ሰው መልቀቅ እንዳለበት ገብረ እግዚአብሔር ይመክራል። ገብረ እግዚአብሔር በመጨረሻም እግዚአብሔር ቀብቶ ያነገሠውን ንጉሥ ክብር ለመንካት ዓላማ እንደሌለው ይገልጻል። ገብረ እግዚአብሔር ምኒልክ በባእዳን አገዛዝ ያሉትን ኢትዮጵያውያንን በሚመለከት በቸልተኝነት እንዳያቸው እንደተሰማው በደብዳቤው ውስጥ የተጠቀመበት ኃይለ ቃል ይመሰክራል። "የአገሬ ሰዎች የኢትዮጵያ ልጆች በባዕዳን ሕዝብ እየተገዙ፣ ከእስራኤል ባርነት የሚከፋ እያየሁኝ ሀዘን በረታብኝ"[40] ይላል። ገብረ እግዚአብሔር የግማሽ ኢትዮጵያ ሕዝብ ተላልፎ ለባዕድ አገዛዝ እና ለባርነት በመዳረጉ ምክንያት በሀዘን ስለተጻፈ ንጉሡ በሕዝቡ የደረሰበትን ሰቆቃ እንዲገነዘብ እና ልቡ እንዲነካ ለማድረግ ኃይለ ቃል ለመጠቀም መገደዱን በመግለጽ ይጨርሳል። ምኒልክ

በባዕድ የሚገዙትን ኢትዮጵያውያንን ነፃ አውጥቶ ከኢትዮጵያ ጋር መልሶ አንድ አድርጎ የንጉሥ ነገሥቱን ኃላፊነት ካልተወጣ ስሙ በመጭው ትውልድ ሲረገም እና በመጥፎ ሲዘከር እንደሚኖር ያስጠነቅቃል።[41]

በተመሳሳይ ከ16ኛው እስከ19ኛው ምእት ዓመት ባለው ጊዜ ውስጥ ብዙ ብላታ ገብረ እግዚአብሔሮች እንደነበሩ መገመት ይቻላል። ለነገሥታቱ በየጊዜው አቤቱታ ከማቅረብ አልፎ ኦሮሞዎች ገበሮ ያደረጓቸው ነባር ኢትዮጵያውያን ለነጻነታቸው ብዙ ደም አፋሳሽ ጦርነት ከኦሮሞዎች ጋር አድርገዋል። በዓፄ ሱስንዮስ ዘመን በተለይም ደግሞ በ1618 ዓ.ም. ቢዛሞ፣ ዳሞትና ምዕራብ ሸዋ ውስጥ በነባር ኢትዮጵያውያንና በቦረን ጎሣዎች መካከል የነበረው ከፍተኛ የሆነ ጦርነት ለዚህ ጥሩ ምሳሌ ነው። ነባር ኢትዮጵያውያን ያመጹበትን እና ርዳታ የጠየቁበትን ምክንያት በላኩት መልክት እንዲህ ሲሉ ያስረዳሉ :-"ጥንት ዘራችንና ትውልዳችን ከጋላ ሳንሆን ከናንተ ወገን ነንና" ("እስመ ፀአትነ ወጥንተ ሙላድነ እምኔክሙ ውእቱ ንሕነ ወአኮ እምጋላ")።[42] ይህ ብላታ ገብረ እግዚአብሔር ለዳግማዊ ምኒልክ ከጻፈው ደብዳቤ ጋር አንድ ነው። በቀዳሚው ምዕራፍ እንዳየነው በወቅቱ የጎጃም አስተዳዳሪ የነበረው ራስ ሥዕለ ክርስቶስ ነባር ኢትዮጵያውያንን ለማገዝ ዘምቶ ነበር። ስዕለ ክርስቶስ ራሱ ከመዝመቱ በፊት አስጋድር የተባለውን የጦር አለቃውን እንዲዘምት አዘዘው። ከአስጋድር በተጨማሪ የአዲሱ ዳሞት ገዢ ደጃች ቡኮ በሱስንዮስ ትእዛዝ ከአስጋድር ጋር አብሮ ዘመተ። በመጨረሻም ስዕለ ክርስቶስ ራሱ በኅዳር ወር 1618 ዓ.ም. አባይን ተሻግሮ ወደቢዛሞና አጎራባች አውራጃዎች ዘመተ። ለኦሮሞ ጎሣዎች ገባር ጭሰኛ የሆኑ፣ የሞጋሳ ልጅ ሆነው ለኦሮሞ የገበሩ ነባር ኢትዮጵያውያንም (የህበታና ኢልማ ጎሣ) ስዕለ ክርስቶስን በሆታ በዕልልታ ተቀበሉት።[43]

ሥዕለ ክርስቶስም በወቅቱ የእናርያ ገዢ ለነበረው ለቤኔሮ እስከእናርያ ድንበር ድረስ ዳሞት የሰፈሩትን የኦሮሞ ጎሣዎች እንዲወጋ መልክተኛ ላከበት። የቤኔሮና የራስ ሥዕለ ክርስቶስ ጥምር ዘመቻ ለጊዜውም ቢሆን የተሳካ ነበር ማለት ይቻላል። ቤኔሮ "የነገድ ስሙ አካኮ የተባለውን ኦሮሞ ሴቶቹን፣ ልጆቹንና ከብቶቹን ለርሱ ምንም ሳያስቀርለት ማረከ"።[44] ሜጫዎች ከነባር ኢትዮጵያውያን በምርኮ የያዙትን ሰውና ንብረት ራስ ሥዕለ ክርስቶስ ለባለቤቶች አስመለሰ። ቢዛሞ በስፋት የሰፈሩት ጭሌህ፣ አቦና፣ ጉድሩ የተባሉት ጎሣዎች ከቢዛሞ ሸሹ። ስዕለ ክርስቶስ መካነ ጽዮን በተባለ ስፍራ ከትሞ ዳሞት ሰፍረው የነበሩትን ጎሣዎች አሸንፎ እስከአበዝጋይ ድረስ እየተከታተለ እንዲሸሹ አደረጋቸው።[45] በምዕራፍ 1 እንዳየነው አበዝጋይ ዳሞት ውስጥ የነበረ ከተማ ሲሆን አባ እንጦንዮስ ወደበራራ ቀጥሎም በምናኔ ወደኢየሩሳሌ የሄዱት በዚህ ከተማ አልፈው ነበር። አበዝጋይ በአሁኑ ጊዜ በጉራጌ ዞን ውስጥ የሚገኝ ስፍራ ነው።

ምንም እንኳ ስዕለ ክርስቶስ በነባር ኢትዮጵያውያን አጋዥነት የኦሮሞ ጎሣዎች ከቢዛሞና ከዳሞት እንዲሸሹ ቢያደርግም ድሉን በዘላቂው ለማስጠበቅ አልቻለም። ጎሣዎቹ ሸሹ እንጂ በዘላቂው አልተሸነፉም። ስዕለ ክርስቶስ ከአዲሱ ዳሞትና ከጎጃም ጦር ጨምሮ የህበታ የተባሉትን የነባሩን ሕዝብ ፈረሰኛና እግረኛ ወታደሮች አገራቸውን እንዲጠብቁ ቢያደርግና ራሱም ረዘም ላለ ጊዜ ዳሞት ቢቆይ ኖሮ ያገኘውን ድል ማስጠበቅ ይችል ነበር። በተቃራኒው ስዕለ ክርስቶስ የነባር ኢትዮጵያውያን ወታደሮች ከነቤተሰቦቻቸው በራሳቸው ጥያቄ ጎጃም ወምበርማ ወስዶ አሰፈራቸው።[46] የስዕለ ክርስቶስን ዘመቻ ፍሬ አልባ ያደረገው ይህ ነው። በመጨረሻም ሱስንዮስ የካቶሊክ እምነት ስለተቀበለና በዚህም ምክንያት ከፍተኛ የሆነ የርስ በርስ ጦርነትና ደም መፋሰስ

ስለተፈጠረ አገር የማስመለሱ ሥራ ቅድሚያ አልተሰጠውም። ከሱስንዮስ ቀጥለው የነገሡት ዓፄ ፋሲለደስና(1632-1667) ዓፄ ዮሃንስ (1667-1882) ቀዳማዊ በውስጣዊ ችግር ስለተጠመዱ የጉድሩና ሌሎችም የበረን ጎሣዎች ቢዛሞንና ዳሞትን መልሰው ለመያዝ ዕድል አገኙ።

ፋሲለደስ የሚታወቀው የጎንደርን ከተማ በመመሥረቱ ነው። የፋሲለደስ ልጆች እና የልጅ ልጆችም መናገሻ ከተማቸውን ጎንደርን ቋሚ የአስተዳደር ማዕከል አድርገው ተቀመጡ። የነገሥታቱ ጎንደር በቋሚነት መከተም ኦሮሞ የሰፈረባቸውን የጥንት አራጃዎች መልሶ በመቆጣጠር ከግራኝ በፊት የነበረችውን ኢትዮጵያ የማስመለሱን ፍላጎት አላጠፋውም። መርዕድ እንደጻፈው ፋሲለደስ እና የልጅ ልጁ አዲያም ሰገድ ኢያሱ ኦሮሞ የሰፈረባቸውን የደቡብ እና የምሥራቅ አውራጃዎች ከቁጥጥር ውጭ መሆን አልተቀበሉትም ("Neither Fasiladas nor his grandson were conpletely reconciled to the loss of the southern and eastern provinces which the Galla had occupied")።[47] ቀጥሎ እንደምናየው ከገላውዴዎስ በኋላ ከነገሡት ነገሥታት ሁሉ ከግራኝ አሕመድ በፊት የነበረችውን ኢትዮጵያን የማስመለስ ቁርጥ ያለ ሀሳብ የነበረውና ኦሮሞዎች ወደሰፈሩባቸው አውራጃዎች ያለመታከት በተደጋጋሚ የዘመተው ኢያሱ ነው።

8.4 የነባር ኢትዮጵያውያን ጥሪ እና የአድያም ሰገድ ኢያሱ ዘመቻ

ኢያሱ ወደጥንቱ ቤተ አማራ፣ ወለቃና ሸዋ በተደጋጋሚ ዘምቶ ነበር። ኢያሱ ጊቤን፣ እናርያን እንዲሁም ሸዋን ለተወሰነ ጊዜም ቢሆን እንደገና በማዕከላዊ መንግሥት ሥር አድርጎት ነበር። ከዚህ በፊት እንዳየነው ከሱስንዮስ ዘመን በኋላ በኢያሱ ዘመነ መንግሥትም በቢዛሞና በዳሞት ይኖሩ የነበሩት ነባር ኢትዮጵያውያን በሜጫና ቱለማ ጎሣዎች ላይ ከፍተኛ አመፅ አድርገው ነበር። ወደማዕከላዊ መንግሥት አስተዳደር እንዲመለሱም ለንጉሡ በተደጋጋሚ ጎንደር ድረስ መልክተኛ በመላክ ይጠይቁ ነበር። አዲያም ሰገድ ኢያሱ ወደሸዋ፣ ወለቃ፣ ዳሞትና ቢዛም ያደረጋቸው ዘመቻዎች ከኦሮሞ ጎሣዎች ነጻ እንዲያወጧቸው ነባር ኢትዮጵያውያን ባቀረቡት ጥያቄ ነው።[48]

ኢያሱ የሸዋን ነባር ኢትዮጵያውያን ከቱለማ ነጻ ለማውጣት ቃል የገባው ገና ሳይነግሥ በአባቱ ላይ ሸፍቶ ሸዋ ውስጥ ደራ በነበረበት ጊዜ ነው። ኢያሱ ደራ ሳለ ኦሮሞዎች ገበሮና አገልጋይ አድርገዋቸው የነበሩ ብዙ ኢትዮጵያውያን ክርስቲያኖችን አግኝቶ ነበር። ኢትዮጵያውያን ክርስቲያኖች ኢያሱ ከነገሠ ከባርነታቸው፣ ከኦሮሞ ጭቆና እንዲያወጣቸው ቃል አስገብተውት ነበር። ንጉሡ በ1687/8 ወደሸዋ የዘመተው ሳይነግሥ ለኢትዮጵያውያን ክርስቲያኖች የገባውን ቃል ኪዳን ለመፈጸም ነው። ኢያሱ ከነገሠ በኋላ በቃሉ መሠረት ነባር ኢትዮጵያውያንን ከቱለማዎች አገዛዝ ነጻ ለማውጣት ወደአማራ፣ ወለቃና ሸዋ በ1688 ዓ.ም. ዘመተ። ብዙ የነባር ኢትዮጵያውያን ቤተሰቦችን በዚህ ዘመቻ ከቱለማዎች ነጻ ለማውጣት ችሎ ነበር። ኢያሱ ከደጋማው የሸዋ አካባቢዎች አልፎ ቱለማዎችና ሜጫዎች በሰፈሩበት በሜዳው አገር ያለውን ነባር ኢትዮጵያዊ ሕዝብ ነጻ ለማውጣት ወሰነ።[49] በአጭር ጊዜም ብዙ ስፍራዎችን በቀላሉ ነጻ ለማድረግ ችሎ ነበር። ይህ የሆነው በነባር ኢትዮጵያውያን ትብብርና ፍላጎት ነው። በተለይም ደግሞ ቃለ ገንዳና ቡላድ በሚባል ስያሜ ይጠራ የነበሩ ኢትዮጵያውያን ከፍተኛ ሚና ተጫውተዋል። ለምሳሌ በ1692/3 ዓ.ም. ቃለ ገንዳና ቡላድ የተባሉት ኢትዮጵያውያን ፈረሰኞች ከሀልቃ

ጀምሮ እስከግንደ በረት ድረስ ያሉትን የቱለማና የሊበን ጎሣዎችን ወግተው አሸንፈው በወቅቱ በጌምድር ውስጥ አሪንን ለነበረው ለኢያሱ የምሥራች ልከው ነበር። በተመሳሳይ የጉራጌ ሕዝብ በተለያየ ዘመን ጎንደር፣ ሸዋና ትግራይ ድረስ በመሄድ ለነገሥታቱና ለመሳፍንቱ አቤቱታ ያቀርብ እንደነበረ በቃል ሲተረክ የኖረ በቅርብ ጊዜ በጽሑፍ የሰፈረው ስለአይመለል ጉራጌ ተስፋ ገብረየስ የጻፈው መጽሐፍ ያስረዳል። ስለዚህ ጉዳይ ከተስፋ መጽሐፍና ከኢያሱ ዘመን ታሪከ ነገሥት ያገኘነውን ቀጥሎ ጠቅሰናል፡-

የቃለ ገንዳ አቤቱታ/የምስራች

ወበውእቱ ሰሙነ መዋዕል ዘፋሲካ መጽኡ ብዙኃን ቃለ ገንዳ እምነ ቡላድ ተልዒኮሙ ኀበ ንጉሥ እንዘ ይብሉ ነዋ ኃደርነ ለከ ወኮነ ለከ ኵልነ አግብርተ። ወነዋ ሰደድናሆሙ ለከ እምብሔርከ ለኵሎሙ ነገደ ቱለማ ወሊበን። ወቀተልናሆሙ ለቱለማ እኂዘነ እምነ ሐልቃ እስከ ግንደ በረት ወኪሎሌ በኃይለ እግዚአብሔር አምላክ ወእምይእዜሂ ንከውነከ አግብርተ ወናቀንዕ ኵሎ ሀገረከ ዘጠፍአ በእደ ቱለማ ወሊበን። ወኵሎ ሜጫ አኂዘነ ኪያከ እንዘ አንተ በለፌ ወንሕነ ከዊነነ ኀበ ከሀ ወንጉሥሂ ሰሚዖ ዘንተ ነገሮሙ ተፈሥሐ ወአደመ ሎቱ ወአዘዘ ሎሙ ኀበ ምድረ አምሐራ መጠነ ፻ ሸማ። ወእክለ መጠነ ፻ጫን ወአስተፋነዎሙ ውስተ ብሔሮሙ በዳኅና ወበሰላም።[50]

<u>ትርጉም</u>
ፋሲካ በዋለ ሰሞን ብዙ ከቡላድ የተላኩ ቃለ ገንዶች ወደ ንጉሡ መጥተው እንዲህ አሉ፡- “እንሆ ለአንተ አደርን፣ ሁላችንም ያንተ ዜጎች ነን። የቱለማን ነገድ፣ የሊበንን ነገድ አገርህን አስለቅቀን አባረርናቸው፤ ከሀልቃ[51] ጀምሮ እስከ ግንደ በረት እና ኪሎሌ ያሉትን ቱለማዎች በእግዚአብሔር አምላክ ኃይል ፈጀናቸው። አሁንም የአንተ ዜጎች እንሆናለን፣ በቱለማና በሊበን እና በሁሉም ሜጫዎች እጅ የጠፋውን አገርህን ሁሉ መልሰን እናቀናዋለን። አንተ እዚህ ስትሆን እኛ እዚያ እንሆናለን።” ንጉሡ ነገራቸውን ሰምቶ እጅግ ደስ አለው፣ በ[ቤተ]አማራ [ካለው ግብሩ] እልፍ ሸማ፣ እልፍ ጫን አህል አዝዞላቸው በሰላም እና በደህና ወደአገራቸው ላካቸው።

የአይመለል አቤቱታ
የጉራጌ ሕዝብ ከክርስቲያኖች ወገን በተሟላ ሁኔታ በስራ ያልተገለጸ የሕሊና ድጋፍ እስከዛሬ አላጣም። የጉራጌ አዝማቾችና ካህናት በየጊዜው ወደትግሬ፥ ጎንደርና ወደሸዋም መናገሻ ከተማዎች የጭንቅ መንገድ ተጉዘው በመድረሳቸው በየከተማው ሕዝቡ በአድናቆት እየተቀበለ የሚያጽናና ምክር ሰጥቶ በአክብሮት ይሸኛቸው ነበር።[52]

ኢያሱ ከቤተ አማራ የሚሰበሰበውን ግብር ግንደ በረትና ቢዛሞ ላሉት የሀበታዎች እንዲሰጥ ትእዛዝ አስተላልፎ ነበር። ምንም እንኳ ዘጋቢ ባይኖረውም ነባር ኢትዮጵያውያን ዐፅመ ርስታቸውን ከኦሮሞ ጎሣዎች ነጻ ለማውጣት የሚያደርጉትን ጦርነት አንድም ጊዜ አቋርጠው አያውቅም ለማለት ይቻላል። በሁለቱ ወገኖች መካከል ያለው ጦርነት በታሪከ ነገሥት ጸሐፊዎች የሚዘገበው ነባር ኢትዮጵያውያን የጦር ርዳታ ሲጠይቁ ወይም የድል ብሥራት ጎንደር ላለው ንጉሥ ሲልኩ ብቻ ነው። ከሀልቃ ጀምሮ እስከግንደ በረት ድረስ በሸዋ የሰፈሩትን ሜጫዎች እና ቱለማዎች ነባር ኢትዮጵያውያን ወግተው አስለቅቀዋቸው ነበር። የአይመለል ጉራጌዎች ከኦሮሞ ጎሳዎች ጋር ከ16ኛው ምእት ጀምሮ እስከ ዳግማዊ ምኒልክ ዘመን ይዋጉ እንደነበረ ተስፋ ይነግረናል።[53]

የኢያሱ ዓላማ ቀስበቀስ ከሸዋ አልፎ በደቡብ፣ በምዕራብና በምሥራቅ የነበሩትን የጥንት አውራጃዎች ወደማስመለስ አደገ። በ1696 ዓ.ም. ኢያሱ ወደሸዋ የዘመተው ለዚህ ነበር። በዚህ ዘመቻ ከሰሜን ሸዋ ደጋማ አውራጃዎች አልፎ እስከይፋትና የጥንቱ

ደዋሮ እንዲሁም ሜጫዎች እና ቱለማዎች ሰፍረውባቸው ከነበሩባቸው ብዙዎች አውራጃዎች ድረስ ለመሄድ ችሎ ነበር። ኢያሱ ይፋት ላይ እንዳለ አብረውት ለነበሩት ለቤተ አማራና ለሸዋ ገዢዎችና ለወታደሮቻቸው የሜጫና ቱለማ ጎሣዎችን ከአዋሽ ወንዝ በመለስ ካለው አገር ሙሉ በሙሉ ለማስወገድ የዘመቻ ሀሳብ አቅርቦ ነበር። ነገር ግን አስተዳዳሪዎቹ እቅዱን ሳይደግፉት ቀሩ። እቅዱን ያልደገፉበት ምክንያት ዘመቻው ረጅም ጊዜ ስለሚያስፈልገውና ወታደሮች ለረጅም ጊዜ ለመቆየት ፍላጎት ስላልነበራቸው ነው።[54] በዚህ ምክንያት የ1696 ዓ.ም. ዘመቻ ምንም ውጤት ሳያመጣ ተደመደመ። ነገር ግን ኢያሱ አገር አንድ የማድረግ ሙከራውን አላቋረጠም።

በ1697 ዓ.ም. ኢያሱ አፍሬና ሰደቻ የተባሉት የሜጫ ጎሣዎች የሰፈሩበትን ቢዛሞን፣ ምዕራብ ሸዋንና ዳሞትን ለማስመለስ ሌላ ሙከራ አደረገ። ለዘመቻው ምክንያት የሆነው ደግሞ ከጊቤ ወንዝ ጀምሮ እስከአባይ ወንዝ ድረስ ባለው በጥንቱ ዳሞትና ቢዛሞ የሚኖረው ነባር ኢትዮጵያዊ ሕዝብ በኦሮሞ ጎሣዎች ላይ ያደረገው ጦርነት ነው። ከዚህ በፊት እንዳየነው የነባሩ ሕዝብ ወደጎንደር ርዳታ እንዲደረግለት መልክተኛ ልኮ ነበር። ኢያሱም በጥሪው መሠረት ወደጥንቱ ዳሞት ለመዝመት ወሰነ። ነገር ግን ኢያሱ ዘመቻውን ሳያደርግ ቀረ። ይህ የሆነበት ምክንያት ወታደሮች አንዘምትም በማለታቸው ነው። ከዚያም አልፈው ዘድንግልን በቁርባን እና በመሪያቸው በዘሥላሴ እጅ ለሞት ያበቃውን "ሰው ነጻ ነው፤ ምድር ገባር ነው" ያለውን አዋጅ ጠቅሰው አባይን ተሻግረው እንደማይዘምቱ አስታወቁ።[55] ብዙም ሳይቆይ ኢያሱ ለሁለተኛ ጊዜ በሚያዚያ ወር 1697 ዓ.ም. አሪንጎ አቦ ላይ ሆኖ ወደቢዛሞ እና ዳሞት ለመዝመት የክተት አዋጅ አወጀ። ነገር ግን ለክተት አዋጁ በጌምድር፣ ጎጃም፣ ወገራና ደምቢያ ያሉት ወታደሮች አወንታዊ መልስ ሳይሰጡ ቀሩ። የታሪከ ነገሥቱ ጸሐፊ ኢያሱ ወደዘመቻው ለመሄድ ከአሪንጎ ተነስቶ መንገድ ከጀመረ በኋላ ጎጃም ሲደርስ ለክተት አዋጁ መልስ የሰጡት ወታደሮች ቁጥራቸው እጅግ በጣም ትንሽ ስለነበረ ዘመቻውን ለመሠረዝ እንደተገደደ እና በብስጭት እና በንዴት ወደአሪንጎ አቦ እንደተመለሰ ይዘረዝራል።[56]

ኢያሱ አባይን ተሻግሮ ወደጥንቱ ቢዛሞ እና ዳሞት ለመዝመት የቻለው በ1700 ዓ.ም. ነው። ምንም እንኳ ከቀዳሚዎቹ ዘመቻዎች ሁሉ የተሻለ ቢሆንም ኢያሱ አባይን ተሻግሮ ብዙም ሳይርቅ ከጉድሩ ተመለሰ። ከጉድሩ የተመለሰበት ምክንያት ብዙ ወታደር በክተት አዋጁ ማሰባሰብ ስላልቻለ ይመስላል።[57] ኢያሱ ለመጀመሪያ ጊዜ የተሳካ ሊባል የሚችል ዘመቻ ያደረገው በ1702 ዓ.ም. ነው። ዘመቻው የአፍሬ ጎሣዎች በተለይም ደግሞ ጉድሩዎች የሰፈሩበትን የጥንቱን ቢዛሞን ለማስመለስ ያለመ ነበር። በዚህ ዘመቻ ንጉሡ እስከቱሉ አማራ ድረስ ዘልቆ ለመግባት ችሎ ነበር። የባሶና የሊበን ጎሣዎች አፍሬ ከተባለው የኦሮሞ ጎሣዎች ህብረት ተገንጥለው ከኢያሱ ጋር አበሩ፤ ከንጉሡ ወታደሮች ጋርም ተሰልፈው የጉድሩን ጎሣዎች ወግተው ከቢዛሞ አባርረዋቸው ነበር። የባሶ እና የሊበን ጎሣዎች ዓላማ ከንጉሡ ጋር ሆነው ተቀናቃኝ የሆኑትን የጉድሩን ጎሣዎችን በመግፋት ይዞታቸውን ለማስፋት ነው። የንጉሡ ዓላማ ደግሞ ነባሩን ሕዝብ ከኦሮሞ ጎሣዎች ጭቆና ነጻ አውጥቶ ከተቻለ ሁለቱንም አስማምቶ ለንጉሡ እየገበሩ እንዲኖሩ ለማድረግ ነው። ለንጉሡ አንገዛም ያሉትን ጎሣዎች ከጥንቱ የኢትዮጵያ አውራጃዎች ማስወገድ ነው። ለጊዜውም ቢሆን የኢያሱ ዓላማ ተሳክቶ ነበር። ኢያሱ ቢዛሞን ሙሉ በሙሉ ለመቆጣጠር ችሎ ነበር። ነገር ግን ንጉሡ በክረምት ቢዛሞ መከረም ስላልፈለገ ዘመቻውን አቋርጦ ወደመናገሻ ከተማው ተመለሰ።[58]

ኢያሱ በ1700 ዓ.ም. እና በ1702 ዓ.ም. ባደረጋቸው ዘመቻዎች ያገኘው ድል ለሌላ ዘመቻ እንዲዘጋጅ አደረገው። ከዘመቻዎች የተገኘው ተመክሮ የሚያመለክተው ለንጉሡ የሚታዘዝና ሥነሥርዓት ያለው ሠራዊት ከተገኘ ከመንግሥት ቁጥጥር ውጭ የሆኑትን የጥንት የኢትዮጵያ አውራጃዎች በቀላሉ ለማስመለስ እንደሚቻል ነው። ከዚህ ቀደም ባደረጋቸው ዘመቻዎች በመደፋፈር እና በነባር ኢትዮጵያውያን ፍላጎት በ1704 ዓ.ም. ኢያሱ እንደገና ወደደቡብ ኢትዮጵያ ዘመተ። በጊቤ፣ በቱሉ አማራ፣ በለገ አማራ፣ በቢዛሞና በእናርያ የነበረው ነባር ኢትዮጵያዊ ሕዝብ ኢያሱን እንደነጻ አውጪ ተቀበለው። የሜጫና የቱለማ ጎሣዎች በነባር ኢትዮጵያውያንና በኢያሱ ወታደሮች ተሸንፈው ሸሹ። ንጉሡን፣ የንጉሡን ወታደሮችና አብረው የነበሩትን ካህናት ነባር ኢትዮጵያውያን በቆይታቸው ሁሉ በሚገባ አስተናገዷቸው። ኢያሱ ጊቤ በነበረበት ጊዜ የነበረውን ትዕይንትና የነባር ኢትዮጵያውያንን አቀባበል ታሪከ ነገሥቱ እንደሚከተለው ገልጾታል፦

> ወበይእቲ ዕለት ገብረ ንጉሥ ሐዲስ ግብረ ወሶበ ቦኡ ካህናት እንዘ ይዜምሩ አዘዞሙ ለሐራሁ ወለአግብርቲሁ እለ ይፀውሩ ነፍጠ ከመ ይዑድዎ አምሳለ ሐፁር አሜሃ አውዓይዎ በ፩ኅብረት እንዘ መራሂሆሙ ባሻ ወሰነ አርዕድ እስከ አድለቅለቀት ምድረ ጊቤ በምልዓ ከመ በዓለ ጥምቀት። አ ምድረ ጊቤ ምንተ ይመስለኪ ናሁ ህየንተ ድምፀ አራዊት ድምፀ ውስቴትኪ ካህናት። ወህየንተ ስብሐ ላሕም ተሦዓብኪ በግዑ ለእግዚአብሔር ዘየአትት ኃጢአተ ዓለም። ወህየንተ ወራዙትኪ ርሱሐነ አልባስ አንሶሰወ በመርሕብኪ በአልባስ ዕዕድዋን ኢያሱ ንጉሥኪ ሐዲስ። አ ጊቤ ትመስለኪ ከመደምቢያ እስመ ያንሶሱ ብኪ ኵሉ ዘከመ ግዕዘ አንስትኒ የሐውራ በፈቃዶን እም ይእዜሰ በሊዮ አ ምድረ ጊቤ በከመ ይቤ ሙሴ በፀአቱ እም ትዕይንት ተንሥእ ኢያሱ ወይዘረው ፀርከ ወይጉየዩ ኵሎሙ ጸላእትከ ወበማኅደር ተመየጥ ኢያሱ ላዕለ እሥራኤል ሕዝብከ በ፻፻ወአዕላፍ።
>
> ወበሠሉስ ዕለት ግዕዘ ንጉሥ እምህየ ወበጽሐ ጨቆርሽ ህየኒ ገብረ ምሳሐ ለካህናቲሁ በእንተ በዓሉ ለቅዱስ ጊዮርጊስ ወገብረ ውዕሎ ወእንዘ ያንሶሱ ወልደ መንክራት ኢያሱ በአልባስ ዕድዋን አዋልደ ጊቤ ይትጋብአ ለለዕለቱ ወይዴለዋ ለርእየቱ ንጉሥ ተፈቅረ በኀበ ኵሎሙ ጊቤያውያን እለ ከፈሎሙ ርእዮቶ ወኮኑ ይዜያንው እንዘ ይብሉ በበይናቲሆሙ ንዑ ንርአዮ ለወልደ መንክራት።[59]
>
> <u>ትርጉም</u>
> በዚያ ቀን ንጉሡ አዲስ ነገር አደረገ። ካህናቱ እየዘመሩ በሚገቡበት ጊዜ ጠመንጃ የታጠቁትን ወታደሮቹን እና አሽከሮቹ እንደግድግዳ በዙሪያው እንዲሆኑ አዘዛቸው። ከዚያም በጥምቀት በዓል እንደሚደረገው በባሻ ወሰን አርዕድ ትእዛዝ በአንድነት ጠመንጃቸውን በተኮሱ ጊዜ የጊቤ ምድር ተናወጠች። የጊቤ ምድር ሆይ፣ ምን ይመስልሻል? በእዚህ በዱር እንስሳት ጩኸት ፋንታ የቀሳውስቱ ድምፅ በአንች ይሰማል፣ በሰባ ላም ፈንታ የዓለምን ኃጢአት የሚደመስስ የእግዚአብሔር በግ በእንች ውስጥ ተሠዋ፤ የቆሸሸ ጨርቅ በለበሱት ያንች ወጣቶች ፈንታ አዲሱ ንጉሥሽ ኢያሱ ነጭ ልብስ ለብሶ በሜዳው ላይ ይሄዳል። ጊቤ ሆይ ሁሉም ያለፍርሀት በእግሩ ስለሚጓዝብሽ፣ ሴቶችም እንኳ ቢሆኑ ወደሚፈልጉት ስለሚንቀሳቀሱብሽ አንች ደምቢያን ትመስያለሽ። ከዚህ ጊዜ ጀምሮ ሙሴ ከሰፈሩ እንደወጣ ምድረ ጊቤ ሆይ እንዲህ በሉት፦ "ኢያሱ ሆይ፣ ተነሳ፣ ጠላቶችህ ይበተኑ፣ ሁሉም ጠላቶችህ ይሸሹ፣ ወደመኖሪያህ ተመለስ፣ ኢያሱ ሆይ በእሥራኤል በሕዝብህ ላይ በእልፍ አዕላፍ።"
>
> ማክሰኞ ቀን ንጉሡ ከዚያ ተነስቶ ተጓዘና ጨርቆሽ ደረሰ። በዚያም በቅዱስ ጊዮርጊስ በዓል ለካህናቱ ግብር አበላቸው፣ በዚያውም ውሎ ሆነ። ይህ ወልደ መንክራት ኢያሱ ነጭ ልብሥ ለብሶ በሚንቀሳቀስበት ጊዜ ልጆች በየቀኑ እየተገናኙ ንጉሡን ያዩ ነበር። ለማየት ዕድል ባገኙ ጊቤያውያን ዘንድ ንጉሡ የተወደደ ነበር። ዜናውን ከአንዱ ወደሌላው እንዲህ እያሉ ተቀባበሉት፦ "ኑ ወልደ መንክራትን እንየው።"

ከተቋረጠ ከብዙ ዓሠርት ዓመታት በኋላ በዳሞት ምድር ካህናት በያሬድ ዜማ እንደገና ዘመሩ፣ የንጉሡ ወታደሮች ትዕይንት አሳዩ። በጥንቱ የዳሞት ሕዝብና በማዕከላዊ መንግሥት መካከል ተቋርጦ የነበረው ግንኙነት ታደሰ። የታሪክ ነገሥቱ ጸሐፊ ጊቤን በደንቢያ ይመስላታል። ንጉሡን ደግሞ በመጽሐፍ ቅዱሱ ኢያሱ ይመስለዋል። የጊቤን ሰዎች በእሥራኤላውያን ይመስላቸዋል። በመጽሐፍ ቅድሱ ታሪክ መሠረት እሥራኤላውያንን ከግብጽ ፈርኦኖች የባርነት አገዛዝ ነጻ አውጥቶ ቀይ ባሕርን አሻግሮ ከሲና በረሀ ያደረሳቸው ሙሴ ነው። ቀጥሎም እሥራኤላውያንን ከሲና በረሃ እየመራ በድል አድራጊነት ከንዓን ይዟቸው የገባው ኢያሱ ነው። ኢያሱ ወልደ ነዌ እሥራኤላውያንን ነጻ እንዳወጣ አዲያም ሰገድ ኢያሱም እንዲሁ የጊቤን ሕዝብ ነጻ አውጥቶ ወደጥንት ማንነታቸው መለሳቸው፣ የጥንት ይዞታቸውን አጸናላቸው።

የቢዛሞንና የዳሞትን አካባቢዎች ካረጋጋ በኋላ ኢያሱ ወደእናርያ ዘመተ። የእናርያ ባላባቶች ከሱስንዮስ በኋላ ከኢትዮጵያ መንግሥት ጋር የነበራቸው ግንኙነት ሙሉ በሙሉ ባይቋረጥም እየላላ መጥቶ ነበር። ባላባቱም በእናርያ አዛዥ ናዛዥ፣ ባለሙሉ ሥልጣን ሆነው ያስተዳድሩ ነበር። የኢያሱ ታሪከ ነገሥት የእናርያ መስፍኖች በእናርያ ሕዝብ ፊት እንደንጉሥ እንደሚከበሩ ይመሰክራል። የእናርያ ባላባቶች በስልጣን ምክንያት ከዓፄ ሱስንዮስ ዘመን ጀምሮ ኃይላቸውን ያዳከመ የውስጥ ክፍፍልና ሽኩቻ ነበረባቸው። በዚህ ምክንያት የቦሻና የጉመርን አካባቢዎች የሰደቻ አሮሞ ጎሣዎች ከእናርያ በቀላሉ በኃይል ወሰዷቸው።[60] ኢያሱ ወደእናርያ ያደረገው ዘመቻ የክፍለ ሀገሩ ጥንታዊ ሕዝብ ከመጥፋቱ በፊት በዋዜማው ስለሆነ የዘመቻውን ውጤት በዝርዝር ማየቱ ጠቃሚ ነው።

ኢያሱ እናርያ ሲደርስ የክፍለ ሀገሩ ባላባቶች ለሁለት ተከፍለው ለሥልጣን እየተሻኮቱ አገኛቸው። ንጉሡ ሁለቱን ወገኖች አስታርቆ በአንድነት እንዲቆሙ በማድረግ ፈንታ ለአንደኛው የሥልጣን ተፎካካሪ ለሰጼራ ሹመቱን አጸናለት።[61] ኢያሱ ኮንችና ጊቤ አካባቢ ባሉ ስፍራዎች ወታደር ያዘመተበት ምክንያት የሰጼራን ሥልጣን ለማደላደል ይመስላል። ኢያሱ የጊቤን፣ የጅባት እና የጅማ አካባቢዎችን ሲያረጋጋ የሰጼራ ሠራዊት አብሮ ዘምቶ ነበር። ለምሳሌ የሰጺራ ሠራዊት ጊቤ ውስጥ በተካሄደ ዘመቻ ተሳታፊዎች እንደነበሩ የታሪከ ነገሥቱ ጸሐፊ የሚከተለውን አስፍሯል፦

> ወበዕለተ ሀሙስ ዘውዕቱ በዓለ አቡነ አዳም ግዕዘ ንጉሥ ዕምነ ጨርቆሸ ወኃደረ ሦስላ ወበውእቱ ብሔር ሀሎ ማይ ጥዑም ዘውእቱ አምቦ ወበሳኒታ አዘዞሙ ንጉሥ ለሠራዊተ ሰጺራ ዘውእቶሙ ቡርሳ ወጨፍንታ ወቃለ ገንዳ ከመይትቀበልዎ ለጊቤ ወልዶ ጠለታዊ እስመ ውእቱ ለአከ ኀበ ንጉሥ እንዘ ይብል አዝዝ እግዚአ ሠራዊትከ ከመ ይትቀበሉኒ።[62]
>
> ትርጉም
>
> በዕለተ ሀሙስ በአባታችን በአዳም በዓል ንጉሱ ከጨርቆሸ ተነስቶ ሦስላ አደረ። በዚህ ስፍራ የሚጣፍጥ የአምቦ ውሀ ይገኛል። "ጌታየ ሆይ እኔ ወዳንተ የምመጣበት መንገድ ስላጣሁኝ ወታደሮችህን ወደእኔ እንዲመጡ አዝዝ" ብሎ በላከው መሠረት ንጉሡ የሰጺራን ሠራዊት ማለትም ቡርሳ፣ ጨፈንታ እና ቃላ ገንዳን ጠለታ ጊቤ ወልዶን እንዲያገኙት ላካቸው።

ሶስላ የአሁኑ አምቦ አካባቢ መጠሪያ መሆን አለበት። ለዚህ ጥሩ መረጃ ራሱ ታሪከ ነገሥቱ ነው። ታሪከ ነገሥቱ ሦስላ ውስጥ የሚጣፍጥ አምቦ ውኃ እንዳለ ይመሰክራል። በደቡብ ምዕራብ ሸዋ ደግሞ አምቦ ውኃ ያለበት ያሁኑ አምቦ አካባቢ መሆኑ ይታወቃል።

ጊቤ ወልዶ ንጉሡ ረዳት ወታደር እንዲልክለት የጠየቀው ጊቤና ኮንች አካባቢ ለሚያደርገው ዘመቻ እንደሆነ ታሪክ ነገሥቱ ላይ ከተጻፈው ዝርዝር ለመረዳት ይቻላል። የታሪክ ነገሥቱ ጸሐፊ ጊቤ ወልዶን "ጠለታዊ" ይለዋል። ጠለታ ለኦሮሞ ጎሣዎች የገበሩ ነባር ኢትዮጵያውያን መጠሪያ ነው። ንጉሡም በጥያቄው መሠረት የሰጂራን ወታደሮች ቃለ ገንዳና ጨፍንታ ከተባሉ ወታደሮች ጋር ለጊቤ ወልዶ አጋዥ አድርጎ ላከለት።

ነገር ግን የኢያሱ የእናርያ ዘመቻ የአውራጃውን መሠረታዊ ችግር ሳይፈታው ቀረ። በባላባቱ መካከል የነበረው ክፍፍል ቀጠለ። ይህ የሥልጣን ሹኩቻው እንዲባባስ በማድረግ እናርያን የበለጠ እንድትደከም አደረጋት። በተጨማሪም ከኢያሱ ቀጥሎ የነገሡት መሪዎች ወደእናርያ ሳይሄዱ ቀሩ። በ18ኛው ምእት ዓመት የእናርያ መንግሥት እየተዳከመ መጣ። በመጨረሻም የሰደቻ ኦሮሞ ጎሣዎች ጉመርን፣ በሻንና እናርያን ተቆጣጠሩት። ስሙንም ሊሙ እናርያ አሉት። የእናርያ መስፍኖችም ወደከፋ ተሰደዱ።[63] ሊሙ እናርያ ወደኢትዮጵያ ማዕከላዊ መንግሥት የተመለሰው በዓፄ ምኒልክ ዘመነ መንግሥት ሲሆን ክፍለ ሀገሩም ለሁለተኛ ጊዜ የስም ለውጥ አድርጎ በአሁኑ ጊዜ 'ኢሉ አባቦር' ይባላል።

እንደ እናርያ ሁሉ ኢያሱ በቢዛሞና በዳሞት ያደረገው ዘመቻ ምንም ውጤት ሳያመጣ ቀረ። ለዚህ ደግሞ ዋናው ምክንያት ወታደሮች በዘመቻ ለረጅም ጊዜ ለመቆየት ፍላጎት ስላልነበራቸው ነው። ንጉሡ ዘመቻውን አቋርጦ ወደጎንደር ለመመለስ የተገደደው በዚህ ምክንያት ነው። የንጉሡ መመለስ ቁርጥ ሲሆን በጊቤ፣ በቢዛሞ፣ በለገ አማራና በጅባት አካባቢ የነበሩ በብዙ ሺዎች የሚቆጠሩ ነባር ኢትዮጵያውያን ንጉሡ ወደሚያስተዳድራቸው አውራጃዎች እንዲወስዳቸው ለመኑ። የንጉሡ ወታደሮች ነባሩ ሕዝብ ለጉዞ እስከሚዘጋጅ እንኳ አንጠብቅም ብለው እነደነበረ ታሪክ ነገሥቱ ያስረዳል። ንጉሡም ነባር ኢትዮጵያውያን ሀብት ንብረታቸውን እስከሚሰበስቡ እና ለጉዞ እስከሚዘጋጁ ድረስ ጥሪቸው እንደማይሄድ ቃል ገባላቸው:-

> ወበዕለተ ቀዳሚት ሰንበት አመ ፯ለዕለተ ትንሳዔ ግዕዘ ንጉሥ እምነ ሦስላ ወኃደረ አብኮ ወበኵሉ ምድረ ደዊሶ ዘውእቱ ምድረ ጊቤ ያንሶሱ ንጉሥ በበሕቅ እስከ ይሠርው ቤቶሙ ወያስተጋብኡ ንዋዮሙ ወያስተዳልዉ ስንቆሙ ኵሉ ጠለታ እለ አእመኖሙ። ወሶበ ይቤልዎ ለንጉሥ ሕዝቡ ኢንገብእኑ ብሔርነ ምንተ ብነ በዝ ብሔር እንዘ ይበጽሕ ወርኃ ክረምት ንከርምኑ በጊቤ። ንጉሥኒ ይቤሎሙ እፎ ነሐውር ዘእንበለ ፈቃደ ጠለታ ተሥዕረኑ መሐላነ ወኪዳንነ ዘማዕከሌነ ወማዕከሌሁ ለጠለታ ከመዝ ለይረስየኒ እግዚአብሔር ወከመዝ ለይቅትለኒ ከመ ኢይህውር እስከ ያስተበውሐኒ ጠለታ። ለንጉሥሠ ይነድድ ልቡ ኵሎ ጊዜ ወይሔሊ ከመ ይዕርግ እስከ ጅባት ከመ ይበርብሮሙ ወያሕልቆሙ ለእለ ተኃብኡ ሀየ ጥንት ባሕቱ ምንተ ይብል እስመ በጽሐ ቦቱ ወርኃ ክረምት። ወእምድኅረ ሰሙን ዕለት እም ዕለተ ትንሣኤሁ ለክርስቶስ እግዚእነ ይዕበይ ስሙ በዕለተ እሑድ ዘውእቱ አግብአተ ግብር ግዕዘ ንጉሥ እምነ አብኮ ወኃደረ ለገ አማራ። ወይቤልዎሙ ኵሎሙ ጠለታ ለንጉሥ ናሁ ተፈጸመ ፈቃድነ ወሠራዕነ ቤተነ ወአስተጋባእነ ኵሎ ንዋየነ ወጥሪተነ አንተኒ ፈጽምከ መሐላከ ዘማእከሌነ ወማዕከሌከ። ይእዜኒ ግበር ዘከመ ይኤድመከ ወግባበ ብሔረከ ለነኒ ንሥእነ ምስሌከ ከመ ታግዕዘነ እምግብርናት።[64]

<u>ትርጉም</u>

ትንሳዔ በዋለ 7 ቀን በቅዳሜ ቀን ንጉሡ ከሦስላ ተጉዞ አብኮ አደረ። በጊቤ በሚገኘው በደዊሶ በሙሉ ጠለታዎች ቤታቸውን እስከሚያደራጁ፣ ንብረታቸውን እስከሚሰበስቡ እና ስንቃቸውን እስከሚያዘጋጁ እቃቸውን እስከሚጭኑ ድረስ በዝግታ በመሄድ ጠበቃቸው። የንጉሱ ሰዎች እንዲህ ብለው ጠየቁት :- "እኛ ወደአገራችን ለምን አንመለስም? ክረምቱ ሲገባ ከዚህ አገር ምን እንሠራለን? ክረምቱን በጊቤ ልናሳልፍ ነውን? ንጉሡ እንዲህ ብሎ መለሰላቸው :- "በእነርሱ

እና በኛ መካከል የገባነውን መሃላ እና ቃልኪዳን አፍርሰን እንዴት ያለጠለታዎች ፈቃድ እንሄዳለን? ያለጠለታዎች ፈቃድ ትቻቸው ብሄድ እግዚአብሔር መጥፎ ነገር ያምጣብኝ፣ ይግደለኝም።" ስለዚህ ንጉሡ እስከ ጅባት ድረስ ሄዶ በዚያ የተደበቁትን አማጽያን ለመዝረፍ እና ለመፍጀት ሁልጊዜ የልቡ ምኞት ነበር። ነገር ግን ክረምቱ ሳይታሰብ ስለገባ ምንም ማድረግ አልቻለም። ስሙ ከፍ ከፍ ይበልና ከጌታችን ከኢየሱስ ክርስቶስ ትንሳዔ በኋላ በእሁድ ቀን ግብሩን አግብቶ ንጉሡ ከአብኮ ተጉዞ ለገ አማራ አደረ። ጠለታዎች በሙሉ ለንጉሡ እንዲህ አሉት፡- "አሁን ፍቃዳችንን ፈጽመናል፣ ቤታችንን አደራጅተናል፣ ንብረታችንን እና ጥሪታችንን ሰብስበናል፣ አንተም በበኩልህ በኛና በአንተ መካከል የነበረውን ቃል ኪዳን ፈጽመሀል። አሁን መልካም ፈቃድህን አድርግ፣ ወደአገርህ ተመለስ፣ እኛንም ካንተ ጋር ውሰደን፣ ከባርነትም ነጻ አውጣን።

የሕዝቡ ፍላጎት የደኅንነት ስጋታቸው በአስተማማኝ እስከሚወገድ ድረስ ንጉሡ ከጊቤ እንዳይሄድ ነበር። ሕዝቡም ለንጉሡና ለወታደሮቹ የሚያስፈልገውን ነገር ሁሉ ሰለቸኝ፣ ደከመኝ ሳይል ለማቅረብ ዝግጁ ነበር። ነገር ግን ሕዝቡ እንደፈለገው ሳይሆን ቀርቶ እላይ በጠቀስነው ምክንያት ንጉሡ ወደጎንደር ለመመለስ ተገደደ። ለንጉሡ የሚታዘዝ ወታደር ቢኖርና የንጉሡ ፍላጎት ቢፈጸም ኖሮ የጥንቱን ዳሞትና በአካባቢው የነበሩትን አውራጃዎች በአስተማማኝ ወደማዕከላዊ መንግሥት ማስመለስ በተቻለ ነበር። ሆኖም ግን ወታደሮች በጊቤ ረጅም ጊዜ አንቆይም ብለው እምቢ አሉ።

ታሪከ ነገሥቱ በዝርዝር እንደሚያስረዳው ብዙ የዳሞት ሰዎች በሜጫ ጎሣዎች ከመገዛት የጥንት አገራቸውን ለቅቀው በንጉሡ በሚተዳደሩት አውራጃዎች መኖር መረጡ። ኢያሱም በቅርብ ወደሚያስተዳድረው መሬት ለመሄድ የሚፈልጉትን ሰዎች እንደሚወስዳቸው ቃል ገባላቸው። በዚህ መሠረት የዳሞት ሰዎች ሀብት ንብረታቸውንና ቤተሰባቸውን ይዘው ከንጉሡ ጋር ሄዱ። በ1704 ዓ.ም. ኢያሱ ከዳሞትና ከእናርያ ዘምቶ ሲመለስ ብዙ ነባር ኢትዮጵያውያንን ለንጉሡ የወገኑ የኦሮሞ ጎሣዎች ተከትለውት ነበር። ብዙዎቹን በአባይ ዳር ለዳር በተለይም ደግሞ በግንደ በረት እንዳሰፈራቸው የታሪከ ነገሥቱ ጸሐፊ ይነግረናል፡-

ወበሳኒታ ተንሥአ ንጉሥ እምነ የፋታን እንዘ ይላብስ ፀሊመ ዘውእቱ ፎጠት ወሀደረ ጉደር። ለቱሉስ አዘዞ ከመ ይኅድር በየፋታን እስከ ያስተጋብእ አልህምቲሆሙ ኵሎሙ ጠለታ ወበኵሉ ምድረ ጊቤ እስከ በጽሐ የፋታን ኮነ ንጉሥ ይለብስ ፀዓዳ ልብስ ዘእንበለ ወርኃ ህማማት። ወግዕዘ እምጉደር ወነቢሮ በጽንፈ ፈለጉ አእደወ ሰብአ በከመ ልማዱ ወዓረግነ ዓቀበ ጉደር በዕፁብ ግብር ባሕቱ ይትባረክ እግዚአብሔር ዘዓቀበነ በይእቲ ዕለት እምግርማ ዕብን ዘያንኰረኵር ወሶበ ተገምሩ ሕዝብ ዓዲወ ፈለገ ጉደር ተንሥአ ንጉሥ ወሖረ እንተ ካልእት ፍኖት ምስለ ኅዳጣን ዕደው እለ ይውሕዱ እምኟ በኍልቁ ወኃደረ ሸንኮሪ ዘውእቱ ምድረ ግንደ በረት ወገብረ ውዕሎ። ወጸውዖ ለቴጌ መልአከ ሊበን ወይቤሎ ዑቅ አሑር ምስለ ኵሉ ጠለታ ሖሮ ወደዊሶ ወተማላእ ምስሌከ አልህምቲሆሙ ወንዋያቲሆሙ ብእሲቶሙ ወውሉዶሙ። ወዕቀባ ለብሔርየ ሊበን ዘአምጸእከዋ [258] በቀስትየ ወግበር ከተማ በግንደ በረት ወሕንፅ አብያተ። ወከመዝ አዘዞ ንጉሥ እስከ ይሠይም ደጅአዝማች። ወተአዚዞ ሖረ ቴጌ ወምስሌሁ ፈነዎ ንጉሥ ብዙኃነ ምሑራነ ነፍጥ ከመ ይትራድእዎ ወበሳኒታ አመ ፳ወ፭ለግንበት ዕለቱኒ ዕለተ ቀዳሚት ሰንበት ግዕዘ ንጉሥ እምነ ሸንኮሪ ወበተአምኖ ዓደወ ባሕር ዓባዊ።[65]

<u>ትርጉም</u>

በሚቀጥለው ቀን ጥቁር ፈጠት ለብሶ ከየፋታን ተጉዞ ጉደር አደረ። ሁሉም ጠለታዎች ከብቶቻቸውን እስከሚሰበስቡ ድረስ የፋታን እንዲቆይ ቱሉን አዘዘው። በጊቤ በሀሉም [በሚንቀሳቀስበት] ስፍራ እና የፋታን እስኪመጣ ድረስ ንጉሱ በሰሙነ ህማማት ካልሆነ በቀር የሚለብሰው ልብስ ነጭ ካባ ነበር። ከጉደር ተጉዞ እንደልማዱ ሰው በሙሉ እስከሚሻገር ድረስ

> በወንዙ ዳር ተቀመጠ። የጉደርን አቀበት በችግር ወጣነው። በዚያ ዕለት ከድንጋይ ናዳ የጠበቀን እግዚአብሔር የተባረከ ይሁን። ሁሉም ሰዎች ጉደርን ከተሻገሩ በኋላ ንጉሡ ተነስቶ በሌላ መንገድ ከ20 የሚያንሡ ጥቂት ሰዎች አስከትሎ ተጉዞ ግንደ በረት በምትገኘው በሸንኮሪ አድሮ ውሎውንም በዚያው አደረገ። የሊበንን አለቃ ቴጌን ጠርቶ እንዲህ አለው ፦ "ከሆሮ እና ደዊሶ ጠለታዎች ከሁሉም ጋር ሂድ፣ ከብቶቻቸውን፣ ንብረታቸውን፣ ሴቶቻቸውን እና ልጆቻቸውን ይዘህ ሂድ። በጦር ያስመለስኩትን የሊበን አገሬን ጠብቅ፣ በግንደ በረት ከተማ ቆርቁር፣ ቤት ሥራ።" በዚህ አገር ላይ ደጅአዝማች እስከሚሾም ድረስ ንጉሱ ይህን ትዛዝ አዘዘ። ቴጌ ትዛዙን ተቀብሎ ሄደ። ንጉሡም የሚረዱት በነፍጥ መተኮስ የሚችሉ ብዙ ሰዎች ላከለት። በሚቀጥለው ቀን በግንቦት 25 በቅዳሜ ቀን ከሸንኮሪ ተነስቶ በሙሉ ልብ አባይን ተሻገረ።

ኢያሱ ከተለያዩ ስፍራዎች የሰበሰባቸውን ተፈናቃዮች አብዛኛዎቹን በግንደ በረትና በጎጃም አሰፈራቸው። ለባለሥልጣኖችም በግንደ በረት እንዲከትሙ፣ ቤተ ክርስቲያን እንዲያስሠሩ እና አገሩን እንዲጠብቁ ትእዛዝ አስተላልፎ ዳግም ላይመለስ አባይን ተሻግሮ ወደጎንደር ሄደ። አገራችንን አንለቅቅም ያሉት ነባር ኢትዮጵያውያን ደግሞ ከኦሮሞ ጎሣዎች ጋር ታርቀው በገባርነት መኖራቸውን ቀጠሉ። በዓፄ ምኒልክ ዘመነ መንግሥት ምዕራብ ሸዋ፣ የጥንቱ ቢዛሞና ዳሞት ወደማዕከላዊ መንግሥት ሲመለሱ የጥንቱ ሕዝብ ቋንቋውንና ባህሉን ሙሉ በሙሉ ረስቶ ኦሮምኛ ቋንቋ ተናጋሪ ሆነ አገኙት። ስለዚህ የዳሞት፣ የእናርያ፣ የቢዛሞና የሸዋ ነባር ኢትዮጵያውያን ከኢያሱ ዘመቻ ያተረፉት ነገር አልነበረም።

8.5 ዘመቻዎች ለምን ከሸፉ?

የኦሮሞ ጎሣዎች ከነሱ በቁጥር ከሚበልጣቸው ከኢትዮጵያ መንግሥት ወታደሮች እና ነባር ኢትዮጵያውያን የሚሰነዘርባቸውን ጥቃት ተቋቁመው በአጭር ጊዜ ውስጥ ሰፋፊ አውራጃዎች ላይ በቋሚነት ሊሰፍሩ የቻሉበትን እና የመጀመሪያው ዙር አገር መልሶ የማቅናቱ ሥራ የከሸፈበትን ምክንያት ባጭሩ መዳሰስ ያስፈልጋል። ኦሮሞዎች በሰፋፊ አውራጃዎች በቋሚነት እንደሰፈሩ ስለቀሩበት እና አገር መልሶ የማቅናቱ ዘመቻ ስለከሸፈበት ምክንያት በወቅቱ የነበሩ ኢትዮጵያውያንና የኋላ ዘመን የታሪክ ምሁራን የተለያየ ምክንያት ሰጥተዋል። በምሁራን የተሰጠው አንደኛው ምክንያት ኢትዮጵያ በግራኝ አሕመድ ጦርነት ስለተዳከመች ነው የሚል ነው። ሁለተኛው ምክንያት የሠርፀ ድንግል የብቃት ማነስ እና መቀመጫውን ከሸዋ ወደበጌምድር መውሰዱ ነው የሚል ነው። ሦስተኛው ምክንያት ደግሞ የኢትዮጵያ ሕዝብ በመደብ የተከፋፈለ ስለሆነና የወታደሩ ቁጥር በጣም ጥቂት በመሆኑ ነው የሚል ነው። የመጨረሻው ኢትዮጵያ ውስጥ የነበረው የማያባራ እና ዓላማ ቢስ የርስ በርስ ጦርነት ነው።[66] ከዚህ ቀጥሎ አገር መልሶ አንድ የማድረጉ ዘመቻ ልምን እንደከሸፈ ለማብራራት የተሰነዘሩትን ምክንያቶች ባጭሩ እንመረምራለን። በግራኝ አሕመድ ጦርነት ምክንያት የተፈጠረው ምስቅልቅል በምዕራፍ 5 በሰፊው ስለቀረበ እዚህ አንደግመውም።

አባ ባሕርይ የኦሮሞ ጎሣዎች ብዙ አውራጃዎችን ሲቆጣጠሩ በዘመኑ የነበሩ የኢትዮጵያ ሊቃውንትና የመንግሥት ሰዎች "እኛ ብዙዎች፣ የጦር መሣሪያችን ብዙ ሳለ ጋሎች እንዴት ያሸንፉናል"[67] ብለው ለመጠየቅ እንደተገደዱ ጽፏል። ሊቃውንቱም ለጥያቄው ሁለት መልስ ሰጥተዋል። አንደኛውና የተለመደው መልስ "በኃጢያታችን ምክንያት እግዚአብሔር ፈቀደለት"[68] የሚል ነው። ሁለተኛውና ያልተለመደው ግን

የኢትዮጵያ ሕዝብ ለዐሥር መደብ መከፈሉ ነው የሚል ነው። ባሕርይ ሊቃውንቱ የሰጡትን ሁለተኛውን ምክንያት እንዲህ ጽፎታል:- ""ሕዝባችን ከዐሥር ጾታ ስለተከፋፈለ ነው። ከእነርሱም ውስጥ ዘጠኙ ጾታ ከውጊያ አይቀርቡም፤ በፍርሃታቸውም አያፍሩም። አሰረኛው ጾታ ግን የተቻለውን ያህል ይዋጋል፤ ይጋደላል"[69] የሚል ነው። ቁጥራቸው የበዛ ነገር ግን አገር በመከላከል፣ በጦርነቱ የማይሳተፉ ከተባሉት ውስጥ መጻሕፍት የሚመለከቱ የቤተ ክርስቲያን ሊቃውንትን ጨምሮ መነኮሳት፣ ደብተራዎች፣ ዣን ሀጸና ዣን መዓሠሬ የሚባሉ የሕግ ባለሙያዎችና ፍርድ ጠባቂዎች እንዲሁም ሴት ወይዘሮዎችን የሚጠብቁ ይገኙበታል። ሌሎች የማይዋጉ መደቦች ተብለው የተዘረዘሩት የእጅ ጥበብ ባለሙያዎች፣ ነጋዴዎች፣ መጽሐፍ ጽፈው የሚኮትቱና የሚደጉሱ ናቸው። እላይ ከተዘረዘሩት ሁሉ ቁጥራቸው በጣም የበዛው ነገር ግን በጦርነት የማይሳተፉ የመሬት ባለቤቶችና አራሽ ገበሬዎች ናቸው።[70]

አሰረኛውና የመጨረሻው መደብ "ጦርና ጋሻ የሚይዙ፣ ውጊያ የሚችሉ፣ "ለሩጫ የንጉሡን ፈለግ" የሚከተሉ" ሲሆኑ "በነዚህ ጥቂትነት አገራችን ጠፋች"[71] ይላሉ ሊቃውንቱ። በተቃራኒው እላይ የተጠቀሱት ዐሥር መደቦች በኦሮሞ ዘንድ የሉም። ባሕርይን ለመጥቀስ ያህል "ጋላ ግን እነዚህ ያነሣናቸው ዘጠኝ ወገኖች የሉበትም ሁሉም ከደቂቅ እስከልሂቅ ለውጊያ የሠለጠኑ ናቸው። ስለዚህ ያጠፉናል፣ ይፈጁናል።"[72] ሊቃውንቱ እንዳሉት የኦሮሞ ጎሣዎች የመደብ መከፋፈል የለባቸውም። በተቃራኒው በኢትዮጵያ ውስጥ መነኮሳቱንና አራሹን ጨምሮ አብዛኛው የኢትዮጵያ ኅብረተሰብ ወታደር አልነበረም። ነገር ግን ሊቃውንቱ እንዳሉት መነኮሳት፣ የቤተ ክህነት ሰዎችና ገበሬዎች በጦርነት የማይሳተፉበት ምክንያት ፍርሀት አይደለም።

ቆብ የደፋ፣ ሥልጣነ ክህነት የተቀበለ የጦር መሣሪያ በእጁ አይጨብጥም። በጦርነት የተሳተፈና ጠላትም ቢሆን የሥላሴን ሕንጻ ያፈረሰ ካህን ሥልጣነ ክህነቱ ይፈርሳል። ሰው የገደለ ካህን ከእግዚአብሔር የተሰጠውን የቅዳሴ ፀጋ ያስቀርበታል ተብሎ ይታመናል፤ ቤተ መቅደስ ገብቶ መቀደስም አይችልም። መነኮስም ቢሆን የሥላሴን ሕንጻ ካፈረሰ ቆቡ ይቀደዳል። አንድ ሰው ከመነኮሰ በኋላ ዓለምን ይተዋል፤ ህልው ሆኖ በአፀደ ስጋ ቢኖርም እንደሞተ በአፀደ ነፍስ ብቻ እንዳለ ይቆጠራል። ጠላትም እንኳ ሊገድለው ቢመጣ በሰማዕትነት ያልፋል እንጂ መሣሪያ መታጠቅ፣ የሥላሴን ሕንጻ ማፍረስ በኢትዮጵያ ቤተ ክርስቲያን የተከለከለ ነው። ለምሳሌ የግራኝ አሕመድ ወታደሮች ደብረ ሊባኖስን ሊያቃጥሉ በመጡ ጊዜ የገዳሙ አብዛኛዎቹ መነኮሳት አብረው ለመቃጠል ወሰኑ። ከዚህ በፊት እንዳየነው ገዳሙ ሲቃጠል ብዙዎቹ ወደሚነድደው እሳት ዘልለው በመግባት በሰማዕትነት አለፉ።[73] ነገር ግን ሊያቃጥሉ የመጡትን ወታደሮች ለመዋጋት አልፈለጉም። መነኮሳት ወታደሮችን ያልተዋጉበት ሞት ፈርተው ሳይሆን ከቤተ ክሥርቲያን ሕግና ሥርዓት ውጭ ስለሆነ ነው።

በተመሳሳይ ገበሬው በጦርነት መሳተፍ እንዳይችል ያደረገው ፍርሀት ሳይሆን የቆየ የጥንት የመንግሥት ሕግ ነው። ገበሬ የጦር መሣሪያ እንዲይዝ አይፈቀድለትም ነበር። ለምሳሌ ፍራንሲስኩ አልቫርሽ ኢትዮጵያን በዓፄ ልብነ ድንግል ዘመን በጎበኘ ጊዜ የጦር መሣሪያ እንዲይዝ የሚፈቀድለት ጨዋ ብቻ ነው ይላል። ሌላ ጊዜ ደግሞ የጦር መሣሪያ ኢትዮጵያ ውስጥ እንደልብ እንደማይገኝና የጦር መሣሪያም የሚይዙ ጨዋዎች ብቻ እንደሆኑ የታዘበውን ይነግረናል።[74] ይህ ሕግ ቢያንስ እስከ16ኛው ምእት ዓመት ድረስ ተግባር ላይ ይውልም ነበር። ገበሬውን የጦር መሣሪያ እንዳይይዝ የሚያግደው ሕግ መጀመሪያ ግራኝ አሕመድን ቀጥሎም የኦሮሞ ጎሣዎችን በጣም እንደረዳቸው ግልጽ ነው።

ለምሳሌ መሐመድ ሀሰን ኤንሪኮ ቸሩሊ ሸዋና ምዕራብ ኢትዮጵያ ከሰፈሩት የኦሮሞ ጎሣዎች የሰበሰበውን የቃል መረጃ ጠቅሶ እንደጻፈው የሸዋ ሕዝብ የጦር መሣሪያ እንዳይይዝ የሚከለክለው ሕግ ቦረኖች በቀላሉ ሸዋን ወርረው እንዲይዙ አስችሏቸዋል።[75] ገበሬው ታጥቆ መዋጋት እንዲችል በአዋጅ ለመጀመሪያ የፈቀደው ዓፄ ዘድንግል ነው። ነገር ግን አዋጁ ባይኖርም ከግራኝ ዘመን ጀምሮ በተፈጠረው ሁከት ምክንያት በወታደሩና በገበሬው መካከል የነበረው ልዩነት እየተሸረሸረ መጥቶ ነበር። ገበሬው ራሱን ለማዳን በወታደሩ ጥበቃ ብቻ መተማመን ስላቆመ መታጠቅ ጀምሮ ነበር።

እላይ ከተዘረዘሩት ምክንያቶች ይልቅ አገር መልሶ የማቅናቱ ሥራ የከሸፈበት ዋናው ምክንያት የግራኝ አሕመድን ጦርነት ተከትሎ የመጣው መኳንንቱ ለንጉሡ አንታዘዝም ማለታቸው፣ የርስ በርስ ጦርነት እና የወታደሩ ሥርዓት አልበኝነት ነው። ዝርዝሩ ቀጥሎ ቀርቧል።

8.5.1 የወታደሩና የመኳንንቱ አመፅ

የግራኝ አሕመድ ጦርነት ካስከተላቸው የፖለቲካ ለውጦች መኳንንቱ ለንጉሡ የነበራቸው ክብር መቀነስና የንጉሡ ሥልጣን መሸርሸር ነው። የንጉሡ ሥልጣን ሲሸረሸር የመንግሥት ሥልጣንም ይሸረሸራል። የግራኝ ጦርነት ያስከተለው ዋና ፖለቲካዊ ለውጥ የመሳፍንቶች ኃይል መጨመሩ ነበር። ከ1559 ጀምሮ እስከ1632 ድረስ የነበረው የፖለቲካ ውዥንብር እና የርስ በርስ ጦርነት ዋና ምክንያቱ ይህ ነው። የእርስ በርስ ጦርነት እንዲፈጠር የረዳው ደግሞ ብዙ ነገሥታት በድንገት በተደጋጋሚ መሞታቸው ነው። የገላውዴዎስን፣ የሚናስንና የሠርፀ ድንግልን ድንገተኛ ሞት ተከትለው የተከሰቱት የርስ በርስ ጦርነቶች ለዚህ ጥሩ ምሳሌዎች ናቸው።[76]

ገላውዴዎስ ወንድ ልጅ ስላልነበረው ወንድሙ ዓፄ ሚናስ (1559-1563) ጎጃም ውስጥ ንግሥት ሰብለ ወንጌል ባስሠራችው መንግሥተ ሰማያት ኪደነ ምሕረት በተባለ ቤተ ክርስቲያን ነገሠ። አዲሡ ንጉሥ የሁሉም መኳንንት ድጋፍ አልነበረውም። ሚናስን ከሚቃወሙት መኳንንት ውስጥ አንዱ ባሕር ነጋሽ ይስሐቅ ነበር። ይስሐቅ ሚናስን የተቃወመበት ምክንያት ከባሕር ነጋሽነቱ ስለተሻረ ነው። የይስሐቅ ፍላጎት ሥልጣኑን ማስመለስ ነበር። ለዚህ እንዲረዳው ምጽዋንና ሌሎችንም የቀይ ባሕር ጠረፎችን ከሚቆጣጠሩት ከቱርኮች ጋር ወዳጅነት መሠረተ። በተጨማሪም ይስሐቅ መጀመሪያ ተዝካረ ቃልን ቀጥሎም ታናሽ ወንድሙን ማርቆስን አነገሣቸው። ሁለቱም የአቤቶ ያዕቆብ ልጆች ናቸው። ያዕቆብ ደግሞ የልብነ ድንግል ልጅ ነው። ሚናስ በአገሪቱ ያሉትን የንጉሡን ወታደሮች በሙሉ ሰብስቦ ወደትግሬ ዘመተ። ነገር ግን በ1562 ዓ.ም. እንደርታ በተደረገው ጦርነት ሚናስ በይስሐቅና በቱርኮች ተሸነፈ። ሚናስ ለሁለተኛ ጊዜ ይስሐቅን ለመውጋት የአንድ ዓመት የጦርነት ዝግጅት አድርጎ በዘመቻ ላይ እንዳለ በ1563 ዓ.ም. በድንገት ሞተ።[77]

የይስሐቅና የሌሎች መኳንንት አመፅ ለኦሮሞ ጎሣዎች ጥሩ አጋጣሚ ፈጠረላቸው። በ1559 ዓ.ም. የልብነ ድንግል እኅት የነበረችው የሮማነ ወርቅ ልጅ፣ ራስ ሐመልማል የሸዋ፣ የደዋሮና የፈጠጋር አስተዳዳሪ ሆኖ ተሹሞ ነበር። በመቀጠልም በ1561 ዓ.ም. ሚናስ ሐመልማልን የአንጎት ገዢ አድርጎ ሲሾም፣ ሮም ሰገድ የተባለውን መስፍን ደግሞ የሸዋ ገዢ አድርጎ ሾመው። ሐመልማል ወደአንጎት ከተዛወረ በኋላ ደዋሮና ፈጠጋር ጠባቂ አልነበራቸውም ማለት ነው። ሚናስ ይስሐቅን ለመውጋት ሲዘምት የጎጃም ገዢ አዝማች

ዘርዓ ዮሐንስ፣ የአንጎቱ ገዢ ራስ ሐመልማል፣ የሸዋው ገዢ አዝማች ሮም ሰገድና የዳሞቱ ገዢ አዝማች ክፍሎ አብረውት ዘምተዋል። ሚናስና መኳንንቱ በምሥራቅ አውራጃዎች ድንበር ጠባቂ የሚሆኑ በጣም ጥቂት ወታደሮች አስቀርተውና በአገሪቱ ያሉትን አብዛኛዎቹን ወታደሮች ይዘው ነበር ወደትግሬ የዘመቱት። በዚህ ምክንያት ነው ገኝን፣ ደዋሮንና ፈጠጋርን የተለያዩ የኦሮሞ ጎሣዎች ያለምንም ጦርነት ለመያዝ የቻሉት።[78]

የሚናስ ልጅ ሠርፀ ድንግል በ1563 ዓ.ም. መንገሡን ተከትሎ የርስ በርስ ጦርነቱ እንደገና አገረሸ። ባሕር ነጋሽ ይስሐቅ፣ ሮም ሰገድ፣ ሐመልማልና ክፍሎ ሁሉም በሠርፀ ድንግል ላይ አመፁ። ሠርፀ ድንግል ሲነግሥ የ14 ዓመት ወጣት ነበር። መኳንንቱን ሳያማክሩ በችኮላ ሠርፀ ድንግልን ያነገሡት አያቱ ሰብለ ወንጌልና እናቱ ሥሉስ ኃይላ ናቸው። መኳንንቱ ያመጹበት ምክንያት ይህ ነው። ሐመልማልም ከአንጎት ተነስቶ ትግሬ ድረስ በመሄድ ባሕር ነጋሽ ይስሐቅና የደምቢያ ገዢ የነበረው አዝማች ሀርቦ ለንጉሥነት የመረጡትን የአቤቶ ያዕቆብን ልጅ ማርቆስን ለማንገሥ ተስማሙ። እስላም፣ ዮሃንስና መናድሌዎስ የተባሉት የሐመልማል ወንድሞች፣ የዳሞቱ ተክሎና የሸዋው ሮም ሰገድ የሐመልማል ደጋፊ ሆኑ። ሐመልማል ጦሩን ሰብስቦ ሠርፀ ድንግል፣ ሰብለ ወንጌልና ሥሉስ ኃይላ ወደሚኖሩበት ወደመንግሥተ ሰማያት ሄደ። ዓላማውም ለወጣቱ ንጉሥ ሞግዚት እንዲሆን ሰብለ ወንጌልን ለማስገደድ ነበር። ነገር ግን ሰብለ ወንጌል አልታረቅም ስላለች ሐመልማል ጦሩን ይዞ ምዕራብ ሸዋ ውስጥ እንደገብጣን ምሽግ ሠርቶ ተቀመጠ።[79]

የሥልጣን ሽኩቻው የፈጠረው ውዥንብር እና የመሪ ክፍተት ሁለት ችግሮች አስከተለ። አንደኛው በኢትዮጵያ ምሥራቃዊ ክፍል በሚገኙት አውራጃዎች የአስተዳደርና የመከላከያ መዋቅሩ እንዲፈርስ ምክንያት ሆነ። ሐመልማል የድንበር አውራጃ ገዢዎች ከኃላፊነታቸው አንስቶ እርሱ ከሰብለ ወንጌል ጋር ለሚያደርገው የፖለቲካ ውዝግብ አጋዥ እንዲሆኑ አደረጋቸው። ወታደሮችም ለቅቀው እርሱን እንዲቀላቀሉ አደረጋቸው። የኦሮሞ ጎሣዎች ይፋትን፣ ግድምን፣ ፈጠጋርንና አማራን በቀላሉ ለመያዝ ያስቻላቸው አንዱ ይህ ነው።[80] ሑለተኛው የወታደሩ ሥርዓት አልበኝነትን ነው። ሐመልማል ሊቀልበው ከሚችለው በላይ የሆነ ወታደር በእንደገብጣንና በሌሎችም የምዕራብ ሸዋ አካባቢዎች እንዲሰፍር አደረገ። ሐመልማልም የሠራዊቱን ድጋፍ ለማግኘት ሲል እንደልባቸው እንዲሆኑ ፈቀደላቸው። ከአገሩ አስተዳዳሪዎችና ከሕዝቡ የሚደርሰውን አቤቱታ ጆሮ ዳባ ልበስ አለው።[81]

ይህ በዚህ እንዳለ፣ ሀርቦ ሠርፀ ድንግልን ይዞ ወደይስሐቅ ለመውሰድ ወደመንግሥተ ሰማያት መጣ። ሰብለ ወንጌል ሠርፀ ድንግልንና ታናሽ ወንድሙን በድብቅ ከጎጃም ወደምዕራብ ሸዋ እንዲሄዱ አደረገች። ሸዋ እንደደረሱም ከሐመልማል ጋር ቅራኔ የገቡ ሰብራደ ውስጥ የሚገኙ 5000 እግረኛ ወታደሮችና 30 ፈረሰኞች ለንጉሡ ገቡለት። ወታደሮቹም ንጉሡ ከነሱ ሰፈር ሥርዓተ ንግሥ እንዲፈጽም በጠየቁት መሠረት በመስከረም ወር 1563 ዓ.ም. እንደገና ነገሠ። ብዙ የጋፋት ባላባቶችም ለንጉሡ ገቡለት።[82] ቀጥሎም የዳሞቱ ገዢ አዝማች ተክሎ ከዳሞት ሠራዊት ጋር ለንግሡ ገባለት። ሐመልማል የራሱ ሠራዊት ለንጉሡ እንዳይገባ ለመከላከል ሰው የማያውቀውን በዕድሜ የገፉ ተክለ ማርያም የተባለ ሰው አነገሠ።[83] በመቀጠልም ሐመልማል ጊዮርጊስ ኃይሌ የተባለውን ሠራዊት ከድንበር አውራጃዎች ለቆ ወደምዕራብ ሸዋ እንዲዛወር አደረገ። ጊዮርጊስ ኃይሌ በወረንቲሻ የኦሮሞ ጎሣ ቀጨኖ ከተባለ ቦታ ላይ ተዋግቶ የተሸነፈ ነው።[84] የዚህ ሠራዊት አባላት ወደምዕራብ ሸዋ መዛወራቸውን በደስታ እንደሚቀበሉት መገመት ይቻላል። ይህ በእንዲህ እንዳለ ይስሐቅ ሊያነግሰው ፈልጎት የነበረውን ማርቆስን ይዞ ጎጃም አባይ ወንዝ

ድረስ በመምጣት ከሐመልማል ጋር ተገናኘ። የይስሐቅ ፍላጎት ሐመልማል የማርቆስን ንጉሥ መሆን እንዲደግፍ ለማግባባት ነበር። ሐመልማል ሀሳቡን አልቀይርም ስላለ ይስሐቅ ማርቆስን ለሐመልማል አስረከቦ ወደትግሬ ተመለሰ። ሐመልማል ሁለቱን አሻንጉሊት ንጉሶች በሰፈሩ አስቀመጣቸው። ኢትዮጵያ በአንድ ጊዜ ሁለት አሻንጉሊትና አንድ ሕጋዊ ባጠቃላይ ሦስት ንጉሥ ነበራት ማለት ነው።[85]

ሠርፀ ድንግልም እስማአዲን በሚባል አለቃ በሚመሩ ወጅን በወረራ ይዘው በነበሩ 800 ፈረሰኛ ሙስሊም ወታደሮችና በዳሞቱ በአዝማች ተክሎ ሠራዊት ሐመልማልን በእንደገብጣን ለሦስት ወር ያህል አስከበበው። ቀጥሎም ሐመልማል በየካቲት 18 ቀን 1564 ዓ.ም. ከንጉሡ ጋር ታረቀ።[86] ሐመልማል እጁን በመስጠቱ የተናደዱት እስላምና ፋሲሎ የተባሉ መኮንኖች የሚያዝዟቸው ወታደሮች በየካቲት 20 ቀን 1564 ዓ.ም. የንጉሡን ሰፈር ዘረፉት፡-

> እነሀ ተንኮለኞችን ግን፣ ከእቴጌ፣ ከሕፃናት፣ ካዝማች ተክሎ፣ [ከአዝማች ተክሎ ሚስት] ከአመተ ዮሐንስና ከሰፈሩ ሴቶች ንብረትና ጌጣጌጥ እንኳ ሳይቀር የተዉት ነገር የለም። ይህን ተዉትና በቤት ያስቀመጡትን ገንዘብ፣ የሚለብሱትን ልብስም ቢኾን አልተዉላቸውም፤ እርቃናቸውን አስቀሯቸው። ለማንም አልራሩም፤ ለወንዶችም፣ ለሴቶችም፣ ለአረጋውያንም፣ ለሕፃናትም ቢኾን፣ ለማንም አላዘኑም።[87]

የፋሲሎ ወታደሮች ዓላማ የዳሞቱን አዝማች ተክሎን ገድለው በንጉሡና በሐመልማል መካከል የወረደውን እርቀ ሰላም ለማደፍረስ ነበር። በእርቁ መሠረት ሐመልማል የጎጃም ገዢ ሲሆን ሮም ሰገድ የሸዋ ገዢ ሆኖ ተሾመ። ሐመልማል ትንሽ ፈረሰኛ ወታደሮች ወደተሾመበት አገር ወደጎጃም እንዲወስድ ተፈቀደለት። የቤተ መንግሥት መሣሪያ፣ የወግ እቃና ብዙውን ሠራዊት ለንጉሡ አስረከበ። ሁለቱን አሻንጉሊት ንጉሦች ሠርፀ ድንግል በቁጥጥር ሥር አደረጋቸው።[88] ሐመልማል ወደሹመት አገሩ ወደጎጃም ሲሄድ "ከእንደገብጣን በቅሎዎችን፣ ፈረሶችንና ሌሎች እንስሳትን ኹሉ ዘረፈ ከመነኮሳትም ሳይቀር ወሰደ"።[89] ሮም ሰገድ በወታደሮቹ ግፊት በሠርፀ ድንግል ላይ እንደገና አመጸ። ሸዋን ትቶ ወደወጅ ሄዶ ሲያበቃ የበጥረ አምራ፣ የዳሞትና የሀድያ ወታደሮችና ገዢዎች አብረው በንጉሡ ላይ እንዲያምጹ ለማነሳሳት ያልተሳካ ሙከራ አደረገ። በመጨረሻም የሀድያው ባላባት አዜ በወርኃ ሰኔ 1564 ዓ.ም.ሮም ሰገድን ገደለው። ቀጥሎም በኅዳር ወር 1564 ዓ.ም. ሐመልማልና ወንድሙ እስላሞ ተከታትለው ሞቱ።[90]

ሮም ሰገድ ቢሞትም ይመራው የነበረው ጊዮርጊስ ኃይሌ የተባለው ሠራዊት አባላት ሥርዓት አልበኝነታቸውን፣ አገር ማወካቸውን ቀጠሉበት። ጊዮርጊስ ኃይሌዎች አውሳ ከተባለው አለቃቸው ጋር መክረው ጎጃም ሄደው ከሐመልማል ጋር ለመኖር ወሰኑ። ሠርፀ ድንግል ምክራቸውን ቀድሞ ስለሰማ ከወጅ ተነስተው ወደጎጃም በመጓዝ ላይ እንዳሉ ሸዋ ውስጥ ሙገር ሲደርሱ ገታቸው። ጊዮርጊስ ኃይሌዎች ከሮም ሰገድ ጋር በነበሩበት ጊዜ ባሳዩት ሥርዓት አልበኝነትና ወንጀል ይቅርታ ጠየቁ። ንጉሡም አስተማሪ እርምጃ ወስዶ ሥልጣኑን ማስከበር ሲገባው ለጊዮርጊስ ኃይሌ ወታደሮች ምሕረት አደረገላቸው። ከዚህም አልፎ ንጉሡ ወደነበሩበት የድንበር አውራጃዎች መመለስ ሲገባው ሙገር ውስጥ የጉልት መሬት ሰጣቸው።[91]

ሠርፀ ድንግል ለጊዮርጊስ ኃይሌ ወታደሮች ያሳየው መለሳለስ ወታደሮቹን ሌላ ወንጀል እንዲሠሩ ገፋፋቸው። በ1564 ዓ.ም. ንጉሡ የፈረስ ግብር ለመሰብሰብ በጥረ

አሞራ በሄደበት ጊዮርጊስ ኃይሌዎች የለመዱትን የዘረፋ ወንጀል ፈጸሙ። በሁለተኛው የሕገ ወጥ ተግባራቸው ጊዮርጊስ ኃይሌዎች የንግሥት ሰብለ ወንጌልን ርስተ ጉልት ዘረፉት። ሰብለ ወንጌልም በወቅቱ ከእናቱና ከወንድሞቹ ጋር እንደገብጣንና ግንደ በረት ወደነበረው ወደሠርፀ ድንግል በመልክተኛ አቤት አለች። ንግሥቲቱ በጊዮርጊስ ኃይሌዎች መሪ በአውሳ ክስ መሠረተች። ሠርፀ ድንግል እናቱን ሥሉስ ኃይላን ግንደ በረት ትቶ ወደሙገር ሄዶ አውሳን "ከእቴጌ ጋር አብረህ ተፋረድ" ብሎ ትዛዝ ሰጥቶ "ወደክርክር አደባባይ አቆሙት"።[92] ጥፋተኛነቱ ስለተረጋገጠና የሚዋሰው ሰው ስላጣ አውሳን አሠሩት። ጊዮርጊስ ኃይሌዎች አዛዣቸው መታሠሩን በሰሙ ጊዜ በበቀል ከዚህ በፊት እንዳደረጉት የንጉሱን ሰፈር ዘረፉት። ወታደሮቹ የወይዛዝሩንና የቤተሰቦቻቸውን ሀብትና ንብረት ከመዝረፍም አልፈው "የቤተ ክርስቲያን ሀብት" እስከመዝረፍ ደርሰው ነበር።[93]

የአብያተ ክርስቲያን መዘረፍ የሚያመለክተው በወታደሩ ዘንድ የተንሠራፋውን ከፍተኛ ሥርዓት አልበኝነት ነው። ጊዮርጊስ ኃይሌዎች ዘረፋውን ፈጽመው አለቃቸውን አውሳን አስፈትተው ወደወለቃ መንገድ አቀኑ። አውሳና ጊዮርጊስ ኃይሌዎች የንጉሡን ድክመት በደምብ ያውቁ ነበር። አውሳ ወታደሮች በፈጸሙት ድርጊት ማዘኑን ገልጾ ንጉሡ ይቅርታ ቢያደርግለት የተዘረፈውን ንብረት እንደሚያስመልስ ለሠርፀ ድንግል ቃል ገባ። ሸሽቶ ወደወለቃ የሄደበትንም ምክንያት "ከጌታየ ለመለየት ወድጄ አይደለም፤ ከኔ ጋር ያሉት በጌታየ ከተማ ላይ የእቴጌን፣ የወይዛዝሩንና የከተማውን ሰው ሀብት በዘረፉ ጊዜ ፍርሀትና ሽብር ቢይዘኝ ነው እንጂ"[94] ብሎ ከደሙ ነጻ መሆኑን አስረዳ። ንጉሡም ለአውሳና ለጊዮርጊስ ኃይሌ ይቅርታ አደረገላቸው።

ጊዮርጊስ ኃይሌን አረጋግቶ ብዙም ሳይቆይ አዝማች ፋሲሎ በንጉሡ ላይ አምፆ የብዙ ሰዎች ሕይወት አለፈ፤ ብዙ ንብረት ተዘረፈ። ፋሲሎ የሐመልማል ደጋፊ መኮንን ነበር። ፋሲሎ ለንጉሡ ኃይል መጠናከር ምክንያት የዳሞት ገዢ አዝማች ተክሎን ተጠያቂ ያደርጋል። በዚህም ምክንያት ተክሎን ለመግደል ሞክሮ ነበር። ሰዎች ተጽእኖ ስላደረጉ ንጉሡ አዝማች ተክሎን ሽሮ ፋሲሎን የዳሞት ገዢ አድርጎ ሹሞት ነበር። የሠርፀ ድንግል ታሪከ ነገሥት ጸሐፊ ተክሎን ታማኝ፣ ጥበበኛና ምክር አዋቂ ነው ይላል። ተክሎን ሽሮ ፋሲሎን የዳሞት ገዢ ማድረጉ ከፍተኛ ስህተት ነበር። ብዙም ሳይቆይ ፋሲሎ ዳሞት ውስጥ ንጉሡን ለመግደል ሙከራ አደረገ። ሠርፀ ድንግል ከዳሞት በፈረስ ጋልቦ ወደኮንች ሄዶ አመለጠ። ኮንች በእናርያ በኩል በጊቤ ወንዝ ማዶ የሚገኝ አውራጃ ሲሆን ገዢው ኮንች ቃጽ ይባል ነበር። በዘመኑ የነበረው የኮንች ቃጽ ንጉሡን በመልካም መስተንግዶ ተቀበለው።[95]

ሠርፀ ድንግልም በኮንቹ ቃጽ ርዳታ ወደዳሞት ተመልሶ ልዩ ስሙ ቁርአብ ከተባለ ቦታ ከአዝማች ተክሎ ጋር ተገናኘ። ተክሎም ከሹመቱ በመሻሩ ቂም ሳይይዝ ንጉሡን ተቀበለው። ንጉሡም እንደገና የዳሞት ገዢ አድርጎ ሾመው። ሠርፀ ድንግል ቁርአብ ሳለ እናቱ ሥሉሥ ኃይላ እና የጊዮርጊስ ኃይሌ ወታደሮች መጥተው ተገናኙት። ሠርፀ ድንግል ፋሲሎን ከዳሞት ጀምሮ እስከምዕራብ ሸዋ እንደገብጣን፣ ሰብራድ፣ ግንደ በረት ድረስ እየተከተለ ወጋው። በዘመኑ የነበረው አቡነ ዮሳብ ፋሲሎንና ንጉሡን ለማስታረቅ ሙከራ አድርጎ ነበር። ፋሲሎ ግን አሻፈረኝ አለ። ይባስ ብሎ በጥር 11 ቀን 1567 ዓ.ም. አሻንጉሊት ንጉሥ አነገሠ። ነገር ግን የፋሲሎ ወታደሮቹ ከድተው ለንጉሡ እጃቸውን ሰጡ። በመጨረሻም ፋሲሎ ከባሕር ነጋሽ ይስሐቅ ጋር ለመቀላቀል ሲሄድ ትግሬ ሳይደርስ ዋድላ ውስጥ ተያዘ። የደምበያው ገዢ አዝማች ሀርቦ ተቀብሎ ጣና ውስጥ በሚገኘው ከደቅ ደሴት አሰረው።[96]

ባጠቃላይ የሐመልማል አመፅ ያስከተለው ጉዳት ዘርፈ ብዙ ነው። ሐመልማል ወታደሮች ግዳጃቸውን ጥለው እንዲቀላቀሉት በማድረጉ የድንበር አውራጃዎችን አለጠባቂ አስቀራቸው። ከፍተኛ ቁጥር ያለውን ወታደር በትንሽ ቦታ በማስፈር ወታደሮች በዘረፋ እንዲተዳደሩ አስገዳጅ ሁኔታ ተፈጠረባቸው። በዚህም በሠራዊቱ በተለይም ጊዮርጊስ ኃይሌ በተባለው ጨዋ ሥርዓት አልበኝነት ነገሠ። የዳሞት፣ የቢዛሞ፣ የወጅ፣ የእንደገብጣን፣ የሙገርና የግንደ በረት አካባቢዎች በወታደሮች ተዘረፉ። ዘረፋውን የሚፈጽሙት የንጉሡ ወታደሮች ጭምር ነበሩ።[97] የርስ በርስ ጦርነቱ ካስከተለው የደም መፋሰስ በተጨማሪ የሕዝቡን ራሱን የመከላከል አቅም አዳከመው። ጦርነቱ በፈጠረው ሁከት ምክንያት ክፉኛ ስለተጎዱ ዳሞት፣ ቢዛሞና ምዕራብ ሸዋ ለሜጫና ለቱለማ የኦሮሞ ጎሣዎች ወረራ በጣም የተመቹ ሆኑ።

ከደቡብ አውራጃ ገዢዎች የመጨረሻው በንጉሡ ላይ ያመፀው የሀድያ ገራድ አዜ ነው። አዜ ከንጉሡ ጋር በመጋቢት 1 ቀን 1569 ዓ.ም. ጦርነት ገጥሞ ተሸነፈ። ንጉሡም ደጅአዝማች ተክለ ጊዮርጊስ የተባለ መኮንን የሀድያ ገዢ አድርጎ ሸመ። ከሀድያ በተጨማሪ በ1571 ዓ.ም. ተክለ ጊዮርጊስ የዳሞት ገዢ ሆኖ ተሾመ። በዚያው ዓመት አዜ ተይዞ ተገደለ። በዚህ ጊዜ አብዛኛዎቹ በሕይወት ያሉ መኳንንት ከባሕር ነጋሽ ይስሐቅ እና ከበጌምድር ገዢ ከደጅአዝማች ሀርቦ በቀር ለንጉሡ ገብተው ነበር። ይስሐቅ በ1567 ዓ.ም. በሀርቦ አማካይነት ጎጃም ድረስ መጥቶ ከንጉሡ ጋር እርቅ ፈጽሞ ነበር። በመቀጠልም በ1571 ዓ.ም. ሠርፀ ድንግል ከሀርቦና ከይስሐቅ ጋር ለመገናኘት ወደደምቢያ ሄደ። ይስሐቅ ትግሬንና ባሕር ምድርን፣ ሀርቦ በጌምድርን እንደንጉሥ ሆነው ይገዙ ነበር፤ ብዙ ወታደሮችም ነበሯቸው። ነገር ግን አገር ለመጠበቅ የሚያበረክቱት አንዳችም ነገር አልነበረም።[98]

ሠርፀ ድንግል ሥልጣኑን ለማስከበር ከአንዱ አውራጃ ወደሌላ አውራጃ ያለማቋረጥ የሚያደርገው ዘመቻ ለኦሮሞ ጎሣዎች መልካም ዕድል ፈጠረላቸው። ለምሳሌ በ1571/2 ዓ.ም. የኦሮሞ ጎሣዎች ከደዋሮ ተነስተው ወደአዋሽ ዘልቀው ወጅንና ፈጠጋርን የወረሩት ሠርፀ ድንግል ወደደምቢያ ከይስሐቅ እና ከሀርቦ ጋር ለመታረቅ ሄዶ በነበረበት ጊዜ ነው። ሠርፀ ድንግል ወደደምቢያ ሲሄድ የቦረን ጎሣዎች አጋጣሚውን ተገን አድርገው ከደዋሮ ወደወጅ እንደሚንቀሳቀሱ ንጉሡ ይገነዘብ ነበር። የዚህ ምክንያቱ ደግሞ ቦረኖች አዲስ ሉባ የሚመርጡበት ጊዜ ስለሆነ ነው። ንጉሡ ደምቢያ የሄደበት ዋናው ምክንያት የአውራጃው ገዢዎች የአመፅ ስጋት በአስተማማኝ ሁኔታ ካልተወገደ እና የኢትዮጵያ ውስጣዊ ሰላም ካልተረጋገጠ የደቡብ ምሥራቅ ኢትዮጵያ አውራጃዎችን ድንበር ለማስከበር እንደማይቻል ስለተረዳ ነው።[99] ይህ ሁሉ ምስቅልቅል የመኳንንቱ ለንጉሡ አንታዘዝም ባይነት ውጤት ነው።

በሠርፀ ድንግል ዘመን በሐመልማል አመፅ ምክንያት የተፈጠረው የወታደሮች ሥርዓት አልበኝነትና ሙሉ በሙሉ የተወገደው ዘርዓ ዮሐንስና ሀርቦ ከሞቱ በኋላ ነው። በ1574 ዓ.ም. ሠርፀ ድንግል ዳሞት ሳለ ሁለት አስደንጋጭ መርዶዎች ጠበቁት። አንደኛው የቦረን ጎሣዎች እስከጀማ ወንዝ ድረስ ሸዋን መውረራቸው ነው። ሁለተኛው መርዶ የጎጃም ነጋሽ ዘርዓ ዮሃንስ ሞትና በሥሩ የነበሩት ወታደሮች የፈጠሩት ሁከት ነው። ሠርፀ ድንግል ቁርባን ከተባለው ሠራዊት 50 የተመረጡ ፈረሰኞችን ኦሮሞዎችን እንዲዋጉ ልኮ ራሱ ደግሞ የዘርዓ ዮሃንስን ወታደሮች ለማረጋጋት ወደጎጃም ሄደ። ቆዝሞስ የተባለ መኮንን ጎጃም ነጋሽ አድርጎ ሹሞ የቀድሞው የዘርዓ ዮሃንስን ወታደሮች

አዛዥ እንዲሆን አደረገ። በዚሁ የቀድሞው የዘርዓ ዮሃንስ ወታደሮች የሚፈጽሙትን ሁከት አቆመው።[100]

የዘርዓ ዮሃንስን ወታደሮች ካረጋጋ በኋላ ብዙም ሳይቆይ በ1575 ዓ.ም. የበጌምድሩ ገዢ ሀርቦ ሞቶ በሥሩ የነበሩ የጊዮርጊስ ኃይሌ ሠራዊት አባላት የለመዱትን ሁከት ፈጠሩ። ጊዮርጊስ ኃይሌ ለቅርብ አለቆቻቸው እንታዘዝም ብለው ወደባሕር ነጋሽ ይስሐቅ እንደሚሄዱ ሲዝቱ ሠርፀ ድንግል ወደደምቢያ ሄዶ ወታደሮቹን አረጋጋቸው። ይህ የጊዮርጊስ ኃይሌዎች የመጨርሻ ረብሻ ነው። ሞት ባይቀድመው ኖሮ ሃርቦ በንጉሡ ላይ በግልጽ ለማመፅ ተዘጋጅቶ ነበር። ከባሕር ነጋሽ ይስሐቅ ጋርም በምስጢር ይገናኝ ነበር። ሀርቦ ከሞተ በኋላ ጊዮርጊስ ኃይሌዎች ወደይስሐቅ ለመሄድ የፈለጉበት ምክንያት ይህ ነው። ሠርፀ ድንግል ደምቢያ ሳለ ባሕር ነጋሽ ይስሐቅ ከትግሬ እንዲመጣ ቢልክበትም እንደማይመጣ አሳወቀ። ይስሐቅም ለሁለተኛ ጊዜ በንጉሡ ላይ በግልጽ አመጸ።[101]

ከይስሐቅ አመፅ በተጨማሪ በክረምት ወራት በ1576 ዓ.ም. ንጉሡ ደምቢያ ሳለ ሌላ ሁለት መርዶ ተረዳ። አንደኛው ቤተ አማራ ውስጥ አምሃ ጊዮርጊስ የተባለ መኮንን በንጉሡ ላይ አምፆ የአዛዡ ኈራን ልጅ ከአምባ ግሼን አውርዶ አነገሠው። አምሃ ጊዮርጊስም ያነገሠውን አሻንጉሊት ንጉሥና በሥሩ የነበሩትን ብዙ የኦሮሞ ወታደሮች ከሠርፀ ድንግል ጋር ለሚያደርገው ጦርነት እንዲያግዘው ለይስሐቅ ላከለት። ከ1576 እስከ1579 ዓ.ም. ኢትዮጵያ የሰሜን አውራጃዎችን የሚገዛ አንድ አሻንጉሊት ንጉሥና የተቀሩትን አውራጃዎች የሚገዛ ሌላ ሕጋዊ ንጉሥ ነበራት። ሁለተኛው መርዶ የአዳሉ ሡልጣን መሐመድ የባሊን እና ሀድያን አውራጃዎች የመውረሩ ዜና ነው። ሠርፀ ድንግል በመስከረም ወር አጋማሽ በ1576 ዓ.ም. ወደባሊ ዘምቶ አንጸባራቂ ድል አገኘ። ከሞቱት አዳሎች ውስጥ መሐመድና የኑር ሙጃሂድ ሦስት ወንድ ልጆች ይገኙበታል። የተማረኩት ሙስሊም ወታደሮችም በንጉሡ ሥር እንዲሆኑ ተደረገ።[102] ነገር ግን የይስሐቅ አመፅ ሠርፀ ድንግል ያገኘውን ወታደራዊ ድል የአጭር ጊዜ ብቻ እንዲሆን እና ዘላቂ ውጤት እንዳይኖረው አደረገው።

የይስሐቅ ሁለተኛ አመፅ ከአባይ በታች ላሉት የኢትዮጵያ አውራጃዎች መበታተን የመጨረሻው መጀመሪያ ነው ማለት ይቻላል። ሠርፀ ድንግል ባሊ ዘመቻ ላይ ሳለ ይስሐቅ ሰላዮችና ወታደሮቹን ደምቢያ ልኮ ጊዮርጊስ ኃይሌን ለማሳመጽና የቀድሞ ወዳጁ የሀርቦን ልጅ የበጌምድር ገዢ እንዲሆን ለማድረግ ሙከራ አደረገ። ንጉሡ ይህን ሲሰማ ተክለ ጊዮርጊስን ከባሊ ዘመቻ ትንሽ እንኳ እረፍት ሳያደርግ ከዳሞት ወደደምቢያ በፍጥነት በመላክ የይስሐቅን እቅድ እንዲከሽፍ አደረገ። በመጨረሻ በ1578 ዓ.ም. ሠርፀ ድንግል በይስሐቅ ላይ ለመዝመት የክተት አዋጅ አወጀ። በደቡብ አውራጃዎች የሚገኙት ወታደሮች ሙሉ በሙሉ ከተቱ። ይህ በባሊ፣ በዳሞት፣ በሸዋ፣ በሸርካ፣ በወጅና በአርእኝ የነበረውን ሠራዊትና በነዚሁ አውራጃዎች ከሐረር መጥተው የሰፈሩ ሙስሊሞችን ይጨምራል። የደቡብ እና የደቡብ ምሥራቅ አውራጃዎችን ከኦሮሞ ወረራ የሚከላከል ጦር ሳያስቀር፣ ምንም ዐይነት ዘላቂ መፍትሔ ሳያዘጋጅ ሠርፀ ድንግል ከባሊ ተነስቶ ወደትግሬ ዘመተ።[103] ይህም ማለት ሸዋ፣ ባሊና ወጅ ያለምንም ጠባቂ ቀሩ ማለት ነው። ባጭሩ የባሕር ነጋሽ ይስሐቅ አመፅ እና ይህን ተከትሎ የመጣው የርስ በርስ ጦርነት ከንጉሡ የብቃት ማነስት ጋር ተደምሮ አገር መልሶ የማቅናቱን ሥራ ካከሸፉት ምክንያቶች ዋነኞቹ ናቸው።

8.5.2 የዓፄ ሠርፀ ድንግል ድክመት

ወታደሮች እና የአውራጃ ገዢዎች ከፈጠሩት ትርምስ በተጨማሪ ሠርፀ ድንግል በተለያየ ጊዜ ያሳየው ድክመት ለኢትዮጵያ መበታተን ከፍተኛ አስተዋጽኦ አድርጓል። በተለይም ከ1579 ዓ.ም. በኋላ ያለው የሠርጸ ድንግል ዐሥራ ሰባት ዓመታት የሥልጣን ዘመን አለአግባብ የባከነ አሳዛኝ ጊዜ ነው። ንጉሡ በአዲቆሮ ላይ ያገኘውን አንጸባራቂ ድልና ይህን ተከትሎ ያገኘውን ክብርና ዝና ሳይጠቀምበት ቀረ። አንደኛው የባከነው ዕድል ምጽዋንና አርቂቆን ሳይዝ መቅረቱ ነው። ይህም ቱርኮች ምጽዋን ለሚቀጥሉት 300 ዓመታት ለመያዝ አስቻላቸው። ሁለተኛው የመኳንንቱን ኃይል የሚገድብ አዲስ የአስተዳደር ሕግ ሳያወጣ መቅረቱ ነው። ዘድንግል የመኳንንቱ ኃይል ለመገደብ ገበሬውን ነጻ የሚያደርግ ለሞቱ ምክንያት የነበረ ሕግ አውጥቶ ነበር። በመኳንንቱ አመፅ ምክንያት እንደሠርፀ ድንግል ከፍተኛ ችግር የደረሰበት መሪ በወቅቱ አልነበረም። ከአዲ ቆሮ ጦርነት በኋላ የመኳንንቱን ሥልጣን ለመገደብ እንደሠርፀ ድንግል ጥሩ አጋጣሚ የተፈጠረለትም መሪም አልነበረም። ነገር ግን ዕድሉን ሳይጠቀምበት ቀረ። ሌላው ያባከነው ዕድል የተበታተኑትን አውራጃዎች መልሶ አንድ ሳያደርጋቸው መቅረቱ ነው።[104]

የሠርፀ ድንግል የመሪነት ድክመት ጎልቶ የወጣው ከአዲ ቆሮ ጦርነት በኋላ ኢትዮጵያን መልሶ አንድ ለማድረግ የወጣውን የዘመቻ እቅድ ሲሠርዝ ነው። በአዲ ቆሮ ዘመቻ የተሳተፉት ከሁሉም የአገሪቱ አውራጃዎች የመጡ የጦር አለቆችና ገዢዎች ደምቢያ ልዩ ስሙ ጉባዔ ከተባለ የንጉሡ ቤተ መንግሥት ተሰብስበው ነበር። ጉባዔ ተሰብስበው ሳለ በኦሮሞ ጎሣዎች የተያዙትን አውራጃዎች ለማስመለስ የዘመቻ እቅድ አውጥተው ነበር። በዕቅዱ መሠረት ሠራዊቱ ሳይበተን በደምቢያ ክርሞ በቂ እረፍት ካደረገ በኋላ ከአንጎት ጀምሮ እስከባሊ ድረስ ያሉትን አውራጃዎች ወደማዕከላዊ መንግሥት ለመመለስ ነበር። ነገር ግን የዘመቻውን እቅድ ንጉሡ አከሸፈው። በዘመኑ የተጻፈው ታሪከ ነገሥት የዘመቻውን እቅድና ሳይፈጸም የቀረበትንም ምክንያት እንደሚከተለው ይገልጸዋል፡-

> ከዚህ በፊትም ምክር ኾነ፤ እዚህ ክርሞ ከአንጎት ይዞ እስከ ግድም፣ ይፋት፣ ፈጠጋርና ደዋሮ ድረስ ያለውን ጋላን ሊወጋ ይኼድ ዘንድ በየሀገራቸው ባሰናበታቸው ጊዜ ከግራና ከቀኝ ከነበሩ ከሹማምንቱ ጋርም ይህን ምክሩን አጽንቶ ወስኖ ነበር። ነገር ግን "ምክራችሁ እንደምክሬ፣ ሀሳባችሁ እንደሀሳቤ አይደለም" ያለው የተፈጸመ ይመስለናል። እዚህ ላይ እንናገራለን። ይህንንም የምንናገርበት የዓለም ፍጥረት ኹሉ የምትመግብ የቸርነቱ ክረምት ካለፈ በኋላ፣ ንጉሡ ወደፈላሻ ተጉዞ ከጋሎች ጋር የሚያደርገው ጦርነትም ስለቀረ ነው። ስለጋላ ጦርነት የዚህ ምክር መቅረት ምክንያትንም በዚህ እናነሳዋለን። ንጉሡ በጉባዔ ሳሉ ረዳኢ"ግብሬን ብዙ እኽል፣ ማር የቀንድ ከብት፣ በግ እልካለሁ" ብሎ እንዲሁ ላከ። የተናገረውን "አንድም እንኳ አላመጣ" የሚል መልእክተኛ ንጉሡ ወዳለበት መጣ።[...] በዚያን ጊዜ ምክር መምከር ጀመረ፤ ከጋሎች ጋር የሚያደርገውን ጦርነት ትቶ ፈላሻን ይወጋ ዘንድ ወደጨዋና ወደትግሬ ሹማምንት ኹሉ መልእክት ላከ፤ በወሰነላቸውና በቀጠረላቸው ጊዜ ይደርሱ ዘንድ። ከዚህ ኹሉ ጋርም እንዲህ የሚል ኾነ፡- "ጋላን ለመውጋት ከመኼድ ይልቅ የጌታየን የኢየሱስ ክርስቶስን ደም ካፈሰሱ ጠላቶቹ ጋራ ብጋደል ይሻለኛል።" በክረምቱ ወር ይህን ምክር አጠናከረ።[105]

ንጉሡ አስተዳዳሪዎች ያወጡትን አገር የማስመለስ የዘመቻ እቅድ የሠረዘበት ምክንያት አስገራሚ ነው። አገር ለማስመለስ የወጣውን ዘመቻ ትቶ ስሜን ከቤተ እሥራኤሎች ጋር ለመዋጋት ወሰነ። ምክንያቱ ደግሞ ቤተ እሥራኤሎች ግብር አንገብርም ስላሉና ክርስቶስን

የሰቀሉት የአይሁድ እምነት ተከታይ ስለሆኑ ነው። ንጉሡ ቤተ እሥራኤሎችን ለማስገበር የአንድ አውራጃ ገዢ መላክ ይችል ነበር። የታሪክ ነገሥቱ ጸሐፊ የንጉሡን ግራ የሚያጋባ ውሳኔ ለአንባቢ ለማስረዳት እንደተቸገረ ግልጽ ነው። የመጽሐፍ ቅዱስ ታሪክ ለመጥቀስ የተገደደው በዚህ ምክንያት ነው። ሠርፀ ድንግል በቤተ እሥራኤሎች ላይ ሁለት ጊዜ ዘምቶ ከፍተኛ ጉዳት እንዲደርስባቸው አደረገ።

ሌላው የሠርፀ ድንግልን የችሎታ ማነስ፣ የመሪነት ድክመት የሚያመለክተው ለቤተመንግሥቱ መቀመጫ የመረጠው ስፍራ ነው። ሠርፀ ድንግል ከአዲ ቆሮ ጦርነት በኋላ ቋሚ መቀመጫውን ጉባዔ አደረገ። ጉባዔን ለመቀመጫነት መጀመሪያ የመረጠው ሚናስ ነበር። ሠርፀ ድንግልም የአባቱን ፈለግ ተከትሎ መቀመጫውን እዚያው አደረገ።[106] ይህ የቦታ ምርጫ በወቅቱ የነበረውን የኢትዮጵያ ነባራዊ ሁኔታ ያላገናዘበ ውሳኔ ነው። ጉባዔ የኦሮሞ ጎሣዎች በተደጋጋሚ ከሚዘርፏቸው እና ከሚወርሯቸው አውራጃዎች ማለትም ከወጅ፣ ከፈጠጋር፣ ከምዕራብ ባሊ፣ ከሀድያ እና ሸዋ በጣም ይርቃል። ንጉሡ በቋሚነት ከጉባዔ መቀመጡ ከማዕከላዊ መንግሥት ቁጥጥር ውጭ የነበሩትን አውራጃዎች ለማስመለስም ሆነ ለወረራና ለዘረፋ የተጋለጡትን አውራጃዎች ለመከላከል አስቸጋሪ እንዲሆን አደረገው። በ1570ዎቹ የቦረን ጎሣዎችን ወደሸዋ፣ ዳሞት እና ወጅ እንዳይገቡ ያደረጋቸው የንጉሡ ሠራዊት በአካባቢው መገኘት ነበር። ሠርፀ ድንግል ጉባዔ ከከተመ በኋላ ግን የቦረን ጎሣዎች ወደዳሞት፣ ወጅ፣ ፈጠጋር እና ሸዋ መግባት ቻሉ። የዳሞት ገዢ የነበረው ደጅአዝማች አስቦ፣ የወጅ፣ የአራግዋ፣ የአርእኝ፣ ሸርካና የወናግ አምባ ገዢ የነበረው ደጅአዝማች ደጎረጎት በጀግንነት የሹመት አገሩን ለተወሰነ ጊዜ ከተከላከለ በኋላ በ1580ዎቹ ለቦረኖች ለቀቀላቸው።[107]

ሠርፀ ድንግል እርሱን ስለሚተካው አልጋ ወራሽ ያሳየው እርስ በርሱ የሚጣረስ አቋም ከሞተ በኋላ ለተፈጠረው የፖለቲካ ችግር በር የከፈተ ነው። ንጉሡ ሀረገ ከተባለች ሴት የወለደው ያዕቆብ የሚባል ልጅ ነበረው። ነገር ግን አልጋ ወራሽ አድርጎት የነበረው የወንድሙን ልጅ ዘድንግልን ነበር። ንጉሡ በ1597 ዳሞት ውስጥ ሻት የተባሉት ጋፋቶች (የአሁኑ ወለጋ) በሚኖሩበት ስፍራ በጠና በታመመ ጊዜ ለመኳንንቱና ለሠራዊቱ ዘድንግልን እንዲያነግሡ ተናዘዘ። ነገር ግን ዘድንግል ፍርድ አዋቂ እና ለድሀ የቆመ ስለነበረና መኳንንቱ ለሥልጣናቸው ስለፈሩ የንጉሡን ምርጫ ተቃወሙት። በዚህ ምክንያት መኳንንቱ ሠርፀ ድንግል ያዕቆብን እንዲያነግሥ ግፊት አደረጉበት። ንጉሡም ከመሞቱ በፊት ወታደሩና መኳንንቱ የወደዱትን እንዲያደርጉ አዘዘ። መኳንንቱም ያዕቆብን በ1597 ዓ.ም. አነገሡ። ኢትዮጵያ በወቅቱ ከነበረባት ችግር አንፃር የሚያስፈልጋት ብቃት ያለው፣ መምራት የሚችል በዕድሜው የደረሠ ንጉሥ ነበር። የሠርፀ ድንግል ምርጫ ይህን ኢትዮጵያ የሚያስፈልጋትን ቅድሚያ አይሰጥም። በ1597 ዓ.ም. ሠርፀ ድንግል ሲሞት ዘድንግል የ19 ዓመት፣ ያዕቆብ ደግሞ የ7 ዓመት ሕፃን ነበር።[108] መኳንንቱን የፈቀዱትን እንዲያነግሡ ትእዛዝ በመስጠት ሠርፀ ድንግል ከኢትዮጵያ ይልቅ የመኳንንቱን ጥቅም እና ፍላጎት አስቀደመ። ይህ የንጉሡን የመሪነት ድክመት የሚያንጸባርቅ ውሳኔ ነው።

ያዕቆብ 14 ዓመት እስከሚሞላው የሠርፀ ድንግል ሚስት ማርያም ስና፣ የትግሬው ገዢ ደጅአዝማች ክፍለ ዋህድና የጎጃሙ ገዢ ራስ አትናቴዎስ ሞግዚት ሆኑ። ክፍለ ዋህድና አትናቴዎስ ያገቡት የሠርፀ ድንግልን እህቶች ነው። ዘድንግል ጣና ከሚገኘው ከደቅ ደሴት ውስጥ ታሰረ። ነገር ግን ሌላው የያዕቆብ የሥልጣን ተቀናቃኝ ሱስንዮስ ከመታሠሩ በፊት ቀድሞ መረጃ ስለደረሰው ጎጃም አባራ ውስጥ ከሚኖርበት ከቤቱ

ሊይዙት የመጡትን ሰዎች አምልጦ አባይን ተሻግሮ ወለቃ ገባ። ሱስንዮስ ከ1597 ዓ.ም. ጀምሮ እስከ1607 ዓ.ም. ባሉት ዐሥር ዓመታት በገዛ ቤተሰቦቹ፣ በመንግሥት ላይ ሸፍቶ አገሩን ከሚወርሩት ከኦሮሞዎች ጋር ሆኖ ብዙ ወንጀል በመፈጸም የንጉሡን ሥልጣን እጅግ እንዲዳከም አደረገ። የንጉሡን ሞት ተከትሎ ቁርባን የተባለው ሠርፀ ድንግል ይመራው የነበረው ሠራዊት ሥርዓት አልበኛ ሆነ።[109] የወታደሮች ሥርዓት አልበኝነት ከሱስንዮስ አመፅ ጋር ተጨምሮ አገር መልሶ የማቅናቱ ሥራ እንዲሰናከል ከማድረጉም በላይ ለኦሮሞ ጎሣዎች ወደሸዋ፣ ቢዛሞ፣ ዳሞትና ወለቃ መስፈር ወሳኝ ሚና ተጫውቷል።

ሠርፀ ድንግል ከሞተ በኋላ የቁርባን መሪ የነበረው ራስ ዘሥላሴ ነው። የዘሥላሴ አባት ጉራጌ ሲሆን ቁርባን በጌምድር ደራ ወረዳ ሰፍሮ በነበረበት ጊዜ የሠራዊት ክፍሉ አባል ነበር። ዘሥላሴም የተወለደው ደራ ሲሆን ለብዙ መኳንንት በውትድርና ካገለገለ በኋላ የቁርባን ሠራዊት መሪ ሆነ። ዘሥላሴና የያዕቆብ የቅርብ ጠባቂዎች ያዕቆብን ጉባዔ ከሚገኘው ቤተ መንግሥት አስለቅቀው የማርያም ስናንና የመኳንንቱን መኖሪያ ቤቶች ዘረፉ። በዚህ ምክንያት ዘሥላሴን መኳንንቱ ከማርያም ስና ጋር መክረው አሠሩት። ቀጥሎም ደቡባዊ ጎጃም ውስጥ የሚገኘው የወሰን አምባና የአካባቢው ገዢ አድርገው ሾሙት። ብዙም ሳይቆይ ግን በራስ አትናቴዎስ ጣልቃ ገብነት ወደቀደመው ቦታው ተመለሰ። ይህ በእንዲህ እንዳለ በ1603 ዓ.ም. 14 ዓመት የሞላው የዕቆብ በሞግዚት መግዛት በቃኝ ብሎ ራሱ ለመግዛት ወሰነ። በዚህ ጊዜ ንጉሡ ዘሥላሴን እንደገና ደረባ የተባሉት ወታደሮች አለቃ አደረጉት። ነገር ግን የያዕቆብ ሞግዚት የነበረው ራስ አትናቴዎስ በንጉሡ ላይ ሲያምፅ ዘሥላሴም ከድቶ ከአትናቴዎስ ዘንድ ገባ። የቁርባን ሠራዊት አባላት ግን የንጉሡ የያዕቆብ ደጋፊ ሆነው በጽናት ተዋግተው ዘሥላሴንና አትናቴዎስን ያዟቸው። ያዕቆብ ልምድና ጥሩ አማካሪ ከማጣት የተነሳ ለአትናቴዎስ ምሕረት አድርጎ የጎጃም ገዢነቱን ሲያጸናለት ዘሥላሴን እናርያ በግዞት አስቀመጠው።[110]

ያዕቆብ በነጻነት ለማስተዳደር እርምጃ ሲወስድ ማርያም ስናን ጨምሮ ሁሉም ሞግዚቶች አመጹበት። ማርያም ስና ከመኳንንቱ ጋር መክራ ከሰባት ዓመት በፊት አስረውት የነበረውን ዘድንግልን አንግሠው ያዕቆብን በግዞት እናርያ ወስደው አስቀመጡት። መኳንንቱ በያዕቆብ ላይ የወሰዱትን እርምጃ ሕጋዊ ለማስመሰል በንጉሡ ላይ ብዙ መሠረተ ቢስ ክስ አቀረቡበት። ከብዙው በጥቂቱ ክሱ፡- ያዕቆብ የሠርፀ ድንግል ልጅ ሳይሆን የገበሬ ልጅ ነው፣ ክርስቲያን ሳይሆን አረመኔ ነው የሚል ነው። በተጨማሪም ንጉሡ የተከለከለ ተራክቦ ፈጽሟል፣ የኦሮሞ ሃይማኖት ይዟል፣ እንደኦሮሞ የከብት ሞራ እየተመለከተ የባዕድ አምልኮ ሥራ ይሠራል ብለው ከሰሰው ከዳኛ ፊት አቆሙት። ክሱ የንጉሡ ነገሥቱን ሥልጣን ለማዋረድና ወደፊት የሚነግሡትን ነገሥታት የመኳንንቱን ሥልጣንና መብት እንዳይጋፉ ለማድረግ ያለመ ነው። በኢትዮጵያ ሥርዓተ መንግሥት ንጉሡ ምንም ጥፋት ቢገኝበት ስዩመ እግዚአብሔር ስለሆነ መኳንንቱ እሱን ከሰሰው ከሥልጣን ለማውረድ ሕጉ አይፈቅድላቸውም። ክሱና የፍርዱ ሂደት የሚካሄደው ዘድንግል ሳይሰማ ስለነበረ ንጉሥ ሲሰማ በፍጥነት አስቆመው። መኳንንቱም የያዕቆብ አካል እንዲጎድል ትእዛዝ እንዲሰጥ ዘድንግልን ቢመክሩም ንጉሡ ሳይቀበለው ቀረ። ዘድንግል ያዕቆብን እናርያ እንዲታሠር አደረገ።[111]

በ1604 ዓ.ም. ማርያም ስናና ራስ አትናቴዎስ ዘድንግልን ሽረው ያዕቆብን እንደገና ለማንገሥ መከሩ። ነገር ግን ያዕቆብ ከእናርያ ከእሥር ተፈትቶ ወደደምቢያ በመሄድ ላይ ሳለ የቦረን ጎሣዎች እናርያን ሲያጠቁ ወደከምባታ ሄዶ ስለተደበቀ በተፈለገው ጊዜ ደምቢያ ሳይደርስ ቀረ። የማርያም ስናና የአትናቴዎስ ሴራም ብዙ ሳይቆይ ተገለጠ።

ዘድንግልም በሴራው የተሳተፉትን መኳንንት አስሮ አትናቴዎስን ከሥልጣኑ በመሻር ሴራውን አከሸፈው። ዘድንግል በመኳንንቱ ላይ የወሰደው የተለሳለሰ እርምጃ ለሞቱ ምክንያት ሆነው። ቁርባን እና ሚዛን የሚባሉት ጨዋዎች በዘሥላሴ መሪነት በ1604 ዓ.ም. ዘድንግልን ደምቢያ ውስጥ ባርጫ ከተባለ ስፍራ ጦርነት ገጥመው ገደሉት። በወቅቱ ኢትዮጵያ ውስጥ የነበረው የካቶሊክ ወንጌላዊ ጴጥሮስ ፓይዝ ኢትዮጵያን እንደንጉሥ ሆኖ በጉልበቱ የሚያስተዳደር ዘሥላሴ ነበር ይላል።[112] በወቅቱ "ዘሦ በጉልበቱ ነግሦ" የተባለው ለዚህ ነው። ቀጥሎ ያለው በዘመኑ የተጻፈ የታሪክ ማስታወሻ ይህንኑ ያጠናክራል፡-

> ወበውዕቱ ፩ዓመት ተጻልዕዎ ሐራሁ ለሐጼ ዘድንግል እለ ይብልወሙ ቁርባን፣ ወሚዛም ወእርስ ዘሥላሴ በምክንያተ ዝንቱ አዋጅ ዘአንገረ ውእቱ እንዘ ይብል ሰብእ ሐራ፤ ወገብረ ምድር። እስመ ዓመፁ ኩሉ ዜጋሆሙ ወቀተልዎ በኲናት ማዕከለ ደምቢያ ዘውእቱ ባርጫ።[...] ወእምድኅረ አዘዘ እራስ ዘሥላሴ ከመ ያንስእዎ ለሐጼ ዘድንግል ወአንሥእዎ ወወሰድዎ ውስተ ደሴተ ዳጋ ወቀበርዎ ህየ። ወነበረት መንግሥት በዕዴሁ ለጉራጌ ራስ ዘሥላሴ።[113]
>
> <u>ትርጉም</u>
> በዚህ አንድ ዓመት ውስጥ ቁርባንና ሚዛን የተባሉት ወታደሮች እንዲሁም ራስ ዘሥላሴ "ሰው ነጻ ነው፤ምድር ገባር ነው" በሚለው አዋጅ ምክንያት ዓፄ ዘድንግልን ተጣሉት። ዜጎች ሁሉ አመጹበት በደምብያ መካከል ባርጫ ውስጥ በጦር ወግተውም ገደሉት። ከዚህ በኋላ እራስ ዘሥላሴ ዓፄ ዘድንግልን እንዲያነሱት አዘዘ፤ አንስተው በዳጋ ደሴት ቀበሩት። መንግሥት በጉራጌው በራስ ዘሥላሴ እጅ ነበረች።

የዘድንግል ሞት በዘመኑ የነበረውን ሥርዓት አልበኝነት እና የመኳንንቱ እና የሠራዊቱ ሥልጣን የደረሰበትን ከፍተኛ ደረጃ ያመለክታል። በአንጻሩ ደግሞ ንጉሡ ሥልጣን አልባ፣ አሻንጉሊት ወደመሆን ደረጃ ደርሶ እንደነበረ ያመለክታል። የኢትዮጵያ ነገሥታት ትኩረታቸውን አገር መልሶ አንድ ማድረግ ላይ እንዳያደርጉ እንቅፋት የፈጠረባቸው ይህ ነው።

የዘድንግል አሳዛኝ ሞት የርስ በርስ ጦርነቱን እና ትርምሱን አላስቀረውም። ዘድንግል ሲሞት በግዞት እናርያ ይኖር የነበረው የቀድሞው ንጉሥ ያዕቆብ በቅርብ ስላልነበረ እና ሱስንዮስም ሽፍታ ስለነበረ መኳንንቱ የሚፈልጉትን ወዲያው አላገኙም። ዘድንግል ከሞተ በኋላ ባሉት ሁለት ወራት ኢትዮጵያ መሪ አልነበራትም። ያዕቆብ በተፈለገው ጊዜ ስላልተገኘ አትናቴዎስ በሽፍትነት የሚኖረውን ሱስንዮስን ለንጉሥነት አጨ። ማርያም ስና፣ ዘሥላሴና ቁርባን በበኩላቸው ያዕቆብን ለሁለተኛ ጊዜ ለማንገሥ ተስማሙ። ዘሥላሴና ቁርባን ሱስንዮስን ያልደገፉበት ምክንያት ሱስንዮስ በጣም ጨካኝና በንጉሠ ነገሥትነቱ መከበር የሚፈልግ ስለሆነ ነው። በዚህ ሁኔታ ኢትዮጵያ ለሁለት ተከፈለች። በሁለቱ ጎራዎች መካከል ጦርነትን ለማስቀረት ጊዚያዊ መፍትሔ አድረገው የወሰዱት ደግሞ በላያቸው ላይ ንጉሥ ከመሾማቸው በፊት መኳንንቱ ሥልጣናቸውን በየራሳቸው ግዛት ማደላደል ነው።[114]

መጨረሻ በታኅሣሥ ወር 1604 ዓ.ም. አትናቴዎስ ሱስንዮስን ብዙ መኳንንትና የቤተ ክርስቲያን ሰዎች በተሰበሰቡበት ጎጃም እነብሴ ውስጥ በሚገኘው መርጡለ ማርያም አነገሠው። ዘሥላሴና ቁርባን በበኩላቸው ያዕቆብን ከእናርያ ለማስመጣት መልክተኛ ላኩ፣ ሱስንዮስን ዘውዱን ለያዕቆብ እንዲተውም ጠየቁ። ነገር ግን ያዕቆብ እስከሰኔ የማይገኝ ከሆነ ራሱን ሱስንዮስን እንደሚያነግሡ ዘሥላሴና ቁርባን ቃል ገቡ።

ሱስንዮስ እግዚአብሔር ያነገሠውን ሰው አያወርደውም ብሎ ሃሳቡን ውድቅ ስላደረገ ጦርነት ተቀሰቀሰ። ዘሥላሴና ቁርባን ሊያሸንፉ ጫፍ ከደረሱ በኋላ ከእናርያ ያዕቆብን እንዲያመጡ የተላኩት ማግኘት ስላልቻሉ በሚያዝያ ወር 1604 ዓ.ም. ባዶ እጃቸውን ተመለሱ። በዚህ ጊዜ ዘሥላሴ ከሱስንዮስ ጋር መስማማት የተሻለ አማራጭ እንደሆነ ከቁርባን ጋር መከረ።[115]

በምክራቸው መሠረት መኳንንቱና ወታደሩ ሱስንዮስን ሸሽቶ ወደነበረበት በጌምድር መልክተኛ ልከው ተደራደሩ። ሱስንዮስ የማርያም ስናንና የወታደሩን የመተዳደሪያ መሬት እንደሚያከብሩ ቃል እንዲገባላቸው ጠየቁ። በምትኩ መኳንንቱ፣ ወይዛዝርቱና ወታደሩ በሱስንዮስ ላይ አመጻቸውን እንደሚተዉ ቃል ገቡ። ቃል ኪዳኑ በተፈጸመ በሳምንት ጊዜ ውስጥ ግን ያዕቆብ ስለተገኘና ደምቢያ ስለመጣ አትናቴዎስን ጨምሮ መኳንንቱና ወታደሮች ሙሉ በሙሉ ለሱስንዮስ የገቡትን ቃል አፍርሰው ለያዕቆብ ገቡ። ያዕቆብም ዘሥላሴን የጎጃም ገዢና ዋና የመንግሥት ኃላፊ አድርጎ ሾመው። አትናቴዎስን ከምንም ዐይነት ኃላፊነት ቦታ አገደው። ዘውዱ ይገባኛል ጥያቄውን ከተወ ጎጃም የሚገኘውን የአባቱን ጉልት መሬት፣ የሸዋ፣ የወለቃና የአምሃራ ገዢ አድርጎ እንደሚሾመው ያዕቆብ ለሱስንዮስ የዕርቅ ሀሳብ አቀረበ። ሱስንዮስ ግን ሀሳቡን ውድቅ አድርጎ እንደልማዱ ሸፈተ። በመጨረሻም በመጋቢት 1607 ዓ.ም. ጎጃም ውስጥ ጎል ሥላሴ ልዩ ስሙ ድል ሜዳ ከተባለ ቦታ በተደረገ ጦርነት ያዕቆብ ተሸንፎ በዘመኑ ከነበረው ከአቡነ ጴጥሮስ ጋር ተገደለ።[116]

የሱስንዮስ የሥልጣን ዘመን እና በጎንደር ዘመንም እንደከዚህ በፊቱ ሁከት፣ ትርምስ፣ ጦርነትና ደም መፋሰስ የበዛበት ነበር። በተለይም ደግሞ ሱስንዮስ በነገሠ ማግስት እና የካቶሊክ ሃይማኖትን ብሔራዊ ሃይማኖት አድርጎ ባወጀበት በ1620ዎቹ ከፍተኛ የሆነ የርስ በርስ ጦርነት እና ደም መፋሰስ ደርሶ ነበር። በኦሮሞ ወረራ ምክንያት ከመንግሥት ቁጥጥር ውጭ የሆኑትን አውራጃዎች መልሶ በንጉሡ ግዛት ሥር ለማድረግ የተደረጉትን አገር መልሶ የማቅናት ዘመቻዎች ፍሬ አልባ ያደረጋቸው ዋናው ምክንያት ከሥልጣን ሽኩቻ ጋር በተያያዘ ኢትዮጵያ ውስጥ ይደረግ የነበረው ትርጉም አልባ የርስ በርስ ጦርነት እና ደም መፋሰስ ነው። በተመሳሳይ የዓፄ ኢያሱ ዘመቻ ግቡን ያልመታበት ምክንያት ጎንደር ውስጥ ንጉሡን ከሥልጣን ለማውረድ የተነሳው አመፅ ነው። በኢያሱ ላይ አመፅ ያስነሡት የራሱ የቅርብ ቤተሰቦች ናቸው። ኢያሱ ከየእናቱ የሚወልዳቸው ብዙ ወንዶችና ሴቶች ልጆች ነበሩት። የንጉሡ የበኩር ልጁ ተክለ ሃይማኖት ከእናቱ ቤተሰቦች ጋር መክሮ በመጋቢት ወር 1706 ዓ.ም. አባቱ በሕይወት እያለ ነገሠ። ይህ በኢትዮጵያ ታሪክ ተደርጎ አይታወቅም (እንደተደረገ የጽሑፍ መረጃ የለም)። ቀጥሎም ተክለ ሃይማኖት ደጅአዝማች ደርሞን የተባለውን አንቱን ትእዛዝ ሰጥቶ ኢያሱ በግዞት በተቀመጠበት ጣና ውስጥ ከሚገኝ ገዳም እንዳለ በጭካኔ አስገደለው። ብዙም ሳይቆይ ተክለ ሃይማኖት በተራው በጠላቶቹ ተገደለ።[117]

በዘመኑ የነበረው የሃይማኖት ክፍፍል የፖለቲካውን አለመረጋጋት አባባሰው። ከ17ኛው ምእት ዓመት አጋማሽ ጀምሮ የኢትዮጵያ ቤተ ክርስቲያን በሃይማኖት ምክንያት ለሁለት ተከፍላ ነበር። የሃይማኖት ክፍፍሉና በዚህ ምክንያት የሚፈጠረው ሁከት በኢያሱ ዘመን የከፋ ደረጃ ደርሶ ነበር። በጎንደር ከተማ የሃይማኖት እና የፖለቲካው ሽኩቻ ኢያሱ ከሞተ በኋላ ስለተባባሰ እናርያ እና ሌሎችም አካባቢዎች መልሰው ከመንግሥት ቁጥጥር ውጭ ሆኑ። ከተክለ ሃይማኖት ጀምሮ ዓፄ በካፋ እስከነገሠበት እስከ 1721 ዓ.ም. ድረስ በነበሩት 15 ዓመታት በኢትዮጵያ ከፍተኛ የፖለቲካና የሃይማኖት

ቀውስ ተፈጥሮ ነበር። በዚህ 15 ዓመት ውስጥ አራት አቅመ ቢስ ነገሥታት በተከታታይ ለአጭር ጊዜ ነገሡ። የፖለቲካውንና የሃይማኖቱን ትርምስ ያስቆመው በካፋ ነው።[118] ነገር ግን አዲሱ ንጉሥ ለችግሩ መሠረታዊ ምክንያቶች መፍትሔ ሳያመጣ አለፈ። በዚህ ምክንያት በ18ኛው ምእት ዓመት የንጉሡ ሥልጣን እጅጉን እየተዳከመ መጣ። በዚህ ዘመን የኢትዮጵያ ነገሥታት አገር መልሶ አንድ ለማድረግ ያልቻሉበት ምክንያት ይህ ነው።

ማጠቃለያ

የበራራ እና ሌሎችም የሰሎሞናውያን ነገሥታት የከተሙባቸው ስፍራዎችና ያስተዳደሯቸው አውራጃዎች መልሰው በኢትዮጵያ መንግሥት አስተዳደር ሥር የሆኑት በዳግማዊ ምኒልክ ዘመን ቢሆንም፣ ከ16ኛው ምእት ዓመት አጋማሽ ጀምሮ እስከ18ኛው ምእት ዓመት የመጀመሪያ ዓመታት ኢትዮጵያን የመሩ ብዙ ነገሥታት አገሪቱን መልሶ አንድ ለማደረግ ጽኑ ፍላጎት አሳይተዋል። የኢትዮጵያ ነገሥታት በግራኝ አሕመድ እና በኦሮሞ ወረራ ምክንያት ከመንግሥት ቁጥጥር ውጭ የነበሩትን አውራጃዎች በቋሚነት አልለቀቋቸውም። የጥንት የኢትዮጵያ አውራጃዎች እና ታሪክ በገበሬውም፣ በመሳፍንቱም፣ በካህናቱም ልብ የታተመ የማይረሳ ትዝታ ነበር። ገላውዴዎስ፣ ሠርፀ ድንግል፣ ዘድንግል፣ ሱስንዮስ እና ኢያሱ ኢትዮጵያን መልሶ አንድ ለማደረግ ያሳዩት ፍላጎት እና ዘመቻቸው ከዚህ የመነጨ ነው። የተበታተኑትን የኢትዮጵያ የጥንት አውራጃዎች መልሶ አንድ የማድረግ ፍላጎት በነገሥታቱ፣ በካህናቱን እና በአጠቃላይ በክርስቲያኑ ሕዝብ ብቻ የተወሰነ አልነበረም። ኦሮሞዎች በስፋት በሰፈሩባቸው አውራጃዎች የሚኖረው ነባር ኢትዮጵያዊ ሕዝብም ወደእናት አገሩ ወደንጉሡ አስተዳደር ለመመለስ በየጊዜው ተጋድሎ አድርጓል። ነገሥታቱ እና መሳፍንቱ ኦሮሞዎች በወረራ በሰፈሩባቸው አውራጃዎች የዘመቱት በነባር ኢትዮጵያውያን ጥያቄ፣ ግፊት እና ጎትጓችነት ጭምር ነው።

በዚህ ምዕራፍ አገር መልሶ አንድ ለማድረግ የተደረገውን እንቅስቃሴ የከሸፈባቸውን ዋና ዋና ምክንያቶች ዐይተናል። አገር መልሶ አንድ የማድረጉ ዘመቻ ፍሬ አልባ ያደረገው በኢትዮጵያ የነበረው ዓላማ ቢስ የሥልጣን ሽኩቻ እና የርስ በርስ ጦርነት ነው። ሸዋንና ዳሞትን ጨምሮ ከአባይ በታች ባሉት አውራጃዎች የኦሮሞ ጎሣዎች በቀላሉ እንዲሰፍሩ ዕድል የፈጠረላቸው እና አውራጃዎችን ለማስመለስ ከባድ ያደረገው የርስ በርስ ጦርነቱ ነው። በተለይም የባሕር ነጋሽ ይስሐቅ አመፅ የደቡብ፣ የምሥራቅ እና የማዕከላዊ ኢትዮጵያ አውራጃዎች ያለጠባቂ እንዲቀሩ ዋና ምክንያት ነበር። የርስ በርስ ጦርነቱ ከፈጠረው የፖለቲካ ትርምስ በተጨማሪ ሠርፀ ድንግል ያሳያቸው የብቃት ጉድለቶች እና የወሰዳቸው የተሳሳቱ እርምጃዎች አገር መልሶ አንድ የማድረጉን ጥረት እንዳይሳካ አደረጉት። ንጉሡ መቀመጫውን ከሸዋ ወደበጌምድር ማዛወሩ ከቁጥጥር ውጭ የወጡትን አውራጃዎች ማስመለስ ቀርቶ የቀሩትን የደቡብ አውራጃዎችን ከኦሮሞ ጎሣዎች ወረራ ለመከላከልም አስቸጋሪ አደረገው። በጎንደር ዘመን የሃይማኖት ክፍፍሉ እና የርስ በርስ ጦርነት ተደጋግሞ መከሰቱ በደቡብ የነበሩትን የጥንት አውራጃዎች መልሶ አንድ ለማድረግ እና በቁጥጥር ሥር የነበሩትንም በዘላቂነት ለማስተዳደር አስቸጋሪ አደረገው። ነገር ግን ተደጋግሞ እንደተገለጸው ከግራኝ አሕመድ በፊት የነበረችውን ኢትዮጵያን መልሶ አንድ የማደረጉ ፍላጎት የሥልጣን ሽኩቻ የፈጠረው የርስ በርስ ጦርነት እና የሃይማኖት ክፍፍል ሊያጠፋው አልቻለም። በሚቀጥለው ምዕራፍ እንደምናየው የሸዋ

መሳፍንት ያደርጓቸው አገርን እንደገና አንድ የማድረግ ዘመቻዎች የተሳኩበት ምክንያት ሸዋ ለቀድሞው የኢትዮጵያ የደቡብና የደቡብ ምዕራብ፣ የምሥራቅ እና የደቡብ ምሥራቅ አውራጃዎች አማካይ ስለነበረና በሸዋ አንጻራዊ ሰላም ስለነበረ ነው።

ማስታወሻዎች

---

1 Guidi, *Annales Iohannes I,* vol. 1, 240.
2 ዝኒ ከማሁ፣ 125.
3 Merid, "Southern Ethiopia," 13.
4 McClellan, *State Transformation*, 19-20; Marcus, *History of Ethiopia*, 38.
5 Merid, "Southern Ethiopia," 227-230.
6 ዝኒ ከማሁ፣ 583-594.
7 Stitz, "Amhara Resettlement of Northern Shoa," 70-81; Darkwah, *Shewa, Menilek and the Ethiopian Empire*, 6-10.
8 Guidi, *Annales Iohannes I,* vol. 1, 190-191, 238-252; Pereira, *Chronica de Susenyos*, 190-192.
9 Conti Rossini, *Historia Regis Sarsa Dengel*, 5-8, 15-25.
10 Perruchon, *Les Chroniques de Zar'a Yâ'eqôb et de Ba'eda Mâryâm*, 67, 265.
11 Conzelman, *Chronique de Galâwdêwos,* 47; Kur, *Actes de Märḥa Krestos,* 33; Perruchon, "Histoire d'Eskender," 329; Kropp, *Die Geschichte des Lebna-Dengel,* 30-31.
12 Conti Rossini, *Historia Regis Sarsa Dengel*, 26-27, 37-38, 40-42.
13 ዝኒ ከማሁ፣ 42-44
14 ዝኒ ከማሁ፣ 44; ዓለሙ፣ *የአፄ ሠርጸ ድንግል ዜና መዋዕል*፣ 44.
15 Conti Rossini, *Historia Regis Sarsa Dengel*, 44-45.
16 ዝኒ ከማሁ፣ 46-51.
17 Abir, *Ethiopia and the Red Sea*, 138-140.
18 ዓለሙ፣ *የአፄ ሠርጸ ድንግል ዜና መዋዕል*፣ 51፤ Conti Rossini, *Historia Regis Sarsa Dengel*, 51.
19 ዝኒ ከማሁ፣ 52፤ ዝኒ ከማሁ፣ 52.
20 Conti Rossini, *Historia Regis Sarsa Dengel*, 52.
21 Abir, *Ethiopia and the Red Sea*, 156; Conti Rossini, *Historia Regis Sarsa Dengel*, 53, 66-74, 76; Merid, "Southern Ethiopia," 264-265.
22 ዓለሙ፣ *የአፄ ሠርጸ ድንግል ዜና መዋዕል*፣ 84፤ Conti Rossini, *Historia Regis Sarsa Dengel*, 84.
23 Conti Rossini, *Historia Regis Sarsa Dengel*, 83-84; Merid, 'Southern Ethiopia," 355-356, 359.
24 Conti Rossini, "Due Squarci Inediti di Cronica Etiopica," 804-805; Pereira, *Chronica de Susenyos*, vol. 1, 8-9.
25 Conti Rossini, "Due Squarci Inediti di Cronica Etiopica," 806-807; Merid, 'Southern Ethiopia," 371-373.
26 Conti Rossini, "Due Squarci Inediti di Cronica Etiopica," 807.
27 Pereira, *Chronica de Susenyos*, vol. 1, 50-51.

28 ዓለሙ፣ *የኢትዮጵያ ታሪክ*፣ 39-40።
29 Pereira, *Chronica de Susenyos*, vol. 1, 50-52.
30 Páez, *History of Ethiopia,* vol. 2, 173.
31 Conti Rossini, "Due Squarci Inediti di Cronica Etiopica," 807; Páez, *History of Ethiopia,* vol. 2, 179-181; Pereira, *Chronica de Susenyos*, vol. 1, 52-53.
32 Páez, *History of Ethiopia,* vol. 2, 282-283.
33 Raineri, *Lettere tra i pontefici romani e i principi etiopici*, 108.
34 Merid, "Southern Ethiopia," 460-462.
35 Bairu, *Asma Giyorgis and his Work*, 412; Guidi, *Annales Iohannes I,* vol. 1, 190-191; Pereira, *Chronica de Susenyos*, 191-192..
36 Guidi, *Annales Iohannes I,* vol. 1, 124-125.
37 "Gäbrä Egzi'abeḥēr to Menilek," Archivio Eritrea, Pacco 293, Serie II, 'Allegato 11.'
38 Taddia, "Ethiopian Source Material and Colonial Rule," 509-515.
39 "Gäbrä Egzi'abeḥēr to Menilek," Archivio Eritrea, Pacco 293, Serie II, 'Allegato 11'; Taddia, "Ethiopian Source Material and Colonial Rule," 514.
40 "Gäbrä Egzi'abeḥēr to Menilek," Archivio Eritrea, Pacco 293, Serie II, 'Allegato 11.'
41 Taddia, "Ethiopian Source Material and Colonial Rule," 509-515.
42 ዓለሙ፣ *የኢትዮጵያ ታሪክ*፣ 139፤ Pereira, *Chronica de Susenyos*, 191.
43 Pereira, *Chronica de Susenyos*, 192.
44 ዝኒ ከማሁ፣ 194.
45 ዝኒ ከማሁ፣ 192-194.
46 ዝኒ ከማሁ፣ 195-197.
47 Merid, "Southern Ethiopia," 13.
48 Guidi, *Annales Iohannes I*, vol. 1, 166, 190, 192.
49 Bairu, *Asma Giyorgis*, 411-412; Guidi, *Annales Iohannes I*, vol. 1, 127, 180-182, 184; Merid, "Southern Ethiopia," 584.
50 Guidi, *Annales Iohannes I*, vol. 1, 166.
51 ሀሌቃ ደብረ ሊባኖስ አቅራቢያ የሚገኝ የስፍራ ስም ነው (Guidi, *Annales Iohannes I*, vol. 1, 199)።
52 ተስፋ፣ *ኢይመለስ*፣ 8።
53 ዝኒ ከማሁ፣ 6ና 13።
54 Guidi, *Annales Iohannes I*, vol. 1, 180-182, 184.
55 ዝኒ ከማሁ፣ 190.
56 ዝኒ ከማሁ፣ 192.
57 ዝኒ ከማሁ፣ 209-212; Merid, "Southern Ethiopia," 590.
58 Guidi, *Annales Iohannes I*, vol. 1, 220-222.
59 ዝኒ ከማሁ፣ 246-247.
60 Guidi, *Annales Iohannes I*, vol. 1, 246; Mohammed, *Oromo of Ethiopia*, 49-58, 71-79.
61 Guidi, *Annales Iohannes I*, vol. 1, 245.
62 Guidi, *Annales Iohannes I*, vol. 1, 249.

63 Mohammed, *Oromo of Ethiopia*, 78-81, 100-107.
64 Guidi, *Annales Iohannes I*, vol. 1, 249-250.
65 Guidi, *Annales Iohannes I*, vol. 1, 259.
66 ጌታቸው፣ *የአባ ባሕርይ ድርሰቶች*፣ 89-90፤ Abir, *Ethiopia and the Red Sea*, 167-170; Mohammed, *Oromo of Ethiopia*, 18-20.
67 ጌታቸው፣ *የአባ ባሕርይ ድርሰቶች*፣ 89።
68 ዝኒ ከማሁ፣ 89።
69 ዝኒ ከማሁ፣ 89።
70 ዝኒ ከማሁ፣ 89-90።
71 ዝኒ ከማሁ፣ 90።
72 ዝኒ ከማሁ፣ 90-91።
73 Uṯmān, *Futūḥ al-Ḥabaša*, 192.
74 Alvares, *Prester John of the Indies*, vol. 1, 129, vol. 2, 411-412; Merid, "Southern Ethiopia," 81, 199.
75 Mohammed, *Oromo and the Christian Kingdom*, 202.
76 Abir, *Ethiopia and the Red Sea*, 180-185, 194-196; Merid, "Southern Ethiopia," 189-193, 206-225, 354-401.
77 Merid, "Southern Ethiopia," 181-193.
78 Merid, "Southern Ethiopia," 177, 193-194, 196-197, 204-205.
79 Conti Rossini, *Historia Regis Sarsa Dengel*, 3-13.
80 Merid, "Southern Ethiopia," 212-214.
81 ዝኒ ከማሁ፣ 213.
82 Conti Rossini, *Historia Regis Sarsa Dengel*,13-14.
83 ዝኒ ከማሁ፣15.
84 ጌታቸው፣ *የአባ ባሕርይ ድርሰቶች*፣ 83; Merid, "Southern Ethiopia," 215-216.
85 Conti Rossini, *Historia Regis Sarsa Dengel*, 17-18; Merid, "Southern Ethiopia," 217-218.
86 Conti Rossini, *Historia Regis Sarsa Dengel*, 16, 18; Merid, "Southern Ethiopia," 218-219.
87 አለሙ፣ *የአፄ ሠርፀ ድንግል ዜና መዋዕል*፣ 19።
88 Conti Rossini, *Historia Regis Sarsa Dengel*, 18, 20-23.
89 ዝኒ ከማሁ፣ 21.
90 Conti Rossini, *Historia Regis Sarsa Dengel*, 22-26.
91 ዝኒ ከማሁ፣ 25-26.
92 ዝኒ ከማሁ፣ 27; አለሙ፣ *የአፄ ሠርፀ ድንግል ዜና መዋዕል*፣ 27።
93 Conti Rossini, *Historia Regis Sarsa Dengel*, 27.
94 አለሙ፣ *የአፄ ሠርፀ ድንግል ዜና መዋዕል*፣ 18፤ Conti Rossini, *Historia Regis Sarsa Dengel*, 28.
95 Conti Rossini, *Historia Regis Sarsa Dengel*, 29-33.
96 ዝኒ ከማሁ፣ 33-37.
97 ዝኒ ከማሁ፣ 37.
98 Conti Rossini, *Historia Regis Sarsa Dengel*, 42 and 44; Merid, "Southern Ethiopia," 232-233.

99 Conti Rossini, *Historia Regis Sarsa Dengel,* 43-44; Merid, "Southern Ethiopia," 233-234.
100 Conti Rossini, *Historia Regis Sarsa Dengel,* 45-47.
101 ዝኒ ከማሁ፣ 45-47.
102 Conti Rossini, *Historia Regis Sarsa Dengel,* 48-51.
103 ዝኒ ከማሁ፣ 53-54; Merid, "Southern Ethiopia," 253-254.
104 Merid, "Southern Ethiopia," 265-266.
105 አለሙ፣ *የአፄ ሠርፀ ድንግል ዜና መዋዕል*፣ 84።
106 Pankhurst, "Tale of Four Cities," 4-6.
107 ጌታቸው፣ *የአባ ባሕርይ ድርሰቶች*፣ 85፤ Abir, *Ethiopia and the Red Sea*, 168; Mohammed, *Oromo of Ethiopia*, 25-26.
108 Conti Rossini, "Due Squarci Inediti di Cronica Etiopica," 806; Merid, "Southern Ethiopia," 356-359; Páez, *History of Ethiopia,* vol. 2, 145-146.
109 Merid, "Southern Ethiopia," 274, 365-366; Páez, *History of Ethiopia,* vol. 2, 146; Pereira, *Chronica de Susenyos*, vol. 1, 8-10.
110 Merid, "Southern Ethiopia," 365-368.
111 ዝኒ ከማሁ፣ 369-370; Páez, *History of Ethiopia,* vol. 2, 157-158.
112 Merid, "Southern Ethiopia," 386-389; Páez, *History of Ethiopia,* vol. 2, 176-180, 184; Pereira, *Chronica de Susenyos*, vol. 1, 52-53.
113 Conti Rossini, "Due Squarci Inediti di Cronica Etiopica," 807.
114 Pereira, *Chronica de Susenyos*, vol. 1, 53.
115 ዝኒ ከማሁ፣ 54-70.
116 ዝኒ ከማሁ፣ 70-75, 90-92.
117 Crummey, *Land and Society*, 90-93; Merid, "Southern Ethiopia," 549-582.
118 ዝኒ ከማሁ፣ 90-93; ዝኒ ከማሁ፣ 549-582.

ምዕራፍ ዘጠኝ የዓፄ ዳዊትን ከተማ፣ በራራን ፍለጋ

9.1 ርስት የማስመለስ የመጨረሻ ዙር ዘመቻ እና የበራራ ዳግም ልደት

> ስሉልታም ሰፍረው ሳሉ የቀድሞው የዓፄ ዳዊት ከተማ ፍ[ርስ]ራሹ ተገኘ ብለው ለንጉሡ ነገርዎ። ንጉሡም ወጥተው ዐዩት። ይህችም [...] አራዊት ሰልጥነውባት ዳዋ በቅሎባት አገኛት። የቀድሞውም የከተማነቱ ምልክት የኖራውም የቅጽሩም ሥራ ሁሉ ተገኘ። በዚህም ጊዜ ንጉሥም ምልክቱን ሁሉ ዐይተው እጅግ ደስ አለዎ። የዓፄ ዳዊት ከተማ የነበረውን እውነተኛውን የእንጦጦን ከተማ ታገኘነው የእግዚአብሔር ፈቃዱ ቢሆን ነው፤ ይህነን ከተማ በእኛ ጊዜ የገለጠውን መሥራት ይገባናል ብለው ህንፃ ተጀመረ።[1]

> ልዩ ልዩ ክፍል የሆኑትን የኢትዮጵያ አገሮች ብንጎበኝ በቆላውና በሥርጓጉጡ አገሮች አማራን በሰፋፊዎቹ በለምለሞቹ አገሮች ደግሞ ጋሎችን እናገኛለን። የህ ግን ከታወቀ ዘመን ወዲህ የሆነ ነው እንጂ ከሥር ተየይዞ የመጣ አይደለም፤ መሬት ጥንት ያማሮች ነበረና ቤተ ክርስቲያን ሠርተው ሲኖሩ በመጨረሻ በ፲፭፻፲፭ ዓ.ም ግራኝ የሚባል እስላም የቤተ ክርስቲያን ጠላት ተነሳ [...] ዐማራ ግራኝን በመፍራት ካደጋው ለመሸሸግ ከሚመች ከቆላው መሬት ተሰደደ። ጋሎች በዚህ ጊዜ የግራኝን አሠር ተከታትለው አማራ በተወው አገር ገብተው በጎሣ በጎሣቸው ተከፋፈሉት። ከተጻፈውም ታሪክ ሌላ ማስረጃ የሚሆነን በየጋላው አገር የቤተ ክርስቲያን መሠረት፣ ጽላት የንዋየ ቅድሳት መሣሪያ ስብርባሪ፣ ጽዋ፣ ጻህል፣ ጽናጽል፣ የመጽሐፍ ቁንጽል በየጊዜው ተገኝቷል፤ ዛሬም ይገኛል። ግራኝም ሳይደርስባቸው የተረፉ አብያተ ክርስቲያን ዛሬም አልፎ አልፎ በያገሩ በከፋና በገሞ ሳይቀር ይገኛሉ።[2]

ባለፈው ምዕራፍ ከሠርፀ ድንግል ዘመነ መንግሥት ጀምሮ እስከኢያሱ ዘመነ መንግሥት ድረስ የነበረውን የተበታተኑትን የኢትዮጵያን አውራጃዎች መልሶ አንድ ለማድረግ የተደረጉትን ዘመቻዎች እንዲሁም ዘመቻዎቹ የከሸፉበትን ምክንያት ዐይተናል። በዚህ ምዕራፍ በ17ኛው ምእት ዓመት በነጋሲ ክርስቶስ ተጀምሮ በ19ኛው ምእት ዓመት መጨረሻ በዳግማዊ ምኒልክ የተጠናቀቀው የሸዋ መሳፍንትና ነገሥታት ያደረጉት ሦስተኛውና የመጨረሻው ርስት የማስመለስ ዘመቻ ታሪክ ይቀርባል። በዚህ ምዕራፍ የዳዊት ከተማ በራራ የነበረችበትን ትክክለኛ ስፍራ ለማግኘት ምኒልክ ወደአዲስ አበባ የመጣበትን የታሪክ ሂደትም እናያለን። ስለአዲስ አበባ መመሥረት፣

በአዲስ አበባና በአዲስ አበባ አካባቢ የቤተ መንግሥትና የቤተ ክርስቲያን ፍርስራሾች መገኘታቸው ለከተማዋ መመሥረት ያለውን ፋይዳ በዚሁ ክፍል እንዳስሳለን። ሦስተኛው ክፍል በተለያዩ የደቡብ አውራጃዎች በ19ኛውና በ20ኛው ምእት ዓመት ስለተገኙት የታሪክና የሃይማኖት ቅርሶች ያብራራል።

የሸዋ መሳፍንት በተለይም ዳግማዊ ምኒልክ የከተመባቸው እና አብያተ ክርስቲያን ያሳነፀባቸው ሁሉም ስፍራዎች ከአማራ ሕዝብ ዐፅመ ርስት ላይ ነው። ምኒልክ ካልጠፋ ቦታ ወደአዲስ አበባ አለምክንያት አልሄደም። እላይ እንደተጠቀሰው የንጉሡ ጸሐፊ ትእዛዝና ጸሐፊ ታሪክ ገብረ ሥላሴ የዐይን እማኝ ምስክርነቱን እንደሰጠው ንጉሡ ወደአዲስ አበባ አካባቢ የሄደው የዳዊትን ከተማ ፍለጋ ነው። የዳዊት ከተማ ደግሞ በራራ ነው። በራራና ሙሉ ሸዋ ደግሞ የአማራ ሕዝብ ዐፅመ ርስት ነው። ከተማው በግራኝ አሕመድ ሙሉ በሙሉ ቢቃጠልም እና የኦሮሞ ጎሣዎች ሰፍረውበት ስያሜውን ቢቀይሩትም የዳዊት ከተማ በራራ ከኢትዮጵያውያን ትዝታ አልጠፋም። የዘመናዊት ኢትዮጵያ መሠረት የተጣለው በአክሱማውያን ነገሥታት፤ የረጋውና የሰከነው በዓምደ ጽዮን፣ በዳዊት እና በልጁ በዘርዓ ያዕቆብ ነው። አዲስ አበባ የተቆረቆረችው በበራራ ከተማ ባድማ ላይ ነው። አለዳዊት ከተማ፣ በራራ፣ አዲስ አበባ የሚባል ከተማ ሊኖር አይችልም ነበር። በዚህ ምክንያት የአዲስ አበባ መመሥረት የበራራ ትንሳዔ ወይም ዳግም ልደት ተደርጎ መታየት አለበት። አዲስ አበባን እንደዳግራዊት በራራ ማየት ይቻላል።

ምኒልክ የዳዊትን ከተማ ለማግኘት ያደረገው እንቅስቃሴ በግራኝ አሕመድ ጦርነት እና በኦሮሞ ጎሣዎች ሰፈራ ምክንያት የተበታተነችውን ኢትዮጵያን አንድ የማድረግ፣ ርስት የማስመለስ እንቅስቃሴ አካል ነው። ስለዚህ የአዲስ አበባን ወይም ዳግራዊት በራራን አመሠራረት ለመረዳት በሸዋ መሳፍንት ወሰንና ርስትን ለማስከበር፣ አገር መልሶ አንድ ለማድረግ የተደረጉትን ዘመቻዎች መመልከት ያስፈልጋል። ወደዝርዝሩ ከመግባታችን በፊት የሸዋ መሳፍንት ስላካሄዱት የአማራውን ዐፅመ ርስት የማስመለስ ዘመቻ በምሁራን የተሰነዘሩ አስተያየቶችን ባጭሩ ማቅረብ ተገቢ ነው። የሸዋ መሳፍንት ርስታቸውን ሲያስመልሱ ስለተመሩበት ርዕዮት ሰፋ ያለ አስተያየት ከሰነዘሩ ምሁራን መካከል አላን ጋስኮን እና ጃክ ቢሮ ይገኙበታል። ጃክ ቢሮ በአማርኛ አገር መልሶ "ማቅናት" ተብሎ የሚገለጸውን በዓፄ ምኒልክ የተደረገውን ርስት የማስመለስ እና ወሰን የማስከበር ዘመቻ አቻ የፈረንሳይኛ ቃል "ወደነበረበት መመለስ" ("restauration") እንደሆነ ጽፏል። እንደቢሮ ከሆነ ዓፄ ምኒልክ ጋሞን ጨምሮ ወደደቡብ ኢትዮጵያ የዘመተው አዲስ አገር ለማቅናት ሳይሆን በግራኝ አሕመድ እና በኦሮሞ ወረራ ምክንያት የተበታተኑትን አውራጃዎች መልሶ አንድ ለማድረግ ነው። በተለይም ጋሞ ውስጥ የተገኙት በ15ኛው ምእት ዓመት የተቆረቆሩ እንደዶርዜ ጊዮርጊስ፣ ብርብር ማርያም እና ኢሌ ገብርኤል፣ በነዚህ አድባራት ውስጥ የተገኙት በግዕዝ ቋንቋ የተጻፉ የብራና መጻሕፍት እና ንዋየ ቅድሳት፣ በእነዚህን አድባራት አካባቢ ከጥንት ጀምረው ይኖሩ የነበሩ የአማራ ነገዶች መገኘታቸው ጃክ ቢሮ ሀሳቡን ለመደገፍ በምስክርነት ያቀርባል።[3]

አላን ጋስኮ በበኩሉ በዓፄ ምኒልክ ዘመን የተካሄደውን ርስት የማስመለስ ዘመቻ ስፔናውያን በተለይም ከ13ኛው ምእት ዓመት እስከ15ኛው ምእት ዓመት ካደረጉት ርስት የማስመለስ፣ አገር "እንደገና የማገናኘት" ("Reconquista") ዘመቻ ጋር ተመሳሳይ እንደሆነ ያስረዳል። አላን ጋስኮ በመቀጠልም የምኒልክ ዘመቻ ያለመው በግራኝ አሕመድ እና በኦሮሞ ወረራ ጊዜ የተበታተነችውን በኢትዮጵያውያን ልብ ውስጥ ታትማ ለረጅም ጊዜ የምትኖረውን ቅድስት አገር ወደነበረችበት መመለስ ነው፡- ("que celles du temps long de la poussée vers le Sud afin de reprendre la Terre sainte")።[4] የቢሮ እና የጋስኮ አስተሳሰብ የሚደግፉ ብዙ የኢትዮጵያ ነገሥታት የጻፏቸውን የጽሑፍ ምስክር ማቅረብ ይቻላል። ለአብነት ዓፄ ዮሃንስ 4ኛ (1872-1889) ለጀርመኑ ንጉሡ ቀዳማዊ ዊሊያም በ1881 ዓ.ም. የጻፈውን ደብዳቤ ቀጥለን አቅርበነዋል፦

> አሁንም [ከግብጾች] እናስታርቅሃለን ካላችሁኝ ጥንት አባቶቸ ነገሥታተ ኢትዮጵያ መሐመድ ግራኝ ሳያጠፋው መንግሥት ሳይፋለስ ይዘውት በነበረው አገሬ እሺ አስታርቁኝ። ኋላም ግራኝ ካጠፋው ወዲህ በሠርፀ ድንግል፣ በኢያሱ፣ በፋሲል ተመለሰ። ከዚህ በኋላም ደግሞ ጉግሳ የሚሉ ተነሣ። መልሶ አስወሰደው። የኢትዮጵያን ነገርማ እላንት የሮፓ ነገሥታት የማታውቁትን አለ[?] በምሥራቅ በደቡብ ወገንም ዲካው ባሕር ነው። በምዕራብ በሰሜን ወገንም ባሕር በለለበቱ ኖባ፣ ስዋኪን፣ ካርቱም፣ በርበር፣ ስናር፣ እናርያ፣ ሱዳን፣ በለው፣ ድንጉላ፣ ሀረን፣ ዳዋ፣ ገሸ፣ ምጽዋ፣ በደው፣ ሽሁ፣ ጥልጣል፣ በቀረ ጋላ፣ ሻንቅላ፣ አዳል የያዘው አገር ሁሉ የኔ ነው። አሁን እንኳ በቅርብ በሸዋ መካከል ሐረር የሚባል አገር ተይዞአል። ይህን ግን ቆጥሬ መጻፌ ያገሬ ዲካው ድምበሩ ይታወቅልኝ ብየ ነው።[5]

ዮሃንስ በደብዳቤው ላይ ግራኝ አሕመድ ያጠፋት፣ ኦሮሞዎች የሰፈሩባት የአባቶቼ ነገሥታት አገር የሚላት የዓምደ ጽዮንን፣ የዳዊትን፣ የዘርዓ ያዕቆብን እና የልብነ ድንግልን ኢትዮጵያ ነው። ንጉሡ ከነዚህ ነገሥታት በቀጥታ ይወለዳል። ዮሃንስ በቀዳሚው ምዕራፍ ያቀረብነውን በግራኝ አሕመድ እና በኦሮሞ ወረራ ምክንያት የተበታተነችውን ኢትዮጵያን መልሶ አንድ ለማድረግ በሠርፀ ድንግል እና በኢያሱ የተደረጉትን ዘመቻዎች በሚገባ ያውቃል። ነገር ግን በቀዳሚ ነገሥታት ወደኢትዮጵያ የተመለሱት ግዛቶች መልሰው በዘመነ መሳፍንት ጊዜ ከመንግሥት አስተዳደር ውጭ መሆናቸውን ዮሃንስ በደብዳቤው ይገልጻል። ዋናው ፍሬ ጉዳይ ዮሃንስ የኢትዮጵያን የጥንት አውራጃዎች መልሶ አንድ ለማድረግ የሚያደርገውን እንቅስቃሴ ሠርፀ ድንግል እና ኢያሱ በግራኝ እና በኦሮሞ ወረራ የፈረሰችውን ኢትዮጵያን መልሶ አንድ ለማደረግ ያደረጉት ዘመቻ ቀጣይ አካል አድርጎ ማየቱ ነው። ደብዳቤው እንደሚያስረዳው የጊዜ ጉዳይ ነው እንጂ ኢትዮጵያውያን በልቦናቸው ይዘዋት የሚኖሯት በግራኝ አሕመድ የደከመችው እና በኦሮሞ ጎሣዎች ሰፈራ የተበታተነችው የዓምደ ጽዮን፣ የዳዊት፣ የዘርዓ ያዕቆብ እና የልብነ ድንግል ኢትዮጵያ ተመልሳ አንድ እንደምትሆን፣ እንደምትታደስ በጽኑ ያምኑ ነበር።

የሸዋ መሳፍንት ለሦስት መቶ ዓመታት ያደረጉት ርስት የማስመለስ እንቅስቃሴ ዓላማ በኢትዮጵያውያን ልብ ታትማ የምትኖረውን ጥንታዊቷን የዘርዓ ያዕቆብን መልሶ አንድ ለማድረግ ነው። ምኒልክ የዳዊትን ከተማ በራራን ፍለጋ ወደአዲስ አበባ አካባቢ እንደሄደ ሁሉ ወደምዕራብ፣ ምሥራቅና ደቡብ ኢትዮጵያ የዘመተውም አዲስ አገር ለማቅናት ሳይሆን፣ የአባቶቹን ርስት ለማስመለስ ነው። ጋሞንና ከፋን ጨምሮ በተለያዩ ስፍራዎች የተገኙት የጥንት የብራና መጻሕፍት፣ ታቦታትና የተለያዩ የታሪክና የክርስትና ሃይማኖት ቅርሶች አውራጃዎቹ በመካከለኛው ዘመን የኢትዮጵያ አካል ስለመሆናቸው ሕያው ምስክር ናቸው።[6] ስለዚህ ምኒልክ ተበታትኖ የነበረ አሮጌ አገር አንድ አድርጎ አደሰ እንጂ አዲስ አገር አልመሠረተም። ምኒልክ በግራኝ አህመድ እና በኦሮሞ ወረራ የፈረሰውን የአያቶቹን ርስት ለማስመለስ ያደረገውን ዘመቻ በዓፄ ኃይለ ሥላሴ ዘመን የነበሩ የተማሪ ፖለቲከኞች "የኢትዮጵያ የቅኝ ግዛት መስፋፋት" ብለው ፈርጀውታል። አንዳንዶቹ ጸሐፊዎች ዓፄ ምኒልክን ባሕሩን፣ ወቅያኖሱን እና አሕጉራቱን አቋርጠው ከብዙ ሺህ ኪሎ

ሜትር ርቀት በመርከብ ጦር ጭነው አፍሪካን በኃይል ቅኝ ከገዙት የአውሮፓ ቅኝ ገዢዎች ተርታ መድበውታል።[7] በዚህ መጽሐፍ በሰፊው እንዳየነው ዛሬ ኦሮሞዎች የሰፈሩባቸው አውራጃዎች አማርኛ ተወልዶ ያደገበትን የአማራን ሕዝብ ዐፅመ ርስት ይጨምራል። በምኒልክ አማካይነት እንደገና ወደኢትዮጵያ መንግሥት አስተዳደር የተመለሱት የምኒልክ ቅድመ አያቶች ያስተዳድሯቸው፣ የተወለዱባቸውና እትብታቸው የተቀበረበት ናቸው።

ምኒልክ የአያቶቹን ርስት፣ ባድማ "በወረራ ያዘው፣ ቅኝ አደረገው" ማለት ትልቅ ተቃርኖ ነው። ምኒልክን በቅኝ ገዥነት፣ በተስፋፊነት የሚከሥሡት የኦሮሞ ፖለቲከኞች፣ የነገድ ድርጅት መሪዎች እና ምሁራን የሚባሉት መሆናቸውን ስናስብ ተቃርኖውን ያጎላዋል። በቀዳሚ ምዕራፎች በስፋት እንዳየነው ድንበር ተሻግረው፣ የሚገደለውን ገድለው፣ የሚፈናቀለውን አፈናቅለው፣ ከሞት የተረፈውን የሞጋሳ ልጅ አድርገው በአማራው ዐጽመ ርስት የጥንት አውራጃዎች እንደሰፈሩ የቀሩት ኦሮሞዎች ናቸው። የኦሮሞ ጎሳዎች በወረራ፣ በተስፋፊነት የአማርኛ ቋንቋ ተወልዶ ወደአደገበት ወደምኒልክ አያትና ቅድመ አያቶች ዐፅመ ርስት መጡ እንጂ ምኒልክም ሆነ የምኒልክ ቅድመ አያቶች ነገስታተ ኢትዮጵያ ወደኦሮሞ አገር በወራሪነት አልሄዱም። ምኒልክ የፈለሰውን የአያቶቹን ባድማ፣ አማርኛ ቋንቋ ተወልዶ ያደገበትን፣ የአማራ ሕዝብ ለብዙ ሺህ ዓመታት የኖረበትን ሸዋን፣ ዳሞትን፣ ወጅን፣ ደዋሮን እና ሌሎችንም የጥንት አውራጃዎች ስላስመለሰ ቅኝ ገዥ ከተባለ የሌሎችን የኢትዮጵያ ነገዶች አገር ወርረው፣ ዘርፈው፣ ገድለው እና አፈናቀለው፣ ከሞት የተረፉትን ደግሞ የሞጋሳ ልጅ አድርገው ማንነታቸውን አጥፍተው በወረራ በያዙት መሬት ላይ እስካሁን ሰፍረው የሚገኙት ኦሮሞዎች ምን ሊባሉ ነው?

"ኢትዮጵያ ከመቶ ዓመት ያለፈ ታሪክ የላትም"፣ "ምኒልክም የአያቶቹን ዐፅመ ርስት ቅኝ አደረገ" የሚለውን ትርክት ለታሪክ ሙያ እና ለራሱ ክብር ያለው፣ በታሪክ ሙያ ሥነምግባር እና በሙያ ተጠያቂነት የሚያምን የታሪክ ተማሪ አይቀበለውም። ኢትዮጵያ የመቶ ዓመት ታሪክ ያላት ቅኝ ገዢ ናት የሚለውን የተማሪ ፖለቲከኞች እና የነገድ ድርጅት መሪዎች ትርክት መጥቀስ ያስፈለገበት ምክንያት አገሪቱ አሁንም የምትመራው ከዚህ መሠረተ ቢስ ከሆነ ትርክት ከመነጨ ፖሊሲ ስለሆነ እና ብዙ የነገድ ድርጅት መሪዎች እና አባላት አሁንም ስለሚቀበሉት ነው። ይህ ባይሆን ኖሮ ትርክቱን ከቁም ነገር ቆጥሮ እዚህ መጥቀስም አያስፈልግም ነበር።

ሌላው መታረቅ ያለበት በ19ኛው ምእት ዓመት የተደረገውን አገር መልሶ አንድ የማድረግ ዘመቻ የአውሮፓ ቅኝ ገዥዎች በኢትዮጵያ መሪዎች ላይ የፈጠሩት ግፊት ውጤት እንደሆነ ተደርጎ የሚነገረው በሰፊው የተናኘ ትርክት ነው። ምኒልክ ያደረገው የአገር የማስመለስ ዘመቻ ረጅም ጊዜ የፈጀ የታሪክ ሩጫ መደምደሚያ ነው እንጂ መጀመሪያ አይደለም። በግራኝ የፈረሰችውን ኢትዮጵያን መልሶ አንድ ለማድረግ ዘመቻ የተጀመረው በ16ኛው ምእት ዓመት በገላዴዎስ ነው። አገር የማስመለሱ ዘመቻ የአውሮፓ ቅኝ ገዥዎች አፍሪካን በሚቀራመቱበት ጊዜ መጠናቀቁ ተራ ግጥምጥሞሽ ነው። ቅኝ ገዢዎቹ በአፍሪካ ያደረጉት ወረራና መስፋፋት አገር መልሶ አንድ የማድረጉን እንቅስቃሴ አፋጠነው እንጂ ዋና ምክንያት አልነበረም። የአውሮፓ ቅኝ ገዥዎች ኖሩም አልኖሩም ኢትዮጵያን ከግራኝ አሕመድ በፊት ወደነበረችበት አገራዊ አንድነቷ መመለስ የሁሉም ነገሥታት እና መሳፍንት ጽኑ ፍላጎት ነበር። ምኒልክ የፈረሰውን የጥንት የኢትዮጵያን ወሰን የማስከበር እና አገር መልሶ አንድ የማድረግ ረጅም ዘመን የፈጀ ዘመቻ አጠናቀቀ እንጂ አልጀመረውም።

9.1.1 ከነጋሢ ክርስቶስ እስከሣህለ ሥላሴ 1690-1850

ሸዋ በመካከለኛው ዘመን የኢትዮጵያ እምብርት ነበር። ነገሥታቱ የከተሙባቸው እና ከፍተኛ የንግድ ልውውጥ ይደረግባቸው የነበሩ እንደበራራ፣ ዊዝ፣ ግንደበሎ እና ሌሎችም ብዙ ከተሞች በሸዋ ውስጥ ይገኙ ነበር። እንደደብረ ሊባኖስ ያሉ ብዙ ታላላቅ አድባራት በሸዋ ይገኙ ነበር። ምንም እንኳ በግራኝ አሕመድ የሸብር ወረራ ጊዜ ከተሞችም አድባራቱም ሙሉ በሙሉ በእሳት ቢነድዱም እና የኦሮሞ ጎሣዎች በብዙ ወረዳዎች ቢሰፍሩም የመካከለኛው ዘመን ታሪክ በመሳፍንቱ፣ በካህናቱ እና በአጠቃላይ በሕዝቡ ኅሊና ሲታሰብ የሚኖር ነበር። ከግራኝ አሕመድ ወረራ በፊት የነበረችውን ኢትዮጵያ ማስመለስ የአጠቃላይ የኢትዮጵያውያን ፍላጎት ቢሆንም በሸዋ የነበረው ፍላጎት ከሌላው የላቀ ነበር። ይህ ደግሞ የሸዋ አውራጃ በሰሎሞናውያን ዘመን የነበረው ልዩ ስፍራ ነጸብራቅ ነው። በኢትዮጵያ ታሪክ ላይ ሰፊ ምርምር ያደረገው ሀረልድ ማርከስ ይህን በሚመለከት የጻፈውን እዚህ መጥቀስ ተገቢ ነው:-

> The Christians never forgot that their rulers once held sway over a much larger state, and *Ethiopia irredenta* was a political idea dunned into the heads of prince and peasant alike, merely adding to the *Kebre Negast's* legitimation of the activities of the Solomonic dynasty. Shewa, where the indigenous Amhara had been driven from the middle highlands into the highest and coldest parts of Menz and Mahrabete or into the relatively unhealthy adjacent lowlands, became a center of anti-Oromo sentiment. Elsewhere, parish clergy railed against the infidels and exhorted congregants to work for the liberation of their coreligionists. Overall, the Orthodox church on the local level was the most important purveyor of the Solomonic lore and the related nationalism that united the rump state and kept alive the idea of the extended empire.[8]
>
> <u>ትርጉም</u>
> ክርስቲያኖች መሪዎቻቸው በቀድሞ ዘመን ከአሁኑ በጣም የሰፋ አገር ያስተዳድሩ እንደነበረ መቸም አልረሱትም፣ እናም በገበሬውም በመኳንንቱም ጭንቅላት ውስጥ በአንድ ዐይነት የተቀረፀው "የቀድሞ ኢትዮጵያን ማሥመለሥ" ("*Ethiopia irredenta*") የሚለው የፖለቲካ ርዕዮት *ክብረ ነገሥቱ* ለሰሎሞናውያን ነገሥታት ለሚሰጠው ሕጋዊነት ተጨማሪ ድጋፍ ሆነ። ነባሩ የአማራ ሕዝብ ከሜዳማው [እና ለኑሮ ተስማሚ ከሆነው] ወደተራራማው እና ወደቀዝቃዛው የመንዝ እና የመራቤት አካባቢዎች ወይም ብዙም ለኑሮ ተስማሚ ወዳልሆነው አጎራባች ቆላማ ስፍራዎች የተባረሩባት ሸዋ የፀረ ወራሪ-ኦሮሞዎች አመለካከቶች ማዕከል ሆነች። በሌላ ስፍራ በየአጥቢያው ያሉት ቄሶች ስለአረመኔዎች የመረረ ነገር ያስተምራሉ፤ ምዕመኖቻቸውን የእምነት ባልንጀሮቻቸውን ነፃ ለማውጣት እንዲተጉ ያበረታታሉ። በአጠቃላይ፣ የጥንቱን ሰፊ መንግሥት ሀሳብ ተጠብቆ ሕያው ሆኖ እንዲቆይ ያደረገች እና መንግሥትን አንድ የሚያደርገውን የሰሎሞናውያን ወግ፣ ታሪክ እና ተዛማጅ ብሄርተኝነት ዋና አቀንቃኝ የኦርቶዶክስ ቤተ ክርስቲያን ነበረች።

በ16ኛው ምእት ዓመት መጨረሻ አካባቢ የኦሮሞ ጎሣዎች በሸዋ በሰፊው ሰፍረው ነበር። በዚህ ምክንያት አብዛኛው አማራውና ሌሎችም ቀዳሚ ነገዶች ወደተራራማው እና ለኑሮ ተስማሚ ወዳልሆነው የሸዋ አካባቢዎች ለመስፈር ተገደዱ። በሜዳው አገር ረግተው የተቀመጡት ነባር ኢትዮጵያውያን ደግሞ የኦሮሞ ገባር ሆኑ። ሆኖም ግን የሸዋ መሳፍንት እና ሕዝብ መሬቱን በቋሚነት አልለቀቀም። ኦሮሞዎች አሕዛብ፣ አረሜ መሆናቸው

ደግሞ ገባር ያደረጓቸውን ክርስቲያኖች ነጻ ለማውጣት ተጨማሪ ምክንያት ነበር። በዚህ ሁሉ ምክንያት ነው ከግራኝ አሕመድ በፊት የነበሩትን የተበታተኑትን የኢትዮጵያ አውራጃዎች አንድ የማድረግ ጠንካራ የሆነ ብሄረተኝነት (“*Ethiopia irredenta*”) በሸዋ የተወለደው።

በኦሮሞ እና በግራኝ አሕመድ ወረራ የፈረሰውን አገር መልሶ የማቅናት እና የኦሮሞ ገባር የሆኑትን ክርስቲያኖች ነጻ የማውጣት እንቅስቃሴ ያስጀመረው ገላውዴዎስ ቀጥሎም ሡርፀ ድንግል ነው። ይህ እንቅስቃሴ በኢያሱ ተጠናክሮ ቀጠለ። ስለንጉሡ ዘመን ከተጻፈው ታሪከ ነገሥት እና ከሸዋ ታሪክ ለመረዳት እንደሚቻለው አዲያም ሰገድ ኢያሱ በ1696 ዓ.ም. ወደሸዋ በዘመተ ጊዜ ሹም ሽር አድርጎ አስተዳደሩን ለሦስት ሰዎች ሰጠው። ጸሐፌ ላም ደጅአዝማች ዲሚጥሮስን በመራቤቴ ላይ ሾመው። በቀረው የሸዋ ምድር ደግሞ አቤቶ ነጋሢ ክርስቶስንና ዘሚካኤልን ሾማቸው።[9] ኢያሱ አገር መልሶ የማቅናቱን ዘመቻ የጀመረው በ1688 ዓ.ም. ቀጥታ ወደሸዋ በመዝመት ነው። ታሪከ ነገሥቱ ንጉሡ አገር የማስመለሱን ሥራ በሸዋ ለምን እንደጀመረ የሚከተለውን ማብራሪያ ይሰጣል፡-

> ወምክንያተኒ ዘመቻሁ ለንጉሥ ሀበ ደራ ዘውእቱ ቀዳሚ ሶበ ወፅአ እምከተማ ወሖረ ብሔረ ጋላ አመ ዘመነ ሀፄ አዕላፍ ሰገድ አቡሁ ሶበ አስተፃልዕዎ ሰብአ ከተማ ሠራዕያነ ነገር። ወፈጣርያነ ፃማ ዴበ ትእዛዝ ወረከበሙ ህየ ለኵሎሙ ኮርዲዳ ኃዲጎሙ ክርስትናሆሙ ከዊኖሙ አረማውያነ። በእምኔሆሙ ዘቦአ በፈቃዱ። ወቦእምኔሆሙ ዘተማኅረከ ምስለ ብእሲቱ ወውሉዱ። ወይቤልዎ እሙንቱ አእግዚእነ ወልደ ንጉሥ አማኅፀናከ በአምላከ ሰማይ ወምድር ከመ ተሀበነ ኪዳነ ይእዜ። ድኅረ አመ አንገሠከ እግዚአብሔር አምላክከ ወአንበረከ ዲበ መንበረ ዳዊት አቡከ ድኅረ ከመ ታውፅአነ ለእለ አልብነ ክርስትና ወትረስየነ ድልዋነ ለቍርባን ወውእቱሂ ወሀቦሙ ኪዳነ አሜሃ ወይቤሎሙ ይኩን በከመ ትቤሉ። ወኢረስዖ ለዝ ነገር ነቢሮ ብዙኃ አዝማነ ወኢበልዓ መሐላሁ እስመ ጽድቅ ቃሉ ወእሙን ነገሩ።[10]
>
> ትርጉም
> ንጉሡ ወደደራ የዘመተበት ምክንያት ይህ ነው። ቀደም ነገር ሠሪዎች እና ስም አጥፊዎች የከተማ ሰዎች ከአባቱ ከአፄ አዕላፍ ሰገድ ጋር አጣልተውት ከከተማ ወጥቶ ወደጋላ አገር በሄደ ጊዜ ሁሉም ቆርዲዳዎች የክርስትና ሃይማኖትን ትተው አረማውያን ሆነው አገኛቸው። አንዳንዶች ወደጋላው አገር የገቡት በፈቃዳቸው ሲሆን ሌሎች ደግሞ ከሚስቶቻቸው እና ከልጆቻቸው ጋር በባርነት በምርኮ የተያዙ ነበሩ። እነዚህ ቆርዲዳዎች ኢያሱን እንዲህ አሉት ፡-“የንጉሡ ልጅ ጌታችን ሆይ፣ በሰማይና በምድሩ አምላክ አሁን ቃል ኪዳን እንድትገባልን እንማጸንሀለን። እግዚአብሔር አምላክህ በአባትህ በዳዊት ዙፋን ላይ ካስቀመጠህ በኋላ የነፃነት ተስፋ የለንምና አርነት እንድታወጣን፣ አሁን የተውነውን እና አባል ያልሆንበትን የክርስትና ሃይማኖት መልሰህ እንድትሰጠን እና ለቅዱስ ቁርባን እንድንበቃ ቃል ግባልን።” ከዚህ በኋላ ንጉሡ ቃል ገባላቸው እንዲህም አላቸው ፡-“እናንተ እንዳላችሁት ይሁን።” ከረጅም ጊዜ በኋላም የተናገረውን አልረሳም መሃላውንም አልበላም፣ ቃሉ እውነተኛና የታመነ ነውና።

ኢያሱ በአባቱ በአእላፍ ሰገድ ዮሃንስ የጎጃም አስተዳዳሪ ሆኜ ካልተሾምኩ ብሎ ሸፍቶ ነበር። ኢያሱ የሽፍትነቱን ጊዜ ያሳለፈው ሸዋ ውስጥ ደራ በተባለ ወረዳ ነበር። ደራ በነበረበት ጊዜ ኦሮሞዎች ገባር ካደረጓቸው ብዙ ነባር ኢትዮጵያውያን ክርስቲያኖች ጋር ለመተዋወቅ ቻለ። ክርስቲያኖች በአሕዛብ፣ በአረመኔዎች መገዛታቸው ያሳዘነው ይመስላል። ከታሪከ ነገሥቱ የጠቀስነው አንቀጽ እንደሚያሳየው ኢያሱ ከነገሠ በኋላ ቀጥታ በመዝመት ክርስቲያኖችን ከኦሮሞ አገዛዝ ነጻ እንደሚያወጣቸው ቃል ኪዳን እንደገባላቸው ያስረዳል። የኢያሱ ኦሮሞዎች የሰፈሩባቸውን አውራጃዎች ነጻ የማውጣት

ራእይ የተወለደው በዚህ ጊዜ ነው ለማለት ይቻላል። በቀዳሚ ምዕራፍ እንዳየነው ነገሥታቱ እና መሳፍንቱ ወደደቡብ ኢትዮጵያ የዘመቱት በነባር ኢትዮጵያውያን ጥያቄ ነበር። ኢያሱ ወደሸዋ በተደጋጋሚ የዘመተበት ምክንያትም ይህ ነው።

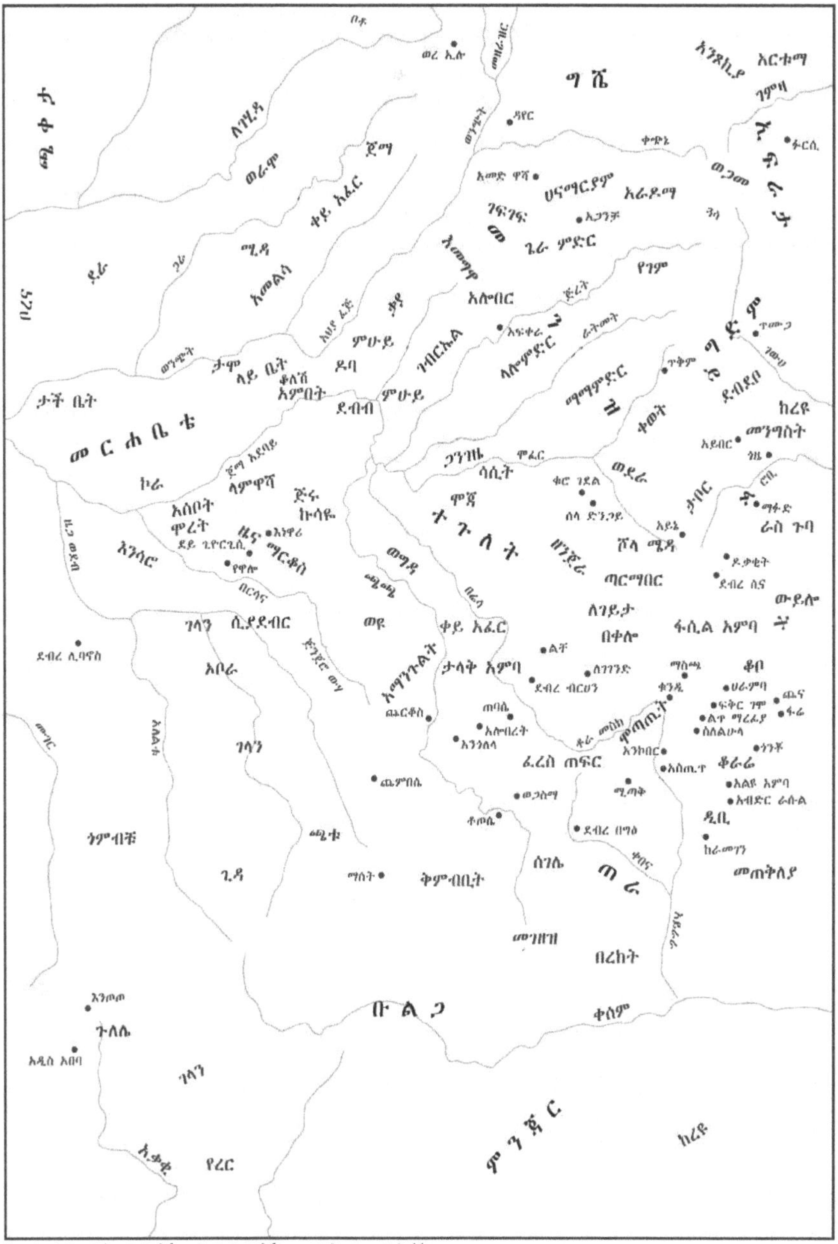

ካርታ 15፡- ሸዋ በ18ኛው እና በ19ኛው ምእት ዓመታት[11]

ኢያሱ ወደሸዋ እንዲዘምት የአባ አውስግንዮስ አስተዋጽኦ ነበረበት። አውስግንዮስ በኢያሱ ዘመነ መግሥት ጎንደር ውስጥ የተከበረ የቤተ ክርስቲያን አባት ነበር፤ ከንጉሡ ጋርም ጥሩ ግንኙነት ነበረው። የአውስግንዮስ ፍላጎት ቱለማዎች በሸዋ በሰፊው ከሰፈሩበት በኋላ እየተዳከመ የመጣውን ክርስትናን ለማስተማር እና ለማጠናከር ነበር። ከጎንደር ወደሸዋ ለመሄድ በፈለገ ጊዜ ንጉሡ በአግራሞት እንዴት ሸዋ ትሄዳለህ ብሎ ጠየቀው። በቀዳሚው ምዕራፍ መግቢያ ላይ ኢያሱ እና አውስግንዮስ የተነጋገሩትን በከፊል አቅርበነዋል። የታሪከ ነገሥቱ ጸሐፊ የመዘገበው የንጉሡ ጥያቄ እና የአውስግንዮስን ስሜት ቀስቃሽ መልስ ሙሉው ቀጥሎ ቀርቧል፦

> ወበማዕከለ ፍኖት ዘውእቱ ፈለገ ርብ እንዘ የሐውር ብሔረ ሸዋ አኃዞ ንጉሥ ወአግብእዎ ኀቤሁ ወይቤሎ ለምንት ትሜንን ወትትፈለጥ እምኔነ ወተሐውር ውስተ ሸዋ። ወአውሥኦ አውስግንዮስ ለንጉሥ ወይቤሎ አይቴ ተፈለጥኩ እምኔከ እእግዚእየ ንጉሥ ሶበኒ አሐውር ውስተ ሸዋ አኮኑ ብሔረ ሸዋ ብሔረ ዚአከ ውእቱ። ወኀየኒ አኮኑ እትቀነይ ለከ ወእሜህር ኀይማኖተ ርትዕተ ወበ እንተዝ እሑር ኅድገኒ እስመ ሊተ በቁኤት ወበቁኤት ለከ ሶበ አሐውር አነ ህየ። ወንጉሥሂ ኃደጎ ወአስተፋነዎ በሰላም።[12]
>
> <u>ትርጉም</u>
>
> [አውስግንዮስ] ወደሸዋ ለመሄድ በርብ ወንዝ መካከል በነበረበት ጊዜ ንጉሡ ሳመውና ወደእርሱ አምጥቶ እንዲህ አለው ፦ "ለምን በምናኔ ከኔ ትለያለህ? ወደሸዋስ ለምን ትሄዳለህ?" አውስግንዮስም ለንጉሡ መለሰለት እንዲህም አለው ፦ "ከአንተ መቼ ተለየሁኝ? ጌታየ ንጉሥ ሆይ ሸዋ ብሄድስ የሸዋ አውራጃ ያንተው አይደለምን? የኦርቶዶክስ ሃይማኖትን በማስተማሬስ የማገለግለው አንተን አይደለምን? እዚያ በመሄዴ አንተንም እንደኔ ስለሚጠቅም ልሂድ።" ንጉሡ በበኩሉ በሰላም አሰናበተው።

አውስግንዮስ ለምን ወደሸዋ ትሄዳለህ ተብሎ ለተጠየቀው ጥያቄ "ሸዋ የንጉሡ አውራጃ አይደለም ወይ" የሚል ስሜት የሚያጭር መልስ መለሰ። አውስግንዮስ ሸዋ እና ጎንደር እኩል የንጉሡ አገሮች ስለሆኑ ጎንደር ከንጉሡ ጋር መኖርም ሆነ ሸዋ ሄዶ ወንጌልን እያስተማሩ መኖር ለእርሱ ልዩነት የለውም። ሸዋ የኢያሱ የአባቶቹ የነገሥታቱ ዋና መቀመጫ እንደነበረ ንጉሡ አይጠፋውም። አውስግንዮስ "ሸዋ የንጉሡ አውራጃ አይደለም ወይ" በማለት ለማስተላለፍ የፈለገው ንጉሡ ሸዋን ለኦሮሞዎች መተው እንደሌለበት ለማስታወስ ያለመ ነው። የአውስግንዮስ መልስ እና ራሱ በሽፍትነት ደራ በነበረበት ጊዜ የተመለከተው በኦሮሞዎች ሥር የነበሩ ነባር ኢትዮጵያውያን ክርስቲያኖች አሳዛኝ የኑሮ ሁኔታ ተደምሮ ኢያሱን ወደሸዋ እንዲዘምት ገፋፋው።

ኢያሱ በሸዋ ላይ የሾማቸው ገዢዎችም ርስት የማስመለሱን ሥራ የወረሱት ከኢያሱ ነው። እላይ ያገኘነው መርዕድ አዝማች ዘሚካኤል አንጾኪያን ማዕከሉ አድርጎ ከከረዩና ቤተ አማራ ከሰፈሩ የኦሮሞ ጎሣዎች ጋር ይዋጋ ነበር። ኢያሱ ከሾማቸው መስፍኖች በተጨማሪ ሌሎች በኋላ ዘመን የተነሡ በየወረዳው ያሉ ባላባቶች በአካባቢያቸው ካሉ የኦሮሞ ጎሣዎች ጋር ይዋጉ ነበር። ለምሳሌ የይፍራታው ገዢ ወልደ ገብርኤል ጥሙጋ፣ ሱና አርጡማ ከተባሉት የኦሮሞ ጎሣዎች ጋር ይዋጋ ነበር። በተመሳሳይ የሞረቱ ባላባት ጥዱ ከቱለማ፣ ከገላንና ከአብቹ ጎሣዎች ጋር፣ የመርሐ ቤቴው ወልዱ ከቦረን፤ የግሼው አውሳቢዎስ ከወሎ፣ የተጉለቱ ህርያቆስ ከአብቹ፣ ከቱለማና ከዋዩ ጎሣዎች ጋር ይዋጉ ነበር። ባጠቃላይ 14 የሚሆኑ የሸዋ ባላባቶች በአካባቢያቸው ከሚገኙ የኦሮሞ ጎሣዎች ጋር ያለማቋረጥ ይዋጉ ነበር።[13] የሰሜን ሸዋ መልክአ ምድር ተራራ፣ ዋሻ፣ ገደልና ቆላማ ስለሆነ ባላባቶች አገራቸውን ለመከላከል ረድቷቸዋል።

ኢያሱ ሸዋን እንዲያስተዳድሩ፣ ርስት እንዲያስመልሱ ከሾማቸው ከሁሉም አስተዳዳሪዎች ጠንክሮ የወጣው ነጋሢ ክርስቶስ ነው። ነጋሢ ክርስቶስ ዘሩ ከዓፄ ልብነ ድንግል ልጅ ከአቤቶ ያዕቆብ ይመዘዛል። ነጋሢ ክርስቶስ የተወለደው መንዝ ውስጥ ልዩ ስሙ አጋንቻ ከተባለ ቦታ በ1632/3 ዓ.ም. ነው። አባቱ የዓፄ ልብነ ድንግል የልጅ ልጅ የሆነው ልብሰ ቃል ሲሆን እናቱ ደግሞ የራስ ፋሬስ ልጅ ወይዘሮ ሰንበልት ናት።[14] በግራኝ አሕመድ ዘመን የጠፋውን እና የኦሮሞ ጎሣዎች የሰፈሩበትን አገር በይፋ የማስመለሱን ሥራ ከጀመሩት የሸዋ መስፍኖች ውስጥ አንዱ ነጋሢ ክርስቶስ ሲሆን ከፍጻሜ ያደረሰውም ከነጋሢ ዘር የሆነው ዓፄ ምኒልክ ነው። ነጋሢ መጀመሪያ በቁጥጥር ሥር ያደረገው መንዝን እስከወሎ ድምበር ያለውን አገር ነው። ነገር ግን ነጋሢ ትኩረት ያደረገው በሰሜን አቅጣጫ ያለውን አገር ሳይሆን በምዕራብ፣ በምሥራቅና በደበቡ አቅጣጫ የነበሩትን አካባቢዎች ነበር። በዚህ መሠረት አጫብርን፣ ጣርማ በርንና ይፋትን እንዲሁም በነዚህ አካባቢዎች ያሉትን ወረዳዎች አንድ በአንድ በቁጥጥሩ ሥር አደረጋቸው። በመጨረሻም ነጋሢ የያኔውን ሸዋን ጠቅልሎ የመሪነቱን ቦታ ያዘ (ካርታ 15 ይመለከቷል)።[15]

ነጋሢ ሲሞት ልጁ ስብስቲያኖስ (1703-1718) በአባቱ ተተክቶ የሸዋ ገዢ ሆነ። የሹመት ማዕረጉም መርዕድ አዝማች ተባለ። ስብቲያኖስና ልጁ አብየ ከነጋሢ የወረሱት ሥልጣን ብቻ ሳይሆን ርስት ማስመለሱንም ጭምር ነው። ስብስቴ በሸላ ሜዳ ዶቃቂት ከተባለ ስፍራ ከተማ ከመሠረተ በኋላ ርስት የማስመለሱን ሥራ በይፋ ጀመረ። ስብስቴ የመርሐ ቤቴን አካባቢዎች በሙሉ በቁጥጥር ሥር አደረጋቸው። ልጁን አብየንም ወደደቡባዊ ሸዋ እንዲዘመት ላከው። አብየም (1718-1743?) ገና አባቱ በሕይወት እያለ የጀመረውን ርስት የማስመለስ ሥራ ስብስቴ ከሞተ በኋላ አጠናክሮ ቀጠለበት። የከረዩና የአርሲ ጎሣዎች የሰፈሩበትን የጥንቱን የአማራ ዐፅመ ርስት ፈጠጋርንና የሸዋን አካባቢዎች በቁጥጥር ሥር ያደረጋቸው አብየ ነው። አብየ ባስመለሰው መሬት ሀራ አምባ የተባለ ከተማም መሥርቶ ነበር። ከሀራ አምባ በተጨማሪ ፍቅር ግንብ ላይ ከተማ ሠርቶ ነበር። የአዳልን ምዕራባዊ አካባቢዎችም በቁጥጥሩ ሥር አድርጓቸው ነበር።[16] የሸዋ መሳፍንት ከተራራው አገር ወጥተው ሜዳማውን የአማራ ዐፅመ ርስት ነጻ ማውጣት የጀመሩት በአብየ ልጆችና የልጅ ልጆች ጊዜ ነው።

ከአብየ ቀጥሎ ሸዋን ባስተዳደረው በአምሃ ኢየሱስ (?1743-1774?) ዘመን ርስት የማስመለሱ ዘመቻ እየተሟሟቀ መጣ። አምሃየስ ስለልሁላ እና አስቲት የተባሉትን ከተሞች ቆረቆረ። ነገር ግን አምሃ ኢየሱስ በደንብ የሚታወቀው የአንኮበርን ከተማ እንደገና በመቆርቆሩ ነው። ርስት የማስመለሱ ዘመቻ ያፋጠነው የአንኮበር ከተማ መታደስ ነው። አንኮበርን ለከተማነት ያጨው አብየ ቢሆንም ከተማውን ያደሰው፣ የከተመበት አምሃ ኢየሱስ ነው። አንኮበር የዓፄ ይኩኖ አምላክ ከተማ ነበር። በተጨማሪም ይኩኖ አምላክ ደብረ ሊባኖስ ገዳም አቅራቢያ ልዩ ስሙ ወግዳ ከተባለ ቦታ ላይ ከተማ ነበረው።[17] የሸዋ መሳፍንት ወደምዕራብ አቅጣጫ ያደረጓቸው ዘመቻዎች እና የከተሙባቸው ቦታዎች ታሪክን መሠረት ያደረጉ እንደነበረ ሥርግው ሀብለ ሥላሴ ጽፏል፦

> ይህቺን [የአንኮበርን] ከተማ አንድ የዓረብ ጸሐፊ ኢብን ኤል ዋርዲ በዓሥራ አራተኛው ምእት የኖረ ይጠቅሳታል። ይህ ታሪካዊ ዜና ሲወርድ ሲዋረድ በአንደበት እየተነገረ ይተላለፍ ነበረና መሳፍንቱ ሁሉ ያውቁት ነበር። ስለዚህ ነው ከነጋሢ ጀምሮ የሸዋ መሳፍንት ጥቂት ወደምዕራብ ፈቀቅ እያሉ መቀመጨ ከተማ ይቆረቁሩ የነበረው። በኋላ ዘመን ታሪክን በመመርኮዝ አንኮበርን ለከተማነት የፈለመ አብየ ነበር ይባላል።[...] አቅሙ ጠፍቶ ነው እንጂ እንደዓፄ ምኒልክ

> ወደምዕራብ ጠልቆ ለመግባትና የሌሎችን የቀድሞ ነገሥታት ከተሞች እንደገና ለማደስ የሁሉ የሸዋ መሳፍንት ምኞት ነበር። የሣህለ ሥላሴ አንጎለላን የበሬሳን ወንዝ ተሻግሮ መቆርቆርና እዚያም ብዙ ጊዜ መቀመጥ የዚህ ምኞት ግፊት ውጤት ነበር።[18]

ስለዚህ የሸዋ መሳፍንት ከተማ የሚመሠርቱት ታሪክን በመከተል ነበር። አምሃ ኢየሱስ የአንኮበርን ከተማ የመሠረተበት ዋናው ምክንያት ይህ ነው። የአንኮበር ከተማ ከአምሃ ኢየሱስ ጀምሮ እስከዳግማዊ ምኒልክ ዘመን የሸዋ መሳፍንት መቀመጫ ሆኖ አገልግሏል። መሳፍንቱ ከአንኮበር በተጨማሪ እስከምዕራብ ሸዋ ጫፍ ድረስ የነበሩትን የጥንት ከተሞች የማደስ ምኞት ነበራቸው።

አምሃ ኢየሱስ ኦሮሞዎች የሰፈሩባቸውን የአማራ ዐፅመ ርስቶች ማሥመለሡን ቀጠለበት። በዚህም ምክንያት ከደብረ ብርሃን በስተደቡብ በሬሳና ጫጫ ድረስ ያለውን ርስት ለማስመለስ ቻለ (ካርታ 15 ይመለከቷል)። በተጨማሪም ወደአዳል በተደጋጋሚ ዘመቻ አድርጓል።[19] ርስት የማስመለሱ ሂደቱ ግን በጣም አዝጋሚ እንደነበረ በዘመኑ ለአምሃ ኢየሱስ የተገጠመ የሚከተለው ግጥም ያስረዳል፦

> ዛሬስ አምሃየስ አረጀ ደቀቀ
> መሬት ይይዝ ጀመር እየተንፏቀቀ።[20]

ቀጥሎ ሸዋን በተከታታይ ያስተዳደሩት መርዕድ አዝማች አስፋ ወሰንና (1774-1809) ራስ ወሰን ሰገድ (1809-1813) የአንኮበርን ከተማነት አጸኑት። ከተራራው አገር ወጥቶ ሜዳማዎቹን የሸዋ አካባቢዎች የማስመለስ ሥራ በደንብ የተጀመረው በእነርሱ ዘመን ነው። በአስፋ ወሰን ዘመን ከበሬሳ እስከጠራ ደጋ እስከጣርማ በር ያለው አገር አስመለሱ። ይህ ደግሞ ተጉለትንና ይፋትን ለማገናኘት አስቻለ። ግድም፣ ኤፍራታ፣ አንጾኪያ፣ ግሼን፣ ከጣርማ በር እስከጫጫ ድረስ ያለውን አካባቢ፣ ሰላሌ፣ ሞረት፣ ጨቦ እና ጉራጌ ድረስ ያለውን አካባቢ በሙሉ በአንድነት ለመጀመሪያ ጊዜ ለማስተዳደር የቻለው አስፋ ወሰን ነበር ።[21]

የአስፋ ወሰን ልጅ ወሰን ሰገድ የሸዋን መንግሥት የበለጠ እንዲጠነክር አደረገው። ወሰን ሰገድ ቁንዲ ኮረብታ ላይ ከተማ መሠረተ። ሥርግው እንደሚለው ከሆነ "ቁንዲ ከግራኝ ወረራ በፊት ከተማ እንደነበረ ይነገራል። ወሰን ሰገድ ይህንን ትውፊት ሰምቶ ነው ያንን የጠፋውን ከተማ እንደገና መልሶ የከተመው።"[22] በመቀጠልም "ወደደብረ ብርሃን ወርዶ ያፄ ዘርዓ ያዕቆብን ከተማ አድሶ በዚያውም ቤተ ክርስቲያን ሠርቶ የሥላሴን ታቦት አገባበት።"[23] ወሰን ሰገድ የደብረ ሊባኖስን ገዳም ቤተ ክርስቲያን ሠርቶ እንደገና እንዲቋቋም አደረገ። ኦሮሞዎች በአካባቢው በሰፊው ሲስፋፉ ሸዋ ወስጥ የነበረው የደብረ ሊባኖስ ገዳም መነኮሳት ታቦቱን ይዘው ጎንደር አዘዞ ተክለ ሃይማኖት የሄዱት በዓፄ ፋሲላደስ ዘመን ነበር። አዘዞም ከ200 ዓመታት በላይ የእጨጌው መቀመጫ ሁና አገልግላለች። የእጨጌው መቀመጫ ወደሸዋ የተመለሰው የጥንቱ የደብረ ሊባኖስ ገዳም እንደገና ከታደሰ እና ዳግማዊ ምኒልክ ከነገሡ በኋላ ነው።[24]

ርስት የማስመለሱ ሥራ በወሰን ሰገድ ልጅ በሣህለ ሥላሴ (1813-1847) ወደከፍተኛ ደረጃ አደገ። ዝርዝሩን በኋላ እንደምናየው የአዲስ አበባ አካባቢ እንደገና ለከተማነት የታጨው በዚህ ጊዜ ነበር። የሸዋ መንግሥት እየጠነከረ በሄደ ቁጥር የመሪዎቹም ኃይል አብሮ እየጨመረ ሄደ። ሣህለ ሥላሴ ከእርሱ በፊት የነበሩት መሳፍንት አድርገውት የማያውቁትን "የሸዋ ንጉሥ" ተብሎ ነገሠ። የሣህለ ሥላሴ ንጉሥ መባል

የሸዋን መንግሥት መጠንከር አበሰረ። የሣህለ ሥላሴ ዘመነ መንግሥት ከሸዋ አልፎ በኢትዮጵያ ታሪክ አዲስ ምዕራፍ የተጀመረበት ወሳኝ ጊዜ ነው። በዚህ ምክንያት ብዙ አገር ጎብኝዎች፣ አሳሾችና አምባሳደሮች ከአውሮፓ ወደሸዋ መጡ። ሸዋን በልዩ ልዩ ምክንያት የጎበኙ አውሮፓውያን በሸዋ ስላዩት ነገር ብዙ መረጃ የያዙ መጽሐፎችን አሳትመዋል።[25]

የጥንቱን በራራን የአሁኑን አዲስ አበባን አካባቢ እንደገና ለመጀመሪያ ጊዜ በአስተዳደሩ ሥር ያደረገው ሣህለ ሥላሴ ነው። ነገር ግን ወደአዲስ አበባ ከመምጣቱ በፊት ሣህለ ሥላሴ የሥልጣን ዘመኑን የጀመረው ሸፍተው የነበሩትን ሞረትንና መርሐ ቤቴን በማረጋጋት ነው። ቀጥሎ ንጉሡ የዘመተው የገላንና የአብቹ ጎሣዎች ወደሰፈሩበት የአማራ ዐፅመ ርስት ነው። ይህ ደግሞ አንጎለላን፣ ሸኖን፣ ጫጫና ወጨጫን ያጠቃልላል። በመቀጠልም ሣህለ ሥላሴ አዳልንና አካባቢውን እንዲሁም አዋሽን ተሻግሮ የሶዶን አካባቢ አስመለሰው። በተመሳሳይ ሜታ፣ ሜጫ፣ ሙሎ ፈርዳ፣ ወረብና በቾ እንዲሁም ጉራጌ በሸዋ መንግሥት አስተዳደር ስር ሆኑ። የምዕራብ ሸዋ አካባቢዎችም በተመሳሳይ በሸዋ አስተዳደር ስር ሆኑ። በሰሜን በኩልም ሙገርን አስመለሰው (ካርታ 17 ይመለከቷል)። ንጉሡ ይህን ሁሉ የርስት አገር በአጭር ጊዜ ያስመለሰው በኃይል ብቻ ሳይሆን በጋብቻ ጭምር ነው። ንጉሥ ሣህለ ሥላሴ ሴት ልጆቹን ለየአገሩ ባላባቶች ይድር ነበር። እርሱም የባላባቱን ልጆች እቁባት እያደረገ የዝምድና ትስስር ይመሠርት ነበር።[26]

ንጉሥ ሣህለ ሥላሴና ልጁ ንጉሥ ኃይለ መለኮት የጥንቱን በራራን እና አካባቢውን የተለየ ትኩረት ያደረጉበት ይመስላል። በጥንቱ እንጦጦ እና ፊንፊኔ ላይ ቤት ሠርቶበት እንደነበረ የጽሑፍ ምስክሮች ያሳያሉ። ለምሳሌ በንጉሥ ኃይለ መለኮት ዘመን እንጦጦን፣ ግምብቹን፣ ጉለሌን፣ ሜታንና በቾን ያረጋጉ ወንድሞቹ ሰይፉና ዳርጌ ናቸው። ሥርግው ወንድማማቾች "የዘመቻ መምሪያቸውን [አሮጌው] እንጦጦ ላይ"[27] አድርገው እንደነበረ ጽፏል። ሣህለ ሥላሴ አካባቢውን ባስመለሠበት ጊዜ አዲስ አበባና ዙሪያው በቤተ መንግሥት እና በቤተ ክርስቲያን ፍርስራሽ የተሞላ ነበር። ብዙ ሰው የሚያውቀው እንጦጦ ራጉኤል አካባቢ ያለውን የቤተ መንግሥት እና የቤተ ክርስቲያን ፍርስራሽ እንዲሁም አዳዲ ማርያም እና የካ ሚካኤልን ነው።[28] ነገር ግን የቤተ መንግሥትና የቤተ ክርስቲያን ፍርስራሾች የተገኙት በአሁኑ መሀል አዲስ አበባ ጭምር ነው። ንጉሥ ሣህለ ሥላሴ ወደፊንፊኔ መመላለስ የሚወድደው በዚህ ምክንያት ነው። ለዚህ ደግሞ ቀጥሎ በዝርዝር የምናየው በዘመኑ ቦታውን ከንጉሡ ጋር የጎበኙ የውጭ አገር ሰዎች የጻፉት ይመሰክራል።

በሣህለ ሥላሴ ዘመን ወደሸዋ የመጡት ከንጉሡ ጋርም የአሁኑን አዲስ አበባና አካባቢውን የጎበኙ የአውሮፓ ሰዎች ብዙ ናቸው። ከነዚህም ውስጥ አንዱ ጀርመናዊው ወንጌላዊ ዮሃንስ ክራፕፍ ነው። ክራፕፍ በጥር ወር 1840 ዓ.ም. ፊንፊኔን ከንጉሥ ሣህለ ሥላሴ ጋር ጎብኝቷል። ጣቱን እየፈላ ወደላይ እሚወጣው ፍል ውኃ ውስጥ በመጨመር የውኃውን ሙቀት እንደለካ ጽፏል። ዮሃንስ ክራፕፍ እንደሚለው ሣህለ ሥላሴ በፊንፊኔ አካባቢ ካሉ ሰዎች ጋር ጥብቅ እና ለረጅም ዓመታት የዘለቀ ግንኙነት ነበረው። በተጨማሪም የአዲስ አበባን አካባቢ ለመናገሻ ከተማነት ያጨው ሣህለ ሥላሴ እንደሆነና በኋላ ዓፄ ምኒልክ ይህን ተከትሎ ዋና ከተማ እንዳደረገ የምኒልክ ጸሐፊ ትእዛዝና ጸሐፊ ታሪክ ገብረ ሥላሴ ጽፏል። እንደገብረ ሥላሴ ከሆነ ሣህለ ሥላሴ አሁን አራት ኪሎ የሚገኘው ታላቁ ቤተ መንግሥት ያረፈበትን ቦታ ቤት ሠርቶ እጥር አጥሮበት ነበር።[29]

በ1842 ዓ.ም. ሣህለ ሥላሴ ፊንፊኔ ቆይታ አድርጎ ነበር። ንጉሡ ፊንፊኔ በነበረበት ወቅት የእንግሊዝ መንግሥት የልዑካን ቡድን መሪ ሻለቃ ሃሪስ አብሮ ነበር። ንጉሡ ፊንፊኔ አጭር ቆይታ ያደረገው ከጉራጌ ዘመቻ መልስ ነው። ሃሪስ በጥንቱ እንጦጦ (ለዝርዝሩ ምዕራፍ 10ን ይመለከቷል) ስለዐየው የከተማ ፍርስራሽ የሚከተለውን ጽፏል፦

> It was a cool and lovely morning, and the mountain breeze played freshly down each opening glade. The ascending sunbeam danced over the steep rugged sides and ruined stone edifices of the fastness of Entotto, anciently the proud seat of Ethiopic splendor, and still believed to conceal much of the wealth lost to the empire at the period of Graan's invasion, when Nebla Dengel was driven into Tigré.[30]
>
> ትርጉም
>
> ቀዝቀዝ ያለ እና ያማረ ንጋት ነበር፣ ከተራራው የሚነሳው ነፋሻ ዐየር በደኑ መሀል ባለው በእያንዳንዱ ገላጣ ስፍራ ቁልቁል እየዘመረ ይወርዳል። ወደ ላይ የሚወጣው የፀሐይ ጮራ፣ ለጥንቱ ዘመን ኢትዮጵያዊ ገናናነት የኩራት መንበር በነበረውና፣ ልብነ ድንግል ሸሽቶ ወደ ትግሬ በሄደበት በግራኝ ወረራ ዘመን አገሪቱ የጠፋባት ብዙው ሀብት እስካሁንም ተደብቆበታል ተብሎ በሚታመንበት በእንጦጦ ተረተራማ ገጾችና በፍርስራሽ ሕንጻዎቿ ላይ ይውረገረጋል።

ሃሪስ እንጦጦ የኢትዮጵያ ነገሥታት የጥንት መናገሻ ከተማቸው ነበር ይላል። ከተማው በግራኝ አሕመድ ጊዜ እንደተቃጠለ እና የከተማውን ፍርስራሽ ለማየት ችሎ እንደነበረ ይጠቅሳል። የከተማው ፍርስራሽ የኢትዮጵያን የጥንት ገናና ታሪክ እንደሚያስታውስ፣ እርሱ ስፍራውን ባየበት ጊዜም ብዙ ሀብት በመሬት ውስጥ ተቀብሮ ይገኛል ተብሎ እንደሚታመን ይነግረናል።

በ1843 ዓ.ም. ሣህለ ሥላሴ ለሦስተኛ ጊዜ ወደፊንፊኔ ሄደ። በዚህ ጊዜም እንደከዚህ በፊቱ የውጭ አገር ሰዎች አብረው ነበሩ። ከነዚህም አንዱ ቲወፍሎስ ለፌቭር የተባለ የፈረንሳይ ዜጋ ነው። ቲወፍሎስ ለፌቭር በአካባቢው በወቅቱ ስላየው የጥንት ቤተ ክርስቲያን ሕንጻና ዐፀድ ሰፋ ያለ ገለፃ ጽፏል። ለፌቭር ከንጉሡ ሰዎች ጋር ከፊንፊኔ ተነስተው በፈረስ የዐሥር ደቂቃ መንገድ ከሄዱ በኋላ ከፈረሶቻቸው ወርደው የወይራ ዛፎች በሚገኙበት ቦታ እንዳረፉ እና የጥንት ቤተ ክርስቲያን ፍርስራሽ እንዳገኙ ጽፏል። በሦስተኛው ምዕራፍ እንዳየነው የጥንቱ ቤተ ክርስቲያን ፍርስራሽ መገኛው የአሁኑ አራዳ ጊዮርጊስ ቤተ ክርስቲያን ከነዐፀዱ ያረፈበት ነው።[31] ቲወፍሎስ ለፌቭር በወቅቱ ያየውን እንደዚህ ገልጾታል፦

> […] après une quart d'heure de course, nous arri vâmes aux sources thermales de Finefinie.Tout le monde mit aussitôt pied à terre, et le roi alla s'accroupir au dessus de l'un des jets pour en recevoir les vapeurs. Une partie des grands de la suite, malades ou non, bu vaient de cette eau qui les purgeait immédiatement, quelques-uns d'une manière très-violente; d'autres y lavaient leurs plaies. Cette eau jaillit avec ébullition d'un sol argileux imprégné de sulfate de soude; ce sol est mouvant en certains endroits, et il serait dangereux d'y marcher. [...]

Quittant cette source, nous galopâmes vers une chaîne de mamelons peu élevés, qui lie le gradin de Finefinie à celui d'Endotto; dix minutes après nous descendîmes de cheval au milieu d'un bouquet d'oli viers, et nous vînmes nous asseoir sur les ruines d'une ancienne église dont il restait quelques dalles et des têtes de pilastres enterrées. Il aurait fallu déblayer pour en distinguer le genre de construction, et je n'en avais pas le temps. Ces ruines me parurent analogues à celles d'Achangui. Sahelé Sallassé discuta avec le chef du clergé le projet d'établissement d'une nou velle église sur les bases de l'ancienne; puis nous re vînmes sur nos pas, et campâmes à l'est des sources.[32]

ትርጉም

በፈረስ እሩብ ሰዓት ከተጓዝን በኋላ ፊንፊኔ ካለው ፍል ውኃ ደረስን። ወዲያው በአንድ ጊዜ ሁሉም ከፈረስ ወረደ። ንጉሡ ከምንጮቹ በአንዱ ላይ ጎንበስ ብሎ በእንፋሎቱ መታጠን ጀመረ። ከአጃቢዎቹም አንዱ ከፍል የታመሙትም ሆነ ጤነኞቹ ከዚህ ፍል ውኃ ጠጡና ወዲያውን ያስቀምጣቸው ጀመረ። አንዳንዶችን የሚያስቀምጣቸው በኃይል ነበር። ሌሎችም ደግሞ ቁስላቸውን ታጠቡበት። ይህ ፍል ውኃ እየተፈለቀለቀ ወደ ላይ ሲፈነጠቅ ቀይ አፈር ድኝ እና ሶዳ የተቀላቀለበት ይዞ ይወጣል ነበር። አፈሩም በመተላለፊያ ላይ ስለሚበተን ያንን እየረገጡ ማለፊ አስቸጋሪ ነበር። ከዚያ ወዲያ የእርሻ መሬት ይገኛል። እንደሚታየው ከሆነ በጣም ለም መሬት ሳይሆን አልቀረም። አካባቢው ረባዳ ሆኖ ኮረብቶች የከበቡት የግራርና የወይራ ዛፎች ያለበሱት ነው። ከመተላለፊያው ዝቅ ብሎ የጉሎ እንጨትና ቁልቋል ይገኛል። [...]

ይህን ምንጭ ትተን ... ጥቂት ከፍ ብሎ እንደሰንሰለት ወደተያያዘው ጉብታ የፊንፊኔንና የእንጦጦን ከፍታ ወደሚያስተሳስረው በፈረስ ተጋብተን ሄድን። ከዐሥር ደቂቃ ጉዞ በኋላ ጥቅጥቅ ያለ የወይራ ዛፍ ካለበት ቦታ ስንደርስ ከፈረሶቻችን ወርደን በእግር ሄድንና ከአንድ ጥንታዊ ቤተ ክርቲያን ፍርስራሽ ላይ ተቀመጥን። ጥርብ ንጣፍ ድንጋይና የግድግዳና ጣሪያ ተሸካሚ ዓምዶች ተበታትነው ይታያሉ። የሕንጻውን አሠራር ለመረዳት ቁፋሮ ማድረግ ያስፈልጋል። ነገር ግን ጊዜ አልነበረንም። እነዚህ ፍርስራሾች ከአሸንጌ ካለው ጋር ይመሳሰላሉ። ሣህለ ሥላሴ ከጥንቱ ቤተ ክርስቲያን መሠረት ላይ አዲስ ቤተ ክርስቲያን ለማሠራት እቅድ ስለነበረው ከካህናቱ አለቃ ጋር ይነጋገርበት ነበር። ከተመለስን በኋላ ከፍል ውኃ በስተምሥራቅ ሰፈራ አደረግን።

የጥንቱን ቤተ ክርስቲያን ዐፀድ በአካባቢው የነበሩ የጉለሌ ኦሮሞዎች ቢርቢርሳ ብለው ይጠሩት ነበር። ቢርቢርሳ በኦሮምኛ ትርጓሜውም ጽድ ማለት ሲሆን ስያሜው የተገኘው በቦታው የነበሩ ብዙ መቶ ዓመታት ያስቆጠሩ ግዙፍ የጽድ ዛፎች ነው። ለፌቭር እንደጻፈውም በቦታው ብዙ የወይራ ዛፎች ነበሩበት። በቦታው ላይ የወይራ እና የጽድ ዛፎች መገኘታቸው ፍርስራሹ እውነትም ከግራኝ ዘመን በፊት ቤተ ክርስቲያን የነበረ ስለመሆኑ ጥሩ አመላካች ነው። ምክንያቱም ጽድና ወይራ በኢትዮጵያ ኦርቶዶክስ ቤተ ክርስቲያን ዐፀድ ውስጥ የሚተከሉ ተመራጭ ዛፎች መሆናቸው ይታወቃል። የቤተክርስቲያኑ ፍርስራሽ ሥነ ሕንጻው በውል ያልታወቀ አሸንጌ በተባለ ስፍራ ካየው የጥንት ሕንጻ ፍርስራሽ ጋር ተመሳሳይ እንደሆነም ጨምሮ ጽፏል።

የለፌቭር መጽሐፍ ሣህለ ሥላሴ እንዲሁም ከእርሱ በፊትም ሆነ ከእርሱ በኋላ ሸዋን የመሩ መሳፍንት ቤተ ክርስቲያን ያሠሩባቸውንና የከተሙባቸውን ስፍራዎች ለምን እንደመረጧቸው ይጠቁማል። ሣህለ ሥላሴ በጥንቱ ቤተክርቲያን ባድማ ላይ አዲስ ቤተ ክርስቲያን ለመሥራት በወቅቱ አብረውት ከነበሩት ካህናት ጋር መማከሩን ለፌቭር ይነግረናል።[33] ሣህለ ሥላሴ ለፌቭር ቢርቢርሳ የሚገኘውን የጥንት ቤተ ክርስቲያን

ለማደስ ያሳየው ፍላጎት ለቤተ ክርስቲያን ሥራ የቦታ መረጣ ታሪክን ያገናዘበ እንደሆነ ያሳያል። ንጉሡ ሣህለ ሥላሴ ያሠራቸው አብያተ ክሥርቲያንና የከተመባቸው ስፍራዎች የጥንት ከተማ እና ቤተ ክርስቲያን ባድማ እንደነበሩ ሥርግው ያብራራል፡-

> የፈረሱና ባድማ የሆኑ አብያተ ክርስቲያንን እያስፈለገ አቅንቷል። መልሶ ሠርቷል። ከዚህ በፊት ፍንፍኔ አካባቢ ቀራንዮ መደሃኔ ዓለም ቤተ ክርስቲያንን አንዳሠራ ገልጸናል። እንዲሁም በአብቹ የረር ቴዎድሮስ፣ መንጅግሶ ሥላሴና በአዳ ቆፍቱ ላሊበላ እንደተከሉ አውስተናል። በተጨማሪም በየረር ተራራ ምዕራብ-ደቡብ ጫፍ የረር ሥላሴን ተክሎአል። እንደሚመስለው የታሪክን ፈለግ እየተከተለ ነበር ቤተ ክርስቲያንን ይተክል የነበረው። ለምሳሌ ሽሀብ አድ ዲን የሚባለው የአረብ ጸሐፊ የግራኝን የዘመቻ ታሪክ በከፊል የጻፈ እንደሚያወሳው ከቃጅማ በስተ ሰሜን የላሊበላ ቤተ ክርስቲያን መኖሩን ገልጿል። ይህ በትውፊት ሲተላለፍ በመቆየቱ በዘመኑ እውን ሆነ። ዛሬ የሚገኘው ቤተ ክርስቲያን በትክክል በዚያው በቀድሞው ስፍራ ላይ ተተክሎ እንደሆነ የተጨበጠ ማስረጃ የለንም። አካባቢው በዚያ እንደነበረ ግን አያጠራጥርም። በነገራችን ላይ ከደብረ ዘይት በሰሜን-ምዕራብ ሽምብራ ሜዳ የሚባል ቦታ ይገኛል። ከደብረ ዘይት ርቀቱ በግምቱ ሰባት ኪሎ ሜትር ይሆናል። እዚህ ስፍራ ከፍ ያለ የውኃ ከምችት ከመሬት ወስጥ ሠርጎ ስለተገኘ በባለሙያዎች ወጥቶ የደበረ ዘይት ሕዝብ ይጠቀምበታል። ሽምብራ የሚለው ቃል እስከ አሁን ተጠብቆ መቆየቱ፣ በርካታ የውኃ ከምችት እዚያ መገኘት የሽምብራ ኩሬን ስፍራ እዚያ ለመመደብ በቂ ማስረጃ ይመስለናል። እዚያ ላይ ዓፄ ልብነ ድንግልና ግራኝ አሕመድ ወሳኝ ጦርነት ተዋግተዋል። ወደሽንኮራም ስናልፍ እዚያም አንድ የድሮ ገዳም ጠፍቶ የኖረ ቀንቷል። እርሱም ሳማ ሰንበት የሚባለው ነው። ታቦቱ የተለየ ነው።[...] ይህን ገዳም ያቀና መነኩሴ አባ ገብረ ሕይወት በተጨማሪ ምድረ ከበድ ገዳምን ሰዶ ውስጥ አቅንቷል።[34]
>
> ዝቋላ መናንያን ምንጊዜም ስለማይጠፉ በዚህም ዘንድ አቦ በኦሮሞዎች ዘንድ ተቀባይነት ስላገኘ ፈጽሞ አልጠፋም ነበር። ጥርዝ ብርዝ እያለ አገልግሎቱን ይሰጥ ነበር። በሣህለ ሥላሴ ዘመን ተጠናክሮ የሸዋ ሁለተኛው ትልቁ ገዳም ከደብረ ሊባኖስ ቀጥሎ ሆነ። እንዲህ ዐይነት የጠፉ አብያተ ክርስቲያን ፍርስራሾች እንደተገኙ ተመዝግቡአል።[35]

ሣህለ ሥላሴ አዲስ አበባ የሚገኘውን ቀራንዮ መድኃኔ ዓለምን ጨምሮ ሌሎች ብዙ አብያተ ክርስቲያንን አስሠርቷል። ሥርግው ቀራንዮ መድኃኔ ዓለም "የጥንት የቤተ ክርስቲያን ፍርስራሽ ቢገኝበት ነው ቤተ ክርስቲያን እዚያ ስፍራ እንዲሠራ የተደረገው"[36] ብሎ አስተያየቱን ሰንዝሯል። ቤተ ክርስቲያኑን በንጉሡ ትእዛዝ ያስሠራው ዘወልደ ማርያም ሲሆን ዘመኑም በ1824 ዓ.ም. ነው። ዘወልደ ማርያም የንጉሡ የነፍስ አባት እና የኢቲሳ ገዳም አበምኔት ነበር።[37] እታች እንደምናየው አራዳ ጊዮርጊስና ምናልባትም ከተማው ከመቆርቆሩ በፊት የተሠሩት በአዲስ አበባ የሚገኙት ሁሉም አብያተ ክርስቲያን የተመሠረቱት በጥንት ቤተ ክርስቲያን ፍርስራሽ ላይ ነው። ከዚህ በመነሳት ሣህለ ሥላሴ ወደአዲስ አበባ የመጣበት ምክንያትም የጥንት ከተማ ምልክት ስላየ እንደሆነ መደምደም ይቻላል። በተመሳሳይ ምኒልክ ወደአዲስ አበባ አካባቢ የመጣበት ዋና ምክንያት በራራን ፍለጋ ነው።

9.1.2 ዳግማዊ ምኒልክ፣ የዳዊት ከተማ እና አዲስ አበባ

ምኒልክ በዓፄ ቴዎድሮስ በእሥር ላይ ከነበረበት ከመቅደላ አምባ አምልጦ ወደሸዋ ከመጣበት ከ1865 ዓ.ም. ጀምሮ የአዲስ አበባ ከተማ እስከተቆረቆረበት እስከ1886 ዓ.ም. ድረስ ባሉት 21 ዓመታት ተስማሚ ከተማ ፍለጋ ላይ ነበር ለማለት ይቻላል። ምኒልክ የሸዋን ዋና ከተማ አንኮበርን ትቶ ከደበረ ብርሃን አጠገብ በምትገኘው ልቾ ላይ

ከተማ ቆረቆረ። ቀጥሎ በ1868 ዓ.ም. ወሎ ውስጥ ወረ ኢሉ በተባለ ቦታ ላይ እንዲሁም በ1875 ዓ.ም. ሸዋ ውስጥ እነዋሪ በተባለ ቦታ ለተወሰኑ ዓመታት ከትሞ ነበር። በ1878 ዓ.ም. በተወለደበት በአንጎለላ የተወሰነ ጊዜ ተቀምጦ ነበር። ምኒልክ አዳ ውስጥ ደበ ጎጀ በተባለ ቦታ ላይም ከትሞ ነበር። በመቀጠልም በ1879 ዓ.ም. በወጨጫና በፉሪ መካከል በሚገኘው በዋደላ ኮርብታ ላይ ከትሞ ነበር። ሌሎች ምኒልክ የከተመባቸው ከተሞች ቁንዲ፣ ፍቅር ግምብ፣ ወረ ኢሉ፣ ልጥ ማረፊያ እና ሰላ ድንጋይ ናቸው (ካርታ 15 ይመለከቷል)።[38] የአዲስ አበባ ከተማ በ1886 ዓ.ም. ከመመሥረቱ በፊት ምኒልክ ከ1882 እስከ1886 ዓ.ም. ድረስ እንጦጦ ለአራት ዓመት ገደማ ከትሞ ነበር። በመጨረሻም ንጉሡ አዲስ አበባ ላይ ረግቶ ተቀመጠ። በአዲስ አበባ ዙሪያ የነበሩ የታሪክ ስፍራዎች ለአዲስ አበባ ከተማ መመሥረት እና የረጋ መዲና መሆን ዋና ምክንያት ነበሩ። ስለአዲስ አበባ አመሠራረት እና የቦታ ምርጫ የጥንት እና የመካከለኛው ዘመን የኢትዮጵያ ታሪክ የነበረውን ፋይዳ ስለከተማው ምስረታ ጥልቅ ጥናት ያጠናው ማርቲን ጃንሰን ቀጥሎ የጻፈውን እዚህ መጥቀስ ተገቢ ነው፡-

> There are many places near Addis Ababa that were of presettlement importance. The previously mentioned monolithic church of Yekka-Michael is located just north of the city of Mt. Entoto. Other places that could be mentioned include the little-known rock church of Adadi Mariam, across the Awash to the south and the pilgrimage monastery on the top of the volcanic peak of Mt. Zuqualla. The little - studied religious site on nearby Mt. Managasha is paralleled by the religious and royal associations with Mt. Wachacha and Mt. Yerer. It is accurate to conclude that long before Menelik II established his capitals of Old Entoto, Entoto and Addis Ababa, the area we are describing as the immediate situation was associated with a flourishing period of Amhara history. Such a setting, steeped in tradition, does indicate that these often neglected situational factors must have had importance in determining the city's location. The historical significance of the environs of Addis Ababa have yet to be thoroughly investigated. Without doubt, each peak, lake, hot spring, or ruin forms an element in this matrix of past glories and present significance.[39]

<u>ትርጉም</u>

በአዲስ አበባ አቅራቢያ ስለቅድመሰፈራ [ታሪካዊ] ፋይዳ ያላቸው ብዙ ስፍራዎች አሉ። ቀደም ሲል የተጠቀሰው የየካ ሚካኤል ውቅር ቤተ ክርስቲያን የሚገኘው ከእንጦጦ ተራራ በስተሰሜን ነው። ሊጠቀሱ ከሚችሉ ሌሎች ስፍራዎች በአዋሽ ማዶ በስተደቡብ የምትገኘው ብዙ የማትታወቀው ውቅር ቤተ ክርስቲያን አዳዲ ማርያምና ለመንፈሳዊ ጉዞ የሚኬድበት በእሳተ ገሞራ ተራራ ጫፍ የሚገኘው የዝቋላ ገዳም ይገኙበታል። በደንብ ያልተጠናው የመናገሻ ተራራ የሃይማኖት ስፍራ፣ በወጨጫ ተራራ እና በየረር ተራራ የሚገኙ የነገሥታት እና የሃይማኖት ስፍራዎች [እንዲሁ ተጠቃሽ ናቸው]። ዳግማዊ ምኒልክ ዋና ከተማውን በአሮጌው እንጦጦ፣ በእንጦጦ እና በአዲስ አበባ ላይ ከመቆርቆሩ በፊት አሁን የምንገልጸው አካባቢ ከአማራ ገናና ታሪክ ጋር የተቆራኘ ነው ብሎ መደምደም ትክክለኛ ነው። እንዲህ በትውፊት የታጀበ አውደ ታሪክ የሚያመለክተው እነዚህ ብዙ ጊዜ ችላ የተባሉ የታሪክ አላባውያን የከተማዋን መመስረቻ ቦታ በመወሰን ረገድ አቢይ ሚና የነበራቸው መሆኑን ነው። በአዲስ አበባ ዙሪያ ያሉት ስፍራዎች ታሪካዊ ፋይዳ ገና በጥልቀት መመርመር አለበት። ያለምንም ጥርጥር እያንዳንዷ ኮረብታ፣ ፍል

ውኃ፣ ወይንም ፍርስራሽ ያለፈው የገናናነት ታሪክ አሁን ካለው ጠቀሜታ ጋር ሲሸመኑ በሚሰሩት ፍርግርግ ውስጥ አንድ አንድ መሰላሰል ትሆናለች።

ጃንሰን በትክክል እንደጻፈው በአዲስ አበባ እና በአዲስ አበባ ዙሪያ ብዙ ታሪካዊ ስፍራዎች ነበሩ። ከነዚህም ውስጥ የጥንቱ እንጦጦ፣ወጨጫ፣ አዲሱ እንጦጦ፣ ዝቋላ፣ የረር፣ አዳዲ ማርያም፣ የካ ሚካኤል እና መናገሻ ይገኙበታል። የረር በምዕራፍ ሦስት እንዳየነው ከተማነቱ የጥንት ነው። ደብረ ዘይት አቅራቢያ በሚገኘው የረር ቴዎድሮስ የዓፄ ዘርዓ ያዕቆብ እንደሆነ የሚነገር የቤተ መንግሥት ፍርስራሽ እንደነበረ በወቅቱ በሰፊው የሚታወቅ ነው። እዚሁ ስፍራ ብዙ የግንብ መሠረቶች በከርሰ ምድር ቅርስ አጥኚዎች ተቆፍረው ተገኝተዋል።[40]

ከስሙ ለመረዳት እንደሚቻለው መናገሻም እንዲሁ ነገሥታቱ የሚነግሡበት ቦታ እንደነበረ በምኒልክ እንደሚታወቅ መገመት አይከብድም። ከመናገሻ ተራራ ላይ የጥንት ሕንጻ ፍርስራሽና ከመዳብና ከብረት የተሠሩ እቃዎች ተገኝተዋል። ምንም እንኳ ለከተማ የስፍራ ምርጫ ዋና መስፈርት ያደረገው ታሪክን ቢሆንም ምኒልክ ሲፈልግ የነበረው ማንኛውንም የጥንት ከተማ ባድማ አይደለም። ለከተማ ቦታነት መስፈርቱ የጥንት ከተማ ባድማ ብቻ ቢሆን ኖሮ የረርና መናገሻም ለከተማነት ይታጬ ነበር። ሥርግው ስለዚህ ጉዳይ የሚከተለውን ማብራሪያ ጽፏል፦

> ጸሐፌ ትእዛዝ ገብረ ሥላሴ የመጨረሻው የዓፄ ምኒልክ ከተማ ወጨጫ እንደሆነ ገልጿል። ይኸው የዘመን ታሪክ ጸሐፊ እንዳለው ይህ ሁሉ ውጣ ውረድ ጥንታዊ ከተማ ለማግኘት ነበር። እንዲህ ከሆነ ጥንታዊ ከተሞች እንደ የረር እንደ መናገሻ የመሳሰሉትን መሞከር በተገባም ነበር። በአጠቃላይ አነጋገር ከግራኝ አሕመድ ወረራ በፊት የነበረው የኢትዮጵያ መንግሥት የየረር መንግሥት በመባል ይታወቃል። የረር ቴዎድሮስ አቅራቢያ አንድ ጉብታ ላይ የዓፄ ዘርዓ ያዕቆብ ከተማ ነበር የሚባል ሥፍራ አለ። እዚህ ጥንታዊ ፍርስራሾች ይታያሉ። ይህ እንግዲህ የጥንት ከተማን ለሚያድን ንጉሡ ሊሰወር አይችልም። ግን እስካሁን ድረስ የረር ከተማ እንዳደረገ የሚገልጽ ምንጭ የለንም። ስለመናገሻም ይኸው ነገር ይገጥመናል። ስሙ ራሱ እንደሚያመለክተው የጥንት መናገሻ ሳይሆን አልቀረም። እናቱ ላይ የመድኃኔ ዓለም ቤተ ክርስቲያን ሲሠራ መሠረት ሲቆፈር የጥንታዊ ሕንጻ ፍርስራሽና እንዲሁም ከብረትና ከመዳብ የተሠሩ ዕቃዎች ተገኝተዋል። ግን ዓፄ ምኒልክ ይህን ስፍራ በታሪካዊነቱ መነሻነት ለከተማነት አጭቶት እንደሆነ ጸሐፌ ትእዛዝ ገብረ ሥላሴ አይናገርም። ሌላ ምንጭ እስካሁን የለንም። የወደፊቱንም ለመተንበይ አስቸጋሪ ነው። [...] እንደሚመስለው ዓፄ ምኒልክ ይፈልገው የነበረ ከተማ አንድ የተወሰነ ንጉሥ (ልብነ ድንግል) ይኖርበት የነበረውን ሳይሆን አልቀረም። ከዚህ በፊት ደበ ጎጀ የወረደው ለዚህ ጉዳይ ሳይሆን አልቀረም። የራጉኤል ቤተ ክርስቲያን እንጦጦ ላይ መተከል ከዚህ ጋር ቀጥተኛ ግንኙነት ነበረው።[41]

ሥርግው እንዳብራራው ምኒልክ የፈለገው ማንኛውንም የቀደሙ የኢትዮጵያ ነገሥታት የከተሙበትን ስፍራ ሳይሆን በተለየ የዳዊትን ከተማ ነበር። ጸሐፌ ትእዛዝ ገብረ ሥላሴ ሥርገው የሰጠውን ሀሳብ ያጠናክራል። እንደገብረ ሥላሴ ከሆነ ምኒልክ "በወጨጫ ጋራ በፉሪ ቀኝ ከመካከል ከፍ ያለ ለከተማ የሚመች ሥፍራ" ላይ ከተማ ማሠራት የጀመረው "የዓፄ ዳዊት ከተማ የነበረው የቀድሞው አልተገኘምና ይህ እስኪመረመር"[42] በጊዜአዊነት እንዲያገለግል ነው።

በ1882 ዓ.ም. ምኒልክ ዋደላ በጥንቱ እንጦጦ በጊዜያዊነት እያስሠራ የነበረውን ከተማ ትቶ ሰሜን አዲስ አበባ አዲሱ እንጦጦ ሄዶ ከተመ። በመጨረሻም ወደአዲስ አበባ ሄዶ ከተማ መሠረተ። ከተማውን ከፉሪ ወደእንጦጦ ያዛወረበት ምክንያት የዳዊት ከተማ

(በራራ) ትክክለኛ መገኛ ስፍራ ስለመሰለው ነው። አራዳ ጊዮርጊስ የተገኘው የጥንት ቤተ ክርስቲያንና በተለይም ደግሞ እንጦጦ ራጉኤል የተገኘው የቤተ መንግሥት ፍርስራሽ ፍለጋው መሳካቱን አረጋገጠ። የዳዊት ከተማ ሰሜን አዲስ አበባ እንደተገኘና በዚህም ምክንያት ንጉሡ መዲናውን ከዋደላ ወደሰሜን አዲስ አበባ እንዳዛወረ ገብረ ሥላሴ ይነግረናል።[43]

በዚሁ የቀድሞ ከተማ ውስጥ የአምስት ማእዘን ቅርጽ ያለው በዙሪያው 12 የመመልከቻ ማማዎች ያሉት እንደመከላከያ ግንብ የሚያገለግል ቤተ መንግሥት ተሠርቶበት ነበር።[44] የዚህን ቤተ መንግሥት እና በዙሪያው ያለውን የመከላከያ ግንብ እንዲሁም የመከላከያ ጉድቦች በዓፄ ምኒልክ ዘመን ለማየት የቻሉት የአውሮፓ ዲፕሎማቶች፣ ተጓዦች እና ወታደራዊ ባለሙያዎች የሰጡትን አስተያየት በምዕራፍ 3 ስላቀረብነው እዚህ አንደግመውም።

ስለዚህ ምኒልክ ወደእንጦጦ የሄደበት ዋናው ምክንያት የዳዊትን ከተማ በራራ የሚገኝበት ቦታ መሆኑን ስላመነ ነው። ወጨጫ የከተመው በራራ እስከምትገኝ በጊዜያዊነት መሆኑን የንጉሡ ጸሐፊ ትእዛዝ ገብረ ሥላሴ ይመሰክራሉ። በዚህ መሠረት በ1882 ዓ.ም. የቤት መሥሪያ ቦታ ለመኳንንቱ፣ ለሠራተኛውና ለቤተ መንግሥት ሰዎች ተከፋፍሎ አዲሱ እንጦጦ ከተማ ተቆረቆረ። ከመኖሪያ ቤቶች በተጨማሪም የንጉሡ ባለቤት ወይዘሮ ጣይቱ የእንጦጦ ማርያምና የእንጦጦ ራጉኤል ቤተ ክርስቲያን ማሠራት ጀመረች። በ1880ዎቹ አጋማሽ አካባቢ የቤተ መንግሥቱም የእንጦጦ ማርያምና የራጉኤል አብያተ ክርስቲያን ተሠርተው ተጠናቀቁ።[45]

የራጉኤል ቤተ ክርስቲያን መሠራት፣ የእንጦጦ ከተማ መታደስ በዘመኑ ሰዎች አስተሳሰብ ለሦስት መቶ ዓመት ገደማ ሲጠበቅ የቆየ ትንቢት እና በራጉኤል መልአክ አማካይነት እግዚአብሔር ለልብነ ድንግል እና ለልጅ ልጆቹ የገባው ቃል ኪዳን የተፈጸመበት ተደርጎ ነው የታየው። በትውፊት ላይ ተመሥርቶ የተጻፈው ድርሳነ ራጉኤል ይህን ይመሰክራል፡-

> ወለእቱሂ አኅወ ዝንቱ ንጉሥ ዘስሙ ያ ዘነገርኩ ቀዲሙ ዜና ሚስጥሩ አንገሦ አምላክ። ለእመኮነ ምኩናኑ ከመ አቡከ ይከውን አምሳለ አበዊከ ነገሥተ ጽድቅ ወይነውኅ መዋዕሊሁ ወውሉደ ውሉዱ ይነግሡ እስከኅልቀተ ዓለም። ወእመ ኮነ ከማከ ኢይነግሥ መዋዕለ አላ ይነብር ነጊሶ ምስለ ውሉዱ 40 ዓመተ ውስተ ሀገረ እዘሀለወት በአንጻረ ምእራቢሀ ለደብረ የረር ከተማ ጽድቁ ለዳግማዊ ዳዊት ዘትሰመይ አምባ ማርያም ለስመ ዛቲ ሀገር ብሂልየ ዘነገርኩከ ቀዲሙ እ ወለእመ ኮኑ ደቂቁ ከማከ እስመ ዛቲ ሀገር ቅድስት ሀገረ መቅደሳ ለእመ እግዚአ ኩሉ ወቅዱስ ወይሬስያ አምላክነ ሐቅለ አናብስት ወአናምርት እስከ250 ዓመት ከመ ኢይርኩስዋ ካህናተ ሀሰት በአምልኮ ባዕድ ወበስታየ ጢስ ዕጸ ዘተረኩሰ በኀበ ካህናቲሁ ለናዖድ ንጉሥ ርቱዓ ኀይማኖት። ወአነ አአቅባ ለዛቲ ሀገር በዘመነ አረማውያን እስከ የሐልፍ 250 ዓመተ አረሚ ወተንባላት ከመ ኢይባዑ ወኢይንበሩ ዲቤሃ። ወከመዝ እንዘ ይነግሮ ቅዱስ ራጉኤል መልአከ ኮነ ጽባሕ ወተሰበረ እምኔሁ ወተኃጥአ ቦቱ ራእዩ እንዘ ይሰምዕ ግርማ ቃሉ አኮኑ ደንገጸ ልቦናሁ።[46]

<u>ትርጉም</u>

ስሙ ያ(ዕቆብ) ስለሚባለው የንጉሡ (የልብነ ድንግልን) ወንድም ምስጢሩን ቀድሞ እንደነገርኩህ እግዚአብሔር ያነግሠዋል። የመንግሥቱ አስተዳደር እንደ አባትህ (ዓፄ ናዖድን ነው) ዘመን ከሆነ ለጽድቅ ነገሥታት ለአባቶች እንደሆነው ለእርሱ ይሆናል፤ ዕድሜውም ይረዝማል ልጆቹም እስከ ዓለም ፍጻሜ ይነግሣሉ። ነገር ግን ያንተን ከመሰለ እርሱ እና ልጆቹ ከየረር በስተምዕራብ በኩል በምትገኝ የዳግማዊ ዳዊት የፍትሕ ከተማ በሆነች አምባ ማርያም በምትባል ቦታ ለአርባ ዓመት ይነግሣሉ፤ የዚህን ሀገር ስም ቀደም እ(ንጦጦ) ብየ የነገርኩህ ነው።

> ልጆቹ እንደ አንተ ከሆኑ እግዚአብሔር ይችን ቅድስት ሀገር ባዕድ አምልኮ እንዳይፈጸምባት፣ ሀሰተኛ ካህናት እንዳያረክሷት፣ ኀይማኖቱ ቀጥተኛ በሆነው በናዖድ ካህናት የተከለከለ ጢስ እንዳይጨሰባት ለ250 ዓመት የአንበሳ እና የነብር መዋያ ያደርጋታል።[...] ይህችን አገር (እንጦጦን) በአረማውያን ዘመን ክርስቲያን ያልሆኑ ሰዎች እንዳይሰፍሩባት ለ250 ዘመን እስኪያልፍ እኔ እጠብቃታለሁ። ቅዱስ ራጉኤል መልአኩ ይህንን (ለልብነ ድንግል) እየነገረው ሳለ ነጋ (ጎህ ቀደደ)፤ ተሰወረም። ንጉሡም በመልአኩ በቃሉ ግርማ ልቡናው ሳይደነግጽ ራዕዩ አለቀ።

ድርሳነ ራጉኤል የተጻፈው እንጦጦ ያለው የራጉኤል ቤተ ክርስቲያን ከተቋቋመ በኋላ ነው። ድርሳኑ በእንጦጦ ከግራኝ በፊት ራጉኤል የሚባል ቤተ ክርስቲያን እንደነበረ ይገልጻል። አዲሱ የራጉኤል ቤተ ክርስቲያን የተሠራው በድሮው ቤተ ክርስቲያን ባድማ ላይ ነው። ራጉኤል የተባለው መልአክ ለዓፄ ልብነ ድንግል በራዕይ የተናገረው በማስመሰል ከዓፄ ልብነ ድንግል ዘመን ጀምሮ እስከዓፄ ምኒልክ ዘመን ባሉት 250 ዓመታት በእንጦጦ እና አካባቢው የተከሰተውን የታሪክ ለውጥ ይናገራል። ድርሳኑ የእንጦጦ ከተማ የታደሰውና የራጉኤል ቤተ ክርስቲያን የተሠራው እግዚአብሔር ለልብነ ድንግል በሰጠው ቃል ኪዳን መሠረት ነው። ዓፄ ምኒልክ እና በዘመኑ የነበሩት የሸዋ ሰዎች ወደእንጦጦ ሲሄዱ ወደአያቶቻቸው ባድማ ሄዱ እንጂ የተማሪ ፖለቲከኞች እና የኦሮሞ ነገድ ድርጅት መሪዎች እና ፖለቲከኞች እንደሚሉት የማያውቁትን አዲስ አገር ቅኝ ለማድረግ አይደለም።

ከ1883 ዓ.ም. ጀምሮ እስከ1888 ዓ.ም. ገደማ ምኒልክ እንጦጦ ከተሙ። በኋላም በ1889 ዓ.ም. ዘውድ ጭኖ የኢትዮጵያ ንጉሠ ነገሥት የተባለው እንጦጦ ላይ ነው። ነገር ግን የእንጦጦ ዋና ከተማነት ብዙም አልቆየም። ምንም እንኳ እንጦጦን ብዙ ሰው ቋሚ መኖሪያ ቢያደርገውም በ1886 ዓ.ም. በምኒልክ ባለቤት በንግሥት ጣይቱ አማካይነት የንጉሡ ዋና ከተማ ከእንጦጦ ወደፍል ውኃ ተዛወረ። ለአዲስ አበባ መመሥረት የመጀመሪያ እርምጃ የነበረው ጣይቱ ቀድሞ ንጉሥ ሣህለ ሥላሴ ዕጥር ዐጥሮ ቤት ሠርቶበት በነበረው ስፍራ ላይ ያሠራችው ቤት ነው። የገብረ ሥላሴን ማብራሪያ እናንብብ፡-

> የእንጦጦ ከተማ ቤቱም እድሞውም ስላማረ ብርዱ እጅግ የበረታ ነው። ነገር ግን ከእንጦጦ በታች ካለው ፍል ውኃ ለመታጠብ ዓፄ ምኒልክም ወይዘሮ ጣይቱም ወርደው ነበር። በዚያ ጊዜ ወይዘሮ ጣይቱ ከድንኳኑ ደጃፍ ሆነው ሙቀቱን ማማሩን ሀገሪቱን ተመለከቱ። ከዚች ሀገር ቦታ ይሰጡኝ እና ቤት ልሥራ ብለው ለመኑ። ንጉሡም ፊት ቤት አሠሪና ኋላ አገሩን እሰጥሻለሁ አሉዎ። ወይዘሮ ጣይቱም የት ልሥራ ብለው ጠየቁ። ንጉሥም አባቴ ንጉሥ ሣህለ ሥላሴ እጥር ያሳጠሩበት ይህ ነው ከዚህ ላይ ይሁን ብለው የሚያሠሩበትን ቦታ አሳዩዎ። በዚችም አገር ንጉሥ ሣህለ ሥላሴ እንደ ነቢዩ እንደ ሚኪያስ ትንቢት ተናግረውባታል። ከትልቁ ዛፍ ከማዎቱ አጠገብ ተቀምጠው ጠጅ በቀንድ ቀርቦ ሰንጠረዥ እየተጫወቱ አንች አገር ዳዋ ሰፍሮብሻል ኋላም የልጅ ልጄ ቤት ይሠራብሻል ከተማ ያደርግሻል ብለው ተናግረው ነበር አልዎ።[47]

ጣይቱ ፍል ወሀ አቅራቢያ ቤት ያሠራችው ለራሷ መገልገያ ብቻ ነበር። ነገር ግን ብዙም ሳትቆይ ንግሥቲቱ ከተማውን ከእንጦጦ ወደፍል ውኃ ለማዛወር ወሰነች። ንጉሡ ወደአርሲና ቀጥሎም ወደሐረር ለዘመቻ በሄደበት ጣይቱ ፍል ውኃ አካባቢ ከተማ መቆርቆር ጀመረች። ከተማውንም አዲስ አበባ አለችው። ለምኒልክም ሐረር እንዳለ ደብዳቤ ጻፈችለት። ደብዳቤው የተጻበትን ቦታ አዲስ አበባ ከተማ ብላ አስጻፈችበት። ስለዚህ አዲስ አበባ የሚለውን የከተማ ስም በደብዳቤ ላይ ለመጀመሪያ በጽሑፍ

ያዋለችው ጣይቱ ናት። ገብረ ሥላሴ ስለአዲስ አበባ መመሥረት እንዲሁም ሥርግው ስለከተማው ስም አጀማመር የጻፈውን እንደሚከተለው ጠቅሰናል፡-

ገብረ ስላሴ
ከዚህ በኋላ ራስ ጐበና ከፈረስ ወድቀ አጥብቀ ታመመ። ሕዝቡም የንጉሡ ወሬ መጥፋት የራስ ጐበናን መታመም ባየ ጊዜ አገሩ ተናወጠ። የሕዝቡንም መጨነቅ ወይዘሮ ጣይቱ በሰሙ ጊዜ ከዚያች ከፍል ውኃ አጠገብ ከተሠራችው ቤት ወርደው ተቀመጡ። ከተማ መሠራትም ተጀመረ። መኳንንቱም ቦታቸውን እየተመሩ ቤታቸውን ይሠሩ ጀመሩ። ሕዝቡም ወይዘሮ ጣይቱ ከሜዳ ወርደው ከተማ መሥራትዎን ባየ ጊዜ "ያጼ ምኒልክን ደኅንነት በዚህ አወቅነው" ብሎ ዳር እስከ ዳር ረጋ። አገሩም እጅግ ያማረ ሆነ። ሠራዊትም ወደደው። ወይዘሮ ጣይቱም "ይህችን ከተማ ስሟን አዲስ አበባ በሉ" ብለው አዘዙ።[48]

ስርግው
ዓፄ ምኒልክ ጨለንቆ ሐረር በነበረ ጊዜ የት እንዳለና ምን እንደሚያደርግ በየጊዜው ደብዳቤ ለእቴጌ ጣይቱ ይልክ ነበር። እንዲሁም እቴጌ ጣይቱ የጠዋት የማታውን ሁናቴ ለማስታወቅ መልእክት በፈረሰኛ አማካይነት ትልክ ነበረና አንድ ጊዜ "ተጻፈ አዲስ አበባ ከተማ" የሚል ደብዳቤ ደረሰው። አቶ ተከለ ሚካኤል ተከለ ወልድ የሚባል አረጋዊ ከመሞቱ በፊት እንደተናገረው ይህን ስም ለመጀመሪያ ጊዜ የጻፈው አቶ ገብርኤል ጎበና የሚባል የሊሙ ተወላጅ በጎጃም በኩል ወደውጭ አገር ሄዶ ተምሮ የመጣ በጽሕፈት ሥራ ቤተ መንግሥት ያገለግል የነበረ ሰው ነበር። እንድ ቀን እቴጌ ጣይቱ ለዓፄ ምኒልክ ደብዳቤ አጽፋው ስታበቃ በመጨረሻ "ተጻፈ አዲስ አበባ ከተማ" የሚል ሀረግ እንዲያክልበት ነገረችውና ጸሐፊውም እንደ ታዘዘው አደረገ። ዓፄ ምኒልክ እንዲህ የሚል ደብዳቤ ሲደርሰው ፈረሰኛ መልእክተኛውን "አንተ ይህ አዲስ አበባ የሚልው ቃል ከምን የመጣ ነው?"ሲል ይጠይቀዋል። መልክተኛውም "ያን ከፍንፍኔ በላይ ያለውን እቴጌ ጣይቱ አዲስ አበባ ብለው ሰይመውታል" አለው። "ያንን ቦታ አዲስ አበባ አለችውን" በማለት አድናቆቱን ገለጸ ይባላል።[49]

ምኒልክ ከሐረር ዘመቻ ሲመለስ የአዲስ አበባ ከተማ ምስረታ ተጀምሮ አገኘው። የከተማውን ከእንጦጦ ወደፍል ውኃ መዛወር፣ አዲስ አበባ የሚለውንም ስያሜ ተቀበለው። በዚህ ሁኔታ የአዲስ አበባ ከተማ ተቆረቆረ። ምኒልክን መጀመሪያ ወደወጨጫ፣ ከዚያም ወደእንጦጦ በመጨረሻም ወደአዲስ አበባ እንዲሄድ ምክንያት የሆነው የዳዊት ከተማ ነው።

እንጦጦ ከተገኘው የቤተ መንግሥት ፍርስራሽ በተጨማሪ ለአዲስ አበባ መመሥረት ምክንያት የሆነው በአሁኑ አራዳ ጊዮርጊስ (ቢርቢርሳ) ላይ የተገኘው የጥንት ቤተ ክርስቲያን ፍርስራሽ ነው። ከቲወፍሎስ ለፌቨር ቀጥሎ ቢርቢርሳ ስለነበረው የጥንት ቤተ ክርስቲያን ብዙ ዝርዝር መረጃ ያሰፈሩት ክርስትናን ለማስፋፋት ወደሸዋ የመጡት የካቶሊክ ወንጌላውያን ናቸው። ከእነዚህም ውስጥ ጣሊያናዊው ካርዲናል ማሳያ፣ አባ ቷሪን (ያዕቆብ) እና አባ ፈርድናንድ የተባሉ የፈረንሳይ ወንጌላውያን ናቸው። ማሳያ በ1868 ዓምተ ምሕረት ከደብረ ብርሃን ከተማ ወጣ ብላ በጥቂት ኪሎ ሜትር ርቀት በምትገኘው ልቼ ወጣቱን ንጉሥ ምኒልክን አገኘ። ማሳያም የቤት መሥሪያ እሚሆን ቦታ ንጉሡ እንዲሰጠው በጠየቀው መሠረት ፊንፊኔን መርጦ ሰጠው።[50]

ከንጉሡ ፈቃድ እንደተገኘ ማሳያ ቷሪንን ወደፊንፊኔ ላከው። ቷሪንም ከንጉሡ ከብት ጠባቂ ሹም ጋር ፊንፊኔን እና አካባቢውን እየተዘዋወረ በማየት ላይ ሳለ ግድግዳው ብቻ የቆመ የጥንት ቤተ ክርስቲያን ፍርስራሽ አገኘ። ቤተ ክርስቲያኑም በብዙ ምእት ዓመታት የሚቆጠር ዕድሜ ባላቸው ዛፎች የተከበበ ሆኖ አገኘው። በተለይም ከቤተ ክርስቲያኑ

ዐፀድ በአንድ መቶ ሜትር ርቀት ላይ እጅግ ግዙፍ የሾላ ዛፍ ነበር። በተጨማሪም የቤተ ክርስቲያኑ ዐፀድ በጥርብ ድንጋይ የተሞላ ነበር። አባ ኤሚል ፎከር የአዲስ አበባን መቶኛ ዓመት ለማክበር በተዘጋጀው የጥናት ጉባዔ ቢርቢርሳ ስለነበረው የጥንት ቤተ ክርስቲያን አጭር የምርምር ጽሑፍ አቅርቧል። ቤተ ክርስቲያኑን ያስሠራው ዓፄ ዘርዓ ያዕቆብ እንደሆነ ቷሪን ስለቤተክርስቲያኑ የጻፈውን ደብዳቤ በመጥቀስ ፎከር ጽፏል።[51]

ቤተ ክርስቲያኑ የተቃጠለው ከሦስት መቶ ዓመታት በፊት በግራኝ አሕመድ ነው። ከቤተ ክርስቲያኑ ሥርም ዋሻ የነበረ ሲሆን ሦስት ታቦታትም እንደተገኙ ፎከር የቷሪን የጽሑፍ መረጃዎች በመጥቀስ ጽፏል። ዋሻውን ንጉሥ ሣህለ ሥላሴ ሰው እንዳይገባበት ደፍኖት ነበር። ነገር ግን ልጁ ንጉሥ ኃይለ መለኮት (1847-1855) አስከፍቶት ከሦስቱ ታቦቶች አንዱን ማውጣት እንደተቻለ አክሎ ጽፏል። ቷሪን ቦታውን ተዘዋውሮ ካየ በኋላ ወደልቾ ተመልሶ ለንጉሥ ምኒልክ ቢርቢርሳን ለቤት መሥሪያ መምረጡን አሳወቀ። ስፍራውን የመረጠበት ምክንያት በቦታው የሚገኙት የሚያማምሩ ዛፎች እና በግራኝ በተቃጠለው በጥንቱ ቤተ ክርስቲያን በመማረኩ እንደሆነ ተናገረ። ምኒልክም ፍቃዱን ስለሰጠ እና ቤተ ክርስቲያንም እንዲሠራ ስላዘዘ ቷሪን በጥቅምት ወር መጀመሪያ በ1868 ዓ.ም. ወደቢርቢርሳ ተመልሶ ሥራ ጀመረ። ከጥቂት ሳምንታት በኋላም ፈርድናንድ ወደቢርቢርሳ መጥቶ ከቶሪን ጋር አብረው ሥራ ጀመሩ።[52]

በምዕራፍ 3 እንዳየነው የአሁኑ አራዳ ጊዮርጊስ ባለበት ስፍራ የነበረውን የጥንቱን ቤተ ክርስቲያን ቷሪን እና ፈርድናንድ በአንድነት በአካባቢው ከሚኖሩ የጉለሌ ኦሮሞዎች ጋር ተባብረው ቆፍረው አውጥተውት ነበር። ቷሪንና ሌሎችም የአውሮፓ ሰዎች በጥንቱ ቤተ ክርስቲያን ሕንጻ አሠራር ቢደነቁም እንደቅርስ አላዩትም ነበር። ፍላጎታቸው በጥንቱ ቤተ ክርስቲያን ላይ የተሻለ ቤተ ክርስቲያን መሥራት ነበር። በዚህም መሠረት በአማሬዎች "እቴጌ ማርያም" በኦሮሞዎች ደግሞ "ማርያም ጊፍቲ" የተባለች ቤተ ክርስቲያን በ1869 ዓ.ም. በጥንቱ ቤተ ክርስቲያን ዐፀድ ውስጥ ሠሩበት። በቤተ ክርስቲያኑ ዐፀድ ወድቀው የነበሩትን የጥንቱን ቤተ ክርስቲያን ጥርብ ድንጋዮች ለአዲሱ ቤተ ክርስቲያን መሥሪያ ተጠቅመውበታል።[53]

ቷሪን እና ፈርድናንድ ቢርቢርሳ ብዙም አልቆዩም። በንጉሥ ምኒልክ እና በዓፄ ዮሃንስ መካከል የካቶሊክ ወንጌላውያን ከሸዋ እንዲባረሩ ስምምነት ስለተደረሠ በ1879 ዓ.ም. ፈርድናንድና ቷሪን ሸዋን ለቅቀው ወደአገራቸው ሄዱ። በኋላ በ1880ዎቹ እንጦጦ ይኖር የነበረው ፈረንሲያዊ ዡል ቦሬሊ እንደጻፈው ፈርድናንድና ቷሪን የነበሩበትን ቤት የንግሥቲቱ ቀጭን ፈታይ ልጃገረዶች ገብተው ተቀመጡበት። በጥንቱ ቤተ ክርስቲያን ዐፀድ የነበሩትንም የጥንት ዛፎች የተወሰኑት ቀርተው አብዛኛዎቹ አዲስ አበባ ሲቆረቆር እንዲቆረጡ ተደረገ። ከዚህም በተጨማሪ በጥንቱ ቤተ ክርስቲያን ዐፀድ ውስጥ በ1869 ዓ.ም. የንጉሥ ምኒልክ አጎት ራስ ዳርጌ አነስተኛ የሆነ የጊዮርጊስ ቤተ ክርስቲያን አስሠርቶበት ነበር። በመቀጠልም የአድዋ ድል የጊዮርጊስ ዕለት የካቲት 23 ቀን ስለተገኘ ማስታወሻ ይሆን ዘንድ በጥንቱ ቤተ ክርስቲያን መሠረት ላይ በ1897 ዓ.ም. የጊዮርጊስ ቤተ ክርስቲያን ተሠራ። ነገር ግን ቤተ ክርስቲያኑ ብዙም ሳይቆይ ተቃጠለ። በመጨረሻም አሁን ያለው የጊዮርጊስ ቤተ ክርስቲያን በ1906 ዓ.ም. ተጀምሮ በ1911 ዓ.ም. ተጠናቀቀ። ኢንጂነሩም ካስታኛ የተባለ ጣሊያናዊ ሲሆን የኪነ ሕንጻ ባለሙያው ደግሞ ኦርፋኒዲስ የተባለ ግሪካዊ ነው።[54] ዋደላ ላይ የነበረው የጥንቱ እንጦጦ የቤተ መንግሥት እና የቤተ ክርስቲያን ፍርስራሾች እንዲሁም ሰሜን አዲስ አበባ እንጦጦ ላይ የነበረውም

ቤተ መንግሥት ቢርቢርሳ እንደነበረው እንደዘርዓ ያዕቆብ ቤተ ክርስቲያን ያለ እጣ ገጥሟቸዋል።

ለማጠቃለል ያህል አዲስ አበባ ኦሮሞ በቦታው እስከሚሰፍረበት ድረስ ሰው ያልነበረበት ድንግል መሬት አልነበረም። ኃይለ ሥላሴም ሆነ ምኒልክ ወደፊንፊኔ፣ ዋደላ፣ እና እንጦጦ የሄዱበት ምክንያት የጥንት ከተማ ፍለጋ ነው። በመሆኑም ዓፄ ምኒልክ አዲስ ከተማ አልመሠረተም። በዚህ ጽሑፍ እላይ ባቀረብነው ምክንያት አዲስ አበባ የተቆረቆረበት ስፍራ ከተማነቱ የቆየ ነው። አዲስ አበባ የተመሠረተችው በበራራ ባድማ ላይ ነው። ስለዚህ ነው የአዲስ አበባ መመሥረት የበራራ ዳግም ልደት ነው የምንለው። እንደአዲስ አበባ አካባቢ ሁሉ ምኒልክ ወደኢትዮጵያ መንግሥት የጠቀለላቸው የደቡብ አውራጃዎች ከግራኝ አሕመድ በፊት የኢትዮጵያ አውራጃዎች የነበሩ ናቸው። በ19ኛውና በ20ኛው ምእት ዓመት ከግራኝ አሕመድ ጦርነት ተርፈው በሸዋና በደቡብ ኢትዮጵያ ስለተገኙ የብራና መጻሕፍት፣ የሃይማኖትና የታሪክ ቅርሶች ባጭሩ ቀጥለን እናቀርባለን።

9.2 ደቡብ ኢትዮጵያ፡- 'አዲስ የጥንት አገር'[55]

የጥንት ቤተ ክርስቲያንና ቤተ መንግሥት ፍርስራሽ የተገኘው በአዲስ አበባ እና በአካባቢው ብቻ አይደለም። ከአዲስ አበባ ራቅ ባሉ ስፍራዎችም ተገኝቷል። ለምሳሌ ምዕራብ ሸዋ ከአምቦ ከተማ በስተምዕራብ 60 ኪሎ ሜትር ርቀት ላይ ልዩ ስሙ ጅባት በተባለ ከፍተኛ ቦታ ላይ የዓፄ ዘርዓ ያዕቆብ እንደሆነ የሚገመት የከተማና የቤተ ክርስቲያን ፍርስራሽ በ1953 ዓ.ም. በተደረገ የአሰሳ የከርሰምድር ቁፋሮ ለማግኘት ተችሏል።[56] ከሸዋ ስንወጣም በተለያዩ የደቡብ አውራጃዎች በተለይም ደግሞ በጋሞ እና በከፋ ብዙ የጥንት ቤተ ክርስቲያን፣ የብራና መጻሕፍትን ጨምሮ ብዙ ቅርስ ተገኝቷል። እንዲሁም በዝዋይ ሐይቅ ግራኝ አሕመድ ያልደረሰባቸው ገዳማት ከመጽሐፎቻቸው ጋር እንደተገኙ የሚታወቅ ነው። የደቡብ ኢትዮጵያ ክርስትናው ረጅም አገር በቀል ታሪክና ጥልቅ መሠረት አለው። በተለያዩ ቦታዎች የተገኙት የታሪክ ቅርሶች እና መጻሕፍት ይህን ያረጋግጣሉ። በአሕመድ ግራኝ የሽብር ወረራ ጊዜ ሳይቃጠሉ የተረፉ አብያተ ክርስቲያንም በ19ኛውና በ20ኛው ምእት ዓመት በተለያዩ የደቡብ አውራጃዎች ተገኝተዋል። ሥርግው ስለዚህ ሁኔታ የሚቀጥለውን ዝርዝር መረጃ አስፍሯል፡-

> በወለጋና በጉድሩ ብዙ ያብያተ ክርስቲያን ፍርስራሾች ተገኝተዋል። ጅባት ውስጥ ወንጭ ሐይቅ በዘመናት መካከል የማይደፈር የክርቲያን አምባ ሆኖ እስከዘመናችን ደርሷል። በከፋ በትንሹ አምስት የቆዩ አብያተ ክርስቲያን ከነጽላታቸው ተገኝተዋል። አንዳንዶቹ ጽላቶች ላይ ለምሳሌ በሀ ጊዮርጊስ የሚገኘው መላከ ሰገድን የዓፄ ሠርፀ ድንግልን የንግሥ ስም ይጠራል። በወላይታ ስምንት ጥንታውያን አብያተ ክርስቲያን ተገኝተው አራቱ ታድሰው ከጥቅም ላይ ውለዋል። በገሞ ጎፋ እንዲሁ አራት ጥንታውያን አብያተ ክርስቲያን ተገኝተዋል። ከነዚህ መካከል የታወቀችው የብርብር ማርያም ቤተ ክርስቲያን አንዷ ናት። እዚያ ከግራኝ በፊት የተጻፉት የብራና መጻሕፍት ትልቅ ታሪካዊ ሥነ ጽሑፋዊ ዋጋ ያላቸው ተገኝተዋል። ከነዚህ በአንደኛው ስለብርብር ማርያም ሥሪትና የካህናት ብዛት ጽፏል። ቀደም ሲል በምዕራፍ ፩ አባ ባሕርይ ስለጋላ ታሪክ መጠነኛ ግን ጥራት ያለው መጽሐፍ በግዕዝ ቋንቋ የጻፈው የዚህ ገዳም አባል እንደነበረ መጠቀሱ የሚታወቅ ነው። በልጅነቱ መመንኮሱን ስለሚናገር የተማረውም እዚያው መሆኑን ያመለክታል። በሥነ ጽሑፍ አንፃር መጽሐፉ ሲታይ እንደ ይዘታው ጥራት ያለው ስለሆነ፣ በዚህ ዐይነት ግዕዝ በዚያን ጊዜ በዚያን አካባቢ ምን ያህሉን በጥልቀትና በስፋት ይጠና እንደነበረ ያስረዳናል።

የቤተ ክርስቲያን ፍርስራሾች በአማሮ፣ በቡርጂ፣ በዳውሮና በቆጫ ተገኝተዋል። ከነዋሪዎቹ ብዙዎቹ አብያተ ክርስቲያናቱ በአደጋ ወይም በእርጅና ሲፈርሱ ጽላቶችንና መጻሕፍትን ጠብቀው እስከ ዘመናችን አድርሰዋቸዋል። የክርስትና ሕይወት በሕዝቡ መካከል ሠርጾ ጠልቆ ስለገባ እስከ ዛሬ ደረስ ርዝራዡ ይገኛል። የክርስትና ታቦታት አምልኮተ ጣኦታትን ተላብሰው ተጠብቀው ቆይተዋል። ለምሳሌ ክርስቶስን ኪቶሳ፣ ጊዮርጊስን ጊርጊሳ፣ ማርያምን ማሪያሞ በማለት እያመለኳቸው ኑረዋል። ከበዓላትም መስቀል፣ ገናና ፋሲካ ዋና በዓላት ሆነው ዓፄ ምኒልክ አገሮቹን እስከ አዋሐዳቸው ድረስ ቆይተዋል።[57]

አሁንም በኛ ዘመን የጥንት አብያተ ክርስቲያን እና ሃይማኖታዊ እና የታሪክ ቅርሶች መገኘታቸው እንደቀጠለ ነው። ለምሳሌ በግንቦት 11 ቀን 2018 ዓ.ም. የኢትዮጵያ ብሮድካስቲንግ አገልግሎት (EBS) በጉራጌ ዞን እዣ ወረዳ ቆጠር ገድራ ቅድስት ኪዳነ ምሕረት ገዳም በተባለ ልዩ ስፍራ ውስጥ አስደናቂ ውቅር ቤተ ክርስቲያን እንደተገኘ በምስል የተደገፈ ዘገባ አቅርቦ ነበር። በቤተ ክርስቲያኑም ውስጥ የብራና መጽሐፍ፣ ታቦት እና መስቀል አብሮ ተገኝቷል። ንጉሥ ተክለ ሃይማኖት በ1890ዎቹ ከፋ የዘመተ ጊዜ ብዙ ታቦቶች ለማግኘት ችሎ ነበር።[58]

የደቡብ ክርስቲያኖች ከሰሜኑ የክርስቲያን ወንድሞቻቸው ጋር የነበራቸው ግንኙነት እየቀዘቀዘ የመጣው በግራኝ አሕመድ ጦርነት ነበር። የግራኝ አሕመድ ወራራ ካለፈ በኋላ ብዙም ሳይቆይ የኦሮሞ ወረራ ተከተለ። የኦሮሞ ወረራ የኢትዮጵያን ክርስቲያኖች ለሁለት ከፍሏቸው ነበር። ከደቡብ ኢትዮጵያ ወደሰሜን ኢትዮጵያ እንዲሁም ከሰሜን ኢትዮጵያ ወደደቡብ ኢትዮጵያ ለመሄድ የግድ ኦሮሞዎች በሰፈሩባቸው አውራጃዎች ማለፍ ያስፈልጋል። ከኦሮሞዎች ጋር ለረጅም ጊዜ ግጭት ስለነበረ የደቡብ ክርስቲያኖች ከሰሜን ክርስቲያኖች ጋር በቀላሉ ለመገናኘት ሳይችሉ ቀሩ። ከሰሜን ኢትዮጵያ ቢለዩም የደቡብ ሰዎች በተለይም ጉራጌዎች የክርስትናን ሃይማኖት ሙሉ በሙሉ አልተዉትም ነበር።[59] የደቡብ ክርስቲያኖች ከሰሜኑ ክርስቲያኖች ጋር በድብቅ ይገናኙ ነበር። ይህ ግንኙነት ክርስትና ፈጽሞ እንዳይጠፋ ረድቷል። ሌላው ለክርስትና ህልውና ከፍተኛ አስተዋጽኦ ያደረገው በደቡብ የነበሩት "ቄሶ" በመባል የሚታወቁት ካህናት መኖራቸው ነው። ሥርግው ስለዚህ የጻፈውን እንመልከት፡-

እዚያ የነበሩ ክርስቲያኖች በሰሜን ከነበሩት የእምነት ጓደኞቻቸው ጋር እንደልብ ሊገናኙ አልቻሉም። የወረራም ዘመን ካለፈ በኋላ በኦሮሞዎች መምጣትና ከእነርሱም ጋር በነበረው ፍልሚያ ምክንያት እንደነበረ ለማድረግ አልተቻለም። እዚያ የነበሩት ክርስቲያኖች እምነታቸውን ለማቆየት ያሳዩት ትግል የሚያስደንቅ ነበር። ከሰሜኑ ክፍል ጳጳስ ካለበት እንደምንም ተሽሎክልከው ከደረሱ በኋላ ራሳቸው ክህነትን ተቀብለው ለሚቀጥለው ትውልድ በማሰብ የጳጳሱን ትንፋሽ በሽልቻ ሞልተው ቋጥረው በመውሰድ ሥልጣነ ክህነት የተቀበለው ሰው ሲሞት ልጁ ወይም ሌላ ሰው ካህን ሆኖ እንዲያገለግል በራሱ ላይ ከትንፋሹ ቆንጠር አድርገው ያስተነፍሱበታል። አብዛኛውን ጊዜ ሟቹን ካህን የሚተካው ልጁ ነበር። ስለዚህ "ቄሶ" የሚባል የካህን ትውልድ ሀረግ ተፈጠረ። የእርሱ ተግባር ጽላቱን ማጠን፣ ንዋየ ቅድሳቱንና የብራና መጻሕፍትን መጠበቅ ነበር። በ፲፱፻፸፩ና በ፲፱፻፸፪ ዓም የኢትዮጵያ የብራና መጻሕፍት ድርጅት ባልደረባዎች የብራና መጻሕፍትን ከእዚያ አካባቢ ሰብስቦ አምጥቶ በማይክሮፊልም ለመቅረጽ ተሰማርተው ነበር። በሲዳሞና በገሞ ጎፋ ክፍለ አገሮች ሲዘዋወሩ ቄሶ የሚባሉትን አግኝተው ጠብቀው ያቆዩአቸውን የብራና መጻሕፍት ተውሰው አዲስ አበባ በማምጣት ማይክሮ ፊልም ቀርጸው መልሰዋል። እነዚህ የመጨረሻዎቹ ቄሶ ሳይሆኑ አልቀሩም።[60]

የደቡብ ክርስቲያኖች ምንም እንኳ ያለምንም የተደራጀ እና ተቋማዊ የሃይማኖት እምልኮና መሪ ከሶስት መቶ ዓመታት ገደማ በላይ ቢቆዩም የክርስትና ምልክቱንና ባህሉን እንደጠበቁ ለመቆየት ያስቻላቸው ምክንያት እምነቱ በሕዝቡ ዘንድ በጣም ሥርጾ የገባ ስለሆነና የረጅም ዘመን ታሪክ ስላለው ነው።

ይህን ክፍል ከማጠቃለላችን በፊት ጃክ ቢሮ ስለጋሞ ታሪክ፣ የጋሞ ሕዝብ ከመካከለኛው ዘመን የኢትዮጵያ ታሪክ ጋር ስላለው ግንኙነት በጥናት የደረሰበትን ድምዳሜ ለአብነት እናቅርብ። ቢሮ እንደሚለው ጋሞ አውራጃ የኢትዮጵያ አንድ አካል የሆነው በዓፄ ምኒልክ ዘመቻ ምክንያት ብቻ አይደለም። ለብዙ ጊዜ ኢትዮጵያን አንድነት "የሌላቸው የነገዶች ሙዚየም ናት" እየተባለ የሚገለጸው እና "ኢትዮጵያን አንድ ያደረጓት የሸዋ መኳንንት ናቸው" የሚለው ድምዳሜ ትክክል አይደለም ይላል። ኢትዮጵያውንን አንድ የሚያደርጋቸው በአንድ ጥላ ሥር መኖራቸው ብቻ ሳይሆን አንድ ሥልጣኔ ተጋሪ መሆናቸው ጭምር ነው። ይህን ሥልጣኔ የአማራ ሥልጣኔ አድርጎ ማየት ስህተት ነው ይላል። የጋሞ ሕዝብም ሁሉን አቀፍ፣ የጋራ የኢትዮጵያ ሥልጣኔ አካል መሆኑ አከራካሪ አይደለም። የጋሞ አውራጃ ሕዝብ የኢትዮጵያ አካል የሆነው ከጥንት ጀምሮ ነው።[61]

ጋሞ ለኢትዮጵያ መንግሥት ግብር ከሚገብሩ አውራጃዎች አንዱ እንደነበረ ለዓፄ ይስሀቅ በተገጠመለት የአማርኛ ግጥም ውስጥ ተጠቅሷል።[62] ከግራኝ አሕመድ ወረራ በኋላ ቢያንስ እስከዓፄ ገላውዴዎስ ዘመነ መንግሥት ድረስ ጋሞ የኢትዮጵያ አንድ አካል ነበር። ለምሳሌ ዓፄ ገላውዴዎስ በየካቲት ወር 1548 ዓ.ም. ደዋሮ ውስጥ አግራሮ ከሚገኘው ቤተ መንግሥቱ በአወጀው የጸረ ባሪያ ንግድ አዋጅ ላይ ትኩረት ከሰጣቸው አውራጃዎች አንዱ ጋሞ ነው። በግራኝ አሕመድ ዘመን ክርስቲያን ኢትዮጵያውን በገፍ ባሪያ እየሆኑ ተሸጠው ነበር። አዋጁ በግራኝ አሕመድ ዘመን ጀምረው ክርስቲያኖችን ሲሸጡ ሲለውጡ የነበሩትን አረቦች እና የኢትዮጵያ ነጋዴዎች ክርስቲያኖችን ሲሸጡና ሲለውጡት ከተገኙ ንብረታቸው ይወረስ፣ ይገደሉ ይላል፡-

> አነ ንጉሥ ገላውዴዎስ ወልደ ንጉሥ ወናግ ሰገድ አዘዝኩ እምይእዜ ከመ ኢይረድ ነጋዲ ኢእስላም ወኢክርስቲያን ኀበ ባሕር ወኀበ አዳል አው ኀበ ኩሉ መከን ዘየሐውሩ ውስቴታ ነጋድያን ዘእንበለ ይብፅሕ ኀበ ዴዴየ። ወያምጽእ ኵሎ አግብርት ዘውስቴቱ ተባዕተ ወአንስተ ኀቤየ። ወዘእንበለ ይጽሐፍ ሎቱ ከታበ ኍልቆሙ ለአግብርቲሁ ከመ ያርኢ ለመኳንንት ወለመሳፍንት ወለስዩማን ሀገር ዘውስተ ፍኖት። ወኩሉ ዘተረከበ ምስሌሁ ምንትኒ ዘይተርፍ እምኍልቍ ዘተጽሕፈ ይንሥኡ እምኔሁ። ወኩሉ ዘተረክበ ምስሌሁ ገብር ክርስቲያናዊ ወእመ ኮነ ውእቱ እምደቂቀ ዓረብ ይንሥኡ ኩሎ ንዋዮ ወይፈንው ኀቤየ። ወዘሤጦ ለገብር ክርስቲያናዊ በውስተ ምስያጥ ይቅትልዎ። ወእመሰ ኮነ ነጋዲ ዘሤጦ ለክርስቲያናዊ እመሂ እስላም ወእመሂ ክርስቲያን እምስብእ ሀገረ ኢትዮጵያ ይቀትል ዘሤጦ። ወለተሳየጦሂ እምደቂቀ ዐረብ እንዘ የአምር ከመ ውእቱ ክርስቲያናዊ ይንሥእዎ ኩሎ ንዋዩ።
>
> ወእመቦ ዘተሣየጠ ገብር እምዳሞት አው እምገሞ ይጽሐፍ ስመ ብእሲ ዘሤጠ ሎቱ። ወይጽሐፍ ካዕበ ኍልቆሙ ለአግብርቲሁ ወሁልቈ ንዋይ ዘወሀበ ወያርኢ ለመኳንንት ወለመሳፍንት ወለሥዩማነ ሀገር ዘውስተ ፍኖት። ወለእመ ኮነ ነገሩ እሙነ ሐቲቶሙ ይፈንውዎ። ወእመሰ ሞተ ገብር ዘተሣየጦ ውእቱ ብእሲ እምዳሞት ወገሞ ወአምጽአ ከልአ ገብር ክርስትያናዊ ከመ ይምላእ ሎቱ በኍልቍ። ወእመ ተአውቀ ወተጠየቀ ቦቱ ዝንቱ ነገር ይንሥእዎ ኩሎ ንዋዮ። ወኪያሁሰ አሢሮሙ ያምጽእዎ ኀቤየ። ወሶበሰ ይጽሐፍ ይበል ከመዝ ኍልቈ አግብርት ዘተሣየጥኩ እምዳሞት የአከል ዘንተ ወዘተሣየጥኩ እምገም የአከል ዘንተ። ወይፍልጥ ኩሎ በበስመ ብሔሩ።[63]

<u>ትርጉም</u>

እኔ የንጉሥ ወናግ ሰገድ ልጅ የሆንኩት ንጉሥ ገላውዴዎስ ከዛሬ ጀምሮ ነጋዴ፣ እስላምም ሆነ ክርስቲያን ወደባሕር፣ ወደአዳል ወይም ነጋዴዎች ወደሚሄዱባቸው ቦታዎች ሁሉ እኔ ጋር ሳይደርስ እንዳይሄድ። ሴትም ሆነ ወንድ ባሪያዎችን ወደእኔ ያምጧቸው። ወደእኔ ሲያመጧቸውም የባሪያዎችን ዝርዝር ጽፎ ይምጣ። በመንገድ ላይም ለመኳንንት፣ ለመሳፍንት፣ በየሀገሩ ላሉ መሪዎች (ተሿሚዎች) እያሳየ ወደእኔ ይዞ ይምጣ።

ከዚህ ከተጻፈው ዝርዝር ውጭ ከቤቱ ደብቆ ያስቀረው ክርስቲያን የሆነ ባሪያ ቢኖር ቀምተው ወደእኔ ያምጡት። የገዛው ዓረብ ሆኖ ከተገኘ ንብረቱን ወርሰው ወደእኔ ይላኩት። ክርስቲያን የሆነውን ባሪያ ገበያ አውጥቶ የሸጠውንም ይግደሉት። ክርስቲያኑን የሸጠው የኢትዮጵያ ነጋዴ ከሆነ እስላምም ሆነ ክርስቲያን ይገደል። ክርስቲያን መሆኑን እያወቀ የገዛው አረብ ከተገኘ ንብረቱን ይውረሱት። የሀገር አዛዥ፣ ፈረጅ፣ ገዥ ወይም የሀገር ሹም የሆነ ሁሉ እኔ ያዘዝኩትን የማይቀበል ያለምሕረት ይገደል። ገንዘቡም ሆነ ሀብት ንብረቱ ይበርበር (ይወረስ)።

አንድ ሰው ባሪያ ከዳሞት ወይም ከገሞ ቢገዛ የሻጩን ስም ይጻፈው። የባሪያዎቹን ቁጥር ከጻፈ በኋላ ለመኳንንት፣ ለመሳፍንት፣ ለሐገር ሹማምንትም በየመንገዱ ያሳይ። እነርሱም ነገሩ እውነት መሆኑን ሲያውቁ መርምረው ይለቁታል። ከዳሞትም ሆነ ከገሞ የገዛው ባሪያ ቢሞትና ይህንን ለመተካት ክርስቲያን ባሪያ ቢገዛ እና ይህን ስለማድረጉም ቢታወቅበት ገንዘቡን፣ ሀብቱንና ንብረቱን በሙሉ ይውረሱት። እርሱንም አስረው ወደእኔ ያምጡት። ከዳሞት የገዛሁት የባሪያ ቁጥር ይህን ያህላል ብሎ ይጻፍ። ከገሞ የገዛሁትም የባሪያ ቁጥር ይህን ያህላል ብሎ ይጻፍ። ከገሞ ወይም ከዳሞት ብሎ በየብሔሩ ስም ለያይቶ ይጻፍ።

በግራኝ አሕመድ ዘመንም ጋሞ ጉዳት ደርሶበት እንደነበረ የጃክ ቢሮ ጥናት ያሳያል። በጋሞ ሕዝብ ትውፊትም ስለግራኝ አሕመድ ብዙ በቃል የሚነገር አለ።[64] ከገላውዴዎስ ጸረ ባርያ ንግድ አዋጅ ለመረዳት እንደሚቻለው ከግራኝ አሕመድ በኋላም ቢሆን ጋሞ የኢትዮጵያ አካል ነበር። በተጨማሪም በግራኝ አሕመድ ወረራ በኋላ ክርስትና ሃይማኖት እንዳልጠፋ፣ ምናልባትም አብዛኛው የጋሞ ሕዝብ ክርስቲያን እንደነበረ አዋጁ ምስክር ነው።

የጋሞ አውራጃ ሕዝብ ከኢትዮጵያ መንግሥት ጥላ የተነጠለው በኦሮሞ ጎሣዎች ወረራ ምክንያት ነው። ነገር ግን ጋሞ ከኢትዮጵያ መንግሥት ቁጥጥር ውጭ ሆነ እንጂ ክርስትናው ጨርሶ አልጠፋም። ከጽሑፍ መረጃ በተጨማሪ በጋሞ ሕዝብ ትውፊት እና በአውራጃዎቹ ውስጥ የተገኙ የሃይማኖት ቅርሶች አካባቢው ከመካከለኛው ዘመን የኢትዮጵያ ታሪክ ጋር የነበረውን ጥብቅ ቁርኝት ያረጋግጣል። የጋሞ መኳንንት ትግሬን ጨምሮ ከሰሜን ኢትዮጵያ አውራጃዎች እንደመጡ በጋሞ ሕዝብ በሰፊው የሚነገር ትውፊት አለ። በተጨማሪ ጋሞ ውስጥ ከጥንት ጀምሮ የሚኖር የአማራ ነገድ አለ። የአማራ ነገድ አባላት በሚኖሩበት አካባቢ በ15ኛው ወይም በ16ኛው ምእት ዓመት የተተከሉ የጥንት ታቦታትም ተገኝተዋል። ከነዚህ ውስጥ በጣም የታወቀችው ጨንቻ ውስጥ የምትገኘው የብርብር ማርያም ቤተ ክርስቲያን ተጠቃሽ ናት።[65]

ሌሎች የተገኙ ቅርሶች መስቀል እና በግዕዝ ቋንቋ የተጻፉ የብራና መጻሕፍት ይገኙበታል። ብርብር ማርያም ውስጥ በ15ኛው ምእት ዓመት የተሠራ መስቀል፣ ሁለት ታላላቅ ከመዳብ የተሠሩ ሰንና ብርቶች፣ ከብረት የተሠራ ታጣፊ ወንበር (የመጽሐፍ አትሮንስ ሊሆን ይችላል)፣ 140 ገጽ ያለው ሃይማኖተ አበው እና 243 ገጽ ያለው ግብረ ሐዋርያትን ጨምሮ አራት የብራና መጻሕፍት ተገኝተዋል። ሌላው የጥንት ቅርስ የተገኘበት ስፍራ ከጨንቻ በስተሰሜን በሚገኘው በዶይና ኪዳነ ምሕረት ነው። ከተገኙት

ቅርሶች ውስጥ አንድ መስቀል እና አንድ ድርሳን ይገኝበታል። ሌላው የጥንት ቤተ ክርስቲያን ዶርዜ ጊዮርጊስ ነው። በዚህ ቤተ ክርስቲያን የብራና መጽሐፍ እና ከመዳብ የተሠራ አስደናቂ መስቀል ተገኝቶ ነበር።(መጽሐፉ በጣሊያን ወረራ ጊዜ የገባበት አልታወቀም)። መስቀሉ በባላባቶች ጥበቃ የሚደረግለት ሲሆን ለአገልግሎት የሚውለው ለተወሰኑ የሃይማኖት ሥነ ሥርዓቶች ብቻ ነበር። ሌላው የጥንት ቅርስ የተገኘበት ስፍራ በጨንቻ አውራጃ ውስጥ የሚገኘው ኢሌ ገብርኤል ነው። በኢሌ ገብርኤል የተገኘው በዓፄ እስክንድር ዘመን የተጻፈ የብራና መጽሐፍ ሲሆን ቤተ ክርስቲያኑ የተመሠረተው በዓፄ ዘርዓ ያዕቆብ ዘመን ነው።[66] በብርብር ማርያም፣ በዶርዜ ጊዮርጊስ እና በኢሌ ጊዮርጊስ በነበሩት የጥንት የአማራ ነገድ ቄሶች አማካይነት የክርስትናውን ምልክት ለማቆየት ተችሏል። የመስቀል ደመራ በዓል ጋሞ ውስጥ ከጥንት ጀምሮ በድምቀት ይከበር ነበር። የጥንት አማራ ነገድ አባላት መንፈሳዊ አገልግሎት ቢሰጡም በቋንቋቸው እና በባህላቸው ከጋሞ ሕዝብ ጋር አንድ ናቸው።[67]

ጃክ ቢሮ በዓፄ ምኒልክ ዘመን ጋሞ እንደገና ሲቀና የነበረውን ሂደት በትክክል የሚገልጸው የፈረንሳኛ ቃል ("restauration") እንደሆነ ይገልጻል። የጋሞ ሰዎች ስለጥንት ክርስትናቸው እና ስለኢትዮጵያዊነታቸው ከሸዋ መሳፍንት እና ወታደሮች የተሻለ ግንዛቤ ነበራቸው ይለናል። በዚህ ምክንያት ነው የጋሞ ባላባቶች ዓፄ ምኒልክን ያለምንም ጦርነት በራሳቸው አነሳሽነት በ1894 ዓ.ም. ሄደው የተቀበሉት። ምንም እንኳ የጋሞ ሰዎች ምኒልክን የተቀበሉት በ1894 ዓ.ም. ቢሆንም አገር ጠባቂ ወታደር በአውራጃው የተመደበው ከአድዋ ጦርነት በኋላ በ1897 ዓ.ም. ነው።[68] ስለዚህ ዓፄ ምኒልክ አዲስ አገር አላቀናም። ልክ የአዲስ አበባ መመሥረት የበራራ ዳግም ትንሳዔ እንደሆነ ሁሉ የደቡብ አራጃዎች ከሌላው የኢትዮጵያ ክፍል ጋር አንድ መሆናቸውም የጥንቷ ኢትዮጵያ እንደገና መታደስ ነው።

ማጠቃለያ

ከ17ኛው ምእት ዓመት መጨረሻ ጀምሮ እስከዳግማዊ ምኒልክ ዘመን የሸዋ መሳፍንት አገር መልሶ አንድ የማድረግ ዘመቻ ላይ ነበሩ። የሸዋ መሪዎች በዘመነ መሳፍንት ጊዜ በሰሜን ኢትዮጵያ በአውራጃ ገዢዎች መካከል ይካሄድ በነበረው ዓላማ ቢስ የርስ በርስ ጦርነት አልተሳተፉም። ኢትዮጵያን መልሰው አንድ ለማድረርግ የቻሉት ሸዋ በነበረው አንፃራዊ ሰላም ምክንያት ነው። ከጎንደር ዘመነ መንግሥት በኋላ በዳግማዊ ዓፄ ቴዎድሮስ አማካይነት የማዕከላዊ መንግሥት እንደገና ማንሠራራት ጀመረ፤ ኢትዮጵያን መልሶ አንድ የማድረግ እንቅስቃሴም አብሮ እንደገና በተጠናከረ መልኩ ተጀመረ። በዳግማዊ ምኒልክ ዘመን የተካሄደውን አገር አንድ የማድረግ ሥራ እንዲቀላጠፍ ያደረገው ይህ ነው።

ዳግማዊ ምኒልክን ጨምሮ የሸዋ መሳፍንት በሁሉም አቅጣጫ ያደረጓቸው ዘመቻዎች በታሪክ ላይ የተመሠረቱ ናቸው። ሸዋ የመንግሥት አገር፣ የሰሎሞናውያን ነገሥታት መዲና መገኛ ስለነበረ የመካከለኛው ዘመን የኢትዮጵያ ታሪክ ጠንካራ አሻራ እና የማይረሳ ትዝታ ጥሎ ያለውፈው በዚሁ አውራጃ ነው። የዳዊት ከተማ በራራ ቢቃጠልም፤ በስፍራው ኦሮሞዎች ቢሰፍሩበትም፤ ስያሜውን ቢቀይሩትም፤ ታሪኩ በኢትዮጵያውያን ልብ ታትሞ ይኖር ነበር። ዳግማዊ ምኒልክ ወደደበ ጎጃ፣ ፉሪ ወጨጫ፣ እንጦጦ እና አዲስ አበባ የሄደበት ብቸኛው ምክንያት የዓፄ ዳዊትን ከተማ በራራን ፍለጋ ነው። ይህ ለአንባቢ ግልጽ እንዲሆን ያስፈልጋል። አዲስ አበባ የተቆረቆረችው ከበራራ

ባድማ ላይ ነው። ያለበራራ ከተማ ታሪክ አዲስ አበባ የሚባል ከተማ አይኖርም ነበር። የአዲስ አበባ መቆርቆር የበራራ ዳግም ልደት፣ ትንሣኤ ነው።

የተማሪ ፖለቲከኞች እና የነገድ ድርጅት መሪዎች ኢትዮጵያ እጅግ ሰፋችብን እንደሚሉ ይታወቃል። ሰፊ አገር ፈጠረብን የሚሉት እና በተስፋፊነት የሚከስሱት ደግሞ ዳግማዊ ዓፄ ምኒልክ ነው። ነገር ግን ኢትዮጵያ በምኒልክ ዘመን አልሰፋችም። እንኳን ባላት ላይ ልትጨምር ምኒልክ የነበራትን በሙሉ አላስመለሰም። ምኒልክ ወደማይታወቅ አገር አልዘመተም። በታሪክ የኢትዮጵያ መንግሥት የሚያስተዳድራቸው የጥንት አውራጃዎች ወሰን ድካቸው በጽሑፍ የተከተበ እና በካርታ የሰፈረ በደምብ የሚታወቅ ነው። የጥንት የኢትዮጵያ ወሰን ድካ አሁን የኢትዮጵያ ጎረቤት አገር የሆኑትንም ይጨምር ነበር። አንድ መንግሥትና ሕዝብ ሥርዓተ መንግሥቱ፣ የነገድ ማንነቱ፣ ባህሉና ቋንቋ ተወልዶ ያደገበትን በተለያየ ምክንያት የፈለሰውን ዐፅመ ርስቱን የማስመለስ ተፈጥሯዊ መብት አለው። ዳግማዊ ምኒልክ የራሱ የሆነውን ለማስመለስ የማንንም ፈቃድ መጠየቅ አያስፈልገውም። ምኒልክ የአያት የቅድመ አያቶቹን ባድማ በማስመለሱም የጨመረው ነገር የለም። የራስ የነበረን አገር ማስመለስ (ወራሪዎች ያደረሱት ኪሳራ ሳናስብ) ከዜሮ እንደመጀመር ነው። ምኒልክ የአያቶቹን ባድማ ስላስመለሰ ኢትዮጵያ የሰፋች የሚመስላቸው መሠረታዊ የሆነውን የኢትዮጵያን የታሪክ ሐቅ እንኳ የማያውቁ ናቸው።

ማስታወሻዎች

1 *ገብረ ሥላሴ፣ ታሪክ ዘመን ዘዳግማዊ ምኒልክ*፣ 100-101።
2 *ማኅተመ ሥላሴ፣ ዝክረ ነገር*፣ 107-109 የግርጌ ቁጥር 1።
3 Bureau, *Gamo d'Éthiopie*, 28-31.
4 Gascon, *Sur les hautes terres comme au ciel*, 93.
5 Yohannis IV to Wilhelm I, 17 February 1881, in *Ethiopia and Gemrnay*, ed. Bairu Tafla, 200.
6 Bureau, "Note sur Les Eglises du Gamo," 295-303; Caquot, "Note sur Berber Māryām," 109-116.
7 Holcomb and Ibssa, *Invention of Ethiopia*.
8 Marcus, *History of Ethiopia*, 38.
9 *ሥርግው፣ ዳግማዊ ምኒልክ*፣ 50-55፤ Asfa-Wossen, *Die Geschichte Von Šawā* , 16; Guidi, *Annales Iohannes*, 201.
10 Guidi, *Annales Iohannes I*, vol. 1, 127.
11 Asfa-Wossen, *Die Geschichte Von Šawā*. ከካርታው ላይ ያሉት የስፍራ ስሞች የተጻፉት በሮማዊ ፊደል ሲሆን ከካርታው ስር የሚቀጥለው ካፕሽን ይገኛል፡- Šawā in 18th. und 19th. Jahrhundert (nach Stitz).
12 Guidi, *Annales Iohannes I,* vol. 1, 124-125.
13 *ሥርግው፣ ዳግማዊ ምኒልክ*፣ 56-57፤ Asfa-Wossen, *Die Geschichte Von Šawā,* 16.
14 ዝኒ ከማሁ፣ 50, 56፤ ዝኒ ከማሁ፣ 15-16, 19.
15 *ሥርግው፣ ዳግማዊ ምኒልክ*፣ 56-57፤ Asfa-Wossen , *Die Geschichte Von Šawā,* 15-17; Darkwah, *Shewa, Menilek and the Ethiopian Empire*, 5-7.
16 *ሥርግው፣ ዳግማዊ ምኒልክ*፣ 59-62፤ Asfa-Wossen Asserate, *Die Geschichte Von Šawā,* 18-21; Darkwah, *Shewa, Menilek and the Ethiopian Empire*, 7-8.

17 *ሥርግው፣ ዳግማዊ ምኒልክ*፣ 71፤ Asfa-Wossen , *Die Geschichte Von Šawā,* 21-23.

18 *ሥርግው፣ ዳግማዊ ምኒልክ*፣ 71-72።

19 ዝኒ ከማሁ፣ 73፤ Asfa-Wossen, *Die Geschichte Von Šawā,* 21-23.

20 *ሥርግው፣ ዳግማዊ ምኒልክ*፣ 73።

21 ዝኒ ከማሁ፣75-80፤ ገብረ ሥላሴ፣ *ታሪክ ዘመን ዘዳግማዊ ምኒልክ*፣ 36-37፤ Asfa-Wossen, *Die Geschichte Von Šawā,* 24.

22 *ሥርግው፣ ዳግማዊ ምኒልክ*፣ 81; ገብረ ሥላሴ፣ *ታሪክ ዘመን ዘዳግማዊ ምኒልክ*፣ 37-38።

23 Asfa-Wossen, *Die Geschichte Von Šawā,* 26.

24 ገብረ ሥላሴ፣ *ታሪክ ዘመን ዘዳግማዊ ምኒልክ*፣ 38፤ Crummey, *Land and Society*, 82; Getatchew, "Monastic Genealogy of the Line of Takla Haymanot"; *idem*, Getatchew, *Ethiopian Studies in Honor of Amha Asfaw*, 324-325.

25 d'Héricourt, *Voyage sur la côte orientale de la mer Rouge*; *idem*, *Second Voyage sur les deux rives de la mer Rouge*; Harris, *Highlands of Ethiopia*; Isenberg and Krapf, *Journals of C. W. Isenberg and J. L. Krapf.*

26 *ሥርግው፣ ዳግማዊ ምኒልክ*፣ 90-92።

27 *ሥርግው፣ ዳግማዊ ምኒልክ*፣ 135።

28 Johnson, "Evolution of the Morphology of Addis Ababa," 161 footnote number 109; Roger, "L'église monolithe de Yekka-Mikaël," 15-36.

29 ገብረ ሥላሴ፣ *ታሪክ ዘመን ዘዳግማዊ ምኒልክ*፣ 138፤ Isenberg and Krapf, *Journals of C. W. Isenberg and J. L. Krapf*, 216.

30 Harris, *Highlands of Ethiopia,* vol. 2, 199-200.

31 Anfray, "Autour du Vieil Entotto," 8; Foucher, "Birbirsa,", 33-41; Lefebvre, *Voyage en Abyssinie* , vol. 2, 239-240.

32 Lefebvre, *Voyage en Abyssinie*, volume 2, 239-240.

33 ዝኒ ከማሁ፣ 240.

34 *ሥርግው፣ ዳግማዊ ምኒልክ*፣ 126።

35 ዝኒ ከማሁ፣ 127።

36 ዝኒ ከማሁ፣ 248።

37 Haile Gabriel, "Establishment of Churches in Addis Ababa," 60-61.

38 *ሥርግው፣ ዳግማዊ ምኒልክ*፣ 245፤ ገብረ ሥላሴ፣ *ታሪክ ዘመን ዘዳግማዊ ምኒልክ*፣ 96-101፤ Pankhurst, "The History of Šäwan Towns," 221-234.

39 Johnson, "Evolution of the Morphology of Addis Ababa," 161 footnote number 109.

40 Ricci, "Resti di antico edificio in Ginbi," 177-210.

41 *ሥርግው፣ ዳግማዊ ምኒልክ*፣ 245።

42 ገብረ ሥላሴ፣ *ታሪክ ዘመን ዘዳግማዊ ምኒልክ*፣ 97።

43 ዝኒ ከማሁ፣ 100-101፤ Pankhurst, "The History of Šäwan Towns," 231-234.

44 Briggs, *Ethiopia*, 49–50; Gleichen, *With the mission to Menelik*, 210-211; Pankhurst, "The History of Šäwan Towns," 232-233; Powell-Cotton, *A sporting trip through Abyssina,* 564; Vigano, "Missing Tower," 7-25; *idem,* "Names Lost," 5-14.

45 ገብረ ሥላሴ፣ *ታሪክ ዘመን ዘዳግማዊ ምኒልክ*፣ 97, 105-138.

46 Caquot, "L'homélie en l'honneur de l'archange Raguel," 98-99.

47 ገብረ ሥላሴ፣ *ታሪክ ዘመን ዘዳግማዊ ምኒልክ*፣ 138።
48 ዝኒ ከማሁ፣ 143።
49 *ሥርግው፣ ዳግማዊ ምኒልክ*፣ 250።
50 Foucher, “Birbirsa,” 33-35.
51 ዝኒ ከማሁ፣ 34-35.
52 Foucher, “Birbirsa,” 34-35.
53 ዝኒ ከማሁ፣ 36.
54 ዝኒ ከማሁ፣ 37-38.
55 ‘አዲስ የጥንት አገር’ የሚለውን አገላለጽ የተዋስኩት ዘመናዊውን የፖለቲካ ጽዮናዊነት መስራች ከሆነው ከቴዎድሮስ ሄርዝል ልብ ወለድ ነው፣ Herzl, *Altneuland* (The Old New Land).
56 Anfray, Annequin, and Schneider, “Chronique archéologique,”13. See also, Bouanga, “Damot,” 205-26.
57 *ሥርግው፣ ዳግማዊ ምኒልክ*፣ 99።
58 EBS, Discover Ethiopia [ኢትዮጵያን እንወቅ (ጉራጌ ዞን ቆጠር ገድራ ቅድስት ኪዳነምሕረት ገዳም)], Season 2 Ep 12; Täklä Iyäsus, *Goğğam Chronicle*, 196.
59 ተሰፉ፣ *ኢይመለል*፣ 6።
60 *ሥርግው፣ ዳግማዊ ምኒልክ*፣ 100።
61 Bureau, *Les Gamo d’Éthiopie*, 25-26.
62 Guidi, “Canzoni Geez-Amarina,” 56.
63 Habtamu, “The Edict of King Gälawdéwos,” 88-91.
64 Bureau, *Les Gamo d’Éthiopie*, 28.
65 Bureau, *Les Gamo d’Éthiopie*, 26; Caquot, “Note sur Berber Māryām,” 109-116.
66 Bureau, “Note sur Les Eglises du Gamo,” 297-298.
67 Bureau, *Les Gamo d’Éthiopie*, 28-29.
68 ዝኒ ከማሁ፣ 29-31.

ምዕራፍ ዐሥር የስም እና የታሪክ ሽሚያ፡- ስለሸገር፣ ፊንፊኔና እንጦጦ

በኦፊሴል ከምትታወቅበት ስያሜዋ በተጨማሪ አዲስ አበባን በተለምዶ "ሸገር" የሚሏት ሰዎች ብዙ ናቸው። ከቅርብ ጊዜ ወዲህ ደግሞ በኦሮሞ ፖለቲከኞች ዘንድ አዲስ አበባን "ፊንፊኔ" ብሎ መጥራት እየተለመደ መጥቷል። በቅርቡ የኢትዮጵያ መንግሥት የሚኒስትሮች ምክር ቤት ኦሮሚያ የሚባለው ክልል ከአዲስ አበባ ስለሚያገኘው ልዩ ጥቅም ባወጣው ረቂቅ አዋጅም "ፊንፊኔ" ስለሚለው ስያሜ ማብራሪያ ሰጥቷል። አዲስ አበባ ከመባሉ በፊት የመሬቱ የቀድሞ ስም ፊንፊኔ ስለነበር፤ "አዲስ አበባ"ና "ፊንፊኔ" በእቻነት ለከተማዋ መጠሪያ ስም እንዲሆኑ ረቂቅ አዋጁ ይደነግጋል። ረቂቅ አዋጁ "የከተማው ስም ፊንፊኔ ከአዲስ አበባ ጋር እኩል መጠሪያ ይሆናል" ካለ በኋላ "የከተማው ሕጋዊ ስም በፅሁፍ ፊንፊኔ/አዲስ አበባ ተብሎ ጥቅም ላይ መዋል ይኖርበታል"[1] የሚል አስገዳጅ ገለፃ ጨምሮበታል። "ሸገር"ና "ፊንፊኔ" በሚሉት ስያሜዎች በኦሮሞ ፖለቲከኞች ወገን ተቃውሞ የሚያነሳ የለም። ዓለም የሚያውቀውን "አዲስ አበባ" የሚለውን ስያሜ ትተው "ፊንፊኔ" የሚለውን ይመርጣሉ።

በፖለቲከኞች ወገን "ፊንፊኔ" የሚለው ቃል ተመራጭ የሆነበት ሁለት ምክንያቶች አሉት። አንደኛው ምክንያት ቃሉ ኦሮምኛ ስለመሰላቸው ነው። ሁለተኛው ምክንያት ዳግማዊ ምኒልክ በጣይቱ አማካይነት የኦሮሞ ጎሣዎች ለስፍራው የሰጡትን "ፊንፊኔ" የሚለውን ስም ሆን ተብሎ በ"አዲስ አበባ" ተቀይሯል ብለው ስለሚያስቡ ነው። ነገር ግን ስለፊንፊኔ በፖለቲከኞች የሚሰጠው ትርክት የታሪክ ምስክር የለውም። "ፊንፊኔ" የሚባል ከተማ በኢትዮጵያ ታሪክ አይታወቅም። "ፊንፊኔ" የሚለው ቃል ተወዳጅ የሆነበት ዋናው ምክንያት የተማሪ ፖለቲከኞች እና የነገድ ድርጅት መሪዎች በእጅጉ የሚጠሉትን፣ ምኒልክ እና ባለቤቱ ጣይቱ ያወጡትን "አዲስ አበባ" የሚለውን ስም እንዲሁም የራሱን የንጉሡን እና የእቴጌይቱን ታሪክ እንደሚያደበዝዝ ስላመኑ ይመስላል።

በዚህ ምዕራፍ "ፊንፊኔ"፣ "ሸገር"ና "እንጦጦ" ስለሚሉት ስያሜዎች ታሪክ ያገኘናቸውን የጽሑፍ ምስክሮች እንዳስሳለን። በዚህ መሠረት "ሸገር"ና "ፊንፊኔ" ስለሚሉት ስያሜዎች የቃላት ፍች፣ ከመቼ ጀምሮ የቦታ ስያሜ እንደሆኑና ስያሜዎቹ በማንና ለምን እደተሰጡ እንመለከታለን። "ፊንፊኔ" በቃሉ ቅርጽና በጽንስ ሀሳቡ ከፍል ውኃ ጋር አንድ ሲሆን በመሀል አዲስ አበባ የሚገኘውን እየተፍለቀለቀ ወደላይ ይወጣ

የነበረውን የምንጭ ውኃ ለመግለጽ የተሰጠ ስያሜ ነው። ነገር ግን እታች እንደምናየው ቃሉ ቀስ በቀስ ከምንጩ አልፎ በዙሪያው ለነበረው ስፍራ መጠሪያ ሆኖ ነበር።[2] ሁለተኛ "ፊንፊኔ" የሚለው ቃል በአማርኛ ቋንቋ ጽኑ መሠረት ያለው ቃል ነው። የ"ፊንፊኔ" ሥርወ-ቃል በአማርኛ የደረጀ፣ ብዙ ቃላትን የሚወልድ ሲሆን የሚወክለውን ጽንሰ ሀሳብ በአማርኛ ውስጥ ባገኘንበት ጥልቀት እና ስፋት[3] በኦሮምኛ አላገኘነውም። አዲስ አበባ ያለውን ፍል ውኃ "ፊንፊኔ" ብለው ስያሜ ያወጡለት በአካባቢው የነበሩ የኦሮሞ ጎሣዎች ስለመሆናቸው አንድም የጽሑፍ ምስክር ያቀረበ የለም። በተመሳሳይ "ሸገር" የሚለው ቃልም አማርኛ እንጂ ኦሮምኛ አይደለም።

የቦታ ስያሜዎች ታሪክ ይናገራሉ። በተጨማሪም ስያሜዎች ከማንነት ጋር ይያያዛሉ። ነገር ግን በኢትዮጵያ ታሪካዊ መልክአ ምድር ላይ እስካሁን ከሀቲንግፎርድ በስተቀር በመጽሐፍ የታተመ ጥናት የለም።[4] ስለቦታ ስያሜዎች ያለን እውቀት በጣም ውስን የሆነው እስካሁን የተሠሩት ጥናቶች ጥልቀት እና ስፋት ስለሌላቸው ነው። ከጽሑፍ መረጃዎችና በዘመናችን ካሉ ስያሜዎች በመነሳት ሁለት ነገር መናገር ይቻላል። አንደኛው ከተሞችን ጨምሮ በኢትዮጵያ ከአንድ በላይ ስም ያላቸው ብዙ ስፍራዎች እንዳሉ እንገነዘባለን። ከተሞች ከአንድ በላይ ስም የሚኖራቸው ከተቆረቆሩ በኋላ የስም ለውጥ ስለሚደረግባቸው ነው። ለዚህ የጥንትም የቅርብ ጊዜም ምሳሌ ማቅረብ ይቻላል። የደብረ ብርሃን ከተማ ጥሩ የጥንት ጊዜ ምሳሌ ነው። የደብረ ብርሃን ቀዳሚ ስም "ኢባ" ነበር። ተለውጦ "ደብረ ብርሃን" የሆነው በዓፄ ዘርዓ ያዕቆብ ዘመን በከተማው የተደረገውን የሃይማኖት ጉባዔ ተከትሎ በታየ የተፈጥሮ ክስተት ነው።[5]

ወደቅርብ ዘመን ስንመጣ፣ የደብረ ማርቆስ ከተማ እንደደብረ ብርሃን ከተመሠረተ በኋላ የስም ለውጥ አድርጓል። የደብረ ማርቆስ ከተማ ቀዳሚ ስሙ "መንቆረር" ነበር። መንቆረር እና ዘና በአካባቢው የነበሩ የጋፋት አባቶች ናቸው። መንቆረር ከደጅአዝማች ተድላ (1855-1865) ዘመን ጀምሮ የጎጃም ከተማ በመሆን አገልግሏል፡ በኋላ የደብረ ማርቆስ ቤተ ክርስቲያን ሲሠራ የጋፋት አባቶች ከሆኑት ባንዱ በመንቆረር የተሰየመውን የጥንቱን ቦታ በአዋጅ "ደብረ ማርቆስ" አሉት። ሆኖም ግን በሰፊው ባይታወቅም ደብረ ማርቆስን የአካባቢው ሰዎች እስካሁን ድረስ መንቆረር እያሉ ይጠሩታል።[6]

ሁለተኛ ገዳማትን ጨምሮ አንድ ዐይነት ስም ያላቸው ብዙ ስፍራዎች እንዳሉ እንገነዘባለን። ለምሳሌ ሁለት በጣም ታዋቂ "ደብረ ሊባኖስ" የሚባሉ ገዳማት ነበሩ። አንዱና በሰፊው የሚታወቀው ሸዋ የሚገኘው የጻድቁ ተክለ ሃይማኖት ገዳም ነው። ሁለተኛው እና ብዙም የማይታወቀው አሁን ኤርትራ ውስጥ ልዩ ስሙ ሽመዝና በተባለ ቦታ የሚገኘው ጥንታዊ ገዳም ነው።[7] በተመሳሳይ "ደብረ ድማህ" በሚባል ስያሜ የሚታወቁ አንድ ትግሬ ውስጥ ሌላ ጎጃም ውስጥ የሚገኙ ገዳማት ነበሩ፤ አሁንም አሉ።[8] በተጨማሪ ዳሞት፣ ወለቃ፣ ወረብ፣ ደራ እና ሌሎችም የቦታ ስሞች በጎጃምና በጎንደር ይገኛሉ። እነዚህና ሌሎች ስያሜዎች ከአባይ በስተደቡብና በስተምሥራቅ የሚገኙ የጥንት የኢትዮጵያ አውራጃዎች መጠሪያ ስያሜዎች ነበሩ።

አብዛኛዎቹ የኢትዮጵያ የጥንት የስፍራ ስሞች የስም ለውጥ የተደረገባቸው በ16ኛውና በ17ኛው ምእተ ዓመት የኦሮሞ ጎሣዎች በብዙ አውራጃዎች ከሰፈሩ በኋላ ነው። ምንም እንኳ አንዳንድ አውራጃዎች፣ ወረዳዎች እና ስፍራዎች በጥንት ስያሜያቸው ቢቀጥሉም ብዙዎቹ በኦሮሞ ስሞች ተቀይረዋል። በካርታ ቁጥር 1 - 14 ያሉትን የኢትዮጵያ አውራጃዎችና ክፍለ ሀገሮች ስያሜዎች ከአሁኑ የኢትዮጵያ ካርታ ጋር በንፅፅር

ማየት የስም ለውጥ የተደረገባቸውን ስፍራዎች ለማወቅ ይረዳል። የኦሮሞ ጎሣዎች ከሰፈሩባቸው በኋላ የትላልቅ አውራጃ ስያሜዎች ወይ ሙሉ በሙሉ ተቀይረው ተረስተዋል፤ ወይንም የአነስተኛ ወረዳ፣ ቀበሌ፣ ተራራና የወንዝ ስያሜ ሆነዋል። ወለቃ፣ ወጅ፣ ዳሞትና አንጎትን በምሳሌ መጥቀስ ይቻላል። ከዳሞት እንጀምር። ጅማ፣ ጊቤ፣ ወላይታ፣ ምዕራብና ደቡብ ወለጋና ብዙ የጉራጌ አካባቢዎች የዳሞት አካል ነበሩ። የሜጫ ኦሮሞዎች በዳሞት ወረዳዎች ሲሰፍሩ ብዙ ስሞች ተቀየሩ። በኦሮሞ ተገፍተው ምዕራብና ደቡብ-ምዕራብ ጎጃም የሰፈሩት የዳሞት ነባር ኢትዮጵያውያን አዲሱን መኖሪያቸውን በጥንቱ አገራቸው ሰየሙት።[9] ከአባይ በስተደቡብ ግን "ዳሞት" የሚለው ስም ወላይታ ውስጥ "ዳሞት ጋሌ" የሚባል የተራራ ስም ብቻ ሆኖ አናገኘዋለን።

በተመሳሳይ ወጅ ሰፊና ጥንታዊ አውራጃ ነበር። ወጅ ከአዋሽ ወንዝ በስተደቡብ እስከዝዋይ ሐይቅ ድረስ የነበረው የደቡብ ሸዋ አካባቢዎች ያጠቃልል ነበር።[10] የቦረን ኦሮሞዎች ወጅ ሲሰፍሩ የአውራጃው ስያሜ ተቀየረ። በአሁኑ ጊዜ "ወጅ" የወንዝ ስም ሆኖ አናገኘዋለን። የወለቃም ታሪክ ተመሳሳይ ነው። ወለቃ የቤተ አማራ ወረዳ ነበር። የኦሮሞ ጎሣዎች በ17ኛው ምእት ዓመት መጀመሪያ አካባቢ ሲሰፍሩበት "ወለቃ" "ቦረና" ተባለ። ሆኖም ግን "ወለቃ" የወንዝ ስም ሆኖ እስከዛሬ ድረስ በአሁኑ ቦረና አለ።[11] የቦታ ስያሜዎች የተቀየሩት የኦሮሞ ጎሣዎች በብዛት በሰፈሩባቸው የጥንት አውራጃዎች ብቻ አይደለም። በጎጃምና በበጌምድር እንዲሁ የቦታ ስያሜዎች ለውጥ ተደርጎባቸዋል። ይህ የሆነበት ምክንያት በኦሮሞ ጎሣዎችና በግራኝ አሕመድ ወረራ ምክንያት ከርስቱ የተፈናቀለው ነባር ሕዝብ ጎጃምና በጌምድር በሚሰፍርበት ጊዜ አዲሱን ስፍራቸውን በጥንት አውራጃዎች ስም ስለሰየሙት ነው። ጎጃም ውስጥ ጋፋቶችና ዳሞቶች የሰፈሩባቸው አካባቢዎች የተሰየሙት በዚህ መንገድ ነው።[12] ነገሥታቱ በጎጃም እና በበጌምድር ባሰፈሯቸው የኦሮሞ ጎሣዎች ስም እንደገና የተሰየሙም ብዙ ስፍራዎች አሉ።[13]

በ1974 ዓ.ም. ከተደረገው የመንግሥት ለውጥ በኋላ የስፍራና የተቋማት ስያሜዎች ለፖለቲከኞች መነታረኪያ ጉዳይ እየሆኑ መጥተዋል። ባለፉት አምሳ ዓመታት ብዙ የቦታ፣ የማኅበራዊ፣ የትምህርትና የጤና ተቋማት ስያሜዎች በፖለቲካ ውሳኔ ተቀይረዋል። ለምሳሌ አዲስ አበባ ውስጥ እንኳ በቀዳማዊ ኃይለ ሥላሴና በቤተሰቡ የተሰየሙት ተቋማትና አደባባዮች ሙሉ በሙሉ ተቀይረዋል። የመስቀል አደባባይ "አብዮት አደባባይ" በሚል ስያሜ ተቀየረ። በቅርብ ጊዜ ደግሞ የደብረ ዘይት ከተማ "ቢሾፍቱ"፣ የናዝሬት ከተማ "አዳማ" ተብለው በፖለቲካ ውሳኔ ተቀይረዋል። ሆኖም ግን የቀደሙት ስያሜዎች በሕዝቡ ዘንድ ስለሠረፁ በቀላሉ ሊጠፉ አልቻሉም። መስቀል አደባባይ "አብዮት አደባባይ" ከተባለ በኋላም ብዙ ሰው "መስቀል አደባባይ" እያለ ይጠራው እንደነበረ እና አሁን እንደሚጠራው የሚታወቅ ነው። አድማና ቢሾፍቱንም በቀደመ ስማቸው የሚጠራቸው ሰው ብዙ ነው። "ፊንፊኔ" ወይም "አዲስ አበባ" ከሚለው ስያሜ ጋር በተየያዘ የሚነሳው ክርክር ከ1974 ዓ.ም. የመንግሥት ለውጥ በኋላ እያየለ የመጣው የማንነት ፖለቲካና የተሳሳተ ትርክት ነጸብራቅ ነው። ቀጥሎ "ፊንፊኔ"፣ "ሸገር"ና "እንጦጦ" ስለተባሉት ስያሜዎች አመጣጥና ታሪክ ባጭሩ እናቀርባለን።

10.1 ፊንፊኔ (ፍል ውኃ)[14]

"ፊንፊኔ" ስለሚለው የቦታ ስም ከቀዳሚ የጽሑፍ መረጃዎች መሀል የእግሊዛዊው የሻለቃ ሃሪስ መጽሐፍ አንዱ ነው። ሃሪስ በ1840ዎቹ መጀመሪያ ወደሸዋ የመጣው ከሸዋው

ንጉሥ ከሣህለ ሥላሴ ጋር የንግድና የወዳጅነት ስምምነት ለመፈራረም በእንግሊዝ መንግሥት ተልኮ ነው። በዚህ ዘመን ንጉሥ ሣህለ ሥላሴ እንጦጦን፣ ወጨጫን እና የአሁኑን አዲስ አበባን እስከጉራጌ እና ዝዋይ ሐይቅ ድረስ ያለውን አገር በአስተዳደሩ ስር አድርጎት ነበር። ሃሪስ ፊንፊኔን ከየካ፣ ከየረር፣ ከዝቋላ እና ከእንጦጦ ጋር አብሮ ጠቅሷታል።[15] በቦታው የእርሻ መሬት ማየቱን ጽፏል። ነገር ግን ሃሪስ ከተማ ዐየሁ አይልም። ሃሪስ አክሎም ከፊንፊኔ ብዙ ሳይርቅ ጫካ ማየቱን ጽፏል። አንድ ቦታ በስፍራው ያየውን ጫካ "የፊንፊኔ ጨለማ ጫካ" ("the dark forests of Finfinni")[16] ሲል ይገልጸዋል። ሃሪስ ፊንፊኔ እስፍራው ድረስ በአካል የሄደ አይመስልም። ስፍራው ስያሜውን ስላገኘበት የተፈጥሮ ፍል ውኃ የሚለው የለውም። በአጠቃላይ የሃሪስ መጽሐፍ ብዙ የሚጠቅም መረጃ አልያዘም። ሃሪስ ብዙ ጊዜ ትኩረት የሚሰጠው ለሚጽፈው ታሪክ ትክክለኛነት ሳይሆን ስለቋንቋ ውበት ነው። ዐየሁት ስለሚለው ጦርነት፣ ስለአገሩ ውበት የሚጽፈው ብዙ ጊዜ የተጋነነ ነው። ከሃሪስ መጽሐፍ ተነስተን ማለት የምንችለው "ፊንፊኔ" የሚባለው ስፍራ ብዙ ዛፍ የነበረበት ስለመሆኑ ብቻ ነው።

ሌላው ቀዳሚ መረጃ የጀርመኑ የዮሃንስ ክራፕፍ ነው። ወደሸዋ መጥቶ የነበረው በ1840ዎቹ ነው። ክራፕፍ በአሁኑ አዲስ አበባ አካባቢ ያሉትን ቦታዎች ንጉሥ ሣህለ ሥላሴ ወደአካባቢው በሄደበት ጊዜ አብሮ በመሄድ ለማየት ችሏል። ወጨጫን፣ እንጦጦን፣ ፊንፊኔን እና ሌሎችንም በዙሪያው ያሉትን አካባቢዎች አይቷል። ፊንፊኔን በጎበኘበት ወቅት ሦስት ቦታ ላይ ፍል ውኃ እንዳየ ውኃውም የድኝ ማዕድን የሚበዛበት እና በጣም የሚያቃጥል መሆኑን ጽፏል። ዮሃንስ ክራፕፍ እንደሚለው ፊንፊኔ አካባቢ በወቅቱ ይኖሩ የነበሩ ሰዎች ከንጉሡ ጋር ለረጅም ዓመታት የዘለቀ የቅርብ ግንኙነት ነበራቸው።[17] በምዕራፍ 9 ያገኘነው ቴወፍሎስ ለፈቬር ከንጉሥ ሣህለ ሥላሴ ጋር በ1840ዎቹ ፊንፊኔን እንደጎበኘ አይተናል። ለፈቬር ንጉሡ እና አብረውት የነበሩት ሰዎች ውኃውን ሲጠጡ እና በውኃው ሲጠመቁ ማየቱን ስለፍል ውኃ ያሬድ ከመቶ ዓመት በኋላ ከጻፈው ጋር አንድ አይነት ይዘት ያለው ምስክርነቱን ሰጥቷል።[18] አዲስ አበባ ከተመሰረተችም በኋላ ፍል ውኃ እንደጠበል ስለሚታይ ውኃውን ለመጠጣት እና በውኃው ለመታጠብ ብዙ ሰው ወደከተማው ይሄድ ነበር። አዲስ አበባ ከተቆረቆረች ከ31ኛ ዓመት ጀምሮ የከተማው ኗሪ የነበረው ያሬድ ገብረ ሚካኤል ስለፍል ውኃ/ፊንፊኔ የሚከተለውን ይነግረናል፡-

> ፊንፊኔም የሚባለው እስከብዙ ዘመን ድረሥ የአቦ ጠበል ሲባል የቆየው ከቤተ መንግሥቱ ግርጌ የሚገኘው በተፈጥሮው ፍል ውኃ የሚፈልቅበት ረግ ረግ ስፍራ ነው። እንደዚህ እንደዛሬ በፍል ውኃ ለሚጠመቀው ሕዝብ መከለያና መጠሊያ ቤት የሌለው ስለነበረ ውኃው ወደላይ ፊንን እያለ ከመታየቱ በላይ የፍል ውኃውም የእንፋሎት ጢስ በእንጦጦ፣ በወጨጫ፣ በመናገሻ ጋራዎች ላይ ሆኖ በሩቅ ይታይ ነበር። በፍል ውኃውም ለመጠመቅና ከብቶቹንም ሆራ ለማጠጣት የአካባቢው ሕዝብ ባላገሩ አገር እያቋረጠ እየመጣ በፍል ውኃው አካባቢ ጉሣውን እየተከለ ይውል ያድር ነበር። በዚያን ጊዜ የፍል ውኃ አካባቢ የወባ ትንኝ በብዛት የሚገኝበት በመሆኑ በወባ ትንኝ የሚነደፉ ሰዎች ጥቂቶች አልነበሩም።[19]

ምናልባት ፍልውኃን ለመጀመሪያ ጊዜ "ፊንፊኔ" ብለው የሰየሙት በቦታው የነበሩ የሸዋ የመንግሥት ሹማምንት እና ኗሪዎች ሊሆኑ ይችላሉ። ምንም እንኳ ቀዳሚ የጽሑፍ

ምስክሮች የተጻፉት በንጉሥ ኃይለ ሥላሴ ዘመን ቢሆንም “ፊንፊኔ” የሚለው ስያሜ ለስፍራው የተሰጠው ከንጉሡ የሥልጣን ዘመን በፊት መሆን አለበት።

ነገር ግን የቦታ ስያሜ ከመሆኑም በፊት ‘ፊንፊኔ’ የሚለው ቃል የአማርኛ ቋንቋ ከተፈጠረ ጀምሮ ነበር። “ፊንፊኔ” የቃሉ ዘር ‘ፊን’፣ (‘ፊን አለ’ ‘ፊን ፊን አለ’ እንደማለት) በአማርኛ ቋንቋ ጽኑ መሠረት ያለው ነው። የሚወክለው ጽንሰ ሀሳብም የምንጭን ውኃ አወጣጥ በሚገባ የሚገልጽ የ‘መፈንጠቅ’፣ የ‘መፍረጥ”፣ የ‘መፍለቅለቅ’፣ የ‘መፍላት’ ስሜት ነው። ‘ፍል ውኃ’ የሚለውም ቃል በቅርጽም ሆነ በጽንሰ ሀሳብ ከ‘ፊንፊን’ ጋር አንድ ነው። መፍላት ‘በጠባብ መውጫ በብዙ ቁጥር ተከታትሎ መውጣት’ ነው ልክ ‘አሸን ፈላ’ እንደምንለው። ስለዚህ ‘ፊንፊኔ’ም ‘ፍል ውኃ’ም አንድ አማርኛ ናቸው።[20] በተለያየ ዘመን የተጻፉ የአማርኛ መዝገበ ቃላት እላይ ያቀረብነውን ገለፃ ይደግፋሉ።

እንደ አብዛኛዎቹ የአማርኛ ቃላት ሁሉ የ‘ፊንፊኔ’ ቃል መሠረት ‘ፈነ’ የሚለው ሥርወ ቃል ነው። የደስታ ተክለ ወልድ የአማርኛ መዝገበ ቃላት የሚከተለውን ፍች አስቀምጧል “ፊን (ፈነነ) ፊር፣ መውጣት፣ መፍሰስ። ፊን አደረገ (በትንሽ በቀጭን ሸና፣ አፈሰሰ)፤ ፊን ፊን አለ (ፊር ፊር አለ፤ ፈረረን እና ፈነነን አስተውል)። ፈነነ (ፊን አለ)፤ ፉነነ (ተነሳ ቀና ተቀሰረ ቆመ)።”[21] በከሣቴ ብርሃን ተሰማ የተዘጋጀው የአማርኛ መዝገበ ቃላት ‘ፊንፊኔ’ የሚውን ቃል “ፊን ፊን አለ ፍል ውኃ ከመሬት ሲመነጭ ወደዐየር ፊን እያለ ከመሬት ላይ ዘነበ”[22] የሚል ትርጉም ሰጥቶታል። በቅርቡ የታተመው የቶማስ ኬን የአማርኛ እንግሊዝኛ መዝገበ ቃላት ደስታ ተክለ ወልድ እና ተሰማ ሀብተ ሚካኤል ከሰጡት ትርጉም ጋር ተመሳሳይ ነው “ፊን አለ ‘to squirt, spurt; ፊን ‘manner of flowing, spurt, jet; ፊንፊን አለ “to flow in spurts or jets, to squirt or spurt up, e.g. geyser; ፊን አደረገ ‘to cause to spurt, squirt (liquid); ፈነነ ‘to spurt, squirt.”[23]

ቆየት ያሉት የአማርኛ መዝገበ ቃላትም ‘ፊንፊኔ’ ለሚለው ቃል እላይ ከተዘረዘረው ፍች ጋር ተመሳሳይ የሆነ ትርጉም ሰጥተውት እናገኛለን። ከነዚህም ውስጥ ጄ. ባይትማን የጻፈው የፈረንሳይኛ አማርኛ መዝገበ ቃላት ተጠቃሽ ነው። በግዕዝ የተጻፈው ድርሳነ ዑርኤልም ፊንፊኔን “ፍሉህ ማይ” ይለዋል፤ ትርጉሙም ‘ፍልውኃ’ ማለት ነው።[24] እላይ የተዘረዘሩት የአማርኛ መዝገበ ቃላትም ሆነ ሌሎች እዚህ ያልጠቀስናቸው ‘ፊንፊኔ’ን ከመሬት ተነስቶ ወደላይ የመውጣትን እንቅስቃሴ ያሳያሉ። ይህ ሁሉ መረጃ ስለፊንፊኔ የቦታ ስያሜ አጀማመር የሰጠነውን አስተያየት ያጠናክራል።

በኦሮምኛ ቋንቋ ‘ፊንፊኔ’ ለሚለው የአማርኛ ቃል አቻ የሆነ የዘር ጥልቀት እና ስፋት ማግኘት ቀርቶ ዋናው ቃልም በብዙዎቹ መዝገበ ቃላት በተለይም ቆየት ባሉት አልሰፈረም። ‘ፊንፊኔ’ የሚለውም ቃል የቦታ ስም ከሆነ በኋላ በቀዳሚ የኦሮምኛ መዘገበ ቃላት አልገባም። ለምሳሌ ኢ.ሲ. ፉት በጻፈው የእንግሊዘኛ-ኦሮምኛ መዝገበ ቃላት ‘ፊንፊኔ’ የሚለው ቃል አይገኝም።[25] ዮሃንስ ክራፐፍ ካሳተመው የኦሮምኛ መዝገበ ቃላት ውስጥ ‘ፊንፊኔ’ም ሆነ ሌላ ተመሳሳይ ቃል አይገኝም። ከዮሃንስ ክራፐፍ መዘገበ ቃላት ውስጥ ‘ፊንፊኔ’ የሚለው ቃል አለመገኘቱ ትልቅ አንድምታ አለው። ዮሃንስ ክራፐፍ ፊንፊኔን እቦታው ድረስ ሄዶ አይቷል፤ የመፋጀቱንም ነገር ጣቱን ወደላይ ከሚፈላው ውኃ

በመንከር ሞክሮታል። በጣም የድኻ ማዕድን የበዛበትም ብሎታል።[26] 'ፊንፊኔ' ኦሮምኛ ቢሆን ኖሮ ከዮሃንስ ክራፕፍ መዝገበ ቃላት ሊያመልጥ አይችልም ነበር።

ከላይ ከተዘረዘሩት በተጨማሪ በ1845 ዓ.ም. ሎውሬንስ ቱሽክ ያሳተመውን የኦሮምኛ መዝገበ ቃላት፣ የካቶሊክ ወንጌላዊው አንድሪያ ጃሮሶ በ1939 ዓ.ም. እንዲሁም በ2004 ዓ.ም. ጥላሁን ገምታ ባሳተመው የኦሮምኛ - እንግሊዝኛ መዝገበ ቃላት 'ፊንፊኔ' የሚል ቃል አይገኝም።[27] ጥላሁን ገምታ ኦሮሞ ከዋናው የኢትዮጵያ ታሪክና ባህል የተለየ ስለመሆኑ ዋና አቀንቃኝ ነው። የኦሮምኛ ቋንቋ በላቲን ፊደል መጻፍ የጥላሁን መዝገበ ቃላት እንደትልቅ አርአያ እና ስኬት ተደርጎ የተቆጠረ ጉዳይ ነው። በአሁኑ ጊዜ የኦሮሞ የነገድ ድርጅት መሪዎች እና ፖለቲከኞች የድላቸው መደምደሚያ አድርገው የሚቆጥሯትን ከተማ ትክክለኛ የኦሮምኛ ስሟ ነው ብለው የሚያስቡትን "ፊንፊኔን" እንደትልቅ አብነት በሚታየው ከጥላሁን ገምታ የኦሮሞ መዝገበ ቃላት ውስጥ አለመገኘቱ ቃሉ በኦሮምኛ እንደሌለ የሚያረጋግጥ ነው። ባጭሩ 'ፊንፊኔ' በኦሮምኛ አይታወቅም። የሸዋ መሳፍንት ወደአሁኑ አዲስ አበባ አካባቢ በሄዱበት ወቅት የጥንቱን የበራራ ከተማን ከሚያመለክቱ የቤተ ክርስቲያን እና የቤተ መንግሥት ፍርስራሾች በቀር ከተማ አላገኙም። እንደፊንፊኔ ሁሉ 'ሸገር' የሚለውም ቃል ኦሮምኛ ሳይሆን አማርኛ ነው። ዝርዝሩን ቀጥሎ እናቀርባለን።

10.2 ሸገር (ሸጋ አገር?)

አዲስ አበባን "ሸገር" ማለት የተለመደ ነው። በተለይም ከቅርብ ዓመታት ወዲህ "ሸገር" የሚለው ቃል በጣም እየተዘወተረ መጥቷል። የንግድ እና የመገናኛ ተቋማትም በመጠሪያነት ይጠቀሙበታል። ከቅርብ ዓመታት በፊት የተቋቋመው የሸገር ራዲዮ ለዚህ ጥሩ ምሳሌ ነው። ስለሸገር ያገኘነው የመጀመሪያው የጽሑፍ መረጃ የዡል ቦሬሊ መጽሐፍ ነው። ዡል ቦሬሊ በዓፄ ምኒልክ ዘመን ሸዋ ይኖር የነበረ ፈረንሳዊ ነጋዴ ነው። ዡል ቦሬሊ በ1880ዎቹ አዲሱ እንጦጦ ለሦስት ዓመታት ተቀምጦ ነበር። ስለሸገር የሚከተለውን ይነግረናል፡-

> Le roi a fait sa résidence d'Antoto (Dildila pour les Oromo, et Tchagher—Tchanak pour les Amhara), parce que les anciens rois d'Éthiopie y ont habité; il tient à la dénomination d'Antoto, parce qu'il demeurait précédemment dans un lieu de ce nom. Il veut même faire disparaître l'ancienne appellation. Le véritable Antoto est situé à. deux heures au delà. de Finefini, la où s'élevaient l'église et la maison que Monsei gneur Thorins avait fait bâtir dans le genre des constructions oromo, occupées main tenant parles fileuses de la reine.[28]

ትርጉም

ንጉሡ መኖሪያውን እንጦጦ (ኦሮሞዎች ዲልዲላ፣ አማሬዎች ሸገር-ጨነቅ የሚሉት) ያደረገበት ምክንያት የጥንት የኢትዮጵያ ነገሥታት ከዚህ ስለኖሩ፤ እንጦጦ የሚለውን ስም ይፈልገዋል ምክንያቱም ከዚህ በፊት በዚሁ ስም ከሚጠራ ስፍራ ከትሞ ስለነበር። የድሮው ስም እንዲጠፋ እና ለአዲሱ ብቻ እንዲሆን ይፈልጋል። የጥንቱ እንጦጦ አባ ቷሪን በኦሮሞ ቤት አሠራር ቤት

ከሠራበት እና ቤተ ክርስቲያኑ ካለበት በአሁኑ ጊዜ የንግሥቲቱ [ቀጭን ፈታይ] ልጅ አገረዶች ካሉበት ከፊንፊኔ [በስተደቡብ ምዕራብ] የሁለት ሰዓት መንገድ ላይ ነው።

ቦሬሊ ወደእንጦጦ የመጣው ከተማው ከተቆረቆረ ከሦስት ዓመት በኋላ ማለትም በ1885 ዓ.ም. ነው። ዓፄ ምኒልክ ወደአዲሱ እንጦጦ በሄደበት ጊዜ ቦታው ዳዋ ውጦት በዱር ተሸፍኖ ነበር። ሰውም አይኖርበትም ነበር። ዡል ቦሬሊ ንጉሥ ምኒልክ እንጦጦ የከተመበትን ልዩ ስፍራ "በኦሮሞዎች 'ዲልዲላ' በአማሬዎች 'ሸገር ጨነቅ' ተብሎ ይጠራ እንደነበረ ይመሰክራል። ስለ'ሸገር' የመጀመሪው የጽሑፍ መረጃ ዡል ቦሬሊ ነው።

ቦሬሊ 'ሸገር ጨነቅ' እና 'ዲልዲላ' ለሚሉት ቃላት ፍች ወይም ማብራሪያ አልሰጠም። ስለዚህ የቃላቱን ትርጓሜዎች ለማወቅ የግድ መዘገበ ቃላት ማገላበጥ ያስፈልጋል። 'ሸገር ጨነቅ' የሚለው ቃል 'ሸገር' እና 'ጨነቅ' የሚሉትን ቃላት በማጣመር የተፈጠረ ነው። በሥርወ ቃላት ትንታኔ "ሸገር" ሥር መሠረቱ "ሠገረ" ነው። የሚወክለው ረቂቅ ጽንሰ ሃሳብም "በመነሻ እና በመድረሻ መካከል ያለን ቦታ ማለፍን፣ መዝለቅን" ነው። ከዚህ ረቂቅ ጽንሰ ሃሳብ የውልድ ቃላቱ ፍቺዎች ይገኛሉ። ለምሳሌ የሚከተለው የደስታ ተክለ ወልድ የአማርኛ መዝገበ ቃላት የ"ሸጐረ" እና የ"ሻገረ" አፈታት ይህን ጽንሰ ሃሳብ ያጎላል፡- "ሸጐረ፤ (ሠጊር፡ ሠገረ)፤ ወረወረ ቀረቀረ፤ ዘጋ ደነቀረ"፤"ሻገረ፤ ተሻገረ፤ በወንዝ በዥረት በዠማ በባሕር በጎድጓዳ ስፍራ ላይ ዐለፈ፤ ወዲያ ማዶ ኼደ። ሥሩ ሰገረ ነው።(ተረት)፤ ይህን ውኃ ማ ይሻገረዋል ቢሉ፤ ተዝካር ያየ ተማገረ።"[29] ሃሳቡ ከመያዣው ጋር ከተሳሠሩበት ከአማርኛ ወጣ ብለን ፍችውን በእንግሊዝኛ ብንመለከት ነገሩ ለአእምሮ ብሩህ ይሆናል። የደስታ ተክለወልድ ፍችዎች ከእንግሊዝኛዎቹ "cross" እና "bar" ጋር አንድ ናቸው። ሁለቱም የ"መሻገር፣ መዝጋት፣ ማገሮ፣ መሸጐር" ሃሳብ አለባቸው።

"ጨነቅ" የሚለው ቃል 'አጨናነቀ' ወይም 'መጨናነቅ' ከሚለው ጋር ተመሳሳይ ነው። ደስታ ተክለወለድ 'አጨናነቀ' ለሚለው ቃል "አጠጋጋ፣ አቀራረበ፣ አደራረበ" የሚል ፍች ሲሰጠው 'መጨናነቅ' የሚለውን ቃል ደግሞ 'መጠጋጋት፣ መቀራረብ' ብሎታል።[30] "ሸገር ጨነቅ" የሚለው ስያሜ የእንጦጦን ከተማ ዳግም መመሥረት ተከትሎ ከተካሄደው የሕዝብ ሰፈራ ጋር የተያያዘ እንደመሆኑ፣ ይህ "የመዝጋት"፣ "የማጎር"፣ የ"መሸጐር" አስተሳሰብ ከሃረጉ ቃላት ጋር በጥብቅ የተሳሰረ ነው፤ "ከፍ ያለ የሰው ቁጥር በአንድ ቦታ በመስፈሩ የተነሳ የተፈጠረው "የመሸጐር" እና "የመጨነቅ" ስሜት የወለደው ስያሜ ይመስላል። ሌላ ታሪካዊ ማገናዘቢያ በሌለበት በቃላት ፍች ትንተና ላይ ለሚመሠረት ፍለጋ ስለከተማዋ ስያሜ ይህ ትንታኔ ወደእውነቱ የሚቀርብ መላ ሊሆን ይችላል። የኦሮምኛው "ዲልዲላ" በመሠረቱ አማርኛ ቢሆንም ለሸገር ጨነቅ ተጨማሪ ፍንጭ ይሰጣል።

የኦሮምኛው "ዲልዲላ" "ድልድይ"[31] በሚለው ፍቹ በልሳነ ክልኤዎች አንደበት የአማርኛው ቃል በኦሮምኛ ሥነ ምእላድ ተቀርጾ ነው እንጂ የኦሮምኛ መሠረት እንደሌለው በቋንቋው እርሱን የሚመስል አንድም ውላጅ ቃል አለመኖሩ ማስረጃ ነው፤ ኦሮምኛን የሚያውቁትም ይህን እውነት አያጡትም። የአማርኛውን ቃል የዘር ጥልቀት ለማየት ዘረቃሉን |ደለ|ን እና ፍቹን እስከምንዝሮቹ መመልከት ይረዳል። |ደለ| "ደላ"ን፣

"ደለለ"ን፣ "ደለደለ"ን እና ሌሎቹንም ይወልዳል። ረቂቅ ፍቹም "ሞላ፣ አነጠፈ፣ ዘረጋ፣ አዳረሰ" ነው። "እኩልና ሙሉ ሆኖ መዘርጋት፤ አለመጎርበጥ መመቸት" እነዚህና ከነሱም የሚወለዱ ቃላት የሚወርሷቸው የጋራ ስሜቶች ናቸው። በእንግሊዝኛው "plain, level" የዘረ-ቃሉን ረቂቅ ፍች ጥሩ አድርጎ ያመለክታል። "ድል" ምቾት ነው፤ ከተሸናፊ የምንነሳው። "ደለል" የአሸዋ እና የለም አፈር እንደአልጋ መነጠፍ፣ "ደላላ" በደምበኛው ልብ የምቾት ስሜት መፍጠር የሚችል ሰው ናቸው። "ወደምድር መጣል፣ መረብረብ" በሚለው ስሜቱ የ|ደለ| ዘር በነ "በደለ"ና "ገደለ"ም ይወረሳል። "ዕድል"ም የታደልነው፤ የተደለደለልን ነው። ባጭሩ "ድልድል" "የተደለደለ ሥፍራ ዓባጣ ጎባጣ የሌለበት" ማለት ነው።"[32] እንግዲህ ይህ ዘረ-ቃል በአማርኛ አካል ውስጥ አቢይ የፍች ህዋስ ሆኖ መዝለቁን ያስተውሏል።

"ዲልዲላ"ን ከ"ሸገር"፣ "ድልድይና መሻገሪያ፣ መተላለፊያ" አድሮጎ ማሰብ አጓጊ ብቻ አይደለም፤ አሳማኝም ነው። ስለዚህ "ሸገር ጨንቅ"ን ይዞን በአዲሱ ሰፈራ ከነበረ ጠባብ ድልድይ/መልካ ወይም በጠቅላላው ከሰፋሪው ብዛት (እንደዚያ ጊዜ አስተሳሰብ) ሰዉ መተላለፊያ ሲጠብበው ያወጣው ስያሜ እንደሚሆን መገመት ይቻላል።

ከላይ የሰጠነው ትንተና "ሸገር ጨንቅ" ስለሚለው ቃል ጥሩ ማብራሪያ ቢሆንም "ሸገር" ለምን እና ከመቼ ጀምሮ የአዲስ አበባ መጠሪያ እንደሆነ መልስ አይሆንም። እኛ ለማግኘት የቻልናቸው የታሪክ ምንጮች "ሸገር" የሚለው ቃል ለአዲስ አበባ መጠሪያ ስለመሆኑ ፍንጭ አይሰጡም። ይህ እንደሌሎቹ አርእስተ ጉዳዮች ሁሉ ተጨማሪ ጥናት ያስፈልገዋል። የማህረሰብ የቃላት ፍች ትንታኔ (folk etymology) የቃሉን አመጣጥ ከሌላ ማእዘን ሊያመለክት ይችላል ብለን እናስባለን። እንደሚታወቀው የማህረሰብ የስያሜ ትንታኔ ብዙ ጊዜ ታማኝነት የለውም። አንዳንዱም የሰዎች ተራ መላምት ከመሆኑም በላይ በጣም አስቂኝ ነው። ነገር ግን በዚህ መንገድ የሚሰጡ የቦታ ስያሜ ትርክቶች ብዙዎቹ ታማኝነት ባይኖራቸውም አንዳንዶቹ በታሪክ ላይ የተመሠረቱ ናቸው። ስለሸገር ቀጥሎ የሰጠነው አስተያየት የማኅበረሰብ የስያሜ መነሻ አተናተንን ድክመት ያገናዘበ እንደሆነ አንባቢ እንዲረዳልን እናሳስባለን።

በተመሳሳይ ሂደት ከተሰየሙት ስፍራዎች በመነሳት ከ"እግዚአብሔር" "እግዚሔር/እጊዜር"፣ ከ"ደጅ አዝማች" "ደጃማች/ደጃች" እንደተገኙት "ሸገር"ም "ሸጋ አገር" የሚለውን ሃረግ አዋህዶ በማሳጠር የተፈጠረ ቃል ሊሆን እንደሚችል መገመት አያዳግትም። ይህ እውነት ከሆነ በሥርወ ቃላት ትንታኔ የ"ሸጋ" መሠረቱ "ሸገነ" ነው። የደስታ ተክለወልድ የአማርኛ መዝገበ ቃላት "ሸገነ"ን 'አማረ፡ ተዋበ፡ አበበ' ብሎ ተርጉሞታል። "ሸገን" የሰው የስም መጠሪያም ነው፤ ትርጉሙም 'መልከ ቀና' ወይም 'መልከ መልካም' ማለት ነው። "ሸገና" ላገር መጠሪያነትም ያገለግላል። ደስታ ተክለ ወልድ "ሸጋ" የሚለውን ቃል "የሸገነ፡ ያማረ፡የተዋበ፡ ውብ፡ ቈንጆ" ብሎ ተርጉሞታል።[33] ከሣቴ ብርሃን ተሰማ ሃብተ ሚካኤል በበኩሉ የ"ሸገነ" የሚለውን ቃል "የአማረ፣ የተዋበን ኾነ፣ ተሽቀረቀረ፣ ተሽቀነደረ" ብሎ ሲተረጉሙው "ሸገገን" "በመልክ፣ በልብስ፣ ሸጋን፣ ውብን ኾነ፣ ተዋበ፣ አማረ፣ መልከ መልካምን ኾነ" ብሎታል።[34] በጉይዲ አማርኛ - ጣሊያንኛ መዘገበ ቃላትም "ሸገረ/ሻገረ" እና "ሸገነ" ከአማርኛው መዝገበ ቃላት ጋር

ተመሳሳይ ፍች አላቸው። የበይትማንም የፈረንሳይኛ - የአማርኛ መዝገበ ቃላት እንዲሁ፤ ስለዚህ "ሸገር" ማለት 'የተዋበ ያማረ የአበበ አገር' ማለት ነው።[35]

ከላይ እንዳየነው "ሸገነ" 'አበበ' የሚል ትርጉም አለው። በዚህም ምክንያት 'ሸጋ አገር' እና 'አዲስ አበባ' ተመሰሳይ የትርጉም ይዘት አላቸው። ጸሐፌ ትእዛዝ ገብረ ሥላሴ ንግሥት ጣይቱ ፍል ውኃ ሳለች አካባቢውን በአይኗ ስትቃኝ ባየችው ነገር ስለተማረከች የአገሩን ማማር ስላወቀች ከተማ ለመቆርቆር እንደወሰነች ጽፏል። ጸሐፌ ትእዛዝ እንዲህ ይላል፣ "በዚያ ጊዜ ወይዘሮ ጣይቱ ከድንኳኑ ደጃፍ ሆነው ሙቀቱን ማማሩን ሀገሪቱን ተመለከቱ።"[36] ስለአዲስ አበባ ስያሜ ማብራሪያ ያገኘነው ከሪቻርድ ፓንክረስት ጥናት ነው። የፓንክረስት ጥናት እንደሚያሳየው ጣይቱ ከተማውን የሰየመችው በአካባቢው ይበቅል በነበረው ሚሞሳ በተባለ የአበባ ዛፍ ምክንያት ነው።[37]

ከላይ የሰጠነው ትንታኔ ትክክል ከሆነ ሸጋ አገር ቀስ በቀስ ወደሸገር ተለውጧል። ይህ ደግሞ የሚያስገርም አይደለም። በአገራችን ባህል ሰዎችን ወይም የቦታ ስያሜዎችን በሙሉ ስማቸው ከመጥራት ይልቅ አሳጥሮ በከፊል ስማቸው መጥራት በጣም የተለመደ ነው። "ሸጎሌ" የሚለው የአዲስ አበባ የሰፈር ስም ለዚህ ጥሩ ምሳሌ ነው። "ሸጎሌ" የቦታውን ስያሜ ያገኘው ከ"ሸይክ ሆጀሌ አል ሀሰን" ነው። ሸይክ ሆጀሌ የአሶሳ ባላባት ነው። ከዓፄ ምኒልክ ዘመነ መንግሥት ጀምሮ እስከንግሥተ ነገሥታት ዘውዲቱ ዘመነ መንግሥት መጨረሻ አሶሳን አስተዳድሯል። ሸይክ ሆጀሌ ከ1903 እስከ1908 ዓ.ም. ድረስ አዲስ አበባ በእሥር አሳልፏል።[38] ወደአሶሳ ከተመለሰ በኋላ አዲስ አበባ ሰፍሮበት የነበረው ቦታ በስሙ "ሸጎሌ" ተብሎ ተሰየመ። የሰውየው ሙሉ ስም "ሸይክ ሆጀሌ" ቢሆንም ብዙ ሰው የሰፈረበትን ቦታ የሚጠራው በአጭሩ "ሸጎሌ" ብሎ ነው። "ሸጋ አገር" ወደ "ሸገር" የተቀየረበት ሂደትም በተመሳሳይ ሁኔታ ሊሆን ይችላል። ይህ ግን በመረጃ እጦት ምክንያት የሰጠነው ትንታኔ መሆኑን አንባቢ መዘንጋት የለበትም። በቦታ ስያሜዎች ላይ ብቻ ተመሥርቶ የሚሰነዘሩ አስተያየቶች በተጨማሪ መረጃዎች ካልተደገፉ ከአስተያየትነት አያልፉም።

ለማጠቃለል ያህል ሸገር በምን ምክንያት፣ በማንና መቼ የአዲስ አበባ መጠሪያ ሊሆን እንደቻለ ካገኘናቸው በጣም ውስን መረጃዎች ለማወቅ አልቻልንም። ነገር ግን እላይ ባቀረብነው ትንታኔ መሠረት አንድ ነገር ግልጽ ነው። ይኸውም "ሸገር" የአማርኛ ቃል ነው። ቀጥሎ ስለእንጦጦ ስያሜ ያገኘነውን መረጃ እናቀርባለን።

10.3 ሁለቱ እንጦጦዎች

ስለ እንጦጦ የመጀመሪያው የጽሑፍ መረጃ የግራኝ አሕመድ የዘመቻ ጸሐፊ አረብ ፈቂህ ነው። አረብ ፈቂህ እንደሚለው እንጦጦ ላይ ዓፄ እስክንድር በጣም ታላቅ እና ሀብታም ቤተ ክርስቲያን አስሠርቶበት ነበር። ቤተክርስቲያኑ ውስጥ እጅግ በጣም ብዙ ወርቅም እንደተገኘ ጽፏል። እንደሌሎቹ አብያተ ክርስቲያን ሁሉ ንብረቱ ከተዘረፈ በኋላ ጂሐደኞች እንጦጦ[39] የሚገኘውንም ቤተ ክርስቲያን በውስጡ ከሚገኘው ቅርስ ጋር በእሳት አጋይተውታል፡-

> The Wazir ʻAdoli set out for Awāš Tabbu, and the inhabitants became Muslims. The imām, for his part, set out from Jān Zalaq to the district of

> Anṭiṭi, where there was an imposing church from the time of king Eskender, filled with gold. The Muslims pitched their camp alongside it.[40]

> ትርጉም
> ወዚር አዶሊ ወደአዋሽ ተጓዘ፤ እናም ኗሪዎቹ ሙስሊም ሆኑ። ኢማም በበኩሉ ከጃን ዘለቅ ወደአንጢጢ (እንጦጦ) ወረዳ ተጓዘ። እዚያም በንጉሥ እስከንድር ዘመን የተሠራ በወርቅ የተሞላ ግዙፍ ቤተ ክርስቲያን ነበር። ሙስሊሞች ድንኳናቸውን ከጎኑ ተከሉ።

አረብ ፈቂህ "እንጢጢ" ብሎ የቀዳው "እንጦጦ"ን እንደሆነ ካርሎ ኮንቲ ሮሲኒ እና ሬኔ ባሴ የተባሉት የታሪክ ምሁራን ይስማማሉ።[41] እንጦጦ የተጠቀሰው ፈጠጋር ውስጥ ካለ ጃን ዘለቅ ከተባለ ቦታ ጋር ነው። ሌላው የተጠቀሰው ስፍራ ቀወት ነው። ግራኝ አሕመድ ወደጃን ዘለቅ የሄደው ፈጠጋር ውስጥ ከራስ ወሰን ሰገድ ጋር በሐምሌ ወር 1531 ዓ.ም. ከተዋጋ በኋላ ነው። እንጦጦ ላይ የሰፈረው ከጃን ዘለቅ ወደበራራ ሲመለስ ነው። ነገር ግን አሕመድ ወደበራራ መሄዱን ትቶ ወደጃን ዘለቅ ቢመለስ እንደሚሻል ስለተነገረው እንጦጦን አቃጥሎ በውስጡ ያለውን ወርቅ ዘርፎ ወደጃን ዘለቅ ተመለሰ። ከእንጦጦ ጋር በተየያዘ የተጠቀሱትን ቦታዎች ግምት ውስጥ በማስገባት እንጦጦ መገኛው ሸዋ ሳይሆን ፈጠጋር እንደሆነ መገመት ይቻላል።

በጥንቱ እንጦጦ ቤተ ክርስቲያን ሊቃውንት እንደነበሩበት በዘመን ቀዳሚ የሆኑ በግዕዝ ቋንቋ የተጻፉ መረጃዎች ይጠቁማሉ። ስለእንጦጦ አንዱ መረጃ በአባ ዝክሪና በአባ ጳውሊ ስም የተሰየመ አባ ዐሥራት ገዳም የሚገኝ የትውልደ መነኮሳት ዝርዝር ነው። ትውልደ መነኮሳቱ በመካከለኛው ዘመን የታላላቅ አድባራትን መሥራቾችና መንፈሳዊ ትውልድ ሀረግ የያዘ ነው። ስለእንጦጦ ካሉን በጣም ውስን መረጃዎች አንዱ ስለሆነ ከመረጃው ቀጥታ መጥቀስ ያስፈልጋል፡-

> ወአባ እንድርያስ ለዝዋይ ወለዶሙ ለአባ ሲኖዳ ዘደብረ ጽሙና፣ ወለአባ ቶማስ ዘደብረ ያዕቆብ፣ ወለአባ ተንስአ ክርስቶስ ዘደብረ አብርሐም። ወአባ ሲኖዳ ዘደብረ ጽሙና ወለዶሙ ለአባ ፊቅጦር ዘአምበር ዘሀለወ በዢን ምላት ወደብ ምላት ወደብረ ዘይት ወለአባ ሉቃስ ዘነበረ ዲበ መንበሩ ለአባ ባኮስ ዘዳራማ። ወአባ ባኮስ ወለዶ ለአባ ማቴዎስ፣ ወአባ ማቴዎስ ወለዶሙ ለዓምደ ብርሃን ዘውድባይ ወለአባ ዓምደ ማርያም ዘአምሃራ፣ ወለአባ ፍሬ መስቀል ዘወራሚት፣ ወለአባ ሠርፀ ድንግለ ዘደብረ ጎል፤ ወአባ ቶማስ ወለዶሙ ለአባ ፍሬ ማኅበር ዘእንጦጦ ወለአባ ዮሃንስ ዘነበረ ዲበ መንበሩ። ወአባ ዮሐንስ ወለዶ ለርእሰ ርኡሳን ወለአባ ተክለ ማርያም ዘመርጡ ለማርያም። ወአባ ተክለ ማርያም ወለዶሙ ለአባ ሠርፀ ጴጥሮስ ዘደብረ ወርቅ፣ ወለአባ ጳውሎስ ዘሰቀላ፣ ወለአባ ሮቤል ዘጌቴሰማኒ።[42]

> ትርጉም
> የዝዋዩ አባ እንድሪያስ የደብረ ጽሞናውን አባ ሲኖዳን፣ የደብረ ያዕቆቡን አባ ቶማስን፣ የደብረ አብርሀሙን አባ ተንስአ ክርስቶስን ወለዳቸው። የደብረ ጽሞናው አባ ሲኖዳ የአምበሩን ፊቅጦርን [...] በዳራማ በአባ ባኮስ መንበር የነበረውን አባ ሉቃስን ወለዳቸው። አባ ባኮስ አባ ማቴዎስን ወለደ፣ አባ ማቴዎስ የውድባዩን ዓምደ ብርሃንን፣ የአማራውን ዓምደ ማርያምን፣ የወራሚቱን ፍሬ መስቀልን፣ የደብረ ጎልን ሠርፀ ድንግልን ወለዳቸው። አባ ቶማስ የእንጦጦውን አባ ፍሬ ማኅበርን፣ በመንበሩ የነበረውን አባ ዮሃንስን ወለዳቸው። አባ ዮሃንስ የመርጡለ ማርያሙን ርእሰ ርዑሳን እና አባ ተክለ ማርያምን ወለደ። አባ ተክለ ማርያም የደብረ ወርቁን ሠርፀ ጴጥሮስን፣ የሰቀላውን አባ ጳውሎስን፣ የጌቴሰማኒውን አባ ሮቤልን ወለዳቸው። (አጽንኦቱን የተጨመረ ነው)

በትውልደ መነኮሳቱ የተዘረዘሩት አባቶች አብዛኛዎቹ የኖሩት በ15ኛው ምእት ዓመት ነው። ከተዘረዘሩትም ገዳማት አብዛኛዎቹ የሚገኙት ሸዋና ጎጃም ነው። በተጨማሪም ዝዋይ ተጠቅሷል። የዝዋዩ አባ እንድሪያስ የደብረ ያዕቆቡ አባ ቶማስ የመንፈስ አባት ነው። አባ ቶማስ በበኩሉ የእንጦጦውን ፍሬ ማኅበርንና በመንበሩ የነበረውን አባ ዮሃንስን ወለደ። አባ ዮሃንስ ደግሞ ጎጃም ውስጥ የሚገኘውን የመርጡለ ማርያም ገዳም መሪ ርእሰ ርኡሳን ተክለ ማርያምን ወለደ። ተክለ ማርያም ደግሞ የደብረ ወርቁን ሠርፀ ጴጥሮስንና የጌቴሴማኒውን ሮቤልን ወለደ። ሁለቱም ገዳማት ጎጃም ነው የሚገኙት። ከትውልደ መነኮሳቱ በመነሳት ደብረ እንጦጦ የትምህርት ማዕከል እንደነበረ ለመረዳት እንችላለን።

በኛ ግምት ከግራኝ አሕመድና የቦርና ጎሣዎች ሸዋ ከመስፈራቸው በፊት የነበረው የጥንቱ እንጦጦ መገኛ ስፍራው የአሁኑ ምሥራቅ ሸዋ ነው። ባለፉት ተከታታይ ምዕራፎች እንዳየነው በሸዋና በሌላውም አውራጃዎች ነባሩ ሕዝብ ተፈናቅሎ የኦሮሞ ጎሣዎች ስለሰፈሩበት የጥንቱ እንጦጦና የበራራ ትክክለኛ መገኛ ስፍራ ጠፋ። በ19ኛው ምእት ዓመት የተጻፉ ምንጮች ሁለት እንጦጦዎች እንደነበሩ ያስረዳሉ። አንደኛው በወጨጫ እና በፉሪ ተራሮች መካከል በዋደላ ተራራ ነበር።[43] ሁለተኛው ደግሞ ሰሜን አዲስ አበባ ያለው ብዙ ሰው የሚያውቀው አዲሱ እንጦጦ ነው። ድርሳነ ዑርኤል ስለእንጦጦ እና ስለፍል ውኃ የሚከተለውን ያስነብበናል፦

> ወእምዝ ተንሥአ ወዓርገ መልዕልተ ደመና ሖረ ወህለፈ መንገለ ምድረ ሞሎ ወበጽሀ ውስተ <u>ደብረ እንጦጦ</u> ወነዝኃ ደመ እግዚእነ ኢየሱስ ክርስቶስ ላዕሌሁ ወአተባ ኩሎ ዘውራ። ወእምዝ ተንሥአ ወወረደ ደብረ የረር ወባረካ በደመ አምላክነ እመርሕበ ጨለቅለቃ እስከ <u>ፍሉሕ ማይ</u> ኩሎ በሐውርቲሀነ ምሥራቃነ ወምዕራቢሃ የማናሂ ወፀጋማ እስመ ደብረ የረር ማዕከሌሃ ለኩሉ ሀገረ ኢትዮጵያ።[44]

> <u>ትርጉም</u>
> መልአኩ ተነስቶ ወደደመናው ወጣና በምድረ ሙሎ አለፈ። ወደ <u>ደብረ እንጦጦ</u> ደርሶ የጌታችን የኢየሱስ ክርስቶስ ደም አፍስሶ ዙሪያውን ሁሉ ምልክት አደረገ። ከዚያም ተነስቶ ወደ ደብረ የረር ሄደ። ደብረ የረር የኢትዮጵያ ማዕከል ስለሆነች ከጨለቅለቃ ሜዳ ጀምሮ እስከ <u>ፍል ውኃ</u> እና በዙሪያው አካባቢ ድረስ፣ በምሥራቅ እና በምዕራብ፣ በግራና በቀኝ፣ በአምላካችን ደም ባረከ። (አጽንኦቱን የተጨመረ ነው)

በኛ እምነት ዋደላ ላይ የሚገኘውም ሆነ ሰሜን አዲስ አበባ ያለው እንጦጦ ከግራኝ አሕመድ በፊት ከነበረው እንጦጦ ጋር አይገናኝም። ድርሳነ ዑርኤሉን ጨምሮ በ19ኛው ምእት ዓመት የተጻፉ መረጃዎች እንጦጦ የሚሉት ከአሕመድ ግራኝ ጦርነት በኋላ ያለውን እንጦጦ ነው። ድርሳነ ዑርኤሉ እንጦጦ የሚለው ሰሜን አዲስ አበባ ያለውን አዲሱን እንጦጦ ነው።

ከላይ ያገኘነው ዡል ቦሬሊ ከመስከረም 1885 እስከኅዳር 1888 ዓ.ም. ለሦስት ተከታታይ ዓመታት በአዲሱ እንጦጦ ከተማ ተቀምጦ ነበር። ቦረሊ የጥንቱ እንጦጦ ከአዲሱ እንጦጦ መገኛ በስተደቡብ ምዕራብ እንደሆነ ይነግረናል። ቦሬሊ በ1890 ዓ.ም. ያሳተመው መጽሐፍ እንደሚያሳየው ንጉሥ ምኒልክ ወደሰሜን አዲስ አበባ ከመምጣቱ ጥቂት ዓመታት በፊት ቀደም ብሎ ይኖርበት የነበረው አካባቢ መጠሪያ እንጦጦ ይባል ነበር። የጥንቱ እንጦጦ ነገሥታቱ ይኖሩበት ስለነበረ ይህንኑ ስያሜ ለሰሜን አዲስ አበባ ለመስጠት ዝግጁ ነበር ይላል ቦሬሊ። እንዲያውም የቀድሞ መጠሪያው እንዲጠፉ ፍላጎት ነበረው። በመቀጠልም ቦሬሊ የጥንቱ እንጦጦ የምትገኘው ከቢርቢርሳ (የአሁኑ አራዳ

ጊዮርጊስ) በስተደቡብ ምዕራብ ሁለት ሰዓት መንገድ ከተሄደ በኋላ ነው ይላል።[45] ቦሬሊ ከሰጠው ምስክርነት በመነሳት እንጦጦ ከአሁኑ አራዳ ጊዮርጊስ በስተደቡብ ምዕራብ ሁለት ሰዓት ከተሄደ በኋላ ለሚገኘው አካባቢ መጠሪያ በመሆን ለአንድ መቶ ዘመን ያህል አገልግላለች ማለት ነው።

ከቦሬሊ በተጨማሪ ሸዋን በ19ኛው ምእት ዓመት የጎበኙ ብዙ የውጭ አገር ሰዎች ስለጥንቱ እንጦጦ መገኛ ጽፈዋል። ከነዚህም ውስጥ የተወሰኑትን የጽሑፍ ምስክሮች ቀጥሎ እናቀርባለን። ስለእንጦጦ ያዩትን እና የሰሙትን ከጻፉት የአውሮፓ ሰዎች መካከል ጥሩ ምስክር የሰጠው ዮሃንስ ክራፕፍ ነው። ንጉሥ ሳህለ ሥላሴ ወደጉራጌ በ1840 ዓ.ም. ገደማ ሲዘምት ዮሃንስ ክራፕፍ አብሮ ሄዶ ነበር። ወደጉራጌ ሲዘምቱ እንጦጦን በቅርበት እንደተመለከቱት፣ የቤተ መንግሥት እና የቤተ ክርስቲያን ፍርስራሽ እንደሚገኝ እና ከአሕመድ ግራኝ በፊት ዓፄ ልብነ ድንግልን ጨምሮ ብዙ የኢትዮጵያ ነገሥታት መናገሻቸው እንደነበረ ሰዎች የነገሩትን ጽፏል።[46] ከዘመቻውም መልስ ወደአንጎለላ ሲመለሱ በእንጦጦ አድርገው እንደተመለሱ ዮሃንስ ክራፕፍ ቀጥሎ ያለውን አቢይ መረጃ ጽፏል፡-“ዐሥራ ሁለት ሰዓት ገደማ ከእንጦጦ ተነስተን ጋሎች ወጨጫ ብለው ከሚጠሩት ሜታ ወጨጫ ደረስን። ሁለት ሰዓት ገደማ ሲሆን ጨፌ ሆለታ ከተባለ ደልዳላ ቦታ ከእንጦጦ ሥር ሰፈር አደረግን”(“About twelve o’clock, we entered into the territory of ….Metta Wotsheta , from the mountain Entoto, which the Gallas call Wotsheta. About two o’clock, we encamped at the foot of Entoto, in a plain called Tshaffe holata”)።[47] ቀጥሎም ፊንፊኔን እንዳየ እና በአካባቢው ምንም ለዐይን የሚማርክ ነገር እንደሌለ ጽፏል።[48]

በ19ኛው ምእት ዓመት ሰሜን ኢትዮጵያ ለብዙ ዓመታት ያሳለፈው ፈረንሳዊ አሳሽና ተመራማሪ አንቷ ዳባዲ በ1890 ዓ.ም. ባሳተመው የኢትዮጵያ መልክአ ምድር በተሰኘው መጽሐፉ ዮሃንስ ክራፕፍ ስለእንጦጦ በዝርዝር የጻፈውን የሚያጠናክር መረጃ አስፍሯል። ባጭሩ ዳባዲ እንጦጦን ከፉሪ ተራራ በስተሰሜን፣ ከፊንፊኔ እና ከቢርቢርሳ በስተደቡብ እንደሚገኝ ይገልጻል። ሌላው በሣህለ ሥላሴ ዘመን ሸዋን የጎበኘው ፈረንሳዊ ሮቸት ሄርኮ በበኩሉ በ16ኛው ምእት ዓመት በሸዋ አውራጃ የደረሰው ምስቅልቅል ከመፈጠሩ በፊት ዓፄ ዘርዓ ያዕቆብ በእንጦጦ ተራራ ላይ ቤተ መንግሥት አስሠርቶ ይኖሩ እንደነበረ ጽፏል። ሄርኮ ከንጉሥ ሳህለ ሥላሴ ጋር በ1841 ዓ.ም. በሸዋ ያደረገው የጉዞ ማስታወሻ በካርታ የተደገፈ ነው። ካርታውም ፊንፊኔን፣ ሮጌን፣ የረርን፣ ፉሪን፣ ወጨጫን እና እንጦጦን ያሳያል። የእንጦጦም መገኛ ከፉሪ አጠገብ ከወጨጫ በስተደቡብ ነው። በ1846 ዓ.ም. ድጋሚ ባዘጋጀው ካርታ እንጦጦን ከፊንፊኔ በስተምዕራብ ከፉሪ ተራራ በቅርበት አስቀምጧታል።[49]

በቀዳሚ ምዕራፍ እንዳየነው ቲወፍሎስ ለፌቭር የአሁኑ አዲስ አበባ አካባቢ የነበሩትን የጥንት ፍርስራሾች ከንጉሥ ሣህለ ሥላሴ ጋር በመሆን በ1841 ዓ.ም. አይቷል። ለፌቭርር እላይ የጠቀስናቸው ጸሐፊዎች ስለጥንቱ እንጦጦ የሰጡትን ምስክርነት የሚያጠናክር መረጃ በሁለት ቅጽ በጻፈው መጽሐፍ አስፍሯል። የእንጦጦ መገኛ ከወጨጫ ሰሜን ምዕራብ፣ ከፉሪ በስተሰሜን፣ ከፊንፊኔ በስተምዕራብ እንደሆነ ይመሰክራል። ወደንጉሥ ሣህለ ሥላሴ የተላከው የእንግሊዝ መንግሥት መልክተኛ ሻለቃ ሃሪስ በበኩሉ እንጦጦ ከድንጋይ የተሠራ የግንብ ፍርስራሽ እንደሚገኝ ጽፏል። በዓፄ

ምኒልክ ዘመን ከዘይላ ተነስቶ ደቡብ ኢትዮጵያን ለማሰስ የመጣው ጣሊያናዊው ጉስታቮ ቢያንኪ እንጦጦ አካባቢ ሄዶ ነበር። እርሱም ወጨጫ እንጦጦ ይባል እንደነበረ እና ፉሪ አጠገብ እንደሚገኝ ጽፏል። በምኒልክ ዘመን በእንጦጦ እና ዝቋላ አካባቢ አሰሳ ያደረገው ጣሊያናዊ ሊዎፖልድ ትራቨርሲ በበኩሉ ሰሜን አዲስ አበባ የሚገኘው አዲሱ እንጦጦ የጥንቱ እንጦጦ ደግሞ ከወጨጫ በስተደቡብ የሚገኘው እንደነበረ ይመሰክራል።[50]

እላይ ከጠቀስናቸው መረጃዎች በተጨማሪ ወንጌላዊው አባ ፈርድናንድ ስለጥንቱ እንጦጦ ጠቃሚ ምስክር ሰጥቷል። ፈርድናንድ መጀመሪያ ፊንፊኔ ቀጥሎም ቢርቢርሳ ቤት ሠርቶ የተቀመጠው በንጉሥ ምኒልክ ዘመን በ1868 ዓ.ም. ነው። ንጉሥ ምኒልክ እና መኳንንቱ ወጨጫ ዳገት በጥንቱ እንጦጦ ቤት ሠርተው እንደተቀመጡ ፈርድናንድን በመጥቀስ ፍራንሲስ አንፍሬ ጽፏል። በተጨማሪም በጥር ወር 1880 ዓ.ም. ጎበናን እና እዚያው ቤት ሠርቶ የሚኖርና በኋላም የዓፄ ምኒልክ ባለሟል የሆነውን አልፍሬድ ኢልግን እንዲሁም ጣሊያናዊውን ጉስታቮ ቢያንኪን እንጦጦ በሄደበት ጊዜ ማግኘቱን በጽሑፍ አስፍሯል። ጎበና የተባለው ራስ ጎበና መሆኑ አያጠራጥርም። በመጨረሻም ፈርድናንድ እንጦጦ አንድ ቤተ ክርስቲያን ማስሠራቱን እና ዓፄ ምኒልክም የጥንቱን እንጦጦን ለአቡኑ መቀመጫ ይሁን ብሎ ሰጥቶ ለራሱም ዲልዲላ ላይ ሌላ ከተማ ማስሠራት እንደጀመረ አክሎ ጽፏል።[51]

ምኒልክ ወጨጫ ላይ ጊዜያዊ ከተማ የሠራበት ልዩ ቦታ ዋደላ እንደሆነ ከ1876 እስከ1881 ዓ.ም. ሸዋን ተዘዋውሮ ያየው ጣሊያናዊው አንቶንዮ ቾኪ የጻፈውን በካርታ የተደገፈ ዝርዝር መረጃ ዋቢ በመጥቀስ ፍራንሲስ አንፍሬ ጽፏል። በካርታው መሠረት ከተማው የተመሠረተበት ቦታ በፉሪ እና በወጨጫ መካከል አሁን ዋደላ ተብሎ በሚጠራው ከፍታ ቦታ ነው።[52] ምኒልክ ያስሠራው ከተማ ፍርስራሽ በቦታው ከወጨጫ በስተደቡብ ምዕራብ፣ ከአዲስ አበባ በዐሥር ኪሎ ሜትር ርቀት ዛሬም ይገኛል። ይህ ቦታ አዲስ አበባን ከጅማ ከሚያገናኘው መንገድ በእግር ግማሽ ሰዓት ያስጉዛል። አንፍሬ በ1984 ዓ.ም. አካባቢ ከቦታው ድረስ በመሄድ ሰፊ መሬት ላይ ያረፈ ዙሪያው በድንጋይ እድሞ የተከበበ ባለአራት ማዕዘን የቤት መሠረት እና የቤቱ ምሥራቃዊ ግድግዳ ሳይፈርስ እንዳገኘ በዝርዝር ጽፏል። በተጨማሪም የምኒልክ መኮንን የነበረውን የራስ ልዑል ሰገድ አጥናፍ ሰገድ የቤት ፍርስራሽ ቦታውን በጎበኘበት ወቅት ማየቱን የቦታውን ሰዎች እማኝ ጠቅሶ ጽፏል። የዋደላ ማርያም ቤት ክርስቲያንም ከጥንቱ እንጦጦ በ600 ሜትር ርቀት ስትገኝ የተመሠረተችውም በ1880 ዓ.ም. ነው።[53]

ዓፄ ምኒልክ ዋደላ በጥንቱ እንጦጦ ላይ ያስሠራውን ጊዜያዊ ከተማ ትቶ ወደዲልዲላ አዲሱ እንጦጦ የሄደው በጥር ወር መጨረሻ አካባቢ በ1882 ዓ.ም. እንደሆነ የፈርድናንድን ምስክርነት በመጥቀስ ፍራንሲስ አንፍሬ ጽፏል። ጸሐፊ ትእዛዝ ገብረ ሥላሴ በታሪክ ነገሥቱ ላይ እንዳሰፈረው ንጉሡ ወደአዲሱ እንጦጦ የሄደበት ምክንያት ሲፈለግ የነበረው የዳዊት ከተማ ፍርስራሽ በቦታው ስለተገኘ ነው። ምኒልክ ወደአዲሱ እንጦጦ የመሄዱ ነገር ቁርጥ ሲሆን በጥንቱ እንጦጦ ያስጀመረውን ጊዜያዊ ከተማ አፍርሶ ነው የሄደው። ምክንያቱ ባይታወቅም ንጉሡ የጥንቱ እንጦጦ በስሙ እንደጸና እንዲቀጥልም አልፈለገም። ዡል ቦሬሊ እንደሚለው ከሆነ ንጉሡ የጥንቱ እንጦጦ ስያሜው እንዲጠፋ ፍላጎት ነበረው።[54] ፍላጎቱም ተፈጽሟል። ብዙ ሰው የሚያወቀው አዲሱን እንጦጦ ነው። የጥንቱ እንጦጦ ፈጽሞ ተረስቷል።

ምኒልክ የጥንቱ እንጦጦ ስያሜ እንዲጠፋ የፈለገው በሁለት ምክንያት ይመስለናል። አንደኛው እና ዋናው ምክንያት የዓፄ ዳዊት ከተማ ትክክለኛ መገኛ አዲሱ እንጦጦ ነው

ብሎ ስላመነ ነው። ባለአምስት ማእዘን ቅርጽ ካለው እድሞ እና አለቱን በመፈልፈል ከተሠራ ምሽግ የሚመስል ቁፍር የተከበበ የቤተ መንግሥት ፍርስራሽ አዲሱ እንጦጦ መገኘቱ ቦታው የዓፄ ዳዊት ከተማ ስለመሆኑ በንጉሡ ዘንድ እንደዋና መረጃ ተቆጥሯል። ሁለተኛው ምክንያት እንጦጦ ለሁለት የተለያዩ የቦታ ስያሜዎች እንዲሆን ስላልፈለገ ነው። ምክንያቱ ምንም ይሁን ንጉሡ መኖሪያ ቤቱን በ1883 ዓ.ም. አዲሱ እንጦጦ ላይ አስሠራ። ከዚያም በ1885 ዓ.ም. እንጦጦ ራጉኤልን እና እንጦጦ ማርያምን አስጀምሮ ከሦስት ዓመት በኋላ በ1887 ዓ.ም. አጠናቀቀ።[55] እላይ በቀረበው መረጃ በመነሳት የጥንቱ እንጦጦ ከወጨጫ ጎን ይገኝ እንደነበረ ንጉሥ ምኒልክም ለአጭር ጊዜም ቢሆን ከትሞበት እንደነበረ እርግጠኛ ለመሆን ይቻላል።

ማስታወሻዎች

---

1 "የኦሮሚያ ክልል በፊንፊኔ/አዲስ አበባ ላይ ያለውን ሕገ-መንግሥታዊ ልዩ ጥቅም፣" 5።

2 Harris, *Highlands of Ethiopia,* vol. 2, 189 and 201; Isenberg and Krapf, *Journals of C. W. Isenberg and* Johann Ludwig Krapf, 215-216.

3 ደስታ፣ *የአማርኛ መዝገበ ቃላት*፣ 984-990።

4 Huntingford, *Historical Geography of Ethiopia*.

5 ጌታቸው፣ *ደቂቀ እስጢፋኖስ*፣ 54፣ 180፣183፣190፣192።

6 Täklä Iyäsus, *Goǧǧam Chronicle*,160.

7 Conti Rossini, "L 'evangelo d'oro di Dabra Libanos," 177-219; Huntingford, *Historical Geography of Ethiopia*, 69, 83, 152-154; Lusini, *Studi sul Monachesimo*, 1, 5.

8 ዝኒ ከማሁ፣ 110-112.

9 Bounga, "Damot," 326-330, 341-351; Crawford, *Ethiopian Itineraries*, 78-80; Huntingford, *Historical Geography of Ethiopia,* 83-84, 86-88; 138, 143; Merid, "Political Geography of Ethiopia," 628, 629; Mohammed, *Oromo of Ethiopia*, 48-82.

10 Conti Rossini, *Historia Regis Sarsa Dengel*, 44-45, 52; Crawford, *Ethiopian Itineraries*, 81-82; Huntingford, *Historical Geography of Ethiopia,* 79, 83, 86; Merid, "Political Geography of Ethiopia," 625-626; Uṯmān, *Futūḥ al-Ḥabaša*, 139, 160, 180-183, 186, 187.

11 ጌታቸው፣ *የአባ ባሕርይ ድርሰቶች*፣ 143-144፤ Huntingford, *Historical Geography of Ethiopia,* 52, 72, 80, 205; Merid, "Political Geography of Ethiopia," 621, 622.

12 Bounga, "Damot," 326-330, 341-351.

13 ጌታቸው፣ *የአባ ባሕርይ ድርሰቶች*፣ 139-155።

14 ስለፊንፊኔና ሸገር የቃል ፍች በሚገባ ያብራራልኝ በዛ ተስፋው ነው። በዛ ያደረገልኝን የማይተካ ትብብር በደስታ ለመግለጽ እወድዳለሁ።

15 Harris, *Highlands of Ethiopia,* vol. 2, 189 and 201.

16 ዝኒ ከማሁ፣ vol. 2, 201.

17 Isenberg and Krapf, *Journals of C. W. Isenberg and Johann Ludwig Krapf*, 215-216.

18 Lefebvre, *Voyage en Abyssinie*, volume 2, 239-240.

---

19 ያሬድ፣ *ይምጡ በዝና*፣ 35-37።

20 ደስታ፣ *የአማርኛ መዝገበ ቃላት*፣ 976-977፣ 984-990።

21 ደስታ፣ *የአማርኛ መዝገበ ቃላት*፣ 984።

22 ተሰማ፣ *የዐማርኛ መዝገበ ቃላት*፣ 1390።

23 Kane, *Amharic Dictionary*, 2314.

24 Baeteman, *Dictionnaire Amarigna-Français*, 1251; Caquot, "L'homélie en l'honneur de l'archange Ouriel," 76.

25 Foot, *Galla-English, English-Galla Dictionary*, 20.

26 Isenberg and Krapf, *Journals of C. W. Isenberg and J. L. Krapf*, 216; Kraf, *Vocabulary of the Galla Language*.

27 Jarosseau, *Dizionario della Lingua Galla con Brevi Nozioni Grammaticali*; Tilahun, *Comprehensive Oromo-English Dictionary*; Tutschek, *Dictionary of the Galla Language*; Tutschek, *Lexicon der Galla Sprache*.

28 Borelli, *Éthiopie Méridionale*, 110.

29 ደስታ፣ *የአማርኛ መዝገበ ቃላት*፣ 1216፣ 1217.

30 ዝኒ ከማሁ፣ 612-613.

31 Foot, *A Galla-English, English-Galla Dictionary*, 15.

32 ደስታ፣ *የአማርኛ መዝገበ ቃላት*፣ 350-352.

33 ዝኒ ከማሁ፣ 1215.

34 ተሰማ፣ *የዐማርኛ መዝገበ ቃላት*፣ 331.

35 Guidi, *Vocabulario Amharico-Italiano*, 227, 228, and 229; Baeteman, *Dictionnaire Amarigna-Français,* 283-285.

36 ገብረ ሥላሴ፣ *ታሪክ ዘመን ዘዳግማዊ ምኒልክ*፣ 138።

37 Pankhurst, "Menelik II and the Foundation of Addis Ababa," 107.

38 Abdussamad, "Trading in Slaves," 437. ስለአዲስ አበባ ሰፈር ስያሜዎች ቀጥሎ ያለውን ይመለከቷል፡- Bahru, "Early Safars of Addis Ababa," 43-55.

39 Uṯmān, *Futūḥ al-Ḥabaša,* 205-207. አረብ ፈቂህ እንጦጦን አንጢጢ [Anṭiṭ] ብሎ ጽፎታል። ምሑራን አንጢጢ የተባለው እንጦጦን ነው ብለው ይስማማሉ። ለዚህ የሚከተለውን ይመለከቷል፡- Anfray, "Autour du Vieil Entotto," 12 footnote number 2.

40 Uṯmān, *Futūḥ al-Ḥabaša,*205.

41 Abd el-Qader, *Histoire de la Conquête de l'Abyssinie*, 268 footnote 1; Conti Rossini, "Postille al "Futuh al-Habasah," 178.

42 "ዝክረ ወጳውሊ፣" በብራና ላይ በእጅ የተጻፈ፣ አባ ዐሥራት ገዳም፣ የፎቶግራፍ ቁጥር 184። መጽሐፉን ጸሐፊው በካሜራ አንስቷታል። እያንዳንዱ ቅጠል ፎግራፍ በሚነሳበት ጊዜ ካሜራው የመለያ ቁጥር ይሰጠዋል። ከዚህ ያለው የፎቶግራፍ ቁጥር የሚያሳየው ይህንን ነው። 4

43 Anfray, "Autour du Vieil Entotto," 5-12; and Borelli, *Éthiopie Méridionale*, 110.

44 Caquot, "*L'homélie en l'honneur de l'archange Ouriel,*" 76.

45 Anfray, "Autour du Vieil Entotto," 5; Borelli, *Éthiopie Méridionale*, 110.

46 Isenberg and Krapf, *Journals of C. W. Isenberg and J. L. Krapf,* 211-212.

47 ዝኒ ከማሁ፣ 214.

48 ዝኒ ከማሁ፣ 215-216.

49 d'Abbadie, *Géographie de l'Ethiopie*, 286 and 291; d'Héricourt, *Voyage sur la côte orientale de la mer Rouge*; *idem*, d'Héricourt, *Second Voyage sur les deux rives de la mer Rouge*, 174-213.

50 Bianchi, *Da Zeila aile frontière del Caffa,* vol. 1, 465; Harris, *Highlands of Ethiopia,* vol. 2, 199-200; Lefebvre, *Voyage en Abyssinie,* vol 2, 239.

51 Anfray, "Autour du Vieil Entotto," 9; Foucher, "Birbirsa," 35-38.

52 Anfray, "Autour du Vieil Entotto," 10.

53 ዝኒ ከማሁ፣ 10.

54 ዝኒ ከማሁ፣ 10-11.

55 ገብረ ሥላሴ፣ *ታሪክ ዘመን ዘዳግማዊ ምኒልክ፣* 125-138። በተጨማሪም የሚከተለውን የመረጃ ምንጭ ያንብቡ Anfray, "Autour du Vieil Entotto," 10-11.

ምዕራፍ ዐሥራ አንድ ኢትዮጵያ እና ስፔን፣ ዓፄ ምኒልክ እና የስፔን ነገሥታት

"ርስት በሺህ ዓመቱ ለባለቤቱ"።[1]
"ለርስት ሴቶች ስንኳ ይሞቱበታል"።[2]

በቀዳሚ ተከታታይ ምዕራፎች ስለበራራ ከተማ መልክአ ምድር፣ በራራ የኢትዮጵያ መዲና የሆነችበትን የታሪክ አውድ፣ ስለከተማዋ አመሰራረት፣ እድገት፣ ውድመት እና ዳግም ልደት/ትንሣኤ በሰፊው አይተናል። የበራራን ጠቅላይ ታሪክ ለማጠናከር ምርምር ስናደርግ ከተማዋን የሚመለከት እና በአጠቃላይ ስለኢትዮጵያ ታሪክ ብዙ የታሪክ ምንጮች ለማግኘት ችለናል። እነዚህ ምንጮች ስለኢትዮጵያ ታሪክ የሚነገሩ መታረቅ ያለባቸው ብዙ ትርክቶች እንዳሉ ያስገነዝባሉ። ስለነገድ እና ቋንቋ፣ ስለመካከለኛው ዘመን የኢትዮጵያ ታሪክ፣ ስለአዲስ አበባ አመሰራረት፣ ስለሞጋሣ እና የገዳ ድርጅት፣ በዳግማዊ ምኒልክ ዘመን ስለተደረገው የጠፉውን አገር እና መንግሥት የማስመለስ ዘመቻ በሚመለከት የተጻፉትን የቆዩ ትርክቶች በተለያዩ ምዕራፎች ተችተናል። በዚህ ምዕራፍ የኢትዮጵያን ነገሥታት በተለይም ዳግማዊ ዓፄ ምኒልክን በጨፍላቂነት እና በተስፋፊነት የሚፈርጀውን የተማሪ ፖለቲከኞች እና የነገድ ድርጅት መሪዎች የፈጠሩትን ትርክት ባጭሩ እንዳሥሣለን። ከአክሱም ዘመነ መንግሥት ጀምረን እንኳ ብንቆጥር ኢትዮጵያ ቢያንስ የሁለት ሽህ ዓመት የመንግሥትነት ሥልጣኔ ታሪክ አላት። ምንም እንኳ ኢትዮጵያ ረጅም የመንግሥትነት ሥልጣኔ ታሪክ ቢኖራትም እስከአሁን ድረስ አንድወጥ፣ ባሕል፣ ቋንቋ እና ሃይማኖት የላትም። በኢትዮጵያ ታሪክ ጥልቅ ምርምር ያደረገው ጣሊያናዊ ካርሎ ኮንቲ ሮሲኒ ኢትዮጵያን "የነገዶች ሙዚየም" ("un museo di popoli")[3] ያለበት ምክንያት በኢትዮጵያ የነበረው እና አሁንም ያለው ጉራማይሌ ባህል፣ ሃይማኖት እና ቋንቋ ነው።

እንደኢትዮጵያ ረጅም የመንግሥትነት ስልጣኔ ያላቸው የዓለም አገሮች በጣም ጥቂት ናቸው። በምዕራፍ 2 በሰፊው እንዳየነው የኢትዮጵያ መንግሥት የጽናቱ እና የጥንካሬው ምስጢር የሚገዛባቸው ሕግጋት እና የአስተዳደር እሴቶቹ ናቸው። የኢትዮጵያ ነገሥታት እና መሳፍንት በአገራቸው አንድነት ጽኑ እምነት ቢኖራቸውምና ባይደራደሩም በግዛታቸው ሥር የሚገኙትን ነገዶች ማናቸውንም አይነት ልዩነቶች ተቀብለው ያስተዳድሩ ነበር። ምንም እንኳ ነገሥታቱ እና መሳፍንቱ ክርስቲያን ቢሆኑም የኢትዮጵያ ንጉሠ ነግሥት መንግሥት የሃይማኖት፣ የቋንቋ እና የባሕል ልዩነት ይቅበላል። የሸዋው

ንጉሥ ሣህለ ሥላሴ ለዚህ ጥሩ የቅርብ ጊዜ አብነት ነው። ንጉሡ ለእንግሊዝ ንግሥት ለቪክቶሪያ በጻፈው ደብዳቤ እራሱን "ሣህለ ሥላሴ ንጉሠ ሸዋ፣ የጉራጌ፣ የጋላ፣ የሻንቅላ፣ [የአዳ]ል፣ የከረዩ፣ ይይቱ፣ የወሎ፣ ያረመኔ፣ የክርስቲያን የሁሉ ንጉሥ"[4] ብሎ ይጠራል። የኢትዮጵያ ነገሥታት እኔ የማመልከውን አምላክ ካላመለካችሁ፣ የኔን ቋንቋ ካልተናገራችሁ፣ እኔ የምለብሰውን ካለበሳችሁ፣ እኔ የምዘፍነውን ዘፈን እና የምጨፍረውን ጭፈራ ካልዘፈናችሁና ካልጨፈራችሁ ከማስተዳድረው አገር ለቋችሁ ውጡ ብለው ያፈናቀሉት ሕዝብ የለም። ኢትዮጵያ እኛ እስከምንኖርበት ዘመን የክርስቲያኖች፣ የሙስሊሞች እና የኢአማኒያኖች፣ የብዙ ነገዶች አገር ሆና የቀጠለችበት ዋናው ምክንያት ይህ ነው።

ምኒልክ ኢትዮጵያን እንደገና ያደሳት፣ አንድ አድርጎ ያጸናት ብዙ ተፎካካሪ የአውራጃ መስፍኖችን በማሸነፍ፣ የአስተዳደር ሥርዓት ዘርግቶ፣ ድንበሩን ከአውሮፓ ቅኝ ገዥ ኃይሎች ወረራ በጽናት በመከላከል እና በመጠበቅ ነው። ንጉሡ ባስተዳደሩ ሥር ያደረጋቸውን የተለያየ ባህል፣ እምነት እና ማንነት ያላቸውን ሕዝቦች የነገድ ማንነታቸውን፣ ቋንቋቸውን እና ባህላቸውን ለማጥፋት ያለመ ሕግ አላወጣም ወይም የነገድ ማንነት ጥፋት የሚያስከትል ምንም አይነት እርምጃ አልወሰደም። የተማሪ ፖለቲከኞችና የነገድ ድርጅት መሪዎች ምኒልክን በጨፍላቂነት የሚከስሱት ኢትዮጵያን መልሶ አንድ ለማድረግ በተደረገው የኢትዮጵያ መሪዎች ታላቅ ተጋድሎ የነበረውን ጉልሕ ሚና እና በአድዋ ጦርነት በቅኝ ገዥዎች ላይ ያስመዘገበውን አንጸባራቂ የድል ታሪክ ለማደብዘዝ ነው። የኢትዮጵያ የቅርብ ጊዜ ታሪክ በተቃርኖ እና በምጸት የተሞላ ነው። ምኒልክን በጨፍላቂነት እና በወራሪነት በተለየ የሚከሱት የኦሮሞ ፖለቲከኞች ናቸው። እነሁ ፖለቲከኞች ከ20 በላይ የሚሆኑትን የጥንት የኢትዮጵያ ነገዶች ርስታቸውን አፍልሶ፣ ዘራቸውን አሣሥቶና ልዩ የነገድ ማንነታቸውን አቀጭጮ በማጥፋት ሰልቅጦ የበላውን የገዳን ድርጅት እና ሞጋሣን እንደመልካም ውርስ እና እሴት የሚያዩ ናቸው። የበረይቱማ እና የቦረን ጎሳዎች በ16ኛው ምእት ዓመት ያደረጉትን ወረራና ሰፈራ በ17ኛው ምእት ዓመት ቢቀጥሉበት ኑሮ ዛሬ በኢትዮጵያ ያለውን ጉራማይሌ ባሕልና ቋንቋ ላናየው እንችል ነበር። የኦሮሞ ፖለቲከኞች ምኒልክንና የአማራ ሕዝብ በደለን የሚሉ ሕዝባችን የሚሉት ኦሮሞ ከአማራ ሕዝብ ዐፅመ ርስት ከነበሩት ሸዋ፣ ደዋሮ፣ ወጅ፣ ፈጠጋር፣ ዳሞት፣ ገንዝ፣ ገኝ፣ ቢዛሞ፣ ደዋሮ፣ ባሊና ሌሎችም የጥንት አውራጃዎች እንደዋርካ ተነሰራፍቶ እየኖረነው።

በኦሮሞ ወረራና ሰፈራ እንደአማራ ሕዝብ የተጎዳ አለ ለማለት ይከብዳል። ነገር ግን ዓፄ ምኒልክ ከትልቅነት እንጅ ከቂምና ከበደል አልተነሣም። ደም በማፍሠሥ፣ ርስት በማፍለሥ፣ ማንነት በመደምሠሥ በወራሪነት መጥተው ከአማራውና ከሌላውም ነገድ ዐፅመ ርስት ላይ እንደሠፈሩ የቀሩትን ኦሮሞዎች ለምደዋል ተዛምደዋል ብሎ ካሸነፋቸው በኋላ ባለርስት ከማድረግ በላይ ትልቅነት የለም። በምኒልክ አያት ቅድመ አያቶች ዐፅመ ርስት ላይ እንደዋርካ ሰፍቶ ተቀምጦ ምኒልክና አማራ በደለኝ ማለት የምጸቶች ሁሉ ምጸት፣ የተቃርኖዎች ሁሉ ተቃርኖ ነው።

በውጭ ወራሪ ኃይሎች ፈርሰው፣ ርስታቸው ከፈለሰ በኋላ ኃይላቸውን አጠናክረው ነጻነታቸውንና አገራቸውን ያስመለሱ አገሮች በዓለም ታሪክ በጣም ብዙ ናቸው። ነጻነታቸውን በኃይላቸው ያስመለሱ አገሮች ርስታቸውን አንድ ጋት ሳያስቀሩ ከወራሪዎች ከመረከብም አልፈው ለደረሰባቸውም ጉዳት ካሳ የሚጠይቁ አሉ። ኢትዮጵያውያን ለርስት አገራችው የሚሰጡትን ከፍተኛ ክብር የሚያንጸባርቁ ብዙ ሥነ ቃሎች አሉ።

ከርስት ጋር በተየያዘ ከሚነገሩት ሥነቃሎች በምዕራፉ መግቢያ ላይ የጠቀስናቸው "ለርስት ሴቶች ስንኳ ይሞቱበታል" እና "ርስት በሺህ ዓመቱ ለባለቤቱ" የሚሉ ይገኙበታል። ሰዎች ስለርስታቸው ይገድላሉ፤ ስለርስታቸው ይሞታሉ። የጊዜ ርዝመትም ሆነ የቦታ ርቀት የአንድን ሰው የርስት መብት አይሽረውም። ኢትዮጵያውያን ከርስት ጋር ያላቸውን ቁርኝት በሚመለከት በምዕራፍ 8 ያቀረብነውን የሐማሴኑ ተወላጅ ብላታ ገብረ እግዚአብሔር ገላ ማርያም ለምኒልክ የጻፈውን የወቀሳ፣ የተግሣጽና የምክር ደብዳቤ ማስታወስ ይበቃል። ገብረ እግዚአብሔር ምኒልክን "ኢትዮጵያ ቅድስት አገር እናትዎ መርቃ የዳዊት ዘውድ የሰጠችዎን ወሮታዋን አልመለሱላትም፤ ይልቁንስ ከነበረችበት ድምበር እያጠፏት ነው ይሄዳሉ"[5] ብሎ ይወቅሳል።

ከዚያም ገብረ እግዚአብሔር ምኒልክ ስለርስቱ የሞተውን የመጽሐፍ ቅዱሱን ናቡቴንና በጽናት ተዋግቶ በማሸነፍ ለእስራኤል ልጆች የርስት ምድራቸውን ያስመለሰውን የኢያሱ ወልደ ነዌን አርአያ ተከትሎ መረብ መላሽን ከጣሊያን ወራሪዎች አርነት አውጥቶ ለኢትዮጵያ ልጆች ርስታቸውን እንዲያስመልስ ይማጸናል። ገብረ እግዚአብሔር አክሎም አስፈላጊ ከሆነ የጠፋውን አገርና የኢትዮጵያን መንግሥት ለማስለመለስ ሲዋጉ በሠማዕትነት ያለፉትን የዓፄ ቴዎድሮስንና የዓፄ ዮሃንስን አርአያ ተከትሎ በጀግንነት ተዋግቶ እንዲያልፍ ይመክራል።[6] ባጭሩ ከላይ የጠቀስናቸው ሥነ ቃሎች እና ገብረ እግዚአብሔር ለምኒልክ የጻፈው ደብዳቤ የሚያስረዱን ርስት ያለብርቱ ነገር በቀላሉ አይለቀቅም። ነገሥታቱ የውጭ ወራሪ ኃይሎች ድንበር አፍርሰው በመጡ ጊዜ በዓዋጅ ሠራዊታቸውን እንዲከትትና ለርስቱ እንዲዋጋ መልእክት እንደሚያስተላልፉ የሚታወቅ ነው።

የበርይቱማ እና የቦረን ጎሣዎች በባሊ በኩል ድንበር ተሻግረው ነባሩን ሕዝብ አፈናቅለው፣ ረግቶ የተቀመጠውን ደግሞ ገበሮ አድርገው በወረራ በያዟቸው ሰፋፊ አውራጃዎች እንደሠፈሩ መቅረታቸውን በሠፊው ዐይተናል (ምዕራፍ 6ን እና 7ን ይመለከቷል)። አባ ዳንኤል በሰማያዊት ኢየሩሳሌም የመሰለውን፣ የሠርፀ ድንግል ታሪክ ነገሥት እና የጻድቁ መርቆሬዎስ ገድል ጸሐፊዎች "እሥመ ሸዋ ሀገረ መንግሥት ይእቲ" (" ሸዋ የመንግሥት አገር ናት") ያሉትን፣ አማርኛ ቋንቋ ተወልዶ ያደገበትን ሸዋን ጨምሮ ኦሮሞዎች በወረራ የሠፈሩበት ከሁሉም ነገዶች ይልቅ በአማራው ዕፅመ ርስት ነው (ምዕራፍ 2ና 3ን ይመለከቷል)። ነገር ግን ምኒልክ የጠፋውን አገር እና የኢትዮጵያ መንግሥት ሲያስመልስ ኦሮሞዎችን በአማራ ሕዝብ ላይ ለሠሩት ተጽፎ የማያልቅ ወንጀል ይቅርታ ጠይቃችሁ፣ የአማራውን ዕፅመ ርስት ለባሌቤቶቹ አስረክባቹህ፣ አፈ ላማ፣ ካሳ ከፍላችሁ ወደመጣችሁበት ወደጥንት አገራችሁ ተመለሱ አላላቸውም። ምኒልክ ኦሮሞዎችን ለምደዋል፣ ተዛምደዋል ብሎ በወረራ የሰፈሩበትን፣ የአማርኛ ቋንቋ ተወልዶ ያደገበትን፣ የአማራውን ዕፅመ ርስት መሬት አጸናላቸው፣ ባለርስት አደረጋቸው። የአማራው እና የሌሎች ነገዶች ካሳ ሳይከፈላቸው፣ ርስታቸው ሳይመለስላቸው እንደተፈናቀሉ ቀሩ። ወራሪዎቹን ካሸነፈ በኋላ መልሶ ወራሪዎቹን ለምደዋል፣ ተዛምደዋል ብሎ ባለርስት ያደረገ ንጉሥ በዓለም ታሪክ ምኒልክ ብቻ ነው። ከኢትዮጵያ ጋር የሚመሳሰል ታሪክ ያላቸው አገሮች ነገሥታት ምኒልክ እንደአደረገው ወራሪዎችን ካሸነፉ በኋላ ባለርስት ያደረጉ ተጽፎ ያገኘነው በዓለም ታሪክ የለም።

በዚህ ምዕራፍ በምኒልክ የተካሄደውን የጠፋውን አገር፣ ርስትና መንግሥት የማስመለስ፣ አንድ የማድረግ ዘመቻ እና ስፔናውያን የአገራቸውን ደቡባዊ ክፍል ለ800 ዓመታት ይዘውት የነበሩትን በርበሮችን እና አረቦችን ያስለቀቁበትን እና አንድ የሆኑበትን

ታሪክ በንፅፅር እናያለን። የስፔን የታሪክ ምሁራን የስፔን ነገሥታት ደቡብ ስፔንን ከአረቦች አርነት ለማውጣት እና አገራቸውን አንድ ለማድረግ ያደረጉትን ዘመቻ "ሪኮንኪስታ" ("Reconquista") ይሉታል። የዚህ ትርጉም "አገር መልሶ ማቅናት/ማዋሃድ" ማለት ነው። በምኒልክ የተደረገውን አገር መልሶ አንድ የማድረግ ዘመቻና ስፔናውያን ያደረጉትን አገር መልሶ የማቅናት ዘመቻ ተመሳሳይነቱን ያሳየው በምዕራፍ 9 ያገኘነው አላን ጋስኮ ነው።[7] ምኒልክ አደረገ ስለተባለው በኦሮሞ ነገድ ድርጅት መሪዎች፣ በፖለቲከኞች እና በምሁራን ብዙ ነገር ተጽፏል። ምኒልክ ስላላደረገው ነገር ግን በተመሳሳይ የታሪክ ሂደት ያለፉት አገሮች በምኒልክ እግር የነበሩ ነገሥታት ስላያደረጉት ብዙ አይነገርም። የስፔንን እና የኢትዮጵያን ታሪክ ማነፃፀር ምኒልክ እና የተመራበትን የአገር ግንባታ ሕግ ለመረዳት ይረዳል።

11.1 ፈርድናንድ እና ምኒልክ

ስፔናውያን ከኢትዮጵያ ጋር ተመሳሳይ በሆነ የታሪክ ሂደት አልፈዋል። ስፔን በ1492 ዓ.ም. እንደገና የተወለደችው፣ የታደሰችው ደቡባዊ የአገሪቱን ክፍል ከሰሜናዊው የአገሪቱ ክፍል ጋር አንድ አድርጎ በማዋሃድ ነው። ከ1492 ዓ.ም. በፊት የሰሜኑ ክፍል በትናንሽ የክርስቲያን መንግሥታት ይተዳደር የነበረ ሲሆን ደቡብ ስፔን ደግሞ ከሰሜን አፍሪካ በሄዱ አረቦች እና በርበር ሙስሊሞች ይተዳደር ነበር። በ19ኛው ምእት ዓመት የኢትዮጵያ ነገሥታት እንዳደረጉት ሁሉ የሰሜኑ የስፔን ክርስቲያን መንግሥታት አገራቸውን አንድ ለማደረግ የቻሉት ደቡብ ስፔንን ለ800 ዓመታት በኃይል ተቆጣጥረው ይኖሩ የነበሩትን የአረብ እና የበርበር ሙስሊሞች በጦርነት አሸንፈው በማስለቀቅ ነፃ ካወጡ በኋላ ሁለቱን የአገሪቱ ክፍሎች በአንድ ማዕከላዊ መንግሥት ሥር በማድረግ ነው። ነገር ግን ጦርነቱን ካሸነፉ በኋላ ስፔናውያን በተሸነፉት አረቦች ላይ የወሰዱት እርምጃ ዓፄ ምኒልክ ከተከተሉት መርሕ ፍጹም የተለየ ነበር። የስፔን ነገሥታት አንድ ወጥ የሆነ ቋንቋ፣ ሃይማኖት እና ባህል ያላት ስፔንን የፈጠሩት የተለየ ሃይማኖት፣ ባህል፣ ቋንቋ እና ማንነት የነበራቸውን ህብረተሰቦች በመጨፍለቅ፣ በማፈናቀል እና ከአገር ለቅቀው እንዲሰደዱ በማድረግ ነው። ምኒልክ ግን አንድ ወጥ ሃይማኖት፣ ቋንቋ፣ ባህል እና ማንነት ያላት ኢትዮጵያን ለመፍጠር አልሞ አልተንቀሳቀሰም። የተጠበቀውን አንድነት ባያመጣም የስፔን ነገሥታት ከተከተሉት ፖሊሲ ይልቅ የኢትዮጵያ ነገሥታት የወሰዱት እርምጃ ተራማጅ ነበር። ቀጥሎ ሁለቱ አገሮች ያለፉትበት የታሪክ ውደት እና የአገር ግንባታ መርሆዎች በአጭሩ በንፅፅር እናቀርባለን።

የኦሮሞ ጎሣዎች በ16ኛው ምእት ዓመት በኢትዮጵያ ላይ እንዳደረጉት ወረራ እና ሰፈራ አረቦች ከ642 ዓ.ም. ጀምረው እስከ704 ዓ.ም. ባሉት ዓመታት ውስጥ ከግብጽ ጀምሮ እስከሞሮኮ ያለውን የሰሜን አፍሪካ አገሮች በቁጥጥራቸው ሥር አደረጉት። በሰሜን አፍሪካ አገሮች ይዞታቸውን ካደላደሉ በኋላ አረቦች የትኩረት አቅጣጫቸውን አይቤሪያ ተብሎ ወደሚታወቀው ባሕር ገብ የደቡብ ምዕራብ አውሮፓ ክፍል አደረጉ። አይቤሪያ የአሁኑን ስፔን እና ፖርቱጋልን ያጠቃልላል። ከ711 ዓ.ም. ጀምሮ እስከ714 ዓ.ም. ድረስ ባሉት አራት ዓመታት የበርበር እና የአረብ ወታደሮች ከሰሜን አፍሪካ ተነስተው የሜዲትራኒያንን ባሕር በመርከብ አቋርጠው ደቡባዊ ስፔንን ወረሩት። ወረራው ያልተጠበቀ ከመሆኑም በላይ በወቅቱ የስፔኑ ንጉሥ ሮደሪክ የአገር ውስጥ

ግጭት ስለተነሳበት ዘመቻ ላይ ነበር። በዚህ ምክንያት የበርበር እና የአረብ ወታደሮች የሮደሪክን ሠራዊት በቀላሉ አሸንፈው ንጉሡን ማርከው ለመግደል ቻሉ። በርበሮች እና አረቦች ከደቡብ ስፔን ጀምረው ወደሰሜን ስፔን እና እስከፖርቱጋል ድረስ 600 ኪሎ ሜትር ዘልቀው ለመግባት ችለው ነበር። አረቦች እና በርበሮች አስቱሪያስ ከሚባለው አነስተኛ ተራራማ ወረዳ በስተቀር ሁሉንም የስፔን አውራጃዎች በቁጥጥራቸው ለማድረግ ችለው ነበር (ካርታ 16ን ይመለከቷል)።[8]

አረቦች እና በርበሮች ስፔንን በወረራ ከያዙ በኋላ እስላማዊ መንግሥት አቋቋሙ። ይህን ተከትሎ በብዙ ሺህ የሚቆጠሩ ሙስሊሞች ከሰሜን አፍሪካ ወደደቡብ ስፔን በመሄድ ሰፈሩ። ምንም እንኳ አረቦች አገሩን በጦርነት፣ በኃይል ቢይዙትም በነባሩ ሕዝብ ላይ የከፋ የባህል ጭቆና አላደረጉበትም። ለምሳሌ ክርስቲያኑ ሕዝብ ሃይማኖቱን ወደእስልምና እንዲቀይር አልተገደደም። ከግብር ሌላ በሃይማኖታቸው ምክንያት የሚከፍሉት አልነበረባቸውም። በጦር ሜዳ ከሞቱት እና መሣሪያ አንስተው ከተፋለሟቸው ሰዎች በስተቀር በሰላም እጁን የሰጠውን የማንንም ሀብት እና ንብረት አልዘረፉም፣ አልወረሱም።[9] ቀስ በቀስም አረቦች እና በርበሮች ከነባሩ ሕዝብ ጋር በጋብቻ መዋሃድ ጀመሩ። በነባሩ ሕዝብ እና በአረቦች መካከል ቤተሳባዊ ግንኙነት ሲመሠረት የእስልምና ሃይማኖትም አብሮ መስፋፋት ጀመረ። ክርስቲያኖችም የአረቦችን ባህል እና ቋንቋ ተለማመዱት። አረብኛ ተናጋሪ ክርስቲያኖች ሞዛረብ ይባላሉ። በ711 ዓ.ም. አረቦች ደቡብ ስፔንን በወረራ ሲይዙ ነባሩ ሕዝብ ሙሉ በሙሉ ሃይማኖቱ ክርስቲያን ሲሆን እስልምና ሃይማኖት አይታወቅም ነበር። ከሦስት ምእት ዓመታት በኋላ ማለትም በ11ኛው ምእት ዓመት ግን አብዛኛው ሕዝብ የእስልምና ሃይማኖት ተከታይ እና የአረብኛ ቋንቋ ተናጋሪ ሆኖ ነበር።[10]

አረቦች ክርስቲያኖችን በኃይል ካስገበሩ በኋላ ያቆሙት መንግሥት እየጸና እና እየሰከነ ሲሄድ አስደናቂ የሆነ እስላማዊ ሥልጣኔ ለመፍጠር ችለው ነበር። በሴቪል፣ በኮርዶባ፣ በግራናዳ እና በሌሎችም አረቦች እና በርበሮች በከተሙባቸው ስፍራዎች እስከዛሬ ድረስ የዘለቁ አስደናቂ መስጊዶች (በኋላ ወደቤተ ክርስቲያን የተቀየሩ) እና ቤተ መንግሥቶች ገነቡ። እነዚህ ከተሞች በተለይም ኮርዶባ የንግድ፣ የትምህርት፣ የጥበብ፣ የሥነ ጽሑፍ፣ የሳይንስ እና ዕደ ጥበብ ማዕከልም ነበሩ። በኮርዶባ ከተማ ብቻ 70 ቤተ መጻሕፍት ይገኙ ነበር። በአንዳንዶቹ ቤተ መጻሕፍት እስከአራት መቶ ሺህ የመጻሕፍት ስብስብ ይገኝባቸው ነበር። ከተሞችም ታዋቂ የኢንዱስትሪ ማዕከል ነበሩ። ለምሳሌ በኮርዶባ ከተማ ብቻ በዐሥር ሺዎች የሚቆጠሩ በተለያዩ ሙያ የሠለጠኑ የእጅ ጥበብ ሠራተኞች ይኖሩ ነበር።[11]

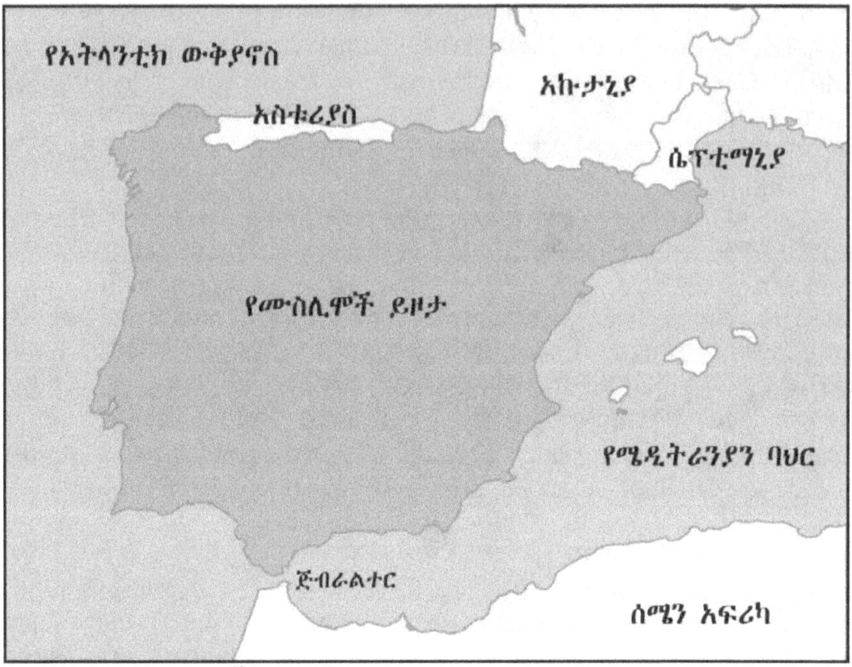

ካርታ 16፡- ስፔን በ721 ዓ.ም.[12]

ነገር ግን እንደኢትዮጵያ መሳፍንት እና ነገሥታት ሁሉ ስፔናውያን በቋሚነት የለቀቁት አገር አልነበራቸውም። ስፔናውያንን ከኢትዮጵያ የሚለያቸው ነገር ካለ አገራቸውን መልሶ የማቅናቱ ዘመቻ የኢትዮጵያ መሳፍንት እና ነገሥታት ከፈጀባቸው ጊዜ በእጥፍ መብለጡ ብቻ ነው። ደቡባዊ ስፔን በአረቦች እጅ ቢሆንም በሰሜን ስፔን ትናንሽ ራሳቸውን የቻሉ የክርስቲያን መንግሥታት ነበሩ። ከነዚህም ውስጥ ዋነኞቹ ካስቴል እና በምዕራፍ 4 በተደጋጋሚ የጠቀስነው የአራጎን መንግሥት ናቸው (ካርታ 17ን ይመለከቷል)። እነዚህ መንግሥታት ከ711 ዓ.ም. ጀምሮ ለሚቀጥሉት 800 ዓመታት በአረቦች የተያዘውን ርስታቸውን ለማስመለስ ያለማቋረጥ ተዋግተዋል። በተለይም ደግሞ በ13ኛው ምእት ዓመት የስፔን መንግሥታት ኃይል እየበረታ ሄደ። ለምሳሌ በ1212 ዓ.ም. በተደረገ ጦርነት ሙስሊሞች ከፍተኛ ሽንፈት ገጠማቸው። በጦርነቱ ማግስት በአረቦች ሥር የነበሩ ብዙዎቹ የስፔን እና የፖርቱጋል ግዛቶች ነጻ ወጡ። በ1250 ዓ.ም. ከግራናዳ እና ከአካባቢው በስተቀር አረቦች ይዞታቸውን ለስፔን መንግሥታት ለቀቁ። በግራናዳ ያለው የአረቦች መንግሥትም ቢሆን ሙሉ ነጻነት አልነበረውም። ከ13ኛው ምእት ዓመት ጀምሮ የግራናዳ ሙስሊም መሪዎች ለካስቴል መንግሥት በየአመቱ ግብር ይገብሩ ነበር። የጊዜ ጉዳይ ነው እንጂ የግራናዳ ሙሲሞች በካስቴል እና በሌሎችም የስፔን መንግሥታት መዋጣቸው አይቀሬ ነበር።[13] መግቢያው ላይ እንዳየነው የስፔን ታሪክ ምሁራን አገር መልሶ የማቅናቱን ታሪክ "ሪኮንኪስታ" ("Reconquista") ብለው ሰይመውታል።

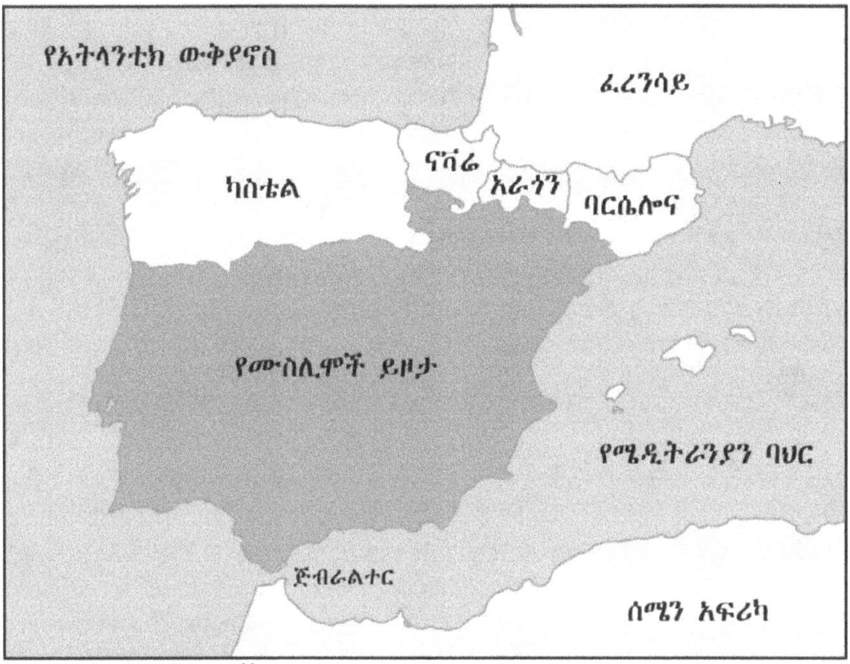

ካርታ 17፡- ስፔን በ1031 ዓ.ም.[14]

ካርታ 18፡- ስፔን በ1491 ዓ.ም.[15]

በ15ኛው ምእት ዓመት በተለይም በካስቴሉ ንጉሥ በሄንሪክ 4ኛ (1454-1474) ዘመነ መንግሥት በግራናዳ የሚደረገው ዘመቻ እጅግ እየበረታ መጣ። ከካስቴል ነገሥታት የሚሰነዘርባቸው ጥቃት እየበረታ በመጣ ጊዜ ግራናዳዎች ከሰሜን አፍሪካ መሪዎች ወታደራዊ ርዳታ ለማግኘት ያደረጉት ጥረትም ሳይሳካ ቀረ።[16] ይህ በዚህ እንዳለ፣ በ1469 ዓ.ም. የአይቤሪያን ፖለቲካ የሚቀይር ክስተት ተፈጠረ። ይኸውም የካስቴል ንግሥት ኤልሳቤጥ እና የአራጎኑ ልዑል (ከ1479 ዓ.ም. ጀምሮ ንጉሥ) ፈርድናንድ የፈጸሙት ጋብቻ ነው። ጋብቻውን ተከትሎ አራጎን እና ካስቴል አንድ ስፔን የተባለ ሀገረ መንግሥት ፈጠሩ። አራጎን እና ካስቴል አንድ ከሆኑ በኋላ በግራናዳ ላይ የሚደረገው ዘመቻ እየጠነከረ ሄደ። ዘመቻው በአጭር ጊዜ ልዩነት፣ በተደጋጋሚ የሚደረግ እና ፋታ የማይሰጥ እየሆነ መጣ። ንጉሥ ፈርድናንድ እና ኤልሳቤጥ ቀስ በቀስ የአረቦች ይዞታ እያስለቀቁ ግራናዳ ከተማ እና አካባቢዋ ብቻ ሲቀር ሌላውን መሬት ሙሉ በሙሉ ተቆጣጠሩት (ካርታ 18ን ይመለከቷል)። የስፔን ወታደሮች ግራናዳን ዙሪያዋን ከበቧት። በመጨረሻም የግራናዳ ከተማ እና አካባቢው ዜጎች በሰላም እጃቸውን ከሰጡ ንጉሥ ፈርድናንድ እና ንግሥት ኤልሳቤጥ በሃይማኖታቸው ጸንተው የመኖር መብታቸው እንደሚከበርላቸው እና ንብረታቸውም እንደማይዘረፍ ቃል ኪዳን ገቡላቸው። የግራናዳ ዜጎችም በሰላም እጃቸውን ሰጡ። በጥር ወር 1492 ዓ.ም. ፈርድናንድ እና ኤልሳቤጥ ወደግራናዳ ሡልጣኖች ቤተ መንግሥት በድል አድራጊነት ገቡ። ከ711 ዓመት ጀምሮ ለ800 ዓመታት በአረቦች ቁጥጥር ሥር የነበረው የስፔን ርስት ለባለቤቶቹ ተመለሰ።[17]

የአረቦች የመጨረሻ ይዞታ፣ ግራናዳ ለጥንቱ ሕዝብ መመለስ ለስፔን አዲስ የታሪክ ምዕራፍ ከፈተ። የጥንት አገራቸውን ሙሉ በሙሉ ባስመለሱ በጥቂት ወራት ውስጥ ንጉሥ ፈርድናንድ እና ንግሥት ኤልሳቤጥ ክርስቶፈር ኮሎምበስን ሙሉ ወጭውን በመሸፈን አገር እንዲያስስ ላኩት። እንደሚታወቀው ስፔናውያን የጥንት ርስታቸውን ከማስመለስ አልፈው ወደአፍሪካ፣ አውሮፓ፣ አሜሪካ እና እስያ በቅኝ ገዢነት ተስፋፉ።[18] ለግራናዳ ሙስሊሞች እና ይሁዲዎች ግን የግራናዳ በስፔን መንግሥት መያዝ ከፍተኛ የሕይወት መናጋት እና ምስቅልቅል አስከተለባቸው። ምንም እንኳ የግራናዳ ሙስሊሞች በሰላም እጃቸውን ቢሰጡም በመንግሥት የተገባላቸው ቃል ኪዳን አንዱም አልተፈጸመም። ለምሳሌ ፈርድናንድ እና ኤልሳቤጥ ለሙስሊሞች በሸሪያ ሕግ እንደሚዳኙ ቃል ገብተውላቸው ነበር። ክርስቲያን እና ሙስሊም የሆኑ ሰዎች ቢጣሉ አንድ ከክርስቲያን ወገን፣ አንድ ከእስልምና ወገን የሆነ ሁለት ዳኞች ጉዳዩን ዐይተው ያለምንም ተጽእኖ እና አድሎ ፍርድ እንዲሰጡ የሚያደርግ አሠራር እንደሚኖር ቃል ተገብቶም ነበር። መስጊዶችም ከሙስሊሞች እንደማይወረሱባቸው እና ወደቤተ ክርስቲያን እንደማይቀየሩ ቃል ተገብቶላቸው ነበር። ነገር ግን ፈርድናንድ እና ኤልሳቤጥ ሞሪስኮ ለሚሏቸው ለግራናዳ ሙስሊሞች የገቡትን ቃል ኪዳን አላከበሩም። ስምምነቱ መጣስ የተጀመረው የተጻፈበት ቀለም ገና ሳይደርቅ ነው። የግራናዳ ከተማ በስፔናዊያን በተያዘ አጭር ጊዜ ውስጥ መስጊዶች ወደቤተ ክርስቲያንነት መቀየር ጀመሩ።[19]

ስፔናውያን ግራናዳን በቁጥጥራቸው ባደረጉበት ጊዜ እጅግ ብዙ ቁጥር ያላቸው አረቦች እና አህይሁዶች ለአንድ ሺህ ዓመታት ገደማ የኖሩበትን ስፔንን ለቅቀው ተሰደዱ። ይህ የሆነው ደግሞ ፈርድናንድ እና ኤልሳቤጥ ይሁዲዎች በሦስት ወር ጊዜ ውስጥ ክርስትና ሃይማኖት ካልተቀበሉ ስፔንን ለቅቀው እንዲወጡ የሚያስገድድ አዋጅ ስላወጁ ነው። ብዙዎቹ ሃይማኖታቸውን ቢቀይሩም እስከአራት መቶ ሺህ የሚገመቱት ሀብት ንብረታቸውን ትተው ስፔንን ለቅቀው ተሰደዱ።[20] ስፔን ውስጥ ረግተው የተቀመጡት

ሞሪስኮ በሚባል ስም የሚጠሩት ሙስሊሞችም ለከፋ ጭቆና ተጋለጡ። የሙስሊሞች የመቃብር ስፍራ በአዋጅ ተዘጋ። የመቃብር ስፍራዎችም ቤት ለሚሠሩ ሰዎች ተከፋፈሉ። የእስልምና ሃይማኖት ይዘት ያላቸው የቤት መስኮት ጌጦች ተከለከሉ። በሙስሊሞች መቃብር ላይ የሚገኘው ድንጋይ እየፈረሰ ለመኖሪያ ቤት፣ ለቤተ ክርስቲያን እና በአንዳንድ ከተሞች ዙሪያ ለድንጋይ ግንብ አጥር መሥሪያ አገልግሎት ዋለ።[21]

የስፔን መሪዎች በሙስሊሞች ላይ የወሰዷቸውን ሌሎችን እርምጃዎች ከማቅረባችን በፊት ምኒልክ የተከተለውን መርሕ እንመልከት። ምኒልክ የአያት የቅድመ አያቶቹን ባድማ ሲያስመልስ በወረራ መጥተው በያዙት አገር እንደሰፈሩ የቀሩትን ኦሮሞዎች አላፈናቀለም። በኢትዮጵያ ነገሥታት አስተዳደራዊ ልማድ ማፈናቀል ፈጽሞ አይታወቅም። ግብር ከከፈለ እና የንጉሡን አስተዳደር ከተቀበለ ማንም በሰላም የመኖር መብቱ የተጠበቀ ነው፤ ከየት ነው የመጣህ ብሎም የሚጠይቀውም የለም። ምኒልክ ኦሮሞዎች በወረራ ይዘው እንደሰፈሩባቸው የቀሩትን እጅግ በጣም ሰፋፊ የአማራ ዐፅመ ርስቶች ለባለቤቶች ሳያስመልሰው ቀረ። በ15ኛው ምእት ዓመት አባ ዳንኤል በሰማያዊት ኢየሩሳሌም የመሰሉትን በራራ የምትገኝበትን ወረብን ጨምሮ ኦሮሞዎች የሰፈሩበትን የአማራ ዐፅመ ርስት ምኒልክ በኦሮሞዎች እንደተያዘ እንዲቀጥል አደረገው። የስፔን ነገሥታት ግን እርስታቸውን ካስመለሱ በኋላ አንድ ጋት መሬት እንኳ ለአረቦች አልሰጡም። በሞሪስኮዎች ላይ እንደደረሰው ኦሮሞዎች በማንነታቸው፣ በቋንቋቸው እና በሃይማኖታቸው ምክንያት የደረሰባቸው ነገር የለም።

በ1500 ዓ.ም. ሞሪስኮዎች በኃይል፣ ያለውድ በግድ ክርስትና ሃይማኖትን እንዲቀበሉ መደረጋቸውን በመቃወም አመፅ አደረጉ። አመጹን ሰበብ አድርጎ የስፔን መንግሥት በ1492 ዓ.ም. ከሙስሊሞች ጋር ያደረገውን ቀድሞውንም ያላከበረውን ስምምነት በይፋ ሰረዘው። በግራናዳ የሚገኙ ሙስሊሞች ክርስትና ሃይማኖት ካልተቀበሉ ይቀርታ እንደማይደረግላቸው መንግሥት አስታወቀ። ይህን ተከትሎ በ1501 ዓ.ም. የግራናዳ ሙስሊሞች የሚሰደዱት ተሰደዱ፣ ረግተው የተቀመጡት ደግሞ ያለውድ በግድ ሃይማኖታቸውን ከእስልምና ወደክርስትና ቀየሩ። በ1502 ዓ.ም. የስፔን ንጉሥ ከግራናዳ ልምድ በመነሳት በስፔን በተለይም ደግሞ በካስቴል የሚኖሩ ሁሉም ሙስሊሞች ክርስትናን እንዲቀበሉ የሚያስገድድ አዋጅ አወጣ። ሞሪስኮዎች ቀስ በቀስ ሕፃን ሲወለድ፣ ሰው ሲሞት የሚፈጽሙትን ሥነ ሥርዓት፣ አለባበሳቸውን፣ የምግብ ሥርዓታቸውን፣ ስማቸውን፣ የፀጉር አሠራራቸውን እንዲቀይሩ ተገደዱ። የእርድ እንስሳትን በሃይማኖታዊ ሥነ ሥርዓት ባርኮ ማረድ፣ ጸጉርን ሂና መቀባት፣ ግርዛት እና ሃይማኖታዊ ንቅሳት መነቀስ በሕግ ታገደ። የሰሜን አፍሪካ አገሮች ጣልቃ እንዲገቡ የስፔን ሙስሊሞች ያደረጉት ተማጽኖ ሳይሳካ ቀረ።[22]

ዳግማዊ ምኒልክም ሆነ ከእርሱ በፊት የነበሩት የኢትዮጵያ መሪዎች የስፔን ነገሥታት እንዳደረጉት የኦሮሞዎችን የአኗኗር ልማዳቸውን (ለምሳሌ አለባበስ፣ የመጠሪያ ስም፣ የፀጉር አሠራር እና ግርዛት) በአዋጅ፣ በሕግ አላገዱትም። ምኒልክን ጨምሮ ነገሥታቱ የክርስትናን ሃይማኖት እንደሚደግፉ እና አዳዲስ አድባራትን እንዳስሠሩ የሚታወቅ ነው። የኦሮሞ ጎሣዎች ወሎ ውስጥ በወረራ ከመስፈራቸው በፊት የሰሎሞናውያን ነገሥታት የትውልድ ቦታ ነበር። ከግራኝ አሕመድ ጥፋት በፊትም ብዙ አድባራት ነበሩበት። ነገሥታቱ ክርስትናን እንደገና ለማደስ ፍላጎት ስለነበራቸው በዓፄ ዮሃንስ እና በዳግማዊ ምኒልክ ዘመን በአካባቢው የነበሩ ሙስሊሞች ላይ ከፍተኛ ጭቆና ተደርጎባቸው ነበር። ነገር ግን እንደስፔን ነገሥታት ምኒልክ ከኦርቶዶክስ ክርስትና ውጭ ያለውን እምነት

አጥፍቶ አንድ ወጥ ሃይማኖት፣ አንድ ወጥ አለባበስ እና ባህል ለማስፈን አልሞ ያደረገው ነገር የለም። ይህ ቢሆን ኖሮ በኢትዮጵያ ውስጥ ብዙ ዐይነት ሃይማኖት፣ አለባበስ እና ባህል አይኖርም ነበር። ዓፄ ምኒልክ እንኳን የሕዝቡን ቋንቋ፣ ማንነት እና ባህል ደምስሶ በአንድ ወጥ ባህል ለመተካት ማለም ቀርቶ የአማራ ዐፅመ ርስት አውራጃዎችን አንዱንም እንኳ ሳያስመልሰው ቀረ። የኦሮሞ ጎሣዎች በስማቸው የሰየሟቸውን የጥንት የአማራ፣ የጉራጌ፣ ሀድያ፣ የጋፋት፣ የዳሞት እና የሌሎችንም ስሞች ወደጥንት ስያሜአቸው ሳያስመልሰው ቀረ። በስፔን እና በኢትዮጵያ ነገሥታት መካከል የነበረው ልዩነት በዚህ አያበቃም።

ምንም እንኳ በአንዳንድ ግለሰቦች ተቃውሞ ቢቀርብበትም በ16ኛው ምእት ዓመት እስልምናን ሙሉ በሙሉ ለመደምሰስ የአረብኛ ቋንቋ መጥፋት አስፈላጊ መሆኑ ስለታመነበት፣ አረብኛ ከስፔን እንዲጠፋ ብዙ እርምጃ ተወሰደ። በላቲን እና በስፓኒኛ ካልሆነ በአረብኛ ቋንቋ ምንም ዐይነት የፀሎት መጽሐፍ እንዲጻፍ አይፈቀድም ነበር። ከሳይንስ መጻሕፍት በስተቀር ማንኛውም ዐይነት በአረብኛ ቋንቋ የተጻፉ መጻሕፍት ተለቅመው እንዲቃጠሉ ተደረገ። በ1511 ዓ.ም. ከታሪክ እና ከህክምና መጻሕፍት በስተቀር ማንኛውም ዐይነት የእስልምና ሕግ መጻሕፍት እንዳይሠራጩ እና ጥቅም ላይ እንዳይውሉ የሚከለክል ሕግ በይፋ ወጣ። የቁርዓን እና መሰል የሃይማኖት መጻሕፍት ይዘው የተገኙ ብዙ ሰዎች ለፍርድ ቀርበው ነበር።[23]

በታኅሣሥ ወር 1567 ዓመተ ምሕረት የስፔን መንግሥት የሞሪስኮዎችን መብት የሚገድብ ሌላ አዲስ ሕግ አወጣ። ይህ ሕግ በአረብኛ መናገርም ሆነ መጻፍ ይከለክላል። ሕጉ ሞሪስኮዎች በሦስት ዓመት ውስጥ በጥድፊያ የስፓኒኛ ቋንቋ ተምረው በስፓኒኛ ብቻ እንዲናገሩ እና እንዲጽፉ ያስገድዳል። በሕግ የታገዱት ነገሮች ዝርዝራቸው በጣም ብዙ ነው። ለምሳሌ የአረብኛ የአባት ስም መጠቀም፣ ልዩ የሞሪስኮ አለባበስና ጌጥ፣ ሙዚቃ፣ የሕዝብ መታጠቢያዎች፣ የባሪያ ባለቤትነት፣ የጦር መሣሪያ መታጠቅ ሁሉም የተከለከሉ ሆነ።[24] በሞሪስኮዎች ላይ የሚፈጸመው ጭቆና በዚህ አላበቃም። ሀብት አፍርቶ የመኖር መብታቸውም ተገፍፎ ነበር። ለምሳሌ ሞሪስኮዎች የገቧቸው ስምምነቶች እና የንብረት ዝውውር ሕጋዊ ውሎች እንዲሰረዙ ተደረገ። በዚህ ሕግ መሠረት ሞሪስኮዎች መሬትም ሆነ ማንኛውንም ዐይነት ንብረት የመግዛትም ሆነ የመሸጥ መብት አልነበራቸውም። ሀብት እና ንብረት ካላቸው መንግሥት ያለምንም ካሳ፣ ያለምንም ምክንያት ደስ ባለው ጊዜ ሊቀማቸው ይችላል።[25] ክርስቲያንም ቢሆን በአረብኛ የተጻፈ የጸሎት መጽሐፍ ይዞ የተገኘ፣ የቁርዓን መጽሐፍ የጻፈ እና ያሠራጨ፣ በአረብኛ የዘመረ ወይም ያወራ ተከስሶ ፍርድ ቤት ይቆማል።[26]

ወደኢትዮጵያ ስንመጣ የኢትዮጵያ ነገሥታት የቋንቋ መመሪያ ከስፔን ነገሥታት የተለየ ሆኖ እናገኘዋለን። በተለይም ዓፄ ምኒልክ ኦሮሞዎችን የናንተን ቋንቋ ትታችሁ የኔን ቋንቋ ብቻ ተናገሩ አላለም። እስከ19ኛው ምእት ዓመት ድረስ ታሪክ ነገሥት፣ ዜና መዋዕል እና ገድል የሚጻፉት በግዕዝ ቋንቋ ነበር። በኢትዮጵያ ኦርቶዶክስ ቤተ ክርስቲያን ቅዳሴ የሚቀደሰው በግዕዝ ነው፣ የብሉይ እና የሀዲስ ኪዳን መጻሕፍት፣ ድርሳናት፣ መልክአ ጉባዔ እና ሌሎችም መጻሕፍት የሚጻፉት በግዕዝ ነበር። ነገር ግን ጎጃም ውስጥ በንጉሥ ተክለ ሃይማኖት ዘመን ውዳሴ ማርያም እና አንቀጸ አሚን የተባሉት በግዕዝ የተጻፉ መጻሕፍት ከአማርኛ በፊት ቀድመው ወደኦሮምኛ ተተርጉመው ነበር።[27] ሰዎች የግል ጉዳያቸውን የሚመለከት የውርስ፣ የሽያጭ እና የግዢ ውሎችን የሚጽፉት በራሳቸው አነሳሽነት ማንም ሳያስገድዳቸው በአማርኛ ወይም በሌላ በፈለጉት ቋንቋ ነው።[28]

ነገሥታቱ እና መሳፍንቱም ሲፈልጉ በግዕዝ፣ በአረብኛ፣ በእንግሊዝኛ እና በሌላም አስፈላጊ ሆኖ በተገኘ ቋንቋ ይጽፋሉ። የንጉሥ ተክለ ሃይማኖት አያት ደጅአዝማች ጎሹ በኦሮምኛ ቋንቋ ደብዳቤ ይጽፍ ነበር። የኦሮሞ ትውልድ ያለው የጎጃም የታሪክ ጸሐፊ ተክለ ኢየሱስ ዋቅጅራ ንጉሥ ተክለ ሃይማኖት ኦሮምኛ ቋንቋ እንዳይረሳ እንደመከረው ይነግረናል።[29] በአጭሩ የኢትዮጵያ ነገሥታት እና መሳፍንት የኦሮምኛ ቋንቋን ስፔናውያን ነገሥታት በአረብኛ ቋንቋ እንዳደረጉት የወራሪዎች፣ የጠላት ቋንቋ ነው ይጥፋ ብለው አልመው ያደረጉት ነገር የለም።

የሞሪስኮ ሙስሊሞች የሚደርስባቸውን የባህል፣ የሃይማኖት እና የቋንቋ ጭፍለቃ በመቃወም ከ1568 ዓ.ም. እስከ1570 ዓ.ም. ባለው ጊዜ ውስጥ በመንግሥት ላይ አመጹ። የስፔን መንግሥትም አመጹን ለማስቆም ጦር አዘመተ። ምንም እንኳ እንደሚሸነፉ የሚገምቱ ቢሆንም ሞሪስኮዎች በግራናዳ ተራራማ እና ወጣ ገባ መልክአ ምድር ታግዘው በጽናት ተዋጉ። ግጭቱ እንዳበቃ የስፔን መንግሥት ብዙ የግራናዳ ሞሪስኮዎች ከአገር እንዲባረሩ አደረገ። ሰማኒያ ሺህ የሚሆኑትን ደግሞ ከግራናዳ አውራጃ አፈናቅሎ ወደካስቴል አውራጃ እንዲሰፍሩ አደረገ። ብዙዎቹ በመንገድ ላይ በበሽታ አለቁ። በጦርነቱ ጊዜ የተማረኩት ባርያ አገልጋይ እንዲሆኑ ተደረገ። በ1492 ዓ.ም. ግራናዳ በፈርድናንድ እና በኤልሳቤጥ ሲያዝ በሚሊዮኖች የሚገመተው የአውራጃው ሕዝብ አረብ፣ አይሁድ እና ሙስሊም ነበር። በ1571 ዓ.ም. ግን የአረብ ትውልድ ያላቸው ኗሪዎች ቁጥር ዐሥራ አምስት ሺህ (15 000) ብቻ ሲሆን አይሁዳውያን ሙሉ በሙሉ ተባርረዋል።[30]

ከ1582 ዓ.ም. ጀምሮ ደግሞ ሞሪስኮዎች ሙሉ በሙሉ ከስፔን እንዲባረሩ የሚል ሀሳብ በመንግሥት ሰዎች በግልጽ መንሸራሸር ጀመረ።[31] ከ1609 ዓ.ም. ጀምሮ እስከ1614 ዓ.ም. ሞሪስኮዎች ከተለያዩ የስፔን ግዛቶች ሙሉ በሙሉ እንዲባረሩ የሚያደርግ ሕግ ወጣ። በሕጉ መሠረት ሞሪስኮዎች ምንም እንኳ ሃይማኖታቸውን ከእስልምና ወደክርስትና ቢቀይሩም እና የስፓንኛ ተናጋሪ ቢሆኑም ከስፔን ምድር ለቅቀው እንዲወጡ ተደረገ። በአምስት ዓመታት ውስጥ ከቤታቸው የተባረሩት ሞሪስኮዎች ቁጥር ሶስት መቶ አምሳ ሺህ (350000) ነው። ይህ ሕፃናትን፣ ሴቶችን፣ ሽማግሌዎችን፣ በሽተኞችን፣ አሮጊቶችን ይጨምራል።[32] እነዚህ የተባረሩት ሰዎች ሃይማኖታቸውን ከእስልምና ወደክርስትና የቀየሩ ናቸው። የሚናገሩትም ቋንቋ ስፓኒኛ ነው። ይህ ማለት ለመባረራቸው ምክንያት የሆነው ሃይማኖት እና ማንነት አይደለም ማለት ነው። የተባረሩበት ዋናው ምክንያት ከሚከተለው ጥቅስ ይገኛል፡-

> In time the Muslims came to be regarded as invaders wrongfully occupying territory that by right belonged to the Christians, and whose entire way of life was foreign to that of the Christians. Thus the aim of the conflict was to drive the Muslims from the peninsula. Sampiro of Astorga put that succinctly when he remarked that Fernando I appeared on the scene "to expel the barbarians."[33]

ትርጉም

ከጊዜ በኋላ ሙስሊሞቹ በሕግ የክርስቲያኖች የሆነውን መሬት በሕግወጥ መንገድ የያዙ ወራሪዎች፣ እና በአጠቃላይ አኗኗራቸውም ለክርስቲያኖች እንግዳ የሆነ ተደርገው ይታዩ ጀመር። ስለዚህ የግጭቱ ዓላማ ሙስሊሞችን ከባሕር ወሽመጡ ማባረር ነበር። የአስቶርጋው ሳምፒሮ

ቁልጭ አድርጎ እንደገለጸው ቀዳማዊ ፈርድናንድን በመድረኩ ያመጣው "አረመኔዎቹን ለማስወጣት" ነው።

ባጭሩ ሃይማኖታቸውን ቀየሩም አልቀየሩም፣ ባህላቸው እና ቋንቋቸው እንደነባሩ ሕዝብ ሆነም አልሆነም፣ አረቦች ባሕር አቋርጠው መጥተው በወረራ፣ በሕገ ወጥ መንገድ ከስፔናውያን ዐፅመ ርስት የሰፈሩ ስለሆኑ ትክክለኛ አገራቸው ወደሆነው ወደሰሜን አፍሪካ መሄድ አለባቸው የሚል አቋም ስለተያዘ ተባረሩ። እዚህ ላይ ዋናው ቁም ነገር ማንነት፣ ሃይማኖት እና ቋንቋ ሳይሆን ታሪክ፣ ሕጋዊነት እና የፍትሕ ጥያቄ ነው።

ሞሪስኮዎች ሲባረሩ ከተንቀሳቃሽ ንብረት በቀር ምንም ነገር ሳይይዙ በዋይታ እና በለቅሶ በአሳዛኝ ሁኔታ ነበር። የያዙትንም ትንሽ ንብረት ለመውሰድ በሚፈልጉ ጋጠ ወጥ ስፔናውያን በጉዞ ላይ እያሉ የተገደሉ ሞሪስኮዎችም ነበሩ። ምንም እንኳ የተወሰኑ ሰዎች በደረሰባቸው ነገር ቢያዝኑም አብዛኛው የአውሮፓ ሕዝበ ክርስቲያን የመጨረሻዎቹ የጥንት ጠላቶች ከአውሮፓ ምድር በመባረራቸው በጣም ደስተኛ ነበር። አብዛኛዎቹ ሞሪስኮዎች የተባረሩት ወደቱኒሲያ፣ ሞሮኮ እና አልጀሪያ ሲሆን፣ የተወሰኑት ደግሞ ወደኦቶማን ቱርኮች ግዛት ሄደዋል። በዚህ መንገድ የስፔን መሪዎች ከአረቦች እና ከእስልምና የጸዳች፣ "ጥርት ያለ ደም" ያላቸው፣ አንድ ወጥ የሆነ ቋንቋ፣ ሃይማኖት፣ ባህል እና ማንነት ያላቸው ስፔናውያን ብቻ የሚኖሩባት አገር ፈጠሩ።[34]

11.2 ማጠቃለያ

ሸዋን ጨምሮ ኦሮሞዎች የሰፈሩባቸው ብዙ አውራጃዎች የሌሎች የኢትዮጵያ ነገዶች በተለይም ደግሞ የአማራ ዐፅመ ርስት እንደሆኑ ይታወቃል። ምኒልክም ይህን ያውቃል። ነገር ግን ንጉሡ ኦሮሞዎች በወረራ የኢትዮጵያን አውራጃዎች ሲሰፍሩባቸው ላደረሱት ጥፋት ይቅርታ ጠይቀው እና ካሳ ከፍለው ወደጥንት አገራቸው እንዲመለሱም አላደረገም። ኦሮሞዎች ወደኢትዮጵያ ከመጡ ከ16ኛው ምእት ዓመት ጀምሮ ከኢትዮጵያውን ጋር በደም ተዋህደዋል። የመንግሥት ሹመት እያገኙም ከፍተኛ ባለሥልጣን ለመሆን በቅተዋል። ዓፄ ሱስንዮስ እና ዓፄ ኢያሱም በጎጃም እና በበጌምድር ብዙ የኦሮሞ ጎሣዎችን እንዳሰፈሩ ዐይተናል። ኦሮሞዎቹ በሌሎች ኢትዮጵያውያን ዐፅመ ርስት ላይ ቢሰፍሩም፣ ዳግማዊ ምኒልክ እንደጠላት፣ እንደመጤ አላያቸውም ነበር። ለምደዋል፤ ተዛምደዋል ብሎ ልክ እንደሌሎቹ ኢትዮጵያውያን አድርጎ ነው ያስተዳደራቸው። ምኒልክ አንድ ወጥ ባህል፣ ሃይማኖት እና ቋንቋ ለመፍጥር አላለመም። በአንጻሩ የኦሮሞ ጎሣዎች ኢትዮጵያን ሲወርሩ በነባሩ ሕዝብ ላይ ያደረጉት ስፔኖች በአረቦች ላይ ያደረጉትን ነው (ምዕራፍ 7ን ይመለከቷል)።

በአንጻሩ በተመሳሳይ የታሪክ ሂደት ያለፉት የስፔን ነገሥታት ግን ደቡባዊውን የአገራቸውን ክፍል በወረራ ለ800 ዓመታት ይዘውት የነበሩትን አረቦች ካሸነፉ በኋላ ሃይማኖታቸውን፣ ባህላቸውን፣ ማንነታቸውን እና ቋንቋቸውን በአዋጅ፣ በሕግ እንዲጠፉ ከማድረግ አልፈው የሜዲትራኒያን ባሕርን አሻግረው ጠራርገው አባረሯቸው። በዚህ አንፃር ዓፄ ምኒልክ ታላቅ መሪ ነበር።

ማስታወሻዎች

---

1 የአማርኛ የሕዝብ ሥነ ቃል።
2 Baeteman, *Dictionnaire Amarigna-Français*, 752.
3 Quoted in Levine, *Greater Ethiopia*, 20.
4 "Sahle Sillase to Victoria," 16 January 1843, in *Acta Aethiopica*, ed. Rubenson et al, vol. 1, 80.
5 Gäbrä Egzi'abeḥēr to Menilek," Archivio Eritrea, Pacco 293, Serie II, 'Allegato 11.'
6 ዝኒ ከማሁ፣11
7 Gascon, *Sur les hautes terres comme au ciel*, 93.
8 Catlos, *Victors and Vanquished*, 23-27; Makki, "Political History of Al-Andalus," 1-4, 6-10; O'Callaghan, *History of Medieval Spain*, 90-116; Tieszen, *Christian Identity amid Islam*, 21-24.
9 Catlos, *Victors and Vanquished*, 27-32; O'Callaghan, *History of Medieval Spain,* 94 and 96.
10 Catlos, *Victors and Vanquished*, 33-41; Epaiz, *Mozarabs*," 149-160; Makki, "Political History of Al-Andalus," 15; O'Callaghan, *History of Medieval Spain*, 96; Tieszen, *Christian Identity amid Islam*, 24-43, 147-168.
11 Dicki, "Granada, 88-103; Dodds, "Mudejar Tradition in Architecture," 592-598; Graba, "Two Paradoxes in the Islamic Art," 583-591; Hillenbran, "The Ornament of the World," 112-135; O'Callaghan, *History of Medieval Spain,* 100-120, 153-162; Sams, "The Exact Sciences in Al-Andalus," 952-969; Valencia, "Islamic Seville, " 141; Vernet, "Natural and Technical Sciences in Al-Andalus," 937-951.
12 የዚህ ካርታ ምንጮች፡ Mahmoud Makki, "The Political History of Al-Andalus," 6-10, 16-17; O'Callaghan, *Reconquest and Crusade in Medieval Spain*, 91-94, 97-100.
13 Catlos, *Victors and Vanquished*, 86-100; Lay, *The Reconquest Kings of Portugal*, Chapters 1, 5 and 8; MacKay, *Spain in the Middle Ages*, 58-78; Makki, "The Political History of Al-Andalus, 77-84; O'Callaghan, *History of Medieval Spain*, 91, 193, 333-356, 377-381; *idem*, *Reconquest and Crusade* , Chapters 1-5.
14 የዚህ ካርታ ምንጮች፡ Mahmoud Makki, "The Political History of Al-Andalus," 35, 37-39, 42-43, 56-65; O'Callaghan, *Reconquest and Crusade in Medieval Spain*, 104-108, 134-136; *idem*, *Reconquest and Crusade in Medieval Spain,* 2, 22-28; MacKay, *Spain in the Middle Ages,* 15-26.
15 ምንጭ፡ Mahmoud Makki, "The Political History of Al-Andalus," 84.
16 Harvey, " Political, Social and Cultural History of the Moriscos," 204-206; Makki, "Political History of Al-Andalus," 82-84.
17 Makki, "Political History of Al-Andalus," 83-84.
18 Hamdani, "An Islamic Background to the Voyages of Discovery," 273, 277-278.
19 Harris, *From Muslim to Christian Granada*, 10.

20 "Edict of Expulsion of the Jews – 1492 Spain"; Roth, *Conversos, Inquisition, and the Expulsion of the Jews*, 285-316.

21 Dickie, "Granada," 103; Feros, "Rhetoric of the Expulsion," 75; Harris, *From Muslim to Christian Granada*, 11; Makki, "The Political History of Al-Andalus," 84.

22 García-Arenal and Mediano, *Orient in Spain*, 42, 47-48; Harris, *From Muslim to Christian Granada*, 10-12 and 22; Harvey, "Political, Social and Cultural History of the Moriscos," 203-209.

23 García-Arenal and Mediano, *Orient in Spain,* 35-36, 41-42 and 47-48; Harvey, "The Political, Social and Cultural History of the Moriscos," 203-209; *idem*, *Muslims in Spain 1500 to 1614*, 102-121.

24 García-Arenal and Mediano, *Orient in Spain*, 50; Harvey, "Political, Social and Cultural History of the Moriscos," 224-25

25 García-Arenal and Mediano, *Orient in Spain*, 50; Harvey, "Political, Social and Cultural History of the Moriscos," 224-25

26 García-Arenal and Mediano, *Orient in Spain*, 54-55; Harris, *From Muslim to Christian Granada*, 22-23.

27 Täklä Iyäsus, *Goğğam Chronicle*, 31-32.

28 Habtamu, "Recordmaking, Recordkeeping and Landholding," 438-444.

29 "Goshu Zewdé to Michel d'Abbadie," 1852, in *Acta Aethiopica*, volume 1, ed. Rubenson *et al*, 208; Täklä Iyäsus, *Goğğam Chronicle*, 184-185, 232.

30 Harris, *From Muslim to Christian Granada*, 44; Harvey, *Muslims in Spain*, 204-237.

31 Feros, "Rhetorics of the Expulsion," 69-86; Harvey, *Muslims in Spain*, 238-263.

32 García-Arenal and Mediano, *Orient in Spain*, 62-63; Harvey, "Political, Social and Cultural History of the Moriscos," 221, 225-226, 230-232; *idem*, *Muslims in Spain*, 291-231; Vincent, "Geography of the Morisco Expulsion," 19-30.

33 O'Callaghan, *Reconquest and Crusade in Medieval Spain*, 11.

34 García-Arenal and Mediano, *Orient in Spain*, 62-63; Harvey, "Political, Social and Cultural History of the Moriscos," 221, 225-226, 230-232; Vincent, "Geography of the Morisco Expulsion," 19-29.

መደምደሚያ

በኢትዮጵያ ባለፉት አምሳ ዓመታት የታሪክ ጥናት የማይደግፋቸው ብዙ መሠረተ-ቢስ ትርክቶች በሰፊው ሲሠራጩ ቆይተዋል። እነዚህ መሠረተ ቢስ ትርክቶች በተለያየ መድረክ እና የመገናኛ ዘዴዎች በቃልም በጽሑፍም ተደጋግመው በመነገራቸው ብቻ ለብዙ ሰዎች እውነት እንዲመስሉ አድርጓቸዋል። ትርክቶችን ከአዕምሯቸው አንቅተው የፈጠሯቸው ጥቂት ግራዘመም የተማሪ ፖለቲከኞች እና የነገድ ድርጅት መሪዎች ቢሆኑም የመንግሥት ሥልጣን በያዙ ሰዎች ሁለንተናዊ ድጋፍ ሰፊ ተቀባይነት እንዲኖራቸው ተደርጓል። በኢትዮጵያ የአካዳሚ ነጻነት አለመኖሩና የተወሳሰበው እና እየተካረረ የመጣው የነገድ ፖለቲካ በታሪክ ምሁራን ላይም ከባድ ተጽእኖ አሳድሯል። የዘውድ ሥርዓቱ ከተቀየረ ከ1974 ዓ.ም. ጀምሮ እስከአሁን ድረስ ኢትዮጵያ የምትመራው በእነዚህ ተጨባጭ የታሪክ መሠረት ከሌላቸው ትርክቶች በመነጩ የፖለቲካ አቋሞችና መመሪያዎች ነው። ኢትዮጵያ ወስጥ ባለፈው ግማሽ ምእት ዓመት የተከሰቱትና አሁንም እየተከሰቱ ያሉት ግጭቶች የፈጠራ ትርክት ወጤቶች ናቸው ማለት ይቻላል። ባጭሩ፣ የኢትዮጵያ ዘርፈ-ብዙ ችግር ባብዛኛው የፈጠራ ትርክት ያስከተለው ነው ቢባል ማጋነን አይሆንም። ሀሰተኛ ትርክቶች በፈጠሩት የተካረረ የነገድ ፖለቲካ እና ይህን ተከትሎ በተፈጠሩት ግጭቶች ምክንያት የብዙ ሰው ኑሮ ተናግቷል። ይህ የሆነበት ዋናው ምክንያት ደግሞ የታሪክ መሠረት የሌላቸው የፈጠራ ትርክቶች በጊዜ በሚገባ ባለመሞገታቸው ነው። ስለአዲስ አበባ ታሪክ የሚነገረው የተዛባ ትርክትና በዚህ ትርክት ላይ ተመሥርቶ በቅርብ ጊዜ የወጣው የሕግ ድንጋጌና የፖለቲካ አቋም ለዚህ ጥሩ ምሳሌ ነው።

በቅርብ ጊዜ የአዲስ አበባ ከተማ አስተዳደር አውጥቶት የነበረው መሪ የከተማ እቅድ በኦሮሞ ወጣቶች ዘንድ ተቃውሞ ቀርቦበት ነበር። ተቃውሞው እየበረታ ሲሄድ መስተዳድሩ መሪ እቅዱን ለመሠረዝ ተገደደ። ቀጥሎም በ2016 ዓ.ም. የኢትዮጵያ መንግሥት ሚኒስትሮች ምክር ቤት የኦሮሚያ ክልል የአገሪቱ ርዕሰ መዲና ከሆነችው ከአዲስ አበባ ማግኘት ስለሚገባው ልዩ ማኅበራዊ አገልግሎት፣ አስተዳደራዊ፣ ባህላዊ እና ታሪካዊ ጥቅሞች ረቂቅ አዋጅ አውጥቷል። የአዲስ አበባ መስተዳድር የሚያወጣቸው ሕጎች፣ መመሪያዎች እና እቅዶች በከተማው የሚኖሩ የኦሮሞ ተወላጆችን ልዩ ጥቅሞች እና ፍላጎች በሚያስጠብቅ መንገድ መሆን እንዳለበት ይደነግጋል። በአዲስ አበባ መስተዳድር ምክር ቤት ውስጥ የኦሮሞ ተወላጆች ብቻ የሚወከሉበት ከ25% የማያንስ መቀመጫ እንደሚኖራቸው በረቂቅ አዋጁ ተካትቷል። የኦሮሚያ ክልል እና የኦሮሞ

ተወላጆች ከአዲስ አበባ የሚያገኙት ጥቅም በዚህ አያበቃም። ረቂቅ አዋጁ የአዲስ አበባ ከተማ አስተዳደር ከሚገነባቸው መኖሪያ ቤቶችም ለኦሮሚያ ክልል የመንግሥት መሥሪያ ቤት ሠራተኞች እና ተወላጆች ቅድሚያ የማግኘት እና የመከራየት ልዩ መብት ይሰጣቸዋል።[1]

ረቂቅ አዋጁ ኦሮሚያ ከአዲስ አበባ ስለሚያገኘው 'ባህላዊ እና ታሪካዊ ጥቅሞች' ዘርዝሯል። በአዲስ አበባ ከተማ የሚገኙት የሰፍራ ስሞች በጥንት ስሞቻቸው እንደገና እንዲጠሩ ረቂቅ አዋጁ ይደነግጋል። በረቂቅ አዋጁ መሠረት ስፍራዎችን ወደጥንት ስያሜአቸው መመለስ ያስፈለገበት ምክንያት ደግሞ የአሁኖቹ ስያሜዎች 'የተዛቡ' ስለሆኑና እና ማስተካከል ስላስፈለገ ነው። "አዲስ አበባ" ከመባሉ በፊት የመሬቱ የቀድሞ ስም "ፊንፊኔ" ስለነበረ "አዲስ አበባ" እና "ፊንፊኔ" በአቻነት ለከተማዋ መጠሪያ ስም እንዲሆኑ ረቂቅ አዋጁ ይደነግጋል። የአዲስ አበባ የከተማ መስተዳድር የተዛባውንም የፊንፊኔ ታሪክ ለማረቅና የአሁኑ የአዲስ አበባ ኗሪ ሕዝብ እና መጭው ትውልድ 'ትክክለኛውን' ታሪክ እንዲያውቅ የማስተማር ግዴታው እንደሆነ በረቂቅ አዋጁ ላይ ተቀምጧል። በተለይም ፊንፊኔ የኦሮሞ ሕዝብ ጥንታዊ መሬት መሆኗን የሚመሰክር አዲስ ትርክት በማስተማሪያ መጻሕፍት ተዘጋጅቶ በአዲስ አበባ መስተዳድር ሥር በሚገኙ ትምህርት ቤቶች ተማሪዎች እንዲማሩ ማድረግ የመስተዳድሩ ግዴታ እንደሆነ ተደንግጓል።[2]

አዋጁ የተረቀቀው የኢትዮጵያ ሕገ መንግሥት አንቀጽ 49 ቁጥር 5 ስለዚሁ ልዩ ጥቅም ጉዳይ የደነገገውን መሠረት በማድረግ እንደሆነ ተገልጿል። በቅርብ ጊዜ ለወጣውም ረቂቅ አዋጅ ሆነ በሕገ መንግሥቱ ለተደነገገው ሕግ እንደምክንያት የቀረበው የኦሮሞ ሕዝብ አዲስ አበባ የተመሠረተችበት መሬት የጥንት ባለቤት እና ነባር ሕዝብ ስለሆነ ነው የሚል ነው።[3] ለአንድ ክልል እና ነገድ ተለይቶ የኢትዮጵያ ርእሰ መዲና ከሆነችው ከአዲስ አበባ ከተማ ልዩ ጥቅም እንዲያገኝ በሕግ መደንገግ በአንድ አገር ዜጎች መካከል የመብት እርከን፣ ደረጃ የሚፈጥር ኢፍትሐዊ ድንጋጌ ከመሆኑም በላይ ረቂቅ አዋጁ የተመሠረተበት ትርክት የታሪክ ምስክር የሌለው ልብ ወለድ ነው። በዚህ መጽሐፍ እንዳየነው፣ ፖለቲከኞች እንደሚሉት ሳይሆን ከ16ኛው ምእት ዓመት በፊት ኦሮሞ በሸዋ እና በአጎራባች አውራጃዎች ርስት አልነበረውም። አዲስ አበባ የተመሠረተችበት ስፍራ የከተማነትና የመዲናነት ታሪክ የሚጀምረው በዳግማዊ ዓፄ ምኒልክ (1889-1913) ሳይሆን ከ600 ዓመት በፊት በዓፄ ዳዊት ዘመነ መንግሥት ነው። የኦሮሞ ጎሣዎች ወደኢትዮጵያ ከመምጣታቸው በፊት ከዓፄ ይኵኖ አምላክ (1270-1285) ዘመነ መንግሥት ጀምሮ እስከዓፄ ሠርፀ ድንግል (1563-1597) ዘመነ መንግሥት ድረስ ባሉት 327 ዓመታት ሸዋ የኢትዮጵያ መንግሥት መቀመጫ ነበር። የአዲስ አበባ ከተማ የተመሠረተችው በበራራ ከተማ ባድማ ላይ ነው።

ምኒልክም የቅድመ አያቶቹን የዳዊትን ከተማ በራራን እንደገና አደሰ እንጂ አንድ ጋት የኦሮሞ ርስት አልወሰደም። አዲስ አበባ የተመሠረተችበትን ጨምሮ አብዛኛው ሸዋ የአማራ ሕዝብ ዐፅመ ርስት ነው። ከታሪክ የሚቀዳ ከአዲስ አበባ የሚገኝ ልዩ ጥቅም ይሰጥ፤ በታሪክ ለደረሰ ጉዳት ካሳ ይከፈል ከተባለ ተጠቃሚ መሆን ያለበት ባለርስቶቹ አማሬዎች ብቻ ናቸው። አዲስ አበባ እና አካባቢውም ወደጥንት ስሙ ይመለስ ከተባለ መባል ያለበት "በራራ" ነው። ምኒልክ የኦሮሞ ጎሣዎች በስማቸው የሰየሟቸውን የጥንት

የአማራ፣ የጋፋት እና የሌሎችን ስሞችን ወደጥንት ስያሜአቸው አልመለሰም። "ፊንፊኔ" የሚባል ከተማም በታሪክ አይታወቅም።

በዚህ መጽሐፍ በተከታታይ ምዕራፎች ባቀረብናቸው የታሪክ ምስክሮች ምክንያት ሌላው መታረቅ ያለበት በመካከለኛው ዘመን ኢትዮጵያ የረጋ መዲና አልነበራትም የሚለው ሳይመረመር በምሁራን ለረጅም ጊዜ የታመነበት የቆየ ትርክት ነው። የበራራ የከተማነት ባሕርያት ይኖሩባት በነበሩት የተለያዩ አገር ዜጎች፣ በመዲናነት አገልግሎቷ እና በውስጧ በሚካሄዱት ኢኮኖሚያዊና ማኅበራዊ ተግባራት ይንጸባረቃል። በራራ ከተማ በ15ኛው እና በ16ኛው ምእት ዓመታት መካነ ጳጳስ እና መካነ ነገሥት በመሆን አገልግላለች። የበራራ ከተማ ከኢትዮጵያ መዲናነትም አልፎ ከተለያዩ አገሮች የመጡ የውጭ አገር ሰዎች ይኖሩባት ነበር። የውጭ ዜጎች ወደበራራ የሚመጡት በሁለት ዋና ዋና ምክንያቶች ነበር። አንደኛው የመንግሥት ተልኮ ለማስፈጸምና የኢትዮጵያን መሪዎች ለማግኘት ነበር። መጀመሪያ በ1482 ዓ.ም. ቀጥሎ በ1484 ዓ.ም. በሮማ ካቶሊክ ቤተ ክርስቲያን የተላኩት እና በ1520 ዓ.ም. በፖርቱጋል ንጉሥ የተላኩት አምባሳደሮች ለዚህ ተጠቃሽ ናቸው። ሁለተኛው የውጭ አገር ዜጎች ወደበራራ የሚመጡበት ምክንያት ንግድ ነበር። በራራ እና በአቅራቢያ የነበሩት ከተሞች በተለይም ደግሞ ዊዝ ከፍተኛ የንግድ እንቅስቃሴ ያስተናግዱ ነበር። የውጭ አገር ነጋዴዎች በራራን ለንግድ የመረጧት በዚህ ምክንያት ነው። ለምሳሌ የፍሎሬንሱ ነጋዴ አንድሪያ ኮርሳሌ በራራ እና ዊዝ ውስጥ የእቃ መጋዘን ነበረው። ከመንግሥት መልከተኞች እና ከነጋዴዎች በተጨማሪ በራራ ውስጥ የውጭ አገር የጥበብ ሰዎች እና የአገር ውስጥ የዕደ ጥበብ ባለሙያዎች ይኖሩ ነበር።

የተለያዩ የአውሮፓ አገሮች ዜጎች በራራ ውስጥ መገኘት እያደገ የመጣውን የአውሮፓ እና የኢትዮጵያ ግንኙነት ያመለክታል። የአውሮፓና የኢትዮጵያ የውጭ ግንኙነት የተጀመረው በዋናነት በኢትዮጵያውያን አነሳሽነት ነው። የኢትዮጵያ ነገሥታት ከአውሮፓ አገሮች የሚፈልጉት ዕደ ጥበብ ነበር። ለምሳሌ ዳዊት፣ ይስሐቅ፣ ዘርዓ ያዕቆብ እና ልብነ ድንግል ወደአውሮፓ አገሮች የላኳቸው መልክተኞች ዋና ዓላማ የጥበብ ሰዎችን ወደኢትዮጵያ ማስመጣት ነበር። የኢትዮጵያ ነገሥታት ትኩረት በዘመኑ ገናና ከነበሩት ከቬኒስ፣ ከአራጎን እና ከፖርቱጋል መንግሥታት ጋር ግንኙነት መፍጠር ነበር። የሮማ ካቶሊክ ቤተ ክርስቲያንም በተመሳሳይ ለረጅም ጊዜ የኢትዮጵያን ነገሥታት ትኩረት ለመሳብ ችላ ነበር። በመንግሥት ተልኮ ተሰጥቷቸው ከሚሄዱት በተጨማሪ ኢትዮጵያውያን መነኮሳት በግል ተነሳሽነት ወደአውሮፓ አገሮች ቤተ ክርስቲያን ለመሳለም እና የክርስትና ሃይማኖት ማዕከል የነበረውን አውሮፓን ለማወቅ ይሄዱ ነበር። በግል ተነሳሽነት የሚጓዙ ኢትዮጵያውያን መነኮሳት እንዲሁም በኢትዮጵያ ነገሥታት እየተላኩ የሚጓዙ ኢትዮጵያውያን ልዑካን ወደአውሮፓ ያደረጓቸው ጉዞዎች፣ ኢትዮጵያን በአውሮፓውያን ዘንድ እንድትታወቅ ከማድረጋቸውም በላይ፣ አውሮፓውያኑ አፍሪካን ጨምሮ የማያውቁትን ሌላውን ዓለም ለማሰስ እና ለማወቅ ፍላጎት እንዲያድርባቸው እና እንዲነሳሱ ረድተዋል። በዚህም ምክንያት አውሮፓውያኑ የ"ካህኑ ዮሃንስ" አገር የሚሏትን ኢትዮጵያን ፈልጎ ለማግኘት እና ቀጥተኛ ግንኙነት ለመመሥረት ከፍተኛ ጥረት አድርገዋል። ከተለያዩ የአውሮፓ አገሮች የመጡ ዜጎች በራራ መኖራቸውም የዚህ ፍላጎት ውጤት ነው።

ኢትዮጵያውያን እና አውሮፓውያን አንዳቸው ወደሌላው ያደረጉት ጉዞ የታሪክ፣ የባህል እና የመልክአ ምድራዊ እውቀት ልውውጥ እንዲደረግ ምቹ ሁኔታ ፈጠረ። ኢትዮጵያውያን አምባሳደሮች እና መነኮሳት፣ በተለይም ለአውሮፓውያን፣ የአዳዲስ

መልክአ ምድራዊ መረጃ እና ግኝት ወኪሎች በመሆን ከፍተኛ አስተዋጽዖ አድርገዋል። በዚህ ዘመን ኢትዮጵያውያን በአሕጉሮች መካከል አዲስ የትውውቅ እና የግንኙነት ምዕራፍ እንዲከፈት ፋና ወጊዎች ነበሩ። ኢትዮጵያውን ወደአውሮፓ ያደርጓቸው ጉዞዎች እና ያስተላለፉት እውቀት ከሌላው የአፍሪካ አገሮች በተለየ የኢትዮጵያ ካርታ፣ ታሪክ እና ባህል በአሮፓውያን ዘንድ እንዲታወቅ ረድቷል። የፍራ ማውሮ የዓለም ካርታ፣ ጴጥሮስ ዳ ማሳዮ እና ሁጎ ዳ ኮሚኒሊስ የሳሉት የኢትዮጵያ እና የግብጽ ካርታ፣ ፓጂዮ ብራቾዮሊኒ እና ፍላቪዮ ቢዮንዶ እንዲሁም ሌሎች ምሁራን የጻፏቸው ኢትዮጵያን የሚመለከቱ ጽሑፎች የአውሮፓ እና የኢትዮጵያ የግንኙነት እና የትብብር ውጤቶች ናቸው።

የበራራ ከተማ የመንግሥት ተልዕኮ ተሰጥቷቸው ወደአውሮፓ የሚሄዱ አምባሳደሮች እና ወደኢየሩሳሌም ለሚሄዱ ብዙዎች ኢትዮጵያውያን የጉዞ መነሻቸው ከመሆኗም በላይ ለብዙዎች አውሮፓውያን አምባደሮች፣ ነጋዴዎች እና የጥበብ ሰዎችም መዳረሻቸው ነበረች። ከሌሎች ስፍራዎች በተሻለ የበራራና የአካባቢው መልክአ ምድራዊ አቀማመጥ፣ ኢኮኖሚያዊና ማኅበራዊ ተግባራት እና የመንበረ መንግሥትነትና የመንበረ ጳጳስነት አገልግሎት በሚገባ እንዲታወቅ እና በካርታ እና በጽሑፍ እንዲሰነድ ምክንያት የሆነው ይህ መናኸሪያነቷ ነው።

ምንም እንኳ ኢትዮጵያውያን ከአውሮፓውያን ጋር ቀድመው የመሠረቱት ግንኙነት አውሮፓውያኑ በ15ኛው ምእት ዓመት መጨረሻና በ16ኛው ምእት ዓመት መጀመሪያ ዓመታት ላደረጉት የተደራጀ ዓለምን የማሰስ እንቅስቃሴ መሠረት ቢሆንም፣ የአፍሪካን እና የዓለምን ታሪክ በሚያጠኑ ምሁራን ዘንድ ከጣሊያናዊው የታሪክ ተመራማሪ ከማቴዎ ሳልቫዶር በቀር ለኢትዮጵያውያኑ አስተዋጽዖ እስከአሁን ድረስ ተገቢውን እውቅና የሰጠ የለም። በኢትዮጵያውያኑ እና በአውሮፓውያኑ መካከል የነበረው የሁለትዮሽ ግንኙነት ችላ የተባለበት ምክንያት ደግሞ በመካከለኛው ዘመን ጥቁሮች ባሪያና አገልጋይ ከመሆን ያለፈ ሚና አልነበራቸውም የሚለው አስተሳሰብ እስከአሁንም ሰፊ ተቀባይነት ስላለው እና በጥሞና ስላልተመረመረ ነው። የማንነት መገለጫ ሃይማኖት በነበረበት በመካከለኛው ዘመን ኢትዮጵያውያን በአውሮፓውያን ዘንድ የተከበሩ ነበሩ። አውሮፓውያንም በተለይም የሮማ ቤተ ክርስቲያን፣ የፖርቱጋል እና የአራጎን መሪዎች ከኢትዮጵያ ጋር ወደጅነት ለመመሥረት ከፍተኛ ጥረት አድርገዋል። በአውሮፓ እና በኢትዮጵያ መካከል በነበረው ግንኙነት እና ጉዞ የግንኙነቱ ማዕከል የነበሩት ከተሞች በዋናነት በራራ፣ ቬኒስ፣ ሮም፣ ኔፐልስ፣ ቫሊንሲያ እና ሊዝበን ነበሩ። በዚህ ዘመን ኢትዮጵያ አዲስ የመስፋፋት ዋዜማ ላይ ነበረች።

ነገር ግን የበራራ ከተማ የጀመረችውን የእድገት ጎዳና ለመቀጠል ዕድል አላገኘችም። በ16ኛው ምእት ዓመት የኢትዮጵያን ታሪክ በአሉታዊ ሁኔታ የቀየረ፣ በራራን ጨምሮ ብዙ ከተሞችን ያወደመ፣ የግራኝ አሕመድ የሽብር ወረራ ተከሰተ። እንደሌሎች ከተሞች ሁሉ የበራራ ከተማም በዙሪያው ከነበሩት አብያተ መንግሥት እና አብያተ ክርስቲያን ጋር ተዘርፈው ተቃጠሉ። የግራኝ አሕመድ የሽብር ወረራ ከተፈጸመ በኋላ በራራን መልሶ ለማቋቋም የተደረገ ሙከራ አልነበረም። በመጨረሻም የኢትዮጵያ ነገሥታት ይኵኖ አምላክ ከነገሡበት ከ1270 ዓ.ም. ጀምሮ ባሉት ሦስት መቶ ዓመታት በላይ የኢትዮጵያ መንግሥት መቀመጫ የነበረውን ሸዋን ትተው በሰሜን ምዕራብ ኢትዮጵያ ጎንደር ላይ አዲስ መናገሻ ከተማ መሥርተው ተቀመጡ። የአዲስ አበባ ከተማ በ1886 ዓ.ም. እስከሚቋቋም ድረስ የበራራ ዋና መዲናነት እና ከተማነት ለ355 ተከታታይ ዓመታት ተቋረጠ። የኢትዮጵያን መንግሥት ወደሰሜን ምዕራብ ኢትዮጵያ ሸሽቶ አዲስ ከተማ

እንዲመሠረት ያስገደደው እና የበራራ ከተማ እንደገና ሳይመሠረት እና ሳይታደስ ለረጅም ጊዜ እንዲቆይ ያደረገው የበርይቱማ እና የቦረን የኦሮሞ ጎሣዎች ወደኢትዮጵያ ዘልቀው መግባት እና በቋሚነት መስፈር ነው።

የግራኝ አሕመድን ፈለግ ተከትለው የመጡት የኦሮሞ ጎሣዎች በራራን ጨምሮ በአብዛኛው በሸዋ ወረዳዎች እንደሰፈሩ ቀሩ። የበርይቱማ እና የቦረን ጎሣዎች በብዙ የኢትዮጵያ አውራጃዎች በቋሚነት መስፈራቸው ዘላቂ የፖለቲካ፣ የሕዝብ ስብጥር እና የአሰፋፈር ለውጥ አስከተለ። የአዳሎችን ኃይል እንዲዳከምና ግዛታቸው በሐረር ግንብ ብቻ ተወስኖ እንዲቀር ያደረገው የኦሮሞ ጎሣዎች በአካባቢው በስፋት መስፈር ነው። በኢትዮጵያ መንግሥት ላይ ያመጡት መዳከምና የግዛት አንድነት መፈረካከስም በአዳሎች ላይ ካደረሱት ዐይተናነስም። የኦሮሞ ጎሣዎች ከሦስት መቶ ዓመታት በላይ የኢትዮጵያ የኢኮኖሚ፣ የሃይማኖትና የፖለቲካ ማዕከል ሆነው ባገለገሉት በብዙዎቹ የጥንት አውራጃዎች፣ ሸዋንና አማራን ጨምሮ፣ በአጭር ጊዜ ውስጥ ሰፈሩባቸው። ኦሮሞዎቹ በሰፈሩባቸው አውራጃዎች የነበሩ ቀዳሚ ነገዶች ብዙዎቹ የኢትዮጵያ መንግሥት ወደሚቆጣጠራቸው ግዛቶች ፈለሱ። በጥንት አገራቸው ረግተው የተቀመጡትን ነባር ሕዝቦች ገበሮና የሞጋሳ ልጆች አድርገው የጥንት ማንነታቸውን እና ታሪካቸውን ረስተው የኦሮሞ ማንነት እንዲይዙ አደረጓቸው። ከጥቂቶች በስተቀር በራራን ጨምሮ የጥንት የስፍራ ስሞችን በኦሮሞ ስያሜዎች ቀየሯቸው።

በዚህ ምዕራፍ ባቀረብነው መረጃ ምክንያት ዳግማዊ ምኒልክ የኦሮሞን መሬት በኃይል በቅኝ ያዙት የሚለውን ትርክት የተማሪ ፖለቲከኞች እና የኦሮሞ የነገድ ድርጅት መሪዎች ከአዕምሯቸው አንቅተው የፈጠሩት ልቦለድ ትርክት ነው። ኦሮሞዎቹ በ16ኛው ምእት ዓመት በወራሪነት እና በሰፋሪነት ወደ ዳግማዊ ምኒልክ አያት ቅድመ አያቶች ዐፅመ ርስት መጡ እንጂ ዳግማዊ ምኒልክም ሆነ ቀዳሚዎቹ የኢትዮጵያ ነገሥታት ወደኦሮሞ አገር አልሄዱም። አብዛኛው አሁን የኦሮምኛ ተናጋሪ ሕዝብ የሰፈረበት መሬት ከ16ኛው ምእት ዓመት በፊት የሌሎች ነገዶች በተለይም የአማራው ነገድ ዐፅመ ርስት ነበር። በዚህ ምክንያት የኦሮሞ የነገድ ድርጅት መሪዎች እና ፖለቲከኞች የኛ የሚሉት ሕዝብ የሰፈረበትን መሬት የግል ርስት ለማስመሰል ሁለት ዘዴዎች ፈጥረዋል። አንደኛው እና በአሁኑ ጊዜ በሰፊው እየተጠቀሙበት ያለው ዘዴ በቋንቋ ላይ የተመሠረተ ኩሽ የተባለ ምናባዊ ጥንታዊ የጋራ ማንነት መፍጠር ነው።

የኩሽም ሆነ የሴማዊ ቋንቋዎች ምናባዊ አባት ቋንቋ ተወልዶ ያደገው በአፍሪካ በተለይም ደግሞ በኢትዮጵያ ነው። የኦሮሞ ፖለቲከኞች ኩሽ የሚለውን ቃል የወደዱት ኦሮምኛ በኩሽ ቋንቋ ቤተሰብ ውስጥ ስለሚመደብ የኢትዮጵያ ነባር ሕዝብ ያደርገናል ብለው ስላሰቡ ነው። እንደኩሽ ያለ የሁለት ወይም ከዚያ በላይ ቋንቋዎች 'አባት' ወይም 'አያት' እያልን የምንጠራቸው የቤተ ልሳናት መጠሪያዎች የቋንቋዎቹ ተመሳሳይ ባሕሪያት ማገናኛ ያደረግናቸው የምናብ ቀዳሚ ቋንቋዎች ናቸው እንጂ እውን አይደሉም። በተለይም እንደኩሽ ያሉ የቤተ ልሳናት እና የቀዳሚ የምናብ ቋንቋዎች ስያሜዎች በሳይንሳዊ መርሕ ሳይሆን በሃይማኖታዊ ርዕዮት ላይ የተመሠረቱ ናቸው። በኢትዮጵያ ውስጥ ቋንቋውን፣ ሃይማኖቱን እና ማንነቱን ያልቀየረ አንድ ወጥ ባህል፣ ደም እና ማንነት ያለው ሕዝብ የለም። በተለይም ደግሞ እንደኦሮሞ ሕዝብ ኦሮሞ ካልሆኑት ከሴማውያንም ሆነ ኩሽ ቋንቋ ተናጋሪዎች ጋር የተደበላለቀ የለም ለማለት ይቻላል። ፖለቲከኞች ኩሽ የሚለውን የማይጨበጥ ምናባዊ የጥንት ማንነት ለመፍጠር የሚተጉት አሁን ኦሮሞ የሰፈረበትን መሬት የኦሮሞ ዐፅመ ርስት ለማስመሰል ነው።

ፖለቲከኞች የኛ የሚሉት ሕዝብ የሰፈረበትን መሬት የራሱ ዐፅመ ርስት ለማስመሰል የሚጠቀሙበት ሁለተኛው ዘዴ ከ16ኛው ምእት ዓመት በፊት ኦሮሞ በአንዳንድ የኢትዮጵያ የጥንት ግዛቶች ይኖር ነበር የሚል የልብወለድ ትርክት መፍጠር ነው። በተለይም በዚህ ርዕሰ ጉዳይ መሐመድ ሀሰን እና የኦሮሚያ ባህል እና ቱሪዝም ቢሮ ያሳተሟቸው መጻሕፍት የታሪክን የሙያ ሥነ ምግባር ያልተከተሉ፣ በድፍረት የተጻፉ የፖለቲካ ጽሑፎች ናቸው። መሐመድ በመካከለኛው ዘመን የተጻፉ ነገር ግን የኋላ ዘመን ጸሐፊዎች እንደገደና ሲቀዱ እርማት ያደረጉባቸውን ገድሎች እና የቃላት ግድፈት ፈጽመው የተፋለሰ ትርጉም እንዲይዝ ያደረጉትን የዓምደ ጽዮንን ታሪክ ነገሥትና ገድለ ቀውስጦስን ሳያጣራ ከመጀመሪያዎቹ ከእናት መዝገቦች ላይ የሚገኝ አስመስሎ አቅርቧቸዋል። በኦሮሞ የዘር ሀረግ የማይገኙ የጥንት የጋፋት እና የአማራ ነገዶች እና የስፍራ ስሞች የኦሮሞ ጎሣዎች እና የስፍራ ስሞች ተደርገው ቀርበዋል።

በዚህ መጽሐፍ የበራራ ከተማ ሳይታደስ የአዲስ አበባ ከተማ እስከሚመሠረት ድረስ ባድማ እንደሆነ ለረጅም ጊዜ እንዲቆይ ምክንያት የሆነው የኦሮሞ ጎሣዎች በአካባቢው መስፈራቸው ነው። ኦሮሞዎች በሸዋ ሲሰፍሩ በራራን ጨምሮ የብዙ ስፍራዎችን ስሞች በኦሮሞ ስሞች ቀየሯቸው፤ ሕዝቡን የሞጋሳ ልጅ፣ ገበሮ አድርገው ኦሮምኛ ተናጋሪ አደረጉት። የበራራን ከተማ ስፍራ ለማግኘት ከባድ ያደረገው ይህ ነው። እስከሁን ድረስ የገዳ ድርጅት የዲሞክራሲ ተምሳሌት፣ ሞጋሳ ደግሞ የአቃፊነት ተምሳሌት ተደርጎ በፖለቲከኞች ይነገራል። በዚህ መጽሐፍ ስለገዳ እና ሞጋሳ የሚነገረው የቆየ ትርክት ትክክል እንዳልሆነ አሳይተናል። በገዳ እና በሞጋሳ ታግዘው የኦሮሞ ጎሣዎች ያካሄዱት ወረራ፣ የመሬት ቅርምትና የማንነት ጭፍለቃ የዘር ማሳሳት፣ የባህል ድምሰሳ እና ጥፋት ነው። ገዳ የጦርነትን እና የግድያ ባህልን የሚያበረታታ እና የሚሸልም ነበር። የኦሮሞ ጎሣዎች ነባሩን ሕዝብ የሚያዩት እንደምርኮኛ እንደባርያ ነበር።

ነባሩ ሕዝብ ዳለታ የሚሆነው ተገዶ፣ ሳይወድድ በግድ ነበር። ለብዙ ሺህ ዓመታት ያዳበረውን ባህሉን፣ ማንነቱንና ቋንቋውን በገዛ ፍላጎት ትቶ ኦሮሞ ልሁን ያለ ቀዳሚ ሕዝብ አልነበረም። የሞጋሳ ሥርዓት የኦሮሞውን ባህል፣ ቋንቋ እና ማንነት ከፍ ከፍ ሲያደርግ ከ20 በላይ የሚሆኑትን የኢትዮጵያ ነባር ነገዶች ባህል፣ ቋንቋ እና ማንነት እጅግ በጣም እንዲሳሳ፣ እንዲደከም እና እንዲጠፋ አድርጓል። ምንም እንኳ ነባር ሕዝቦች የሞጋሳ ልጆች ሆነው የኦሮሞ ማንነት፣ ባህል እና ቋንቋ ቢይዙም ከአድሎ እና ከብዝበዛ አልዳኑም ነበር። በሞጋሳ ልጆች እና በኦሮሞ ጎሣዎች ለብዙ ምእት ዓመታት የዘለቀው ግጭት ምክንያቱ በሞጋሳ ልጆች ላይ ይደርስ የነበረው ጭቆና ነው። የገዳን እና የሞጋሳን ሥርዓት በቅርስነት ማስመዝገብና ማወደስ የዘርና የባህል እልቂትን እውቅና እንደመስጠት እና እንደማበረታታ ይቆጠራል። የገዳ ሥርዓት በፈጠረው ጦረኝነት ርስታቸው የፈለሰባቸውን፣ የሞጋሳ ልጅ ሆነው ቋንቋቸው፣ ባህላቸው እና ማንነታቸው ከምድረ ገጽ የጠፋባቸውን ነገዶች ዳግም እንደመግደል ይቆጠራል።

መታረቅ ያለበት ሌላው የታሪክ ስህተት ዘመናዊ ኢትዮጵያ የዳግማዊ ምኒልክ የመስፋፋት ውጤት እንደሆነች እና ኢትዮጵያውያን ከ19ኛው ምእት ዓመት የሚቀድም የጋራ ታሪክ እንደሌላቸው ተደርጎ የሚቀርበው የ1960ዎቹ የተማሪ ፖለቲከኞች የፈጠሩት ትርክት ነው። የዘመናዊት ኢትዮጵያ መሠረት የተጣለው በአክሱማውያን ዘመን ነው። ሠርፀ ድንግል፣ ዘድንግል፣ ሱስንዮስ፣ ኢያሱ እና የሸዋ መሳፍንት እና ነገሥታታ ወደ እናርያ፣ ወደ አሮጌው ዳሞት፣ ጋፋት፣ ጋሞ፣ ቢዛሞ እና ሌሎችም አውራጃዎች የዘመቱት አዲስ አገር ለማቅናት አይደለም። የኢትዮጵያ ነገሥታት እና መሳፍንት የአያት የቅድመ

አያቶቻቸውን ዐፅመ ርስት፣ የአማርኛ ቋንቋ ተወልዶ ያደገበትን እና የአማራ ሕዝብ ለብዙ ሺህ አመታት የኖበትን ዐፅመ ርስት እንደአዲስ አገር የሚያዩበት ምንም ምክንያት የላቸውም። ምንም እንኳ የኦሮሞ ጎሣዎች በብዙ የኢትዮጵያ የጥንት አውራጃዎች በቋሚነት ቢሰፍሩባቸውም እና ያልሰፈሩባቸውም ሌሎች ብዙዎች አውራጃዎች ከማዕከላዊ መንግሥት ቁጥጥር ውጭ ሆነው ቢቆዩም የኢትዮጵያ መንግሥት በቋሚነት የለቀቀው ርስት አልነበረም። ከግራኝ አሕመድ ወረራ በፊት የነበረው የኢትዮጵያ ታሪክ አገሪቱ ከተበታተነች በኋላም በነገሥታቱ እና በመሳፍንቱ ብቻ ሳይሆን በካህናቱ እና በገበሬው ልብ ታትሞ ሳይረሳ ሕያው ሆኖ የሚኖር ነበር። ከግራኝ አሕመድ እና ከኦሮሞ ወራራ በፊት ኢትዮጵያ የነበራትን የግዛት አንድነት ለማስመለስ ዘመቻ የተጀመረውም በሠርፀ ድንግል ዘመነ መንግሥት ነበር። አገር መልሶ የማቅናቱ ዘመቻ በጎንደር ዘመንም ቀጥሎ የተጠናቀቀው በዓፄ ምኒልክ ዘመነ መንግሥት ነው።

የተበታተነችውን ኢትዮጵያን መልሶ አንድ ለማድረግ ፍላጎት የነበራቸው መሳፍንቱ፣ ነገሥታቱ እና በኢትዮጵያ መንግሥት ሥር የሚተዳዳደረው ሕዝብ ብቻ ሳይሆን ኦሮሞዎች በሰፈሩባቸው አውራጃዎች በተለይም በሸዋ፣ በጥንቱ ዳሞት እና ቢዛሞ የነበሩት ነባር ሕዝቦችም ፍላጎት ነበር። ነባሩ ሕዝብ በኢትዮጵያ ነገሥታት አስተዳደር ሥር ለመሆን በተደጋጋሚ ጎንደር ድረስ መልክተኛ በመላክ ነገሥታቱ ወደጥንቱ አውራጃዎች እንዲዘምቱ ከመጠይቅ አልፎ በኢትዮጵያ አስተዳደር ሥር ለመሆን እና ከኦሮም ጎሣዎች ነጻ ለመውጣት ለረጅም ጊዜ ደም አፋሳሽ ጦርነት ያደርግ ነበር። በሱስንዮስ እና በኢያሱ ዘመነ መንግሥት ወደሸዋ፣ ቢዛሞ፣ ጊቤ እና ዳሞት የተደረጉት ዘመቻዎች መነሻቸው የነባሩ ሕዝብ አቤቱታ ነበር።

በ17ኛው ምእት ዓመት መጨረሻ አካባቢ ከአቤቶ ነጋሢ ክርስቶስ እና ከደጅአዝማች ዲሚጥሮስ ጀምሮ እስከዳግማዊ ምኒልክ ዘመን በነበሩት የሸዋ መሳፍንት የተደረጉት ዘመቻዎች በኢትዮጵያውያን ልብ ታትማ የምትኖረውን በግራኝ አሕመድ እና በኦሮሞ ወረራ የጠፋችውን የአያቶቻቸውን የዓምደ ጽዮን፣ የዳዊትን፣ የይስሐቅን፣ የዘርዓ ያዕቆብን እና የልብነ ድንግልን ኢትዮጵያ ለማስመለስ ነው። የሸዋ መሳፍንት የከተሙባቸውና አብያተ ክርስቲያን ያሳነፁባቸው ስፍራዎች በግራኝ አሕመድ የሽብር ወራራ ጊዜ የወደሙ የመካከለኛው ዘመን ከተሞች እና አብያተ ክርስቲያን የነበሩባቸው ናቸው። ምንም እንኳ ነባሩ ሕዝብ ከሜዳማው የሸዋ አካባቢ በኦሮሞ ተገፍቶ ወደተራራማውና ወደገደላማው መሬት ቢሰፍርም የጥንቱን ታሪኩን እና ርስቱን ለማስመለስ ዘመቻ ያላደረገበት ጊዜ አልነበረም። ምኒልክም ወደ አዲስ አበባ የሄደበት ዋናው ምክንያት የዓፄ ዳዊትን ከተማ በራራን ፍለጋ ነበር። የአዲስ አበባ መመሥረት የበራራ ትንሳዔ ወይም ዳግም ልደት ነው ያልነው ለዚህ ነው።

ለማጠቃለል በዚህ መጽሐፍ የመካከለኛው ዘመን የኢትዮጵያ ታሪክ በተለይም የበራራን እድገት፣ ውድመት እና ትንሳዔ በሰፊው መርምረናል። ስለኢትዮጵያ ታሪክ በተለያዩ የሕዝብ መድረኮች እና የትምህርት ተቋማት በጽሑፍም በቃልም የሚባሉትን የቆዩ ትርክቶች በተለያዩ የታሪክ ምንጮች ላይ ተመሥርተን በጥንቃቄ ለመመርመር ሞክረናል። የታሪክ ምንጮች ከሚነግሩን ወይም ከሚያመለክቱን ውጭ ሀቲት ላለማቅረብ፣ አስተያየት ላለመስጠት ከፍተኛ ጥረት አድርገናል። ነገር ግን ይህን መጽሐፍ የጻፍንበት ብቸኛው ምክንያት ስለበራራ ታሪክ የመጨረሻ እንዲሆን ሳይሆን ለወደፊት ለሚደረጉ ጥናቶች መነሻ እንዲሆን፣ የታሪክ ምንጮችን ለመጠቆም በማሰብ ነው። የታሪክ ዕውቀት ያድጋል፣ ይሰፋል ይቀየራል። ይህ የሚሆነው ደግሞ አዳዲስ የታሪክ ምንጮች በዐይነትና በመጠን ሲገኙ ነው። በታማኝ መረጃ ላይ የተመሠረተ፣ የታሪክ ሙያ ሥነ

ምግባር በሚከተሉ እና የሙያ ተጠያቂነት በሚሰማቸው የታሪክ ተማሪዎች መካከል የሚደረግ የታሪክ ክርክር ለታሪክ እውቀት እድገት ብቻ ሳይሆን ስልጡን እና ዲሞክራሲያዊ ማኅበረሰብ ለመገንባትም አስፈላጊ ነው።

ማስታወሻዎች

1 “የኦሮሚያ ክልል በፊንፊኔ/አዲስ አበባ ላይ ያለውን ሕገ-መንግሥታዊ ልዩ ጥቅም፣” 3-5።
2 “የኦሮሚያ ክልል በፊንፊኔ/አዲስ አበባ ላይ ያለውን ሕገ-መንግሥታዊ ልዩ ጥቅም፣” 3፣ 6-7።
3 ዝኒ ከማሁ፣ 1፣ 3፣ 6።

አባሪ

አባሪ 1፡- ለነገሥታቱ በአማርኛ የተገጠሙ የዘፈን/የውዳሴ ግጥሞች

RENDICONTI

DELLE SEDUTE

DELLA R. ACCADEMIA DEI LINCEI

Classe di scienze morali, storiche e filologiche.

Seduta del 20 gennaio 1889.

G. Fiorelli Vice-Presidente

MEMORIE E NOTE
DI SOCI O PRESENTATE DA SOCI

Filologia. — *Le canzoni geez-amariña in onore di Re Abissini.* Nota del Socio Guidi.

« Nella letteratura amarica gli scritti non tradotti ma originali; sono pochi, e fra questi le antiche canzoni in onore dei Re di Abissinia sono singolarmente importanti per più riguardi, ed in ispecie per la filologia, essendo esse forse il più antico monumento della lingua ora predominante d'Abissinia. Era pertanto desiderabile che venissero pubblicate per intero queste canzoni che ci sono conservate in due codici: l'uno della Bodleiana in Oxford, l'altro della Bibl. Nazion. in Parigi (¹), e delle quali non fu pubblicata se non una parte nella *Amharische Sprache* del prof. Praetorius.

« In molti luoghi di queste canzoni il senso è oscuro, e la loro interpretazione sarà probabilmente più facile, quando sieno meglio conosciute le croniche nazionali e la storia dei Re che nelle canzoni vengono celebrati. Perciò mi è sembrato miglior consiglio per ora il restringermi a pubblicare

(¹) Cf. i Cataloghi del Dillmann p. 76, e del Zotenberg p. 218.

accuratamente il testo, quale ci è conservato tanto nell'uno quanto nell'altro dei due codici che ho menzionati.

« Gli orientalisti accoglieranno con favore, io spero, questa pubblicazione che essi devono non tanto a me, quanto ad alcuni colleghi che amichevolmente mi fornirono la copia di queste canzoni, e rividero poi le bozze di stampa sui codici stessi; saran grati pertanto, come io medesimo lo sono, ai signori Zotenberg, Driscoll, dr. Brünnow e specialmente al professor R. Basset (¹).

I.

ገጽ ፡ ዣን ፡ ይስሐቄ ፡ ገጽ ፡
የእርያም ፡[a] ይመስል ፡ እንቀጽ ።
እሳት ፡ ይመስል ፡ ብቁጽ ፡
ከመ ፡ መዳልው ፡ ልጽሉጽ ።
ገጹ ፡ እንድ ፡ ያስደነግጽ ።[b]
እስራኤላዊ ፡ መደንግፅ ።
*ዓይን ፡ ቀራንቱን[c] ፡ ቢገልጽ ።
ማን ፡ የሐዩኽ ፡[d] ገጽ ፡ በገጽ ።
ዓይን ፡ *እንደ ፡ ሎሚ ፡[e] ይፈርጽ ።[f]
ገላው[g] ፡ እንደ ፡ *ሸንኮርት ፡ ይልሐጽ ።[h]
የሐየኽ ፡[i] ገጽ ፡ በገጽ ።
እሳት ፡ ይመስል ፡ ዣን ፡ ተራራ ፡ ኂዘ ፡[k] ሲልጽ ።
ማዕበሉ ፡ ሲቈረጽ ።[l]
እንድ ፡ ያስደነግፅ ።[m]
ዣን ፡ ይስሐቄ ፡[n] ገጽ ።
እንበሳ ፡ ይመስል ፡ ዣን ፡ ፍሪዳ ፡ ኂዘ ፡[k] ሲጋየጽ ።
ማእከለ ፡ ገዳውን ፡[o] ሲፈጻፍጽ ።[p]
*ጋማውን ፡ ሐገለጽ ።[q]
*እንድ ፡ ያስደነግፅ ።[m]
እንዲአት ፡[s] ታስተደነግፅ ።[t]
ጎሽ ፡[u] ከፊላው ፡ ሲወጽ ።
ዱር ፡ በቀንዱ ፡[v] ሲገልጽ ።
እስትንፋሱ ፡ ቢቈረጽ ።
ደንግያ ፡[x] በእግሩ ፡ ሲፈልጽ ።
*እንድ ፡ ያስደነግፅ ።[y]
እንዲአት[s] ፡ ታስተደነግፅ ፡[z]
ደንግያ ፡[x] በቍልቍለት ፡[aa] ሲሮጽ ።[bb]
*እርሱ ፡ በእርሱ ፡[cc] ሲፋለጽ ።
*እንድ ፡ ያስደነግፅ ።[y]

a) በአ—. b) እንዲያሰደ ፡ ግፅ ፡ c) ዓይኑ ፡ ቀራንብቱን ፡ d) አየሀ ፡ e) እንደሎሜ ፡ f) ይፍረ—. g) ገለው ፡ h) —ኩር— ፡ ይላጽ ፡ i) ያየሀ ፡ k) እኂዘ ፡ l) —ፅ ፡ m) —ዲያስደነግጽ ፡ n) ይስቄ ፡ o) አግዳ—. p) —ጸ—. q) Om. r) —ዲያሰ—. s) እንዴት ፡ t) ያስደ—. u) ጎሽ ፡ v) —ድ ፡ x) —ጊያ ፡ y) —ዲሰደ—. z) ታስደ—. aa) በቁልቁ—. bb) —ሮፅ ፡ cc) —ስ ፡ በር—.

(¹) Il testo riproduce esattamente il codice di Oxford: le note dànno tutte le varianti (comprese quelle di semplice ortografia ecc.) del codice di Parigi.

*እንዲአት ፡ ታስተደነግፅ ።[a]
ኮከብ ፡ ትመስል ፡ ዣን ፡ በጽሩ ፡ ሰማይ ፡[b] ሲርጽ ።[c]
*ወደ ፡ ምዕራብ ፡[d] ሲሠርፅ ።
ገጽኹ ፡ *እንድ ፡ ያስደነግፅ ።[e]
ሲሬ ፡ ሠራዊ ፡[f] ይመስል ፡ ዣን ።
ሐምበል ፡[g] አልብሶ ፡ ረመጽ ።[h]
ጕድን ፡ በሪም ፡ ሲፈጸፍጽ ።
ሐንገት ፡[g] በሰይፍ ፡ ሲቈርጽ ፡[i]
ገጽኹ ፡ *እንድ ፡ ያስደነግፅ ።[k]
ዣን ፡ ይስሐቄ ፡ ገጽ ።
ምልአት ፡ ይመስል ፡ ዣን ።
ሳፍ ፡ ለሳፍ ፡ ከንፈርዓጽ ።[l]
ወርከ ፡ ከስሩ ፡ ነቅሎ ፡ ሲያርጽ ።
*እንድ ፡ ያስደነግፅ ።[k]
ገጽኹ ፡ የዣን ፡ ይስሐቄ ፡ *እንድ ፡ ያስደነግጽ ።[m]
ዣን ፡ ይስሐቄ ፡[n] ገጽ ።
ፈረስ ፡ ሰሮ ፡[o] ሲጋየጽ ።
ሰላጢን ፡[p] ኂዘ ፡[q] የግብጽ ።
ዛብያው ፡[r] ያይታወቅ ፡ ዕፅ ።
ማን ፡ ይሐይኽ ፡[s] ገጽ ፡ በገጽ ።
ወምበዴ ፡ ጠፋ ፡ ለደምጽ ።[t]
ዓይን ፡ በፍልሕ ፡ ሳታፈርፅ ።[u]
እጅ ፡ በብልሕ ፡ ሳትቈርጽ ፡[v]
ጥበብሕ ፡[x] የግብጽ ።[y]
ኃይልኽ ፡[z] የሕንፅ ።

II.

ዣን ፡ ይስሐቄ ፡ ትኩር ።
ትዙረቱም ፡[z] ተምክር ።
የዣን ፡ ይስሐቄ ፡ ነገር ።
ብሐብል ፡[aa] በቃል ፡[bb] ጕዣም ፡[cc] ይንግር ።
ሐፍሶ ፡[dd] አይፈ[illegible]ጁ ፡[ee] አፈር ።
መትሮ ፡ አይፈ[illegible]ጁ ፡[ee] ግራር ።
እስኩ ፡ ይንገር ።[ff]
የአሳታዊ ፡[gg] ዱር ።
ለበቍሉ ፡[hh] አልበቃው ፡[ii] መትከል ።[kk]
ለፈረስ ፡[ll] አልበቃው ፡ ጨንገር ።
በሐብልም ፡[mm] በቃል ፡ ጕማን ፡[nn] ይንገር ።[ff]
ብዝቱን ፡ የሚያቈጽር ።[oo]
ሽንቅላ ፡[pp] ይንገር ።[ff]
ፍየሉን ፡ የሚያቈጽር ።[oo]
ቢዛሞ ፡[qq] ይንገር ።[ff]

a) —ዴት ፡ ታስተደ—. b) ስ—. c) —ሮፅ ። d) In una sola parola. e) —ዲያ—ጽ ። f) ሲራ—. g) ሖ—. h) —ም—. i) —ቆ—. k) —ዲያ—. l) ከ—. m) —ዲያ—ፅ፡ n) ይስቂ ፡ (sic). o) ሲያሮጽ፡ p) —ለ—. q) እኂዘ፡ r) ዘ—. s) ያአየሀ ፡ t) —ድ—. u) ሰ—. v) ስ—ፅ ፡ x) —ሀ ፡ y) —ፅ ፡ z) —ኩ—. aa) በ—. bb) —ለ ፡ cc) —ዢ— (sic). dd) አፍ—. ee) Senza litur. ff) —ግ—. gg) —እ—. hh) በበቅ—. ii) ያል— (in Oxf. እ—?). kk) —ተ—. ll) በፈ—. mm) —ነበ—. nn) Om. oo) —ሚቈፅ—. pp) ሸ—. qq) —ማ ፡

ብዝት ፡ የሚያቂጽር ። [a]
ሶቢ ፡ ይንገር ። [b]
ብዝት ፡ የሚያቂጽር ። [a]
በረድ ፡ ይንገር ። [c]
ብዝት ፡ [d] የሚያቂጽር ። [a]
ቦጥ ፡ [e] ይንገር ። [b]
ገቹን ፡ [f] የሚያቂጽር ። [a]
ማለጐ ፡ [g] ይንገር ። [b]
ገቹን ፡ [h] የሚያቂጽር ። [a]
*ሐርበዋሽ፡ይንገር ። መበሽ ፡ ይንገር ።
ገቹን ፡ [h] የሚያቂጽር ። [i]
አበድራይ ፡ ይንገር ። [b]
ገቹን ፡ [h] የሚያቂጽር ። [a]
ገምቦ ፡ ይንገር ። [b]
ግብሩን ፡ የሚገብር ።
አብሽሎ ፡ [k] ተብቅል ።
ግምጃ ፡ ቤት ፡ የሚጀጐል ። [l]
ሻት ፡ [m] ይንገር ።
ገቹን ፡ የሚገብር ።
ድጋእት ፡ ይንገር ። [b]
ዋማ ፡ ይንገር ።
ዜት ፡ ይንገር ።
ወርቁን ፡ የሚገብር ።
እናርያ ፡ ይንገር ።
ቦሽ ፡ [n] ይንገር ። [b]
ወርቁን ፡ የሚገብር ።
ዝንጀሮ ፡ [o] ይንገር ።
ከምባት ፡ ይንገር ።
ፈረሱን ፡ የሚያቂጽር ።
እነሞር ፡ [p] ይንገር ።
ቀረቀር ፡ [q] ይንገር ። [b]
ሐውዘኛ ፡ ይንገር ። [b]
ፈረስ ፡ የሚገብር ።
ቍጩ ፡ [r] ይንገር ። [b]
ዝርጎ ፡ [s] ይንገር ። [b]
የእንበሳ ፡ መትከል ፡ ብስ ፡ ደንግያ ፡ [t]
የኖር ። [u]
ኬራ ፡ [v] ይንግር ።
ፈረሱን ፡ የሚገብር ። [x]
ዛቶ ፡ ይንገር ። [b]
ወላሞ ፡ [y] ይንግር ። [b, x]
ባሕር ፡ ገሞ ፡ ይንገር ።
ሱፍ ፡ ገሞ ፡ ይንገር ። [x]
ፈረስ ፡ ይሚገብር ።
ሐለባ ፡ ይንገር ። [x]
ቅቤን ፡ [z] ይንገር ።
ገዶብ ፡ ይንገር ። [x]
ጐዴላ ፡ [aa] ይንገር ።
ባሊሶች ፡ [bb] ይንገር ። [x]
*እንገራጌ ፡ ይንገር ። [cc]
ማና ፡ ይንገር ።
ዳሽላ ፡ [dd] ይንገር ።

a) —ሚቂፅ—. b) —ግ—. c) —ግ— e agg. ጐቱን ፡ የሚይነግር ።
d) ጐቱን ፡ e) በ—. f) —ቺ— (in Oxf. in litur.). g) —ጐ ፡ h) (In Oxf. in litur.).
i) Om. questi due versi. k) —ስሎ ፡ l) —ጕ—. m) ሽ—. n) ባ—. o) —ጅ—.
p) እ—. q) ተረ—. r) ቈ—. s) —ርጎ ፡ t) —ጊ—. u) ያ—. v) ኳ—.
x) Questo e il verso precedente in una sola linea. y) —ለም ፡ z) ቆ—. aa) ጐ—ለ ፡
bb) —ሾ—. cc) Om. dd) —ሽለ ፡

ዝቡራ ፡ ይንገር ፡፡
ዣን ፡ ይስሐቁ ፡ ትኩር ።[a]
*እንደ ፡ ኀበልሁስ ፡[b] በቃል ።
ሱማሌ ፡ ይንገር ፡፡[c]
ጽሙር ፡ ይንገር ።[a]
ዘንከር ፡ ይንገር ፡፡
አደል ፡ ይንገር ።[a]
ባሐር ፡[d] ማተባ ፡[e] ይንገር ።
በሰው ፡ በላ ፡[f] ሀገር ።
አብርሃም ፡ የሚሉ ፡ ታቦት ፡ ተከል ።
ለቅዱሳን ፡ ናኝ ፡ ምድር ።
በብረት ፡ አስጀጐል ።
በሪም ፡ አስማገር ።
ዣን ፡ ይስሐቁ ፡ ትኩር ።
ትዅረቱም ፡ ተምክር ።
*እንደ ፡ ሐበልዅ ፡[g] በቃል ። ምጽዋ ፡
ይንገር ።
በምጽዋዕ ፡[h] ምድር ።
ጣረስምባው ፡[i] የነበር ።
እንጀራው ፡[k] በምኩር ።[l]
ጸላው ፡ በስፍር ።[a]
አብ ፡ ተልጅ ፡[m] ሲጨምር ።[n]

ጸፋዋቾ ፡ ይናሰር ።[o]
ዣን ፡ ይስሐቁ ፡ ከዘመት ፡ ሀገር ።
ተንቀሳቀሰች ፡[p] አድባር ።[q]
ጎማ ፡[r] ጎዘንች ፡[s] በዱር ።
ዓሣም ፡[t] ጎዘን ፡ በባሕር ።
ባሕሩም ፡ ጎዘን ፡ በጅባር ።
ዣን ፡ ይስሐቄ ፡ ሐወረር ።[u]
ግድ ፡ የዣን ፡ ሐርብይ ፡ ወልድ ።
ዓለሙን ፡ ገዝዋቾ ፡ በግድ ።
አልገዛዋቾም ፡[v] በውድ ።
ረገርም ፡[x] ወርከ ፡[y] ከተነሐድ ።
*ባለ ፡ ምሳር ፡[z] ሐወረድ ።[aa]
ረገርም ፡[bb] ለዓምድ ።
ጎጭሩን ፡[cc] ለገደገድ ።[dd]
አስመስሎ ፡ ገበሬ ፡[ee] ሐርድ ።
ዣን ፡ ይስሐቁ ፡ የግድ ።
መለሳይ ፡ አለ ፡ ኑንሒድ ።[ff]
ከዜዅ ፡ ማን ፡ ይጻመድ ።[gg]
ከእምሰማይ ፡ ወረድ ።
ከመላእክታት ፡ የተፈረድ ።
ሳይፈጀን ፡[hh] በሰላጢን ፡[ii] ሲሰጕድ ።
እንደ ፡ ሣር ፡[kk] ስያሳጭድ ።[ll]

a) Questo e il verso precedente in una sola linea. b) —ደሀበ—. c) —ግ—. d) —ሕ—. e) —በ ፡ f) ባለ ፡ g) In una sola parola, e —ልሁ ፡ h) —ዋ ፡ i) ጠረሰዋ—. k) —ራ ፡ l) Il ም porta anche il segno della vocale *ŭ*, e potrebbe leggersi tanto *m*, quanto *mŭ*. m) ከልጁ ፡ n) —መ—. o) ሲና—. p) —ት ፡ q) ሀገር ፡ r) ጎማ ፡ s) አዘ—. t) አሣ—. u) —ወርወር ፡ v) —ዝዋቾውም ፡ x) ረጅ—. y) —ሬ—. z) In una sola parola e —ሰ—. aa) ከወ—. bb) —ዥ. Questo e il verso precedente in una sola linea. cc) ሐጭ—. dd) —ደራድ ፡ ee) —በ—. ff) ኑ ፡ እን—. gg) —ፃ—. hh) ሲይ—. ii) (Così corretto in Oxf., prima scritto —ለዉን ፡) በሰለውን ፡ kk) ዓሣ ፡ ll) ሲላጭጅ ፡

መለሳይ ፡ አሉ ፡ ንሂድ ። [a]
ዝብ ፡ [b] የየሐዝ ፡ [c] ክበድ ።
ሐተን ፡ ጠባጠበ ፡ [d] ብርንድ ።
አስመስሎ ፡ ገበሬ ፡ [e] ሐርድ ።
ዝን ፡ ይስሐቄ ፡ የግድ ።
የዝን ፡ [f] ሐርበይ ፡ ወልድ ።

III.

*ኢያማ ፡ ዝን ፡ [g] ይስሐቄ ፡ ኢያማ ።
እጉንም ፡ [h] ወዴትማ ።
ተመታእ ፡ በገናኸማ ። [i]
ወደል ፡ ሐደሰማ ።
ጋዝ ፡ [k] ነፈሰማ ። [l]
ምሥራቅ ፡ ኸነች ፡ ጫማ ። [m]
ምዕራብ ፡ ኸነ ፡ [n] ማማ ።
ተተከል ፡ ቃራኸማ ፡ [o]
መስቀል ፡ ጸባማ ። [p]
እንግዴሀ ፡ ወዴትማ ።
ዝን ፡ [q] ይስሐቄ ፡ [r] ኢያማ ። [s]

IV.

እንት ፡ ልጅ ፡ የብስማር ።
*ለምን ፡ ጸላኸ ፡ [s] የእኛን ፡ [t] ፍቅር ።
ምሽት ፡ ሰጥተንኸ ፡ [u] ዌዘር ። [v]
እከል ፡ ሰጥተንኸ ፡ [x] ሐመር ።
ሰፊ ፡ [y] ሰጥተንኸ ፡ [z] ሀገር ።
ለምን ፡ ጸላኸው ፡ [s] የእኛን ፡ [t] ፍቅር ።
ድላ ፡ [aa] ተመተር ።
ሐአባትኸ ፡ [bb] ሀገር ። [cc]
ቢጸባ ፡ [dd] መስቀል ።
ይስሐቅ ፡ ደረስ ፡ [ee] ስትል ። [ff]
እንደ ፡ [gg] እግዓዘን ፡ ደምብር ። [hh]
እንደ ፡ ቁር ፡ [ii] ብረር ። [kk]
ኀልቆኸን ፡ ቍጸር ። [ll]
ልጅ ፡ ምሽትኸን ፡ ዘርዝር ።
ድላ ፡ [aa] ተመተር ።
ሐአባትኸ ፡ [bb] ሀገር ። [mm]
ዝን ፡ እንግዴ ፡ የሰማ ፡ ነገር ። [nn]
እንበሳ ፡ ዳዊት ፡ ተኳር ።
ይበላ ፡ አልጻፈጠው ፡ እኸል ። [oo]
ይጠጣ ፡ [pp] አልጸፈጠው ፡ ቅምብር ።
ገነን ፡ ቢሉ ፡ ገበር ።
በሸንዝ ፡ [qq] አሉ ፡ ሰፈር ።

a) እንሒ—. b) ገዞ—. c) —ኃዝ ፡ d) —በ—. e) —ባ—. f) —ዢ—. g) In una sola parola. h) —ኸ—. i) —ኸ—. k) —ጅ. l) —ፋሳ—. m) ጨ—. n) —ነት ፡ o) —ራሁማ ፡ p) Questo e il verso precedente in una sola linea. q) ዝ—. r) ይስቄ ፡ s) In una sola parola, e —ለሀ ፡ t) የኛን ፡ u) —ነሀ ፡ v) ወይ—. x) ስ—ሀ ፡ y) ሰ—. z) —ኸ—. aa) —ለ ፡ bb) —ሀ ፡ cc) አገ—. dd) —በ ፡ ee) ድ—. ff) —ተ—. gg) አ—. hh) —በ—. ii) ብ—. kk) ቁረ—. ll) ቁ—. mm) አገ—. nn) —በር ፡ oo) እሀል ፡ pp) —ጠ ፡ qq) —ሸ—.

ስንቱን ፡ እቴጽር ። [a]
የሐላበ ፡ [b] ገበር ።
የጣይቶ ፡ [c] ገበር ።
የላበላ ፡ [d] ገበር ።
ስንቱን ፡ እቴጽር ። [e]
የጐዴላ ፡ [f] ገበር ።
ሲፈክር ፡ ነበር ። [g]
ስንኳ ፡ ለአምሐራ ፡ [h] ጋር ። [i]
ሰማይ ፡ ቢከነበል ።
እናቶም ፡ ሲሉ ፡ ነበር ፡ በጸር ።
ሲፈክሩ ፡ ነበር ።
አጠፉዋቾ ፡ [l] ለኽር ። [m]
ዶርሶ ፡ በስንገ ፡ ሰፈር ።
አጠፈዋቾ ፡ ለዝክር ።
ሬሳቾ ፡ [n] በእሳት ፡ ሐረር ። [o]
እንበሳ ፡ ዳዊት ፡ [p] ትኵር ።
እሉኽ ፡ [q] ንገብር ። [r]
በአባትኽ ፡ [q] የነበር ። [s]
ፈረስኽን ፡ ናቀብል ፡
በቅሎኽን ፡ ናቀብል ።
እንጥፋ ፡ ለዘር ።
እንበሳ ፡ ዳዊት ፡ ትኳር ። [r]
በደበናኽ ፡ [t] መገን ።
በፈረስኽ ፡ [u] መገን ። [v]
በሪምኽ ፡ [u] መገን ።
*በመሸትኽ ፡ መገን ። [p]
በሕፃናትኽ ፡ [u] መገን ። [v]
አማስለኽ ፡ አትፍጀን ። [x]
እኛስ ፡ ፈቃደኛነን ። [y]
እንስጥ ፡ መንግሥትኽን ።
ፈረስ ፡ [z] የተፈተን ።
ወርቅ ፡ የተመዘን ። [e]
ሐበጥ ፡ ቂራጥ ፡ ብለን ።
ናድርስ ፡ መንግሥትኽን ።
አማስለኽ ፡ [t] አትፍጀን ። [aa]

V.

ዣን ፡ በድል ፡ [bb] እሳት ።
ጽርሐ ፡ ንግሥት ፡ ታቦት ።
*እንደ ፡ ተኰሰዋት ፡ [cc] በእሳት ።
አስሐረረዋቾ ፡ [dd] እርሱም ፡ በእሳት ።
እንበሳ ፡ ዳዊት ፡ ሐሶ ፡ [ee] ተሸንጐ
ርት ። [ff]

a) Agg. il verso የጐዴላ ፡ ገበር ። b) —ለ—. Questo e il verso seguente in una sola linea. c) —ጠ—. d) —ለ—. e) Questo e il verso preced. in una sola linea. f) —ለ ፡ g) —በ—. h) —ሐ—. i) ጆ—. k) —ጸ—. l) —ፈ—. m) ለዝክር ። n) እሬሳቸው ፡ o) ሐረ—. p) Om. q) —ህ ፡ r) እን—. s) ዓነ—. Questo e il verso preced. in una sola linea. t) —ኸ ፡ (in Oxf. fra il verso 44 e il preced. trovasi una lineetta aggiunta posteriorm.). u) —ሕ ፡ v) Questo e il verso በሪምሕ (il verso che precede immediatamente essendo omesso) in una sola linea. x) አትፈ—. y) —ኛኽ ፡ ነን ። z) —ስኸ ፡ aa) አ—. bb) —ዶ—. cc) In una sola parola e —ከሰ—. dd) —ረርዋ—. ee) —ሰ ፡ ff) —ጉ—.

መለኰሴ ፡ [a] እንዲያገስ ፡ [b] በሰዓት ። [c]
ደርሶ ፡ [d] አወረደብኟ ፡ [e] የሴፍ ፡ [f] መዓት ።
ተጋየሱይ ፡ [g] ጊሰት ። [h]
ትለለች ፡ [i] አበቡት ። [k]
ሐምል ፡ [l] ወፍራ ፡ የዳዊት ።
የግራ ፡ ቀኝ ፡ [m] ባልታት ።
በደብር ፡ አለቸኍ ፡ [n] መለኰስት ። [o]
በኸተማ ፡ [p] ያላቸኍ ፡ [q] ሕፃናት ።
ማን ፡ ተወጋቸኍ ፡ [q] አቄት ። [r]
ንጉሥ ፡ በክረምት ፡ ሲዘምት ።
ወርኀ ፡ የሌለ ፡ [s] ሲሉ ፡ አለኍለት ። [t]
አለሰኔና ፡ [u] ግንበት ። [v]
እንቲገቡ ፡ [x] ይወጹበት ። [y] እንበሳ ፡ በድል ፡ [z] ሳት ። [aa]
አለመለስ ፡ [bb] አለዋት ።
ድላ ፡ [cc] ዝመት ።
ማርያም ፡ [dd] ትኍንሕ ፡ [ee] እናት ።
ሚካኤል ፡ ይኍንኸ ፡ [ff] አባት ።
የከተሉኸ ፡ [gg] ሠራዊተ ፡ መላእክት ። [hh]
ተንሣ ፡ በተሳት ። [ii] ጫማ ፡ [kk] ሳይል ፡ በቍልቍለት ። [ll]
ሐርቡን ፡ ሳይል ፡ ኸተት ። [mm]
በቍሎ ፡ [nn] ሳይል ፡ ለዓቀበት ። [oo]
ፃርማን ፡ ሲወርዱ ፡ ቍልቍለት ። [pp] የጐኸ ፡ [qq] ተገኘ ፡ [rr] በረት ።
ናኘዋቿ ፡ [ss] ለአቄት ። [tt]
ለም ፡ አስመስሎ ፡ የተጐለት ። [uu]
የገድ ፡ መዠመርያችነት ። [vv]
ጸርማን ፡ በተሳት ።
ሐዋኸ ፡ መርማን ፡ በጽዋት ። [xx]
ለዝያቾ ፡ [yy] ለወብራ ፡ [zz] አገዊት ። [aaa]
ስታዝን ፡ የተውነዋት ። [bbb]
ድላ ፡ [ccc] ተመለስ ፡ ብስራት ።
ስታዝን ፡ [ddd] የተውነዋት ። [bbb]
የሐዋኸነት ፡ ምላት ። [eee]
አላስረገፈነም ፡ [fff] አበቍልት ። [ggg]
አላስፈታነም ፡ [fff] ወገረት ።

a) መስኰ—. b) —ደያንስ ፡ c) (In Oxf. in litur.). d) —ሰ ፡ e) ወ—ቾው ፡ f) ዮ— (in Oxf. al posto della vocale ó, è una litur.). g) —ሱ ፡ h) የጊ—. i) ተከለለት ፡ k) Questo e il verso precedente in una sola linea. l) —መ—. m) የቀ—. n) —ላችሁ ፡ o) —ለከሳ—. p) —ከ—. q) —ችሁ ፡ r) አቄ—. s) —ላ. t) —ለሁለ—. u) —ለ ፡ ሰ—. v) —በ—. x) —ቲ ፡ ገ—. y) የ—. z) —ደ—. aa) እሳት ፡ Questo verso è in due linee, ciascuna di tre parole. bb) —ለ ፡ መ—. cc) —ለ ፡ Questo e il verso preced. in una sola linea. dd) Om. ee) ትሁ—. ff) —ሁንህ ፡ gg) ይ—ሉህ ፡ hh) —ለ—. ii) በሳንት ፡ ሰዓት ። qui finisce la linea; il resto alla linea seguente. kk) ጨኤ—. ll) —ቁ—ቁ—. mm) ከ—. nn) —ቅ—. oo) ለቀ—. pp) ቁ—ቁ—. qq) የነሽ ፡ rr) —ኝ. ss) ናኛቾው ፡ tt) —ቂ—. uu) —ጐበት ፡ vv) —ዝ—ረ—. xx) —ጸ—. yy) —ዚያች ፡ (in Oxf. ቾ sembra essere talvolta varietà grafica di ች). zz) —በ—. aaa) አ—. bbb) —ናት ፡ ccc) —ለ ፡ ddd) —ትአዝ—. eee) ምልአት ፡ poi corretto ምበት ፡ fff) —ለ—. ggg) —ቁ—.

*ድላ ፡ ተመለስ ፡ ብስራት ።
አብሰራ ፡ ያብስረዋት ።
ምንም ፡ አልጐነም ፡ በለዋት ።
ስታዝን ፡ የተውነዋት ።
የወቢ ፡ ምምላት ።
አላስረገፈም ፡ አባቍልት ።
አላስፈታነም ፡ ወገረተ ።[a]
ድላ ፡ [b]ጌቶ ፡ [c]ንገር ፡ መላኸት ።[d]
ምንም ፡ አልጐነም ፡ [e]በለዋት ።[f]
*ለዚአቸ ፡ ለወብራ ፡ አገዊት ።
ምን ፡ አልጐነም ፡ በለዋት ።[a]
አንበሳ ፡ ዳዊት ።
ጽርሐ ፡ ንግሥትን ፡ ታቦት ።[g]
እንደተኰሰዋት ፡ [h]ታበእሳት ።[i]
አሳረረዋቾ ፡ [k]እርሱም ፡ [l]በእሳት ።
ደርሶ ፡ አወረደባቾ ፡ [m]ዮሴፍ ፡ መዓት ።
ሐሰ ፡ ተሸንጕርት ።[n]
መለከሴ ፡ እንድያገስ ፡ [o]በተሳት ።[p]
አወረደባቾ ፡ [m]ዮሴፍ ፡ መዓት ፡[q]
አንበሳ ፡ ዳዊት ።

VI.

ዝን ፡ በድል ፡ እማም ።
አባት ፡ [r]የብእደ ፡ [r]ማርያም ።
አባት ፡ [r]የፀበለ ፡ ማርያም ።
አመጹ ፡ [s]እለያ ፡ ፀረ ፡ ማርያም ።
ጸበበዋቾ ፡ [t]ዓለም ።
*ሲፍቀዋቾ ፡ አጋም ።[u]
ሲሉ ፡ በእንተ ፡ ማርያም ።
ሐረደዋቾ ፡ [v]*እንደ ፡ ላም ።[x]

VII.

ዝን ፡ በድል ፡ ዘለቅ ።
አቤታቾ ፡ የአደል ፡ [y]መብረቅ ።
ዝብ ፡ *እንደ ፡ በላ ፡ [z]ጭምቅቅ ።
ባደል ፡ ቢልባቾ ፡ [aa]ብቅ ።
አማውታቾ ፡ ዘቅ ።[bb]
አሞራ ፡ የዳዊት ፡ አሞራ ።
ተኸተለኝ ፡ [cc]በኋለ ።
ሥጋ ፡ አበላኸ ፡ [dd]ሐበላ ።[ee]
የደም ፡ አጠጣኸ ፡ [ff]ነተራ ።
ተኸተለኝ ፡ በኋላ ።[gg]

a) Om. b) —ለ ፡ c) ጌታ ፡ d) መኸት ። e) አ—ን—. f) —ል—. g) Questo e il verso preced. in una sola linea. h) —ሰ—. i) በ—. k) አስረር ዋቸው ፡ l) Dopo la parola seguente e in principio di linea. m) አው—ቸው ፡ n) ተሰ—ጉ—. o) —ያንስ ፡ p) በሰዓት ፡ q) መአት ፡ r) —በ—. s) ዓ ምፁ ፡ t) —ባቸው ፡ u) —ፈቅዋቸው ፡ አ— questo e il verso preced. in una sola linea. v) —ድዋቸው ፡ x) —ደስለ—. y) —አ—. z) In una sola parola. aa) —ባቸው ፡ bb) ዝ—. cc) —ኸ—. dd) —ላሁ ፡. ee) አ—; questo e il verso precedente in una sola linea. ff) —ጠህ ፡ gg) Questo e il verso seguente in una sola linea.

ወግዕቼ ፡ በቃሬ ።
*ሰኽቼ ፡ በጸመሬ ።[a]
እኛስ ፡ ብንበልዓኽ ፡[b] መሓላ ።[c]
ለጸር ፡ ይስጠን ፡ ለወርወሬ ።
የክንፍ ፡ በናደርግ ፡[d] ጽላ ።
ለቀስት ፡ ይስጠን ፡ ለቀፈሬ ።
*ምን ፡ ከበአሰን ፡[e] ንበልእኹ ፡[f] መሓለ ።[g]
ገላቸን ፡[h] ከመሰል ፡ የፈጠጋር ፡ እምብላ ።
አፈቸን ፡[i] ከመሰል ፡[k] በዓልቴት ፡[l] የገባቸ ፡[m] እንሶስላ ።[n]
ፀዓታቸን ፡[o] የመሰል ፡[p] በደም ፡ የዘሬ ፡ ጭሬ ።
ስማቸን ፡[q] የገሥን ፡[r] ተኵላ ።[s]
እንበልዓም ፡ መሓላ ።[t]

VIII.

ሖርበኛ ፡[u] ዓምደ ፡ ጽዮን ።
መላላሽ ፡[v] የወሰን ።
ወኸ ፡[x] እንደመስን ፡[y]
መላላሽ ፡[z] የወሰን ።[aa]
ከወጅ ፡ ዜብዳርን ።
*ይውረድ ፡ አድርገኸው ፡ ትግሬውን ።
ከወጅ ፡ ዜብዳርን ።[bb]
ከገንዝ ፡ ጠጣን ።[cc]
ምን ፡ ቀረኸ ፡[dd] በወሰን ።
ከድያ ፡ አመኖን ፡[aa]
ምን ፡ ቀረኸ ፡[ee] በወሰን ።
ከባሌ ፡ አሌን ።[aa]
ከደዋሮ ፡ ኄደራን ።[ff]
ከፈጠጋር ፡ ዜላርድን ፡[gg]
ኬፋት ፡[hh] አምበልአበክርን ።[ii]
ከግድም ፡ የዊሳይን ።[kk]
ከአንጎት ፡[ll] ዠርን ፡ አሞራን ።[mm]
ከአገው ፡ አቤትአዠርን ።[nn]
ከትግሬ ፡ ነገደ ፡ ክርስቶስ ፡ ይውረድ ።
አደረግኸው ፡ ገንዙን ።
እንዲሰሬ ፡ ዳውዠውን ።[oo]
ማን ፡ ቀረኸ ፡[ee] በወሰን ።
አላጸፉኸው ፡[pp] ፊቱን ።
አላስማረኸው ፡[qq] ልጀ ፡[rr] ምሽቱን ።

[a]) —ክ— ፡ በዳምሬ ፡ [b]) በንበዓኽ ፡ [c]) መሀላ ። questo e il verso precedente in una sola linea. [d]) ብ—. [e]) ምንከባስኽ ፡ [f]) —ለኽ ፡ [g]) —ሐላ ፡ [h]) —ለቼ—. [i]) —ቼ—. [k]) —ስ—. [l]) ባል—. [m]) —ቻ ፡ [n]) —ሰስለ ፡ [o]) ፀአታቻ—. [p]) ይ—ስ—. [q]) —ቻ—. [r]) ዠ—. [s]) —ኸለ ። [t]) —ሐ—. [u]) ሐ—. [v]) —ለለስ ፡ [x]) ውሀ ፡ [y]) —ደ ፡ መ—. [z]) —ለለ—. [aa]) Questo e il verso precedente in una sola linea. [bb]) Om. [cc]) —ጠ— questo e il verso 5° (mancando i due immediatamente precedenti) in una sola linea. [dd]) —ህ ፡ [ee]) —ኸ. [ff]) ጸደ—. [gg]) ለር—. [hh]) ከኤፋ—. [ii]) —ል ፡ አ—ር ። [kk]) —ስ—. [ll]) —ንጎት ፡ [mm]) አ—. [nn]) አቤት ፡ አ—. [oo]) ደውጃውን ፡ [pp]) አባጸፋ—. [qq]) አልአስማረከኸው ፡ [rr]) —ጅ ፡

ከጎዠም ፡ [a] ዠን ፡ [b] ኽምርን ። [c]
ከጋፋት ፡ አወላሞን ። [d]
በዳሞት ፡ ሞት ፡ ለሚን ።
ማን ፡ ቀረኽ [e] ፡ በወሰን ። [f]
ያላስጸፋኽው ፡ [g] ፈቱን ።
ያላስማረኽው ፡ [h] ልጅ ፡ ምሽቱን ።
ሐርበኛ ፡ ዓምደ ፡ ጽዮን ።
መላላሽ ፡ [i] የወሰን ።

IX.

ዓምደ ፡ ጽዮን ፡ ስም ፡ ይዘራ ። [k]
በወጅ ፡ እስከ ፡ በጥርአሞራ ። [l]
ቃራ ፡ ይነሰንስ ፡ ቃራ ፡ እንደ ፡ ጭራ ።
በወንዶቹ ፡ [m] ገረገራ ። [n]
በሐድያ ፡ [o] እስከ ፡ ጐደላ ።
በባሊ ፡ እስከ ፡ ኄድራ ። [p]
በባሕር ፡ እሰከ ፡ ኤርትራ ።
ዓምደ ፡ ጽዮን ፡ ስም ፡ ይዘራ ።

X.

ዝን ፡ [q] ዘርአ ፡ ያዕቆብ ፡ በደል ፡ [r] ፀሐይ ። [s]
ሐንዠት ፡ [t] የዚከብራይ ።
ባልዋ ፡ የባርዜላይ ።
ዝን ፡ [q] በደበና ፡ ቢታይ ።
*በብራ ፡ የበረቀ ፡ ይመስል ፡ ሰማይ ።
ጋርን ፡ በደበና ፡ ቢታይ ። [u]
በዓልቴት ፡ [v] ያዘለችው ፡ ይመስል ፡ ስርናይ ።
ጋርን ፡ [q] በደበና ፡ ቢታይ ።
አበባ ፡ ይመስል ፡ ገለገይ ።
የመስከርም ፡ [x] ይመስል ፡ ጽገይ ።
ሰይጣን ፡ አውሬ ፡ [y] በድላይ ። [z]
የለመደው ፡ በሐርጋይ ። [aa]
የለመደው ፡ በግዳይ ።
ጋርን ፡ [q] ዘርአ ፡ ያዕቆብ ፡ [bb] በድል ፡ ፀሐይ ። [aa]
ቀለበው ፡ እንደ ፡ እምባይ ።
አፈረጸው ፡ [cc] እንደ ፡ ሎሚይ ።
*ወጋ ፡ አለዋቾ ፡ [dd] ይታይ ። [ee]
በትግሬ ፡ በነገደ ፡ ክርስቶስ ፡ [ff] ገይ ። [gg]
ግብጽ ፡ የወጸ ፡ ፈርዘነይ ።
የከምሩበት ፡ [hh] ደንጌይ ። [ee]
ስማ ፡ ዘርአ ፡ [ii] ያዕቆብ ፡ እንዳይቤይ ።
በቅዳ ፡ ሐሊታይ ።
በላሻርጌይ ፡ [kk] በአንጎት ፡ [ll] አለይታይ ። [mm]

a) —ጐጃ—. b) ጃ—. c) ከ—. d) —ው—. e) —ኽ ፡ f) ከወ—. g) ያለሰፋ—. h) ያለ—ረከኽው ፡ i) —ለለሰ ፡ k) የ—. l) —አ—. m) —ች (cf. soprà p. 60, nota *yy*). n) —ራ—. o) —ሐ—. p) ሒድላ ። q) ዣ—. r) —ድ—. s) —ሐ—. t) አን—. u) Om. v) በአልቱት ፡ x) —ረ—. y) አርዌ ፡ z) (In Oxf. in lit.). aa) —ሐ— (in Oxf. dubbio se ሐ o ሓ). bb) የ—. cc) —ረፀ—. dd) አልዋቾ ፡ ወጋ ፡ ee) Questo e il verso preced. in una sola linea. ff) ኢየሱስ ፡ gg) ጋ—. hh) —መ—. ii) —አ. kk) —ለሸ—. ll) —ጎት ፡ mm) —ለ ፡ ይ—; questo e il verso preced. in una sola lin. (dopo ሐሊታይ due punti).

በለዊሳይ ፡ ገይ ፡ [a] በአምሓራ ፡ [b] አለ ይታይ ። [c]
በኢብቃለ ፡ ጽዮን ፡ ጋይ ። በግድም ፡ [d] አለይታይ ።
በሐምበል ፡ [e] አቦከር ፡ [f] ገይ ። [g]
በኢይፋት ፡ አለይታይ ። [c, h]
ምሽቱ ፡ ዜነበ ፡ [i] እንድታይ ።
ታንጐት ፡ [k] *እንደ ፡ መረወይ ። [l]
ትደቍስ ፡ [m] እንደ ፡ በርበረይ ።
በፈጠጋር ፡ አለይታይ ። [c] በሴዛር ድ ፡ [n] ገይ ።
ስሜ ፡ [o] ዘርአ ፡ ያዕቆብ ፡ እንደይበይ ። [p]
በደዋሮ ፡ አለይታይ ። [c, q] በጐደራ ፡ ገይ ።
*በባሊ ፡ አለይታይ ። [c] በለአሊ ፡ [r] ገይ ።
በሓድያ ፡ [b] አለይታይ ። [c] በለአመኖ ፡ ገይ ።
በገንዝ ፡ [s] አለይታይ ። [c] በለጠጣ ፡ [t] ገይ ።
በወጅ ፡ አለይታይ ። [c] በዜብዳር ፡ [u] ገይ ።
በዳሞት ፡ አለይታይ ። [c] በምተለሚ ፡ ገይ ።
በጋፋት ፡ አለይታይ ። [c] በአወላሞ ፡ [v] ገይ ።
በጕዝምም ፡ [x] አለይታይ ። [c] በዝንኽ ምር ፡ [y] ገይ ። [z]
ስም ፡ የዘርአ ፡ [aa] ያዕቆብ ፡ ሐዳይበይ ።
ይኽምሩበት ፡ [bb] ደገይ ።
ስም ፡ ለኋላ ፡ [cc] ልጅ ፡ [dd] ሕንዲቆይ ። [ee]
አንተ ፡ ያጋርንብ ፡ [ff] ሓበይ ።
የልገደልኽ ፡ [gg] ገደልኹ ፡ [hh] ባይ ።
ያላየኽ ፡ [ii] *ሀየኹ ፡ በይ ። [kk]
ወሬኝ ፡ [kk] እደገጠን ፡ [ll] ሀባይ ። [mm]
ግዳይስ ፡ ይኹነው ፡ [nn] ለዳኛይ ።
ወይሎሌ ፡ [oo] ዳኛይ ።
በሌሊት ፡ ፃዕር ፡ መቀደሸይ ። [h, pp]
ይቀንዕ ፡ በኀቶደደይ ፡ [qq]
በግራ ፡ [rr] እንደ ፡ [dd] ጸመዱ ፡ [ss] ብዕራይ ። [h]
ሲቀዳደም ፡ በፊተይ ።
ተአርዌ ፡ [tt] በድላይ ፡ [uu] ግዳይ ። [vv] በአ ተይ ፡ [xx] ዳኛይ ።

[a]) In una sola parola, e —ሰ—. [b]) —ሐ—. [c]) —ለ ፡ ይ—. [d]) ፡ በግዶምየ ፡ [e]) —ሕ—. [f]) አቦከር ፡ [g]) ጋ—. [h]) Questo e il precedente verso in una sola linea. [i]) —ና—. [k]) —ጐ—. [l]) —ደመ—. [m]) —ቈ—. [n]) ፡ በቤዘ—. [o]) —መ ፡ [p]) —ይዕበ—. [q]) Agg. በበአሊ ፡ ይታይ ። colle quali parole finisce il verso; le seguenti በጐድራ ፡ ገይ ። formano il principio del 2° verso, la cui seconda parte alla sua volta, forma il principio del 3° verso, e così di seguito fino al verso 9°. [r]) ለዓሊ ። [s]) በእንተዝ ፡ [t]) —ጠግ ፡ [u]) —ዳ ፡ [v]) —አወለ—. [x]) —ጐጃ—. [y]) —ዝን ፡ ክም—. [z]) Queste due parole በዝ— ፡ ገይ ። formano da sole un verso. [aa]) ዘርአ ፡ [bb]) —መሩ ፡ ቤት ፡ [cc]) የኋ—. [dd]) Om. [ee]) እን—. [ff]) —ዝብ ፡ [gg]) —ኽ ፡ [hh]) —ሁ ፡ በ—. [ii]) —ለ—. [kk]) —ኛ ፡ [ll]) እን ደገብጠ—. [mm]) Om. Questo e il verso precedente in una sola linea. [nn]) —ሀ ፡ ነው ፡ [oo]) —ይ ፡ ሎ—. [pp]) —ሸ—. [qq]) ብሕትወደ—. [rr]) በራ ፡ [ss]) ፀመ—. [tt]) አ—. [uu]) —ለ—. [vv]) —ዶ—. [xx]) በተአይ ፡

ምሽት ፡ ዌዘር ፡[a] ባልጐነኝም ፡[b] ለዋይ ።
ሰፊሕ ፡[c] ሀገር ፡ ባልጐነኝም ፡[b] ለዋይ ።
አካል ፡ ሐመር ፡[d] ባልጐነኝም ፡[b] ለዋይ ።
ወርቀ ፡ አባር ፡[e] ባልጐነኝም ፡[b] ለዋይ ።
ኪዳን ፡ ይጐንኽ ፡[f] በሰማይ ።
ጐልትኽን ፡[g] አልስጥ ፡ ለዋይ ።
ይላል ፡ ዠን ፡ ዘርአ ፡ ያዕቆብ ፡ በድል ፡ ፀሐይ ።

XI.

ገመር ፡ አጽናፍ ፡[h] ስገድ ፡[i] *ገመር ።
ባለፈረስ ፡ ብሩር ፡ ባለጠብት ፡ ባሐር ።[k]
ለካ ፡[l] ወየኽልን ፡[m] ወገር ።
ግራኝ ፡ በኢትዮጵያ ፡ ነግሦ ፡[n] ነበር ።
ንዋየ ፡ ቅድሳት ፡ ሲመዘብር ።[o]
በማመድ ፡ ሲያዘምር ።
ፍቅረ ፡ ማርያምን ፡[p] ሲያስቈርር ።[q]
ማተብ ፡[r] ከንገት ፡ ሲመትር ።
ታበት ፡[s] ኢያሰብር ።[t]
ቢያነግሥኽ ፡[u] እግዚአብሔር ።
በዳዊት ፡ መንበር ።
ቍጥዓ ፡[v] እንደ ፡ ጳጅ ፡ ሰከር ።
ሰላጢን ፡[x] እንደ ፡ ዘንግ ፡ ወረወር ።
ለግዳይ ፡ ተኰር ።
ሐርብ ፡ በኢስማን ፡ ዠመር ።
አስከተል ፡ በእመር ። ወደሸዋ ፡ ቢዘር ።[y]
በሽሜ ፡ ስረም ፡ ሀገር ።
እንደ ፡ ጕሽ ፡[z] ሺያናፍር ።[aa] እንደ ፡ አንበሳ ፡ ሲጥጎር ።[bb]
ቾኰል ፡ እስኪደርቅለት ፡[cc] ምድር ።
በወርኃ ፡[dd] ጥቅምት ፡ ቆገት ፡ ወረር ።
ነስረዲን ፡ የማርያም ፡ ኅሡር ።
መጸ ፡[ee] ሲፈክር ።[ff]

ጠልፎ ፡ ጠሓለው ፡[gg] እንደ ፡ ዓይነ ፡ ምድር ።
ወደደምብያ ፡ ሲሸገር ።[hh]
ዠመር ፡ ከግራኝ ፡ ሲወራወር ።
በተነው ፡ እንደ ፡ ሓሰር ።[ii]
በሰለባ ፡ ተፈሡ ፡[kk] አቄት ፡ ዠር ።
ግምጃ ፡ እንዲያደርጉ ፡[ll] ቸገር ።
ድልወምበሩ ፡[mm] ብትሸበር ።
ገበቸ ፡[nn] መከተር ።
ሓበትዋ ፡[oo] ሀገር ።

[a]) ወይዘ—. [b]) —ልሆነም ፡ [c]) —ፊ ፡ [d]) ሐ—. [e]) አምበ—. [f]) ይኹንኽ ፡ [g]) ጉ—. [h]) —ፈ ፡ [i]) ምድር ፡ [k]) Om. [l]) —ከ ፡ [m]) ወጸ—. [n]) —ሥ ፡ [o]) —ማነዝር ፡ [p]) —ም ፡ [q]) —ያቆ—. [r]) ማሰተ—. [s]) —በ—. [t]) —በ—. [u]) —ሕ ፡ [v]) ቁ—. [x]) —ለ—. [y]) ሲዘ—; questa linea è divisa in due, ciascuna di due parole. [z]) ጎ—. [aa]) ሲያ—. [bb]) —ጥሀ—; questa linea è divisa in due, ciascuna di tre parole. [cc]) —ር ፡ ቅ—. [dd]) ወወ—. [ee]) —ጸ ፡ [ff]) Fra questa e la linea seguente corre lo spazio ordinario. [gg]) ጠለው ፡ [hh]) —ሻ—. [ii]) ኃሰ—. [kk]) —ፈሱ ፡ [ll]) —ያር—. [mm]) —ል ፡ ወ—. [nn]) —ባች ፡ (cf. sopra p. 60, nota yy). [oo]) ከባ— (in Oxf. ሐ— ?).

XII [1].

ቤት ፡ እንሣ ፡፡ [a]
ደረባ ፡ ሙእይ ፡ ወደቢ ፡፡
ግራ ፡ ሰው ፡ ወንዶች ፡ ፩ማዋ ፡፡
፩ጋፋት ፡ ወገሞ ፡ ገንዝ ፡፡
ንስር ፡ ቃና ፡ ዠን ፡ ዓፍ ፡፡
ወሶን ፡ ዓፍ ፡ አዝዝ ፡ ቃና ፡፡
ዠን ፡ ቃና ፡ አደል ፡ ዓፍ ፡፡
በድል ፡ ዓፍ ፡ አዠር ፡ ቃና ፡፡
አርገኖን ፡፡ [a]
መንከር ፡ ቃና ፡፡

ወእምዝ ፡ ሞተ ፡ . . . . አንበሳ ፡ በፀር ፡ እኁሁ ፡ ለእስክንድር ፡ ድኅረ ፡ ነግሠ ፡ ፲ ወ ፫ ዓመት ፡ ወደረሰ ፡ መለከዓ ፡ እግዝእትነ ፡፡

Archeologia. — Il Socio FIORELLI presenta il fascicolo delle *Notizie* per lo scorso mese di dicembre, e lo accompagna con la Nota seguente:

« La Regione X (*Venetia*) ci ha restituito in Padova un nuovo titolo funebre latino assai mutilo, e la XI (*Transpadana*) diede un ripostiglio di bronzi di età antichissima, rinvenuto nei pressi di Milano.

« La VIII (*Cispadana*) ha fatto riconoscere tombe cristiane con avanzi di età romana entro l'abitato di Bologna, ed altre tombe nel prossimo Casalecchio, dove si sono pure trovati sepolcri del tipo Villanova.

« A Forlì, nella Regione medesima altre tombe romane furono aperte: ed in Forlimpopoli fu recuperata un' iscrizione cemeteriale cristiana, l'unica finora del territorio di quel comune.

« Per la Regione VI (*Umbria*) merita essere ricordata una tomba del II secolo dell'era volgare, scoperta in Urbino; e per la V (*Picenum*) un cippo funebre rinvenuto sul confine orientale nel comune di Montegiorgio, territorio che appartenne a Falerio, come la nuova lapide chiaramente conferma.

« Nella Regione VII (*Etruria*) si fecero altri scavi della necropoli volsiniese, in contrada Cannicella sotto la rupe di Orvieto, e vi si trovarono tombe depredate con pochi resti di suppellettile funebre, consistenti in rottami di buccheri e di vasi dipinti. Fu inoltre recuperato un mattone con bollo figulo, in Canale Monterano, ad occidente del lago di Bracciano.

[a]) Forse አ—.

(1) La precedente canzone relativa ad Asnâf Ṣagad I (Claudio † 1559) e Grañ, è l'ultima nel codice di Oxford: la XII[a] canzone che qui segue, si legge solo nel codice di Parigi.

አባሪ 2፡- ንግሥት እሌኒ ለፖርቱጋሉ ንጉሥ የጻፈችው ደብዳቤ

መጽሐፈ መልእክት ዘተፈነወት እምኀበ እሌኒ ንግሥተ ኢትዮጵያ ኀበ አቤቶሁን ዮሃንስ ንጉሠ ብርትጋል።

በስመ አብ ወልድ ወመንፈስ ቅዱስ ሠለስቱ አካላት አሐዱ እግዚአብሔር። ሕይወት ወጸጋ ወበረከት በእግዚእነ ኢየሱስ ክርስቶስ ወልደ ማርያም ድንግል ዘተወልደ በቤተ ልሔም የሀሉ ምስለ እኁየ ክርስቶሳዊ ወልደ ንጉሥ አማኑኤል ንጉሠ ነገሥት ዘባሕር ወመዋኢሆሙ ለእኩያን ሰብእ መሐመዳውያን እግዚአብሔር ይረሲክሙ ኃያለ ወመዋኤ አፅራር ወያኑኅ ሥልጣነ መንግሥትክሙ ወምስፍናክሙ በኃይለ ጸሎቶሙ ለመላእክተ እግዚእነ ኢየሱስ ዘውእቱ መድህኒነ ዘውእቶሙ ዐ[ርባእ]ቱ ወንጌላውያን ቅ[ዱ]ስ ዮሐንስ ቅዱስ ሉቃስ ቅዱስ ማርቆስ ቅዱስ ማቴዎስ ዘየዐቢ ጽድቆሙ ወጸሎቶሙ።

ንክሥት ለክሙ እኁነ ፍቁር ከመ በጽሑ ኀቤነ ክልኤቱ እደው ሰብአ ቤትክሙ አሐዱ ቀሲስ ዘስሙ ዮሐንስ ቤርሙዴስ ወካልዑ ሕዝባዊ ዘስሙ ዮሐንስ ጉሚስ። ወበእንተ ምጽአቶሙ ለእሉ ፈነውነ ኀቤክሙ ሐዋርያነ ማቴዎስ እኁነ ዘሀሎ ታሕተ ሥልጣንነ በመባሕተ አቡነ ማርቆስ ጳጳስ ዘእለ እስክንድርያ ዘይሁበነ በረከተ ወይፌኑ ለነ እምኢየሩሳሌም ቀሲሳነ ወለአቡነ ውእቱ ወአቡሆሞ ለኵሎሙ ሰብእ ዘውስተ መንግሥትነ ወዓምደ ሃይማኖት ክርስቶስ ወዘቅድስት ሥላሴ ወበትእዛዘ ዚአነ ፈነውነ ሐዋሪያተ ኀበ ወዓሊክሙ መልአከ ህንድ ዘሥዩም በትእዛዘ ዚአክሙ ላዕለ ሰብአ ቤትክሙ እለ ይጸብዑ ህየንተ ሃይማኖት ዘክርስቶስ መድኃኒነ አሜን።

ምክንያተ መልእክትነሰ ኀቤሁ ናኤምር ከመ ድልዋን ንሕነ ለተራድኦ ሠራዊትክሙ በሲሳይ ወበኵናት ወይእዜኒ ሰማዕነ ከመ ሥልጣነ ምሥር ያስተዴሉ ኩናተ ፈድፋደ በፍኖተ ባሕር ቀኒዖ ላዕለ ሕዝብክሙ እለ በህንድ ወበእንተ ዘአስተኀፈርዎሙ ፈድፋደ ወሞዕዎሙ ብዙኃ ጊዜያተ። ይሠምር እግዚአብሔር ከመ ያጽንዖሙ ፈድፋደ ለለዕለቱ ከመ ይባዑ ውስተ ቅኔ ዚአክሙ ኵሎሙ ኢአማናውያን። ንሕነኒ ንፌኑ ሠራዊተነ ከመ ይጽንሕዎሙ በመካ ወኀበ ባቢል ወመንደል ወለእመ ይመስለክሙ ዘይኄይስ ንፌንዎ ኀበ መንደረ ዠዳ አው ቶር ከመ ትፈጽሙ ጸሕቀ ልብክሙ በሠናይ ወታኍይይዎሙ ወታጠፍእዎሙ ለእልኩ ኢአማናውያን መሐመዳውያን እምውስተ ምድር/ንሕነሰ ንትራዳእ ለክሙ/ከመ ኢየሀብዎሙ ዳግመ ለከለባት አምኀ ዘይወስዱ ሕዝብነ እምዝየ ኀበ ቅድስት መቃብሪሁ ለእግዚእነ ክርስቶስ። ዛቲ ይእቲ መዋዕል ዘአስተብፅዐት ቅድመ እግዚእነ ወእሙ ቅድስት አመ ሀሎ ይትወለድ ንጉሥ በሀገረ ኢዮሮፓ ወውእቱ ይመውዖሙ ወያበጥሎሙ ለኢአማናውያን ወመሓመዳውያን። ወዘእንበለ ናፍቆ ዛቲ ይዕቲ መዋዕል ዘበእንቲአሃ ተነበየ መድኃኒነ ወእሙ ቅድስት።

ወኵሎ ይእዜኑ ይነገረክሙ ሐዋርያ ማቴዎስ ስምዑ ወተመጠው ከመ ቃለ ርእስየ ወኢታስተኀቅርዎ እስመ ውእቱ ማእምር ማእከለ ዐበይታት ዘውስተ ቤትነ ወበእንተዝ ፈነውዎ (sic) ኀቤክሙ። እስመ ተክህለነ በሐዋሪያትክሙ ናኤምረክሙ በእንተ ጸሕቀ ልብነ ወባሕቱ ኢንፈቅድ ንግበር ከመዝ በእንተ ዘቦአ ናፍቆ ውስተ ልብነ ከመ ኢይዜንውክሙ ፍጹመ በእንቲአሁ። ወምስለ ማቴዎስ ሐዋርያነ ንፌኑ ለክሙ አሐደ መስቀለ እም ዕፀ ዘተሰቅለ ቦቱ እግዚእነ በኢየሩሳሌም። ወእምህየ ተፈነወ ለነ ክፍለ ዚአሁ ወገበርነ እምኔሁ ክልኤተ መስቀለ ወአሐዱ አትረፍነ ለነ ወአሐዱ ፈነውነ ለክሙ ወስኑስ ጸሊም ወውእቱ ሰቅል በኀልቀተ ብሩር። ዓዲ እመ ትፈቅዱ ከመ ይትዋሰቡ ደቂቅክሙ

ምስለ አዋልዲነ ወደቂቅነሂ ምስለ አዋልዲክሙ [ንፈቅድ ንግበር ከመዝ።] ባሕቱ ኢይኩን ለምዕር ዳእሙ ይኩን ለዘልፍ። ሕይወቱ ወጸጋሁ ለኢየሱስ ክርስቶስ መድኃኒነ ወእግዕዝትነ ማርያም ቅድስት ድንግል በኵሉ ጊዜ የሀሉ ምስሌክሙ ወምስለ ደቂቅክሙ ወአዋልዲክሙ ወኵሉ ሰብአ ቤትክሙ። ንሕነሰ ለእመ አስተጋባእነ ሠራዊትነ ንረክብ ኃይለ እንዘ ይረድአነ እግዚአብሔር ከመ ንማፆሙ ለኵሎሙ እለ ይትቃረንዋ ለሃይማኖትነ ቅድስት። ባሕቱ በፍኖተ ባሕር ኢየሱስ ክርስቶስ ያጽንዕክሙ በኵሉ ጊዜ። እስመ ሰማዕነ ነገራተ ዘገብሩ ሠራዊትክሙ በህንድ ወይመስነ መንክራተ ወአኮ ግብራተ እደ ሰብእ። እመኒ ትፈቅዱ ታስተዳልው ዓሥርተ ምእተ ንሕነ ንፌኑ ለክሙ ሲሳይ።

Sergew, “The Geez Letters of Queen Elleni and Libne Dengel,” 554-558.

<u>ትርጉም</u>

ከኢትዮጵያ ንግሥት እሌኒ ለፖርቱጋል ንጉሥ ለግርማዊ ዮሃንስ የተጻፈ ደብዳቤ።

በአብ በወልድ እና በመንፈስ ቅዱስ ስም ሦስት አካላት አንድ አምላክ ስም፣ በቤተ ልሄም የተወለደው የድንግል ማርያም ልጅ የኢየሱስ ክርስቶስ ሕይወት፣ ፀጋ እና በረከት በባሕሩ ንጉሠ ነገሥት፣ ከፋዎቹን መሐመዳውያንን በሚያንበረከከው በክርስቶሳዊው በወንድሜ በንጉሥ አማኑኤል ልጅ ይደርበት። እግዚአብሔር ኃይልህን አጠንክሮ ጠላትን ድል የሚነሳ ያድርግህ። የአዳኛችን የኢይሱስ ክርስቶስ አራቱ ወንጌላውያን ጸሎታቸውና ቅድስናቸው የላቀ በሆኑት በቅ[ዱ]ስ ዮሃንስ፣ በቅዱስ ሉቃስ፣ በቅዱስ ማርቆስ እና በቅዱስ ማቴዎስ ጸሎትና ምልጃ ሥልጣንህንና መንግሥትህን ያርዝመው።

የተወደድከው ወንድማችን ሁለት የአገርህ ዜጋዎች አንደኛው ዮሃንስ ቤርሙዴስ የተባለ ቄስ፣ ሌላኛው ዮሃንስ ጉሚስ የተባለ ጨዋ ወደኛ መምጣታቸውን ልንነግረህ ወደድን። እነርሱ ከመጡ በኋላ ከኢየሩሳሌም ካህናትን በሚልክልን፣ ቡራኬ በሚሰጠን፣ በመንግሥታችን ውስጥ ላሉት ሁሉ አባት በሆነው፣ የክርስቶስና የቅዱስ ሥላሴ የእምነት ዓምድ በሆነው በእስክንድሪያ ጳጳስ በአቡነ ማርቆስ ሥልጣን ሥር የሆነውንና በእኛ ሥልጣን ሥር ያለውን ወዳጃችንን ማቴዎስን መልክተኛ አድርገን ልከነዋል። በእኛ ትእዛዝ መላእክተኛችንን ለመድህኒታችን ለክርስቶስ ሃይማኖት ለሚዋጉት ዜጋዎችህ አለቃ አድርገህ በሾምከው ህንድን ወደሚገዛው አሽከርህ ላክነው። አሜን።

መልክተኛ የላክንበትን ምክንያት ምን እንደሆነ አሁን እናሳውቃለን። የምስር ገዢ በባሕር ላይ ውጊያ ለማድረግ እየተዘጋጀ መሆኑን ስለሰማን ሠራዊታችሁን በስንቅ እና በጦር መሣሪያ ለመርዳት ዝግጁ ነን፣ በተደጋጋሚ ሠራዊቱንም በማሸነፋቸው እና በማዋረዳቸውም በህንድ በሚገኙት በአንተ ሰዎች ቀናን። ኃይላቸው በየቀኑ እንዲበረታ የእግዚአብሔር ፈቃድ ይሁን። ይህም ኢአማኒያን በሙሉ በአንተ ሥር እንዲሆኑልህ ነው። በመካ እና በባቢል መንደብ እንዲጠብቋቸው ሠራዊታችንን እንልካለን። የልብህን ምኞት ለመፈጸም እንድትችል፣ ኢአማኒያን መሐመዳውያንን ከምድር ጠራርገህ ለማባረር (እኛም እንረዳልን)፣ የኛ ሰዎች ለጌታችን ኢየሱስ ክርስቶስ ቅድስት መቃብር የሚወስዱትን ስጦታም ዳግመኛ ለውሾች እንዳይሰጧቸው የሚሻል ከመሰለህ (ወታደሮቻችንን) ወደጅዳ ወይም ቶር እናዘምታቸዋለን። ጌታችን እና ቅድስት እናቱ ኢአማኒያን መሐመዳውያንን የሚያሸንፋቸውና የሚያባርራቸው ንጉሥ በአውሮፓ

ይወለዳል ብለው የሰጡት ቃል ኪዳን የሚፈጸም አሁን ነው። ያለምንም ጥርጥር መድህኒታችንና ቅድስት እናቱ አስቀድሞ የተነበዩት ጊዜ አሁን ነው።

አሁን መልክተኛችን ማቴዎስ ሁሉንም ነገር ይነግራችኋል፣ እርሱን ስማው የሚለውንም እንደኔ ቃል ተቀበለው። በሕዝባችን ካሉት ከልሂቃኖችም መካከል እርሱ የተማረ ነው የላክነውም ስለዚህ ነው፣ እንዳታስቀይሙት። እኛ በእውነት በልዑካኖችህ አማካይነት የልባችንን ፍላጎት ለአንተ ለማስተላለፍ እንፈልግ ነበር ነገር ግን ሁሉንም ዐይነግሩትም ብለን በልባችን ጥርጣሬ ገባ። ከማቴዎስ ጋር ጌታችን ኢየሱስ ክርስቶስ በኢየሩሳሌም የተሰቀለበትን አንዱን እንጨት ልከንላችኋል። ለኛ ከተላከልን ከፍለን ሁለት መስቀል አድርገን ሠራን። አንዱን ለራሳችን አስቀረን፣ አንዱን [ስለፍጹም ፍቅር] ለእናንተ ልከንላችኋል። እርሱም ቀለሙ ጥቁር ሲሆን ለማንጠልጠያ የብር ቀለበት አለው። ወንድ ልጆችህ የኛን ሴት ልጆች፣ የኛ ወንዶች ልጆች የአንተን ሴቶች ልጆች እንዲያገቡ ፍላጎት ካለህ (እኛ ለማድረግ ፈቃደኛ ነን)። ነገር ግን ይህ ነገር ዘላቂ እንጂ ጊዜዊ መሆን የለበትም። የመድህኒታችን የኢየሱስ ክርስቶስና የእመቤታችን ቅድስት ድንግል ማርያም ጸጋና ሕይወት ከአንተ ጋር፣ ከወንዶችና ሴቶች ልጆችህ እንዲሁም ከመላው ከሕዝብህ ጋር ሁሉ ጊዜ ይኑር። እግዚአብሔር ቅድስት ሃይማኖታቸንን የሚቃወሙትን እንድናሸንፍ ስለሚረዳን ሠራዊታችንን እንዲከት ስናደርግ ኃይል እናገኛለን። በባሕር ላይ ካሉት ሁሉ የላቀ ናችሁ። ኢየስይስ ክርስቶስ ሁል ጊዜ ያፅናህ። በህንድ ሠራዊትህ የሠራውን ጀብድ ሰማን። ይህ ለኛ የሰው ሥራ ሳይሆን ተአምር ነው የሚመስለን። እንድ ሺህ መርከቦች ልታሰባስቡ ብትፈቅዱ ስንቅ እንልክላችኋለን።

ለንፅፅር ይመች ዘንድ ከፖርቱጋልኛ ወደእንግሊዘኛ የተተረጎመውን የንግሥት ዕሌኒን ደብዳቤ ከዚህ በታች አቅርበነዋል።

"In the name of the Father, the Son, and of the Holy Ghost, Three Persons, and One God, grace and blessing rest upon our beloved brother King Manuel, Rider of the seas, Subjugator and Oppressor of infidels and Moslem unbelievers—may the Lord Christ prosper you and give you victory over your foes. May He enlarge and extend your dominions through the intercession of those messengers of Christ, the four evangelists, John, Luke, Mark, Matthew, may their sanctity and prayers preserve you.

We would inform our beloved brother how two messengers arrived here from your Great and lofty house. One was named Joâo, who said he was a priest, and the other Joao Gomes. They said: we require provision and men. We are therefore sending Matthew, our ambassador, with orders to reach one of your Indian ports and tell you that we can supply you with mountains of provisions, and men like unto the sand of the sea! We have news that the Lord of Cairo is building ships to tight your fleet we shall give you so many men. ...

as to wipe the Moors from the face of the eath! We by land, and you, brothers, on the sea! Now has the moment come (she cries) for the fulfilment of the promise made by Christ and Holy Mary, His Mother, that in the last time there would arise a king among the Franks who would make an end of all the Moors!

Everything that Matthew, our ambassador, may tell you, believe as from ourselves for he is the best man that we have, and if we had another who knew or understood more than he we should have sent him. We would have entrusted our message to those of your subjects who came here, but we feared that they might not represent our case as we desire. With this ambassador, Matthew, we are sending a cross made of the wood of that on which Our Lord was crucified. It was brought me from Jerusalem, and I had two crosses made out of it, one for us, and the other one for you. The said wood is black and has a little silver ring attached to it. We could have sent you much gold, but we feared that the Moors might steal it on the way.

If you are willing we should be very glad to have your daughters in marriage for our sons, or—better still—if you would marry your sons to our daughters. With which no more, save that salvation and grace of Our Redeemer Christ, and Our Lady the Holy Virgin rest on your estate, upon your Sons and daughters, and on all your house! Amen. We moreover add that were we to muster all our people we could fill the world, but we have no power on the sea. May Christ Jesus help you, for certainly the things that you have done in India are miraculous!"

Sanceau, *Portugal in Quest of Prester John,* 18-19.

አባሪ ፫፡- ዓፄ ልብነ ድንግል ለፖርቱጋሉ ንጉሥ የጻፈው ደብዳቤ

በስመ እግዚአብሔር አብ አኃዜ ኵሉ ገባሬ ሰማያት ወምድር ወኵሉፍጥረታት ዘያስተርኢ ወዘኢያስተርኢ። ወበስመ እግዚአብሔር ወልድ ፈቃዱ ወምክሩ ወነቢዩ ለአብ። ወበስመ እግዚአብሔር መንፈስ ቅዱስ ጰራቅሊጦስ እግዚአብሔር ሕያው ዕሩይ ምስለ አብ ወወልድ ዘነበበ በልሳነ ነቢያቲሁ ወወረደ በላዕለ ሐዋርያት። ወይሴብሕዎ ወየአኩትዎ ለቅድስት ሥላሴ በሰማይ ወበምድር በባሕር ወበቀላያት ለዓለመ ዓለም አሜን።

ዘንተ መልእክተ ወሐዋሪያ ይፌኑ ንጉሥነ ልብነ ድንግል ንጉሠ ነገሥት ዘኢትዮጵያ ወልዱ ለናዖድ ወልደ ንጉሥ በእደ ማርያም ወልደ ንጉሥ ዘርዓ ያዕቆብ ወእም ዘርዓ ዳዊት ወሰሎሞን እለ ነግሡ በኢየሩሳሌም። ዛቲ መልእክት ትብጻሕ አቤቶሁን ዮሐንስ ንጉሠ ብርቱጋል ወልደ ንጉሥ አማኑኤል ሰላም ለክሙ ወጸጋ እግዚእነ ኢየሱስ ክርስቶስ የሀሉ ምስሌክሙ በኵሉ ጊዜ።

ሶበ ሰማዕነ ዜና በእንተ ኃይለ መንስግሥቱ ለአቡክሙ ዘአድከመ ባቲ መንግሥቶሙ ለደቂቀ መሐመድ ርኩስ አእኰትናሁ ለእግዚአብሔር እግዚእነ ኢየሱስ ክርስቶስ በእንተ ዘአነሐ አክሊለ መድኅኒቱ ላዕለ ቤተ ውሉደ ጥምቀት። በእንተ ዝንቱ ተፈሣሕነ ጥቀ ሶበ በጽሐ ኀቤነ ቃለ ሐዋሪያሁ ዘይቤ ከመንትፋቀር በበይናቲነ ወናጠፍኦሞ እመንግሥቱ ወእመንግሥትነ ለደቂቀ መሐመድ ወለአይሁድ ወለአሕዛብኒ። ወእንዘ ሀሎነ በዛቲ ፍሥሐ ዜነውነ በእንተ አቡክሙ አመ ፈለሰ አምዝንቱ ዓለም እምቅድመ ንፈኑ ንሕነ ሐዋሪያቲሁ ዘበጽሑ ኀቤነ። ወበእንተዝ ህየንተ ፍሥሐ ዘቀዳሚ ረከብነ ትካዜ ዓቢይ ፈድፋደ በውስተ ልብነ እንዘ ንዜክር ፍልሰቶ ወኵሉ ዓበይት ሰብአ ቤትነ ለሐው ዓቢየ ላሐ ዘመጠነዝ። ተመይጠ ፍሥሐሆሙ ዘቀዳሚ ኀበ ኀዘን። አእግዚእየ ወእኁየ ወእምድኅረ አንገሠኒ እግዚአብሔር እስከ ዮም ኢመጽአ ኀቤነ ሐዋርያ እምክርስቶሳውያን ነገሥተ ብርቱጋል። ባሕቱ ሰማዕነ ከመ ሕዝብክሙ ሀሎ በብዙኅ ገዐር ወምንዳቤ። በፈቃዶሙ የሐውሩ ለሐውፆ ሀገረ ሮምያ ቅድስት ወሀገረ ኢየሩሳሌም ኅሪት። ወዜና ጽድቅኒ ኢሰማዕነ ዘእንበለ በመዋዕሊሁ ለአቡክሙ ዘፈነው ኀቤነ እመላእክት ወእምኀበ ዓበይተ ቤቶሙ ቀሲሳነ ወዲያቆናተ ምስለ ኵሉ ንዋየ ቅድሳት ለግብረ ቅዳሴ።

ወውእቱ አሚረ ተፈሣሕነ ፈድፋደ ወተመጠውናሆሙ በዓቢይ ትፍሥሕት ወክብር ወፍሥሐ። ፈነውናሆሙ ዳግመ ኀቤሁ ወሶበ በጽሑ ኀበ ባሕረ ኤርትራ ፍጻሜሁ ለሀገረ መንግሥትነ ኢረከብዎ ለመልአከ ሀንድ እስመ ውእቱ ተመይጠ ኀበ ሢመቱ ዘእንተ ዘተፈጸመ ዕድሜሁ ዘሣልስ ዓመት በከመ ልማደ መንግሥትክሙ ወበእንተዝ ጐንደዩ ኀቤነ። ወይእዜኒ ንፌንዎሙ ለክሙ ምስለ ሐዋርያነ ለእለ ፈነው አቡክሙ ኀበ አቡነ ከመ የሀቡክሙ መልእክትነ ለኀቤክሙ ወኀበ ሊቀ ጳጳሳት ዘሮምያ። አእግዚእየ ወእኁየ ፈጽሙ ለነ ፍቅረ አቡክሙ በኀቤነ ወፈንው ለነ ወትረ ሐዋርያቲክሙ እስመ ንፈትዎሙ ፈድፋደ። እስመ ደቂቀ መሐመድ ርኩስ ይትፋቀሩ በበይናቲሆሙ። ንሕነሰ ክርስቶሳውያን እፎ ይደልወነ ከመ ንትፋቀር በበይናቲነ። እምይእዜሰ ኢንፈቅድ ሐዋርያተ እምግብጽ ወእምካልአንሂ ነገሥታት ዘለመዱ ይፈንው ኀቤነ። ዳዕሙ ንፈቱ ሐዋርያክሙ። ነገሥታተ መሐመድኒ ያፈቅሩነ በእንተ ንዋይ ወይጸልኡነ በእንተ ሃይማኖትነ። ነገሮሙሰ ኢአጸመነ ወናረምም በእንቲአሆሙ። እስመ ከመዝ ገብሩ አበዊነ ነገሥታተ ኢትዮጵያ አብርሃ ወአጽብሐ ታዜና ካሌብ ገብረ መስቀል ቅቡዓነ አክሱም እስመ እሙንቱ ስምዐ ለኵሉ። ወበትእዛዘ እሉ ኢትቀትሎሙ ከመ ኢያመዝብሩ መቃብሮ ለእግዚእነ ኢየሱስ ክርስቶስ ዘሀሎ በኢየሩሳሌም ወካልአነኒ አብያተ ክርስቲያናት እለ ህልዋን ህየ ወበምድረ ግብጽ።

ባሕቱ ብነ ኀዘን በእንተ ዝንቱ ወበእንተ ዘአልብነ ንጉሠ ክርስቲያን ኀር ዘይረድአነ ወያስተፌሥሐነ። ኦእግዚእየ ወእኁየ ነኀዝን ጥቀ በእንተ ነገሥታተ ኢየሮፓ በእንተ ዘይትበአሱ በበይናቲሆሙ ብዙኃ ጊዜያተ በነገረ ቀሊል። ለእመ ብነ ንጉሠ ክርስቲያን ኀር ኢንጸልዖሙ ግሙራ። ምንተ እንከ ንብል እስመ ዘኢነአምር ለእመ ኮነ ዝንቱ በተበውሖ ለእግዚአብሔር።

ኦእግዚእየ ንጉሥ እኁየ ፈንው ለነ ሐዋርያተከሙ ወመልእክተከሙ በኵሉ ጊዜ እስመ ንፈትዎሙ ፈድፋደ እምነ ርዕየተ መዛግብቲነ። ወናፈቅሮሙ በእግዚእነ ኢየሱስ ክርስቶስ በከመ ይቤ ለሊሁ ኀበ ሀሎ መዝገብከ ህየ ሀሎ ልብከ። አንትሙሰ መዝገብነ አንትሙ። ወከመዝ ስምዑነ ወአስተጋብኡ ልብነ ምስለ ልብክሙ። ኦእግዚእየ እኁየ ዕቀቡ በልብክሙ ዘንተ ቃለነ እስመ ሰማዕነ ከመ ትጠበቡ እምነ አቡክሙ ፈድፋደ። ወነአኵቶ ለእግዚአብሔር በእንተ ዝንቱ ወኀደገነ ትካዝነ ወተፈሣሕነ እንዘ ንብል ብሩከ ይኩን ወልዱ ለጠቢብ ንጉሥ አቤቶ አማኑኤል ዘይነብር በመንበረ መንግሥቱ። ኦእግዚእየ ለብው ወኢትድክሙ ለተቃትሎ ወለአጥፍኦ ኢአማናውያን ወኢትበሉ አልብነ ኃይል እስመ እግዚአብሔር ይረድአክሙ። ለነሰ ብነ ወርቅ ወኵናት ወሲሳይ ከመ ከዋክብተ ሰማይ ወከመ ኖፃ ባሕር ባሕቱ እመ ኀበርነ ክልኤነ ንመውዖ ለኵሉ ዓለም። ንሕነሰ ኢንፈቱ እምኔክሙ ዘእንበለ ዕደው ጽኑዓን እለ ይመልኩ ወይሠርፁ ሰብአ ዚአነ በኵናት። አንትሙሰ ብእሲ ፍጹም። አንትሙ ከመ ሰሎሞን ንጉሥ ዘነግሠ አርብዓ ዓመተ ወኀየለ ወጠበበ ፈድፋደ እምአቡሁ አንሰ።

ዓመ ጊዜ ፈለሰ አቡየ ንጉሥ ናዖድ እምዝንቱ ዓለም ንዑስ ንሕነ ነገሥነ ህየንቴሁ ወእግዚአብሔር ወሀበነ ኃይለ ፈድፋደ እምኔሁ ወንቀኒ ባሕቱ ሕዝበነ በሰላም በእንተ ዝንቱ ነአኵቶ ለእግዚአብሔር። ኦእግዚእየ እኁየ አጽምዑ ዳግመ ቃለነ። ንሕነኒ ንፈቱ ከመ ታጽምዑ ወትፈንው ኀቤነ ሰአለያነ ምስለ ወጠቢባነ ማኅተመ መጻሕፍት ወመሀርያነ ግብረ ጥበብ ወዐቃብያነ ሥራይ ወሐናፅያነ ቤት ወጠቢባነ እለ የአምሩ ገቢረ አውፅኦ ወርቅ ወብሩር ወዓረር። ወካልአንሂ ጠቢባነ ዘያስተሣንዩ ለመንግሥትነ። ተራድኡነ በዘንስአለክሙ ከመ ይትራዳእ እኁ ለእኁ ወእግዚእየ ይርዳእክሙ።

እግዚኦ እግዚእነ ይትወከፍ ጸሎተክሙ በከመ ተወክፈ መሥዋዕቶሙ ለጻድቃኒሁ በኵሉ መዋዕለ ዓለም ዘውእቶሙ አቤል ኖኅ አብርሃም ወለካልአንሂ ጻድቃን ከማሁ ይትወከፍ እግዚአብሔር መስዋዕተክሙ ወጸሎተክሙ ወይርዳእክሙ ከመ ታድክሙ ፀረክሙ በኵሉ መዋዕል። ሰላም ለክሙ ንሕነኒ ነሐቅፈክሙ በመዝራዕት ምሉአ ጽድቅ። ወዓዲ ንትዌከፈክሙ ወንትዌከፎሙ መማክርተ ዓበይተ መንግሥትክሙ ወለሊቃነ ጳጳሳት ወጳጳሳት ወኤጲስ ቆጶሳት ቀሳውስት ወዲያቆናት ለኵሎሙ ዕድ ወአንስት። ጸጋሁ ለእግዚ አብሔር ወበረከታ ለእግዝእትነ ማርያም ወላዲተ አምላክ ወበረከተ ኵሎሙ ቅዱሳን ወሰማዕታት ወጻድቃን ለዓለመ ዓለም የሀሉ ምስሌከ አሜን ወአሜን።

Sergew, "The Geez Letters of Queen Elleni and Libne Dengel," 558-564.

ትርጉም

ሰማይና ምድርን፣ የሚታየውን እና የማይታየውንም በፈጠረው፣ በስመ እግዚአብሔር አብና የአብ ፈቃድ ምክርና ነቢይ በሆነው በስመ ወልድ፣ ከሕያው እግዚአብሔር፣ ከአብና ከወልድ ጋር እኩል በሆነው፣ በነብያት አፍ በተናገረው፣ ሐዋርያት በሰማይ፣ በምድር፣

በባሕርና በጥልቀቶች ዘለዓለም እንዲያመሰግኑት ባሰባቸው በስመ እግዚአብሔር ጵራቅሊጦስ መንፈስ ቅዱስ አሜን።

የኢየሩሳሌም ነገሥታት የነበሩት የዳዊት እና የሰሎሞን ዘር የሆንኩት እኔ የኢትዮጵያ ንጉሠ ነገሥት ልብነ ድንግል የናዖድ ልጅ፣ የበዕደ ማርያም ልጅ፣ የዘርዓ ያዕቆብ ልጅ ይኸን ደብዳቤና መልክተኛ እልክልሀለው። ይድረስ ለአቤቶሁን ንጉሥ ዮሃንስ የፖርቱጋል የአማኑኤል ልጅ፤ የኢየሱስ ክርስቶስ ሰላምና ፀጋ ለዘለዓለም ካንተ ጋር ይሁን።

አባትህ የመሐመዳውያንን ልጆች ኃይል የማዳከሙን ዝና በነገሩኝ ጊዜ የክርስቲያን ቤተሰቦች ታላቅነትና የደኅንነት ዘውድ ከፍከፍ በማድረጉ ምስጋናየን ለጌታችን ለእግዚአብሔር አቀረብኩ። በአንተና በኔ ግዛት የሚገኙትን መሐመዳውያንን፣ ይሁዲዎችንና አሕዛቦችን በመረዳዳት እንድናጠፋ የአባትህ ልኡክ ሁለታችንን የሚያቀራርብና የሚያፋቅር መልክት ይዞልኛ በመጣ ጊዜ እጅግ ከፍ ያለ ደስታ ተሰማኝ። ይህ መልክት ደርሶኝ በደስታ ላይ ሳለሁ የአባትህን ከዚሕ ዓለም በሞት መለየት ስሰማ የመጀመሪያው ደስታየ ወደሐዘን ትቀየረ። በቤተ መንግሥቴ የሚገኙት ታላላቅ መኳንንት ሁሉ ከኔው ጋር አብረው መሪር ለቅሶ አለቀሱ። የመጀመሪያው ደስታቸው ወደሀዘን ተለወጠ። ግርማዊ ውንድም ሆይ ወገኖቸ ለስገደት ወደተመረጠችው ኢየሩሳሌምና ወደቅድስቲቱ አገር ሮማ በራሳቸው ፍላጎት ሲሄዱ የሚደርስባቸውን ስቃይና ድካም ዜና እሰማለሁኝ እንጂ ከዚሕ በፊት ከማናቸውም የክርስቲያን አገር ወይም ከፖርቱጋል መንግሥት ወደኢትዮጵያ ከቶ መልክተኛ አልተላከም። ለመጀመሪያ ጊዜ ከክርስቲያን አገር ወሬ የደረሰኝ በእናንተ ወግ ቅዳሴ የሚያቀርቡ ካሕናት አስከትሎ በመጣው ልዑካን አማካይነት ነው።

ስለዚህ በዚህ በመደሰቴ እነዚህን ሰዎች በታላቅ ክብር ተቀበልኳቸው። ከዚህም በኋላ በጣም አስደስቸ በታላቅ ክብርና በሰላም ወደአገራቸው ሰደድኳቸው። ከሰደድኳቸውም በኋላ በግዛቴ ድንበር ቀይ ባሕር ላይ በሚገኘው ወደብ ላይ በደረሱ ጊዜ ሊወስዳቸው የመጣውን ያንተን የሕንዱን እንደራሴ አላገኙትም። እንደራሴዎችህ የሚለወጡት በየሦስት ዓመት ስለሆነ አዲስ ስላልተተካ መልክተኞች በዚሁ ምክንያት የሚወስዳቸው መርከብ እስኪመጣላቸው ድረስ በመጠበቅ ጊዜውን ፈጁ።

ስለዚህ እነዚህን አምባሳደሮችና የኔንም መልክት የሚያደርስልህ የኔን መልክተኞች ልኬልሕአለሁ። ለሮማው ሊቀ ጳጳስም መልእክተኛ ልኬአለሁ። ግርማዊ ወንድሜ ሆይ:- አባትህ በመካከላችን የጀመረውን ወዳጅነትና ፍቅር ትፈጽም ዘንድ እለምንሀለሁ። አንተ ሁል ጊዜ መልክተኞችን እንድትልክ እጠይቅሃለሁ። ነውረኞች የሆኑት የመሐመድ ልጆች በየወገናቸው ፍቅር ያደርጋሉ። እኛ ክርስቶሳውያንም በየወገናችን መፋቀር ያስፈልገናል። ከአንተ እንጅ ለወደፊቱ ከግብጽና ከሌላም ቦታ በየጊዜው የሚልኩልኝን መልክተኞች አልቀበልም። መሐመዳውያን ነገሥታት ለሀብቴ ሲሉ ይወዱኛል እንጂ በሃይማኖቴ ምክንያት አይወዱኝም። የነርሱ ተድላ እኔን አያስደስተኝም።

ከእነርሱ ጋር የምነግደውም በአክሱም የነገሡት የቀዳሚዎቹ ነገሥታተ ኢትዮጵያ የአባቶቸ የአብረሀና አጽብሐ፣ የታዜና፣ የካሌብና የገብረ መስቀል ልማድ ስለሆነ ነው። ጦርነት አስነስቸ በሙሉ እንዳልፈጃቸው ያሰገደደኝ ዋናው ምክንያት በእነዚህ ትእዛዝና ጌታቸን የኢየሱስ ክርስቶስን መቃብር የሚገኝበትን የኢየሩሳሌምን ቅዱስ መካንና በግብጽ የሚገኙትን አብያተ ክርስቲያን ያጠፋሉ የማለት ስጋት ነው። በዚህ ምክንያትና በተለይም የሚረዳኝና የሚያበረታታኝ የክርስቲያን ንጉሥ በጎረቤቴ ባለመኖሩ ከፍ ያለ ብስጭትና ኃዘን ይሰማኛል። ግርማዊ ወንድሜ ሆይ:- የኢየሮፓ ነገሥታት ምንም እንኳ ክርስቲያኖች ቢሆኑ ዘወትር በቀላል ነገር እርስ በርሳቸው በመዋጋታቸው በጣም ማዘኔን

እገልጽልሀአለሁ። በጎረቤቴ የክርስቲያን ንጉሥ ቢኖር ኑሮ ላንድ ሰዓት ስንኳ ከርሱ አልለይም ነበር። ይህም እንዲሆን የሚወስነው እግዚአብሔር ስለሆነ ምን እንደምል ወይም ምን እንደማደርግ አላውቅም።

ግርማዊ ንጉሥና ወንድሜ ሆይ፡- ደብዳቤህን ማየት አንተን እንደማየት አድርጌ የምገምተው ነገር ስለሆነ ሁልጊዜ መልከተኛና ደብዳቤ ላክልኝ። በጌታችን በክርስቶስ እንዋደድ። ንብረታቹህ ባለበት ስፍራ ልባችሁም በዚያ ይገኛል ብሎ ጌታችን ኢየሱስ ክርስቶስ በወንጌሉ እንደተናገረው ሁሉ እኔ ወርቄና ብሬ አድርጌ እንደምገምትህ አንተም ይኸንኑ ግምት ስጠኝ። ልብሕን ከልቤ አስተሳስረው። ግርማዊ ወንድሜ ሆይ፡- አዋቂ ነሕና የነገርኩሕን አትዘንጋ። አንተ ከአባትሕ የበለጥክ አዋቂ ነሕ ለማለት እደፍራለሁ። እንዲሕም ለመሆኑ እግዚአብሔርን እናመሰግናለን ሀዘናችንን ረስተን ደስታችንን "በግዛቱ ዙፋን ላይ የተቀመጠው አዋቂው የንጉሥ አማኑኤል ልጅ የተከበረ ይሁን" እያልን ደስታችንን እንገልጻለን። ግርማዊ ሆይ፡- ኢአማንያውያንን ለመጋደል እና ለማጥፋት አትስነፍ፣ የአባቴን ያሕል ብርታት የለኝም አትበል፤ እግዚአብሔር ይረድህልና። እንደባሕር አሸዋና እንደሰማይ ከዋከብት የበዛ ሰራዊት፣ ወርቅና ስንቅ አለኝ። ሁለታችን ከተባበርን ዓለሙን ሁሉ እናሸንፋለን። ሰራዊቴን ከሚያስለጥኑና መሣሪያም ከሚሰጡ ሰዎች በስተቀር ሌላ እርዳታ አልጠይቅህም። አንተ ፍጹም ሰው ነሕ። አንተ አርባ ዓመት እንደነገሠው ሰለሞን ብርቱ ሰውና ከአባቱም የበለጠ ጥበብ እንደነበረው ነሕ።

አባቴ ናዖድ ከዚሕ ዓለም በሞት ሲለይ ዙፋኑን በወረስሁ ጊዜ ገና ሕፃን ነበርኩ። እግዚአብሔር ካባቴ የበለጠ ኃይል ስለሰጠኝ የንጉሠ ነገሥት መንግሥት ግዛቴን በሙሉ ይዤ በመንግሥቴ በሰላም እኖራለሁ። እግዚአብሔር ይህን የመሰለውን በጎ ነገር ስላደረገልኝ ባንድነት ልናመሰግነው ይገባናል። ግርማዊ ወንድሜ፡- ሌላ ነገር ደግሞ ስማኝ። ሐውልት የሚቀርጹ፣ የእጅ ባለሙያዎች፣ መጽሐፍ አታሚዎች፣ ግንበኞች፣ መድኃኒት ቀማሚዎች፣ ሐኪሞች፣ ወርቅና ብር አንጥረኞች፣ ነፍጥ ሠሪዎችና እንዲሁም ለአገሬ የሚያስፈልጉትን ማናቸውንም ነገሮች መስራት የሚችሉ የጅ ጥበብ ባለሞያዎች እንድትልክልኝ እለምንህአለሁ። ወንድም ወንድሙን እንደሚለምን ሁሉ በዚህ ጉዳይ እንድትረዳኝ እለምንህአለሁ።

ግርማዊ ወንድሜ፡- እግዚአብሔር በዚያን ዘመን የነበሩትን የጻድቃን መሥዋዕት ማለትም የአቤልን፣ የኖህን፣ የአብርሐምን እንዲሁም የኋለኞቹን ጻድቃን መሥዋዕትና ልመና እንደተቀበለ እንዲሁ ያንተንም ጸሎትህንና ልመናህን ይቀበልሕ። ከፉዎችን ጠላቶችህን ለማጥቃት ዘወትር በየቀኑ ይርዳሕ። ሰላም ላንት ይሁን እያልሁ በተቀደሰ እቅፍ አቅፍህአለሁ፤ እንዲሁም የመንግሥህን ታላላቅ መካሮች፣ ጳጳሳቱን፣ ሊቃነ ጳጳሳቱን፣ ኤጲስ ቆጶሳት፣ ቀሳውስቱን ወንዶችንም ሴቶችን ሁሉንም አቅፋለሁ። የእግዚአብሔር ፀጋና የአምላክ እናት የእመቤታችን፣ የሁሉም ሰማዕታት እና ቅዱሳን ቡራኬ እስከዘለዓለም ከሁላችሁ ጋር ይሁን አሜን።

ይህ ትርጉም የግርማ በሻህን ትርጉም መሰረት በማድረግ የተተረጎመ ነው(ኢትዮጵያ ፖርቱጌዞች እንዳዩአት፣ 383-387)። ለንፅፅር ይመች ዘንድ ከፖርቱጋልኛ ወደእንግሊዘኛ የተተረጎመውን የልብነ ድንግል ድብዳቤ ከዚህ በታች አቅርበነዋል።

The name of God the Father, Almighty, Creator of heaven and earth, and also of all things made by Him which were visible and invisible. In the name of God the Son, will and counsel and prophet of the Father. In the name of God the Holy Ghost, Paraclete, living God equal to the Father and to the Son, who spoke by the mouth of the Prophet, inspiring the Apostles to give thanks and praise to the Trinity in heaven, in the earth, in the sea, and in the deep forever. Amen.

'I incense of the Virgin, King of Ethiopia, send you this letter and embassy. The son of Nahu, son of the King of the Hand of Mary, son of the King of the Seed of Jacob, these are those who were born of the house of David and Solomon, who were Kings in Jerusalem. May this reach the King Dom Joam, King of Portugal, son of the King Dom Manoel.

Peace be with you, and the grace of our Lord Jesus Christ be with you for ever. When they gave us news of the power of the King your father, how he broke the power of Mourama, sons of the dirty Mafamede, I gave thanks and praise to the Lord God for the raising up and greatness and crown of salvation in the house of Christendom. I also greatly rejoiced when the speech of your embassy reached me, which came to make love and friendship and knowledge between the King and me; so we might tear out and cast forth the evil Moors, Jews, and heathens from his kingdoms and mine. While I was pleased at this, I heard news that the King your father had died before we had dispatched his Ambassadors from my kingdoms, on which account my pleasure was turned into grief, and sorrows were increased in my heart, when I remembered the passing away of his life; and all the great men of my Court were sad, and wept along with also all the clergy carried their weeping and lamentation to the monasteries; and as much pleasure as they had felt at the first news, so much grief had they with the second. Lord brother, from the beginning of my kingdoms until now no Ambassador had come from the Christian Kings and kingdoms of Portugal; only we heard of the dangers of those who go of their own desire to those parts in pilgrimage to Jerusalem and to Rome, and they scatter through those kingdoms and countries and provinces, and I never had any certain news, only in the lifetime of the King your father, who sent his Captains and lords with many people and priests and deacons, who bring all things necessary for saying mass, and on that account I was very joyful, and ordered them to be received, and I received them with great honour.

Then I sent them away joyful and pleased, with much honour and peace. And after they reached the seaport which is the end of my kingdoms on the Red Sea, they did not find there the great Captain whom your father had sent there, nor did he wait, as he had sent to tell me. And as it is your custom to make a Captain Major every three years, he could not wait or come, as another Captain Major came in that time, and for this reason the Ambassadors of the King your father, who had come to me, were detained. I send them to you, and those that I sent to your and my father, to give you my embassy; and that which I send to the pope. Lord King and brother, fulfil the friendship and love which the King your father opened between us, and always send me your embassies, which I much desire as from a brother, and such is reason, since we are Christians, for the Moors, who are dirty and bad, concert together in their sect; and now I do not wish for Ambassadors from the Kings of Egypt, nor from other Kings who used to send them, but only from Your Highness which I much desire, because the Moorish Kings do not hold me as a friend on account of the faith, but only on account of their trade and merchandise, out of which much profit accrues to them from me, and they take away from my kingdoms much gold, of which they are great friends, and of me little; and their pleasures do not rejoice me, only I trade with them because it was the custom of my predecessors. And if I omit to make war upon them, and to destroy them, it is that they should not destroy the Holy House of Jerusalem, in which is the tomb of Jesus Christ, which God has left in the possession of the dirty Moors; and so they would destroy all the churches which are in the land of Egypt and Syria; and for this reason I omit to destroy them. For which I feel my heart somewhat angry and sad; and from not having near me any Christian King to help me and rejoice my heart. And I, Lord brother, am not pleased with the Kings of Frankland, who, being Christian, are not of one heart, and are always fighting with one another. If I had a Christian King for a neighbour, I would never separate from him for an hour. As to this, I do not know what to say or what to do, since these are things which God ordains.

Lord King and brother, always send me your embassy and write to me, because seeing your letters it seems to me that I see your face, for much more love exists between those who are distant than between those that are near, on account of the desires they feel, as is mine, who do not see your treasures and love you well always in my heart. As Our Lord Jesus Christ said in the Gospel: "Where the treasure is, there is thy heart." Such is my heart for you, and you are my treasure; and do you make me your treasure, and join your heart to mine. Lord brother, keep this word, for you know a great deal, and also I dare to say that you know more than your father, and for this which I thus know, I give thanks to God, and leave sadness and take pleasure and say, "Blessed be the learned son of great understanding of the Dom Manoel, who has sat on the seat of his kingdoms." Look, Lord, and do not weary against the Moors and heathens, for, with the help of the Lord God, you will destroy them; do not say that you have less strength than your father, because it is great and God will help you. I have got men, gold, and provisions like the sands of the sea and the stars of heaven. Both of us together we will destroy all the Mourisma. Neither do I want anything from you except people to set in order and arm our people, and you are a complete man. The King Solomon reigned at twelve years, and had great strength and had more knowledge than his father.

I also, when my father Nahu died, was very little, and succeeded to his seat, and God gave me greater strength than my father, and I have got all the people of my kingdoms and provinces under my hand, and I am at rest. For this let us together give thanks to God for such great favour. Lord brother, hear another word now: I want you to send me men, artificers, to make images, and printed books, and swords and arms for all sorts for fighting; and also masons and carpenters, and men who make medicines, and physicians, and surgeons to cure illnesses; also artificers to beat out gold and it, and goldsmiths and silversmiths, and men who know how to extract gold and silver and also copper from the veins, and men who can make sheet lead and earthenware; and craftsmen of any trades which are necessary in kingdoms, also gunsmiths. Assist me in this which I beg of you, as a brother does to a brother, and may God help you, and save you from evil things.

Our Lord receive your prayers and petitions, as He received the holy sacrifices in their time. First, the sacrifice of Abel, and of Noe when he was in the ark, and of Abraham when he was in the land of Midian, and of Isaac when he went away from the cave of the oath, and of Jacob in the house of [Bethlehem, and of Moises in Egypt, and of Aram on the mountain, and of Jasom, son of Hu, and of Galgala, and of Gedeon on the shore, and of Manuhe and his wife, and of Sansom when he was thirsty in the dry land, and of Gepte in the battle, and of Barom and Delbora when she went against Cincera the Captain on Mount Tabor, and of Samuel and of Rama the prophet and of David on the threshing floor, and of Arbana, and of Solomon in the city of Gabom, and of Elias on Mount Carmel when he raised up the son of the widow, and of Rica at the well, and of Josaphat in the battle,' and of Manasse after he sinned and returned to God and of Josiah *bepaca* after he turned, and of Daniel in the lions' den, and of Jonas in the belly of the fish, and of the three companions, Sidrac, Misaac and Abdenago in the fiery furnace, and of Anna, within the tent of the altar, and of Neemias who made the walls with Zorobabel," and of Matatias with his sons upon a quarter of the world, and of Esau upon the blessing. So, Lord, God will receive your sacrifices and prayers, and will help you to go forward against evil adversaries in all times and all days. Peace be with you, and I embrace you with the embraces of holiness, and so I embrace those of your holy council of the kingdom of Portugal, and the Archbishops and Bishops, and priests, and deacons, men and women. The grace of God, and the blessing of Our Lady, Mother of God, be with you and with all. Amen.

Alvares, *The Prester John*, vol. 2, 502-506.

አባሪ 4፡- አባ ኒቆዲሞስ ለሮማው ጳጳስ የጻፈው ደብዳቤ

በስመ ስሉስ ቅዱስ ተፈነወት ዛቲ ክርታስ እም ኢየሩሳሌም እም ሀበ ኒቆዲሞስ መምሕር ላዕለ ሕዝበ ኢቲዮጵያ ትብጻህ ኃበ ሊቀ ጳጳሳት ዘሮሜያ ርእሰ መናብርት።

ሰላም ለከ ወሰ[ላ]ም ለመንበርከ ወሰላም ለጵጵስናከ(*ስሁት*) ዘተጰጰስከ በመንበረ ጴጥሮስ ዘያበርሕ ውስተ ኵሉ ዓለም። በኀበ ኀሎኩ ዝየ እሰግድ ለከ አኮ በኀቲትየ ዘእሰግድ ለከ አላ ጳጳሳት ኤጲስ ቆ[ጶ]ሳት ነገሥት ወመኰንት(*ስሁት*) ይሰግዱ ለከ።

ወሶበ መጽአ መልእክት እም ኀቤከ በእንት(*ስሁት*) ኀይማኖት ተፈሰሕነ ዓቢይ ፍሥሓ ወንኀ[ነ]ኒኒ(*ስሁት*) እንዘ ንፈቅድ ነበርነ ከመ ንኩን አሐደ በከመ ይቤ ጳውሎስ አሐዱ እግዚአብሔር አሐቲ ሃይማኖት ወአሐቲ ጥምቀት። ወንገሥነኒ(*ስሁት*) ሶበ ሰምአ ዘንተ ነገር ይትፌሥሕ ውእቱኒ ነበረ እንዘ ይፈቅ[ድ] ከመ ይኩን አሐደ ሃይማኖት። ወአነሂ እመጸኩ ኃቤከ ወፈርሕኩ ተንበላት(*ስሁት*) ከመ ይኩን ክሱተ ወይእዜኒ ፈኖኩ ደቂቅ[የ] ኃቤከ ጸዋሪያነ ዝንቱ መጽሐፈ እም ፲ወ፩ ለጥቅምት ከመ ይግብው ኃቤየ ፍጡነ ወይብጽሁ ለፋሲካ ወይሆሩ ኀበ ንጉሠ ኢትዮጵ[ያ] ወይንግርዎ ኵሉ ዘትቤ። ወይእዜኒ ፈጽም ዘወጠንከ።

እስመ እግዚአብሔር ዓዕበየከ እም ኵሎሙ ጳጳሳት ወአንበረከ ዲበ መንበረ ቅዱስ ጴጥሮስ ከመ ትርይ አባግኢሁ ለክርስቶስ ወዝንቱኒ ምክር እም እግዚአብሔር ውእቱ። ብፁዕ አንተ ዘትጽኀቅ በእንተ ሃይማኖት ከመ ሐዋርያት ወአልቦ ዘጽኀቀ ከማከ። እለ እምቅድሜከ ኢገብሩ ከመዝ።

ወአንተሰ ፈጽም እስመ አረሚ(*ስሁት*) ርኩሳን አሐቲ ሃይማኖሙ(*ስሁት*) ወአይሁድኒ ሰቃልያን ክርስቶስ አሐቲ ሃይማኖቶሙ ወክርስቲያንሰ ሐደጉ ትምህርተ ሐዋሪያት ወሆሩ በፈቃደ ልቦሙ። ኵሉ ይብል ሃይማኖተ(*ስሁት*) ዚአየ ይኄስ። [ዘ]ንተ ኢኮነ እም ኀበ እግዚአብሔር አላ እም ሰይጣን ውእቱ። ወአንተሰ ጽሒቅ ከመ ታስተጋብእ ኵሉ ክርስቲያን ከመ ይኩኑ አሐደ ሃይማኖት በከመ ተጋብኡ በኒቂያ ፫፻ ፲ወ፰ ርቱአነ ሃይማኖት ወአንተኒ አርተ ከማሆሙ ከመ ንኩን አሐደ ሃይማኖት። ወእመሰ ኮነ አሐደ ሃይማኖ[ት] ይሳድዶሙ እግዚአብሔር ለፀርነ እም ኢየሩሳሌም ምድር ቅድስት ወይዘርዎሙ ከመ ጤ[ፍ] ዘቅድመ ገጸ ነፋስ በኀይለ አምላክነ ኢየሱስ ክርስቶስ አኮ በሐይልነ።

ወአንተሰ ፈጽም ዘአሐዝከ ወይእኤኒ አ አባ ክቡር በእንተ ፍቅር ዘይከውን ማዕከሌነ አነ እነግረከ ድህረ አአምር ጥዩቀ(*ስሁት*) ንህነ ወንጉሥነ ዓቢይ ንፈቱ እንበለ ንጉሥነ ኢይትካሃልነ። ንህነ ንዜኑ ቅድስናከ በኵሉ ሐይልነ ወበኵሉ አእምሮትነ ወሕድዐትነ በድካምነ ወበንቅሃተ ፍቅርነ ቅድስናከ በገቦ ንጉሥነ አማን በከመ አማሕጸንኮ ይትፌጸም [።] በእንተዝ ፍኖት ፍጥረትነ(*ስሁት*) በባሕር ወበየብስ ለሰብአ አፍርዲ(*ስሁት*) እኩየ መዊት[።] ንህነ ኢትዮጵያ እምድረ ድካም ብዙህ ኩሉ እለት ይህውሩ(*ስሁት*) ወይገብው በተንበላት በእንተ ጽንአተ ንጉሥነ ኢይክሉ ተናግሮትነ ተንበላት ዝኩራን እንበለ ብዙህ ሠራዊት ይክሉ አጥፍኡቶሙ።

በእንተ ምጽአቶ[ሙ] ኀበ ቅደስናከ ሊቀ ጳጳስነ ኢየእመረ ዘየዕቀቢ[።] እንበለ ይእዕምር ውእቱ ወኢየዕምሩ(*ስሁት*) ተንበላት መጽኡ በእ[ን]ተ ብዙህ አሰር በእንተ እበየ

ነፍሶሙ ከመ ኢይግበሩ ሐከከ በእንተ ግብረ ሃይማኖት በከመ ኀነሙ ይገብሩ[።] እሉ ደቂቀየ ኢመጹ ሐቤክ ለተዋስኦ በእ[ን]ተ ጥያቄ ሃይማኖት አላ ከመ ይስምኡ ወይዕቀቡ ኵሎ ዘትተረጉም ሎሙ ወይትአዘዙ(*ስሁት*) በትህትና በጥይቅና ሃይማኖት በትህትና ይፈቅዱ በከመ ትፈ[ቅ]ድ በእንተ አንተ ፀሃይ ዓቢይ ብርሃን ዘበአማን ለኩሉ ፍጥረት[።] ኢይትረከብ ብርሃን ውስተ ዓለም ዘያዓቢ(*ስሁት*) እምፃይ(*ስሁት*)[።] መኑ ዘይፈቅድ ወይክል ተዋስዖ ም[ስ]ሌከ ዘእንበሌ(*ስሁት*) አቡያነ ነፈስ(*ስሁት*) ወእለ አልቦ አእምሮ[።] በእንተ ትምህ[ር]ተ አፍርዲ(*ስሁት*) ትምህርተ አፍርዲ(*ስሁት*) ዓቢይ ወክቡር ወብሉይ ወክሱት ውስተ ዓለም በከመ ይቤ በወንጌል አማን ኢየዓቢ ረድዕ እምምህሩ(*ስሁት*) ወ[ገ]ብር እም እግዚኡ።

ወእምድህር ዝ(*ስሁት*) ኦአብ ብፁዕ ዘትፈቅድ ኩሉ ለአከ(*ስሁት*) እምድኅረ ሰምአ ዛተ(*ስሁት*) ዘተፈቅድ ኢየአቢየከ(*ስሁት*) ኵሎ ዘፈቀድከ ይሰምዕ ወይገብር ይትፌሳህ ዓቢይ ፍሥሐ በትዕዛዝከ እስመ መፍቀሬ ትእዛዘ ሃይማኖት ክርስቲያን ውእቱ እስመ ኵሉ ዘስቁል ላዕለ ካህናተ ክርስቲያን ንጉሥነ በፍቅር ያሃቅፎ(*ስሁት*)።

ወእምድህረዝ ግበር ንህነ ንስዕለከ ኦአብ ብፁእዊ(*ስሁት*) ለደቂቅየ ፈንዎሙ ፍጡን(*ስሁት*) እምህቤከ ለእም ሆሩ(*ስሁት*) ፍጡነ ኃበ ንጉሥነ የኢትዮጵያ(*ስሁት*) ወይከሉ ይንግሩ ዘአዘዝከ[።]

እግዚእ እግዚአብሔር ያኑህ መዋዕሊከ(*ስሁት*) ወይፈጽም ለከ ኵሎ ሰናይቶ ወይፈጽም ለከ ኵሎ ሥዕለተከ ወያሐደስ መንበረከ ወያጽንእ ለዓለመ ዓለም አሜን[።] ተፈነወት ዛቲ ክርታስ በ፳ወ፯ ዓመተ ምሕረተ(*ስሁት*) እም ፲ወ፩ ለጥቅምት።

Cerulli, "L'Etiopia del Secolo XV in Nuovi Documenti Storici," 61-62. የኒቆዲሞስ ደብዳቤ ብዙ የፊደል ግድፈት አለበት። የፊደል ግድፈቱ በተለመደው የጥናት አገባብ "(*ስሁት*)" የሚለውን ቃል በመጨመር ተመልክቷል።

<u>ትርጉም</u>

ቀጥሎ ያለውን የደብዳቤውን ትርጉም የፊደል ግድፈቱን አቃንተን አቅርበነዋል። አንባቢውን እንዳያሰናክል ግድፈቱን የሚያመለክተውን "(*ስሁት*)"ን አስቀርተነዋል።

በቅዱስ ሥላሴ ስም ይህ ደብዳቤ በኢየሩሳሌም በሚገኙት ኢትዮጵያውያን አበምኔት ከሆነው ከኒቆዲሞስ ለሮማው ሊቀ ጳጳስ ተላከ። ሰላም ላንተ ይሁን፤ ሰላም ለመንበርህ ይሁን፤ በመንበረ ጴጥሮስ ለተሰየምክበት በዓለም ሁሉ ለሚያበራው ለጵጵስናህም ሰላም ይሁን። በአለሁበት ሁኘ ለአንተ እሰግዳለሁ፤ የምሰግድም ብቻየን አይደለም ነገር ግን ጳጳሳት፣ ኤጲስ ቆጶሳት፣ ነገሥታት እና መኳንንት ለአንተ ይሰግዳሉ።

ስለሃይማኖት የላከው መልእክት በደረሰን ጊዜ እጅግ ደስ አለን። ጳውሎስ "አንድ አምላክ፣ አንዲት ሃይማኖት አንዲት ጥምቀት" እንዳለው የኛም ፍላጎት አንድ እንድንሆን ነው። በፊትም ፍላጎቱ አንድ ሃይማኖት እንዲኖር ስለነበረ ንጉሣችንም ይህን ሲሰማ ደስ ይለዋል። እኔ ወደአንተ መምጣት ፍላጎቴ ነበር ነገር ግን ጉዞየ በግልፅ ስለሚደረግ ሙስሊሞችን ፈራሁኝ። በዚህ ምክንያት በፋሲካ ወደእኔ እንዲመለሱ እና አንተ የምትነገራቸውን ሁሉ ኢትዮጵያ ሄደው ለንጉሡ ሪፖርት እንዲያደርጉ ይህን ደብዳቤ

የያዙትን ልጆቻችን በጥቅምት 14 ቀን ወደአንተ ላኳቸው። አሁን የጀመርከውን ከፍጻሜ አድርሰው።

እግዚአብሔር ከጳጳሳት ሁሉ ታላቅ አድርጎሀል፣ የክርስቶስን በጎች የምዕመናን ዕረኛ እንድትሆን በቅዱስ ጴጥሮስ መንበር አስቀመጠህ። ምክርህም ከእግዚአብሔር ነው። አንተ ብጽው ነህ እንደሐዋርያት ስለሃይማኖትህ ትቆረቆራለህና። እንደአንተ የተቆረቆረ የለም። ከአንተ በፊት የነበሩት ይህን አላደረጉም።

የጀመረከውን ጨርሰው- እርኩሳን አረማውያን አንድ እምነት አላቸው፣ ክርስቶስን የሰቀሉት ይሁዲዎች አንድ እምነት አላቸው። ክርስቲያኖችን ግን የሐዋርያትን ትምህርት ትተው በልባቸው ምኞት ሄዱ። ሁሉም "የኔ ሃይማኖት እጅግ ጥሩ ነው!" ይላል። ይህ ግን ከእግዚአብሔር ሳይሆን ከሰይጣን ነው። በኒቂያ ተሰብስበው በአምነት አንድ እንደሆኑት ሃይማኖታቸው የቀና እንደ318ቱ ሊቃውንት አንተም ክርስቲያኖች በሙሉ አንድ ሃይማኖት እንዲኖራቸው ትጥራለሕ። አንድ እምነት እንድንሆን እንደእነሱ እርምጃ ውሰድ። አንድ እምነት ብቻ ቢኖር እግዚአብሔር ጠላቶቻችንን ከቅዲስቲቱ ምድር ከኢየሩሳሌም ያጠፋቸዋል፣ በእኛ ሳይሆን በአምላካችን በኢየሱስ ክርስቶስ ኃይል በንፋስ እንደሚዘራ ጤፍ ይበትናቸዋል። የጀመርከውን ፈጽመው።

ስለሆነም የተከበረክ አባት ሆይ በመካከላችን ስለሚፈጠረው ፍቅር እኔ እስረግጬ እንዲህ እናገራለሁ ታላቁ ንጉሣችን እንደሚፈልገው እርግጠኛ ሁን፣ ነገር ግን ካለንጉሣችን ለኛ ምንም ማድረግ አይቻለንም። የቅድስናህን ዜና በሁሉም ኃይላችን፣ በአዕምሯችን፣ በድካም፣ በትጋት እናበሥራለን። ብጹዕነትህ ንጉሣችን በአንተ እምነት አለው። ያቀድከው ነገር ይፈጸማል። በተጨማሪም በየብስም በባሕርም ወደአገራችን የሚወስደው መንገድ ለፈረንጆች እጅግ አደገኛ ነው። እኛ ኢትዮጵያውያን ከብዙ መከራ በኋላ አሁን በሙስሊሞች መካከል መሄድ እንችላለን ምክንያቱም በንጉሣችን ብርታት ሙስሊሞች እኛን አይከራከሩንም። ንጉሡ ብዙ ሠራዊት ሳያስፈልገው በቀላሉ ሊያጠፋቸው ይችላል።

ወደቅዱስነትህ የመምጣችንን ነገር [የእስክንድሪያው] ያዕቆባዊ ሊቀ ጳጳሳችን ችላ አለው። መልክተኞች የመጡት እርሱና ሙስሊሞች ሳያውቁ ነው ምክንያቱም የሃይማኖት ሥራችንን መቃወም ልማዳቸው ነው። የእኔ ልጆች ወደ አንተ የመጡት ስለሃይማኖት ጥያቄ ለመወያየት ሳይሆን ስለሃይማኖት ለነሱ የምታብራራውን ማንኛውንም ነገር ለመስማት እና ለመቀበል፣ ስለሃይማኖት ጉዳይ በትሕትና ለመታዘዝ ነው፣ ፈቃድህ ፍቃዳቸው ነው ምክንያቱም አንተ ለሁሉ ፍጥረት ታላቅ ብርሃን ነህና። ከፀሐይ የሚበልጥ ብርሃን በዚህ ዓለም የለም። አእምሮ ከሌላቸው እና ከዕቡያን በስተቀር ከአንተ ጋር የሚከራከር ማን ነው? የፈረንጆችን ትምህርት በሚመለከት የፈረንጆች ትምህርት ታላቅ፣ የተከበረ፣ ጥንታዊ፣ ለዓለሙ ሁሉ የተገለጠ ነው። በወንጌል እንዳለው "ረድዕ ከመምህሩ፣ ባሪያ ከጌታው አይበልጥም።"

እናም ብጽው አባት ሆይ [ንጉሡ] አንዴ የፈለከውን ከሰማ በኋላ አይክድህም፣ የምትፈልገውን ማንኛውንም ነገር ይሰማል፣ ያደርጋል። የሃይማኖትን ትእዛዝ ስለሚወድ በትእዛዝህ ታላቅ ደስታ ይደሰታል። ክርስቲያን ካህናትን የሚመለከት ማንኛውንም ነገር ንጉሣችን በፍቅር ይቀበላል።

እናም ከዚህ በኋላ የተባረክ አባት ሆይ ይህን የምጠይቅህን አድርግልኝ፡- ወደ ኢትዮጵያ ሄደው ለንጉሡ ያዘዝከውን እንዲነግሩ ልጆቻችን በፍጥነት ላክልኝ።

ጌታ እግዚአብሔር ዘመንህን ያርዝምልህ፣ መልካሙን ነገር ይፈጽምልህ፣ ሥዕለትህን ሁሉ ያሳካልህ፣ መንበርህን ያድስልህ፣ ያጠንክርልህ። ለዓለም ዓለም ዓሜን። ይህ ደብዳቤ በ27 ዓመተ ምሕረት በጥቅምት 14 ቀን [በ1441 ዓ.ም.] ተላከ።

አባሪ 5፡- ሪቻርድ ኮክ ለዋቅጅራ በዳኔ ስለኦሮሞ ታሪክ ሰላሌ ያደረገው ቃለመጠይቅ

Waqjira Badane, interviewed by Richard Caulk at Change, Salale on 2/6/1974.

Interview Change
old Galla
2.6.1974

The first Galla Gossa to settle in this area was YAYA.
There were also members of other gossas. But all these gossas call their leader IGU ABU.

The well known ancient Igu Abus were people like Bedassa Guda, Gebru Gobe, Bune Begna (Kechema), Warre Dadi, Warke Ali, Wordefa Shiri, Gelete Biyu, Dori Kore, Sonda Ebo, Sene Bedassa, Serriyo Wade, Tulu Bune, Shume Wako (Tulu Kesi), Sheri Jillo, Elemo Bulcha, Negewo Guya, Hirpe Berri, Ture Marami, Huluka Beditu, Tulu Suffa, Anedo Gindo, Tute Dinsa, Shire Ababe, Yadate Bultum, Arredo Hirpo, Bune Begna, Negewo Botora, Kene Bedassa, Chare Ibbu, Share Chare, Roba Mimmo, Arredo Wake, Sheno Wake, Gimbichu Shashi, Sonde Hirpe, Roba Bechere, Buta Feyo, Arredo Koke, Gebru Koke, Debelle Kuriya, Negewo Aderu, Bedane Negewo, Tulu Gelaye, Jechu Warke, Jirru Gussa, Fuche Warke, Negewo Gemeda (up to Jarso), Igu Gemeda, Boru Gemeda, Wake Gemeda, Gari Shobe, Bizu Defersha, Dadi Magne and Goshu Gissila.

But it is said that a somewhat leader for all these for all these balabats was GONDI JARSO. Negewo Gemada was also once a famous leader who was constantly fighting with Bezabih who was then a governor of Shoa Amhara.

(Question: What does Salale mean?)
Selale means is a name given to a country. This area derived this name from the mountain called "Tulu Selale".

(Question: To which gossa does Gudi Jarso belong?)

He belonged to DERO gossa.

(Qu: What is the relationship between Dero – it was ment Derra -, Borena, Jarso?)
I do not know their relationship. But after being divided into different balabats and before acquiring new names people who are living from Muger to Jemma belong to Yaya gossa.

(Qu.: Which gossas came from Welabu?)
Yaya, Umma and Igu.
Interview Change
2.6.1974

Qu. How did they come from Welabu?
As we heard this place was forest area and nobody was living here (i.e. Salale) Even myself saw this place being forested and uncultivated. SO the availability of such unoccupied land inspired our predecessors to leave Welabu where they found to be difficult to feed three beasts called "wayi" 30 men a day. So they came here and begun cultivating. The said beats were supposed to have eaten one another. Those people who saw the death of these beasts remained where they were while those whonleft also remained in their new country. These settlers cultivated the land, abut later on were uprooted or made landless by Ras Darge.
Ato Seyfu and Dej. Aba Wollo did also rule but they did not touch land. We heard only one case where Aba Wallo was said to have taken land from one man who killed someone. In short the ruler who made the Oromos landless in Selale Awraja was this one man called Ras Dage. Of course, later Atze Menelik issued a proclamation stating that all those people (Oromo) whose land was taken should go back to their land and receive one quarter of their previous holdings.
Qu.: Who were balabats of Yaya during Ras Darge?
Hirpe Beri, Negewo Guya, Yayi Chirichano, Negewo Ture, Huluka Beditu, Hantute Dinsa and Chubata Boka.
Qu: Who was Aba Wallo?
Aba Wallo was governor of this country some years ago.
Qu: Was he Amhara of Galla?

He was a Geber (mixed). His father was a Galla and his mother was an Amhara.

Qu: When did you celebrate the last Gada or Luba?

Gada is not known to us. The old people here have been celebrating the gada some generations ago.

Qu: When Ras Darge was governing this country, were there any local people who fought against him? Or if they submitted to him who were they?

Ras Darge came to the already conquered people. Aba Wallo and Ato Seyfu were also governors of this country before Ras Darge.

Qu: Who was said to have been conquering this country first?

Ato Seyfu conquered partly and Abba Walo also conquered some parts.

Qu: Did you see a mosque around this area during your childhood?

There were no moslems in this country, we Oromos were worshipping mountains, rivers and trees. We were neither Christians nor moslems. But later on when Darge took the land from the people he also asked whether we have any religious books or not. Accordingly we tried to get some but we count not find anything except one muslem kataba. Darge took and concealed this book and announced that we Oromos belong to Christians so we should get baptized. Finally our predecessors were cobverted to Christianity and thus we becane Christians.

Qu: Did Asenu Wadai come to this area?

He was in Derra. He was only coming to this area for fighting.

Qu: Would you mind reckoning back your ancestors starting from you?

I can reckon back upto the man who came from Walabu.

Wakjira (Informant)
Bedane
Gelete
Ture
Marame
Mako
Jillo
Sirre
Jigama

Wako
Aga
Dede
Oro.
Oro is the one who came from Walbu
Qu: How old are you?
90 years.

Qu: What were you working in your past life time?
I was farmer throughout my life.

ዋቢ መጻሕፍት

ያልታተሙ ምንጮች (Unpublished)

በእጅ የተጻፉ የኢትዮጵያ መጻሕፍት (Ethiopian Manuscripts)

እዚህ የተዘረዘሩትን የርስት መዝገቦች ጸሐፊው በካሜራ አንስቷቸዋል። እያንዳንዱ የርስት መዝገብ ቅጠል ፎግራፍ በሚነሳበት ጊዜ ካሜራው የመለያ ቁጥር ይሰጠዋል። እዚህ ያለው የፎቶግራፍ ቁጥር የሚያሳየው ይህን ነው።

የርስት መዝገብ፣ የእጅ ጽሑፍ፣ መሀል ዘጌ ጊዮርጊስ፣ የፎቶግራፍ ቁጥር 033-578።
የርስት መዝገብ፣ የእጅ ጽሑፍ፣ ኡራ ኪዳነ ምሕረት፣ የፎቶግራፍ ቁጥር 598-1272።
የርስት መዝገብ፣ የእጅ ጽሑፍ፣ ደብረ ማርቆስ፣ የፎቶግራፍ ቁጥር 258-360።
የርስት መዝገብ፣ የእጅ ጽሑፍ፣ ደብረ ወርቅ፣ የፎቶግራፍ ቁጥር 6205-6294።
የርስት መዝገብ፣ የእጅ ጽሑፍ፣ ሞጣ ጊዮርጊስ፣ የፎቶግራፍ ቁጥር 4089-6516።
ዝክረ ወጳውሊ፣ በእጅ የተጻፈ፣ አባ ዐሥራት ገዳም፣ የፎቶግራፍ ቁጥር 181-315።

Bibliothèque Nationale de France (BnF), Paris

Annales du roi Ijasu 1er (1682-1706), Département des Manuscrits, Éthiopien 251. [Online] Accessed 14 Novemeber 2019. https://gallica.bnf.fr/ark:/12148/btv1b52506720w/f42.image.

Ethiopian Monastic Microfilm Library (EMML), Saint John's University, Collegeville, Minn.

EMML 4, Institute of Ethiopian Studies, *Gadla Abaw WaAhawa*

EMML 1480, Absadi in Saraye (Eritrea), *Dersana Gabre'el*EMML 1832, Hayq Estifanos (Ambassal, Wallo), *Arba'ettu Wangel*.

EMML 00010, Märtulä Maryam (Gojjam), *Tä'ammərä Maryam.*

Illinois/IES, Department of History, University of Illinois at Urbana-Champaign, and Institute of Ethiopian Studies, Addis Ababa University, 88.XXIV. 9-12, Bétä Lehém, *Laha Maryam*.

የግል ስብስቦች (Private Collections)

"Interview of Waqjira Badane, interviewed by Richard Caulk at Change, Salale on 2/6/1974," in the possession of Habtamu Tegegne.

የሕዝብ መዝገብ ቤቶች (Public Archives)

"Gäbrä Egzi'abeḥēr to Menilek," May 1899. In Archivio Eritrea, Pacco 293, Serie ii, '11 Documenti compromettenti inviati al R. Commissario civile dell'Eritrea', Asmara 4 agosto 1899, 'Allegato 11'.

Ethiopian Broadcasting Services (EBS)

Discover Ethiopia [ኢትዮጵያን እንወቅ (ጉራጌ ዞን ቆጠር ገድራ ቅድስት ኪዳነምሕረት ገዳም)], Season 2 Ep 12. Accessed 14 December, 2019. https://www.youtube.com/watch?v=3aIwFEbqaG4.

Oromia Media Network (OMN)

"የታሪክ ምሁሩ ፕሮፌሰር ህዝቄል ገቢሳ በኩሽ ህዝቦች መድረክ ላይ ያስተላለፉት መልዕክት." Accessed 31 December 2019. https://www.youtube.com/watch?v=bh_IcSXaHnc&app=desktop.

የዲግሪ ማሟያ ጥናቶች (Dissertations and Theses)

Akalou Wolde-Michael. "Urban Development in Ethiopia in Time and Space Perspective." PhD diss., University of California at Los Angeles, 1967.

Bouanga, Ayda. "Le Damot dans l'histoire de l'Éthiopie (XIIIe-XXe siècles): Recompositions religieuses, politiques & historiographiques." Paris, PHD dissertation submitted at the University of Paris, 2013.

Hersi, Ali Abdirahman. "The Arab Factor in Somali History: The Origins and Development of

Arab Enterprise and Cultural Influences in the Somali Peninsula." PhD dissertation, University of California, Department of History, Los Angeles, 1977.

Johnson, Martin Eric. "The Evolution of the Morphology of Addis Ababa, Ethiopia." PhD diss. University of California, Los Angeles, 1974.

Merid Wolde Aregay. "Southern Ethiopia and the Christian Kingdom, 1508–1708, With Special References to the Galla Migrations and Their Consequences." PhD diss. University of London, 1971.

Negaso Gidada. "History of the Sayyoo Oromoo of Southwestern Wallaga, Ethiopia, from about 1730 to 1886." PhD diss., Johann Wolfgang Goethe-Universität zu Frankfurt-am-Main, 1984.

Papers, Edicts and Legislations (ጥናቶች፣ አዋጆች እና ድንጋጌዎች)

"የኦሮሚያ ክልል በፊንፊኔ/አዲስ አበባ ላይ ያለውን ሕገ-መንግሥታዊ ልዩ ጥቅም ለመወሰን የወጣ አዋጅ ቁጥር /2009"።

"The Edict of Expulsion of the Jews – 1492 Spain." Accessed September 13, 2019. http://www.sephardicstudies.org/decree.html.

Strachan, Bruce. "Barara: Abyssinia's Lost Mediveal City." Accessed July 31, 2017. https://cityofbarara.wordpress.com/.

UNESCO. "Gada system, an indigenous democratic socio-political system of the Oromo." Accessed 22 October 2019. https://ich.unesco.org/en/RL/gada-system-an-indigenous-democratic-socio-political-system-of-the-oromo-01164.

United Nations (UN). "Convention on the Prevention and Punishment of the Crime of Genocide." Adopted by Resolution 260 (III) A of the U.N. General Assembly on December 9, 1948. Accessed 23 November 2019. https://www.un.org/ruleoflaw/files/AH386.pdf.

Vigano, M. "What of medieval Archaeology in Ethiopia? The quest for Barara, a plan for archaeological urgencies." Accessed November 16, 2019. https://www.academia.edu/2566166/What_of_Medieval_Archaeology_in_Ethiopia_The_quest_for_Barara_a_plan_for_archaeological_urgencies.

_____. "Thirty-two historic/archaeological Sites in the Central Shoa-Addis Ababa area are set to prove its medieval, not recent origin." Accessed November 16, 2019. https://www.academia.edu/8300662/Thirty_two_archaeological_sites_in_the_vicinity_of_Addis_Ababa_are_set_to_prove_its_medieval_not_recent_origin.

_____. "The Missing Tower At the Entoto Royal Citadel, in three photographs from 1897," 8-25. Accessed 23 November 2019.

https://www.academia.edu/30552555/The_Missing_Tower_At_the_Entoto_Royal_Citadel_in_three_photographs_from_1897.

_____. "The Names Lost, the Map Grasped: Central Shoa on the Fra Mauro Map, is significant lost medieval Ethiopia recovered?" A paper for the Act Book of the "Exploring Ancient China's Links to Africa" meetup, Addis Ababa, Oct. 29–31 2014. Accessed 23 November 2019. https://www.academia.edu/10408583/The_Names_Lost_the_Map_Grasped._Central_Shoa_on_the_Fra_Mauro_map.

የታተሙ (Published)

መዛግብተ ቃላት (Dictionaries of Ethiopian Languages)

ተሰማ ሀብተ ሚካኤል። *የአማርኛ መዝገበ ቃላት*. አርቲስቲክ ማተሚያ ቤት፣ 1951 ኢ.ት. አ።

ደስታ ተክለ ወልድ። *የአማርኛ መዝገበ ቃላት*. አዲስ አበባ፣ አርቲስቲክ ማተሚያ ቤት፣ 1962 ኢ.ት. አ.።

ኪዳነ ወልድ ክፍሌ። *መጽሐፈ ሰዋስው ወግስ ወመዝገበ ቃላት ሐዲስ*. አዲስ አበባ፣ አርቲስቲክ ማተሚያ ቤት፣ 1948 ኢ.ት. አ።

Baeteman, J. *Dictionnaire Amarigna-Français*. Dire-Daoua: Imprimérie Saint Lazare, 1929.

Foot, E. C. *A Galla-English, English-Galla Dictionary*. Cambridge: Cambridge University Press, 1913, Reprinted 1968.

Guidi, Ignazio. *Vocabulario Amharico-Italiano*. Roma: Istituto per L'Oriente, 1953.

Jarosseau, Andrea. *Dizionario della Lingua Galla con Brevi Nozioni Grammaticali*. Harar: Vicariato Apostolico, 1939.

Kane, Thomas. *Amharic Dictionary*. Wiesbaden: Harrassowitz, 1990.

Tilahun Gamta. *Comprehensive Oromo-English Dictionary.* Addis Ababa: Karrayyu Publishing, 2004.

Tutschek, Karl, and Lorenz Tutschek. *Dictionary of the Galla language*. Munich: L. Tutschek 1844.

በኢትዮጵያ ቋንቋዎች የተጻፉ (Worsk in Ethiopian Languages)

መርስዔ ኀዘን ወልደ ቂርቆስ። *የሐያኛው ክፍለ ዘመን መባቻ፣ የዘመን ታሪክ ትዝታየ ካየሁትና ከሰማሁት 1896-1922*። አዲስ አበባ፣ አዲስ አበባ ዩኒቨርሲቲ ማተሚያ፣ 1999።

ማኅተመ ሥላሴ ወልደ መስቀል። *ዝክረ ነገር*። 2ኛ ዕትም። አዲስ አበባ፣ አርቲስቲክ ማተመሚያ ቤት፣ 1962።

ምስጋናው በላቸው። *የጨቦ ኦዳደየሱስ ህዝብ አጭር ታሪክና ባህል*። አዲስ አበባ፣ ቦሌ ማተሚያ ድርጅት፣ 1986።

ስርግው ሀብለ ሥላሴ። *ዳግማዊ ምኒልክ የአዲሱ ስልጣኔ መስራች*። ሙኒክ፣ አሳታሚ አይታወቅም፣ 1989።

ተስፋ ገብረየስ። *ሲይመለል፣ የጉራጌ (የሶዶ ጎርደና) ሕዝብ አጭር የታሪክ ማስታወሻ*። ክፍል 1። አዲስ አበባ፣ ንግድ ማተሚያ ቤት፣ 1987።

ተክለ ሐዋርያት ተክለ ማርያም (ፊታውራሪ)። *ኦቶባዮግራፊ (የሕይወቴ ታሪክ)*። አዲስ አበባ፡ አዲስ አበባ ዩኒቨርሲቲ ፕሬስ፣ 2004።

ተክለ ኢየሱስ ዋቅጅራ (አለቃ)። *የጎጃም ትውልድ በሙሉ ከአባይ እስከ አባይ*። አርታኢና አዘጋጅ ግርማ ጌታሁን። አዲስ አበባ፣ አዲስ አበባ ዩኒቨርሲቲ ፕሬስ፣ 2003።

ታየ ገብረ ማርያም (አለቃ)። *የኢትዮጵያ ህዝብ ታሪክ*። 7ኛ ዕትም። አዲስ አበባ፣ ሴንተራል ማተሚያ ቤት ታተመ፣ 1964።

አልቫርሽ፣ ፍራንሲሽኩ። *ኢትዮጵያ ፖርቱጌዞች እንዳዩዋት (እኤአ 1520-1526)*። ተርጓሚ ግርማ በሻህ። ሊዝቦን፣ Centro de Estudos Históricos Ultramarinos፣ እኤአ 1966።

ኦሮሚያ ባህልና ቱሪዚም ቢሮ። *የኦሮሞ ታሪክ እስከ ዐሥራ ስድስተኛው ምእት ዓመት*። ሁለተኛ አርትኦት። ፊንፊኔ፣ 1998።

አሌሳንድሮ ትሪዩልዚ እና ተሰማ ታአ። *የወለጋ የታሪክ ሰነዶች ከ1880ውቹ እስከ 1920ዎቹ* (እ.ኤ.አ.)። ቅጽ 1 የአማርኛ ሰነዶች። አዲስ አበባ፣ አዲስ አበባ ዩኒቨርሲቲ ፕሬስ፣ 1996።

ኅሩይ ኤርምያስ። *ገድለ ቀውስጦስ* ፲፱፻፲፻፴፫፣ ግዕዝ እና አማርኛ። አዲስ አበባ፣ እቲሳ ደብረ ጽላልሽ አቡነ ተክለ ሃይማኖት ገዳም፣ ፳፻፯።

ዓለሙ ኃይሌ። *የሠርፀ ድንግል ዜና መዋዕል በግዕዝና በአማርኛ*። አዲስ አበባ፣ ብርሀን እና ሰላም ማተሚያ ድርጅት፣ 1999።

______። *የኢትዮጵያ ታሪክ፣ የዐጼ ሱስንዮስ ዜና መዋዕል፣* ፲፭፻፺፯-፲፮፻፳፪። አዲስ አበባ፣ ሲራክ አሳታሚ፣ 2005።

ይልማ ዴሬሳ (ብላታ)። *የኢትዮጵያ ታሪክ በዐሥራ ስድስተኛው ክፍለ ዘመን*። አዲስ አባባ፣ ብርሃን እና ሰላም ማተሚያ ቤት፣ 1959።

ያሬድ ገብረ ሚካኤል። *ይምጡ በዝና አዲስ አበባ*። አዲስ አበባ፣ ብርሃንና ሰላም ማተሚያ ቤት፣ 1958።

ድርሳነ ዑርኤል በግዕዝና በአማርኛ፣ መልክአ ዑርኤል በልሳነ ግዕዝ። አዘጋጅ ተስፋ ሚካኤል ገብረ ሥላሴ። አዲስ አበባ፣ 1985።

ገብረ ሥላሴ (ጸሓፌ ትእዛዝ)። *ታሪክ ዘመን ዘዳግማዊ ምኒልክ ንጉሠ ነገሥት ዘኢትዮጵያ*። አዲስ አበባ፡ ብርሃንና ሰላም ማተሚያ ቤት፣ 1959።

ግርማ አውግቸው ደመቀ። *ቋንቋ እና ነገድ በኢትዮጵያ፣ የኢትዮጵያ ህዝብ ማንነት እና ቅድመታሪክ*። ቅጽ 1። ትሬንተን፣ ሬድ ሲ ፕሬስ፣ 2018።

ገበረ ወልድ እንግዳ ወርቅ። *ማይጨው፣ የማይጨው ዘመቻና የጉዞ ታሪክ*። አዲስ አበባ፣ አዲስ አበባ ዩኒቨርሲቲ ማተሚያ፣ 2000።

በአረብኛ እና በኢትዮጵያ ቋንቋዎች ተጽፈው የታረሙና የተተረጎሙ (Editions of Works in Ethiopian Languages and Arabic)

Asfa-Wossen Asserate. *Die Geschichte Von Šawā (Äthiopien) 1700–1865: Nach Dem Tārika Nagaśt Des Belāttēn Gētā Ḫeruy Walda Śellāsē*. Wiesbaden: Franz Steiner Verlag GMBH, 1980.

Averroes. "Bidāyat al-Mudjtahid." In *Jihad in Medieval and Modern Islam: The Chapter on Jihad from Averroes's Legal Handbook 'Bidāyat al-Mudjtahid' and the Treatise 'Koran and Fighting'* by the Shaykh al-Azhar Maḥmūd, translated and edited by Rudolph Peters, 9-25. Leiden: Brill, 1977.

Bairu Tafla, ed. *Asma Giyorgis and his Work: History of the Galla and the Kingdom of Shawa*. Stuttgart: Franz Steiner Verlag, 1987.

_____, ed. *Ethiopia and Gemrnay: Cultural, Political and Economic Relations, 1871–1936*. Wiesbaden: Franz Steiner Verlag, 1981.

Basset, René. *Études sur l'histoire d'Ethiopie*. Paris, 1882.

Budge, Ernest Wallis, trans. *The Book of Alexander in Ethiopia: The Ethiopic Version of Pseudo-Cllisthenes, the Chronicle of Al-Makîn, the Narrative of Joseph ben Gorion, and a Christian Romance of Alexander*. London: Oxford University Press, 1933.

_____, ed. And trans. *The Life of Takla Haymanot in the Version of Dabra Libanos and the Miracles of Takla Haymanot in the Version of Darba Libanos and the Book of the Riches of Kings: The Ethiopic texts, from the British Museum ms. Oriental 723, edited with English translations, to which is added an English translation of the Waldebbân version*. 2 vols. London: 1906.

Caquot, André. "L'homélie en l'honneur de l'archange Raguel (Dersāna Rāguēl)." *Annales d'Ethiopie* 2 (1957) : 91–122.

_____. "L'homélie en l'honneur de l'archange Ouriel (Dersāna Urā'ēl)."*Annales d'Ethiopie* 1 (1955): 61–88.

Cerulli, Enrico. "Gli abbati di Dabra Libanos, capi del monachismo etiopico, secondo la 'lista rimata' (sec. XIV-XVIII)." *Orientalia: Comentarii Periodici Pontificii Instituti Biblici, NS*, 12 (1943) : 226–53, 13 (1944) : 137–82.

_____. "L'Etiopia del secolo XV in nouvi documenti storici." *Africa Italiana* 5 (1933): 57–112.

Conti Rossini, Carlo. *Documenta ad Illustrandam Historiam.* 1. *Liber Axumae*. Corpus Scriptorium Christianorum Orientalium, vol. 27. Paris, 1909.

_____. *Historia Regis Sarsa Dengel (Malak Sagad) accedit Historia Gentis Galla, curante I. Guidi.* Corpus Scriptorum Christianorum Orientalium, Scriptores AEthiopici, Series Altera, vol. 3. Paris, 1907.

_____. *Gadla Anorewos seu acta sancti Honorii*. Corpus Scriptorum Christianorum Orientalium, Scriptores Aethiopici, Series Altera, vol. 20. Louvain, 1905b.

_____. *Vitae Sanctorum Indigenarum: Acta Santi Abakerazun, Acta Sancti Takla Hawarayat.* Corpus Scriptorum Christianorum Orientalium, Scriptores Aethiopici, vol. 25. Louvain: 1904.

_____. *Vitae Sanctorum Indigenarum: Gadla Marqorēwos, seu Acta Sancti Mercurii*. Corpus Scriptorum Christianorum Orientalium, Scriptores Aethiopici, vol. 34. Lipsiab: Otto Harrassowitz, 1904.

_____. "L 'evangelo d'oro di Dabra Libanos." *Rendi conti della Reale Accademia dei Lincei*, series 5, no. 10 (1901): 177–219.

_____. "Il 'Gadla Takla Haymanot' secondo la redazione Waldebbana." *Atti della Reale Accademia dei Lincei: Classe di Scienze Morali, Storiche e Filologiche,* series 5, 2, no.1 (1896): 98–143.

_____. "Due Squarci Inediti di Cronica Etiopica." *Rendiconti della Reale Accademia dei Lincei*, series 5, no. 2 (1893): 804–818.

Conzelman, William E. *Chronique de Galâwdêwos (Claudius) Roi d'Éthiopie: Texte Éthiopien traduit, annoté et précédé d'une Introduction Historique*. Paris, 1895.

De Coppet, Maurice, trans. *Guèbrè Sellassié: Chronique du Règne du Ménélik II, Roi des Rois d'Éthiopie*. 2 vols. Paris: Maisonneuve Frères, 1930/1932.

Dillmann, Christian Friedrich August. *Die Kriegsthaten des Königs 'Amda-Ṣion gegen di Muslim.* Sitzungsberichte, Königlich Preussischen Akademie der Wissenschaften zu Berlin, 1884.

ʿĔnbāqom. *Anqaṣa Amin (La Porte de la Foi): apologie Éthiopienne du Christianisme contre l'Islam a partir du Coran: introduction, texte, critique, and traduction*. Edited and translated by E.J. Van Donzel. Leiden: Brill, 1969.

Fasil Nahum. *Constitution for a Nation of Nations: The Ethiopian Prospect*. Lawrenceville, Red
Sea Press, 1997.

Flemming, Johannes. "Hiob Ludolf: Ein Beitrag zur Geschichte der orientalischen Philologie." In *Beiträge zur Assyriologie und vergleichenden semitischen Sprachwissenschaft*, vol. 2, edited by Friedrich Delitzsch, and Paul Haupt, 63–110. Leipzig: Hinrichs'sche, 1894.

_____. "Hiob Ludolf: Ein Beitrag zur Geschichte der orientalischen Philologie." In *Beiträge zur Assyriologie und vergleichenden semitischen Sprachwissenschaft*. Vol. 1, edited by Friedrich Delitzsch, and Paul Haupt, 570–582. Leipzig: Hinrichs'sche Buchhandlung, 1890.

Getatchew Haile, ed. and trans. *Daqiqa Estifanos* [*ደቂቀ እስጢፋኖስ፡ "በሕግ አምላክ"*]. Minnesota: 1996.

_____. *Yeabba Bahriy Dirsetoch oromochin kemmimmelekketu leloch senedoch gara* [*የአባ ባህርይ ድርሰቶች ኦሮሞዎችን ከሚመለከቱ ሌሎች ሰነዶች ጋራ*]. Collegville, 1995.

_____. "The Monastic Genealogy of the Line of Takla Haymanot of Shoa." *Rassegna di Studi Etiopici* 29 (1982–1983): 7–38.

_____. "The Letter of the Archibishops Mika'el and Gabre'el Concerning the Observance of Saturday." *Journal of Semitic Studies* 26 (1981): 73–78.

_____. "From the Markets of Damot to that of Barara: A Note on Slavery in Medieval Ethiopia." *Paideuma: Mitteilungen zur Kulturkunde*, Bd. 27 (1981): 176–179.

Guidi, Ignazio. *Annales Regum Iyasu II et Iyo'as*. Corpus Scriptorum Christianorum Orientalium, Scriptores Aethiopici, Series Altera, vol. 4. Paris, 1912.

_____. *Annales Iohannes I, Iyyasu I, et Bakaffa*. Corpus Scriptorum Christianorum Orientalium, Scriptores Aethiopici, Series Altera, vol. 5. Paris, 1903.

_____. "Le Canzoni Geez-Amarina in onore di re Abissini." *Rendiconti della Reale Accademia dei Lincei*, Series 4, 5. Roma, 1889 : 53–66.

Hofmann, Georgius. "Orientalium Documenta Minora." *Concilium Florentinum Documenta et Scriptores Editum Concilio et Impensis Pontifici Instituti Orientalium Studiorum*, series A, vol. 3, fasc. 3. Roma, 1953.

Huntingford, G. W. B. *The Land Charters of Northern Ethiopia: Studies in Ethiopian Land Tenure No.1*. Addis Ababa: Institute of Ethiopian Studies and Faculty of Law, Haile Sellassie I University, 1965.

_____, trans. and ed. *The Glorious Victories of 'Amda Seyon, King of Ethiopia*. Oxford: Clarendon Press, 1965.

Kropp, Manfred. *Der Siegreiche Feldzug Des Königs 'Āmada-Seyon Gegen Die Muslime in Adal im Jahre 1332 N. Chr.* Corpus Scriptorium Christianorum Orientalium, Scriptores Aethiopici, vol. 99. Louvain, 1994.

_____. *Die Geschichte des Lebna-Dengel, Claudius und Minas Ubersetzt von Manfred Kropp,* Corpus Scriptorium Christianorum Orientalium, Scriptores Aethiopici, vols 83–84. Louvain, 1988.

Kur, Stanislas. *Actes de Märha Krestos*, Corpus Scriptorum Christianorum Orientalium, Scriptores Aethiopici, vols. 62 and 63. Louvain, 1972.

Marrassini, Paolo, ed. *Lo Scettro e la Croce: La campagna di'Amda Seyon I contro l'Ifat (1332).* Edizione critica, traduzione e introduzione di Paolo Marrassini. Napoli: Istituto Universitario Orientale, 1993.

A Modern Translation of the Kebra Nagast (Glory of Kings). Translated by Miguel Brooks. Lawrenceville: The Red Sea Press, 1995.

Perruchon, Jules. "Notes Pour l'Histoire d'Éthiopie: Le règne de Fasiladas (Alam-Sagad), de 1632 à 1667." *Revue Sémitique* V (1897): 360–72.

_____. "Histoire d'Eskender, d'Amda-Seyon II et de Nâ'od, rois d'Éthiopie, Texte Éthiopien Inédit comprenant en outre un Fragment de la Chronique de Ba'eda-Mâryâm, leur Prédécesseur, et Traduction." *Journal Asiatique*, series 9, 3 (1894) : 319–66.

_____. *Les Chroniques de Zar'a Yâ'eqôb et de Ba'eda Mâryâm, Rois d'Éthiopie de 1434 à 1478* (Ethiopian Text and Translation). Paris: Émile Bouillon, 1893.

_____. "Notes pour l'Histoire d'Éthiopie. Le Règne de Lebna-Dengel: Texte éthiopien tiré du ms. 141 de la Bibliothèque Nationale de Paris et Traduction." *Revue Sémitique* I (1892) : 274–286.

_____. "Histoire des guerres d'Amda Seyon, roi d'Éthiopie." *Journal Asiatique*, series 8, 14 (1889), 271-363 and 381-493.

Raineri, Osvaldo. *Gli Atti di Qawesṭos martire etiopico: (sec XIV)/[edizione critica del testo etiopico, traduzione italiana, comment, note ed indici di]*. Citta del Vaticano: Biblioteca Apostolica vaticana, 2004.

Ricci, Lanfranco. "Le Vite di Ĕnbāqom e di Yoḥannĕs Abbati di Dabra Libānos di Scioa." *Rassegna di Studi Etiopici* 23 (1967-1968) : 79–219.

_____. "Le Vite di Ĕnbāqom e di Yoḥannĕs Abbati di Dabra Libānos di Scioa." *Rassegna di Studi Etiopici* 22 (1966) : 75–102.

_____. "Le Vite di Ĕnbāqom e di Yoḥannĕs Abbati di Dabra Libānos di Scioa." *Rassegna di Studi Etiopici* 13 (1954) : 91–120.

Sadua, Paulos. "Un manoscritto etiopico degli Evangeli." *Rassegna di Studi Etiopici* 11 (1952) : 9–28.

Schneider, Madeleine. "Deux acts de donation en Arabe." *Annales d'Éthiopie* 8 (1970) : 79–87.

"Serata Mangest: An Early Ethiopian Constitution." Edited and translated by Bairu Tafla and Heinrich Scholler. Addis Ababa: Faculty of Law and IES at Haile Selassie I University, 1973-74, 1-58.

Shaltūt, Maḥmūd. "The Koran and Fighting." In *Jihad in Medieval and Modern Islam: The Chapter on Jihad from Averroes's*

Legal Handbook 'Bidāyat al-Mudjtahid' and the Treatise 'Koran and Fighting' by the Shaykh al-Azhar Maḥmūd, translated and edited by Rudolph Peters, 26-79. Leiden: Brill, 1977.

Taddesse Tamrat. "The Abbots of Däbrä Hayq 1248–1535." *Journal of Ethiopian Studies* 8, 1 (1970): 87–117.

Täklä Iyäsus Waqğera, Aläqa. *The Goğğam Chronicle*. Edited and translated by Girma Getahun. Oxford: Oxford University Press, 2014.

Turaiev, Bor. *Gadla Aron, seu Acta Sancti Aaronis; Gadla Filpos, seu Acta Sancti Philippi*. Corpus Scriptorum Christianorum Orientalium, Scriptores Aethiopici, Series Altera, vol. 20. Louvain, 1908.

Uṯmān, Šihāb ad-Dīn Aḥmad bin Abd al-Qāder bin Sālem bin. *Futūḥ al-Ḥabaša: The Conquest of Abyssinia [16th century]*. Edited and Translated by Paul Stenhouse. Hollywood, CA: Tsehai Publishers, 2003.

Varenbergh, Joseph. "Studien zur abessinischen Reichsordnung (*Šer'ata Mangešt*)." *Zeitschrift für Assyriologie und verwandte Gebiete* 30 (1915-1916): 1–45.

Yaqob Beyene. *Controversie cristologiche in Etiopia: contributo alla storia delle correnti e della terminologia nel secolo XIX.* Napoli : Istituto orientale di Napoli, 1977.

Zär'a Ya'qob. *The Epistle of Humanity of Emperor Zar'a Ya Eqob*. Corpus Scriptorum Christianorum Orientalium, Scriptores Aethiopici, vol. 96. Edited by Getatchew Haile. Louvain, 1991.

_____. *Mäs'hafä Berhan:Il Libro della Luce del Negus Zar'a Ya'qob (Mashafa Berhan).* Corpus Scriptorum Christianorum Orientalium, Scriptores Aethiopici, vols. 47-48 and 51-52. Edited and translated by Carlo Conti Rossini and Lanfranco Ricci. Louvain, 1964-1965.

_____. *Mäs'hafä Melad: Das Mashafa Milad (Liber Nativitatis) und Mashafa Sellase (Liber Trinitatis) des Kaisers Zar'a Ya'qob*. Corpus Scriptorum Christianorum Orientalium, Scriptores Aethiopici, vols. 41 and 43. Edited by Kurt Wendt. Louvain, 1962-1963.

በአውሮፓ ቋንቋዎች የተጻፉ (European Languages)

"Pistola del Presto Giovanni all'Imperatore Carlo IV." In *Lettera ineditadel Presto Giovanni all'imperatore Carlo IV, ed altra di Lentulo ai senatori romani sopra Gesù Cristo*, edited by Leone del Prete, 9-11. Lucca: Tipographia dei figli di G. Rocchi, 1857.

A Catalogue of Ethiopian Manuscripts Microfilmed for the Ethiopian Manuscript Microfilm Library, Addis Ababa and for the Hill Monastic Manuscript Library, Collegeville. Vols. 1-3 edited by William Macober. Vols. 4-10 edited by Getatchew Haile. Collegeville, Minn.: Hill Monastic Manuscript Library, St. John's Abbey and University, 1975-1993.

Abir, Mordechai. *Ethiopia and the Red Sea: The Rise and Decline of the Solomonic Dynasty and Muslim-European Rivalry in the Region*. London: Cass, 1980.

_____. *Ethiopia: The Era of the Princes, The Challenge of Islam and the Re-unification of the Christian Empire 1769-1855*. London: Longmans Green, 1968.

Abdussamad H Ahmad. "Trading in Slaves in Bela-Shangul and Gumuz, Ethiopia: Border Enclaves in History, 1897- 1938." *The Journal of African History* 40, 3 (1999): 433–446.

Akalou Wolde Michael. "The Impermancey of Royal Capital in Ethiopia." *Yearbook of the Association of Pacific Coast Geoargphers* 28 (1966): 146–156.

Albuquerque, Afonso De, and Wlater de Gray Birch. *The Commentaries of the Great Alfonso Dalboquerque, Second Viceroy of India.* 1875–1884. Vol. 1. London: Haklut Society, 1975.

Alvares, Francisco. *The Prester John of the Indies: A True Relation of the Lands of the Prester John being the Narrative of the Portuguese Embassy to Ethiopia in 1520 written by Father Francisco Alvares.* Translated by Lord Stanley of Alderley. 1881. Revised and Edited by C. F. Beckingham and G. W. B. Huntingford. 2 vols. Cambridge: Cambridge University Press for the Hakluyt Society, 1961.

Anfray, Francis. "Autour du Vieil Entotto." *Annales d'Ethiopie* 14 (1987): 7–12.

_____. "The Civilization of Aksum from the First to the Seventh Century." 362-378 In *General History of Africa.* Vol. 2, *Ancient Civilizations of Africa*, edited by G. Mokhtar, 362–378. Paris/London/Berkeley: UNESCO/Heinemann Educational Books/University of California Press, 1981.

_____. "Enselale, avec d'autres sites du Choa, de l'Arsi et un îlot du Lac Tana." *Annales d'Éthiopie* 11 (1978) : 153–169.

Anfray, Francis, G. Annequin, and R. Schneider. "Chronique archéologique, 1960-1964." *Annales d'Éthiopie* 6 (1965), 3–48.

Asafa Jalata. *Oromia and Ethiopia: State Formation and Ethnonational Conflict, 1868–1992.* Boulder: Lynne Rienner Publishers, 1993.

Asmarom Legesse. *Gada: Three Approaches to the Study of African Society*. New York: The Free Press, 1973.

Aubin, Jean. "L'ambassade du Prêtre Jean à D. Manuel." *Mare Luso-Indicum: L'océan Indien, les pays riverains et les relations internationals, XVI-XVIIIe siècles* 3. Paris: Société d'Histoire de l'Orient, 1976 : 1–56.

Bahru Zewde. "The Dynamics of Political Succession in Ethiopian History." In *Movements in Ethiopia, Ethiopia in Movement: Proceedings of the 18th International Conference of Ethiopian Studies*, vol. 1, edited by E. Ficquet, Ahmed Hassen Omer, and Thomas Osmond, 1–11. Los Angeles: Tsehai Publishing, 2016.

_____. "Early Safars of Addis Ababa: Patterns of Evolution." In *Proceedings of the International Symposium on the Centenary of Addis Ababa*, edited by Ahmed Zekaria, Bahru Zewde, and Taddesse Beyene, 43–55. Addis Ababa: n.p. 1987.

Barkan, Elazar. "Genocides of Indigenous Peoples: Rhetoric of Human Rights." In *The Specter of Genocide: Mass Murder in Historical Perspective,* edited by Robert Gellately, and Ben Kiernan, 117–140. Cambridge: Cambridge University Press, 2003.

Bausi, Alessandro, and Gianfranco Fiaccadori. "Täsfa Ṣəyon." In *Encyclopedia Aethiopica* 5 (2014): 525–528.

Baxter, P. T. W. "Repetition in Certain Boran Ceremonies." In *African Systems of Thought,* edited by Meyer Fortes, and Germaine Dieterlen, 64–78. London: 1965.

Beckingham, Charles Fraser. "An Ethiopian Embassy to Europe c. 1310." *Journal of the Semitic Studies* 34, no. 2 (1989): 337–346.

Beckingham, C. F. and G. W. B. Huntingford, "Introduction: The Embassy of Dom Rodrigo de Lima." In Francisco Alvares, *The Prester John of the Indies: A True Relation of the Lands of the Prester John being the Narrative of the Portuguese Embassy to Ethiopia in 1520 written by Father Francisco Alvares*, trans. Lord Stanley of Alderley (1881), ed. C. F. Beckingham and G. W. B. Huntingford, 2 vols. Cambridge: Cambridge University Press for the Hakluyt Society, 1961.

_____, eds. *Some Records of Ethiopia 1593–1646 Being Extracts from The History of High Ethiopia or Abassia by Manoel de Almeida Together with Bahrey's History of the Galla.* London: Hakluyt Society, 1954.

Belcher, Wendy Laura, ed. Jessica Wright, and Leon Grek, trans. *The Jesuits in Ethiopia (1609–1641): Latin Letters in Translation*. Weisbaden: Harrassowitz Verlag, 2017.

Benjamin, Weber. "True and false Ethiopians in the West in the 15th century: Uses and Abuses of Connections." *Annales d'Ethiopie* 27 (2012): 321–322.

Ujulu Tesso Benti. *Oromo Indigenous Religion and Oromo Christianity: Contradictory or Compatible? A comparative Religious Study from a Theological Perspective*. Zürich: Georg Olms Verlag, 2018.

Bernal, Martin. *Black Athena: The Afroasiatic Roots of Classical Civilization.* Vol. 3, *The Lingustic Evidence.* New Brunswick: Rutgers University Press, 2006.

Bernal, Martin. *Black Athena: The Afroasiatic Roots of Classical Civilization.* Vol. 1, *The Fabrication of Ancient Greece 1785-1985.* New Brunswick: Rutgers University Press, 1987.

Berry, LaVerle, ed. *Sudan: Country Study*. 5th ed. Washington, DC: Federal Research Division/Library of Congress, 2015.

Bianchi, Gustavo. *Da Zeila aile frontière del Caffa.* Vol. 1. Roma: 1887.

Blench, Roger. *Arachaelogy, Language and the African Past.* London: AltaMira Press, 2006.

Blondus, Flavius. *Scritti inedita e rari di Biondo Flavio.* Roma: Topografia Poliglotta Vaticana, 1973.

Bobzin, Hartmut. "Miszellen zur Geschichte der Âthiopistik." In *Festschrift Ewald Wagner zum 65. Geburtstag*, edited by Ewald Wagner, Wolfhart Heinrichs, and Gregor Schoeler, 82–101. Beirut : In Kommission bei F. Steiner Verlag Stuttgart, 1994.

Bomhard, Allan. *A Comprehensive Introduction to Nostratic Comparative Lingustics: Special Reference of Indo-European.* 4 vols. 2nd ed. Charleston, SC: Open Access Publication, 2015.

_____. *Toward Proto-Nostratic: A New Approach to the Comparison of Proto-Indo-European Proto-Afro-Asiatic.* Amsterdam: Jonh Benjamins, 1984.

Bomhard, Allan R., and John C. Kerns. *The Nostratic Macrofamily: A Study in Distant Linguistic Relationship.* New York: Mouton de Gruyter, 1994.

Bonechi, Marco. "Four Sistine Ethiopians? The 1481 Ethiopian Embassy and the Frescoes of the Sistine Chapel in the Vatican." *Aethiopica* 14 (2011): 121–135.

Bonner, Michael. *Jihad in Islamic History: Doctrines and Practice.* Princeton: Princeton University Press, 2006.

Borelli, Jules. *Éthiopie Méridionale Journal de Mon Voyage Aux pays Amhara, Oromo et Sidama, Septembre 1885 a Novembre 1888.* Paris: 1890.

Bouloux, Natalie. "Du nouveau au sud de l'Égyte: une ambassade ethiopienne au concile de Florence." In *La Terre. Connaissance, représentations, mesure au Moyen Âge,* edited by Patrick Gautier-Dalché, 420–428. Turnhout, Brepols: L'Atelier du médiéviste, 2013.

Bowersock, G.W. *The Throne of Adulis: Red Sea Wars on the Eve of Islam.* Oxford: Oxford University Press, 2013.

Bracciolini, Poggio. "The Indies Rediscovered." In *Travelers in Disguise, Narratives of Eastern Travel by Poggio Bracciolini and Ludovico de Varthema*, edited by Lincon Davis Hammond, and translated by John Winter Jones, 3–45. Cambridge, MA.: Harvard University Press, 1963.

Breternitz, Harwig, and Richard Pankhurst. "Barara, the Royal City of 15th and Early 16th century (Ethiopia): Medieval and Other Early Settlements Between Wechecha Range and Mt Yerer: Results From a Recent Survey." *Annales d'Ethiopie* 24 (2009): 209–249.

Briggs, Philip. *Ethiopia: the Bradt Travel Guides.* 7th ed. Guilford: The Globe Pequot Press, 2015.

Bruno, Figliuolo. "La Terrasanta nel quadro della politica orientale di Alfonso V d'Aragona." *Nuova Rivista Storica* 100, no. 2 (2016) : 483–516.

Bureau, Jacques. *Les Gamo d'Éthiopie: Étude du système politique*. Paris: Societe d'Ethnographie, 1981.

_____. "Note sur Les Eglises du Gamo." *Annales d'Ethiopie* vol. 10 (1976) : 295–303.

Campbell, Ian. "A Historical Note on Nicolo Brancaleone as Revealed by an Iconogrpahic Inscription." *Journal of Ethiopian Studies* 37, no. 1 (2004): 83–102.

Campbell, Lyle. *Historical Linguistics: An Introduction.* Edinburgh: Edinburgh University Press, 1998.

Campbell, Lyle, and Mauricio J. Mixco. *A Glossary of Historical Linguistics*. Edinburgh: Edinburgh University Press, 2007.

Caquot, André. "Note sur Berber Māryām." *Annales d'Ethiopie* 1 (1955) : 109–116.

Cardini, Franco. "Una versione volgare del discorso degli 'ambasciatori' etiopici al concilio di Firenze." *Archivio storico italiano* 130 (1972) : 269–276.

Catlos, Brian A. *The Victors and the Vanquished: Christians and Muslims of Catalonia and Aragon, 1050–1300.* Cambridge: Cambridge University Press, 2004.

Cecchi, A. *Da Zeila aile frontière del Caffa.* Vol.1. Rome: 1886.

Cerone, Francesco. "La Politica Orientale di Alfonso d'Aragon." *Archivio storico per le Provincie Napoletane* 27 (1902) : 3–93.

Cerulli, E. "Ethiopia's Relations With the Muslim World." *In General History of Africa: Africa from the Seventh to the*

Eleventh Century, edited by M. Lfasi, 575-585. Berkeley: University of California Press for UNESCO, 1988.

_____. *La letteratura etiopica.* 3rd edition. Florence and Milan: Sansoni-Accademia, 1968.

_____. "Giovanni da Carignano e la cartografia dei paesi a sud dell'Egitto agli inizi del secolo XIV." In *Atti del XIV Congresso geografico italiano.* Bologna: Zanichelli, 1949: 507.

_____. "Eugenio IV e gli etiopi al concilio di Firenze nel 1441." *Rendiconti della reale accademia naztionale dei Lincei*, ser. 6, 9 (1933) : 347–368.

_____. *Etiopia Occidentale (Dallo Scioa alla Frontiera del Sudan): Note del Viaggio 1927-1928,* volume 2. Rome, 1932, 1933.

_____. *Folk-Literature of Southern Abyssinia.* Vol. 3 of Harvard African Studies. Cambridge, Ma: Peabody Museum of Harvard University, 1922.

Chaillot, Christine. *The Ethiopian Orthodox Tewahedo Church Tradition: A Brief Introdcution to its Life and Spirituality.* Paris: Inter-Orthodox Dialogue, 2002.

Chaîne, Marius. *Catalogue des Manuscrits des Éthiopiens De La Collection Mondon-Vidailhet.* Paris : Bibliothèque nationale, 1913.

_____. "Un monastère éthiopien à Rome au XVe et XVIe siècle: San Stefano dei Mori." *Mélanges de la faculté orientale de l'Université Saint-Joseph de Beyrouth* 5 (1911) : 1–36.

_____. *Catalogue des manuscrits éthiopiens de la collection Antoine d'Abbadie*. Paris : Bibliothèque nationale, 1892.

Chamber, David S. *Popes, Cardinals, and War: The Military Church in Renaissance and early Modern Europe*. London: I.B. Tauris, 2006.

Chekroun, Amélie. "Ottomans, Yemenis and "the Conquest of Abyssinia." In *Movements in Ethiopia, Ethiopia in Movement: Proceedings of the 18th International Conference of Ethiopian Studies*, vol. 1, edited by E. Ficquet, Ahmed Hassen Omer, and Thomas Osmond, 163–174. Los Angeles: Tsehai Publishing, 2016.

Childs, G. Tucker. *An Introduction to African Languages*. Amsterdam: John Benjamins Publishing Company, 2003.

Christopher, Clapham. "Rewriting Ethiopian History." *Annales d'Ethiopie* 18 (2002): 37–54.

Conti Rossini, Carlo. *Etiopia e Genti di Etiopia*. Florence, 1937.

_____, Carlo. "La caduta della dinastia Zague e la versione amarica del Be'ela Nagast," Rendiconti della Reale Accademia dei Lincei 21, (1922): 279-314.

Contini, Riccardo. "Primordi della linguistica semitica comparata nell'Europa: Le *Institutiones* di Angelo Canini (1554)." In *Convegno Internazionale di Linguistica dell'area Mediterranea: Circolazioni culturali nel Mediterraneo antico,* edited by Paolo Filigheddu, 85–95. Cagliari, 1994.

Crawford, O.G.S., ed. *Ethiopian Itineraries ca. 1400-1524*. London: Cambridge University Press for the Haklyut Society, 1958.

Crummey, Donald. "Church and Nation: The Ethiopian Orthodox Täwahdo Church (from the Thirteenth to the Twentieth Century)." In *The Cambridge History of Christianity*, vol. 5, edited by Michael Angold, 457–487. Cambridge: Cambridge University Press, 2008.

_____. "Introduction: Ethiopia in the Early Modern Period: Sälomonic Monarchy and Christianity." *Journal of Early Modern History* 8, 3-4 (2004): 191-209.

_____. "The Horn of Africa: Between History and Politics." *Northeast African Studies* 10, 3 (2003): 117–138.

_____. *Land and Society in the Christian Kingdom pf Ethiopia from the Thirteenth through Thirteenth Century*. Urbana: University of Illinois Press, 2000.

_____. "Imperial Legitimacy and the Creation of Neo-Solomonic Ideology in 19th-Century Ethiopia." *Cahiers d'Études Africaines* 109, 28, 1 (1988): 13-43.

_____. "Some Precursors of Addis Ababa: Towns in Christian Ethiopia in the Eighteenth and Nineteenth Centuries." In *Proceedings of the International Symposium on the Centenary of Addis Ababa,* 24-25, November 1986, edited by Ahmed Zekaria, Bahru Zewde, and Taddese Beyene, 9–31. Addis Ababa, 1987.

D'Abbadie, Antoine. *Géographie de l'Ethiopie : ce que j'ai entendu faisant suite à ce que j'ai vu par Antoine d'Abbadie Membre de l'Institut (Adadémie des Sciences) et du Bureau des Longitudes*. Paris: Gustav Mesnil, 1890.

D'Héricourt, C. E. X. Rochet. *Second Voyage sur les deux rives de la mer Rouge Dans le Pays des Adels et le Royaume de Choa*. Paris, 1846.

_____. *Voyage sur la côte orientale de la mer Rouge, Dans le Pays d'Adel et le Royaume de Choa*. Paris, 1841.

Da Leonessa, Mauro. *S. Stefano Maggiore degli Abissini e le relazioni romano-etiopiche*. Vatican City, 1929.

Darkwah, R. H. Kofi. *Shewa, Menilek and the Ethiopian Empire, 1813-1889.* London: Heinemann, 1975.

Davidson, Lawrence. *Cultural Genocide*. New Brunswick: Rutgers University Press, 2012.

Davies, Surekha. "The Wondrous East in the Renaissance Geographical Imagination: Marco Polo, Fra Mauro and Giovanni Battista Ramusio." *History and Anthropology* 23, 2 (2012): 215–234.

De Witte, C. M. "Une ambassade éthiopienne a Rome en 1450." *Orirentalia Christiana Periodica* 22 (1956) : 286–298.

Delsere, Ilaria, and Osvaldo Raineri. *Chiesa di S. Stefano dei Mori: Vicende edilizie e personaggi.* Vatican City, 2015.

Demoz, Abraham. "Moslems and Islam in Ethiopian Literature." *Journal of Ethiopian Studies* 10, 1 (1972): 1–12.

Derat, Marie-Laure. "La Passe D'Aheyyā-Faǧǧ (XVe-XVIe Siècle): Itinéraires, places forts et contrôle du Territoire Éthiopien." *Études rurales* 197 (2016) : 73–92.

_____. "Chrétiens et musulmans d'Éthiopie face à la traite et à l'esclavage aux XVe et XVIe siècles." In *Traites et esclavages en Afrique orientale et dans l'océan Indien,* edited by Henri Medard, Derat Marie-Laure, Vernet Thomas, and Ballarin Marie Pierre, 121–148. Paris: Karthala et CIRESC, 2013.

_____. "Élaboration et diffusion du récit d'une victoire militaire: la bataille de Gomit, décembre 1445." *Oriens Christianus* 96 (2002): 87-102.

_____. *Le domaine des rois éthiopiens (1270–1527): espace, pouvoir et monachisme*. Paris: Publications de la Sorbonne, 2003.

Deresse Ayenachew. “A Historical Overview of the Wärǧəḥ Muslim Community in the Christian Highland of Šäwa.” *Afriques.* Accessed September 29, 2019. http://journals.openedition.org/afriques/1944.

Diakonoff, Igor. “Some Reflections on the Afrasian Lingustic Macrofamily.” *Journal of Near Eastern Studies* 55, 4 (1996): 293–294.

_____. “A Proto-Afrasian and Old Akkadian: A Study in Histrocial Phonetics.” *Journal of Afroasiatic Languages* 4 (1991/2): 1–133.

Dicki, James. “Granada: A Case Study of Arab Urbanism in Muslim Spain.” In *The Legacy of Muslim Spain*, edited by Salma Khadra. Leiden: Brill, 1992.

Dimmendaal, Gerrit J. *Historical Linguistics and the Comparative Study of African Languages*. Amsterdam: John Benjamins Publishing Company, 2011.

Disne, A. R. *A History of Portugal and the Portuguese Empire: From Beginnings to 1807*. Vol. 2. Camrbdige: Cambridge University Press, 2009.

Docker, John. “Are Settler Colonies Inherently Genocidal? Rereading Lemkin.” In *Empire, Colony, and Genocide: Conquest, Occupation, and Subaltern Resistance in World History*, edited by A. Dirk Moses, 81–101. New York: Berghahn Books, 2008.

Dodds, Jerrilynn. “The Mudejar tradition in Architecture.” In *The Legacy of Muslim Spain*, edited by Salma Khadra, 592–598. Leiden: Brill, 1992.

Duffy, Eamon. *Saint and Sinners: A History of the Popes*. New Haven: Yale University Press, 1997.

Edson, Evelyn. *The World Map: The Persistence of Tradition and Transformation*. Baltimore: The Johns Hopkins University Press, 2007.

Ehret, Christopher. *Reconstructing Proto-Afroasiatic (Proto-Afrasian): Vowels, Tone, Consonants, and Vocabulary*. Los Angeles: University of California, 1995.

_____. “Cushitic Prehistory.” In *The Non-Semitic Languages of Ethiopia*, edited by Marvin L. Bender, 85–96. East Lansing, MI: African Studies Center, Michigan State University, 1976.

Ephraim, Isaac. *The Ethiopian Orthodox Tawahido Church*. Trenton: The Red Sea Press, 2012.

Euringer, Sebastian. "Das Epitaphium des Tasfa Sejon (Petrus Aethiops) und seine Chronologie." *Oriens Christianus*, series 3, 1 (1927): 49–66.

Evans, Raymond. "Crime Without a Name: Colonialism and the Case for Indigenocide." In *Empire, Colony, Genocide: Conquest, Occupation, and Subaltern Resistance in World History*, edited by A. Dirk Moses, 133-147. New York: Berghahn Books, 2008.

Falchetta, Piero, ed. *Fra' Mauro's World Map: With a Commentary and Translations of the Inscriptions*. Turnhout: Brepols Publishers, 2006.

Feros, Antonio. "Rhetorics of the Expulsion." In *The Expulsion of the Moriscos from Spain: A Mediterranean Diaspora*, edited by Mercedes García-Arenal Gerard Wiegers, 69–86. Leiden: Brill, 2014.

Fiaccadori, Gianfranco. "A Marginal Note to 'Four Sistine Ethiopians.'" *Aethiopica: International Journal of Ethiopian and Eritrean Studies*14 (2011): 136-144.

Firestone, Reuven. *Jihad: The Origin of Holy War in Islam*. Oxford: Oxford University Press, 1999.

Foucher, Emile. "Birbirsa, 1868-1869." In *Proceedings of the International Symposium on the Centenary of Addis Ababa*, edited by Ahmed Zekaria, Bahru Zewde, and Taddesse Beyene, 33–41. Addis Ababa: n.p. 1987.

Frajzyngier, Zygmunt, and Erin Shay. *Introduction to the Afroasiatic Languages*, edited by Zygmunt Frajzyngier and Erin Shay, 1–17. Cambridge: Cambridge University Press, 2012.

Gamkrelidze, Thomas, and Vjaceslav V. Ivanov. *Indo-European and the Indo-Europeans A Reconstruction and Historical Analysis of a Proto-Language and a Proto-Culture*. Part I. New York: Mouton de Gruyter, 1995.

García-Arenal, Mercedes and Fernando Rodríguez Mediano. *The Orient in Spain: Converted Muslims, the Forged Lead Books of Granada, and the Rise of Orientalism.* Leiden: Brill, 2013.

Garretson, Peter. "A Note on Relations Between Ethiopia and the Kingdom of Aragon in the Fifteenth Century." *Rassegna di Studi Etiopici* 37 (1993): 37–44.

Gascon, Alain. *Sur les hautes terres comme au ciel: Identités et territoires en Éthiopie*. Paris: Publications de la Sorbonne, 2006.

Gellately, Robert. "The Third Reich, the Holocaust, and Visions of Serial Genocide." In *The Specter of Genocide: Mass Murder in Historical Perspective,* edited by Robert Gellately, and Ben Kiernan, 241–264. Cambridge: Cambridge University Press, 2003.

Gellately, Robert, and Ben Kiernan. "The Study of Mass Murder and Genocide." In *The Specter of Genocide: Mass Murder in Historical Perspective,* edited by Robert Gellately, and Ben Kiernanm 5–26. Cambridge: Cambridge University Press, 2003.

Getatchew Haile. "Ras Amdu: His and his Ancestors' Role in Ethiopian History." In *Ethiopian Studies: Proceedings of the 15th International Conference, Hamburg, 20–25, July 2003*, edited by Siegbert Uhlig, 251–259. Wiesbaden: Harrassowitz, 2006.

Gill, Joseph. *Personalities of the Council of Florence*. New York, NY: Barnes & Noble, 1964.

_____. *The Council of Florence*. Cambridge: Camrbidge University Press, 1959.

Girma A. Demeke. *The Origin of Amharic*. 2nd ed. Trenton: The Red Sea Press, 2009.

_____. "The Ethio-Semitic Languages (Re-examining the Classification)." *Journal of Ethiopian Studies* 34, 2 (2001): 60–70.

Gleichen, Count Albert. *With the Mission to Menelik*. London, Edward Arnold, 1898.

Goldschmidt, Lazaru. *Die abessinischen Handschriften der Stadtbibliothek zu Frankfurt am Main (Rüppell'sche Sammlung) : nebst Anhängen und Auszügen / verzeichnet und beschrieben von Lazarus Goldschmidt*. Berlin : Calvary, 1897.

Graba, Oleg. "Two Paradoxes in the Islamic Art of the Spanish Peninsula." In *The Legacy of Muslim Spain*, edited by Salma Khadra, 583–591. Leiden: Brill, 1992.

Guerreiro, Fernao. *Relação annual das coisas que fizeram os Padres da Companhia de Jesus nas suas missões.* Volume 2. Lisbon, 1930-42.

de Contenson, H. "Pre-Aksumite Culture." In *General History of Africa*. Vol. 2, *Ancient Civilizations of Africa*, edited by G. Mokhtar, 341-361. Berkeley: University of California Press, 1981.

Haberland, Eike. *Galla Süd-Äthiopiens*. Stuttgart: W. Kohlhammer, 1963.

Habtamu M. Tegegne. "The Edict of King Gälawdéwos Against the Illegal Slave Trade in Christians: Ethiopia, 1548: FEATURED SOURCE." *The Medieval Globe* 2, 2 (2016): 73–114.

_____. "Dispute Over Precedence and Protocol: Hagiography and Forgery in 19th-Century Ethiopia." *Afriques*: *Débats, méthodes et terrains d'histoire* (*Afriques: Historical debates, methods and fields)* 07 (2016). Online since 15 December 2016. Accessed 29 September 2019. http://journals.openedition.org/afriques/1909.

Haggai, Erlich. *Ethiopia and the Middle East*. London: Lynne Rienner Publishers, 1994.

Haile Gabriel Dagne. "The Establishment of Churches in Addis Ababa." In *Proceedings of the International Symposium on the Centenary of Addis Ababa*, edited by Ahmed Zekaria, Bahru Zewde, and Taddesse Beyene, 57–78. Addis Ababa: n.p. 1987.

Hale, Mark. *Historical Linguistics: Theory and Method*. Oxford: Blackwell Publishingm, 2007.

Hamdani, Abbas. "An Islamic Background to the Voyages of Discovery." In *The Legacy of Muslim Spain*, edited by Salma Khadra, 273–306. Leiden: Brill, 1992.

Hans, Henrich Hock. *Principles of Historical Linguistics*. 2nd revised and updated ed. New York: Mouton de Gruyter, 1991.

Harris, A. Katie. *From Muslim to Christian Granada: Inventing a City's Past in Early Modern Spain*. Baltimore: John Hopkins University Press, 2007.

Harris, William C. *The Highlands of Ethiopia. Being the account of eighteen months residence of a British Embassy to the Christian Court of Shoa*. 2nd ed. Vol. 2. London: 1844.

Harvey, L. P. *Muslims in Spain 1500 to 1614*. Chicago: The University of Chicago Press, 2005.

_____. "The Political, Social and Cultural History of the Moriscos." In *The Legacy of Muslim Spain*, edited by Salma Khadra, 201–234. Leiden: Brill, 1992.

Heldman, Marilyn E. "A Chalice from Venice for Emperor Dāwit of Ethiopia." *Bulletin of the School of Oriental and African Studies* 53, 3 (1990): 442–445.

Helleiner, John Karl F. "Prester John's Letter: A Medieval Utopia." *Phoenix* 13, 2 (1959): 47–57.

Herman, Margaux. "Rethinking the Royal Matrimonial Practices in the 16th Century and its Consequences on the Status of Queen." In *Movements in Ethiopia, Ethiopia in Movement: Proceedings of the 18th International Conference of Ethiopian Studies*, vol. 1, edited by E. Ficquet, Ahmed Hassen Omer, and Thomas Osmond, 149–162. Los Angeles: Tsehai Publishing, 2016.

Hertzl, Theodor. *Altneuland*. Leipzig: Hermann Seemann Nachfolger, 1902; Jewish Virtual Library, Texts Cocnerning Zionism. https://www.jewishvirtuallibrary.org/quot-altneuland-quot-theodor-herzl.

Hetzron, Robert. "The Limits of Cushitic." *Sprache unde Geschichte in Afrika* 2 (1980): 7–126.

Hillenbran, Robert. "The Ornament of the World: Medieval Cordoba as a Cultural Center." In *The Legacy of Muslim Spain*, edited by Salma Khadra, 112–135. Leiden: Brill, 1992.

Hixson, Walter L. *American Settler Colonialism: A History*. New York: Palgrave Macmillan, 2013.

Holcomb, Bonnie K., and Sisai Ibssa. *The Invention of Ethiopia: The Making of a Colonial Dependent State in Northeast Africa*. Trenton, NJ: Red Sea Press, 1990.

Homer. *The Illiad.* Translated by Ian Johnston. Arlington: Richer Resources Publication, 2006.

Horvath, Ronald. "The Wandering Capitals of Ethiopia." *Journal of African History* 10, 2 (1969): 205–19.

Hudson, Grover. *Northeast African Semitic: Lexical Comparisons and Analysis*. Wiesbaden: Otto Harrassowitz Verlag, 2013.

_____. "*Ethiopian Semitic archaic heterogeneity, Ethiopian Studies at the Millenium.*" In *Ethiopian Studies: Proceedings of the 14th International Conference*, edited by Baye Yimam, et al., 1765–1776. Addis Ababa: Institute of Ethiopian Studies, 2000.

_____. "Ethiopian Semitic Overview." *Journal of Ethiopian Studies* 33, 2 (2000): 75–86.

_____. "Language Classsification and the Semitic Prehistory of Ethiopia." *Folia Orientalia* 18 (1977): 119–166.

Hummel, Susanne. "The Disputed Life of the Saintly Ethiopian Kings ʾAbrəhā and ʾAṣbəḥa." *Scrinium* 12 (2016): 35–72.

Huntingford, G. W. B. *The Historical Geography of Ethiopia: from the First Century AD to 1704*, edited by Richard Pankhurst. Oxford: Oxford University Press, 1989.

Isenberg, Carl William, and Johann Ludwig Krapf, *The Journals of C. W. Isenberg and J. L. Krapf detailing their Proceedings in the Kingdom of Shoa and Journeys in other Parts of Abyssinia in the Years 1839, 1840, 1841, and 1842*. London, 1843.

Janda, Richard D., and Brian D. Joseph. "On Language, Change, and Language Change – Or, Of History, Linguistics, and Historical Linguistic." In *The Handbook of Historical Linguistic*, edited by Brian D. Joseph, and Richard D. Jand, 1–180. Oxford: Blackwell Publishing, 2003.

Jarosseau, Andrea. *Dizionario della Lingua Galla con Brevi Nozioni Grammaticali*. Harar: Vicariato Apostolico, 1939.

Jorga, Nicola. "Cenni sulle Relazioni tra l'Abissinia e l'Europa Cattolica nei secoli XIV-XV, con un itinerario inedito del secolo XV." In *Centenario della nascita di Michele Amari*, edited by Guiseppe Salvo Cozzo, and Giovanni Battista Siragusa, 139–50. Palermo: Stabilimento Topografico Virzì, 1910.

Kaplan, Steven. *The Monastic Holy Man and the Christianization of Early Solomonic Ethiopia.* Wiesbaden: Franz Steiner Verlag, 1984.

Kelly, Samantha. "Biondo Flavio on Ethiopia: Processes of Knowledge Production in the Renaissance." In *The Routledge Hisory of the Renaissance*, edited by William Caferro, 167–182. New York: Routledg, 2017.

_____. "The Curious Case of Ethiopic Chaldean: Fraud, Philology, and Cultural (Mis)-Understanding in European Conceptions of Ethiopia." *Renaissance Quarterly* 68 (2015): 1227–1264.

Kelly, Samantha, and Denis Nosnitsin. "The Two Yoḥannəses of Santo Stefano degli Abissini, Rome: Reconstructing Biography and Cross-Cultural Encounter Through Manuscript Evidence." *Manuscript Studies: A Journal of the Schoenberg Institute for Manuscript Studies* 2, 2 (2017): 392–426.

Kinefe-Rigb Zelleke. "Bibliography of the Ethiopic Hagiographic Traditions." *Journal of Ethiopian Studies* 13, 2 (1975): 57–102.

Kleiner, Michael. "Ras Wäsän Säggäd, a Preeminent Lord of Early 16th-Century Ethiopia." In *Proceedings of the 16th International Conference of Ethiopian Studies*, edited by Svein Ege, Harald Aspen, Birhanu Teferra, and Shiferaw Bekele, 44–45. Vol. 3. Trondheim: no.p., 2009.

Kobishchanov, Yuri M. "Aksum: Political System, Economics and Culture, First to Fourth Century." In *General History of Africa*. Vol. 2, *Ancient Civilizations of Africa*, edited by G. Mokhtar, 381–400. Berkeley: University of California Press, 1981.

Kobishchanov, Yuri M. *Aksum*. University Park: Pennsylvania State University Press, 1979.

Kreuzer, Siegfried. *The Bible in Greek: Translation, Transmission, and Theology of the Septuagint*. Atlanta, Society of Bible Literature, 2015.

Kurt, Andrew. "The Search for Preseter John, a Projected Crusade and the Eroding Prestige of Ethiopian Kings, 1200-c.1540." *Journal of Medieval History* 39, 3 (2013): 297–320.

La Roncière, Charles de. *La Découverte de l'Afrique au Moyen Âge: Cartographes et explorateurs*. Mémoires de la Société royale de géographie d'Égypte, tomes V—VII. Volume 2. Cairo: Société royale de géographie d'Égypte, 1924-1927.

Lahon, Didier. "Black African Slaves and Freedmen in Portugal during the Renaissance: Creating a New Pattern of Reality." In *Black Africans in Renaissance Europe*, edited by T.F. Earle, 261–279. Reissue edition. Cambridge: Cambridge University Press, 2010.

Landor, Arnold Henry Savage. *Across Widest Africa: An Account of the Country and People of Eastern, Central and Western Africa As Seen During a Twelve Months' Journey From Djibuti to Cape Verde.* Vol. 1. London: Hurst and Blackett, 1907.

Lay, Stephen. *The Reconquest Kings of Portugal Political and Cultural Reorientation on the Medieval Frontier.* London: Palgrave Macmillan, 2009.

Lazzarini, Vittorio. "Un ambasciata etiopica in Italia nel 1404." *Atti del Reale Istituto veneto di scienze, lettere ed arti* 83, no. 2 (1923–4): 839–47.

Lefebvre, Théophile. *Voyage en Abyssinie éxécuté pendant les années 1839, 1840, 1841, 1842, 1843 par une commission scientifique... Publié par ordre du Roi sous les auspices de M. Le Vice-Amiral Baron de Mackan Ministre de la Marine*. Vol. 2. Paris: 1845–48.

Lefevre, Renato. "Documenti e notizie su Tasfā Ṣeyon e la sua attività romana nel sec. XVI." *Rassegna Studi Etiopici* 24 (1969–70): 74–133.

_____. "Presenze Etiopiche in Italia prima del Concilio di Firenze del 1439." *Rassegna di Studi Etiopici* 23 (1967–1968): 5–26.

_____. "Appunti Sull'Ospizio di S. Stefano degli "Indiani" nel cinquecento." *Studi Romani* 15, 1 (1967) : 16–33.

_____. "Giovanni Potken e la sua edizione romana del Salterio etiopico (1513)." *Bibliofila* 68 (1966): 289–308.

_____. "Ricerche sull'imolese G. B. De Brocchi: viaggiatore in Etiopia e curiale pontificio (secolo XV-XVI)." *Archivio della Società romana di storia patria*, series 3, 12, 1–4 (1958): 56–118.

_____. "Documenti pontifici sui rapport con l'Etiopia nei secoli XV e XVI." *Rassegna di Studi Etiopici* 5 (1947) : 17–41.

_____. "G. B. Brocchi da imola diplomatico pontificio e viaggiatore in Etiopia nel '400." *Bollettino della Reale Società Geografica Italiana* 4 (1939): 639–659.

Levine, Donald. *Greater Ethiopia: The Evolution of a Multiethnic Society*. Chicago: The University of Chicago Press, 1974.

Lobban, Richard. *Historical Dictionary of Ancient and Medieval Nubia: Historical Dictionaries of Ancient Civilizations and Historical Eras*, No. 10. Lanham: Scarecrow Press, 2004.

Lowe, Kate. "The Stereotyping of Black Africans in Renaissance Europe." In *Black Africans in Renaissance Europe*, edited by T.F. Earle, 17-47. Reissue edition. Cambridge: Cambridge University Press, 2010.

_____. "Introduction". in *Black Africans in Renaissance Europe*, edited by T.F. Earle, 1–16. Reissue edition. Cambridge: Cambridge University Press, 2010.

_____. "Black Africans' Religious and Cultural Assimilations to, or Appropriation of, Catholicism in Italy, 1470–1520." *Renaissance and Reformaiton/Renaissance et Reforme* 31, 2 (2008): 67–86.

_____. "Representing Africa: Ambassadors and Princes from Christian Africa to Renaissance Italy and Portugal, 1402-1608." *Transactions of the Royal Historical Society*, Sixth Series, Vol. 17 (2007): 101–128.

Ludolf, Job. *A New History of Ethiopia: Being a Full and Accurate Description of the Kingdom of Abessinia Vulgarly, though Erroneously called the Empire of Prester John*. London, 1684.

_____. *Historia Aethiopica, sive Brevis & succinta descriptio Regni Habessinorum, quod vulgo male Presbyteri Iohannis vocatur: I quq librisquatuor agitur...: cum tabula capitum, & indicibus necessariis*. Francofurti ad Moenum: Prostat apud J.D. Zunner, 1681.

Lusini, Gianfrancesco. *Studi sul Monachesimo Eustaziano (secoli XIV-XV)*. Napoli: Istituto Universitario Orientale, 1993.

MacKay, Angus. *Spain in the Middle Ages From Frontier to Empire, 1000-1500*. London: Macmillan, 1977.

Makki, Mahmoud. “The Political History of Al-Andalus (92/711-897/1492).” In *The Legacy of Muslim Spain*, edited by Salma Khadra, 3–87. Leiden: Brill, 1992.

Marcus, Harold. *A History of Ethiopia*. Berkley: University of California Press, 1994.

Marrassini, Paolo. “A Note on Zāgwe Kingship.” *Paideuma: Mitteilungen zur Kulturkunde* 36 (1990): 185-188.

Martin, B. G. “Arab Migrations to East Africa in Medieval Times.” *The International Journal of African Historical Studies* 7, 3 (1974): 367-390.

Martínez, Ignacio. “Settler Colonialism in New Spain and the Early Mexican Republic.” In *The Routledge Handbook of the History of Settler Colonialism*, edited by Edward Cavanagh, and Lorenzo Veracini, 109–124. New York: Routledge, 2017.

McCall, Daniel F. “The Afroasiatic Language Phylum: African in Origin, or Asian?” *Current Anthropology* 39, 1 (1998): 139–144.

McClellan, Charles W. “Review of The Invention of Ethiopia.” *African Studies Review* 35, 2 (1992): 125-127.

_____. *State Transformation and National Integration: Gedeo and the Ethiopian Empire, 1895-1935*. East Lansing, MI: African Studies Center, Michigan State University, 1988.

Merid Wolde Aregay. “Military Elites in Medieval Ethiopia.” In *Land, Literacy and the State in Sudanic Africa*, edited by Donald Crummey, 159–186. Trenton: The Red Sea Press , 2005.

_____. “Society and Technology in Ethiopia 1500-1800.” *Journal of Ethiopian Studies* 17 (1984): 127–147.

_____. “Political Geography of Ehiopia at the Beginning of the Sixteenth Century.” In *Quatro Congresso Internazionale di Studi Etiopici* vol. 1, 613-631. Rome: Problemi Atuali di Scienza e di Cultura 191, 1974.

Mohammed Hassen. *The Oromo and the Christian Kingdom of Ethiopia, 1300-1700*. Woodbridge, James Currey, 2015.

_____. *The Oromo of Ethiopia: A History, 1570-1860*. Cambridge: Cambridge University Press, 1990.

Moore, Karl, and David Lewis. *The Origins of Globalization.* New York: Routledge, 2009.

Moseley, Christopher, ed. *Atlas of the World's Languages in Danger.* 3rd ed. Paris, UNESCO Publishing, 2010. Accessed September 29, 2019. http://www.unesco.org/culture/en/endangeredlanguages/atlas.

Mous, Maarten. "Cushitic." In *The Afroasiatic Languages,* edited by Zygmunt Frajzyngier, and Erin Shay, 342–422. Cambridge: Cambridge University Press, 2012.

Munro-Hay, Stuart. "The Coronation of the Emperors of Ethiopia at Aksum." In *Studia Aethiopica: In Honor of Siegbert Uhlig on the Occasion of His 65th Birthday*, edited by Verena Böll, Denis Nosnitsin, Thomas Rave, Wolbert Smidt, and Evgenia Sokolinskaia, 177-202. Wiesbaden: Harrassowitz Verlag, 2004.

_____. *Aksum: An African Civilization of Late Antiquity*. Edinburgh: Edinburgh University Press, 1991.

Niane, D.T. *Sundiata: An Epic of Old Mali.* Translated by G. D. Pickett. London: Pearson, 2006.

Northrup, David. *Africa's Dicovery of Europe, 1450-1850.* 3rd ed. Oxford: Oxford University Press, 2014.

Novic, Elisa. *The Concept of Cultural Genocide: An International Law Perspective*. Oxford: Oxford University Press, 2016.

Norton, David. "The KJV at 400: Assessing Its Genius as Bible Translation and Its Literary Influence." In *The King James Version at 400: Assessing its Genius as Bible Translation and its literary Influence*, edited by David G. Burke, John F. Kutsko, and Philip H. Towner, 3-30. Atlanta: Society of Biblical Literature, 2013.

O'Callaghan, Joseph F. *Reconquest and Crusade in Medieval Spain*. Philadelphia: The University of Pennsylvania Press, 2003.

_____. *A History of Medieval Spain*. Ithaca: Cornel University Press, 1975.

Ostroumov, Ivan. *The History of the Council of Florence*. Edited and Revised by J.M.Neale. London: Joseph Masters, 1861. Reprint by Charleston, SC: Bibliolife, 2009.

Pankhurst, Richard. "The Tale of Four Cities: Late-16th and Early 17th Century Ethiopian Capitals and their Turkish, Portuguese and Indian Connections." In *The Indigenous and the Foreign in Ethiopian Christian Art: On Portuguese-Ethiopian Contacts in the 16th—17th Centuries*, edited by Manuel João Ramos and Isabel Boavida, 3-15. Burlington, VT: Ashgate, 2004.

_____. "Muslim Commercial Towns, Villages and Markets of Christian Ethiopia Prior to the Rise of Tewodros." In *Collectanea Aethiopica*, edited by Siegbert Uhlig, and Bairu Tafla, 111-130. Wiesbaden: Franz Steiner Verlag, 1988.

_____. *History of Ethiopian Towns.* Vol. 2, *From the Mid-Nineteenth Century to 1935*. Wiesbaden: Franz Steiner, 1985.

_____. *History of Ethiopian Towns.* Vol. 1, *From the Middle Ages to the Early Nineteenth Century*. Wiesbaden: Franz Steiner, 1982.

_____. "The History of Šäwan Towns: From the Rise of Menilek to the Founding Addis Ababa." In *Proceedings of the Fifth International Conference on Ethiopian Studies: Modern Ethiopia: From the Accession of Menilek II to the Present*, edited by Joseph Tubiana, 221-241. Rotterdam: A.A. Balkema, 1980.

_____. "Peter Helying, Abba Gregorius and the Foundations of Studies in Germany." *Äthiopien* (1973): 144–146.

_____. "Menelik II and the Foundation of Addis Ababa." Journal of African History 11, 1 (1961), 103-117.

_____. "Menilek and the Utilisation of Foreign Skills in Ethiopia." *Journal of Ethiopian Studies* 5, 1 (1967): 29–86.

Pearce, Nathaniel. *The Life and Adventures of Nathaniel Pearce, Written by Himself, during a Residence in Abyssinia, from the years 1810 to 1819: Together with Mr. Coffin's Account of his Visit to Gondar*. Edited by J. J. Halls. 2 vols. London, 1831.

Páez, Pedro. *Pedro Páez's History of Ethiopia, 1622*. 2 Vols. Edited by Isabel Boavida, Hervé Pennec, and Manuel João Ramos. Translated by Christopher J. Tribe. London: Hakluyt Society, 2011.

Pereira, Esteves. *Chronica de Susenyos, rei de Ethiopia*. Vol. 1. Lisbon: Imprensa Nacional, 1892.

Phillipson, David. *Foundations of an African Civilisation: Aksum & the Northern Horn 1000 BC-AD 1300*. London: James Curry, 2012.

Powell-Cotton, P. H. G. *A Sporting Trip Through Abyssina: A Narrative of Nine Months' Journey from the Plains of Hawash to the Snows of Simien, with a Description of the Game, from Elephant to Ibex, and Notes on the Manners and Customs of the Natives*. London: Rowland Ward, 1902.

Qautremere, Etienne Marc. *Mémoires géographiques et historiques sur l'Egypte et sur quelques contrées voisines*. Paris : Schoell, 1811.

Darkwah, Kofi. *Shewa, Menilek and the Ethiopian Empire 1813-1889*. London: Heinemann, 1975.

Raineri, Osvaldo. "I doni della Serenissima al re Davide I d'Etiopia (MS Raineri 43. Della Vaticana)." *Orientalia Christiana Periodica* 65 (1990): 363–448.

_____. *Lettera tra I pontefici romani e I principi etiopici*. Rome: Biblioteca Apostolica Vaticana, 2003.

_____. "Gli studi etiopici nell'età del Giovio." In Atti del Convegno *Paolo Giovio.Il Rinascimento e la memoria*, 117–131. Como, Presso la Società a Villa Gallia, 1985.

Ramos, Manuel João. *Essays in Christian Mythology*. Lanham: University Press of America, 2006.

Ranzano, Pietro. *Descriptio Totius Italiae: Annales XIV-XV*. Firenze: SISMEL edizioni del Galluzzo, 2007.

Reid, John G., and Thomas Peace. "Colonies of settlement and settler colonialism in Northeastern North America, 1450–1850." In *The Routledge Handbook of the History of Settler Colonialism*, edited by Edward Cavanagh, and Lorenzo Veracini, 79–94. New York: Routledge, 2017.

Relaño, Francesca. *The Shaping of Africa*. Burlington: Ashgate, 2002.

Ricci, L. "Resti di antico edificio in Ginbi (Scioa)." *Annales d'Éthiopie* 10 (1976) : 177–201.

Roger, Sauter. "L'église monolithe de Yekka-Mikaël." *Annales d'Ethiopie* 2 (1957) : 15–36.

Rogers, Francis. *The Quest for Eastern Christians.* Minneapolis: University of Minnesota Press, 1962.

Roth, Norman. *Conversos, Inquisition, and the Expulsion of the Jews from Spain.* Wisconsin: The University of Wisconsin Press, 2002.

Rubenson, Sven, ed. *Acta Aethiopica.* Vol. 3: *Internal Rivalries and Foreign Threats, 1869-1879.*_Addis Ababa: Addis Ababa University Press, 2000.

Rubenson, Sven, Getatchew Haile, and John Hunwick, eds. *Acta Aethiopica.* Vol. 1: *Correspondence and Treaties, 1800-1854.*_Evanston: Northwestern University Press, 1987.

Ruhlen, Merritt. *A Guide to the World's Languages*. Vol. 1. Stanford: Stanford University Press, 1991. Accessed 1 January 2020. http://new.multitree.org/trees/id/16493.

Russell, Peter Edward. *Prince Henery "the Navigator": A Life*. New Haven: Yale University Press, 2000.

Salvadore, Matteo. "African Cosmopolitanism in the Early Modern Mediterranean: The Diasporic Life of Yohannes, the Ethiopian Pilgrim who Became a Counter-Reformation Bishop." *Journal of African History* 58 (2017): 61–83.

_____. *The African Prester John and the Birth of Ethiopian-Euroepan Relations, 1402-1555*. New York: Routledge, 2017.

_____. "The Ethiopian Age of Exploration: Prester John's Discovery of Europe, 1306-1458." Journal of World History 21, 4 (2010), 593-627.

Sams, Julio. "The Exact Sciences in Al-Andalus." In *The Legacy of Muslim Spain*, edited by Salma Khadra, 952–969. Leiden: Brill, 1992.

Sanceau, Elaine. *Portugal in Quest of Prester John*. New York, Alfred A. Knopf , 1944.

Sautma, Barry. "Cultural Genocide in International Context." In *Cultural Genocide and Asian State Peripheries*, edited by Barry Sautma, 1–38. New York: Palgrave Macmillan, 2006.

Sergew Hable Selassie. "The Geez Letters of Queen Elleni and Libne Dengel to John, King of Portugal." In *IV Congresso Internazionale di Studi Etiopici*. Vol. 1. Rome: Problemi Atuali di Scienza e di Cultura 191, 1974: 547–566.

_____. *Ancient and Medieval Ethiopian History to 1270*. Addis Ababa: Haile Sellasie I University, 1972.

Seuren, Pieter A. M. *Western Lingusistics: An Historical Introdcutions*. Oxford: Blackwell Publishing, 1998.

Silva, Moisés. *Biblical Words and Their Meanings: An Introduction to Lexical Semantics*. Grand Rapids: Zondervan Publishing House, 1983.

Skelton, R. A. "An Ethiopian Embassy to Western Europe in 1306." In *Ethiopian Itineraries Ca. 1400–1524*, edited by Osbert Guy Stanhope Crawford, 212–15. Cambridge: Cambridge University Press, 1958.

Slessarev, Vsevolod. *Prester John: The Letter and the Legend*. Minneapolis: University of Minnesosta Press, 1959.

Smith, Stuart Tyson. *Wretched Kush: Ethnic Identities and Boundaries in Egypt's Nubian Empire*. New York: Routledge, 2003.

Spencer, Diana. "The Discovery of Brancaleon's Paintings." In *Proceedings of the First International Conference on the History of Ethiopian Art Sponsored by the Royal Asiatic Society*, 53–5. London: Pindar, 1989.

_____. "Travels in Gojjam: Saint Luke's Icons and Brancaleon Rediscovered." *Journal of Ethiopian Studies* 12, 2 (1974): 201–220.

Stannard, David E. *American Holocaust: The Conquest of the New World*. Oxford: Oxford University Press, 1992.

Stitz, Volker. "The Amhara Resettlement of Northern Shoa during the 18th and 19th Centuries." *Rural Africana* 11, 1 (1970): 77–81.

Streusand, Douglas E. *Islamic Gun Powder Empires: Ottomans, Safavids and Mughals*. Boulder: Westview Press, 2011.

Suriano, Francesco. *Il Trattato di Terra Santa e dell'Oriente*. Edited by Girolamo Golubovich. Milano: Topografia Editrice Artigianelli, 1900.

Taddesse Tamrat. *Church and State in Ethiopia 1270-1527*. Los Angeles: Tsehai Publishers, 1972, reprinted 2009.

_____. "Processes of Ethnic Interaction and Integration in Ethiopian History: The Case of the Agaw." *Journal of African History* 29, 1 (1988): 5–18.

_____. "Ethnic Interaction and Integration In Ethiopian History: The Case of the Gafat." *Journal of Ethiopian Studies* 21 (1988): 121–154.

_____. "The Horn of Africa: The Solomonids in Ethiopia and the states of the Horn of Africa." In *General History of Africa: Africa from the Twelfth to the Sixteenth Century,* vol. 4, edited by D. T. Niane, 423–454. Berkeley: University of California Press, 1984.

_____. "Ethiopia, the Red Sea and the Horn." *The Cambridge History of Africa*, vol. 3, *From c. 1050 to c. 1600*, edited by Roland Oliver, 98–182. Camrbidge: Cambridge University Press, 1977.

_____. "Problems of Royal Succession in Fifteenth Century Ethiopia: A Presentation of the Documents." In *IV Congresso Internazionale di Studi Etiopici.* Vol. 1. Roma, Problemi Atuali di Scienza e di Cultura 191, 1974: 501–535.

_____. "Some Notes on the Fifteenth Century Stephanite "heresy" in the Ethiopian Church." *Rassegna di Studi Etiopici* 22 (1966): 103–15.

Taddia, Irma. "Ethiopian Source Material and Colonial Rule in the Nineteenth Century: The Letter to Menilek (1899) by Blatta Gäbrä Egzi'abeḥēr." *The Journal of African History* 35, 3 (1994): 493–516.

Tedeschi, Salvatore. "L'Etiopia di Poggio Bracciolini." *Africa: Rivista trimestrale di studi e documentazione dell'Istituto italiano per l'Africa e l'Oriente* 48, 3 (1993) : 333–358.

_____. "Etiopi e Copti al Concilio di Firenze." *Annuarium historiae conciliorum* 21 (1989): 380–407.

_____. "Paolo Giovio e la conoscenza dell'Etiopia nel Rinascimento." In *Atti del Conveno su Paolo Giovio: Il Rinascimento e la memoria (Como, 3–5 Giugno 1983)*, vol. 17, edited by T.C.P. Zimmerman, 93–116. Como: Presso la Soieta a Villa Gallia, 1985.

Tegnetti, Sergio. "The Trade in Black African Slaves in Fifteenth-Century Florence. " In *Black Africans in Renaissance Europe*, edited by T.F. Earle, 213-224. Reissue edition. Cambridge: Cambridge University Press, 2010.

Tellez, Balthazar. *The Travels of the Jesuits in Ethiopia.* London: J. Knapton, 1710.

Teresi, Dick. *The Lost Discoveries: Ancient Roots of Modern Science—from the Babylonians to the Maya.* New York: Simon and Schuster, 2002.

Thomaz, Luís Filipe F. R. "Factions, Interests and Messianism: The Politics of Portuguese Expansion in the East, 1500–1521." *Indian Economic and Social History Review* 28, 1 (March 1991): 97–109.

Tieszen, Charles L. *Christian Identity amid Islam in Medieval Spain.* Leiden: Brill, 2013.

Török, László. *Herodotus in Nubia*. Leiden: Brill, 2014.

_____. *The Kingdom of Kush: Handbook of Napata-Meroitic Civilization.* Leiden: Brill, 1997.

Trimingham, J. Spencer. *Islam in Ethiopia*. London: Cass, 1965.

Triulzi, Alessandro. "Battling with the Past: New Frameworks for Ethiopian Historiography." In *Remapping Ethiopia: Socialism & After*, edited by Wendy James, Donald L. Donham, Eisei Kurimoto, and Alessandro Triulzi, 276–288. Oxford: James Currey, 2002.

_____. "United and Divided: Borana and Gabaro Among the Macha Oromo in Western Ethiopia." In *Being and Becoming Oromo: Historical and Anthropological Enquiries,* edited by P.T. W. Baxter, Jan Hultin, and Alessandro Triulzi, 251–64. Lawrenceville: Red Sea Press, 1996.

_____. "The Saga of Makoo Biliii: A Theme in Meca'a Oromo History," *Paideuma: Mitteilungen zur Kulturkunde* 36 (1990): 319-329.

Ullendorff, Edward. *Ethiopia and the Bible: The Schweich Lectures of the British Academy 1967*. London: Oxford University Press, 1968.

_____. "Review of The Glorious Victories of 'Amda Seyon, King of Ethiopia." *Bulletin of the School of Oriental and African Studies, University of London* 29, 3 (1966): 600–611.

_____. *The Ethiopians*: An Introduction to Country and People. 2nd edition. London: Oxford University Press, 1965.

Valencia, Rafael. "Islamic Seville, Its Political, Social and Cultural History." In *The Legacy of Muslim Spain*, edited by Salma Khadra, 136–148. Leiden: Brill, 1992.

Van Donzel, Emer. "Leave the Ethiopians Alone as Long as they Leave you Alone." *Utrukū l-ḥabaša mā tarakūkum*: Some Reflections on a ḥadīṯ." In *Studia Aethiopica in Honor of Siegbert Uhlig on the Occasion of his 65th Birthday*, edited by Verena Böll, Denis Nosnitsin, Thomas Rave, Wolbert Smidt, and Avagenia, 109–114. Wiesbaden: Harrassowith Verlag, 2004.

_____. *Foreign Relations of Ethiopia 1642-1700: Documents Relating to the Journeys of Khodja Murad*. Istanbul: Nederlands Historisch-Archaeologisch Instituut te Istanbul, 1979.

Veracini, Lorenzo. *Settler Colonialism: A Theoretical Overview.* New York: Palgrave Macmillan, 2010.

Vernet, J. "Natural and Technical Sciences in Al-Andalus." In *The Legacy of Muslim Spain*, edited by Salma Khadra, 937–951. Leiden: Brill, 1992.

Vincent, Bernard. "The Geography of the Morisco Expulsion: A Quantitative Study." In *The Expulsion of the Moriscos from Spain A Mediterranean Diaspora*, edited by Mercedes García-Arenal Gerard Wiegers, 19–36. Leiden: Brill, 2014.

Walther, Paulus, and Matthias Sollweck. *Fratris Pauli Waltheri Guglingensis Itinerarium in Terram Sanctam Catharinam.* Tübingen: Litterarischer Verein in Stuttgart, 1892.

Weber, Benjamin. "La Bulle Cantate Domino (4 février 1442) et les enjeux Éthiopiens du concile de Florence." *Mélanges de l'École française de Rome*: *Moyen Age* 122-2 (2010) : 441–9.

Weitz, Eric D. "The Modernity of Genocides: War, Race, and Revolution in the Twentieth Century." In *The Specter of Genocide: Mass Murder in Historical Perspective,* edited by Robert Gellately, and Ben Kiernan, 53–74. Cambridge: Cambridge University Press, 2003.

Whiteway, R. S. *The Portuguese Expedition to Abyssinia in 1541-1543, as Narrated by Castanhoso, with some Contemporary Letters, the short Account of Bermudez, and certain Extracts from Correa*. London: Hakluyt Society, 1902.

Wiet, Gaston. "Les relations égypto-abyssines sous les sultans mamluks." *Bulletin de la Société d'archéologie copte* 4 (1938) : 115–140.

Wolfe, Patrick. "Structure and Event: Settler Colonialism, Time, and the Question of Genocide." In *Empire, Colony, Genocide: Conquest, Occupation, and Subaltern Resistance in World History*, edited by A. Dirk Moses, 102–132. New York: Berghahn Books, 2008.

_____. "Settler Colonialism and the Elimination of the Native." *Journal of Genocide Research* 8, 4 (2006): 387–409.

Wright, William. *Catalogue of Ethiopic Manuscript.* London: The British Museum, 1877.

Zabroski, Andrzej. "Cushitic Overview." In *The Non-Semitic Languages of Ethiopia*, edited by Marvin L. Bender, 67–84. East Lansing, MI: African Studies Center, Michigan State University, 1976.

Zewde Gabre Sellassie. Yohännes IV of Ethiopia: A Political Biography. Oxford: Clarendon Press, 1975.

Zorzi, Marino. "Presentation." In *Fra' Mauro's World Map: With a Commentary and Translations of the Inscriptions*, edited by Piero Falchetta, 13-16. Turnhout: Brepols Publishers, 2006.

Zotenberg, H. *Catalogue des manuscrits éthiopiens de la Bibliothèque Nationale*. Paris : Bibliothèque nationale, 1877.

የስም ማውጫ